AF761628

ഞാൻ എന്ന ജസ്റ്റിസ്

Njan Enna Justice
Autobiography

Justice K Chandru

Translation
S Jayesh

CHINTHA PUBLISHERS
Thiruvananthapuram

First Edition
October 2022

Second Edition
April 2023

Third Edition
December 2023

Second Impression
December 2024

Published & Typesetting
Chintha Publishers, Thiruvananthapuram

Cover Design
Vinod Mangoes

ISBN : 978-93-94753-26-6

CR - 3412 / 7270

Email: chinthapublishers@gmail.com
Website: www.chinthapublishers.com

A version is available at National Libraries
Kolkata, Mumbai, Chennai and Delhi

Distribution
DESHABHIMANI BOOKHOUSE
H O Thiruvananthapuram 695035

Branch
Head Office Kunnukuzhi • Statue Thiruvananthapuram
Saphalyam Complex Thiruvananthapuram
Machingal Lane Thrissur • IG Road Kozhikode
Mavoor Road Kozhikode • NGO Union Building Kannur
Central Bus Terminal Complex Thavakkara Kannur

ഞാൻ എന്ന ജസ്റ്റിസ്

ജസ്റ്റിസ് കെ ചന്ദ്രു

പരിഭാഷ
എസ് ജയേഷ്

ചിന്ത പബ്ലിഷേഴ്സ്
തിരുവനന്തപുരം-695 035
വില : ₹ 490

ജസ്റ്റിസ് കെ ചന്ദ്രു

1951 ൽ തമിഴ്നാട്ടിലെ ശ്രീരംഗത്ത് ജനനം. മുപ്പത് വർഷം വക്കീലായും പിന്നീട് ചെന്നൈ ഹൈക്കോടതിയിൽ ജസ്റ്റിസായും പ്രവർത്തിച്ചു. വക്കീൽ എന്ന നിലയിൽ ആയിരക്കണക്കിന് കേസുകളിൽ സാധാരണക്കാർക്കായി വാദിച്ചിട്ടുണ്ട്. ജസ്റ്റിസായുള്ള തന്റെ ആറേമുക്കാൽ വർഷക്കാലത്ത് 96,000 കേസുകൾ തീർപ്പാക്കി. ഇന്ത്യയിലെ നിയമരംഗം പരിഷ്കരിക്കുന്നതിനായി ശബ്ദമുയർത്തിയവരിൽ ഒരാളാണ് ചന്ദ്രു. നിയമരംഗത്തെപ്പറ്റി തുടർന്നും സംസാരിക്കുകയും എഴുതുകയും ചെയ്യുന്നയാൾ.
ഭാര്യ കെ ഭാരതി (അദ്ധ്യാപിക), മകൾ ശക്തി (ഡോക്ടർ) എന്നിവർ അടങ്ങുന്നതാണ് കുടുംബം.

എസ് ജയേഷ്

പാലക്കാട് തേൻകുറിശ്ശിയാണ് സ്വദേശം. അച്ഛൻ: ശങ്കരൻ, അമ്മ: വിശാലം. തേൻകുറിശ്ശി ഹൈസ്കൂൾ, കോ-ഓപ്പറേറ്റീവ് കോളേജ് എന്നിവിടങ്ങളിൽ വിദ്യാഭ്യാസം. നിലവിൽ ഐടി മേഖലയിൽ പ്രവർത്തിച്ചു വരുന്നു. ആനുകാലികങ്ങളിൽ കഥകൾ എഴുതുന്നു. *ഒരിടത്തൊരു ലൈൻമാൻ, ക്ലൂ, പരാജിതരുടെ രാത്രി* എന്നീ കഥാസമാഹാരങ്ങൾ പ്രസിദ്ധീകരിച്ചിട്ടുണ്ട്. കമല ഹാരിസ്, യോക്കോ ഒഗാവ, ജഫ്രി ആർച്ചർ, അലൻ പീസ്, റോബർട്ട് കിയോസാക്കി, എപിജെ അബ്ദുൾ കലാം, ദേവുദത്ത് പട്ടനായിക്, പെരുമാൾ മുരുകൻ, ചാരുനിവേദിത തുടങ്ങിയവരുടെ പുസ്തകങ്ങൾ വിവർത്തനം ചെയ്തിട്ടുണ്ട്. 2023 മാർച്ചിൽ അന്തരിച്ചു.

ഉള്ളടക്കം

പ്രസാധകക്കുറിപ്പ്

നമ്മുടെ നിയമസംവിധാനങ്ങൾക്ക് യാന്ത്രികമായൊരു മുഖമല്ല ഉള്ളതെന്ന്, മനുഷ്യാവകാശ പക്ഷത്ത് ഉറച്ചു നിന്നുകൊണ്ടുള്ള തന്റെ വിധിന്യായങ്ങളിലൂടെ ആവർത്തിച്ച് ഉറപ്പിച്ച സ്വരമാണ് ജസ്റ്റിസ് ചന്ദ്രുവിന്റേത്. മദ്രാസ് ഹൈക്കോടതി ജസ്റ്റിസായിരുന്ന അദ്ദേഹത്തിന്റെ കോടതിയനുഭവങ്ങളും ജീവിതവും ഏറെ പ്രസക്തമാകുന്നത് അതിനാലാണ്. എഴുതിത്തയ്യാറാക്കി വെച്ചിരിക്കുന്ന നിയമങ്ങളുടെ യാന്ത്രിക വ്യാഖ്യാനങ്ങളായിരുന്നില്ല ജസ്റ്റിസ് ചന്ദ്രുവിന്റെ വിധിന്യായങ്ങൾ. നിയമപുസ്തകത്താളുകൾക്കിടയിൽ അദ്ദേഹം എന്നും തെരഞ്ഞിരുന്നത് നീതി തേടുന്ന പരിക്ഷീണരായ മനുഷ്യർക്കൊപ്പം നിലയുറപ്പിക്കാൻ എവിടെയൊക്കെ ഇടമുണ്ട് എന്നതായിരുന്നു.

വിദ്യാർത്ഥിയായിരുന്ന കാലം മുതൽക്കേ ആരംഭിച്ച ഇടതുപക്ഷ രാഷ്ട്രീയ പ്രവർത്തനത്തിന്റെ നീണ്ട പാരമ്പര്യമായിരിക്കാം ഇത്തരമൊരു കാഴ്ചപ്പാട് അദ്ദേഹത്തിൽ കോറിയിട്ടത്. തന്നെ രൂപപ്പെടുത്തിയ ആ നാളുകളെക്കുറിച്ചും ഇവിടെ അദ്ദേഹം വിശദമായി പറയുന്നുണ്ട്. രാഷ്ട്രീയ പ്രവർത്തകനായി, അഭിഭാഷകനായി ഒടുവിൽ ഹൈക്കോടതി ജഡ്ജിയായി നീണ്ട സംഭവബഹുലമായ ചന്ദ്രുവിന്റെ അനുഭവങ്ങൾ നമ്മുടെ സമൂഹത്തിനു നേരെയും നീതിന്യായവ്യവസ്ഥയ്ക്ക് നേരെയും തുറന്നു പിടിച്ച ഒരു കണ്ണാടിയാണ്. ഒരു ആത്മകഥയ്ക്ക് വ്യക്തിയുടെ ജീവിതത്തെ അതിവർത്തിക്കുന്ന ഏറെ മാനങ്ങൾ കൈവരിക്കാനാവുമെന്ന് ഈ പുസ്തകം നമ്മോടു പറയുന്നു.

ചിന്ത പബ്ലിഷേഴ്സ്

വക്കീൽ ചന്ദ്രുവിനെ
ഘോഷത്തോടെ
കെട്ടിപ്പിടിച്ചാലും.
ജസ്റ്റിസ് ചന്ദ്രുവിനെ
ദിവസവും നിന്ദിച്ച്,
നിരാകരിച്ചുവരുന്ന
വക്കീൽ സഹോദരങ്ങൾക്ക്...

എന്തുകൊണ്ട് എന്റെ കഥ?

ജസ്റ്റിസ് കെ ചന്ദ്രു

പൊതുജീവിതത്തിൽ 50 വർഷംപിന്നിട്ട എന്റെ ആത്മകഥയാണിത്. നീണ്ടകാലയളവായതിനാൽ ആത്മകഥയും വളരെ വലുതാണ്. ആത്മകഥയായതുകൊണ്ട് കുറച്ചധികം 'ഞാൻ' എല്ലായിടങ്ങളിലും കേൾക്കും. ഈ പുസ്തകം എഴുതാനുള്ള അവസരത്തിന്, ആദ്യം 'കൊറോണ'യ്ക്ക് തന്നെ നന്ദി പറയണം. ഒന്നരവർഷം ലോകത്തെ സ്തംഭിപ്പിച്ച ഭീകരമായ കാലഘട്ടത്തിൽ, നിർബന്ധപൂർവമായ അടച്ചിരിപ്പിൽ, അര നൂറ്റാണ്ടായി ചുമന്നുകൊണ്ടിരുന്ന കോപ്പുകളെ (എന്റെ വീട്ടുകാരിയുടെ ഭാഷയിൽ കുപ്പകളെ) വീണ്ടും ഇഴപിരിക്കേണ്ടി വന്നു.

എന്റെ നിയമജീവിതത്തിന്റെ ഒരു ഭാഗം ഈ പുസ്തകത്തിൽ കാണാവുന്നതാണ്. കോളേജ് വിദ്യാർത്ഥിയായി, ഇടതുപക്ഷ പ്രസ്ഥാനത്തിന്റെ അനുയായിയായി, വക്കീലായി, അവസാനം ജസ്റ്റിസായി ഇരുന്ന വർഷങ്ങൾ ഇതിലുണ്ട്. എന്റെ അനുഭവങ്ങൾ 23 ലേഖനങ്ങളായി തിരിച്ചിട്ടുണ്ടെങ്കിലും, ഇവയെല്ലാം കൂടുതലും മനുഷ്യാവകാശ പ്രശ്നങ്ങളെ കേന്ദ്രീകരിച്ചുള്ളവയാണ്. സംഭവങ്ങളെ മുന്നോട്ടും പിന്നോട്ടുമായി കോർത്തുപറഞ്ഞിരിക്കുന്നത് ഒഴിവാക്കാൻ സാധിക്കാത്തതാണ്.

ഇങ്ങനെ ഒരു പുസ്തകം എഴുതണമെന്ന് ഞാൻ വിരമിച്ച മാസങ്ങളിൽത്തന്നെ തോന്നിയിരുന്നു. അതിന്റെ പ്രധാന കാരണം, ഞാനുമായി അടുപ്പമുള്ള ചില വക്കീലന്മാർ കൈയ്യൊപ്പിട്ട് സാധാരണ തപാലിൽ എനിക്കയച്ച ഒരു കത്താണ്. ഞാൻ വിരമിച്ച് ഒരു വർഷം കഴിഞ്ഞപ്പോഴാണ് ആ കത്ത് ലഭിച്ചത്. അതിൽ കൈയ്യൊപ്പിട്ടിരുന്നവരിൽ ചിലർ ഇടതുപക്ഷക്കാരാണ്. ചിലർ അംബേദ്കർ വാദികൾ. അവർ എന്തിനെഴുതി, എന്തിനാണ് 36 പേരുടെ കൈയ്യൊപ്പ് വാങ്ങിയത്. ഇതൊന്നും ഇപ്പോഴും എനിക്കറിയില്ല.

ആ 36 പേരിൽ, 16 പേർ വക്കീൽ ജോലിയിൽ ഒരു വർഷത്തെ അനുഭവം പോലുമില്ലാത്തവരായിരുന്നു. ഡോക്ടർ അൻപുമണി രാം ദാസിന്റെ 'പശുമൈത്തായകം' എന്ന പരിപാടിയിൽ ഞാൻ പങ്കെടു ത്തതിനെക്കുറിച്ചായിരുന്നു പ്രസ്തുത കത്തിലെ പരാമർശം. "മദ്യത്തിന് എതിരായുള്ള പ്രചരണം എന്ന മറവിൽ, 'പശുമൈത്തായകം' നടത്തിയ പരിപാടിയിൽ താങ്കൾ പങ്കെടുത്തു. താങ്കൾ നടത്തിയ വിലകുറഞ്ഞ പരസ്യങ്ങൾകൊണ്ട് ഉണ്ടാക്കിയിട്ടുള്ള മായാബിംബത്തിനെ നീക്കി, താങ്ക ളുടെ യഥാർഥമുഖം വെളിപ്പെടുത്തിയിരിക്കുന്നു. അതുകൊണ്ടുതന്നെ, താങ്കൾ അണിഞ്ഞുകൊണ്ടിരിക്കുന്ന 'പുരോഗമന മുഖംമൂടി' ഇനിയും താങ്കൾക്ക് യോജിക്കാത്തതിനാൽ, താങ്കൾ തന്നെ അത് അഴിച്ചെറിയുന്ന തായിരിക്കും ശരി." (8.3.2014)

ആ പരിപാടിയിൽ ഞാൻ പങ്കെടുത്തതിനെ മാത്രം വിമർശിച്ച് അവർ അഭിപ്രായം അറിയിച്ചാൽപ്പോലും സാരമില്ലായിരുന്നു. കത്തിൽ വക്കീ ലായും ജസ്റ്റിസായും അനുഷ്ഠിച്ച എന്റെ ഔദ്യോഗികജീവിതം, വിരമിച്ച ശേഷമുള്ള എന്റെ പ്രവർത്തികൾ എല്ലാത്തിനേയും മൊത്തത്തിൽ വിവരിച്ചിരുന്നു. "30 വർഷംനീണ്ട താങ്കളുടെ വക്കീൽ ജോലിയിൽ, താങ്കൾ കൈകാര്യം ചെയ്ത കേസുകളും എടുത്തിട്ടുള്ള തുറന്നടിച്ചുള്ള നിലപാടുകളും താങ്കൾക്ക് 'ജനങ്ങളുടെ വക്കീൽ', 'തൊഴിലാളികളെ പിന്തുണയ്ക്കുന്ന വക്കീൽ' എന്നീ അടയാളങ്ങൾ ഉണ്ടാക്കി. ഏതാണ്ട് ഏഴ് വർഷം താങ്കൾ ചെന്നൈ ഹൈക്കോടതി ജസ്റ്റിസായി പ്രവർത്തിച്ച വിധം, അത്രയും വിശ്വാസങ്ങളേയും പ്രതീക്ഷകളേയും മൊത്തത്തിൽ തകർത്തുകളഞ്ഞത് ഇന്ന് എല്ലാവർക്കും അറിയാവുന്ന ഒന്നാണത്. അതിനെ ഉറപ്പാക്കുന്ന വിധത്തിൽ താങ്കൾ ജസ്റ്റിസ് പദവിയിൽനിന്നും വിരമിച്ച ദിവസം പത്രക്കാരുടെ മുന്നിൽ, താങ്കളെ എളിമയുള്ള മനുഷ്യനായി അവതരിപ്പിച്ചു. അതിന്റെ തുടർച്ചയായി അച്ചടി, ദൃശ്യ മാധ്യമങ്ങളിൽ ആകാശത്തിന് ചുവട്ടിലുള്ള എല്ലാ സംഭവങ്ങളെക്കുറിച്ചും അഭിപ്രായങ്ങൾ കൊടുത്തുകൊണ്ടിരുന്നു!"

വിരമിച്ചശേഷം, മറ്റു ജസ്റ്റിസുമാരെപ്പോലെ വീണ്ടും വക്കീൽ തൊഴി ലിൽ ഏർപ്പെടാതെ, ഞാൻ നാട് മുഴുവനുമുള്ള ഇംഗ്ലീഷ്, തമിഴ് പത്ര ങ്ങളുടെ ആവശ്യത്തിനനുസരിച്ച് ലേഖനങ്ങൾ എഴുതിക്കൊടുക്കുന്നത് ഇവർക്ക് എന്തിനാണ് രോഷമുണ്ടാക്കുന്നത്? വ്യക്തിപരമായ ആക്രമണ മല്ലാതെ, ഇതിന് വേറെ കാരണമൊന്നും എനിക്ക് തോന്നിയില്ല.

ആ പരിപാടിയെ തുടർന്ന്, സാമൂഹ്യമാധ്യമങ്ങളിൽ വാക്കുകൾ കൊണ്ട് യുദ്ധം നടത്തിക്കൊണ്ടിരിക്കുന്നവർ, തങ്ങൾക്ക് തോന്നിയ പോലെ അഭിപ്രായങ്ങൾ എഴുതിക്കൊണ്ടിരുന്നു. ഒരാൾ, ഈ വിമർശന ങ്ങൾക്കെതിരായുള്ള നീണ്ട ലേഖനം പ്രസിദ്ധീകരിച്ചതിൽ ഇങ്ങനെ വിധി കൽപ്പിച്ചു: "ചന്ദ്രു ഒരിക്കലും സ്വയം സമൂഹത്തിന്റെ കാവൽ ക്കാരനായോ ദളിത് ജനങ്ങളെ ആശ്വസിപ്പിക്കാൻ വന്ന രക്ഷകനായോ പ്രദർശിപ്പിച്ചിട്ടില്ല. അദ്ദേഹം എപ്പോഴും തന്റെ മനസ്സിന് ഇഷ്ടമായത് താല്

പര്യത്തോടെ ചെയ്തുവന്നു. അത് ഇത്രനാളും നമുക്ക് ഇഷ്ടമായിരുന്നു. നമ്മൾ അദ്ദേഹത്തിനെ തലയിൽ വച്ച് തുള്ളിക്കൊണ്ടിരുന്നു... ഇതാ ഇപ്പോൾ നമുക്ക് പറ്റാത്ത ഒരാളുടെ വേദിയിൽ കയറിയതുകൊണ്ട് അതെല്ലാം മറന്ന്, അദ്ദേഹത്തിനെ വലിച്ചെറിഞ്ഞ് തെരുവിൽ വലിച്ചിഴയ്ക്കുന്നത് മോശമായ കാര്യമല്ലാതെ വേറെന്താണ്?" (8.3.2014)

ഓൺലൈൻ യുദ്ധത്തിൽ സാന്ത്വനിപ്പിക്കാൻ ഉദ്ദേശിച്ച് കത്തുകൾ എഴുതിയവരും ഉണ്ട്. എന്റെ സുഹൃത്തും, എന്നോട് വളരെ ബഹുമാനമുള്ളവനുമായ തമിഴച്ചി തങ്കപാണ്ഡ്യൻ എഴുതിയ കത്തിൽ ഇങ്ങനെ പറയുന്നു: "സ്നേഹവും ബഹുമാനവുമുള്ള ചന്ദ്രു അവർകൾക്ക് വണക്കം. താങ്കൾ ഇതുവരെ ചെയ്ത സമൂഹനീതിക്കായുള്ള ശ്രമങ്ങളെ, പ്രവർത്തനങ്ങളെ മറന്ന്, ഒരു ഞൊടിയിൽ അവരവർക്കുള്ള അളവുകോലുകൾ വച്ച്, താങ്കളെ ചിലർ വിമർശിക്കുന്നത് എന്നെ വളരെ വിഷമിപ്പിച്ചു. താങ്കളെ, താങ്കളുടെ ധാർമ്മികതയെ മനസ്സിലാക്കിയവർ എപ്പോഴും താങ്കളുടെയൊപ്പം ഉണ്ടാകും. ഞാനും ഫേസ്ബുക്കിൽ നിന്നും കുറച്ച് മാറിയിരിക്കുന്നതിന്റെ കാരണം താങ്കൾ പറഞ്ഞതുതന്നെ. എന്ന് താങ്കളോട് വളരെ മതിപ്പും ബഹുമാനവും സ്നേഹവുമുള്ള തമിഴച്ചി." (8.3.2014)

ഈ സമയത്ത് 'ജീവിതത്തിന്റെ കടങ്കഥകൾ' എന്ന എൻ പിച്ചമൂർത്തി എഴുതിയ കവിതയിലെ വരികൾ ഓർമ്മയിൽ വരുന്നു:

"യുക്തിവിചാരത്തിന്റെ ചന്തയിൽ
ഓരോരുത്തരും കൈയിൽ
പൂർണവിരാമങ്ങളെ
മുറുകെപ്പിടിച്ചുകൊണ്ട്
മനസ്സിൽ തോന്നിയപോലെ
മുദ്രവച്ചുകൊണ്ടിരുന്നു...
...ചിലർ മാർക്സ് ഏംഗത്സുമായി
....അവരുടെ പക്കൽ പൂർണവിരാമമില്ല
പെട്ടെന്ന് എന്റെ കൈയ്യിലേക്ക് നോക്കി
കോമ മാത്രമേ ഉണ്ടായിരുന്നുള്ളൂ

ചാപ്പ കുത്തുന്നവർ അധികമായിപ്പോയ ലോകത്ത്, മുതുക് കാണിച്ചാലല്ലേ മുദ്ര വീഴുകയുള്ളൂ? എന്റെ മറുപടികൾ ആത്മകഥയിൽത്തന്നെ പട്ടികയിട്ട് കൊടുക്കുന്നതല്ലേ നല്ലത്? ഈ ചോദ്യങ്ങൾക്കായുള്ള മറുപടിയാണ് ഈ പുസ്തകം. അതേസമയം, 'ഏലി, ഏലി, ലമ്മ സബക്താനി' എന്ന് ഞാൻ പുലമ്പാൻ പോകുന്നില്ല. 'ദൈവമേ! ഇവർ ഒന്നും അറിയാത്തവർ...ഇവരോട് ക്ഷമിക്കണേ!' എന്ന് പരാതിപ്പെടുകയുമില്ല.

തമിഴ്നാട്ടിലുള്ള രാഷ്ട്രീയനേതാക്കൾ, സാമൂഹ്യ പ്രസ്ഥാനങ്ങളുടെ മുന്നണിപ്പോരാളികൾ പലരും, ഞാൻ വക്കീലായിരുന്നപ്പോൾ എന്റെ

കക്ഷികളായിരുന്നു. അവർ എന്നെപ്പറ്റി പ്രശംസിച്ച് പല വേദികളിൽ സംസാരിക്കുകയും പത്രങ്ങളിൽ ലേഖനങ്ങൾ എഴുതിയിട്ടുമുണ്ട്. അതൊന്നും ഞാൻ ഈ പുസ്തകത്തിൽ പരാമർശിക്കുന്നില്ല. വളർത്തുന്നതും കൊല്ലുന്നതും അവർക്ക് കൈവന്ന കലയാണ് എന്നത് എന്റെ ലേഖനങ്ങളിലെ സംഭവങ്ങളിൽനിന്നും നിങ്ങൾ മനസ്സിലാക്കും.

വക്കീൽ അണ്ണന്മാർ എഴുതിയ കത്തിൽ അനുഭവമില്ലാത്ത ചില സഹോദരന്മാരും കൈയ്യൊപ്പിട്ടതാണ് വിഷമിപ്പിക്കുന്നത്. കൈയ്യൊപ്പിട്ടവരിൽ ചിലർ ഉൾപ്പെട്ട പ്രസ്ഥാനങ്ങൾ തുടർച്ചയായി ചെറിയ പ്രചാരണങ്ങൾ പുറത്തുവിട്ടതിനൊപ്പം, പുതിയ പട്ടങ്ങളെല്ലാം എനിക്ക് തന്ന് ആഹ്ലാദിച്ചു. അതുകൊണ്ടാണ് ഈ പുസ്തകം അവർക്ക് സമർപ്പിക്കുന്നത്. സമയം കിട്ടുകയാണെങ്കിൽ, ആ സഹോദരന്മാർ ഈ പുസ്തകം വായിച്ച്, അവരുടെ അഭിപ്രായം മാറ്റുകയാണെങ്കിൽ ഞാൻ സന്തുഷ്ടനാകും.

ജസ്റ്റിസ് ആയിരുന്നപ്പോൾ ഞാൻ എങ്ങനെ ജോലി ചെയ്തിരുന്നുവെന്നത് മനസ്സിലാക്കാനായി, നിയമ പ്രസിദ്ധീകരണങ്ങളിൽ വന്നിട്ടുള്ള എന്റെ വിധികൾ നോക്കിയാൽ മതി. നിയമം പഠിച്ചിട്ടുള്ളവരെ വിമർശിക്കണമെങ്കിൽ, ആ വിധികൾ വായിച്ചശേഷമല്ലേ അതിനെപ്പറ്റി പറയാൻ പറ്റുകയുള്ളൂ? പ്രസിദ്ധീകരണങ്ങളിൽ വരാത്ത വിധികൾ പോലും ഇന്ന് ഇന്റർനെറ്റിൽ ധാരാളമുണ്ട്. എഴുത്തമ്പ് എയ്തവർക്ക് വായിക്കാൻ സമയം ഉണ്ടായിരുന്നിരിക്കില്ല. ജസ്റ്റിസായിരുന്നപ്പോൾ ചെയ്ത ജോലിയുടെ ഭാരം എത്രയായിരുന്നെന്നതിന് ചില ഉദാഹരണങ്ങൾ ഇവിടെ പറയുന്നത് ആവശ്യമാണ്.

2011-ാം വർഷം ഞാൻ ജസ്റ്റിസായിരുന്നപ്പോൾ, സെപ്റ്റംബർ മാസം പരമക്കുടിയിൽ സമരം നടത്തിയ ദളിതരെ പൊലീസുകാർ ക്രൂരമായി മർദ്ദിച്ചതിനൊപ്പം, അവരെ വെടിവയ്ക്കുകയും ചെയ്തു. അതിനെപ്പറ്റി അന്വേഷിക്കാനായി അന്വേഷണസമിതിക്ക് രൂപംകൊടുക്കണമെന്ന ആവശ്യം ഉയർന്നപ്പോൾ, അവിടെയുണ്ടായിരുന്ന സമരക്കാർ എല്ലാവരും പദവിയിലുള്ള എന്റെ നേതൃത്വത്തിൽ അന്വേഷണസമിതി ഉണ്ടാകുകയാണെങ്കിൽ അതിൽ പങ്കെടുക്കാമെന്ന് അറിയിച്ചു. അതിനെ ജയലളിത സർക്കാർ പിന്തള്ളി, വിരമിച്ച ജസ്റ്റിസ് കെ സമ്പത്തിന്റെ നേതൃത്വത്തിൽ സമിതി ഉണ്ടാക്കി. ബന്ധപ്പെട്ട ജനങ്ങൾ ആരും അതിൽ പങ്കെടുത്തില്ലെന്നത് ചരിത്രം.

ഞാൻ വിരമിച്ചതിന് ശേഷമാണ് ധർമ്മപുരിയിൽ ഇളവരശൻ മരിച്ച സംഭവം നടന്നത്. അതിനെപ്പറ്റി അന്വേഷിക്കാനായി വിരമിച്ച ജസ്റ്റിസ് എസ് ആർ ശിങ്കാരവേലുവിന്റെ നേതൃത്വത്തിൽ അന്വേഷണസമിതി ഉണ്ടാക്കി ജയലളിത സർക്കാർ. അപ്പോൾ, ഇളവരശന്റെ അച്ഛൻ ഇളങ്കോവൻ തമിഴ്നാട് മുഖ്യമന്ത്രിക്ക് എഴുതിയ കത്ത് പത്രങ്ങളിൽ വന്നു. “ഇളവരശന്റെ മരണത്തിനെപ്പറ്റിയുള്ള സത്യം പുറത്തുകൊണ്ടുവരാനായി അന്വേഷണസമിതിയെ ഉണ്ടാക്കിയ തമിഴ്നാട് സർക്കാരിന് നന്ദി

അറിയിക്കുന്നു. പക്ഷേ, ഈ അന്വേഷണത്തിന്റെ നേതൃത്വം ഏറ്റിട്ടുള്ള വിരമിച്ച ജസ്റ്റിസ് എസ് ആർ ശിങ്കാരവേലുവിന്റെ മേൽ, കഴിഞ്ഞ കാലങ്ങളിൽ ദളിതർക്കെതിരായി പ്രവർത്തിച്ചതായി പല പരാതികളുമുണ്ട്. അതുകൊണ്ട്, സംശയത്തിന് ഇടയില്ലാതെ തുറന്നുള്ള, സത്യസന്ധമായ അന്വേഷണം ആവശ്യമാണ്. അതിനായി വിരമിച്ച ജസ്റ്റിസ് കെ. ചന്ദ്രുവിന്റെ നേതൃത്വത്തിൽ അന്വേഷണസമിതി ഉണ്ടാക്കാൻ നടപടി എടുക്കണമെന്ന് അതിൽ അദ്ദേഹം ആവശ്യപ്പെട്ടിരിക്കുന്നു." (*ദിനമണി* 9.7.2013)

മനുഷ്യാവകാശങ്ങളെ ലംഘിക്കുന്നതിനെ ന്യായീകരിക്കുന്ന സർക്കാരുകളുടെ പുലമ്പലുകളെ നിഷേധിക്കുന്ന വിധത്തിൽ, ഇപ്പോൾ പല സത്യങ്ങളും അറിയാവുന്ന സംഘങ്ങൾ സ്വയം താല്പര്യമെടുത്ത് സ്ഥാപനങ്ങൾക്ക് രൂപം നൽകി, അന്വേഷിച്ച് റിപ്പോർട്ട് പുറത്തുവിടുന്നുണ്ട്. പല ഏകാധിപത്യ രാജ്യങ്ങളിലും സ്വതന്ത്രമായ നീതിസഭ എന്ന അടിസ്ഥാനത്തിൽ, സമൂഹത്തിൽ പേരെടുത്ത, വിരമിച്ച ജസ്റ്റിസുമാരുടെ നേതൃത്വത്തിൽ നീതിസഭകൾക്ക് രൂപം നൽകി അന്വേഷണം നടത്തുന്ന രീതിയും ധാരാളമായുണ്ട്.

തമിഴ്നാട്ടിൽ എസ് സി, എസ് ടി പീഡനങ്ങൾ തടയാനുള്ള ചട്ടത്തിന്റെ കീഴിൽ പറഞ്ഞിട്ടുള്ള പല കുറ്റങ്ങളേയും ദളിതർക്ക് നേരെ നടത്തുന്ന മർദ്ദനങ്ങളെപ്പറ്റിയും അന്വേഷിക്കുന്നതിനായി തമിഴ്നാട് അയിത്തനിർമ്മാർജ്ജന മുന്നണി എന്റെ നേതൃത്വത്തിൽ ഒരു സ്വതന്ത്രമായ നീതിസഭ നിർമ്മിച്ച്, 16.8.2014 ൽ ചെന്നൈയിൽ അന്വേഷണം നടത്തിയിരുന്നു. ഞാൻ സമ്പാദിച്ച അന്വേഷണവിവരങ്ങൾ സർക്കാരിന് കൈമാറിയതിനൊപ്പം, 'ഭാരതി പുസ്തകാലയം' അതിനെ പുസ്തകമായി പ്രസിദ്ധീകരിച്ചു. (*ജാതി എന്ന അക്രമം*, ഭാരതി പുസ്തകാലയം, 2014)

2016 ൽ ഹൈദരാബാദ് സർവ്വകലാശാലയിലെ വിദ്യാർത്ഥി രോഹിത് വെമുല ആത്മഹത്യ ചെയ്തത് ഇന്ത്യയെയാകെ ഞെട്ടിച്ചു. അതിനൊപ്പം, തെലങ്കാന മനുഷ്യാവകാശസമിതി ഒരു സ്വതന്ത്രനീതിസഭ നിർമ്മിച്ച്, അതിന്റെ തലവനായി എന്നെ നിയമിച്ചുകൊണ്ട് അന്വേഷണത്തിന് ഏർപ്പാട് ചെയ്തു. ഹൈദരാബാദിൽ അന്വേഷണം നടത്തി ആ റിപ്പോർട്ട് ഞാൻ ആഗസ്റ്റ് 2016 ൽ സമിതിക്ക് കൊടുത്തു. രോഹിത് വെമുലയുടെ മരണത്തിനെപ്പറ്റിയുള്ള സത്യസന്ധമായ റിപ്പോർട്ടാണതെന്ന് ഇന്നും സ്തുത്യർഹിക്കപ്പെടുന്നു.

താഴേക്കിടയിലുള്ള ജനങ്ങളുടെ സാമ്പത്തിക, സാമൂഹ്യ ഉയർച്ചയ്ക്കായി ബ്രിട്ടീഷുകാർ ഭരിക്കുമ്പോൾ നൽകിയ ഭൂമിയെയാണ് 'പഞ്ചമി ഭൂമി' എന്ന് വിളിക്കുന്നത്. പലരുടെ കൈമാറി, ഇന്ന് ആ ജനങ്ങളിൽ നിന്നും ആ നിലങ്ങൾ പിടിച്ചെടുക്കപ്പെട്ടു. അതിനെ വീണ്ടെടുക്കാനായി സാമൂഹ്യസമത്വ സേനയുടെ തലവൻ വിരമിച്ച ഇന്ത്യൻ ഭരണസർവ്വീസിലെ ഉദ്യോഗസ്ഥ പി. ശിവകാമി പല ശ്രമങ്ങളും നടത്തിവരുന്നു.

പഞ്ചമി ഭൂമി പ്രശ്നം തീവ്രമായതിനാൽ, മുൻ സർക്കാർ അതിനെ

പ്പറ്റി അന്വേഷിക്കാനായി ഉദ്യോഗസ്ഥരുടെ ഒരു സംഘത്തിന് രൂപം നൽകി. ആ സംഘവും നിഷ്ക്രിയമായതിനാൽ, പുതിയതായി പദവിയേറ്റ സർക്കാരിന് പി. ശിവകാമി തന്റെ സംഘടനയുടെ ആഭിമുഖ്യത്തിൽ ഒരു അപേക്ഷ വച്ചു. പഞ്ചമി ഭൂമി അന്വേഷണസമിതി എന്റെ നേതൃത്വത്തിൽ രൂപീകരിച്ച് അന്വേഷിക്കണം എന്ന് അതിൽ ആവശ്യപ്പെട്ടിരുന്നു. (*ദിനമണി*, 10.6.2021)

ഞാൻ ആറേമുക്കാൽ വർഷംകൊണ്ട് തീരുമാനമാക്കിയ കേസുകൾ കണ്ട് പലരും അതിശയിച്ചുപോയി. അത് എങ്ങനെ സാദ്ധ്യമായെന്ന ചോദ്യം ഇപ്പോഴും ആവർത്തിച്ചുകൊണ്ടിരുന്നു.

ഇന്ത്യയുടെ ചീഫ് ജസ്റ്റിസ് കപാഡിയ, ജസ്റ്റിസുമാർ എങ്ങനെയായിരിക്കണം എന്ന് നിർദ്ദേശിച്ചു. 'തപസ്വിയെപ്പോലെ ജീവിക്കുക, കുതിരയെപ്പോലെ ജോലി ചെയ്യുക! (Live like a hermit, work like a horse)'

എന്റെ വക്കീൽ ജീവിതത്തിലും, ജസ്റ്റിസ് പദവിയിലും തൊഴിലാളികൾ, സർക്കാർ ഉദ്യോഗസ്ഥർ, അദ്ധ്യാപകർ തുടങ്ങിയവരുടെ കേസുകൾക്കായിട്ടാണ് അധികം സമയവും ചെലവിട്ടതെങ്കിലും, അതിനെപ്പറ്റി ഒരു വരി പോലും ഈ പുസ്തകത്തിൽ ഞാൻ എഴുതിയിട്ടില്ല. മനുഷ്യാവകാശം സംബന്ധിച്ച കേസുകൾ മാത്രമേ ഈ പുസ്തകത്തിൽ ഉൾപ്പെടുത്തിയിട്ടുള്ളൂ. വിട്ടുപോയ ഭാഗങ്ങൾ സമയം കിട്ടുകയാണെങ്കിൽ പ്രത്യേകമായി എഴുതുന്നതിനെപ്പറ്റി ആലോചിക്കാം.

ജാതി, മതം എന്നിവയെപ്പറ്റി ഞാൻ നടപ്പാക്കിയ വിധികൾ *അംബേദ്കറിന്റെ വെളിച്ചത്തിൽ എന്റെ വിധികൾ* എന്ന തലക്കെട്ടിലുള്ള പുസ്തകമായി പ്രസിദ്ധീകരിച്ചിട്ടുണ്ട്. അതുപോലെ, സ്ത്രീകളെക്കുറിച്ചുള്ള കേസുകളിൽ എന്റെ വിധികൾ *നിയമം കൊണ്ട് യുദ്ധം ചെയ്യുക* എന്ന തലക്കെട്ടിൽ പ്രസിദ്ധീകരിച്ചിട്ടുണ്ട്. ഇംഗ്ലീഷിൽ *ലിസൺ റ്റു മൈ കേസ്* (Listen to my case) എന്ന പുസ്തകവും പ്രസിദ്ധീകരിച്ചിട്ടുണ്ട്. ഇതുകൂടാതെ പല ദിനപ്പത്രങ്ങളിലും ഞാൻ ഇംഗ്ലീഷിലും തമിഴിലും എഴുതിയ ലേഖനങ്ങൾ പ്രസിദ്ധീകരിച്ചിട്ടുണ്ട്, അവ സമാഹരിച്ച് പുസ്തകമായി പുറത്തുവന്നിട്ടുണ്ട്. അവയുടെ ഉള്ളടക്കം എല്ലാം ഈ പുസ്തകത്തിൽ എഴുതിയിട്ടില്ല. എന്റെ പുസ്തകങ്ങളുടെ പട്ടിക അവസാനം കൊടുത്തിട്ടുണ്ട്.

ആത്മകഥയാണെങ്കിലും അതിൽ പ്രധാനമായും നിയമം നടപ്പാക്കുന്ന വിധം, കോടതിയുടെ പ്രവർത്തനങ്ങൾ, വക്കീലുമാരുടെ ജോലി നടപടികൾ, ജസ്റ്റിസുമാരുടെ ചിന്താരീതി എന്നിവയെല്ലാം തുടർച്ചയായി, അന്ന് നടന്ന യഥാർഥ സംഭവങ്ങളുമായി ചേർത്ത് കൊടുത്തിട്ടുണ്ട്. ചില ഇടങ്ങളിൽ സ്വന്തം ജീവിതത്തിലെ ചില സംഭവങ്ങളും എഴുതേണ്ടി വന്നു.

ഓർമ്മയിൽനിന്നും മാത്രം അവയെ വീണ്ടെടുക്കാതെ, പല വിവരങ്ങൾക്കുമുള്ള ആധാരക്കുറിപ്പുകളും പുസ്തകത്തിന്റെ അവസാനം കൊടുത്തിട്ടുണ്ട്. താല്പര്യമുള്ളവർക്ക് അവസാനമുള്ള കുറിപ്പുകൾ

മാത്രമല്ലാതെ, ആധാരമായുള്ളവയും തേടി സംഭവങ്ങളെ ഉറപ്പിക്കാവുന്നതാണ്. ആറ് മാസത്തെ പരിശ്രമംകൊണ്ടുണ്ടായ ഈ പുസ്തകത്തിന്റെ നിർമ്മാണത്തിന് സഹായിച്ച എന്റെ സെക്രട്ടറി എസ്. അനുരാധയ്ക്ക് നന്ദി.

ഈ പുസ്തകത്തിനെ തുടക്കംതൊട്ട് വായിച്ച് മനോഹരമായ ചിന്തകൾ നൽകിയ മുൻ ജസ്റ്റിസ് കെ കണ്ണൻ, മുൻ വൈസ് ചാൻസലർ എം രാജേന്ദ്രൻ, എഴുത്തുകാരൻ ടി ജെ ജ്ഞാനവേൽ, ഈ പുസ്തകം പ്രസിദ്ധീകരിക്കുന്ന 'അരുഞ്ചൊൽ' എഡിറ്റർ സമസ് എന്നിവർക്കും ഒരുപാട് നന്ദി.

പ്രതീക്ഷിക്കാത്ത പല തിരിവുകളും കടന്ന് അവസാനം 'ഞാനെന്ന ജസ്റ്റിസ്' എന്നതിനെ മനസ്സിലാക്കുന്നതിന് നിങ്ങൾക്കും എന്റെ നന്ദി.

'ഇവൻ എന്റെ മകനല്ല' എന്നുപറഞ്ഞ അച്ഛൻ

കോളേജിലേക്ക് പോയ മകനെ കാണുന്നില്ലല്ലോ! അവൻ ഗണിതം പഠിക്കാൻ പോയതാണല്ലോ! ഇങ്ങനെ തുടക്കവരികളുള്ള ഒരു പാട്ട്, കൃത്യമായും അര നൂറ്റാണ്ട് മുമ്പ് വിദ്യാർത്ഥിസംഘങ്ങളിൽ പാടപ്പെട്ടിരുന്നു. ഒരു കെട്ടുകഥയിലെ പാട്ടല്ല ഇത്. 1971 ൽ അണ്ണാമലൈ സർവകലാശാലയിൽ, അന്നത്തെ മുഖ്യമന്ത്രി കലൈഞ്ജർ ഓണററി ഡോക്ടറേറ്റ് വാങ്ങുന്നതിനായി വന്നപ്പോൾ ഉണ്ടായ സംഭവത്തിൽ മരിച്ചുപോയ ഉദയകുമാർ എന്ന വിദ്യാർത്ഥിയെപ്പറ്റിയുള്ള പാട്ടാണത്.

1971 ൽ അണ്ണാമലൈ സർവകലാശാലയിലെ ബിരുദദാന ചടങ്ങിന്റെ സമയത്ത് (23.7.1971) വിദ്യാർത്ഥികളെ പൊലീസുകാർ മർദ്ദിച്ചതിനെപ്പറ്റിയും ആ സമയത്ത് അവിടെയുണ്ടായിരുന്ന കുളത്തിൽ മുങ്ങി മരിച്ചയാളാണോ ഉദയകുമാർ എന്ന വിദ്യാർത്ഥി എന്നതിനെക്കുറിച്ചും അന്വേഷിക്കാനായി ചെന്നൈ ഹൈക്കോടതിയിലെ ജസ്റ്റിസ് എൻ എസ് രാമസ്വാമി അന്വേഷണസമിതി രൂപീകരിക്കപ്പെട്ടു, അതിന്റെ റിപ്പോർട്ടും നിയമസഭയിൽ സമർപ്പിക്കപ്പെട്ടു (1972).

തമിഴ് എഴുത്തുകാരൻ എൻ. പാർത്ഥസാരഥി, ആ സംഭവങ്ങളാൽ പ്രചോദിക്കപ്പെട്ട്, 'കൽക്കി'യിൽ ജൂലൈ 1972 മുതൽ ഏപ്രിൽ 1973 വരെ ഒരു തുടർ നോവൽ എഴുതി. അതിൽ കഥാപാത്രങ്ങളുടെ പേരുകളും സർവകലാശാലയുടെ പേരും യഥാർത്ഥമായിരുന്നില്ല. എങ്കിലും ആ നോവൽ അണ്ണാമലൈ സർവകലാശാലയിലെ സംഭവങ്ങളുമായി ബന്ധപ്പെട്ട ആഘാതം കാരണം സൃഷ്ടിക്കപ്പെട്ടതാണെന്ന് വായനക്കാർക്ക് അറിയാമായിരുന്നു. എൻ പിയുടെ നോവൽ *സത്യ വെള്ളം* പ്രസിദ്ധീകരിച്ചപ്പോൾ, അതിൽ ആമുഖമായി എൻ പി ഇങ്ങനെ പറയുന്നുണ്ട്:

പഠിച്ചവരും, പഠിക്കുന്നവരും പഠിപ്പിക്കുന്നവരും നിറഞ്ഞ സർവ

> കലാശാലയെ, പഠിക്കാത്ത ഒരു ദാസൻ അർത്ഥമുള്ളതാക്കിത്തീർത്ത ഒരു കഥയാണിത്. ഇതിൽ വരുന്ന അണ്ണാച്ചിയും പാണ്ഡ്യനും കണ്ണുക്കിനിയാളും മണവാളനും പിച്ചൈമുത്തുവും കതിരേശനും തുണൈവേന്ദരും അദ്ധ്യാപകൻ ഭൂതലിംഗവും പൊഴിൽ വളവനാരും ശ്രീരാമനും രാവണസ്വാമിയും മന്ത്രി കരിയമാണിക്കവും വെറും കഥാപാത്രങ്ങൾ മാത്രമല്ല. 1966–1971 നിടയിലെ ഏതോ ചില വർഷങ്ങൾ (അവ ഏത് ആണ്ടുകളാണെങ്കിലെന്ത്? അങ്ങനെയങ്ങനെ കാണിക്കുന്ന പ്രതിനിധികളായി അവർ ഈ കഥയിൽ വരുന്നു, വന്നു). സമൂഹത്തിന്റെ മര്യാദയെ നമ്മൾ ഗണിക്കുന്നതിന്, അത് ആർക്കൊക്കെ മര്യാദ നൽകുന്നു എന്നതും നമ്മൾ നോക്കേണ്ടിയിരിക്കുന്നു. അങ്ങനെ മര്യാദ മനസ്സിലാക്കിയവർക്ക് ഈ നോവലിന്റെ അർത്ഥങ്ങൾ - ഉള്ളർത്ഥങ്ങൾ എല്ലാം വളരെ നന്നായി മനസ്സിലാകും എന്നാണ് എന്റെ വിശ്വാസം.

അണ്ണാമലൈ സർവകലാശാലയിൽ ജൂലൈ 1971 ൽ നടന്ന സംഭവങ്ങളെ ഒരു പ്രത്യേക പ്രസ്ഥാനത്തിന്റെ വീക്ഷണത്തിൽ എൻ.പി എഴുതാൻ ശ്രമിച്ചെങ്കിലും, നോവലിനെ യഥാർഥ കഥയിൽനിന്നും മാറ്റി ചില സാങ്കൽപ്പിക പരിപാടികളും നാടകീയമായ സംഭവങ്ങളും അദ്ദേഹം കൂട്ടിച്ചേർത്ത് എഴുതിയത് വായനക്കാർക്ക് എത്രത്തോളം സ്വീകാര്യമായിരുന്നു എന്നറിയില്ല. അന്ന് ഡി എം കെ സർക്കാരിന്റെ വളരെ ശക്തമായ ഭരണമായിരുന്നെങ്കിലും, അദ്ദേഹം എഴുതിയ വാരികയുടെ പരിമിതിയിൽനിന്ന് ഈ മാറ്റങ്ങൾ വരുത്തിയതാണോ എന്നും അറിയില്ല. നടന്ന സംഭവം, അപ്പോഴത്തെ ചൂടിൽ നോവലായി പരിണമിച്ചു എന്നതിൽ നിന്നുതന്നെ സംഭവത്തിന്റെ പ്രാധാന്യം മനസ്സിലാക്കാം.

നോവലിന്റെ കഥാമുഖമായി അന്നത്തെ ചെറുപ്പക്കാരെ അദ്ദേഹം ഇങ്ങനെ പരിചയപ്പെടുത്തുന്നു:

> ഇന്നത്തെ ചെറുപ്പക്കാർ ഒന്നിനെക്കുറിച്ചും ചുറ്റിവളച്ച് ആലോചിക്കാറില്ല. നേരേ ആലോചിക്കുന്നു. നേരേ മനസ്സിലാക്കുന്നു. നേരേ സംസാരിക്കുന്നു. 1940 നും 1952 നും ഇടയിൽ ഇവിടെയുണ്ടായിരുന്ന ചെറുപ്പക്കാരുടെ മനോനിലയും 1952 നും 1967 നും ഇടയിലുള്ള ചെറുപ്പക്കാരുടെ മനോനിലയും വ്യത്യസ്തമായിരുന്നു. ഇന്നത്തെ ഇന്ത്യൻ ചെറുപ്പക്കാർ തന്റെ നാടിനെ വൈജ്ഞാനിക, സാമൂഹിക, സാമ്പത്തിക വളർച്ചയുള്ള ലോകരാജ്യങ്ങളോട് ചേർത്ത് ചിന്തിക്കാനുള്ള അവസരങ്ങൾ ധാരാളമായി നേടിയിരിക്കുന്നു.
>
> ഇന്നലത്തെ വിദ്യാർത്ഥികൾ, ഒരുപക്ഷേ, തന്റെ ഭാവിയെപ്പറ്റി മാത്രമേ വേവലാതിപ്പെട്ടിട്ടുണ്ടാകുകയുള്ളൂ. എന്നാൽ, ഇന്നത്തെ

വിദ്യാർഥികൾക്ക് നാടിന്റെ ഭാവിയെപ്പറ്റിയും വേവലാതിപ്പെടേണ്ടി വരുന്നു-ചിന്തിക്കേണ്ടി വരുന്നു. തന്റെ ഭാവി, നാടിന്റെ ഭാവിയുമായും അതിലെ കോടിക്കണക്കിനുള്ള ജനങ്ങളുടെ ഭാവിയുമായും പൊരുത്തപ്പെട്ടിരിക്കുന്നുണ്ടോ എന്നതും മനസ്സിലാക്കേണ്ടി വരുന്നു.

നോവലിന്റെ പിൻകുറിപ്പിൽ, എഴുപതുകളിലെ ചെറുപ്പക്കാർ പൊട്ടിത്തെറിക്കുന്നതിന്റെ കാരണവും എഴുതിയിട്ടുണ്ട്: "ഇല്ലാത്തവർക്ക് സാമ്പത്തികദാരിദ്ര്യം ഉണ്ടെങ്കിൽ, ഉള്ളവർക്ക് അത് മനസ്സിലാക്കുന്നതിലും തിരിച്ചറിയുന്നതിലുമാണ് ദാരിദ്ര്യം ഉള്ളത്. ചെറുപ്പക്കാർക്ക് ആകുലതയും ക്ഷോഭവും പോരാട്ടവീര്യവും ഉള്ളതിന്റെ കാരണങ്ങൾ മുതിർന്നവരാൽ സൃഷ്ടിക്കപ്പെട്ടവയാണ് എന്നത് നമ്മൾ മറക്കാൻ പാടില്ല. സന്ദർഭവാദവും അധികാരദുർവിനിയോഗവും പഠിച്ചവരുടെ അറിവില്ലായ്മകളും ഉള്ളിടത്തോളം, ചെറുപ്പക്കാർ ഇവിടെ വെള്ളം പോലെ പൊങ്ങിക്കൊണ്ടിരിക്കുകയേയുള്ളൂ. അതിനെ ഒഴിവാക്കാൻ സാധിക്കില്ല!"

ലോകം മുഴുവനും ചെറുപ്പക്കാരും വിദ്യാർത്ഥികളും പ്രക്ഷുബ്ധരായ 1970 കളിൽ ഞാനും അവരിൽ ഒരാളായി പ്രക്ഷുബ്ധനായിരുന്നു. ഫ്രാൻസിൽ നടത്തിയ പോരാട്ടവും അമേരിക്കയിലെ വിദ്യാർത്ഥികൾ, വിയറ്റ്നാമിൽ നടത്തുന്ന അക്രമയുദ്ധത്തിനെ എതിർത്ത് നടത്തിയ പോരാട്ടങ്ങളും അന്ന് ലോകമെങ്ങുമുള്ള ചെറുപ്പക്കാർക്കിടയിൽ അനീതിക്ക് എതിരായ ക്ഷോഭം ഇളക്കിവിട്ടു. അതിൽ ഇന്ത്യയ്ക്കും തമിഴ്നാടിനും അപവാദമായിരിക്കാൻ സാധിക്കില്ല.

ഞാൻ 1971 ൽ ബിരുദപഠനം പൂർത്തിയാക്കി, അടുത്തത് എന്തെന്ന് മറ്റുള്ളവർ ആലോചിക്കുന്ന നേരത്ത്, മുഴുവൻ സമയ വിദ്യാർത്ഥി രാഷ്ട്രീയത്തിലേക്ക് പോയി. അപ്പോൾ എനിക്ക് 20 വയസ്സ്. ശാസ്ത്ര വിഷയം വിട്ട് മറ്റെന്തെങ്കിലും വിഷയത്തിൽ ഉന്നതവിദ്യാഭ്യാസത്തിന് ചേരാം എന്ന തോന്നലുണ്ടായി. അലിഗഢ് സർവകലാശാലയിൽ ലോകപ്രസിദ്ധമായ ചരിത്രവിഭാഗം അദ്ധ്യാപകനായിരുന്ന ഇർഫാൻ ഹബീബ് അവർകളുമായി ഞാൻ ബന്ധപ്പെട്ടു. അദ്ദേഹം 19.5.1972 തീയതിയിൽ എനിക്കെഴുതിയ കത്തിൽ, അലിഗഢ് സർവകലാശാലയിൽ ചേരാനായി അറിയിച്ചു. എന്നാൽ, ഇവിടത്തെ രാഷ്ട്രീയരംഗത്തിൽനിന്നും മുഴുവനായും വേർപെട്ട്, വടക്കേ ഇന്ത്യയിലെ ഒരു നഗരത്തിൽ വീണ്ടും രണ്ട് വർഷം കഴിയുന്നതിൽ എനിക്ക് മടിയായിരുന്നു. എന്റെയൊപ്പം പഠിച്ച പലർക്കും ഉന്നതവിദ്യാഭ്യാസം നേടി, സ്വയം വളർത്തി, നല്ല ജോലിയിൽ ചേർന്ന് കുടുംബസ്ഥനായി മാറണം എന്നതായിരുന്നു ആഗ്രഹം.

അമ്മയും അച്ഛനും ഇല്ലാത്ത, ചെറുപ്പക്കാരനായ എനിക്ക് വേറെ പ്രശ്നമൊന്നും ഇല്ലായിരുന്നു. ഞാൻ പ്രവർത്തിച്ചിരുന്ന ഇടതുപക്ഷ പ്രസ്ഥാനത്തിന്റെ ആപ്പീസ് തന്നെ വീടായി. തൊഴിലാളി സംഘടനാ പ്രവർത്തകർ തന്നെ ഉറ്റവരും ഉടയവരുമായി. വിദ്യാർത്ഥികളെ മുന്നോ

ട്ടുള്ള പാതയിലേക്ക് ഒരുമിപ്പിക്കാനായി സൃഷ്ടിച്ച സ്റ്റുഡന്റ്സ് ഫെഡറേഷൻ ഓഫ് ഇന്ത്യയുടെ ചെന്നൈ നഗരകാര്യാദർശിയായി ഞാൻ തെരഞ്ഞെടുക്കപ്പെട്ടു.

എന്റെയൊപ്പം പഠിച്ചവരെല്ലാം ബിരുദാന്തരപഠനത്തിനായി കോളജുകളിൽ ചേർന്നു ക്ലാസുകളിലേക്ക് പോകാൻ ആരംഭിച്ച ജൂലൈ മാസം (1971), ഞാൻ ചെന്നൈ റബ്ബർ ഫാക്ടറി (എം ആർ എഫ്) തൊഴിലാളികളുടെ സമരത്തിൽ പങ്കെടുത്ത്, ചെന്നൈ സെൻട്രൽ ജയിലിൽ രണ്ടാഴ്ച വിചാരണ തടവുപുള്ളിയായി കഴിഞ്ഞ്, പുറത്ത് വന്ന സമയമായിരുന്നു.

അണ്ണാമലൈ സർവ്വകലാശാലയിൽ വർഷംതോറും നടക്കുന്ന ബിരുദദാന ചടങ്ങിൽ പങ്കെടുക്കാൻ ബിരുദം നേടുന്ന വിദ്യാർത്ഥികളെ കൂടാതെ, അവരുടെ മാതാപിതാക്കളിൽ ഒരാളേയും, അവസാനവർഷ വിദ്യാർത്ഥികളേയും അനുവദിക്കും. അങ്ങനെ 1971 ലെ ബിരുദദാന ചടങ്ങ് ജൂലൈ 23-ാം തീയതി തീരുമാനിക്കപ്പെട്ടു. സാധാരണയായി, ആദ്യവർഷത്തേക്കുള്ള അഡ്മിഷൻ കഴിഞ്ഞ്, വിദ്യാർഥികൾ ഹോസ്റ്റലുകളിൽ ചേരുന്നതിനുമുമ്പുള്ള സമയമാണത്. വിദ്യാർഥികളുടെ എണ്ണവും കുറവായിരുന്നു.

പെട്ടെന്ന് ബിരുദദാന ചടങ്ങ് തീരുമാനിച്ച സർവകലാശാല ഭരണസമിതി, അന്ന് മുഖ്യമന്ത്രി ആയിരുന്ന കലൈഞ്ജർക്ക് ഓണററി ഡോക്ടറേറ്റ് നൽകുന്ന തീരുമാനം അറിയിച്ചു. ഈ വാർത്ത അറിഞ്ഞയുടൻ, സ്റ്റുഡന്റ്സ് ഫെഡറേഷൻ ഓഫ് ഇന്ത്യയുടെ സർവകലാശാലാ ശാഖ, ബിരുദദാന ചടങ്ങിന്റെ സമയത്ത് വിദ്യാർത്ഥികളുടെ പ്രശ്നങ്ങൾ മുന്നോട്ടുവയ്ക്കാൻ തീരുമാനിച്ചു. വിദ്യാർത്ഥികളുടെ പ്രധാനപ്രശ്നമായ തൊഴിലില്ലായ്മയെ മുൻനിർത്തി ലഘുലേഖ ഒരെണ്ണം തയ്യാറാക്കി.

"അടിസ്ഥാനപരമായ അവകാശം...അത് നൽകേണ്ടത് സർക്കാരിന്റെ കടമയാണ്. ഞങ്ങളുടെ പഠനം കഴിഞ്ഞു. ബിരുദവും വാങ്ങിക്കഴിഞ്ഞു. ഇനി ഞങ്ങൾ എന്താണ് ചെയ്യേണ്ടത്? ജീവിക്കണോ വേണ്ടയോ? ജീവിക്ക് എന്ന് പറഞ്ഞാൽ മാത്രം പോര. അതിനുള്ള വഴിയും പറയണം!" ഇങ്ങനെയാണ് ലഘുലേഖയുടെ തുടക്കത്തിലെ വരികൾ സ്റ്റുഡന്റ്സ് ഫെഡറേഷൻ ഓഫ് ഇന്ത്യയെപ്പോലെ അന്ന് കാമരാജരുടെ നേതൃത്വത്തിൽ ഉണ്ടായിരുന്ന ഇന്ത്യൻ നാഷണൽ കോൺഗ്രസ്സ് വിദ്യാർത്ഥികളും മുഖ്യമന്ത്രിക്ക് ഓണററി ഡോക്ടറേറ്റ് കൊടുക്കുന്നതിനെ എതിർത്ത് കരിങ്കൊടി കാണിക്കാൻ തീരുമാനിച്ചിരുന്നു. അന്നത്തെ വണ്ണിയർ സമൂഹ സംഘടനയായ ഉഴൈപ്പാളർ പൊതുനല കട്ചി (രാമസ്വാമി പടയാച്ചിയാരുടെ നേതൃത്വം) വിദ്യാർത്ഥികളും അവരെക്കൊണ്ടാകുന്ന പ്രതിഷേധം അറിയിക്കാൻ തീരുമാനിച്ചിരുന്നു. ഈ മൂന്ന് വിദ്യാർത്ഥിസംഘടനകളുടെ സൂചനാസമരവുമായി ബന്ധപ്പെട്ട് പൊലീസ് വേണ്ടരീതിയിൽ നിയന്ത്രണങ്ങൾ ഏർപ്പെടുത്തിയിരുന്നെങ്കിൽ അന്ന് നടന്ന ക്രൂരമായ ആക്രമണങ്ങൾ ഒഴിവാക്കാമായിരുന്നു.

മറിച്ച്, മുഖ്യമന്ത്രി ബിരുദദാന ചടങ്ങിന് വരുമ്പോൾ അവിടെ യാതൊരു വിധത്തിലുള്ള പ്രതിഷേധവും അനുവദിക്കാൻ പാടില്ലെന്ന് സർക്കാർ തീരുമാനിച്ചു. ട്രിച്ചിയിൽനിന്നും സ്പെഷ്യൽ ആർമ്ഡ് പൊലീസ് ഫോഴ്സിൽനിന്നും ഏതാണ്ട് 800 പൊലീസുകാരെ സർവ കലാശാലയിലേക്കെത്തിച്ചു. ചടങ്ങ് നടക്കുന്ന വേദിയിൽ വിദ്യാർത്ഥികൾ പ്രതിഷേധം അറിയിക്കുമോ എന്ന ഭയത്താൽ, മാതാപിതാക്കൾക്കും മൂന്നാം വർഷ വിദ്യാർത്ഥികൾക്കും നൽകപ്പെട്ട അനുമതി റദ്ദ് ചെയ്തു.

ബിരുദദാന ചടങ്ങിന്റെയന്ന്, അരങ്ങിൽ അനുമതി നിഷേധിക്കപ്പെട്ടവരും, മൂന്ന് വിദ്യാർത്ഥി സംഘടനകളുടെ മുന്നണിപ്പോരാളികളും, കാഴ്ച കാണാൻ വന്ന മറ്റു വിദ്യാർത്ഥികളും കൂടിയിരുന്നു. പൊലീസ് യാതൊരു മുന്നറിയിപ്പും കൂടാതെ ലാത്തിച്ചാർജ് നടത്തി. ബിരുദദാന ചടങ്ങിന്റെ അരങ്ങിൽനിന്നും ഏതാണ്ട് 600 അടി ദൂരത്തിൽ രണ്ട് കുളങ്ങൾ ഉണ്ടായിരുന്നു. ലാത്തിച്ചാർജ്ജ് പ്രതീക്ഷിക്കാത്ത വിദ്യാർത്ഥികൾ എല്ലാ ദിക്കുകളിലേക്കും ചിതറിയോടി, ചിലർ കുളത്തിലേക്ക് ചാടി നീന്തി രക്ഷപ്പെടാൻ ശ്രമിച്ചു.

ആൾക്കൂട്ടത്തെ ഓടിച്ചുവിട്ടശേഷം, സെക്രട്ടറിയേയും മുഖ്യമന്ത്രിയേയും ബിരുദദാന ചടങ്ങിന്റെ വേദിയിലേക്ക് കൂട്ടിക്കൊണ്ടുവന്ന്, മുഖ്യമന്ത്രിക്ക് ഓണററി ഡോക്ടറേറ്റ് നൽകി. ആ നിമിഷത്തിൽ നിന്നുമാണ് മുഖ്യമന്ത്രി കലൈഞ്ജർ, 'മുഖ്യമന്ത്രി ഡോക്ടർ കലൈഞ്ജർ' ആയത്.

ലാത്തിച്ചാർജിൽ പരിക്കേറ്റ വിദ്യാർത്ഥികൾ, തങ്ങളുടെ അരിശവും കോപവും, ഒരുപക്ഷേ, വൈകുന്നേരം നടക്കാനിരിക്കുന്ന ചടങ്ങിൽ കാണിക്കുമോയെന്ന് പൊലീസ് വകുപ്പും സംശയിച്ചു. അതിന്റെ ഫലമായി, യാതൊരു കാരണവുമില്ലാതെ, ഉച്ചയ്ക്ക് സർവകലാശാലാ വിദ്യാർത്ഥികളുടെ ഹോസ്റ്റലിനുള്ളിലേക്ക് കടന്ന്, അടച്ചിട്ടിരുന്ന മുറി ബൂട്ട്സുകൊണ്ട് ചവുട്ടിത്തുറന്ന് വിദ്യാർത്ഥികളെ മർദ്ദിച്ചു. അറസ്റ്റ് ചെയ്യപ്പെട്ട വിദ്യാർത്ഥികളെ പൊലീസ് വാഹനങ്ങളിൽ കയറ്റി ചിദംബരത്തിൽനിന്നും അകലെയുള്ള ഭുവനഗിരി, സേത്തിയാത്തോപ്പ് തുടങ്ങിയ സ്ഥലങ്ങളിലേക്ക് കൊണ്ടുപോയി ഇറക്കിവിട്ടു. ഹോസ്റ്റലിനുള്ളിലെ മർദ്ദനങ്ങളാൽ, ചുവരുകളിൽ ചോരക്കറ പതിഞ്ഞു.

ഗുരുതരമായി പരിക്കേറ്റ ചില വിദ്യാർത്ഥികൾ, സ്വയം ചിദംബരം ആശുപത്രിയിൽ ചെന്ന് ചികിത്സ തേടി. ഓടിച്ചു വിടപ്പെട്ട വിദ്യാർത്ഥികൾ 25 കി.മീ മുതൽ 30 കി.മീ വരെ നടന്ന് അടുത്ത ദിവസം അതിരാവിലെ സർവകലാശാലയിൽ എത്തിച്ചേർന്നു. ആ സമയത്ത്, രാവിലെ നടക്കാനിറങ്ങിയ വിദ്യാർത്ഥികൾ കുളത്തിൽ ഒരു ജഡം കിടക്കുന്നത് കണ്ടു. ഓഫീസിൽ വിവരമറിയിച്ചശേഷം സർവകലാശാലയുടെ വൈസ് ചാൻസലറുടെ വീട്ടിലേക്ക് ചെന്നു, മരിച്ചുപോയ വിദ്യാർത്ഥിക്കും ലാത്തിച്ചാർജിൽ പരിക്കേറ്റ വിദ്യാർത്ഥികൾക്കും നീതി ആവശ്യപ്പെട്ട് അദ്ദേഹത്തിന്റെ വീടിനെ ഉപരോധിച്ചു.

മരിച്ച വിദ്യാർത്ഥിയുടെ മൃതശരീരം പരിശോധിക്കാനായി ജില്ലാ തല

സ്ഥാനമായ കടലൂർ ആശുപത്രിയിലേക്ക് എടുത്തുകൊണ്ട് പോകാൻ ശ്രമിച്ചു. പ്രേതപരിശോധന നടക്കുമ്പോൾ വിദ്യാർത്ഥി പ്രതിനിധികളെ നേരിൽ കാണാൻ അനുവദിക്കേണ്ടെന്ന അനുശാസനത്തിന് വഴങ്ങിയ പൊലീസ് മൃതശരീരത്തിനൊപ്പം വന്ന വിദ്യാർത്ഥികളെ പാതിവഴിയിൽ ബലമായി ഇറക്കിവിട്ടു പോയി.

വിദ്യാർത്ഥിയുടെ മൃതശരീരം പരിശോധിച്ച കടലൂർ ഡോക്ടർ, 'വെള്ളത്തിൽ മുങ്ങിയാണ് മരണം' എന്ന് സർട്ടിഫിക്കറ്റിൽ സാക്ഷ്യപ്പെടുത്തി ബന്ധുക്കൾ വരുന്നതിന് മുമ്പ് തന്നെ പൊലീസിന് കൈമാറി സംസ്കാരവും നടത്തി. മൃതശരീരത്തിന്റെ ചിത്രങ്ങൾ വാർത്തയോടൊപ്പം *ദിനതന്തി* പത്രം പ്രസിദ്ധീകരിക്കുകയുണ്ടായി.

അത് വായിച്ച്, നെല്ലിക്കുപ്പത്തിലുള്ള, മരിച്ച വിദ്യാർത്ഥിയുടെ അച്ഛൻ പെരുമാൾച്ചാമി എന്ന പള്ളിക്കൂടം അദ്ധ്യാപകൻ ആശുപത്രിയിലേക്ക് വന്നു. ശരീരത്തിൽനിന്നും എടുത്ത തുണികളല്ലാതെ, വിദ്യാർത്ഥിയുടെ വിരലിൽ കെ പി എസ് എന്ന് ഇംഗ്ലീഷിൽ എഴുതിയ സ്വർണ മോതിരവും, കൈയിൽ ഉണ്ടായിരുന്ന 'കെമി' വാച്ചും, ബാഗിൽ ഉണ്ടായിരുന്ന താക്കോൽക്കൂട്ടവും കണ്ട പെരുമാൾച്ചാമി, അണ്ണാമലൈ സർവകലാശാലയിൽ ഗണിതവിഷയത്തിൽ ബിരുദം പഠിച്ചുകൊണ്ടിരുന്ന തന്റെ മകൻ ഉദയകുമാറിന്റെ മൃതദേഹമാണെന്ന് തിരിച്ചറിഞ്ഞു.

അടുത്ത ദിവസം *ദിനതന്തി* പത്രം തങ്ങളുടെ സഹായത്താൽ മരിച്ചയാളെ തിരിച്ചറിഞ്ഞു എന്ന് അഭിമാനത്തോടെ വാർത്ത കൊടുത്തു. ഒരു ചെറിയ നഗരത്തിൽ, അതും ഒരു സർവകലാശാലാ വളപ്പിൽ ഒരു വിദ്യാർത്ഥി മുങ്ങിമരിക്കുകയും ലാത്തിച്ചാർജിൽ നൂറോളംപേർക്ക് പരിക്കേല്ക്കുകയും ചെയ്താൽ എന്തെല്ലാം സംഭവിക്കും എന്നത് വിശദീകരിക്കേണ്ട കാര്യമില്ല.

നടന്ന സംഭവങ്ങളെക്കുറിച്ച്, വിവരം ലഭിച്ചയുടൻ, സ്റ്റുഡന്റ്സ് ഫെഡറേഷൻ ഓഫ് ഇന്ത്യയുടെ മുന്നണി സഖാക്കളിൽ വാസ്തവം അറിയാവുന്ന ഒരു സംഘം എൻ റാമിന്റെ നേതൃത്വത്തിൽ അവിടേക്ക് പോയി. അദ്ദേഹം അപ്പോൾ *ദി ഹിന്ദു* ഇംഗ്ലീഷ് പത്രത്തിൽ സബ്-എഡിറ്റർ ജോലി ഉപേക്ഷിച്ച്, സ്റ്റുഡന്റ്സ് ഫെഡറേഷൻ ഓഫ് ഇന്ത്യയുടെ അഖിലേന്ത്യാ ഉപാദ്ധ്യക്ഷനായി പ്രവർത്തിക്കുകയായിരുന്നു. സത്യം അറിയാവുന്ന സംഘത്തിന്റെ റിപ്പോർട്ട് 'അണ്ണാമലൈ സർവകലാശാലയിൽ നടന്നത് എന്ത്?' എന്ന തലക്കെട്ടിൽ, നാല് പേജുള്ള ലഘുലേഖകളായി സ്റ്റുഡന്റ്സ് ഫെഡറേഷൻ ഓഫ് ഇന്ത്യയുടെ പേരിൽ ഞാൻ പ്രസിദ്ധീകരിച്ചു.

നിയമസഭയിൽ അപ്പോൾ മാർക്സിസ്റ്റ് കമ്യൂണിസ്റ്റ് പാർട്ടിയുടെ പ്രതിനിധികൾ ആരുമില്ലായിരുന്നു. ഇന്ത്യൻ നാഷണൽ കോൺഗ്രസ്സ് പ്രധാന പ്രതിപക്ഷമായിരുന്നു. വിദ്യാർത്ഥികളുടെ നേരെ ലാത്തിച്ചാർജ് നടത്തിയതിനെപ്പറ്റിയും, മരിച്ചുപോയ വിദ്യാർത്ഥിയെക്കുറിച്ചും ശ്രദ്ധക്ഷണിക്കൽ പ്രമേയം കൊണ്ടുവരപ്പെട്ടു. അതിന് മുഖ്യമന്ത്രി പറഞ്ഞ

മറുപടി ഇപ്രകാരമായിരുന്നു. 'ബിരുദദാന ചടങ്ങിലെ ആൾക്കൂട്ടത്തിൽ നക്സ്ലൈറ്റുകൾ നുഴഞ്ഞുകയറി. എന്നെ കൊല്ലാനുള്ള അവരുടെ ഗൂഢാലോചന പൊലീസുകാരാൽ തടുക്കപ്പെട്ടു.' 'മരിച്ചുപോയ വിദ്യാർത്ഥി ഉദയകുമാർ അല്ലെന്ന് അയാളുടെ അച്ഛൻ തന്നെ പറഞ്ഞിരിക്കുന്നു. സർക്കാർ എന്ത് ചെയ്യും?' 'ശരിക്കുമുള്ള ഉദയകുമാറിനെ കാണാനില്ലെന്ന് പറയപ്പെടുന്നു. അങ്ങനെ നോക്കിയാൽ, വർഷം തോറും തമിഴ്നാട്ടിൽ കാണാതാകുന്ന എത്രയോ പേരുണ്ട്. അതിനെല്ലാം ഞാനാണോ ഉത്തരവാദി?'

മരിച്ചുപോയ ഉദയകുമാറിന്റെ അച്ഛൻ പെരുമാൾച്ചാമിയെ ഭീഷണിപ്പെടുത്തി ആ ശരീരം തന്റെ മകന്റേയല്ല എന്ന് പറയിപ്പിച്ചിരുന്നു. സർവകലാശാലയും കുറച്ചുനാളത്തേക്ക് അടച്ചിരുന്നു. ഈ സാഹചര്യത്തിൽ എല്ലാ സർക്കാർ വിദ്യാഭ്യാസസ്ഥാപനങ്ങളേയും ഒരുമിപ്പിച്ച് അണ്ണാമലൈ സർവകലാശാലയിൽ നടന്ന സംഭവങ്ങൾക്ക് നീതി ആവശ്യപ്പെട്ടുകൊണ്ട് ഒരു വിദ്യാർത്ഥി സമ്മേളനം 25.7.1971 ൽ ചെന്നൈയിൽ നടത്തി.

രോഷാകുലരായ വിദ്യാർത്ഥികളുടെ സമരങ്ങൾ അവസാനിപ്പിക്കാനും, രാഷ്ട്രീയ പാർട്ടികളുടെ വിമർശനങ്ങളെ തടുക്കാനും ഹൈക്കോടതി ജസ്റ്റിസിന്റെ നേതൃത്വത്തിൽ ഒരു അന്വേഷണസമിതിയെ മുഖ്യമന്ത്രി പെട്ടെന്ന് തന്നെ നിയമിച്ചു. ആ തീരുമാനത്തിൽത്തന്നെ എത്ര തന്ത്രങ്ങൾ! അപ്പോഴത്തെ ഹൈക്കോടതി ജസ്റ്റിസ് കെ വീരസ്വാമി ആയിരുന്നു. അദ്ദേഹത്തിന്റെ നിർദ്ദേശമനുസരിച്ച് അന്ന് ഹൈക്കോടതിയിലെ സീനിയർമാരിൽ ഒരാളായിരുന്ന എൻ എസ് രാമസ്വാമി എന്ന ജസ്റ്റിസിനെ അന്വേഷണസമിതിയുടെ തലവനായി നിയമിച്ചു. (ഉത്തരവ് ന: 24, 31/7/1971).

എൻ എസ് രാമസ്വാമി ജില്ലാ ജസ്റ്റിസ് ആയിരുന്നു. 1967 മുതൽ 1971 വരെ ചെന്നൈ സിവിൽ കോടതിയിൽ മുതിർന്ന ജസ്റ്റിസ് ആയിരുന്നു. പിന്നീട് പദവിക്കയറ്റം ലഭിച്ച് 1971 ജനുവരിയിലാണ് ഹൈക്കോടതിയിൽ രണ്ട് വർഷക്കാലത്തേക്ക് അഡീഷണൽ ജഡ്ജായി നിയമിക്കപ്പെട്ടത്. തൊഴിൽ നിയമന നടപടി അനുസരിച്ച്, സ്ഥിരം പദവി അദ്ദേഹത്തിന് നൽകണമെങ്കിൽ തമിഴ്നാട് സർക്കാരിന്റെ അഭിപ്രായവും ആവശ്യമാണ്. ഇങ്ങനെയുള്ള അവസ്ഥയിൽ മുഖ്യമന്ത്രിയായിരിക്കുന്ന കലൈഞ്ജരിന് എതിരേയുള്ള കുറ്റാരോപണം അന്വേഷിച്ച്, അദ്ദേഹം എങ്ങനെ നിഷ്പക്ഷമായി റിപ്പോർട്ട് കൊടുക്കുമെന്നാണ് പ്രതീക്ഷിക്കാൻ കഴിയുക?

സമിതി മൂന്ന് മാസങ്ങൾക്കകം റിപ്പോർട്ട് സമർപ്പിക്കണമെന്ന് സമയപരിധി വിധിക്കപ്പെട്ടിരുന്നു. അണ്ണാമലൈ സർവകലാശാല അടച്ചിട്ടിരിക്കുന്ന സമയത്തിൽത്തന്നെ അന്വേഷണം നടത്തി പൂർത്തിയാക്കണം എന്നതുതന്നെ അതിന്റെ കാരണം. സമിതിയെ ഞങ്ങൾക്ക് വിശ്വാസം ഇല്ലാതിരുന്നതിനാൽ, തുടർന്ന് എന്ത് ചെയ്യണമെന്ന് ആലോചിച്ചു. തമിഴ്നാട് വിദ്യാർത്ഥികൾ ഒരുമിച്ച് ചേർന്ന് അന്വേഷണസമിതി

ജസ്റ്റിസിനെ മാറ്റണം എന്നാവശ്യപ്പെട്ട് സെക്രട്ടറിക്ക് അപേക്ഷ കൊടുത്തു. ആ നിർദ്ദേശത്തിനെ പിന്തുണച്ച് പല കോളേജുകളിലും വിദ്യാർത്ഥികളുടെ പഠിപ്പുമുടക്കും നടന്നു.

ഈ അന്വേഷണസമിതി 3.8.1971 ന് പത്രങ്ങളിൽ ഒരു പൊതുഅറിയിപ്പ് കൊടുത്തു. വിചാരണ 12.8.1971 ൽ കടലൂരിൽ ജില്ലാ ബോർഡ് കെട്ടിടത്തിൽ നടക്കുമെന്നും, വിചാരണയിൽ സാക്ഷിയാകാൻ താല്പര്യമുള്ളവർ തലേന്ന് തങ്ങളുടെ പേരുകൾ ജില്ലാ കളക്ടർ, റവന്യൂ ഡിവിഷണൽ ഓഫീസർ, തഹസിൽദാർ എന്നിവരുടെ ഓഫീസുകളിൽ കൊടുക്കണം എന്നായിരുന്നു അത്. വിചാരണയുടെ ദിവസം ഞാൻ മൂന്ന് അപേക്ഷകൾ തയ്യാറാക്കിക്കൊണ്ട് കടലൂർക്ക് പോകാൻ തീരുമാനിച്ചു. കോടതി നടപടികളെപ്പറ്റി ഒന്നും അറിയാത്ത എന്നെ സഹായിക്കാനായി അഡ്വ. ആർ ഗണേശനോട് അപേക്ഷിച്ചു, അദ്ദേഹം തന്റെ ജൂനിയർ വക്കീലായ സുകുമാരനെ എന്റെയൊപ്പം അയച്ചു.

ഞാനും അഡ്വ. സുകുമാരനും വിചാരണയുടെ തലേ ദിവസം (11.8.1971) രാത്രി തന്നെ കടലൂർക്ക് പോയി പുതുപ്പാളയത്തിലെ ഒരു ഹോസ്റ്റലിൽ തങ്ങി. അടുത്ത ദിവസം രാവിലെ വിചാരണ നടക്കാൻ പോകുന്നിടത്തേക്ക് ചെന്നു. കടലൂരിൽ ഇതുപോലെയുള്ള സംഭവം ആദ്യമായി നടക്കുകയായിരുന്നതിനാൽ, ജില്ലാ ബോർഡ് വളപ്പിൽ വലിയ ആൾക്കൂട്ടം ഉണ്ടായിരുന്നു. ജസ്റ്റിസ് വന്നിരുന്നതും അദ്ദേഹത്തിന് ഞാൻ എന്റെ ആദ്യത്തെ അപേക്ഷ സമർപ്പിച്ചു. ആ അപേക്ഷയിൽ, സ്റ്റുഡന്റ്സ് ഫെഡറേഷൻ ഓഫ് ഇന്ത്യയിലെ വിദ്യാർത്ഥിസംഘം 5.8.1971 ന് സംസ്ഥാന സെക്രട്ടറിക്ക് സമിതിയുടെ ജസ്റ്റിസിനെ മാറ്റാനായി കൊടുത്ത അപേക്ഷ പരിഗണനയിൽ ഇരിക്കുന്നതിനാൽ, അദ്ദേഹം വിചാരണ നടത്തേണ്ടെന്ന് ആവശ്യപ്പെട്ടു.

ഇന്ത്യൻ നാഷണൽ കോൺഗ്രസ്സ് വിദ്യാർത്ഥികളുടെ ഭാഗത്തു നിന്നും ഉഴൈപ്പാളർ പൊതു നല കട്ചി വിദ്യാർത്ഥികളുടെ ഭാഗത്തു നിന്നും സർക്കാർ തലത്തിലും പല വക്കീലുമാർ യൂണിഫോമിൽ പങ്കെടുക്കുന്ന സമയത്ത്, ഞാൻ കൊടുത്ത അപേക്ഷ വായിച്ച്, "ഏത് നിയമം അനുസരിച്ചാണ് നിങ്ങൾ ഈ അപേക്ഷ ഫയൽ ചെയ്തിരിക്കുന്നത്?" എന്ന് ജസ്റ്റിസ് ചോദിച്ചു. അതിന്, "ഞാൻ നിയമം പഠിച്ചിട്ടില്ല. പക്ഷേ, അങ്ങേക്ക് മനഃസാക്ഷി എന്നൊന്ന് ഉണ്ടെങ്കിൽ, ഈ വിചാരണ അങ്ങ് നടത്താൻ പാടില്ല" എന്ന് അദ്ദേഹത്തിനോട് പറഞ്ഞു. അദ്ദേഹം ദേഷ്യം അടക്കിക്കൊണ്ട്, ആ അപേക്ഷയുടെ മേൽ പിന്നീട് ഉത്തരവിടാമെന്ന് പറഞ്ഞു.

വിദ്യാർത്ഥികൾക്ക് പങ്കെടുക്കാനായി ഏത് വിചാരണയും ചിദംബരത്തിൽ നടത്തണമെന്നും, സർവകലാശാല ഉടൻതന്നെ തുറക്കാൻ ഉത്തരവിടണമെന്നും കാണിച്ച് രണ്ട് അപേക്ഷകൾ ഞാൻ അദ്ദേഹത്തിന് കൊടുത്തു. വിദ്യാർത്ഥികളുടെ സാക്ഷി വിചാരണ ചിദംബരത്തിൽ വയ്ക്കുന്നതിനെപ്പറ്റി പിന്നീട് തീരുമാനിക്കാം എന്നും, സർവകലാശാല

തുറക്കുന്നതിനെപ്പറ്റി ഭരണസമിതിക്കേ തീരുമാനമെടുക്കാൻ കഴിയുകയുള്ളൂ എന്നും പറഞ്ഞ് 30.8.1971 ലേക്ക് വിചാരണ മാറ്റിവച്ചു.

കടലൂരിൽനിന്നും മടങ്ങിയശേഷം, എൻ റാമിനൊപ്പം അഡ്വ. ചിദംബരത്തിനെ ചെന്നുകണ്ടു. അദ്ദേഹം ഞങ്ങളുടെ നല്ല സുഹൃത്താണ്. ഇന്ദിരാ ഗാന്ധിയുടെ പാർട്ടിയിൽ അദ്ദേഹം ചേർന്നിട്ടില്ലാത്ത കാലമായിരുന്നു അത്. സമിതി നിയമനത്തിനെ എതിർത്ത്, ഹൈക്കോടതിയിൽ വാറോല ഫയൽ ചെയ്യാം എന്ന് അദ്ദേഹം പറഞ്ഞു. ആ അപേക്ഷയിൽ ജസ്റ്റിസ് എൻ എസ് രാമസ്വാമി അഡീഷണൽ ജഡ്ജിയായി രണ്ട് വർഷത്തേക്ക് മാത്രം നിയമിക്കപ്പെട്ടതിൽ, അദ്ദേഹത്തിന്റെ പദവി സ്ഥിരമാക്കണമെങ്കിൽ സംസ്ഥാന സർക്കാരിന്റെ ചട്ടമനുസരിച്ച് സർക്കാരിന്റെ തലപ്പത്തിരിക്കുന്ന കലൈഞ്ജർ അഭിപ്രായം അറിയിക്കേണ്ടതുണ്ട്. അങ്ങനെയാണെങ്കിൽ, അദ്ദേഹത്തിനെതിരായി പറയപ്പെടുന്ന കുറ്റാരോപണങ്ങളെപ്പറ്റി ഈ ജഡ്ജി നിഷ്പക്ഷമായി റിപ്പോർട്ട് കൊടുക്കുമെന്ന് പ്രതീക്ഷിക്കാൻ കഴിയില്ല. അതുകൊണ്ട്, സ്ഥിരനിയമനമുള്ള ഒരു മുതിർന്ന ജസ്റ്റിസിനെ സമിതിയായി നിയമിക്കണം എന്ന അപേക്ഷ കൊടുക്കാമെന്നും അതേസമയം, അപേക്ഷ ജസ്റ്റിസിന് എതിരായതിനാൽ, കോടതിയിൽ ഇത്തരം കേസ് നടത്താൻ വക്കീലുമാർ ആരും മുന്നോട്ട് വരില്ലെന്നുംകൂടി അദ്ദേഹം പറയുകയുണ്ടായി.

ഇതെല്ലാം കേട്ടുകൊണ്ട്, ചിദംബരത്തിന്റെ ആലോചനയനുസരിച്ച് എൻ റാമിന്റെ പേരിൽ ഒരു റിട്ട് തയ്യാറാക്കി ഹൈക്കോടതിയിൽ ഫയൽ ചെയ്തു. അപേക്ഷയിൽ ജസ്റ്റിസിനെ മാറ്റണമെന്ന് അപേക്ഷിക്കുന്നതിനൊപ്പം, സർവകലാശാല തുറക്കണമെന്നും, സമിതിയെ നിയമിച്ച സർക്കാർ ഉത്തരവ് വ്യക്തതയില്ലാത്തതാണെന്നും പറഞ്ഞു. റിട്ട് അപേക്ഷ ജസ്റ്റിസ് രാമപ്രസാദ് റാവുവിന്റെ മുന്നിൽ 24.8.71 ന് വിചാരണയ്ക്ക് വന്നു. പരാതിക്കാരനായി എൻ റാം നേരിൽ ഹാജരായി.

കേസ് ആദ്യമേ വായിച്ചുവന്നതിനാൽ എൻ റാം എഴുന്നേറ്റ് സംസാരിക്കുന്നതിന് മുമ്പേ ജസ്റ്റിസ് അദ്ദേഹത്തിനോട് ഇങ്ങനെ പറഞ്ഞു: "താങ്കൾ വിദ്യാർത്ഥി ആയതുകൊണ്ട് ഞാൻ ക്ഷമിക്കുകയാണ്. ഈ കേസ്, ഒരു വക്കീൽ വഴി ഫയൽ ചെയ്തിരുന്നെങ്കിൽ ഒരു നിമിഷത്തിൽ പിഴയോടൊപ്പം തള്ളിക്കളയുമായിരുന്നു. എന്റെ ഒരു സഹജസ്റ്റിസിനെക്കുറിച്ച്, അദ്ദേഹം അഡീഷണൽ ജസ്റ്റിസ് ആയതുകൊണ്ട് നിഷ്പക്ഷമായി തീരുമാനത്തിലെത്തില്ലെന്ന് പറയുന്ന നിങ്ങൾ, നാളെ എനിക്കും ഒരു വലിയ പദവി തന്നാൽ, ഞാനും നിഷ്പക്ഷതയിൽനിന്നും മാറിപ്പോയി എന്ന് പറയും" അങ്ങനെ അപേക്ഷ തള്ളി.

പത്രങ്ങൾ ഈ പറഞ്ഞതൊന്നും അച്ചടിക്കാതെ, "വിദ്യാർത്ഥിയുടെ അപേക്ഷ തള്ളി" എന്ന് മാത്രം വാർത്ത കൊടുത്തു.

ഞങ്ങൾ കൊടുത്ത പരാതിക്ക് ഉടൻതന്നെ വിജയം ലഭിച്ചില്ലെങ്കിലും, മറ്റൊരു സംഭവം നടന്നു. പത്രങ്ങളിൽ ഇതിനെക്കുറിച്ച് വാർത്ത വന്നയുടൻ, ചീഫ് ജസ്റ്റിസ് കെ വീരസ്വാമിയെ കണ്ട്, തന്നെ സമി

തിയുടെ ഉത്തരവാദിത്വത്തിൽനിന്നും വിടുതലാക്കണമെന്ന് ജസ്റ്റിസ് എൻ എസ് രാമസ്വാമി ആവശ്യപ്പെട്ടതായി കേട്ടു. പക്ഷേ, ചീഫ് ജസ്റ്റിസ് അത് അദ്ദേഹത്തിന്റെ അഭിമാനപ്രശ്നമാണെന്നും തീരുമാനമെടുത്തപടി അദ്ദേഹം തന്നെ സമിതിയായി തുടരണമെന്ന് പറഞ്ഞതായും കേട്ടു. എന്തുതന്നെയായാലും ഞാൻ ഒരു പരാതി നേരിട്ട് സമിതിയുടെ ജഡ്ജിക്ക് കൊടുത്ത ദിവസം മുതൽ അദ്ദേഹം എന്നോട് സംസാരിക്കുന്നതേ നിർത്തി. മുറപ്പടി നിയമം പഠിച്ച വക്കീൽ ആണെന്നാണ് എന്റെ വിചാരമെന്നോ അല്ലെങ്കിൽ ഒരു ഇരുപത് വയസ്സുള്ള ചെറുപ്പക്കാരൻ തന്നെ അപമാനിച്ചു എന്ന ദേഷ്യമോ അതിനുള്ള കാരണമായിരിക്കാം.

സ്റ്റുഡന്റ്സ് ഫെഡറേഷൻ ഓഫ് ഇന്ത്യയുടെ ആഭിമുഖ്യത്തിൽ തീരുമാനിച്ച തീയതിക്കുള്ളിൽ സത്യവാങ്മൂലം ഫയൽ ചെയ്തു. ആദ്യത്തെ വിസ്താരത്തിനായി കടലൂരിലേക്ക് പോയി വന്നതിനുശേഷം, എന്റെ പശ്ചാത്തലത്തെപ്പറ്റി പൊലീസ് വകുപ്പും, പ്രത്യേകിച്ച് പുതിയതായി രൂപംകൊടുത്ത 'ക്യൂ ബ്രാഞ്ച്' പൊലീസുകാരും നല്ലതുപോലെ അറിഞ്ഞിരുന്നു. അതിന്റെ നേരിട്ടുള്ള തെളിവുകൾ അടുത്ത വിസ്താരത്തിന്റെ സമയത്ത് കാത്തിരിക്കുണ്ടായിരുന്നു. താമസിക്കാനുള്ള ഹോസ്റ്റലുകൾ ധാരാളമായി കടലൂരിൽ ഉണ്ടായിരുന്നെങ്കിലും, ഞാൻ 30.8.1971 ന് വിചാരണയ്ക്ക് പോയപ്പോൾ, ഒരു ഹോസ്റ്റലിലും എനിക്ക് മുറി നല്കരുതെന്ന് വായ്മൊഴി ഉത്തരവ് കൊടുത്തിട്ടുണ്ടായിരുന്നു.

അന്നുതൊട്ട് കടലൂരിൽ വിചാരണ അവസാനിക്കുന്നതുവരെ പോണ്ടിച്ചേരിയിൽ താമസിച്ച്, ദിവസവും ബസിൽ കടലൂരിലേക്ക് പോയി വന്നു. ബ്രിട്ടീഷ് ഇന്ത്യയിൽനിന്നും രക്ഷപ്പെട്ട സ്വാതന്ത്ര്യസമര നേതാക്കൾ, ഫ്രഞ്ച് സ്വാധീനത്തിൽ ഉണ്ടായിരുന്ന പുതുച്ചേരിയിൽ താമസിച്ചതുപോലെയൊരു തോന്നൽ എനിക്കുണ്ടായി. അരവിന്ദർ, ഭാരതി, വി വൈ എസ് ഐയ്യർ തുടങ്ങിയവരെ ഞാൻ ഓർത്തു.

ചെന്നൈയിൽനിന്നും വിദ്യാർത്ഥികളുടെ ആഭിമുഖ്യത്തിൽ കേസ് നടത്താൻ വന്ന എന്റെ ഗതി ഇതാണെങ്കിൽ, സമിതിയിൽ മുമ്പ് സാക്ഷി പറയാൻ പുറപ്പെട്ട ഗ്രാമങ്ങളിൽ നിന്നുള്ള വിദ്യാർത്ഥികളുടെ ഗതി എന്തായിരിക്കും? ആ സമയം സർവകലാശാല അടച്ചിരുന്നതിനാൽ വിദ്യാർത്ഥികളുമായി ബന്ധപ്പെടുന്നത് വളരെ പ്രയാസമായിരുന്നു. അതും പോരാതെ, ഡി എം കെയുടെ ജില്ലാസെക്രട്ടറിമാർക്ക് പുതിയ അംബാസ്സഡർ കാറുകൾ അനുവദിച്ച്, അവരുടെ മണ്ഡലത്തിൽനിന്നും വിദ്യാർത്ഥികൾ ഒരാൾപോലും സാക്ഷി പറയാൻ സമിതിയുടെ മുന്നിൽ വരാതെ നോക്കണം എന്ന ഉത്തരവാദിത്തവും കൊടുക്കപ്പെട്ടു. ഓരോ ഗ്രാമത്തിലും ഞങ്ങൾ പോയപ്പോൾ ഇതേ വാർത്തയാണ് എല്ലാ വിദ്യാർത്ഥികളും പറഞ്ഞത്. ചാരന്മാർ പിന്തുടരുന്നതിനൊപ്പം, അടുത്ത ദിവസം തന്നെ ചിദംബരത്തിലെ സബ്ബ് ഇൻസ്പെക്ടർ ശരവണപെരുമാൾ സ്നേഹത്തോടെ കുശലം ചോദിക്കുന്നതും ഉണ്ടായി. "ഇന്നലെ ആൾക്കൂട്ടം എങ്ങനെയുണ്ടായിരുന്നു?" എന്ന് ദിവസവും അയാൾ എന്നോട് ചോദിക്കും.

സാക്ഷികളുടെ പേരുകൾ ഇന്ന ദിവസത്തിനുള്ളിൽ റവന്യൂ വകുപ്പ് അധികാരിക്ക് കൊടുക്കണമെന്ന സമിതിയുടെ ഉത്തരവ് അത്ഭുതപ്പെടുത്തി. അണ്ണാമലൈ സർവകലാശാല, താമസിച്ച് പഠിക്കാനുള്ള സർവകലാശാല ആയതിനാൽ, പുറമേ നിന്നുള്ള വിദ്യാർത്ഥികൾ ഹോസ്റ്റലുകളിൽ താമസിച്ച് പഠിക്കുന്നവരായിരുന്നു. ബിരുദദാന ചടങ്ങിന്റെ അന്ന് തന്നെ ഹോസ്റ്റൽ വിദ്യാർത്ഥികളെ പറഞ്ഞുവിട്ട്, ഹോസ്റ്റലുകളെല്ലാം പൂട്ടിക്കളഞ്ഞു. ആ സമയത്ത്, വിദ്യാർത്ഥികളുടെ സാക്ഷിപ്പട്ടിക കൊടുക്കണം എന്ന സമിതിയുടെ പ്രവർത്തി നീതിയല്ല. പോരാത്തതിന്, സ്റ്റുഡന്റ്സ് ഫെഡറേഷൻ ഓഫ് ഇന്ത്യ, പറഞ്ഞ സമയത്ത് സത്യവാങ്മൂലവും വിദ്യാർത്ഥികളുടെ സാക്ഷിപ്പട്ടികയും സമിതിക്ക് കൊടുത്തിരുന്നു. പക്ഷേ, ഇന്ത്യൻ നാഷണൽ കോൺഗ്രസ്സ് വിദ്യാർത്ഥികൾ അങ്ങനെ ചെയ്തില്ല.

സമിതിയുടെ റിപ്പോർട്ടിൽ ജസ്റ്റിസ് ഇങ്ങനെ പറഞ്ഞിരുന്നു: "വിദ്യാർത്ഥി കോൺഗ്രസ്സ് തങ്ങളുടെ സത്യവാങ്മൂലത്തിനൊപ്പം സാക്ഷികളുടെ മുഴുവൻ പട്ടികയും അയച്ചില്ല. സത്യത്തിൽ, അതിന്റെ സാക്ഷികളുടെ മുഴുവൻ പട്ടിക കടലൂരിൽ മൂന്നാമത്തെ വിചാരണയുടെ അവസാനമാണ് ഫയൽ ചെയ്തത്." "എന്നാൽ, അവർ പിന്നീട് ആലോചിച്ച് ചേർക്കപ്പെട്ട സാക്ഷികളായിരുന്നു. വിദ്യാർത്ഥി കോൺഗ്രസ്സ് വളരെ വൈകിയാണ് തങ്ങളുടെ സാക്ഷികളുടെ പട്ടിക തന്നതെന്നത് ഞാൻ മുമ്പ് പറഞ്ഞിട്ടുണ്ട്."

മുകളിൽ കൊടുത്തിരിക്കുന്ന സമിതി എഴുതിയത് വായിച്ചപ്പോൾ ചിരിയാണ് വന്നത്. കാരണം, അദ്ദേഹത്തിന്റെ മുന്നിൽ ഹാജരായ വിദ്യാർത്ഥികൾ 20 വയസ്സിനകത്തുള്ളവരായിരുന്നു. തമിഴ്നാട്ടിലെ പല ഗ്രാമങ്ങളിൽനിന്നും വരുന്ന ആദ്യതലമുറ വിദ്യാർത്ഥികൾ. ഹോസ്റ്റലുകൾ അടച്ചതിനുശേഷം ഗ്രാമങ്ങളിലേക്കുചെന്ന്, തങ്ങളുടെ മാതാപിതാക്കളുടെ എതിർപ്പിനെ വകവയ്ക്കാതെ സാക്ഷി പറയാൻ വരുന്നു. എന്നാൽ, അതിനെക്കുറിച്ച് ഒരളവെങ്കിലും ജഡ്ജി അനുതാപം കാണിച്ചിരിക്കണം. പക്ഷേ, സാക്ഷികളുടെ പട്ടിക തരണമെന്ന് സമിതി അറിയിപ്പ് കൊടുത്തതുമുതൽ അതിന്റെ പോക്ക് മനസ്സിലാക്കാവുന്നതാണ്.

ചിദംബരം തഹസിൽദാർ എ എൻ ധ്യാനേശ്വരൻ, സമിതിയുടെ മുന്നിൽ, സർക്കാരിന്റെ പ്രത്യേക സാക്ഷിയായി വിചാരണ ചെയ്യപ്പെട്ടു. അദ്ദേഹം അണ്ണാമലൈ സർവകലാശാലയുടെ മുൻ വിദ്യാർത്ഥിനേതാവായിരുന്നു. 1965 ൽ ഹിന്ദി വിരുദ്ധസമരത്തിന്റെ സമയത്ത് അദ്ദേഹത്തിന്റെ നേതൃത്വത്തിൽ വിദ്യാർത്ഥികൾ പ്രകടനം നടത്തിയപ്പോൾ നടന്ന വെടിവയ്പ്പിലാണ് രാജേന്ദ്രൻ എന്ന വിദ്യാർത്ഥി വെടിയേറ്റ് മരിച്ചത്. 1967 ൽ ഡി എം കെ അധികാരം പിടിച്ചശേഷം, ഭാഷാസമരരക്തസാക്ഷി രാജേന്ദ്രന്റെ പ്രതിമ സർവകലാശാലയുടെ പ്രവേശനകവാടത്തിൽ സ്ഥാപിക്കപ്പെട്ടു.

സർവകലാശാല വളപ്പിൽ 8.9.1971 ൽ നേരിൽ വന്ന് നോക്കിയ സമിതി, തന്റെ റിപ്പോർട്ടിൽ ആ പ്രതിമ ഇരിക്കുന്നയിടത്തിനെപ്പറ്റി എഴുതിയിട്ടുണ്ട്:

"സർവകലാശാല വളപ്പിൽ പ്രധാന പ്രവേശനത്തിന്റെ പടിഞ്ഞാറുഭാഗത്ത് രാജേന്ദ്രൻ എന്ന മരണപ്പെട്ട വിദ്യാർത്ഥിയുടെ പ്രതിമയുണ്ട്. ഹിന്ദി വിരുദ്ധസമരത്തിൽ 1965 ൽ പൊലീസ് വെടിവച്ചപ്പോൾ ഇദ്ദേഹം മരണപ്പെട്ടതായി പറയപ്പെടുന്നു."

സമിതിയെ സംബന്ധിച്ചിടത്തോളം ആരെങ്കിലും പറഞ്ഞാലേ ചരിത്രം അറിയുകയുള്ളൂ എന്ന് ഞാൻ കരുതി. അന്നത്തെ വിദ്യാർത്ഥി നേതാവ് ധ്യാനേശ്വരനാണ് ഡി എം കെ ഭരണം വന്നശേഷം, 'ഗ്രൂപ്പ് 1' പരീക്ഷ എഴുതി, തമിഴ്നാട് പബ്ലിക് സർവീസിൽ തെരഞ്ഞെടുക്കപ്പെട്ട്, തഹസീൽദാർ പദവി നേടിയത്. പിന്നീട്, സംസ്ഥാനസർക്കാർ സംവരണത്തിൽ അദ്ദേഹത്തിന് ഇന്ത്യൻ സർക്കാർ ജോലി ലഭിച്ചു. അദ്ദേഹം ജയലളിത ഭരണസമയത്ത് തമിഴ്നാട് മിനറൽസ് വകുപ്പിൽ മാനേജിംഗ് ഡയറക്ടർ ആയിരുന്നു. അന്ന് അദ്ദേഹത്തിന്റെ വീട്ടിൽ ഇൻകം ടാക്സ് വകുപ്പ് പെട്ടെന്ന് ഒരു പരിശോധന നടത്തിയപ്പോൾ, 1.65 കോടി രൂപ പണമായും, സ്വർണം, വൈരം 19 കിലോയും, വെള്ളി 61 കിലോയും ബാങ്കിൽ ഫിക്സഡ് ഡെപ്പോസിറ്റ് ആയി 27 ലക്ഷം രൂപയും കണ്ടെത്തി. അന്നേ ദിവസം ഇന്ത്യൻ ഭരണ സർവീസിലുള്ള ഉദ്യോഗസ്ഥന്റെ വീട്ടിൽ നിന്നും പിടിച്ചെടുത്തതിൽ ഏറ്റവും വലിയ തുക ഇതാണെന്ന് ഒരു ഇൻകം ടാക്സ് വകുപ്പ് ഉദ്യോഗസ്ഥൻ പറഞ്ഞതായി *ഇന്ത്യ റ്റുഡേ* പത്രം (29.2.1996) എഴുതി.

ഡി എം കെ സർക്കാരിൽ നിയമിക്കപ്പെട്ട്, പിന്നീട്, അണ്ണാ ഡി എം കെ സർക്കാരിൽ ഉദ്യോഗക്കയറ്റം ലഭിച്ച ധ്യാനേശ്വരൻ, ഡി എം കെ സർക്കാർ വന്ന ശേഷം താല്ക്കാലികമായി സസ്പന്റ് ചെയ്യപ്പെട്ട് 1998 ൽ നിർബന്ധിത അവധിയിൽ വീട്ടിലേക്ക് അയയ്ക്കപ്പെട്ടു. വീണ്ടും ജയലളിത സർക്കാർ വന്നശേഷം 2002 ൽ സെൻട്രൽ അഡ്മിനിസ്ട്രേറ്റീവ് ട്രിബ്യൂണലിൽ നിർബന്ധിത അവധി ഉത്തരവിനെ എതിർത്ത് നൽകിയ കേസ് ജയിച്ചതും, 2003 ൽ അദ്ദേഹം ജോലിയിൽനിന്നും വിരമിച്ചു. അദ്ദേഹം ജോലിയിൽ ഉണ്ടായിരുന്നപ്പോൾ ബാസ്ക്കറ്റ് ബാൾ ടീമിന്റെ ക്യാപ്റ്റനായിരുന്നു. വിരമിച്ച ശേഷവും ആ ടീമിന്റെ കോച്ചായി തുടർന്നു.

ഈ ചരിത്രമെല്ലാം ഇവിടെ ആവശ്യമില്ലെങ്കിലും, അന്ന് നടന്ന ഒരു സംഭവം എഴുതേണ്ടതാണെന്ന് തോന്നി. സമിതിയിൽ കേസ് നടത്താൻ പോകുമ്പോൾ ദിവസവും നേരിൽ കണ്ടാലേ അദ്ദേഹം പരിചയം കാണിക്കുകയുള്ളൂ. ജസ്റ്റിസ് എൻ എസ് രാമസ്വാമി 8.9.71 ൽ സർവകലാശാല സന്ദർശിക്കാൻ വന്നപ്പോൾ, ഞാനും ആ സംഘത്തിൽ ചേർന്ന് ചുറുചുറുക്കോടെ പ്രവർത്തിച്ചു. ഓരോ ഇടവും കണ്ടുവരുമ്പോൾ വിദ്യാർത്ഥികളുടെ ഹോസ്റ്റൽ ചുവരുകളിൽ പല ഇടങ്ങളിലും രക്ത

ക്കറകൾ പതിഞ്ഞിരിക്കുന്നത് ഞാൻ ചൂണ്ടിക്കാണിച്ചു. അതും ജസ്റ്റിസ് കുറിച്ചെടുത്തു.

ജസ്റ്റിസ് ഹോസ്റ്റൽ വരാന്തയിലേക്ക് കയറിയപ്പോൾ ഞാൻ താഴെ നിൽക്കുകയായിരുന്നു. അപ്പോൾ അടുത്തുണ്ടായിരുന്ന ആർ ടി ഓ ധ്യാനേശ്വരൻ "അനിയാ, ഞാനും വിദ്യാർത്ഥി ആയിരുന്നപ്പോൾ ഇതിനേക്കാൾ ആവേശമുണ്ടായിരുന്നു. പോകെപ്പോകെ ഈ ആവേശമെല്ലാം അടങ്ങും" എന്ന് എന്നോടായി പറഞ്ഞു. അദ്ദേഹം തമാശയായിട്ടല്ല അത് പറഞ്ഞതെന്ന് എനിക്കറിയാം. പദവി ലഭിക്കുന്ന അധികാരം കൈയിൽ വന്നപ്പോൾ മാറിപ്പോയ മനുഷ്യരിൽ ഒരാളായി അദ്ദേഹവും.

ധ്യാനേശ്വരൻ പറഞ്ഞ ഈ വചനം ഞാൻ വീണ്ടും അദ്ദേഹത്തെ ഓർമ്മപ്പെടുത്തുന്ന കാലവും വന്നു; അതിന് 45 വർഷമെടുത്തു. മൈലാപ്പൂരിലുള്ള ഒരു സ്കൂളിൽ ഹെഡ്മാസ്റ്റർ ആയിരുന്നപ്പോൾ, സ്കൂളിന് അഖിലേന്ത്യാ ബാങ്ക് വർക്കേഴ്സ് അസോസിയേഷന്റെ (AIBEA) സഹായത്തോടെ ഒരു ബാസ്ക്കറ്റ്ബാൾ മൈതാനം ഞാൻ ഒരുക്കിക്കൊടുത്തു. വിദ്യാർത്ഥികൾക്ക് ബാസ്ക്കറ്റ്ബാൾ പരിശീലനം നൽകാനായി പരിചയമുള്ള കളിക്കാർ ആരെയെങ്കിലും അയയ്ക്കാൻ പറ്റുമോയെന്ന് ചോദിച്ചപ്പോൾ, അന്ന് ബാസ്ക്കറ്റ്ബാൾ ടീം പരിശീലകനായിരുന്ന ധ്യാനേശ്വനുമായി ഫോണിൽ സംസാരിക്കേണ്ടിവന്നു.

മറുവശത്ത് ഫോൺ എടുത്ത അദ്ദേഹത്തിനോട് ഇന്നയാളാണ് സംസാരിക്കുന്നതെന്ന് പറഞ്ഞു. അദ്ദേഹത്തിന് എന്റെ പേര് പെട്ടെന്ന് മനസ്സിലായില്ല. "1971 ൽ അണ്ണാമലൈ സർവകലാശാലയിലെ തൊൽക്കാപ്പിയാർ അവധിക്ക് മുമ്പ്, 'പോകെപ്പോകെ ഈ ആവേശമെല്ലാം അടങ്ങും' എന്ന് പറഞ്ഞില്ലേ, ഓർമ്മയുണ്ടോ? അതേ ചന്ദ്രുവാണ്. വക്കീലായി, പിന്നീട് ജഡ്ജിയായി, ഇപ്പോൾ വിരമിച്ച് ഒരു സ്കൂളിൽ സേവനമനുഷ്ഠിക്കുന്നു" എന്ന് ഓർമ്മപ്പെടുത്തി. അദ്ദേഹത്തിന് എന്റെ സംസാരം ഇഷ്ടമായോ എന്നറിയില്ല, പക്ഷേ, ഞങ്ങളുടെ സ്കൂൾ വിദ്യാർത്ഥികൾക്ക് ബാസ്ക്കറ്റ്ബാൾ പരിശീലനം നൽകാൻ ഒരു കളിക്കാരനെ അയച്ച് സഹായിച്ചു. എന്നെ സംബന്ധിച്ചിടത്തോളം ധ്യാനേശ്വരന്റെ പ്രവചനം ഫലിക്കാത്തതിലുള്ള സന്തോഷമായിരുന്നു. എന്നാൽ, അധികാരം ഒരാളുടെ ആവേശമെല്ലാം അടക്കാതിരിക്കാൻ, ഒരു ലക്ഷ്യവും പിടിവാശിയും തീർച്ചയായും ആവശ്യമാണ്.

മരിച്ചത് ഉദയകുമാർ അല്ലെന്നും, ഉദയകുമാറിന് തീവ്രവാദിസംഘവുമായി ബന്ധം ഉണ്ടായിരുന്നെന്നും, അവനെ കാണാതായെന്നും ഉദയകുമാറിന്റെ അച്ഛൻ നെല്ലിക്കുപ്പം കെ പെരുമാൾച്ചാമിയെക്കൊണ്ട് പറയിപ്പിച്ചു എന്ന് മുമ്പ് പറഞ്ഞിരുന്നില്ലേ? മുഖ്യമന്ത്രി ഡോക്ടർ ബിരുദം വാങ്ങാൻ വരുമ്പോൾ ആൾക്കൂട്ടത്തിൽ നുഴഞ്ഞുകയറിയ നക്സലേറ്റ് വിദ്യാർത്ഥികൾ അദ്ദേഹത്തിന്റെ ജീവൻ അപകടപ്പെടുത്താൻ ലക്ഷ്യമിട്ടതായി കണ്ടുപിടിച്ച്, തക്കതായ നടപടി എടുത്ത് തടസ്സപ്പെടുത്തിയെന്ന് പൊലീസ് വകുപ്പ് എതിർവാദം അറിയിച്ചു.

ഗൂഢാലോചനയ്ക്കായി, അത് ചെയ്തവർക്ക് മേൽ അണ്ണാമലൈ നഗര പൊലീസ് സ്റ്റേഷനിൽ, കുറ്റപത്രം ന:280/1971 എന്ന ആദ്യത്തെ അന്വേഷണ റിപ്പോർട്ട് 23.7.1971 നാണ് സമർപ്പിക്കപ്പെട്ടത്. അതിൽ 389 പേരെ കുറ്റവാളികളായി ചേർക്കപ്പെട്ടിരുന്നു. ബിരുദദാന ചടങ്ങിന്റെയന്ന് ഉച്ചയ്ക്ക് അറസ്റ്റ് ചെയ്യപ്പെട്ട 387 പേരെക്കൂടാതെ, 2 പേരുടെ പേരുകൾ പരാമർശിക്കപ്പെട്ടിരുന്നില്ല. ഈ കുറ്റാന്വേഷണത്തിനായി 4 സൂപ്രണ്ടുമാരും 13 ഇൻസ്പെക്ടർമാരും പ്രവർത്തിച്ചിരുന്നതായി സമിതിയോട് പറഞ്ഞു. അന്വേഷണത്തിന് ശേഷം, മുഖ്യമന്ത്രിയെ വധിക്കാനുള്ള ശ്രമം (ഇ പി കോ 307) ഗൂഢാലോചന (ഇ പി കോ 120 B) എന്നീ രണ്ട് പുതിയ കുറ്റങ്ങളും ആദ്യത്തെ അന്വേഷണ റിപ്പോർട്ടിൽ ചേർക്കപ്പെട്ടു. വൈരുധ്യം എന്താണെന്നാൽ, ഇങ്ങനെയെല്ലാം ചെയ്ത തമിഴ്നാട് പൊലീസ് വകുപ്പാകട്ടെ, അന്വേഷണസമിതിയുടെ മുന്നിൽ ഈ വിഷയവുമായി ബന്ധപ്പെട്ട് ഒരു സാക്ഷിയേയും കൊണ്ടുപോയില്ല. "ഗൂഢാലോചന കുറ്റാരോപണത്തിനെ പിന്തുണയ്ക്കാനായി ഈ സമിതിക്ക് ആരും സാക്ഷിയെ കൊണ്ടുവന്നില്ല" എന്ന് പറയപ്പെടുന്നു. കൂടാതെ "മുമ്പ് തന്നെ ഗൂഢാലോചന നടത്തിയിരിക്കും എന്ന് തീരുമാനിച്ചിട്ടില്ല" എന്നും റിപ്പോർട്ട് പറയുന്നു.

ഡോക്ടർ എച്ച് വി ഹണ്ടേ നിയമസഭയിൽ ഉയർത്തിയ ശ്രദ്ധക്ഷണിക്കലിന്, 27.7.1971 ന് മറുപടി പറഞ്ഞ മുഖ്യമന്ത്രി കലൈഞ്ജർ, മുഖ്യമന്ത്രിയെ വധിക്കാനായി മാത്രമാണ് നക്സലേറ്റുകൾ ചിദംബരത്തിലേക്ക് വന്നതെന്നും, ഇത് സംബന്ധിച്ച് ആയുധങ്ങളുമായി പത്ത് പേരെ അറസ്റ്റ് ചെയ്തുവെന്നും, ഇതിൽ എത്ര പേർ നക്സലേറ്റുകൾ ആണെന്നറിയില്ലെന്നും, കൂടുതൽ വിവരങ്ങൾ പറയുന്നത് അന്വേഷണത്തിന് തടസ്സമാകുമെന്നതിനാൽ, താൻ സഭയിൽ അറിയിക്കാൻ താല്പര്യപ്പെടുന്നില്ലെന്നും, ഇതിനെപ്പറ്റിയുള്ള പൂർണമായ വിവരങ്ങൾ പൊലീസുകാർ തന്നെ നാടിനെ അറിയിക്കും എന്ന് പറഞ്ഞു."

നക്സലേറ്റ് വ്യവഹാരങ്ങളെ പൊലീസ് തന്നെ നാടിനെ അറിയിക്കും എന്ന് പറഞ്ഞ മുഖ്യമന്ത്രിക്ക് അതിനായി കാത്തിരിക്കാൻ കഴിഞ്ഞില്ല. ആഗസ്റ്റ് 17 ന് വടപളനിയിൽ നടന്ന ഡി എം കെ സമ്മേളനത്തിൽ, തമിഴ്നാട്ടിലുള്ള നക്സലേറ്റുകളെയെല്ലാം എണ്ണിപ്പറഞ്ഞശേഷം, അണ്ണാമലൈ സർവകലാശാലയിലെ നക്സലേറ്റ് വിദ്യാർത്ഥികളെപ്പറ്റി ഇങ്ങനെ പറഞ്ഞു: "പെണ്ണാടത്തിൽ കൊല, കൊള്ള എന്നിവയ്ക്കായി വെടിമരുന്ന് ഉണ്ടാക്കിക്കൊണ്ടിരിക്കുമ്പോൾ, തീപിടിച്ച് അവിടെത്തന്നെ മൂന്ന് പേർ മരിച്ചില്ലേ? മരിച്ച മൂന്ന് പേരിൽ ഒരാളുടെ പേര് ഗണേശൻ. അണ്ണാമലൈ സർവകലാശാലയിൽ പഠിച്ചയാൾ!"

മുൻ വിദ്യാർത്ഥി, അതും മരിച്ചുപോയ ഒരാളെപ്പറ്റി പറഞ്ഞ അദ്ദേഹത്തിന്, അപ്പോൾ പഠിച്ചുകൊണ്ടിരുന്ന വിദ്യാർത്ഥികളിലെ നക്സലേറ്റുകളുടെ പേരുകൾ പറയാൻ കഴിയാത്തത് ആശ്ചര്യംതന്നെ! രണ്ടാമത്തെ സാക്ഷിവിചാരണയുടെ സമയത്ത്, ക്യൂ ബ്രാഞ്ച്

ഇൻസ്പെക്ടർ എൻ. രാംദാസ് സർക്കാർ സാക്ഷി 87 ആയി വിചാരണ ചെയ്യപ്പെട്ടു.

വിചാരണാ റിപ്പോർട്ട് ഭാഗം 15–16 ൽ അദ്ദേഹത്തിന്റെ മൊഴി ഇങ്ങനെ രേഖപ്പെടുത്തിയിരിക്കുന്നു:

> സർവകലാശാലയിലെ ചില വിദ്യാർത്ഥികൾ നക്സലുകളുമായി ബന്ധപ്പെട്ടിരിക്കുന്നതായി പറയപ്പെടുന്നു. ഇവർ തീവ്രവാദികൾ മാത്രമല്ല. ആക്രമണത്തിൽ വിശ്വസിക്കുന്നവരാണ്. പൊലീസ് പറയുന്നതനുസരിച്ച് സോക്രട്ടീസ്, പശുപതി, സുബ്രഹ്മണ്യം എന്നിവർ നക്സലുകളുമായി ബന്ധമുള്ള വിദ്യാർത്ഥികളാണ്. എസ്. ഗണേശൻ എന്ന മറ്റൊരു വിദ്യാർത്ഥിയും നക്സലുകളുമായി ബന്ധമുള്ളയാളാണെന്ന് പറയപ്പെടുന്നു. ഈ നാല് പേരും, അതായത് ഗണേശൻ, സോക്രട്ടീസ്, പശുപതി, സുബ്രഹ്മണ്യം എന്നിവർ എഞ്ചിനീയറിംഗ് കോളേജ് വിദ്യാർത്ഥികളുടെ ഹോസ്റ്റലിലാണെങ്കിലും കിഴക്ക് ഭാഗത്തുള്ള വിദ്യാർത്ഥികളുടെ ഹോസ്റ്റലുകളിലും ഇവർക്ക് സ്വാധീനമുണ്ടെന്ന് പറയപ്പെടുന്നു. സോക്രട്ടീസ്, സുബ്രഹ്മണ്യം എന്നീ രണ്ടുപേരും ചില നടപടികൾ കാരണം വിദ്യാർത്ഥികളുടെ ഹോസ്റ്റലിൽനിന്നും സർവകലാശാല അധികാരികളാൽ ഇറക്കിവിടപ്പെട്ടു. ചിദംബരം സ്പെഷ്യൽ സെക്ഷൻ പൊലീസ് വകുപ്പ് ഇൻസ്പെക്ടറായിരുന്ന രാംദാസ്, 'ഗണേശൻ നക്സലുകളുമായി ബന്ധമുള്ള വിദ്യാർത്ഥികൾക്ക് വളരെ പ്രധാനപ്പെട്ടയാളാണ്' എന്നും, 'പ്രബല നക്സലുകൾ ആണെന്ന് പറയപ്പെടുന്ന പെണ്ണാടം കലിയപെരുമാളുമായി ബന്ധപ്പെട്ടുകൊണ്ടിരുന്നു' എന്നും മൊഴി കൊടുത്തിട്ടുണ്ട്. പൊന്നാടത്തിൽ ഒരു ബോംബ് പൊട്ടി ഗണേശൻ മരിച്ചെന്നും ആ അപകടത്തിനെപ്പറ്റിയുള്ള കേസ് ഫയൽ ചെയ്തപ്പോൾ, കലൈയപെരുമാളും അയാളുടെ മകനും ഒളിവിൽ പോയെന്നും അദ്ദേഹം മൊഴി കൊടുത്തിട്ടുണ്ട്. കലൈയപെരുമാൾ ഒളിവിൽ പോയതിന്റെ പിന്നാലെ നക്സലുകളുമായി ബന്ധമുള്ള വിദ്യാർത്ഥികളുടെ നോട്ടം തമിഴ്നാട് സർക്കാരിനെതിരായി തിരിയാൻ തുടങ്ങിയെന്നും അദ്ദേഹം മൊഴി കൊടുത്തിട്ടുണ്ട്.

സത്യത്തിൽ, അവർ പട്ടികയിട്ട നാല് വിദ്യാർത്ഥികളും എഞ്ചിനീയറിംഗ് ബിരുദം നേടിയവരാണ്. പടിഞ്ഞാറു ഭാഗത്തുള്ള വളപ്പിൽ അവർ പഠിച്ച കോളേജും ഹോസ്റ്റലും ആയിരുന്നു. ബിരുദദാന ചടങ്ങാകട്ടെ കല, ശാസ്ത്രം വിഷയങ്ങളിൽ ബിരുദം നേടിയവർക്കായി നടത്തപ്പെട്ടതായിരുന്നു. അവരുടെ കോളേജുകളും ഹോസ്റ്റലുകളും കിഴക്ക് ഭാഗത്തായിരുന്നു. എഞ്ചിനീയറിംഗ് വകുപ്പ് പ്രവർത്തിച്ചിരുന്നെങ്കിലും, പുതിയ വിദ്യാർത്ഥികളെ ചേർക്കാൻ കഴിഞ്ഞില്ല. ബിരുദദാന ചടങ്ങിന്റെയന്ന് രാവിലെ നടന്ന ലാത്തിച്ചാർജിലും, ഉച്ചയ്ക്ക് നടന്ന

ഹോസ്റ്റൽ ആക്രമണത്തിലും അറസ്റ്റ് ചെയ്യപ്പെട്ട വിദ്യാർത്ഥികൾ അല്ലാതെ, മറ്റു വിദ്യാർത്ഥികളെ വളപ്പിൽനിന്നും പുറത്താക്കിയിരുന്നു.

24.7.1971 ന് അതിരാവിലെ എഞ്ചിനീയറിംഗ് ബിരുദ വിദ്യാർത്ഥികൾ കുളത്തിന്റെ അടുത്ത് പ്രഭാതസവാരി നടത്തിക്കൊണ്ടിരുന്നപ്പോഴാണ് കുളത്തിൽ ഒരു മൃതദേഹം പൊങ്ങിക്കിടക്കുന്നത് കണ്ടത്. അവർ മറ്റുള്ളവരെ വിളിച്ച് വൈസ് ചാൻസലറുടെ വീട്ടിലേക്ക് പോയി കാര്യം അറിയിക്കാൻ സഹായിച്ചു. പ്രേതപരിശോധന നടക്കുമ്പോൾ വിദ്യാർത്ഥികളുടെ പ്രതിനിധിയും ഉണ്ടാകണമെന്ന് വാദിച്ചത് അവരായിരുന്നു. തുടർന്ന്, അവർ ഉണ്ടായാൽ സർക്കാർ ഭാഗത്തുനിന്നുമുള്ള വാദത്തിന് ബലഹീനത ഉണ്ടാകും എന്നതിനാലാണ് ആദ്യത്തെ ആക്രമണം ആ വിദ്യാർത്ഥികൾക്ക് നേരെ ഉണ്ടായത്.

എഞ്ചിനീയറിംഗ് കോളേജ് വിദ്യാർത്ഥികളായ സോക്രട്ടീസും മറ്റുചില വിദ്യാർത്ഥികളും പൊലീസുകാരാൽ അറസ്റ്റ് ചെയ്യപ്പെട്ട്, രഹസ്യമായൊരിടത്തേക്ക് കൊണ്ടുപോകപ്പെട്ടു. ഇതറിഞ്ഞ സോക്രട്ടീസിന്റെ മുത്തച്ഛൻ കെ വി രാമൻ ഹൈക്കോടതിയിൽ ഒരു ഹേബിയസ് കോർപ്പസ് പരാതി ഫയൽ ചെയ്തു. ആ പരാതിയിൽ തന്റെ പേരക്കുട്ടി സോക്രട്ടീസ് എഞ്ചിനീയറിംഗ് കോളേജ് വിദ്യാർത്ഥി ആണെന്നും, അവനെ 40 ദിവസത്തിന് മുകളിലായി നിയമവിരുദ്ധമായി കസ്റ്റഡിയിൽ വച്ചിരിക്കുകയാണെന്നും അദ്ദേഹം പറഞ്ഞു. അദ്ദേഹത്തിന്റെ ഹേബിയസ് കോർപ്പസ് പരാതി 20.9.1971 ന് കോടതി അംഗീകരിച്ച് പൊലീസ് വകുപ്പിന് നോട്ടീസ് അയയ്ക്കപ്പെട്ടു.

ഈ കേസിൽ ഭുവനഗിരി പൊലീസ് സബ് ഇൻസ്പെക്ടർ, സോക്രട്ടീസിനെ 22.7.1971 (ബിരുദദാന ചടങ്ങിന്റെ തലേ ദിവസം) ഇ.പീ.കോ 307, 147, 120-ആ, 332 വകുപ്പുകൾ അനുസരിച്ച് അറസ്റ്റ് ചെയ്തതായി മൊഴി കൊടുത്തു. ഇത് ശുദ്ധനുണയാണ്. കാരണം, ഗൂഢാലോചന, കൊലപാതകശ്രമം എന്നിവയ്ക്കായുള്ള വകുപ്പുകൾ 24.7.1971 നാണ് ആദ്യത്തെ അന്വേഷണ റിപ്പോർട്ടിൽ ചേർക്കപ്പെട്ടത്. അപ്പോൾ, ബിരുദദാന ചടങ്ങിന്റെ തലേ ദിവസംതന്നെ കാരണമില്ലാതെ ഒരാളെ അറസ്റ്റ് ചെയ്തതായി കള്ളമൊഴി നൽകിയതായിത്തന്നെ മനസ്സിലാക്കേണ്ടിയിരിക്കുന്നു.

ഹേബിയസ് കോർപ്പസ് പരാതിയുടെ വിചാരണ 5.10.1971 ന് വന്നപ്പോൾ, പരാതിക്കാരൻ രാമന്റെ ഭാഗത്ത് നിന്നും സാവകാശം ചോദിച്ചതിനെ നിഷേധിച്ച ജഡ്ജിമാർ, “ഇപ്പോൾത്തന്നെ സോക്രട്ടീസ് മജിസ്ട്രേറ്റിന്റെ മുന്നിൽ ഹാജരായി കസ്റ്റഡിയിൽ വയ്ക്കപ്പെട്ടിട്ടുള്ളതിനാൽ തള്ളുന്നു” എന്നറിയിച്ചു.

അദ്ദേഹത്തിന്റെ കേസ് തള്ളിയ ജഡ്ജിമാർ, കെ എസ് വെങ്കട്ടരാമൻ, എസ് മഹാരാജൻ എന്നിവർ തന്നെയാണ് കീഴ്‌വെണ്മണി കേസിലും കുറ്റവാളിയായ ഭൂവുടമ ഗോപാലകൃഷ്ണ നായ്ഡുവിനെ വെറുതെ വിട്ടതെന്നും ഒരു അറിവിനായി ഇവിടെ എഴുതുന്നു.

കെ വി രാമൻ (വിദ്യാർത്ഥി സോക്രട്ടീസിന്റെ മുത്തച്ഛൻ) എപ്പോഴും കാവിവസ്ത്രം ധരിച്ച് സന്ന്യാസിയെപ്പോലെ കാണപ്പെടുമായിരുന്നു. കടലൂരിൽ സമിതിയുടെ വിചാരണ നടന്നപ്പോൾ, നേരിൽ ഹാജരായി പല പരാതികൾ സമിതിക്ക് കൊടുത്തു അദ്ദേഹം. പക്ഷേ, അവയെല്ലാം എന്തായെന്ന് ആർക്കും അറിയില്ല. എന്തിന് സമിതിയുടെ വിചാരണാ റിപ്പോർട്ടിൽ അതിനെപ്പറ്റി ഒരു വരിപോലും എഴുതപ്പെട്ടിട്ടില്ലായിരുന്നു. മറ്റൊരവസരത്തിൽ, ചില വർഷങ്ങൾ കഴിഞ്ഞ്, മുത്തച്ഛൻ രാമനെ ഞാൻ കാണാനിടയായി.

അപ്പോൾ ഞാൻ ലാ കോളേജിൽ പഠിക്കുകയായിരുന്നു. അവിടെ ജി രാമകൃഷ്ണൻ എന്റെ ഒരു വർഷം സീനിയർ ആയിരുന്നു. ഒരു ദിവസം രാമകൃഷ്ണന് ശാരീരികാസ്വാസ്ഥ്യം ഉണ്ടായപ്പോൾ അദ്ദേഹത്തെ സർക്കാർ ആശുപത്രിയിലെ തീവ്രപരിചരണ വിഭാഗത്തിൽ എത്തിക്കുകയുണ്ടായി. രോഗം ബാധിച്ച അദ്ദേഹത്തിന്റെ പിത്തസഞ്ചി ശസ്ത്രക്രിയയിലൂടെ നീക്കം ചെയ്യപ്പെട്ടു. ചികിത്സ കഴിഞ്ഞ് രോഗികളുടെ വാർഡിലേക്ക് അദ്ദേഹത്തെ മാറ്റിയശേഷം, ഞാൻ ഹോസ്റ്റലിലേക്ക് തിരിച്ചുപോയി. രാമകൃഷ്ണനെ കട്ടിലിൽ കിടത്തിയിരിക്കുകയായിരുന്നു. അടുത്ത ദിവസം രാവിലെ പോയി നോക്കിയപ്പോൾ, അദ്ദേഹത്തിനെ അവിടെ കാണാനില്ല. ചെറിയൊരു ശബ്ദം കേട്ട് തിരിഞ്ഞ് നോക്കിയപ്പോൾ, ചികിത്സ കഴിഞ്ഞിരുന്ന രാമകൃഷ്ണൻ തറയിൽ കിടക്കുന്നു. അവിടെയുണ്ടായിരുന്ന നഴ്സിനോട് പരാതി പറഞ്ഞപ്പോൾ, ആ നഴ്സ് ലോ കോളേജ് വിദ്യാർത്ഥികളെ കടുത്ത വാക്കുകളിൽ ചീത്ത പറയാൻ തുടങ്ങി. ലോ കോളേജ് ഹോസ്റ്റലിലെ വിദ്യാർത്ഥികളുടെ അന്തസ്സ് അന്നൊക്കെ അത്രയ്ക്കേ ഉണ്ടായിരുന്നുള്ളൂ. പുരസൈവാക്കം ഹോസ്റ്റലിൽനിന്നും പാരിമൂനൈയിലുള്ള കോളേജിലേക്ക്, ദിവസവും കോളേജ് ബസ്സിൽ യാത്രചെയ്യുമ്പോൾ പൂന്തമല്ലി റോഡിൽ കാണുന്ന പെണ്ണുങ്ങളെ കളിയാക്കുന്നത് അന്ന് പതിവായിരുന്നതും അതിന്റെ ഒരു കാരണമാണ്.

അടുത്ത കട്ടിലിൽ കാവി വസ്ത്രമണിഞ്ഞ ഒരാൾ കിടക്കുന്നുണ്ടായിരുന്നു. അദ്ദേഹം എന്നെ നോക്കിയതും കടലൂരിൽ വച്ച് കണ്ടത് ഓർമ്മപ്പെടുത്തി. അദ്ദേഹം നഴ്സിനോട് എനിക്ക് വേണ്ടി സംസാരിച്ചു. "ഇവരൊക്കെ നമ്മുടെ പിള്ളേരാണ് നല്ലവരാണ്." നഴ്സ് ശാന്തനായി രാമകൃഷ്ണനെ മറ്റൊരു കട്ടിലിൽ കിടക്കാൻ സഹായിച്ചു. അത് സോക്രട്ടീസിന്റെ മുത്തച്ഛൻ കെ വി രാമനായിരുന്നു. എന്റെ സുഹൃത്ത് ആ സീനിയർ രാമകൃഷ്ണനനാണ് ഇന്ന് ജി ആർ എന്നറിയപ്പെടുന്ന മാർക്സിസ്റ്റ് കമ്യൂണിസ്റ്റ് പാർട്ടിയുടെ പോളിറ്റ് ബ്യൂറോ അംഗം.

കേസ് നടക്കുമ്പോൾത്തന്നെ, പി വി നരസിംഹൻ എന്ന മൂന്നാം വർഷ എഞ്ചിനീയറിംഗ് വിദ്യാർത്ഥിയെ, ചിദംബരം പൊലീസ് സബ്ബ് ഇൻസ്പെക്ടർ, ചെന്നൈയ്ക്ക് വന്ന് അയാളുടെ വീട്ടിൽനിന്നും അറസ്റ്റ് ചെയ്ത് കൊണ്ടുപോയി. അയാളുടെ മാതാപിതാക്കളോട് പോലും

അയാളെ എവിടേക്കാണ് കൊണ്ടുപോകുന്നതെന്ന് പറഞ്ഞില്ല. അതുപോലെ 289 വിദ്യാർത്ഥികളുടെ മേൽ ആദ്യത്തെ റിപ്പോർട്ട് കൊടുത്ത പൊലീസ് രണ്ട് പേരുകൾ എഴുതിച്ചേർത്തില്ല. വിദ്യാർത്ഥി സാക്ഷികളെയെല്ലാം വിചാരണ ചെയ്തുകഴിഞ്ഞ്, കടലൂർ പൊലീസ് സബ്ബ് ഇൻസ്പെക്ടർ ധർമ്മനാഥൻ, അവസാനം ചിദംബരത്തുനിന്നും 24.11.1971 ന് സർക്കാർ ഭാഗത്തുനിന്നുള്ള സാക്ഷിയായി വിചാരണ ചെയ്യപ്പെട്ടു. അദ്ദേഹത്തിന്റെ മൊഴിയിൽ, കാണാതായ വിദ്യാർത്ഥികളായ രാജാറാം, ഗോഖലേ എന്നീ പേരുകൾ പരാമർശിക്കപ്പെട്ടു. കൂടാതെ, 23.7.1971 ബിരുദദാന ചടങ്ങിന്റെയന്ന് അറസ്റ്റിലായ വിദ്യാർത്ഥികൾ അവരല്ലെന്നും അദ്ദേഹം പറഞ്ഞു.

ഇങ്ങനെയെല്ലാം നക്സലൈറ്റ് കോക്കാച്ചിയെ കാണിച്ച്, ഗൂഢാലോചനയെപ്പറ്റി നാലാമതൊരു പ്രശ്നം കൂടി രേഖപ്പെടുത്തി അന്വേഷിക്കാൻ ഉത്തരവിട്ട അന്വേഷണസമിതി അവസാനം തങ്ങളുടെ റിപ്പോർട്ടിൽ എന്താണ് പറഞ്ഞതെന്നറിയാമോ?

പ്രശ്നം 4: തമിഴ്നാട് മുഖ്യമന്ത്രിയെ വധിക്കാൻ (അ), അദ്ദേഹത്തിനെ പരിക്കേൽപ്പിക്കാൻ ഗൂഢാലോചന നടന്നോ? (പേ.12)

സമിതിയുടെ കണ്ടെത്തൽ: നാലാമത് പ്രശ്നത്തിൽ ഞാൻ തീർപ്പൊന്നും പറഞ്ഞില്ല. (പേ.93)

ഇന്ത്യൻ നാഷണൽ കോൺഗ്രസ്സിന്റെ ഭാഗത്തുനിന്നും ചോദിച്ചതിനാലും ഗൂഢാലോചനയെപ്പറ്റി കേസ് നടന്നുകൊണ്ടിരിക്കുന്നതിനാലും അദ്ദേഹം അതിനെപ്പറ്റി മിണ്ടിയില്ലെന്ന് സമിതി കാരണം പറഞ്ഞതിനാലും, അഞ്ച് മാസത്തെ തുടർ വിചാരണയ്ക്ക് ശേഷം അവസാനമായി സാക്ഷി പറഞ്ഞ അന്വേഷണ ഉദ്യോഗസ്ഥൻ അതിനെപ്പറ്റി ഒന്നും പറഞ്ഞിരുന്നില്ല. റിപ്പോർട്ടിൽ ഗൂഢാലോചനയെപ്പറ്റിയുള്ള സാക്ഷികളെ വിസ്തരിച്ച ജസ്റ്റിസ് ഇങ്ങനെ പറഞ്ഞു:

“കൂടാതെ, 23.7.1971 ൽ എന്ത് നടന്നു എന്നതിനെപ്പറ്റി സാക്ഷ്യം ഉണ്ടെന്നല്ലാതെ, ഗൂഢാലോചന കുറ്റാരോപണത്തിനെപ്പറ്റി ഈ അന്വേഷണസമിതിക്കുമുമ്പിൽ ആരും സാക്ഷി പറഞ്ഞിട്ടില്ല... നേരത്തേ തന്നെ ഗൂഢാലോചന നടന്നിട്ടുണ്ടാകണം എന്ന് തീരുമാനം എടുക്കേണ്ടതില്ല.” (പേ.91)

ഇങ്ങനെ അന്വേഷണസമിതി ഗൂഢാലോചനയെപ്പറ്റി ഒരു തീരുമാനവും പറയാത്തത് മാത്രമല്ല, ഗൂഢാലോചന, വധശ്രമം എന്നിവയെപ്പറ്റി അണ്ണാമലൈ നഗര പൊലീസ് സ്റ്റേഷനിൽ ഫയൽ ചെയ്യപ്പെട്ട ആദ്യത്തെ അന്വേഷണ റിപ്പോർട്ട് (280/71) സംബന്ധിച്ച് അവസാനം വരെ ചാർജ്ജ്-ഷീറ്റ് ഒന്നും ഫയൽ ചെയ്തിട്ടുമില്ല; ഒരു കോടതിയിലും അതിനുള്ള വിചാരണ നടന്നതുമില്ല. തീവ്രവാദികൾ, നക്സലേറ്റ് ബന്ധം എന്നിങ്ങനെ കുറ്റംചുമത്തി നാല് എഞ്ചിനീയറിംഗ് കോളേജ് വിദ്യാർത്ഥികൾ അറസ്റ്റ് ചെയ്യപ്പെട്ട്, കസ്റ്റഡിയിൽ വയ്ക്കപ്പെട്ടതല്ലാതെ മറ്റൊന്നും നടന്നില്ല. അവരെ സമിതിക്ക് മുന്നിൽ ഹാജരാക്കാൻ

അനുവദിക്കാതിരിക്കാനാണ് ഈ ഏർപ്പാടുകൾ നടന്നത്. സമിതിയും, സോക്രട്ടീസിന്റെ മുത്തച്ഛൻ കൊടുത്ത പരാതികളെപ്പറ്റി റിപ്പോർട്ടിൽ ഒരു വരി പോലും പറഞ്ഞില്ലെന്ന് മാത്രമല്ല; ഗൂഢാലോചനയുമായി ബന്ധപ്പെട്ട് ഒന്നുംതന്നെ പറയാൻ പോകുന്നില്ലെന്ന് പറഞ്ഞതും വിചിത്രമായിരിക്കുന്നു. ചുരുക്കിപ്പറഞ്ഞാൽ, ഗൂഢാലോചന എന്ന ഒരു മണ്ടൻ എതിർവാദം, വിദ്യാർത്ഥികളെ ലാത്തിച്ചാർജ് ചെയ്ത് പരിക്കേൽപ്പിച്ചതിനെ ന്യായീകരിക്കാൻ മാത്രം കെട്ടിച്ചമച്ചതാണെന്ന് അവസാനമായി കരുതാം.

കടലൂരിൽ ആദ്യത്തെ സാക്ഷിവിചാരണ 30.8.1971 ന് തുടങ്ങി രണ്ടാഴ്ച തുടർന്നു. അതിൽ സർക്കാർ ഭാഗത്തുനിന്നും സാക്ഷികളായി 65 പേർ വിചാരണ ചെയ്യപ്പെട്ടു. തഹസീൽദാർ ധ്യാനേശ്വരൻ സബ്ബ് ഇൻസ്പെക്ടർ ശരവണപെരുമാൾ (ശരവണപെരുമാൾ ഗ്രൂപ്പ്-1 പരീക്ഷയെഴുതി തെരഞ്ഞെടുക്കപ്പെട്ട് ആദ്യമായി സബ്ബ് ഇൻസ്പെക്ടർ ആയി ചിദംബരത്തിൽ നിയമിക്കപ്പെട്ടിരുന്നു) ഇവരുടെ ആദ്യത്തെ വിചാരണ കഴിഞ്ഞശേഷം, അവരെ അവസാനമായി എതിർ വിസ്താരം ചെയ്യാം എന്ന് ചോദിച്ചതിൻപടി ജഡ്ജി അവർക്കായുള്ള എതിർ വിസ്താരം അനുവദിച്ചു. മറ്റ് സാക്ഷികൾ മിക്കവാറും സാധാരണ പൊലീസുകാർ ആയിരുന്നതിനാൽ എതിർ വിസ്താരം പെട്ടെന്ന് കഴിഞ്ഞു.

ആദ്യഘട്ട വിചാരണ കഴിഞ്ഞ് ഞങ്ങൾ ആവശ്യപ്പെട്ടതുപോലെ സർവ്വകലാശാല സന്ദർശിക്കാനായി അന്വേഷണസമിതി 8.9.1971 ന് നേരിൽ വന്നു. വിദ്യാർത്ഥികളുടെ ഹോസ്റ്റലിന്റെ, പല മുറികളുടേയും വാതിലുകൾ തകർത്തതിനൊപ്പം വാതിലുകളിൽ പൊലീസുകാരുടെ ബൂട്ട്സ് പതിഞ്ഞിരിക്കുന്നത് സമിതി കണ്ടു. ചുവരുകളിൽ പലയിടങ്ങളിൽ രക്തക്കറ ഉണ്ടായിരുന്നു. ഞാൻ അതെല്ലാം സമിതിക്ക് ചൂണ്ടിക്കാണിക്കുകയും സമിതി എല്ലാം രേഖപ്പെടുത്തുകയും ചെയ്തു.

ഇതിനെക്കുറിച്ച് സമിതിയുടെ റിപ്പോർട്ടിങ് ഇപ്രകാരമാണ്:

> വിദ്യാർത്ഥികളെ പിടിക്കാനായി ചില പൊലീസുകാർ മുറിയുടെ വാതിലിൽ ബലമായി തൊഴിച്ചിട്ടുണ്ട്; ബൂട്ട്സിട്ട കാലുകൾ കൊണ്ട് ചവുട്ടിയതിന്റെ അടയാളങ്ങൾ കാണാം. ഇതിനെത്തുടർന്ന്, സർക്കാർ ഭാഗത്ത് നിന്നും ഫയൽ ചെയ്ത കേസ് റിപ്പോർട്ടനുസരിച്ച് വിദ്യാർത്ഥികളുടെ ഹോസ്റ്റലിൽ ഞാൻ തന്നെ നേരിൽ കണ്ട ചില തെളിവുകളും സൂചിപ്പിക്കേണ്ടതുണ്ട്. ഞാൻ പോയി നോക്കിയപ്പോൾ, വിദ്യാർത്ഥികളുടെ ഹോസ്റ്റൽ മുറികളിൽ പല വാതിലുകളിൽ അക്രമത്തിന്റെ തെളിവുകൾ കണ്ടു. ഇവയിൽ ചിലത് ബൂട്ട്സിട്ട കാലുകൾകൊണ്ട് തൊഴിച്ചതിന്റെ അടയാളങ്ങൾ ആകുന്നു. ബൂട്ട്സിട്ട കാലുകൾകൊണ്ട് ചവുട്ടിപ്പൊളിച്ച അടയാളം അങ്ങനെതന്നെ പതിഞ്ഞിരിക്കുന്നത് കണ്ടു. ചില വാതിലുകളിൽ നടുപ്പലക ഇല്ലായിരുന്നു. ഈ പലകകൾ എടുത്തുകള

ഞാൽ അകത്തേക്ക് കൈയിട്ട് ഓടാമ്പൽ തുറക്കുന്നത് എളുപ്പമാകും. വേറെ ചിലത് തകർത്തിരിക്കുന്നതായും കണ്ടു. അവ എന്റെ നിരീക്ഷണക്കുറിപ്പിൽ എഴുതിയിട്ടുണ്ട്.

വിദ്യാർത്ഥികളുടെ ഹോസ്റ്റലിന്റെ ചുവരിൽ ഒരിടത്ത് ഞാൻ ചോരക്കറകൾ കണ്ടത് സത്യമാണ്. വിദ്യാർത്ഥികൾക്ക് ചോര വാർന്ന് പരിക്കുകൾ വന്നിട്ടുണ്ട് എന്നതിനെ ഈ കറകൾ സൂചിപ്പിക്കുന്നതിനൊപ്പം, ആ ഇടത്ത് തന്നെയാണ് ഈ പരിക്കുകൾ സംഭവിച്ചിരിക്കുന്നതെന്ന് ഇവ സൂചിപ്പിക്കുന്നതായി കരുതാനാവില്ല. (പേ.85, 86, 89)

രണ്ടാം വിചാരണ കടലൂരിൽ 4.10.71 ന് ആരംഭിച്ച്, രണ്ടാഴ്ച തുടർന്നു. ഈ ഘട്ടത്തിൽ സർക്കാർ ഭാഗത്ത് നിന്നുമുള്ള സാക്ഷികൾ 66 മുതൽ 90 വരെ വിചാരണ ചെയ്യപ്പെട്ടു. സർക്കാർ ഭാഗത്ത് നിന്നുമുള്ള സാക്ഷികളിൽ ഡോക്ടർ നടരാജൻ, ഡോക്ടർ ശെൽവി, ഡോക്ടർ സി ബാലകൃഷ്ണൻ, ഡോക്ടർ ദണ്ഡപാണി എന്നിവർ വിസ്തരിക്കപ്പെട്ടു. അവർ മെഡിക്കൽ സാക്ഷികളാണ് എന്നതിനാൽ, അവരെ ക്രോസ് വിസ്താരം ചെയ്യാൻ എനിക്ക് മതിയായ വൈദ്യശാസ്ത്രപരമായ നിയമജ്ഞാനം അന്നില്ലായിരുന്നു. പ്രത്യേകിച്ചും ഡോ. ദണ്ഡപാണി കടലൂർ ജില്ലാ ആശുപത്രിയിലുള്ളയാളാണ്. അദ്ദേഹമാണ് ഉദയകുമാറിന്റെ പ്രേതപരിശോധന നടത്തിയത്.

ഡോ. ദണ്ഡപാണിയെ സർക്കാർ ഭാഗത്ത് നിന്നുമുള്ള സാക്ഷിആയി വിസ്തരിക്കാൻ പോകുന്നതറിഞ്ഞ ഞാൻ, ഹൈക്കോടതിയിലെ പേരുകേട്ട വക്കീൽ ആയ എൻ നടരാജൻ അവർകളെ സമീപിച്ച് സഹായം ആവശ്യപ്പെട്ടു. അദ്ദേഹം കടലൂരിലേക്ക് നേരിട്ട് വരാമെന്ന് സമ്മതിച്ചു. സാക്ഷിയെ വിസ്തരിക്കുന്ന ദിവസം അതിരാവിലെ കീഴ്പാക്കത്തിൽനിന്നും നടരാജന്റെ വീട്ടിലേക്ക് ഞാൻ പോയി. അദ്ദേഹവുമൊത്ത് അദ്ദേഹത്തിന്റെ കാറിൽ കടലൂരിലേക്ക് പുറപ്പെട്ട് ഏതാണ്ട് പത്ത് മണിക്ക് വിചാരണ നടക്കുന്ന സ്ഥലത്തെത്തി. എന്നാൽ, എൻ നടരാജൻ വരുന്നതറിഞ്ഞ പൊലീസ് വകുപ്പ്, അന്ന് ഡോക്ടർ ദണ്ഡപാണിയെ ഒളിപ്പിച്ച്, അന്വേഷണസമിതിയോട് കള്ളം പറഞ്ഞ് കേസ് മാറ്റിവച്ചു. അവസാനം എൻ നടരാജന് വിചാരണയിൽ പങ്കെടുക്കാൻ സാധിച്ചില്ല. ഞാൻ തന്നെ വൈദ്യശാസ്ത്ര നിയമ വിവരങ്ങൾ തട്ടിക്കൂട്ടിയെടുത്ത് അദ്ദേഹത്തിനെ എതിർ വിസ്താരം ചെയ്യേണ്ടിവന്നു.

ചിദംബരം സർക്കാർ ആശുപത്രിയിൽ അസിസ്റ്റന്റ് ഡോക്ടറായിരുന്നു സി ബാലകൃഷ്ണൻ. അദ്ദേഹമാണ് പരിക്കേറ്റ വിദ്യാർത്ഥികൾക്കും പൊലീസുകാർക്കും ചികിത്സ നൽകിയത്. സർക്കാർ സാക്ഷി 86 ആയുള്ള വിചാരണയിൽ അദ്ദേഹത്തിനെ ഞാൻ എതിർ വിസ്താരം ചെയ്തു. അദ്ദേഹം എന്റെ ചേച്ചിയുടെ ഭർത്താവിന്റെ വലിയച്ഛന്റെ മകനായിരുന്നു. എന്റെ മേൽ പൊലീസ് എടുത്ത വകുപ്പുകളിൽ കേസ് തുട

രാനിരിക്കുന്നതായും, അതുകൊണ്ട് ഞാൻ സമിതിക്ക് മുന്നിൽ ഹാജരാകുന്നത് ഒഴിവാക്കണമെന്നും, ആ വിവരം ഡി ഐ ജിയോട് പറഞ്ഞിട്ടുള്ളതായും, എന്റെ ചേച്ചിയുടെ ഭർത്താവിനെ കണ്ട് ഡോ. ബാലകൃഷ്ണൻ അദ്ദേഹത്തെ ഭയപ്പെടുത്തി. ഉടൻ തന്നെ എന്റെ ചേച്ചിയുടെ ഭർത്താവ് ചെന്നൈയ്ക്ക് വന്ന്, പാർട്ടി ഓഫീസിലെ നേതാക്കളെ കണ്ട് ഇതിനെക്കുറിച്ച് വേവലാതിപ്പെട്ടു. ഇതെല്ലാം സംഭവിച്ചിട്ടും തുടർന്നും വിചാരണയിൽ പങ്കെടുക്കാനുള്ള മനോബലം എനിക്കുണ്ടായിരുന്നു.

ഈ സംഭവം ഇവിടെ പറയുന്നതിന് ഒരു കാരണമുണ്ട്. സ്റ്റുഡന്റ്സ് ഫെഡറേഷൻ ഓഫ് ഇന്ത്യയുടെ ഭാഗമായി ഞാൻ എട്ട് സാക്ഷികളെ വിസ്തരിച്ചു. അതിൽ ഒരാൾ ടി ആർ വിശ്വനാഥൻ. അദ്ദേഹം ചിദംബരം നഗരത്തിലെ മാർക്സിസ്റ്റ് കമ്യൂണിസ്റ്റ് പാർട്ടിയിൽ ഉള്ളയാളാണ്. അദ്ദേഹം തന്റെ വിസ്താരത്തിൽ ഇങ്ങനെ പറഞ്ഞതായി സമിതി പറയുന്നു:

> വിദ്യാർത്ഥികൾക്കുണ്ടായ ഗുരുതരമായ പരിക്കുകളെപ്പറ്റി മിണ്ടരുതെന്ന് പൊലീസ് വകുപ്പും മറ്റ് ഉദ്യോഗസ്ഥരും അദ്ദേഹത്തിനെ നിർബന്ധിച്ചു. ഇതിനെപ്പറ്റി ചിദംബരത്തിൽ താമസിക്കുന്ന മാർക്സിസ്റ്റ് കമ്യൂണിസ്റ്റ് പാർട്ടിയുടെ മുഴുവൻ സമയ പ്രവർത്തകനായ ടി ആർ വിശ്വനാഥൻ താഴെ കൊടുത്തിരിക്കുന്നതുപോലെ പറഞ്ഞു:
>
> പരിക്കേറ്റ വിദ്യാർത്ഥികളെ ചിദംബരം സർക്കാർ ആശുപത്രിയിൽ പ്രവേശിപ്പിച്ചിരിക്കുന്നു എന്നറിഞ്ഞപ്പോൾ, 23.7.1971 ന് വൈകുന്നേരം മേൽപ്പറഞ്ഞ ആശുപത്രിയിലേക്ക് ഇദ്ദേഹം പോയി. അപ്പോൾ പൊലീസ് വകുപ്പ് ഡെപ്യൂട്ടി ഇൻസ്പെക്ടർ ജനറലും, കടലൂർ ജില്ലാ ആശുപത്രി അധികാരിയും ചിദംബരം ആശുപത്രിയിലെ അധികാരിയും സംസാരിക്കുന്നത് ഇദ്ദേഹം കണ്ടു. പൊലീസ് വകുപ്പ് ഡെപ്യൂട്ടി ഇൻസ്പെക്ടർ ജനറലും ജില്ലാ ആശുപത്രി അധികാരിയും മുകളിൽ പറഞ്ഞതുപോലെ ആശുപത്രി അധികാരികളെ നിർബന്ധിച്ചിട്ടുള്ളതായി സാക്ഷിയുടെ മൊഴി മൂലം കരുതപ്പെടുന്നു. (പേ.41, 42)

ഈ മൊഴി സമിതി സ്വീകരിച്ചത് വിഷമമുണ്ടാക്കുന്നതാണ്. ഡെപ്യൂട്ടി ഇൻസ്പെക്ടർ ജനറലും ഡോക്ടർ ബാലകൃഷ്ണനും തമ്മിൽ എങ്ങനെയുള്ള ബന്ധമായിരുന്നെന്ന് എനിക്ക് നന്നായി അറിയാം. പക്ഷേ, അത് സമിതിക്ക് മനസ്സിലാകാത്തതാണ് വിഷമം.

സമിതിയുടെ വിചാരണ വരുന്നതിനുള്ളിൽ ഉദയകുമാറിന്റെ മരണം സംബന്ധിച്ച് രണ്ടാമത്തെ പരാതിയും ഫയൽ ചെയ്തിരുന്നു. മരിച്ച ഉദയകുമാറിനെപ്പറ്റി സംസാരിക്കാനുള്ള പ്രധാന സാക്ഷി അയാളുടെ അച്ഛൻ പെരുമാൾച്ചാമി തന്നെയായിരിക്കില്ലേ? അദ്ദേഹം ജില്ലാ

അഡ്മിനിസ്ട്രേറ്റർക്ക് കൊടുത്ത പരാതിയും (സാക്ഷ്യപത്രം പേ.180) പ്രസ്താവനയും (പേ.181). കൂടാതെ പല സാക്ഷ്യപത്രങ്ങളും പൊലീസ് വകുപ്പ് ഫയൽ ചെയ്തിട്ടുണ്ടെങ്കിലും, പെട്ടെന്ന് പെരുമാൾച്ചാമിയെ സർക്കാർ ഭാഗത്ത് നിന്നും വിചാരണ ചെയ്യാൻ പോകുന്നില്ലെന്ന് അവർ പറഞ്ഞു. എന്തായാലും, അദ്ദേഹം സമിതിയുടെ സാക്ഷിയായി, സമൻസ് അയച്ച് വിളിപ്പിച്ച് വിചാരണ ചെയ്യപ്പെട്ടു. അദ്ദേഹം നെല്ലിക്കുപ്പത്തിൽ സ്കൂൾ അദ്ധ്യാപകനായി ജോലി ചെയ്യുകയായിരുന്നു. അദ്ദേഹത്തിന് രണ്ട് മക്കളാണുണ്ടായിരുന്നത്. ഭാര്യ മരിച്ചുപോയി. മകൻ ഉദയകുമാർ സർവകലാശാലയിൽ രണ്ടാം വർഷ ഗണിതവിദ്യാർത്ഥിയായിരുന്നു. ഹോസ്റ്റലിൽ താമസിക്കാതെ സർവകലാശാലയ്ക്കുപുറത്ത് മുറിയെ ടുത്ത് താമസിച്ച് പഠിക്കുകയായിരുന്നു.

23.7.1971 ന് സർവകലാശാലാ കുളത്തിൽ പൊങ്ങിക്കിടന്ന മൃത ശരീരം വിദ്യാർത്ഥികൾ കണ്ട്, പിന്നീട് പൊലീസ് വകുപ്പ് പ്രേതപരി ശോധനയ്ക്കായി കടലൂരിലേക്ക് കൊണ്ടുപോയി. മൃതദേഹത്തിന്റെ ചിത്രം *ദിനതന്തി*യിൽ 28.7.1971 ന് അച്ചടിച്ചുവന്നപ്പോൾ, മൃതശരീരത്തിൽ നിന്നും കണ്ടെത്തിയ സാധനങ്ങളായി ഒരു കെമി വാച്ച്, കെ പി എസ് എന്നെഴുതിയ സ്വർണമോതിരം, ഒരു താക്കോൽക്കൂട്ടം തുടങ്ങിയവ കാണിച്ചു. *ദിനതന്തി* വായിച്ച പെരുമാൾച്ചാമി, കടലൂർ ആശുപത്രിയി ലെത്തി മരിച്ചത് തന്റെ മകൻ ഉദയകുമാർ ആണെന്നറിയിച്ചു. പിന്നീട്, നെല്ലിക്കുപ്പത്തിൽ പെരുമാൾച്ചാമിയുടെ വീട്ടിലേക്ക് പോയപ്പോൾ, ഉദയകുമാറിന്റെ ഫോട്ടോയിൽ മാല ചാർത്തിയിരിക്കുന്നത് നേരിൽ കാണാൻ സാധിച്ചു. ആ ചിത്രവും സമിതിയുടെ മുന്നിൽ ഫയൽ ചെയ്തു.

മരിച്ചത് ഉദയകുമാർ അല്ലെന്ന് വാദിച്ച സർക്കാർ, സത്യം മറയ്ക്കുന്ന വിധത്തിൽ പുതിയ കഥകൾ കൊണ്ടുവരാൻ തുടങ്ങി. ആദ്യം അയാൾക്ക് നക്സലേറ്റുകളുമായി ബന്ധമുണ്ടെന്ന് പറഞ്ഞു, പിന്നീട് അയാൾ താമ സിച്ചിരുന്ന വീട്ടിൽ ജോലി ചെയ്ത പെണ്ണുമായി പ്രേമമുണ്ടായിരുന്നെന്ന കഥ കെട്ടിച്ചമച്ചു. ആ പെണ്ണിനേയും കൂട്ടിക്കൊണ്ട് വന്ന് പൊലീസുകാർ വിചാരണ ചെയ്തു. അതിന്റെ ആഘാതത്താൽ ആ പെണ്ണിന്റെ മുത്തശ്ശി മരിച്ചുപോയി. ഇതിനെക്കുറിച്ച് *തുഗ്ലക്* പത്രത്തിന്റെ കറസ്പോണ്ടന്റ് നേരിൽ പോയി പലരോടും ചോദിച്ചറിഞ്ഞ്, 'ഉദയകുമാർ എവിടെ?' എന്ന തലക്കെട്ടിൽ എഴുതിയ അന്വേഷണലേഖനം രണ്ട് പേജുകളിലായി പ്രസിദ്ധീകരിക്കപ്പെട്ടു.

അച്ഛൻ പെരുമാൾച്ചാമിയെക്കൊണ്ട് സമിതിയുടെ മുന്നിൽ കള്ളസാക്ഷി പറയിച്ചു അവർ. പെരുമാൾച്ചാമി അന്വേഷണ സമിതിയുടെ മുന്നിൽ സാക്ഷിയായി വന്ന ദിവസം, ആ കെട്ടിടത്തിന്റെ ഉമ്മറത്ത് ഞാൻ നിൽക്കുകയായിരുന്നു. അപ്പോൾ ഒരു വെള്ള അംബാസഡർ കാർ വന്നു. പെരുമാൾച്ചാമി ഇറങ്ങുന്നത് ഞാൻ നേരിൽ കണ്ടു.

സാക്ഷിക്കൂട്ടിൽ നിൽക്കുകയായിരുന്ന പെരുമാൾച്ചാമിയെ ഞാൻ

എതിർ വിസ്താരം ചെയ്യാൻ തുടങ്ങിയപ്പോൾ ആദ്യം ചോദിച്ചത് അദ്ദേഹം അന്ന് രാവിലെ നെല്ലിക്കുപ്പത്തിൽനിന്നും ഇന്ന നമ്പർ അംബാസഡർ കാറിൽ സമിതിക്ക് മുന്നിലേക്ക് കൊണ്ടുവരപ്പെട്ടോ എന്നായിരുന്നു. അതിന്, 'ഇല്ല' എന്ന് മറുപടി പറഞ്ഞ അദ്ദേഹം, അന്ന് രാവിലെ നെല്ലിക്കുപ്പത്തിൽനിന്നും ബസ്സിലാണ് വന്നതെന്നും അതിന്റെ തെളിവായി ഷർട്ടിന്റെ കീശയിൽനിന്നും ടിക്കറ്റ് എടുത്ത് കാണിക്കുകയും ചെയ്തു. ഇത് കേട്ട ഞാൻ ഞെട്ടിപ്പോയി.

ഉദയകുമാറിന്റെ മൃതശരീരം കണ്ടശേഷം, തഹസീൽദാർക്ക് കൊടുത്ത സത്യവാങ്മൂലത്തിൽ മൃതശരീരം തന്റെ മകൻ ഉദയകുമാറിന്റേതാണെന്ന് മൊഴി കൊടുത്ത പെരുമാൾച്ചാമി, വിചാരണ സമിതി ജഡ്ജിയുടെ മുന്നിൽ അത് നിഷേധിച്ച്, മൃതശരീരം തന്റെ മകന്റെയല്ലെന്ന് പറഞ്ഞപ്പോൾ, മൊഴി കുറിച്ചെടുത്ത സമിതിയുടെ ജഡ്ജിക്ക് തന്നെ ദഹിച്ചില്ല.

രണ്ടാം ഘട്ട വിചാരണയുടെ സമയത്ത് വിസ്തരിക്കപ്പെട്ട പ്രധാന സാക്ഷി എൻ രാംദാസ് എന്നയാളായിരുന്നു. അയാൾ 'ക്യൂ ബ്രാഞ്ച്' ഇൻസ്പെക്ടർ ആയിരുന്നു. അയാളാണ് വിദ്യാർത്ഥികളുടെ ഒരു വിഭാഗത്തിന് നക്സലേറ്റ് ബന്ധമുണ്ടെന്നും ആ സംഘമാണ് ഗൂഢാലോചന നടത്തിയതെന്നും മൊഴി കൊടുത്തത്.

ഒരു തവണ ഹൈക്കോടതിയിൽ വാദം നടക്കുമ്പോൾ, 'ക്യൂ ബ്രാഞ്ച്' വിഭാഗത്തിനെപ്പറ്റി സൂചിപ്പിച്ചപ്പോൾ ജഡ്ജി, അതെന്താ 'ക്യൂ ബ്രാഞ്ച്' എന്ന് എന്നോട് ചോദിച്ചു. ഞാൻ ഉടനെ മടിക്കാതെ അത്, ക്വസ്റ്റിനബിൾ ബ്രാഞ്ച് (Questionable Branch) ആണെന്ന് പറഞ്ഞു. സത്യത്തിൽ, പൊലീസ് വകുപ്പിലുള്ള എ, ബി, സി, ഡി പോലെയുള്ള പല വിഭാഗങ്ങളിൽ ക്യൂ എന്ന വിഭാഗമാണത്. ഓരോ ജില്ലയിലും പൊലീസ് വകുപ്പിൽ ഒരു പ്രത്യേക വിഭാഗം ഉണ്ടായിരിക്കും. ആ വിഭാഗത്തിലുള്ള ഇന്റലിജൻസ് പൊലീസുകാരാണ്, സർക്കാരിന് വേണ്ട വിവരങ്ങൾ ശേഖരിച്ച് അയയ്ക്കുക. 1970 കളിൽ പാർട്ടികളുടെ രാഷ്ട്രീയ നീക്കങ്ങൾ നിരീക്ഷിക്കുന്നതിനായി 'ക്യൂ ബ്രാഞ്ച്' ചെറിയ വിഭാഗത്തിന് രൂപംനല്കി. 30 വർഷംകൊണ്ട് ആ വിഭാഗം ആസുരമായി വളർന്നു. ഇന്ന് രാഷ്ട്രീയ എതിരാളികൾ എല്ലാവരേയും നിരീക്ഷിക്കുന്ന ഉത്തരവാദിത്വം സ്വന്തമാക്കിയിരിക്കുന്നു അത്.

ഇൻസ്പെക്ടർ രാംദാസുമായുള്ള എതിർ വിസ്താരത്തിനിടെ അയാൾക്ക് അടിസ്ഥാനപരമായ രാഷ്ട്രീയ വിവരം പോലുമില്ലെന്ന് എന്റെ ചോദ്യങ്ങളിലൂടെ സമിതിക്ക് മനസ്സിലാക്കിക്കൊടുത്തു. ഉദാഹരണമായി, കമ്യൂണിസ്റ്റ് പാർട്ടി ഓഫ് ഇന്ത്യ, കമ്യൂണിസ്റ്റ് പാർട്ടി ഓഫ് ഇന്ത്യ (മാർക്സിസ്റ്റ്), കമ്യൂണിസ്റ്റ് പാർട്ടി ഓഫ് ഇന്ത്യ (മാർക്സിസ്റ്റ് ലെനിനിസ്റ്റ്) എന്നീ മൂന്ന് സംഘടനകൾക്കുമുള്ള അടിസ്ഥാനപരമായ രാഷ്ട്രീയ അഭിപ്രായങ്ങളുടെ വ്യത്യാസങ്ങൾ എന്തൊക്കെയാണെന്ന് ആ സാക്ഷിയോട് ചോദിച്ചപ്പോൾ, അയാൾ മൗനമായി നിന്ന് തന്റെ അറിവില്ലായ്മ

പ്രദർശിപ്പിച്ചു. കൂടാതെ, ഗണേശൻ എന്ന വിദ്യാർത്ഥി ബോംബ് ഉണ്ടാക്കുമ്പോൾ മരിച്ചുപോയി എന്ന ഒരു വിഷയം മാത്രം നല്ലപോലെ ആ ഇൻസ്പെക്ടർ ഓർമ്മയിൽ സൂക്ഷിച്ചിട്ടുണ്ടായിരുന്നു.

രണ്ടാം ഘട്ട വിചാരണ കഴിഞ്ഞ് വിദ്യാർത്ഥികളുടെ ഭാഗം വിചാരണ ആരംഭിച്ചു. ഇതിനുള്ളിൽ 6.10.1971 ന് സർവ്വകലാശാലയും തുറന്നു. വിദ്യാർത്ഥികളുടെ ഭാഗത്തുനിന്നുമുള്ള സാക്ഷികളെ വിസ്തരിക്കാനായി ചിദംബരത്തിൽ വിചാരണ വയ്ക്കണമെന്ന് ഞങ്ങൾ സമിതിയെ നിർബന്ധിച്ചു. ഇല്ലെങ്കിൽ വിദ്യാർത്ഥികൾ വിചാരണ ബഹിഷ് കരിക്കുമെന്ന് ഞങ്ങൾ സമിതിയെ അറിയിച്ചു. റിപ്പോർട്ടിന്റെ നാലാമത്തെ പേജിൽ പറഞ്ഞിട്ടുണ്ട്.

മൂന്നാം ഘട്ട വിചാരണയായി വിദ്യാർത്ഥി സാക്ഷികൾ ചിദംബര ത്തിൽ 22.11.1971 മുതൽ വിസ്തരിക്കപ്പെട്ടു. മൊത്തം 34 സാക്ഷികളിൽ 8 പേർ സ്റ്റുഡന്റ്സ് ഫെഡറേഷൻ ഓഫ് ഇന്ത്യയിൽ പെട്ടവരായിരുന്നു. വിദ്യാർത്ഥികളുടെ ഭാഗത്തുനിന്നുമുള്ള സാക്ഷികളിൽ വിസ്തരിക്കപ്പെട്ട ഗണേശൻ, ആർ രാമലിംഗം എന്നിവർ സഹോദരങ്ങളായിരുന്നു. ഇവരുടെ മൊഴികൾ മുഴുവനും വിശ്വസനീയമാം വിധമായിരുന്നു എന്നത് സമിതി റിപ്പോർട്ടിൽ പറഞ്ഞിട്ടുണ്ട്. സ്റ്റുഡന്റ്സ് ഫെഡറേഷൻ ഓഫ് ഇന്ത്യയെ പുകഴ്ത്തുന്നതിനല്ല; മറിച്ച്, ഇവരുടെ മൊഴി അംഗീകരിച്ച്, അതുമൂലം മറ്റു വിദ്യാർത്ഥികളുടെ മൊഴികളെ നിരാകരിക്കാനും, ഇവരുടെ മൊഴി യിലുള്ള ചില ഭാഗങ്ങളിലൂന്നി, ബിരുദദാന ചടങ്ങിന് വരാനിരുന്ന മുഖ്യ മന്ത്രിയുടെ കാർ തടയാൻ തീരുമാനിച്ചിരുന്നു എന്ന് പറയുന്നതിനെ നിഷേധിക്കാനുമാണ്. വിദ്യാർത്ഥികളുടെ ഭാഗത്ത് നിന്നും വിചാരണ ചെയ്യപ്പെട്ട മറ്റൊരു സാക്ഷിയായിരുന്നു കെ ബാലകൃഷ്ണൻ. സാക്ഷി കളായ വിദ്യാർത്ഥികളെ ഒരുമിപ്പിക്കുന്നതിൽ ഇദ്ദേഹം അന്ന് വലിയ പങ്കുവഹിച്ചു. അദ്ദേഹമാണ് ഇന്നത്തെ മാർക്സിസ്റ്റ് കമ്മ്യൂണിസ്റ്റ് പാർട്ടിയുടെ തമിഴ്നാട് സംസ്ഥാന സെക്രട്ടറി.

വിദ്യാർത്ഥികൾ തങ്ങൾക്ക് പരിക്കേറ്റ കാര്യം വാമൊഴി സാക്ഷി യായി പറഞ്ഞപ്പോൾ, അതിന് ആശുപത്രിയിൽ സാക്ഷി ഇല്ലെന്ന് പറഞ്ഞ് സമിതി നിരാകരിച്ചു. അതുപോലെ, സായുധസേനയിലെ പോരാളികൾ മേലധികാരികളുടെ ഉത്തരവനുസരിച്ച് പെരുമാറാൻ കടമപ്പെട്ടവരാണ്. പൊലീസുകാർ, ഹോസ്റ്റലിൽ മർദ്ദനത്തിൽ പരിക്കേറ്റതിന് തെളിവ് സമർ പ്പിച്ചില്ലെങ്കിലും, ഹോസ്റ്റലിലുള്ള പല സ്വത്ത് നഷ്ടങ്ങൾക്കും അവരാണ് കാരണമെന്ന് പറഞ്ഞാലും അവരുടെ പെട്ടെന്നുള്ള നടപടികൾക്ക് അവരുടെ മേലധികാരികൾ പിന്തുണ നൽകിയിട്ടുണ്ടാകും എന്ന് വിശ്വ സിക്കാനാവില്ലെന്ന് വൈരുദ്ധ്യങ്ങളോടെ റിപ്പോർട്ടിൽ പറയുന്നു.

വിദ്യാർത്ഥികളുടെ സാക്ഷിവിചാരണ കഴിഞ്ഞ് കടലൂർ സബ്ബ് ഇൻസ്പെക്ടർ ധർമ്മനാഥൻ, കടലൂർ ജില്ലാ സെക്രട്ടറി കെ ഏ നമ്പ്യാർ എന്നിവർ അവസാനം സമിതിക്ക് മുന്നിൽ വിചാരണ ചെയ്യപ്പെട്ടു. ഈ നടപടിക്ക് എന്താണ് അടിസ്ഥാനമെന്ന് ആർക്കും അറിയില്ല.

സാക്ഷികളെ വിസ്തരിച്ചുകഴിഞ്ഞ്, അവസാന വാദങ്ങൾക്കായി തീയതി നിർണയിക്കപ്പെട്ടു. ഞാൻ ബിരുദപഠനം പൂർത്തിയാക്കിയിരുന്നെങ്കിലും ഇംഗ്ലീഷിൽ സുഗമമായി സംസാരിക്കാൻ എനിക്ക് അപ്പോഴും കഴിയുമായിരുന്നില്ല. പോരാത്തതിന്, നിയമത്തിന്റെ ആശയങ്ങൾ ഒന്നും എനിക്കറിയില്ലായിരുന്നു. അവസാന വിചാരണയിൽ വാദിക്കാനായി ഒരു വക്കീലിനെ ഇരുത്താമെന്ന് വിചാരിച്ചപ്പോൾ, പെട്ടെന്ന് ഓർമ്മയിൽ വന്നത് അഡ്വ. പി ചിദംബരം ആയിരുന്നു. അദ്ദേഹം ഫീസൊന്നും വാങ്ങിയില്ല.

3.12.1971 രാത്രി എഴുമ്പൂരിൽനിന്നും പുറപ്പെടുന്ന മധുരൈ പാസഞ്ചറിൽ ഞങ്ങൾ ഇരുവർക്കുമായി മൂന്നാം ക്ലാസ്സ് ടിക്കറ്റെടുത്തു. മങ്ങിയ വെളിച്ചവും, പഴയ ഇലക്ട്രിക് ഫാനും, മരപ്പലകയുമുള്ള മൂന്നാം ക്ലാസ്സിൽ കയറിയ പി ചിദംബരം എന്നോട് 'എവിടെ കിടക്കും?' എന്ന് ചോദിച്ചു. അന്ന് വൈകുന്നേരം വാങ്ങിയ *മാലൈ മുരസു* പത്രം വിരിച്ച് അതിൽ കിടക്കാൻ ഞാൻ പറഞ്ഞു. അതിരാവിലെ ഞങ്ങൾ ചിദംബരത്തിറങ്ങി.

ഞങ്ങൾക്കായി ഹോസ്റ്റലിൽ ഒരു മുറി ഏർപ്പാടാക്കിയിരുന്നു. പക്ഷേ, ഞങ്ങൾ അവിടെ എത്തിയപ്പോൾ, ആ ഹോസ്റ്റലിന്റെ ഓഫീസ് കാരണമൊന്നുമില്ലാതെതന്നെ മുറി തരാൻ വിസമ്മതിച്ചു. പൊലീസുകാരുടെ സ്വാധീനം അത്രയ്ക്ക് ഉണ്ടായിരുന്നു അന്ന്. അണ്ണാമലൈ സർവകലാശാല സ്ഥാപിച്ച ചെട്ടിനാട് രാജാവിന്റെ പേരക്കുട്ടിയായിരുന്നു പി ചിദംബരം. ആ ചിദംബരത്തിനാണ് ഇങ്ങനെ ഒരനുഭവം!

രാവിലെ 10.00 മണിക്ക് ഞാനും പി ചിദംബരവും വിചാരണ നടക്കുന്ന ചിദംബരം ജുഡീഷ്യൻ മജിസ്ട്രേറ്റ് കോടതിയിലേക്ക് പോയി. എല്ലാ സുരക്ഷയുമുള്ള കോടതിക്കുള്ളിലേക്ക് പൊലീസുകാർ വിദ്യാർത്ഥികളെ അടുപ്പിച്ചില്ല. ചിദംബരം നടരാജർ കോവിലിൽ പ്രത്യേക ദർശനം നടത്തിവന്നിരുന്ന ജഡ്ജിയോട്, 'വിദ്യാർത്ഥികളെ കോടതിക്കുള്ളിൽ വരാൻ അനുവദിക്കാതെ ഞങ്ങൾ വാദിക്കില്ലെന്ന്' പറഞ്ഞു. അതിനാൽ പൊലീസുകാരുടെ കാർക്കശ്യം കുറഞ്ഞ്, വിദ്യാർത്ഥികളേയും വാദങ്ങൾ കേൾക്കാൻ അനുവദിച്ചു. പി ചിദംബരം ഏതാണ്ട് മൂന്ന് മണിക്കൂർ നേരം വളരെ നന്നായി വാദിച്ചു. അതിന് ശേഷം സമിതി തന്റെ റിപ്പോർട്ടിനായി വാദം മാറ്റിവച്ചു.

സമിതിയുടെ പ്രത്യേക സെക്രട്ടറി ആയിരുന്നയാൾ, ചെന്നൈയ്ക്ക് തിരിച്ചുപോകുന്നതിനുമുമ്പ് എന്നോട് ഒരു കാര്യം പറഞ്ഞു. സമിതിയുടെ ജഡ്ജി എൻ എസ് രാമസ്വാമി എന്നോട് ലോ കോളേജിൽ ചേർന്ന് പഠിക്കാൻ പറഞ്ഞതായി അദ്ദേഹം അറിയിച്ചു. അതുവരെ ഒരു വാക്ക് പോലും സംസാരിക്കാത്ത സമിതിയുടെ ജഡ്ജി, എന്റെ മേൽ വാത്സല്യത്തോടെ പറഞ്ഞ ഈ ഒരു കാര്യം എന്റെ മനസ്സിൽ ആഴത്തിൽ പതിഞ്ഞു.

വിചാരണ റിപ്പോർട്ട് 1972 ജനുവരിയിൽ സമിതി സർക്കാരിന് സമർ

പ്പിച്ചിട്ടുണ്ടാകാം. അതിന്റെ പിന്നാലെ റിപ്പോർട്ട് തമിഴ്നാട് നിയമസഭയിൽ സർക്കാർ വച്ചു. സമിതിയുടെ തീരുമാനങ്ങൾ പുറത്തായി.

റിപ്പോർട്ടിൽ നാല് വിഷയങ്ങളും താഴെ കൊടുത്തിരിക്കുന്നത് പോലെ വിശദമാക്കിയിരുന്നു:

1 രാവിലത്തെ സംഭവത്തിൽ പൊലീസുകാർ ലാത്തികൊണ്ട് വിദ്യാർത്ഥികളെ അടിച്ചില്ല. വിദ്യാർത്ഥികൾ റോഡിലൂടെ സഞ്ചരിക്കാനാകാത്ത വിധം തടസ്സമുണ്ടാക്കി. അവർ നടത്തിയ കല്ലേറിൽ 11 പൊലീസുകാർ, സ്പെഷ്യൽ ബ്രാഞ്ച് ഇൻസ്പെക്ടർ എന്നിവർക്ക് പരിക്കേറ്റു. അതിന്റെ പിന്നാലെ, വിദ്യാർത്ഥികളെ ഒതുക്കാനായി ചെറിയ രീതിയിൽ പൊലീസുകാരും ശ്രമിച്ചു. അതുകൊണ്ട്, പൊലീസുകാർ സ്വീകരിച്ച നടപടി, ആവശ്യമുള്ളതിനേക്കാൾ കൂടുതലായിരുന്നു എന്ന് പറയാനാവില്ല. ഇതാണ് ആദ്യത്തെ പ്രശ്നത്തെപ്പറ്റിയുള്ള എന്റെ തീർപ്പ്.

2 രണ്ടാമത്തെ പ്രശ്നമെടുത്താൽ, കുളത്തിൽ കാണപ്പെട്ട മൃതശരീരം കെ പി ഉദയകുമാറിന്റേതായിരിക്കാം. പക്ഷേ, പൊലീസുകാർ എടുത്ത കടുത്ത നടപടി കാരണമല്ല അയാൾ മരിച്ചത്. 23.7.1971 രാത്രി വെള്ളത്തിൽ മുങ്ങിയത് കാരണം അയാൾ മരിച്ചതായിരിക്കും.

3 മൂന്നാമത്തെ പ്രശ്നം സംബന്ധിച്ച്, നിയമവിരുദ്ധമായി കൂട്ടം കൂടിയിരുന്ന വിദ്യാർത്ഥികളെ പിരിച്ചുവിടാനായി പൊലീസുകാർ അവരെ ചൂരൽകൊണ്ട് അടിച്ചു. വിദ്യാർത്ഥികൾ ഉണ്ടാക്കിയ കലാപത്തിൽ 55 പൊലീസുകാർക്ക് പരിക്കേറ്റു. പൊലീസുകാർ ചൂരൽകൊണ്ട് അടിച്ചതിൽ 66 വിദ്യാർത്ഥികൾക്ക് പരിക്കേറ്റു. സാക്ഷികൾ സമർപ്പിച്ച മെഡിക്കൽ സർട്ടിഫിക്കറ്റുകളിൽനിന്നും ഇത് അറിയാവുന്നതാണ്. കലാപം ഉണ്ടാക്കിയ വിദ്യാർത്ഥികൾ ഓടിരക്ഷപ്പെടാൻ ശ്രമിച്ചപ്പോൾ അവരെ പിടിക്കാനായി പൊലീസുകാർ ഹോസ്റ്റലിനുള്ളിൽ പ്രവേശിച്ചു. സർവകലാശാല അധികാരികളുടെ അനുമതിയില്ലാതെ പൊലീസുകാർ വിദ്യാർത്ഥികളുടെ ഹോസ്റ്റലിനുള്ളിൽ കയറിയത് നിയമവിരുദ്ധമല്ല. പരിധിക്കപ്പുറം അക്രമം കാണിച്ചിട്ടില്ല.

4 നാലാമത്തെ പ്രശ്നത്തിന് ഞാൻ തീർപ്പൊന്നും പറഞ്ഞിട്ടില്ല.

അന്വേഷണ സമിതിയുടെ റിപ്പോർട്ട് ആകെമൊത്തം വൈരുദ്ധ്യമായിരുന്നു; കുളത്തിൽനിന്നും എടുത്ത മൃതദേഹം ഉദയകുമാറിന്റെതായിരിക്കാം എന്നത് അവസാനം തെളിവില്ലാതെ പറഞ്ഞ സമിതി, അതേ റിപ്പോർട്ടിന്റെ ആദ്യപകുതിയിൽ ഇങ്ങനെ പറഞ്ഞിട്ടുണ്ട്: “മോതിരം

വലിയയളവിൽ ചലുങ്ങിയിട്ടുണ്ടായിരുന്നു. നിർഭാഗ്യവശാൽ കെ പി എസ് (KPS) എന്ന അക്ഷരങ്ങൾ കാണുന്നുണ്ടോയെന്ന് ലെൻസിന്റെ സഹായത്തോടെ പരിശോധിച്ചു നോക്കാൻ ആരും ശ്രമിച്ചില്ല. ഇപ്പോൾ ലെൻസിന്റെ സഹായത്തോടെ മോതിരത്തിൽ കെ പി എസ് എന്ന അക്ഷരങ്ങൾ ഞാൻ കണ്ടതിനാൽ മൃതദേഹം ഉദയകുമാറിന്റേതാണെന്ന് തെളിയുന്നു."

സമിതിയുടെ റിപ്പോർട്ട് ഞെട്ടിക്കുന്നതാണെങ്കിലും, അത് പ്രതീക്ഷിച്ചതായിരുന്നു. എങ്കിലും ഏതൊരു വിധത്തിലുള്ള വിപരീത അവസ്ഥകളെ നേരിടുന്നതും, കഴിയുന്നത്ര യഥാർഥ അവസ്ഥയെ നമുക്ക് അനുകൂലമായി തിരിക്കുന്നതും ഒരു പോരാട്ടത്തിന്റെ തന്ത്രമാണ്. സമിതി നൂറ് കണക്കിന് വിദ്യാർത്ഥികളുടെ നേരെ ലാത്തിച്ചാർജ് നടത്തി അവരെ പരിക്കേൽപ്പിച്ചതിനെ ന്യായീകരിച്ചാലും, മരിച്ചുപോയ വിദ്യാർത്ഥി ഉദയകുമാർ ആണെന്ന് പറഞ്ഞത് തന്നെ ജനാധിപത്യ സമരശക്തികൾക്ക് മതിയായിരുന്നു. വിദ്യാർത്ഥികളുടെ സമരസമിതിയുടെ ഭാഗത്തുനിന്നും, നിയമസഭയിൽ മുഖ്യമന്ത്രി തെറ്റായ വിവരങ്ങൾ നൽകിയതിനാൽ സ്ഥാനം ഒഴിയണമെന്നാവശ്യപ്പെട്ട് സമരങ്ങൾ തീവ്രമാക്കി.

ഈ സന്ദിഗ്ധാവസ്ഥയിലാണ് ആരും പ്രതീക്ഷിക്കാത്ത ഒരു സംഭവം നടന്നത്. അതുവരെ ഡി എം കെയുടെ താരനേതാവായി അറിയപ്പെട്ടിരുന്ന എം ജി ആർ, 11.10.1972 ന് പാർട്ടിയിൽനിന്നും താൽക്കാലികമായി നീക്കം ചെയ്യപ്പെട്ടു. തുടർന്ന്, നവംബർ 22 ന് എം ജി ആർ ഡി എം കെയിൽനിന്നും പുറത്തിറങ്ങി അണ്ണാ ദ്രാവിഡ മുന്നേറ്റ കഴകം ആരംഭിച്ചു. തമിഴകത്തിന്റെ പല ഭാഗങ്ങളിലും അദ്ദേഹം സഞ്ചരിച്ചു. കടലൂർ യാത്രയ്ക്കിടെ മരിച്ച ഉദയകുമാറിന് നീതി ആവശ്യപ്പെട്ട് തെരുവുകളിൽ വലം വച്ചു. അണ്ണാമലൈ സർവകലാശാല സംഭവം നടന്നപ്പോഴെല്ലാം ആ പാർട്ടിയിൽ ഇരുന്ന് മൗനം പാലിച്ച എം ജി ആർ ഇതിനെ കലൈഞ്ജർക്കെതിരെയുള്ള രാഷ്ട്രീയ ആയുധമായി കണ്ടു.

വിചാരണസമിതിയുടെ നടപടികളെല്ലാം അവസാനിച്ച്, ചെന്നൈയ്ക്ക് തിരിച്ചു വന്നശേഷം, അഡ്വ. പി ചിദംബരത്തിന്റെ ഓഫീസിലേക്ക് ഇടയ്ക്കിടെ പോകാനിടയായി. അപ്പോൾ കെ കെ വേണുഗോപാൽ എന്ന സീനിയറിന്റെ ഓഫീസിൽ ചിദംബരം ജൂനിയറായി ജോലിചെയ്യുകയായിരുന്നു. ഈ കെ കെ വേണുഗോപാൽ ആണ് ഇന്നത്തെ ഇന്ത്യയുടെ അറ്റോർണി ജനറൽ. അന്ന് ഓഫീസിലേക്ക് പലപ്പോഴും പോയിട്ടുള്ളതിനാൽ കെ കെ വേണുഗോപാലിനെ പരിചയപ്പെടാൻ സാധിച്ചു. 1972-ാം വർഷം കെ കെ വേണുഗോപാലും അദ്ദേഹത്തിന്റെ പത്നി ശാന്തയും തെക്കേ അമേരിക്കൻ നാടായ ബ്രസീലിലേക്ക് വേനൽക്കാലം ചെലവിടാനായി പോയപ്പോൾ, എന്റെ മൂത്ത ജ്യേഷ്ഠൻ റിയോ ഡി ജനിറോവിൽ ഉള്ളതായി ഞാനവരോട് പറഞ്ഞിരുന്നു.

ബ്രസീലിലേക്ക് പോയ വേണുഗോപാൽ-ശാന്ത ദമ്പതികൾ എന്റെ

ജ്യേഷ്ഠന്റെ അടുത്ത കുടുംബസുഹൃത്തായി മാറി. എന്റെ ജ്യേഷ്ഠൻ അദ്ദേഹത്തിനോട് ഞാൻ ഉന്നതവിദ്യാഭ്യാസത്തിന് പോകാതെ മുഴുവൻ സമയവും രാഷ്ട്രീയവുമായിരിക്കുന്നതിനെപ്പറ്റി വേവലാതി അറിയിച്ച തിനൊപ്പം, എന്നോട് എങ്ങനെയെങ്കിലും ഉന്നതവിദ്യാഭ്യാസത്തിന് പോകുന്നതിനെപ്പറ്റി ആലോചിക്കാൻ പറയണമെന്നും ആവശ്യപ്പെട്ടു. വിദേശത്ത് നിന്നും തിരിച്ചെത്തിയ വേണുഗോപാൽ, എന്നെ ഒരു ദിവസം അദ്ദേഹത്തിന്റെ വീട്ടിൽ പ്രാതൽ കഴിക്കാനായി വിളിച്ചപ്പോൾ, ജ്യേഷ്ഠന്റെ വിഷമവും അറിയിച്ചു. അദ്ദേഹവും എന്നോട് നിയമം പഠിക്കണമെന്ന് അഭിപ്രായപ്പെട്ടു. മുമ്പ് തന്നെ, ജസ്റ്റിസ് എൻ. എസ്. രാമസ്വാമി തന്റെ സെക്രട്ടറി വഴി പറഞ്ഞ കാര്യം മനസ്സിൽ വിതച്ചിട്ടു ണ്ടായിരുന്നു. വേണുഗോപാലിന്റെ ഉപദേശത്തിനുശേഷം അത് മുള പൊട്ടിയുണർന്നു.

അന്ന് ഹൈക്കോടതിയിൽ സർക്കാർ പ്ലീഡർ ആയിരുന്ന എസ് മോഹനോട് എനിക്ക് ലോ കോളേജിൽ പ്രവേശനം ലഭിക്കാനായി ശുപാർശ ചെയ്യണമെന്ന് അദ്ദേഹം പറഞ്ഞു. എസ് മോഹൻ പിന്നീട് ഹൈക്കോടതി, സുപ്രീം കോടതി ജഡ്ജിയായി മാറി. അദ്ദേഹത്തിന്റെ ശുപാർശയാൽ അന്നത്തെ ലോ കോളേജ് ഡയറക്ടറുടെ ശ്രമത്താൽ, 1973 ജൂലൈയിൽ എനിക്ക് ലോ കോളേജിൽ പ്രവേശനം ലഭിച്ചു.

ലോ കോളേജിൽ പഠിക്കാൻ ചെന്ന എനിക്ക് രണ്ട് ലക്ഷ്യങ്ങൾ ഉണ്ടായിരുന്നു. ആദ്യത്തേത്, സ്റ്റുഡന്റ്സ് ഫെഡറേഷൻ ഓഫ് ഇന്ത്യ യുടെ ശാഖ അവിടെ ആരംഭിക്കണം. രണ്ടാമത്തേത്, നിയമം നന്നായി പഠിച്ച് അതിനെ ജനങ്ങൾക്കായി ഉപയോഗിക്കണം. രണ്ട് ലക്ഷ്യങ്ങളും ഒരളവ് നിറവേറ്റിയതിൽ എനിക്ക് സന്തോഷമുണ്ട്. ലോ കോളേജിൽ ചേർന്ന അതേ സമയം തന്നെ, അണ്ണാമലൈ സർവകലാശാലയിൽ നിന്നും ബിരുദം നേടിയ ചില വിദ്യാർത്ഥികളും ലോ കോളേജിൽ ചേർ ന്നിരുന്നു. അവരെല്ലാം ഞാൻ അന്വേഷണസമിതിയിൽ പങ്കെടുത്തത് കണ്ടവരാണ്. അതുകൊണ്ട്, അവരും എന്റെ സൗഹൃദം ആഗ്രഹിച്ചു. ഇന്നും അവരിൽ ഓർമ്മയിൽ വരുന്ന പേരുകൾ വി ശ്രീനിവാസൻ, ആർ വി രാമാനുജം, കെ വെങ്കടസ്വാമി, എൻ ചന്ദ്രശേഖർ, ദേവനാഥൻ... പിന്നേയും പലരുണ്ട്. ഇവരെല്ലാം അവസാനം വരെ ഇടതുപക്ഷ ആശയത്തോട് ചേർന്ന്, പിന്നീട് വക്കീലുമാരായി ജോലി നോക്കി. ലോ കോളേജിൽ സ്റ്റുഡന്റ്സ് ഫെഡറേഷൻ ഓഫ് ഇന്ത്യ പ്രബലമായ സംഘടനയായി മാറാൻ തുടങ്ങി.

ലോകത്ത് നടക്കുന്ന പല വിവാദങ്ങളും കുതന്ത്രങ്ങളും മനസ്സിലാ കാത്ത ഒരച്ഛനെക്കൊണ്ട് 'ഇവൻ എന്റെ മകനല്ല!' എന്ന് മൊഴി കൊടുപ്പിച്ച ഈ വ്യവസ്ഥിതിയേയും, അതിന്റെ പിന്നിലുണ്ടായിരുന്ന ആളുകളേയും ഇന്നും എനിക്ക് മറക്കാനാവില്ല.

ഒരുവേള, കാലം മനുഷ്യരെ മാറ്റിയേക്കാം! വിദ്യാർത്ഥിസംഘട നയിൽ ആവേശത്തോടെ പ്രവർത്തിച്ചതിനൊപ്പം അണ്ണാമലൈ സർവ

കലാശാലയിലെ സംഭവങ്ങളെ നേരിട്ട് വിമർശിച്ചിട്ടുണ്ടെങ്കിലും, അന്നത്തെ മുഖ്യമന്ത്രി കലൈഞ്ജർ പിന്നീട് അധികാരം നഷ്ടപ്പെട്ട് പല വർഷങ്ങൾ കഴിഞ്ഞ് വീണ്ടും ഭരണത്തിലെത്തിയപ്പോൾ (2006-2011), എന്റെ പേര് ഹൈക്കോടതി ജഡ്ജി പദവിക്ക് ശുപാർശ ചെയ്യപ്പെട്ട് സർക്കാരിന്റെ അഭിപ്രായം ചോദിച്ചപ്പോൾ ഉടൻ തന്നെ സമ്മതം നൽകി.

എന്റെ സാമൂഹ്യനീതി വിധികളെ, *അംബേദ്കറിന്റെ വെളിച്ചത്തിലാണ് എന്റെ വിധികൾ* എന്ന പേരിൽ ഞാൻ വിരമിച്ചശേഷം പുസ്തകമായി പ്രസിദ്ധീകരിച്ചു (2014). കലൈഞ്ജർ ആ പുസ്തകം വായിക്കുക മാത്രമല്ല, ആരും പ്രതീക്ഷിക്കാത്ത രീതിയിൽ, 'മുരസൊലി'ൽ ആദ്യതാളിൽ 'ജസ്റ്റിസ് ചന്ദ്രുവിന്റെ മാതൃകാപരമായ വഴികൾ' എന്ന പേരിൽ തന്റെ അനുയായികൾക്കായി അദ്ദേഹം ഇങ്ങനെ എഴുതിയിരുന്നു.

"ജസ്റ്റിസ്സ് ചന്ദ്രു അവർകൾ നടത്തിയ പല വിധികളും, പ്രത്യേകിച്ചും ദളിത് ജനങ്ങൾക്കെതിരായുള്ള കേസുകളിൽ അദ്ദേഹം പ്രസ്താവിച്ച വിധികൾ ചേർത്ത് നിർമ്മിച്ചിരിക്കുന്ന ഈ പുസ്തകം ഞാൻ വായിച്ചതിനൊപ്പം, ആ അഭിപ്രായങ്ങൾ നിങ്ങളും അറിയണം എന്നതിനായി ഈ കത്തിൽ ഇതെല്ലാം സൂചിപ്പിച്ചു എന്നല്ലാതെ, മറ്റൊരു ഉദ്ദേശ്യവും ഇല്ല. ഇത്രയും വിധികൾ പ്രസ്താവിച്ച ജഡ്ജി ചന്ദ്രു അവർകൾ ഡി എം കെ സർക്കാരിനേയും, എന്തിന് എന്നെപ്പോലും വിമർശിച്ചിരുന്നു. എങ്കിലും, ഈ പുസ്തകത്തിൽ അദ്ദേഹം എഴുതിയ വിധികളെ അഭിനന്ദിക്കാനായിട്ടാണ് ഞാൻ ഇത് എഴുതിയത്!

സ്നേഹത്തോടെ,

എം കെ"

അണ്ണാമലൈ സർവകലാശാലയിലെ സംഭവങ്ങളെപ്പറ്റി എന്റെ ചെറിയ അഭിമുഖം മാർച്ച് 2001 ൽ *ദളിത് മുരസു* പ്രസിദ്ധീകരിച്ചു. *ദി സൺഡേ ഇന്ത്യൻ* ഇംഗ്ലീഷ് വീക്ക്ലി ന്യൂസ്പേപ്പർ 22.8.2010 ലക്കത്തിൽ ഇതിനെപ്പറ്റിയുള്ള കുറിപ്പ് പ്രസിദ്ധീകരിച്ചു. അതല്ലാതെ, വാസന്തി എഴുതിയ *കലൈഞ്ജർ എന്ന കരുണാനിധി* എന്ന പുസ്തകത്തിൽ (*കാലച്ചുവട്* പ്രസിദ്ധീകരണം, 2019) ഞാനുമായുള്ള അഭിമുഖത്തിലെ ചില ഭാഗങ്ങൾ പ്രസിദ്ധീകരിച്ചിരുന്നു. ചില തെറ്റുകൾ ഉണ്ടെങ്കിലും അടിസ്ഥാനപരമായ വിവരങ്ങൾ പലതും ശരിതന്നെയായിരുന്നു.

ഇസ്മായിൽ കമ്മീഷൻ അറിയിച്ചത്

ഇന്ത്യയിൽ 1975–77 ൽ ഏർപ്പെടുത്തിയ അടിയന്തരാവസ്ഥയേയും, അപ്പോൾ എടുത്തുകളയപ്പെട്ട ജനാധിപത്യ അവകാശങ്ങളേയും പറ്റി പലരും സംസാരിച്ചിട്ടുണ്ട്. അടിയന്തരാവസ്ഥാ കാലത്ത് തമിഴ്നാട്ടിൽ ചെന്നൈ സെൻട്രൽ ജയിലിൽ തടവിലാക്കപ്പെട്ട രാഷ്ട്രീയതടവുകാർ ചിത്രവധത്തിന് വിധേയരായി; ജയിൽ നിയമങ്ങൾക്ക് പുറത്തായിരുന്നു അവർ. ഇത് അന്വേഷിക്കുന്നതിനായി ഹൈക്കോടതിയിലെ മുതിർന്ന ജസ്റ്റിസ് എം എം ഇസ്മായിൽ അന്വേഷണസമിതിയായി നിയമിക്കപ്പെട്ടു. അദ്ദേഹത്തിന്റെ റിപ്പോർട്ടിലുള്ള ശുപാർശകൾ ഇന്നും ചർച്ച ചെയ്യപ്പെട്ടുകൊണ്ടിരിക്കുന്നു.

എ ഐ ഡി എം കെ ഭരണത്തിൽ മന്ത്രിയായിരുന്ന കെ പാണ്ഡ്യ രാജൻ ഒരു ബൈ-ഇലക്ഷൻ പ്രചരണത്തിൽ, ഡി എം കെ തലവൻ എം കെ സ്റ്റാലിൻ, മിസ (MISA - Maintenance of Internal Security Act) പ്രകാരം അറസ്റ്റ് ചെയ്യപ്പെട്ട്, ക്രൂരമായി മർദ്ദിക്കപ്പെട്ടു എന്നതിന് തെളിവൊന്നും ഇല്ലെന്ന് പലരും പറയുന്നുണ്ട് എന്നു പറഞ്ഞപ്പോൾ, പലരേയുംപോലെ എനിക്കും അത്ഭുതമായി, അടിയന്തരാവസ്ഥയിൽ എം കെ സ്റ്റാലിന് സംഭവിച്ച ക്രൂരതകളെ വിവരിച്ച് *ദി ഹിന്ദു* പത്രത്തിൽ ഒരു ലേഖനം ഞാനെഴുതി.

ആ ലേഖനത്തിൽ, 'പാണ്ഡ്യരാജൻ അടിയന്തരാവസ്ഥക്കാലത്ത് സ്കൂൾ വിദ്യാർത്ഥി ആയിരുന്നിരിക്കും. സുഹൃത്ത് എന്ന നിലയിൽ എന്നോട് ചോദിച്ചിരുന്നെങ്കിൽ തെളിവുകൾ കാണിക്കുമായിരുന്നു' എന്ന് ഞാൻ എഴുതിയിരുന്നു. ലേഖനം പ്രസിദ്ധീകരിച്ച ദിവസം രാവിലെ അദ്ദേഹം എന്നെ ഫോണിൽ വിളിച്ചു. അദ്ദേഹത്തിനെ ഞാൻ തെറ്റിദ്ധരിച്ചെന്ന് പറഞ്ഞു. സത്യവിരുദ്ധമായി ഒരു മന്ത്രി സംസാരിക്കുന്നത് തെറ്റാണെന്ന് ഞാനും പറഞ്ഞു.

അതിനുശേഷം ഡി എം കെ തലവൻ സ്റ്റാലിനിൽനിന്നും ഫോൺ വിളി വന്നു. അദ്ദേഹം ലേഖനത്തിന് നന്ദി അറിയിച്ച്, ആ ലേഖനം പുനഃ പ്രസിദ്ധീകരിക്കാൻ അനുമതി ചോദിച്ച്, പിറ്റേന്ന് *മുരസൊലി*യിൽ പ്രസിദ്ധീകരിച്ചു. 45 വർഷമായി ചർച്ച ചെയ്തുവരുന്ന ഇസ്മായിൽ സമിതിയുടെ റിപ്പോർട്ട് രൂപീകരണത്തിലുള്ള എന്റെ പങ്ക് രേഖപ്പെടുത്തുന്നത് തന്നെ ഈ ലേഖനത്തിന്റെ ഉദ്ദേശ്യമാണ്.

ലോക്സഭാ തിരഞ്ഞെടുപ്പിൽ റായ്ബറേലി നിയോജകമണ്ഡലത്തിൽനിന്നും 1971 ൽ തിരഞ്ഞെടുക്കപ്പെട്ട ഇന്ദിരാഗാന്ധിക്കെതിരായി മത്സരിച്ച രാജ്നാരായണൻ ഈ തിരഞ്ഞെടുപ്പ് അസാധുവാണെന്ന് പറഞ്ഞ് അലഹാബാദ് ഹൈക്കോടതിയിൽ കേസ് തുടർന്നു. കേസ് വിസ്തരിച്ച കോടതി, തിരഞ്ഞെടുപ്പ് നിയമങ്ങൾ ലംഘിച്ചത് ചൂണ്ടിക്കാണിച്ച് തിരഞ്ഞെടുപ്പ് അസാധുവാണെന്ന് 1975 ൽ വിധിച്ചു. അതിനെ എതിർത്ത് സുപ്രീം കോടതിയുടെ വാതിലിൽ മുട്ടിയ ഇന്ദിരാഗാന്ധിക്ക്, ജസ്റ്റിസ് കൃഷ്ണയ്യർ ഉപാധികളില്ലാത്ത വിലക്ക് നൽകാൻ മടിച്ചു.

എല്ലാ പാർട്ടികളും ഇന്ദിരാഗാന്ധി പദവി ഒഴിയണമെന്ന് തറപ്പിച്ച് പറഞ്ഞതിനൊപ്പം ജയപ്രകാശ് നാരായണന്റെ നേതൃത്വത്തിൽ വലിയ പ്രതിഷേധപ്രസ്ഥാനവും ആരംഭിക്കപ്പെട്ടു. അവയെ കൈകാര്യം ചെയ്യാനായി ഇന്ത്യൻ ഭരണഘടനയിലെ 352-ാം വകുപ്പ് അനുസരിച്ച് രാജ്യത്ത് അടിയന്തരാവസ്ഥ പ്രഖ്യാപിച്ചു (25.6.1975). എല്ലാ മന്ത്രിമാരുടേയും അഭിപ്രായം ഇല്ലാതെ രാഷ്ട്രപതിയുടെ അനുമതി വാങ്ങി, നാട് മുഴുവനുമുള്ള പല രാഷ്ട്രീയനേതാക്കളേയും മിസ ചട്ടമനുസരിച്ച് അറസ്റ്റ് ചെയ്ത് ജയിലിൽ അടച്ചു. ആർ എസ് എസ് മുതൽ മാവോയിസ്റ്റ് വരെ പല സംഘടനകളും നിരോധിക്കപ്പെട്ടു. അതും പോരാതെ, ഭരണഘടനയുടെ അടിസ്ഥാന അവകാശങ്ങൾ നൽകുന്ന 14, 21, 22 എന്നിവ കോടതിക്ക് ഉപയോഗിക്കാൻ കഴിയില്ലെന്ന് ഉത്തരവ് കേന്ദ്രസർക്കാർ പുറപ്പെടുവിച്ചു.

തമിഴ്നാട്ടിൽ കലൈജ്ഞരുടെ നേതൃത്വത്തിൽ വലിയ ഭൂരിപക്ഷത്തോടെ ഡി എം കെ അധികാരത്തിൽ ഉണ്ടായിരുന്നു. അടിയന്തരാവസ്ഥ ഉള്ളപ്പോഴും കേന്ദ്രസർക്കാർ ഏർപ്പെടുത്തുന്ന അടിച്ചമർത്തലിന് തമിഴ്നാട് എതിരായിരുന്നു. നിരോധിക്കപ്പെട്ട പ്രസ്ഥാനങ്ങൾക്കും, ഒളിവിലായിരുന്ന നേതാക്കൾക്കും സ്വതന്ത്രമായി തങ്ങളുടെ ജോലികൾ തുടരാനായി തമിഴ്നാട്ടിലും ഗുജറാത്തിലും മാത്രമായിരുന്നു അനുകൂലമായ സാഹചര്യം ഉണ്ടായിരുന്നത്. അടിയന്തരാവസ്ഥയ്ക്ക് എതിരായുള്ള പല പ്രചരണങ്ങൾ തമിഴ്നാട്ടിൽ അച്ചടിച്ച് പല സംസ്ഥാനങ്ങളിലേക്കും വിദേശരാജ്യങ്ങളിലേും അയയ്ക്കപ്പെട്ടു.

അതിൽ കലിപൂണ്ട ഇന്ദിരാഗാന്ധി, 8.1.76 ന് സംസ്ഥാനങ്ങളോട് സംസാരിക്കുമ്പോൾ, "അടിയന്തരാവസ്ഥ കാരണം അച്ചടക്കം വളർന്നിട്ടുണ്ട്. പക്ഷേ, രണ്ട് സംസ്ഥാനങ്ങളിൽ മാത്രം അച്ചടക്ക ലംഘനത്തിനായുള്ള ശ്രമങ്ങൾ നടത്തുന്നതിനൊപ്പം, ഇന്ത്യക്ക് എതിരായി

പ്രചാരണം നടത്തുന്നതിനായി വിദേശരാജ്യങ്ങളിൽനിന്നും സഹായങ്ങൾ തേടുന്നുണ്ട്. അവർക്ക് നാടിന്റെ നല്ലതിനേക്കാൾ സ്വന്തം താല്പര്യമാണ് പ്രധാനം" എന്ന് പറഞ്ഞു. അപ്പോഴേ കലൈഞ്ജർ ഭരണത്തിന് അവസാനകാലം വന്നെന്ന സൂചന ലഭിച്ചു.

ഇതിനൊപ്പം തമിഴ്നാട്ടിൽ ആപത്തില്ലാതെ ഒളിവിൽ കഴിഞ്ഞിരുന്ന നേതാക്കൾ പതുക്കെ കസേര മാറ്റി. മാർക്സിസ്റ്റ് കമ്യൂണിസ്റ്റ് പാർട്ടിയും അവരുടെ നേതാക്കളോട് സ്വന്തം സംസ്ഥാനങ്ങളിലേക്ക് ഉടൻ തന്നെ തിരിച്ച് ചെല്ലാൻ ഉത്തരവിട്ടു. ഇങ്ങനെ രണ്ട് മാർക്സിസ്റ്റ് നേതാക്കളെ കേരളത്തിലേക്ക് കൊണ്ടുപോകുന്നതിന്റെ ഉത്തരവാദിത്വം എന്നെ ഏല്പിച്ചു. 1976 ലെ പൊങ്കൽ എനിക്ക് മറക്കാൻ കഴിയാത്ത ഒന്നായി മാറി.

കാൽ നൂറ്റാണ്ട് കഴിഞ്ഞ്, 'മറക്കാൻ കഴിയാത്ത പൊങ്കൽ ഏതാണ്?' എന്ന് *പുതിയ തലമുറൈ* പത്രം ചോദിച്ചപ്പോൾ, ഞാൻ ഇങ്ങനെ മറുപടി പറഞ്ഞു:

> 1976 ലെ പൊങ്കൽ ദിവസം എനിക്ക് മറക്കാൻ കഴിയില്ല. അപ്പോൾ നാട് മുഴുവനും അടിയന്തരാവസ്ഥ ഏർപ്പെടുത്തിയിരുന്നു. തമിഴകത്ത് കലൈഞ്ജർ ഭരണത്തിൽ പല പാർട്ടി നേതാക്കളും ഒളിവുജീവിതം നയിച്ചിരുന്നതിനൊപ്പം, അടിയന്തരാവസ്ഥയ്ക്ക് എതിരായി പല മീറ്റിംഗുകളും തീരുമാനങ്ങളും എടുത്തിരുന്നു. എപ്പോൾ വേണമെങ്കിലും ഡി എം കെ സർക്കാരിനെ പിരിച്ചുവിടും എന്ന നിലയിൽ, ഇവിടെ ഒളിവുജീവിതം നടത്തിയ നേതാക്കൾ തങ്ങളുടെ സ്വന്തം സംസ്ഥാനങ്ങളിലേക്ക് പുറപ്പെട്ടു. അവരിൽ ചിലരെ പറ്റിയ സ്ഥലത്ത് എത്തിക്കുന്ന ജോലി എനിക്ക് നൽകപ്പെട്ടിരുന്നു. പിന്നീട് കേരള മുഖ്യമന്ത്രിയായ ഇ കെ നായനാർ, സി ഐ റ്റി യു നേതാവ് ഇ ബാലാനന്ദൻ എന്നിവരെ കച്ചവടക്കാരുടെ വേഷത്തിൽ ബസ് വഴി കേരളത്തിലെ ഒരു ഗ്രാമത്തിൽ എത്തിച്ച് തിരിച്ചെത്തിയപ്പോഴേക്കും പൊങ്കൽ കഴിഞ്ഞിരുന്നു. തിരിച്ച് വരുമ്പോൾ, പൊങ്കൽ അമ്മായിയമ്മയുടെ വീട്ടിൽ (പൊലീസ് സ്റ്റേഷനിൽ) കഴിക്കേണ്ടി വരുമോയെന്ന വിചാരമായിരുന്നു ഉണ്ടായിരുന്നത്. കോയമ്പത്തൂർ എത്തിയപ്പോൾ ഒരുപാട് സൈനിക ലോറികൾ പോകുന്നത് കണ്ടപ്പോൾ ഡി എം കെ സർക്കാരിന്റെ നാളുകൾ എണ്ണപ്പെട്ടിരിക്കുന്നു എന്ന് മനസ്സിലായി. അതുപോലെ ത്തന്നെ പൊങ്കൽ കഴിഞ്ഞ് രണ്ടാഴ്ചയ്ക്കുള്ളിൽ കലൈഞ്ജർ സർക്കാർ പിരിച്ചുവിടപ്പെട്ടു. അതാണ് ഓർമ്മയിലുള്ള രാഷ്ട്രീയ പൊങ്കൽ.

31.1.1976 ന് തമിഴക സർക്കാരിനെ പിരിച്ചുവിട്ട് രാഷ്ട്രപതി ഭരണം നിലവിൽ വന്നു. ഇന്ത്യൻ ഭരണ സർവീസിൽ ഉണ്ടായിരുന്ന പി കെ ദവേ, ആർ വി സുബ്രഹ്മണ്യം എന്നിവരെ ഗവർണറുടെ ഉപദേശകരായി

നിയമിക്കപ്പെട്ടു. തമിഴ്നാട് നിയമസഭയിൽ നിയമം പാസ്സാക്കാനുള്ള അധികാരം രാഷ്ട്രപതിക്ക് നൽകപ്പെട്ടു. മറ്റു സംസ്ഥാനങ്ങളിൽ, അടിയന്തരാവസ്ഥയുടെ പരുഷമായ നടപടികൾ ഉണ്ടായിരുന്നെങ്കിലും, അവിടെയെല്ലാം തിരഞ്ഞെടുക്കപ്പെട്ട സംസ്ഥാനസർക്കാരുകളായിരുന്നു. എന്നാൽ, തമിഴ്നാട്ടിൽ അടിയന്തരാവസ്ഥയ്ക്കൊപ്പം, ഗവർണറുടെ ഭരണവും നടക്കുന്നുണ്ടായിരുന്നതിനാൽ ഇവിടെ ഇരട്ട അടിയന്തരാവസ്ഥ ഉണ്ടെന്ന അഭിപ്രായം ഉണ്ടായിരുന്നു. തമിഴ്നാട് നിയമസഭയിൽ ഏതാനും അംഗങ്ങൾ മാത്രം ഉണ്ടായിരുന്ന ഇന്ദിരാ കോൺഗ്രസ്സ് പാർട്ടിയുടെ നേതാക്കൾ, നേരിട്ടല്ലാതെ സർക്കാർ ഭരണത്തിൽ തങ്ങളുടെ സ്വാധീനം ഉപയോഗിക്കാൻ തുടങ്ങി.

രാഷ്ട്രപതിഭരണം 31.1.1976 ന് അർദ്ധരാത്രി മുതൽ പ്രാബല്യത്തിൽ വന്നു. അന്ന് ഉച്ചയ്ക്ക് തന്നെ പൊലീസ് വകുപ്പിൽനിന്നും ജയിൽ അധികാരികൾക്ക് രഹസ്യസന്ദേശം അയയ്ക്കപ്പെട്ടു. അതിൽ രാഷ്ട്രീയതടവുകാരെ അന്നുതൊട്ട് ജയിലിലേക്ക് കൊണ്ടുവരപ്പെടുമെന്ന വിവരം ഉണ്ടായിരുന്നു. അതിനെത്തുടർന്ന്, ചെന്നൈയിൽ 39 ഡി എം കെ നേതാക്കളെ അറസ്റ്റ് ചെയ്ത്, മിസ വകുപ്പിന്റെ കീഴിൽ കരുതൽ തടവ് നല്കി ചെന്നൈ സെൻട്രൽ ജയിലിലടച്ചു. നാളുകൾ കഴിയുന്തോറും കരുതൽ തടവ് വകുപ്പിൽ, തമിഴ്നാട് മുഴുവനും അറസ്റ്റ് ചെയ്യപ്പെട്ടവരുടെ എണ്ണം വർദ്ധിച്ചു.

1.2.1976 ഞായറാഴ്ച ആയിരുന്നെങ്കിലും ജയിൽ അധികാരികൾ ആവേശത്തോടെ പ്രവർത്തിക്കാൻ തുടങ്ങി. മിസാ തടവുകാർ, രാഷ്ട്രീയ തടവുകാർ ആണെന്നല്ലാതെ ശിക്ഷ വിധിക്കപ്പെട്ട തടവുകാർ അല്ല. അവരെ എങ്ങനെ പരിഗണിക്കണം എന്നതിന് പ്രത്യേകമായ നിയമങ്ങൾ ഉണ്ടായിരുന്നു. ആദ്യത്തെ രണ്ട് ദിവസം അറസ്റ്റ് ചെയ്യപ്പെട്ട 48 തടവുകാരെ 9-ാം ബ്ലോക്കിലുള്ള സെല്ലുകളിൽ അടച്ചു. 100 ചതുരശ്രയടിയുള്ള സെല്ലുകളിൽ ഓരോന്നിലും തടവുകാർ ഉണ്ടായിരുന്നു. അവർക്ക് ആഹാരം നിഷേധിച്ചതിനൊപ്പം, അടുത്ത ദിവസങ്ങളിൽ പുഴുക്കും കഞ്ഞിയും മാത്രമേ കൊടുത്തിരുന്നുള്ളൂ. ആവശ്യത്തിൽ അധികം ഉപ്പും വേപ്പെണ്ണയും ചേർത്താണ് കൊടുത്തത്.

ഫെബ്രുവരി 1-ാം തീയതി ജയിലിൽ അടച്ച തടവുകാർക്ക് രാത്രി ഭക്ഷണം നിഷേധിച്ചതിനൊപ്പം, അവരെ ജയിൽ കവാടത്തിൽനിന്നും കൂട്ടിക്കൊണ്ട് പോകുമ്പോൾ, 'നടയടി' ഇഷ്ടം പോലെ കൊടുക്കുകയും ചെയ്തു. വസ്ത്രംപോലും ധരിക്കാൻ അനുവദിക്കാതെ തടവുകാരെ തറയിൽ കിടത്തുകയും ചെയ്തു. അതിന്റെ തലേ ദിവസം വരെ ഉയർന്ന പദവിയിൽ ഉണ്ടായിരുന്ന നേതാക്കൾ, മന്ത്രിമാർ, നിയമസഭാ, പാർലമെന്റ് അംഗങ്ങൾ എല്ലാവർക്കും ഉണ്ടായ ഗതി ഇതായിരുന്നുവെന്നത് ആർക്കും അറിയാൻ കഴിയാത്തവിധം രഹസ്യമായിരുന്നു.

ഫെബ്രുവരി 2 ന് സെല്ലുകളിൽ അടയ്ക്കപ്പെട്ട തടവുകാരെ വെള്ള യൂണിഫോമണിഞ്ഞ ജയിൽ വാർഡന്മാരും, ജയിൽ അധികാരികളും

ചേർന്ന് മർദ്ദിച്ച് അവശരാക്കി. ഇന്നത്തെ തമിഴക മുഖ്യമന്ത്രി എം കെ സ്റ്റാലിനും ഒരു തടവുകാരനായി ഇങ്ങനെ മർദ്ദനം ഏല്ക്കേണ്ടിവന്നു. അടുത്ത ദിവസങ്ങളിൽ ജയിലിലേക്ക് കൊണ്ടുവന്ന് തടവിലാക്കപ്പെട്ട മറ്റു രാഷ്ട്രീയതടവുകാർക്കും അതുപോലെ 'ജയിൽ ചികിത്സകൾ' കൊടുത്തു. ഏതാണ്ട് 78 രാഷ്ട്രീയ മിസാ തടവുകാർ ആ സമയത്ത് ചെന്നൈ ജയിലിൽ ഉണ്ടായിരുന്നു.

സാധാരണയായി ജയിലിലേക്ക് കൊണ്ടുവരപ്പെട്ടവരുടെ അനുയായികളും അടുത്ത സുഹൃത്തുക്കളും വന്ന് തടവുകാരെ കാണാനും അവർക്ക് ഭക്ഷണസാധനങ്ങൾ കൊണ്ടുവന്ന് നല്കാനും നിയമങ്ങൾ അനുവദിക്കുന്നുണ്ട്. എന്നാൽ, മിസാ തടവുകാരെ കാണാൻ വന്നവർക്ക് അതിനുള്ള അനുവാദം നിഷേധിക്കപ്പെട്ടു.

ഫെബ്രുവരി രണ്ടാം വാരം മുതൽ മാർക്സിസ്റ്റ് കമ്യൂണിസ്റ്റ് പാർട്ടി, സി ഐ റ്റി യു തൊഴിലാളിസംഘടനാ നേതാക്കളും മിസാ വകുപ്പനുസരിച്ച് അറസ്റ്റ് ചെയ്യപ്പെട്ടു. അവരിൽ ചിലർ ചെന്നൈ ജയിലിൽ തടവിലാക്കപ്പെട്ടു. സഖാക്കളായ ഹരിപത്, കെ തിരുവെങ്കടം (നെയ്‌വേലി), താമ്പരം വക്കീലായ എസ് സി ശിവാജി തുടങ്ങിയരെക്കൂടാതെ, ടി ജാനകീരാമൻ (ഇലക്ട്രിസിറ്റി ബോർഡ്), സുന്ദരേശൻ (ആവടി), പാർഥസാരഥി (കാഞ്ചീപുരം) തുടങ്ങിയവരും ജയിലിൽ അടയ്ക്കപ്പെട്ടു. ആദ്യത്തെ പത്ത് ദിവസങ്ങളിൽ നടന്ന കാടത്തം നിറഞ്ഞ മർദ്ദനങ്ങൾ ഇവർ നേരിൽ കണ്ടിട്ടുണ്ടായിരുന്നില്ല. വക്കീൽ ശിവാജിയും പിന്നീട് ജയിൽ കാവൽക്കാരാൽ മർദ്ദിക്കപ്പെട്ടു.

ജയിലിൽ വച്ചുണ്ടായ ക്രൂരമായ മർദ്ദനം കാരണം പരിക്കേറ്റ പാർലമെന്റ് അംഗം ചിട്ടിബാബുവിനെ ആശുപത്രിയിൽ പ്രവേശിപ്പിച്ച്, ചികിത്സ ഫലിക്കാതെ മരിച്ചു. അദ്ദേഹം ജയിലിൽ നടന്ന സംഭവങ്ങൾ ഒരു നോട്ടുപുസ്തകത്തിൽ എഴുതി വച്ചിരുന്നു. അത് തന്നെ കാണാൻ വന്ന ഭാര്യയുടെ പക്കൽ ഭദ്രമായി ഏല്പിച്ചു. ആ നോട്ടിൽ ഉണ്ടായിരുന്ന കുറിപ്പുകളാണ് ജയിൽ അധികാരികളുടെ ക്രൂരതകൾ തെളിയിക്കാൻ വളരെ സഹായിച്ചത്. കൂടാതെ, അദ്ദേഹത്തിന്റെ കുറിപ്പിൽ ഡി എം കെ ഭരണത്തിൽ ആയിരുന്നപ്പോൾ ജയിൽ വകുപ്പ് മന്ത്രിയായിരുന്ന സി മാധവനെ വിമർശിക്കുന്ന വരികളും ഉണ്ടായിരുന്നു: "എന്ത് ചെയ്യാൻ... അന്ന് മാധവന്റെ കൈയ്യിലാണ് ഈ മതിൽ ചുവരുകൾ കൊടുത്തിരുന്നത്. പിഴവ് കാണാൻ അദ്ദേഹത്തിന് കഴിഞ്ഞില്ല. പാമ്പുകൾ ഞങ്ങളെയല്ലേ കടിച്ചത്! സാരമില്ല ഇതും ഒരു ഗുണപാഠമല്ലേ!"

ചിട്ടിബാബു എഴുതിയ കുറിപ്പുകൾ ദിവസക്കുറിപ്പുകൾ അല്ലെങ്കിലും, ആ കുറിപ്പുകൾ ജഡ്ജി ഇസ്മായിൽ വിശ്വസിച്ചതിന്റെ കാരണം, താൻ വേദനകൾ അനുഭവിക്കുമ്പോഴും തന്റെ സ്വന്തം പാർട്ടിക്കാർ ഉൾപ്പടെ എല്ലാവരെയും പറ്റി ആത്മവിമർശനവീക്ഷണത്തിൽ ചിട്ടിബാബു എഴുതി എന്നതിനാലാണ്. അതുകൊണ്ട് ആ കുറിപ്പുകളെ വിശ്വസിക്കാം എന്ന് അദ്ദേഹം റിപ്പോർട്ടിൽ എഴുതിയിരുന്നു.

പാർലമെന്റ് അംഗം മുരസൊലി മാരനെ കുറേ ദിവസത്തേക്ക് പുറത്തെ ആശുപത്രിയിൽ ചികിത്സയ്ക്കായി അയച്ചിരുന്നു. ദ്രാവിഡർ കഴകത്തിന്റെ *വിടുതലൈ* പത്രത്തിന്റെ എഡിറ്റർ സംബന്ധം, അപ്പോൾ ത്തന്നെ ഒരു രോഗിയായിരുന്നു. ക്രൂരമായ മർദ്ദനത്തിൽ അവശനായ കാരണം അദ്ദേഹത്തെയും ചികിത്സയ്ക്കായി പുറത്തെ ആശുപത്രിയി ലേക്ക് അയയ്ക്കേണ്ട അവസ്ഥ ഉണ്ടായി. കുടുംബക്കാരുടെ അപേക്ഷ അനുസരിച്ച് അദ്ദേഹം മാത്രം കരുതൽതടങ്കൽ അവസാനിക്കുന്നതിന് മുമ്പ് മോചിപ്പിക്കപ്പെട്ടു.

ജയിലിൽ അടയ്ക്കപ്പെട്ട മാർക്സിസ്റ്റ് വക്കീൽ ശിവാജിയുടെ സെൽ, ജയിലിൽ നടക്കുന്ന സംഭവങ്ങളെ പുറംലോകത്തെ അറിയിക്കാനുള്ള പരാതികൾ തയ്യാറാക്കുന്ന ഓഫീസ് ആയി മാറി. ചിട്ടിബാബു ഐക്യരാഷ്ട്രസഭയ്ക്ക് അയച്ച പരാതിയുടെ ഒരു നക്കൽ ശിവാജിക്ക് കൊടുത്ത് സൂക്ഷിച്ച് വയ്ക്കാൻ പറഞ്ഞിരുന്നു. ഇതറിഞ്ഞ ജയിൽ അധികാരികൾ, 16.2.1976 ന് ശിവാജിയുടെ സെല്ലിൽ മിന്നൽ പരിശോധന നടത്തി, എല്ലാ രേഖകളും പിടിച്ചെടുത്തു.

അതിന്റെ രണ്ടുദിവസം മുമ്പാണ്, 14.2.1976 ന് ജയിൽ വകുപ്പ് സഹമന്ത്രി ജയിൽ സന്ദർശിച്ചിരുന്നത്. അദ്ദേഹം തടവുകാർക്ക് ആവ ശ്യമായ സൗകര്യങ്ങൾ ഇല്ലാത്തതിനെ സംബന്ധിച്ച് തന്റെ റിപ്പോർട്ടിൽ ചൂണ്ടിക്കാണിച്ചിരുന്നു. 26.2.1976 ന് മുൻ മുഖ്യമന്ത്രി കലൈഞ്ജർ, ഗവർണറുടെ പരിഗണനയ്ക്കായി അയച്ച കത്തിൽ ജയിൽ തടവുകാർ നരകിക്കുകയാണെന്നും എഴുതിയിരുന്നു.

ഇതിനെത്തുടർന്ന്, ജയിൽ വകുപ്പ് മേധാവി പൊൻ പരമഗുരു 28.2.1976 ന് സെൻട്രൽ ജയിലിൽ സന്ദർശനം നടത്തി, പിന്നീട് സർക്കാരിന് ഒരു റിപ്പോർട്ട് അയച്ചു. 3.3.1976 ന് കലൈഞ്ജർക്ക്, തന്റെ മകൻ എം കെ സ്റ്റാലിനെ കാണാൻ അനുമതി നൽകപ്പെട്ടു. ആ സമ യത്ത്, അദ്ദേഹം തന്റെ മകനോട് ജയിലിൽ ഉണ്ടായ ക്രൂരതകളെപ്പറ്റി ചോദിച്ചപ്പോൾ, സ്റ്റാലിൻ അങ്ങനെയൊന്നും നടന്നില്ലെന്ന് പറഞ്ഞതായി ജയിലർ ഖയൂം അറിയിച്ചു. ജയിലിൽ വച്ചുള്ള നേർക്കാഴ്ചയിൽ അച്ഛനും മകനുമിടയിൽ നടക്കുകയായിരുന്ന സംഭാഷണത്തിൽ ജയിലർ ഖയൂമും ഇടപെട്ടതിനൊപ്പം കുടുംബകാര്യങ്ങളല്ലാതെ മറ്റൊന്നും സംസാരിക്കരു തെന്ന് ആജ്ഞാപിച്ചിരുന്നു.

ഈ സംഭവം മനസ്സിൽ വച്ചുകൊണ്ട്, കേന്ദ്രസർക്കാരിന് തമിഴ്നാട് സർക്കാർ അയച്ച റിപ്പോർട്ടിൽ, 'ജയിൽ തടവുപുള്ളികൾ നരകിക്കുക യാണെന്ന് പുറത്തുവന്ന വിവരങ്ങൾ തെറ്റാണ്' എന്ന് എഴുതി. കൂടാതെ, ജയിൽ വകുപ്പ് തലവൻ തന്റെ റിപ്പോർട്ടിൽ, താൻ ജയിലിലേക്ക് പോയി അവിടെ ഉണ്ടായിരുന്ന തടവുകാരെ നേരിൽ വിചാരണ ചെയ്തപ്പോൾ, 'അവർ ആരും തങ്ങൾക്ക് കഷ്ടപ്പാട് ഉണ്ടായതായി പരാതിയൊന്നും തന്നില്ല' എന്നും എഴുതിയിരുന്നു. വിചാരണ സമയത്ത് അവരെ എതിർ വിസ്താരം ചെയ്തപ്പോൾ, മറ്റു ജയിൽ അധികാരികൾ അവരെ അനുഗ

മിച്ചെങ്കിലും പത്തടി അകലം സൂക്ഷിച്ചിരുന്നു എന്നും പറഞ്ഞു. അവരുടെ മൊഴി വിശ്വസിക്കാത്ത ജഡ്ജി ഇസ്മായിൽ, തന്റെ ജയിൽ സന്ദർശന വിവരങ്ങൾക്കൊപ്പം, അവിടെ പത്തടി അകലത്തിൽ മറ്റുള്ളവർക്ക് അനുഗമിക്കാൻ പാകത്തിൽ സ്ഥലം ഇല്ലെന്ന് എഴുതി.

അന്നത്തെ ഹോം സെക്രട്ടറി ആയിരുന്ന കെ സുബ്രഹ്മണ്യം, ജയിലിലേക്ക് നേരിട്ട് ചെന്നപ്പോൾ തടവുകാരുടെ പ്രതിനിധിസംഘവുമായി സംസാരിച്ചു. ആ സംഘത്തിൽ മുരസൊലി മാരൻ, ആർക്കാട് വീരസ്വാമി, കെ എം ഹരിപത്ത്, എ വി പി ആശൈത്തമ്പി, എസ് എസ് മാരിച്ചാമി, ചിട്ടിബാബു എം പി തുടങ്ങിയവർ പങ്കെടുത്തു. തടവുകാർ തന്നോട് പറഞ്ഞവ ഉടൻ തന്നെ ചീഫ് സെക്രട്ടറിയേയും ഗവർണറുടെ ഉപദേശകരേയും വാമൊഴിയായി അറിയിച്ചതിനൊപ്പം, തനിക്ക് നൽകപ്പെട്ട പരാതി അദ്ദേഹം തന്നെ സൂക്ഷിച്ചു.

ജയിലിൽ നടന്ന സംഭവങ്ങളെപ്പറ്റിയുള്ള വാർത്തകൾ പുറത്ത് വിട്ടതിന് ജയിൽ സൂപ്രണ്ട് വിദ്യാസാഗറും, ജയിലർ ഖയൂമും ചേർന്ന് വീണ്ടും തടവുകാരെ മർദ്ദിക്കാൻ തുടങ്ങി. തടവുകാരുടെ സന്ദർശനങ്ങൾ കുറയ്ക്കുക, ചെരുപ്പുകൾ ധരിക്കാൻ അനുവദിക്കാതിരിക്കുക, ദിവസവും തെറിവാക്കുകൾ തടവുകാരുടെ മേൽ പ്രയോഗിക്കുക, ഇങ്ങനെ പല ക്രൂരതകളും അവർ നടത്തി.

മിസാ തടവുകാരായി വച്ചിരുന്ന മാർക്സിസ്റ്റ് കമ്യൂണിസ്റ്റ് പാർട്ടിക്കാർ അനുഭവിച്ച പീഡനങ്ങളെത്തുടർന്ന്, മാർക്സിസ്റ്റ് നേതാക്കളായ സഖാവ് പി രാമമൂർത്തി, എം ആർ വെങ്കട്ടരാമൻ എന്നിവർ ഗവർണറുടെ ഉപദേശകൻ പി കെ ദവേയെ 1.3.1976 ന് നേരിൽ കണ്ട് പരാതി പറഞ്ഞതിനൊപ്പം, 5.3.1976 ന് വിശദമായി എഴുതി അയയ്ക്കുകയും ചെയ്തു.

അടിയന്തരാവസ്ഥയുടെ ആദ്യപകുതിയിൽ ഞാൻ ലോ കോളേജിൽ അവസാനവർഷ വിദ്യാർത്ഥിയായിരുന്നു. ആ സമയത്ത്, അടിയന്തരാവസ്ഥ പ്രഖ്യാപിച്ചതിന് എതിരായി ലോ കോളേജ് വിദ്യാർത്ഥികൾ മൂന്ന് ദിവസം സമരം ചെയ്തു. നിയമനിർമ്മാണ ചട്ടം ഭേദഗതി ചെയ്യാനുള്ള ശ്രമത്തിനെതിരായി എല്ലാ വിദ്യാർത്ഥികളും പ്ലക്കാർഡുകൾ ധരിച്ച് കോളേജിലേക്ക് പോയി.

ഡി എം കെ സർക്കാർ പിരിച്ചുവിടപ്പെട്ട ശേഷം, അടിയന്തരാവസ്ഥ അടുത്ത ഘട്ടത്തിലേക്ക് പോയി. അവസ്ഥ വീണ്ടും മുറുകി. ഞാൻ താമസിച്ചിരുന്ന ലോ കോളേജ് ഹോസ്റ്റലിലെ എന്റെ മുറി പൊലീസുകാർ പരിശോധിച്ചു. അതറിഞ്ഞ ഞാൻ, ലോ കോളേജ് ഹോസ്റ്റലിൽനിന്നും മാറി ഒളിവുജീവിതം ആരംഭിച്ചു. പൂരിപ്പിക്കാത്ത മീസാ വാറന്റുകൾ പൊലീസ് തങ്ങളുടെ കുപ്പായക്കീശയിൽ വച്ചിരിക്കുന്നതായിരുന്നു അതിന്റെ കാരണം. അല്ലെങ്കിൽത്തന്നെ, കോളേജിലേക്ക് മുടങ്ങാതെ പോകുന്നതിനാൽ ആവശ്യത്തിനുള്ള ഹാജർ ഉണ്ടായിരുന്നു. ഫെബ്രുവരി, മാർച്ച് മാസങ്ങളിൽ നഗരത്തിൽ ഉണ്ടായിരുന്നെങ്കിലും കോളേജ് വൃന്ദങ്ങളിൽനിന്നും ഞാൻ അപ്രത്യക്ഷനായി.

ഹൈസ്കൂളിൽ പഠിക്കുമ്പോൾ, തമിഴ് അദ്ധ്യാപകന് എന്റെ മേൽ വലിയ ശ്രദ്ധയുണ്ടായിരുന്നു. ഇടയ്ക്കിടെ എന്നെ ക്ലാസിൽ കാണുമ്പോഴെല്ലാം, "ആ അവസാന നിരയിൽ ഇരിക്കുന്ന ബൃഹസ്പതി ഇവിടെ വാ, ഇവൻ ഒരു അണ്ടർഗ്രൗണ്ട് കമ്യൂണിസ്റ്റ് ആണ്" എന്ന് പറഞ്ഞ് വിദ്യാർത്ഥികൾക്ക് എന്നെ പരിചയപ്പെടുത്തും. ആ വാക്കുകളുടെ അർത്ഥം മനസ്സിലാകുന്ന പ്രായമായിരുന്നില്ല എനിക്കന്ന്. അടിയന്തരാവസ്ഥാ കാലഘട്ടത്തിലാണ് അതിന്റെ പൂർണമായ അർത്ഥം എനിക്ക് മനസ്സിലായത്. കോളേജിലും വിദ്യാർത്ഥികളുടെ ഹോസ്റ്റലിലും നിന്ന് അപ്രത്യക്ഷനായെങ്കിലും, ഏപ്രിൽ മാസത്തിൽ സർവകലാശാലാ നിയമവിദ്യാഭ്യാസത്തിന്റെ പരീക്ഷകൾ വടചെന്നൈയിലുള്ള ഒരു കോളേജിലെ പരീക്ഷാകേന്ദ്രത്തിൽ എഴുതി. പരീക്ഷാഫലങ്ങൾ വന്നപ്പോൾ ഞാൻ ക്ലാസ്സിലെ ഒന്നാമനായിരുന്നു.

പരീക്ഷാഫലങ്ങൾ പുറത്തുവിട്ട ജൂലൈ മാസം തന്നെ ഞാൻ തമിഴ്നാട് ബാർ കൗൺസിലിൽ വക്കീൽ ആയി എൻറോൾ ചെയ്തതിനൊപ്പം, 'റാവു & റാവു' എന്ന പ്രശസ്തരായ വക്കീലുമാരുടെ ഓഫീസിൽ ജൂനിയർ വക്കീലായി ജോലി ആരംഭിച്ചു.

വക്കീൽ എന്ന നിലയിൽ, ജയിലിലുള്ള ഹരിപത്തിനെ സന്ദർശിക്കാൻ എന്റെ സീനിയർ അനുമതി ചോദിച്ചപ്പോൾ ജയിൽ അധികാരികൾ നിഷേധിച്ചു. കരുതൽ തടങ്കൽ ഒരാളെ ഒരിടത്തുനിന്നും അനങ്ങാൻ സമ്മതിക്കാതെ പിടിച്ചുവയ്ക്കും എന്നതല്ലാതെ, യാതൊരു കുറ്റത്തിനും അയാളെ ശിക്ഷിക്കുന്നതല്ല. കരുതൽ തടങ്കലിൽ വയ്ക്കപ്പെട്ട തടവുകാരന്, ജോലി ചെയ്ത് തന്റെ വരുമാനം നേടുന്നത് നിഷേധിക്കപ്പെടുന്നു. അയാൾക്കുള്ള ഭക്ഷണവും താമസസ്ഥലവും കൊടുക്കുമെങ്കിലും, അവരുടെ കുടുംബത്തിന്റെ അടിസ്ഥാന ആവശ്യങ്ങൾ നിറവേറ്റപ്പെടുന്നില്ല. അതുകൊണ്ട്, കരുതൽ തടങ്കലിൽ വച്ചിരിക്കുന്ന തടവുകാരന്റെ കുടുംബത്തിന് സർക്കാർ തന്നെ ജീവിതച്ചെലവിനുള്ള തുക കൊടുക്കണം എന്ന വിധി അനുസരിച്ച്, അദ്ദേഹത്തിന്റെ ഭാഗത്ത് നിന്നും കേസ് തുടരാനായിരുന്നു നേരിട്ട് കാണാൻ അനുമതി ചോദിച്ചത്.

ഹരിപത്തിനെ ജയിലിൽ കാണാനുള്ള അനുമതി നിഷേധിച്ചതിനെ എതിർത്ത്, എന്റെ സീനിയറുടെ പേരിൽ ഹൈക്കോടതിയിൽ ഞാൻ കേസ് കൊടുത്തു. ആ കേസ് വിചാരണയ്ക്കെത്തിയപ്പോൾ, സർക്കാർ ഭാഗത്തുനിന്നും നേരിട്ടുകാണാൻ അനുവദിക്കണമെന്ന് ജസ്റ്റിസ് എസ് മോഹൻ വിധിച്ചു. ഇതിനെത്തുടർന്ന്, ഞങ്ങൾക്ക് ഹരിപത്തിനെ കാണാനുള്ള അനുമതി ലഭിച്ചു. ജയിലിൽ തടവുകാർക്ക് ഭക്ഷണം കൊടുക്കുന്നതിന് ചില ചട്ടങ്ങൾ ഉണ്ട്. കുറേ മാസങ്ങൾക്ക് ശേഷം അദ്ദേഹത്തിനെ കാണാൻ പോയ ഞാൻ, ബേക്കറിയിൽനിന്നും നല്ലൊരു കേക്ക് വാങ്ങിക്കൊണ്ടുപോയി. അത് അദ്ദേഹത്തിന് കൊടുക്കാൻ ജയിലർ വിസമ്മതിച്ചു. അക്ഷമനായ ഞാൻ, 'വേണമെങ്കിൽ താങ്കൾക്കും ഒരു കേക്ക് വാങ്ങിക്കൊണ്ടുവരാം. ഇങ്ങനെ അല്പത്തരം കാണിക്കരുത്'

എന്ന് ജയിലറോട് പറഞ്ഞു. കോടതി വരെ പോയി കാണാനുള്ള അനുവാദം വാങ്ങിവന്ന ഞാൻ, കേക്ക് കൊടുക്കാൻ വീണ്ടും കേസ് കൊടുക്കുമെന്ന പേടികൊണ്ട് അയാൾ അത് ഒരു സുഹൃത്തിന്റെ കൈയിൽ കൊടുത്തുവിട്ടു.

ഹൈക്കോടതിയിലെ കേസിന് ശേഷം അദ്ദേഹത്തിനെ കണ്ടപ്പോഴാണ് പല സംഗതികളും അറിയാനിടയായത്. എന്റെ വരവിനെപ്പറ്റി എം കെ സ്റ്റാലിന്റെ ജീവചരിത്രം എഴുതിയ ചോലൈ, അദ്ദേഹം ഇങ്ങനെ പറഞ്ഞതായി എഴുതിയിരുന്നു: “ജയിലിൽ ഉണ്ടായിരുന്ന മാർക്സിസ്റ്റ് സഖാക്കളെ കാണാനായി ഒരു വക്കീൽ വന്നിരുന്നു. മിസാ വകുപ്പ് അനുവദിക്കുന്ന ഒരു സൗകര്യവും ഇല്ലാതെ എല്ലാവരും കഷ്ടപ്പെടുന്നത് അയാൾ അറിഞ്ഞു. അയാൾ ചെന്നൈ ഹൈക്കോടതിയിൽ കേസ് തുടർന്നു. ജയിച്ചു. ആ വക്കീൽ ആണ് ഇന്നത്തെ ചെന്നൈ ഹൈക്കോടതിയിലെ ജസ്റ്റിസ് ചന്ദ്രു. പിന്നീട്, മിസാ തടവുകാർക്ക് ലുങ്കിയും സോപ്പും അനുവദിക്കപ്പെട്ടു. ട്രാൻസിസ്റ്റർ റേഡിയോ കൈവശം വയ്ക്കുന്നതിനും വിലക്കില്ല.”

ഒരു ഭാഗത്ത് മിസാ തടവുകാർക്കുള്ള നിയമസഹായം ചെയ്തുവന്ന അതേ സമയത്ത്, നാട്ടിൽ അടിയന്തരാവസ്ഥയ്ക്ക് എതിരായുള്ള കേസുകളെ എന്ത് ചെയ്യാൻ കഴിയും എന്ന് ആലോചനയും ഉയർന്നു. ഹൈക്കോടതി വക്കീലന്മാരെ ചേർത്ത് അടിയന്തരാവസ്ഥ റദ്ദ് ചെയ്യണമെന്നും രാജ്യത്ത് പൊതുതിരഞ്ഞെടുപ്പ് നടത്തണമെന്നും ആവശ്യപ്പെട്ട് ജാഥ നടത്താൻ തീരുമാനിച്ചു.

ജനാധിപത്യത്തിന്റെ അറുംകൊലയെ വിമർശിച്ച് നിയമം പഠിച്ച വക്കീലന്മാർ പോലും മൗനം പാലിക്കുന്നത് ശരിയാണോ എന്ന ചോദ്യം വക്കീലന്മാരുടെ മദ്ധ്യത്തിൽ ഉയർത്തിയതിനൊപ്പം, ധൈര്യമുള്ള ചില വക്കീലന്മാരെ ചേർത്ത്, ഹൈക്കോടതിയിൽനിന്നും വക്കീൽ വേഷത്തിൽ അടിയന്തരാവസ്ഥ പിൻവലിക്കാൻ ആവശ്യപ്പെട്ട് ജാഥ നടത്താൻ ഞങ്ങൾ തീരുമാനിച്ചു. പൊലീസിന്റെ അനുമതി ചോദിച്ചാൽ തരുമോ?

ഹൈക്കോടതി കവാടത്തിൽനിന്നും മൻറോ പ്രതിമ വഴി അണ്ണാശാലയിലുള്ള രാജാജി മണ്ഡപത്തിലേക്ക് ഹൈക്കോടതിയുടെ ചരിത്രത്തിലാദ്യമായി, യൂണിഫോമിൽ മൂന്ന് വക്കീലന്മാർ ചേർന്ന് നടത്തിയ ജാഥയായിരുന്നു അത്. ജാഥയിൽ പങ്കെടുത്ത വക്കീലന്മാർ എല്ലാവരുടെയും മനസ്സിലുയർന്ന ഒരേയൊരു ചോദ്യം, ‘ഇന്ന് വൈകുന്നേരം വീട്ടിലേക്ക് തിരിച്ചെത്തുമോ?’ എന്നതായിരുന്നു.

പൊലീസിന്റെ വിലക്കുണ്ടെങ്കിലും അതിനെ മറികടന്ന് ജാഥ നടത്തിയതിൽ ഞങ്ങൾക്ക് സന്തോഷമായി.

1977 മാർച്ച് മാസത്തിൽ പൊതുതിരഞ്ഞെടുപ്പ് നടത്താനുള്ള അറിയിപ്പുകൾ വന്നു. ഇതിനിടയിൽ മിസാ തടവുകാർ ഒരു വർഷത്തിന് മുകളിൽ ജയിലിൽ ആയിരുന്നതിനാൽ അവരുടെ കരുതൽ തടങ്കലും അവസാനിച്ചു. തിരഞ്ഞെടുപ്പിനെ സംബന്ധിച്ച് ‘ജനാധിപത്യത്തി

നായുള്ള വക്കീലന്മാർ' എന്ന പേരിൽ ഒരു ലഘുലേഖ ഞങ്ങൾ പുറത്തിറക്കി. 'ജനാധിപത്യത്തിന് വോട്ട് ചെയ്യൂ! ഏകാധിപത്യത്തിന് അവസാനമുണ്ടാക്കൂ!' എന്ന് തലക്കെട്ടിട്ട്, 19 മാസക്കാലത്തെ അടിയന്തരാവസ്ഥക്കാലത്തെ ഏകാധിപത്യഭരണത്തിൽ നടന്ന അതിക്രമങ്ങളുടെ പട്ടികയുള്ള ആ ലഘുലേഖ 25 വക്കീലുമാർ ചെന്നൈയിലെ ഓരോ വീടുതോറും നടന്ന് വിതരണം ചെയ്തു.

പിന്നീട് നടന്ന തിരഞ്ഞെടുപ്പിൽ ഇന്ദിരാ കോൺഗ്രസ്സ് തോറ്റു, ജനതാ പാർട്ടി സഖ്യം അധികാരം പിടിച്ചെടുത്തു. പ്രധാനമന്ത്രിയായി മൊറാർജി ദേശായി തിരഞ്ഞെടുക്കപ്പെട്ടു. പ്രഭുദാസ് പട്വാരി പുതിയ ഗവർണർ ആയി നിയമിക്കപ്പെട്ടു (24.4.1977). ഗാന്ധിയനായിരുന്ന അദ്ദേഹം അടിയന്തരാവസ്ഥക്കാലത്ത് ബറോഡയിൽ ബോംബ് പൊട്ടിച്ച കേസിൽ കുറ്റവാളി ആക്കപ്പെട്ടിരുന്നു. അദ്ദേഹം പദവിയേറ്റയുടൻ, അടിയന്തരാവസ്ഥക്കാലത്ത് നടന്ന ക്രൂരതകളെ, പ്രത്യേകിച്ചും, ചെന്നൈ ജയിലിൽ പ്രതിപക്ഷപാർട്ടികളിലെ രാഷ്ട്രീയതടവുകാരെ ചിത്രവധത്തിന് വിധേയരാക്കിയതറിഞ്ഞ് ചെയ്ത ആദ്യത്തെ കാര്യം, ആ ക്രൂരതകളെപ്പറ്റി അന്വേഷിക്കാനായി ഒരു സമിതിയെ നിയോഗിക്കുകയായിരുന്നു. അതിലും കൂടുതൽ സന്തോഷം എന്താണെന്നാൽ, പദവിയിലുള്ള മുതിർന്ന ജസ്റ്റിസ് ഇസ്മായിലിന്റെ നേതൃത്വത്തിൽ ആയിരുന്നു ഈ അന്വേഷണസമിതിക്ക് രൂപംനൽകിയിരുന്നത്.

സർക്കാർ ഉത്തരവനുസരിച്ച്, '1975 ഫെബ്രുവരി മാസം ചെന്നൈ ജയിലിൽ കരുതൽതടങ്കലിൽ ഉണ്ടായിരുന്നവർക്ക് മർദ്ദനമേറ്റോ? ഉണ്ടെങ്കിൽ, അതിന് ഉത്തരവാദികൾ ആരെല്ലാം എന്നത് തീരുമാനിക്കുക; ഫെബ്രുവരി മുതൽ മെയ് മാസം വരെ തടവുകാർ ശല്യങ്ങൾക്കും പീഢനങ്ങൾക്കും വിധേയരായിട്ടുണ്ടോ?" എന്ന് ചോദിച്ച് റിപ്പോർട്ട് സമർപ്പിക്കാൻ ജസ്റ്റിസ് ഇസ്മായിൽ സമിതി ആവശ്യപ്പെട്ടു. പിന്നീട്, ആ ഉത്തരവ് തിരുത്തപ്പെട്ട്, ക്രൂരതകൾ നടന്ന കാലയളവ് ഫെബ്രുവരി 1976 മുതൽ ഫെബ്രുവരി 1977 വരെ എന്നായി തീരുമാനിക്കപ്പെട്ടു.

ഇസ്മായിൽ സമിതിയുടെ റിപ്പോർട്ട് പത്രങ്ങളിൽ വന്നയുടൻ അതിൽ മാർക്സിസ്റ്റ് പാർട്ടി പങ്കുചേരുന്നതിനെപ്പറ്റി തീരുമാനമെടുക്കേണ്ടിയിരുന്നു. അപ്പോൾ ഞാൻ ഹൈക്കോടതിയിൽ പുതിയയാളായിരുന്നു. പത്ത് മാസം ജോലി ചെയ്ത അനുഭവം മാത്രമേ ഉണ്ടായിരുന്നുള്ളൂ. ജസ്റ്റിസ് ഇസ്മായിൽ കാർക്കശ്യത്തിന് പേരുകേട്ടയാളായിരുന്നു. അദ്ദേഹത്തിന്റെ മുന്നിൽ കേസ് നടത്താൻ സീനിയർ വക്കീലുമാർ പോലും നടുങ്ങുന്ന കാലമായിരുന്നു അത്.

എന്നാൽ, ഈ അവസരം നഷ്ടപ്പെടുത്താൻ പാടില്ലെന്ന് കരുതി, മാർക്സിസ്റ്റ് കമ്യൂണിസ്റ്റ് പാർട്ടി നേതാക്കളോട് ഞാൻ ഇതിനെപ്പറ്റി സംസാരിച്ചു. ഇതുപോലെയുള്ള ഒരു സമിതിയുടെ മുന്നിൽ പങ്കെടുത്ത മുൻ അനുഭവം അവർക്ക് ഇല്ലായിരുന്നു. സമിതിയുടെ മുന്നിൽ

പാർട്ടിയുടെ ഭാഗത്ത് നിന്നും കേസ് നടത്താൻ അവർ എന്നെ അനുവദിച്ചു. പരാതികൾ ഫയൽ ചെയ്യായുള്ള സമയം അടുത്തുകൊണ്ടിരുന്നു.

കെ എം ഹരിപത്തിനെ സംബന്ധിച്ചിടത്തോളം അദ്ദേഹത്തിന് സന്ദർശനം വിലക്കപ്പെട്ടതും, അദ്ദേഹത്തിന്റെ കുടുംബത്തിന് ജീവിതച്ചെലവിനുള്ള തുക കൊടുക്കാൻ സർക്കാർ വിസമ്മതിച്ചതും മാത്രമായിരുന്നു പ്രധാന പരാതിയായിട്ടുണ്ടായിരുന്നത്. കെ തിരുവെങ്കടത്തിന് ചെന്നൈയിൽനിന്നും കോയമ്പത്തൂർ ജയിലിലേക്ക് മാറ്റം ചോദിച്ചത് നിഷേധിച്ചതും, ജയിലിൽ ആയിരുന്നപ്പോൾ അദ്ദേഹത്തിന്റെ ചെരുപ്പ് പിടിച്ചെടുത്ത് നഗ്നപാദനായി നടക്കാൻ വിട്ടതും മാത്രമായിരുന്നു പരാതി. 70 വയസ്സ് കഴിഞ്ഞ അദ്ദേഹത്തിന് കാഴ്ച മങ്ങിയിരുന്നു; കൂടാതെ, അദ്ദേഹം പ്രമേഹരോഗിയുമായിരുന്നു. കോയമ്പത്തൂർ ജയിലിൽ മാർക്സിസ്റ്റ് മിസാ തടവുകാർ ഉണ്ടായിരുന്നതിനാലും, പുറത്തും ചില നേതാക്കൾ ഒളിവിലുണ്ടായിരുന്നതിനാലും അദ്ദേഹത്തിനെ ആ ജയിലിലേക്ക് മാറ്റുന്നത് ആപത്തായിരുന്നു എന്ന് രഹസ്യാന്വേഷണവകുപ്പ് പൊലീസ് റിപ്പോർട്ട് അയച്ചിരുന്നു.

താമ്പരം വക്കീൽ സഖാവ് ശിവാജിക്ക് മൊഴിയിൽ പറയാൻ ഒരുപാട് കാര്യങ്ങൾ ഉണ്ടായിരുന്നു. ജയിലിൽ പ്രവേശിക്കുമ്പോൾത്തന്നെ അദ്ദേഹത്തിന് 'നടയടി' കിട്ടിയതിനൊപ്പം, പരാതികൾ തയ്യാറാക്കുന്ന കേന്ദ്രമായി മാറിയ അദ്ദേഹത്തിന്റെ സെല്ലിൽ, ജയിൽ അധികാരികൾ മിന്നൽ പരിശോധന നടത്തി, എല്ലാ രേഖകളും പിടിച്ചെടുത്തിരുന്നു. അദ്ദേഹം ഇസ്മായിൽ സമിതിക്ക് മുന്നിൽ 'പ്രധാന സാക്ഷി'യായി അവതരിക്കും എന്ന് അപ്പോൾ എനിക്കറിയില്ലായിരുന്നു. ഞാൻ താമ്പരം കൃസ്ത്യൻ കോളേജിൽ ബിരുദത്തിന് പഠിക്കുമ്പോൾ, പൂന്തമല്ലി ക്രിമിനൽ കോടതിലേക്ക് അദ്ദേഹത്തിനൊപ്പം പോയിരുന്നു. ചില ജാമ്യാപേക്ഷകൾക്ക് ഉത്തരവാദിത്വം ഏറ്റെടുത്ത് ഞാൻ ഒപ്പിട്ടിരുന്നു. അദ്ദേഹവുമായി വളരെ അടുപ്പമുണ്ടായിരുന്നു. അദ്ദേഹം വളരെ ധൈര്യശാലിയായിരുന്നു.

ആ മൂന്ന് പേർക്കും വേണ്ടി ഞാൻ സത്യവാങ്മൂലം തയ്യാറാക്കി. ജയിൽ അധികാരികളായ ജയിൽ സൂപ്രണ്ട് വിദ്യാസാഗർ, ജയിലർ ഖയൂം എന്നിവർക്കെതിരെ മാത്രം പരാതി കൊടുത്തിട്ട് കാര്യമില്ല. ഇതുപോലെയുള്ള ക്രൂരതകൾ മേലധികാരികൾ, അന്ന് ഭരിച്ചിരുന്ന പാർട്ടി തലവന്മാർ തുടങ്ങിയവർ അറിയാതെ നടക്കാനിടയില്ല. തങ്ങൾക്ക് മുകളിലുള്ളവരെ സന്തോഷിപ്പിക്കാനോ 'നിയമത്തിന് മുകളിലുള്ള സഖ്യമായോ; അവർ പ്രവർത്തിച്ചിരിക്കണം' എന്ന ചിന്ത ഉണ്ടായി.

മുമ്പ് തന്നെ മാർക്സിസ്റ്റ് കമ്യൂണിസ്റ്റ് പാർട്ടിയുടെ മിസാ തടവുകാർ മൂന്ന് പേർക്കായി എഴുതിയ സത്യവാങ്മൂലങ്ങളിൽ, അന്നത്തെ ജയിൽ വകുപ്പ് മേധാവി പൊൻ പരമഗുരു ഈ ക്രൂരതകളുടെ മൂലകർത്താവാണെന്നും, മുൻ കോൺഗ്രസ്സ് മുഖ്യമന്ത്രി എം ഭക്തവത്സലം അടിയന്തരാവസ്ഥയുടെ സമയത്ത്, 'നിയമത്തിന് മുകളിലുള്ള അധികാരകേന്ദ്രം'

ആയി പ്രവർത്തിച്ചിരുന്നതിനാൽ, 'ക്രൂരതകളുടെ സൂത്രധാരി' അദ്ദേഹമാണെന്നും, പറഞ്ഞിരുന്നു. സത്യവാങ്മൂലങ്ങളെ സമിതിയുടെ രീതികൾക്കനുസരിച്ച് അയച്ച്, ആദ്യത്തെ വിസ്താരത്തിനായി ഞാൻ കാത്തിരുന്നു.

ഡി എം കെ, ദ്രാവിഡർ കഴക തടവുകാരുടെ ഭാഗത്തുനിന്നും സത്യവാങ്മൂലങ്ങൾ ഫയൽ ചെയ്യപ്പെട്ടിരുന്നു. അവരുടെ സത്യവാങ്മൂലങ്ങളിൽ പൊൻ പരമഗുരു, ഭക്തവത്സലം എന്നിവരുമായി ബന്ധപ്പെട്ട് പരാതികൾ ഒന്നും പറഞ്ഞിട്ടില്ലായിരുന്നു. വിചാരണയിൽ പങ്കെടുക്കുന്ന പല വിഭാഗങ്ങൾക്കിടയിൽ ഏകോപനമില്ലെങ്കിൽ അത് കേസിനെ ബാധിക്കും എന്നത് നമ്മൾ മനസ്സിലാക്കണം.

എന്റെ സത്യവാങ്മൂലങ്ങൾ വായിച്ചശേഷം, എന്നോടൊപ്പം ചേർന്ന് പ്രവർത്തിക്കാൻ ഡി എം കെ, ദ്രാവിഡർ കഴകങ്ങൾക്ക് മടിയുണ്ടായിരുന്നു. അവരുടെ, രണ്ട് ആളുകളെ ഞാൻ കുറ്റവാളികളാക്കാൻ ശ്രമിച്ചത്, കേസിന്റെ ദിശ തിരിച്ചുവിടും എന്ന് അവർ വിചാരിച്ചതായിരുന്നു അതിന്റെ കാരണം. തുടക്കത്തിൽ ആ പാർട്ടികൾക്കായി ഹാജരായ വക്കീലന്മാർ, അവരുടെ പരാതികളുടെ നക്കലുകൾ, അവർ തയ്യാറാക്കിയ രേഖകൾ തുടങ്ങിയവ തരാൻ വിസമ്മതിച്ചു.

ഈ ഒറ്റപ്പെടുത്തുന്ന പോക്ക് ഡി എം കെ തലവൻ കലൈഞ്ജരുടെ ഇടപെടൽമൂലം തീരുമാനമായി. തിരുനെൽവേലി ജില്ലയിലെ പ്രശസ്തനായ ക്രിമിനൽ വക്കീൽ പാളൈ ഷണ്മുഖത്തിനെ അവർക്കായി വാദിക്കാൻ ഇരുത്തിയത് ഇതിന് വഴിയൊരുക്കി. ഇന്ത്യൻ കമ്യൂണിസ്റ്റ് പാർട്ടിയിൽ (സി പി ഐ) ഉള്ളപ്പോഴും, പാർട്ടി അടിയന്തരാവസ്ഥയെ പിന്തുണച്ചതിനെ എതിർത്ത അദ്ദേഹത്തിന്റെ പോരാട്ടവീര്യം കാരണം മിസാ വകുപ്പിനുകീഴിൽ അറസ്റ്റ് ചെയ്യപ്പെട്ട്, പാളൈ ജയിലിൽ ഉണ്ടായിരുന്നയാൾ ആയിരുന്നു പാളൈ ഷണ്മുഖം. ഒരു വർഷത്തെ ജയിൽ വാസം കഴിഞ്ഞ് പുറത്ത് വന്ന അദ്ദേഹം, ചില മാസങ്ങൾ കഴിഞ്ഞ് ഡി എം കെയിൽ ചേർന്നു. താൻ ഒറ്റപ്പെട്ടുപോയതിന്റെ കാരണങ്ങൾ മനസ്സിലാക്കി, അദ്ദേഹം വിഷയം കലൈഞ്ജരോട് സംസാരിച്ചു. പിന്നീടാണ് മറ്റു വക്കീലന്മാർ സത്യവാങ്മൂലങ്ങളിൽ മാറ്റം വരുത്തിയത്.

ഇസ്മായിൽ സമിതിക്ക് മുന്നിൽ 48 തടവുകാർക്കായി സത്യവാങ്മൂലങ്ങൾ ഫയൽ ചെയ്യപ്പെട്ടിരുന്നു. അതിൽ 13 പേർ മാത്രമേ സാക്ഷിയായി വിസ്തരിക്കപ്പെട്ടുള്ളൂ. ജസ്റ്റിസ് ഇസ്മായിൽ വളരെ സമർത്ഥനായിരുന്നു. അതുകൊണ്ട്, സമിതിയുടെ വിചാരണകൾ വേഗത്തിൽ നടത്തപ്പെട്ടു. സാക്ഷികളുടെ വിചാരണകൾ 18.7.77 മുതൽ 16.8.77 വരെ നടന്നു. പരാതിക്കാരുടെ ഭാഗത്തുനിന്നും രണ്ടാമത്തെ സാക്ഷിയായി വിസ്തരിക്കപ്പെട്ടത് ഇന്നത്തെ മുഖ്യമന്ത്രി എം കെ സ്റ്റാലിൻ ആയിരുന്നു. ഒമ്പതാം സാക്ഷിയായി വിസ്തരിക്കപ്പെട്ടത് വക്കീൽ ശിവാജി ആയിരുന്നു. പരാതിയിൽ പറഞ്ഞ ജയിൽ അധികാരികൾ നാലുപേരെയും സാക്ഷിയായി വിസ്തരിച്ചു.

കൂടാതെ, സമിതിയുടെ സമൻസ് കിട്ടി വിസ്തരിക്കപ്പെട്ടവർ 7 പേരുണ്ടായിരുന്നു. അതിൽ മൂന്നാമത്തെ സാക്ഷിയായ പൊൻ പരമഗുരുവിനും, അഞ്ചാമത്തെ സാക്ഷി മുൻ മുഖ്യമന്ത്രി ഭക്തവത്സലത്തിനും ഞങ്ങളുടെ പരാതികളിൽ കണ്ട ആരോപണങ്ങളുടെ പേരിൽ സമൻസ് അയയ്ക്കപ്പെട്ടു. അവർ ഇരുവരേയും ഞാൻ മാത്രമേ എതിർവിസ്താരം ചെയ്തുള്ളൂ. അപ്പോൾ അവിടെയുണ്ടായവരിൽ ഞാനായിരുന്നു പ്രായത്തിൽ ഇളയത്. പൊൻ പരമഗുരു സാക്ഷിക്കൂട്ടിൽ, യൂണിഫോമിൽ നിന്ന്, ഞാൻ ഓരോ ചോദ്യം ചോദിക്കുമ്പോഴും തന്റെ അരിവാൾ മീശ പിരിച്ചുകൊണ്ടിരുന്നു. പോരാത്തതിന് മര്യാദയില്ലാത്ത രീതിയിൽ മറുപടി പറഞ്ഞു. 'ഒരു പൊടിപ്പയ്യൻ ചോദ്യം ചോദിക്കുന്നോ?' എന്ന ഭാവം അദ്ദേഹത്തിന്റെ ശരീരഭാഷയിൽ വെളിവായത് ജസ്റ്റിസ് ഇസ്മായിൽ ശ്രദ്ധിച്ചു. പരമഗുരുവിനെ കോടതിമുറപ്രകാരം പെരുമാറാൻ അദ്ദേഹം താക്കീത് നല്കി.

മുൻ മുഖ്യമന്ത്രി ഭക്തവത്സലം പ്രായമായതുകൊണ്ട് ഇരുന്നുകൊണ്ടാണ് മൊഴി കൊടുത്തത്. അദ്ദേഹത്തിനെ ഞാൻ മാത്രമാണ് എതിർവിസ്താരം ചെയ്തത്. അടിയന്തരാവസ്ഥക്കാലത്ത് നിയമം മറികടക്കുന്ന അധികാരകേന്ദ്രമായി അദ്ദേഹം പ്രവർത്തിച്ചതായും, അദ്ദേഹത്തിന്റെ പ്രേരണയാലാണ് തടവുകാരെ മർദ്ദിച്ചതെന്നും പറഞ്ഞു.

രൂക്ഷമായ വിചാരണയുടെ ഇടയ്ക്ക് തമാശകൾക്കും പഞ്ഞമില്ലായിരുന്നു. ജയിൽ സൂപ്രണ്ട് വിദ്യാസാഗറിനെ മിസാ തടവുകാരനായിരുന്ന കയിലൈ മന്നനും എതിർവിസ്താരം ചെയ്തു. കയിലൈ മന്നൻ വളരെ രസികനായിരുന്നു. അദ്ദേഹത്തിന്റെ ശരിക്കും പേര് കുമാരസ്വാമി എന്നായിരുന്നു. അദ്ദേഹം *സികപ്പു നാടാ* എന്ന വാരിക നടത്തിയിരുന്നു. വലിയ ആളുകളെപ്പറ്റി പരദൂഷണം പറയുന്ന വാരികയാണത്. ആ വാരിക പല വക്കീലന്മാരും രഹസ്യമായി വാങ്ങി വായിക്കുമായിരുന്നു. കാരണം, അവരുടെ ജഡ്ജിയെപ്പറ്റിയുള്ള വാർത്തകളും അതിൽ വരുമായിരുന്നു!

ഇസ്മായിൽ സമിതിക്ക് മുമ്പിൽ കയിലൈ മന്നൻ തന്റെമേൽ പ്രയോഗിക്കപ്പെട്ട ക്രൂരതകളെപ്പറ്റി മൊഴി ഫയൽ ചെയ്തിരുന്നു. അതുകൊണ്ട്, കുറ്റം ചാർത്തപ്പെട്ട അധികാരികളെ എതിർവിസ്താരം ചെയ്യാൻ അദ്ദേഹത്തിന് അനുമതി ഉണ്ടായിരുന്നു. അദ്ദേഹത്തിന് നർമ്മബോധം കൂടുതലാണ്. അദ്ദേഹത്തിന്റെ എതിർവിസ്താരത്തിന്റെ ആദ്യപകുതി കേട്ട കോടതി തന്നെ ചിരിച്ച് മറിഞ്ഞു. ജസ്റ്റിസ് ഇസ്മായിൽ കർക്കശക്കാരൻ ആണെങ്കിലും അദ്ദേഹത്തിനും ചിരിയടക്കാൻ കഴിഞ്ഞില്ല.

ഇതെല്ലാം സമിതിയുടെ റിപ്പോർട്ടിൽ എഴുതിയിട്ടുണ്ടോയെന്ന് എനിക്കറിയില്ല. എന്റെ ഓർമ്മയിൽ ഉള്ളത് ഇവിടെ എഴുതിയെന്നേയുള്ളൂ. ഇതിനെപ്പറ്റി സമിതിയുടെ റിപ്പോർട്ടിൽ പ്രത്യേകിച്ച് ഒന്നും എഴുതിയിരുന്നില്ല.

കയിലൈ മന്നൻ വിദ്യാസാഗറിനോട് ചോദിച്ച ചോദ്യങ്ങളും ഉത്തരങ്ങളും:

ക.മ: താങ്കൾ ഗ്രൂപ്പ് 1 പരീക്ഷമൂലമാണോ ജയിൽ സൂപ്രണ്ട് പദവി യിലെത്തിയത്?

വി.സാ: അതെ.

ക.മ: താങ്കളുടെ അച്ഛൻ കുഴന്തൈവേൽ മുതലിയാർ അന്നത്തെ മുഖ്യമന്ത്രി ഭക്തവത്സലം മുതലിയാരോട് അഡ്ജസ്റ്റ് ചെയ്താണ് ഈ പദവി താങ്കൾക്ക് കിട്ടിയതെന്ന് ഞാൻ പറയുന്നു.

വി.സാ: ഈ ചോദ്യം എന്നെ അപമാനിക്കുന്നതാണ്. കോടതി ഇട പെടണം.

ജസ്റ്റിസ്: മിസ്റ്റർ കയിലൈ മന്നൻ, നിങ്ങൾ ഇതുപോലെ ഒരു ചോദ്യം ചോദിച്ചല്ലോ, അതിന് എന്തെങ്കിലും തെളിവുണ്ടോ?

ക.മ: ഉണ്ട് മൈലോർഡ്. ഇപ്പോൾത്തന്നെ തെളിയിക്കാം. ഒരു ഇഞ്ച് ടേപ്പ് അങ്ങയുടെ സെക്രട്ടറിയോട് കൊണ്ടുവരാൻ പറയൂ.

ജസ്റ്റിസ്: ഇഞ്ച് ടേപ്പ് വച്ച് താങ്കൾ എന്ത് ചെയ്യും?

ക.മ.: ഈ ഉദ്യോഗസ്ഥന്റെ ഉയരം അളന്ന് നോക്കാം. അദ്ദേഹം 5.1/4 അടിയേയുള്ളൂ. എന്നാൽ, ഗ്രൂപ്പ് 1 സർവ്വീസിന് കുറഞ്ഞത് 51/2 അടി ഉയരം വേണം. അതുകൊണ്ട്, മുകളിൽനിന്നും അഡ്ജസ്റ്റ് ചെയ്യാതെ ഈ പദവിയിൽ ഇദ്ദേഹം എത്താൻ സാധ്യതയില്ല.

ഇത് കേട്ടതും മജിസ്ട്രേറ്റ് മുതൽ എല്ലാവരും ചിരിച്ചതിനാൽ അടുത്ത ചില നിമിഷങ്ങൾക്ക് നടപടികൾ ഒന്നും ഉണ്ടായില്ല. ജസ്റ്റിസ് ഇസ്മായിൽ തന്റെ ചിരിയടക്കാൻ പെടാപ്പാട് പെട്ടു.

ഞങ്ങളുടെ അപേക്ഷ സമ്മതിച്ച്, ജസ്റ്റിസ് ഇസ്മായിൽ ജയിൽ നേരിൽ സന്ദർശിച്ച്, അതിന്റെ ഘടനയെക്കുറിച്ച് മനസ്സിലാക്കി. സമിതിയുടെ മുന്നിൽ ഹാജറായ വക്കീലുമാർ എന്ന നിലയിൽ ഞങ്ങളും അദ്ദേഹത്തിന്റെ കൂടെ ജയിലിലേക്ക് പോയിരുന്നു. തടവുകാരെ അടച്ചിരുന്ന ഒമ്പതാം ബ്ലോക്കിൽ എത്തിയപ്പോൾ അവിടെയുണ്ടായിരുന്ന ഒരു സെല്ലിലേക്ക് ജസ്റ്റിസ് ഇസ്മായിൽ പോയി നോക്കി. അപ്പോൾ ആ സെല്ലിന്റെ വാതിൽ ഞാനടച്ചു. രണ്ട് നിമിഷത്തിനുള്ളിൽ വിയർത്ത് കുളിച്ച ഇസ്മായിൽ, "ജയിലിലേക്ക് വരുന്നത് സ്വപ്നത്തിൽ പോലും വിചാരിക്കില്ല" എന്ന് പറഞ്ഞു.

അവസാനവിചാരണ 19.8.77 ന് നടന്നു. അതിൽ പാളൈ ഷണ്മുമുഖം വളരെ നന്നായി വാദിച്ചു. അവസാനം, സമിതി തങ്ങളുടെ റിപ്പോർട്ട് 26.9.77 ന് സർക്കാരിന് സമർപ്പിച്ചു. അന്നത്തെ എം ജി ആർ സർക്കാർ ഉടൻ തന്നെ ആ റിപ്പോർട്ട് സർക്കാരിന്റെ നടപടിക്കുറിപ്പിനൊപ്പം നിയമസഭ യിൽ വച്ചില്ല. ഡി എം കെ, മാർക്സിസ്റ്റ് അംഗങ്ങൾ അതിനെപ്പറ്റി തുടർ ച്ചയായി ഓർമ്മപ്പെടുത്തിയപ്പോഴെല്ലാം സർക്കാർ ഉത്തരവാദിത്വം കൈ യൊഴിഞ്ഞു. അവസാനം, സർക്കാർ ഉത്തരവനുസരിച്ച് സമിതിയുടെ അഭിപ്രായങ്ങളെ സർക്കാർ സ്വീകരിക്കുന്നതായും ബന്ധപ്പെട്ട അധി കാരികളുടെ മേൽ വേണ്ട നടപടി എടുത്തതായും അറിയിച്ചു.

വിചാരണ കമ്മീഷന്റെ മുന്നിൽ ഹാജരായപ്പോൾ ഞാൻ ജയിൽ

തടവുകാർ അനുഭവിച്ച ക്രൂരതകൾക്കൊപ്പം, ജയിൽ പരിഷ്കരിക്കാനുള്ള നിർദ്ദേശങ്ങളും പരിഗണിക്കണമെന്ന് ആവശ്യപ്പെട്ടു. ഞങ്ങളുടെ അപേക്ഷ മാനിച്ച്, അദ്ദേഹത്തിന്റെ റിപ്പോർട്ടിൽ ജയിൽ, ജയിൽ പരിഷ്കരണങ്ങൾ എന്നിവയെക്കുറിച്ചും ജസ്റ്റിസ് ഇസ്മായിൽ നിർദ്ദേശങ്ങൾ വച്ചിരുന്നു.

എം ജി ആർ സർക്കാർ, ഇസ്മായിൽ കമ്മീഷൻ റിപ്പോർട്ട് നിയമസഭയിൽ വയ്ക്കാൻ തന്നെ അഞ്ച് മാസമെടുത്താലും റിപ്പോർട്ടിനൊപ്പം വയ്ക്കപ്പെട്ട നടപടിക്കുറിപ്പിൽ ജയിൽ പരിഷ്കരണങ്ങളുമായി ബന്ധപ്പെട്ട ഒന്നുംതന്നെ പറഞ്ഞിട്ടില്ലായിരുന്നു.

ജസ്റ്റിസ് ഇസ്മായിൽ ഞങ്ങളോട് സംശയം പ്രകടിപ്പിച്ചത് പോലെ തന്നെ നിർദ്ദേശങ്ങളെ എം ജി ആർ സർക്കാർ കുപ്പത്തൊട്ടിയിൽ എറിഞ്ഞു.

ശരി, സർക്കാരിനെ ഭീഷണിപ്പെടുത്തുന്ന തരത്തിൽ എന്താണ് റിപ്പോർട്ടിൽ എഴുതിയിരുന്നത്?

ഇസ്മായിൽ സമിതിയുടെ റിപ്പോർട്ടിൽ മുൻ മുഖ്യമന്ത്രി ഭക്തവത്സലം, ജയിൽ അധികാരി വിദ്യാസാഗർ എന്നിവരുമായി ബന്ധപ്പെട്ട് ഇങ്ങനെ എഴുതിയിരുന്നു:

> ജയിൽ സൂപ്രണ്ട് വിദ്യാസാഗറിന്റെ കുടുംബത്തിനും, മുൻ മുഖ്യമന്ത്രി ഭക്തവത്സലത്തിനും തമ്മിൽ ബന്ധം ഉണ്ടെന്ന് അറിയാൻ കഴിഞ്ഞു. ജയിൽ തടവുകാർ മർദ്ദിക്കപ്പെട്ട ചില ദിവസങ്ങൾക്കുള്ളിൽ അന്നത്തെ ആഭ്യന്തര സെക്രട്ടറി കെ സുബ്രഹ്മണ്യം ജയിൽ സന്ദർശിച്ചു. അദ്ദേഹം വാസ്തവങ്ങൾ അറിഞ്ഞയുടൻ ആദ്യത്തെ നടപടിയായി വിദ്യാസാഗറിനെ സ്ഥലം മാറ്റാൻ നിർദ്ദേശിച്ചു. ഇതറിഞ്ഞയുടൻ മുൻ മുഖ്യമന്ത്രി ഭക്തവത്സലം അന്ന് മുഴുവൻ അധികാരവും ഉണ്ടായിരുന്ന കേന്ദ്ര ആഭ്യന്തരമന്ത്രി ഓം മേഹ്ത്തക്ക് ഒരു കത്തെഴുതി. ആ കത്തിൽ, 'വിദ്യാസാഗർ ഒരു സത്യസന്ധനായ ഉദ്യോഗസ്ഥനാണ്. അദ്ദേഹം ഡി എം കെ തടവുകാരുടെ തോന്ന്യാസങ്ങൾ അനുവദിക്കില്ല. എന്നാൽ, ഇപ്പോഴത്തെ ആഭ്യന്തര സെക്രട്ടറി (കെ സുബ്രഹ്മണ്യം) ഡി എം കെ തടവുകാരോട് താല്പര്യം കാണിക്കുകയാണ്. അതുകൊണ്ട്, വിദ്യാസാഗറിന്റെ സ്ഥലം മാറ്റത്തിനെ ഞാൻ എതിർക്കുകയാണ്. വിദ്യാസാഗർ ചെന്നൈ സെൻട്രൽ ജയിലിൽ തുടരാനാണ് കോൺഗ്രസ്സുകാരും ആഗ്രഹിക്കുന്നത്. കാരണം, അദ്ദേഹമാണ് രാഷ്ട്രീയ തടവുകാർക്കെതിരെ കടുത്ത നടപടികൾ എടുത്തിട്ടുള്ളത്.

ഇതുകൂടാതെ, പൊൻ പരമഗുരുവിനെപ്പറ്റിയും സമിതി രൂക്ഷമായി വിമർശിച്ചിരുന്നു. കൂടാതെ, ജയിൽ സൂപ്രണ്ട് വിദ്യാസാഗർ, ജയിലർ ഖയൂം, മറ്റു ജയിൽ ഉദ്യോഗസ്ഥർ എന്നിവർക്കെതിരെയും മര്യാദാനടപടികൾ എടുക്കണമെന്നും നിർദ്ദേശിച്ചിരുന്നു.

മിസാ തടവുകാർ പുറത്തുവരാൻ തുടങ്ങിയശേഷം, അവർക്ക് അനുഭവിക്കേണ്ടിവന്ന ക്രൂരതകളെപ്പറ്റി രാഷ്ട്രീയപാർട്ടികൾ പൊതുവേദികളിൽ സംസാരിക്കാൻ ആരംഭിച്ചു. മന്ത്രി നെടുഞ്ചെഴിയർ 25.12.77 ന് ചെന്നൈയിൽ നടന്ന ഡി എം കെ പൊതുസമ്മേളനത്തിൽ, ജയിൽ അധികാരികളെ വിമർശിച്ച് സംസാരിച്ചത് ആധാരമാക്കി, നെടുഞ്ചെഴിയനും അദ്ദേഹത്തിന്റെ പാർട്ടിയിലുള്ളവരും പൊതുവേദികളിൽ തന്നെപ്പറ്റി ഒന്നും സംസാരിക്കാൻ പാടില്ലെന്ന് കാണിച്ച് ജയിൽ സൂപ്രണ്ട് വിദ്യാസാഗർ ചെന്നൈ സിവിൽ കോടതിയിൽ ഒരു കേസ് കൊടുത്തു.

വിദ്യാസാഗർ സർക്കാർ ഉദ്യോഗസ്ഥൻ ആയിരുന്നതിനാൽ സർക്കാരിനോട് അനുമതി ചോദിച്ച ദിവസം തന്നെ കേസ് കൊടുക്കാൻ അദ്ദേഹത്തിന് അനുമതി കൊടുത്തു. തമാശ എന്താണെന്നാൽ, സർക്കാർ ഉത്തരവ് നൽകിയ ദിവസം ആഭ്യന്തരസെക്രട്ടറി കെ സുബ്രഹ്മണ്യം അവധിയിൽ പോയിരുന്നു. ചീഫ് സെക്രട്ടറിക്ക് വാമൊഴിയായി വിവരം അറിയിച്ച്, ഗവർണറിന്റെ ഉപദേശകനായ കാർത്തികേയൻ സർക്കാർ ഉത്തരവിൽ ഒപ്പിട്ടു. അതും പോരാതെ, വിദ്യാസാഗറിനായി ആ സിവിൽ കേസിൽ ഹാജറായ വക്കീൽ ഭക്തവത്സലത്തിന്റെ സഹോദരപുത്രനായിരുന്നു.

ജയിൽ സൂപ്രണ്ടിൽ തുടങ്ങി അതിന്റെ താഴെയുള്ള ജയിൽ ഉദ്യോഗസ്ഥർ എല്ലാവരും ജയിൽ തടവുകാരെ മർദ്ദിച്ചതിന്റെ കാരണമെന്ത്? എപ്പോഴും തടവുകാരെ ഉപദ്രവിച്ച്, ഭീഷണിപ്പെടുത്തി വയ്ക്കുന്നത് അവരുടെ ജോലിയാണെങ്കിലും, ഇതുപോലെയുള്ള കുറ്റാരോപണങ്ങൾ ഇടയ്ക്കിടെ തടവുകാർ ഉയർത്തുമ്പോൾ, അവ ചിലപ്പോൾ കോടതിയുടെ മുന്നിൽ കൊണ്ടുവരപ്പെട്ടാലും, അതിനെല്ലാം മനഃശാസ്ത്രപരമായി കാരണം അന്വേഷിക്കുന്നത് വാസ്തവം മറച്ചുവെക്കലാകും. മറിച്ച്, ജയിൽ തടവുകാരെ അവരെ പ്രവേശിപ്പിക്കപ്പെട്ട ദിവസം മുതൽ മർദ്ദിക്കുന്നതിനൊപ്പം, അവർ പാർട്ടി അംഗത്വം രാജി വച്ച് കത്ത് കൊടുത്താൽ, അവരുടെ പ്രശ്നങ്ങൾ രാഷ്ട്രീയ അനുകമ്പയോടെ പരിശോധിക്കും എന്ന് ജയിൽ അധികാരികൾ അവരെ നിർബന്ധിക്കുന്നതായും പറയപ്പെടുന്നു. രാജിക്കത്തുകൾ ഭീഷണിപ്പെടുത്തി വാങ്ങിയതായി പറയപ്പെടുന്ന കുറ്റാരോപണത്തിനെ ജയിൽ അധികാരികൾ നിഷേധിച്ചതോടെ, തടവുകാരനായിരുന്ന എം കെ സ്റ്റാലിൻ തന്നോട് ആരും രാജിക്കത്ത് ചോദിച്ചില്ലെന്ന മൊഴിയും അദ്ദേഹത്തിന്റെ ഭാഗത്തുനിന്നും ചൂണ്ടിക്കാണിച്ചു.

സർക്കാരിന് കൊടുത്ത സമൻസ് അനുസരിച്ച്, സർക്കാരിൽനിന്നും 508 പേജുകളുള്ള ഒരു ഫയൽ സമിതിക്ക് കൊടുക്കപ്പെട്ട്, അത് 'തെളിവ് D-16' എന്ന് ഫയൽ ചെയ്യപ്പെട്ടു. തടവുകാരിൽനിന്നും ലഭിച്ച രാജിക്കത്തുകൾ എല്ലാം ആ ഫയലിൽ ഉണ്ടായിരുന്നു. പാർട്ടിയിൽനിന്നും ഒരാൾ പോകുകയാണെങ്കിൽ, അതിനായുള്ള രാജിക്കത്ത് ആ പാർട്ടിയുടെ നേതാക്കന്മാർക്കല്ലേ നൽകേണ്ടത്? എന്നാൽ, രാഷ്ട്രീയ നടപടികൾ അനുസരിച്ച്, ജയിൽ അധികാരികൾ തങ്ങൾക്ക് കിട്ടിയ രാജിക്കത്തുകൾ

സർക്കാരിന് അയച്ചതിനാൽ, അവ സർക്കാരിന്റെ അടുത്തുതന്നെ കുടുങ്ങിപ്പോയി. അതുകൊണ്ട് 'തെളിവ് D16' അനുസരിച്ച് ജയിൽ അധികാരികൾ രാജിക്കത്തുകൾ വാങ്ങിയെന്ന് തെളിഞ്ഞു. കൂടാതെ, എം കെ സ്റ്റാലിനോട് ആരും രാജിക്കത്ത് ചോദിച്ചിരിക്കാൻ ഇടയില്ല. കാരണം, അദ്ദേഹത്തിന്റെ അച്ഛൻ ആ പാർട്ടിയുടെ തലവനാണ്. അതുകൊണ്ട്, ജസ്റ്റിസ് ഇസ്മായിൽ സ്റ്റാലിൻ സാക്ഷിമൊഴി ഉപയോഗിച്ചുകൊണ്ട് മുന്നോട്ടുവച്ച ഈ കിഴങ്ങൻ വാദം സ്വീകരിച്ചില്ല.

അഡ്വ. പാളൈ ഷണ്മുഖം തന്റെ വാദത്തിന്റെ സമയത്ത്, 'രാഷ്ട്രീയ തടവുകാരിൽനിന്നും ജയിൽ അധികാരികൾ രാജിക്കത്ത് വാങ്ങുന്നത് ബ്രിട്ടീഷ് ഭരണകാലം മുതൽ തന്നെ തുടരുന്ന സംഭവമാണ്; പലതവണ തടവിലായപ്പോഴും ഇങ്ങനെയുള്ള സംഭവങ്ങൾ ഞാൻ നേരിൽ കണ്ടിട്ടുണ്ട്; രാഷ്ട്രീയതടവുകാർ അവരുടെ പാർട്ടിയിൽനിന്നും രാജി വച്ച്, ഭരണകക്ഷിയിൽ ചേരുന്ന പതിവ് കാലങ്ങളായി നടക്കുന്ന പതിവാണ്' എന്ന് പറഞ്ഞു. പൂപ്പൽ പിടിച്ച മനസ്സുള്ള രാഷ്ട്രീയക്കാരെ കരുതൽ തടങ്കലിൽ വയ്ക്കുന്നത് തന്നെ ഇതുപോലെയുള്ള കാര്യങ്ങൾക്കാണെന്ന് നമുക്ക് മനസ്സിലാക്കാം. ഇത് അംഗീകരിച്ച ജസ്റ്റിസ് ഇസ്മായിൽ, രാജിക്കത്തുകളിലുള്ള വാചകങ്ങൾ ഒരേപോലെ അച്ചടിച്ചത് ചൂണ്ടിക്കാണിച്ചതിനൊപ്പം, ഡി എം കെ തടവുകാരിൽനിന്നും മാത്രമല്ലാതെ, ഇന്ത്യൻ നാഷണൽ കോൺഗ്രസ്സിലുള്ള കയിലൈ മന്നനിൽനിന്നും രാജിക്കത്ത് വാങ്ങിയ തമാശയും പറഞ്ഞു.

കെ എം ഹരിപതിന്റെ പരാതിയിൽ, പ്രത്യേകമായി 17-ാം അദ്ധ്യായത്തിൽ, അദ്ദേഹത്തിന് സന്ദർശനാനുമതി അനുവദിക്കാത്തതിനെ വിമർശിക്കുന്നതിനൊപ്പം, അദ്ദേഹത്തിന്റെ കുടുംബത്തിന് സർക്കാർ ചെലവിന് കൊടുക്കാത്തത് തെറ്റാണെന്നും അദ്ദേഹം പറഞ്ഞു. കെ തിരുവെങ്കടത്തിന്റെ പരാതിയെപ്പറ്റി പ്രത്യേകമായി അദ്ധ്യായം 16 ൽ സംസാരിച്ച അദ്ദേഹം, തിരുവെങ്കടത്തിന് ജയിൽ മാറ്റം അനുവദിക്കാത്തതിൽ ദുരൂഹത ഒന്നുമില്ലെന്നും, എന്നാൽ പ്രായമായ ഒരാളുടെ ചെരുപ്പുകൾ പിടിച്ചെടുത്ത് നഗ്നപാദനായി നടക്കാൻ വിട്ട ജയിൽ അധികാരികളുടെ പെരുമാറ്റം വളരെ വിമർശിക്കപ്പെടേണ്ടതാണെന്നും അദ്ദേഹം നിരീക്ഷിച്ചിരുന്നു.

അഡ്വ. ശിവാജിയുടെ സാക്ഷിമൊഴിയെ വളരെ പ്രശംസിച്ചതിനൊപ്പം, അദ്ദേഹത്തിന്റെ മൊഴികൾ ഈ സമിതിയുടെ വിചാരണയിൽ അദ്ദേഹത്തെ വളരെ ആകർഷിച്ചെന്നും എഴുതിയിരുന്നു. ശിവാജിയുടെ മുറിയിൽനിന്നും നിയമവിരുദ്ധമായി പരിശോധന നടത്തി, രേഖകൾ പിടിച്ചെടുത്ത ജയിൽ അധികാരികൾ, തങ്ങൾ ചെയ്ത കുറ്റങ്ങൾ പുറംലോകം അറിയാതിരിക്കാനായി അങ്ങനെ ചെയ്തതാണെന്ന് പറഞ്ഞതിനൊപ്പം, ജയിൽ അധികാരികൾ തന്നെ മർദ്ദിച്ചതിനെപ്പറ്റി ശിവാജി പറഞ്ഞത് മുഴുവനും വിശ്വസിക്കുന്നെന്നും പറഞ്ഞു.

രാഷ്ട്രീയതടവുകാർ തുടർന്നും പീഡനങ്ങൾക്കിരയായി. ക്രൂരമായ മർദ്ദനം അനുഭവിച്ചതിനെപ്പറ്റി അവർ വേദനയോടെ പറഞ്ഞു, ജയിലിൽ

വച്ച് തന്നെ മരിച്ച പാർലമെന്റ് അംഗം ചിട്ടിബാബു ജയിലിൽ വച്ചെഴുതിയ കുറിപ്പുകൾ മുഴുവനും വിശ്വസിക്കുന്നെന്ന് അദ്ദേഹം പറഞ്ഞു.

തടവുകാർ തങ്ങൾക്ക് നൽകപ്പെട്ട നിലവാരമില്ലാത്ത ഭക്ഷണത്തിനെക്കുറിച്ച് പറയുന്ന പരാതി സ്വീകരിച്ച ജസ്റ്റിസ് ഇസ്മായിൽ, അതേ സമയം, അതേ കാലം, ജയിലിലുണ്ടായിരുന്ന നടികവേൽ എം ആർ രാധ ഫയൽ ചെയ്ത സത്യവാങ്മൂലം നിരാകരിച്ചു. എന്ത് കാരണം കൊണ്ടോ എം ആർ രാധ ജയിലിൽ തടവുകാർക്ക് ദിവസവും ഓറഞ്ച് കൊടുക്കപ്പെട്ടതായും, ഹോർലിക്സ്, ബോൺവിറ്റാ നൽകുന്നതായും പറഞ്ഞതിനെ നിരാകരിച്ച സമിതി, എം ആർ രാധ അവസാനം വരെ യാതൊരു സെല്ലിലും അടയ്ക്കപ്പെടാതെ, ജയിൽ ആശുപത്രിയിൽ ത്തന്നെ കാലം കഴിച്ചതും അദ്ദേഹം പറഞ്ഞിരുന്നു. പതിവുപോലെ, വില്ലൻ വേഷം അണിഞ്ഞ രാധയുടെ മേയ്ക്കപ്പ് സമിതിയുടെ മുന്നിൽ അഴിഞ്ഞുവീണു.

ഇസ്മായിൽ സമിതിയുടെ റിപ്പോർട്ടിനെക്കുറിച്ചുള്ള വിവാദം നിയമസഭയിൽ ചൂട്ടുകൊളുത്തി. എം ജി ആറിന് റിപ്പോർട്ട് അനുസരിച്ച് നടപടിയെടുക്കാൻ യാതൊരു താല്പര്യവും ഇല്ലായിരുന്നു. പൊൻ പരമഗുരുവിന് മേൽ നടപടി എടുത്താൽ മുക്കുലത്തോർ സമുദായം തന്നെ തിളച്ചുമറിയും എന്ന പോസ്റ്ററുകൾ തമിഴ്നാട് മുഴുവനും പതിച്ചു. മാർക്സിസ്റ്റ് കമ്യൂണിസ്റ്റ് സഖാവ് ഉമാനാഥ് എന്റെയടുത്തുനിന്നും കുറിപ്പുകൾ വാങ്ങി നന്നായി സംസാരിച്ചു.

ഡി എം കെ ഭാഗത്ത് നിന്നും ആദ്യം സംസാരിക്കാനിരുന്ന സുബ്ബുവിനെ മാറ്റി, അവസാനമായി മനസ്സിൽ കൊള്ളുന്ന, മനോഹരമായ പ്രസംഗം നിയമസഭയിൽ കലൈഞ്ജർ നടത്തി. ബാധിക്കപ്പെട്ട ജയിൽ തടവുകാരുടെ മേൽ സമ്മർദ്ദം ചെലുത്തിയ ജയിൽ അധികാരികൾ, ഏത് സമൂഹം അല്ലെങ്കിൽ മതത്തിലുള്ളവരാണെങ്കിലും മനുഷ്യാവകാശത്തെ മറികടന്നതിനാൽ അവർക്കെതിരേ കടുത്ത നടപടികൾ എടുക്കണമെന്ന് അദ്ദേഹം പറഞ്ഞു. പൊൻ പരമഗുരുവിനെ സംരക്ഷിക്കണം എന്ന് പറയുന്നവർ, അതേ സമൂഹത്തിലുള്ള വക്കീൽ സത്യേന്ദ്രൻ ജയിൽ തടവുകാരനായി ചേർക്കപ്പെട്ടതിനെ അംഗീകരിക്കുന്നുണ്ടോ? സമയമാണ് ഒരാളുടെ തീരുമാനത്തിന് കാരണമെങ്കിൽ, ജസ്റ്റിസ് ഇസ്മയിൽ എങ്ങനെ ഇസ്ലാമായ ജയിലർ ഖയൂമിനെ കുറ്റവാളിയാക്കാൻ സാധിക്കും? ഇങ്ങനെ ആവേശപൂർവ്വം സംസാരിച്ചു കലൈഞ്ജർ.

ഇസ്മായിൽ സമിതിയുടെ റിപ്പോർട്ട് അനുസരിച്ച് ജയിൽ അധികാരികൾക്കെതിരേ നടപടി എടുക്കും എന്ന് പറഞ്ഞ എം ജി ആർ സർക്കാർ, കണ്ണിൽ പൊടിയിടാനായി കുറ്റം ചുമത്തിയ മെമ്മോകൾ മാത്രം സ്വീകരിച്ചു. സമിതിയാൽ കുറ്റം സ്ഥാപിക്കപ്പെട്ടു, ജയിൽ നടപടികൾ എടുക്കാൻ നിർദ്ദേശിക്കപ്പെട്ട ജയിൽ ഉദ്യോഗസ്ഥരായ എം കെ ഖയൂം, എസ് മഹാലിംഗം, എം സെന്തൂർപാണ്ഡ്യൻ, എസ് മനോഹരൻ എന്നീ നാലുപേരും തമിഴ്നാട് അഡ്മിനിസ്ട്രേറ്റീവ് ട്രിബ്യൂണലിൽ കേസ് കൊടുത്ത്, കുറ്റം ചുമത്തിയ മെമ്മോകളെ റദ്ദ് ചെയ്തു. അതിനെ

എതിർത്ത് എം ജി ആർ സർക്കാർ ഹൈക്കോടതിയിൽ അപ്പീൽ കൊടുത്തില്ല.

ഇതിൽ വിട്ടുപോയ ജയിൽ പൊലീസുകാരായ എ ഉബൈദുള്ള, എൻ മനോഹരൻ എന്നിവർ ആ നാല് പേരുടെ കേസിനെ ഉദാഹരണ മായി കാണിച്ച്, അഡ്മിനിസ്ട്രേറ്റീവ് ട്രിബ്യൂണലിൽ കേസ് കൊടുത്തു. അതിനെ ട്രിബ്യൂണൽ തള്ളിക്കളഞ്ഞു. ഇതിനെ എതിർത്ത് ഹൈ ക്കോടതിയിൽ റിട്ട് ഫയൽ ചെയ്ത്, തങ്ങൾ രണ്ടുപേർ മാത്രം 10 വർഷം കഴിഞ്ഞും കേസ് നടത്തുന്നതായി പറഞ്ഞത് അംഗീകരിച്ചുകൊണ്ട്, ജസ്റ്റിസുമാർ പി സദാശിവം, എസ് കെ കൃഷ്ണൻ അമർവു എന്നിവർ ബാക്കിയുണ്ടായിരുന്ന നടപടികളെ റദ്ദ് ചെയ്തു.

ആകമൊത്തത്തിൽ, ഇസ്മായിൽ സമിതിയുടെ നിർദ്ദേശങ്ങൾക്ക് എന്ത് മതിപ്പെന്ന് ചോദിച്ചാൽ അതിൽ പൂജ്യം മാത്രമേ കാണുകയുള്ളൂ. മറിച്ച്, ചില മാസങ്ങളിൽ ജയിൽ സൂപ്രണ്ട് വിദ്യാസാഗർ ജയിൽ വകുപ്പ് ഡെപ്യൂട്ടി ചീഫ് ആയി ഉദ്യോഗക്കയറ്റം നേടിയ നാണക്കേടും അരങ്ങേറി.

അന്വേഷണസമിതിയുടെ തീർപ്പുകൾ നിറവേറ്റപ്പെടണമെങ്കിൽ, സത്യസന്ധമായി സർക്കാർ ചട്ടങ്ങൾ അനുസരിച്ച് ഭരണം നടത്തണം. ഉദ്യോഗസ്ഥരുടെ അതിക്രമങ്ങളോട് ക്ഷമിക്കുന്നവർ പിന്നീട് അവർ കാരണം തന്നെ പല സമ്മർദ്ദങ്ങൾക്കും പാത്രമാകും എന്നതാണ് ചരിത്രം. ജയിൽ തടവുകാർക്ക് ഉണ്ടായ അനീതികൾക്ക് പരിഹാരം കിട്ടിയോ എന്നതിനേക്കാൾ, സമിതിക്കും അതിന് ഉത്തരവിട്ട ഗവർണർ പ്രഭുദാസ് പട്വാരിക്കും ഇടയിൽ എന്ത് നടന്നുവെന്ന് നോക്കാം.

ജസ്റ്റിസ് ഇസ്മായിൽ സീനിയോരിറ്റി അനുസരിച്ച് 6.11.1979 ൽ ചെന്നൈ ഹൈക്കോടതിയിൽ ചീഫ് ജസ്റ്റിസ് ആയി നിയമിക്കപ്പെട്ടു. അദ്ദേഹം പദവി ഏറ്റെടുത്ത രണ്ട് മാസങ്ങളിൽ ഇന്ദിരാ ഗാന്ധി സർക്കാർ വീണ്ടും ഭരണം പിടിച്ചെടുത്തു (ജനുവരി 1980). അടിയന്തരാവസ്ഥയ്ക്ക് എതിരായി എഴുതിയവർ, സംസാരിച്ചവർ, പോരാടിയവർ എന്നിങ്ങനെ എല്ലാവരേയും പാഠം പഠിപ്പിക്കാൻ തുടങ്ങി അവർ. ജനതാ ഭരണത്തിന്റെ സമയത്ത് ഗവർണറായി നിയമിക്കപ്പെട്ട പ്രഭുദാസ് പട്വാരി, പദവിയിൽ നിന്നും നീക്കപ്പെട്ടു (ഒക്ടോബർ 1980).

സ്ഥാനം തെറിച്ച ഗവർണർ പട്വാരിന്റെ പദവിയിൽ, ജസ്റ്റിസ് ഇസ് മായിൽ ഇടക്കാല ഗവർണർ ആയി നിയമിക്കപ്പെട്ടു. അദ്ദേഹത്തിനോടും പക വീട്ടാൻ തുടിച്ച കോൺഗ്രസ്സ് സർക്കാർ, കാരണമൊന്നും ഇല്ലാതെ അദ്ദേഹത്തിനെ കേരള ഹൈക്കോടതിയുടെ ചീഫ് ജസ്റ്റിസ് ആയി സ്ഥലം മാറ്റം കൊടുത്തു (ജനുവരി 1981). ആ ഉത്തരവ് വന്നയുടൻ ചീഫ് ജസ്റ്റിസ് ഇസ്മായിൽ ദീർഘകാല അവധിയിൽ പ്രവേശിച്ചു. ആ അവധി കഴിഞ്ഞതും 8.7.1981 ന് തന്റെ പദവിയിൽനിന്നും അദ്ദേഹം രാജിവച്ചു.

പക വീട്ടലിന്റെ പേരിൽ സ്ഥലം മാറ്റപ്പെട്ട വേറെ ചില സംസ്ഥാ നങ്ങളിലെ ഹൈക്കോടതി ചീഫ് ജസ്റ്റിസുമാർക്കായി സുപ്രീം കോട തിയിൽ പൊതുതാല്പര്യഹർജി കൊടുക്കപ്പെട്ടു. ജസ്റ്റിസ് ഇസ്മായിൽ തന്റെ സ്ഥലം മാറ്റത്തിന് എതിരായി കേസ് തുടരില്ലെന്ന് അറിയിച്ചു.

ജസ്റ്റിസ് ഇസ്മായിലിനെ സ്ഥലം മാറ്റിയതിനെ എതിർക്കാനുള്ള തീരുമാനം നിറവേറ്റുന്നതിനായി, ഹൈക്കോടതി വക്കീൽ സംഘത്തിൽ ഞാനും അഡ്വ. വി ശെൽവരാജും തീരുമാനിച്ചു. കാർക്കശ്യത്തിന് പേരു കേട്ട ജസ്റ്റിസിനെ ബഹുമാനിക്കാൻ വക്കീലുമാർ തയ്യാറാകാത്തതിനാൽ തീരുമാനം തോറ്റുപോയി. നയതീരുമാനത്തേക്കാൾ വക്കീലുമാർക്ക് പ്രധാനം തങ്ങളുടെ സ്വന്തം ഇഷ്ടാനിഷ്ടങ്ങളായിരുന്നു എന്നതിൽ ആശ്ച ര്യമില്ല.

സർക്കാരും, അതിനെ നടത്തുന്ന രാഷ്ട്രീയ പാർട്ടികളും നിയമവിരു ദ്ധമായി പ്രവർത്തിക്കുമ്പോൾ, ആ പ്രവർത്തികളെ വിമർശിക്കുന്നതി നൊപ്പം അതിന് ഉത്തരവാദികളായ ഉദ്യോഗസ്ഥരുടെ നേരേയും കടുത്ത നടപടികൾ എടുക്കണം എന്ന് ഉത്തരവിടുന്ന ജസ്റ്റിസുമാർ, തങ്ങളുടെ മറ്റുജോലികളിലും കർക്കശമായല്ലേ ഇരിക്കൂ? അതുകൊണ്ട്, അവർക്ക് വക്കീലന്മാർക്കിടയിൽ വലിയ സ്വീകരണം ഉണ്ടാവില്ലല്ലോ? സർക്കാരിന്റെ നയങ്ങൾക്ക് അനുകൂലമായ വിധികൾ നൽകിയാലും, തങ്ങളുടെ സാമ്പത്തികം വളരും എന്ന് വിചാരിക്കുന്ന വക്കീലന്മാർ, അത്തരം ജസ്റ്റി സുമാരെ 'ഔദാര്യ പ്രഭുക്കൾ' എന്നും 'ഉദാരമനസ്കർ' എന്നും പ്രശം സിക്കുന്നത് ഞാൻ പലതവണ കണ്ടിട്ടുണ്ട്. അങ്ങനെയുള്ള ഒരു ജസ്റ്റിസ് അവധിയിൽ പോയപ്പോൾ, അദ്ദേഹത്തെ പുകഴ്ത്തിക്കൊണ്ട് നിയമ മാസികയിലൊരു ലേഖനം വായിക്കാനും ഇടയായി. അവധിയിൽ പോയ ജസ്റ്റിസിനെ സൂചിപ്പിച്ചുകൊണ്ട്, 'മറ്റുള്ളവർ നുള്ളിത്തന്നാൽ ഇദ്ദേഹം വാരിത്തരും' എന്ന് പുകഴ്ത്തിയതിനൊപ്പം, ആ ജസ്റ്റിസിന്റെ അവധി വക്കീൽ സമൂഹത്തിന് നഷ്ടമാണെന്നും ഒരാൾ ലേഖനത്തിൽ എഴു തിയിരുന്നു.

അടിയന്തരാവസ്ഥക്കാലത്ത് രാഷ്ട്രീയനേതാക്കളെ മിസാ കരുതൽ തടങ്കൽ വകുപ്പിൽ ജയിലിൽ അടച്ചതിന്റെ ഉദ്ദേശ്യം എന്തായിരുന്നു? കരുതൽതടങ്കൽ വകുപ്പ് ഒരാൾക്ക് നേരെ പ്രയോഗിക്കണമെങ്കിൽ, ജില്ലാ കളക്ടർ അത് സംബന്ധിച്ച ഫയലുകൾ പരിശോധിച്ച്, മനഃപൂർവ്വം ഒരു തീരുമാനത്തിലെത്തി, പിന്നീട് കരുതൽതടങ്കൽ ഉത്തരവ് നേരിട്ട് നൽകണം. ഇതിനുള്ള ഫയലുകൾ തയ്യാറാക്കാൻ കുറേ ദിവസങ്ങളെ ടുക്കും.

എന്നാൽ 31.1.76 വരെ കലൈഞ്ജർ സർക്കാർ പദവിയിൽ ഉണ്ടാ യിരുന്നു. സർക്കാർ ഉത്തരവില്ലാതെ അതിന്റെ കീഴിൽ പ്രവർത്തിക്കുന്ന അധികാരികൾ ഒരു കാര്യവും ചെയ്തിരിക്കാൻ വഴിയില്ല. അന്ന് രാത്രി യാണ് ഗവർണർ അധികാരമേറ്റത്. അദ്ദേഹത്തിന്റെ രണ്ട് ഉപദേശകർ 1.2.76 ൽ നിയമിക്കപ്പെട്ടു. എന്നാൽ, അന്ന് ഞായറാഴ്ച ആയിരുന്നിട്ടും ഉച്ചയ്ക്ക് 39 ഡി എം കെ നേതാക്കൾ അറസ്റ്റ് ചെയ്യപ്പെട്ട്, കമ്മീഷണ റുടെ ഓഫീസിലേക്ക് കൊണ്ടുവരപ്പെട്ടു. അവിടെയാണ് കരുതൽതടങ്കൽ മിസാ വകുപ്പിന്റെ കീഴിൽ അവർക്ക് ഉത്തരവുകൾ നൽകപ്പെട്ടത്. ജില്ലാ കളക്ടർ 39 കരുതൽതടങ്കൽ ഫയലുകൾ പരിശോധിച്ച്, തന്റെ തൃപ്തി അറിയിച്ച് ഏതാനും മണിക്കൂറുകൾക്കുള്ളിൽ ഒപ്പിട്ടു കൊടുത്തിരിക്കു

ന്നത് സാദ്ധ്യമാണോ? മുമ്പേ തന്നെ ഫയലുകൾ തയ്യാറാക്കപ്പെട്ടിട്ടുണ്ടെങ്കിൽ, അധികാരികൾ, മന്ത്രിമാർ അറിയാതെ ഉദ്യോഗസ്ഥർ ചതി കാണിച്ചിരിക്കുമോ എന്ന സംശയം ഉയരുന്നത് ന്യായമാണ്.

ഇന്ത്യ മുഴുവനും അടിയന്തരാവസ്ഥയുടെ ക്രൂരതകളെക്കുറിച്ച് അന്വേഷിക്കാൻ നിയോഗിക്കപ്പെട്ട ജസ്റ്റിസ് ഷാ സമിതി തങ്ങളുടെ ദീർഘമായ റിപ്പോർട്ടിൽ ഒരു കാര്യം പറയുന്നുണ്ട്. പല സംസ്ഥാനങ്ങളിലും ജില്ലാ കളക്ടർമാരിൽനിന്നും അനുവദിച്ചുകിട്ടാത്ത മിസാ വാറന്റുകൾ കൊടുക്കപ്പെട്ടിരുന്നു; അതിൽ പേരുകൾ പൂരിപ്പിച്ച് മജിസ്ട്രേറ്റിന്റെ കൈയ്യൊപ്പിട്ട് മിസാ തടവുകാരെ ജയിലിൽ അടച്ച പല സംഭവങ്ങളും ചൂണ്ടിക്കാണിക്കുന്നു. ഷാ കമ്മീഷൻ റിപ്പോർട്ടുകളെ ആരും മറക്കാൻ പാടില്ല എന്നതിനാൽ, അന്തരിച്ച ഇ ആർ ചെഴിയൻ ആ റിപ്പോർട്ടുകൾ തന്റെ സ്വന്തം ചെലവിൽ അച്ചടിച്ച് പ്രസിദ്ധീകരിച്ചു. തമിഴ്നാട്ടിലും അങ്ങനെയുള്ള അവസ്ഥ തന്നെയായിരുന്നു ഉണ്ടായിരുന്നത്.

മാർക്സിസ്റ്റ് കമ്യൂണിസ്റ്റ് പാർട്ടി സഖാക്കളെ മിസാ വകുപ്പിൽ തടവിലാക്കിയതിനെ എതിർത്ത് എന്തുകൊണ്ട് കേസുകൾ തുടർന്നില്ല എന്ന ചോദ്യവും ഉയരാം. അപ്പോൾ സംസ്ഥാന ഹൈക്കോടതികളിൽ മിസാ വകുപ്പിൻ കീഴിൽ അറസ്റ്റ് ചെയ്യപ്പെട്ടവർ കൊടുത്ത ഹേബിയസ് കോർപ്പസ് പരാതികൾ എല്ലാം സുപ്രീം കോടതി അതാത് കോടതികളിലേക്ക് മാറ്റിയതിനൊപ്പം, ഒരു ഹൈക്കോടതിയും ഇതുപോലെയുള്ള കേസുകൾ അനുവദിക്കാൻ പാടില്ല എന്നും ഉത്തരവിട്ടു.

പിന്നീട്, മിസാ തടവുകാരുടെ ഹേബിയസ് കോർപ്പസ് പരാതികളെല്ലാം സുപ്രീം കോടതി ഒരുമിച്ച് പരിശോധിച്ച് എല്ലാം തള്ളിക്കളഞ്ഞതോടെ അടിയന്തരാവസ്ഥക്കാലത്ത് അടിസ്ഥാന അവകാശങ്ങളെപ്പറ്റി കോടതിയെ സമീപിക്കാൻ പാടില്ലെന്നും, ഭരണഘടന അനുസരിച്ചുള്ള അവകാശങ്ങളെ കേന്ദ്രസർക്കാർ താൽക്കാലികമായി നീക്കം ചെയ്തിട്ടുണ്ടെന്നുമുള്ള ഒരു അപകടകരമായ വിധി കല്പിച്ചു.

അതുകൊണ്ടുതന്നെ, അടിയന്തരാവസ്ഥക്കാലത്ത് മിസാ തടവുകാർക്ക് നൽകപ്പെട്ട കരുതൽതടങ്കൽ ഉത്തരവ് ശരിയായ രീതിയിൽ ആയിരുന്നോ അല്ലയോ എന്നറിയാൻ ഇന്നുവരെ കഴിഞ്ഞിട്ടില്ല. ഇന്നത്തെ പ്രധാനമന്ത്രി മോദിയും ഡൽഹിയിൽ അദ്വാനിയും 21 മാസങ്ങൾ ജയിലിൽ കഴിഞ്ഞതും തമിഴ്നാട് രാഷ്ട്രീയ തടവുകാർ ഒരു വർഷം ജയിലിൽ മിസാ തടവുകാരായി കഴിഞ്ഞതും ഒരു ജനാധിപത്യ രാജ്യത്തിന്റെ ചരിത്രത്തിലെ കറുത്ത അദ്ധ്യായങ്ങളായിത്തീർന്നു.

സുപ്രീം കോടതിയുടെ എ റ്റി എം ജബൽപ്പൂർ കേസിന്റെ വിധി, ഈ നാടിന്റെ ഭൂരിഭാഗം ജനങ്ങളുടെ അടിസ്ഥാനപരമായ അവകാശങ്ങളെ മറികടക്കുന്നു എന്ന് പൊതുവായ ഒരു വിധിയിൽ ജസ്റ്റിസ് എ കെ ഗാംഗുലി രേഖപ്പെടുത്തി.

കുറേ നാളുകൾക്ക് ശേഷം ആധാർ കാർഡിനെ എതിർത്ത് കൊടുത്ത കേസിൽ, എ റ്റി എം ജബൽപ്പൂർ കേസ് തെറ്റാണെന്ന് അറിയിക്കപ്പെട്ടു.

ആയിരക്കണക്കിന് രാഷ്ട്രീയനേതാക്കൾ യാതൊരു വിചാരണയുമില്ലാതെ, കോടതിയെ സമീപിക്കുന്നതിൽനിന്നും തടഞ്ഞ്, മിസാ വകുപ്പിന്റെ കീഴിൽ കരുതൽ തടങ്കലിൽ വയ്ക്കപ്പെട്ടപ്പോൾ, എ റ്റി എം ജബൽപ്പൂർ കേസ് തെറ്റായ വിധിയായിരുന്നു എന്ന് 41 വർഷത്തിനു ശേഷം സുപ്രീം കോടതി പറഞ്ഞത് ഒരു തമാശയാണ്. മാർക്സിസ്റ്റ് കമ്യൂണിസ്റ്റ് പാർട്ടി നേതാക്കളെ ജയിലിൽ അടച്ചപ്പോൾ, ഇതുകൊണ്ടാണ് എനിക്ക് കോടതിയിലേക്ക് പോകാൻ കഴിയാതിരുന്നത്.

അടിയന്തരാവസ്ഥയെ ഉപയോഗിച്ച് നിയമവിരുദ്ധതടവറ ഉൾപ്പെടുത്തിയ കോൺഗ്രസ്സ് പാർട്ടിയുടെ നേതൃത്വം ഇന്നുവരെ തങ്ങളുടെ നടപടികളെ സംബന്ധിച്ച് പൊതുമാപ്പ് ചോദിച്ചിട്ടില്ല.

ജസ്റ്റിസ് ഇസ്മായിൽ സമിതിയുടെ തീർപ്പിന് വിട്ട പ്രശ്നം ഒരു ചെറിയ വൃന്ദത്തിനുള്ളിൽ ആയിരുന്നെങ്കിലും, ആ സമിതിയുടെ മുന്നിൽ ഹാജരായി വാദിക്കണമെന്ന എന്റെ തീരുമാനം പ്രധാനമായിരുന്നു എന്ന് തോന്നുന്നു. വക്കീൽ ആയിട്ട് വെറും 10 മാസമേ ആയിട്ടുള്ളൂ എന്ന നിലയിൽ, ഹൈക്കോടതിയിൽ ആറ് മാസക്കാലം ദിവസവും ഹാജരാകുന്നത് ഇന്ന് ഒരു വലിയ സാധനയായിരുന്നെന്ന് തോന്നുന്നു. അതുമല്ലാതെ, അന്നത്തെ കാലത്ത് കേസിൽ ഹാജരാകുന്ന വക്കീലുമാരുടെ പേരുകൾ പത്രങ്ങളിൽ കൊടുക്കാറില്ലായിരുന്നു. എന്നാൽ, പൊതുതാല്പര്യം കരുതൽ സമിതിയുടെ നടപടികൾ ദിവസവും പുറത്തുവിടുന്നതിനാൽ, മാർക്സിസ്റ്റ് പാർട്ടിയുടെ പേരിൽ ഹാജരായ വക്കീൽ എന്ന നിലയിൽ എന്റെ പരാതികൾ, ഞാൻ ചെയ്ത എതിർവിസ്താരങ്ങൾ, എന്റെ വാദങ്ങൾ എല്ലാം എന്റെ പേരോടുകൂടി പത്രങ്ങളിൽ വന്നിരുന്നു. വക്കീൽ ജോലിയിൽ ഒരു വർഷം മാത്രമേ കഴിഞ്ഞിരുന്നെങ്കിലും തമിഴകം മുഴുവനും അറിയപ്പെടുന്ന ആളായി ഞാൻ മാറി. സമിതിയുടെ നടപടികളെ നേരിൽ കാണാൻ വരുന്ന സീനിയർ വക്കീലന്മാർ പലരും എന്റെ പേര് കേട്ടറിഞ്ഞെന്നെ പ്രശംസിക്കുകയും ചെയ്തു.

ഇതിനെല്ലാമുപരി കരുതൽ തടങ്കലിൽ വയ്ക്കപ്പെട്ട തടവുകാർക്കുണ്ടായ നിയമപരമായ അവകാശങ്ങളെപ്പറ്റി അറിയാനുള്ള അവസരവും കേസുകളിൽ സാക്ഷികളെ എതിർവിസ്താരം ചെയ്യാനുള്ള അനുഭവവും ലഭിച്ചു. തടവുകാരെ സംബന്ധിച്ചിടത്തോളം മാർക്സിസ്റ്റ് കമ്യൂണിസ്റ്റ് പാർട്ടിയിലെ മിസാ തടവുകാർക്ക് വലിയ കുഴപ്പങ്ങളൊന്നും ഇല്ലായിരുന്നെങ്കിലും ഇസ്മായിൽ സമിതിയിൽ പങ്കുചേർന്നത് മൂലം സത്യം വെളിച്ചത്ത് കൊണ്ടുവരാൻ അവരുടെ പേരിൽ സമിതിയിൽ ഞാൻ ഹാജരായതിനാൽ ആ പാർട്ടിക്ക് പ്രാധാന്യം ലഭിച്ചു. നാല് പേർ അറിയുന്ന വക്കീലായി ഞാനും മാറിയതിന്റെ കാരണം, ഇസ്മായിൽ സമിതി എന്നെ നിയമലോകത്ത് അടയാളപ്പെടുത്തിയതാണ്!

മനുഷ്യർ മൃഗങ്ങളാണോ?

ഞാൻ 'കൈവിലങ്ങ്' എന്ന് പറഞ്ഞയുടനെ ചിലർ ചോദിക്കാം, "അങ്ങനെയാണെങ്കിൽ കാൽ വിലങ്ങ് എന്നതൊന്നുണ്ടോ?" കാലിന് തളയിട്ടതുപോലെ കൈകൾക്കും ഇട്ടതാണ് കൈവിലങ്ങ്. വിലങ്ങ് എന്നതിന് തമിഴിൽ മൃഗം എന്നൊരു അർഥവും ഉണ്ട്.

മനുഷ്യനെ മൃഗമായി വയ്ക്കാനായി ഉണ്ടാക്കിയതാണ് ഇരുമ്പ് ചങ്ങലകൊണ്ട് ഉണ്ടാക്കിയ വിലങ്ങുകൾ. അതിനെ ഇംഗ്ലീഷിൽ 'ഹാൻഡ് കഫ്' (Hand cuff) എന്ന് പറയും. എല്ലാ വർഷവും ഫെബ്രുവരി 20 ന് 'കൈവിലങ്ങ് ദിനം' ആയി ആചരിക്കപ്പെടും. കാരണം, 1912 ൽ അന്നേ ദിവസമായിരുന്നു ഇപ്പോൾ ഉപയോഗത്തിലുള്ള ഇരുമ്പ് കൊണ്ടുണ്ടാക്കിയ കൈവിലങ്ങ് ഉണ്ടാക്കാനുള്ള പേറ്റന്റ് ലഭിച്ചത്. വിലകൊടുത്ത് വാങ്ങിയ പേറ്റന്റ് ഉപയോഗിച്ച് ഒരു ബ്രിട്ടീഷ് സ്ഥാപനം വലിയ അളവിൽ കൈവിലങ്ങുകൾ നിർമ്മിച്ച് വിറ്റു. ഈ കൈവിലങ്ങാണ് പല നാടുകളിലും ഉപയോഗത്തിലുള്ളത്.

ഇന്ത്യയുടെ ചീഫ് ജസ്റ്റിസായ എൻ വി രമണ പദവിയേറ്റയുടൻ അദ്ദേഹത്തിന്റെ മുന്നിൽ വന്ന ആദ്യത്തെ പരാതി ഏതാണെന്നറിയാമോ? ഇരുമ്പ് വിലങ്ങിന് എതിരായിട്ടുള്ളത് തന്നെ. കേരള പത്രപ്രവർത്തകൻ സിദ്ദിക് കാപ്പന്റെ ഭാര്യയാണ് ആ പരാതി കൊടുത്തത്. ഡൽഹി ജയിലിൽ ഇരുമ്പ് ചങ്ങലകൊണ്ട് കട്ടിലിൽ കെട്ടിയിടപ്പെട്ട തന്റെ ഭർത്താവിനെ ഈ ക്രൂരതയിൽനിന്നും രക്ഷിക്കാൻ ആവശ്യപ്പെട്ട്, അവർ പരാതി കൊടുത്തു. "ഇങ്ങനെയുള്ള പ്രവൃത്തി മൃഗത്തിനോട് പെരുമാറുന്നതിനേക്കാൾ മോശമല്ലേ?" അവർ അലമുറയിട്ടു. കോടതിയുടെ പ്രതികരണം വരുംകാലങ്ങളിൽ നമുക്കറിയാം.

അറസ്റ്റ് ചെയ്യപ്പെട്ട മനുഷ്യരെ ഇരുമ്പ് ചങ്ങലകളാൽ കെട്ടിയിടു

ന്നതും, മനുഷ്യരെ ഒരു നായയെപ്പോലെ പൊതുവീഥികളിൽ കെട്ടി വലിച്ച് പോകുന്നതുമായ ശീലങ്ങൾക്ക് ചരിത്രം ഉണ്ട്.

ബ്രിട്ടീഷ് ഭരണത്തിൽ, നൂറ്റാണ്ടുകൾക്ക് മുമ്പ് ഒരുപാട് ചർച്ച ചെയ്യപ്പെട്ട കേസുകളിൽ ഒന്നാണ്, മീററ്റ് ഗൂഢാലോചനക്കേസ്. ഈ കേസിൽ 16 വർഷങ്ങൾ ജയിലിൽ അടയ്ക്കപ്പെട്ട മുൻകാല കമ്യൂണിസ്റ്റുകാരിൽ ഒരാളായ ഷൗക്കത്ത് ഉസ്മാനി തന്റെ അനുഭവം എഴുതിയിട്ടുണ്ട്. അതിൽ അദ്ദേഹം പറയുന്നു:

"എന്തൊരു ജീവിതമായിരുന്നു അത്. രാജസ്ഥാനിൽ ഒട്ടകങ്ങൾ അല്ലെങ്കിൽ കുതിരകളെ കൂട്ടിക്കെട്ടിയിരിക്കുന്നത് പോലെ കാലുകളിൽ ചങ്ങലകളാൽ ഞങ്ങളെ കൂട്ടിക്കെട്ടിയിരുന്നു. കൈകളിലും വിലങ്ങുകൾ ഉണ്ടായിരുന്നു. ഒരു തടിച്ച വളയം ഞങ്ങളെ കൂട്ടിക്കെട്ടിയിരിക്കുന്ന ചങ്ങലയിൽ കോർത്തിട്ടുണ്ടായിരുന്നു. രാത്രി ഞങ്ങളുടെ കാലുകളിൽ കെട്ടിയിരുന്ന ചങ്ങലകൾ മാറ്റപ്പെടും. എങ്കിലും ഒരാളുടെ ഒരു കാലുമായി മറ്റേയാളുടെ കാൽ കെട്ടിയിരിക്കും. ഉറങ്ങാൻ ഞങ്ങൾ കഷ്ടപ്പെട്ടു."

കോളനി ഭരണത്തിന്റെ സമയത്ത് തടവുകാരെ എങ്ങനെ കൈകാര്യം ചെയ്യണം എന്നതിന് രൂപീകരിക്കപ്പെട്ട പൊലീസ് വകുപ്പ് നിയമങ്ങളിൽ, കൈവിലങ്ങുകൾ ഇടുന്നതിനെ സംബന്ധിച്ച നിയമങ്ങളെ സുപ്രീം കോടതി രൂക്ഷമായി വിമർശിച്ചിരുന്നു. മനുഷ്യരെ അവരുടെ ജീവിതനിലവാരം വച്ച് നിർണയിക്കുന്നതും, താണ സമുദായത്തിൽ നിന്നും വരുന്നവരെ മൃഗത്തിനേക്കാൾ മോശമായി കൈകാര്യം ചെയ്യുന്നതിലുമുള്ള ക്രൂരത കോടതി ചൂണ്ടിക്കാണിച്ചു. "ഒരാൾ ചാടിപ്പോകും എന്ന ഊഹത്തിൽ ഇങ്ങനെയുള്ള നടപടികൾ എടുക്കുന്നത് പൊലീസ് വകുപ്പ് ഉപേക്ഷിക്കണം. തടവുകാർ രക്ഷപ്പെടുന്നതിനെ തടുക്കാൻ എങ്ങനെയുള്ള നടപടികൾ എടുക്കണമെന്നതിന് തീവ്രമായ ഗവേഷണങ്ങൾ ആവശ്യമാണ്" എന്നും ചൂണ്ടിക്കാണിച്ചു.

ഈ വിധി വരുന്നതിന് ഒരു വർഷം മുമ്പ് സുപ്രീം കോടതി ജസ്റ്റിസ് വി ആർ കൃഷ്ണയ്യർക്ക് തീഹാർ ജയിലിൽനിന്നും ഒരു കത്ത് വന്നു. അത് എഴുതിയത് തടവുകാരനായ സുനിൽ പത്ര ആയിരുന്നു. അയാളുടെ അടുത്ത മുറിയിൽ പ്രേംചന്ദ് എന്ന തടവുകാരനെ ജയിൽ വാർഡൻ മർദ്ദിച്ച ക്രൂരതകളെ പരാതിയായി ആ കത്തിൽ എഴുതിയിരുന്നു. ആ കത്തിനെ കേസ് ആയി ഏറ്റെടുത്ത സുപ്രീം കോടതി, ഡൽഹി സർക്കാരിന് നോട്ടീസ് കൊടുത്തു. ഏകാന്തതടവിനെപ്പറ്റി മുമ്പൊരു കേസിൽ വിധി പറഞ്ഞ കോടതി, പിന്നീട് ആ കത്തിനെ അടിസ്ഥാനമാക്കി, നാട് മുഴുവനുമുള്ള ജയിലുകളിൽ നടപ്പിലാക്കേണ്ട പരിഷ്കരണങ്ങളെപ്പറ്റി രണ്ടാം കേസിൽ ഉത്തരവിട്ടു.

ജയിലുകളിൽ അടയ്ക്കപ്പെട്ട തടവുകാർക്ക് തങ്ങളുടെ പരാതികൾ അറിയിക്കാനായി ഓരോ ജയിലിലും പരാതിപ്പെട്ടികൾ വച്ചിരിക്കണം. ജില്ലാ ജസ്റ്റിസുമാർ ജയിൽ സന്ദർശിക്കുമ്പോൾ പരാതിപ്പെട്ടിയിലുള്ള പരാതികൾ എടുത്ത് വായിച്ച്, കോടതിയാൽ പരിഹരിക്കാവുന്ന

പരാതികൾക്ക് ഉടനടി പരിഹാരം കാണണം. അവരുടെ അധികാര പരിധിയുടെ പുറത്തുള്ള പരാതികളാണെങ്കിൽ, അവയെ ഹൈക്കോടതിയിലേക്ക് അയയ്ക്കണം. ജയിൽ തടവുകാരിൽനിന്നും വരാവുന്ന പരാതികൾക്ക് ഹൈക്കോടതികൾ പ്രത്യേകശ്രദ്ധ കൊടുക്കുന്നതിനൊപ്പം, ആ പരാതികളെ 'ഹേബിയസ് കോർപ്പസ് പരാതി'കളായി കരുതി, വിസ്തരിച്ച് ഉത്തരവിടണം. ഇങ്ങനെയെല്ലാം ഉത്തരവിട്ട കോടതി, ഈ വിധി എല്ലാ സർക്കാർ അധികാരികൾക്കും സംസ്ഥാന സർക്കാരുകളുടെ സർക്കുലറുകളായി അയയ്ക്കണം എന്നും വിധിച്ചിരുന്നു.

ശരി, ദൈവം വരം കൊടുത്താലും പൂജാരികൾ വിടുമോ? പരാതിപെട്ടികൾക്കുള്ള പൂട്ട് ഏത് ബ്രാൻഡാണ്? താക്കോലുകൾ ജയിൽ അധികാരികൾക്ക് സൂക്ഷിക്കാമോ? ഇങ്ങനെയെല്ലാമുള്ള ചോദ്യങ്ങളുമായി എഴുതപ്പെട്ട കത്തുകൾ 30 വർഷം കൈമാറിയ ശേഷമാണ് ഇന്ന് പരാതിപ്പെട്ടികൾ ജയിലുകളിൽ വയ്ക്കപ്പെട്ടിട്ടുള്ളത്. സുപ്രീം കോടതിയുടെ ഉത്തരവുകളെ സർക്കാരുകൾ നടപ്പാക്കുന്ന ലക്ഷണവും ഇതുതന്നെ!

ഞാൻ ഹൈക്കോടതിയിൽ വക്കീലായി ജോലി ആരംഭിച്ചശേഷം, സുനിൽ പത്ര കേസ് നിയമമാസികകളിൽ പ്രസിദ്ധീകരിച്ചത് വായിക്കാനിടയായി. ഒരു ദിവസം ഉച്ചയ്ക്ക് ചെന്നൈ സിവിൽ കോടതിയുടെ വരാന്തയിലൂടെ നടക്കുമ്പോൾ, സെഷൻസ് കോടതിയിൽ ഒരു ക്രിമിനൽ കേസ് വിചാരണ നടക്കുകയായിരുന്നു. കൊണ്ടുവരപ്പെട്ട തടവുകാരെ, കോടതിയുടെ ഗേറ്റിൽ കൈവിലങ്ങ് കൊണ്ട് പൂട്ടപ്പെട്ട്, തറയിൽ ഇരുത്തിയിരിക്കുകയായിരുന്നു. മൊഴികൾ രേഖപ്പെടുത്തിക്കൊണ്ടിരുന്ന സെഷൻസ് ജസ്റ്റിസ്, ഈ കാഴ്ച കണ്ടിട്ടും കാണാത്ത പോലെ തന്റെ നീതിപരിപാലനം തുടർന്നുകൊണ്ടിരുന്നു. എനിക്ക് ഭയങ്കര ഞെട്ടലും വേദനയും ഇതുണ്ടാക്കി. കോടതിയിൽ കടന്ന്, ജസ്റ്റിസിനോട് പരാതിപ്പെട്ടു. പാതി വിചാരണയുടെ സമയത്ത് എതിരെ വന്ന എന്നെ നോക്കി ജസ്റ്റിസ്, "എന്താ കാര്യം?" എന്ന് ചോദിച്ചു. "ഈ കേസിൽ കുറ്റം ചാർത്തപ്പെട്ടവരെ കോടതി മുറിക്കുള്ളിൽ കൈവിലങ്ങിട്ട് ഇരുത്തിയിട്ടുണ്ടല്ലോ? ഇത് താങ്കളുടെ അനുമതിയോടെ നടക്കുന്നതാണോ?" എന്ന് ഞാൻ ചോദിച്ചു. "അത് പൊലീസ് വകുപ്പുമായി ബന്ധപ്പെട്ടതാണ്" എന്ന് പറഞ്ഞതിനൊപ്പം, "അവർ ഓടി രക്ഷപ്പെട്ടാൽ, നിങ്ങൾ ആ തടവുകാരെ പിടിച്ചുകൊണ്ട് വരുമോ?" എന്ന് എന്നോട് ചോദിച്ചു. ആ കോടതിയിലെ ബഞ്ച് ക്ലാർക്കിനോട് സുനിൽ പത്ര വിധി വന്നിട്ടുള്ള നിയമമാസികകൾ എടുത്ത് കാണിക്കാൻ ഞാൻ പറഞ്ഞു. ജസ്റ്റിസിന് വിധി വായിച്ചുകൊടുത്ത ഞാൻ ജയിലിൽനിന്നും കോടതി വരെ അവരുടെ കൈവിലങ്ങിട്ട് പൂട്ടുന്ന കാര്യം കോടതിയുടെ അനുമതിയോടെ മാത്രമേ നടക്കാൻ പാടുള്ളൂയെന്ന ഭാഗം വായിച്ചു കൊടുത്തു. ജസ്റ്റിസിന്റെ മുഖം ചുളുങ്ങി. സുരക്ഷയ്ക്കായി വന്ന പൊലീസുകാരെ നോക്കി, "ഈ പരിപാടിയെല്ലാം കോടതിയുടെ പുറത്ത് വച്ചോളൂ" എന്ന് അവരെ ശാസിച്ചു. ഞാനും വിട്ടില്ല. "കോടതിയുടെ പുറത്തും അങ്ങയുടെ ഉത്തരവാദിത്വമാണ്" എന്ന്

പറഞ്ഞു. ഇതാണ് സുപ്രീം കോടതിയുടെ വിധികൾ, താഴേത്തട്ടിൽ നടപ്പിലാക്കുന്ന രീതി!

1990 കളിൽ ഈഴ വിടുതലൈ പോരാട്ടം (ശ്രീലങ്ക) ഉച്ചഘട്ടത്തിൽ ഉള്ള സമയം, അവിടെ വെടിവയ്പ്പിൽ പരിക്കേറ്റ് അരയ്ക്ക് താഴെ സ്വാധീനം നഷ്ടപ്പെട്ട 19 വയസ്സുള്ള പദ്മ (പേര് മാറ്റിയിട്ടുണ്ട്), ഇന്ത്യയിലേക്ക് ചികിത്സയ്ക്കായി അഭയം തേടിവന്നു. അവളുടെ ചികിത്സയ്ക്ക് സഹായിക്കാൻ വന്ന പെണ്ണിനെ തീവ്രവാദി എന്ന പട്ടികയിലിട്ട്, പ്രത്യേക ജയിലിൽ അടച്ചു തമിഴ്നാട് സർക്കാർ. അസ്ഥിരോഗാശുപത്രിയിൽ പ്രവേശിപ്പിക്കപ്പെട്ട പദ്മയെ ആശുപത്രിയിലെ കട്ടിലിൽ ചങ്ങല കൊണ്ട് കെട്ടിയിട്ടിരുന്നു. രഹസ്യാന്വേഷണ പൊലീസുകാരുടെ (ക്യൂ ബ്രാഞ്ച്) സമ്മർദ്ദത്തിൽ പദ്മയെ ചികിത്സയിൽ ഇരിക്കുമ്പോൾത്തന്നെ ആശുപത്രി ഡിസ്ചാർജ് ചെയ്തു.

പദ്മയ്ക്ക് തുണ വേണമെന്നും ചികിത്സ കഴിയുന്നത് വരെ അവരെ ഡിസ്ചാർജ്ജ് ചെയ്യാൻ പാടില്ലെന്നും, താൻ ആഗ്രഹിച്ചാലും രക്ഷപ്പെട്ട് ഓടാൻ കഴിയില്ലെന്നും, കാലുകൾക്ക് സ്വാധീനമില്ലാത്ത പെണ്ണിനെ മൃഗങ്ങളേക്കാൾ മോശമായി ചങ്ങലയിൽ ബന്ധിക്കാൻ പാടില്ലെന്നും പറഞ്ഞ് ഞാൻ ഹൈക്കോടതിയിൽ കേസ് തുടർന്നു. ആ പെണ്ണിന് സ്വകാര്യ ആശുപത്രിയിൽ ചെന്ന്, സ്വന്തം ചെലവിൽ ചികിത്സ നടത്താൻ കോടതി അനുവദിച്ചു.

ആ സമയത്ത് പഴ. നെടുമാരൻ 2.7.94 ന് ഒരു കത്തെഴുതി. ആ കത്തിൽ, "ഞങ്ങളുടെ അശാന്തപരിശ്രമം കൊണ്ട് കുമാരി പദ്മയെ പ്രിയസോദരി ഹെർമിനാ അവർകളുടെ ആശുപത്രിയിൽ പ്രവേശിപ്പിച്ചു. ഇപ്പോഴും പൊലീസിന്റെ കോലാഹലം അവിടെ തുടരുന്നതായി എനിക്ക് വാർത്ത വന്നു. മൂന്ന് വനിതാപൊലീസുകാർ കുമാരി പദ്മ കിടക്കുന്ന മുറിയുടെ അകത്ത് കടന്ന് മുഴുവൻ സമയവും ഇരിക്കുകയാണ്. പ്രാഥമികാവശ്യങ്ങളുടെ സമയത്ത് പോലും അവർ പുറത്തേക്ക് പോകുന്നില്ല. പിടിവാശിയോടെ മുറിക്കുള്ളിൽ അവർ ഇരിക്കുകയാണെന്ന് അങ്ങയെ അറിയിക്കുകയാണ്. ഇത് സംബന്ധിച്ച് എന്തെങ്കിലും നടപടി എടുക്കുകയാണെങ്കിൽ നന്ന്!" എന്ന് അതിൽ എഴുതിയിരുന്നു.

പോരാളികൾ എന്ന് പറഞ്ഞാലേ, അവർക്ക് യാതൊരു മനുഷ്യാവകാശങ്ങളും അനുവദിക്കരുതെന്ന വിചാരമുള്ള പലരും നീതിലോകത്തുണ്ട്. പദ്മയുടെ ശരീരനില എന്താണെന്ന് അറിയാതെ "ആ പെണ്ണ് ഓടിക്കളഞ്ഞാൽ നിങ്ങൾ ഉത്തരം പറയുമോ?" എന്ന് ഒരു ജസ്റ്റിസ് എന്നോട് ചോദിച്ചു. അദ്ദേഹത്തിന് ആഗോളപ്രകടനങ്ങളെപ്പറ്റിയും അഗതികളുടെ അവകാശങ്ങളെപ്പറ്റിയും മനസ്സിലാക്കി കൊടുക്കുമ്പോഴേക്കും മതിയേയെന്നായി. കോടതിയുടെ ഇടപെടൽകൊണ്ട് പ്രശ്നങ്ങളൊന്നുമില്ലാതെ എട്ട് വർഷം ചികിത്സ തേടിയ പദ്മ, വീണ്ടും അവരുടെ സ്വന്തം നാട്ടിലേക്ക് മടങ്ങി, നിയമംകൊണ്ട് ലഭിച്ച വിജയമല്ലേ അത്!

പ്രത്യേക കാരണങ്ങളാൽ, കോടതിയുടെ അനുമതിയുടെ പേരിൽ കൈവിലങ്ങുകളിട്ട് തടവുകാരെ കൊണ്ടുപോകുന്നത് കൂടാതെ,

തടവുകാരെ ഇങ്ങനെയുള്ള ക്രൂരതകൾക്ക് വിധേയരാക്കുന്നതിന് പുറമേ, കോടതിയലക്ഷ്യത്തിന് കേസെടുക്കാം എന്ന് പിന്നീട് സുപ്രീം കോടതി വിധിച്ചു.

ഞാൻ പദവിയിൽനിന്നും വിരമിക്കുന്നതിന് മുമ്പ് ഒരു കേസ് വിചാരണയ്ക്ക് വന്നു. സത്യവതി എന്ന പെണ്ണിന്റെ ഭർത്താവ് കൃഷ്ണൻ, കോയമ്പത്തൂർ ജയിലിൽ നിവാരണത്തടങ്കലിൽ ആയിരുന്നു. കേസ് വിചാരണയുടെ സമയത്ത് ജയിലിൽനിന്നും ചീഫ് ജുഡീഷ്യൽ മജിസ്ട്രേറ്റ് കോടതിയിലേക്കും, നിവാരണത്തടങ്കൽ അഡ്വൈസറി ബോർഡിന്റെ മുന്നിലേക്കും അയാളെ കൊണ്ടുപോകുമ്പോഴെല്ലാം വിലങ്ങ് പൂട്ടിയായിരുന്നു കൊണ്ടുപോയിരുന്നത്.

ജില്ലാ കളക്ടർ, നിവാരണത്തടങ്കൽ നിയമത്തിന്റെ കീഴിൽ അറസ്റ്റ് ചെയ്ത് കാവലിൽ വയ്ക്കാൻ ഉത്തരവിടുമ്പോൾ, അയാളുടെ മേൽ ആരോപിക്കപ്പെടുന്ന കുറ്റങ്ങൾക്ക് വിചാരണ ഒന്നുമുണ്ടായിരുന്നില്ല. വിരമിച്ച ജസ്റ്റിസുമാർ അടങ്ങിയ അഡ്വൈസറി ബോർഡിന്റെ മുന്നിൽ, തന്റെ ഭാഗം വാദിക്കാനുള്ള അവസരമുണ്ട്. 'അഡ്വൈസറി ബോർഡാണെങ്കിൽ, നിവാരണത്തടങ്കലിൽ ഒരാളെ വയ്ക്കാനുള്ള കാരണമൊന്നുമില്ലെന്ന് പറഞ്ഞാൽ, അയാളെ സർക്കാർ മോചിപ്പിക്കണം. കാരണം ഉണ്ടെങ്കിൽ, നിവാരണത്തടങ്കലിൽ ഒരു വർഷക്കാലം വിചാരണയില്ലാതെ ആ പ്രതിയെ ജയിലിൽ അടയ്ക്കും.

വിരമിച്ച ജസ്റ്റിസുമാർ അടങ്ങിയ ഈ അഡ്വൈസറി ബോർഡിന് തങ്ങളുടെ വിചാരണ എവിടെ വേണമെങ്കിലും വയ്ക്കാവുന്നതാണ്. തമിഴ്നാട്ടിൽ പാളയങ്കോട്ടൈ മുതൽ പല ജയിലുകളിലുള്ള നിവാരണ ത്തടവുകാരെ ഈ അഡ്വൈസറി ബോർഡ്, മലയോരങ്ങളുടെ ശിഖരമായ ഊട്ടിയിൽ വച്ച് വിചാരണ നടത്താറുണ്ട്. തടവുകാരെ പൊലീസ് വാഹനത്തിൽ മലമുകളിലേക്ക് കൊണ്ടുപോകുമ്പോൾ, അവരുടെ കൈകളിൽ വിലങ്ങിട്ട് കൊണ്ടുപോകാൻ പൊലീസുകാർക്ക് സൗകര്യമാണ്. ഇങ്ങനെയാണ് കൃഷ്ണനേയും കോയമ്പത്തൂരിൽ നിന്നും ഊട്ടിക്ക് കൊണ്ടുപോയത്. വിലങ്ങണിയിച്ച് കൊണ്ടുപോകാൻ കോടതിയിൽനിന്നും അനുവാദം വാങ്ങിച്ചോ എന്ന് ചോദിച്ചാൽ അതുമില്ല.

ഒരു മാസത്തിനുള്ളിൽ ഈ കേസ് വിചാരണ ചെയ്ത്, കോയമ്പത്തൂർ സെൻട്രൽ ജയിൽ സൂപ്രണ്ടിന് 'പ്രേം ശങ്കർ ശുക്ല', 'സുനിൽ പാത്ര' കേസ് ഓർമ്മിപ്പിച്ച്, വിലങ്ങുകൾ അഴിച്ച് കൃഷ്ണനേയും മനുഷ്യനായി കണക്കാക്കണമെന്ന് ഞാൻ ഉത്തരവിട്ടു.

മൃഗങ്ങളിൽനിന്നും പരിണമിച്ച മനുഷ്യനെ വീണ്ടും മൃഗമാക്കുന്ന ഉപകരണമാണ് വിലങ്ങെന്ന തോന്നൽ എനിക്ക് ആഴത്തിലുണ്ട്. വളരെ സാധാരണ കാര്യമായി തോന്നിക്കുന്ന വിലങ്ങിനെ ഇല്ലാതാക്കാൻ ഇത്രയും പോരാട്ടങ്ങൾ നടത്തേണ്ടി വരുന്ന സാഹചര്യത്തിലാണ് നമ്മളും ഈ നാടും ഉള്ളത്!

മനുഷ്യാവകാശങ്ങളും മഅദനിയും

രണ്ടായിരത്തി ഇരുപത്തിയൊന്ന് മാർച്ച് ആദ്യവാരത്തിൽ സുപ്രീം കോടതി ചീഫ് ജസ്റ്റിസ് ബോബ്ഡേയുടെ മുന്നിൽ ഒരു കേസ് വന്നു. ഏഴ് വർഷങ്ങൾക്ക് മുമ്പ് സുപ്രീം കോടതി ജാമ്യവിധിയിൽ പറഞ്ഞിരിക്കുന്ന നിബന്ധനകളിൽ ഇളവ് വരുത്താൻ ആവശ്യപ്പെട്ടായിരുന്നു ആ കേസ് കൊടുക്കപ്പെട്ടത്. ഹർജിക്കാരൻ രണ്ടാമത്തെ തവണയും കുറ്റവാളിയാക്കപ്പെട്ട്, ഇന്നും വിചാരണ അവസാനിക്കാത്തയാളാണ് അബ്ദുൾ നാസർ മഅദനി.

കൊറോണ വൈറസ് കാരണം ജാമ്യ നിബന്ധനകൾ ഇളവ് ചെയ്യണമെന്ന ഹർജികൾ വീഡിയോ കോൺഫറൻസിലൂടെ വിചാരണ ചെയ്യപ്പെട്ടു. കേസ് വിളിക്കപ്പെട്ടയുടൻ തന്നെ ഹർജിക്കാരന്റെ പേര് കണ്ട ചീഫ് ജസ്റ്റിസ് ഇങ്ങനെ പറഞ്ഞു: "മഅദനി നിങ്ങൾ ഉള്ളതിൽ വച്ച് വളരെ ഭയങ്കരനായ മനുഷ്യനാണ്!" ഇത് കേട്ട എല്ലാവരും അത്ഭുതപ്പെട്ടു. 2014 ൽ മഅദനിക്ക് ജാമ്യം നൽകിയ ബഞ്ചിൽ ബോബ്ഡേയും ഉണ്ടായിരുന്നു. അതുകൊണ്ട്, ഇന്ത്യൻ ചീഫ് ജസ്റ്റിസിന് മഅദനിയുടെ പേര് പരിചയമുണ്ടായിരിക്കാം, എങ്കിലും ഹർജിക്കാരനെ കണ്ട് ഭയങ്കരനായ മുഷ്യൻ എന്ന് ഒരു ന്യായാധിപൻ പറയുന്നത് ശരിയാണോ?

2010 ആഗസ്റ്റിൽ, കേരളത്തിലെ അൻവാരശ്ശേരിയിൽ വച്ച് പത്രക്കാരെ കണ്ടിട്ട്, അവിടെയുള്ള ജില്ലാ കോടതിയിൽ കീഴടങ്ങാൻ മഅദനി തീരുമാനിച്ചു. കോടതിയിൽ പ്രവേശിക്കുന്നതിന് മുമ്പേ അദ്ദേഹത്തിനെ കർണാടക സ്പെഷ്യൽ പൊലീസ് വകുപ്പ് അറസ്റ്റ് ചെയ്തു. തിരുവനന്തപുരം വിമാനത്താവളത്തിലേക്ക് അദ്ദേഹത്തെ എത്തിച്ച്, അവിടെ നിന്നും വിമാനത്തിൽ ബാംഗ്ലൂരിലേക്ക് കൊണ്ടുപോയി. അവിടെ കോടതിയിൽ അദ്ദേഹത്തെ ഹാജരാക്കി, പരപാന അഗ്രഹാര ജയിലിൽ

അടച്ചു. ബംഗ്ലൂരിൽ 2008 ൽ നടന്ന, 'തുടർ സ്ഫോടനങ്ങളുടെ സൂത്രധാരി' എന്ന് മഅദനിയുടെ മേൽ കുറ്റം ചാർത്തപ്പെട്ടു.

ഈ കേസിൽ അറസ്റ്റ് ചെയ്യപ്പെട്ട് നാല് വർഷങ്ങൾ കഴിഞ്ഞും വിചാരണയൊന്നും നടക്കാത്തതിനാൽ സുപ്രീം കോടതിയിൽ മഅദനി ജാമ്യാപേക്ഷ കൊടുത്തു. ഹർജി വിചാരണ ചെയ്ത മൂന്ന് ജസ്റ്റിസുമാർ അടങ്ങിയ ബെഞ്ചിൽ ബോബ്ഡേയും ഒരാളായിരുന്നു. നാല് വർഷം കഴിഞ്ഞിട്ടും വിചാരണയിൽ പുരോഗമനമില്ല എന്ന കാരണത്താൽ മഅദനിക്ക് ജാമ്യം അനുവദിക്കപ്പെട്ടു. എങ്കിലും കേസ് അവസാനിക്കുന്നത് വരെ അദ്ദേഹം ബാംഗ്ലൂരിൽത്തന്നെ കഴിയണമെന്ന നിബന്ധനയോടെയായിരുന്നു വിധി.

അറസ്റ്റ് ചെയ്യപ്പെട്ട് 11 വർഷം കഴിഞ്ഞിട്ടും കേസ് വിചാരണ അവസാനിച്ചില്ല. 7 വർഷമായി ബാംഗ്ലൂരിൽ വാടകവീട്ടിൽ താമസിക്കേണ്ടിവന്നു. ഇടയ്ക്ക് ആരോഗ്യവും മോശമായതിനാൽ, ആയുർവേദ ചികിത്സയ്ക്കായി തന്റെ സ്വന്തം സംസ്ഥാനത്തിലേക്ക് പോകാനായി ജാമ്യവ്യവസ്ഥയിൽ ഇളവ് വേണമെന്നേ മഅദനി ആവശ്യപ്പെട്ടിരുന്നുള്ളൂ. ബോബ്ഡേ ചീഫ് ജസ്റ്റിസായി ഉദ്യോഗക്കയറ്റം ലഭിച്ച സമയത്ത് അദ്ദേഹം കേസ് വിചാരണയ്ക്കായി എത്തി. ബഞ്ചിലെ മറ്റൊരു ജസ്റ്റിസ് ഒരു കേസിൽ മഅദനിക്കായി ഹാജരായിരുന്നതുകൊണ്ട്, ഹർജി മറ്റൊരു ബഞ്ചിന് മാറ്റണമെന്ന് ആവശ്യപ്പെട്ടതിനാൽ, കേസ് വിചാരണ മാറ്റി സെപ്റ്റംബർ മാസത്തിന്റെ അവസാനം തള്ളിക്കളഞ്ഞു.

എന്നിട്ടും, മഅദനി ഒരു ഭീകരനാണെന്ന് ചീഫ് ജസ്റ്റിസ് പറഞ്ഞത് പത്രങ്ങളിൽ വന്നു. അത് വിവാദമായി. ഒരാളെ ഭീകരൻ എന്ന് വിശേഷിപ്പിക്കുന്നത്, അയാൾക്ക് ചുമത്തപ്പെട്ട കുറ്റാരോപണങ്ങളെ വച്ചാണോ അതോ അദ്ദേഹം കുറ്റങ്ങൾക്കായി ശിക്ഷ അനുഭവിച്ചിട്ടുണ്ടോ എന്നത് വച്ചാണോ? എന്തായാലും, കേസിൽ വിധി വരുന്നതിന് മുമ്പ് ഒരാളെ തീവ്രവാദി എന്ന് വിളിക്കുന്നത് ന്യായാധിപർക്ക് ഭൂഷണമല്ല.

മഅദനി കോയമ്പത്തൂർ തുടർസ്ഫോടനത്തിൽ 15-ാമത് കുറ്റവാളിയായി കോയമ്പത്തൂർ സെൻട്രൽ ജയിലിൽ 23.4.1998 ന് അടയ്ക്കപ്പെട്ടു. അദ്ദേഹം ജയിലിൽ ഉണ്ടായിരുന്നപ്പോൾ 7.7.1998 ന് ദേശീയ സുരക്ഷാ ചട്ടം ഉപയോഗിച്ച് നിവാരണ തടങ്കലിൽ വയ്ക്കപ്പെട്ടു. കേന്ദ്രസർക്കാറിന്റെ അനുമതി ഇല്ലാതിരുന്നതിനാൽ നിവാരണതടങ്കൽ ഉത്തരവ് റദ്ദാക്കപ്പെട്ടു. അദ്ദേഹത്തിനൊപ്പം, 168 കുറ്റവാളികൾക്കും 28.9.1998 ന് കോയമ്പത്തൂർ സ്ഫോടനക്കേസിൽ കുറ്റപത്രം ഫയൽ ചെയ്യപ്പെട്ടു.

ഈ കേസിൽ ജാമ്യം നിഷേധിക്കപ്പെട്ട മഅദനി, മുമ്പൊരു ശസ്ത്രക്രിയയുടെ സമയത്ത്, വലതുകാൽ മുറിച്ചുമാറ്റപ്പെട്ട ആളായിരുന്നു. തന്റെ ആരോഗ്യത്തെ കരുതിയും, 6 വർഷം ജയിലിൽ കഴിഞ്ഞതിനാലും ജാമ്യത്തിൽ വിടണമെന്ന് കാണിച്ച് അദ്ദേഹം കൊടുത്ത അപേക്ഷയും തള്ളപ്പെട്ടു.

കോയമ്പത്തൂർ ജയിലിലായിരുന്ന മഅദനിയെ കേസ് തീരുന്നത്

വരെ ജയിലിന് പുറത്തേക്കയയ്ക്കാൻ പാടില്ലെന്ന് കോഡ് ഓഫ് ക്രിമിനൽ പ്രൊസീജ്യർ വകുപ്പ് 268 പ്രകാരം ജയലളിത സർക്കാർ ഒരു ഉത്തരവിറക്കി. അതിനെതിരെ മഅദനി ചെന്നൈ ഹൈക്കോടതിയിൽ കേസ് കൊടുത്തു. അതും 2.9.2003 ന് തള്ളപ്പെട്ടു.

തന്റെ കൃത്രിമക്കാൽ ഉപയോഗശൂന്യം ആയതിനാൽ പുതിയ കാൽ വയ്ക്കുന്നതിനായി തിരുവനന്തപുരത്തെ തന്റെ പഴയ ആശുപത്രിയായ 'ലോർഡ്സ് കൃത്രിമക്കാൽ കേന്ദ്രത്തിലേക്ക്' പോകുന്നതിനായി 1997 ൽ അനുമതി ചോദിച്ചു. സർക്കാരിൽനിന്നും അതിന് മറുപടിയൊന്നും വന്നില്ല. അതുകൊണ്ട്, അദ്ദേഹം കോടതിയെ സമീപിക്കുന്നതിനെക്കുറിച്ച് ആലോചിച്ചു. മനുഷ്യാവകാശ കേസുകളിൽ മികച്ച വിധികൾ നൽകിയ ജസ്റ്റിസ് വി ആർ കൃഷ്ണയ്യർക്ക് ഒരു കത്തെഴുതി, തന്നെ സഹായിക്കണമെന്ന് അപേക്ഷിച്ചു. ജസ്റ്റിസ് വി ആർ കൃഷ്ണയ്യരുടെ താല്പര്യം അനുസരിച്ച് ഞാൻ മഅദനി കേസിൽ സീനിയർ വക്കീൽ ആയി ഹാജരായി.

മഅദനിയുടെ കേസ് 19.1.2004 ന് ജസ്റ്റീസ് രവി രാജപാണ്ഡ്യന്റെ മുന്നിൽ വിചാരണയ്ക്ക് വന്നു. ആ കാലഘട്ടത്തിൽ ജയലളിത സർക്കാരിന്റെ അരാജകങ്ങൾ ഉച്ചഘട്ടത്തിൽ ആയിരുന്നു. പല രാഷ്ട്രീയ എതിരാളികളേയും പോട്ട വകുപ്പിന്റെ കീഴിൽ ജയിലിൽ അടച്ചതിനൊപ്പം, അതിന്റെ മുമ്പത്തെ വർഷം 2 ലക്ഷം സർക്കാർ ജീവനക്കാരെ വിചാരണയൊന്നുമില്ലാതെ ജോലിയിൽനിന്നും പുറത്താക്കിയിരുന്നു. കോയമ്പത്തൂർ ജയിലിൽ ആയിരുന്ന മഅദനിയെ കേസ് തീരുന്നതുവരെ ജയിലിന് പുറത്തേക്ക് അയയ്ക്കാൻ പാടില്ലെന്ന ഉത്തരവിനെതിരേയുള്ള കേസ് തള്ളിയിരുന്നു. അതുകൊണ്ട്, പ്രതിസന്ധിയുള്ള കേസ് ആയിരുന്നതിനാൽ ഈ വിചാരണയുടെ സമയത്ത് ജസ്റ്റിസുമായി നടന്ന സംഭാഷണം ഇവിടെ കൊടുക്കേണ്ടത് ആവശ്യമാണ്:

കോടതി: കോയമ്പത്തൂർ ജയിലിൽനിന്നും നിങ്ങളുടെ കക്ഷിയെ പുറത്ത് വിടാൻ പാടില്ലെന്ന സർക്കാർ ഉത്തരവ് ഉണ്ടല്ലോ?

ഞാൻ: സർക്കാർ ഉത്തരവിനേക്കാൾ വലുതല്ലേ മനുഷ്യാവകാശം?

കോടതി: അതിനെ എതിർത്ത് നിങ്ങൾ കൊടുത്ത കേസ് ഈ കോടതി തള്ളിയതല്ലേ?

ഞാൻ: ക്രിമിനൽ നടപടികളുടെ കോഡിന് താഴെ ബ്രിട്ടീഷുകാർ ഉണ്ടാക്കി, 1973 ൽ നമ്മളാൽ പുതുക്കപ്പെട്ട നടപടിയനുസരിച്ച് നൽകിയതാണ് ആ ഉത്തരവ്. അതിന്റെ സാരാംശം എന്താണെന്നാൽ, കുറ്റവാളികളെ വേറെ കേസുകൾക്കായി മറ്റു കോടതികളിലേക്ക് കൂട്ടിക്കൊണ്ടുപോകുമ്പോൾ നടപടിയിലിരിക്കുന്ന പ്രധാനപ്പെട്ട കേസിന് കാലതാമസമുണ്ടാകും എന്നതല്ലാതെ, തടവുപുള്ളിയുടെ ജീവന് ആപത്ത് ഉണ്ടാകുമെങ്കിൽ, അയാളെ പുറത്തുള്ള ആശുപത്രിയിലേക്ക് കൊണ്ടുപോകരുത് എന്നല്ല. മഅദനി ജയിലിൽ ആയതിനാൽ അദ്ദേഹത്തിന്റെ ആരോഗ്യം കേസ് തീരുന്നത് വരെ സംരക്ഷിക്കേണ്ടത് സർക്കാരിന്റെ കടമയാണ്.

കോടതി: അങ്ങനെയാണെങ്കിൽ, തിരുവനന്തപുരത്തെ ഡോക്ടർമാർക്ക് കോയമ്പത്തൂർ ജയിലിലേക്ക് വന്ന് അദ്ദേഹത്തിന് ചികിത്സ നൽകിക്കൂടേ?

ഞാൻ: രോഗികളാണ് ആശുപത്രിയിലേക്ക് പോകേണ്ടത്. ഇന്ത്യൻ പ്രധാനമന്ത്രി വാജ്പേയ് പോലും തന്റെ അസ്ഥിസംബന്ധമായ പ്രശ്നത്തിന് ഡൽഹിയിൽനിന്നും കേരളത്തിലെ കുമരകത്തിലേക്ക് പോയി ചികിത്സ നേടി. കുമരകത്തിലെ വൈദ്യന്മാർ ആരേയും ഡൽഹിയിലേക്ക് കൊണ്ടുവന്നില്ല.

കോടതി: അങ്ങനെയാണെങ്കിൽ, തമിഴ്നാട്ടിലുള്ള ഒരു പ്രത്യേക ആശുപത്രിയിൽ അദ്ദേഹത്തിന് കൃത്രിമക്കാൽ വയ്ക്കുന്ന ചികിത്സ ചെയ്യാമല്ലോ? വേണമെങ്കിൽ, ചികിത്സയ്ക്ക് മേൽനോട്ടം കൊടുക്കാൻ തിരുവനന്തപുരത്ത് നിന്നും ഡോക്ടറെ വരുത്താൻ അനുമതി നൽകാം.

ഞാൻ: എനിക്ക് വിരോധമൊന്നുമില്ല.

കോടതി: സർക്കാരിന്റെ അഭിപ്രായം എന്താണ്?

സർക്കാർ ഭാഗത്തെ വക്കീൽ: സാവകാശം വേണം.

കോടതി: കേസ് രണ്ട് ആഴ്ചയ്ക്ക് മാറ്റിവയ്ക്കുന്നു.

പിന്നീട്, 3.2.2004 ൽ സർക്കാർ ഭാഗത്തെ വാദം കേട്ട ജസ്റ്റിസ്, ചെന്നൈ കലൈഞ്ജർ കരുണാനിധി നഗറിലുള്ള സർക്കാർ ഭിന്നശേഷിക്കാരുടെ പുനരധിവാസകേന്ദ്രത്തിൽ മഅദനിക്ക് കൃത്രിമക്കാൽ വയ്ക്കണം, തിരുവനന്തപുരം കേന്ദ്രത്തിലെ ഡോക്ടർമാരും സാങ്കേതികവിദഗ്ധരും നേരിൽ വന്ന് ചികിത്സയ്ക്ക് സഹായിക്കണം എന്നും ഉത്തരവിട്ടു.

ഈ ഉത്തരവ് മനുഷ്യാവകാശത്തിന്റെ തുറന്നുകാട്ടലാണ്. ഭരണഘടനയുടെ 21-ാം വകുപ്പിന്റെ യഥാർഥമായ സാരാംശമാണ്. ചെന്നൈ ഹൈക്കോടതി മഅദനിക്ക് ഭീകരവാദമുദ്ര കുത്തിയില്ല. അന്ന് വൈകുന്നേരം തന്നെ പത്രങ്ങളിൽ ഈ വാർത്ത ബ്രേക്കിംഗ് ന്യൂസ് ആയി വന്നു. ഈ വാർത്ത കേട്ട ദേഷ്യത്തിൽ ജയലളിത ഉറഞ്ഞുതുള്ളി. ഉടൻ തന്നെ അപ്പീൽ നൽകണം എന്ന് ഉത്തരവിട്ടു.

അടുത്ത ദിവസം തന്നെ അപ്പീൽ, ചീഫ് ജസ്റ്റിസ് അടങ്ങിയ രണ്ട് ജസ്റ്റിസുമാരുടെ ബെഞ്ചിൽ വിചാരണയ്ക്ക് വന്നു. ചീഫ് ജസ്റ്റിസ്, ദേഷ്യം വന്ന് ഇങ്ങനെ പറഞ്ഞു: "കൃത്രിമക്കാലുമായി നടക്കുന്ന മഅദനിയെ കണ്ട് നിങ്ങൾക്ക് ഇത്രയ്ക്ക് ഭയമോ? ലക്ഷക്കണക്കിന് പൊലീസിനെ വകുപ്പിൽ വച്ചിട്ടുള്ള സർക്കാരിന്, ഈ അപ്പീലുമായി വരാൻ ലജ്ജയില്ലേ?

എങ്കിലും, അപ്പീൽ വിചാരണയ്ക്ക് മുമ്പേ കെ കെ നഗർ ആശുപത്രിയിലെ ഡോക്ടർമാർ കോയമ്പത്തൂർ ജയിലിലേക്ക് നേരിട്ട് ചെന്ന് മഅദനിക്ക് ആരോഗ്യപരിശോധന നൽകണം. ജയിലിനുള്ളിൽത്തന്നെ അദ്ദേഹത്തിന് കൃത്രിമക്കാൽ വയ്ക്കാൻ പറ്റുമോയെന്നും, അദ്ദേഹത്തിന് നൽകേണ്ട ചികിത്സകളെപ്പറ്റിയും ഹൈക്കോടതിക്ക് ആഗസ്റ്റ് 17 നുള്ളിൽ റിപ്പോർട്ട് സമർപ്പിക്കണം എന്ന് ഇടക്കാല ഉത്തരവ് നൽകി.

ശരിതന്നെ, എന്നാൽ, നിയമസഭയുടെ തലൈവി ചുമ്മാ ഇരിക്കുമോ? ഹോം സെക്രട്ടറി സയ്യിദ് മുനീർ ഹോഡാ, നിയമവകുപ്പ് സെക്രട്ടറി എന്നിവർക്ക് താല്ക്കാലിക ജോലിനഷ്ടം; കേസ് നടത്തിയ സർക്കാർ പബ്ലിക് പ്രൊസിക്യൂട്ടർ, കേസുകളിൽ ഹാജരായ സർക്കാർ വക്കീൽ എന്നിവർക്ക് 'പദവിനഷ്ടം എന്നിങ്ങനെ തിടുക്കപ്പെട്ടുള്ള ഉത്തരവുകൾ നല്കി. 2006 ലെ തിരഞ്ഞെടുപ്പിന്റെ സമയത്ത്, ഹോം സെക്രട്ടറി മുനീർ ഹോഡയെ 'ദേശദ്രോഹി' എന്ന് വിളിച്ചതിനൊപ്പം, അതിന്റെ കാരണം, അദ്ദേഹം മഅദനിയെ കേസിൽ സഹായിച്ചു എന്നും അവർ പൊതുവേദിയിൽ പ്രസംഗിച്ചു. ജയലളിതയുടെ ഉത്തരവാദിത്വമില്ലാത്ത വർത്തമാനം നിഷേധിച്ച് പലയിടങ്ങളിൽനിന്നും പ്രതിഷേധങ്ങൾ വന്നു. അവരുടെ വീടിന്റെ അരികിൽത്തന്നെ പ്രതിഷേധമുദ്രാവാക്യങ്ങൾ ഉയർന്നു. താല്ക്കാലിക പിരിച്ചുവിടൽ ലഭിച്ച ഹോം സെക്രട്ടറി, ഇന്ത്യൻ സർക്കാരിന്റെ ജോലിയിൽ ഉള്ളതിനാൽ, കേന്ദ്രസർക്കാരിന്റെ സമ്മതമില്ലാതെ അദ്ദേഹത്തിന്റെ താല്ക്കാലിക പിരിച്ചുവിടൽ സാദ്ധ്യമല്ലായിരുന്നു. കേന്ദ്രസർക്കാർ ആ ഉത്തരവിനെ അംഗീകരിക്കാൻ വിസമ്മതിച്ചു. വീണ്ടും ഹോഡാ ജോലിയിൽ പ്രവേശിച്ചു.

എങ്കിലും, ഉന്നതങ്ങളിൽ നിന്നുമുള്ള പക ചുമ്മാതിരിക്കുമോ? വിരമിച്ചശേഷം ചെന്നൈയിലുള്ള തെന്നിന്ത്യൻ ചാരിറ്റബിൾ വിദ്യാഭ്യാസസ്ഥാപനത്തിന്റെ സെക്രട്ടറി ആയി ചുമതലയേറ്റു ഹോഡാ. ആ ചാരിറ്റബിൾ സ്ഥാപനത്തിന്റെ ചുമതലയിലായിരുന്നു ജസ്റ്റിസ് ബഷീർ അഹമ്മദ് സെയ്ദ് വുമൺസ് കോളേജ് നടന്നിരുന്നത്. ചാരിറ്റബിൾ സ്ഥാപനത്തിന്റെ കുടുംബാംഗവും ഡി എം കെയുടെ മുൻ നിയമസഭാംഗവും വക്കീലുമായിരുന്ന ബാദർ സയ്യിദ്, മുനീർ ഹോഡായെ സെക്രട്ടറി ആയി തെരഞ്ഞെടുത്തതിനെ എതിർത്ത് ഒരു കേസ് കൊടുത്ത് വിലക്കും വാങ്ങിയെടുത്തു. വിലക്ക് ഉത്തരവിനെ റദ്ദ് ചെയ്യാനുള്ള ഹർജി എന്റെ മുന്നിൽ വിചാരണയ്ക്ക് വന്നു. ഹർജിയിൽ, 'ഹോഡാ തമിഴ്നാട് സർക്കാരിനാൽ താല്ക്കാലികമായി പിരിച്ചുവിടപ്പെട്ടിരുന്നു. അദ്ദേഹത്തിന്റെ പദവിക്കാലം ചർച്ച ചെയ്യേണ്ടതാണ്. അതുകൊണ്ട്, അദ്ദേഹം ചാരിറ്റി സ്ഥാപനത്തിൽ ഉത്തരവാദിത്വം ഏറ്റെടുക്കാൻ പാടില്ല' എന്ന് പറയപ്പെടുന്നു. ഈ അഭിപ്രായത്തെ ചാരിറ്റി സ്ഥാപനത്തിന്റെ ഭാഗത്തുനിന്നും, വിലക്കിനെ എതിർത്തുള്ള എതിർഹർജി തള്ളിക്കൊണ്ട് 'സംസ്ഥാനസർക്കാരിന്റെ നടപടി കേന്ദ്രസർക്കാർ അംഗീകരിച്ചിട്ടില്ല; ഉദ്യോഗത്തിൽ തിരിച്ചെടുക്കപ്പെട്ട് വിരമിച്ചയാളാണ് അദ്ദേഹം' എന്നു പറഞ്ഞു. ഹോഡായെ ഏത് പാർട്ടിയാണ് താല്ക്കാലികമായ പിരിച്ചുവിട്ടതെന്ന് അറിയാമായിരുന്നതിനാൽ, സെക്രട്ടറി ആയി അദ്ദേഹം ജോലി ചെയ്യുന്നതിനെ വിലക്കണം എന്ന് ആവശ്യപ്പെട്ട ഹർജി തള്ളിക്കളയാൻ അധികം സമയം വേണ്ടിവന്നില്ല. വിലക്ക് ഉത്തരവ് നീക്കിയതിനാൽ ഹോഡാ ഉത്തരവാദിത്വം ഏറ്റെടുത്തു.

മനുഷ്യാവകാശങ്ങളുടെ അതിർത്തി വിശാലമാണ്. അതിനുവേണ്ടി പ്രവർത്തിച്ച ഉദ്യോഗസ്ഥരെ സംരക്ഷിക്കേണ്ടത് കോടതിയുടെ കടമയാകുന്നു.

ന്യായാധിപന്മാരുടെ പ്രവർത്തികളിൽ അവരുടെ തത്വചിന്തകളും കാരണമാകും എന്നത് പറയേണ്ടതില്ല. ഡൽഹി ചീഫ് ജസ്റ്റിസ് ആയിരുന്ന രാജീന്ദ്രർ സച്ചാർ തന്റെ ജീവചരിത്രത്തിൽ ന്യായാധിപന്മാരുടെ ചിന്താസരണി അവരുടെ പ്രവർത്തികളെ എങ്ങനെ നിർണയിക്കും എന്ന് ചൂണ്ടിക്കാണിക്കുന്നുണ്ട്.

മനുഷ്യാവകാശ വ്യവഹാരങ്ങളിൽ വിധി പറയുമ്പോൾ മനുഷ്യത്വം മരിച്ചുപോകരുതെന്നത് മഅദനിയുടെ കേസ് മനസ്സിലാക്കിത്തരുന്നു!

ആഗോളസേവനത്തിന് ഒരു വലിയ അംഗീകാരം

നേപ്പാൾ രാജഭരണത്തിൻകീഴിലായിരുന്ന കാലം. 'ലോകത്തിലെ ഒരേയൊരു ഹിന്ദുരാജ്യം' എന്ന് ഇവിടെ ചിലർ പറഞ്ഞുകൊണ്ടിരുന്നു. ചരിത്രത്തിന്റെ പോക്കിൽ രാജവാഴ്ചയ്ക്കും അവസാനമുണ്ടാകും. നേപ്പാളിലും ജനങ്ങൾ രാജഭരണത്തിനെതിരായി പോരാടി. അവിടെ രാജഭരണം ഉണ്ടാകുന്നതിൽ ഇന്ത്യൻ സർക്കാരിന് ലാഭമുണ്ട്. കാഞ്ചി മഠവും രാജഭരണത്തിന് ആശിർവാദം നൽകി. രാജഭരണത്തിനെതിരായി പോരാടുന്ന ജനങ്ങൾക്ക് വഴികാട്ടിയായിരുന്ന നേപ്പാൾ കമ്യൂണിസ്റ്റ് പാർട്ടി (മാവോയിസ്റ്റ്), അന്നത്തെ നേപ്പാൾ രാജാവ് നിരോധിച്ചു.

സായുധപോരാട്ടം അവസാനിപ്പിക്കാനായി നേപ്പാൾ സർക്കാർ യൂറോപ്യൻ രാജ്യങ്ങളുമായി കൈകോർത്തു. യൂറോപ്യൻ യൂണിയൻ ആയുധസഹായം നൽകരുതെന്ന് ഉത്തരവിട്ടപ്പോൾ, ആ നാടുകളെ പാർട്ടിയുടെ പിന്തുണക്കാരാക്കാനായി ഒരു പ്രതിനിധിയെ അയയ്ക്കാൻ നേപ്പാൾ കമ്യൂണിസ്റ്റ് പാർട്ടി തീരുമാനിച്ചു. അതിനായി തെരഞ്ഞെടുക്കപ്പെട്ടത് ചന്ദ്രപ്രകാശ് ഗജുരേൽ ആയിരുന്നു. സ്കൂൾ അദ്ധ്യാപകനായിരുന്ന് കമ്യൂണിസ്റ്റ് പ്രസ്ഥാനത്തിൽ ചേർന്ന്, ആ പാർട്ടിയുടെ തലപ്പത്ത് പ്രധാനസ്ഥാനം വഹിക്കുന്നയാൾ.

ഇന്ത്യ വഴി യൂറോപ്പിലേക്ക് സ്വന്തം പേരിൽ യാത്ര ചെയ്യാൻ ഇന്ത്യൻ സർക്കാരിന്റെ മൗനാനുവാദം വേണം. ഇന്ത്യൻ സർക്കാർ ആകട്ടെ, ജനങ്ങളുടെ താല്പര്യത്തിന് എതിരായി രാജഭരണത്തേയും അതിന്റെ പാവസർക്കാരിനേയും ബഹുമാനിച്ചുകൊണ്ടിരുന്നു. അതുകൊണ്ട്, ഗജുരേൽ കള്ളപ്പാസ്പ്പോർട്ട് വഴി ചെന്നൈയിൽനിന്നും ലണ്ടനിലേക്ക് പോകാൻ തീരുമാനിച്ചു. ചെന്നൈ വിമാനത്താവളത്തിലെ ലേസർ യന്ത്രം കള്ളപ്പാസ്പ്പോർട്ടിനെ കാണിച്ചുകൊടുത്തു. വിമാന

ത്താവളത്തിൽ അറസ്റ്റ് ചെയ്യപ്പെട്ട ഗജുരേൽ ചെന്നൈ സെൻട്രൽ ജയിലിൽ അടയ്ക്കപ്പെട്ടു (19.8.2003). അദ്ദേഹത്തിനെതിരായ കള്ളപ്പാസ്പ്പോർട്ട് കേസ് ആലന്തൂർ ചീഫ് ജുഡീഷ്യൽ മജിസ്ട്രേറ്റ് കോടതിയിൽ നടന്നു. അതേ വർഷം ഏപ്രിലിൽ 1967 ലെ പാസ്പോർട്ട് നിയമം തിരുത്തപ്പെട്ട്, കള്ളപ്പാസ്പോർട്ട് കൈവശം വച്ചിരിക്കുന്ന വർക്കുള്ള ശിക്ഷ രണ്ട് വർഷമായി ഉയർത്തിയിരുന്നു. വിചാരണ സമയത്ത് കോടതിയിലേക്ക് കൊണ്ടുവരപ്പെട്ട ഗജുരേലിനെ ചില വക്കീലന്മാർ കണ്ട് 3000 രൂപ കൊടുത്താൽ മോചനം വാങ്ങിത്തരാം എന്ന് പ്രലോഭിപ്പിച്ചു. "എന്റെ കേസിനായി ഞാൻ ഒരു പൈസ പോലും കൈക്കൂലി കൊടുത്തിട്ടില്ല...കൊടുക്കുകയുമില്ല" എന്ന് പറഞ്ഞ് അദ്ദേഹം അവരുടെ സഹായം നിരാകരിച്ചു. നേപ്പാളിലേക്ക് തിരിച്ച് പോകാനുള്ള സാധ്യതയും ഇല്ലാത്തതിനാൽ തമിഴ്നാട് ജയിലിൽ കഴിയുന്നതാവും നല്ലതെന്ന തീരുമാനത്തിലേക്ക് അദ്ദേഹം എത്തിപ്പെട്ടു.

രാജഭരണത്തിനെതിരായി പോരാടുന്ന പ്രസ്ഥാനങ്ങളേയും അതിന്റെ നേതാക്കളേയും സംരക്ഷിക്കാൻ ഇന്ത്യൻ സർക്കാർ വിസമ്മതിച്ചതോടെ, ആ നേതാക്കളെ അവരുടെ നാട്ടിലേക്ക് തന്നെ തിരിച്ചയയ്ക്കാൻ ശ്രമിച്ചുകൊണ്ടിരുന്നു. ഒരു നാട്ടിൽ കുറ്റം ചെയ്തയാൾ, മറ്റൊരു നാട്ടിൽ അഭയം തേടിയാൽ അയാളെ വീണ്ടും കോടതി വിചാരണയ്ക്ക് വിധേയനാക്കണം എന്നും മാതൃരാജ്യത്തിലേക്ക് തിരിച്ചയയ്ക്കണം എന്നും സർക്കാരിന് നിർദ്ദേശം നൽകിയതിനൊപ്പം, ആ നാട്ടിലെ കോടതിയിൽത്തന്നെ അതിനുള്ള കേസ് കൊടുക്കണം. കുറ്റവാളിയെ തിരിച്ചയയ്ക്കാനുള്ള ഹർജി വഴി തിരിച്ചേൽപ്പിക്കാം (extradition) അല്ലെങ്കിൽ വിദേശിയെ നിർബന്ധപൂർവം പുറത്താക്കാം (deportation) എന്നീ രണ്ട് വഴികളുണ്ട്.

നേപ്പാൾ സർക്കാർ അങ്ങനെയൊരു ശ്രമം എടുക്കുന്നതായി അറിഞ്ഞ ഗജുരേൽ, ചെന്നൈ ഹൈക്കോടതിക്ക് ഒരു കത്ത് അയച്ചു. 'നേപ്പാൾ രാജാവിന്റെ ഭരണത്തിനെ എതിർക്കുന്ന കമ്യൂണിസ്റ്റ് പാർട്ടിയുടെ തലവന്മാരിൽ ഒരാളാണ് ഞാൻ. രാജഭരണത്തിനെ എതിർത്ത് തുടർച്ചയായി വാർത്തകൾ കൊടുത്തുകൊണ്ടിരുന്ന കൃഷ്ണ സെൻ എന്ന പത്രക്കാരനെ റോയൽ നേപ്പാൾ സൈന്യം അറസ്റ്റ് ചെയ്ത് അടുത്ത ദിവസം തന്നെ വെടിവച്ച് കൊന്നു. മൊഹസൂർ തഹാൽ എന്ന യാളോടൊപ്പം രണ്ട് കമ്യൂണിസ്റ്റ് പാർട്ടി നേതാക്കൾ ഡൽഹിയിലെ സംവാദത്തിൽ പങ്കെടുത്തപ്പോൾ അറസ്റ്റ് ചെയ്യപ്പെട്ടു. അവർ ഡൽഹി ഹൈക്കോടതിയിൽ 12.6.2002 ന് തങ്ങളെ നാടുകടത്തുന്നതിനുള്ള ശ്രമത്തിനെതിരെ ഇടക്കാല ഉത്തരവ് നേടിയിരുന്നെങ്കിലും, അവരെ നിർബന്ധപൂർവ്വം നേപ്പാളിലേക്കയച്ചു ഇന്ത്യൻ സർക്കാർ. അതുപോലെ എന്നേയും ഇന്ത്യൻ സർക്കാർ റോയൽ നേപ്പാൾ സൈന്യത്തിന് കൊടുത്ത് എന്നെ കൊല്ലാൻ ശ്രമിക്കുകയാണ്' എന്ന് തന്റെ ഹർജിയിൽ അദ്ദേഹം പറഞ്ഞു.

ആ കത്ത് കേസായി കണക്കാക്കി, ഹൈക്കോടതി കേന്ദ്ര-സംസ്ഥാന സർക്കാരുകൾക്ക് നോട്ടീസ് അയച്ചു. ഈ കേസ് വിചാരണയ്ക്ക് വന്നപ്പോൾ, ഗജുരേലിനെ നാടുകടത്തണമെന്ന് നേപ്പാൾ സർക്കാർ അപേക്ഷിച്ചിട്ടില്ലെന്നും കോടതി ഉത്തരവൊന്നും നൽകേണ്ട ആവശ്യമില്ലെന്നും പറഞ്ഞു കേന്ദ്രസർക്കാർ. ഇത് ഫയൽ ചെയ്ത ഹൈക്കോടതി, നാടുകടത്താനുള്ള അപേക്ഷ ഒന്നും വരാത്തതിനാൽ ചെന്നൈ ഹൈക്കോടതിയെ അറിയിച്ച്, അതിന്റെ ഉത്തരവില്ലാതെ തുടർ നടപടികൾ എടുക്കാൻ പാടില്ല എന്ന് പറഞ്ഞ് കേസ് അവസാനിപ്പിച്ചു.

നാല് മാസം കഴിഞ്ഞ്, ആലന്തൂർ ജുഡീഷ്യൻ മജിസ്ട്രേറ്റ് കോടതി ഗജുരേലിനെ ജാമ്യത്തിൽ വിടാൻ ഉത്തരവിട്ടു. എന്നാൽ, ജാമ്യത്തിൽ പോകുന്നതിന് രണ്ട് ജാമ്യക്കാർ ആധാരങ്ങൾ ഫയൽ ചെയ്യണമെന്ന ഒരു നിബന്ധന വിധിച്ചു. തമിഴ്നാട്ടിൽ ആരെയും പരിചയമില്ലാത്ത ഗജുരേലിന് എങ്ങനെ ജാമ്യവ്യവസ്ഥകൾ പൂർത്തീകരിക്കാൻ കഴിയും? അതുകൊണ്ട്, വിചാരണ കഴിയുന്നതുവരെ ജയിലിൽ കഴിയാമെന്ന തീരുമാനത്തിലേക്ക് അദ്ദേഹം എത്തി. പൊലീസ് വകുപ്പ് അദ്ദേഹത്തിനെതിരായുള്ള കുറ്റപത്രം കോടതിയിൽ ഫയൽ ചെയ്തു കേസ് മജിസ്ട്രേറ്റ് കോടതിയിൽ വിചാരണയ്ക്കെടുത്തു. അദ്ദേഹം ആറ് മാസത്തിനു മേൽ തുടർന്ന് ജയിലിൽ അടയ്ക്കപ്പെട്ടിരുന്നത് കണ്ട് ആശങ്കപ്പെട്ട ജർമ്മനിയിലെ മനുഷ്യാവകാശ പ്രവർത്തകരും വക്കീലന്മാരും ചേർന്ന ഒരു സംഘം ചെന്നൈയിലേക്ക് വന്നു. വിദേശ മനുഷ്യാവകാശ പ്രവർത്തകരുടെ സംഘത്തെ സന്ദർശിക്കാനുള്ള ഉത്തരവിനായി ഞാൻ ചെന്നൈ ഹൈക്കോടതിയിൽ കേസ് ഫയൽ ചെയ്ത് അനുമതി മേടിച്ചു. ആ സംഘം ഗജുരേലിനെ ജയിലിൽ പോയി കണ്ട്, എന്റെ ഓഫീസിൽ വന്ന് ഞാനുമായി സംസാരിച്ചു. എന്നോടൊപ്പം മാധ്യമങ്ങളുമായി സംസാരിച്ച മൂന്ന് ജർമ്മൻ വക്കീലന്മാർ (ഹെയിൻസ് ജായർസൺ സ്നൈഡർ, ഹെൽകേ ഗ്രാസ്സ്, ഇൽക ഹോപ്മാൻ) ഗജുരേലിന് യൂറോപ്യൻ നാടുകളിലൊന്നിൽ നിബന്ധനകളോടെ അഭയം നൽകാനുള്ള ഏർപ്പാട് ചെയ്തതായും, അദ്ദേഹത്തെ ഇന്ത്യൻ സർക്കാർ സുരക്ഷയോടെ അയയ്ക്കണമെന്നും പറഞ്ഞു. അത് മാത്രമല്ലാതെ, നേപ്പാളിൽ പോരാടുന്ന ജനങ്ങളിൽ നിരവധി പേർ കൊല്ലപ്പെട്ടതുമായി ബന്ധപ്പെട്ട് ആഗോള റിപ്പോർട്ടും കാണിച്ചു. പതിവുപോലെ ഇന്ത്യൻ സർക്കാർ മൗനം പാലിച്ചു.

വക്കീലുമാർ ഗജുരേലിന് സഹായമൊന്നും നൽകാതെ, ഗജുരേലിന്റെ കള്ളപ്പാസ്പോർട്ട് കേസ് വിചാരണയ്ക്കെടുക്കപ്പെട്ട്, സാക്ഷികളും വിസ്തരിക്കപ്പെട്ടു. തനിക്ക് വേണ്ടി ഫീസ് ഇല്ലാതെ വാദിക്കാൻ മുന്നോട്ട് വന്ന അഡ്വ. സി വിജയകുമാറിനെ അതിനായി അനുവദിക്കണമെന്ന് കാണിച്ച് ഹൈക്കോടതിയിൽ ഹർജി കൊടുത്തു. കേസ് പരിശോധിച്ച ഹൈക്കോടതി 24.8.2005 ന് ഗജുരേൽ പറഞ്ഞ വക്കീലിനെ അദ്ദേഹത്തിനായി വാദിക്കാൻ അനുവദിക്കുന്നതായി ഉത്തരവിട്ടു.

ഇതിനിടയിൽ, മധുരയിൽ ഹൈക്കോടതിയുടെ ശാഖ ആരംഭിക്കുന്നതുമായി ബന്ധപ്പെട്ട്, ചെന്നൈ ഹൈക്കോടതിയിലെ വക്കീലന്മാർ തുടർ പോരാട്ടത്തിൽ ആയിരുന്നു. അങ്ങനെ, രാഷ്ട്രപതിയുടെ അംഗീകാരത്തോടെ ചെന്നൈ ഹൈക്കോടതിയുടെ മധുര ശാഖ 24.7.2004 മുതൽ പ്രവർത്തനം ആരംഭിച്ചു. വക്കീലന്മാരുടെ അതിലംഘനങ്ങളെ നിയന്ത്രിക്കാനായി ചീഫ് ജസ്റ്റിസ് സുഭാഷൺ റെഡ്ഡി എല്ലാ ജസ്റ്റിസുമാരുടേയും അംഗീകാരത്തോടെ ചില പെരുമാറ്റച്ചട്ടങ്ങൾ നടപ്പിലാക്കി. ആ ചട്ടങ്ങൾ പിൻവലിക്കാനായി വലിയ അളവിലുള്ള പോരാട്ടം ആരംഭിച്ചു വക്കീലന്മാർ.

ഈ അവസ്ഥയിൽ, 2004 ആഗസ്റ്റ് 28 ന് വെസ്റ്റ് ബംഗാളിൽനിന്നും ഒരു പൊലീസ് സംഘം ചെന്നൈയിലെത്തി. വെസ്റ്റ് ബംഗാളിലെ ജൽബൈകുരി, സിലിഗുരി ജില്ലകളിലെ പൊലീസ് സ്റ്റേഷനുകളിൽ ഗജുരേലിനും മറ്റു ചില നേപ്പാൾ മാവോയിസ്റ്റുകൾക്കും എതിരായി കേസുകൾ ഉണ്ടെന്നും, അതുകൊണ്ട് അദ്ദേഹത്തെ ആ കേസുകളിൽ വെസ്റ്റ് ബംഗാൾ കോടതികളിൽ ഹാജരാക്കണമെന്നും പറഞ്ഞ് അറസ്റ്റ് വാറന്റുമായി ചെന്നൈ ജയിലിലേക്ക് അവർ വന്നു. ഈ അറസ്റ്റ് വാറന്റിന് 'പ്രിസണർ ഓൺ ട്രാൻസിറ്റ് വാറന്റ്'' (POT) എന്നാണ് പേര്.

വാറന്റുമായി ഗജുരേലിനെ കൂട്ടിക്കൊണ്ട് അന്ന് രാത്രി തന്നെ റെയിൽ മാർഗ്ഗം വെസ്റ്റ് ബംഗാളിന്റെ വടക്ക് നിന്നും കൊണ്ടുപോകുമ്പോഴോ, ജല്പൈഗുരിക്ക് കൊണ്ടുപോകുമ്പോഴോ അദ്ദേഹത്തിനെ എൻകൗണ്ടർ ചെയ്യാൻ വെസ്റ്റ് ബംഗാൾ പൊലീസ് തീരുമാനിച്ചിരുന്നതായ സംശയം ഇതുണ്ടാക്കി. കാരണം, ഗജുരേലിന്റെ തലയ്ക്ക് നേപ്പാൾ സർക്കാർ 50 ലക്ഷം രൂപ വിലയിട്ടിരുന്നു. ഈ വിവരം ഗജുരേൽ തനിക്ക് പരിചയമുള്ള ആളുകൾ വഴി ജയിലിൽനിന്നും തന്റെ വക്കീലിനെ അറിയിച്ചിരുന്നു. അദ്ദേഹം സീനിയർ വക്കീലായ ഞാനുമായി ബന്ധപ്പെട്ട് എന്ത് ചെയ്യും എന്ന് ചോദിച്ചപ്പോൾ നേരം വൈകുന്നേരം 4 മണി. ഹൈക്കോടതി 4.30 ന് അടയ്ക്കും. ആ സമയത്ത് ഹൈക്കോടതി വക്കീലന്മാർ പണിമുടക്കിലായിരുന്നതിനാൽ ജസ്റ്റിസുമാർ തങ്ങളുടെ ചേംബറുകളിലേക്ക് മടങ്ങിയിരുന്നു. എന്നോട് സഹായം ചോദിക്കാൻ വന്ന ജൂനിയർ വക്കീലും ഒരു സമരക്കാരൻ ആയിരുന്നു. അയാളും പണിമുടക്കിലായിരുന്നു. അതേ സമയം, അയാളുടെ പ്രധാന കക്ഷിയായ ഗജുരേലിന്റെ ജീവൻ ആപത്തിലായിരുന്നു.

ജൂനിയർ വക്കീൽ ഇല്ലാതെ എന്നെപ്പോലെ സീനിയർ വക്കീലുമാർക്ക് കോടതിയിൽ വാദിക്കാൻ കഴിയില്ല. വിവരം കൊടുത്തുവിട്ട്, പരിഹാരം നേടിക്കൊടുക്കുന്ന ഉത്തരവാദിത്വവും എന്റെ തലയിൽ വച്ചുതന്ന്, ജൂനിയർ വക്കീൽ അപ്രത്യക്ഷനായി. കോട്ട് ധരിച്ച്, അന്നത്തെ ഉത്തരവാദിത്വമുള്ള ജസ്റ്റിസിന്റെ ചേംബറിലേക്ക് ചെന്ന് ഞാൻ കാര്യം പറഞ്ഞു. മനുഷ്യാവകാശ പ്രശ്നം ആയതിനാൽ നിയമങ്ങളെ മറികടക്കാൻ കഴിഞ്ഞു. വക്കീലുമാരുടെ പണിമുടക്കിനെ ഇക്കാരണം

കൊണ്ടുതന്നെ ഞാൻ അംഗീകരിച്ചില്ല. കോടതികൾ പരാതിക്കാർക്കുള്ള താണ്. അവ അടച്ചിട്ട് സമരം ചെയ്യുന്നതിനാൽ ജനങ്ങളുടെ അവ കാശങ്ങൾ നഷ്ടപ്പെടും എന്ന അഭിപ്രായം ഉള്ളയാളാണ് ഞാൻ.

കോടതി സമയം കഴിഞ്ഞിട്ടാണല്ലോ വരുന്നത് എന്ന അമർഷം കാണിച്ചെങ്കിലും, ഗജുരേലിന്റെ കേസ് അസാധാരണമായി കണക്കാ ക്കാൻ ജസ്റ്റിസ് അനുവദിച്ചു. എങ്കിലും, കേസിനായുള്ള ഹർജി ഫയൽ ചെയ്യപ്പെട്ടിരുന്നില്ല. ഞാൻ തന്നെ അര മണിക്കൂർകൊണ്ട് ഹർജി തയ്യാ റാക്കി (നിയമങ്ങൾ അനുവദിക്കുന്നില്ലെങ്കിലും) കേസ് ഫയൽ ചെയ്തു. 6.00 മണിക്ക് കേസ് വിചാരണ ചെയ്ത ജസ്റ്റിസ്, ഗജുരേലിനെ കോടതി യുടെ അനുമതിയില്ലാതെ ചെന്നൈ ജയിലിൽനിന്നും വേറെങ്ങും കൊണ്ടുപോകാൻ പാടില്ലെന്ന് ഉത്തരവിട്ടു.

ഞാൻ ആവശ്യപ്പെട്ടത് പോലെ, ഹൈക്കോടതി സെക്രട്ടറി സെൻട്രൽ ജയിൽ സൂപ്രണ്ടിനെ ഫോണിൽ വിളിച്ച് ഹൈക്കോടതിയുടെ സ്റ്റേ ഓർഡറിനെപ്പറ്റി പറഞ്ഞു. ഗജുരേലിന്റെ നാടുകടത്തലും എൻ കൗണ്ടർ പദ്ധതിയും ഇതുമൂലം തടസ്സപ്പെട്ടു. എങ്കിലും, സമരക്കാർ എന്ന് പറയുന്ന വക്കീലുമാർ തങ്ങളുടെ അവകാശങ്ങൾക്കായുള്ള സമരം കൊണ്ട് തങ്ങളുടെ കടമകളെ നിറവേറ്റുന്നുണ്ടോ എന്ന് ആത്മപരിശോ ധന നടത്തണമെന്ന വിചാരം ഇക്കാരണത്താൽ എനിക്കും തോന്നിയി ട്ടുണ്ട്. ഇതിനിടയിൽ, ഫയൽ ചെയ്യപ്പെട്ട കേസുകൾ കൂടാതെ, ഗജുരേൽ ചെന്നൈ ജയിലിൽ ഉള്ളപ്പോൾത്തന്നെ വീണ്ടും രണ്ട് കേസുകൾ വെസ്റ്റ് ബംഗാൾ പൊലീസ് അദ്ദേഹത്തിനെതിരെ ഫയൽ ചെയ്തു. ഇതിനിട യിൽ, യൂറോപ്പിൽനിന്നും വന്ന മനുഷ്യാവകാശ വക്കീൽ ഹൈ ക്രോസ്സ്, 'ഐക്യരാഷ്ട്രസഭയിൽ അഗതികൾക്കായുള്ള ഹൈക്കമ്മീഷണർക്ക് അപ്പീൽ കൊടുക്കേണ്ടിയിരിക്കുന്നു' എന്നും 'വീണ്ടും ഗജുരേലിനെ കാണണം എന്നും' തമിഴ്നാട് ഹോം സെക്രട്ടറിയോട് അനുമതി ചോദിച്ചു. അനുമതി ലഭിക്കാത്തതിനാൽ ഹൈക്കോടതിയിൽ അദ്ദേഹ ത്തിന്റെ ഭാഗത്ത് നിന്നും ഹർജി ഫയൽ ചെയ്യപ്പെട്ടു. ഹർജി സ്വീക രിക്കുന്നതിൽ കേന്ദ്രസർക്കാർ എതിർപ്പ് അറിയിച്ചു. കേന്ദ്രസർക്കാരിന്റെ അനുമതിയില്ലാതെ, ജയിൽ തടവുകാരെ സന്ദർശിക്കാൻ വിദേശികളെ അനുവദിക്കാൻ പാടില്ലെന്ന് സർക്കാർ ഭാഗത്ത് നിന്നും പറഞ്ഞു. ഇതിനെ നിരാകരിച്ച ജസ്റ്റിസ് കെ പി ശിവസുബ്രഹ്മണ്യം തന്റെ ഉത്തരവുമൂലം അനുമതി കൊടുത്തു.

നിയമവിധികൾക്ക് അധികമായി വിചാരണക്കാലത്ത് തന്നെ ജയിൽ ശിക്ഷ അനുഭവിച്ചതിനാലും, കള്ളപ്പാസ്പോർട്ട് കേസിൽ തനിക്ക് ഏറ്റവും കൂടിയ ശിക്ഷ വിധിച്ചതിനാലും ഇപ്പോൾത്തന്നെ ജയിലിൽ ശിക്ഷ അനുഭവിച്ച് കഴിഞ്ഞ കാരണത്താൽ ഉടൻതന്നെ മോചിപ്പിക്കാൻ അവസരം ഉള്ളതിനാലും, ചെന്നൈയിൽത്തന്നെ വീടെടുത്ത് താമ സിക്കാനുള്ള അനുവാദം തേടി ഗജുരേൽ ഹൈക്കോടതി ചീഫ് ജസ്റ്റിസ് മാർക്കണ്ഡേയ കട്ജുവിന് ഒരു കത്തയച്ചു. മോചനം ലഭിച്ചയുടൻ കേന്ദ്ര

സർക്കാർ അദ്ദേഹത്തിനെ നിർബന്ധപൂർവം നേപ്പാളിലേക്ക് അയയ്ക്കും എന്ന ആശങ്കയിലാണ് ഈ കത്ത് അയയ്ക്കപ്പെട്ടത്. അദ്ദേഹത്തിന്റെ കത്തിനെ ജാമ്യാപേക്ഷയായി പരിഗണിക്കാൻ ചീഫ് ജസ്റ്റിസ് ഉത്തരവിട്ടു.

എപ്പൊഴും കേന്ദ്രസർക്കാരിന്റെ ഉത്തരവുകൾക്ക് വിധേയരായി നടക്കുന്ന തമിഴ്നാട് സർക്കാർ, ഗജുരേലിനെ ദേശീയ സുരക്ഷാ നിയമത്തിന്റെ കീഴിൽ ഒരു വർഷം ജയിലിൽ വയ്ക്കണമെന്ന് ഉത്തരവിട്ടു.

ഗജുരേൽ ജയിലിൽനിന്നും പാസ്പോർട്ട് കേസിൽ മോചിക്കപ്പെട്ടാലും, ചെന്നൈയിൽ അദ്ദേഹത്തിന് ജോലിയൊന്നും ഇല്ലെന്നും, അദ്ദേഹത്തിന് ജീവിതമാർഗം ഒന്നുമില്ലെന്നും ഉത്തരവിൽ പറഞ്ഞിരുന്നു. ഗജുരേൽ വക്കീലന്മാരുടെ സഹായമൊന്നുമില്ലാതെ, ദേശീയ സുരക്ഷാ നിയമത്തിന്റെ കീഴിൽ അഡ്വസറി ബോർഡിന്റെ മുന്നിൽ ഹാജരാക്കപ്പെട്ടു.

ദേശീയ സുരക്ഷാ നിയമത്തിൽ അറസ്റ്റ് ചെയ്തതിനെ എതിർത്ത് അദ്ദേഹം ഒരു പെറ്റീഷൻ ഫയൽ ചെയ്തു. അതുകൊണ്ട്, അദ്ദേഹത്തിനെ ചെന്നൈയിൽത്തന്നെ താമസിക്കാൻ അനുവദിക്കുന്ന കത്ത് വഴി ഫയൽ ചെയ്യപ്പെട്ട ഹർജി പിൻവലിച്ചു.

കള്ളപ്പാസ്പോർട്ട് കേസിന്റെ വിചാരണ അവസാനിച്ച 12.6.2006 ന് ആലന്തൂർ ജുഡീഷ്യൽ ജസ്റ്റിസ് മൂന്ന് വർഷത്തെ കഠിനതടവ് വിധിച്ചു. വിചാരണത്തടവുകാരനായി ജയിലിൽക്കഴിഞ്ഞ കാലവും, നല്ലനടപ്പും കണക്കിലെടുക്കാൻ അത് ഉത്തരവിട്ടതിനാൽ, 13.6.2006 ന് അദ്ദേഹത്തിന്റെ മൂന്ന് വർഷത്തെ തടവ് അവസാനിച്ചു. ഇപ്പോൾ ഗജുരേൽ മോചനത്തിന് അർഹതപ്പെട്ടവനായി. എന്നാൽ പുറത്ത് വരാനിരിക്കുന്ന ഗജുരേലിനെ വീണ്ടും അകത്താക്കാൻ ജയിൽ കവാടത്തിനുമുന്നിൽ ജൽബൈഗുരി പൊലീസ് കാത്തിരിക്കുന്നുണ്ടായിരുന്നു. ഇത്തവണ, തടവുകാരെ കൊണ്ടുപോകാനുള്ള വാറന്റ് ജൽബൈഗുരി ജുഡീഷ്യൽ ജസ്റ്റിസ് കോടതിയിൽനിന്നും വാങ്ങിക്കൊണ്ടായിരുന്നു അവർ വന്നിരുന്നത്.

ഉടൻ തന്നെ എഴുമ്പൂർ ജുഡീഷ്യൽ ജസ്റ്റിസിനോട് അപേക്ഷിച്ചതിന്റെ പേരിൽ ഗജുരേലിനെ ജയിലിൽനിന്നും കൊണ്ടുപോകാൻ അവിടെയുള്ള ജസ്റ്റിസ് വിസമ്മതം അറിയിച്ചു. ഗജുരേൽ വീണ്ടും ഒരു പെറ്റീഷൻ ഹൈക്കോടതിയിൽ ഫയൽ ചെയ്തു, സ്റ്റേ വാങ്ങിച്ചു.

ഹൈക്കോടതി ജസ്റ്റിസിന്റെ അനുമതി വാങ്ങി, ജുഡീഷ്യൽ കോടതിയിലെ ജസ്റ്റിസിന് ഹർജി കൊടുത്തതിലെ വിധിപ്രകാരം ഗജുരേലിനെ പിറ്റി വാറന്റ് അനുസരിച്ച് മോചിപ്പിക്കാൻ ജസ്റ്റിസ് വിസമ്മതിച്ചു. ഇതിനിടയിൽ, ദേശീയ സുരക്ഷാ ചട്ടത്തെ എതിർത്ത് ഗജുരേൽ ഫയൽ ചെയ്ത പെറ്റീഷൻ ഹൈക്കോടതി ജസ്റ്റിസ് സദാശിവത്തിന്റെ നേതൃത്വത്തിലുള്ള രണ്ട് ജസ്റ്റിസുമാരുടെ ബെഞ്ച് തള്ളിക്കളഞ്ഞു.

ഗജുരേലിനെ വെസ്റ്റ് ബംഗാൾ കോടതിയിൽ ഹാജരാക്കാനായി

നൽകിയ വാറന്റ് റദ്ദ് ചെയ്യാൻ വിസമ്മതിച്ച്, ജസ്റ്റിസ് പി ടി ദിനകരന്റെ നേതൃത്വത്തിലുള്ള രണ്ട് ജസ്റ്റിസുമാരുടെ ബെഞ്ച് ഉത്തരവിട്ടു. അതേസമയം, ഗജുരേലിന്റെ ജീവന്റെ സുരക്ഷയെക്കരുതി, തമിഴ്നാട്ടിലെ ഒരു സൂപ്രണ്ടിനോട് ഒപ്പം പോകാനായി ഉത്തരവിട്ടു. ജൽബൈഗുരി ജുഡീഷ്യൽ മജിസ്ട്രേറ്റ് കോടതിയിൽ ഹാജരാക്കപ്പെട്ട ഗജുരേലിനെ, അവിടെയുള്ള സെൻട്രൽ ജയിലിൽ അടയ്ക്കാൻ ആ കോടതി ഉത്തരവിട്ടു.

ഇതിനിടയിൽ, നേപ്പാളിൽ രാഷ്ട്രീയമാറ്റങ്ങൾ സംഭവിക്കാൻ തുടങ്ങി. മാവോയിസ്റ്റ് കമ്യൂണിസ്റ്റ് പാർട്ടിയും ഏഴ് പാർട്ടികളും ചേർന്ന് സമാധാനത്തിനായുള്ള ഒരു കരാർ ഉണ്ടാക്കിയിരുന്നു. അതുകൊണ്ട്, ഗജുരേലിന്റെ പാർട്ടിക്ക് രാഷ്ട്രീയ അധികാരം നേടുവാനുള്ള അവസരം ഉണ്ടായി.

ഇന്ത്യൻ സർക്കാർ ഉടനടി തങ്ങളുടെ നിലപാടിൽനിന്നും മലക്കം മറിഞ്ഞു. പിന്നീട്, ജബൈൽഗുരി, സിലിഗുരിയിലുള്ള നാല് കോടതികളിൽ ഉണ്ടായിരുന്ന സർക്കാർ വക്കീലന്മാർ ഗജുരേൽ, മോഹൻ വൈദ്യ, പിന്നെ 15 മാവോയിസ്റ്റുകൾ എന്നിവർക്കെതിരെ ചാർത്തിയ കേസുകൾ പിൻവലിച്ചു. 1.12.2006 ന് അവർ ജബൈൽഗുരി സെൻട്രൽ ജയിലിൽനിന്നും മോചിപ്പിച്ച്, നേപ്പാൾ അതിർത്തി വരെ കൊണ്ടുപോയി വിട്ടു. നേപ്പാൾ അതിർത്തിയായ കാക്കാർഭിട്ടയിൽ തുടങ്ങി കാഠ്മണ്ഡു വരെ ആയിരക്കണക്കിന് ജനങ്ങൾ പാതയുടെ ഇരുവശവും കൂടിനിന്ന്, അവരെ തങ്ങളുടെ ദേശീയവീരന്മാരായി കരുതി, വലിയ വരവേൽപ്പ് നൽകി. അത് നേപ്പാളിന്റെ പുരോഗമനപ്രസ്ഥാനത്തിന് ലഭിച്ച വിജയം ആണെന്ന് അവർ പുകഴ്ത്തി. ഗജുരേലും ജനങ്ങളുടെ പുരോഗമനം മുന്നിൽക്കണ്ട് പോകാൻ അവിടെയുള്ള പ്രസ്ഥാനങ്ങളുമായി ഐക്യപ്പെട്ടു.

ഗജുരേലിന്റെ അവസാനത്തെ കേസ് ഒഴികെ, മറ്റു കേസുകളിൽ എനിക്ക് സീനിയർ വക്കീലായി ഹാജരായി വാദിക്കാൻ കഴിഞ്ഞു. ഈ സമയത്ത്, 2005 നവംബറിൽ ചെന്നൈ ഹൈക്കോടതി ചീഫ് ജസ്റ്റിസ് ആയി എ പി ഷാ അധികാരമേറ്റു. മുമ്പ് രണ്ട് തവണ (2001 & 2004) എന്റെ പേര് ഹൈക്കോടതി ജസ്റ്റിസ് ആയി രണ്ട് കൊളീജിയങ്ങൾ നിർദ്ദേശിച്ചെങ്കിലും പല കാരണങ്ങളാൽ ആ നിർദ്ദേശങ്ങൾ തിരിച്ചയയ്ക്കപ്പെട്ടു. ആ ചരിത്രം പിന്നീട് നോക്കാം. ഇപ്പോൾ, മൂന്നാമത്തെ തവണയും എന്റെ പേര് ഹൈക്കോടതി ചീഫ് ജസ്റ്റിസ് ആയി എ പി ഷാ നിർദ്ദേശിച്ചു (ജനുവരി 2006). അപ്പോൾ പദവിയിലുണ്ടായിരുന്ന ജയലളിത സർക്കാർ ജസ്റ്റിസ് പട്ടികയിലെ അഞ്ച് പേരിൽ എന്റെ പേരിനോട് മാത്രം വിയോജിപ്പ് അറിയിച്ചു. ഞാൻ നാട്ടിലെ തീവ്രവാദികൾക്ക് മാത്രമുള്ള വക്കീൽ അല്ല; ആഗോള തീവ്രവാദികൾക്കും വക്കീലാണെന്ന അഭിപ്രായം അവർ അറിയിച്ചു. അവർ പറഞ്ഞ ആഗോള തീവ്രവാദി ഗജുരേൽ ആണെന്നതിൽ സംശയമുണ്ടോ?

ഇത് ഒരു വശത്തിരിക്കേ, 2006 മെയ് മാസത്തിലെ നിയമസഭാ തിരഞ്ഞെടുപ്പിന് ശേഷം ഡി എം കെ സർക്കാർ അധികാരമേറ്റു. പുതിയ സർക്കാരിലേക്ക് ഈ വിഷയം കൊണ്ടുവരപ്പെട്ടു. കലൈഞ്ജർ സർക്കാർ ആ നിർദ്ദേശത്തോട് എതിർപ്പൊന്നും അറിയിച്ചില്ല. മുമ്പത്തെ ജയലളിത സർക്കാരിന്റെ എതിർപ്പിനെ സുപ്രീം കോടതി ചീഫ് ജസ്റ്റിസിനൊപ്പം ഉണ്ടായിരുന്ന കൊളീജിയത്തിന്റെ ജസ്റ്റിസുമാർ അംഗീകരിച്ചില്ല. വക്കീലുമാർക്ക് ആർക്കുവേണ്ടിയും കോടതിയിൽ വാദിക്കാം. തന്റെ കടമ ചെയ്തതിന്റെ പേരിൽ ഒരാൾ ജസ്റ്റിസ് ആകുന്നത് എതിർക്കുന്നതിൽ അർഥമില്ലെന്ന അഭിപ്രായം അവർ അറിയിച്ചു. അങ്ങനെ, സുപ്രീം കോടതി കൊളീജിയം, കേന്ദ്രസർക്കാരിലേക്ക് എന്റെ പേര് ഏകകണ്ഠമായി നിർദ്ദേശിച്ചു. അതിന് ശേഷം കേന്ദ്രസർക്കാരിന്റെ മാർഗോപദേശം അനുസരിച്ച്, അന്നത്തെ രാഷ്ട്രപതി ഏ പി ജെ അബ്ദുൾ കലാം ജസ്റ്റിസിനായുള്ള നിയമന വാറന്റ് നല്കി. ഞാനും 31.7.2006 ൽ ചെന്നൈ ഹൈക്കോടതി ജസ്റ്റിസ് ആയി പദവിയേറ്റു.

സാമ്പ്രദായിക വരവേൽപ്പിനുശേഷം എന്റെ സമ്മതപ്രസംഗത്തിൽ ഇങ്ങനെ പറഞ്ഞു: "ഈ ജസ്റ്റിസ് പദവി പുതിയ സേവനത്തിനായുള്ള ക്ഷണമാണ്. ഈ കാലഘട്ടത്തിൽ നിയമത്തിന്റെ അധികാരത്തെ അടിസ്ഥാനമാക്കി, സർക്കാരിന്റെ അധികാരം അതിന്റെ അതിർത്തിക്കുള്ളിൽ കൊണ്ടുവരുന്നതോടൊപ്പം ഓരോ പൗരനും അടിസ്ഥാനപരമായ, സമത്വമുള്ള അവകാശവും യഥാർഥമായ സ്വാതന്ത്ര്യവും നല്ല രീതിയിൽ ജീവിക്കാനുമുള്ള സഹായവും നല്കാൻ ഞാൻ ശ്രമിക്കും!"

വിരമിച്ച ശേഷം ഞാൻ എഴുതിയ ലേഖനസമാഹാരപുസ്തകം ഒരെണ്ണം എന്നെ ജസ്റ്റിസ് ആക്കിയ ഏ പി ഷായ്ക്ക് സമർപ്പിച്ചതിനൊപ്പം, അതിൽ ഇങ്ങനെ എഴുതിയിരുന്നു. "പരിഗണനനാ പട്ടികയിൽ രണ്ട് തവണ അയയ്ക്കപ്പെട്ട്, മടക്കിയയ്ക്കപ്പെട്ട നിലയിൽ, ഇതര കൊളീജിയ അംഗങ്ങളുടെ എതിർപ്പുകളെയും അന്നത്തെ തമിഴക സർക്കാരിന്റെ എതിർപ്പുകളേയും ഖണ്ഡിച്ച് എനിക്ക് ഹൈക്കോടതി ജസ്റ്റിസ് പദവി ലഭിക്കാനായി പോരാടിയ ജസ്റ്റിസ് ഏ പി ഷാ അവർകൾക്ക്..."

മനുഷ്യാവകാശങ്ങൾക്കായി എന്റെ വക്കീൽ തൊഴിൽക്കാലം മുഴുവനും കക്ഷിവ്യത്യാസമില്ലാതെ പോരാടിയാലും, എന്റെ പദവി നിയമനത്തെ 'ആഗോളതീവ്രവാദികളുടെ വക്കീൽ' എന്ന് പരിഹസിച്ച ജയലളിത സർക്കാരിന്റെ എതിർപ്പിനെ, ആഗോള ആതുരസേവനത്തിന് ലഭിച്ച രാജകീയമായ അംഗീകാരമാണെന്നല്ലേ ഞാൻ കരുതേണ്ടത്!

ജയിലിൽനിന്നും പഠിച്ച പാഠങ്ങൾ

ജസ്റ്റിസ് ആയി നിയമനം ലഭിച്ചവരിൽ വിരലിലെണ്ണാവുന്ന ചിലർക്ക് മാത്രമേ അവരുടെ വിദ്യാർത്ഥി കാലത്തിലോ അല്ലെങ്കിൽ വക്കീൽ തൊഴിൽ ചെയ്യുമ്പോഴോ ജയിൽ അനുഭവങ്ങൾ ഉണ്ടായിരിക്കുകയുള്ളൂ. പല വക്കീലുമാർ ജോലി സംബന്ധമായി തടവുകാരെ ജയിലിൽ ചെന്ന് കണ്ടിരിക്കാം. എന്നാൽ, ജയിൽ തടവുകാരനായി ജീവിച്ച ജസ്റ്റിസ് വി ആർ കൃഷ്ണയ്യർ കേരള സർക്കാരിന്റെ ആഭ്യന്തരമന്ത്രി ആയിരുന്നതിനൊപ്പം പിന്നീട് കേരള ഹൈക്കോടതിയുടെ ജസ്റ്റിസ് ആയും, അതിനുശേഷം സുപ്രീം കോടതി ജസ്റ്റിസ് ആയും പദവി വഹിച്ചിട്ടുണ്ട്. അദ്ദേഹത്തിന്റെ പദവി കാലങ്ങളിൽ ജയിലുകളെക്കുറിച്ചും ജയിൽ തടവുകാരോട് പെരുമാറുന്ന വിധത്തെക്കുറിച്ചും പല പ്രധാനപ്പെട്ട വിധികൾ നൽകിയിട്ടുണ്ട്. തന്റെ ജയിൽക്കാലത്തെ അനുഭവങ്ങളാണ് ഇങ്ങനെയുള്ള വിധികൾ നൽകുന്നതിന് വെളിച്ചമായതെന്ന് തന്റെ ഒരു അഭിമുഖത്തിൽ അദ്ദേഹം പറഞ്ഞിട്ടുണ്ട്.

മധുരയിൽ 9.9.2007 ന് ജസ്റ്റിസ് പി എൻ ഭഗവതിയുടെ അർദ്ധകായ ശില അവരുടെ ഓഫീസ് മുറ്റത്ത് അനാച്ഛാദനം ചെയ്യുന്നതിന് സോകോ ട്രസ്റ്റ് ഏർപ്പാട് ചെയ്തിരുന്നു. എന്നെ അദ്ധ്യക്ഷപ്രസംഗം നടത്താനായി വിളിച്ചിരുന്നു. ഈ ചടങ്ങിന് ജസ്റ്റിസ് പി എൻ ഭഗവതിയും അദ്ദേഹത്തിന്റെ പത്നിയും എത്തിയിരുന്നു. അവർ ഇരുവരേയും ഹൈക്കോടതി ശാഖയുടെ അതിഥിമന്ദിരത്തിൽ താമസിപ്പിച്ച് പരിപാലിക്കാനുള്ള ഉത്തരവാദിത്വം എനിക്കായിരുന്നു. ആ നാളുകളിൽ നിയമരംഗത്തെക്കുറിച്ച് പല വിഷയങ്ങളും അദ്ദേഹവുമായി സംസാരിക്കാൻ കഴിഞ്ഞു.

മുകളിൽ പറഞ്ഞ ചടങ്ങിൽ സംസാരിക്കുമ്പോൾ, “ജസ്റ്റിസ് ഭഗവതി അവർകൾക്കും എനിക്കും ഒരു സാമ്യതയുണ്ട്. ഇരുവരും വക്കീൽ

ജോലിക്ക് വരുന്നതിന് മുമ്പ് നിരോധന ഉത്തരവിനെ മറികടന്ന് ജയിലിൽ പോയിട്ടുള്ള അനുഭവം ഉള്ളവരാണ്" എന്ന് പറഞ്ഞു. ആ അനുഭവങ്ങൾ പിന്നീട് വക്കീൽ തൊഴിലിലും ജസ്റ്റിസ് ആയി ജോലി ചെയ്യുമ്പോഴും എങ്ങനെ ഉപയോഗപ്പെട്ടുവെന്ന് ഞാൻ സൂചിപ്പിച്ചു.

വിദ്യാർത്ഥി പ്രസ്ഥാനങ്ങളിൽ പ്രവർത്തിക്കുമ്പോൾ, അപേക്ഷകളുമായി ജാഥയായി പോകുമ്പോൾ, ചിലപ്പോൾ നിരോധനാജ്ഞ ഉണ്ടെങ്കിൽ ജാഥ തടയപ്പെടും. സമരവീര്യം കാരണം നിരോധനങ്ങളെ മറികടന്നതിന് അറസ്റ്റ് ചെയ്യപ്പെട്ടിട്ടുമുണ്ട്. ഭാരതിദാസന്റെ പാട്ടാണ് ഓർമ്മയിൽ വരുക: "മാങ്കുയിൽ കുവിടും പൂഞ്ചോലൈ! എമൈ മാട്ട നിനയ്ക്കും ചിറൈച്ചാലൈ" എന്ന് ഉറക്കെ പറയും ഞങ്ങൾ. ജയിലിനുള്ളിൽ പോകാതെ തന്നെ ശബ്ദമുയർത്തും. അറസ്റ്റ് ചെയ്ത് പൊലീസ് സ്റ്റേഷനിൽ എത്തിച്ച് ഏതാനും സമയത്തിനുള്ളിൽ തിരിച്ച് പോകാൻ പറയും. മറ്റ് സംഘടനകൾ നിരോധനം മറികടന്ന് നടത്തുന്ന ജാഥകൾക്ക് അങ്ങനെയുള്ള ഔദാര്യം കിട്ടില്ലെന്നത് അനുഭവങ്ങൾ വഴി അറിയാൻ കഴിഞ്ഞു.

ഞാൻ 1971 ൽ നിയമപഠനം പൂർത്തിയാക്കി വിദ്യാർത്ഥി പ്രസ്ഥാനത്തിൽ തീവ്രമായി പ്രവർത്തിച്ചുകൊണ്ടിരുന്ന കാലം. അതേസമയം, തൊഴിലാളിസംഘടനാ (എം ആർ എഫ്) രംഗത്തും പ്രവർത്തിച്ചിരുന്നു. ശമ്പളവർദ്ധനവ് ആവശ്യങ്ങൾക്കായി അവിടെയുണ്ടായിരുന്ന തൊഴിലാളികൾ പണിമുടക്കിൽ ആയിരുന്നപ്പോൾ അന്നത്തെ തമിഴ്നാട് സർക്കാർ പണിമുടക്ക് നിരോധിച്ചു.

ചെന്നൈ നഗരത്തിലുള്ള എല്ലാ തൊഴിലാളികളും റബ്ബർ ഫാക്ടറി തൊഴിലാളികളുടെ സമരത്തെ പിന്തുണച്ച് ഒരു പ്രകടനം 13.7.71 ന് നടത്തി. ഏതാണ്ട് 50,000 തൊഴിലാളികൾ പങ്കെടുത്ത ആ പ്രകടനം മുഖ്യമന്ത്രിയെ കാണാൻ പുറപ്പെട്ടു. നേപ്പിയർ പാലം കടക്കുന്നതിനുള്ളിൽ പൊലീസ് തടഞ്ഞ് അനുമതി നിഷേധിച്ചു. സമയം കഴിയുന്തോറും തൊഴിലാളികളുടെ കോപവും അധികരിച്ചു. നിരോധനം മറികടന്ന് ചെന്നതിനാൽ തൊഴിലാളിസംഘടന പ്രതിനിധികൾ ചിലർക്കൊപ്പം എന്നേയും പൊലീസ് അറസ്റ്റ് ചെയ്തു. റിമാന്റ് ചെയ്യാനായി പൊലീസ് കമ്മീഷണറുടെ ഓഫീസിലേക്ക് എല്ലാവരേയും കൂട്ടിക്കൊണ്ട് പോയി.

ആ സമയത്ത്, 1898-ാം വർഷത്തെ ക്രിമിനൽ നടപടിച്ചട്ടം ആയിരുന്നു പ്രയോഗത്തിൽ ഉണ്ടായിരുന്നത്. അതനുസരിച്ച് പൊലീസ് കമ്മീഷണർ തന്നെ ജസ്റ്റിസ് ആയി ജാമ്യാപേക്ഷകൾ പരിശോധിക്കും. രാവിലെ അറസ്റ്റ് ചെയ്യപ്പെട്ട് കമ്മീഷണറുടെ ഓഫീസിലേക്ക് കൊണ്ടുവരപ്പെട്ട വിചാരണത്തടവുകാരെ പൊലീസ് സ്റ്റേഷനിലെ രീതി അനുസരിച്ച് കമ്മീഷണർ ഓഫീസിന്റെ മുറ്റത്ത് ഇരുത്തി, അറസ്റ്റ് ചെയ്യപ്പെട്ടവരുടെ വരവ്, വിലാസം എന്നിവ മുറയനുസരിച്ച് രേഖപ്പെടുത്തും. ജാമ്യാപേക്ഷകൾ ഫയൽ ചെയ്ത വക്കീലുമാർ അടുത്തുള്ള മജിസ്ട്രേറ്റ് ഓഫീസിന്റെ മുന്നിൽ നിൽക്കുന്നുണ്ടാകും.

കൃത്യം 3.00 മണിക്ക് കമ്മീഷണർ വരും; കുറ്റവാളികളുടെ മുന്നിൽ അദ്ദേഹത്തിനായി വച്ചിരിക്കുന്ന കസേരയിൽ ഇരിക്കും. എല്ലാവരും എഴുന്നേറ്റ് നിന്ന് ബഹുമാനിക്കണം. അദ്ദേഹത്തിന്റെ അടുത്ത് ജാമ്യാപേക്ഷകൾക്കായുള്ള സാമഗ്രികൾ ഉണ്ടാകും. എല്ലാ ജാമ്യാ പേക്ഷകളും തള്ളുന്നു എന്ന് പറഞ്ഞ് എല്ലാവരേയും 15 ദിവസം ജയി ലിൽ അടയ്ക്കാൻ ഉത്തരവിട്ട് ഒരു നിമിഷത്തേക്ക് തന്റെ മുറിയിലേക്ക് തിരിച്ചുപോകും. ഇന്ന് ആ ഓഫീസ് പൊലീസ് മ്യൂസിയമായി മാറ്റപ്പെട്ടു. അന്നത്തെ ആ രംഗവും ഫോട്ടോ ആയി മ്യൂസിയത്തിൽ വയ്ക്കാം എന്ന് തോന്നും. പിന്നീട്, 1973 ൽ നിർമ്മിച്ച പുതിയ ക്രിമിനൽ നടപടിച്ചട്ടം അനുസരിച്ച് ജാമ്യം നല്കാനുള്ള അധികാരം കോടതിക്ക് നൽകപ്പെട്ടു.

അങ്ങനെ, കമ്മീഷണർ വന്നുപോയ ശേഷം പൊലീസ് വാഹന ത്തിൽ ജയിലിലേക്ക് കൊണ്ടുപോകപ്പെട്ട് അവിടെ തടവുകാരുടെ വിവര ങ്ങൾ സെൻട്രൽ ജയിലിൽ രേഖപ്പെടുത്തും. പോക്കറ്റിലുള്ള അഞ്ച് പൈസാ മുതൽ കൈയിലുള്ള ചരട്, അരഞ്ഞാണം എല്ലാം അഴിച്ചെ ടുത്ത് അകത്തേക്ക് അയയ്ക്കും. ശിക്ഷ ലഭിച്ച തടവുകാർ ആയതിനാൽ സെല്ലിലേക്ക് പോകുന്നതിന് മുമ്പ് നടയടിയും ഉണ്ട് (ആദ്യമെല്ലാം ശിക്ഷ ലഭിച്ച് വരുന്ന പുതിയ തടവുകാരെ ബ്ലോക്കിലേക്ക് അയയ്ക്കുന്നതിന് മുമ്പ് ജയിൽ അധികാരികളുടെ ഉത്തരവ് അനുസരിച്ച് സീനിയർ തട വുകാരിൽ ചിലർ അടിക്കും. എന്ത് ഏതിന് എന്നൊന്നും ചോദിക്കാൻ പറ്റില്ല. ജയിൽ രീതികൾ അങ്ങനെയാണ്. അതിനാണ് നടയടി എന്ന പേര്.)

അതിനുശേഷം തടവുകാരെ അവരവരുടെ സെല്ലുകളിലേക്ക് കൊണ്ടുപോകും. അപ്പോഴായിരിക്കും ജയിലിനകത്തുള്ള തടവുകാർക്ക് അത്താഴം കൊടുക്കുക. പുതിയ തടവുകാർക്ക് അന്ന് രാത്രി വ്രതം ആയിരിക്കും. എങ്കിലും, അവരുടെ എണ്ണം അനുസരിച്ച് അവർക്കായുള്ള ആഹാരത്തിന്റെ തുക കണക്കിൽ കാണിക്കും. ഞാനും മറ്റ് തൊഴിലാളി പ്രതിനിധികളും ക്വാറന്റൈൻ ബ്ലോക്കിന്റെ ആദ്യത്തെ നിലയിലുള്ള സെല്ലുകളിൽ അടയ്ക്കപ്പെട്ടു. അവിടെനിന്നും നോക്കിയാൽ സെൻട്രൽ റെയിൽവേ സ്റ്റേഷനും അതിന്റെ മുന്നിലുള്ള മേൽപ്പാലവും കാണാം. അതൊഴികെ പുറംലോകവുമായുള്ള ബന്ധം 15 ദിവസങ്ങൾക്ക് നിഷേധിക്കപ്പെട്ടു.

മുറിയിൽ ഫാനുകൾ ഇല്ല. വരാന്തകളിൽ വൈദ്യുതിവിളക്കുകൾ മങ്ങിയ വെളിച്ചം വീശും. പ്രഭാതകൃത്യങ്ങൾക്കായുള്ള കക്കൂസ് പൂട്ടി യിട്ടിരുന്നു. ജയിൽ കെട്ടിടത്തിനും പുറം മതിലിനും ഇടയിലുള്ള കനാൽ ആണ് പൊതുകക്കൂസ്. രാവിലെ കഴിക്കാൻ റാഗി കറിയും (ഒരു പല ഹാരം) ഉച്ചയ്ക്ക് കുഴഞ്ഞ ചോറും കരിഞ്ഞുപോയ ചീരക്കൂട്ടാനും, രാത്രി വീണ്ടും അതുപോലെ കറിയും നല്കും. കഴിക്കാൻ വിസമ്മതിക്കു ന്നവർക്ക് റാറ്റാൻ പഴം കിട്ടും. അത്താഴത്തിന് മുമ്പ് വൈകുന്നേരം തരുന്ന വേവിച്ച നിലക്കടല മാത്രം അത്ഭുതകരമായ ഭക്ഷണമായിരിക്കും.

ആരോഗ്യപ്രശ്നമുള്ള തടവുകാരെ കമ്പൗണ്ടർ പരിശോധിച്ച് കളർ ഗുളികകൾ കൊടുക്കും. തടവുകാർ തങ്ങൾക്ക് നൽകപ്പെട്ട ഗുളികകൾ വച്ച് തായം കളിച്ച് സമയം കളയും. തടവുകാരെ കാണാൻ ബന്ധുക്കൾ വന്നാൽ അവർ വഴി കിട്ടുന്ന ബീഡിക്കെട്ടുകൾ മാത്രമായിരുന്നു ജയിലിലെ കറൻസി നോട്ട്. തടവുകാരെ കാണാൻ വരുന്ന ബന്ധുക്കൾ കൊണ്ടുവരുന്ന ബീഡിക്കെട്ടുകളിലും വാഴപ്പഴങ്ങളിലും പകുതി എടുത്തിട്ടേ വാർഡന്മാർ അതെല്ലാം തടവുകാർക്ക് കൊടുക്കുകയുള്ളൂ. അങ്ങനെ എടുക്കുന്ന സാധനങ്ങൾ ജയിലിനുള്ളിലെ കരിഞ്ചന്തയിൽ എത്തും. ബന്ധുക്കൾ ഇല്ലാത്ത തടവുകാരെ കാണുന്നതിന് ആർക്കും അനുമതിയില്ല.

15 ദിവസത്തെ റിമാന്റ് കാലാവധി കഴിഞ്ഞ ശേഷം ജുഡീഷ്യൽ മജിസ്ട്രേറ്റ് ദീർഘിപ്പിക്കാൻ വിസമ്മതിച്ചതിനാൽ ഞങ്ങൾ മോചിതരായി. അതിനുള്ളിൽ റബ്ബർ ഫാക്ടറി തൊഴിലാളികൾ പണിമുടക്കിൽ സന്ധിയിലെത്തി ജോലിയിൽ തിരിച്ചെത്തിയതിനാൽ സർക്കാരും ആ കേസ് തുടർന്ന് നടത്തിയില്ല. മോചിതനായ അന്നും ആദ്യത്തെ ദിവസത്തെ സംഭവങ്ങൾ വീണ്ടും നടന്നു. ഉച്ചഭക്ഷണം കഴിഞ്ഞതും മോചിതരായവരെയെല്ലാം മുറ്റത്ത് കൊണ്ടുവന്നിരുത്തി അവർ. പക്ഷേ, വൈകുന്നേരം ആറ് മണിയായാലും പുറത്ത് പോകാൻ അനുമതിയില്ലായിരുന്നു. അന്നത്തെ അത്താഴക്കണക്കിൽ മോചിതരായവരുടെ തലകളും ചേർക്കപ്പെടും. ഇങ്ങനെ ജയിലുകളിലെല്ലാം നടക്കുന്ന അഴിമതികൾ മനുഷ്യാഭിമാനമില്ലാത്ത പ്രവർത്തികൾ, മോശം സൗകര്യങ്ങൾ എല്ലാം മനസ്സിൽ ആഴത്തിൽ പതിഞ്ഞു.

ഈ അനുഭവങ്ങൾക്കുശേഷമാണ് ഞാൻ ലാ കോളേജിൽ വിദ്യാർത്ഥിയായത് (1973-76). കോളേജിന് അടുത്തുള്ള കോടതികളിൽ നടക്കുന്ന കേസുകൾ ഇടയ്ക്ക് പോയി കാണും. ആ വളപ്പിലുള്ള സിവിൽ കോടതികൾ ചില സെഷൻസ് കോടതികളായി പ്രവർത്തിച്ച് ക്രിമിനൽ കേസുകളും വിസ്തരിക്കും.

അങ്ങനെ ഒരു ദിവസം പോയപ്പോൾ ജുഡീഷ്യൽ കോടതിയിൽ വലിയ ബഹളം. ആയുധസുരക്ഷയുമായി ബന്ധപ്പെട്ട് എട്ട് തടവുകാരെ കൈവിലങ്ങണിയിച്ച് കോടതിയിലേക്ക് കൊണ്ടുവരപ്പെട്ടു. കോടതിയുടെ പ്രവേശനകവാടത്തിൽ വച്ച് വിലങ്ങുകൾ അഴിച്ച് അവരെ കുറ്റവാളിക്കൂട്ടിൽ ഇരുത്തിയിരുന്നു. ജസ്റ്റിസ് ചിദംബരം വന്ന് ഇരുന്നതും ആ തടവുകാരൊഴികെ മറ്റെല്ലാവരും എഴുന്നേറ്റ് നിന്നു. പിന്നെ അവർ കോടതിക്കുള്ളിൽ അഞ്ച് മിനിറ്റ് മുദ്രാവാക്യം വിളിച്ചത് അവിടെയുള്ളവർ അതിശയത്തോടെ നോക്കി.

ബഞ്ച് ക്ലാർക്ക് അവരുടെ കേസ് വിളിച്ചതും ജസ്റ്റിസ് അവരെ നോക്കി, "നിങ്ങളുടെ കേസ് നടത്താൻ വക്കീൽ ആരെങ്കിലും ഉണ്ടോ?" എന്ന് ചോദിച്ചു. ആ തടവുകാരിൽ ഒരാൾ, "ഈ നാടകം നടത്താൻ നിങ്ങളും പബ്ലിക് പ്രോസിക്യൂട്ടറും ഉണ്ടല്ലോ? നാടകത്തിന് ഇനിയൊരു

നടൻ ആവശ്യമാണോ?" എന്ന് കനത്ത ശബ്ദത്തിൽ ചോദിച്ചു. ഇത് കേട്ട ജസ്റ്റിസ് കേസ് മറ്റൊരു ദിവസത്തേക്ക് മാറ്റിവച്ച് തന്റെ മുറിയിലേക്ക് പോയി. വീണ്ടും അഞ്ച് നിമിഷത്തെ മുദ്രാവാക്യം. വീണ്ടും കൈവിലങ്ങ്. കനത്ത ആയുധസേനയുടെ സംരക്ഷണത്തിൽ വീണ്ടും അവരെ ജയിലിലേക്ക് കൊണ്ടുപോയി.

ഇവരെല്ലാം ആരാണ്? എന്തിനാണ് ഇങ്ങനെ പ്രവർത്തിച്ചത്? ഈ ചോദ്യങ്ങൾ ന്യായമായും ഉയരുമല്ലോ? അവർ തീവ്ര കമ്യൂണിസ്റ്റ് പ്രസ്ഥാനത്തിൽ പെട്ടവരാണെന്ന് അവിടെയുള്ള ഒരു വക്കീൽ പറഞ്ഞു. ലാ കോളേജിൽ ക്രിമിനൽ നടപടിച്ചട്ടം പഠിച്ചുകൊണ്ടിരുന്ന എനിക്ക് ഈ സംഭവം അത്ഭുതമാണ് ഉണ്ടാക്കിയത്.

1975–77 ദേശീയ അടിയന്തരാവസ്ഥ ഉപയോഗിച്ച് പല രാഷ്ട്രീയ നേതാക്കളും മിസ ചട്ടത്തിന്റെ കീഴിൽ ജയിലിൽ അടയ്ക്കപ്പെട്ടു. തമിഴ്നാട്ടിൽ 1.2.1976 ന് കലൈഞ്ജർ സർക്കാർ പിരിച്ചുവിടപ്പെട്ടതിന് ശേഷമാണ് അടിയന്തരാവസ്ഥക്കാലത്തിന്റെ ചൂട് അറിയാൻ തുടങ്ങിയത്. അതിന് മുമ്പ് തന്നെ വടക്കുള്ള സംസ്ഥാനങ്ങളിൽ പല രാഷ്ട്രീയ നേതാക്കളും അറസ്റ്റ് ചെയ്യപ്പെട്ട് നിവാരണത്തടങ്കലിൽ വയ്ക്കപ്പെട്ടിരുന്നു. അപ്പോൾ ത്രിപുരയിൽ മാർക്സിസ്റ്റ് പാർട്ടിയുടെ തലവനായിരുന്ന നൃപൻ ചക്രവർത്തി പ്രതിപക്ഷ നേതാവായിരുന്നു. മിസ ചട്ടപ്രകാരം അദ്ദേഹത്തെ ത്രിപുര സർക്കാർ അറസ്റ്റ് ചെയ്തു. അഗർത്തലയിലുള്ള ജയിലിൽ അടച്ചാൽ ക്രമസമാധാനപ്രശ്നം ഉണ്ടാകും എന്ന് കരുതി അവിടെനിന്നും വളരെ ദൂരെ തമിഴ്നാട്ടിലുള്ള വേലൂർ സെൻട്രൽ ജയിലിൽ അടച്ചു.

ജയിലിലായിരുന്ന അദ്ദേഹത്തെ കാണാൻ ത്രിപുര പാർലമെന്റ് അംഗം ദശരഥ് ദേബ് സർക്കാരിന്റെ അനുമതി വാങ്ങി തമിഴ്നാട്ടിലെത്തി. അദ്ദേഹത്തിന്റെ സഹായിയായി പോകാൻ എനിക്ക് അവസരം കിട്ടി. "നൃപൻ ചക്രവർത്തി തീവ്രവാദിയാണ്, അയാൾക്ക് പല ഭാഷകളറിയാം. അതുകൊണ്ട്, അഞ്ച് ഭാഷകൾ അറിയാവുന്ന രണ്ട് രഹസ്യാന്വേഷണ പൊലീസ് അധികാരികൾ സന്ദർശനത്തിൽ പങ്കെടുക്കും. അവർക്ക് അറിയാവുന്ന അഞ്ച് ഭാഷകൾ അല്ലാതെ മറ്റ് ഭാഷകളിലോ അല്ലെങ്കിൽ ആംഗ്യഭാഷയിലോ അയാൾ സംസാരിക്കാൻ ശ്രമിച്ചാൽ, ജയിൽ അധികാരികൾ ഉടനടി സന്ദർശനം അവസാനിപ്പിക്കണം" എന്ന് ത്രിപുര സർക്കാർ ഉത്തരവിട്ടു. ഈ അവസ്ഥയിൽ ഒരു തടവുകാരനെ സന്ദർശിക്കുക എന്ന് പറയുന്നത് കബളിപ്പിക്കലാണ്. കൂടെ പോയ ജയിലറുടെ മുന്നിൽ നൃപൻ ചക്രവർത്തിയുടെ കൂടെ നടന്ന അഞ്ച് നിമിഷത്തെ സംഭാഷണം സാമ്പ്രദായിക ഇടപാടുകളോടെ അവസാനിച്ചു. ജയിലിൽ നൽകുന്ന ഭക്ഷണത്തിൽ ഉൾപ്പെടുന്ന കടൽമീൻ തനിക്ക് അലർജി ഉണ്ടാക്കുന്നെന്നും, സാധിക്കുമെങ്കിൽ പുഴമീൻ തരാൻ സർക്കാരിനോട് പറയണമെന്നും അദ്ദേഹം ആവശ്യപ്പെട്ടു. കലൈഞ്ജർ സർക്കാർ ആ ആവശ്യം നിറവേറ്റിക്കൊടുത്തു.

തൊഴിലാളിസംഘത്തിന്റെ മുന്നണി തൊഴിലാളികളായും ഫാക്ടറി തൊഴിലാളികളായും ജോലിചെയ്ത ചിലർ മിസ ചട്ടത്തിന്റെ കീഴിൽ ജയിലിൽ അടയ്ക്കപ്പെട്ടു. വൈദ്യുതിവകുപ്പ് തൊഴിലാളി സംഘടനയുടെ സെക്രട്ടറി ജാനകീരാമൻ 24.8.1976 ന് അറസ്റ്റ് ചെയ്യപ്പെട്ട് ചെന്നൈ സെൻട്രൽ ജയിലിൽ അടയ്ക്കപ്പെട്ടു. അപ്പോൾത്തന്നെ വൈദ്യുതിവ കുപ്പിനെ, മിസ ചട്ടത്തിൽ അദ്ദേഹം അറസ്റ്റ് ചെയ്യപ്പെട്ടതിനെക്കുറിച്ചും, അതുകൊണ്ട് ജോലിക്ക് വരാനാകാത്തതിനെക്കുറിച്ചും ജാനകീരാമൻ അറിയിച്ചു. ഓഫീസ് അദ്ദേഹത്തിനൊരു മെമ്മോറാണ്ടം പുറപ്പെടുവിച്ച് അദ്ദേഹത്തിന്റെ വീട്ടുവിലാസത്തിൽ അയച്ചു; അത് എന്റെ ശ്രദ്ധയിൽ പ്പെട്ടു. സഖാവ് ടി ജെ അവർകൾക്ക് ഓഫീസിലേക്ക് അയയ്ക്കേണ്ട മറുപടിയും ജയിലിൽ അദ്ദേഹത്തിന് ഉടുക്കാൻ ചില വസ്ത്രങ്ങളും ഞാൻ അയച്ചുകൊടുത്തു. അതിന് നന്ദി അറിയിച്ച് അദ്ദേഹം ജയിലിൽ നിന്നും എനിക്ക് 2.9.1976 ന് മറുപടിയും അയച്ചു.

അതുപോലെ ആമ്പത്തൂരിൽ സ്വകാര്യകമ്പനിയിൽ ജോലി ചെയ്ത സഖാവ് സുന്ദരേശനെ 24.8.1976 ന് നൈറ്റ് ഷിഫ്റ്റിന്റെ സമയത്ത് അറസ്റ്റ് ചെയ്ത് പൊലീസ് സ്റ്റേഷനിലേക്ക് കൊണ്ടുപോയി മിസ ചട്ടത്തിന്റെ കീഴിൽ നിവാരണത്തടങ്കലിൽ വയ്ക്കാൻ ഉത്തരവ് കൊടുത്ത് ജയിലിൽ അടച്ചു. ജോലിക്ക് വരാത്തതിനാൽ അദ്ദേഹത്തെ കമ്പനിയിൽനിന്നും പിരിച്ചുവിടുമെന്നതിനാൽ, തന്നെ ജയിലിൽ വന്ന് കാണണമെന്ന് 10.9.1976 ന് ഒരു കത്ത് എഴുതി. അതനുസരിച്ച് ഞാൻ അദ്ദേഹത്തെ ജയിലിൽ സന്ദർശിച്ച് സംസാരിച്ചു.

പരുത്തിനൂൽ മില്ലുകളിൽ എട്ട് ദിവസത്തിൽ കൂടുതൽ തുടർച്ച യായി ജോലിക്ക് വന്നില്ലെങ്കിൽ തൊഴിലാളികളെ ജോലിയിൽനിന്നും പിരിച്ചുവിട്ടു എന്ന് കണക്കാക്കുന്ന നിയമം ഉണ്ടായിരുന്നു. ഇതുപയോ ഗിച്ച് രാജപാളയം മില്ലിൽ ജോലി ചെയ്യുകയായിരുന്ന എസ് മാധവനെ ജോലിയിൽനിന്നും പിരിച്ചുവിട്ടു. അദ്ദേഹത്തിന്റെ പിരിച്ചുവിടലിന് എതി രായി തുടങ്ങിയ തൊഴിൽ സംഘർഷം പരിശോധിച്ച തമിഴ്നാട് സർ ക്കാർ, ലേബർ കോർട്ടിന്റെ വിചാരണയ്ക്ക് വിടേണ്ട ആവശ്യമില്ലെന്ന് ഉത്തരവിട്ടു. അടിയന്തരാവസ്ഥക്കാലത്തെ സർക്കാരിന്റെ ദുർഭരണത്തി ന്റെയും കെടുകാര്യസ്ഥതകളുടെയും ഉദാഹരണങ്ങളിൽ ചിലതാണി തെല്ലാം. അതിനെയെതിർത്ത് കൊടുത്ത കേസ് നിലവിൽ ഉള്ളപ്പോഴും മിൽ മാനേജ്മെന്റ് മാധവനുമായി സന്ധിയുണ്ടാക്കി.

അടിയന്തരാവസ്ഥക്കാലത്ത് 'നക്സലേറ്റ്' എന്ന് പേരിടപ്പെട്ട മാവോ യിസ്റ്റ് പ്രസ്ഥാനങ്ങൾ നിരോധിക്കപ്പെട്ടിരുന്നു. ആ പാർട്ടിയിലെ പല തൊഴിലാളികളും ജയിലിൽ അടയ്ക്കപ്പെട്ടിരുന്നു. ഈ നിയമസംവിധാന ത്തിൽ വിശ്വാസം ഇല്ലാത്തതിനാൽ അവർ കേസ് വിസ്താരങ്ങളിൽ പങ്കെടുക്കാൻ വിസമ്മതിച്ചു. ചോദിക്കാൻ ആരുമില്ലാത്തതിനാൽ ജയി ലുകളിൽ അവർക്കെതിരേ കടുത്ത പീഡനമുറകൾ പ്രയോഗിച്ചിരുന്നു. അടിയന്തരാവസ്ഥ കാലഘട്ടത്തിന് ശേഷവും ഇങ്ങനെയുള്ള പീഡന ങ്ങൾ തുടർന്നു.

കോയമ്പത്തൂർ ജയിലിലായിരുന്ന ഒരു സഖാവ് അദ്ദേഹത്തെ ചെന്ന് കാണാൻ എനിക്ക് കത്തെഴുതി. അദ്ദേഹത്തെ നേരിട്ട് കണ്ട് തങ്ങൾ അനുഭവിക്കുന്ന ക്രൂരതകളെ പട്ടികയിട്ട് ചെന്നൈ ഹൈക്കോടതിയിലേക്ക്, തപാലിൽ ഒരു പരാതി അയയ്ക്കാൻ ഞാൻ പറഞ്ഞിരുന്നു. അതനുസരിച്ച് അദ്ദേഹം അയച്ച കത്ത് റിട്ട് ഹർജിയായി എടുത്ത് വാലാംബാൾ കേസിനൊപ്പം ചേർത്ത് വിചാരണ ചെയ്യപ്പെട്ടു.

തമിഴകത്തിലെ ജയിലുകളിൽ ചിലരെ 'നക്സലേറ്റ്' എന്ന് മുദ്ര കുത്തി പല രീതിയിലും ദ്രോഹിക്കുന്നതിനെപ്പറ്റിയും, അവർ ജയിൽ ശിക്ഷയിൽ ആയിരുന്നപ്പോഴും ക്യൂ ബ്രാഞ്ച് പൊലീസ് വകുപ്പ് ഇഷ്ടം പോലെ ജയിലിലേക്ക് വന്ന് അവരെ ഭീഷണിപ്പെടുത്തുന്നതും കോടതിയിൽ അവർ കൊടുത്ത കേസുകളെപ്പറ്റിയും ബാംഗ്ലൂരിൽനിന്നും പ്രസിദ്ധീകരിക്കുന്ന *ഡെക്കാൻ ഹെറാൾഡ്* എന്ന ഇംഗ്ലീഷ് പത്രത്തിൽ ഞാൻ എഴുതിയ നീണ്ട ലേഖനം 2.5.1981 ന് പുറത്തുവന്നു. ലേഖനത്തിൽ തടവുകാരുടെ പരാതികൾ മാത്രമല്ലാതെ, ചില ജയിൽ വാർഡന്മാർ ജയിലിൽ നടത്തുന്ന അഴിമതികൾക്ക് എതിരായി പോരാടിയതിനായി അറസ്റ്റ് ചെയ്യപ്പെട്ടതും എഴുതിയിരുന്നു. ജസ്റ്റിസ്സ് ഇസ്മായിൽ കമ്മീഷൻ ജയിൽ പരിഷ്കാരങ്ങളുടെ ഭാഗമായി മുന്നോട്ടുവച്ച നിർദ്ദേശങ്ങൾ തമിഴ്നാട് സർക്കാർ പരിഗണിക്കാത്തതിനെപ്പറ്റിയും പറഞ്ഞിരുന്നു.

ഡി എം കെ സർക്കാർ വച്ച സമിതിയുടെ നിർദ്ദേശങ്ങൾ തള്ളിക്കളഞ്ഞ എം ജി ആർ സർക്കാർ, ജയിലുകളിൽ പരിഷ്കാരം നടത്തുന്നതിനെക്കുറിച്ച് അന്വേഷിക്കാനായി പാറ്റ്ന ഹൈക്കോടതിയിൽ നിന്നും വിരമിച്ച ചീഫ് ജസ്റ്റിസ് ആർ എസ് നരസിംഹന്റെ നേതൃത്വത്തിൽ സമിതി ഉണ്ടാക്കി (ഫെബ്രുവരി 1978). ആ സമിതിയുടെ നിർദ്ദേശങ്ങൾ സർക്കാരിന് സമർപ്പിക്കപ്പെട്ടു. ഇത് അംഗീകരിക്കുന്നതായി സർക്കാർ ഉത്തരവ് പുറത്തിറക്കി. എന്നാൽ ഇന്നുവരെ സമിതിയുടെ നിർദ്ദേശങ്ങൾ യാതൊരു അളവിലും നിറവേറ്റിയിട്ടില്ലെന്ന് പലർക്കും അറിയില്ല.

പുലവർ കലിയപെരുമാളിന്റെ കുടുംബം തന്നെ ജയിലിൽ ആയിരുന്നതിനാൽ അവർ എല്ലാവരും ഒപ്പിട്ട് ഹൈക്കോടതി രജിസ്ട്രാർക്ക് ഒരു പരാതിക്കത്ത് അയച്ചു. അദ്ദേഹത്തിന്റെ കുടുംബക്കാർ കൂടാതെ ഗോപാൽ, പഞ്ചലിംഗം, കന്ദസ്വാമി, കുമരകുപ്പൻ, കൃഷ്ണവേണി, ത്യാഗു തുടങ്ങിയ തടവുകാരും പരാതി അയച്ചു. ഇവയെല്ലാം പെറ്റീഷനുകളായി കരുതി വിചാരണയ്ക്കെടുക്കണം എന്ന് കോടതിയോട് അപേക്ഷിച്ചതിനാൽ അവയെല്ലാം നേരിട്ട് വിചാരണയ്ക്ക് എടുത്തു. അവരുടെ പരാതികളുടെ സാരാംശം ഇതാണ്: "നക്സലൈറ്റ് തടവുകാർ എന്ന് മുദ്ര കുത്തിയതിനൊപ്പം മറ്റ് തടവുകാർക്കൊപ്പം വിടാതെ ഏകാന്തതടവറയിൽ വച്ചിരിക്കുകയാണ്. അവരെ കാണാൻ വരുന്നവരെ, അല്ലെങ്കിൽ അവർക്ക് വരുന്ന കത്തുകളെ ക്യൂ ബ്രാഞ്ച് പൊലീസുകാർ പരിശോധിക്കുന്നത് തെറ്റാണ്; ഇത് ഉപേക്ഷിക്കണം. അതുപോലെ, ഏകാന്തതടവറ എന്നത് ജയിൽ നിയമങ്ങളുടെ ലംഘനമാണ്. അവരവർക്ക്

തോന്നിയത് പോലെ ഏകാന്തതടവറയിൽ കൊണ്ടിടുന്നതിന് നിയമത്തിൽ ഇടമില്ല!"

പരാതിക്കാരായ വാലാംബാൾ, എൻ ടി വാനമാമലൈ, കെ വി ശങ്കരൻ എന്നിവർക്കൊപ്പം ഞാനും വാദിച്ചു. ചെന്നൈ ഹൈക്കോടതിയിൽ രണ്ട് ജസ്റ്റിസുമാരുടെ ബഞ്ച് അത് തള്ളിക്കളഞ്ഞു. ആ തടവുകാർക്ക് വിധിക്കപ്പെട്ടിട്ടുള്ള ഈ നിയന്ത്രണങ്ങൾ വ്യവസ്ഥയുടെ സുരക്ഷാകാരണങ്ങളായി കരുതി നിർമ്മിച്ചതാണെന്ന് പറഞ്ഞു.

വിധി കാരണം കബളിപ്പിക്കപ്പെട്ട്, അങ്ങേയറ്റം ദേഷ്യത്തിലായിരുന്ന ഞാൻ ജസ്റ്റിസിനെ നോക്കി, "നിങ്ങളുടെ അപാരമായ വിധിയെ എതിർത്ത് സുപ്രീം കോടതിയിലേക്ക് പോകാനുള്ള അനുമതി തരൂ" എന്ന് പറഞ്ഞത് ജസ്റ്റിസുമാരുടെ വിരോധത്തിനിടയാക്കി. വേറെ രണ്ട് ജസ്റ്റിസുമാരുടെ ബഞ്ചിന്റെ ജയിൽ തടവുകാരായ കറുപ്പയ്യ, ഗുരുമൂർത്തി എന്നിവരുടെ പരാതികൾ വിചാരണ ചെയ്തു. ജയിലിലിരിക്കുമ്പോൾ മാർക്സിസ്റ്റ് കമ്യൂണിസ്റ്റ് പാർട്ടിയിൽ അവർ ചേർന്നതായും, അവരെ തുടർന്നും നക്സലേറ്റ് തടവുകാരായി കണക്കാക്കരുതെന്നും ഹർജിയിൽ പറഞ്ഞിരുന്നു. കൂടാതെ തങ്ങളെ ട്രിച്ചി, വേലൂർ ജയിലുകളിൽ നിന്നും മധുര ജയിലിലേക്ക് മാറ്റണം എന്നും ആവശ്യപ്പെട്ടു. ആ കേസിൽ എതിർഹർജി ഫയൽ ചെയ്ത സർക്കാർ അവർ ഇരുവരേയും നക്സലേറ്റ് ഗണത്തിൽനിന്നും എടുത്തുകളഞ്ഞതായും കറുപ്പയ്യയെ മധുര ജയിലിലേക്ക് മാറ്റിയതായും പറഞ്ഞു. ഇത് രജിസ്റ്റർ ചെയ്തുകൊണ്ട് അവർ ഇരുവരുടേയും ഹർജികൾ തള്ളിക്കളഞ്ഞു.

ജയിൽ തടവുകാരുടെ പ്രയാസങ്ങൾ പരിഹരിക്കാൻ കോടതികൾ വിസമ്മതിച്ചതിനാൽ, തടവുകാർ ഒരുമിച്ച്, തമിഴ്നാട്ടിൽ തടവിലാക്കപ്പെട്ടവരുടെ ഒരു സംഘടനയുണ്ടാക്കി. അതിൽ അവരുടെ 50 ആവശ്യങ്ങൾ പട്ടികയിട്ട്, 18.10.1983 ന് ട്രിച്ചി ജയിലിൽ സഖാവ് ത്യാഗുവിന്റെ നേതൃത്വത്തിൽ ആവശ്യങ്ങളെ നിറവേറ്റണം എന്നാവശ്യപ്പെട്ട് മരണം വരെ നിരാഹാരം തുടങ്ങി. എന്നാലും അതിനൊന്നും വലിയ പ്രയോജനം ഇല്ലായിരുന്നു.

പദ്മനാഭ കൊലക്കേസുമായി ബന്ധപ്പെട്ട്, ടാഡാ ജയിലിൽ ഉള്ള കുപ്പുസ്വാമി ജഗദീശനെ കാണാനായി, അയാളുടെ പാർട്ടി തലവൻ കലൈഞ്ജർ അനുമതി ചോദിച്ചിരുന്നു. ഈ ഹർജി നിരാകരിക്കപ്പെട്ടു, കാരണം, "ജയിൽ നിയമങ്ങൾ സാധാരണ തടവുകാർക്ക് മാത്രമേയുള്ളൂ എന്നല്ലാതെ തീവ്രവാദനിയമത്തിന്റെ കീഴിൽ അറസ്റ്റ് ചെയ്യപ്പെട്ടിരിക്കുന്നവർക്ക് ബാധകമല്ല" എന്ന് സർക്കാർ ഭാഗത്തുനിന്നും പറഞ്ഞു. അതിനെ എതിർത്ത് കലൈഞ്ജർ കേസ് കൊടുത്തു. ആ കേസിൽ ചെന്നൈ കോടതി, "തീവ്രവാദികൾ എന്ന് വിളിച്ചാലും മതിയായ സുരക്ഷയോടെ അവരെ സന്ദർശിക്കാൻ അനുമതി നൽകണം" എന്ന് ഉത്തരവിട്ടു.

എന്നാൽ, ജയലളിത ജയിലിൽ അടയ്ക്കപ്പെട്ടതിന് ശേഷം, സന്ദർ

ശനവുമായി ബന്ധപ്പെട്ട ജയിൽ നിയമങ്ങളിൽ കലൈഞ്ജർ സർക്കാർ മാറ്റം വരുത്തി. അതിന് മുമ്പ്, 'തടവുകാരുടെ ബന്ധുക്കൾക്കും സുഹൃത്തുക്കൾക്കും ജയിൽ സന്ദർശിക്കുമ്പോൾ തടവുകാരെ കാണാം' എന്ന നിയമങ്ങളിൽ, 'സുഹൃത്തുക്കൾ' എന്ന വാക്ക് മാറ്റിക്കളഞ്ഞു. പ്രധാന കാരണം, ജയലളിതയുമായി സൗഹൃദമുണ്ടായിരുന്ന ഒരേയൊരാൾ ശശികല ആയിരുന്നു. അവർ ബന്ധുക്കൾ എന്ന വൃന്ദത്തിൽ വരില്ല.

ജയലളിത സർക്കാരിന്റെ കാലത്ത് ചന്ദനക്കടത്ത് വീരപ്പന്റെ സംഘത്തിൽനിന്നും മാതയ്യനെ സ്പെഷ്യൽ പൊലീസ് ഫോഴ്സ് ചിത്രവധം ചെയ്തതിനെക്കുറിച്ച് നേരിൽ കാണാനായി പഴ.നെടുമാരൻ പരാതി കൊടുത്തു. ജയിൽ അധികാരികൾ നിയമങ്ങളിൽ ഏർപ്പെടുത്തിയ മാറ്റം ചൂണ്ടിക്കാണിച്ച് അദ്ദേഹത്തിന് സന്ദർശനാനുമതി നിഷേധിച്ചു. സുഹൃത്തുക്കൾക്ക് തടവുകാരെ സന്ദർശിക്കാനുള്ള അനുമതി നിഷേധിക്കുന്ന നിയമപരിഷ്കാരത്തെ എതിർത്ത് പഴ.നെടുമാരൻ കൊടുത്ത റിട്ട് ഹർജി ഫയൽ ചെയ്ത ഞാൻ, സ്റ്റേ ഓർഡർ വാങ്ങിച്ചു. ആ സമയത്ത് അറസ്റ്റ് ചെയ്യപ്പെട്ട് ജയിലിലായ കലൈഞ്ജരെ കാണാൻ കേന്ദ്രമന്ത്രി ജോർജ്ജ് ഫെർണാണ്ടസ് വന്നിരുന്നു. പുതിയ സന്ദർശന തിരുത്തൽ നിയമത്തിനെതിരെ ഞാൻ നേടിയ സ്റ്റേ ഓർഡർ വച്ചാണ് അദ്ദേഹത്തിന് കലൈഞ്ജരെ കാണാൻ സാധിച്ചത്.

നെടുമാരൻ ഫയൽ ചെയ്ത റിട്ട് ഹർജിയുടെ അവസാന വിചാരണയുടെ സമയത്ത് കോടതിയിൽ, "നിങ്ങൾ കൊടുത്ത സ്റ്റേ ഓർഡറിന്റെ ഉപയോക്താക്കൾ തന്നെയാണ് തിരുത്തപ്പെട്ട ഈ നിയമത്തിന്റെ കാരണക്കാരൻ" എന്ന് പറഞ്ഞു. എന്റെ വാദത്തിൽ, തടവുകാരെ സന്ദർശിക്കാൻ സൗകര്യമൊരുക്കുന്നത് എത്ര പ്രധാനമാണെന്നത് സ്ഥാപിക്കാൻ ഇസ്മായിൽ സമിതി നൽകിയ നിർദ്ദേശങ്ങളെ വായിച്ച് കേൾപ്പിച്ചു. അവസാന വിധിയിൽ തിരുത്തപ്പെട്ട നിയമം റദ്ദ് ചെയ്യപ്പെട്ട്, തടവുകാരെ ബന്ധുക്കൾ മാത്രമല്ലാതെ സുഹൃത്തുക്കൾക്കും സന്ദർശിക്കാം എന്ന് ഹൈക്കോടതി ഉത്തരവിട്ടു. ആ ഉത്തരവിൽ ഇസ്മായിൽ സമിതിയുടെ നിർദ്ദേശത്തിലെ ജയിൽ പരിഷ്കരണങ്ങളെക്കുറിച്ച് ജസ്റ്റിസ് ഷണ്മുഖം എഴുതിയിരുന്നു.

ജയിലിൽനിന്നും, കോടതി വിചാരണയ്ക്കായി കൊണ്ടുപോയി തിരിച്ച് കൊണ്ടുവരപ്പെടുന്ന വിചാരണ തടവുകാർക്ക് ഉച്ചഭക്ഷണം കൊടുക്കാറില്ല. ട്രിച്ചി വനിതാജയിലിൽ അടയ്ക്കപ്പെട്ടിരുന്ന സ്ത്രീ വിചാരണ തടവുകാരെ തിരുനെൽവേലി കോടതിയിലേക്ക് കൊണ്ടുപോയി വീണ്ടും ട്രിച്ചി ജയിലിലേക്ക് കൊണ്ടുവരുന്നതിന് ഒരു മുഴുവൻ ദിവസവും എടുക്കും. അവർക്ക് ഉച്ചഭക്ഷണം നിഷേധിക്കപ്പെടുന്നു എന്ന് കാണിച്ച് തിരുനെൽവേലി സാമൂഹ്യപ്രവർത്തക ഇസക്കിമുത്തു, ചീഫ് ജസ്റ്റിസിന് ഒരു കത്ത് എഴുതിയിരുന്നു. ആ കത്ത് കേസായി ഫയൽ ചെയ്യപ്പെട്ടു. ഹൈക്കോടതി ലീഗൽ സർവീസസ് കമ്മിറ്റിയുടെ തലവൻ ആ കേസ് വാദിക്കാനായി എന്നെ നിയമിച്ചു.

ഒരുപാട് ദൂരം കൂട്ടിക്കൊണ്ട് പോകപ്പെടുന്ന തടവുകാർക്ക് ഉച്ച ഭക്ഷണം കൊടുക്കാൻ നിയമങ്ങളിൽ വകുപ്പില്ലെന്നും, അതിനുള്ള പണം നീക്കിവച്ചിട്ടില്ലെന്നും സർക്കാർ തലത്തിൽ വാദിച്ചു. ഉച്ചഭക്ഷണം കൊടുക്കുന്നത് ജയിൽ മാനേജ്മെന്റിന്റെ കടമയാണ്. പുറത്തുള്ള കോടതികളിലേക്ക് അവരെ കൊണ്ടുപോകുമ്പോൾ ഉച്ചഭക്ഷണവും പൊതിഞ്ഞെടുത്ത് ജയിൽ മാനേജ്മെന്റ് കൊടുത്തയയ്ക്കണം. വിചാരണ തടവുകാർക്ക് ഉറപ്പായും ഉച്ചഭക്ഷണം കൊടുക്കണമെന്ന് കോടതി ഉത്തരവിട്ടു.

ഞാൻ ജസ്റ്റിസ് ആകുന്നതിൽ പലർക്കും താല്പര്യമില്ലായിരുന്നു. ഈ പദവി ഞാൻ എന്തിന് ഏറ്റെടുത്തു എന്നവർ വ്യാകുലപ്പെട്ടു. അതിനുള്ള മറുപടി പദവിയേൽക്കുന്ന ദിവസം എന്റെ മറുപടിപ്രസംഗത്തിൽ പറഞ്ഞു.

ഞാൻ ചീഫ് ജസ്റ്റിസ് എ പി ഷായുമായി ചേർന്നുള്ള ആദ്യത്തെ ബഞ്ചിലെ കേസുകൾ വിചാരണ ചെയ്തു. വനിതാജയിലിലെ തടവുകാരിൽ ഒരാൾ ജയിലിൽനിന്നും രാഷ്ട്രപതി അബ്ദുൽ കലാമിന് ഒരു പരാതി അയച്ചു. അത് ഹൈക്കോടതിയിലേക്ക് അയയ്ക്കപ്പെട്ടു. ആ പരാതിയെപ്പറ്റി വിചാരണ ചെയ്യാൻ നിയമസഹായകേന്ദ്രം കോടതിയോട് അനുമതി ചോദിച്ചു. അതിനായി നിയമസഹായ കേന്ദ്രം ഹൈക്കോടതിക്ക് ഒരു റിപ്പോർട്ട് സമർപ്പിച്ചു. ഹൈക്കോടതി രജിസ്ട്രാർ വനിതാ ജയിലുകളിൽ പരിഷ്കരണങ്ങൾ വരുത്തണമെന്ന ഒരു ഹർജി ഫയൽ ചെയ്തു. അഡ്വ. സുധ രാമലിംഗത്തിനെ 9.9.2006 ന് ജുഡീഷ്യൽ കമ്മീഷണർ ആയി നിയമിച്ച് വനിതാ ജയിലുകൾ നേരിൽ കണ്ട് റിപ്പോർട്ട് സമർപ്പിക്കാൻ ഞങ്ങൾ ഉത്തരവിട്ടു. അവർ 15 ജയിലുകൾ നേരിൽ കണ്ടശേഷം തന്റെ റിപ്പോർട്ട് ജനുവരി 2007 ൽ സമർപ്പിച്ചു.

സുധ രാമലിംഗത്തിന്റെ റിപ്പോർട്ടിന്റെ അടിസ്ഥാനത്തിൽ ജയിൽ അധികാരികളുടെ അഭിപ്രായങ്ങൾ ചോദിച്ചശേഷം 9.1.2007 ന് ഞങ്ങൾ വനിതാ തടവുകാർക്ക് അടിസ്ഥാന സൗകര്യങ്ങൾ ചെയ്ത് കൊടുക്കാൻ ഉത്തരവിട്ടു. വനിതാജയിലുകളിൽ നടപ്പിലാക്കേണ്ട 58 നടപടികളെപ്പറ്റി ഞങ്ങൾ പറഞ്ഞിരുന്നു.

ജയിൽ വകുപ്പ് അധികാരികൾ ഞങ്ങളുടെ ഉത്തരവുകൾ ഉടൻ തന്നെ നിറവേറ്റിയതനുസരിച്ച് എല്ലാ ജയിലുകളിലേക്കും 15.3.2007 ന് സർക്കുലർ അയച്ചു.

അതേ വർഷം ഏപ്രിൽ മാസത്തിൽ വനിതാ ജയിലിന് മാത്രമല്ല എല്ലാ ജയിലുകളിലും പരിഷ്കരണം വേണമെന്ന് ആവശ്യപ്പെട്ട് പൊതു താല്പര്യ ഹർജി കൊടുത്തു. ആ കേസിൽ സർക്കാരിന്റെ അഭിപ്രായം അറിയാനായി നോട്ടീസ് അയച്ചു.

ജയിലിൽ വനിതാ വാർഡർമാർ (ആയകൾ) ആയി ജോലി ചെയ്യുന്ന പലരും ഒരു തിരിച്ചറിയൽ കാർഡും യൂണിഫോമും ഇല്ലാതെ ജോലി ചെയ്യുന്നതായും, അവർക്ക് വീട്ടാവശ്യങ്ങൾ നിഷേധിക്കുന്നതായും,

ഭക്ഷണസാധനങ്ങൾ വാങ്ങുന്നതിനായി കുടുംബകാർഡ് തന്നിട്ടില്ലെന്നും, 1997 ൽ ഒരു കേസ് തമിഴ്നാട് അഡ്മിനിസ്ട്രേറ്റീവ് ട്രിബ്യൂണലിൽ ഫയൽ ചെയ്തു. 1997 ൽ ആ കേസിൽ 89 വനിതാ ആയകൾ പരാതിക്കാരായിരുന്നു. 2005 ൽ തമിഴ്നാട് അഡ്മിനിസ്ട്രേറ്റീവ് ട്രിബ്യൂണലിൽ അഴിച്ചുപണി നടന്നതിനാൽ ആ കേസ് 2006 ൽ ഹൈക്കോടതിയിലേക്ക് മാറ്റപ്പെട്ടു. ആ കേസ് ഞാൻ വിചാരണ ചെയ്ത് വനിതാ ആയകൾക്കും ആഴ്ചയവധി, ശൗചാലയം, യൂണിഫോം, ചെരുപ്പുകൾ, മഴക്കോട്ടുകൾ, റേഷൻ കാർഡ്, തിരിച്ചറിയൽ കാർഡ് എന്നിവ നൽകാൻ ഉത്തരവിട്ടു. തടവുകാർക്ക് മാത്രമല്ലാതെ ജയിലിലുള്ള താഴേത്തട്ടിലുള്ള തൊഴിലാളികളെ സഹായിക്കുന്നതും നമ്മുടെ കടമയാണ്.

പ്രായമായ തടവുകാരെ പാർപ്പിക്കുന്ന ജയിലുകളിൽ പരിഷ്കരണം വരുത്തിയാൽ മാത്രം മതിയോ? ചെറിയ കുട്ടികളെ കുറ്റവാളികൾ എന്ന് പറയാത്തതിനൊപ്പം, അവരെ ജുഡീഷ്യൽ കോടതികളിൽ കുറ്റവാളികളാക്കി, പ്രായമായവർക്കൊപ്പം പൊതു ജയിലുകളിൽ അടയ്ക്കാറില്ല. നിയമവുമായി ഇടഞ്ഞ കുട്ടികളെ തിരുത്താനുള്ള ഉദ്ദേശ്യത്തോടെ ഏർപ്പെടുത്തിയതാണ് ദുർഗുണ പരിഹാര പാഠശാലകൾ.

2000 ത്തിൽ കൊണ്ടുവന്ന കുട്ടികൾക്കായുള്ള നീതി, ശ്രദ്ധ, പിന്നെ ശിശുസംരക്ഷണനിയമവും അതിന്റെ കീഴിലുള്ള നിയമങ്ങളും മുറപോലെ പാലിക്കപ്പെടുന്നില്ല എന്ന കുറവ് എപ്പോഴും ഉണ്ട്. 2006 ൽ ജസ്റ്റിസ് ജ്യോതിമണി മധുര ശാഖയിൽ ജോലി ചെയ്യുമ്പോൾ അവിടെയുണ്ടായിരുന്ന ദുർഗുണ പരിഹാര പാഠശാലയിലേക്ക് നേരിൽ ചെന്ന് മിന്നൽ പരിശോധന നടത്തി (30.5.2006). താറുമാറായിക്കിടക്കുന്ന പാഠശാലയിൽ കുട്ടികൾക്ക് താമസിക്കാനുള്ള സൗകര്യമില്ലെന്നും, അവരുടെ പഠനം ആകെ അവഗണിക്കപ്പെടുന്നെന്നും റിപ്പോർട്ട് അയച്ചു. അദ്ദേഹത്തിന്റെ റിപ്പോർട്ട് പരിശോധിച്ച ചീഫ് ജസ്റ്റിസ് എ പി ഷായും ഞാനും അടങ്ങിയ ബെഞ്ച് ആ റിപ്പോർട്ട് ആധാരമാക്കി സ്വമേധയാ ഒരു കേസായി ഫയൽ ചെയ്ത് സർക്കാരിന് നോട്ടീസ് അയച്ചു.

ആ കേസ് വീണ്ടും വിചാരണയ്ക്കെത്തിയപ്പോൾ മധുര ദുർഗുണ പരിഹാര പാഠശാലയ്ക്ക് അടിസ്ഥാനസൗകര്യങ്ങൾ ചെയ്തതിനൊപ്പം, അവിടെയുള്ള കുട്ടികൾക്ക് തൊഴിൽ പരിശീലനത്തിനുള്ള പള്ളിക്കൂടം ലഭിക്കാനുള്ള ഏർപ്പാടും, കുട്ടികൾക്കായുള്ള ഭരണച്ചെലവുകൾക്കായി മാസം തോറും പണം കൊടുക്കാനും ഉത്തരവിട്ടു. ജുവനൈൽ ജസ്റ്റിസ് നിയമത്തിന്റെ കീഴിൽ തമിഴ്നാട് കൂട്ടിച്ചേർത്ത നിയമങ്ങളെ ഉടനടിയായി നടപ്പിൽ വരുത്താൻ ഞങ്ങൾ ഉത്തരവിട്ടു.

വീണ്ടും ആ കേസ് ചീഫ് ജസ്റ്റിസ് ഏ പി ഷാ, ജസ്റ്റിസ് പ്രഭ ശ്രീദേവൻ ബെഞ്ചിന്റെ മുന്നിൽ വിചാരണയ്ക്ക് വന്നു. ആ സമയത്ത് ആ ജസ്റ്റിസുമാർ, വിരമിച്ച ജസ്റ്റിസ് എൻ വി ബാലസുബ്രഹ്മണ്യന്റെ നേതൃത്വത്തിൻ കീഴിൽ അഞ്ച് വിദഗ്ധന്മാർ അടങ്ങിയ ഒരു സംഘം രൂപീകരിച്ച്, മോശം അവസ്ഥയിലുള്ള ദുർഗുണ പരിഹാര പാഠശാലകളെപ്പറ്റി

ഒരു റിപ്പോർട്ട് മൂന്ന് മാസത്തിനുള്ളിൽ സമർപ്പിക്കാൻ ഉത്തരവിട്ടു.

കേസുകൾ സമൂഹനന്മയെക്കരുതി സ്വമേധയാ എടുത്താലും അത് വിചാരണ ചെയ്യുന്ന ബെഞ്ചുകളുടെ വികാരങ്ങൾ അനുസരിച്ചേ അവയുടെ തീരുമാനങ്ങളും ഉണ്ടാകൂ. തുടർച്ചയായി ഒരേ ബെഞ്ച് കേസ് വിചാരണ ചെയ്യുമ്പോൾ സർക്കാരിന് ഉണ്ടാകാവുന്ന സമ്മർദ്ദം, അതേ കേസ് പല ബെഞ്ചുകൾക്ക് മാറിമാറി കൊടുത്താൽ ഉണ്ടാകും എന്ന് പറയാനാവില്ല. 2006 ൽ ഷായും ഞാനും വിദഗ്ധസംഘത്തെ ഉണ്ടാക്കി റിപ്പോർട്ട് അയയ്ക്കാൻ ഉത്തരവിട്ടാലും, സ്വമേധയാ എടുത്ത ആ കേസ് പിന്നീട് ഏത് ജസ്റ്റിസുമാരുടെ ബെഞ്ചിലാണ് വിചാരണയ്ക്ക് വരുന്നതെന്ന് അറിയില്ല. ചെറിയ കുട്ടികൾക്കായി ഞങ്ങൾ എടുത്ത കേസ് പിന്നീട് എട്ട് വർഷം കഴിഞ്ഞ് ചീഫ് ജസ്റ്റിസ് സഞ്ജയ് കൗൾ ബെഞ്ചിൽ 2014 ൽ വിചാരണയ്ക്ക് വന്ന് തീർപ്പാക്കപ്പെട്ടു.

ഏഴ് വരികളിൽ തീർപ്പാക്കിയ ആ കേസിൽ വിരമിച്ച ജസ്റ്റിസ് എൻ വി ബാലസുബ്രഹ്മണ്യന്റെ നേതൃത്വത്തിൽ രൂപംകൊടുത്ത വിദഗ്ധ സംഘത്തിന്റെ റിപ്പോർട്ടിനെക്കുറിച്ച് ഒരു വരി പോലുമില്ല. ജസ്റ്റിസ് ജ്യോതിമണി പരിശോധനയ്ക്കായി പോയപ്പോൾ കൊടുത്ത റിപ്പോർട്ട് അടിസ്ഥാനമാക്കി സർക്കാർ നടപടികൾ രണ്ട് മാസത്തിനുള്ളിൽ എടുക്കണം എന്ന് മാത്രം പറഞ്ഞിട്ടുണ്ട്. എട്ട് മാസങ്ങൾക്ക് മുമ്പ് ഉണ്ടാക്കിയ സംഘത്തിന്റെ റിപ്പോർട്ടിന്റെ ഗതി എന്താണ്? അതിനെപ്പറ്റി കോടതിയുടെ അഭിപ്രായം എന്തെല്ലാമാണ് എന്നൊന്നും ആ ഉത്തരവിൽ പരാമർശിച്ചിട്ടില്ല. ഇതെല്ലാം ആലോചിച്ച് നോക്കിയാൽ വിഷമമാണ് വരുന്നത്.

മൈലാപ്പൂരിലുള്ള സർക്കാർ ദുർഗുണ പരിഹാര പാഠശാല (അരസിനർ മകളിർ കാപ്പകം) അന്നത്തെ തമിഴ്നാട് ജിഡിസി എൽ അക്കാദമി ഡയറക്ടർ എസ് വിമല (പിന്നീട് ഹൈക്കോടതി ജസ്റ്റിസ് ആയി) 2006 ൽ നേരിൽ സന്ദർശിച്ച് ഒരു റിപ്പോർട്ട് സമർപ്പിച്ചു. അവരുടെ റിപ്പോർട്ടിൽ രണ്ട് ചെറിയ പെൺകുട്ടികളെ വ്യഭിചാര നിരോധന ചട്ടം അനുസരിച്ചുള്ള കേസിൽ അറസ്റ്റ് ചെയ്ത് ദുർഗുണ പരിഹാര പാഠശാലയിൽ വച്ചിരിക്കുന്നതിനെപ്പറ്റി വിവരം അറിയാൻ കഴിഞ്ഞു. അതു സംബന്ധിച്ച് തമിഴ്നാട് ലീഗൽ സർവീസ് സെന്ററിന്റെ സെക്രട്ടറിയേയും ജിഡിസി എൽ അക്കാദമി ഡയറക്ടറേയും നേരിൽ ചെന്ന് കണ്ട്, റിപ്പോർട്ട് നൽകാൻ ആവശ്യപ്പെട്ടു.

ഈ കേസ് അന്വേഷിച്ച് ദുർഗുണ പരിഹാര പാഠശാലയിൽ നടപ്പിലാക്കേണ്ട നിയമനിർമ്മാണം ഉറപ്പാക്കുന്നതിനും, ആ സുരക്ഷാസങ്കേതത്തിൽ താമസിപ്പിച്ചിട്ടുള്ള പെൺകുട്ടികളെ തിരുത്താനായി ഒരു തൊഴിൽ പഠിപ്പിക്കാനും ഉത്തരവിട്ടു. അല്ലാതെ വ്യഭിചാര നിരോധന നിയമത്തിന്റെ കീഴിൽ അറസ്റ്റ് ചെയ്യപ്പെടുന്ന പെണ്ണുങ്ങളോട് ഏതൊക്കെ രീതികൾ പൊലീസ് വകുപ്പ് കൈയ്യാളണമെന്നതിനെപ്പറ്റിയും ജുഡീഷ്യൽ ജസ്റ്റിസുമാർ, ജുവനൈൽ ജസ്റ്റിസ് ബോർഡ് എന്നിങ്ങനെയുള്ളവർ പെണ്ണുങ്ങളുടെ കേസുകൾ അന്വേഷിക്കുമ്പോൾ കൈക്കൊള്ളേണ്ട

രീതികളെക്കുറിച്ചും പട്ടികയിട്ടു ഞങ്ങൾ. ഈ ഉത്തരവുകൾ അവർ നിറവേറ്റുന്നുണ്ടോ എന്ന് അറിയാനായി മാത്രം രണ്ട് മാസക്കാലം സാവകാശം കൊടുത്ത് കേസ് മാറ്റിവച്ചു.

എന്നാൽ, കേസ് എട്ട് വർഷത്തിനുശേഷം വിചാരണയ്ക്ക് വന്നപ്പോൾ ആ കേസിൽ നേരിട്ട് ബന്ധമില്ലാത്ത എ നാരായണൻ എന്നയാൾ കോടതിയിൽ ഹാജരായി, വർഷങ്ങൾ കുറേ കഴിഞ്ഞതിനാലും, ദുർഗുണ പരിഹാര പാഠശാലകളെപ്പറ്റി വിശദമായ ഒരു ഹർജി അയാൾ ഫയൽ ചെയ്യാൻ പോകുന്നതായി പറഞ്ഞതിനാലും ജസ്റ്റിസുമാർ കേസ് അവസാനിപ്പിച്ചു.

2008 ൽ ജസ്റ്റിസ് പി കെ മിശ്രയും ഞാനും അടങ്ങിയ ജസ്റ്റിസുമാരുടെ ബെഞ്ചിൽ മൂന്ന് ചെറിയ കുട്ടികളെപ്പറ്റിയുള്ള കേസ് വിചാരണയ്ക്ക് വന്നു. ആദ്യത്തെ കേസ്, 13 വയസ്സുള്ള ഒരു പെൺകുട്ടിയെ അവളുടെ അച്ഛൻ തന്നെ ലൈംഗികമായി പീഡിപ്പിച്ച കേസ്; ശിശു സംരക്ഷണ ബോർഡിന്റെ മുന്നിൽ വന്നു. ആ കേസ് അന്വേഷിച്ച ബോർഡ്, കുറ്റവാളിയെ സഹായിക്കാൻ വക്കീലിനെ വയ്ക്കാൻ അനുമതിച്ചപ്പോൾ ബാധിക്കപ്പെട്ട പെൺകുട്ടിയെ സഹായിക്കാൻ ആരെയും അനുവദിച്ചില്ല. സംരക്ഷണകേന്ദ്രത്തിൽ ആക്കപ്പെട്ട പെൺകുട്ടിയെ കാണാനും ആരേയും അനുവദിച്ചില്ല. ബോർഡിന്റെ മുന്നിൽ പറഞ്ഞ പരാതിയെ ക്രിമിനൽ കേസായി എടുക്കാനും ബോർഡ് ഉത്തരവിട്ടില്ല.

ഞങ്ങൾ പെൺകുട്ടിയെ കാണാനായി അവളുടെ വക്കീലിന് അനുമതി നൽകിയതിനൊപ്പം, തമിഴ്നാട് സർക്കാർ സാമൂഹക്ഷേമ വകുപ്പിന്റെ ഡയറക്ടറുടെ നേതൃത്വത്തിൽ ഒരു സംഘം രൂപീകരിച്ച്, ശിശുസംരക്ഷണ നിയമത്തിന്റെ കീഴിൽ ആവശ്യമായ നിയമങ്ങൾ തീരുമാനിക്കാൻ ഉത്തരവിട്ടു.

രണ്ടാമത്തെ കേസ് പരിഗണനയിൽ ഇരിക്കുമ്പോൾത്തന്നെ നാല് ചെറിയ കുട്ടികളെ മയിലാടുതുറൈ രണ്ടാം ജുഡീഷ്യൽ മജിസ്ട്രേറ്റ്, ട്രിച്ചി സെൻട്രൽ ജയിലിൽ റിമാന്റ് ചെയ്യാൻ ഉത്തരവിട്ടതായി അറിഞ്ഞു. ആ കേസിൽ സംബന്ധപ്പെട്ട മുതിർന്ന കുറ്റവാളികൾക്ക് ജാമ്യം നൽകിയപ്പോഴും, ചെറിയ കുട്ടികളുടെ കാര്യത്തിൽ യാതൊരു തീരുമാനവും ജുഡീഷ്യൽ മജിസ്ട്രേട്ട് എടുത്തില്ല. നല്ലനടപ്പ് അധികാരികൾ ആവശ്യത്തിന് നിയമിക്കപ്പെട്ടിരുന്നതിനാൽ മജിസ്ട്രേട്ടിന് ഉത്തരവ് പുറപ്പെടുവിക്കാൻ സാധിച്ചില്ല എന്ന് പറഞ്ഞു. ഉടനടി ട്രിച്ചി ജയിലിലുള്ള നാല് കുട്ടികളേയും തഞ്ചാവൂരിലുള്ള സർക്കാർ ശിശുക്ഷേമഭവനത്തിൽ ചേർക്കാൻ ഉത്തരവിട്ടു.

മൂന്നാമത്തെ കേസ് ചെന്നൈ അശോക് നഗർ പൊലീസ് സ്റ്റേഷനിൽ ഇതേപോലെ ഒരു കുട്ടിയെ അറസ്റ്റ് ചെയ്ത് വച്ചിരിക്കുന്നതായി അറിയിച്ചു. ഉടൻ തന്നെ ആ പയ്യന് ജാമ്യം അനുവദിച്ച്, അവനെ ജുവനൈൽ ജസ്റ്റിസ് ബോർഡിന്റെ മുന്നിൽ ഹാജരാക്കാൻ ഉത്തരവിട്ടു.

ഈ മൂന്ന് കേസുകളും വേറെ വേറെ ദിശകളിൽനിന്ന് വന്നതാ

ണെങ്കിലും അടിസ്ഥാനപരമായി, ജുവനൈൽ ജസ്റ്റിസിന്റെ കീഴിലുള്ള നിയമങ്ങൾ ഉപയോഗിക്കാത്തതിനാൽ, ഉണ്ടായ കുഴപ്പമാണ്. അതു കൊണ്ട് ഞങ്ങൾ ഏർപ്പെടുത്തിയ സംഘം കരട് നിയമം പരിശോധിച്ച് അതനുസരിച്ച് തയ്യാറാക്കിയ 26 നിയമങ്ങൾ ഉടൻ തന്നെ ഗസറ്റിൽ പ്രസിദ്ധീകരിക്കാൻ തമിഴ്നാട് സർക്കാരിനോട് ഉത്തരവിട്ടു.

വടക്കൻകുളത്തിൽ വിദ്യാഭ്യാസ സ്ഥാപനങ്ങൾ നടത്തിവരുന്ന എസ് എ രാജ ഒരു കൊലക്കുറ്റത്തിന് അറസ്റ്റ് ചെയ്യപ്പെട്ടപ്പോൾ അയാൾക്ക് ജാമ്യം അനുവദിച്ചില്ല. മധുര ജയിലിൽ ഉണ്ടായിരുന്ന അയാളുടെ ആരോഗ്യം മോശമായപ്പോൾ തിരുനെൽവേലിയിലെ ഒരു ആശുപത്രിയിൽ തന്റെ സ്വന്തം ചെലവിൽ ചികിത്സ തേടാൻ അയാൾ ആഗ്രഹിച്ചു. സുപ്രീം കോടതി അയാൾക്ക് സ്വന്തം നിലയിൽ ചികിത്സ തേടാൻ അനുവദിക്കുകയും, ചികിത്സയുടെ സമയത്ത് അയാളെ നിരീക്ഷിക്കാനും ഉത്തരവിട്ടു. നിരീക്ഷിക്കുന്നതിനായുള്ള ചെലവ് ഏതാണ്ട് 3.5 ലക്ഷം രൂപ എസ് എ രാജ കെട്ടിവയ്ക്കണം എന്ന് തിരുനെൽവേലി പൊലീസ് വകുപ്പ് കമ്മീഷണർ ഉത്തരവിട്ടു. അതിനെ എതിർത്ത് അയാൾ കൊടുത്ത കേസ് ഞാൻ മധുര ശാഖയിൽ വിചാരണ ചെയ്തു.

വിചാരണ തടവുകാരനായുള്ള ഒരാളെ സംരക്ഷിക്കാനുള്ള ഉത്തര വാദിത്വം സർക്കാരിനാണ്. ആ തടവുകാരൻ സ്വകാര്യ ആശുപത്രിയിൽ ചികിത്സയ്ക്ക് പോകുമ്പോൾ അയാളിൽ നിന്നുതന്നെ സംരക്ഷണ ഉദ്യോ ഗസ്ഥന്റെ ചെലവിനുള്ള തുക ഈടാക്കാമെന്ന് ഭരണഘടനയിൽ പറ യുന്നില്ല. പല സ്ഥാപനങ്ങളേയും സ്വകാര്യവല്ക്കരിക്കുന്ന ഈ കാലത്ത് (ഹൈവേകളിൽ ടോൾ ഗേറ്റിൽ ചുങ്കം പിരിക്കുന്നത് പോലെ) പൊലീസ് ജോലിയേയും സ്വകാര്യവല്ക്കരിക്കാനുള്ള ആരംഭമാണോ ഇതെന്ന സംശയവും ഞാൻ വിധിയിൽ അറിയിച്ച് പൊലീസ് കമ്മീഷണറുടെ ഉത്തരവ് റദ്ദ് ചെയ്തു.

നഞ്ചപ്പൻ എന്ന വിരമിച്ച ഫയർ ഫോഴ്സ് തൊഴിലാളിയെ അറസ്റ്റ് ചെയ്ത് ട്രിച്ചി എടമലപ്പട്ടിത്തൂർ പൊലീസ് അയാളെ ക്രിമിനൽ കേസിൽ വിചാരണ ചെയ്യുകയാണെന്ന് പറഞ്ഞ് പൊലീസ് സ്റ്റേഷനിൽ വച്ച് പീഡി പ്പിച്ച്, പിന്നീട് അയാൾക്ക് ഉണ്ടായ പരിക്കുകൾക്ക് ചികിത്സയൊന്നും കൊടുക്കാതെ ട്രിച്ചി ജുഡീഷ്യൽ മജിസ്ട്രേറ്റിന്റെ മുന്നിലെത്തിച്ച് ട്രിച്ചി സെൻട്രൽ ജയിലിൽ ആക്കാൻ റിമാന്റ് ഉത്തരവ് വാങ്ങി ജയിലിൽ അടച്ചു. ജുഡീഷ്യൽ മജിസ്ട്രേറ്റ് ആകട്ടെ, കുറ്റവാളി തന്നോട് പൊലീ സുകാർ ചെയ്തതിനെപ്പറ്റി പരാതി പറഞ്ഞില്ലെന്ന് പറഞ്ഞ് റിമാന്റ് ഉത്ത രവിട്ടു.

ജയിലിൽ വച്ച് നഞ്ചപ്പന് നെഞ്ചുവേദന വന്ന് ആശുപത്രിയിൽ പ്രവേ ശിപ്പിച്ച്, ചികിത്സ ഫലിക്കാതെ മരിച്ചുപോയി. തഹസിൽദാർ അന്വേ ഷണം നടത്തി സർക്കാരിന് റിപ്പോർട്ട് അയച്ചു. സർക്കാർ അയാൾക്ക് നഷ്ടപരിഹാരം ഒന്നും കൊടുത്തില്ല. കാരണം അയാൾ പൊലീസ് സ്റ്റേഷനിൽ മർദ്ദനമേറ്റല്ല മരിച്ചതെന്ന് പറഞ്ഞിരിക്കുന്നു. ഓർമ്മ വരു

ന്നുണ്ടോ? 2020 കാലഘട്ടത്തിൽ നാട് മുഴുവനും സംസാരിച്ച ചാത്താൻ കുളം കൊലപാതകങ്ങളെക്കുറിച്ച് മന്ത്രി കടമ്പൂർ രാജുവും ഇതുപോലെയാണ് പറഞ്ഞത്. 'മരിച്ചുപോയ അച്ഛനും മകനും ലോക്കപ്പിലല്ല മരിച്ചത്. അതുകൊണ്ട് അത് ലോക്കപ്പ് മരണമല്ല!' ചാത്തൻകുളം കൊലപാതകം കേസുകളിലും ജുഡീഷ്യൻ ജസ്റ്റിസ് ഇങ്ങനെയാണ് പെരുമാറിയതെന്നും നാം ഓർമ്മിക്കണം.

മരിച്ച നഞ്ചപ്പന്റെ ഭാര്യ പ്രഭാവതി റിട്ട് ഹർജി തുടർന്നു. ആ റിട്ട് ഹർജി അന്വേഷിച്ച ഞാൻ ആശുപത്രിയുടെ രേഖകൾ കണക്കിലെടുക്കുമ്പോൾ പൊലീസ് മർദ്ദനത്തിലാണ് നഞ്ചപ്പൻ മരിച്ചതെന്ന് കാണിച്ച് അഞ്ച് ലക്ഷം രൂപ നഷ്ടപരിഹാരം കൊടുക്കാൻ സർക്കാരിന് ഉത്തരവിട്ടു.

ഭവാനി സ്വദേശിയായ ജംബു ഷണ്മുഖം കൊലക്കുറ്റം ചാർത്തി കോയമ്പത്തൂർ സെൻട്രൽ ജയിലിൽ വിചാരണ തടവുകാരനായി അടയ്ക്കപ്പെട്ടിരുന്നു. അയാളെ കേസ് അന്വേഷണത്തിനായി, ബസിൽ, ഭവാനിയിലേക്ക് കൊണ്ടുപോയി. റിമാന്റ് നീട്ടി വാങ്ങിയശേഷം ആയുധമേന്തിയ രണ്ട് പൊലീസുകാർ ഭവാനി കോടതിയിൽനിന്നും ഈറോഡ് എത്തി അവിടെനിന്നും അയാൾക്കൊപ്പം കോയമ്പത്തൂർ ജയിലിലേക്ക് തിരിച്ചുപോകാൻ തീരുമാനിച്ചു. ഭവാനി പൂച്ചന്തയ്ക്കരികെ മാരകായുധങ്ങളുമായി ചിലർ ബസിൽ കയറി യാത്രക്കാരുടെ മുന്നിൽ വച്ച് അയാളെ വെട്ടിക്കൊന്നു.

സർക്കാരിന്റെ ശ്രദ്ധക്കുറവാലോ അല്ലെങ്കിൽ പൊലീസ് വകുപ്പിന്റെ മർദ്ദനത്തിലോ മരിച്ചയാളുടെ ബന്ധുക്കൾ നഷ്ടപരിഹാരം ചോദിച്ച് ഹൈക്കോടതിയെ സമീപിക്കാറുണ്ട്. പടിഞ്ഞാറൻ നാടുകളിൽ പൊലീസ് വകുപ്പിന് എതിരായ നഷ്ടപരിഹാര കേസുകൾ സിവിൽ കോടതികളിൽ ഫയൽ ചെയ്യപ്പെടും. നമ്മുടെ നാട്ടിൽ അങ്ങനെയൊരു രീതി വക്കീലുമാർ കൈക്കൊള്ളാറില്ല. ആദ്യകാരണം നഷ്ടപരിഹാരത്തുകയ്ക്ക് അനുസരിച്ചുള്ള ഫീസ് കൊടുക്കേണ്ടിവരും എന്നതുതന്നെ.

കൊല്ലപ്പെട്ട ജംബുവിന്റെ ഭാര്യ ദമയന്തിയും അവളുടെ കുടുംബവും ഭവാനി കോടതിയിൽ 8.25 ലക്ഷം രൂപ നഷ്ടപരിഹാരം ചോദിച്ച് സിവിൽ കേസ് കൊടുത്തു. കോടതി ഫീ അടയ്ക്കാൻ കഴിയാതെ, 'പാപ്പരാണെന്ന്' പറഞ്ഞ് കേസ് തുടർന്നു. കേസ് വിചാരണ ചെയ്ത ഭവാനി കോടതി ഒരു ലക്ഷം രൂപ നഷ്ടപരിഹാരവും, കൊടുക്കാതിരുന്നാൽ 71/2% വാർഷികപലിശ ചേർത്ത് കൊടുക്കണമെന്നും 10.2.2006 ന് വിധി പറഞ്ഞു.

നഷ്ടപരിഹാരം സമയത്തിന് കൊടുക്കാതെ നാല് വർഷം കടന്നുപോയി. ഹൈക്കോടതിയിൽ സർക്കാർ സിവിൽ അപ്പീൽ കൊടുത്തു. വിചാരണ തടവുകാരനെ സംരക്ഷിക്കാൻ സർക്കാർ പരാജയപ്പെട്ടതിനാൽ അതിന്റെ ശ്രദ്ധക്കുറവ് കാരണം ഒരു ജീവൻ നഷ്ടപ്പെട്ടു. അതുകൊണ്ടാണ് ഞാൻ നഷ്ടപരിഹാരത്തിന് ഉത്തരവിട്ടത്. നഷ്ടപരിഹാ

രത്തുക കുറവാണെന്ന് കാണിച്ച് ദമയന്തിയുടെ ഭാഗത്ത് നിന്നും മറ്റൊരു അപ്പീൽകൂടി കൊടുക്കാത്തതിനാൽ നഷ്ടപരിഹാരത്തുക ഉയർത്താൻ സാധിച്ചില്ല. എങ്കിലും വാർഷിക പലിശത്തുകയെ 12.25% ആക്കി ഉയർത്തി പാപ്പരായവരുടെ കേസിന് ഹാജരായ വക്കീലുമാർക്ക് ഫീസ് ആയി 10,000 രൂപ വേണമെന്നും ഉത്തരവിട്ടു.

രാമസ്വാമി കൊമ്പയെ ഉദകമണ്ഡലം പൊലീസ് അറസ്റ്റ് ചെയ്യപ്പെട്ട് വിചാരണ തടവുകാരനായി സബ് ജയിലിൽ അടച്ചു. അതിന്റെ അടുത്ത ദിവസംതന്നെ അയാൾ ജയിലിൽ വച്ച് മരിച്ചു. അയാളുടെ ഭാര്യ കൃഷ്ണവേണി കൊടുത്ത പരാതിയിൽ തഹസിൽദാർ അന്വേഷണം നടത്തി. ആ അന്വേഷണത്തിൽ മരിച്ചയാളുടെ ശരീരത്തിലുള്ള പരിക്കുകൾ പൊലീസ് വകുപ്പ് കാരണമല്ലെന്നും, പേരാർ ഗ്രാമത്തിലെ ആളുകൾ മർദ്ദിച്ചതിനാൽ ഉണ്ടായതാണെന്നും റിപ്പോർട്ട് സമർപ്പിക്കപ്പെട്ടു.

കൃഷ്ണവേണിയുടെ പരാതി അന്വേഷിക്കാൻ തുനിഞ്ഞ ദേശീയ മനുഷ്യാവകാശ കമ്മീഷൻ, ബന്ധപ്പെട്ട പൊലീസുകാരുടെ മേൽ ക്രിമിനൽ കേസ് കൊടുക്കുകയും, ഇടക്കാല ആശ്വാസമായി ഒരു ലക്ഷം രൂപ നഷ്ടപരിഹാരം കൊടുക്കണമെന്നും നിർദ്ദേശിച്ചു. എന്നാലും കൃഷ്ണവേണി ഹൈക്കോടതിയിൽ റിട്ട് ഹർജി ഫയൽ ചെയ്തു. ആ ഹർജി പരിശോധിച്ച ഞാൻ, തടവുകാരനെ മർദ്ദിക്കാൻ പുറത്ത് നിന്നുള്ളവരെ അനുവദിച്ച പൊലീസും തടവുകാരന്റെ ആരോഗ്യം മോശമായിരുന്നിട്ടും ചികിത്സാസഹായം നൽകാത്ത ജയിൽ അധികാരികളുമാണ് അയാളുടെ മരണത്തിന് കാരണം എന്നും, അതിന് സർക്കാർ ഉത്തരവാദിത്വം ഏറ്റെടുക്കണമെന്നും ചൂണ്ടിക്കാട്ടി നഷ്ടപരിഹാരത്തുകയായി നാല് ലക്ഷം കൂടി കൊടുക്കാൻ ഉത്തരവിട്ടു.

പുഴൽ ജയിലിൽ അടയ്ക്കപ്പെട്ട വെങ്കടേശൻ എന്ന തടവുകാരന്റെ ആരോഗ്യം വഷളായി സർക്കാർ ആശുപത്രിയിൽ പ്രവേശിപ്പിക്കപ്പെട്ടെങ്കിലും മരിച്ചുപോയി എന്ന വിവരം അയാളുടെ ഭാര്യ വള്ളിയെ ജയിൽ മാനേജ്മെന്റ് അറിയിച്ചു. അയാളുടെ സംശയാസ്പദമായ മരണത്തിനെപ്പറ്റി സബ്ഡിവിഷൻ നടുവൻ അന്വേഷണം നടത്തി, സർക്കാരിന് റിപ്പോർട്ട് അയച്ചു. ആ റിപ്പോർട്ടിൽ മരിച്ചയാളുടെ ശരീരത്തിൽ പരിക്കുകൾ ഉള്ളതായി അറിയിച്ചിട്ടുണ്ടായിരുന്നു. തന്റെ ഭർത്താവ് പൊലീസുകാർ, ജയിൽ ജീവനക്കാർ എന്നിവരുടെ മർദ്ദനമേറ്റ് മരിച്ചുപോയതിനാൽ നഷ്ടപരിഹാരം വേണം എന്ന് വള്ളി റിട്ട് ഹർജി ഫയൽ ചെയ്തു. അത് അന്വേഷിച്ച ഞാൻ, ജീവപര്യന്തം കിട്ടിയ തടവുകാരന് മരണശിക്ഷ വിധിക്കാൻ ജയിൽ അധികാരികളെ നിയമം അനുവദിക്കുന്നില്ല. കോടതി ഉത്തരവിൽ തടവിൽ വയ്ക്കപ്പെട്ട തടവുകാരനെ സംരക്ഷിക്കേണ്ട ജയിൽ അധികാരികൾ നിയമവിരുദ്ധമായി അറുംകൊല ചെയ്തതിനെ അംഗീകരിക്കാൻ കഴിയില്ല എന്നുപറഞ്ഞ് വെങ്കടേശന്റെ മരണത്തിന് അഞ്ച് ലക്ഷം രൂപ നഷ്ടപരിഹാരം കൊടുക്കാൻ തമിഴ്നാട് സർക്കാരിനോട് ഉത്തരവിട്ടു.

ജയിലുമായി ബന്ധപ്പെട്ട കേസുകളിൽ ഞാനെടുത്ത വിധികളെല്ലാം ഇവിടെ പട്ടികയിടാൻ കാരണമുണ്ട്. ആദ്യം പറഞ്ഞത് പോലെ പലർക്കും ഞാൻ ജസ്റ്റിസ് പദവി ഏറ്റെടുത്തതിനെപ്പറ്റി പല അഭിപ്രായങ്ങളുമുണ്ട്. ഞാൻ വിരമിച്ച് മൂന്ന് മാസങ്ങൾ കഴിഞ്ഞ് 25.6.2013 ന് അടിയന്തരാവസ്ഥ വിരുദ്ധദിന സമ്മേളനത്തിന് തന്തൈ പെരിയാർ ദ്രാവിഡർ കഴകം ഏർപ്പാട് ചെയ്തിരുന്നു. സുഹൃത്ത് അഡ്വ. എസ് ദുരൈസ്വാമി അതിൽ എന്നെ അദ്ധ്യക്ഷപ്രസംഗത്തിനായി വിളിച്ചിരുന്നു. സ്വാഗതപ്രസംഗം നടത്തിയ അദ്ദേഹം, "ഇന്നും ഞാൻ പറയും, സുഹൃത്ത് ചന്ദ്രു ജസ്റ്റിസ് പദവി ഏറ്റെടുക്കാൻ പാടില്ലായിരുന്നു!" എന്ന് പറഞ്ഞു.

ഇങ്ങനെയുള്ള വിമർശനങ്ങൾക്ക് മറുപടി പറയാനുള്ള അവസരം കാത്തിരുന്ന ഞാൻ, ദുരൈസ്വാമിയെ നോക്കി പറഞ്ഞു: "ഇസ്മയിൽ സമിതിയിൽ നമ്മൾ ഒന്നിച്ച് വാദിക്കുമ്പോൾ അദ്ദേഹത്തിന് ജയിൽ പരിഷ്കരങ്ങൾക്കായുള്ള നിർദ്ദേശങ്ങൾ കൊടുക്കണമെന്ന് പറഞ്ഞിരുന്നു; ഓർമ്മയുണ്ടോ? നമ്മുടെ അപേക്ഷ കേട്ട് നൂറ് പേജുകൾക്ക് മുകളിൽ അദ്ദേഹം എഴുതിയ നിർദ്ദേശങ്ങളെ സർക്കാർ കുപ്പത്തൊട്ടിയിൽ ഇട്ടോ ഇല്ലയോ? എന്നാൽ, ജൂലൈ അവസാനം പദവി ഏറ്റെടുത്ത ഞാൻ സെപ്റ്റംബർ മാസത്തിലെ ഒരു കേസിൽ ജയിൽ പരിഷ്കരണത്തിനായി ഉത്തരവിട്ടതും അതിനെ സർക്കാർ ഏറ്റെടുത്ത് ഉത്തരവ് പുറപ്പെടുവിച്ചതും ഓർമ്മിച്ച് നോക്ക്. അപ്പോൾ മനസ്സിലാകും, ജസ്റ്റിസ് പദവി ഞാൻ ഏറ്റെടുത്തത് ശരിയാണോ തെറ്റാണോ എന്ന്."

സമ്മേളനത്തിൽ പങ്കെടുത്തവർ എന്റെ വിശദീകരണം അംഗീകരിച്ചെങ്കിലും, സുഹൃത്ത് ദുരൈസ്വാമിയുടെ മുഖത്ത് മാറ്റം ഒന്നും കണ്ടില്ല.

ഞാൻ ജസ്റ്റിസ് പദവിയിൽ ആയിരുന്നപ്പോൾ 2008 ൽ വേനലവധിക്ക് ഇംഗ്ലണ്ട്, സ്കോട്ട്ലന്റ് നാടുകളിലേക്ക് കുടുംബമൊത്ത് പോയിരുന്നു. അപ്പോൾ സ്കോട്ട്ലന്റിൽ സ്റ്റെർലിംഗ് എന്ന സ്ഥലത്തുള്ള ജയിൽ കെട്ടിടം മ്യൂസിയം ആക്കി മാറ്റിയിട്ടുണ്ടായിരുന്നു. വില്യം വാലസ് എന്ന യോദ്ധാവ് സ്കോട്ട്ലന്റിന്റെ സ്വാതന്ത്ര്യത്തിനായി പോരാടിയപ്പോൾ, സ്റ്റെർലിംഗ് എന്ന സ്ഥലത്തുവച്ചാണ് ഇംഗ്ലണ്ട് സൈന്യത്തെ തോല്പിച്ചത്. പിന്നീട് അദ്ദേഹത്തെ അറസ്റ്റ് ചെയ്ത് ലണ്ടനിലേക്ക് കൊണ്ടുപോയി മരണശിക്ഷ നൽകി. അദ്ദേഹത്തിന്റെ ഓർമ്മയ്ക്കായി സ്റ്റെർലിംഗിലെ ആ ജയിൽ കെട്ടിടം സന്ദർശനസ്ഥലമായി മാറ്റപ്പെട്ടു.

1837 ൽ ആരംഭിച്ച സെൻട്രൽ റെയിൽവേ സ്റ്റേഷന്റെ എതിരേയുള്ള സെൻട്രൽ ജയിൽ പൊളിക്കാൻ തമിഴ്നാട് സർക്കാർ തീരുമാനിച്ചു (19.1.2009). പുതിയ ജയിൽകെട്ടിടങ്ങൾ പുഴലിൽ പണിതിരുന്നു. എങ്കിലും പഴയ സെൻട്രൽ ജയിൽ പൊളിക്കാതെ മുമ്പ് തടവിലാക്കപ്പെട്ടിരുന്ന രാഷ്ട്രീയ നേതാക്കന്മാരുടെ സ്മാരകം എന്ന നിലയിൽ അതിനെ മ്യൂസിയമാക്കി മാറ്റണം എന്ന് കാണിച്ച് അന്നത്തെ മുഖ്യമന്ത്രി കലൈഞ്ജർക്ക് ഞാൻ ഒരു കത്തെഴുതി. കത്തിനൊപ്പം സ്റ്റെർലിംഗ് ജയിൽ മ്യൂസിയത്തിന്റെ കൈപ്പുസ്തകവും വച്ചിരുന്നു. ഫലം ഉണ്ടായില്ല. പ്രശ്നങ്ങളുടെ

തീപ്പിടുത്തങ്ങളിൽ ഇല്ലാതാകുന്നതുപോലെ, ചെന്നൈ സെൻട്രൽ ജയിലും തറപറ്റി (2009).

ചെന്നൈ സെൻട്രൽ ജയിൽ പൊളിച്ച് അവിടെ മെഡിക്കൽ കോളേജ് തുടങ്ങാനുള്ള കെട്ടിടങ്ങൾ കെട്ടുന്നതിന് മുമ്പ് രണ്ടാഴ്ചക്കാലം ജയിൽ കാണാൻ പൊതുജനത്തിനെ അനുവദിച്ചു. ലക്ഷക്കണക്കിന് ആളുകളാണ് വന്നു കണ്ടത്. അപ്പോൾ അവിടെയുണ്ടായിരുന്ന മുറികൾ വീണ്ടും കാണാൻ പോയിരുന്ന സഖാവ് ത്യാഗു അദ്ദേഹത്തിന്റെ ജയിൽ ഓർമ്മകളെക്കുറിച്ച് *ജൂനിയർ വികടൻ* വാരികയിൽ എഴുതിയ ലേഖനത്തിന്റെ ഒരു ഭാഗത്ത് ഇങ്ങനെ പറയുന്നുണ്ട്: "സെൻട്രലിന് എതിരേയുള്ള മേൽപ്പാലം വഴി പോകുമ്പോൾ ക്വാറന്റൈൻ ബ്ലോക്ക് കാണാൻ കഴിയില്ല. ഇല്ലെങ്കിൽ എന്താ? ജയിൽ തന്ന പാഠങ്ങൾ കാരണം വക്കീലായും, ജസ്റ്റിസായും ചന്ദ്രു പുറപ്പെടുവിച്ച വിധികൾ പല ഓർമ്മകളും ഉണ്ടാക്കുന്നുണ്ടല്ലോ?"

എൻകൗണ്ടർ/ലോക്കപ്പ് മരണങ്ങൾക്ക് നഷ്ടപരിഹാരം എങ്ങനെ വന്നു?

അടിയന്തരാവസ്ഥ അവസാനിച്ചശേഷം പുതിയതായി നടന്ന തിരഞ്ഞെടുപ്പിൽ ജനതാ പാർട്ടി ഭരണത്തിൽ വന്നു. അടിയന്തരാവസ്ഥക്കാലത്ത് പൊലീസ് മർദ്ദനങ്ങളുമായി ബന്ധപ്പെട്ട സംഭവങ്ങൾ അന്വേഷിച്ച്, ശരിയായ പരിഹാരം നിർദ്ദേശിക്കുന്നതിനായുള്ള അന്വേഷണസമിതികൾ പല സംസ്ഥാനങ്ങളിലും രൂപീകരിക്കപ്പെട്ടു.

തമിഴ്നാട്ടിൽ, വിരമിച്ച ജസ്റ്റിസ് അനന്തനാരായണൻ സമിതി രൂപം കൊണ്ടു. അടിയന്തരാവസ്ഥക്കാല അക്രമങ്ങളെപ്പറ്റിയുള്ള പരാതികൾ ഈ സമിതി അന്വേഷിച്ചു. കുറ്റപത്രത്തിൽ വാസ്തവം ഉണ്ടെങ്കിൽ ബാധിക്കപ്പെട്ടവർക്ക് നഷ്ടപരിഹാരം നൽകാൻ സമിതി നിർദ്ദേശിച്ചു. എന്നാൽ, ഒരു സംസ്ഥാനസർക്കാരും എൻകൗണ്ടർ മരണങ്ങൾക്കും, ലോക്കപ്പ് മർദ്ദനങ്ങൾക്കും വിധേയരായവർക്കുള്ള ന്യായമായ നഷ്ടപരിഹാരം കൊടുക്കാനുള്ള മാർഗ്ഗനിർദ്ദേശം ഉണ്ടാക്കിയില്ല. പ്രകൃതിദുരന്തങ്ങൾ, പാമ്പുകടി, കിണറ് കുഴിക്കാൻ വെടിപൊട്ടിക്കുമ്പോൾ ഉണ്ടായ മരണം, ജാതി മത കലാപങ്ങളിൽ ജീവൻ നഷ്ടപ്പെട്ടവർ എന്നിങ്ങനെയുള്ളവയ്ക്ക് നഷ്ടപരിഹാരത്തുക റവന്യൂ വകുപ്പ് വഴി തമിഴ്നാട് സർക്കാർ നൽകിവന്നു.

ഇങ്ങനെ നഷ്ടപരിഹാരം കൊടുക്കുമ്പോൾ, ജാതി കലാപങ്ങൾ ഉണ്ടാക്കിയ പ്രബലജാതിക്കാരിൽ, മരണമടഞ്ഞവർക്കും മത കലാപങ്ങൾ ഉണ്ടാക്കിയ ഭൂരിപക്ഷ മതക്കാർക്കും ബാധിക്കപ്പെട്ടവർക്കൊപ്പം നഷ്ടപരിഹാരം കൊടുക്കുന്നതാണ് പരിഹാസകരം. 1998 ൽ പൊലീസ് മർദ്ദനം, ബലാത്സംഗം, വെടിവയ്പ്പ് എന്നിവയിൽ മരിച്ചവർക്ക് 1 ലക്ഷം രൂപ ധനസഹായം കൊടുക്കാൻ സർക്കാർ ഉത്തരവിട്ടു.

ജസ്റ്റിസ് പി എസ് മിശ്ര, പാറ്റ്ന ഹൈക്കോടതിയിൽനിന്നും 1990 ൽ

ചെന്നൈ ഹൈക്കോടതിയിലേക്ക് സ്ഥലം മാറിവന്നു. അതിന് ശേഷമാണ് നിയമവിരുദ്ധ അറസ്റ്റ്, ലോക്കപ്പ് മർദ്ദനം, മരണങ്ങൾ ഇങ്ങനെയുള്ള വിഷയങ്ങളിലെല്ലാം പൊലീസിന്റെ മേൽ കടുത്ത നടപടികൾ എടുക്കപ്പെട്ടത്.

പൊലീസ് തലവന്റെ ഓഫീസിനരികിലുള്ള റോട്ടറി നഗറിൽനിന്നും ചില ചെറുപ്പക്കാരെ പൊലീസ് അറസ്റ്റ് ചെയ്ത് കൊണ്ടുപോയി. പിന്നീട് അവരെപ്പറ്റി വിവരമൊന്നും ഇല്ലാതിരുന്നതിനാൽ ഒരു ചെറുപ്പക്കാരന്റെ അമ്മ വനിതാവകാശകേന്ദ്രത്തിന്റെ സഹായത്തോടെ ഹൈക്കോടതിയിൽ ഹേബിയസ് കോർപ്പസ് ഫയൽ ചെയ്തു. ആ പരാതിക്ക് പൊലീസ് കമ്മീഷണറുടെ ഭാഗത്തുനിന്നും ശരിയായ മറുപടി ഒന്നും ലഭിക്കാത്തതിനാൽ അന്നത്തെ സിറ്റി പൊലീസ് കമ്മീഷണർ രാജശേഖരൻ നായരോട് നേരിൽ ഹാജരാകാൻ ജസ്റ്റിസ് ഉത്തരവിട്ടു.

രണ്ടാഴ്ച കഴിഞ്ഞ് കേസ് വിചാരണയ്ക്ക് വന്നപ്പോൾ, നേരിൽ ഹാജരായ പൊലീസ് കമ്മീഷണറെ ജസ്റ്റിസ് പി എസ് മിശ്ര കടുത്ത രീതിയിൽ വിമർശിച്ച്, അദ്ദേഹത്തിന്റെ വകുപ്പ് ഓഫീസർമാരിൽ എന്തുകൊണ്ട് ആവശ്യമായ നിയന്ത്രണം ചെലുത്താൻ സാധിക്കുന്നില്ല എന്ന് ചോദിച്ചു. പൊലീസ് സ്റ്റേഷനുകൾ മർദ്ദനകേന്ദ്രങ്ങളായി മാറിപ്പോയതിനെ സൂചിപ്പിച്ച അദ്ദേഹം, കമ്മീഷണറെ അദ്ദേഹം ഒരു പൊതുസേവകനാണെന്നത് ഓർമ്മിപ്പിക്കുന്ന വിധത്തിൽ ബോധവവല്ക്കരിച്ചു. അതുവരെ പൊലീസ് വകുപ്പിലെ ഉയർന്ന ഉദ്യോഗസ്ഥർക്ക് ആർക്കും തന്നെ അങ്ങനെയൊരു ചവർപ്പുള്ള അനുഭവം ഹൈക്കോടതിയിൽ നിന്നും ഉണ്ടായിട്ടില്ലായിരുന്നു.

അടുത്ത ദിവസം ഈ വാർത്ത പത്രങ്ങളിൽ വന്നത് കണ്ട് ദേഷ്യം വന്ന പൊലീസുകാർ, പൊലീസ് വകുപ്പ് തലവന്റെ ഓഫീസിന്റെ മുന്നിൽ ജസ്റ്റിസ് മിശ്രയ്ക്ക് എതിരായി പ്രതിഷേധസംഗമം നടത്തി. ചില പൊലീസ് അധികാരികൾ ചീഫ് ജസ്റ്റിസിന് ഒരു പരാതി സമർപ്പിച്ചതിനൊപ്പം, പൊലീസ് കമ്മീഷണറോട് ജസ്റ്റിസ് പി എസ് മിശ്ര മാപ്പ് ചോദിക്കണം എന്നും ആവശ്യപ്പെട്ടു.

ഇതിനെ എതിർത്ത് ചെന്നൈ ഹൈക്കോടതി അഭിഭാഷകസംഘടന പത്രങ്ങളിൽ പ്രസ്താവന കൊടുത്തതിനൊപ്പം, തമിഴ്നാട് അഡ്വക്കേറ്റ് ജനറലിനോട് പൊലീസ് അധികാരികൾക്കെതിരേ കോടതിയലക്ഷ്യത്തിന് നടപടി എടുക്കണമെന്നും ആവശ്യപ്പെട്ടു. *ദിനമണി* പത്രവും, 'നീതിരംഗത്തെ ഭീഷണിപ്പെടുത്തുകയോ?' എന്നൊരു എഡിറ്റോറിയലും എഴുതി.

1993 ൽ മനുഷ്യാവകാശ സമിതി നിയമം വന്നതിന് ശേഷമാണ്, ദേശീയ മനുഷ്യാവകാശ സമിതിയും തമിഴ്നാട്ടിൽ സംസ്ഥാന ദേശീയ സമിതിയും രൂപപ്പെട്ടത്. സമിതികൾ ഇതുപോലെയുള്ള കേസുകൾ അന്വേഷിച്ച്, യഥാർഥ സമിതിയാണെങ്കിൽ ബാധിക്കപ്പെട്ടവർക്ക് നഷ്ടപരിഹാരത്തുക കൊടുക്കാൻ മുതിരും. അതുവരെ ഹൈക്കോടതികളാ

യിരുന്നു ഹേബിയസ് കോർപ്പസുകളിലും റിട്ട് ഹർജികളിലും നഷ്ടപരിഹാരങ്ങൾ നല്കിയിരുന്നത്. തുടക്കത്തിൽ മരണമടഞ്ഞവർക്കും മർദ്ദനത്തിന് ഇരയായവർക്കും നഷ്ടപരിഹാരം കൊടുക്കുന്നതിന് മതിയായ മാർഗനിർദേശം ഇല്ലായിരുന്നു. ഇങ്ങനെയുള്ള റിട്ട് ഹർജികളിൽ നഷ്ടപരിഹാരം കൊടുക്കാമോ എന്ന ചോദ്യവും ഉയർന്നു.

1984 ൽ പ്രധാനമന്ത്രി ഇന്ദിരാഗാന്ധി അവരുടെ ഒരു അംഗരക്ഷകനാൽ വെടിയേറ്റ് കൊല്ലപ്പെട്ടതിന് പിന്നാലെ, സിഖുകാർക്ക് എതിരായി ഡൽഹിയിലും, പല നഗരങ്ങളിലും കരുതിക്കൂട്ടിയുള്ള ആക്രമണങ്ങൾ പൊട്ടിപ്പുറപ്പെട്ടു. അതിൽ ഒരുപാട് ജീവഹാനികളും സ്വത്തു നഷ്ടങ്ങളും ഉണ്ടായി. ആ സമയത്ത്, കോയമ്പത്തൂരിൽ സിഖുകാർ നടത്തിവന്നിരുന്ന കടകൾ അടിച്ച് പൊളിച്ചു. ഇന്ത്യൻ അഭിഭാഷക സംഘടന ഇതിനെക്കുറിച്ച് വേവലാതിപ്പെട്ട്, അവിടെ നടന്ന സംഭവങ്ങൾ നേരിൽ കണ്ട് റിപ്പോർട്ട് കൊടുക്കാൻ അഡ്വ. ഗീത രാമശേഷനെ അയച്ചു. അവർ കൊടുത്ത റിപ്പോർട്ടിന്റെ പേരിൽ നാശനഷ്ടങ്ങൾ നേരിട്ട സിഖുകാർക്ക് തമിഴ്നാട് സർക്കാർ നഷ്ടപരിഹാരം നൽകണം എന്ന് ചെന്നൈ ഹൈക്കോടതിയിൽ ആവശ്യപ്പെട്ടു. സ്വകാര്യവ്യക്തികളുടെ ആക്രമണത്തിൽ സാധനങ്ങൾ നശിച്ചതിന് സർക്കാർ ഉത്തരവാദിത്വം ഏല്ക്കണം എന്ന് കാണിച്ച് കൊടുക്കപ്പെട്ട പരാതി ഇതിൽ ആദ്യത്തേതായിരുന്നു. ആ കേസ് അന്വേഷിച്ച ജസ്റ്റിസ് എസ് എ ഖാദർ, 'കടകൾ തകർക്കപ്പെടുമ്പോൾ ആവശ്യമായ സുരക്ഷ നല്കാത്ത സർക്കാർ അതിന്റെ ഉത്തരവാദിത്വം ഏറ്റെടുത്ത്, നഷ്ടപരിഹാരം നല്കണം' എന്ന് ഉത്തരവിട്ടു.

1996 ൽ തൂത്തുക്കുടിയിൽ പൊതുതിരഞ്ഞെടുപ്പിന് ശേഷം അവിടെയുണ്ടായിരുന്ന രണ്ട് ജാതിക്കാർ തമ്മിൽ കലാപമുണ്ടായപ്പോൾ അതിനെ നിയന്ത്രിക്കാനായി നടത്തിയ പൊലീസ് വെടിവെയ്പിൽ ചിലർ മരിക്കുകയുണ്ടായി. അതിനെ എതിർത്ത് അവിടെയുണ്ടായിരുന്ന കച്ചവടക്കാർ കടയടച്ച് സമരം ചെയ്തു. ഇത് അന്വേഷിക്കാനായി ജില്ലാ ജസ്റ്റിസ് തിരുനാവുക്കരശ് സമിതി ഉണ്ടാക്കപ്പെട്ടു. അദ്ദേഹം നൽകിയ റിപ്പോർട്ടിന്റെ പേരിൽ സംസ്ഥാന സർക്കാർ 186 പേർക്ക് ഉണ്ടായ സ്വത്തുനഷ്ടത്തിന് നഷ്ടപരിഹാരം നൽകാൻ നിർദ്ദേശിച്ചു.

നഷ്ടപരിഹാരത്തുക നശിച്ചുപോയ സ്വത്തുക്കൾക്ക് പകരമാവില്ല എന്നുകാണിച്ച് അവിടെയുള്ള കച്ചവടക്കാർ ഹൈക്കോടതിയിൽ നഷ്ടപരിഹാര ഉത്തരവിനെ എതിർത്ത് കേസ് കൊടുത്തു.

ഇത് അന്വേഷിച്ച ജസ്റ്റിസ് എം കർപകവിനായകത്തിന്റെ നേതൃത്വത്തിലുള്ള ബഞ്ച്, സ്വകാര്യവ്യക്തികളുടെ അക്രമത്തിന് സർക്കാർ നഷ്ടപരിഹാരം കൊടുക്കേണ്ടത് ആവശ്യമാണോ എന്ന ചോദ്യം ഉയർത്തിയതിനൊപ്പം, കോയമ്പത്തൂരിൽ സിഖ് കടകൾ നാശമാക്കിയതിന് നഷ്ടപരിഹാരം കൊടുക്കാൻ ഉത്തരവിട്ട വിധിയേയും ചോദ്യത്തിൽ ഉൾപ്പെടുത്തി. ആ വിധി പരിഗണിക്കാനായി കേസ് മൂന്ന് ജസ്റ്റിസുമാരുടെ ബഞ്ചിന് അദ്ദേഹം അയച്ചു. ഭാഗ്യവശാൽ ആ കേസ് ജസ്റ്റിസ് പി കെ

മിശ്രയുടെ നേതൃത്വത്തിലുള്ള ബഞ്ചിൽ വിചാരണയ്ക്ക് വന്നു. ആ മൂന്ന് ജസ്റ്റിസുമാരുടെ ബഞ്ച് സ്വകാര്യസ്വത്തിനെ കലാപകാരികൾ നശിപ്പിക്കുമ്പോൾ, അതിനെ തടുക്കാൻ സാധിക്കാതിരുന്ന സർക്കാർ അതിന് ഉത്തരവാദിത്വം എടുത്ത്, നഷ്ടപരിഹാരം കൊടുക്കണം എന്ന് ഉത്തരവിട്ടു.

ഈ രണ്ട് കേസുകളിലും ശരിയായ വിധികൾ നേടിയതിന് എനിക്കു പങ്കുണ്ട്.

1993 ൽ സുപ്രീം കോടതിയുടെ നീലാപതി ബെഹ്ര് VS. ഒറീസ്സ സംസ്ഥാനം വിധിയിലാണ്, സർക്കാർ ഉദ്യോഗസ്ഥരുടെ അക്രമങ്ങൾക്ക് റിട്ട് ഹർജി കൊണ്ടുതന്നെ നഷ്ടപരിഹാരം നൽകാം എന്ന ഒരു വഴി തെളിഞ്ഞത്. അതുവരെ കോടതികൾ കേസിനായി ചാർത്തുന്ന കേസ് ഫീ അല്ലെങ്കിൽ പിഴകളെ അടിസ്ഥാനമാക്കിയാണ് നഷ്ടപരിഹാരങ്ങൾ കൊടുത്തിരുന്നത്.

തമിഴ്നാട്ടിൽ ആദ്യമായി, കടലൂർ ജില്ല, അണ്ണാമലൈനഗർ പൊലീസ് സ്റ്റേഷനിൽ മർദ്ദനത്തിന് ഇരയായ നന്ദഗോപാലിന്റെ ഭാര്യ പദ്മിനി ഹൈക്കോടതിയെ സമീപിച്ച്, തന്റെ ഭർത്താവിന്റെ ലോക്കപ്പ് മരണക്കേസ് സി ബി ഐ അന്വേഷിക്കണം എന്ന വിധിക്കൊപ്പം, മരണത്തിനായുള്ള നഷ്ടപരിഹാരമായി ഒരു ലക്ഷം രൂപ നേടുകയും ചെയ്തു. ആ വിധി പ്രസ്താവിച്ചത് ജസ്റ്റിസ് പി എസ് മിശ്ര ആയിരുന്നെന്ന് പറയേണ്ടതുണ്ടോ? പദ്മിനിക്ക് മറ്റൊരു ജീവിതം നൽകുന്ന വിധത്തിൽ ഒരു സർക്കാർ ജോലി കൊടുക്കാനും ഉത്തരവായി. പദ്മിനി കേസിൽ ജയിച്ച ശേഷമാണ് ഹൈക്കോടതിയിലേക്ക് പല ലോക്കപ്പ് മർദ്ദനക്കേസുകളും അതിനൊപ്പം നഷ്ടപരിഹാരം ആവശ്യപ്പെട്ടുള്ള കേസുകളും വരാൻ തുടങ്ങിയത്.

അങ്ങനെയൊരു കേസിൽ വാദിക്കാൻ എനിക്ക് അവസരം ലഭിച്ചു. ആ കേസാണ് നാട് മുഴുവനും സംസാരവിഷയമായ പാണ്ഡ്യമ്മാൾ കേസ്. തമിഴ്നാട്ടിൽ നടന്ന ഒരു വിചിത്രമായ കേസ്. വർഷം 1991, വിരുദുനഗറിന്റെ അടുത്ത് വായ്പ്പൂട്ടാൻപട്ടി ഗ്രാമം. അവിടെ താമസിക്കുകയായിരുന്ന വേലുച്ചാമി - പാണ്ഡ്യമ്മാൾ ദമ്പതികൾ തമ്മിൽ ഒരു ദിവസം ചെറിയൊരു പ്രശ്നം. അടുത്ത ദിവസം പാണ്ഡ്യമ്മാളിനെ കാണാനില്ല!

ഭാര്യയെ കാണാനില്ല എന്ന് പൊലീസിൽ പരാതി കൊടുത്തു വേലുച്ചാമി. അതേസമയം, അടുത്തുള്ള ഗ്രാമമായ ആനൈക്കുട്ടത്തിൽ ഒരു പെണ്ണ് കൊല ചെയ്യപ്പെട്ട് കിടക്കുന്നുണ്ടായിരുന്നു. മുഖം അടയാളം അറിയാത്ത വിധം ചതഞ്ഞിരുന്ന ആ മൃതശരീരം പോസ്റ്റ് മോർട്ടം ചെയ്ത് അനാഥശവം എന്ന് പറഞ്ഞ് പൊലീസുകാർ കത്തിച്ചുകളഞ്ഞു!

ഈ അവസ്ഥയിൽ, ഈ രണ്ട് സംഭവങ്ങളേയും കൂട്ടിക്കുഴച്ചത് പൊലീസ് ആയിരുന്നു. "പാണ്ഡ്യമ്മാളിനും അർജ്ജുനൻ എന്നയാൾക്കും തമ്മിൽ ഒളിസേവയുണ്ടായിരുന്നു. അത് അന്വേഷിച്ച നാട്ടുക്കൂട്ടം

പാണ്ഡ്യമ്മാളും അർജ്ജുനനും ഒരുമിച്ച് ജീവിക്കണം എന്ന് വിധിച്ചു. ഇത് ഭർത്താവ് വേലുച്ചാമിക്കും അർജ്ജുനനും അപമാനമായി, അവർ മധുരൈവീരൻ എന്നയാൾക്കൊപ്പം ചേർന്ന് പാണ്ഡ്യമ്മാളെ കടത്തിക്കൊണ്ട് പോയി കൊന്നുകളഞ്ഞു!'' എന്ന് പൊലീസ് കുറ്റപത്രം തയ്യാറാക്കി.

കൊലപാതകം ചെയ്തതായി ഈ മൂന്ന് പേരും വാക്കാൽ സമ്മതിച്ചതായും, അവരിൽനിന്നും കൊലപാതകത്തിന് ഉപയോഗിച്ച ആയുധങ്ങൾ കൈപ്പറ്റിയതായും പറഞ്ഞ്, പൊലീസ് അവരെ ജയിലിൽ അടച്ചു. കുറച്ച് നാളുകൾക്കുള്ളിൽ അർജ്ജുനനും മധുരവീരനും ജാമ്യം ലഭിച്ചു. വേലുച്ചാമി മാത്രം ജാമ്യം കിട്ടാതെ ജയിലിൽ തുടർന്നു.

ഈ കൊലപാതകക്കേസിൽ അന്വേഷണം നടന്നുകൊണ്ടിരിക്കേ പെട്ടെന്നൊരു മലക്കം മറിച്ചിൽ... കൊല ചെയ്യപ്പെട്ടതായി പറയപ്പെടുന്ന പാണ്ഡ്യമ്മാൾ കോടതിയിലേക്ക് വന്ന് നിന്നു! "ഞാനാണ് പാണ്ഡ്യമ്മാൾ. ഇതാ, ജീവനോടെയുണ്ട്. എന്റെ ഭർത്താവ് വേലുച്ചാമിയെ മോചിപ്പിക്കണം" എന്ന് അവർ പറഞ്ഞു.

ഇത് വാർത്തകളിൽ വായിച്ചറിഞ്ഞ 'വികടൻ' എഡിറ്റർ, ഈ അന്യായം ലോകത്തിനെ അറിയിക്കണമെന്ന് ആഗ്രഹിച്ചു. അദ്ദേഹത്തിന്റെ പേരിൽ ഞാൻ ഒരു റിട്ട് ഹർജ്ജി ഫയൽ ചെയ്തു. അടുത്ത ദിവസം തന്നെ രാമനാഥപുരം ജില്ലാ സെഷൻസ് കോടതി ബാധിക്കപ്പെട്ട മൂന്ന് പേരും നിരപരാധികൾ ആണെന്ന് പറഞ്ഞ് മോചിപ്പിച്ചു. നിയമവിരുദ്ധമായി ജയിലിൽ അടയ്ക്കപ്പെട്ട ആ മൂന്ന് പേർക്കും നഷ്ടപരിഹാരം കൊടുക്കണമെന്ന് ആവശ്യപ്പെട്ടതിനാൽ, കുറ്റം ചാർത്തപ്പെട്ട് ജയിലിൽ ആയ വേലുച്ചാമിക്ക് ഒന്നര ലക്ഷം രൂപയും, അയാൾക്ക് സഹായികളായി നിന്നെന്ന് പറയപ്പെട്ട മധുരവീരൻ, അർജ്ജുനൻ എന്നിവർക്ക് അമ്പതിനായിരം രൂപ വീതവും നഷ്ടപരിഹാരം കൊടുക്കാൻ ഹൈക്കോടതി ഉത്തരവിട്ടു.

ഏതാണ്ട് അതേ കാലഘട്ടത്തിൽ, അന്നത്തെ തെന്നാർക്കാടു ജില്ലയിൽനിന്നും പൊലീസിന്റെ അക്രമത്തിന് എതിരായി പല കേസുകൾ ഹൈക്കോടതിയിൽ വന്നു. അതിൽ മറക്കാനാകാത്ത ഒരു കേസ് പാർവതി ഫയൽ ചെയ്തു, ഞാൻ നടത്തിയ കേസ് ആണ്. ഈ കേസിന് പല ഉപകഥകൾ ഉണ്ടെങ്കിലും പ്രധാനമായ കേസ് ഞാൻ ഇവിടെ എഴുതാം.

നെയ്‌വേലിയിൽ ഉള്ള ജവഹർ സ്കൂൾ അദ്ധ്യാപകർ ഏർപ്പാടാക്കിയ സമ്മേളനത്തിന് ഞാൻ പോയിരുന്നു. ബ്ലോക്ക് 24 ൽ രാവിലെ തുടങ്ങിയ സമ്മേളനം അവസാനിക്കാൻ വൈകുന്നേരം നാല് മണിയായി. വേദിയിൽനിന്നും ഞാൻ ഇറങ്ങുമ്പോൾ അവിടെ ഒരു സ്ത്രീ (പാർവതി) അവരുടെ മകളുമൊത്ത് നിൽക്കുന്നുണ്ടായിരുന്നു. വിരുത്താച്ചലത്തിൽ നിന്നും വന്നിരുന്ന ചില യുവജനസംഘടനയിലെ സുഹൃത്തുക്കൾ അവരെ പരിചയപ്പെടുത്തി. അവർ തന്റെ ഭർത്താവ് രാജാക്കണ്ണുവിനെ

കമ്മാപുരം പൊലീസ് സ്റ്റേഷനിലേക്ക് ചോദ്യം ചെയ്യാൻ എന്ന് പറഞ്ഞ് കൊണ്ടുപോയി എന്നും, അതിന് ശേഷം അയാളെ കാണാനില്ലെന്നും പറഞ്ഞു. ചെന്നൈയിലേക്ക് തിരിച്ചുള്ള ബസ് കയറുന്ന സമയത്ത്, അവരോട് ചെന്നൈയിലെ എന്റെ ഓഫീസിൽ വന്ന് കാണാൻ പറഞ്ഞു.

അതിനുശേഷം പാർവതിയും, അവരുടെ മകളും ചെന്നൈയിലുള്ള എന്റെ ഓഫീസിലേക്ക് വന്നു. അവരുടെ മുഴുവൻ കഥയും കേട്ടശേഷം, പൊലീസ് സ്റ്റേഷനിൽനിന്നും രാജാക്കണ്ണ് എങ്ങനെ പുറത്തിറങ്ങി എന്ന് മനസ്സിലായില്ല. അവരുടെ വീട്ടിൽ വന്ന പൊലീസുകാർ, രാജാക്കണ്ണു ലോക്കപ്പിൽനിന്നും ഓടി രക്ഷപ്പെട്ടു എന്ന് പറഞ്ഞതായി അവർ അറിയിച്ചു.

ഈ അവസ്ഥയിൽ, ഒരു ഹേബിയസ് കോർപ്പസ് കൊടുക്കുന്നതാണ് ഒരേയൊരു വഴി എന്ന് തീരുമാനിച്ച്, അതിനുള്ള ഹർജി ഞാൻ തയ്യാറാക്കി. ഹേബിയസ് കോർപ്പസ് ഫയൽ ചെയ്ത് അടുത്ത ദിവസം തന്നെ, ജസ്റ്റിസുമാരുടെ ബഞ്ചിൻ മുന്നിൽ ആദ്യത്തെ കേസായി പരിഗണനയിൽ വന്നു.

പാർവതി കുറവർ ജാതിക്കാരിയായിരുന്നു. അവരുടെ ഭർത്താവിനെ കമ്മാപുരം പൊലീസ് സ്റ്റേഷനിലുള്ളവർ ചോദ്യം ചെയ്യാൻ എന്ന പേരിൽ കൂട്ടിക്കൊണ്ട് പോയി. ഭർത്താവിനെ അന്വേഷിച്ച് ചെന്ന ഭാര്യ പാർവതിയെ അവർ പൊലീസ് സ്റ്റേഷനിൽ കാണാൻ അനുവദിച്ചില്ല. അവരെ ഉച്ചഭക്ഷണം കൊണ്ടുവരാൻ പറഞ്ഞ് തിരിച്ചയച്ചു. ഭക്ഷണം തയ്യാറാക്കി ചെന്ന പാർവതിയെ ഭർത്താവിനെ കാണാൻ അനുവദിച്ചില്ലെന്ന് മാത്രമല്ല, രാജാക്കണ്ണ് ഉച്ചഭക്ഷണം കഴിച്ചിട്ടില്ലെന്നും പറഞ്ഞു. അടുത്ത ദിവസം പൊലീസ് സ്റ്റേഷനിലേക്ക് പോയ പാർവതിക്ക് ഭർത്താവിനെ കാണാൻ സാധിച്ചില്ല. ഇതിനിടയിൽ, അവർ താമസിക്കുന്ന സ്ഥലത്ത് ചില പൊലീസുകാർ വന്ന് രാജാക്കണ്ണ് പൊലീസ് സ്റ്റേഷനിൽനിന്നും രക്ഷപ്പെട്ട് ഓടിപ്പോയതായി അറിയിച്ചു. പല ഇടങ്ങളിൽ അന്വേഷിച്ചിട്ടും ഭർത്താവിനെ കണ്ടുപിടിക്കാൻ സാധിക്കാതെ അവൾ കോടതിയുടെ വാതിലിൽ മുട്ടി. അവസാനം പൊലീസ് സ്റ്റേഷൻ തടവുപുള്ളിയായി കൊണ്ടുപോകപ്പെട്ട രാജാക്കണ്ണ് എവിടെയുണ്ടെന്ന് അറിയിക്കേണ്ട കടമ എതിർകക്ഷികൾക്കുണ്ട് എന്ന് പറഞ്ഞ്, ഞാൻ ഫയൽ ചെയ്ത കേസിൽ പൊലീസ് വകുപ്പിന് നോട്ടീസ് അയയ്ക്കപ്പെട്ടു.

വിരുത്താച്ചലം പൊലീസിലെ അസ്സിസ്റ്റന്റ് സൂപ്രണ്ടിന്റെ മറുപടിയിൽ, രാജാക്കണ്ണിനെ ഒരു മോഷണക്കേസിനായി വിചാരണയ്ക്ക് കൊണ്ടുവന്നത് വാസ്തവമാണെന്നും, അയാളെ വിചാരണ ചെയ്ത് കഴിയുന്നതിന് മുമ്പ് തന്നെ പൊലീസ് സ്റ്റേഷനിൽനിന്നും രക്ഷപ്പെട്ട് ഓടിയെന്നും രാജക്കണ്ണുവിനെ അന്വേഷിച്ച് പൊലീസുകാർ അലയുമ്പോൾ, അയാളെ നെയ്‌വേലിയിൽ കണ്ടതായി ഒരു ജ്യൂസ് കടക്കാരൻ പറഞ്ഞതായും, ആരോഗ്യപ്രശ്നം കാരണം അവിടെയുള്ള ഒരു ഡോക്ടറെ കണ്ട് പ്രിസ്ക്രിപ്ഷൻ വാങ്ങിയതായി വിവരം ലഭിച്ചെന്നും പറയുന്നു.

ഒരേ സംഭവത്തിനെപ്പറ്റി രണ്ട് സംഗതികൾ പറഞ്ഞതിനാൽ, ഹേബിയസ് കോർപ്പസ് കേസിൽ മൊഴികൾ രേഖപ്പെടുത്താൻ ഹൈക്കോടതി ഉത്തരവിട്ടു. പാർവതിയുടെ മൊഴി രേഖപ്പെടുത്തിയ അതേ സമയം, രാജാക്കണ്ണിനൊപ്പം ലോക്കപ്പിൽ ഉണ്ടായിരുന്ന അയാളുടെ രണ്ട് ബന്ധുക്കളും കേരളത്തിൽ ഉള്ളതായി അറിഞ്ഞ്, അവരുടെ മൊഴികളും രേഖപ്പെടുത്താനായി പ്രമാണപ്പത്രങ്ങൾ ഫയൽ ചെയ്യപ്പെട്ടു. പൊലീസ് സ്റ്റേഷനിൽ വച്ച് രാജാക്കണ്ണ് മർദ്ദനമേറ്റ് മരിച്ചത് കണ്ടെന്ന് അവർ പറഞ്ഞപ്പോൾ, ഈ കേസിൽ കൂടുതൽ വിചാരണ ഹൈക്കോടതിയിൽ ആവശ്യമില്ലെന്നും, കുറ്റാന്വേഷണത്തിനായി, പൊലീസ് വകുപ്പ് തലവന്റെ യോഗ്യതയുള്ള ഒരാളുടെ നേതൃത്വത്തിൽ അന്വേഷണം നടത്തണമെന്നും ജസ്റ്റിസ് പി എസ് മിശ്രയുടെ നേതൃത്വത്തിലുള്ള ബഞ്ച് പറഞ്ഞു.

കേസ് അവസാനഘട്ട വിചാരണയ്ക്കെത്തിയപ്പോൾ പാർവതിയുടെ ഭാഗത്ത് സത്യം ഉള്ളതായി കരുതി, ബന്ധപ്പെട്ട പൊലീസുകാർക്ക് എതിരായി കൊലക്കുറ്റത്തിനുള്ള കേസ് ഫയൽ ചെയ്യണമെന്ന് കോടതി ഉത്തരവിട്ടു. വിചാരണ കഴിയുന്നതിന് മുമ്പേ ആദ്യഘട്ട അന്വേഷണത്തിൽ ലഭിച്ച വിവരങ്ങൾ അടിസ്ഥാനമാക്കി, പാർവതിക്ക് രണ്ട് ലക്ഷം രൂപയും, അവരുടെ ബന്ധുക്കൾ ഇരുവർക്കും 75,000 രൂപ വീതവും നഷ്ടപരിഹാരം കൊടുക്കാൻ ഉത്തരവായി. അവർ താമസിച്ച കമ്മാപുരത്തിൽ ഒരു വീട് അനുവദിക്കാനും ജസ്റ്റിസ് പി എസ് മിശ്രയുടെ നേതൃത്വത്തിലുള്ള ബെഞ്ച് ഉത്തരവിട്ടു.

പാർവതിക്ക് വേണ്ടി ഫീസ് ഇല്ലാതെയാണ് ഞാൻ വാദിച്ചത്. എങ്കിലും ജസ്റ്റിസുമാർ, ഈ കേസ് ഞാൻ നടത്തിയതുകൊണ്ട് സർക്കാർ എനിക്ക് ഫീസായി 5000 രൂപ തരണമെന്ന് വിധിയിൽ പറഞ്ഞു. അതനുസരിച്ച് പൊലീസ് വകുപ്പ് അസിസ്റ്റന്റ് സൂപ്രണ്ട് (മാനേജ്മെന്റ്) എനിക്ക് 5000 രൂപ നാല് വർഷം കഴിഞ്ഞ് ചെക്ക് ആയി അയച്ചുതന്നു. ആ പണം മൈഥിലി ശിവരാമൻ എഡിറ്ററായി നടത്തിവരുന്ന ജനനായക മാതർ സംഗത്തിന്റെ *മകളിയർ സിന്തനൈ* എന്ന മാസികയ്ക്ക് സംഭാവനയായി അയച്ചുകൊടുത്തു. അതിനൊപ്പം വച്ച കത്തിൽ ഇങ്ങനെ എഴുതി: "ശ്രീമതി പാർവതിക്ക് വേണ്ടി ഞാൻ സൗജന്യമായി വാദിച്ചു. എന്നാലും, ഹൈക്കോടതി ജസ്റ്റിസുമാർ, തമിഴ്നാട് സർക്കാർ ആ കേസിന്റെ ചെലവിനായി എനിക്ക് 5000 രൂപ തരണമെന്ന് ഉത്തരവിട്ടു. കേസ് കഴിഞ്ഞ് 21/2 വർഷം കഴിഞ്ഞ ശേഷം ഇപ്പോഴാണ് തമിഴ്നാട് സർക്കാർ 24.12.96 ലെ ഉത്തരവ് പ്രകാരം എനിക്ക് ആ തുക തന്നത്. സ്ത്രീകൾ നേരിടുന്ന അനീതികളെ തുടർച്ചയായി നിങ്ങളുടെ മാസികയിൽ വെളിച്ചപ്പെടുത്തുന്നുണ്ട്. ആ ശ്രമം തുടരുന്നതിലുള്ള എന്റെ ചെറിയ സംഭാവനയായി 5000 രൂപയുടെ ചെക്ക് ഇതോടൊപ്പം അയയ്ക്കുന്നു. നിങ്ങളുടെ ജോലി തുടരൂ, ആശംസകൾ!"

പിന്നീട് നടന്ന കൊലക്കുറ്റവിചാരണയിൽ വിരുത്താച്ചലം കോടതി

രണ്ട് പൊലീസുകാർക്ക് ജീവപര്യന്തവും, ഒരു സീനിയർ പൊലീസുകാരന് മൂന്ന് വർഷം കഠിനതടവും വിധിച്ചു. പൊലീസുകാർ ചെയ്ത ക്രൂരതയിൽ ഹൈക്കോടതിയും അമർഷം രേഖപ്പെടുത്തി കോടതിയുടെ ശിക്ഷ ശരിവച്ചു.

ഈ കേസിൽ പൊലീസുകാർ പാർവതിക്ക് കൈക്കൂലി കൊടുക്കാൻ ശ്രമിച്ചു. ഒരു ഇൻസ്പെക്ടർ എന്റെ ഓഫീസിലും വന്ന് എനിക്കും കൈക്കൂലി തരാൻ ശ്രമിച്ചു. സെഷൻസ് കോടതിയിലെ കേസിൽ പ്രത്യേക പബ്ലിക് പ്രൊസിക്യൂട്ടർ നിയമനത്തിനെ എതിർത്ത് കുറ്റവാളികളുടെ ഭാഗത്ത് നിന്നും ഒരാൾ (രാമസ്വാമി) കൊടുത്ത കേസിൽ, പാർവതിയുടെ ഭാഗത്ത് ഞാൻ ഹാജരായി വാദിച്ച്, പിന്നീട് 19.7.1999 ന് തള്ളിക്കളയപ്പെട്ടത് പോലെയുള്ള പല ഉപകഥകളും ഉണ്ട്.

രാജാക്കണ്ണു കൊലക്കേസ് വാദിച്ച ചിദംബരം വക്കീൽ, വെങ്കട്ടരാമൻ - ഹേമാമാലിനി ദമ്പതികളുടെ വീടിന് നേരെ ആക്രമണം ഉണ്ടായപ്പോൾ പൊലീസ് നോക്കി നിന്നു. വക്കീലിന് സുരക്ഷയില്ലാത്ത അവസ്ഥയാണെന്ന് കാണിച്ച് കോടതിയിൽ അഭിഭാഷകസംഘടന കേസ് കൊടുത്ത് പൊലീസ് സംരക്ഷണം നേടി. വക്കീലിന്റെ കാർ, വീട് എന്നിവ നശിപ്പിച്ചതിന് നഷ്ടപരിഹാരം ചോദിച്ച് കൊടുത്ത കേസിൽ ഹൈക്കോടതി നഷ്ടപരിഹാരം അനുവദിച്ചു. ഇങ്ങനെ കുറേ ഉപകഥകൾ ഉണ്ട്. അതെല്ലാം ഇവിടെ വിശദീകരിക്കുന്നില്ല. *ജയ് ഭീം* സിനിമ സംവിധായകൻ ടി ജെ ജ്ഞാനവേൽ *ആനന്ദ വികടൻ* ആഴ്ചപ്പതിപ്പിന് കൊടുത്ത അഭിമുഖത്തിൽ ഇങ്ങനെ പറയുന്നുണ്ട്: *വികടനിൽ* ഞാൻ ജോലി ചെയ്യുമ്പോൾ 'തമിഴ് മണ്ണേ വണക്കം' തുടർച്ചയായി എഴുതിയിരുന്നു. അപ്പോൾ വക്കീൽ ചന്ദ്രുവിനെ കണ്ട് സംസാരിച്ചു. 'താങ്കളുടെ കരിയറിൽ ഇഷ്ടപ്പെട്ട കേസ് ഏതാണ്' എന്ന് ചോദിച്ചതിന് ഈ കേസാണ് പറഞ്ഞത്. അദ്ദേഹത്തിന്റെ അടുത്ത് ജഡ്ജ്മെന്റ് ഉൾപ്പടെ എല്ലാ വിവരങ്ങളും ഉണ്ടായിരുന്നു. ഇതിൽ ചന്ദ്രു സാർ ആണ് റിയൽ ഹീറോ. ഒരു സ്ത്രീക്ക് പൊലീസുകാരാൽ ഒരു പ്രശ്നം വരുന്നു. അത് എവിടെപ്പോയി പറയണം എന്ന് അവർക്കറിയില്ല. ഒരു സമ്മേളനത്തിന് നെയ്‌വേലിക്ക് വന്ന ചന്ദ്രുവിനെ കണ്ടതായി പറയുന്നു. ആ കേസ് ചന്ദ്രു സാർ ഒന്നര വർഷം ഹൈക്കോർട്ടിൽ നടത്തി. ആ സ്ത്രീക്ക് സംഭവിച്ച അനീതിയും അതിനെതിരായ നിയമ പോരാട്ടങ്ങളുമാണ് കഥ.

മാഞ്ചോലൈ തോട്ടത്തൊഴിലാളികളുടെ സമരവുമായി ബന്ധപ്പെട്ട് എല്ലാ പാർട്ടികളിൽ ഉള്ളവരും ജില്ലാ കളക്ടർക്ക് നിവേദനം കൊടുക്കാൻ ജാഥയായി പോയപ്പോൾ (23.7.1999), അവരെ പൊലീസ് മർദ്ദിച്ചു. ചിതറി ഓടിയ പലരും താമ്രപർണി നദിയിൽ ചാടി രക്ഷപ്പെടാൻ ശ്രമിച്ചപ്പോൾ, പൊലീസുകാർ അവരെ തടഞ്ഞുകൊണ്ട് കരയിൽ നില്ക്കുന്നതിനാൽ രക്ഷപ്പെടാനാകാതെ 17 തൊഴിലാളികൾ മുങ്ങിമരിച്ചു. അവരുടെ മൃത ശരീരങ്ങൾ പോസ്റ്റ് മോർട്ടം ചെയ്യണമെന്ന ആവശ്യവും നിരാകരിക്കപ്പെട്ടു.

ഇതുമായി ബന്ധപ്പെട്ട് ഈ കേസ് സി ബി ഐ അന്വേഷണത്തിന് വിടണമെന്ന ഡോ. കൃഷ്ണസ്വാമി ഹൈക്കോടതിയിൽ പൊതുതാല്പര്യഹർജി കൊടുത്തു. ഈ കേസ് അന്നത്തെ ചീഫ് ജസ്റ്റിസ് കെ ജി ബാലകൃഷ്ണൻ, ജസ്റ്റിസ് കെ സമ്പത്ത് എന്നിവർക്ക് മുന്നിൽ വിചാരണയ്ക്കെത്തി. കേസ് വിചാരണയ്ക്ക് മുമ്പേ തമിഴ്നാട് സർക്കാർ വിരമിച്ച സുപ്രീം കോടതി ജസ്റ്റിസ് എസ് മോഹന്റെ നേതൃത്വത്തിൽ ഒരു സമിതിക്ക് രൂപം നൽകി. ഈ സമിതിയെ അംഗീകരിക്കാൻ കഴിയില്ലെന്നും, ഹൈക്കോടതിയിൽ, ആ കേസ് സി ബി ഐക്ക് കൊടുത്ത് അന്വേഷണം നടത്തിയാൽ നിർണായക തെളിവുകളും സാക്ഷികളും സംരക്ഷിക്കപ്പെടുമെന്നും ഞാൻ വാദിച്ചു. ഹൈക്കോടതി അന്വേഷണ സമിതിയുടെ തീരുമാനത്തിന് ശേഷം ഈ പ്രശ്നങ്ങൾ നോക്കാം എന്ന് പറഞ്ഞ് കേസ് തള്ളിക്കളഞ്ഞു. പിന്നീട്, അന്വേഷണ സമിതി പൊലീസ് വാദം അംഗീകരിച്ച് ബാധിക്കപ്പെട്ട തൊഴിലാളികൾക്ക് എതിരായി റിപ്പോർട്ട് സമർപ്പിച്ചത് എല്ലാവരും അറിഞ്ഞതാണ്.

ചെന്നൈ കിഴക്ക് തീരദേശപാതയിലുള്ള ഉത്തണ്ടിക്ക് അരികിൽ 21.11.2002 ന് മുരുകൻ, കൃഷ്ണൻ എന്നീ സഹോദരന്മാർ, അവരുടെ സുഹൃത്ത് ഗോവിന്ദൻ എന്നിവരെ പൊലീസ് വെടിവച്ച് കൊന്നു. അവർ മൂവരും കുറവർ ഗോത്രക്കാരായിരുന്നു. ആ സമയത്ത് കിഴക്ക് ചെങ്കൈ ജില്ലാ പൊലീസ് സൂപ്രണ്ട് ആയ പൊൻ. മാണിക്കവേൽ ആയിരുന്നു പദവിയിൽ. അവർ മൂവരും എൻകൗണ്ടറിൽ കൊല്ലപ്പെട്ട കേസ് സി ബിഐക്ക് കൊടുക്കണമെന്ന് മുരുകന്റെ സഹോദരി ബൊമ്മി ഹൈക്കോടതിയിൽ കേസ് കൊടുത്തു. ഈ കേസ് 20.7.2005 ന് വിചാരണയ്ക്കെടുത്തു.

ഇതറിഞ്ഞ പൊലീസ് ബൊമ്മിയുടെ ഭർത്താവ് നീലകണ്ഠൻ, അയാളുടെ ബന്ധുക്കളായ രാമു, കുപ്പൻ, മുരുകൻ എന്നീ നാല് പേരേയും അറസ്റ്റ് ചെയ്ത്, പൊലീസ് സ്റ്റേഷനിൽ വച്ച് മർദ്ദിച്ചു. ഈ മർദ്ദനവുമായി ബന്ധപ്പെട്ട ഫോട്ടോകൾ കോടതിയിൽ ഫയൽ ചെയ്യപ്പെട്ടു. ഇതുമായി ബന്ധപ്പെട്ട് ജസ്റ്റിസുമാർ വിചാരണ നടത്തുന്നുവെന്ന് അറിഞ്ഞതിന് ശേഷം 30.8.2005 ന് പകൽ അവർ നാല് പേരേയും മോഷണക്കേസിൽ ഉൾപ്പെടുത്തി പൂന്തമല്ലി ജുഡീഷ്യൽ ജഡ്ജിക്ക് മുന്നിൽ ഹാജരാക്കി, ചെന്നൈ സെൻട്രൽ ജയിലിൽ അടച്ചു. എങ്കിലും ഹൈക്കോടതി ജില്ലാ ജഡ്ജി ശ്രീ. അക്ബർ അലിയോട് കുറ്റവാളികളെ നേരിൽ കണ്ട് സംസാരിച്ച് റിപ്പോർട്ട് സമർപ്പിക്കാൻ ഉത്തരവിട്ടു. അദ്ദേഹത്തിന്റെ റിപ്പോർട്ടിൽ, 'കുറ്റവാളികൾ കഠിനമായ മർദ്ദനത്തിന് ഇരകളായിരിക്കുന്നു' എന്ന് പറഞ്ഞിട്ടുണ്ട്. വിചാരണ തടവുകാരോട് എങ്ങനെ പെരുമാറണം എന്ന് സുപ്രീം കോടതി മാർഗനിർദ്ദേശങ്ങൾ ടി കെ ബാസു കേസിൽ പറഞ്ഞിട്ടുണ്ടെങ്കിലും അവയെല്ലാം തള്ളി, കുറ്റവാളികളെ 12 ദിവസം കഠിനമായ മർദ്ദനത്തിന് ഇരകളാക്കിയത് വിമർശിച്ച കോടതി, ആ നാല് പേരേയും മോചിപ്പിക്കാൻ ഉത്തരവിട്ടു.

ജില്ലാ ജഡ്ജിയുടെ റിപ്പോർട്ട് അടിസ്ഥാനമാക്കി പൊൻ. മാണിക്കവേലിന്റെ മേൽ നടപടി എടുക്കണമെന്ന കേസ് വിചാരണ തുടർന്നു. പിന്നീട് കോയമ്പത്തൂർ ജില്ലാ പൊലീസ് സൂപ്രണ്ട് ആയി ജോലി ചെയ്ത പൊൻ. മാണിക്കവേലു, തിരുനെൽവേലി ഡി ഐ ജി ആയിരുന്ന ടി കെ ഗോപാലകൃഷ്ണൻ എന്നീ രണ്ടുപേരും ജോലിയിൽനിന്നും സസ്പെൻഷനിൽ വയ്ക്കപ്പെട്ടു.

പിന്നീട് എന്റെ വാദം കേട്ട ജസ്റ്റിസുമാർ, 'മൂന്ന് പേരുടെ എൻകൗണ്ടർ, നാല് പേരെ നിയമവിരുദ്ധമായി കസ്റ്റഡിയിൽ വച്ച് മർദ്ദിച്ചു എന്നതിനെല്ലാം എന്തുകൊണ്ട് നടപടി എടുത്തുകൂടാ?' എന്ന് പൊലീസ് വകുപ്പ് മേധാവി അലക്സാണ്ടർ, ചെന്നൈ പൊലീസ് കമ്മീഷണർ ആർ നടരാജ് എന്നിവരെ കോടതിയിലേക്ക് നേരിൽ വിളിച്ചുവരുത്തി വിചാരണ ചെയ്തു. പൊലീസ് വകുപ്പിന്റെ വിശദീകരണം തൃപ്തിയാകാത്തതുകൊണ്ട് പൊൻ. മാണിക്കവേലിന്റെ മേൽ വകുപ്പുതല അന്വേഷണം നടത്തി, പത്ത് ദിവസത്തിനുള്ളിൽ റിപ്പോർട്ട് നൽകാൻ ഐ ജി ജാങ്കിഡിനോട് ഉത്തരവിട്ടു.

ജാങ്കിഡിനും തനിക്കും മുൻവിരോധം ഉള്ളതിനാൽ വേറെ വിചാരണ അധികാരിയെ നിയമിക്കണമെന്ന് പൊൻ. മാണിക്കവേൽ അപേക്ഷിച്ചു. ഇത് ഹൈക്കോടതി നിരാകരിച്ചു. ഇതിനെ എതിർത്ത് പൊൻ. മാണിക്കവേൽ സുപ്രീം കോടതിയിൽ അപ്പീൽ കൊടുത്ത് സ്റ്റേ ഓർഡർ വാങ്ങി. പിന്നീട്, അദ്ദേഹത്തിന്റെ മേൽ അഴിമതി ഉൾപ്പടെ 20 കുറ്റങ്ങൾ ചാർത്തി, വിജിലൻസ് വകുപ്പ് അന്വേഷിക്കാൻ തമിഴ്നാട് സർക്കാർ ഉത്തരവിട്ടു. ഇത് അന്വേഷിച്ച വിജിലൻസ് ഡയറക്ടർ ചില കുറ്റാരോപണങ്ങൾക്ക് അടിസ്ഥാനം ഉണ്ടെന്ന് പറഞ്ഞതിനൊപ്പം, പൊൻ മാണിക്കവേലിന്റെ മേൽ വകുപ്പ് രീതിയിലുള്ള വിചാരണ നിർദ്ദേശിച്ചു. തന്റെ റിപ്പോർട്ടനുസരിച്ച് പൊൻ. മാണിക്കവേലിന്റെ കുറ്റാരോപണ ഉത്തരവിന് എതിരായി സെൻട്രൽ അഡ്മിനിസ്ട്രേറ്റീവ് ട്രിബ്യൂണലിൽ അപ്പീൽ കൊടുത്ത്, അത് റദ്ദ് ചെയ്യാനുള്ള ഉത്തരവ് കൈപ്പറ്റി. അതിനെ എതിർത്ത് തമിഴ്നാട് സർക്കാർ ഫയൽ ചെയ്ത റിട്ട് ഹർജിയെ ഹൈക്കോടതിയിലെ രണ്ട് ജസ്റ്റിസുമാരുടെ ബഞ്ച് തള്ളിക്കളഞ്ഞു. സംഭവം നടന്ന് പത്ത് വർഷം കഴിഞ്ഞ് പൊൻ. മാണിക്കവേലിനെതിരായ കുറ്റാരോപണങ്ങൾ തെറ്റാണെന്ന് വിധിക്കപ്പെട്ടു.

എന്തായാലും 1990 കളിൽ ഹൈക്കോടതിയിലേക്ക് എൻകൗണ്ടറും ലോക്കപ്പ് മർദ്ദനങ്ങളുംമൂലം കൊണ്ടുവരപ്പെട്ട കേസുകൾ തെളിയുന്ന പക്ഷം നഷ്ടപരിഹാരം കൊടുക്കുന്നത് പ്രായോഗികമാണെന്ന് വന്നു. ഈ സാഹചര്യത്തിലാണ്, ഞാൻ ഹൈക്കോടതി ജസ്റ്റിസായി പദവിയിലെത്തിയത്. നിയമനം ലഭിച്ച രണ്ടാഴ്ചയ്ക്കുള്ളിൽ ചീഫ് ജസ്റ്റിസ് എ പി ഷായുമൊത്തുള്ള രണ്ട് ജസ്റ്റിസുമാരുടെ ബഞ്ചിൽ ഒരു കേസ് വന്നു. ചീരാളന്റെ അമ്മ ഭാഗ്യം ദുരൈച്ചാമി കൊടുത്ത നഷ്ടപരിഹാര കേസായിരുന്നു അത്.

വട ആർക്കാട്ടിലെ പൊന്നേരി എന്ന ഒരു ഗ്രാമം. 1976 ൽ തമിഴ്നാട് സർക്കാർ കൃഷിപ്പണിക്ക് അനുവദിച്ച കുറഞ്ഞ വേതനം നൽകണം എന്ന് ആവശ്യപ്പെട്ട് അവിടെയുള്ള കൃഷിപ്പണിക്കാർ സമരം ചെയ്തു. അവരെ ഒരുമിപ്പിച്ച് സമരത്തിന് നേതൃത്വം നൽകിയത് ചീരാളൻ ആയിരുന്നു. 20 വയസ്സ് പോലുമാകാത്ത ചെറുപ്പക്കാരൻ. അവിടെയുള്ള ഭൂവുടമകളുടെ നിർബന്ധത്തിൽ പൊലീസുകാർ അയാളെ അറസ്റ്റ് ചെയ്ത് മർദ്ദിച്ചു.

കാളവണ്ടിയുടെ നുകത്തണ്ട് ചീരാളന്റെ കഴുത്തിൽ വച്ച് കെട്ടി പീഡിപ്പിച്ചു. പൊലീസുകാർ മൃതപ്രാണനാക്കിയ ചീരാളൻ ചികിത്സ കിട്ടാതെ മരിച്ചുപോയി. ചീരാളൻ ഒരു നക്സലേറ്റ് ആണെന്നും അറസ്റ്റ് ചെയ്യാൻ പോയ സ്ഥലത്തുവച്ച് അയാൾ ആക്രമിച്ചതിനാൽ പൊലീസുകാർ സ്വയരക്ഷയ്ക്കായി മർദ്ദിച്ചപ്പോൾ മരിച്ചുപോയെന്നും പുതിയ കഥകൾ പൊലീസ് വകുപ്പ് ഉണ്ടാക്കി. മരിച്ച ചീരാളന്റെ മൃതശരീരം പോസ്റ്റ്മോർട്ടം റിപ്പോർട്ട് പരിശോധിച്ച അന്നത്തെ തിരുപ്പത്തൂർ സബ് കളക്ടർ പൊലീസ് വകുപ്പിനെ രൂക്ഷമായി വിമർശിച്ചു. കാശിനാഥൻ, രാമസ്വാമി, ശിവലിംഗം എന്നീ മൂന്ന് പൊലീസുകാർ ചീരാളനെ മർദ്ദിച്ച് കൊന്ന്, അതിനെ മൂടിവയ്ക്കാൻ ശ്രമിച്ച പൊലീസുകാർക്കെതിരെയും അതിനായി അവർക്കൊപ്പം തുണ പോയ ഡെപ്യൂട്ടി സൂപ്രണ്ട്, ഇൻസ്പെക്ടർമാർ എന്നിവർക്ക് നേരേയും നടപടി ശുപാർശ ചെയ്തു.

സബ് കളക്ടറിന്റെ റിപ്പോർട്ട് (1977) അനുസരിച്ച് നടപടി എടുക്കാത്ത സർക്കാർ, പിന്നീട് എസ് പി ശ്രീനിവാസൻ, ഇ എ പി (റവന്യൂ ബോർഡ് മെംബർ) എന്നിവരോട് അന്വേഷിക്കാൻ ഉത്തരവിട്ടു. അവരും അന്വേഷണം നടത്തി സർക്കാരിന് റിപ്പോർട്ട് സമർപ്പിച്ചു. സബ് കളക്ടറുടെ റിപ്പോർട്ട് ഉപയോഗിച്ച് അവർ, ബന്ധപ്പെട്ട പൊലീസുകാർക്കെതിരെ കൊലക്കുറ്റത്തിന് കേസെടുക്കാൻ ഉത്തരവിട്ടു. പൊലീസുകാർക്കെതിരായ കൊലക്കേസ് വേലൂർ സെഷൻസ് കോടതിയിൽ നടന്നു. എന്നാൽ, കേസ് നടത്തിയ ജില്ലാ ജഡ്ജി പൊലീസുകാരുടെ വാദം കേട്ട് അവരെ വെറുതെ വിട്ടു. പൊലീസുകാർ സ്വയരക്ഷയ്ക്കായി എടുത്ത ശ്രമത്തിൽ ചീരാളൻ മരിച്ചുപോയതായി വിധിക്കപ്പെട്ടു (1979). ഇതിനെ എതിർത്ത് ചീരാളന്റെ അമ്മ ഭാഗ്യം കൊടുത്ത റിവിഷൻ പെറ്റീഷൻ തള്ളപ്പെട്ടു (1986).

തളർന്ന് പോയ ഭാഗ്യം, തന്റെ മകൻ ചീരാളനെ മർദ്ദിച്ച് കൊന്ന പൊലീസുകാരുടെ നടപടിക്ക് തമിഴ്നാട് സർക്കാർ നഷ്ടപരിഹാരം തരണമെന്ന് കേസ് കൊടുത്തു (1984). ഈ കേസ് 10 വർഷങ്ങൾ കഴിഞ്ഞ് വിചാരണയ്ക്കെത്തി. കേസ് ജസ്റ്റിസ് പി എസ് മിശ്ര വിചാരണ ചെയ്തു. പൊലീസുകാർക്കെതിരെയുള്ള ക്രിമിനൽ കേസ് തള്ളിക്കളഞ്ഞ വിധി കാണിച്ച്, നഷ്ടപരിഹാരം നിഷേധിക്കാൻ സാധിക്കില്ലെന്നും, സർക്കാർ നിയമിച്ച ശ്രീനിവാസം ഇ എ പിയുടെ അന്വേഷണ റിപ്പോർട്ടിൽ ചീരാളന് നേരെ നടത്തിയ ക്രൂരതകൾ വ്യക്തമായി പട്ടികയിട്ടിട്ടുണ്ടെന്നും, അദ്ദേഹത്തിന്റെ നിർദ്ദേശങ്ങളെ സർക്കാർ അംഗീകരിച്ച ശേഷമാണ്

കേസ് തുടർന്നതെന്നതിനാൽ ചട്ടമനുസരിച്ചും ധാർമ്മികത അനുസരിച്ചും സർക്കാർ നഷ്ടപരിഹാരം കൊടുക്കാൻ കടമപ്പെട്ടിരിക്കുന്നു എന്നും, അതുകൊണ്ട് ഭാഗ്യം ആവശ്യപ്പെട്ടതുപോലെ ഒരു ലക്ഷം രൂപ നഷ്ട പരിഹാരം കൊടുക്കണം; ആ തുക ബാങ്കിൽ നിക്ഷേപിച്ച് അതിൽ ലഭി ക്കുന്ന പലിശ ഭാഗ്യത്തിന് മാസം 1000 രൂപയിൽ കുറയാതെ നൽകണ മെന്നും അദ്ദേഹം ഉത്തരവിട്ടു.

എന്നാൽ 10 വർഷം കഴിഞ്ഞിട്ടും ആ നഷ്ടപരിഹാരത്തുക ഭാഗ്യ ത്തിന് കൊടുത്തില്ല. തളരാതെ പോരാടിയ ഭാഗ്യം, തനിക്കുള്ള നഷ്ട പരിഹാരം കുറവാണെന്ന് പറഞ്ഞ് അപ്പീൽ കൊടുത്തു (2005). ഈ കേസ്, എ പി ഷായും ഞാനും അടങ്ങിയ ബഞ്ചിന്റെ മുന്നിൽ വിചാര ണയ്ക്ക് വന്നു. കേസ് വിചാരണ കഴിഞ്ഞ് വിധി എഴുതുന്ന ചുമതല എനിക്ക് കിട്ടി. തന്റെ പരാതികളിൽ ഒരു ലക്ഷം രൂപ നഷ്ടപരിഹാരം മാത്രമേ ഭാഗ്യം ചോദിച്ചിരുന്നുള്ളൂ എന്നതിനാൽ, ഞങ്ങൾക്ക് നഷ്ടപരി ഹാരത്തുക കൂട്ടിക്കൊടുക്കാൻ സാധിച്ചില്ല. എങ്കിലും, 1994 ൽ ഒരു ലക്ഷം രൂപ ബാങ്കിൽ സ്ഥിരനിക്ഷേപം ചെയ്യണം എന്ന് പ്രത്യേക ജസ്റ്റിസ് ഉത്ത രവിട്ടിട്ടും ആ വിധി അനുസരിക്കാത്ത സർക്കാരിന്റെ അലക്ഷ്യപരമായ പ്രവർത്തിക്ക്, താമസം വന്ന നഷ്ടപരിഹാരത്തുക പലിശയടക്കം ചേർത്ത് 12 വർഷത്തെ താമസത്തിനുള്ള 120000 രൂപ ചേർത്ത് കൊടുക്കണം; അങ്ങനെ മൊത്തം 2.2 ലക്ഷം രൂപ ഭാഗ്യത്തിന് കൊടുക്കണം എന്ന് ഞാൻ വിധിയിൽ പറഞ്ഞു.

അടുത്ത വിചാരണയ്ക്ക് വന്ന കേസ് തിരുനമ്പി പാണ്ഡ്യൻ പൊലീ സുകാരാൽ മർദ്ദിക്കപ്പെട്ട് ആത്മഹത്യ ചെയ്ത കേസായിരുന്നു. പാണ്ഡ്യൻ വ്യാസർപാടിയിലെ ഒരു പച്ചക്കറിക്കടയിൽ സഹായിയായി രുന്നു. അയാൾക്ക് ശരൺരാജ് എന്നൊരു സുഹൃത്ത് ഉണ്ടായിരുന്നു. അവനെ ഒരു മോഷണക്കേസിൽ പൊലീസ് തേടിവന്നു. ഒരു ദിവസം പാണ്ഡ്യനേയും കേസുമായി ബന്ധപ്പെട്ട് ചോദ്യം ചെയ്യലിന് കൂട്ടിക്കൊ ണ്ടുപോയി. അയാളെ നാല് ദിവസങ്ങൾ കഴിഞ്ഞ് അറസ്റ്റ് ചെയ്തതായി എഴുമ്പൂർ ജുഡീഷ്യൽ ജഡ്ജിയുടെ മുന്നിൽ ഹാജരാക്കി. മോഷണ ക്കേസിൽ അയാൾ കുറ്റവാളിയായി കാണിച്ചതിനാൽ കോടതി പതിനഞ്ച് ദിവസങ്ങൾക്ക് വിചാരണ തടവുകാരനായി ചെന്നൈ സെൻട്രൽ ജയിലിലേക്ക് അയച്ചു. അതിന് ശേഷമാണ് പാണ്ഡ്യൻ എന്ന ട്രാൻസ് ജന്ററിന്റെ ദുഃഖകഥ തുടങ്ങുന്നത്.

ജയിലിൽ എത്തിയയുടൻ തന്നെ ചില തടവുകാർ പാണ്ഡ്യനെ തങ്ങളുടെ ലൈംഗിക ആവശ്യങ്ങൾക്കായി ഉപയോഗിക്കാൻ തുടങ്ങി. ഒരു ദിവസമല്ല, രണ്ട് ദിവസമല്ല, പല ദിവസങ്ങൾ. പല ജയിൽ മൃഗങ്ങൾ അയാളെ ഉപയോഗിച്ചു. വേദന സഹിക്കാൻ കഴിയാതെ പാണ്ഡ്യൻ പുളഞ്ഞു. കാണാൻ വന്ന തന്റെ ചേച്ചി ജയലക്ഷ്മിയോട്, എങ്ങനെ യെങ്കിലും തന്നെ ജാമ്യത്തിൽ പുറത്തെത്തിക്കണമെന്നും ചെലവിനെപ്പറ്റി പേടിക്കണ്ടെന്നും കേണപേക്ഷിച്ചു. 18 വയസ്സ് പോലും കഴിയാത്ത തന്റെ

സഹോദരന് ഉണ്ടായ ക്രൂരതകൾ കേട്ട ജയലക്ഷ്മി, കടം വാങ്ങി വക്കീലിന് വലിയ തുക ഫീസ് ആയി നൽകി ജാമ്യം നേടി.

ജാമ്യത്തിൽ ഇറങ്ങിയ പാണ്ഡ്യൻ വ്യാസർപാടി പൊലീസ് സ്റ്റേഷനിൽ ദിവസവും രാവിലെ പത്ത് മണിക്ക് നേരിൽ ചെന്ന് ഒപ്പിടണമെന്ന നിബന്ധന വിധിച്ചിരുന്നു. പാണ്ഡ്യന്റെ രണ്ടാമത്തെ കഷ്ടകാലം ആരംഭിച്ചു. മുമ്പ് തന്നെ ലൈംഗിക അതിക്രമങ്ങളെ അനുഭവിച്ചയാൾക്ക് വീണ്ടും അതേ ക്രൂരതകൾ തുടങ്ങി. വ്യാസർപാടി പൊലീസ് സ്റ്റേഷനിലേക്ക് രാവിലെ എട്ട് മണിക്ക് പോയ പാണ്ഡ്യനെ, പൊലീസുകാർ രാത്രി പതിനൊന്ന് മണി വരെ ഇരുത്തി, തങ്ങളുടെ ലൈംഗിക അഭിലാഷങ്ങളെ മൃഗീയമായി തീർത്തുകൊണ്ടിരുന്നു.

ദിവസവും രാവിലെ പോകുന്ന പാണ്ഡ്യൻ രാത്രി വളരെ വൈകി തിരിച്ചുവരുന്നത് കണ്ട് ചോദ്യം ചെയ്ത അയാളുടെ അമ്മയെ തിരിച്ചയച്ചു. ആ ക്രൂരതകളെക്കുറിച്ച് ചോദിക്കാൻ ചെന്ന ചേച്ചി ജയലക്ഷ്മിയേയും വിരട്ടിയോടിച്ചു.

ലൈംഗിക അതിക്രമങ്ങൾ താങ്ങാൻ കഴിയാത്ത പാണ്ഡ്യൻ രണ്ട് ദിവസം പൊലീസ് സ്റ്റേഷനിലേക്ക് പോയില്ല. അവനെ ഭീഷണിപ്പെടുത്തി കൊണ്ടുപോയ പൊലീസുകാർ, ജാമ്യം റദ്ദ് ചെയ്ത് ജയിലിലേക്ക് അയയ്ക്കുമെന്ന് അയാളെ വിരട്ടി. പാണ്ഡ്യൻ, വീണ്ടും ലൈംഗിക അതിക്രമത്തിന് ഇരയാകാൻ കഴിയാതെ ജീവനൊടുക്കാൻ തീരുമാനിച്ചു.

12.6.2006 ന് കടയിലേക്ക് പോയി മണ്ണെണ്ണ വാങ്ങി പൊലീസ് സ്റ്റേഷനിലേക്ക് ചെന്ന് അവിടെവച്ച് അത് തന്റെ ദേഹത്തൊഴിച്ച് തീകൊളുത്തി. 35% തീപ്പൊള്ളലുമായി സ്റ്റാൻലി ആശുപത്രിയിൽ പ്രവേശിപ്പിക്കപ്പെട്ട പാണ്ഡ്യൻ, പിന്നീട് കീഴ്പ്പാക്കം ആശുപത്രിയിലേക്ക് കൊണ്ടുപോകപ്പെട്ടു. കൂനിന്മേൽ കുരുപോലെ പാണ്ഡ്യന് നേരെ ആത്മഹത്യാ ശ്രമത്തിനായുള്ള കേസ് രണ്ടാമത്തെ കേസായി ഫയൽ ചെയ്തു പൊലീസുകാർ.

പതിനേഴ് ദിവസം ചികിത്സ ഒന്നും ഫലിക്കാതെ 29.6.2006 ന് ആശുപത്രിയിൽ വച്ച് പാണ്ഡ്യന്റെ ജീവൻ പൊലിഞ്ഞു. അയാളുടെ ജീവൻ ഊഞ്ഞാലാടുമ്പോൾ അവിടെയുള്ള ഡോക്ടറുടെ ആവശ്യമനുസരിച്ച്, ഇരുപത്തിമൂന്നാം ജുഡീഷ്യൽ നടുവൻ പാണ്ഡ്യന്റെ മരണമൊഴി രേഖപ്പെടുത്തി. ഇതിനിടയിൽ തങ്ങൾക്ക് ആപത്ത് വരരുത് എന്ന ലക്ഷ്യത്തോടെ പാണ്ഡ്യനിൽനിന്നും വെള്ളക്കടലാസിൽ ഒപ്പുകൾ വാങ്ങാനുള്ള പൊലീസുകാരുടെ ആലോചന ഡോക്ടർമാർ തടുത്തു.

ഒരാൾ മരണം കാത്തിരിക്കുമ്പോഴോ അല്ലെങ്കിൽ മരണത്തിനോട് അടുത്തിരിക്കുമ്പോഴോ പറയുന്ന മൊഴിയിൽ ഉള്ള കാര്യങ്ങൾ സത്യമായി കരുതപ്പെടും. മരണത്തിനെ പ്രതീക്ഷിക്കുന്ന ഒരാൾ നുണ പറയില്ല. അങ്ങനെയുള്ള മൊഴിയെ സാക്ഷിയായി എടുക്കാമെന്ന് ഇന്ത്യൻ തെളിവുനിയമം പറയുന്നു.

പാണ്ഡ്യന് സംഭവിച്ച ലൈംഗിക ക്രൂരതകൾ അല്ലെങ്കിൽ അയാൾ

തീകൊളുത്താൻ ശ്രമിച്ചതോ നേരിൽ കണ്ട സാക്ഷികൾ ആരും സത്യം പറയാൻ മുന്നോട്ട് വന്നില്ല. കൂടപ്പിറപ്പിനെ നഷ്ടപ്പെട്ട ജയലക്ഷ്മി നവംബർ മാസം ഹൈക്കോടതിയിൽ പാണ്ഡ്യനുണ്ടായ ക്രൂരതകൾക്ക് ഉത്തരവാദികളായ കുമാർ, രവി, സമ്പത്ത് എന്നീ പൊലീസുകാർക്കും സബ് ഇൻസ്പകൂർമാരായ ചിന്നപാണ്ടി, തിരുനാവുക്കരശു, സ്റ്റേഷൻ റൈറ്റർ രാജേന്ദ്രൻ എന്നിവർക്കെതിരേ നടപടി എടുക്കണമെന്ന് സർക്കാർ ഉത്തരവിടാനും പൊലീസ് സ്റ്റേഷനിലെ ക്രൂരതകൾ കാരണം തീകൊളുത്തിയ പാണ്ഡ്യന്റെ ജീവന് നഷ്ടപരിഹാരം ചോദിച്ചും പരാതി ഫയൽ ചെയ്തു (2006). ആ പരാതി ചീഫ് ജസ്റ്റിസ് എ പി ഷായും ഞാനും അടങ്ങിയ ബഞ്ചിൽ വിചാരണയ്ക്ക് വന്നു.

ഇതിനുള്ളിൽ *നവീന നെട്രികൾ* എന്ന പത്രം, അന്ന് 'ചെന്നൈ പൊലീസ് സ്റ്റേഷനിൽ ട്രാൻസ്ജന്ററിന് ഉണ്ടായ ക്രൂരത' എന്ന തലക്കെട്ടിൽ വാർത്ത കൊടുത്തിരുന്നു (10.11.2006). പാണ്ഡ്യൻ കൊടുത്ത മരണമൊഴി പൊലീസുകാർ ഒളിപ്പിക്കാൻ നോക്കുന്നു എന്ന് ആ വാർത്തയിൽ പറഞ്ഞിരിക്കുന്ന വിവരം പങ്കുവയ്ക്കാൻ ആ പത്രത്തിന്റെ എഡിറ്ററോട് ഞങ്ങൾ ഉത്തരവിട്ടു. നടന്ന സംഭവങ്ങളെ നിഷേധിച്ച് പൊലീസ് വകുപ്പ് എതിർ ഹർജി ഫയൽ ചെയ്തു. തീകൊളുത്തിയ സംഭവം പൊലീസ് സ്റ്റേഷനിൽ നടന്നിട്ടില്ലെന്നും അവർ പറഞ്ഞു.

രണ്ട് ഭാഗത്ത് നിന്നും ഫയൽ ചെയ്യപ്പെട്ട ഹർജികളിൽ സംഭവത്തിനെപ്പറ്റി നേരെ എതിരായ കാര്യങ്ങൾ പറഞ്ഞിരുന്നതിനാൽ ഞങ്ങൾ ഒരു ജില്ലാ ജഡ്ജിയെക്കൊണ്ട് സത്യം കണ്ടറിയാൻ ശ്രമിച്ചു. ജില്ലാ ജഡ്ജിയുടെ റിപ്പോർട്ട് 16.2.2007 ൽ സമർപ്പിക്കപ്പെട്ടു. ഇതിനുള്ളിൽ ഞാൻ മധുര ശാഖയിലേക്ക് സ്ഥലം മാറ്റപ്പെട്ടതിനാൽ കേസ് മറ്റൊരു ബഞ്ച് വിചാരണ ചെയ്തു. ആ ബഞ്ച്, പാണ്ഡ്യന് പൊലീസുകാരിൽനിന്നും ഉണ്ടായ പീഡനത്തിന് വകുപ്പ് മുറയിൽ നടപടി എടുക്കാൻ നിർദ്ദേശിച്ചതിനൊപ്പം, ജയലക്ഷ്മിക്ക് അഞ്ച് ലക്ഷം രൂപ നഷ്ടപരിഹാരം കൊടുക്കാനും ഉത്തരവിട്ടു.

ജസ്റ്റിസ് പി കെ മിശ്രയും ഞാനും ചേർന്ന് വിചാരണ ചെയ്ത, കാളിത്തായ് കൊടുത്ത കേസ് കുറച്ചുകൂടി ക്രൂരമാണ്. കാളിത്തായും അവളുടെ ഭർത്താവ് മാരിച്ചാമിയും കൂലിവേല ചെയ്താണ് ജീവിച്ചിരുന്നത്. തിരുനെൽവേലി ജില്ലയിലെ നെൽകട്ടും ചെവൽ ഗ്രാമത്തിൽ താമസിക്കുന്നു. വാസുദേവനെല്ലൂരിലുള്ള പൊലീസ് ഇൻസ്പെക്ടർ, മാരിച്ചാമി, രാമർ, മുരുകയ്യ എന്നീ മൂന്ന് പേരേയും അറസ്റ്റ് ചെയ്ത് (16.9.1998) ശങ്കരൻകോവിൽ പൊലീസ് സ്റ്റേഷനിലേക്ക് രാവിലെ 9.30 ന് കൊണ്ടുപോയി. അവിടെ സ്റ്റേഷൻ റൈറ്ററുടെ മുറിയിൽ അവരോട് വിചാരണയ്ക്കായി കാത്തിരിക്കാൻ പറഞ്ഞു. പൊലീസ് സ്റ്റേഷൻ രേഖകളിൽ അവരുടെ അറസ്റ്റ് രജിസ്റ്റർ ചെയ്തിട്ടില്ല. അൽപ്പനേരം കഴിഞ്ഞ് കക്കൂസിലേക്ക് പോയ മാരിച്ചാമി തിരിച്ച് വന്നില്ല. പുറത്ത് പോയ ഇൻസ്പെക്ടർ ഉച്ചയ്ക്ക് 12 മണിക്ക് തിരിച്ചുവന്നപ്പോൾ മാരിച്ചാമി കക്കൂ

സിൽ മരിച്ച് കിടക്കുന്നതായി റൈറ്റർ അറിയിച്ചു. മാരിച്ചാമി ധരിച്ചിരുന്ന ലുങ്കി കക്കൂസിന്റെ മുകളിലുള്ള കമ്പിയിൽ കെട്ടി തൂങ്ങി മരിച്ചത്രേ!

പൊലീസ് സ്റ്റേഷനിലെ മരണം ആയതുകൊണ്ട്, പൊലീസ് വകുപ്പ് ഉത്തരവ് 145 അനുസരിച്ച് തഹസീൽദാർക്ക് വിവരം അറിയിച്ചു. അന്വേഷണം നടത്തിയതിനുശേഷം പൊലീസുകാർ അസഭ്യം പറഞ്ഞതുകൊണ്ട് മനസ്സ് തളർന്ന മാരിച്ചാമി ആത്മഹത്യ ചെയ്തെന്ന് തഹസീൽദാർ കൊടുത്ത റിപ്പോർട്ട് ജില്ലാ കളക്ടർ സർക്കാരിന് അയച്ചു.

ഭർത്താവിനെ നഷ്ടപ്പെട്ട കാളിത്തായ്, തന്റെ ഭർത്താവിന്റെ മരണത്തിന് നീതി തേടി ചെന്നൈ ഹൈക്കോടതിയിലെ ചീഫ് ജസ്റ്റിസിന് ഒരു കത്തയച്ചു. ആ കത്ത്, ഹർജി ആയി ഫയൽ ചെയ്ത് അന്വേഷിക്കാൻ ചീഫ് ജസ്റ്റിസ് ഉത്തരവിട്ടു. സർക്കാരിനും നോട്ടീസ് അയയ്ക്കപ്പെട്ടു. ഹൈക്കോടതി കേസിന് സഹായിക്കാനായി ഒരു വക്കീലിനെ നിയമിച്ചു. കേസ് ഫയൽ ചെയ്ത് ഏഴ് വർഷങ്ങൾ കഴിഞ്ഞ്, ആ കേസ് വിചാരണയ്ക്ക് വന്നപ്പോൾ, നിയമിക്കപ്പെട്ട വക്കീൽ വരാത്തതിനാൽ കേസ് രണ്ട് ജസ്റ്റിസുമാരുടെ ബഞ്ച് തള്ളിക്കളഞ്ഞു (13.6.2006).

ഇതൊന്നും അറിയാത്ത കാളിത്തായ് ദേശീയ മനുഷ്യാവകാശ കമ്മീഷന് ഒരു പരാതി അയച്ചു. ഇതിനിടയിൽ, തഹസീൽദാരുടെ റിപ്പോർട്ട് പരിഗണിച്ച സർക്കാർ 4.2.2000 ന് ഒരു ഉത്തരവ് പുറത്തിറക്കി. മാരിച്ചാമി ആത്മഹത്യ ചെയ്തതാണെങ്കിലും, അറസ്റ്റ് ചെയ്ത പൊലീസ് അയാളുടെ അറസ്റ്റ് വിവരം രേഖപ്പെടുത്താത്തതിനാലും, ലുങ്കിയുമായി കക്കൂസിലേക്ക് അയച്ചത് ആത്മഹത്യ ചെയ്യാൻ ഹേതുവായതിനാൽ, ശ്രദ്ധക്കുറവ് കൊണ്ടാണ് ആ സംഭവം നടന്നതെന്നും പറഞ്ഞ് പൊലീസുകാരായ വിജയരാഘവൻ, കോട്ടൈച്ചാമി, സമുദ്രവേൽ, വെങ്കടാചലം, കാശി പാണ്ഡ്യൻ, ചോലൈചാമി എന്നിവർക്കെതിരെ വകുപ്പുതല നടപടികൾ എടുക്കാൻ പൊലീസ് വകുപ്പ് തലവന് ഉത്തരവ് കൊടുത്തു. തിരുനെൽവേലി ജില്ലാ പൊലീസ് സൂപ്രണ്ട് ആ പൊലീസുകാർക്കെതിരെ വകുപ്പ് നടപടികൾ എടുത്ത്, നാല് പേർക്ക് മാത്രം ശമ്പളം പിടിക്കൽ പോലെയുള്ള ചെറിയ ശിക്ഷകൾ വിധിച്ച് കൈകഴുകി.

ദേശീയ മനുഷ്യാവകാശ കമ്മീഷൻ കൊടുത്ത അന്വേഷണ റിപ്പോർട്ടിന് മറുപടി പറഞ്ഞ തമിഴ്നാട് സർക്കാർ, പൊലീസുകാർക്കെതിരെ ശ്രദ്ധക്കുറവിന് വകുപ്പുതല നടപടി എടുത്തതായി പറഞ്ഞ്, സമിതിയുടെ നടപടികളും മുടക്കി. ഈ നടപടികളെപ്പറ്റി അറിഞ്ഞിരുന്ന കാളിത്തായ്, തന്റെ ഭർത്താവ് മാരിച്ചാമിയുടെ മരണത്തിന് നഷ്ടപരിഹാരം വേണമെന്ന് ആവശ്യപ്പെട്ട് വീണ്ടും റിട്ട് ഹർജി ഫയൽ ചെയ്തു (1999). ഈ ഹർജി 8 വർഷങ്ങൾ കഴിഞ്ഞ് എന്റെയടുത്ത് വിചാരണയ്ക്ക് വന്നു. മുമ്പ് തന്നെ അവർ അയച്ച കത്ത് കേസായി കരുതപ്പെട്ട്, രണ്ട് ജസ്റ്റിസുമാരുടെ ബഞ്ച് (ex-parte) ആയി തള്ളിക്കളഞ്ഞതിനാൽ, എനിക്ക് അവരുടെ നഷ്ടപരിഹാരക്കേസ് വിചാരണ ചെയ്യാൻ കഴിയാത്ത അവസ്ഥയുണ്ടായി. അതുകൊണ്ട്, ഞാൻ ചീഫ്

ജസ്റ്റിസിന് കുറിപ്പെഴുതി, തള്ളിക്കളഞ്ഞ കേസ് വീണ്ടും വിചാരണയ്ക്ക് ഉത്തരവിടണമെന്ന് അപേക്ഷിച്ചു. അതിന് ശേഷമാണ് 2006 ൽ തള്ളിക്കളഞ്ഞ ആ കേസിന് വീണ്ടും ജീവൻ വച്ച്, ജസ്റ്റിസ് പി കെ മിശ്രയും ഞാനും അടങ്ങിയ ബഞ്ചിൽ വിചാരണയ്ക്കെത്തിയത്.

മാരിച്ചാമി ആത്മഹത്യ ചെയ്തതിനാൽ അയാൾക്ക് 1998 ലെ സർക്കാർ ഉത്തരവ് പ്രകാരം നഷ്ടപരിഹാരം കൊടുക്കാൻ നിയമത്തിൽ വഴിയില്ല എന്ന് സർക്കാർ മറുപടി ഫയൽ ചെയ്യപ്പെട്ടു. ഇതിനെ നിഷേധിച്ച ഞങ്ങൾ, പ്രവർത്തി വളരെ വിമർശനാത്മകമാണെന്നും, പൊലീസ് പിടിയിലായിരുന്നപ്പോൾ മരിച്ചതിനാൽ, അതിന്റെ മുഴുവൻ ഉത്തരവാദിത്വവും അവർക്കാണെന്നും, തമിഴ്നാട് സർക്കാർ തന്നെ അതിനെ പൊലീസിന്റെ അനാസ്ഥയാണെന്ന് പറഞ്ഞ് അന്വേഷിച്ച്, ശിക്ഷ നൽകിയതിനാൽ സംഭവത്തിന്റെ ഉത്തരവാദിത്വം ഏറ്റെടുത്ത് മാരിച്ചാമിയുടെ മരണത്തിന് കാളിത്തായ്ക്ക് രണ്ട് ലക്ഷം രൂപ നഷ്ടപരിഹാരം നൽകണമെന്നും ഞങ്ങൾ ഉത്തരവിട്ടു.

കാളിത്തായ്ക്ക് നഷ്ടപരിഹാരം കൊടുക്കാനായി ഉത്തരവ് പുറത്തിറക്കി. നഷ്ടപരിഹാരമായി കൊടുക്കപ്പെട്ട രണ്ട് ലക്ഷം രൂപയ്ക്ക് മാരിച്ചാമിയെ ലോക്കപ്പിൽ വച്ചിരുന്നതിന് നാല് പൊലീസുകാർ ഉത്തരവാദികളാണെന്നും, അവരുടെ ശമ്പളത്തിൽനിന്നും ആ തുക തവണ മുറയിൽ പിടിക്കണമെന്നും സർക്കാർ ഉത്തരവിട്ടു. അതിനെ എതിർത്ത് ആ നാല് പേരിൽ എസ് വെങ്കടാചലം എന്ന പൊലീസുകാരൻ മാത്രം മധുര ശാഖയിൽ റിട്ട് ഹർജി ഫയൽ ചെയ്തു. എന്റെ ബഞ്ചിന്റെ മുന്നിൽ അത് വിചാരണയ്ക്ക് വന്നപ്പോൾ, 'മനുഷ്യാവകാശം മറികടന്നതിനെ ആ പൊലീസുകാരന് തള്ളിക്കളയാൻ സാധിക്കില്ല' എന്ന് പറഞ്ഞ് ആ ഹർജി തള്ളിക്കളഞ്ഞു.

മനുഷ്യാവകാശ കമ്മീഷന് രൂപംകൊടുത്തതിന് ശേഷവും നേരെ ഹൈക്കോടതിയിൽ, പൊലീസ് ആക്രമണത്തിന് എതിരായ നഷ്ടപരിഹാരം ചോദിച്ച് പല കേസുകളും ഉണ്ടായി. അവയിൽ ചിലത് ഇവിടെ നോക്കാം.

രാജാറാം ഒരു കെട്ടിടത്തൊഴിലാളി ആയിരുന്നു. പല്ലാവരത്തിൽ അയാൾ കള്ളച്ചാരായം വിറ്റതിന് പൊലീസ് അയാളെ സ്റ്റേഷനിലേക്ക് കൊണ്ടുപോയി, ലോക്കപ്പ് മർദ്ദനത്തിൽ മരിച്ചു. തഹസിൽദാർ അന്വേഷണം നടത്തിയതിൽ മരണപ്പെട്ട തടവുകാരന്റെ ശരീരത്തിൽ പല പരിക്കുകളും ഉണ്ടായതായി കണ്ടെത്തി. അയാൾ മരിച്ചതിന്റെ കാരണമായി പൊലീസ് ഉദ്യോഗസ്ഥരുടെ മേൽ വകുപ്പുതലത്തിലുള്ള നടപടി എടുക്കാൻ അദ്ദേഹം നിർദ്ദേശിച്ചു. അതനുസരിച്ച്, പൊലീസ് അധികാരികളുടെ മേൽ വകുപ്പുതല അന്വേഷണത്തിന് ഉത്തരവിട്ടതിനൊപ്പം, രാജാറാമിനെപ്പറ്റി രേഖകളിൽ ചേർക്കപ്പെടാതെ വിചാരണ തടവുകാരനായി വയ്ക്കപ്പെട്ടിരുന്നതായും സർക്കാർ പറഞ്ഞു.

വകുപ്പുതലത്തിലുള്ള നടപടി കൈവിട്ട് പൊലീസുകാർക്ക് അവ

രുടെ ശമ്പളം വെട്ടിക്കുറച്ച് ശിക്ഷ നൽകിയതോടെ അവർ ഫയൽ അടച്ചു. രാജാറാം ആത്മഹത്യ ചെയ്തതിനാൽ, നടപ്പിൽ ഉണ്ടായിരുന്ന സർക്കാർ ഉത്തരവ് പ്രകാരം നഷ്ടപരിഹാരം ഒന്നും കൊടുക്കേണ്ട തില്ലെന്ന് സർക്കാർ പറഞ്ഞു. ഈ അവസ്ഥയിലാണ്, രാജാറാമിന്റെ ഭാര്യ രാജാമണി ഹൈക്കോടതിയിൽ നഷ്ടപരിഹാരം ആവശ്യപ്പെട്ട് റിട്ട് ഹർജി ഫയൽ ചെയ്തത്. ഈ കേസ് വിചാരണ ചെയ്ത ഞാൻ, യാതൊരു രേഖകളും ഇല്ലാതെ നിയമവിരുദ്ധമായി രാജാറാമിനെ അറസ്റ്റ് ചെയ് തതിനാലും, കസ്റ്റഡിയിൽ ഉള്ളപ്പോൾ ഈ മരണം സംഭവിച്ചതിനാലും സർക്കാർ അഞ്ച് ലക്ഷം രൂപ നഷ്ടപരിഹാരം നൽകണം; ആ തുക സർ ക്കാർ കൊടുത്ത്, പിന്നീട് ഇതിന് ഉത്തരവാദികളായ പൊലീസുകാരുടെ ശമ്പളത്തിൽനിന്നും ആ പണം കിഴിക്കണമെന്നും ഉത്തരവിട്ടു.

തൂത്തുക്കുടി ജില്ല, പടിഞ്ഞാറ് അലങ്കാരത്തട്ട് ഗ്രാമത്തിലായിരുന്നു വിൻസന്റ്. അടുത്തൊരു ഉത്സവത്തിന് സൈക്കിളിൽ പോയ അയാളെ താളമുത്തു നഗർ പൊലീസുകാർ അറസ്റ്റ് ചെയ്തു (17.9.1999). അടുത്ത ദിവസം ഭയന്ന് പൊലീസ് സ്റ്റേഷനിലേക്ക് ചെന്ന അയാളുടെ ഭാര്യ കൃഷ്ണമ്മാൾ, പൊലീസ് സ്റ്റേഷനിൽ കാലുകളിൽ ചങ്ങലകൊണ്ട് കെട്ടിയിട്ടിരിക്കുന്ന തന്റെ ഭർത്താവിനെ കണ്ടു. ശരിക്ക് സംസാരിക്കാൻ സാധിക്കാത്ത നിലയിലുണ്ടായിരുന്ന അയാൾ, തന്നെ പൊലീസുകാർ മർദ്ദിച്ചതായി ഭാര്യയോട് പറഞ്ഞു.

പൊലീസ് സ്റ്റേഷന്റെയുള്ളിൽ കൃഷ്ണമ്മാളെ പ്രവേശിപ്പിച്ചില്ല. ഗ്രാമത്തിലെ ഒരു മുഖ്യൻ വിൻസന്റ് മരിച്ചുപോയതായി അവരെ അറിയിച്ചു. പൊലീസ് സ്റ്റേഷനിലെ മരണം ആയതുകൊണ്ട്, തഹസിൽ ദാർ അന്വേഷിച്ചു. അതിന് മുമ്പ് തന്നെ സർക്കാർ ഉത്തരവ് പ്രകാരം ഒരു ലക്ഷം രൂപ നഷ്ടപരിഹാരം കൊടുക്കപ്പെട്ടു. തഹസിൽദാരുടെ റിപ്പോർട്ടിൽ, വിൻസന്റിന്റെ മരണത്തിന് കാരണമായ പത്ത് പൊലീസു കാർക്കെതിരെ നടപടി എടുക്കണമെന്ന് ശുപാർശ ചെയ്തിരുന്നു. ഇതി നിടയിൽ കൃഷ്ണമ്മാൾ, സർക്കാരിൽനിന്നും തനിക്ക് നഷ്ടപരിഹാരം ആവശ്യപ്പെട്ട് ഫയൽ ചെയ്തിരുന്ന റിട്ട് ഹർജി എന്റെ മുന്നിൽ വിചാര ണയ്ക്കെത്തി.

വിചാരണയുടെ സമയത്ത് തഹസിൽദാരുടെ റിപ്പോർട്ട് വായിച്ച ശേഷവും സർക്കാർ നടപടി എടുത്തില്ല എന്നതിനാൽ വിൻസന്റിന്റെ മരണത്തിന് പൊലീസുകാരാണ് ഉത്തരവാദികൾ എന്ന് പറഞ്ഞ്, അഞ്ച് മൈനർ കുട്ടികളുടെ അമ്മയായ കൃഷ്ണമ്മാൾക്ക് നഷ്ടപരിഹാരം കൊടു ക്കാൻ ഞാൻ ഉത്തരവിട്ടു.

അടുത്ത വിചാരണയ്ക്ക് വന്ന കേസ്, അലർമേലു മങ്കൈ കൊടു ത്തതായിരുന്നു. അവരുടെ ഭർത്താവ് സെൻട്രൽ റിസർവ്വ് പൊലീസ് ഫോഴ്സിൽ പൊലീസുകാരനായി ത്രിപുരയിൽ ജോലിയിലായിരുന്നു. എന്നാലും, അവർ സ്കൂൾ വിദ്യാർത്ഥികളായ തന്റെ മകളും മക നുമൊപ്പം ആവടിയിലെ സെൻട്രൽ പൊലീസ് ഫോഴ്സ് ക്വാർട്ടേഴ്സിൽ

താമസിക്കുന്നുണ്ടായിരുന്നു. 23.1.2004 ന് വൈകുന്നേരം തന്റെ അയൽ വീട്ടിലെ ഭഗവാൻ എന്നയാളുടെ മകളുടെ പിറന്നാളിന് പോയിരുന്നു. തന്റെ മക്കൾക്കൊപ്പം വീട്ടിലേക്ക് തിരിച്ചുവന്ന അവരെ പാതിരാത്രി ആവടി ടാങ്ക് ഫാക്ടറി പൊലീസുകാർ സ്റ്റേഷനിലേക്ക് കൂട്ടിക്കൊണ്ട് പോയി അടുത്ത ദിവസം രാവിലെ രണ്ട് മണി വരെ സ്റ്റേഷനിൽ ഇരുത്തി. അതിനുള്ള കാരണമൊന്നും അവർ പറഞ്ഞില്ല. പത്രങ്ങളിലും അടുത്ത ദിവസം തന്നെ വാർത്ത വന്നു.

ഇതിനെല്ലാം കാരണം, സെൻട്രൽ പൊലീസ് ഫോഴ്സിന്റെ ക്വാർട്ടേഴ്സിൽ താമസിച്ചിരുന്ന റിസർവ്വ് സബ് ഇൻസ്പക്ടർ ജനറൽ ആണെന്ന് അലർമേലു പറഞ്ഞു. തന്നെ നിയമവിരുദ്ധമായി തടവിൽ വച്ചതിനൊപ്പം, അടുത്ത ദിവസം മോശം വാർത്തകൾ പുറത്തുവിട്ടതിന് ഉത്തരവാദിയായ പൊലീസ് വകുപ്പും സർക്കാരും തനിക്ക് നഷ്ടപരിഹാരം തരണമെന്ന് റിട്ട് ഹർജി അവർ ഫയൽ ചെയ്തു. ആ ഹർജി എന്റെ മുന്നിൽ വിചാരണയ്ക്ക് വന്നപ്പോൾ, പൊലീസ് വകുപ്പിന്റെ ഭാഗത്തു നിന്നും ശരിയായ വിശദീകരണം ഒന്നും വന്നില്ല. ഈ കേസ് എന്റെ ബഞ്ചിന്റെ മുന്നിൽ വിചാരണയ്ക്ക് വന്നപ്പോൾ, നിയമവിരുദ്ധമായി പൊലീസ് സ്റ്റേഷനിലേക്ക് കൊണ്ടുപോയി കുടുംബത്തോടെ കസ്റ്റഡിയിൽ വച്ചതിനൊപ്പം, പൊതുജനത്തിനിടയിൽ അപമാനം ഉണ്ടാക്കിയതിനായി അഞ്ച് ലക്ഷം രൂപ നഷ്ടപരിഹാരം കൊടുക്കാൻ ഞാൻ ഉത്തരവിട്ടു.

ഇങ്ങനെ നിയമവിരുദ്ധമായ അറസ്റ്റ്, ലോക്കപ്പ് മർദ്ദനംകൊണ്ടുള്ള മരണങ്ങൾക്കായി നഷ്ടപരിഹാരം ചോദിച്ച് കൊടുക്കുന്ന റിട്ട് ഹർജികൾ അല്ലാതെ, സർക്കാർ തന്നെ ഇങ്ങനെയുള്ള കേസുകളിൽ ബാധിക്കപ്പെട്ടവർക്ക് നഷ്ടപരിഹാരം കൊടുത്ത്, അതിനുള്ള തുക പൊലീസുകാരുടെ ശമ്പളത്തിൽനിന്നും പിടിക്കാൻ ശ്രമിക്കുമ്പോൾ, അതിൽ സംബന്ധപ്പെട്ട പൊലീസുകാരും കോടതിയുടെ വാതിൽ മുട്ടിയ കേസുകളുമുണ്ട്.

നാഗപട്ടണം ജില്ല, ഏഴുമാഗലൂരിലെ സത്യശീലൻ എന്നയാൾ കള്ളച്ചാരായം വിറ്റതിന് പൊലീസ് സ്റ്റേഷനിൽ അടയ്ക്കപ്പെട്ടു. തന്റെ ഭർത്താവിനെ കാണാനില്ലെന്ന് അയാളുടെ ഭാര്യ വനിത ഹൈക്കോടതിയിൽ ഹേബിയസ് കോർപ്പസ് ഫയൽ ചെയ്തു. ആ ഹർജി വിചാരണയ്ക്ക് വന്നപ്പോൾ, അയാൾ പൊലീസ് സ്റ്റേഷനിൽനിന്നും ഓടിപ്പോയി എന്ന് പൊലീസ് പറഞ്ഞിട്ടും, ഹൈക്കോടതി അത് വിശ്വസിച്ചില്ല. അതുകൊണ്ട്, ആ കേസ് ക്രിമിനൽ ഇൻവെസ്റ്റിഗേഷൻ ഡിപ്പാർട്ട്മെന്റ് അന്വേഷിക്കണമെന്നും നഷ്ടപരിഹാരം കൊടുക്കണമെന്നും ഉത്തരവായി.

സർക്കാർ ഈ ഉത്തരവിന് എതിരായി സുപ്രീം കോടതിയിൽ അപ്പീൽ കൊടുത്ത് തള്ളിക്കളഞ്ഞ അവസ്ഥയിൽ, നഷ്ടപരിഹാരമായ 5,13,195 രൂപ വനിതയ്ക്ക് കൊടുക്കണം എന്ന് ഉത്തരവിട്ടു. അതേ ഉത്തരവിൽ ഇതിന് കാരണമായ സബ്ബ് ഇൻസ്പെക്ടർ നാഗരാജൻ, ഹെഡ് കോൺസ്റ്റബിൾ ഉത്തിരാപതി എന്നിവരിൽനിന്നും ഈ തുക ഈടാക്കണം എന്നും പറഞ്ഞു.

ഇതിനെ എതിർത്ത് പൊലീസ് സബ്ബ് ഇൻസ്പെക്ടർ നാഗരാജൻ കൊടുത്ത റിട്ട് ഹർജി എന്റെ ബഞ്ചിൽ വിചാരണയ്ക്ക് വന്നു. പൊലീസ് വകുപ്പിൽ മനുഷ്യാവകാശ ലംഘനങ്ങളിൽ ഏർപ്പെടുമ്പോൾ അതിനുള്ള നഷ്ടപരിഹാരം സർക്കാർ കൊടുക്കാൻ ഉത്തരവിട്ടതിനൊപ്പം, ആ തുക സംബന്ധപ്പെട്ട പൊലീസുകാരുടെ ശമ്പളത്തിൽനിന്നും പിടിച്ച് സർക്കാർ ഖജനാവിലേക്ക് ചേർക്കുന്നതിൽ തെറ്റില്ലെന്ന് എന്റെ വിധിയിൽ പറഞ്ഞു.

ലോറി ഡ്രൈവർ ആയ ഗണേശനെ മദ്യലഹരിയിൽ ലോറി ഓടിച്ചതായി പറഞ്ഞ് പൊള്ളാച്ചി പടിഞ്ഞാറ് പൊലീസ് സ്റ്റേഷനിലുള്ളവർ അറസ്റ്റ് ചെയ്തു. അയാൾക്ക് ബോധം നഷ്ടപ്പെട്ടതിനാൽ പൊള്ളാച്ചി സർക്കാർ ആശുപത്രിയിൽ പ്രവേശിപ്പിക്കപ്പെട്ട് ആറ് ദിവസം തീവ്രപരിചരണത്തിൽ കിടന്ന് മരിച്ചുപോയി. തഹസിൽദാരുടെ അന്വേഷണത്തിന് ശേഷം മരിച്ച ഗണേശന്റെ ഭാര്യ പഴനിയമ്മാൾക്ക് മുഖ്യമന്ത്രി ദുരിതാശ്വാസനിധിയിൽനിന്നും അമ്പതിനായിരം രൂപ ദയാവായ്പായി കൊടുത്തു.

തഹസിൽദാരുടെ വിചാരണയിൽ 'ഇൻസ്പെക്ടർ കാളിതീർഥൻ, ഹെഡ് കോൺസ്റ്റബിൾ സുബ്രഹ്മണ്യം എന്നിവർ ഗണേശനെ ആയുധങ്ങൾ ഉപയോഗിച്ച് ക്രൂരമായി മർദ്ദിച്ചതായി അറിയാൻ കഴിഞ്ഞു. അവർക്കെതിരെ വകുപ്പുമുറയിൽ അന്വേഷണനടപടികൾ എടുക്കാൻ ഉത്തരവിട്ടതിൽ ഒരു ജില്ലാ സൂപ്രണ്ടിന് മൂന്ന് മാസത്തേക്ക് അറ്റൻഡൻസ് ബുക്കിൽ കറുപ്പ് കുത്തിടാനും, മറ്റുള്ളവർക്ക് 'ദണ്ഡനാജ്ഞ' പതിപ്പിക്കാനും ഉത്തരവിട്ട് അവസാനിപ്പിച്ചു.

ഇതിനെ എതിർത്ത് സുബ്രഹ്മണ്യം തമിഴ്നാട് അഡ്മിനിസ്ട്രേറ്റീവ് ട്രിബ്യൂണലിൽ കൊടുത്ത കേസിൽ, ആ ചെറിയ ശിക്ഷയും റദ്ദ് ചെയ്യപ്പെട്ടു. കാളിതീർഥന് കൊടുത്ത ശിക്ഷ, റദ്ദാക്കരുതെന്ന പൊലീസ് വകുപ്പ് തലവൻ കൊടുത്ത കാരണം കാണിക്കൽ റിപ്പോർട്ടും നിരാകരിക്കപ്പെട്ടു.

ഈ അവസ്ഥയിലാണ് മരിച്ച ഗണേശന്റെ ഭാര്യ പഴനിയമ്മാൾ നഷ്ടപരിഹാരം ചോദിച്ച് ഹൈക്കോടതിയിൽ റിട്ട് ഹർജി ഫയൽ ചെയ്തത്. ആ കേസിൽ അവർക്ക് അഞ്ച് ലക്ഷം രൂപ നഷ്ടപരിഹാരത്തിനൊപ്പം, 6% വാർഷിക പലിശയും കൊടുക്കാൻ ഹൈക്കോടതി ഉത്തരവിട്ടു. ആ നഷ്ടപരിഹാരത്തുകയിൽ ആദ്യം കൊടുത്ത അമ്പതിനായിരം രൂപ കിഴിക്കാനും ഉത്തരവിൽ പറഞ്ഞു. പൊലീസുകാരായ കാളിതീർഥൻ, സുബ്രഹ്മണ്യം എന്നിവരുടെ ശമ്പളത്തിൽനിന്നും സർക്കാർ കൊടുത്ത നഷ്ടപരിഹാരത്തുകയുടെ നേർപ്പാതി മാസത്തവണയിൽ പിടിക്കാൻ സർക്കാർ ഉത്തരവിട്ടു.

തങ്ങളുടെ ശമ്പളത്തിൽനിന്നും നഷ്ടപരിഹാരത്തുക പിടിക്കുന്നതിന് എതിരായി രണ്ട് പൊലീസുകാരും തുടർന്ന കേസുകൾ എന്റെ ബഞ്ചിന്റെ മുന്നിൽ വിചാരണയ്ക്ക് വന്നു. ശമ്പളം പിടിച്ചതിൽ തെറ്റൊന്നുമില്ലെന്ന് പറഞ്ഞ് അവയെ ഞാൻ തള്ളി.

മയിൽ ആചാരി എന്നൊരാളെ ഒരു കള്ളപ്പരാതി കാരണം വിഗ്രഹ മോഷണക്കേസിൽ കുടുക്കി, ആ കേസിൽനിന്നും അയാളെ മോചിപ്പിക്കാനായി പാളയങ്കോട് ക്രിമിനൽ പൊലീസ് സ്റ്റേഷനിലെ എട്ട് പൊലീസുകാർ അയാളിൽനിന്നും 40,000 രൂപ വാങ്ങിച്ചു. ഇതിനെപ്പറ്റി മയിൽ ആചാരി ദേശീയ മനുഷ്യാവകാശ കമ്മീഷന് പരാതി കൊടുത്തു. കമ്മീഷൻ തമിഴ്നാട് സർക്കാരിന്റെ ചീഫ് സെക്രട്ടറിയോട് ഇതിനെപ്പറ്റി അന്വേഷിക്കാൻ ഉത്തരവിട്ടു.

ആ പരാതിയെപ്പറ്റി അന്വേഷിച്ചപ്പോൾ തിരുനെൽവേലി നഗര പൊലീസ് കമ്മീഷണർ ബന്ധപ്പെട്ട പൊലീസുകാർക്കെതിരെ കുറ്റപത്രം കൊടുത്തതായി റിപ്പോർട്ട് അയച്ചു. അതിൽ ചില പൊലീസുകാർ തമിഴ്നാട് അഡ്മിനിസ്ട്രേറ്റീവ് ട്രിബ്യൂണലിൽ തങ്ങൾക്ക് കിട്ടിയ കുറ്റപത്രത്തിനെ എതിർത്ത് കേസ് കൊടുത്തു. ട്രിബ്യൂണലിന്റെ ഉത്തരവ് അനുസരിച്ച് ഒരാൾക്കെതിരെയുള്ള നടപടി ഉപേക്ഷിക്കപ്പെട്ടു. എന്നാൽ, മറ്റുള്ളവരുടെ കാര്യത്തിൽ വിചാരണ നടത്തിയപ്പോൾ അവരുടെ വാർഷിക ശമ്പളവർദ്ധനവ് നിരാകരിക്കപ്പെട്ടു. ഇതറിഞ്ഞ ദേശീയ മനുഷ്യാവകാശ കമ്മീഷൻ ബാധിക്കപ്പെട്ട മയിൽ ആചാരിക്ക് ഇടക്കാല ആശ്വാസം കൊടുക്കാനും ഉത്തരവിട്ടു. അത് അംഗീകരിച്ച തമിഴ്നാട് സർക്കാർ 50,000 രൂപ നഷ്ടപരിഹാരം കൊടുത്തതിനൊപ്പം സംബന്ധപ്പെട്ട നാല് പൊലീസുകാരിൽനിന്നും ആ തുക ഈടാക്കാനും ഉത്തരവിട്ടു.

തങ്ങളുടെ ശമ്പളത്തിൽനിന്നും പിഴത്തുക ഈടാക്കാൻ പാടില്ലെന്ന് പൊലീസുകാർ സി ഉദയകുമാർ, എച്ച് തങ്കപ്പൻ, എസ് മുരുകേശൻ, ടി ഗുരുപാദം എന്നിവർ നാല് റിട്ട് ഹർജികൾ ഫയൽ ചെയ്തു. മറ്റ് മൂന്ന് പേരും കോടതിയിലേക്ക് പോയില്ല. എന്റെ ബഞ്ചിന്റെ മുന്നിൽ ഈ ഹർജികൾ വിചാരണയ്ക്ക് വന്നു. കള്ളക്കേസ് കൊടുത്ത ആ പൊലീസുകാർ നാല് പേർക്കും ഇളവ് ഒന്നും കൊടുക്കാൻ സാധിക്കില്ലെന്നും, പിഴത്തുക അവരുടെ ശമ്പളത്തിൽനിന്നും പിടിക്കുന്നത് ശരിയാണെന്നും ഞാൻ ഉത്തരവിട്ടു.

1993 ജൂൺ മാസം വിൽസൺ എന്ന ചെറുപ്പക്കാരനെ റായൽപ്പേട്ടൈ പൊലീസ് അറസ്റ്റ് ചെയ്ത് ലോക്കപ്പിൽ വച്ച് മർദ്ദിച്ച് കൊന്നു. ജില്ലാ കളക്ടറുടെ അന്വേഷണത്തിൽ അയാളുടെ കുടുംബത്തിന് 50,000 രൂപ നഷ്ടപരിഹാരം കൊടുക്കാൻ ശുപാർശ ചെയ്തതനുസരിച്ച് വിൽസന്റെ അമ്മ മീനയ്ക്ക് ആ തുക നല്കപ്പെട്ടു. തന്റെ മകന്റെ അറുംകൊലയ്ക്ക് യോജ്യമായ നഷ്ടപരിഹാരം ആവശ്യപ്പെട്ട് 1994 ൽ മീന ഹൈക്കോടതിയിൽ കേസ് കൊടുത്തു. ആ കേസ് പത്ത് വർഷങ്ങൾക്ക് ശേഷം വിചാരണയ്ക്ക് വന്നപ്പോൾ ജസ്റ്റിസ് ശിവസുബ്രഹ്മണ്യം നഷ്ടപരിഹാരത്തുകയെ 4,30,000 രൂപയായി ഉയർത്തി ഉത്തരവിട്ടതിനൊപ്പം, ആ തുക ബന്ധപ്പെട്ട പൊലീസുകാരിൽനിന്നും ഈടാക്കാൻ തന്റെ വിധിയിൽ പറഞ്ഞു.

മീന ഫയൽ ചെയ്ത ഹർജിയിൽ തമിഴ്നാട് സർക്കാർ കൂടാതെ റായൽപ്പേട്ടൈ പൊലീസ് സ്റ്റേഷനിലെ പൊലീസുകാരും എതിർ ഹർജികൾ ചേർത്തു. പൊലീസ് സബ്ബ് ഇൻസ്പെക്ടർ എസ് ചന്ദ്രശേഖരൻ ഏഴാമത്തെ എതിർ ഹർജിക്കാരനായി ചേർക്കപ്പെട്ടു. അയാൾ തന്റെ ശമ്പളത്തിൽനിന്നും പിഴത്തുക ഈടാക്കുന്നതിനെ എതിർത്ത് കൊടുത്ത റിട്ട് ഹർജി ഞാൻ തള്ളി.

അതേ കേസിൽ ബന്ധപ്പെട്ട പൊലീസുകാരായ എസ് ഗണേശൻ, എം നാഗരാജൻ, എൻ ചന്ദ്രൻ എന്നീ മൂവരും യഥാക്രമം എതിർ ഹർജിക്കാരായി മീന ഫയൽ ചെയ്ത കേസിൽ ചേർക്കപ്പെട്ടിരുന്നു. അവരും ഒറ്റയ്ക്കൊറ്റയ്ക്ക് ഒരു റിട്ട് ഹർജി 2009 ൽ ഫയൽ ചെയ്തിരുന്നെങ്കിലും, കേസ് 2012 ന് എന്റെ മുന്നിൽ വിചാരണയ്ക്ക് വന്നു. ആ കേസുകളും ഞാൻ തള്ളി.

പൊതുവായ കഥ എന്താണെന്നാൽ, പൊലീസുകാരാൽ ലോക്കപ്പിലേക്ക് കൊണ്ടുപോകപ്പെട്ട്, മർദ്ദനത്തിനിരയായി, പിന്നീട് ജുഡീഷ്യൽ മജിസ്ട്രേട്ടിന്റെ മുന്നിൽ കൊണ്ടുപോയി അദ്ദേഹത്തിന്റെ റിമാന്റ് വാങ്ങി കുറ്റവാളിയെ ജയിലിൽ അടയ്ക്കും. റിമാന്റ് വിചാരണ നടക്കുമ്പോൾ ജുഡീഷ്യൽ മജിസ്ട്രേട്ട് ബന്ധപ്പെട്ട കുറ്റാരോപിതനോട് അയാളോട് പൊലീസുകാർ എങ്ങനെ പെരുമാറി, വൈദ്യസഹായം വേണോ എന്നെല്ലാം ചോദിച്ച് അതിന് ശേഷമേ റിമാന്റ് ഉത്തരവ് കൊടുക്കാൻ പാടുള്ളൂ. വിചാരണ തടവുകാരന് എന്തെല്ലാം അവകാശങ്ങൾ ഉണ്ട് എന്നതിനെക്കുറിച്ച് ഭരണഘടനയുടെ 22B, വകുപ്പ് വ്യക്തമായി പറയുന്നുണ്ട്. കൂടാതെ, ടി കെ ബസു vs. വെസ്റ്റ് ബംഗാൾ എന്ന കേസിൽ അതിനായുള്ള നിർദ്ദേശങ്ങൾക്ക് പട്ടികയിട്ടിട്ടുണ്ട്. ഇവയെ മറികടക്കുന്ന പൊലീസുകാർക്കെതിരെ കോടതിയലക്ഷ്യ നടപടിയും ജുഡീഷ്യൽ മജിസ്ട്രേട്ടിന്റെ മേൽ അച്ചടക്ക നടപടിയെടുക്കാമെന്നും സുപ്രീം കോടതി ആ വിധിയിൽ പറഞ്ഞിട്ടുണ്ട്.

2020 ൽ ചാത്താൻകുളത്തിൽ ഒരു അച്ഛനേയും മകനേയും പൊലീസുകാർ മർദ്ദിച്ച്, പിന്നീട് ജുഡീഷ്യൽ മജിസ്ട്രേട്ടിന്റെ മുന്നിൽ ഹാജരാക്കി. മജിസ്ട്രേട്ട് യാതൊരു ധാർമ്മികതയും നോക്കാതെ അവരെ റിമാന്റ് ചെയ്ത് ജയിലിൽ അടയ്ക്കാൻ ഉത്തരവിട്ടു. അവർ ഇരുവരും ജയിലിൽ വച്ച് മരിച്ച ശേഷം ഇപ്പോൾ മധുര സി ബി ഐ കോടതിയിൽ പൊലീസുകാർക്കെതിരെ കൊലക്കേസ് നടന്നുവരുന്നു. ചാത്താൻകുളം ജുഡീഷ്യൽ മജിസ്ട്രേട്ടിന്റെ നേരെ എന്തുകൊണ്ട് നടപടി എടുത്തില്ല എന്ന് ചോദിച്ച് ഞാനെഴുതിയ ലേഖനം ഇംഗ്ലീഷ് പത്രത്തിൽ പ്രസിദ്ധീകരിച്ചിരുന്നു.

തടവുകാരെ ജയിലിൽ അടയ്ക്കുന്നതിന് റിമാന്റ് ഉത്തരവ് കൊടുക്കുന്ന ജുഡീഷ്യൽ മജിസ്ട്രേട്ടിന്റെ ഉത്തരവാദിത്വം വളരെ പ്രധാനപ്പെട്ടതാണ്. മനുഷ്യാവകാശം ലംഘിക്കുന്നതിന് ആരംഭഘട്ടത്തിൽത്തന്നെ തീരുമാനം എടുക്കുന്നതിനുള്ള പൂർണ്ണ അധികാരം ഉള്ളയാളാണ്

അദ്ദേഹം. സുപ്രീം കോടതിക്കുള്ള അധികാരത്തേക്കാൾ ആ അവസരത്തിൽ ജുഡീഷ്യൽ മജിസ്ട്രേട്ടിനുള്ള അധികാരം വളരെ വലുതാണ്. ജുഡീഷ്യൽ മജിസ്ട്രേട്ട് മുറതെറ്റിച്ച്, കുറ്റവാളികൾക്കെതിരെ നടത്തപ്പെട്ട മർദ്ദനത്തിനെ കണ്ടും കാണാതെയും റിമാന്റ് ചെയ്ത രണ്ട് സംഭവങ്ങൾ എന്റെ മുന്നിൽ കൊണ്ടുവരപ്പെട്ടു. അവയെ നോക്കാം.

പുതുവണ്ണയിൽ ധനശേഖരൻ എന്നയാളെ കൊലപാതകശ്രമത്തിൽ ഏർപ്പെട്ടു എന്നതിന് പൊലീസ് അറസ്റ്റ് ചെയ്തതിന് ശേഷം അയാളെ റായൽപ്പേട്ടൈ ആശുപത്രിയിൽ പ്രവേശിപ്പിച്ചു. അയാൾ 40 അടി ഉയരമുള്ള കെട്ടിടത്തിൽനിന്നും ചാടിയതിനാൽ എല്ലൊടിഞ്ഞതായി ആശുപത്രിയിൽ രേഖപ്പെടുത്തി. ധനശേഖരന് ഉണ്ടായ മർദ്ദനങ്ങളെ പട്ടികയിട്ട് അടുത്ത ദിവസം തന്നെ അയാളുടെ സഹോദരി ചിത്ര കേസ് കൊടുത്തു.

ഉടൻതന്നെ കോടതിയിലുണ്ടായിരുന്ന വി ലക്ഷ്മി നാരായണൻ എന്ന വക്കീലിനെ കോടതിയുടെ കമ്മീഷൻ ആയി നിയമിച്ച് ധനശേഖരനെ നേരിൽ കണ്ട് അവസ്ഥ മനസ്സിലാക്കി വരാൻ ഞാൻ ഉത്തരവിട്ടു. കമ്മീഷൻ ധനശേഖരനെ നേരിൽ കണ്ടുവന്ന്, പൊലീസ് അയാളെ മർദ്ദിച്ചിട്ടുണ്ടെന്ന് റിപ്പോർട്ട് സമർപ്പിച്ചു. നനഞ്ഞ ചാക്കിൽ അയാളെ ഇറക്കി ചവുക്ക് വടികൊണ്ട് കാൽമുട്ടിലും പാദത്തിലും അടിച്ചെന്നും, തോക്കിന്റെ പാത്തികൊണ്ട് ഇടിച്ചെന്നും അതുകൊണ്ട് അയാളുടെ പല്ലുകൾ ഉടഞ്ഞ്, ചുണ്ടുകൾ കീറിയെന്നും റിപ്പോർട്ടിൽ പറയുന്നു. മർദ്ദനത്തിന്റെ സമയത്ത് അയാളുടെ അലർച്ച പുറത്ത് കേൾക്കാതിരിക്കാൻ വായിൽ പഞ്ഞി തിരുകിയിരുന്നു.

ധനശേഖരൻ ഒരു കൊടുംകുറ്റവാളിയാണെന്നും, അയാൾക്കെതിരെ നിലവിലുള്ള 49 കേസുകളിൽ 5 കൊലപാതകവും 9 കൊലപാതകശ്രമങ്ങൾക്കുള്ള കേസുകളും ഉണ്ടെന്ന് സർക്കാർ വക്കീൽ പറഞ്ഞു. കുറ്റവാളി എത്ര ക്രൂരനായ ആളായാലും അയാളെ മർദ്ദിക്കാൻ പൊലീസിന് യാതൊരു അധികാരവും ഇല്ലെന്ന് പറഞ്ഞതിനൊപ്പം അയാളുടെ മെഡിക്കൽ രേഖകൾ, സർക്കാർ ആശുപത്രിയിൽ സൂക്ഷിച്ചിട്ടുള്ളതിനാൽ, ധനശേഖരനെ സ്വകാര്യ ആശുപത്രിയിൽ പ്രവേശിച്ച് നല്ല ചികിത്സ നൽകാനും ഞാൻ ഉത്തരവിട്ടു. ചികിത്സാച്ചെലവ് ഏല്ക്കുന്നത് ആരാണെന്ന് കോടതി പിന്നീട് തീരുമാനിക്കും എന്നും വിധിയിൽ പറഞ്ഞു.

അടുത്തതായി വന്ന പരാതി കോഴവരം പൊലീസുകാരെ പറ്റിയുള്ളതാണ്. അവരുടെ അതിർത്തിയിൽ ഉൾപ്പെടുന്ന അരുൺ എന്ന ഡ്രൈവറെ 16.6.2012 പൊലീസുകാർ അറസ്റ്റ് ചെയ്ത് കൊണ്ടുപോയി. അതിന് ശേഷം നാല് ദിവസം അയാളെ എവിടെ അടച്ചിരിക്കുകയാണെന്ന് അറിയില്ലായിരുന്നു. 20.6.2012 ന് പൊന്നേരി രണ്ടാമത്തെ ജുഡീഷ്യൽ മജിസ്ട്രേട്ടിന്റെ മുന്നിൽ ഹാജരാക്കി. സൈതാപ്പേട്ടൈ സബ്ബ് ജയിലിൽ അയാളെ അടച്ചു. അവിടെ അയാളെ നേരിൽ പോയി കണ്ട

അയാളുടെ ഭാര്യ ഭാരതി അരുണിന്റെ ശരീരം മുഴുവനും പരിക്കേറ്റിരിക്കുന്നത് കണ്ട് ഹൈക്കോടതിയിൽ കേസ് കൊടുത്തു.

ആ കേസ് വിചാരണയ്ക്ക് വന്നപ്പോൾ, കോടതി കമ്മീഷനെ നിയമിക്കുന്നതിനെ എതിർത്ത തമിഴ്നാട് അഡ്വക്കേറ്റ് ജനറൽ, അരുണിനെ നേരിൽ ഹാജരാക്കാൻ ഉത്തരവിട്ടു. 6.7.2012 ന് കേസ് വിചാരണയ്ക്ക് വന്നപ്പോൾ, അരുൺ കോടതിക്കുള്ളിലേക്ക് ഞൊണ്ടി വരുന്നത് കാണാൻ കഴിഞ്ഞു. ചോദിച്ചപ്പോൾ പൊലീസുകാർ തന്നെ മർദ്ദിച്ച് അവശനാക്കി എന്ന് പറഞ്ഞു. പൊന്നേരി ജുഡീഷ്യൽ മജിസ്ട്രേട്ട് അരുണിന്റെ ശരീരത്തിലെ പരിക്കുകളെപ്പറ്റി അന്വേഷിക്കാതെ യാന്ത്രികമായി റിമാന്റ് ഉത്തരവിട്ടതായി അറിയാൻ കഴിഞ്ഞു.

റായൽപ്പേട്ടൈ ആശുപത്രിയിൽ ഉടൻതന്നെ അയാളെ പ്രവേശിപ്പിക്കാൻ ഉത്തരവിട്ടതിനൊപ്പം, പൊന്നേരി രണ്ടാം ജുഡീഷ്യൽ മജിസ്ട്രേട്ടിന്റെ റിമാന്റിനെപ്പറ്റിയുള്ള ഫയലുകൾ ഉടൻതന്നെ കോടതിയിൽ സമർപ്പിക്കാനും ഉത്തരവിട്ടു. ഫയലുകളുമായി നേരിൽ വന്ന ജുഡീഷ്യൽ മജിസ്ട്രേട്ട് എന്റെ മുറിയിലേക്ക് വന്ന് മാപ്പ് ചോദിച്ചു. എങ്കിലും അദ്ദേഹത്തിന്റെ മേൽ വകുപ്പുതല നടപടി എടുക്കാൻ ഉത്തരവിട്ടു.

കേസ് വിചാരണയുടെ ദിവസം അരുണിന് നൽകപ്പെട്ട ചികിത്സയെപ്പറ്റി ചോദിച്ചപ്പോൾ ലഭിച്ച മറുപടികൾ വിചിത്രമായിരുന്നു. അരുണിന് ഉടനടിയായി ജാമ്യം നൽകിയതിനൊപ്പം, സർക്കാർ ആശുപത്രിയിൽ നിന്നും ചികിത്സ തേടാൻ താല്പര്യമില്ലെന്ന് എഴുതിവാങ്ങി ആശുപത്രി അയാളെ വീട്ടിലേക്കയച്ചു. പൊലീസ് വകുപ്പ്, വീണ്ടും കോടതിയുടെ വിമർശനദൃഷ്ടിയിൽ പെടാതിരിക്കാൻ വേണ്ടി ചെയ്ത ഏർപ്പാടുകളായിരുന്നു അതെന്ന് പിന്നീട് അറിയാൻ കഴിഞ്ഞു. അതിന് ശേഷം ഇതുപോലെയുള്ള കേസുകൾ എനിക്ക് നൽകപ്പെട്ടില്ല.

'പാപത്തിന്റെ ശമ്പളം മരണം' എന്ന് *ബൈബിളിൽ* പറയുന്നുണ്ട്. ഞങ്ങൾക്ക്, 'മരണത്തിന്റെ ശമ്പളം, ശമ്പളം പിടുത്തം' എന്നാണ് വിധിയെഴുതാൻ കഴിഞ്ഞത്. മരിച്ചവരെ തിരിച്ചുകൊണ്ടുവരാൻ കഴിഞ്ഞില്ലെങ്കിലും, ആ കുടുംബത്തിന് നഷ്ടപരിഹാരം എന്ന ആശ്വാസമേ കൊടുക്കാൻ കഴിഞ്ഞുള്ളൂ. നഷ്ടപരിഹാരത്തുകകൾക്കായുള്ള കേസുകൾ പലവിധമായിരിക്കാം. എന്നാൽ, മരണങ്ങൾക്ക് ഉത്തരവാദിയായ സർക്കാരും, സർക്കാർ അധികാരികളും നഷ്ടപരിഹാരങ്ങൾ കൊടുക്കുന്നതിൽനിന്നും ഇനി രക്ഷപ്പെടാൻ പറ്റില്ല എന്നത് കോടതി നിരന്തരമായി ഉറപ്പ് വരുത്തുന്നതാണ് ഈ ചരിത്രം.

മനുഷ്യാവകാശ കമ്മീഷന് മറുജീവിതം

തമിഴ്നാട് പൊലീസ് വകുപ്പിന്റെ തല കുനിപ്പിച്ച സംഭവം 2021 ൽ നടന്നു. അഡീഷണൽ ഡി ജി പി ആയി പദവിയേറ്റ രാജേഷ്ദാസ് ഐ പി എസ്, ജില്ലാ കമ്മീഷണർ ആയിരുന്ന ഒരു വനിതാ ഉദ്യോഗസ്ഥയെ ലൈംഗികമായി അപമാനിച്ചത് ഒരു കുറ്റമാണെങ്കിൽ, സർക്കാരിൽ പരാതി നല്കാനായി അവർ ചെന്നൈയ്ക്ക് പോകും വഴി, പരണൂർ ചുങ്കാച്ചാവടിവച്ച് ചെങ്കൈ ജില്ലാ പൊലീസ് കമ്മീഷണർ അവരുടെ കാർ തടഞ്ഞത് അതിനേക്കാൾ വലിയ കുറ്റമാകും.

സർക്കാർ ഉദ്യോഗസ്ഥരെ വിചാരണയില്ലാതെ നേരിട്ട് ഗവർണർ/ രാഷ്ട്രപതി എന്നിവരുടെ ഉത്തരവിൽ ഡിസ്മിസ് ചെയ്യാനുള്ള അധികാരം ഭരണഘടനയുടെ (311(2)(ഇ)) വകുപ്പിൽ ഉണ്ടെങ്കിലും, സർക്കാർ അങ്ങനെ ചെയ്യാതെ, അയാൾക്കെതിരെ പ്രാഥമിക അന്വേഷണം നടത്തി റിപ്പോർട്ട് വാങ്ങിയിരിക്കുന്നു. ഇതിന് മുമ്പ് പലതവണ പണിമുടക്ക് നടത്തിയ സർക്കാർ ജീവനക്കാരെ വിചാരണയില്ലാതെ പിരിച്ചുവിട്ട സർക്കാർ, രാജേഷ്ദാസിന്റെ നേരെ എന്തുകൊണ്ട് മൃദുസമീപനം കാണിക്കുന്നു? ഹൈക്കോടതിയുടെ ഇടപെടലിനാൽ ക്രിമിനൽ കേസ് എടുത്ത്, വിഴുപ്പുരം കോടതിയിൽ വിചാരണ ആരംഭിച്ചിട്ടുണ്ട്.

രാജേഷ്ദാസിന്റെ പശ്ചാത്തലത്തിനെപ്പറ്റി മാധ്യമങ്ങൾ പല വാർത്തകൾ പ്രസിദ്ധീകരിച്ചെങ്കിലും, 11 വർഷങ്ങൾക്ക് മുമ്പേ തമിഴ്നാട് മനുഷ്യാവകാശ കമ്മീഷൻ വിചാരണ ചെയ്ത്, അദ്ദേഹം ശിക്ഷിക്കപ്പെട്ടിരുന്നു എന്ന വാർത്ത മറന്നുപോയോ, മറച്ചുവച്ചോ എന്നറിയില്ല.

2000 ൽ ട്രിച്ചി തമിഴ്നാട് സ്പെഷ്യൽ പൊലീസ് ഫോഴ്സ് ഒന്നാം ബറ്റാലിയന്റെ തലവനായി പദവി വഹിച്ചിരുന്നു രാജേഷ്ദാസ്. അദ്ദേഹത്തിന്റെ ഭാര്യ ബീലാ ദാസ്, ആ സമയത്ത്, ചെങ്കല്പട്ടിൽ സബ്-കളക്ടർ ആയിരുന്നു. ഭർത്താവിനെ കാണാൻ ട്രിച്ചിക്ക് വന്ന അവർ,

മിലിറ്ററി മൈതാനത്ത് ബാഡ്മിന്റൺ കളിച്ചുകൊണ്ടിരുന്നപ്പോൾ അവരെ ഉപദ്രവിച്ചതായി കാണിച്ച്, രണ്ട് മിലിറ്ററി കാവൽക്കാരായ പ്രഭു, അൻ പരശൻ എന്നിവർക്കെതിരെ പരാതി കൊടുക്കപ്പെട്ടു. അത് കേട്ട രാജേഷ്ദാസ് തന്റെ സേനയെ അയച്ച് ആ രണ്ട് കാവൽക്കാരേയും മർദ്ദിച്ച്, ട്രിച്ചി കെ കെ നഗർ പൊലീസ് സ്റ്റേഷനിൽ അവർക്കെതിരെ പരാതി കൊടുക്കാൻ ഉത്തരവിട്ടു.

പൊലീസുകാരെ മർദ്ദിച്ചു എന്നുകാണിച്ച് പ്രഭുവിന്റെ ഭാര്യ ലക്ഷ്മി കൊടുത്ത മറ്റൊരു പരാതിയും ഫയൽ ചെയ്യപ്പെട്ടു. ബാധിക്കപ്പെട്ട പൊലീസുകാർ ഇരുവരും തമിഴ്നാട് മനുഷ്യാവകാശ കമ്മീഷന് പരാതി കൊടുത്തു. ആ പരാതികളിൽ ആദ്യത്തെ എതിർ കക്ഷിയായി രാജേഷ്ദാസ് ചേർക്കപ്പെട്ടിരുന്നു. പരാതി അന്വേഷിച്ച കമ്മീഷൻ, സാക്ഷികളെ വിസ്തരിച്ച്, രേഖകൾ പരിഗണിച്ച്, രണ്ട് ഭാഗത്ത് നിന്നുമുള്ള വാദങ്ങളും കേട്ട്, രാജേഷ്ദാസ് അദ്ദേഹത്തിന്റെ സായുധസേനയിലെ കാവൽക്കാരെക്കൊണ്ട് രണ്ട് പൊലീസുകാരെ മർദ്ദിച്ചെന്ന കുറ്റം നിരൂപിക്കപ്പെട്ടതായും, അതുകൊണ്ട് സർക്കാർ രണ്ട് പൊലീസുകാർക്കും രണ്ട് ലക്ഷം രൂപ വീതം നഷ്ടപരിഹാരം കൊടുക്കുന്നതിനൊപ്പം, പ്രഭുവിന്റെ ഭാര്യക്ക്, അമ്പതിനായിരം വീതം കൊടുക്കണമെന്നും, നഷ്ടപരിഹാരത്തുക മൊത്തം അഞ്ച് ലക്ഷം രൂപയും രാജേഷ്ദാസിൽനിന്നും വസൂലാക്കണമെന്നും ഉത്തരവിട്ടു. ഇതുകൂടാതെ, പൊലീസ് വകുപ്പ് അധികാരികൾ തങ്ങളുടെ കീഴിൽ ജോലി ചെയ്യുന്ന പൊലീസുകാരെ മർദ്ദിക്കുന്നതും പലരീതിയിലുള്ള ശിക്ഷകൾ കൊടുക്കുന്നതും നിർത്തലാക്കാൻ സർക്കാർ സർക്കുലർ കൊടുക്കണമെന്നും നിർദ്ദേശിച്ചു.

ഈ ശിക്ഷയ്ക്കെതിരെ രാജേഷ്ദാസ് ഹൈക്കോടതിയിൽ റിട്ട് ഹർജി ഫയൽ ചെയ്തു. പത്ത് വർഷത്തേക്ക് ഇടക്കാല സ്റ്റേ ഓർഡർ വാങ്ങി, അവസാനത്തെ വിചാരണയിൽ മനുഷ്യാവകാശ കമ്മീഷന്റെ അധികാരപരിധി തന്നെ മുടക്കിയതിനെ പിന്നീട് നോക്കാം. ഇങ്ങനെയൊരു പശ്ചാത്തലമുള്ള ഒരാൾ ജില്ലാ പൊലീസ് തലവന്റെ ഉത്തരവാദിത്വത്തിലേക്ക് വരാൻ അനുവദിച്ചത് ആരാണ്? ഇങ്ങനെയുള്ള വിഷവിത്തുകളെ ആദ്യം തന്നെ തോണ്ടിയെറിഞ്ഞിരുന്നെങ്കിൽ പൊലീസ് വകുപ്പിന് ഇത്രയ്ക്ക് തലകുനിക്കേണ്ടി വരില്ലായിരുന്നു.

1993 ൽ പാർലമെന്റ് ഇന്ത്യൻ മനുഷ്യാവകാശ ചട്ടത്തിന്റെ കീഴിൽ, ദേശീയ മനുഷ്യാവകാശ കമ്മീഷനും, സംസ്ഥാന മനുഷ്യാവകാശ കമ്മീഷനുകളും സ്ഥാപിച്ചു. നിയമം നിലവിൽ വന്ന് നാല് വർഷം കഴിഞ്ഞാണ് തമിഴ്നാട്ടിൽ ആദ്യമായി സംസ്ഥാന മനുഷ്യാവകാശ കമ്മീഷൻ ഉണ്ടായത്. ആ നിയമം വരുന്നതിന് മുമ്പ് വരെ മനുഷ്യാവകാശ ലംഘനങ്ങളെപ്പറ്റി, ഹൈക്കോടതികളും സുപ്രീം കോടതിയും അന്വേഷിച്ച് തീർപ്പാക്കുകയായിരുന്നു. ചെന്നൈ ഹൈക്കോടതി ഇതുപോലെയുള്ള മനുഷ്യാവകാശ കേസുകളിൽ എടുത്ത വിധികളെക്കുറിച്ച് മറ്റൊരു അദ്ധ്യായത്തിൽ പറഞ്ഞിട്ടുണ്ട്. എന്നാൽ, മനുഷ്യാവകാശ കമ്മീഷൻ രൂപീകൃതമായശേഷം, അതിന്റെ ഉത്തരവുകളെ

എതിർത്ത് കേസുകൾ തുടർന്നു, ഹൈക്കോടതിയിൽ എന്റെ മുന്നിൽ വന്ന ചില വിധികളെ ഇപ്പോൾ നോക്കാം.

ഞാൻ പദവിയേറ്റ് രണ്ട് മാസങ്ങൾക്കുള്ളിൽത്തന്നെ മനുഷ്യാവകാശ സമിതിയുടെ ഒരു ഉത്തരവിനെ എതിർത്ത് കൊടുത്ത കേസ്, ഞാൻ ഉൾപ്പെട്ട രണ്ട് ജസ്റ്റിസുമാരുടെ ബഞ്ചിന്റെ മുന്നിൽ വന്നു. മഹാകവി ഭാരതിയാർ നഗർ പൊലീസ് സ്റ്റേഷനിൽ അസിസ്റ്റന്റ് കമ്മീഷണറായി ജോലി ചെയ്യുന്നയാൾ, ഒരു സ്ത്രീധന പരാതി അന്വേഷിക്കുന്നതിനായി അമീർ ഹംസ, അയാളുടെ സഹോദരൻ ലത്തീഫ് എന്നിവരെ പൊലീസ് സ്റ്റേഷനിലേക്ക് വിളിപ്പിച്ച് ക്രൂരമായി മർദ്ദിച്ചതിനെപ്പറ്റി തമിഴ്നാട് മനുഷ്യാവകാശ കമ്മീഷന് പരാതി കൊടുത്തു. രണ്ട് പരാതികളും അന്വേഷിച്ച കമ്മീഷന്റെ തലപ്പത്തിരുന്ന ജില്ലാ ജഡ്ജി ആ പരാതികൾ തള്ളിക്കളഞ്ഞു.

ആദ്യത്തെ പരാതി കമ്മീഷന്റെ അധികാരപരിധിക്ക് പുറത്താണെന്നും, രണ്ടാമത്തെ പരാതി കുടുംബപ്രശ്നം ആയതിനാൽ, യോജ്യമായ കോടതിയെ സമീപിച്ച് പരിഹാരം കാണണമെന്നും പറഞ്ഞു. ഇങ്ങനെയുള്ള ഉത്തരവുകൾ ഞങ്ങൾ റദ്ദ് ചെയ്തതിനൊപ്പം, വീണ്ടും ആ പരാതികൾ കമ്മീഷൻ തന്നെ അന്വേഷിക്കണമെന്ന് ഉത്തരവിട്ടു. ഇതിനിടയിൽ, വിരമിച്ച ഹൈക്കോടതി ചീഫ് ജസ്റ്റിസ് ആയിട്ടുള്ള ഒരാളെ മനുഷ്യാവകാശ കമ്മീഷന്റെ കമ്മീഷണർ ആയി സർക്കാർ നിയമിച്ചിരുന്നു.

ലോകനാഥൻ എന്ന പൊലീസ് ഇൻസ്പെക്ടർക്ക് ഇരുപതിനായിരം രൂപ പിഴ വിധിച്ച കമ്മീഷന്റെ ഉത്തരവിനെ എതിർത്ത് കൊടുത്ത റിട്ട് ഹർജി ഞാനും ചീഫ് ജസ്റ്റിസ് എ പി ഷായും ഉൾപ്പെട്ട ബഞ്ചിൽ വിചാരണയ്ക്ക് വന്നു. കേസ് അന്വേഷിച്ചതിൽ, വാണിയമ്പാടി പ്രദേശത്ത് *കണ്ണോട്ടം* എന്ന പത്രം നടത്തിവരുന്ന ഷണ്മുഖം, അതിന്റെ എഡിറ്റർ രാജ്കുമാർ എന്നിവർക്കെതിരെ കേസ് ഫയൽ ചെയ്യപ്പെട്ടു. അവരെ പൊലീസ് സ്റ്റേഷനിൽ വച്ച് മർദ്ദിച്ചശേഷം, ജുഡീഷ്യൽ മജിസ്ട്രേട്ടിന്റെ മുന്നിൽ റിമാന്റ് ചെയ്യാൻ കൊണ്ടുപോയി. ഇരുവരുടേയും പരാതിയുടെ മേൽ ജുഡീഷ്യൽ മജിസ്ട്രേട്ട് അവർക്ക് വൈദ്യസഹായം കൊടുക്കാനായി വേലൂർ ആശുപത്രിയിലേക്ക് അയച്ചു. പൊലീസ് ഇൻസ്പെക്ടർ, ലൈംഗിക പീഡനത്തിനെ ചെറിയ കുറ്റമാക്കി ഫയൽ ചെയ്തത് അവരുടെ പത്രം പുറംലോകത്ത് കൊണ്ടുവന്നതായിരുന്നു ഈ മർദ്ദനത്തിന് കാരണം.

ബാധിക്കപ്പെട്ട എഡിറ്ററുടെ ഭാര്യ ഭാഗ്യലക്ഷ്മി തമിഴ്നാട് മനുഷ്യാവകാശ കമ്മീഷന് പരാതി അയച്ചു. അത് അന്വേഷിച്ച കമ്മീഷൻ, പൊലീസ് ഇൻസ്പെക്ടർക്ക് 25,000 രൂപ പിഴ വിധിച്ചതിനൊപ്പം ആ തുക ബാധിക്കപ്പെട്ട ഷണ്മുഖന് കൊടുക്കാനും ഉത്തരവിട്ടു. ഇതിനെ എതിർത്താണ് ആ കേസ് തുടർന്നത്. ആ കേസ് ഞാൻ തള്ളിക്കളഞ്ഞു.

“പൊലീസുകാർ തന്നെ അക്രമം കാണിച്ചാൽ അവരിൽനിന്നും നമ്മളെ ആര് സംരക്ഷിക്കും?” എന്ന ചോദ്യം ഉയർത്തി, അതിനുള്ള

മറുപടിയായിട്ടാണ് മനുഷ്യാവകാശ കമ്മീഷനെ ഏർപ്പെടുത്തിയിരിക്കുന്നതെന്ന് പറഞ്ഞതിനൊപ്പം, കമ്മീഷന് മനുഷ്യാവകാശ ലംഘനങ്ങൾക്ക് ഉചിതമായ നഷ്ടപരിഹാരം കൊടുക്കാനുള്ള ഉത്തരവ് കൊടുക്കാനുള്ള പൂർണ അധികാരം ഉണ്ടെന്നും, ആ ഉത്തരവുകൾ നിറവേറ്റുന്നത് സർക്കാരിന്റെ കടമയാണെന്നും ഞാൻ പറഞ്ഞു. മനുഷ്യാവകാശ കമ്മീഷന്റെ വിധികളെ നിറവേറ്റുന്നതിനായി, കമ്മീഷന് അധികാരം നൽകുന്ന നിയമപരിഷ്കരണം കൊണ്ടുവരണമെന്നും ഞാൻ നിർദ്ദേശിച്ചു.

വട ആർക്കാട് ജില്ലയിൽ ആമ്പൂർ പൊലീസ് സ്റ്റേഷനിലെ പൊലീസുകാർ തുടർന്ന കേസുകളിൽ ചിലത് ജസ്റ്റിസ് പി കെ മിശ്രയ്ക്കൊപ്പം ഞാനുമുണ്ടായിരുന്ന രണ്ട് ജസ്റ്റിസുമാരുടെ ബഞ്ചിൽ വിചാരണയ്ക്കെത്തി. ഇൻസ്പെക്ടർ ലക്ഷ്മണൻ, ഹെഡ് കോൺസ്റ്റബിൾ പാണ്ഡ്യൻ, സ്പെഷ്യൽ ബ്രാഞ്ച് ഹെഡ് കോൺസ്റ്റബിൾ സത്യമൂർത്തി, രണ്ട് പൊലീസുകാരും ചേർന്ന് തില്ലൈ വണ്ണൻ എന്നയാളെ വാഹനമോഷണത്തിന് കേസെടുത്ത് ചോദ്യം ചെയ്യാനായി ആമ്പൂർ പൊലീസ് സ്റ്റേഷനിലേക്ക് കൊണ്ടുപോയി മർദ്ദിച്ചു. ആ വാഹനം അയാൾ വിലയ്ക്ക് വാങ്ങിയതായി പറഞ്ഞിട്ടും, സ്വർണമാല മോഷ്ടിച്ച ഒരു കുറ്റം സമ്മതിപ്പിക്കുന്നതിനായി മർദ്ദിച്ചു.

ഇതിനെപ്പറ്റി ജില്ലാ പൊലീസ് കമ്മീഷണർക്ക് പരാതി കൊടുത്തിട്ടും ഫലമില്ലാതെ, തമിഴ്നാട് മനുഷ്യാവകാശ കമ്മീഷനെ സമീപിച്ചു തില്ലൈ വണ്ണൻ. പരാതി അന്വേഷിച്ച കമ്മീഷൻ, ആമ്പൂർ പൊലീസുകാരുടെ വിശദീകരണം അംഗീകരിച്ചില്ല. ഒരു പൗരനെ പാതിരാത്രി വീട്ടിൽനിന്നും നിയമവിരുദ്ധമായി കൂട്ടിക്കൊണ്ട് പോയി, നാടിന് പുറത്തുള്ള മറ്റൊരു പൊലീസ് സ്റ്റേഷനിൽ വച്ചതും അയാളെ ലോക്കപ്പ് മർദ്ദനത്തിന് ഇരയാക്കിയതും ഭരണഘടനയ്ക്ക് വിരുദ്ധമാണെന്ന് പറഞ്ഞ്, അഞ്ച് പൊലീസുകാർക്കും 1,000 രൂപ വീതം പിഴ വിധിച്ചു. ആ തുക തില്ലൈ വണ്ണന് കൊടുക്കണം എന്നും ഉത്തരവിട്ടു.

ഇതിനെ എതിർത്ത് കൊടുക്കപ്പെട്ട മൂന്ന് കേസുകളും തള്ളിക്കളഞ്ഞ ഞാൻ, ആ മൂന്ന് ആമ്പൂർ പൊലീസുകാരും സർക്കാർ ജോലിയിൽ ആയതിനാൽ, ഉടൻ തന്നെ പിഴത്തുക വസൂലാക്കി ബാധിക്കപ്പെട്ടവർക്ക് കൊടുക്കണമെന്ന് ഉത്തരവിട്ടു.

അടുത്തത്, ഒറ്റയാൾ ജസ്റ്റിസ് ആയിരുന്നപ്പോൾ എന്റെയടുത്ത് വന്ന ചില കേസുകൾ നോക്കാം.

കോമള എന്ന പെണ്ണ് മേജറായ ശേഷം, സുരേഷ്ബാബു എന്നയാളെ വിവാഹം ചെയ്ത് വീട്ടിൽനിന്നും ഇറങ്ങിപ്പോയി. അവരെ കടത്തിക്കൊണ്ട് പോയി എന്ന് കാണിച്ച് കോമളയുടെ അച്ഛൻ കൊടുത്ത പരാതി അന്വേഷിച്ച്, ഇൻസ്പെക്ടർ ടി ഉങ്കുച്ചാമിയും സബ് ഇൻസ്പെക്ടർ എ മണിമൊഴിയും സദാശിവം, അയാളുടെ മകൻ കറുപ്പുച്ചാമി എന്നിവരെ അറസ്റ്റ് ചെയ്തു. വിവാഹം ചെയ്ത ദമ്പതികൾ ജുഡീഷ്യൽ മജിസ്ട്രേട്ടിന്റെ മുന്നിൽ ഹാജരായി, തങ്ങൾ വിവാഹിതരായതിനെ നേരിൽ

അറിയിച്ചു. തങ്ങൾക്ക് സംബന്ധമില്ലാത്ത കേസിൽ അറസ്റ്റ് ചെയ്ത്, കള്ളക്കുറ്റാരോപണം ചാർത്തിയതിന് കറുപ്പുച്ചാമിയും അയാളുടെ അച്ഛൻ സദാശിവവും തമിഴ്നാട് മനുഷ്യാവകാശ കമ്മീഷനിൽ പരാതി കൊടുത്തു. പരാതി അന്വേഷിച്ച കമ്മീഷൻ, രണ്ട് പൊലീസുകാർക്കെതിരെ ആരോപിച്ച കുറ്റം തെളിഞ്ഞതിനാൽ, സർക്കാർ ഇരുവർക്കും 50,000 രൂപ വീതം ഇടക്കാല ആശ്വാസം നൽകണമെന്നും, ആ തുക രണ്ട് പൊലീസുകാരിൽനിന്നും വസൂലാക്കാമെന്നും, അവർക്കെതിരെ ക്രിമിനൽ കേസ് എടുത്ത് കേസ് തുടരണമെന്നും നിർദ്ദേശിച്ചു.

ഇതിനെ എതിർത്ത് സർക്കാർ നടപടി എടുക്കുമോ എന്ന പേടിയിൽ ആ രണ്ട് പൊലീസുകാരും ഫയൽ ചെയ്ത കേസ് എന്റെ മുന്നിൽ നാല് വർഷങ്ങൾ കഴിഞ്ഞ് വിചാരണയ്ക്ക് വന്നു. ആ കേസ് തള്ളിക്കളഞ്ഞ്, മനുഷ്യാവകാശ കമ്മീഷന്റെ ഉത്തരവിൽ തെറ്റൊന്നുമില്ലെന്ന് വിധിച്ചു.

മുനിരാജ് എന്ന തടവുകാരൻ, സേലം സർക്കാർ ആശുപത്രിയിൽ, തടവുകാർക്കുള്ള വാർഡിൽ 24.12.2000 ൽ ആത്മഹത്യ ചെയ്തു. അതിനെപ്പറ്റി തഹസീൽദാർ അന്വേഷിച്ച് സർക്കാരിന് റിപ്പോർട്ട് സമർപ്പിച്ചു. ആ റിപ്പോർട്ട് സ്വീകരിച്ച സംസ്ഥാന സർക്കാർ, പൊലീസ് വകുപ്പ് തലവനോട് ബന്ധപ്പെട്ട പൊലീസുകാർക്ക് 'താക്കീത്' എന്ന വകുപ്പ്തല ശിക്ഷ വിധിക്കാൻ ഉത്തരവിട്ടു.

പൊലീസ് ഓർഡർ നിയമത്തിലെ വകുപ്പ് അനുസരിച്ച് അന്വേഷണ റിപ്പോർട്ടിന്റെ ഒരു നക്കൽ, ദേശീയ മനുഷ്യാവകാശ കമ്മീഷന് അയയ്ക്കപ്പെട്ടു. ആ റിപ്പോർട്ട് പരിഗണിച്ച കമ്മീഷൻ, ബാധിക്കപ്പെട്ട കുടുംബത്തിന് എന്തുകൊണ്ട് ഇടക്കാല ആശ്വാസം നൽകാൻ പാടില്ലായെന്ന് ചോദിച്ച് സംസ്ഥാന സർക്കാരിന് നോട്ടീസ് അയച്ചു. അത് പരിഗണിച്ച സർക്കാർ, മരിച്ച മുനിരാജന്റെ കുടുംബത്തിന് 50,000 രൂപ നഷ്ടപരിഹാരമായി കൊടുക്കാനും ആ തുക മൂന്ന് പൊലീസുകാരിൽ (സുന്ദരം- ഹെഡ് കോൺസ്റ്റബിൾ, ചിത്തൻ, ജയവേൽ - പി സി-1 പൊലീസുകാർ) നിന്നും ഈടാക്കാനും ഉത്തരവിട്ടു. സേലം സിറ്റി കമ്മീഷണർ തന്റെ 16.11.2009 ലെ നടപടി വഴി, സർക്കാർ ഉത്തരവ് നിറവേറ്റാൻ ശ്രമിച്ചതിനെ എതിർത്ത്, മൂന്ന് പൊലീസുകാരും കൊടുത്ത കേസുകൾ എന്റെ മുന്നിൽ വിചാരണയ്ക്ക് വന്നു.

ആ കേസ് വിസ്തരിച്ച ഞാൻ മനുഷ്യാവകാശ കമ്മീഷന് ഇടക്കാല ആശ്വാസം നൽകാനുള്ള അധികാരം ഉണ്ടെന്നും, അവസാന വിചാരണയിൽ തങ്ങൾ നിരപരാധികൾ ആണെന്ന് നിരൂപിച്ചാൽ തങ്ങളിൽനിന്നും പിടിച്ച തുക തിരികെ വാങ്ങാമെന്നും, ഇപ്പോൾത്തന്നെ അവർ വകുപ്പുരീതിയിൽ സർക്കാർ ഉത്തരവിന്റെ പേരിൽ 'താക്കീത് നൽകപ്പെട്ടവർ' ആണെന്നും, അതുകൊണ്ട് സർക്കാരിന്റെ ഉത്തരവ് റദ്ദ് ചെയ്യാൻ സാധിക്കില്ലെന്നും വിധിച്ചു.

മനുഷ്യാവകാശ കമ്മീഷന്റെ അധികാരത്തിനെപ്പറ്റി രണ്ട് ജസ്റ്റിസുമാരുടെ ബഞ്ചിൽ ഞാൻ കൊടുത്ത രണ്ട് വിധികൾ, ഒറ്റയ്ക്കുള്ള ജസ്റ്റിസ് ആയി കൊടുത്ത മൂന്ന് വിധികൾ എന്നിവ ഉള്ളപ്പോഴും, രാജേഷ്ദാസ്

മനുഷ്യാവകാശ കമ്മീഷന്റെ ഉത്തരവിൽ ഇടക്കാല സ്റ്റേ ഓർഡർ വാങ്ങി, കേസ് പത്ത് വർഷത്തിനുശേഷം ജസ്റ്റിസ് നാഗമുത്തുവിന്റെ മുന്നിൽ വിചാരണയ്ക്ക് വന്നു. ആ കേസ് വിചാരണ ചെയ്ത ജസ്റ്റിസ്, മനുഷ്യാവകാശ കമ്മീഷനെ ഉറക്കിക്കിടത്തി. അതുകൊണ്ടാണോ എന്തോ ചെന്നൈയിൽ ഗ്രീൻ ഫീൽഡ് റോഡിൽ കമ്മീഷൻ പണിത കെട്ടിടത്തിന്റെ പേര് തീരുമാനിക്കുന്നതിന് മുമ്പ് തന്നെ 'തിരുവരങ്കം' എന്ന് വച്ചു.

മനുഷ്യാവകാശ കമ്മീഷന്റെ വിധികൾ വെറും നിർദ്ദേശങ്ങൾ മാത്രമാണെന്നും, അവ സർക്കാരിനേയും സംബന്ധപ്പെട്ട കേസുകാരേയും നിയന്ത്രിക്കില്ല എന്നും, സർക്കാർ കമ്മീഷന്റെ നിർദ്ദേശങ്ങളെ കാര്യമാക്കേണ്ടതില്ലെന്നും, വേണമെങ്കിൽ സർക്കാരിന് വീണ്ടും സംഭവത്തിനെപ്പറ്റി അന്വേഷിച്ച് കമ്മിറ്റിയുടെ നിർദ്ദേശങ്ങളെ സ്വീകരിക്കണോ തള്ളിക്കളയണോയെന്ന് തീരുമാനമെടുക്കാമെന്നും, കമ്മീഷന്റെ നിർദ്ദേശങ്ങളുടെ പേരിൽ പൊലീസുകാർക്കെതിരെ വകുപ്പ് വീണ്ടും കുറ്റാന്വേഷണം നടത്തണമെന്നും അത്ഭുതപ്പെടുത്തുന്ന മട്ടിൽ അദ്ദേഹത്തിന്റെ വിധിയിൽ പറയുന്നു. ഈ വിധിയെ എതിർത്ത് സംസ്ഥാന സർക്കാരോ മനുഷ്യാവകാശ കമ്മീഷണറോ ബാധിക്കപ്പെട്ടവരോ അപ്പീൽ നല്കിയില്ല. പത്ത് വർഷത്തെ ഇടക്കാല സ്റ്റേ ഓർഡർ വഴി, പല ഉദ്യോഗക്കയറ്റങ്ങൾ നേടിയ രാജേഷ്ദാസ്, ഈ വിധി വന്ന അടുത്ത പത്ത് വർഷത്തേക്ക് സംസ്ഥാന പൊലീസ് വകുപ്പ് മേധാവിയുടെ പദവിയും നേടി.

വിധി പുറത്തുവന്ന സമയത്ത് ഞാൻ മധുര ശാഖയിൽ ആയിരുന്നു. അപ്പോൾ ഇതുപോലെയുള്ള ഒരു കേസ് എന്റെയടുത്ത് വിചാരണയ്ക്ക് വന്നു. കാട്ടാത്തുറയിൽ താമസിക്കുന്ന സൈമൺ - മാധവി ദമ്പതിമാരുടെ വീടിന്റെ മതിൽ ഇടിച്ചുതകർത്ത അയൽക്കാർക്കെതിരെ മാധവി തക്കല പൊലീസ് സ്റ്റേഷനിൽ പരാതി കൊടുത്തിട്ടും നടപടി എടുത്തില്ല. അതിന് പകരം പൊലീസ് ഇൻസ്പെക്ടർ തന്നെ വിരട്ടുകയും, തന്റെ പേരിൽ കേസെടുക്കും എന്ന് പറഞ്ഞതായും, ജില്ലാ പൊലീസ് കമ്മീഷണർക്ക് അവർ പരാതി എഴുതിക്കൊടുത്തു. പ്രസ്തുത തീയതിയിൽ പൊലീസ് സ്റ്റേഷന്റെ സുരക്ഷാഡ്യൂട്ടിയിൽ ആയിരുന്നതിനാൽ ഇങ്ങനെയൊരു സംഭവം നടക്കാൻ സാധ്യതയില്ലെന്ന് പൊലീസ് ഇൻസ്പെക്ടർ വിജയകുമാർ പറഞ്ഞു.

മാധവി തമിഴ്നാട് മനുഷ്യാവകാശ കമ്മീഷന് അയച്ച പരാതി അന്വേഷിച്ച കമ്മീഷൻ തമിഴ്നാട് സർക്കാർ 30,000 രൂപ നഷ്ടപരിഹാരം കൊടുക്കാനും, ആ തുക ഇൻസ്പെക്ടർ വിജയകുമാറിന്റെ ശമ്പളത്തിൽ നിന്നും പിടിക്കാനും, അയാളുടെ പെരുമാറ്റ രേഖയിൽ തങ്ങളുടെ ഉത്തരവ് ചേർക്കാനും ഉത്തരവിട്ടു. ഈ ഉത്തരവ് അംഗീകരിച്ച സർക്കാർ, 30,000 രൂപ മാധവിക്ക് കൊടുക്കുകയും ആ തുക വിജയകുമാറിൽനിന്നും 60 തവണകളായി പിടിക്കാൻ ഉത്തരവിടുകയും ചെയ്തു.

ഇതിനെ എതിർത്ത് വിജയകുമാർ ഫയൽ ചെയ്ത റിട്ട് ഹർജി

എന്റെ മുന്നിൽ വിചാരണയ്ക്ക് വന്നു. ഈ കേസ് മുമ്പ് തന്നെ, ഞാൻ രണ്ട് ജസ്റ്റിസുമാരുടെ ബഞ്ചിൽ കൊടുത്ത മൂന്ന് വിധികളും ഞാൻ ഒറ്റയ്ക്ക് ജസ്റ്റിസായി നൽകിയ മൂന്ന് വിധികളുമായി ബന്ധപ്പെട്ടിരിക്കുന്നെങ്കിലും രാജേഷ്ദാസ് കേസിൽ കൊടുത്ത വിധി എന്റെ മുന്നിൽ മുന്നുദാഹരണമായി കാണപ്പെട്ടു. ആ വിധി സ്വീകരിക്കാൻ വിസമ്മതിച്ച ഞാൻ, ആ വിധി തെറ്റാണെന്നും, അതിനെ മുന്നുദാഹരണമായി കണക്കാക്കാൻ കഴിയില്ലെന്നും ആ വിധി നടപ്പിൽ വന്നാൽ കുറ്റം ചെയ്യുന്ന സർക്കാർ ഉദ്യോഗസ്ഥർക്ക് സ്വർഗം ലഭിക്കുന്നത് പോലെയാകുമെന്നും പറഞ്ഞ് വിജയകുമാറിന്റെ കേസ് ഞാൻ തള്ളിക്കളഞ്ഞു.

അതിനുശേഷവും മനുഷ്യാവകാശ കമ്മീഷന്റെ നഷ്ടപരിഹാര ഉത്തരവുകൾക്ക് എതിരായി പല കേസുകൾ വന്നുകൊണ്ടിരുന്നു. ചില ജസ്റ്റിസുമാർ രാജേഷ്ദാസ് കേസിനെ മുന്നുദാഹരണമാക്കി, കമ്മീഷന്റെ വിധികൾ നടപ്പിലാക്കാൻ കഴിയില്ലെന്ന് പറയാൻ തുടങ്ങി. ചില ജസ്റ്റിസുമാർ ഞാൻ നൽകിയ വിധികൾ മുന്നുദാഹരണമാക്കി കമ്മീഷന്റെ ഉത്തരവുകൾ നടപ്പിലാക്കാനും തുടങ്ങി.

ഇതിനിടയിൽ, ഞാൻ വിരമിക്കുന്നതിന് മുമ്പ് എന്റെയടുത്ത് വന്ന മൂന്ന് കേസുകളെപ്പറ്റി പറയേണ്ടതുണ്ട്. ആദ്യത്തെ കേസ് ശോഭന എന്ന മധുര തിരുനഗർ പൊലീസ് സ്റ്റേഷനിലെ സബ്ബ് ഇൻസ്പെക്ടർ കൊടുത്ത കേസാണ്. ആ കേസിൽ പാൽത്തായ് എന്ന സ്ത്രീയെ പൊലീസ് സ്റ്റേഷനിൽ നാല് ദിവസം നിയമവിരുദ്ധമായി വച്ച് ലാത്തി കൊണ്ട് അടിച്ച് പീഡിപ്പിച്ചതായി കാണിച്ച്, മനുഷ്യാവകാശ കമ്മീഷനിൽ പരാതി കൊടുത്തതിന്റെ പേരിൽ, അവർ പറഞ്ഞ പരാതി തെളിയിക്കപ്പെട്ടപ്പോൾ 15,000 രൂപ നഷ്ടപരിഹാരത്തുകയായി കൊടുക്കണമെന്ന് ഉത്തരവിട്ടു. ആ ഉത്തരവിൽ തലയിടാൻ കാരണമൊന്നും ഇല്ലെന്ന് പറഞ്ഞ് ഞാൻ കേസ് തള്ളിക്കളഞ്ഞു.

അടുത്ത കേസ് പന്തൽക്കൊടി പൊലീസ് സ്റ്റേഷനിലെ അഞ്ച് പൊലീസുകാർ കൊടുത്ത കേസ് ആണ്. വിരുദുനഗർ വല്ലക്കോട്ടൈയിലെ ക്യാപ്റ്റർ ഗണേശൻ എന്നയാൾ ഒരു ഹോട്ടലിൽ ഭക്ഷണം കഴിക്കുമ്പോൾ, അവിടെയുണ്ടായിരുന്ന ചിലരുമായി തർക്കം ഉണ്ടായി. അതറിഞ്ഞ കുമരവേൽ, സബ്ബ് ഇൻസ്പെക്ടറുടെ നേതൃത്വത്തിൽ വന്ന നാല് പൊലീസുകാർ ഗണേശനെ പൊലീസ് സ്റ്റേഷനിലേക്ക് കൊണ്ടുപോയി മർദ്ദിച്ച് കേസ് രജിസ്റ്റർ ചെയ്തു. തന്റെ പരിക്കുകൾ ചികിത്സിക്കാനായി അയാൾ മിലിറ്ററി ആശുപത്രിയിൽ പ്രവേശിച്ചു. ചികിത്സ തേടി. അയാളെ മർദ്ദിച്ച് അവശനാക്കിയ വാർത്ത സംഘർഷം ഉണ്ടാക്കിയതിനാൽ, തഹസീൽദാർ അന്വേഷണം നടത്തി. തഹസീൽദാറുടെ റിപ്പോർട്ട് ലഭിച്ച തമിഴ്നാട് സർക്കാർ ബന്ധപ്പെട്ട പൊലീസുകാർക്കെതിരെ വകുപ്പുരീതിയിലുള്ള നടപടി എടുക്കാൻ ഉത്തരവിട്ടു.

ഇതിനിടയിൽ ക്യാപ്റ്റൻ ഗണേശൻ ദേശീയ മനുഷ്യാവകാശ കമ്മീഷന് അയച്ച പരാതി അനുസരിച്ച് നടപടി എടുത്ത കമ്മീഷൻ, ഒരു സൈനിക ഉദ്യോഗസ്ഥനെ പൊലീസുകാർ മർദ്ദിച്ച് പരിക്കുകൾ

ഉണ്ടാക്കിയതിനാൽ, അതിന് തക്കതായ നഷ്ടപരിഹാരം എന്തുകൊണ്ട് കൊടുക്കാൻ പാടില്ലെന്ന് കാണിച്ച് റിപ്പോർട്ട് അയച്ചു. അത് സ്വീകരിച്ച സർക്കാർ ക്യാപ്റ്റൻ ഗണേശന് 50,000 രൂപ നഷ്ടപരിഹാരമായി കൊടുക്കാൻ ഉത്തരവിട്ടു. ആ തുക ബന്ധപ്പെട്ട അഞ്ച് പൊലീസുകാരുടെ ശമ്പളത്തിൽനിന്നും പിടിക്കാനും ആ ഉത്തരവിൽ പറഞ്ഞു. ഇതിനെ എതിർത്ത് അഞ്ച് പൊലീസുകാരും രണ്ട് കേസുകൾ കൊടുത്തു. അവയെ പരിശോധിച്ച ഞാൻ, പിഴ വിധിച്ച ഉത്തരവിൽ യാതൊരു തെറ്റുമില്ലെന്ന് പറഞ്ഞ് കേസുകൾ തള്ളിക്കളഞ്ഞു.

ഞാൻ അവസാനമായി വിചാരണ ചെയ്ത കേസ് ചൂണാമ്പേട്ട് പൊലീസ് സ്റ്റേഷനിലെ സബ്ബ് ഇൻപെക്ടർ കണ്ണകി, ഹെഡ് കോൺസ്റ്റബിൾ രാധാകൃഷ്ണൻ എന്നിവരുമായി ബന്ധപ്പെട്ട രണ്ട് കേസുകൾ ആയിരുന്നു. അവർ ഇരുവരും നാഗലിംഗം എന്നയാൾക്കെതിരെ മദ്യനിരോധന വകുപ്പിന്റെ കീഴിൽ കേസ് രജിസ്റ്റർ ചെയ്ത് പൊലീസ് സ്റ്റേഷനിലേക്ക് കൂട്ടിക്കൊണ്ട് പോയി പീഡിപ്പിച്ചതിന് ശേഷം മധുരാന്തകം ജുഡീഷ്യൽ മജിസ്ട്രേട്ടിന്റെ മുന്നിൽ ഹാജരാക്കി, പുഴൽ ജയിലിൽ അടച്ചു. അയാളുടെ ഭാര്യ വെണ്ണില, ജയിലിൽനിന്നും തന്റെ ഭർത്താവിനെ റായൽപ്പേട്ടൈ ആശുപത്രിക്ക് എത്തിക്കും മുമ്പേതന്നെ അദ്ദേഹം മരിച്ചിരുന്നു എന്ന് ആശുപത്രി അധികൃതർ രേഖപ്പെടുത്തിയതായി പറഞ്ഞു. ചെന്നൈ സബ് ഡിവിഷൻ ആർബിട്രേറ്റർ വഴി പൊലീസ് വകുപ്പ് പോസ്റ്റ് മോർട്ടം നടത്തി സർക്കാരിന് റിപ്പോർട്ട് അയയ്ക്കപ്പെട്ടു.

ആ റിപ്പോർട്ടിൽ ജയിലിൽ അടയ്ക്കുന്നതിന് മുമ്പ് തന്നെ നാഗലിംഗം മർദ്ദനത്തിന് ഇരയായതുകൊണ്ട്, അയാൾക്ക് പരിക്കുകൾ പറ്റിയെന്നും അതിന് ആ രണ്ട് പൊലീസുകാരും ഉത്തരവാദികളാണെന്നും പറയുന്നു. ഈ റിപ്പോർട്ട്, മുറപ്പടിയുള്ള നിയമങ്ങൾ അനുസരിച്ച് ദേശീയ മനുഷ്യാവകാശ കമ്മീഷന് അയയ്ക്കപ്പെട്ടു. അതനുസരിച്ച് ദേശീയ മനുഷ്യാവകാശ കമ്മീഷൻ തമിഴ്നാട് സർക്കാരിന് നോട്ടീസ് അയച്ചു. അതിന് മറുപടിയായി സർക്കാർ, നാഗലിംഗത്തിന്റെ കുടുംബത്തിന് ഒരു ലക്ഷം രൂപ നഷ്ടപരിഹാരം കൊടുത്തതായി അറിയിച്ചു. എന്നാൽ, ദേശീയ മനുഷ്യാവകാശ കമ്മീഷൻ 42 വയസ്സുള്ള നാഗലിംഗം പൊലീസുകാരുടെ മർദ്ദനത്തിൽ മരിച്ചുപോയതിനാൽ, മൂന്ന് ലക്ഷം രൂപ നഷ്ടപരിഹാരം കൊടുക്കണമെന്ന് നിർദ്ദേശിച്ചു. തമിഴ്നാട് സർക്കാർ വീണ്ടും തങ്ങളുടെ രണ്ടാമത്തെ ഉത്തരവ് പ്രകാരം ആദ്യം കൊടുത്ത തുകയ്ക്കൊപ്പം രണ്ട് ലക്ഷം രൂപ കൂടി നഷ്ടപരിഹാരം കൊടുക്കാൻ ഉത്തരവിട്ടു.

ഇതിനിടയിൽ, കാഞ്ചിപുരം ജില്ലാ പൊലീസ് സൂപ്രണ്ട് നാഗലിംഗത്തിനെ മർദ്ദിച്ച രണ്ട് പൊലീസുകാരെ കൂടാതെ, ആത്മലിംഗം എന്ന ഒരു സബ്ബ് ഇൻസ്പെക്ടറും, രാമസുബ്രഹ്മണ്യം, തിരുമണി, പെരിയചാമി എന്നീ മൂന്ന് പൊലീസുകാരും അതിൽ ഉൾപ്പെട്ടിട്ടുണ്ടെന്ന് പറഞ്ഞ്, ആ ആറ് പൊലീസുകാരിൽ നിന്നും 50,000 രൂപ വീതം ശമ്പളത്തിൽനിന്നും

പിടിക്കാൻ ഉത്തരവിട്ടു. അതിനെ എതിർത്ത രണ്ട് പൊലീസുകാർ മാത്രം കേസ് തുടർന്നു. ആ രണ്ട് കേസുകളും വിചാരണ ചെയ്ത്, “ദേശീയ മനുഷ്യാവകാശ കമ്മീഷന്റെ ഉത്തരവ് ഇടക്കാല ആശ്വാസം മാത്രമേ കൊടുത്തുള്ളൂ. അതുകൊണ്ട്, പിന്നീട് വിശദമായ വിചാരണ നടക്കുമ്പോൾ പൊലീസുകാർക്ക് തങ്ങളുടെ ഭാഗത്തെ ന്യായം പറയാവുന്നതാണ്” എന്ന് പറഞ്ഞ്, കമ്മീഷന്റെ നിർദ്ദേശങ്ങളിൽ തലയിടാൻ ഞാൻ വിസമ്മതിച്ചു.

ഞാൻ വിരമിച്ച് എട്ട് വർഷം കഴിഞ്ഞു. ഇതിനിടയിൽ, രണ്ട് ജസ്റ്റിസുമാരുടെ ബഞ്ച് മനുഷ്യാവകാശ കമ്മീഷന്റെ നിർദ്ദേശങ്ങൾ നിറവേറ്റേണ്ടതില്ലെന്ന് തീരുമാനിച്ചു. പിന്നീട്, മറ്റൊരു ബഞ്ചിന്റെ മുന്നിൽ അതുപോലെയുള്ള കേസ് വന്നപ്പോൾ, ആ വിധിയെ സ്വീകരിക്കാൻ ബഞ്ച് വിസമ്മതിച്ചു. ഈ പ്രശ്നം മൂന്ന് ജസ്റ്റിസുമാർ അടങ്ങിയ ബഞ്ച് വിചാരണ ചെയ്യണം എന്ന് നിർദ്ദേശിച്ചു. അവസാനം, മൂന്ന് ജസ്റ്റിസുമാരുടെ ബഞ്ച് ആ കേസിനെ വിചാരണ ചെയ്ത് അവസാനത്തെ വിധി 5.2.2021 ന് പ്രസ്താവിച്ചു.

മൂന്ന് ജസ്റ്റിസുമാരുടെ ബഞ്ച് രാജേഷ്ദാസ് കേസിൽ, ഒറ്റ ജസ്റ്റിസ് ബഞ്ച് നല്കിയ വിധി തെറ്റാണെന്നും, വിജയകുമാർ കേസിൽ ഞാൻ വിധിച്ചതാണ് ശരിയെന്നും പറഞ്ഞു. കൂടാതെ, മനുഷ്യാവകാശ കമ്മീഷന്റെ നിർദ്ദേശങ്ങൾ സർക്കാരിനെ നിയന്ത്രിക്കുമെന്നും, അവ വെറും നിർദ്ദേശങ്ങൾ മാത്രമല്ലെന്നും പറഞ്ഞു. മനുഷ്യാവകാശ കമ്മീഷൻ നിയമത്തിൽ നിയമസഭ ചില തിരുത്തലുകൾ കൊണ്ടുവരണമെന്നും അഭിപ്രായപ്പെട്ടു.

ഈ കേസിന്റെ വിധി 500 താളുകളിൽ കൂടുതൽ ഉണ്ടായിരുന്നു. ഒരു ചെറിയ പ്രശ്നം, അതും മനുഷ്യാവകാശ ലംഘനത്തിനെ തടുക്കുന്ന വിധത്തിൽ കൊണ്ടുവരപ്പെട്ട നിയമത്തിന്റെ വിശദീകരണത്തിനെ പറ്റിയുള്ള പ്രശ്നം. ഇതിനായി 11 വർഷം എടുത്തത് മനുഷ്യാവകാശ പ്രവർത്തകരെ വേദനിപ്പിച്ചു. ഈ 10 വർഷക്കാലത്തിൽ, എത്ര കേസുകളിൽ മനുഷ്യാവകാശ കമ്മീഷന്റെ നിർദ്ദേശങ്ങൾ നടപ്പിലാക്കാൻ കഴിയാതെ പോയെന്ന വിവരവും ഇല്ല. നീതി താമസിക്കുക എന്നത്, മനുഷ്യാവകാശത്തിനുമേൽ വിധിക്കപ്പെടുന്ന മരണമണിയാണ്.

ഇതുവരെ മനുഷ്യാവകാശ കമ്മീഷന്റെ തലവനായി വിരമിച്ച ചീഫ് ജസ്റ്റിസ് ഒരാളെ നിയമിച്ചുവന്ന പതിവ് മാറി, വിരമിച്ച ഹൈക്കോടതി ജസ്റ്റിസ് ഉണ്ടായാലും മതിയെന്ന നിയമഭേദഗതി വന്നു. അതുപയോഗിച്ച് തമിഴ്നാട് സർക്കാർ വിരമിച്ച ജസ്റ്റിസുമാരിൽ ഏറ്റവും പ്രായം കുറഞ്ഞ ഒരാളെ തലവനായി നിയമിച്ചു. ഇതിനെ എതിർത്ത് കൊടുക്കപ്പെട്ട പൊതുതാല്പര്യ ഹർജിയും തള്ളപ്പെട്ടു.

എന്തായാലും, മൂന്ന് ജസ്റ്റിസുമാർ അബ്ദുൾ സത്താർ കേസിൽ വിധിച്ചത്, വീണ്ടും മനുഷ്യാവകാശ കമ്മീഷന് ജീവൻ കൊടുത്തു. ഇനിയെങ്കിലും തിരുവരങ്കത്തിലുള്ള കമ്മീഷനോട് “എന്തിനാണ് ഉറങ്ങിയത് സാർ?” എന്ന് ജനങ്ങൾ ചോദിക്കാത്തവിധം കമ്മീഷൻ പ്രവർത്തിക്കുമോ?

പ്രകടനം നടത്താൻ സമ്മതിക്കുമോ?

ആയിരത്തി എണ്ണൂറ്റി എൺപത്തിയെട്ടിലെ ചെന്നൈ നഗര പൊലീസ് നിയമത്തിന്റെ കീഴിൽ ചേർക്കപ്പെട്ട വകുപ്പ് 41 നെപ്പറ്റി അടുത്തകാലത്ത്, *ഇന്ത്യൻ എക്സ്പ്രസ്സ്* പത്രത്തിൽ ഒരു ലേഖനം വന്നിരുന്നു. അതിനെപ്പറ്റി എന്നോട് അഭിപ്രായം ചോദിച്ച എഡിറ്റർ ഇങ്ങനെ പറഞ്ഞു: 'വിദ്യാർത്ഥി പ്രസ്ഥാനത്തിൽ ഉണ്ടായിരുന്നപ്പോഴേ വകുപ്പ് 41 നെ എതിർത്ത് ജയിലിലേക്ക് പോയയാൾ വക്കീൽ ആയി പല സമ്മേളന/ജാഥ കേസുകൾ നടത്തിയതിനൊപ്പം, ജസ്റ്റിസ് ആയ ശേഷം 25 ൽ കൂടുതൽ വിധികളെ പൊലീസ് വകുപ്പ് നിരോധനത്തിന് എതിരായി വിധിച്ചയാൾ!"

ഈ നഗര പൊലീസ് നിയമം 140 വർഷമായി ഉള്ളതാണ്. പൊതുയിടങ്ങളിൽ ഉപയോഗിക്കുന്ന ലൗഡ് സ്പീക്കറുകൾക്ക് ലൈസൻസ് നല്കാനും, സമ്മേളനം, ജാഥ എന്നിവ പൊതുസമാധാനം, സുരക്ഷ എന്നിവ കരുതി നിരോധിക്കാനും അങ്ങനെയുള്ള നിരോധന ഉത്തരവ് നിലവിലുള്ള 15 ദിവസങ്ങളിൽ, അനുമതി ചോദിച്ചുള്ള ഹർജികൾ പരിശോധിച്ച് ഉത്തരവിടാനുള്ള അധികാരവും ഈ വകുപ്പനുസരിച്ച് സിറ്റി പൊലീസ് കമ്മീഷണർക്ക് നൽകിയിരിക്കുന്നു.

ഇന്ത്യ മുഴുവനും പൊതുസമ്മേളനങ്ങൾ, പ്രതിഷേധജാഥകൾ എന്നിവ പൊതുയിടങ്ങളിൽ നടത്തുന്നതിനെക്കുറിച്ച് വിവാദങ്ങൾ കൂടിവരുന്ന ഈ വേളയിൽ, സുപ്രീം കോടതിയും ചില വിധികൾ പ്രസ്താവിച്ചിട്ടുണ്ട്. ഡൽഹിയിൽ രാം ലീല മൈതാനത്തിൽ നടന്ന, അഴിമതിക്ക് എതിരായുള്ള സമരത്തെപ്പറ്റിയുള്ള വിധിയും (2012 (5) SCC), പൗരത്വനിയമം തിരുത്തിയതിന് എതിരായി ഷഹീൻബാദിൽ നടന്ന തുടർ വിമർശന സമരത്തിന് എതിരായ കേസുകളിലെ വിധിയും

(2020 (10) SCC439) ചർച്ചയായതാണ്. കോടതികൾക്ക് എപ്പോഴും സമരങ്ങളെ ആദരിക്കുന്ന വിധികൾക്ക് വഴങ്ങാൻ കഴിയില്ല. അതേസമയം, സമരങ്ങളെ ഒറ്റയടിക്ക് നിരോധിക്കാനും സാധിക്കില്ല. കോടതികൾ ഇങ്ങനെയുള്ള പ്രശ്നങ്ങളിൽ മതിലിന്റെ മുകളിലിരിക്കുന്ന പൂച്ചയാകാനാണ് ആഗ്രഹിക്കുക.

കോവിഡ് വൈറസ് ബാധയുടെ സമയത്തുള്ള കർഫ്യൂ ഉത്തരവുകൾ നടപ്പിലാക്കാനായി, 'നാല് പേർക്ക് മുകളിൽ കൂട്ടം കൂടുന്നത് നിയമവിരുദ്ധമാണ്' എന്ന് കോഡ് ഓഫ് ക്രിമിനൽ പ്രൊസീജ്യർ 144 ന്റെ കീഴിൽ ഉത്തരവുകൾ പുറപ്പെടുവിച്ചു. ഇങ്ങനെയുള്ള ഉത്തരവുകളെ സർക്കാരിനും അങ്ങിങ്ങുള്ള പ്രദേശങ്ങളിലെ മജിസ്ട്രേട്ടുമാർക്കും പുറപ്പെടുവിക്കാൻ അധികാരമുണ്ട്. എന്നാൽ, ജാഥകളെയോ പൊതു സമ്മേളനങ്ങളേയോ മൊത്തത്തിൽ നിരോധിക്കാനും, വേണമെങ്കിൽ ചില ജാഥകൾക്കും സമ്മേളനങ്ങൾക്കും അനുമതി നല്കാനുമുള്ള നടപടിക്രമം കാണാൻ തുടങ്ങിയിട്ട് 50 വർഷമായിട്ടേയുള്ളൂ.

1958, ജനുവരിയിൽ അന്നത്തെ പ്രധാനമന്ത്രി നെഹ്റു ചെന്നൈക്ക് വന്നു. അദ്ദേഹം നിയമസഭയിൽ പറഞ്ഞ ചില നാഗരികമല്ലാത്ത വാക്കുകളെ വിമർശിച്ച് അദ്ദേഹത്തിന് എതിരായി കരിങ്കൊടി പ്രകടനം നടത്താൻ അറിഞ്ജർ അണ്ണായുടെ നേതൃത്വത്തിലുള്ള ഡി എം കെ തീരുമാനിച്ചിരുന്നു. അണ്ണായോടൊപ്പം വേറെ പത്ത് തലവന്മാരും അറസ്റ്റ് ചെയ്യപ്പെട്ട് ജയിലിൽ അടയ്ക്കപ്പെട്ടു. നഗര പൊലീസ് നിയമത്തിന്റെ 41-ാം വകുപ്പനുസരിച്ച് വിധിക്കപ്പെട്ട നിരോധനാജ്ഞയെ ലംഘിച്ചതിന് അവർക്കെതിരെ എഴുമ്പൂർ ജുഡീഷ്യൽ മജിസ്ട്രേട്ടിന്റെ കോടതിയിൽ കുറ്റപത്രം സമർപ്പിക്കപ്പെട്ടു.

കുറ്റപത്രം ചാർത്തിയവർക്ക് വേണ്ടി 'നിയമവകുപ്പ് 41, പൗരന് ഭരണഘടന നൽകിയിരിക്കുന്ന അഭിപ്രായസ്വാതന്ത്ര്യം, ഒത്തുചേരാനുള്ള അവകാശം എന്നിവയ്ക്കെതിരായുള്ളത്' എന്ന് ചൂണ്ടിക്കാട്ടി മജിസ്ട്രേട്ടിന്റെ മുന്നിൽ വിയോജിപ്പ് അറിയിക്കപ്പെട്ടു. ഭരണഘടനയിലെ ഒരു വകുപ്പിന് ഒരു നിയമം എതിരാണെന്ന് വിധിക്കാൻ ജുഡീഷ്യൽ മജിസ്ട്രേട്ടിന് അധികാരമില്ല എന്നതിനാൽ, അദ്ദേഹം ഈ നിയമപ്രശ്നത്തിനെ ക്രിമിനൽ പ്രൊസീജ്യർ വകുപ്പ് 395 അനുസരിച്ച് ഹൈക്കോടതിയുടെ അഭിപ്രായം ചോദിച്ച് അയച്ചു.

നിയമപ്രശ്നം പരിശോധിച്ച ഹൈക്കോടതി, ഈ നിയമവകുപ്പ് പ്രയോഗിക്കാം എന്ന് വിധിച്ചു. ഇതനുസരിച്ച് അണ്ണായ്ക്കും മറ്റ് പാർട്ടിക്കാർക്കും ജയിൽ ശിക്ഷ വിധിക്കപ്പെട്ടു. ഈ ശിക്ഷ ലഭിച്ച് 10 വർഷത്തിനുള്ളിൽ ഭരണം തിരിച്ചുപിടിച്ച ഡി എം കെ തങ്ങളുടെ ഭരണകാലത്തും ഈ വകുപ്പിനെ തുടർന്നും ഉപയോഗിച്ചിരുന്നതിനൊപ്പം പല സമ്മേളനങ്ങളേയും പ്രകടനങ്ങളേയും പൊലീസിനെ ഉപയോഗിച്ച് തടഞ്ഞതും ചരിത്രം.

1971 ൽ കലൈഞ്ജർ പദവിയേറ്റ വർഷം തൊട്ട് കഴിഞ്ഞ 50

വർഷത്തോളം ഇടവില്ലാതെ നഗര പൊലീസ് നിയമം 41 ന്റെ കീഴിൽ 15 ദിവസത്തിൽ ഒരു തവണ നിരോധനാജ്ഞ പൊലീസ് കമ്മീഷണറാൽ പുറപ്പെടുവിക്കപ്പെടാറുണ്ട്. 15 ദിവസത്തിനുമേൽ ഉത്തരവ് പുറപ്പെടുവിക്കാൻ അദ്ദേഹത്തിന് അധികാരമില്ല. അതുകൊണ്ട്, ഓരോ തവണയും 15 ദിവസത്തെ ഉത്തരവ് അവസാനിച്ചയുടൻ പുതിയ കാരണങ്ങൾ പറഞ്ഞ് നിരോധനാജ്ഞ നീട്ടും. അതുകാരണം പൊലീസ് വകുപ്പിന്റെ അനുവാദമില്ലാതെ സമ്മേളനങ്ങളോ പ്രകടനങ്ങളോ നടത്താൻ കഴിയില്ല. 1970 കളുടെ തുടക്കത്തിൽ തൊഴിലാളിസംഘടനകൾ ആവേശത്തോടെ പല സമരങ്ങളും നടത്തിയിരുന്നു. അതുകൊണ്ട്, നിരോധനം ലംഘിച്ച ആയിരക്കണക്കിന് ആളുകൾ ജയിലിൽ അടയ്ക്കപ്പെട്ടു. അവരെ ജാമ്യത്തിൽ എടുക്കാനും, ജാമ്യം ലഭിച്ചവർക്ക് സ്വത്ത് ജാമ്യം കൊടുക്കാനും മാത്രം തൊഴിലാളിസംഘടനകളുടെ പാതി സമയം ചെലവായി. സ്വത്ത് ജാമ്യം കൊടുക്കാൻ മുനിസിപ്പൽ കൗൺസിൽ മെംബറുടെ സർട്ടിഫിക്കറ്റ് മതി. ആവടി, ആമ്പത്തൂർ, തിരുവൊറ്റിയൂർ പ്രദേശങ്ങളിൽ ജുഡീഷ്യൽ മജിസ്ട്രേട്ടിന്റെ ഓഫീസിൽ സ്വത്ത് ജാമ്യം കൊടുത്ത് പുറത്ത് കൊണ്ടുവന്നിട്ടുണ്ട് ഞാൻ. കിഴക്ക് താമ്പരം മുത്തമിഴ് വീഥിയിൽ 15,000 രൂപ മതിപ്പിൽ ഒരു ഓടിട്ട വീട് എനിക്ക് സ്വന്തമായുണ്ടെന്ന് താമ്പരം മുനിസിപ്പൽ വാർഡ് മെംബർ രാജാപാതർ തന്ന സർട്ടിഫിക്കറ്റുകൾ എപ്പോഴും എന്റെ കൈവശം വച്ചിരിക്കും.

നിരോധനാജ്ഞ ലംഘിച്ച് ജയിലിൽ പോയ ധീരകൃത്യങ്ങളെപ്പറ്റി മറ്റൊരു അദ്ധ്യായത്തിൽ പറഞ്ഞിട്ടുണ്ട്. അമേരിക്കൻ ഏകാധിപത്യം വിയറ്റ്നാം ജനങ്ങളുടെ മേൽ ക്രൂരമായ ആക്രമണം തൊടുക്കുന്ന സമയം. അതിനെ വിമർശിച്ച് ഞാൻ ഓർഗനൈസർ ആയിരുന്ന സ്റ്റുഡന്റ്സ് സോഷ്യലിസ്റ്റ് ഫോറത്തിന്റെ ആഭിമുഖ്യത്തിൽ മയിലൈ മാങ്കൊല്ലയിൽ പ്രതിഷേധ സമ്മേളനം നടത്താൻ തീരുമാനിച്ചു. വേദി, മൈക്ക്സെറ്റ് എന്നിവ ഒരുക്കിത്തരുന്നയാൾ പൊലീസിന്റെ അനുമതി വാങ്ങി വരാമെന്ന് പറഞ്ഞു. അപ്പോഴാണ് ആദ്യമായി പൊലീസ് സ്റ്റേഷനിൽനിന്നും സമ്മേളനത്തിന് അനുമതി വാങ്ങുന്ന നടപടി അറിയാനിടയായത്.

ജനാധിപത്യരാജ്യത്ത് അഭിപ്രായസ്വാതന്ത്ര്യം ഭരണഘടനയിൽ അടിസ്ഥാന അവകാശമായിരിക്കുമ്പോൾ, പൊതുസമ്മേളനത്തിന് എന്തിന് പൊലീസിന്റെ അനുമതി വാങ്ങണം എന്ന് എനിക്ക് മനസ്സിലായതേയില്ല. വകുപ്പ് 41(1) ന് കീഴിൽ തന്റെ അധികാരത്തിനെ പ്രയോഗിക്കുന്നതിനൊപ്പം ലൗഡ് സ്പീക്കർ ലൈസൻസ് നേടുന്നതും പൊലീസ് വകുപ്പ് തങ്ങളുടെ പക്കൽ വച്ചിരിക്കുകയാണ്. ഓരോ തവണ അമേരിക്കൻ ഏകാധിപത്യ ആക്രമണത്തിന് എതിരായും, വിയറ്റ്നാം ജനങ്ങൾക്ക് പിന്തുണയായും പ്രകടനങ്ങൾ നടത്താൻ ശ്രമിക്കുമ്പോഴെല്ലാം പൊലീസ് നിരോധനാജ്ഞ പുറപ്പെടുവിച്ച് തങ്ങളുടെ ആഗോള അടിമത്തത്തെ പ്രദർശിപ്പിച്ചുകൊണ്ടിരുന്നു. പിന്നെ എന്ത്

ചെയ്യാൻ കഴിയും, നിരോധനം ലംഘിച്ച് പ്രകടനം നടത്തി അറസ്റ്റ് വരിക്കുന്നതല്ലാതെ?

ഞാൻ വക്കീൽ ആയതിനുശേഷം, പല പ്രകടനങ്ങളും നടന്നു. ഒന്നിനും മുൻ അനുമതി വാങ്ങിയില്ല. ഒരു ഘട്ടത്തിൽ ഹൈക്കോടതി വക്കീലന്മാർ സമരത്തിൽ ഏർപ്പെട്ടപ്പോൾ, അന്നത്തെ ചീഫ് ജസ്റ്റിസ് രാമപ്രസാദ് റാവുവിന്റെ അപേക്ഷയുടെ പേരിൽ പൊലീസ് കമ്മീഷണർ പൊൻ. പരമഗുരു കോടതി വളപ്പിനുള്ളിൽ വകുപ്പ് 41 ന്റെ കീഴിൽ നിരോധനാജ്ഞ പുറപ്പെടുവിച്ചു.

കോടതി വളപ്പിൽ പുറപ്പെടുവിച്ച നിരോധനാജ്ഞയെ ലംഘിച്ച് പ്രകടന സമ്മേളനത്തിൽ സംസാരിച്ച ഞാൻ, "നിരോധന ഉത്തരവുകളെ ലംഘിച്ച് നടന്ന ശക്തമായ സമരങ്ങൾ കൊണ്ടാണ് നമ്മൾ സ്വാതന്ത്ര്യം നേടിയത്. ഈ നിരോധനാജ്ഞ നമ്മളെ എന്തു ചെയ്യാനാണ്?" എന്ന് പറഞ്ഞു. മറ്റ് ജസ്റ്റിസുമാർ പ്രകടിപ്പിച്ച നീരസം കാരണം, ആ നിരോധനം രണ്ട് ദിവസത്തിനുള്ളിൽ നീക്കം ചെയ്യപ്പെട്ടു.

1970 കളിൽ തൊഴിലാളികളുടെ സമരങ്ങൾക്കായിരുന്നു നിരോധന മെങ്കിൽ, എൺപതുകളിൽ അത് അദ്ധ്യാപകർ, അദ്ധ്യാപകർ അല്ലാത്ത വർ എന്നിവരുടെ സമരങ്ങൾക്കും, തൊണ്ണൂറുകളിൽ ശ്രീലങ്കയിലെ വംശീയകലാപത്തിനെ പിന്തുണയ്ക്കുന്നവരുടെ പ്രസ്ഥാനങ്ങൾക്കുള്ള നിരോധനവുമായി മാറി. പൊലീസ് വകുപ്പും നഗരത്തിനുള്ളിൽ തെരു വുസമ്മേളനങ്ങളും പൊതുസമ്മേളനങ്ങളും നടത്തുന്ന ഇടങ്ങളിലെ മുദ്രാവാക്യങ്ങൾ, ധർണ നടക്കുന്ന ഇടങ്ങൾ, പ്രകടനം നടക്കുന്ന ഇടങ്ങൾ എന്നിങ്ങനെ ആദ്യമേ നിർണ്ണയിക്കപ്പെട്ട ഇടങ്ങൾ ഒഴികെ, മറ്റിടങ്ങളിൽ അനുമതി തരാൻ വിസമ്മതിച്ചു.

യൂണിവേഴ്സിറ്റി അദ്ധ്യാപകരുടെ സംഘടന (Association of University Teachers - AUT) ഒരു തവണ റാണിമേരി കോളേജിന്റെ മുന്നിൽ പ്രതിഷേധ മുദ്രാവാക്യം ഉയർത്താൻ ശ്രമിച്ചപ്പോൾ, അതിനെ നിരോധിച്ചു. അതിനെ എതിർത്ത് കൊടുത്ത കേസിൽ 'വകുപ്പ് 41 ഭരണഘടന നിയമം അനുസരിച്ച് റദ്ദ് ചെയ്യണം' എന്ന് ഞാൻ വാദിച്ചിട്ടും പ്രയോജനമില്ലാതെ പോയി. ജസ്റ്റിസുമാരുടെ ബഞ്ച് കേസുകൾ തള്ളിക്കളഞ്ഞു. അതിന് ശേഷമാണ്, 'ഇനി ഈ വകുപ്പിനെ നിയമം മൂലം റദ്ദ് ചെയ്യാതെ കേസുകൾ തുടരാൻ സാധിക്കില്ല. അതേസമയം, ഒറ്റപ്പെട്ട കേസുകളിൽ പൊലീസ് വകുപ്പിന്റെ നിരോധനം, വിജയകരമായി കേസുകൾ വഴി എതിർക്കാൻ കഴിയും' എന്ന നിലപാടിലേക്ക് ഞാൻ വന്നു.

കോടമ്പാക്കത്തിലുള്ള മീനാക്ഷി വിമൺസ് കോളേജ് തൊഴി ലാളികൾ അവരുടെ ആവശ്യങ്ങൾക്കായി നിരാഹാരസമരം പ്രഖ്യാപിച്ചു. അതിന് പൊലീസ് നിരോധനം ഉത്തരവിട്ടു. അദ്ധ്യാപകർ അല്ലാത്ത തൊഴിലാളികളുടെ സംഘടന ആ ഉത്തരവിനെ എതിർത്ത് ചെന്നൈ ഹൈക്കോടതിയിൽ റിട്ട് ഹർജി ഫയൽ ചെയ്തു. ആ കേസ് ജസ്റ്റിസ്

സത്യവേലിന്റെ മുന്നിൽ വിചാരണയ്ക്കെത്തി. കാർക്കശ്യത്തിന് പേരു കേട്ട അദ്ദേഹം തീർച്ചയായും ആ കേസ് ആദ്യഘട്ട വിചാരണയിൽ ത്തന്നെ തള്ളിക്കളയും എന്നാണ് ഞാൻ വിചാരിച്ചത്. കേസിന് അനുമതി ചോദിക്കുന്ന ദിവസവും വന്നെത്തി. കോളേജ് തൊഴിലാളികൾക്ക് ആവ ലാതി. എന്നാൽ, അന്ന് ജസ്റ്റിസുമാർ കോടതിയിലേക്ക് കടലോരപാ തയിലൂടെ വന്നപ്പോൾ സർവകലാശാലയ്ക്ക് മുന്നിൽ അവരുടെ വാഹ നങ്ങൾ വല്ലാഹ്ജ റോഡ്, അണ്ണാ റോഡ്, കോട്ടൈ വഴി മാരിമുനൈ എത്തുന്നതുപോലെ തിരിച്ചുവിടപ്പെട്ടു. അപ്പോഴും കോടതിയിലേക്ക് ഒരു നിമിഷം മുമ്പ് എത്തിച്ചേരാറുള്ള ജസ്റ്റിസ്, അന്ന് ചില നിമിഷങ്ങൾ താമ സിച്ചാണ് എത്തിയത്.

ഇത് ഞങ്ങൾക്ക് അറിയാതിരുന്നതിനാൽ, കോടതിയിൽ കാത്തി രുന്ന ഞങ്ങൾക്ക് അതിന്റെ കാരണം അറിയാൻ ആഗ്രഹമുണ്ടായി. പൊലീസ് വകുപ്പിന് എതിരായി കേസുകൾ വരുമ്പോഴെല്ലാം കോടതി യിൽ പല ഇന്റലിജൻസ് വകുപ്പ് പൊലീസുകാർ വന്ന് കേസ് വിചാരണ കുറിച്ചെടുക്കും. ഒരു ഇന്റലിജൻസ് പൊലീസ് എന്റെയടുത്ത് വന്ന് മുഖ്യമന്ത്രി എം ജി ആർ, അണ്ണാ സമാധിയുടെ മുന്നിൽ കേന്ദ്ര സർ ക്കാരിന് എതിർപ്പ് അറിയിച്ച്, പെട്ടെന്ന് ധർണ തുടങ്ങി. അതുകൊണ്ടാണ് ജസ്റ്റിസുമാർ കോടതിയിലെത്താൻ താമസിക്കുന്നത് എന്ന വിവരം അറിയിച്ചു.

ജസ്റ്റിസ് സത്യവേൽ വന്ന് ഇരുന്നയുടൻ, താമസിച്ചതിന് ക്ഷമ ചോദിച്ച്, തന്റെ ജോലി ആരംഭിച്ചു. മീനാക്ഷി കോളേജ് തൊഴിലാളി കളുടെ കേസ് വന്നയുടൻ 'ബസ്സ് സ്റ്റോപ്പിൽ അനിശ്ചിതകാല നിരാഹാ രസത്യാഗ്രഹം എന്ന് പറഞ്ഞാൽ, നിയമത്തിനെയും ക്രമസമാധാനത്തി നെയും ബാധിക്കില്ലേ?" എന്ന് അദ്ദേഹം എന്നോട് ചോദിച്ചു. ഉടൻ തന്നെ, "സംസ്ഥാന മുഖ്യമന്ത്രി തന്നെ കടലോരപാതയുടെ നടുവിൽ ഇരുന്ന് ധർണ നടത്തുമ്പോൾ കേടുപറ്റാത്ത നിയമം, പത്ത് തൊഴിലാളികൾ സമാധാനമായി ബസ് സ്റ്റോപ്പിന്റെ അരികിലിരുന്ന് സമരം നടത്തിയാൽ കേടുവരുമോ?'' എന്ന് മറുചോദ്യം ഞാൻ ഉയർത്തി. ഉടൻ തന്നെ അദ്ദേഹം, "അതെ, ഞങ്ങളുടെ വാഹനം വേറെ വഴിക്ക് തിരിച്ചുവിട്ടു. അതുകൊണ്ടാണ് ഞങ്ങൾ ഇന്ന് കോടതിയിൽ താമസിച്ചെത്തിയത്" എന്ന് പറഞ്ഞ്, സർക്കാർ ഭാഗം വക്കീലിനെ വിമർശിച്ച് സമരത്തിന് അനുമതി നൽകി ഉത്തരവിട്ടു.

ബസ് സ്റ്റോപ്പിൽ യാത്രക്കാർ അല്ലാത്തവർ നിൽക്കുന്നത് ശരി യാണോയെന്ന് അദ്ദേഹം ചോദിച്ചു. ബസ് സ്റ്റോപ്പുകളിലും റെയിൽവേ സ്റ്റേഷനുകളിലും യാത്രക്കാർ അല്ലാത്തവരാണ് നമ്മുടെ നാട്ടിൽ അധികം എന്നും, പാണ്ഡ്യൻ എക്സ്പ്രസ്സിൽ മധുര ജംഗ്ഷനിൽ വന്നി റങ്ങുന്ന യാത്രികർ 1,000 പേരാണെങ്കിൽ, അവരെ സ്വീകരിക്കാൻ 2,000 മധുരക്കാർ നടപ്പാതയിൽ ഉണ്ടായിരിക്കുമെന്നും, നമ്മുടെ നാടിന്റെ പാരമ്പര്യം അതാണെന്നും പറഞ്ഞതുകേട്ട് കോടതി മുഴുവൻ ചിരിച്ചു.

അതേ സമയം, അനിശ്ചിതകാല നിരാഹാരസമരം എന്ന് തൊഴിലാളികൾ അറിയിച്ചതിനാൽ അവരുടെ ആരോഗ്യത്തിനെപ്പറ്റി ജസ്റ്റിസിന് ആശങ്കയുണ്ടായി. അതുകൊണ്ട്, തന്റെ ഉത്തരവ് കാരണം നിരാഹാരസമരത്തിൽ ഏർപ്പെടുന്ന തൊഴിലാളികളുടെ ജീവന് ആപത്തുണ്ടാകും എന്ന വിചാരത്തിൽ, പൊലീസുകാരും തന്റെ ഉത്തരവ് കാരണമായി കാണിച്ച് വേണ്ട ശ്രദ്ധകൊടുക്കില്ലെന്നും കരുതിയ ജസ്റ്റിസ്, തന്റെ ഉത്തരവിന്റെ അവസാനം ഇങ്ങനെ എഴുതി: "വിശപ്പിന്റെ കാഠിന്യം കേസ് കൊടുത്തവരെ ബാധിക്കുന്നതിന് മുമ്പ് പൊലീസ് വകുപ്പ് ഇടപെട്ട് അവർക്ക് ആവശ്യമായ ചികിത്സാ സഹായങ്ങൾ ചെയ്യണം."

സമരത്തിന് അനുമതി നൽകിയതിൽ അദ്ദേഹത്തിന്റെ നീതിബോധം വെളിപ്പെട്ടെങ്കിൽ, ഈ ഉത്തരവിന്റെ അവസാന വരികളിൽ അദ്ദേഹത്തിന്റെ മനിതാഭിമാനം പ്രകാശിക്കുന്നു.

1991 ൽ മുഖ്യമന്ത്രി ജയലളിത, തന്റെ രാഷ്ട്രീയ എതിരാളികളെ പൊലീസിനെ ഉപയോഗപ്പെടുത്തി ഈഴ തമിഴർക്ക് പിന്തുണ നല്കുന്ന പ്രവർത്തികളെ മുടക്കി. തമിഴ്നാട്ടിൽ 32,294 കുടുംബങ്ങൾ അടങ്ങിയ 1,15,680 അഗതികളെ 19 ജില്ലകളിൽ നിർമ്മിച്ചിട്ടുള്ള അഗതി ക്യാമ്പുകളിൽ താമസിപ്പിച്ചിരുന്നു. അവരെ ക്യാമ്പിൽനിന്നും വിടുവിക്കാനുള്ള ശ്രമങ്ങൾ ജയലളിത സർക്കാർ ആരംഭിച്ചു. 1992 ൽ ആഗസ്റ്റ് മാസം ക്യാമ്പുകളിൽ താമസിപ്പിച്ചിരുന്ന അഗതികളെ ബലമായി ശ്രീലങ്കയ്ക്ക് തിരിച്ചയച്ചു.

അഗതികൾക്കും പല അവകാശങ്ങൾ അന്താരാഷ്ട്ര കരാറുകൾ വഴി നൽകപ്പെട്ടിട്ടുണ്ട്. അഗതികളെ അവരുടെ ഇഷ്ടത്തിന് വിരുദ്ധമായി സ്വന്തം നാട്ടിലേക്ക് തിരിച്ചയയ്ക്കുന്നത് നിയമവിരുദ്ധം ആണെന്ന് അന്താരാഷ്ട്ര അഗതി അവകാശ നിയമങ്ങൾ ഉണ്ടെങ്കിലും, ക്യാമ്പുകൾ പിരിച്ചുവിട്ട്, ചെന്നൈക്ക് കൊണ്ടുവന്ന് വിമാനങ്ങൾ - കപ്പലുകൾ വഴി അവരെ ബലമായി തിരിച്ചയയ്ക്കുന്നതിനെ തടുക്കണം എന്ന് കാണിച്ച് പഴ. നെടുമാരനും (തമിഴർ ദേശീയ ഇയക്കം) ഡോ. സി രാമദാസും (പാട്ടാളി മക്കൾ കട്ചി) കേസുകൾ കൊടുത്തു. യു എൻ സഭയിൽ അഗതികൾ, കമ്മീഷന്റെ പ്രതിനിധികൾക്ക് മുന്നിൽ അവരുടെ സമ്മതം ബലമായി വാങ്ങിയതല്ലെന്ന് തെളിയിച്ച ശേഷമേ അവരെ ജന്മനാട്ടിലേക്ക് തിരിച്ചയയ്ക്കാൻ പാടുള്ളൂയെന്ന് ഞാൻ വാദിച്ചു. അത് അംഗീകരിച്ച കോടതി, അഗതികൾക്ക് മനസ്സിലാകുന്ന രീതിയിൽ ആ ഉത്തരവ് തമിഴിൽ പരിഭാഷ ചെയ്ത് നൽകാൻ ഉത്തരവിട്ടു.

ഈ ഉത്തരവിന് ശേഷമാണ് അഗതികളെ നിർബന്ധപൂർവ്വം പുറത്താക്കുന്നത് അവസാനിച്ചത്. ഡോ. സി രാമദാസിന്, അതിന് ശേഷം എന്നോടുണ്ടായിരുന്ന മതിപ്പ് വർദ്ധിച്ചു. 8.8.92 ന് ഒരു കത്തെഴുതി, അവരുടെ മനുഷ്യാവകാശങ്ങൾക്കായി പോരാടുന്ന പ്രസ്ഥാനത്തിന് ആദരവും സഹകരണവും അഭ്യർഥിച്ചു.

അഗതികൾക്ക് നേരെയുള്ള പീഡനം അവസാനിച്ച ശേഷം, ജയലളിത സർക്കാർ നാട്ടിലെ ഈഴ പ്രശ്നങ്ങൾക്ക് പരിഹാരം കാണു

ന്നവർക്കെതിരെ തന്റെ തോക്ക് തിരിച്ചു. 1992 സെപ്റ്റംബർ 10, 11 തീയതികളിൽ പെരിയാർ ഗ്രൗണ്ടിൽ 'തമിഴർ ജീവനാവകാശ സമ്മേളനം' നടന്നു. അതിന്റെ പേരിൽ ഡോ. രാംദാസ്, പൺറുതി രാമചന്ദ്രൻ, സഖാവ് ത്യാഗു എന്നിവർക്കെതിരെ ദേശദ്രോഹക്കുറ്റം ചാർത്തി ഇന്ത്യൻ ശിക്ഷാനിയമത്തിന്റെ (വകുപ്പ് 124A) കീഴിലും, നിയമവിരുദ്ധ നിരോധന ചട്ടത്തിന്റെ (UAPA 3-ാം വകുപ്പ്) കീഴിലും കേസ് ആരംഭിച്ച്, 18.9.1992 ന് അവരെ അറസ്റ്റ് ചെയ്തു. അതേ സമ്മേളനത്തിൽ പങ്കെടുത്ത പഴ. നെടുമാരൻ, അതേ ദിവസം മധുരയിൽ അറസ്റ്റ് ചെയ്യപ്പെട്ട് ചെന്നൈക്ക് കൊണ്ടുവന്ന് ജയിലിൽ അടയ്ക്കപ്പെട്ടു. അതേ ദിവസം തന്നെ മണിയരശൻ, സുബ. വീരപാണ്ഡ്യൻ, പാപ്പാ സുബ്രഹ്മണ്യം എന്നിവരും അറസ്റ്റ് ചെയ്യപ്പെട്ട് ജയിലിൽ അടയ്ക്കപ്പെട്ടു.

പ്രൊഫസർ ധീരൻ, ചെന്തമിഴ് ശെൽവൻ, അരു. ഗോപാലൻ എന്നീ മൂവരും അറസ്റ്റ് ചെയ്യപ്പെടുന്നതിനെ എതിർത്ത് കൊടുത്ത മുൻകൂർ ജാമ്യക്കേസ് തള്ളപ്പെട്ടു. ഇവർക്ക് ജാമ്യം കൊടുക്കാൻ ഹൈക്കോടതിയിൽ ഹർജികൾ കൊടുത്തു. എന്റെ വാദം കേട്ട ശേഷം ഹൈക്കോടതി അഭിപ്രായസ്വാതന്ത്ര്യത്തിന്റെ പ്രാധാന്യത്തെ പരാമർശിച്ച്, അവരെ ജാമ്യത്തിൽ വിടാൻ ഉത്തരവിട്ടു.

1997 ജനുവരിയിൽ മധുരയിൽ തമിഴർ താക്കീത് സമ്മേളനം നടത്താൻ അനുമതി ചോദിച്ച തമിഴർ ദേശീയ പ്രസ്ഥാനത്തിന്റെ തലവൻ പഴ. പെരുമാരന്റെ ഹർജി തള്ളപ്പെട്ടു. അതിനെ എതിർത്ത് കൊടുത്ത കേസിൽ, ജസ്റ്റിസ് ആർ ജയസിമ്മബാബു ഒന്നാന്തരം ഒരു വിധി പ്രസ്താവിച്ച്, സമ്മേളനം നടത്താൻ അനുവദിച്ചു.

1999 ൽ തമിഴ്നാട് മുഴുവനും മരണശിക്ഷ നീക്കം ചെയ്യണമെന്ന് ആവശ്യപ്പെട്ടുള്ള പ്രചരണം നടത്താൻ അനുമതി ചോദിച്ച ഹർജി ഹൈക്കോടതി അനുവദിച്ചു.

ജയലളിത സർക്കാരിന്റെ കാലത്ത് (2001–2006) എല്ലാ ഈഴ തമിഴർക്കും പിന്തുണ നല്കുന്ന സമ്മേളനങ്ങൾക്കും പ്രകടനങ്ങൾക്കും നിരോധനം ഏർപ്പെടുത്തി. ഓരോ തവണയും കോടതിയുടെ ഇടപെടലിന് ശേഷമേ അനുമതി നൽകപ്പെട്ടുള്ളൂ. 2001 ൽ ചിദംബരത്തിൽ ഈഴത്തമിഴ് പിന്തുണസമ്മേളനവും, 2002 ൽ ചെന്നൈയിൽ ലോക തമിഴർ സംഘടനാ സമ്മേളനവും കോടതിയുടെ അനുമതിയോടെയാണ് നടത്തേണ്ടി വന്നത്.

ഈഴത്തമിഴർ പിന്തുണ പ്രസ്ഥാനങ്ങൾക്ക് എതിരായുള്ള നിരോധന ഉത്തരവുകൾക്കെതിരായുള്ള കേസുകളിൽ, ഞാൻ വാദിച്ച് ജയിച്ച വിധികളെല്ലാം തമിഴിൽ മൊഴിമാറ്റി പുസ്തകമായി പഴ. നെടുമാരൻ പ്രസിദ്ധീകരിച്ചിട്ടുണ്ട്. അതുകൊണ്ട്, ആ വിധികളുടെ വിവരങ്ങൾ ഇവിടെ വിശദമായി എഴുതുന്നില്ല.

ആ പുസ്തകത്തിൽ നന്ദിപ്രകാശനമായി നെടുമാരൻ എഴുതിയ ഭാഗങ്ങളിൽ എന്നെ പ്രശംസിച്ച് പറഞ്ഞിട്ടുണ്ട്.

പ്രകടനം നടത്താൻ അനുമതി ചോദിച്ച്, പൊലീസ് അനുമതി നിഷേധിച്ച നിലയിൽ, കോടതികളെ സമീപിക്കുമ്പോൾ വക്കീലുമാർ കോടതി ബഹിഷ്കരണത്തിലാണെങ്കിൽ എന്ത് ചെയ്യും? എന്നെ സംബന്ധിച്ചിടത്തോളം കോടതികൾ കേസ് നടത്തുന്നവർക്കാണ് എന്നതല്ലാതെ അതിന്റെ പ്രവർത്തനങ്ങൾ നിർത്തിവെക്കാൻ വക്കീലുമാർക്ക് അവകാശമില്ല. മനുഷ്യാവകാശങ്ങൾ ലംഘിക്കപ്പെടുമ്പോൾ, അവ നിലനിർത്തുന്നതിനായി കോടതികളെ സമീപിക്കുന്ന നേരത്ത് അവയെ മൂടിവച്ച് വക്കീലുമാർ സമരം ചെയ്താൽ മനുഷ്യാവകാശങ്ങൾ എന്താകും?

കേസുമായി വരുന്ന കക്ഷികൾ തന്നെ മനുഷ്യാവകാശ പ്രവർത്തകർ ആയിരുന്നാൽ അവരുടെ കാര്യം കണക്കാണ്. തിണ്ണിയം എന്ന ഗ്രാമത്തിൽ പട്ടികജാതിക്കാരനായ മുരുകേശൻ, രാമസ്വാമി എന്നിവരെ മനുഷ്യവിസർജ്യം തീറ്റിച്ച ക്രൂരതയെ വിമർശിച്ച്, ട്രിച്ചിയിൽ ആഗസ്റ്റ് 2002 ൽ പ്രകടനം നടത്താമെന്ന് വിടുതലൈ സിരുത്തൈകൾ പാർട്ടി അറിയിച്ചിരുന്നു. അതിന് അനുമതി നല്കാൻ പൊലീസ് വിസമ്മതിച്ചു. ആ പാർട്ടിയുടെ തലവൻ തൊൽ. തിരുമാവളവൻ കേസ് കൊടുത്ത്, അത് സീനിയർ വക്കീൽ എന്ന നിലയിൽ എന്നോട് വാദിക്കാമോയെന്ന് ചോദിച്ചു.

കേസ് വിചാരണയ്ക്ക് വന്ന 9.8.2002 ൽ ഹൈക്കോടതി വക്കീലുമാർ കോടതി ബഹിഷ്കരണസമരത്തിൽ ആയിരുന്നു. രാവിലെ ഓഫീസിലേക്ക് വന്ന തിരുമാവളവൻ അതിശയത്തോടെ ഈ വാർത്ത എന്നെ അറിയിച്ചു. ഞാൻ അദ്ദേഹത്തിനോട്, "നിങ്ങൾ രജിസ്റ്റർ ചെയ്ത വക്കീൽ ആയിരിക്കാം. എന്നാൽ, തിണ്ണിയത്തിൽ പറഞ്ഞ ദിവസം പ്രതിഷേധ പ്രകടനം നടത്തുന്നത് പ്രധാനമാണോ അല്ലയോ?" എന്ന് ചോദിച്ചു. അതെ എന്ന് അദ്ദേഹം പറഞ്ഞു. അദ്ദേഹം സമ്മതിച്ചതിന്റെ പിന്നാലെ ഞാൻ കോടതിയിലേക്ക് പോയി. അന്ന് വക്കീലുമാരുടെ വെറുപ്പ് സമ്പാദിച്ചുകൊണ്ട് കോടതിയിൽ ഹാജരായി, ആ കേസ് ഒറ്റയ്ക്ക് നടത്തി തിണ്ണിയത്തിൽ പ്രതിഷേധ പ്രകടനം നടത്താനുള്ള അനുമതി വാങ്ങിച്ചുകൊടുത്തു.

തിരുനെൽവേലിയിൽ കരുപ്പാ നദിയിൽ തടയണ പണിയാൻ സർക്കാർ തുനിഞ്ഞതിനാൽ, അവിടെയുള്ള 100 ഗ്രാമങ്ങളിലുള്ള ജനങ്ങളെ അത് ബാധിക്കുമെന്ന് പറഞ്ഞ് പുതിയ തമിഴകം പാർട്ടി തലവൻ കൃഷ്ണസ്വാമി നിരാഹാരസമരം പ്രഖ്യാപിച്ചു. അതിന് സർക്കാർ നിരോധനം ഏർപ്പെടുത്തി. അതിനെ എതിർത്ത് ജില്ലാ സെക്രട്ടറി ഷണ്മുഖരാജ് ഫയൽ ചെയ്ത റിട്ട് ഹർജി ഞാൻ വാദിച്ചു.

നിയമസഭയിൽ സഹസാമാജികനെ പരിഹസിച്ച്, 'ദോശക്കൽ മോതിരത്തിൽ പ്രശസ്തനായ' താമരൈക്കനി എ ഡി എം കെയിൽ നിന്നും ഡി എം കെയിലേക്ക് ചെന്ന ശേഷം, അദ്ദേഹത്തിന്റെ മകൻ ഇമ്പത്തമിഴൻ ക്യാബിനറ്റിൽ പദവി വഹിച്ചിരുന്നു. ആ സമയത്ത്, ശ്രീവില്ലിപ്പുത്തൂർ മുനിസിപ്പാലിറ്റി അംഗമായിരുന്ന താമരൈക്കനി ആ

പ്രദേശത്ത് അത്തിക്കോവിൽ ആനൈത്തലൈയാറു കുടിവെള്ളപദ്ധതിയെ യാഥാർഥ്യമാക്കണം എന്ന് ആവശ്യപ്പെട്ട് നിരാഹാരസമരം നടത്താൻ അനുമതി ചോദിച്ചപ്പോൾ, പൊലീസ് നിഷേധിച്ചു. അദ്ദേഹത്തിന് വേണ്ടി ആ കേസിൽ വാദിച്ച്, നിരാഹാരസമരത്തിനുള്ള അനുമതി ഞാൻ വാങ്ങിക്കൊടുത്തു.

ഇങ്ങനെ 30 വർഷത്തെ വക്കീൽ ജീവിതത്തിൽ നൂറ് കണക്കിന് പൊതുസമ്മേളനങ്ങൾക്കും, പ്രകടനങ്ങൾക്കും പൊലീസ് വിധിച്ച നിരോധനത്തിനെ എതിർത്ത് മണിക്കൂർ കണക്കിന് വഴക്കടിച്ച് വിധികൾ വാങ്ങിയിട്ടുണ്ട്.

ഞാൻ ജസ്റ്റിസ് ആയി ഏഴ് വർഷത്തിനുള്ളിൽ എന്റെയടുത്ത് ഇതുപോലെയുള്ള കേസുകൾ വിചാരണയ്ക്ക് വന്നപ്പോൾ, പൊലീസ് ഇങ്ങനെയുള്ള നിരോധന ഉത്തരവുകൾ വിധിക്കുന്നതിന് അവസാനമുണ്ടാക്കാൻ തീരുമാനിച്ചു. ജസ്റ്റിസ് പി കെ മിശ്രയും ഞാനും അടങ്ങിയ രണ്ട് ജസ്റ്റിസുമാരുടെ ബഞ്ചിൽ, നാഗപട്ടണത്തിൽ 1.4.2007 ന് പൊതുസമ്മേളനം നടത്താൻ മക്കൾ കൺകാണിപ്പാകത്തിന്റെ സ്ഥാപകൻ സി ജെ രാജൻ ഹർജ്ജി ഫയൽ ചെയ്തതിനെ പൊലീസ് തള്ളിക്കളഞ്ഞു. അതിനെ എതിർത്ത് കൊടുത്ത കേസിൽ രണ്ട് ജസ്റ്റിസുമാരുടെ ബഞ്ചിന്റെ ഭാഗമായി ഞാൻ പൊലീസിന്റെ നിരോധനം റദ്ദ് ചെയ്ത് നാഗർകോവിലിൽ പൊതുസമ്മേളനം നടത്താൻ ഉത്തരവിട്ടു. ആ ഉത്തരവിൽ, നഗര പൊലീസ് നിയമം വകുപ്പ് 41 പൊതുജനം ഒത്തുചേരുന്നതിനെ നിയന്ത്രിക്കാൻ മാത്രമല്ലാതെ അതിനെ നിരോധിക്കാൻ പൊലീസിന് അധികാരമില്ലെന്ന് വിധിയിൽ പറഞ്ഞു.

നിയമരംഗത്തും എണ്ണത്തിന്റെ കളിയുണ്ട്. രണ്ട് ജസ്റ്റിസുമാരുടെ ബഞ്ചിന്റെ വിധിയാകട്ടെ ഒരു ജസ്റ്റിസിനെ നിയന്ത്രിക്കും. അതുപോലെ സുപ്രീം കോടതിയുടെ വിധി ഹൈക്കോടതികളെ നിയന്ത്രിക്കും. പൊതുസമ്മേളനങ്ങൾ, പ്രകടനങ്ങൾ എന്നിവയ്ക്ക് പൊലീസ് വിധിക്കുന്ന നിരോധത്തിനെപ്പറ്റിയുള്ള കേസ് ഞാൻ ജസ്റ്റിസ് ആകുന്നതിന് മുമ്പും, ഞാൻ വിരമിച്ച ശേഷവും നൂറുകണക്കിന് കോടതി വിചാരണകൾക്ക് വന്നിട്ടുണ്ട്.

ഒറ്റയ്ക്കൊരു ജസ്റ്റിസായിരിക്കുമ്പോൾ എന്റടുത്ത് വന്ന കേസുകളെല്ലാം വിചാരണ ചെയ്ത് അവസാനിപ്പിക്കാൻ അഞ്ച് മിനിറ്റ് പോലും വേണ്ട. കാരണം, ഇതിനെപ്പറ്റിയുള്ള കേസുകൾ പലതവണ നടത്തിയ അനുഭവം മാത്രമല്ല; പൊലീസിന്റെ പ്രവർത്തികളെക്കുറിച്ച് നന്നായി അറിയാവുന്നതുകൊണ്ട് തീരുമാനമെടുക്കാൻ അല്പസമയം മതിയാകും.

കൂടാതെ, രണ്ട് ജസിസുമാരുടെ ബഞ്ചിൽ ഞാൻ എടുത്ത വിധികളും മുന്നോടിയായി തെളിഞ്ഞു. ആലോചിച്ചു നോക്കിയാൽ, വക്കീലായി ജോലി ചെയ്യുമ്പോൾ ഇതുപോലെയുള്ള കേസുകളിൽ മണിക്കൂർ കണക്കിന് വാദിച്ച അനുഭവംകൊണ്ട് എന്റെ കോടതിയിൽ വക്കീലുമാർ അഞ്ച് നിമിഷം പോലും വാദിക്കേണ്ടതില്ല എന്ന അവസ്ഥ ഞാൻ ഉണ്ടാക്കി എന്നും പറയാം.

പൊതുസമ്മേളനത്തിനെ നിരോധിച്ച കേസാണെങ്കിൽ, പരാതി കാരുടെ ഭാഗത്ത് നിന്നും വാദിക്കേണ്ട കാര്യമില്ല. സർക്കാർ ഭാഗത്തു നിന്നും പൊലീസ് നിരോധിച്ച ഉത്തരവിന്റെ രേഖ വായിച്ച്, അതിൽ സാരം ഒന്നുമില്ലെങ്കിൽ, നിശ്ചയമായും നിരോധിച്ച സമ്മേളനങ്ങൾക്കും പ്രകട നങ്ങൾക്കും അനുമതി നൽകപ്പെടും. കൂടുതലും കേസ് വിചാരണയ്ക്ക് വന്ന് അടുത്ത ദിവസം തന്നെ വിധി പ്രസ്താവിക്കും.

ഇങ്ങനെ വകുപ്പ് 41 ന് വിശദീകരണം അറിയിച്ച് പല വിധികളേയും കോടതി കൊടുത്തശേഷവും, എന്തിനാണ് പൊലീസ് തുടർന്നും നിരോധനം ഏർപ്പെടുത്തുന്നത്? പൊലീസ് വകുപ്പിനെ സംബന്ധിച്ചി ടത്തോളം അവർക്ക് സർക്കാർ നേരിട്ട് ഉത്തരവിട്ടിട്ടില്ല. പല പൊലീസ് അധികാരികളും ഭരണകക്ഷിയുടെ താല്പര്യം മനസ്സിലാക്കി ജില്ലാതല ത്തിൽ അതിന്റെ സെക്രട്ടറിമാരായി പ്രവർത്തിക്കുന്നു. ഇല്ലെങ്കിൽ, ഭരണ കക്ഷിയുടെ ജില്ലാ സെക്രട്ടറിയോ മന്ത്രിയോ രാഷ്ട്രീയ പകപോക്കൽ കാരണങ്ങൾ കൊണ്ട് തരുന്ന സമ്മർദ്ദങ്ങൾ സമരങ്ങൾക്ക് തടയിടുന്നു. ഇതിൽ മറ്റൊരു വകയുമുണ്ട്. തന്റെ പൊലീസ് അതിർത്തിയിൽ സമര ങ്ങളും പൊതുസമ്മേളനങ്ങളും നിരോധിച്ചാൽ, ജോലിഭാരം കുറയുമെന്നു കരുതുന്ന സുഖവാസികളായ അധികാരികളുമുണ്ട്. കാരണസങ്കല് പത്തോടെ ജോലി ചെയ്യുന്ന അധികാരികൾ അല്ലാതെ, മതിലിന്റെ മുക ളിലിരിക്കുന്ന പൂച്ചകളും ഉണ്ട്. "ഞാൻ നിരോധിച്ചു; നീ കോടതിയിൽ പോയി ഉത്തരവും കൊണ്ടുവാ" എന്ന് പറയുന്ന തരക്കാർ അങ്ങനെ യാണ്. ഈ പിന്നണിയെല്ലാം മനസ്സിലാക്കിയതുകൊണ്ടാണ് എന്റെ യടുത്ത് വന്ന കേസുകൾക്ക് ഉടൻ തന്നെ വിധി പ്രസ്താവിക്കുന്നതിന് ഞാൻ മടി കാണിക്കാത്തത്.

ഞാൻ പദവിയിലുണ്ടായിരുന്ന കാലത്തിന്റെ ആദ്യപകുതിയിൽ ഡി എം കെയും, രണ്ടാം പകുതിയിൽ എ ഡി എം കെയും തമിഴ്നാട് ഭരിച്ചി രുന്നവരാണ്. പൊതുസമ്മേളനങ്ങൾക്കും പ്രകടനങ്ങൾക്കും എ ഡി എം കെ സർക്കാരിന്റെ കാലത്താണ് കൂടുതൽ നിരോധനം ഉണ്ടായത് എന്നെനിക്ക് ഉറപ്പായും പറയാൻ കഴിയും. ജയലളിത, എല്ലാവരേയും അത്ഭുതപ്പെടുത്തുന്ന രീതിയിൽ, കോളനിഭരണക്കാലത്തെ കരിനിയമം എന്ന് വിളിക്കപ്പെടുന്ന 1911 ലെ ദേശദ്രോഹ സമ്മേളനങ്ങൾ നിരോധി ക്കുന്ന നിയമത്തിന് (Prevention of Seditious Meeting Act 1911) ജീവൻ കൊടുത്ത് വീണ്ടും നടപ്പിലാക്കി.

ഞാൻ ജസ്റ്റിസ് ആയതിനുശേഷം, പൊതുസമ്മേളനത്തിനും പ്രകടനത്തിനുമുള്ള നിരോധനങ്ങളെ പറ്റിയുള്ള കേസുകളിൽ സകല പാർട്ടികൾക്കും വിധികൾ നൽകാൻ കഴിഞ്ഞു.

ഞാൻ ആദ്യം പറഞ്ഞതുപോലെ, ചെന്നൈയിൽ ചില പ്രധാന പാതകളിൽ പ്രകടനങ്ങൾ പോകുന്നതിനെ പൊലീസ് തടുത്തുനിർ ത്തിയിരുന്നു. അണ്ണാ ശാലൈ ദ്വീപിലുള്ള മൺറോ പ്രതിമ തൊട്ട് വാലാജാ ശാലയിലുള്ള ഗസ്റ്റ് ഹൗസ് വരെ പ്രകടനം നടത്തുന്നതിന്

വക്കീലുമാർ അനുമതി ചോദിച്ചു. ശങ്കരസുബ്ബു എന്ന വക്കീലിന്റെ മകൻ സതീഷ് കുമാർ കൊല്ലപ്പെട്ടതിനെപ്പറ്റി, സർക്കാരിന് പരാതി കൊടുക്കാൻ പ്രകടനം നടത്തുന്നതിനാണ് അനുമതി ചോദിച്ചത്. ആ കേസ് സി ബി ഐ അന്വേഷണത്തിന് കൊടുത്ത്, അവർ ആ കേസിൽ പുതിയ തുമ്പൊന്നും കിട്ടിയില്ലെന്ന് പറഞ്ഞ് കേസ് തള്ളിക്കളയാൻ തുനിഞ്ഞപ്പോൾ, വക്കീലുമാർ പ്രകടനം നടത്താൻ അനുമതി ചോദിച്ചു. ആ പാത അംഗീകരിക്കപ്പെട്ട പ്രകടനപ്പാത അല്ലെന്ന് പറഞ്ഞ് അനുവാദം നിഷേധിച്ചു. അതിനെ എതിർത്ത് അഡ്വ. ജി. ഭാവേന്ദൻ കേസ് തുടർന്നു. ആ കേസ് വിചാരണ ചെയ്ത, ഞാൻ ആ പാത വഴി പ്രകടനം പോകാൻ അനുവദിക്കാൻ പറ്റില്ലെന്ന് പറഞ്ഞ പൊലീസ് നിലപാടിനെ അംഗീകരിക്കാൻ കഴിയില്ലെന്ന് പറഞ്ഞ് പ്രതിഷേധജാഥ പോകുന്നതിനുള്ള അനുമതി നല്കി ഉത്തരവിട്ടു.

ഇതേ കാലഘട്ടത്തിൽ ഇതുപോലെയുള്ള കേസുകൾ മറ്റ് ജസ്റ്റിസുമാർ തള്ളിക്കളഞ്ഞിട്ടുമുണ്ട്. ഡോ. കൃഷ്ണസ്വാമി, പരമക്കുടി വെടിവയ്പ്പിന് ശേഷം അവിടെ ജാഥ നടത്താൻ ശ്രമിച്ചപ്പോൾ അദ്ദേഹത്തിന്റെ കേസ് തള്ളിക്കളയപ്പെട്ടു.

എന്തുകൊണ്ട് ഒരേ കള്ളിയിൽ വരുന്ന കേസുകളിൽ വിപരീതമായ വിധികൾ കൊടുക്കപ്പെടുന്നു എന്ന ചോദ്യത്തിന് ഇന്നുവരെ ശരിയായ മറുപടിയില്ല. എപ്പോഴും എല്ലാവരും പറയുന്നത് ഒന്നാണ്. 'ജസ്റ്റിസുമാർ റോബോട്ടുകളല്ല. അവരും ആലോചിച്ചാണ് പ്രവർത്തിക്കുക. അതുകൊണ്ട്, വിധികളിൽ വ്യത്യാസം കാണുമായിരിക്കും. ചില ജസ്റ്റിസ്സുമാർ പൊലീസ് വകുപ്പിന്റെ ഉത്തരവുകളെ ന്യായീകരിച്ച് കേസുകൾ തള്ളാറുണ്ട്. ചിലർ സമ്മേളനത്തിന് അനുമതി നല്കുമ്പോൾ, പൊലീസ് വകുപ്പിന്റെ അഭിപ്രായം അംഗീകരിച്ച് പല വിചിത്രമായ നിബന്ധനകൾ വിധിക്കും. ഒരു ജസ്റ്റിസ്, പ്രകടനത്തിന് കൊടുത്ത അനുമതി ഉത്തരവിൽ 22 നിബന്ധനകൾ വിധിച്ചു. 'പ്രകടനത്തിൽ വെറ്റില, പാക്ക്, സിഗരറ്റ് കടകളിലേക്ക് ജാഥക്കാർ പോകാൻ പാടില്ല' എന്നെല്ലാം നിബന്ധനകൾ എഴുതിയിട്ടുണ്ട്. മധുരയിൽ ഒരു ജസ്റ്റിസ് തന്റെ ഉത്തരവിൽ, സമ്മേളനത്തിൽ എത്ര പേർ പങ്കെടുക്കണം എന്നുപോലും വിധിയിൽ എഴുതിവച്ചിരുന്നു. അതും പോരാതെ, തിരക്ക് കൂടിപ്പോയതിന് പൊലീസ് ഇൻസ്പെക്ടർ സമ്മേളന നടത്തിപ്പുകാർക്കെതിരേ എൻ ഐ ആർ ഫയൽ ചെയ്ത വാർത്ത് പുറത്തുവന്നതും, അതും അദ്ദേഹം മുന്നോട്ടുവന്ന് റദ്ദ് ചെയ്തു.

ഇതിനെല്ലാം എന്താണ് കാരണം? ഞാൻ വക്കീലായിരുന്നപ്പോൾ വാദിച്ച കേസുകളിൽ സർക്കാർ ഭാഗത്ത് നിന്നും വാദിച്ച വക്കീലുമാരിൽ ചിലർ ജസ്റ്റിസ് ആയി പദവിയിൽ കയറിയിരുന്നു. അവരുടെ ചിന്താസരണികൾ അവർ നടത്തിയ കേസുകളാൽ വഴികാട്ടപ്പെട്ടിരിക്കാം അല്ലെങ്കിൽ സമ്മേളനം, പ്രകടനം എന്നിവയെല്ലാം ശല്യങ്ങൾ തരുന്നവയാണ്; അവയെ നിയന്ത്രിച്ചിരിക്കണം എന്ന് കരുതാം. ചിലപ്പോൾ സമ്മേളന

ഭാരവാഹികളുടെ മേൽ ഗൗരവമുള്ള കേസുകൾ ഉള്ളതായി പൊലീസ് ചൂണ്ടിക്കാണിച്ചിരിക്കാം. ഇങ്ങനെ പല കാരണങ്ങൾ ഉണ്ടാകാം. അതുപോലെ സമ്മേളനങ്ങളെ അനുവദിക്കുന്നതിനും നിഷേധിക്കുന്നതിനും സുപ്രീം കോടതിയുടെ വിധികളിൽ നിന്നുതന്നെ പലതരം മുൻമാതൃകകൾ എടുത്ത് കാണിക്കാം.

കേരളത്തിൽ പാതയോട് ചേർന്നുള്ള പൊതുയിടങ്ങളിൽ സമ്മേളനങ്ങൾ നിരോധിച്ച് വിധി പറഞ്ഞപ്പോൾ, അതിനെ എതിർത്ത് മാർക്സിസ്റ്റ് - കമ്യൂണിസ്റ്റ് പാർട്ടിയിലെ നിയമസഭാംഗം എം പി ജയരാജൻ ഒരു സമ്മേളനത്തിൽ പ്രതിഷേധം അറിയിച്ചു. മലയാളത്തിൽ പതിവായി ഉപയോഗിക്കുന്ന 'ശുംഭന്മാർ' എന്ന് വാക്ക് ആ ജസ്റ്റിസിന് എതിരായി അദ്ദേഹം പ്രയോഗിച്ചു. അതിന്റെ അർഥം 'മണ്ടന്മാർ' എന്നാണ്. കേരള ഹൈക്കോടതി ആറ് മാസത്തെ ജയിൽ ശിക്ഷ വിധിച്ചു. അതിനെ എതിർത്ത് സുപ്രീം കോടതിയിൽ അപ്പീൽ കൊടുത്ത ജയരാജന്റെ കേസ് തള്ളപ്പെട്ട്, ശിക്ഷ ഒരു മാസമാക്കി കുറച്ചു. ജയരാജനും തന്റെ പ്രകോപനകരമായ പറച്ചിലിന് തിരുവനന്തപുരം സെൻട്രൽ ജയിലിൽ ഒരു മാസം കഴിച്ചു കൂട്ടേണ്ടിവന്നു. സമീപകാലത്ത് കണ്ണൂരിൽ പ്രസംഗിക്കാനായി പോയപ്പോൾ അദ്ദേഹം എന്നെ വന്നുകണ്ടു. അന്യായമായി അദ്ദേഹത്തിനെ ജയിലിൽ തള്ളിയ വിധിയിൽ എനിക്കുണ്ടായ ഖേദം അറിയിച്ചു.

മനുഷ്യരുടെ സ്വതന്ത്രാവകാശത്തിനായി നടത്തിയ ചില കേസുകളെ പുസ്തകമാക്കിയ അഭിഷേക് സിങ്വി അതിന്, 'പതുങ്കു കുഴിയിലിരുന്ന്' എന്ന് തലക്കെട്ടിട്ടു. അതായത്, കേസുകൾ നടത്തി ജയിക്കാനായി വക്കീലുമാർ ബങ്കറുകളിലിരുന്ന് പോരാടേണ്ടി വരുന്നെന്ന് പറയപ്പെടുന്നു. എന്നാൽ, പൊതുസമ്മേളനങ്ങൾ, ജാഥകൾ എന്നിവയ്ക്ക് പൊലീസ് വിധിക്കുന്ന തടസ്സങ്ങളെപ്പറ്റിയുള്ള കേസുകളെ സംബന്ധിച്ചിടത്തോളം കോടതികളിൽ എന്റെ മുന്നിൽ ഹാജരായ പരാതിക്കാർക്ക് എല്ലായ്പ്പോഴും ബങ്കറുകൾ ആവശ്യപ്പെട്ടിരുന്നില്ല.

അഭിപ്രായസ്വാതന്ത്ര്യത്തിന് വിലക്കില്ല

ഹിന്ദിയിൽ, *ആർട്ടിക്കിൾ 15* എന്നൊരു സിനിമ വന്നു. അതിന്റെ സംവിധായകനോട് സിനിമയ്ക്ക് ഈ പേര് എന്തിന് കൊടുത്തു എന്ന് ചോദിച്ചപ്പോൾ അദ്ദേഹം പറഞ്ഞു, "ഭരണഘടനയിൽ ഏറ്റവും പ്രധാനപ്പെട്ട വകുപ്പ് 15-ാം വകുപ്പാണെന്ന് ഞാൻ പറയും. മതം, ഭാഷ, ലിംഗം, ജാതി, ജന്മം ഇവയുടെ അടിസ്ഥാനത്തിൽ ആരോടും വേർതിരിവ് കാണിക്കരുതെന്നത് അടിസ്ഥാനപരമായ അവകാശമാണെന്ന് പറയുന്നു. ആ വകുപ്പാണ് ഭരണഘടനയുടെ ഹൃദയം!"

ഭരണഘടനയുടെ മൂന്നാം ഭാഗത്ത്, അടിസ്ഥാനപരമായ അവകാശങ്ങൾ കൊടുത്തിട്ടുണ്ടെങ്കിലും, അതിൽ 21-ാം വകുപ്പാണ് വളരെ പ്രധാനപ്പെട്ടതെന്ന് ഞാൻ പറയും. സ്വതന്ത്രമായി ജീവിക്കാനുള്ള അവകാശത്തെ ഉത്തരവാദപ്പെടുത്തുന്ന ആ വകുപ്പ് അങ്ങനെ ഒരാളുടെ സ്വാതന്ത്ര്യം പിടിച്ചെടുക്കണമെങ്കിൽ, മുറപ്രകാരമുള്ള നിയമം വഴി അത് സാധ്യമാണെന്നും പറയുന്നുണ്ട്. തുടക്കത്തിൽ ഈ വകുപ്പ് ഓരോ മനുഷ്യരുടേയും സ്വാതന്ത്ര്യത്തിനെപ്പറ്റിയാണ് സംസാരിക്കുന്നത് എന്ന് കരുതിയാലും, കഴിഞ്ഞ 70 വർഷങ്ങളിൽ സുപ്രീം കോടതി വകുപ്പ് 21 എന്ന അടിസ്ഥാനപരമായ അവകാശം അടിസ്ഥാനമാക്കി പല അവകാശങ്ങളും കൂട്ടിച്ചേർത്തിട്ടുണ്ട്. ഉപജീവനമാർഗ്ഗം, ശുചിത്വം, ആഹാരം ഉറപ്പാക്കൽ, തൊഴിൽ ഉറപ്പാക്കൽ, പാർപ്പിടം, പൊതുനിരത്തിലൂടെ സഞ്ചരിക്കൽ ഇങ്ങനെ പല അവകാശങ്ങളും 12-ാം വകുപ്പിൽ നിറവേറ്റിയിരിക്കുന്നു. അഭിപ്രായസ്വാതന്ത്ര്യവും, സമ്മേളിക്കാനുള്ള അവകാശവും 19-ാം വകുപ്പിൽ കൃത്യമായി പറഞ്ഞിട്ടുണ്ടെങ്കിലും ആ അവകാശങ്ങളെയെല്ലാം ഉള്ളടക്കി വച്ചിരിക്കുന്ന വകുപ്പാണ് 21-ാം വകുപ്പ്.

1970 കളിൽ നഗരത്തിന്റെ പ്രാന്തപ്രദേശങ്ങളിലുള്ള ചേരികളിലും

പാതയോരങ്ങളിലും മറ്റും ജീവിക്കുന്ന ജനങ്ങൾക്കായി വീടുകൾ പണിത് കൊടുക്കാനുള്ള ശ്രമത്തിൽ ഉണ്ടായതാണ് Tamil Nadu Slum Clearance Board (TNSCB). ചേരികളെ മാറ്റി, പുതിയ അപ്പാർട്ട്മെന്റുകൾ കെട്ടിയശേഷം, അവർക്ക് പുതിയ വീടുകൾ തിരിച്ചറിയൽ കാർഡിന്റെ അടിസ്ഥാനത്തിൽ കൊടുക്കുന്നതാണ് ഇതിന്റെ ജോലി. എന്നാൽ ചിലപ്പോൾ, തിരിച്ചറിയൽ കാർഡുള്ള കുടുംബങ്ങളെ ഒഴിവാക്കി, ഭരണ കക്ഷികളുടെ ശുപാർശയിൽ വീടുകൾ കൊടുത്തതിനാൽ, പല കുടുംബങ്ങളും തുടർന്നും ചേരികളിൽത്തന്നെ താമസിക്കുന്ന അവസ്ഥ ഉണ്ടാകാറുണ്ട്.

അങ്ങനെ, നുങ്കമ്പാക്കം ലയോള കോളേജിന്റെ അരികിലുള്ള പുഷ്പ നഗറിനോട് ചേർന്ന് പണിത അപ്പാർട്ട്മെന്റുകളിൽ വീട് ലഭിക്കാത്തവർ തുടർന്നും പാതയോരത്ത് ജീവിച്ചു. 1981 ൽ ചെന്നൈ നഗരം മുഴുവനുമുള്ള പാതയോരത്ത് ജീവിക്കുന്ന ജനങ്ങളെ അവരുടെ കുടിലുകളിൽ നിന്നും മാറ്റാനുള്ള ശ്രമം ചെന്നൈ കോർപ്പറേഷൻ ആരംഭിച്ചു. കാലവർഷം തുടങ്ങിയിരുന്ന ആ സമയത്ത് നുങ്കമ്പാക്കത്തിൽ നിന്നും 450 കുടിലുകൾ പൊളിച്ചുകളഞ്ഞു. ഈ പ്രദേശത്തെ സന്നദ്ധ സേവാ പ്രവർത്തകരായ കോളേജ് വിദ്യാർത്ഥികൾ ഞാനുമായി ബന്ധപ്പെട്ട്, ഉപജീവനം ഇല്ലാതാക്കുന്ന ഈ ശ്രമത്തിനെതിരെ കോടതിയിൽ പരിഹാരം തേടാൻ കഴിയില്ലേയെന്ന് ചോദിച്ചു.

ആ സമയത്ത് പാതയോരങ്ങളിലെ കുടിലുകളിൽ താമസിക്കുന്ന പകുതി ജനങ്ങളേയും കോർപ്പറേഷൻ വിരട്ടുന്നതിനെ തടുക്കാൻ കോടതികൾ മുന്നോട്ടുവന്നിരുന്നില്ല. അവർക്ക് നിയമത്തിൽ എന്ത് അവകാശമാണുള്ളതെന്ന് ചോദിച്ച്, കേസുകൾ തള്ളിക്കളഞ്ഞു. ഈ കാരണം കൊണ്ട്, ഞാൻ എന്റെ പേരിൽത്തന്നെ സുപ്രീം കോടതിയിൽ പൊതുതാല്പര്യ ഹർജി കൊടുത്ത് ആ ജനങ്ങളെ കുടിലുകളിൽനിന്നും പുറത്താക്കുന്നതിന് താൽക്കാലികമായ സ്റ്റേ ഓർഡർ വാങ്ങിച്ചു. ആ കേസിൽ, “അടിസ്ഥാനപരമായ അവകാശത്തിന്റെ വകുപ്പ് 21 അനുസരിച്ച് ജനങ്ങൾക്ക് അഭിമാനത്തോടെ ജീവിക്കാനുള്ള അവകാശമുണ്ട്. ഉപജീവനം എന്നത് മൃഗങ്ങളെപ്പോലെ ജീവിതം കൊണ്ടുപോകുന്ന അവസ്ഥയെപ്പറ്റിയല്ല. മറിച്ച്, അവർക്ക് താമസസ്ഥലം ഒരുക്കിക്കൊടുക്കേണ്ടത് സർക്കാരിന്റെ കടമയാണ്. അതുവരെ കുടിൽ കെട്ടി താമസിക്കുന്ന ജനങ്ങളെ അവരുടെ വാസസ്ഥലത്ത് നിന്നും മാറ്റാൻ ശ്രമിച്ചാൽ, അവർക്ക് പുതിയ താമസസൗകര്യം ഒരുക്കിക്കൊടുക്കേണ്ടതും സർക്കാരിന്റെ കടമയാണ്” എന്ന് വാദിച്ചു.

അവസാനം കേസ് 1985 ൽ വിചാരണയ്ക്ക് വന്നപ്പോൾ, സന്നദ്ധ സേവാ പ്രവർത്തകൻ ഓൽഗ്ഗ ടെല്ലിസ് മുംബൈയിലെ ചേരിയിലെ ജനങ്ങളെ പുറത്താക്കുന്നതിനെപ്പറ്റി കൊടുത്ത കേസുമായി ചേർത്ത് എന്റെ കേസും വിചാരണ ചെയ്ത് നല്ലൊരു വിധി സുപ്രീം കോടതി പ്രസ്താവിച്ചു. വിധിയിൽ, “ഉപജീവനം പാർപ്പിട അവകാശങ്ങളേയും

ഉൾക്കൊള്ളുന്നു. അതിനെ പിടിച്ചെടുക്കാൻ ശ്രമിച്ചാൽ സർക്കാർ ബദൽ പാർപ്പിടസൗകര്യം നല്കണം" എന്ന് പറഞ്ഞു.

മധുര കോർപറേഷൻ ഒരിക്കൽ പെട്ടെന്ന് നഗര, ഇതര ചേരികളിൽ നിന്നും ആളുകളെ ഒഴിപ്പിക്കാൻ ഇതുപോലെ ശ്രമിച്ചപ്പോഴും, അതു പോലെയുള്ള ഒരു സ്റ്റേ ഓർഡർ എനിക്ക് വാങ്ങിക്കൊടുക്കാൻ കഴിഞ്ഞു. അതിന് ആധാരമായി ഭരണഘടനയിലെ 21-ാം വകുപ്പ് തന്നെയായിരുന്നു ആയുധമായി ഉപയോഗിച്ചത്. മറ്റൊരു ഇടം കൊടുത്തിട്ട് അവരെ ഒഴിപ്പിക്കാം എന്ന് പറഞ്ഞ സുപ്രീം കോടതിയുടെ വിധി സർക്കാർ വേറെ വിധത്തിൽ മനസ്സിലാക്കിയതാണ് വേദന!

ചെന്നൈയിലെ പല ഭാഗങ്ങളിൽ ചേരികളിലും പാതയോരങ്ങളിലും പുഴക്കരകളിലും താമസിച്ച ആളുകളെയെല്ലാം ഒഴിപ്പിച്ച്, ചെന്നൈ നഗരത്തിന് പുറത്ത് 15 കിമീ ദൂരെ കണ്ണകി നഗർ, എഴിൽ നഗർ, ചെമ്മഞ്ചേരി, അതിനേക്കാൾ ദൂരെയുള്ള പെരുമ്പാക്കം ഭാഗങ്ങളിലേക്ക് അവരെ മാറ്റി അവരുടെ ഉപജീവനമാർഗത്തേയും ഇല്ലാതാക്കിയ പ്രവർത്തികളും ചോദ്യം ചെയ്യപ്പെടേണ്ടതാണ്.

ഇപ്പോൾത്തന്നെ പൊതുസമ്മേളനങ്ങൾ, സമരങ്ങൾ, ജാഥകൾ എന്നിവയ്ക്കെല്ലാം വിധിക്കപ്പെടുന്ന നിരോധന ഉത്തരവുകളേയും, അവയെ കോടതി എങ്ങനെ സമീപിച്ചെന്നും കണ്ടുകഴിഞ്ഞു. എന്നാൽ, സർക്കാർ അധികാരികൾ, പറയാനുള്ള സ്വാതന്ത്ര്യം, എഴുതാനുള്ള സ്വാതന്ത്ര്യം, സംഘം ചേരാനുള്ള സ്വാതന്ത്ര്യം എല്ലാം നിരോധിച്ചാൽ ഭരണഘടനയിലെ 19(1)-ാം ചട്ടമനുസരിച്ച് അനുവദിക്കപ്പെട്ട അടിസ്ഥാന അവകാശങ്ങൾ ലംഘിക്കുന്നതായി കോടതിക്ക് ഇടപെടാൻ കഴിയും. അതിന് ചില പഴുതുകൾ ഉണ്ട്. ഭരണഘടനയിലെ 19(2) പ്രകാരം അങ്ങനെയുള്ള അവകാശങ്ങൾക്ക് 'ന്യായമായ നിയന്ത്രണ'ങ്ങൾ നിയമം മൂലം വിധിക്കുന്നതിന് വഴി കൊടുത്തിട്ടുണ്ട്. ഒരു നിരോധന ഉത്തരവ്, ന്യായമായ നിയന്ത്രണത്തിന്റെ കീഴിൽ വരുന്നുണ്ടോ ഇല്ലയോ എന്നത് തീരുമാനിക്കേണ്ടത് കോടതിയാണ്.

ഒരാളുടെ അടിസ്ഥാന അവകാശം എവിടെ ആരംഭിക്കുന്നു എവിടെ അവസാനിക്കുന്നു എന്നതിന് എപ്പോഴും ബാലപാഠമായി, തത്വ ചിന്തകനായ ജോൺ സ്റ്റുവർട്ട് മിൽ എഴുതിയ 'സ്വാതന്ത്ര്യത്തിനെപ്പറ്റി' എന്ന ലേഖനം വായിച്ച് കേൾപ്പിക്കും അവർ. ഒരാളുടെ അവകാശം അടുത്തയാളുടെ അവകാശത്തിനെ ലംഘിക്കാത്ത അളവിൽ ഉണ്ടാകണമെന്നും, തന്റെ കൈ നീട്ടുന്നതിന് അവകാശമുണ്ടെങ്കിൽ, അത് അടുത്തയാളുടെ മൂക്കിൽ തൊടാവുന്ന ഇടംവരെ ആകരുത് എന്ന ഉദാഹരണവും പറയും.

ഇന്ത്യൻ കോടതികളെ സംബന്ധിച്ചിടത്തോളം, ഈ പറയപ്പെടുന്ന അവകാശങ്ങളുടെ മത്സരത്തിന്റെ നടുക്ക് അമ്പയർമാരെപ്പോലെ പ്രവർത്തിച്ചുകൊണ്ടേയിരിക്കും. അതുകൊണ്ടാണ് ഷഹിൻബാഗ് തുടർസമരം അവസാനിപ്പിക്കാൻ കോടതി സമിതികളെ നിയമിച്ച്, ഒത്തുതീർപ്പ് ശ്രമ

ങ്ങൾ എടുത്ത സുപ്രീം കോടതി, അവസാനം തന്റെ വിധിയിൽ അനന്തകാലത്തേക്ക് പൊതുസ്ഥലങ്ങളിൽ സമരം ചെയ്യുന്നതിന് ആർക്കും അനുമതിയില്ലെന്ന് പറഞ്ഞത്.

കമ്പം കളിക്കാർ ഉയരത്തിൽ കെട്ടിയിരിക്കുന്ന കയറിന്റെ മുകളിൽ നടക്കുമ്പോൾ, കൈയ്യിൽ ഒരു മുളവടി തങ്ങളെ സമനിലയിൽ നിർത്താനായി പിടിച്ചിരിക്കും. ഏകദേശം ആ വടി ചെയ്തുവരുന്ന ജോലിയാണ് ജസ്റ്റിസുമാർ ചെയ്യുന്നത്. എന്നാൽ, കോടതിയെ ഉപയോഗപ്പെടുത്തി മറ്റൊരാളുടെ സ്വാതന്ത്ര്യത്തെ അല്ലെങ്കിൽ സംസാരിക്കാനുള്ള അവകാശത്തെ തട്ടിയെടുക്കുന്ന പ്രവർത്തികൾ ഇന്ന് അധികരിച്ച് വരുകയാണ്. പല തവണ കോടതികളും ഇങ്ങനെ പരസ്പരവിരുദ്ധമായ അഭിപ്രായങ്ങൾക്ക് നടുവിൽ സംസാരിക്കാനുള്ള അവകാശത്തിന് നിരോധനം ഏർപ്പെടുത്തിയിട്ടുണ്ട്.

നിരോധന ഉത്തരവുകൾ കാരണമായി കാണിച്ച്, ഒരു വിഭാഗത്തിന്റെ അവകാശം തട്ടിയെടുക്കുന്ന സർക്കാർ, മറുവശത്ത് അതേ നിരോധന ഉത്തരവിനെ തങ്ങൾക്ക് അനുകൂലമായവർക്ക് പിന്തുണയായി ഉപയോഗിക്കാൻ മടിക്കില്ല. ഇതിനെ ഒരു ഉദാഹരണത്തിലൂടെ വിശദീകരിക്കാം. രാമഗോപാലൻ വിനായക ചതുർഥി മദ്ധ്യസംഘം എന്നൊരു സ്ഥാപനം ഉണ്ടാക്കി, അതുവഴി ചെന്നൈ നഗരത്തിലും, മറ്റ് ഭാഗങ്ങളിലും 1983 മുതൽ വിനായക ചതുർഥി ആഘോഷിച്ചുവരുന്നു. ഇതിനായി ലഭിക്കുന്ന സംഭാവനകൾ ഉപയോഗിച്ച്, വലിയ ഗണപതി ബൊമ്മകൾ വിലയ്ക്ക് വാങ്ങി, അതിനെ നഗരത്തിന്റെ പലയിടങ്ങളിൽ നിർത്തി, ആഘോഷം കഴിയുമ്പോൾ ഗണപതി ബൊമ്മകളെ വണ്ടിയിൽ കയറ്റി നാടുചുറ്റി കൊണ്ടുപോയി കടലിൽ കലക്കും. അതിന് 'നിമജ്ഞനം' എന്നാണ് പേര്.

ഗണപതി ബൊമ്മകളെ നഗരത്തിലെ പ്രധാനപ്പെട്ട ഭാഗങ്ങളിൽ വയ്ക്കുന്നതിനൊപ്പം, അവയെ ചുറ്റി പന്തലിട്ട് ദിവസവുമുള്ള പൂജകൾ നടത്തുന്നയിടത്ത് ഭണ്ഡാരപ്പെട്ടി വച്ച് പണം പിരിക്കലും നടക്കും. ഈ ബൊമ്മകളെ എടുത്തുകൊണ്ടുപോകാനായി വലിയ ട്രാക്ടറുകൾ, ലോറികൾ, ആളുകൾ എന്നിവയ്ക്ക് ഒരുപാട് പണം ചെലവഴിക്കപ്പെടും. അത് മാത്രമല്ലാതെ, നഗരത്തിന്റെ പല ദിശകളിൽനിന്നും വരുന്ന ഗണപതി ബൊമ്മകൾ കയറ്റിയ വണ്ടികൾ, അവസാനം തിരുവല്ലിക്കേനി ഹൈവേയിൽ പ്രവേശിക്കും. അവിടെയാണ് തിരുനെല്ലിക്കേനി വലിയ പള്ളി ഉള്ളത്. അതുകൂടാതെ, ആ വഴിയിൽ ഐസ് ഹൗസിന്റെ അരികിൽ മറ്റൊരു പള്ളിയുമുണ്ട്.

ഇങ്ങനെ പ്രദക്ഷിണം ചെയ്യുന്നവർ, വർഷങ്ങളായി തിരുനെല്ലിക്കേനി ഹൈവേ വഴി മാത്രമേ പോകൂയെന്ന് വാശി പിടിക്കും. 1996 ൽ പ്രദക്ഷിണത്തിന് ആ വഴി പോകുന്നതിന് അനുമതി ചോദിച്ചപ്പോൾ പൊലീസ് വിസമ്മതിച്ചു. അതിനെ എതിർത്ത് രാമഗോപാലൻ രണ്ട് ജസ്റ്റിസുമാരുടെ ബഞ്ചിന് അപ്പീൽ കൊടുത്തു. അത് വിചാരണ ചെയ്ത

ചീഫ് ജസ്റ്റിസ് കെ എ സ്വാമി തന്റെ വിധിയിൽ ഇങ്ങനെ പറഞ്ഞു: "വിനായകന്റെ ശിലയെ ജലാശയത്തിൽ നിമജ്ഞനം ചെയ്യുന്നത് ചിലപ്പോൾ മതപരമായ ചടങ്ങായിരിക്കാം. പക്ഷേ, അത് ചെയ്യുന്ന വിധം ഒരു പ്രത്യേക പാതയിൽ, പ്രത്യേക സമയത്ത് മാത്രമേ ശില കൊണ്ടുപോകുകയുള്ളൂ എന്നത് മതസംബന്ധമായ അവകാശങ്ങളിൽ പെട്ടതല്ല. പൊതുതാല്പര്യത്തിന്റെ പേരിൽ നിയമം നടപ്പിലാക്കുന്ന അധികാരികൾക്ക് പ്രദക്ഷിണം പോകുന്ന പാതയും സമയവും നിയന്ത്രിക്കാവുന്നതാണ്."

ഇങ്ങനെ 1996 ൽ വിധി ലഭിച്ച രാംഗോപാലൻ വിനായക ചതുർഥി നിമജ്ഞന പ്രദക്ഷിണം ഏതാണ്ട് തന്റെ മാത്രം അവകാശമാക്കി മാറ്റി, തനിക്ക് ഒറ്റയ്ക്ക് പ്രദക്ഷിണം നടത്താൻ കഴിയും എന്ന നിലയുണ്ടാക്കി വച്ചിരുന്നു. ഏകാവകാശത്തിന് എതിർപ്പുണ്ടാവില്ലേ? അദ്ദേഹത്തിനെപ്പോലെ വേറെ ചിലരും വിനായക ചതുർഥി ആഘോഷിച്ച്, ബൊമ്മകളെ പ്രദക്ഷിണമായി കൊണ്ടുപോകാൻ ശ്രമിച്ചതിനെ പൊലീസ് തടുത്തു. വിനായക മുരളി എന്നൊരാൾ, രാമഗോപാലിന് കൊടുത്ത അതേ അവകാശം തനിക്കും വേണമെന്നും, അവസ്ഥയെ കരുതി പൊലീസിന് പ്രദക്ഷിണ പാതകളും സമയങ്ങളും മാറ്റിത്തരാമെന്നും തന്റെ കേസിൽ ആവശ്യപ്പെട്ടു (2002). അയാളുടെ കേസിൽ ഞാൻ ഹാജരായി വാദിച്ചു. അവകാശം എന്ന പേരിൽ ഏകാവകാശത്തിനെ ഉണ്ടാക്കാൻ പാടില്ലെന്ന് ഞാൻ പറഞ്ഞു. എന്റെ വാദം അംഗീകരിച്ച ഹൈക്കോടതി, വിനായക മുരളിക്കും പ്രദക്ഷിണം നടത്താൻ അനുവാദം നൽകി.

വിനായക ചതുർഥിയുടെ ഒപ്പം നടത്തുന്ന നിമജ്ഞന പ്രദക്ഷിണത്തെ തമിഴ്നാട്ടിൽ പല ഭാഗങ്ങളിലും കൊണ്ടുപോയി, അതുകാരണം പല ഭാഗങ്ങളിലും ഹിന്ദു മുന്നണികൾ ക്രമസമാധാന പ്രശ്നങ്ങൾ ഇളക്കിവിടാൻ ശ്രമിച്ചു. പൊലീസ് ഏതൊക്കെ ഭാഗങ്ങളിൽ നിയമ-ക്രമസമാധാന പ്രശ്നങ്ങൾ ഉണ്ടായോ, ആ പ്രദേശം വഴി പ്രദക്ഷിണം പോകുന്നതിന് അനുമതി നിഷേധിച്ചു.

സമീപത്തിൽ, ചെന്നൈ ഹൈക്കോടതിയുടെ മധുര ശാഖയിൽ ജസ്റ്റിസ് എൻ കൃപാകാരൻ, "മത സംബന്ധമായ പ്രദക്ഷിണങ്ങൾ ഏത് വഴിയിലും ഏത് ദിശയിലും പോകാവുന്നതാണ്; അതിന് നിരോധനം ഏർപ്പെടുത്താൻ പാടില്ല; നിരോധനം ഏർപ്പെടുത്താൻ മാത്രം പ്രശ്നങ്ങൾ ഉണ്ടാക്കുന്നവർ സഹിഷ്ണുത ഇല്ലാത്തവർ മാത്രമല്ല, അവർ ഇന്ത്യയുടെ മതസൗഹാർദ്ദത്തിന് പരിക്കേൽപ്പിക്കുകയാണ്" എന്ന് തന്റെ വിധിയിൽ പറഞ്ഞിരുന്നു.

വാസ്തവത്തിൽ, മത സംബന്ധമായ പ്രദക്ഷിണങ്ങൾ ആണെങ്കിലും, അത് പോകുന്ന പാത നിയമ-ക്രമസമാധാന നിയന്ത്രണങ്ങളിൽ നിലനിർത്തേണ്ടത് പൊലീസുകാരാണ്. കോടതികൾക്ക് ആ പ്രശ്നത്തിൽ തലയിടാൻ അധികാരം ഇല്ലെന്ന വിധികൾ ആ ജസ്റ്റിസ് കാണാൻ വിട്ടുപോയി.

എന്നാൽ, 2021 ൽ കൊറോണ വൈറസ്സിനെക്കരുതി സർക്കാർ വലിയ വിനായകപ്രതിമകളെ പൊതുവിടങ്ങളിൽ വച്ച് പ്രാർഥിക്കുന്നതും, അവസാന ദിവസം നിമജ്ഞനത്തിന് പ്രദക്ഷിണമായി കൊണ്ടുപോയി കടലിൽ കളയുന്നതും നിരോധിച്ചു. അതിനെ എതിർത്ത് കൊടുത്ത കേസ് ഹൈക്കോടതി തള്ളിക്കളഞ്ഞു. മതപരമായ അവകാശങ്ങൾക്കും പൊതുസമാധാനത്തിനും ആക്ഷേപം ഏർപ്പെട്ടാൽ, പൊതുസമാധാനത്തിനെ കരുതിയുള്ള സർക്കാർ ഉത്തരവുകൾ നിയമപ്രകാരം നടക്കും.

ഞാൻ 2007 ൽ മധുരയിൽ ജസ്റ്റിസ് ആയി ജോലി ചെയ്തിരുന്നപ്പോൾ ചായൽക്കുടിയിൽ (രാമനാഥപുരം) ഹിന്ദു മുന്നണിക്കാരൻ തങ്കലിംഗം എന്നയാളുടെ നേതൃത്വത്തിൽ നിമജ്ഞന പ്രദക്ഷിണം തങ്ങൾക്ക് ഇഷ്ടമുള്ള പാതയിൽ നരിപ്പയ്യൂർ വഴി കൊണ്ടുപോയി കടലിൽ ഇടാൻ ആഗ്രഹിച്ചു. എന്നാൽ, മനഃപൂർവ്വം ന്യൂനപക്ഷങ്ങൾ ധാരാളം താമസിക്കുന്ന പ്രദേശത്തുകൂടി കൊണ്ടുപോയി പ്രശ്നമുണ്ടാക്കാൻ ശ്രമിക്കുകയാണെന്ന് പറഞ്ഞ്, 15.9.2007 ന് നടക്കാനിരുന്ന പ്രദക്ഷിണത്തിന് ജില്ലാ പൊലീസ് കമ്മീഷണർ നിരോധനം ഏർപ്പെടുത്തി.

അതിനെ എതിർത്ത് കൊടുത്ത കേസ്, അതിന്റെ തലേ ദിവസം പ്രത്യേക കേസായി എടുക്കപ്പെട്ട്, വൈകുന്നേരം ആറ് മണി വരെ വിചാരണ ചെയ്യപ്പെട്ട്, പിന്നീട് രാത്രി എട്ട് മണിക്ക് ഞാൻ വിധി പ്രസ്താവിച്ചു. ആ കേസിൽ മത സംബന്ധമായ അവകാശം, പ്രത്യേക പാതയിൽ പോകുന്നത് എന്നിവയെ അംഗീകരിക്കാൻ കഴിയില്ല എന്ന് ഞാൻ പറഞ്ഞു. കേസ് നടത്തിയ വക്കീൽ അപ്പീൽ നൽകാനായി ഉടൻ തന്നെ വിധിയുടെ പകർപ്പ് വേണമെന്ന് ആവശ്യപ്പെട്ടതിനാൽ, അന്ന് രാത്രി 10 മണി വരെ ഓഫീസ് പ്രവർത്തിച്ച് ഹൈക്കോടതി അയാൾക്ക് വിധിയുടെ പകർപ്പ് നൽകി.

അങ്ങനെ അപ്പീൽ ഒന്നും കൊടുത്തില്ല. ചിലപ്പോൾ, കേസിൽ തോറ്റ വക്കീലുമാർ തങ്ങളുടെ അരിശം കാണിക്കാനായി ഉടനെ വിധിപ്പകർപ്പ് വേണമെന്ന് പറയും. അതുകൊണ്ട്, വലിയ സമ്മർദ്ദത്തിലാകുന്ന രജിസ്ട്രാർ ഓഫീസ് ജോലിക്കാരൻ ആണെന്ന് ആ വക്കീലുമാർക്ക് അറിയാത്തതല്ല.

ഞാൻ പദവിയേറ്റ് ഏതാനും ആഴ്ചകളിൽ മതപരമായ അവകാശം പറഞ്ഞ് ഒരു കേസ് വന്നു. ആ കേസിൽ 2006 മെയ് മാസം നടന്ന പൊതുതിരഞ്ഞെടുപ്പിൽ പുറത്തുവിട്ട വോട്ടർ പട്ടികയിൽ വോട്ടർമാരുടെ ഫോട്ടോ അടക്കം വന്നിരുന്നു. ഇസ്ലാം സ്ത്രീകൾ പർദ്ദ ധരിച്ച് മുഖം മറ്റുള്ളവർക്ക് കാണിക്കില്ല. വോട്ടർ പട്ടികയിൽ കാണുന്ന ഫോട്ടോകൾ മുഖം കാണുന്നവിധം വരുന്നത് അവരുടെ മതസംബന്ധമായ അവകാശത്തിനെ ലംഘിക്കുമെന്ന് വാദിക്കപ്പെട്ടു. ജനാധിപത്യപരമായ തിരഞ്ഞെടുപ്പിൽ സുതാര്യത ഉണ്ടായിരിക്കണമെന്നും, അതുകൊണ്ട് ആർക്കും മതപരമായ അവകാശം പറഞ്ഞ് സുതാര്യത കുറയ്ക്കാൻ കഴിയില്ലെന്നും പറഞ്ഞ് ചീഫ് ജസ്റ്റിസ് എ പി ഷായും ഞാനും ആ കേസ് തള്ളിക്കളഞ്ഞു.

രാജീവ് ഗാന്ധി കൊലപാതകം ആസ്പദമാക്കി *കുറ്റപത്രികൈ* എന്ന സിനിമ യാദവാലയ ഫിലിംസ് തയ്യാറാക്കിയിരുന്നു. ആ സിനിമയെ സെൻസർഷിപ്പിനായി 31.12.1992 ൽ അയച്ചു. കൊലപാതകക്കേസ് വിചാരണയിൽ ഉള്ളതിനാൽ, 'പൊതുതാല്പര്യം കരുതി' സിനിമയ്ക്ക് സെൻസർ സർട്ടിഫിക്കറ്റ് ഒരു വർഷത്തിന് ശേഷം നിഷേധിക്കപ്പെട്ടു. സിനിമയുടെ സർട്ടിഫിക്കറ്റിനായി അപ്പീൽ കൊടുത്തതിൽ ജൂൺ 1994 ന് പല നീക്കംചെയ്യലുകൾക്കൊപ്പം 'എ' സർട്ടിഫിക്കറ്റ് കൊടുത്തു.

സിനിമാ നിർമ്മാതാവ് ട്രിബ്യൂണൽ പറഞ്ഞ എഡിറ്റുകൾ ചെയ്തശേഷം കേന്ദ്രസർക്കാരിന്റെ സെൻസർ ബോർഡ് ചെന്നൈ ഹൈക്കോടതിയിൽ റിട്ട് ഹർജി ഫയൽ ചെയ്തു. അത് വിചാരണ ചെയ്ത രണ്ട് ജസ്റ്റിസുമാർ ട്രിബ്യൂണലിന്റെ ഉത്തരവ് റദ്ദ് ചെയ്തു. സിനിമ നിർമ്മാതാക്കൾ സുപ്രീം കോടതിയെ സമീപിച്ചപ്പോൾ വീണ്ടും തീരുമാനം പരിശോധിക്കാനായി സുപ്രീം കോടതി ട്രിബ്യൂണലിനോട് ഉത്തരവിട്ടു. ബോർഡിലെ മൂന്ന് അംഗങ്ങളുടെ തലവൻ (വിരമിച്ച ജസ്റ്റിസ്) ആവശ്യമായ എഡിറ്റുകളോടെ പ്രായപൂർത്തി ആയവർക്കുള്ള സർട്ടിഫിക്കറ്റ് കൊടുക്കാം എന്ന് പറഞ്ഞിട്ടും, മറ്റ് രണ്ട് അംഗങ്ങൾ സെൻസർ സർട്ടിഫിക്കറ്റ് കൊടുക്കേണ്ടതില്ലെന്ന് വിധിച്ചു. അതിനെ അന്വേഷിച്ച ജസ്റ്റിസ്, വീണ്ടും സെൻസർ ബോർഡിലെ എല്ലാ അംഗങ്ങളേയും വിചാരണ ചെയ്യാൻ ഉത്തരവിട്ടു.

ട്രിബ്യൂണൽ തങ്ങളുടെ 15.12.2005 ഉത്തരവിന്റെ പേരിൽ 'എ' സർട്ടിഫിക്കറ്റ് കൊടുത്ത് സിനിമ റിലീസ് ചെയ്യാം എന്ന് പറഞ്ഞു. വീണ്ടും സെൻട്രൽ സെൻസർ ബോർഡ് ചെന്നൈ ഹൈക്കോടതിയിൽ ട്രിബ്യൂണലിന് എതിരായി കേസ് കൊടുത്തു. അത് വിചാരണ ചെയ്ത ജസ്റ്റിസ്, സിനിമ യഥാർത്ഥ സംഭവത്തെ ശരിയായി പ്രതിഫലിപ്പിക്കുന്നു എന്ന് പറഞ്ഞതിനൊപ്പം, അദ്ദേഹത്തിന്റെ വകയായി സിനിമയിൽ ചില എഡിറ്റുകൾ വേണമെന്ന് പറഞ്ഞ്, അത് കഴിഞ്ഞ് സെൻസർ ബോർഡിന് സിനിമയ്ക്ക് സർട്ടിഫിക്കറ്റ് നൽകാമെന്ന് ഉത്തരവിട്ടു. സിനിമ നിർമ്മാതാക്കൾ വീണ്ടും ഒരു തവണ കോടതി പറഞ്ഞ തിരുത്തലുകൾ വരുത്തി റിലീസ് ചെയ്യാൻ മുന്നോട്ടുവന്നു.

ഈ അവസ്ഥയിൽ, കേന്ദ്ര സെൻസർ ബോർഡ് ഈ ഉത്തരവിന് എതിരായി വീണ്ടും അപ്പീൽ കൊടുത്തു. ആ കേസ് ചീഫ് ജസ്റ്റിസ് എ പി ഷായും ഞാനും അടങ്ങിയ ബഞ്ചിൽ വിചാരണയ്ക്ക് വന്നു. കേന്ദ്ര സർക്കാർ വക്കീലിന്റെ താല്പര്യപ്രകാരം സിനിമയെ ഒരു സ്വകാര്യ തിയറ്ററിൽ ഞങ്ങൾക്ക് വേണ്ടി പ്രദർശിപ്പിച്ചു. കേന്ദ്ര സെൻസർ ബോർഡ് പറഞ്ഞ കുറവുകൾ സാരമുള്ളതല്ലെന്നും, സിനിമ 12 വർഷം താമസിപ്പിച്ചതിന് ബോർഡിനെ വിമർശിക്കുകയും, സിനിമ യാതൊരു തരത്തിലും കലാപം ഉണ്ടാക്കില്ലെന്നും, സിനിമ അവസാനിക്കുമ്പോൾ കാണിക്കുന്ന 'എൻഡ് കാർഡ്' 'ഇനി കലാപം ഇല്ല' എന്ന് പറയുന്നതും ചൂണ്ടിക്കാണിച്ച്, നാല് ആഴ്ചയ്ക്കുള്ളിൽ സിനിമ പ്രദർശിപ്പിക്കാനുള്ള സർട്ടിഫിക്കറ്റ് കൊടുക്കാൻ ഉത്തരവിട്ടു.

ഇത്രയും ശ്രമങ്ങൾക്ക് ശേഷമാണ് *കുറ്റപത്രികൈ* തിയറ്ററിലെത്തിയത്. എല്ലാം ശരി...ചിത്രീകരിച്ച് ഒരു വ്യാഴവട്ടം കഴിഞ്ഞ സിനിമ ജനങ്ങൾ കാണാൻ വരുമോ? നീതി പരിപാലനത്തിൽ വന്ന താമസത്തിൽ സിനിമ നിർമ്മാതാക്കൾക്ക് എത്ര നഷ്ടമുണ്ടായി? ഇതിനെപ്പറ്റി പിന്നീട് അഭിപ്രായം അറിയിച്ച സിനിമയുടെ സംവിധായകൻ ആർ കെ ശെൽവമണി ഇങ്ങനെ പറഞ്ഞു: "രാഷ്ട്രീയം ഞങ്ങളെ വട്ടം കറക്കി. കോടതിയാണ് ഞങ്ങളെ രക്ഷിച്ചത്!"

മധുരയിൽ അന്നത്തെ മുഖ്യമന്ത്രിയുടെ മകൻ അഴഗിരി തനിയാവർത്തനം നടത്തിക്കൊണ്ടിരുന്ന സമയം. മധുര ജംഗ്ഷന് എതിരെയുള്ള മതിലുകളിലെല്ലാം ഇനി ഈ നഗരം, അഴിഗിരി നഗരം എന്ന് വിളിക്കപ്പെടും എന്നെല്ലാം എഴുതിവച്ചിരുന്നു. അദ്ദേഹം ഉൾപ്പാർട്ടി വ്യവഹാരത്തിൽ ഡി എം കെയിൽനിന്നും പുറത്താക്കപ്പെട്ടു. കുതിച്ചെഴുന്നേറ്റ അദ്ദേഹത്തിന്റെ പിന്തുണക്കാർ ഉടൻ തന്നെ കലാപം തുടങ്ങി. പൊതുസ്വത്തുക്കൾക്ക് നാശം വിതച്ചതിനൊപ്പം സ്വകാര്യസ്വത്തുകളേയും വിട്ടില്ല.

മധുരയിൽ തനക്കാങ്കുളത്തിന് അരികിലുള്ള ദേശീയ ഹൈവേയിൽ വെങ്കടേശ്വരാ ഐറ്റി ഐ എന്നൊരു കോളേജ് ഉണ്ടായിരുന്നു. ആ സ്ഥാപനത്തിന്റെ സ്വന്തമായ ബസ്, കോളേജ് മുറ്റത്ത് നിർത്തിയിട്ടിരുന്നു. 20.9.2000 ന് ആ ബസിന് തീയിട്ടു അവർ. അഗ്നിശമനസേനാക്കാർ വന്നിട്ടും, ബസ് കത്തിയതിന്റെ പേരിൽ രണ്ട് ലക്ഷം രൂപയ്ക്ക് മുകളിൽ നഷ്ടമുണ്ടായി. ഈ വാർത്ത അടുത്ത ദിവസം പത്രങ്ങളിൽ ഫോട്ടോ ഉൾപ്പടെ വന്നിരുന്നു.

തിരുനഗർ പൊലീസ് സ്റ്റേഷനിൽ എഫ് ഐ ആർ രജിസ്റ്റർ ചെയ്തതല്ലാതെ പൊലീസ് യാതൊരു നടപടിയും എടുത്തില്ല. കോളേജിന്റെ നടത്തിപ്പുക്കാർ ജില്ലാ ഭരണകൂടത്തിനും സർക്കാരിനും കത്തെഴുതിയിട്ട് മറുപടിയൊന്നും കിട്ടിയില്ല. അവസാനം, ഹൈക്കോടതിയുടെ മധുര ശാഖയിൽ തന്റെ സ്ഥാപനത്തിന്റെ ബസ് നശിപ്പിച്ചതിന് 2 ലക്ഷം രൂപ ചോദിച്ച് കേസ് കൊടുത്തു അവർ. ആ കേസ് എന്റെ ബഞ്ചിൽ വിചാരണയ്ക്ക് വന്നു.

സർക്കാർ അധികാരികൾ, സ്വകാര്യവ്യക്തികൾക്ക് ഉണ്ടായ മനുഷ്യാവകാശ ലംഘനങ്ങൾക്ക് അതുവരെയുള്ള നഷ്ടപരിഹാരം കൊടുക്കുന്നതിനൊപ്പം, സ്വകാര്യസ്വത്ത് കലാപത്തിൽ നശിപ്പിക്കപ്പെട്ടപ്പോൾ അത് തടുക്കാൻ പൊലീസ് പരാജയപ്പെട്ടതിനാൽ അതിനും സർക്കാർ തന്നെ ഉത്തരവാദിത്വം ഏറ്റെടുത്ത് നഷ്ടപരിഹാരം നൽകണമെന്ന് ഞാൻ വിധിച്ചു.

ഇതിനെ എതിർത്ത് സർക്കാർ തലത്തിൽ കൊടുത്ത അപ്പീലും തള്ളപ്പെട്ടു.

ഭോപാൽ നഗരത്തിൽ പ്രവർത്തിച്ചിരുന്ന 'യൂണിയൻ കാർബൈഡ്' ഫാക്ടറിയിൽ 2.12.1984 ൽ ഉണ്ടായ വിഷവാതക ചോർച്ച കാരണം 3,000 ആളുകൾ മരിച്ചതിനൊപ്പം രണ്ടുലക്ഷത്തിൽ കൂടുതൽ ആളുകൾക്ക് പല

വിധത്തിലുള്ള ആരോഗ്യപ്രശ്നങ്ങളുണ്ടായി. ഇന്നുവരെ കേന്ദ്രസർക്കാർ അവർക്ക് അവകാശപ്പെട്ട നഷ്ടപരിഹാരം കൊടുത്തിട്ടില്ലെന്ന് മാത്രമല്ല, ദുരന്തബാധിതർക്ക് ശരിയായ ചികിത്സയും കൊടുക്കാൻ മുന്നിട്ടിറങ്ങിയില്ല. 'യൂണിയൻ കാർബൈഡ്' സ്ഥാപനം മൂടപ്പെട്ട്, ആ വ്യവസായത്തെ 'ഡോവ് കെമിക്കൽസ്' എന്ന അന്താരാഷ്ട്ര സ്ഥാപനം ഏറ്റെടുത്ത് നടത്തുന്നു. 'യൂണിയർ കാർബൈഡ് ദുരന്തബാധിതർ ഡോവ് കെമിക്കൽസ് ഓഫീസിന്റെ മുന്നിൽ സമരം ആരംഭിച്ചു. മുംബൈ കോടതി പ്രകടനങ്ങൾക്ക് നിരോധനം വിധിച്ചു. ചെന്നൈയിലും 2009 ഫെബ്രുവരിയിൽ അതിന്റെ ഓഫീസിന്റെ മുന്നിൽ പരിസ്ഥിതി ഗവേഷകനായ നിത്യാനന്ദ് ജയരാമന്റെ നേതൃത്വത്തിൽ പ്രകടനം നടത്തി. തങ്ങളുടെ ഓഫീസിന്റെ മുന്നിൽ പ്രകടനം നടത്താൻ പാടില്ലെന്നും, പ്രകടനങ്ങൾ കാരണം സ്ഥാപനത്തിന് നഷ്ടമുണ്ടായതിനെ പരിഹരിക്കാനായി പ്രകടനം നടത്തിയവർ 10 ലക്ഷം രൂപ നഷ്ടപരിഹാരം കൊടുക്കണമെന്നും ഡോവ് കെമിക്കൽസ് ഹൈക്കോടതിയിൽ സിവിൽ കേസ് കൊടുത്തത് എന്റെ ബഞ്ചിന്റെ മുന്നിൽ വിചാരണയ്ക്കെത്തി.

ഇന്ത്യൻ ജനതയ്ക്ക് പ്രകടനം നടത്താനുള്ള അവകാശം അടിസ്ഥാനപരമാണെന്നും, അന്താരാഷ്ട്ര സ്ഥാപനങ്ങൾ ഇന്ത്യയിൽ വ്യാപാരം ചെയ്യാൻ വരുന്നത് ഇന്ത്യയിലെ നിയമങ്ങൾക്ക് കീഴിൽ വേണമെന്നും പറഞ്ഞ് അവരുടെ ഹർജികൾ ഞാൻ തള്ളിക്കളഞ്ഞു.

പിന്നീട് നഷ്ടപരിഹാരം ചോദിച്ച് 'സിവിൽ സ്യൂട്ട്' സെഷൻസ് കോടതിയിൽ വിചാരണയ്ക്ക് അയയ്ക്കപ്പെട്ടു. ചെന്നൈ സിവിൽ കോടതി ആ കേസ് തള്ളിക്കളഞ്ഞു.

മധുര കോടതിയിൽ 2008 ൽ കേസുകൾ വിചാരണ ചെയ്യുമ്പോൾ ഒരു വിചിത്രമായ കേസ് വന്നു. ആ കേസ് ഫയൽ ചെയ്ത രാജേന്ദ്രൻ പരമക്കുടിയിൽ ഒരു ഡി റ്റി പി സെന്റർ നടത്തിവരുകയായിരുന്നു. ഭരണകക്ഷിയായ ഡി എം കെയുടെ 'അമ്മാ പേരവൈ'യിൽ അംഗമായിരുന്നു അയാൾ. ചെയ്യമംഗലത്തിൽ പ്രവർത്തിച്ചിരുന്ന വനിതാ സ്വയം സഹായ സംഘം അവിടെയുള്ള ന്യായവിലക്കടകളിൽ നടക്കുന്ന അഴിമതികളെ വെളിച്ചത്തുകൊണ്ടുവരാനായുള്ള പോസ്റ്ററുകൾ അയാളുടെ ഡി റ്റി പി സെന്ററിൽ അച്ചടിച്ചു. അഭിരാമപുരം പൊലീസ് രാജേന്ദ്രന്റെ മേൽ കേസെടുത്ത്, ജുഡീഷ്യൽ മജിസ്ട്രേട്ടിന്റെ മുന്നിൽ ഹാജരാക്കി.

ഇതല്ലാതെ, പരമക്കുടിയിലെ ആദിത്തമിഴർ പേരവൈ ഒരു തീവണ്ടി തടയൽ സമരം നടത്തുവാനായി അയാളോട് പോസ്റ്റർ അച്ചടിക്കണമെന്ന് ആവശ്യപ്പെട്ടു. അപ്പോഴത്തെ നടപടി അനുസരിച്ച് പോസ്റ്റർ വാചകങ്ങൾ പൊലീസ് സ്റ്റേഷനിലേക്ക് കൊണ്ടുപോയി അത് അച്ചടിക്കാമോയെന്ന് അനുമതി ചോദിച്ചു. എന്നാൽ, പൊലീസുകാർ ആ പോസ്റ്റർ അച്ചടിക്കാൻ പാടില്ലെന്ന് പറഞ്ഞതിനൊപ്പം, അയാളെ പാതിരാത്രിവരെ പൊലീസ് സ്റ്റേഷനിൽ ഇരുത്തുകയും ചെയ്തു.

ഈ സംഭവം ആ ഭാഗത്ത് പ്രക്ഷോഭം ഉണ്ടാക്കിയത് കൂടാതെ,

ചില വാരാന്ത്യ പത്രങ്ങളിൽ വാർത്തയായി വരുകയും ചെയ്തു. ആ അവസ്ഥയിൽ അയാൾ ഹൈക്കോടതിയിൽ തന്റെ അച്ചടിത്തൊഴിലിന് പൊലീസുകാർ കോട്ടമുണ്ടാക്കാൻ പാടില്ലെന്ന് കാണിച്ച് ഒരു കേസ് ഫയൽ ചെയ്തു. കേസ് വിചാരണയ്ക്കെടുത്ത് പ്ലീസിന് നോട്ടീസ് അയച്ചു. പരമക്കുടി സിറ്റി പൊലീസ് കമ്മീഷണർ, സർക്കാരിന് എതിരായി ഒരു പ്രസിദ്ധീകരണവും പുറത്തുവിടാൻ പാടില്ലെന്ന സർക്കാർ ഭാഗം ന്യായം അറിയിച്ചു. ഇതിനെ വിമർശിച്ച ഞാൻ, പരമക്കുടി നഗരത്തിൽ മാത്രം പ്രത്യേക രാജഭരണം നടത്തുന്നതിനേയും, ലംഘിക്കുന്നവരെ പൊലീസ് വിരട്ടുന്നതിനേയും ചൂണ്ടിക്കാണിച്ച്, പ്രസ്സിന്റെ വിഷയത്തിൽ പൊലീസ് വകുപ്പ് തലയിടാൻ പാടില്ലെന്ന് ഉത്തരവിട്ടു.

അമേരിക്കയിലെ സുപ്രീം കോടതി, *ന്യൂ യോർക്ക് ടൈംസ്* പത്രത്തിനെതിരെ വാർത്ത കൊടുക്കുന്നത് നിരോധിച്ചുകൊണ്ടുള്ള കേസിൽ മികച്ച ഒരു വിധി പ്രസ്താവിച്ചിരുന്നു. അതിൽ ജസ്റ്റിസ് ഡഗ്ലസ്, ഗോൾഡ്ബെർഗ് എന്നിവർ തങ്ങളുടെ പ്രത്യേകമായുള്ള വിധിയിൽ ഇങ്ങനെ പറഞ്ഞു: "ജനാധിപത്യ സമൂഹത്തിൽ ഭരണകൂടം, നിയമനിർമ്മാണ സഭ, നിയമരംഗം എന്നിവയുടെ അധികാരപൂർവ്വമുള്ള നടപടികളെ വിമർശിക്കാൻ ഒരു പൗരന് അവകാശമുണ്ട്. ബാധിക്കപ്പെട്ടവർ കോടതിയിൽ കേസ് കൊടുക്കുന്നതിന് പകരം മുൻകൂട്ടി അഭിപ്രായങ്ങൾ അറിയിക്കുന്നത് തടുക്കാനുള്ള അധികാരികളുടെ ശ്രമം അനുവദിക്കാൻ കഴിയില്ല!"

ഈ വിധിയെ ഉദാഹരണമായി കാണിച്ചപ്പോൾ, വാർത്ത പുറത്തുവിടുന്നതിന് മുമ്പ് അത് നിരോധിക്കാൻ വിസമ്മതിച്ച്, ഞാൻ ഉത്തരവിട്ട കേസ് ഒരെണ്ണം ഓർമ്മയിൽ വരുന്നു. ടെലികമ്യൂണിക്കേഷൻസ് മന്ത്രിയായിരുന്ന എ രാജ, 2ജി വിന്യാസവുമായി ബന്ധപ്പെട്ട കേസിൽ ജയിലിലായപ്പോൾ, അതിനെപ്പറ്റി പല വാർത്തകളും നാട് മുഴുവനും എല്ലാ മാധ്യമങ്ങളിലും വന്നിരുന്നു. എന്നാൽ, എ രാജയും അദ്ദേഹത്തിന്റെ ഭാര്യയും അവരെപ്പറ്റി ഒരു വാർത്തയും കൊടുക്കാൻ പാടില്ലെന്ന് *ജൂനിയർ വികടൻ* ആഴ്ചപ്പതിനെതിരെ സിവിൽ കേസ് കൊടുത്ത് ഇടക്കാല നിരോധന ഉത്തരവ് ആവശ്യപ്പെട്ടു. എന്റെ ബഞ്ചിന്റെ മുന്നിൽ ആ കേസ് വന്നപ്പോൾ, വാരികയ്ക്ക് എതിരായി മുൻകൂട്ടിയുള്ള നിരോധനം കൊടുക്കാൻ വിസമ്മതിച്ച് ആ ഹർജി ഞാൻ തള്ളിക്കളഞ്ഞു.

പൊതുജീവിതത്തിൽ ഏർപ്പെടുന്ന ഒരാൾക്ക് തന്റെ സ്വകാര്യത എന്ന് പറഞ്ഞ് വാർത്തകളെ തടുക്കാൻ സാധിക്കില്ലെന്ന് പറഞ്ഞ് ഞാൻ തള്ളിയ വിധിക്ക് അപ്പീൽ ചെയ്ത് രണ്ട് ജസ്റ്റിസുമാരുടെ ബഞ്ചിൽ എ രാജ നിരോധന ഉത്തരവ് വാങ്ങിച്ചു. വിരോധം തീർക്കാനായി രാജ, 'സമൂഹ നീതിക്കായി ദേശീയ പ്രസ്ഥാനം' എന്ന പേരിൽ എന്നെ വിമർശിച്ച്, ഒരു ലഘുലേഖ ഹൈക്കോടതി വളപ്പിൽ വിതരണം ചെയ്തു.

ഇംഗ്ലീഷ് പത്രമായ *പൈനിർ*, ആ ലഘുലേഖ എ രാജയുടെ ഓഫീസിൽ തയ്യാറാക്കപ്പെട്ട്, അദ്ദേഹത്തിന്റെ ഫാക്സ് വഴി ചെന്നൈക്ക് അയച്ച് പ്രചരിപ്പിച്ചതാണെന്ന വാർത്ത പുറത്തുവിട്ടു.

എന്റെ കുടുംബത്തിനെതിരെ ഭീഷണിയുടെ സ്വരത്തിൽ എഴുതിയിരുന്ന ആ ലഘുലേഖയിൽ എന്നെപ്പറ്റി പല അപകീർത്തിപരമായ വാർത്തകളും ഉണ്ടായിരുന്നു. ആ ലഘുലേഖയുടെ കാരണക്കാരൻ ആരാണെന്ന് ഞാൻ അറിഞ്ഞപ്പോഴും നടപടി ഒന്നും എടുത്തില്ല. അതേസമയം, എന്റെ വിധിയെ പലരും പ്രശംസിച്ചു. വിരമിച്ച ജസ്റ്റിസ് കെ പി ശിവസുബ്രഹ്മണ്യം, എനിക്ക് അയച്ച ഇ-മെയിലിൽ, 'ഞങ്ങളെപ്പോലെയുള്ള ചിലർ ആശങ്കയോടെ നിയമരംഗത്തിന്റെ സ്വാതന്ത്ര്യം അതിതീവ്ര ചികിത്സാ വിഭാഗത്തിൽ ഇരിക്കുന്നതായി കരുതുമ്പോൾ, താങ്കൾ 'വികടൻ' കേസിൽ വിധിച്ചത് ഞങ്ങൾക്ക് വിശ്വാസം ഉണ്ടാക്കുന്നതിനൊപ്പം, നിയമരംഗം ജീവൻ വച്ച് പ്രവർത്തിക്കുന്നതും അറിയുന്നു!'

എ രാജ പിന്നീട് തന്റെ ജാമ്യാപേക്ഷയുമായി ബന്ധപ്പെട്ട് ഹൈക്കോടതിയിലെ ഒരു ജസ്റ്റിസുമായി ഫോണിൽ സംസാരിച്ച് സമ്മർദ്ദം ചെലുത്താൻ ശ്രമിച്ചതായി കുറ്റാരോപണം ഉണ്ടായി. ജസ്റ്റിസ് ആർ രഘുപതിയുടെ മുറിയിൽ പോയി, അദ്ദേഹത്തിന് ഫോൺ കൊടുത്ത് സംസാരിക്കാൻ പറഞ്ഞ തമിഴ്നാട് ബാർ കൗൺസിൽ തലവൻ ചന്ദ്രമോഹൻ ചർച്ചയിൽ കുടുങ്ങിയതിനൊപ്പം, യാനൈ രാജേന്ദ്രൻ കൊടുത്ത പൊതുതാല്പര്യ ഹർജിയിൽ രണ്ട് ജസ്റ്റിസുമാരുടെ ബഞ്ച്, അദ്ദേഹത്തെ തലവൻ പദവിയിൽനിന്നും താല്ക്കാലികമായി മാറ്റി, അദ്ദേഹത്തിനെതിരെ ഇന്ത്യൻ ബാർ കൗൺസിൽ നടപടി എടുക്കണമെന്നും നിർദ്ദേശിച്ചു.

എങ്കിലും ഈ സംഭവം, രാഷ്ട്രീയപദവിയിൽ ഇരിക്കുന്നവർ നിയമരംഗത്തിൽ സമ്മർദ്ദം ചെലുത്താനായി ഏത് അളവിലേക്കും പോകുമെന്ന് കാണിക്കുന്നു. ആ ഉത്തരവിനെതിരെ ചന്ദ്രമോഹൻ ഹൈക്കോടതിയിൽ അപ്പീൽ കൊടുത്ത് ഇടക്കാല സ്റ്റേ ഓർഡർ വാങ്ങിച്ചു.

സ്വാമി നിത്യാനന്ദ, തന്റെ പഴയ ശിഷ്യയായിരുന്ന ആരതി റാവു മാധ്യമങ്ങളിൽകൂടി (റിപ്പോർട്ട്, അഭിമുഖങ്ങൾ) തന്നെക്കുറിച്ച് ഒന്നും പറയാൻ പാടില്ലെന്ന് മുൻകൂർ സ്റ്റേ ഓർഡർ ചോദിച്ച് സിവിൽ കോടതിയിൽ ഒരു കേസ് ഫയൽ ചെയ്തു. ഈ കേസ് ഞാൻ അടങ്ങിയ ബഞ്ചിന്റെ മുന്നിൽ വന്നപ്പോൾ, സ്വാമി നിത്യാനന്ദയും തന്റെ ശിഷ്യ ആരതി റാവുവിനെപ്പറ്റി പല അഭിമുഖങ്ങളിൽ അഭിപ്രായം അറിയിച്ചിട്ടുണ്ട്, ആയതിനാൽ അയാൾക്ക് ഇങ്ങനെയുള്ള മുൻകൂർ സ്റ്റേ ഓർഡർ ചോദിക്കാൻ യാതൊരു കാരണവുമില്ലെന്ന് പറഞ്ഞ് കേസ് ഞാൻ തള്ളി.

1960 കളുടെ അവസാനം, സ്വകാര്യ സ്ഥാപനങ്ങൾ തങ്ങളുടെ ഫാക്ടറിയിൽ പണിമുടക്ക് നടത്തുന്ന തൊഴിലാളികളെ ഫാക്ടറി വളപ്പിൽ നിന്നും പുറത്താക്കുകയും, സ്ഥാപനത്തിന്റെ ഗേറ്റിന്റെ മുന്നിൽ സമരം ചെയ്യുന്നതിനെ തടുക്കുകയും ചെയ്യാനായി ഹൈക്കോടതിയെ സമീപിച്ച്, പൊലീസ് സംരക്ഷണം ആവശ്യപ്പെട്ട കേസ് ഉണ്ടായിരുന്നു. പല സമയങ്ങളിൽ ഹൈക്കോടതി ഫാക്ടറിക്കകത്തെ പണിമുടക്കത്തിൽ ഏർപ്പെടുന്നവരെ പുറത്താക്കാനും, സ്ഥാപനത്തിന്റെ പുറത്ത് കൂട്ടം കൂടി

നിൽക്കാതെ 300 മീറ്റർ ദൂരത്ത് സമരങ്ങൾ അവസാനിപ്പിക്കണമെന്നും ഉത്തരവിടാറുണ്ട്. ഇതിനായുള്ള ഹൈക്കോടതിയുടെ ഉത്തരവ്, ആദ്യമെല്ലാം 1968 ൽ കൊടുത്തിരുന്നു. ചെന്നൈ പുഴലിലെ 'പൈലറ്റ്' പേനാക്കമ്പനി ഇതുപോലെ ഉത്തരവ് വാങ്ങി ആദ്യത്തെ ചുഴിയുണ്ടാക്കി. അതിന് ശേഷം തൊഴിലാളികളുടെ സമരങ്ങളെ തകർക്കാനായി ഹൈക്കോടതിയെ സമീപിച്ച് ഉത്തരവ് വാങ്ങുന്നത് കമ്പനികൾക്ക് എളുപ്പമായിത്തീർന്നു.

സ്വകാര്യ സ്ഥാപനങ്ങൾ ഇങ്ങനെയാണെങ്കിൽ, പൊതുമേഖലയിലെ സ്ഥാപനങ്ങൾ ഇത് കണ്ട് ചുമ്മാതിരിക്കുമോ? ഓരോ തവണയും അതിലെ തൊഴിലാളികൾ പണിമുടക്ക് അറിയിക്കുമ്പോൾത്തന്നെ ഹൈക്കോടതിയിൽ അപ്പീൽ കൊടുത്ത് തങ്ങളുടേതാണ് പൊതു മേഖലയെന്നും, തങ്ങളുടെ സേവനം അത്യാവശ്യസേവനം ആയതിനാൽ തൊഴിൽ നിയമത്തിൽ അവരുടെ സ്ഥാപനങ്ങളിൽ പണിമുടക്കുന്നത് നിയമവിരുദ്ധം ആണെന്നും, അതുകൊണ്ട് പണിമുടക്ക് തടയണമെന്നും പറഞ്ഞ് ഇഞ്ചക്ഷൻ ഓർഡർ വാങ്ങിക്കും. ഇതുപോലെയുള്ള ഉത്തര വുകളെ മുംബൈ, ഡൽഹി ഹൈക്കോടതികളിൽ ചോദിച്ചയുടനെ തന്നെ കൊടുക്കും.

ഞാൻ ജസ്റ്റിസ് ആയി പദവിയേറ്റ കുറച്ച് മാസങ്ങളിൽത്തന്നെ 'ഭാരത് പെട്രോളിയം' ഇതുപോലെ ഒരു കേസ് ഫയൽ ചെയ്തു. ഞാൻ ആ കേസ് തുടക്കത്തിലെ വിചാരണയിൽത്തന്നെ തള്ളിക്കളഞ്ഞു. തൊഴിൽ നിയമത്തിൽ നിയമവിരുദ്ധമായ പണിമുടക്ക് എന്ന് പറഞ്ഞിട്ടുണ്ടെങ്കിൽ, അതിനായുള്ള പരിഹാരവും ആ സ്ഥാപനം തന്നെ കണ്ടെത്തണമെന്നും ഞാൻ പറഞ്ഞു. നാട് മുഴുവനും ഇങ്ങനെയുള്ള കേസുകൾ ഫയൽ ചെയ്ത്, പൊതുസമ്പത്തിനെ പാഴാക്കുന്നത് കണ്ട തിനൊപ്പം, പൊതുമേഖലാ സ്ഥാപനങ്ങളിലെ ഉദ്യോഗസ്ഥർ തങ്ങൾക്ക് നല്കപ്പെട്ടിട്ടുള്ള അധികാരം ഉപയോഗിച്ച് പ്രശ്നത്തിന് പരിഹാരം കാണുന്നതിന് പകരം കോടതികളെ സമീപിക്കുന്നത് തെറ്റാണെന്നും, സ്ഥാപനത്തിനും തൊഴിലാളികൾക്കും ഇടയിലുള്ള പ്രശ്നത്തിൽ കോടതി തലയിടാൻ പാടില്ലെന്നും ഞാൻ ഉത്തരവിട്ടു.

വീണ്ടും ഒരുതവണ ഞാൻ പദവിയിൽ ഉള്ളപ്പോൾ അതേ സ്ഥാപനം മറ്റൊരു കേസ് ഫയൽ ചെയ്തു. ഇത്തവണ ഡൽഹിയിൽ നിന്നും ഒരു സീനിയർ വക്കീലിനെ വാദിക്കാനായി കൊണ്ടുവന്നു. ആ കേസും ആദ്യഘട്ടത്തിൽത്തന്നെ ഞാൻ തള്ളിക്കളഞ്ഞതായി ഉത്ത രവിട്ടു.

എന്നാൽ എല്ലാ ജസ്റ്റിസുമാരും എന്റെ ഉത്തരവിനെ അംഗീകരിച്ച് സ്റ്റേ ഓർഡർ നൽകാൻ വിസമ്മതിക്കും എന്ന് പറയാൻ കഴിയില്ല. നെയ് വേലി ഇലക്ട്രിസിറ്റി തൊഴിലാളികൾ, നഴ്സുമാർ, ട്രാൻസ്പോർട്ട് തൊഴി ലാളികൾ, അദ്ധ്യാപകർ തുടങ്ങിയവർ പണിമുടക്കിന് ശ്രമിച്ചപ്പോഴെല്ലാം അവയെ കോടതിയുടെ ഉത്തരവുകൾകൊണ്ട് തടഞ്ഞിരുന്നു.

ഇന്ത്യയിലെ ഏറ്റവും വലിയ പൊതുമേഖലയായ ഗ്യാസ് അതോറിറ്റി ഓഫ് ഇന്ത്യ മംഗലാപുരം തുറമുഖത്ത് നിന്നും ബംഗളൂരു വരെ കേരളം, തമിഴ്നാട് വഴി ഭൂമിക്കടിയിൽ പൈപ്പ് സ്ഥാപിച്ച് പാചകവാതകം കൊണ്ടുപോകാൻ തീരുമാനിച്ചിരുന്നു. ആ പദ്ധതിക്കായി തമിഴ്നാട്ടിലുള്ള കോയമ്പത്തൂർ, തിരുപ്പൂർ, ഈറോട്, നാമക്കൽ, സേലം, ധർമ്മപുരി, കൃഷ്ണഗിരി എന്നിങ്ങനെ 7 ജില്ലകളിൽ പയർ നിലങ്ങൾ വഴി പൈപ്പ് കൊണ്ടുപോകാമെന്ന് തീരുമാനമായി. നിലങ്ങളുടെ ഉടമസ്ഥർക്ക് നിലം ഉപയോഗിക്കുന്നതിനായി അതിന്റെ മതിപ്പിന്റെ 10% മാത്രമേ നഷ്ടപരിഹാരമായി കൊടുക്കാൻ നിയമം സഹായിക്കുന്നുള്ളൂ. കൊങ്ങുനാട്ടിൽ പയർ കൃഷി ചെയ്യുന്ന കർഷകർ ഈ തീരുമാനത്തെ രൂക്ഷമായി എതിർത്തു.

ഇങ്ങനെ പൈപ്പുകൾ ഇടുന്നതിന് 'ഗെയിൽ' സ്ഥാപനവും പൊലീസ് സംരക്ഷണം ആവശ്യപ്പെട്ട് കേസ് ഫയൽ ചെയ്തു. ആ കേസ് ആദ്യഘട്ട വിചാരണയിൽത്തന്നെ തള്ളിക്കളഞ്ഞതിനൊപ്പം, ഇതുപോലെയുള്ള പ്രശ്നങ്ങളിൽ ബന്ധപ്പെട്ട കർഷകരെ വിളിച്ച്, നേരിൽ സംസാരിച്ച് തീരുമാനം എടുക്കുന്നതിന് പകരം പൊലീസിനെ ഉപയോഗിക്കുന്നത് ശരിയല്ലെന്നും, വെസ്റ്റ് ബംഗാളിൽ കാർ ഫാക്ടറിക്കായി സ്ഥലം ഏറ്റെടുത്തതിൽ നന്ദിഗ്രാം, സിംഗൂർ ഗ്രാമങ്ങളിൽ നടന്ന സംഭവങ്ങൾ പോലെ തമിഴ്നാട്ടിലും നടക്കാൻ പാടില്ലെന്നും ഞാൻ ഉത്തരവിട്ടു.

ഇതിനെ എതിർത്ത് 'ഗെയിൽ' രണ്ട് ജസ്റ്റിസുമാരുടെ ബഞ്ചിൽ അപ്പീൽ കൊടുത്തു. എന്റെ വിധി ശരിയാണെന്ന് രണ്ട് ജസ്റ്റിസുമാരും അഭിപ്രായപ്പെട്ടതോടൊപ്പം ജില്ലാ കളക്ടർമാർ വഴി കർഷകരുമായി സംസാരിച്ച്, കർഷകരുടെ സമ്മതം വാങ്ങണമെന്ന് അവർ ഉത്തരവിട്ടു. പിന്നീട് നടന്ന കർഷകരുടെ അഭിപ്രായം ചോദിക്കാനുള്ള കൂടിക്കാഴ്ചയിൽ തങ്ങളുടെ നിലം പാഴാകുമെന്ന് എതിർപ്പ് അറിയിച്ചതുകൊണ്ട്, സംസ്ഥാനസർക്കാർ തീരുമാനത്തിനുള്ള അനുമതി റദ്ദാക്കി. അവസാനം, 'ഗെയിൽ' സുപ്രീം കോടതിയുടെ വാതിലിൽ മുട്ടി, സെപ്റ്റംബർ 2016 ന് അനുവാദം വാങ്ങിച്ചു. ആ വിധിയിൽ 5,500 ചെറിയ കർഷകരുടെ ക്ഷേമത്തേക്കാൾ, ഗ്യാസ് പൈപ്പ് ലൈൻ ഇടാനുള്ള തീരുമാനമാണ് നാടിന് ഗുണമെന്നും ഗെയിൽ പാത മാറ്റണമെന്ന് സംസ്ഥാന സർക്കാരിന് ഉത്തരവിടാൻ സാധിക്കില്ലെന്നും സുപ്രീം കോടതി ജസ്റ്റിസുമാർ പറഞ്ഞതിനൊപ്പം, നഷ്ടപരിഹാരത്തുക 10% എന്ന് നിയമത്തിൽ ഉള്ളതിനെ മാറ്റി 30% ആക്കി വർദ്ധിപ്പിച്ച് കൊടുക്കാൻ ഉത്തരവായി.

ബാധിക്കപ്പെട്ട കർഷകരുടെ അഭിപ്രായങ്ങൾ സർക്കാർ അറിയാൻ ശ്രമിക്കേണ്ടത് ആവശ്യമാണെന്നത് എന്റെ വിധിക്ക് ശേഷം ഉണ്ടായ സമ്മർദ്ദമാണ്. നിയമത്തിന് പുറത്തുനിന്നും നഷ്ടപരിഹാരം കൊടുക്കാൻ എന്റെ വിധിയാണ് വഴിയൊരുക്കിയത്. എന്നിട്ടും, ഗെയിൽ ഫയൽ ചെയ്ത കേസിൽ, കർഷകർ ആരേയും എതിർകക്ഷികളായി ചേർക്കപ്പെട്ടില്ല.

പൊതുസ്ഥാപനങ്ങളെ ജനങ്ങളുടെ ഉപയോഗത്തിന് വിടുമ്പോൾ, അതിൽ അഭിപ്രായം സെൻസർ ചെയ്യുന്നതും പൊലീസ് ഇടപെടുന്നതും തമാശയായിപ്പോയി.

ഞാൻ വക്കീൽ ആയിരുന്ന കാലത്ത് നടന്നതാണിത്.

ചെന്നൈ അണ്ണാ ശാലയിൽ, ജില്ലാ ലൈബ്രറി കെട്ടിടത്തിൽ, സെമിനാറുകൾ നടത്തുന്നതിനുള്ള വേദി (ദേവനേയ പാവാണർ സ്റ്റേജ്) വാടകയ്ക്ക് കൊടുക്കാറുണ്ട്. ആ സ്റ്റേജ് എയർ കണ്ടീഷൻ സൗകര്യം ഉള്ളതാണ്, ഇപ്പോൾ വാടക 10,000 രൂപയായി നിർണയിക്കപ്പെട്ടിട്ടുണ്ട്.

1970 കളിൽ ആ വേദിയുടെ വാടക 100 രൂപ മാത്രമായിരുന്നു.

ഈ വേദിയിൽ 'ദിലീപൻ ഫോറ'ത്തിന്റെ ഭാഗമായി ഒരു സെമിനാർ 27.9.1991 ന് നടത്തുന്നതിനായി അനുവാദം ചോദിച്ച്, സഖാവ് ത്യാഗു അപേക്ഷിച്ചിരുന്നു. ലൈബ്രേറിയൻ സെമിനാറിന് അനുവാദം കൊടുത്തശേഷം, ആയിരം വിളക്ക് പൊലീസ് സ്റ്റേഷന്റെ അനുവാദം വാങ്ങിത്തരണമെന്ന് പറഞ്ഞു. പൊലീസ് നിയമവും മതിയായ കാരണം പറഞ്ഞ് അനുമതി തരാൻ വിസമ്മതിച്ചു. ഇതിനെ എതിർത്ത് സഖാവ് ത്യാഗു കൊടുത്ത കേസിൽ ഞാൻ വാദിച്ചു. ചെന്നൈ ഹൈക്കോടതി അത് സ്വീകരിച്ച് പൊലീസിന്റെ ഉത്തരവ് റദ്ദ് ചെയ്തു.

അപ്പോൾ, "അഭിപ്രായസ്വാതന്ത്ര്യത്തിന് ആദരവായുള്ള ഒരു വിധി!" എന്ന് ദിലീപൻ ഫോറം തമിഴിലേക്ക് മൊഴിമാറ്റം ചെയ്ത് ആ വിധി പുറത്തുവിട്ടു.

ലൈബ്രറി കെട്ടിടത്തിലുള്ള വേദിയിൽ സെമിനാർ നടത്താൻ പൊലീസിന്റെ അനുവാദം വേണമെന്ന നിബന്ധന അഭിപ്രായസ്വാതന്ത്ര്യത്തിന് യോജിക്കാത്ത പ്രവർത്തിയാകും. ആ നിബന്ധനയെ നീക്കാനുള്ള അവസരം ഞാൻ ജസ്റ്റിസ് ആയ ശേഷം ലഭിച്ചു. ചിന്നക്കുത്തൂശി (ആർ ത്യാഗരാജൻ) ഓർമ്മ ഫൗണ്ടേഷൻ അദ്ദേഹത്തിന്റെ ജന്മദിനം ആഘോഷിക്കുന്ന വകയിൽ വർഷം തോറും 'സമഗ്ര സംഭാവനകൾക്കുള്ള പുരസ്കാരം' ഒരാൾക്കും, ചടങ്ങിനോട് അനുബന്ധിച്ച് അയച്ച് കിട്ടുന്ന ലേഖനങ്ങളിൽ മികച്ചത് ഒരെണ്ണം തെരഞ്ഞെടുത്ത്, അത് എഴുതിയയാൾക്ക് സമ്മാനവും നല്കപ്പെടാറുണ്ട്. 'നക്കീരൻ' ഗോപാലനാണ് അത് കൊടുത്തുവരുന്നത്.

ലൈബ്രറി കെട്ടിടത്തിലെ വേദിയിൽ ആളുകളെ പങ്കെടുപ്പിക്കാൻ ആയിരം വിളക്ക് പൊലീസിന്റെ അനുമതി വാങ്ങിക്കണം. ചിന്നക്കുത്തൂശിയുടെ 78-ാം ജന്മദിനാഘോഷം 15.6.2012 ന് വൈകുന്നേരം 6.00 മണിക്ക് ഏർപ്പാടാക്കിയിരുന്നു. ആദ്യം വേദി ഉപയോഗിക്കാനായി അനുവാദം തന്നവർ, അന്ന് പകൽ 12.00 മണിക്ക് തന്ന അനുമതി റദ്ദ് ചെയ്തു. ചിന്നക്കുത്തൂശി *മുരസൊലി*യിൽ ലേഖനമെഴുതിയ ആളാണെന്ന വാർത്ത ലൈബ്രറി അധികാരികളുടെ ശ്രദ്ധയിൽ എത്തിച്ചതും, അദ്ദേഹത്തിന്റെ പേരിൽ എങ്ങനെ പരിപാടി നടത്താൻ അനുവാദം കൊടുക്കും എന്ന് അന്നത്തെ ജയലളിത സർക്കാർ ചോദിച്ചേക്കുമോ എന്ന ഭയവുമായിരുന്നു അതിന്റെ കാരണം.

കോടതിയിൽ ഉച്ചഭക്ഷണത്തിനുള്ള ഇടവേളയ്ക്ക് ഏതാനും നിമിഷങ്ങൾക്ക് മുമ്പ് 'നക്കീരൻ' ഗോപാലന്റെ വക്കീലുമാർ എന്റെ ഫോറത്തിൽ അവകാശക്കേസിന്റെ വിചാരണ ആവശ്യപ്പെട്ട് അനുമതി ചോദിച്ചു. കേസിന്റെ അത്യാവശ്യം മനസ്സിലാക്കി ഉച്ചയ്ക്ക് 2.15 ന് കേസ് വിചാരണ ചെയ്യാൻ ഞാനെടുത്തു.

വിചാരണയിൽ സർക്കാർ തലത്തിൽ അന്നത്തെ അഡ്വക്കേറ്റ് ജനറൽ ഹാജരായി. പരിപാടി റദ്ദ് ചെയ്തതിനെപ്പറ്റി അദ്ദേഹം തന്ന ന്യായീകരണം അംഗീകരിക്കാൻ സാധിക്കില്ല എന്ന കാരണം കൊണ്ട്, ഞാൻ വൈകുന്നേരം 6 മണിക്ക് പരിപാടി നടത്താൻ അനുവദിച്ച്, ഉത്തരവിന്റെ പകർപ്പ് ഉടൻ തന്നെ ലൈബ്രറി അധികാരികൾക്ക് കൊടുത്ത്, ഉത്തരവ് പാലിച്ചില്ലെങ്കിൽ കഠിനമായ നടപടി എടുക്കുമെന്നും പറഞ്ഞു. ഉത്തരവിന്റെ പകർപ്പ് കൊണ്ടുപോയ നക്കീരൻ ഗോപാലിന്റെ സഹായിക്ക് ഞെട്ടലുണ്ടായി. 5 മണിക്ക് ലൈബ്രറി കെട്ടിടം അടച്ച്, പൂട്ടിട്ടിരുന്നു. എന്നാൽ, 6 മണിക്ക് ശേഷം, അവിടെയുണ്ടായിരുന്ന പാർക്കിംഗ് ഏരിയയിൽ, നിർത്തിയിട്ടിരുന്ന കാറുകളുടെ വെളിച്ചത്തിൽ ചിന്നക്കുത്തൂശി ജന്മദിനാഘോഷം സംഘാടകർ നടത്തി.

ലൈബ്രറി അധികാരികൾക്കെതിരെ കോടതിയലക്ഷ്യത്തിന് കേസ് അടുത്ത ദിവസം തുടങ്ങി. ആ കേസ് വിചാരണ ചെയ്ത ഞാൻ, അധികാരികളെ ശാസിച്ച്, ഇനി സെമിനാറിന് സ്ഥലം നീക്കിവയ്ക്കലിനെപ്പറ്റി ചില മാർഗനിർദ്ദേശങ്ങൾ വിധിച്ച്, ആയിരം വിളക്ക് പൊലീസിന്റെ അനുമതി വാങ്ങുന്നത് ആവശ്യമില്ലെന്ന് പറഞ്ഞ് ഉത്തരവിട്ടു.

ജയലളിത സർക്കാർ മതം മാറ്റം നിരോധിക്കുന്ന നിയമം കൊണ്ടുവരുന്നതിൽ തമിഴ്നാട്ടിലെ ന്യൂനപക്ഷക്കാർക്ക് ഭയമുണ്ടായിരുന്നു. അതിന്റെ ഭാഗമായി കത്തോലിക്കർ നടത്തിവരുന്ന വിദ്യാഭ്യാസ സ്ഥാപനങ്ങൾ 24.10.2002 ന് അടച്ചിട്ട് അവരുടെ എതിർപ്പ് കാണിക്കാൻ താല്പര്യപ്പെട്ടു. വ്യക്തികൾക്ക് സമരം ചെയ്യാൻ എത്ര അവകാശമുണ്ടോ അതേ അവകാശം സ്ഥാപനങ്ങൾ നടത്തുന്നവർക്കും ഉണ്ട്. ക്രൈസ്തവരുടെ എതിർപ്പായതുകൊണ്ട്, ബി ജെ പി നിയമവകുപ്പിന്റെ തലവനും, വക്കീലുമായ രമണി കുമാർ അതിനെ നിരോധിക്കണം എന്ന് ആവശ്യപ്പെട്ട് പൊതുതാല്പര്യ ഹർജി ഫയൽ ചെയ്തു. ആ കേസ് ധർമ്മാരവും ഞാനും ഉൾപ്പെട്ട ബഞ്ചിന്റെ മുന്നിൽ വിചാരണയ്ക്കെത്തി. കേസ് തള്ളിക്കൊണ്ടുള്ള വിധിയിൽ, 'ന്യൂനപക്ഷക്കാരും ഈ നാട്ടിലുള്ളവരാണ്, അവർക്കും ഭരണഘടന നൽകുന്ന എല്ലാ അവകാശങ്ങളും ഉണ്ട്; അവരുടെ നിയമപരമായ എതിർപ്പിനെ കോടതി തടുക്കില്ല' എന്ന് വിധിയിൽ ഞാൻ പ്രസ്താവിച്ചു.

ഗാന്ധീയ മക്കൾ പ്രസ്ഥാനത്തിന്റെ സ്ഥാപക തമിഴരുവി മണിയർ ഒരു തമിഴ് അദ്ധ്യാപികയാണ്. അവരെ ഡി എം കെ സർക്കാർ ബോർഡ് മെമ്പർ ആയി നിയമിച്ചതിന് ശേഷം, കീഴ്പ്പാക്കം ടെയ്‌ലർ ശാലയിലുള്ള ഹൗസിംഗ് ബോർഡിന്റെ ഒരു വാടകവീട്, സംവരണത്തിന്റെ പേരിൽ

കൊടുക്കപ്പെട്ടു. പിന്നീട്, അവർ ബോർഡിൽനിന്നും മാറിയപ്പോൾ, സർക്കാരിനെപ്പറ്റി കടുത്ത വിമർശനങ്ങൾ തമിഴ് മാധ്യമങ്ങളിൽ എഴുതാൻ തുടങ്ങി. അതുമായി ബന്ധപ്പെട്ട്, പെട്ടെന്ന് 23.9.2009 ലെ ഉത്തരവ് അനുസരിച്ച് തമിഴ്നാട് ഹൗസിംഗ് ബോർഡ് കാരണമൊന്നും പറയാതെ വീട് ഒഴിയണമെന്ന് അവരോട് ഉത്തരവിട്ടു. അതിനെ എതിർത്ത് അവർ ഫയൽ ചെയ്ത കേസ് എന്റെ ബഞ്ചിന്റെ മുന്നിൽ വിചാരണയ്ക്കെത്തി. പല പാർട്ടികൾ, പ്രസ്ഥാനങ്ങളിലുള്ള സുഹൃത്തുക്കൾ സംവരണത്തിൽ ലഭിക്കുന്ന വീടുകളിൽ താമസിക്കുമ്പോൾ തമിഴരുവി മണിയനെ മാത്രം വീടൊഴിയാൻ പറയുന്നതിന്റെ കാരണം ബോർഡിന് സ്ഥാപിക്കാൻ കഴിഞ്ഞില്ല. പക പോക്കുന്ന നടപടി ആയതിനാൽ, ആ ഉത്തരവ് റദ്ദ് ചെയ്ത് ഞാൻ ഉത്തരവിട്ടു. 'ബോർഡിന്റെ ഹെഡ് ഓഫീസിൽ 'തമിഴ് വാഴ്ക' എന്ന് നിയോൺ വിളക്കുകളിൽ പ്രദർശിപ്പിച്ചാൽ മാത്രം പോര, അതിനെ പ്രായോഗികമാക്കണമെങ്കിൽ, തമിഴ് പണ്ഡിതരെ സംരക്ഷിക്കുകയും വേണം' എന്നും വിധിയിൽ എഴുതി.

കുറച്ച് വർഷങ്ങൾ കഴിഞ്ഞ് തമിഴരുവി മണിയൻ എഴുതിയ ആത്മകഥയിൽ ഈ സംഭവത്തിനെപ്പറ്റി പറയുന്നത് വായിക്കാൻ കഴിഞ്ഞു.

സ്വകാര്യ കോളേജുകൾക്ക് സമരം ചെയ്യാനുള്ള അവകാശം ഉണ്ടെന്നതിനാൽ, അവിടെയുള്ള ഭരണം നടത്തുന്ന അദ്ധ്യാപകർക്കും അങ്ങനെയുള്ള അവകാശം ഉണ്ട്. സമരം ചെയ്ത അദ്ധ്യാപകർക്കെതിരെ അച്ചടക്കനടപടി എടുക്കാൻ കഴിയില്ലെന്ന് വിധിക്കാനുള്ള സന്ദർഭം എനിക്ക് ലഭിച്ചു. നെയ്‌വേലി കൽക്കരി സ്ഥാപനത്തിന്റെ സഹായത്തോടെ പണിത ജവഹർ സയൻസ് കോളേജ് അദ്ധ്യാപകരിൽ രണ്ടുപേർക്കെതിരെ കോളേജ് മാനേജ്മെന്റ് അച്ചടക്കനടപടി എടുത്തു. അതിന്റെ കാരണം, 2007-2008 വർഷം കോളേജ് മാനേജ്മെന്റ് അഞ്ച് വിഷയങ്ങളുടെ വിഭാഗങ്ങൾ അടയ്ക്കുന്നതായി അറിയിച്ചതായിരുന്നു. അതിനെ എതിർത്ത് അദ്ധ്യാപകർ സമരം ചെയ്തതിനൊപ്പം പല റിപ്പോർട്ടുകളും പുറത്തുവിട്ടു. ഗണിതം, തമിഴ് അദ്ധ്യാപകരായ രണ്ടുപേർക്കെതിരെ മാനേജ്മെന്റ് പ്രതികാരം ചെയ്യുന്ന രീതിയിൽ അച്ചടക്കനടപടി എടുത്തതിനൊപ്പം, അവർക്കെതിരെ വിചാരണ നടത്താൻ വിരമിച്ച ജില്ലാ ജഡ്ജിയെ നിയമിക്കുകയും ചെയ്തു. സ്വകാര്യ കോളേജ് അദ്ധ്യാപകർ, തങ്ങളുടെ അപര്യാപ്തതകളെ നിയമമനുസരിച്ചുള്ള രീതിയിൽ തീർക്കാൻ ശ്രമിക്കുന്നത് അച്ചടക്കലംഘനം ആവില്ലെന്ന് പറഞ്ഞ്, അച്ചടക്കനടപടികളെ റദ്ദ് ചെയ്യാൻ ഞാൻ ഉത്തരവിട്ടു.

പൂത്തമല്ലി ഹൈവേയിൽ രണ്ട് മസാജ് സെന്ററുകൾ, പെണ്ണുങ്ങളെ വച്ച് മസാജ് ചെയ്ത് കാശ് വാങ്ങുന്നുണ്ടെന്ന് പറഞ്ഞ് ഫയൽ ചെയ്ത ഒരു സിവിൽ കേസ് എന്റെ ബഞ്ചിന്റെ മുന്നിൽ വിചാരണയ്ക്ക് വന്നു. ഇടയ്ക്കിടെ പൊലീസ് അവരുടെ മസാജ് സെന്ററിൽ പോയി ശല്യപ്പെടുത്തി മസാജ് ചെയ്യാൻ പാടില്ലെന്ന് വാക്കാൽ ഉത്തരവുകൾ കൊടു

ക്കുന്നതായും, അത് തങ്ങളുടെ തൊഴിൽ ചെയ്യാനുള്ള അവകാശത്തിനെ ബാധിക്കുന്നെന്നും കേസിൽ പറയുന്നുണ്ടായിരുന്നു. പൊലീസ് 'നിയന്ത്രണം ഏർപ്പെടുത്തുന്ന സേന'യായി പ്രവർത്തിക്കുന്നെന്ന് പറഞ്ഞതിനൊപ്പം, അവരുടെ ഭീഷണികൾക്ക് വിരാമച്ചിഹ്നം ഇടുന്ന രീതിയിൽ ഞാൻ വിധി പറഞ്ഞു. ആ വിധിയിൽ, ഒരുപാട് പേരുടെ വികാരങ്ങളുടെ അടിസ്ഥാനത്തിൽ ഉണ്ടാകുന്ന നിയന്ത്രണങ്ങളിൽ സ്വകാര്യ താല്പര്യത്തിന്റെ പേരിൽ തലയിടാൻ പാടില്ലെന്ന് ഞാൻ പറഞ്ഞു.

പിന്നീട് ഇതിനെ ശ്ലാഘിച്ച് *ഇന്ത്യൻ എക്സ്പ്രസ്സ്* പത്രം എഴുതിയിരുന്നു.

അസൻ ബാനുവിന്റെ ഭർത്താവ് മധുര മുനിസിപ്പൽ കോർപ്പറേഷനിൽ താഴേത്തട്ടിലുള്ള തൊഴിലാളി ആയിരുന്നു. കോർപ്പറേഷന് സ്വന്തമായുള്ള ഒരു അപ്പാർട്ട്മെന്റിൽ ആയിരുന്നു അവരുടെ കുടുംബം താമസിച്ചിരുന്നത്. ജോലിയിലിരിക്കെ ഭർത്താവ് പെട്ടെന്ന് മരിച്ചുപോയപ്പോൾ, അസൻ ബാനുവിന് 'തോട്ടപ്പണിക്കാരി' എന്ന താഴേത്തട്ടിയുള്ള ജോലി ദയവിന്റെ അടിസ്ഥാനത്തിൽ കൊടുത്തത് കോർപ്പറേഷൻ മാനേജ്മെന്റ് ആയിരുന്നു. തുടർന്ന് അതേ അപ്പാർട്ട്മെന്റിൽ താമസിച്ചുവന്ന അസൻബാനു ഉടൻ വീടൊഴിഞ്ഞ് പോകണമെന്ന് ഉത്തരവിട്ടു. അവർ ഹൈക്കോടതിയെ സമീപിച്ച് പുറത്താക്കുന്നത് തടഞ്ഞുകൊണ്ട് ഉത്തരവ് മേടിച്ചു. 'കോർപ്പറേഷനെ എതിർത്ത് കോടതിയിലേക്ക് പോകുമോ?" എന്ന് അരിശപ്പെട്ട കമ്മീഷണർ ഉടനടിയായി അവരെ താല്ക്കാലികമായി പിരിച്ചുവിട്ടു. തുടർന്ന് പത്ത് കുറ്റാരോപണങ്ങൾ അടങ്ങിയ നോട്ടീസ് അവർക്ക് നല്കപ്പെട്ടു.

വിചിത്രമായത് എന്താണെന്നാൽ, കോർപ്പറേഷന്റെ അനുമതി ഇല്ലാതെ കോടതിയിൽ പോയതും അതിൽ ഒരു കുറ്റാരോപണം ആയിരുന്നു. കൂടാതെ, കമ്മീഷണറുടെ അധികാരത്തിനെ ചോദ്യം ചെയ്ത തെറ്റും കുറ്റാരോപണത്തിൽ ഉണ്ടായിരുന്നു. അസൻബാനുവിനെതിരെ എടുത്ത അച്ചടക്കനടപടി ഇന്ത്യൻ ഭരണഘടന കൊടുത്തിട്ടുള്ള അടിസ്ഥാനപരമായ അവകാശം എടുത്ത് മാറ്റുന്നതായിരുന്നു. തന്റെ അവകാശം നിലനിർത്താനായി ഏത് തൊഴിലാളിക്കും കോടതിയിലേക്ക് പോകാം. അതിനായി മുൻകൂട്ടിയുള്ള അനുമതി ആവശ്യമില്ല. കോടതിയിലേക്ക് പോയ തൊഴിലാളിയെ ഭീഷണിപ്പെടുത്തുന്ന വിധത്തിൽ കോർപ്പറേഷൻ എടുത്ത നടപടി, നീതി തേടുന്നതിനെ തടുക്കുന്ന പ്രവർത്തിയാകും.

കോടതിയെ അപമാനിച്ചതായി കാണിച്ച് കമ്മീഷണർക്ക് ശിക്ഷ നൽകാൻ കോടതിയലക്ഷ്യ നിയമത്തിൽ ഇടമുണ്ട് എന്ന് വിധിച്ചതിനൊപ്പം, താഴേത്തട്ടിലുള്ള തൊഴിലാളിയെ അനാവശ്യമായി ഭീഷണിപ്പെടുത്തിയതിനും, വീണ്ടും ഒരിക്കൽക്കൂടി കോടതിയെ സമീപിക്കാനുള്ള ചെലവുണ്ടാക്കിയതിനും 5,000 രൂപ പിഴ വിധിച്ചും ഞാൻ ഉത്തരവിട്ടു. താഴേത്തട്ടിലുള്ള ഒരു തൊഴിലാളിയുടെ അവകാശത്തിനെ നില

നിർത്തിയതിൽ കോടതി അഭിമാനിക്കുന്നതായും മധുര ശാഖ ഏർപ്പെടുത്തിയതിന്റെ ഫലം ഈ കേസ് വഴി അറിഞ്ഞതായും വിധിയിൽ ഞാൻ പറഞ്ഞു.

വാഴപ്പാടി സ്കൂളിൽ ഉയർന്ന പദവിയിലുള്ള അദ്ധ്യാപകൻ ആയിരുന്നു രാമനാഥൻ. അദ്ദേഹം താൻ എഴുതിയ *കരയുന്ന രൂപങ്ങൾ* എന്ന നാടകം പബ്ലിക് ലൈബ്രറിയിൽ ഉപയോഗിക്കാനുള്ള തെരഞ്ഞെടുപ്പ് കമ്മിറ്റിക്ക് അയച്ചു കൊടുത്തു. ആ കമ്മിറ്റി പബ്ലിക് ലൈബ്രറിയുടെ ഡയറക്ടറുടെ കീഴിലാണ് പ്രവർത്തിക്കുന്നതെന്നും, ഡയറക്ടർ പദവിയ്ക്ക് യോഗ്യതയുള്ളവരെ നിയമിക്കാത്തതിനാൽ, വിദ്യാഭ്യാസ രംഗത്ത് നിന്നും വിരമിക്കാനുള്ള നിലയിലുള്ള സഹ ഡയറക്ടർമാരെ സർക്കാർ നിയമിച്ച് വരുകയാണെന്നും അദ്ദേഹത്തിന് അറിയില്ലായിരുന്നു. തന്റെ പുസ്തകം തെരഞ്ഞെടുക്കാത്തതിന്റെ കാരണം ചോദിച്ച് പബ്ലിക് ലൈബ്രറി ഡയറക്ടർക്ക് കത്തുകൾ അയച്ച് വെറുപ്പിച്ച് കൊണ്ടിരുന്നു. ആ ഡയറക്ടറും ഇത് സഹിക്കാൻ കഴിയാതെ തന്റെ പഴയ സുഹൃത്തുക്കളോട് പരാതി പറഞ്ഞ്, വിദ്യാഭ്യാസ വകുപ്പ് സഹഡയറക്ടർ ആയ രാമനാഥനെതിരെ അച്ചടക്ക നടപടി എടുത്ത്, ശിക്ഷയായി മൂന്ന് വർഷത്തെ ശമ്പളവർദ്ധനവ് തടഞ്ഞുവെച്ചു. അദ്ദേഹത്തിനെതിരെയുള്ള കുറ്റാരോപണം എന്താണെന്നാൽ, സർക്കാർ ഉദ്യോഗസ്ഥനായിരുന്ന്, സർക്കാരിന്റെ അനുമതിയില്ലാതെ പുസ്തകം പ്രസിദ്ധീകരിച്ചതാണ്.

രാമനാഥൻ തനിക്ക് കിട്ടിയ ശിക്ഷയെ എതിർത്ത് കേസ് കൊടുത്തു. തമിഴ്നാട് സർക്കാർ ജോലിക്കാരുടെ പെരുമാറ്റനിയമങ്ങളിലെ 8-ാം വകുപ്പനുസരിച്ച് അവർക്ക് സാഹിത്യം, ചെറുകഥ, നോവൽ, നാടകം, ലേഖനം, കവിത എല്ലാം എഴുതുന്നതിന് യാതൊരു മുൻ അനുമതിയും ആവശ്യമില്ലെന്ന വിധി ഉള്ളതിനെ ചൂണ്ടിക്കാണിച്ച്, സർക്കാർ ഉദ്യോഗസ്ഥർക്ക് പൗരന്മാർക്കുള്ളത് പോലെ ഭരണഘടനയിലെ വകുപ്പ് 19(1)(a) പ്രകാരം എഴുതാനും സംസാരിക്കാനുള്ള അവകാശം ഉണ്ടെന്ന് പറഞ്ഞ് അദ്ദേഹത്തിന് കൊടുത്ത ശിക്ഷ ഞാൻ റദ്ദ് ചെയ്തു.

അതൊരു 'പൊടാ' കാലം

ബ്രിട്ടീഷ് ഇന്ത്യയിൽ എപ്പോൾ നിയമനിർമ്മാണ സഭകൾ ഉണ്ടാക്കിയോ, അപ്പോൾത്തന്നെ കരിനിയമങ്ങളും ഉണ്ടാക്കപ്പെട്ടു. ഒന്നാം ലോകമഹായുദ്ധത്തിനെ കാരണമായി കാണിച്ച്, ഡിഫൻസ് ഓഫ് ഇന്ത്യ ആക്റ്റ് 1915 ൽ (DIR) നിറവേറ്റി. യുദ്ധകാലത്ത് നാടിന് നാശമുണ്ടാകുന്നത് തടയാനായി രൂപപ്പെടുത്തിയ നിയമമാണെങ്കിലും, ആ നിയമത്തിന്റെ കീഴിൽ അറസ്റ്റ് ചെയ്യപ്പെട്ടവരെല്ലാം രാജ്യത്തിന്റെ സ്വാതന്ത്ര്യത്തിനായി ശബ്ദമുയർത്തിയവർ ആയിരുന്നു.

ഇന്ത്യൻ ഭരണഘടനയുടെ മുന്നോടിയെന്ന് പറയപ്പെട്ട ഗവൺമെന്റ് ഓഫ് ഇന്ത്യ ആക്ട്, 1935 ൽ നിലവിൽ വരുത്താനായി തിരഞ്ഞെടുപ്പുകളും നടന്നിരുന്നു. അതുവരെ തിരഞ്ഞെടുപ്പിൽ മത്സരിക്കില്ല എന്ന് പറഞ്ഞ കോൺഗ്രസ്സ് പാർട്ടി പോലും പങ്കെടുത്ത് പല പ്രധാന വകുപ്പുകളെ കൈപ്പറ്റി. ആ നിയമത്തിന്റെ കീഴിൽ ഏർപ്പെടുത്തിയ കേന്ദ്ര നിയമസഭയിൽ രണ്ടാം ലോകമഹായുദ്ധം കാരണമായി കാണിച്ച്, 1939 ൽ നിലവിൽ വരുത്തിയതാണ് ഡിഫൻസ് ഓഫ് ഇന്ത്യ ആക്റ്റ്. ആ നിയമത്തിന്റെ കീഴിൽ പല ദേശഭക്തന്മാരും വിചാരണയില്ലാതെ ജയിലിൽ അടയ്ക്കപ്പെട്ടു. ഇന്ത്യയുടെ സ്വാതന്ത്ര്യത്തിന് ശേഷമാണ് ആ നിയമം, 1947 ൽ റദ്ദ് ചെയ്യപ്പെട്ടത്. ഇന്ത്യക്കാർ ഇന്ത്യ ഭരിക്കാതിരിക്കാനായി കൊണ്ടുവന്നതാണ് ആ ഡിഫൻസ് ഓഫ് ഇന്ത്യ ആക്റ്റ് എന്ന് പറയാം.

സ്വതന്ത്ര ഇന്ത്യക്ക്, ഒരു പുതിയ ഭരണഘടന ഉണ്ടാക്കണം എന്നതിനായി കോൺസ്റ്റിറ്റുവെന്റ് അസംബ്ലി ഓഫ് ഇന്ത്യ രൂപീകരിച്ചു. ഡോ. അംബേദ്കറിന്റെ നേതൃത്വത്തിൽ ആ കോൺസ്റ്റിറ്റുവെന്റ് അസംബ്ലി രണ്ട് വർഷം ചർച്ച ചെയ്യപ്പെട്ടശേഷം 26.11.1949 ൽ നിറവേറ്റ

പ്പെട്ടു. ജനാധിപത്യ രാജ്യമായി ഇന്ത്യയെ പ്രഖ്യാപിച്ച ആ നിയമം, 26.1.1950 ൽ നിലവിൽ വരുത്തിയ ആ ദിവസമാണ് റിപ്പബ്ലിക് ദിനമായി ആഘോഷിക്കുന്നത്. ആ നിയമത്തിന്റെ മൂന്നാമത്തെ ഭാഗത്ത് അടിസ്ഥാന പരമായ അവകാശങ്ങൾ പലതും വിവരിച്ചിട്ടുണ്ട്. ലോകത്തിലെ ഒരു നാടിന്റെ ഭരണഘടനയ്ക്കും ഇല്ലാത്ത ഭാഗമാണിതെന്ന് നമ്മുടെ ഭരണ ഘടനയിൽ പറയുന്നുണ്ട്. അതാണ് 22-ാം വകുപ്പ്. പ്രാഥമിക അവകാ ശങ്ങൾ എന്ന് വിളിക്കുന്ന മൂന്നാമത്തെ ഭാഗത്ത് കയറിപ്പറ്റിയ 22-ാം വകുപ്പിന്റെ കീഴിൽ ആരെയെങ്കിലും വിചാരണയില്ലാതെ തടവിൽ വയ്ക്കാനായി പാർലമെന്റിനും നിയമസഭകൾക്കും ആ നിയമങ്ങൾ ഉപയോഗിക്കാം എന്ന് പറഞ്ഞത് വിചിത്രം എന്നേ പറയാനുള്ളൂ.

ഭരണഘടന നിലവിൽ വന്ന് ഒരു മാസത്തിനുള്ളിൽത്തന്നെ, 1950 ൽ കരുതൽ തടങ്കൽ നിയമം സ്വതന്ത്ര ഇന്ത്യയിൽ നിറവേറപ്പെട്ടു. തുടക്ക ത്തിൽ ഈ നിയമം രണ്ട് വർഷത്തേക്ക് മാത്രമേ നടപ്പിലുണ്ടാകൂ എന്ന് പറഞ്ഞെങ്കിലും, രണ്ട് വർഷം കൂടുമ്പോൾ നീട്ടപ്പെട്ട് 1971 വരെ നടപ്പിലു ണ്ടായിരുന്നു. പുതിയതായി ഭരണത്തിൽ വന്ന കോൺഗ്രസ്സ് പാർട്ടി, തങ്ങളെ എതിർക്കുന്നവരെ, പ്രത്യേകിച്ചും കമ്യൂണിസ്റ്റുകളെ കരുതൽ തടങ്കൽ നിയമത്തിൽ അറസ്റ്റ് ചെയ്ത് വിചാരണയില്ലാതെ ജയിലിൽ വച്ചത് പരിഹാസ്യമായ നടപടി ആയിരുന്നു. തടവിൽ വയ്ക്കപ്പെട്ടവർ ഒരു വർഷക്കാലം യാതൊരു വിചാരണയും ഇല്ലാതെ ജയിലിലടയ് ക്കപ്പെട്ടു. വേണമെങ്കിൽ അവർക്ക് ഹൈക്കോടതിയെയോ സുപ്രീം കോട തിയെയോ സമീപിച്ച് പരിഹാരം നേടാവുന്നതായിരുന്നു.

ഭരണഘടന നടപ്പിൽ വന്നയുടൻ ഇതിനെപ്പറ്റി കമ്യൂണിസ്റ്റ് പാർട്ടി നേതാവ് എ കെ ഗോപാലൻ കൊടുത്ത കേസാണ് ഭരണഘടനയെപ്പ റ്റിയുള്ള ആദ്യത്തെ കേസ്. ഇന്ത്യ മുഴുവനും എവിടെ വേണമെങ്കിലും ഒരാൾക്ക് പോകാമെന്നത് പ്രാഥമിക അവകാശമാണെന്ന് 19(1) വകുപ്പിൽ പറയുമ്പോൾ, “22-ാം വകുപ്പിലെ തടവിൽ വയ്ക്കാനുള്ള നിയമം ഉപയോഗിച്ച് എന്നെ എങ്ങനെ ജയിലിൽ അടയ്ക്കാം?” എന്ന ചോദ്യം ചെന്നൈ ഹൈക്കോടതിൽ അദ്ദേഹം ഉയർത്തി. തടവിൽ വയ്ക്കാനുള്ള നിയമം ഭരണഘടന അനുസരിച്ച് പ്രായോഗികമാണെന്ന് ഹൈക്കോടതി പറഞ്ഞെങ്കിലും, ‘അദ്ദേഹത്തെ തടവിൽ വച്ചത് നിയമമനുസരിച്ച് തെറ്റാ ണെന്ന്’ അറിയിച്ചു. അദ്ദേഹത്തെ കോടതിവളപ്പിൽ വച്ചുതന്നെ മോചി പ്പിച്ചു. അവിടെനിന്നും പുറത്ത് വന്ന എ കെ ജി കോടതി ഗേറ്റിൽ വച്ച് വീണ്ടും അറസ്റ്റ് ചെയ്യപ്പെട്ടു. എന്തായാലും 21 വർഷം ആ നിയമം പ്രയോ ഗത്തിൽ ഉണ്ടായിരുന്ന കാലത്ത് നൂറുകണക്കിന് സമരക്കാർ അകത്ത് പോകുന്നതും പുറത്തു വരുന്നതും തുടർന്നു.

1971 ൽ കരുതൽ തടങ്കൽ വയ്ക്കാനുള്ള നിയമം കാലാവധി അവ സാനിക്കാറായ സമയത്ത് നടന്ന തിരഞ്ഞെടുപ്പിൽ, ഇന്ദിരാ ഗാന്ധി വൻഭൂരിപക്ഷത്തോടെ ജയിച്ചു. വീണ്ടും സർക്കാർ ഉണ്ടാക്കിയശേഷം പുതിയ കരിനിയമം, 1971 ൽ നടപ്പിലാക്കുകയാണ് ആദ്യം ചെയ്തത്.

അതാണ് ആഭ്യന്തരസുരക്ഷയെ നിർവഹിക്കുന്ന നിയമം എന്ന് അറിയപ്പെട്ടത്. 'മിസാ' എന്ന് വിളിക്കപ്പെട്ട ആ നിയമത്തിന്റെ കീഴിൽ തടവിൽ വയ്ക്കപ്പെട്ട ചിലർ തങ്ങളുടെ പേരുകൾക്ക് മുന്നിൽ 'മിസാ' എന്നതിനെ ഒരുപദവിയായി ചേർത്തു.

വക്കീൽ ആയിരുന്ന് പിന്നീട് പാർലമെന്റ് മെംബർ ആയി നിയമിക്കപ്പെട്ട അഡ്വ. ഗണേശൻ അടിയന്തരാവസ്ഥക്കാലത്ത് ജയിലിൽ പോയി പുറത്ത് വന്ന ശേഷം, തന്നെ 'മിസാ ഗണേശൻ' എന്ന് വിളിച്ചു. ഈ വിചിത്രകാര്യങ്ങൾ തമിഴ്നാട്ടിൽ മാത്രമായിരുന്നില്ല, ബീഹാർ മുഖ്യമന്ത്രി ലാലു പ്രസാദ് യാദവ്, തടവിലായിരുന്നപ്പോൾ തനിക്ക് ജനിച്ച മകൾക്ക് 'മിസാ ഭാരതി' എന്നാണ് പേരിട്ടത്.

ഈ നിയമം സഭകളിൽ അംഗീകരിച്ചപ്പോൾ നടന്ന വിവാദത്തിൽ വലിയ എതിർപ്പ് ഉണ്ടായിരുന്നപ്പോഴും, ദീർഘദൃഷ്ടിയോടെ ഇന്ദിരാ ഗാന്ധിയുടെ സഖ്യത്തിൽ ഉണ്ടായിരുന്ന ഡി എം കെ ആ നിയമത്തിന് അനുകൂലമായി വോട്ട് ചെയ്തു. ആ സമയത്ത്, കേന്ദ്രസർക്കാരിന്റെ ആഭ്യന്തര മന്ത്രിമാർ, ഈ നിയമം രാഷ്ട്രീയ എതിരാളികൾക്ക് എതിരായി ഉപയോഗിക്കാൻ പാടില്ലെന്ന് പറഞ്ഞ് നല്കിയ വാഗ്ദാനം അവർ വിശ്വസിച്ചു. അടിയന്തരാവസ്ഥ നടപ്പിൽ വന്നപ്പോൾ (1975-77) ഇന്ദിരയ്ക്ക് എതിരായി ഉണ്ടായിരുന്ന എല്ലാ എതിർ പാർട്ടികളുടേയും നേതാക്കളും മിസാ നിയമത്തിന്റെ കീഴിൽ ജയിലിൽ അടയ്ക്കപ്പെട്ടു. അടിയന്തരാവസ്ഥക്കാലത്ത് തമിഴ്നാട്ടിൽ സർക്കാർ പിരിച്ചുവിടപ്പെട്ടതിന് ശേഷം, ഡി എം കെ നേതാക്കളും ഫെബ്രുവരി 1976 ൽ ജയിലിൽ അടയ്ക്കപ്പെട്ടു. അതിനുശേഷം നടന്ന തിരഞ്ഞെടുപ്പിൽ ജയിച്ച് സർക്കാരുണ്ടാക്കിയ ജനതാ പാർട്ടി സഖ്യസർക്കാർ ഈ നിയമം റദ്ദ് ചെയ്തു.

വീണ്ടും ഭരണത്തിലെത്തിയ ഇന്ദിരാ ഗാന്ധി 1980 ൽ ഒന്നാം ലോകമഹായുദ്ധം കാരണമായി കാണിച്ച്, ഡിഫൻസ് ഓഫ് ഇന്ത്യ ആക്റ്റ് നിലവിൽ വരുത്തി. ഇന്ത്യ സ്വാതന്ത്ര്യം നേടിയ ശേഷവും ഏകദേശം 38 വർഷത്തോളം ആ നിയമം പുതിയ പേരുകളിൽ തുടർന്നുകൊണ്ടിരുന്നു. വിചാരണയില്ലാതെ ജയിലിൽ അടയ്ക്കുന്നത് നാഗരിക സർക്കാരിന് ഭൂഷണമല്ലെന്ന അഭിപ്രായം പൊതുവിടങ്ങളിൽ പരക്കാൻ തുടങ്ങിയപ്പോൾ, പുതിയതായി നിർമ്മിക്കപ്പെട്ട നിയമമാണ് 1986 ലെ തീവ്രവാദ, വിധ്വംസക പ്രവർത്തന നിരോധന നിയമം (ടാഡാ). ഈ നിയമത്തിലെ കഠിനമായ നടപടികൾ വഴി വിചാരണകൾ നടത്തപ്പെടും. കുറ്റത്തിനനുസരിച്ച് ജയിൽ ശിക്ഷയുമുണ്ട്.

പഞ്ചാബിലെ സിഖ് രോഷത്തെ തടുക്കാനായി കൊണ്ടുവന്ന നിയമം എന്നും, രണ്ട് വർഷത്തിനുശേഷം തന്നത്താൻ കാലാവധി തീരുമെന്നും പറഞ്ഞ് പല തിരുത്തലുകളുമായി 1987 ൽ ആ നിയമം വീണ്ടും പുതുക്കപ്പെട്ടു. അതൊരു ഇടക്കാല ഏർപ്പാടാണെന്നും, തീവ്രവാദികളെ ഇല്ലാതാക്കിയതിന് ശേഷം ആ നിയമത്തിന്റെ ആവശ്യമുണ്ടാവില്ലെന്നും അപ്പോഴും അവർ പറഞ്ഞു. എങ്കിലും ആ നിയമം (1989, 1991, 1993, 1995)

രണ്ട് വർഷത്തിലൊരിക്കൽ നീട്ടുമായിരുന്നു. വലിയ എതിർപ്പുകൾ കാരണം നിയമം നീട്ടുന്നത് 1995 ന് ശേഷം ഉപേക്ഷിക്കപ്പെട്ടു.

1982 ൽ ഇന്ത്യൻ ഭരണ സർവ്വീസിൽ തെരഞ്ഞെടുക്കപ്പെട്ട ഗുർണി ഹാൽ സിംഗ് പിർസാദയെ തമിഴ്നാട്ടിൽ നിയമിച്ചു. തിരുനെൽവേലിയിൽ തഹസിൽദാർ ആയിരുന്നപ്പോൾ, പഴയ ബസ്സ്റ്റാന്റിനെ ചുറ്റിയുണ്ടായിരുന്ന കൈയ്യേറ്റങ്ങളെ ഒഴിപ്പിച്ചതിന് ശേഷമാണ് ആ ബസ്സ്റ്റാന്റ് പ്രവർത്തിക്കാൻ തുടങ്ങിയത്. അദ്ദേഹം കൊടൈക്കനാലിൽ തഹസിൽദാർ ആയി 1985 ൽ നിയമിക്കപ്പെട്ടു. അവിടെയുള്ള ആദിവാസികൾക്ക് പല അവകാശങ്ങളും വാങ്ങിക്കൊടുത്തതിൽ കൊടൈക്കനാലിൽ ഉണ്ടായിരുന്ന നിയമവിരുദ്ധ, ആക്രമണത്തിൽ ഏർപ്പെട്ടിരുന്ന ആളുകൾ പലർക്കും അദ്ദേഹത്തിനോട് ദേഷ്യമുണ്ടായിരുന്നു. അഴിമതിക്കാരായ വനം വകുപ്പ് അധികാരികൾക്കും അദ്ദേഹത്തിനോട് കോപമുണ്ടായിരുന്നു.

അത് കാരണം പിർസാദയ്ക്ക് സ്ഥലം മാറ്റത്തിനുള്ള ഉത്തരവ് നൽകപ്പെട്ടു. ഇതറിഞ്ഞ നൂറ് കണക്കിന് ആദിവാസികൾ അദ്ദേഹത്തിന്റെ വീടിന്റെ മുന്നിൽ ഇരുന്ന് 'അദ്ദേഹത്തിനെ പോകാൻ അനുവദിക്കില്ല' എന്ന് പറഞ്ഞ് ധർണ നടത്തി. ഹൈക്കോടതിയിൽ ഇതിനെപ്പറ്റി ഒരു പൊതുതാല്പര്യ ഹർജി തുടർന്നപ്പോൾ അദ്ദേഹത്തിന്റെ സ്ഥലം മാറ്റത്തിന് സ്റ്റേ ഓർഡർ വന്നു. പൊതുതാല്പര്യ കേസുകൾ മൂലം സർക്കാർ ഉദ്യോഗസ്ഥന്റെ സ്ഥലം മാറ്റത്തിന് കോടതി സ്റ്റേ ഓർഡർ കൊടുത്തത് ആദ്യമായിട്ടായിരിക്കണം.

പിർസാദ എന്റെയും സുഹൃത്താണ്. അദ്ദേഹത്തിന് ഞാൻ പല നിയമ സഹായങ്ങളും ചെയ്തിട്ടുണ്ട്. 1986 ജനുവരിയിൽ അദ്ദേഹം ഞാനുമായി ബന്ധപ്പെട്ട്, അദ്ദേഹത്തിന്റെ അനുജൻ യാദവീന്ദർ കൊടൈക്കനാലിലേക്ക് വന്നിട്ടുണ്ടെന്നും, അയാളെ പൊലീസുകാർ അന്വേഷിക്കുന്നതായും, എന്ത് ചെയ്യുമെന്നും നിയമവഴി ചോദിച്ചു. ദിണ്ടിക്കൽ പൊലീസ് കമ്മീഷണറുമായി ബന്ധപ്പെട്ട്, യാദവീന്ദറിന് എതിരെയുള്ള കേസ് എന്തെങ്കിലും നിലവിൽ ഉണ്ടെങ്കിൽ അയാളെ നേരിൽ കൊണ്ടുവന്ന് തരാം എന്ന് അറിയിക്കാൻ ഞാൻ പറഞ്ഞു. പിർസാദാ ജില്ലാ പൊലീസ് കമ്മീഷണറുമായി ബന്ധപ്പെട്ട് ഇത് പറഞ്ഞപ്പോൾ യാദവീന്ദറിന്റെ പേരിൽ കേസ് ഉള്ളതായി ഞങ്ങൾക്ക് വിവരമൊന്നും ഇല്ലെന്ന് പറഞ്ഞു.

എന്നാൽ, അന്ന് രാത്രി തന്നെ നൂറോളം ആയുധധാരികളായ പൊലീസുകാർ, തഹസിൽദാർ ആയ പിർസാദയുടെ സർക്കാർ ബംഗ്ലാവിലേക്ക് കയറി, അദ്ദേഹത്തിന്റെ അനുജൻ യാദവീന്ദറിനെ അറസ്റ്റ് ചെയ്ത് പൂനയിലേക്ക് കൊണ്ടുപോയി. അതിന്റെ കാരണം, പിർസാദാവിനെ കൊടൈക്കനാൽ ജനങ്ങളുടെ മുന്നിൽ അപമാനിക്കണമെന്നതായിരുന്നു. ഒരാളും ഇങ്ങനെയൊരു അവസ്ഥയിൽ സർക്കാർ ഉദ്യോഗസ്ഥൻ ആയിരിക്കാൻ താല്പര്യപ്പെടില്ല. കൂടാതെ, തങ്ങളുടെ

അധികാരം ഉപയോഗിച്ച് പിർസാദയുടെ സർവീസ് റെക്കോർഡിലെ രഹസ്യതാളിൽ 'അധികാരത്തിന് വിധേയനായിരിക്കാതെ തന്നിഷ്ട ത്തോടെ പ്രവർത്തിക്കുന്നു' എന്ന കുറിപ്പ് ചേർത്തു അവർ. ഇതിനെ എതിർത്ത് കേന്ദ്ര മാനേജ്മെന്റ് ട്രിബ്യൂണലിൽ ഞാൻ കേസ് കൊടുത്ത് വിജയിച്ചതിനാൽ, എഴുതിയ രഹസ്യ കുറിപ്പുകൾ അദ്ദേഹത്തിന്റെ സർവ്വീസ് റെക്കോർഡിൽനിന്നും നീക്കം ചെയ്യപ്പെട്ടു.

1984 ൽ പ്രധാനമന്ത്രി ഇന്ദിരാ ഗാന്ധി അവരുടെ കാവൽക്കാരാൽ വെടിവച്ച് കൊല്ലപ്പെട്ടതിന് ശേഷം, ഡൽഹിയിൽ സിഖുകാർക്കെതിരെ കലാപം ആരംഭിച്ചു. അതിൽ പലരും കൊല്ലപ്പെട്ടതിനൊപ്പം, അവരുടെ വ്യാപാരസ്വത്തുകളും നശിപ്പിക്കപ്പെട്ടു. കോയമ്പത്തൂരിൽ സിഖുകാർ നടത്തിവന്നിരുന്ന കടകൾ തകർക്കപ്പെട്ടു, സ്വത്തുനശീകരണവും നടന്നു. അതുമായി ബന്ധപ്പെട്ട കേസിനെപ്പറ്റി മറ്റൊരു ഭാഗത്ത് നോക്കാം. സിഖുകാരുടെ സുവർണക്ഷേത്രത്തിൽ ഇന്ത്യൻ പട്ടാളം നുഴഞ്ഞ്, 'നീല നക്ഷത്ര നടപടികൾ' (ഓപ്പറേഷൻ ബ്ലൂ സ്റ്റാർ) പ്രയോഗിച്ചതിന് സിഖു കാർക്ക് പട്ടാളക്കാരോടും ദേഷ്യമായി. ആ സമയത്ത്, പട്ടാള മേധാവിയാ യിരുന്നത് ജനറൽ വൈദ്യ ആയിരുന്നു. അദ്ദേഹം 1986 ൽ വിരമിച്ച് മഹാ രാഷ്ട്രയിലെ പൂന നഗരത്തിൽ താമസിച്ചുവന്നു.

10.8.86 ന് ജനറൽ വൈദ്യ പൂനയിൽ മോട്ടോർ സൈക്കിളിൽ വന്ന രണ്ട് തീവ്രവാദികളാൽ കൊല്ലപ്പെട്ടു. ഈ കേസ് ടാഡാ നിയമത്തിന്റെ കീഴിൽ അന്വേഷിച്ച പ്രത്യേക അന്വേഷണ സംഘം വൈദ്യ കൊല ക്കേസിൽ ഗൂഢാലോചന നടത്തിയതിനായി പലരേയും കുറ്റവാളികളായി കരുതി. അതിൽ മൂന്നാമത്തെ കുറ്റവാളിയായി യാദവീന്ദർ സിംഗിനേയും ചേർത്തു. കൊടൈക്കനാലിൽ അറസ്റ്റ് ചെയ്യപ്പെട്ട യാദവീന്ദർ സിംഗിനെ പൂനയിലേക്ക് കൊണ്ടുപോയി ജയിലിൽ അടച്ചു. അയാൾക്ക് ജാമ്യം നിഷേധിക്കപ്പെട്ടു. ജയിലിൽ കുറ്റം സമ്മതിച്ച് കുമ്പസാരം ചെയ്യാനായി അയാൾ പീഡിപ്പിക്കപ്പെട്ടു. ആ സമയത്ത്, പൂനയിലുള്ള വക്കീൽ സംഘം വൈദ്യ കൊലക്കേസിൽ കുറ്റവാളികൾക്കായി ആരും ഹാജരാകരുത് എന്ന് തീരുമാനമെടുത്തു.

വീണ്ടും പിർസാദ എന്നെ ബന്ധപ്പെട്ട്, തന്റെ അനിയന് ജയിലിൽ കൊടുക്കുന്ന പീഡനങ്ങൾ പട്ടികയിട്ട് പറഞ്ഞ്, പൂനയിലെ വക്കീലന്മാർ കേസിൽ ഹാജരാകാൻ വിസമ്മതിക്കുന്നതിനാൽ അയാൾ ഇപ്പോഴും ജയിലിലാണ്, അയാളെ ജാമ്യത്തിൽ കൊണ്ടുവരാൻ എന്ത് ചെയ്യും എന്ന് ഉപായം ചോദിച്ചു. ഇതുപോലെയുള്ള വികാരഭരിതമായ കേസുകളിൽ വക്കീലന്മാർ തങ്ങളുടെ രാജ്യത്തിലെ നിയമം അനുസരിച്ചുള്ള കടമ ചെയ്യാൻ വിസമ്മതിക്കുന്നത് തെറ്റാണെന്നും, മികച്ച വക്കീലിനെ ഇരുത്തി അയാൾക്കുള്ള വാദം ചെയ്യാം എന്നും ഞാൻ പറഞ്ഞു. അതി നുശേഷം, മുതിർന്ന വക്കീൽ ആയ രാംജെറ്റ്മലാനി ആ കേസ് വാദി ക്കാമോയെന്ന് ചോദിച്ചു. അദ്ദേഹം മുംബൈയിലുള്ള തന്റെ മകൻ മഹേഷ് ജെറ്റ്മലാനിയെ പൂനയ്ക്ക് അയച്ചു.

ടാഡാ നിയമത്തിന്റെ കീഴിൽ നിർണയിക്കപ്പെട്ട കോടതിയിൽ മൂന്ന് വർഷം വിചാരണ നടന്നു. അവസാനം പ്രത്യേക കോടതി 21.10.1989 ന് മൂന്നാമത്തെ കുറ്റവാളിയായ യാദവീന്ദ്രർ സിംഗ് നിരപരാധി ആണെന്ന് പറഞ്ഞ് മോചിപ്പിച്ചു. അതിനെ എതിർത്ത് സർക്കാർ ഭാഗത്ത് നിന്നും സുപ്രീം കോടതിയിലേക്ക് അപ്പീലിന് പോയി. എന്നാൽ സുപ്രീം കോടതി, 'പ്രത്യേക കോടതി യാദവീന്ദ്രർ സിംഗിനെ മോചിപ്പിച്ചത് ശരിയാണ്' എന്ന് വിധിച്ചു. അതേ സമയം, 'രണ്ട് കൊലക്കുറ്റവാളികൾക്ക് പ്രത്യേക കോടതി വിധിച്ച പത്ത് വർഷത്തെ കഠിനതടവ് കുറവാണ്' എന്ന് ചൂണ്ടി ക്കാട്ടി അവർക്ക് വധശിക്ഷ വിധിച്ചു. വധശിക്ഷ ലഭിച്ച സുഖ്ദേവ്, നിർമൽ സിംഗ് എന്നിവരെ തൂക്കിലേറ്റി.

ഈ കേസിൽനിന്നും വക്കീലന്മാർ പഠിക്കേണ്ട പാഠങ്ങൾ പലതുണ്ട്. ഒരു നിരപരാധിയെ തീവ്രവാദ നിയമത്തിന്റെ കീഴിൽ, ഒരു പ്രധാന ആൾക്കൊലയിൽ പ്രതിചേർത്താൽ, അയാൾക്ക് ഒരു നിയമസഹായവും ലഭിക്കില്ല. അല്ലാതെ, കുറ്റസമ്മതത്തെ സാക്ഷിയായി ഏറ്റെടുക്കാം എന്നാണെങ്കിൽ, ടാഡാ നിയമത്തിന്റെ കീഴിൽ പൊലീസ് അധികാരികൾ കുറ്റസമ്മതം നേടാനായി ശ്രമിക്കുമെന്ന് ജസ്റ്റിസ് കെ രാമസ്വാമി ഗർദാർ സിംഗ് കേസിൽ പറഞ്ഞത് മൊത്തം സത്യമാണെന്ന് മനസ്സിലാക്കാം.

സാധാരണ സർക്കാർ ഉദ്യോഗസ്ഥനായിരുന്ന പിർസാദ തന്റെ അനിയനെ രക്ഷിക്കാനായി ഒരു വലിയ പ്രശസ്തനായ വക്കീലിനെ വാദിക്കാൻ കൊണ്ടുവന്നതുമൂലം, മൂന്ന് വർഷം കഴിഞ്ഞാണെങ്കിലും അയാൾക്ക് മോചനം വാങ്ങിക്കൊടുക്കാൻ കഴിഞ്ഞു. എന്നാൽ, അതിന് പകരം വക്കീലിന് കൂടിയ ഫീസ് കൊടുക്കേണ്ടി വന്നത് കഷ്ടമാണ്. ഇതിനെപ്പറ്റി *നക്കീരൻ* വാരിക ഞാനുമായി അഭിമുഖം നടത്തി.

പല ചെറുപ്പക്കാരും ലക്ഷ്യബോധത്തോടെ ഇന്ത്യൻ സർക്കാർ ജോലിയിൽ ചേർന്നാൽ ജനങ്ങളെ സേവിക്കാം എന്ന് പറഞ്ഞ് ജോലി യിൽ കയറുകയും, തുടക്കത്തിൽ അവരുടെ ആവേശകരമായ നടപടികൾ ജനങ്ങളുടെ വിശ്വാസം നേടുകയും, എന്നാൽ നാളുകൾ പോകുന്തോറും അവരുടെ നടപടികളിൽ ലാഘവത്വം ഉണ്ടാകുന്നതും നമ്മൾ കണ്ടിട്ടുണ്ട്. പിർസാദയുടെ കഥയും അങ്ങനെയാണ്. അദ്ദേഹം തമിഴ്നാട്ടിൽനിന്നും വടക്കോട്ട് സ്ഥലം മാറ്റത്തിൽ ചെന്ന്, അവസാനം പഞ്ചാബിൽത്തന്നെ പൊതുമേഖലയിൽ ജോലി ചെയ്ത് വിരമിച്ചു.

2004 ൽ അദ്ദേഹം അറസ്റ്റ് ചെയ്യപ്പെട്ട്, 2012 ൽ അദ്ദേഹത്തിനെതിരെ അഴിമതി ആരോപണം ഫയൽ ചെയ്തു. 2020 ൽ കേന്ദ്രസർക്കാർ അദ്ദേ ഹത്തിനെതിരെ കേസ് നടത്താൻ അനുമതി നൽകി, അദ്ദേഹത്തിനെ തിരെ ക്രിമിനൽ കേസ് വിചാരണ നടന്നു എന്നത് മാധ്യമങ്ങളിൽ വായി ക്കുമ്പോൾ നമുക്ക് വേദനയുണ്ടാകുന്നു. ലാലു പ്രസാദിനെ പോലെയു ള്ളവർ ചെറുപ്പക്കാരായിരുന്നപ്പോൾ, ജയപ്രകാശ് നാരായണനെ പോലെ യുള്ള നേതാക്കൾ നടത്തിയ അഴിമതി വിരുദ്ധ പ്രസ്ഥാനങ്ങളിൽ പങ്കെ ടുത്ത്, അടിയന്തരാവസ്ഥക്കാലത്ത് മിസാ നിയമത്തിൻ കീഴിൽ 21 മാസം

ജയിലിൽ അടയ്ക്കപ്പെട്ട് അദ്ദേഹത്തിന്റെ ജീവിതലക്ഷ്യം കാണിച്ചു. എന്നാൽ ബീഹാർ മുഖ്യമന്ത്രി ആയപ്പോൾ, കാലിത്തീറ്റ കുംഭകോണത്തിൽ കുടുങ്ങി വർഷങ്ങളായി ജയിലിൽ കിടക്കേണ്ടതായും വന്നിട്ടുള്ളതാണല്ലോ.

1987 ടാഡാ നിയമം എങ്ങനെ തടവിലാക്കാനുള്ള നിയമത്തിൽ നിന്നും വ്യത്യസ്തമായതെന്ന് കാണാം. ടാഡാ നിയമത്തിന്റെ കീഴിൽ തീവ്രവാദപരമായ കാര്യങ്ങളിൽ ഏർപ്പെടുന്നത് കുറ്റകരമാക്കപ്പെട്ട്, അതിനെ അന്വേഷിക്കാൻ പ്രത്യേക കോടതികളെ ഉണ്ടാക്കി. ആ കോടതി വിധികളെ എതിർത്ത് സുപ്രീം കോടതിയിൽ മാത്രമേ അപ്പീൽ കൊടുക്കാൻ കഴിയുകയുള്ളൂ. ആ നിയമത്തിന്റെ കീഴിൽ ഒരു വർഷത്തിനുള്ളിൽ ജാമ്യം അനുവദനീയമല്ല. കുറ്റവാളികളുടെ വിചാരണ രഹസ്യമായിട്ടായിരിക്കും നടത്തുക. സാക്ഷികളുടെ വിവരങ്ങൾ പുറത്ത് വിടില്ല. കുറ്റവാളികൾ പൊലീസുകാർക്ക് കൊടുക്കുന്ന കുറ്റസമ്മതങ്ങളെ സാക്ഷിയാക്കി ഉപയോഗിക്കാം എന്ന് അറിയിക്കപ്പെട്ടു (പൊലീസുകാരുടെ മുന്നിൽ കുറ്റവാളികൾ നടത്തുന്ന കുറ്റസമ്മതങ്ങൾ സാക്ഷ്യമായി കരുതരുത് എന്നുതന്നെയാണ് ബ്രിട്ടീഷുകാരുടെ കാലത്ത് നിലവിൽ വരുത്തി, ഇപ്പോഴും പ്രയോഗത്തിലുള്ള ഇന്ത്യൻ തെളിവ് നിയമം പറയുന്നത്).

ഇതുപോലെയുള്ള തീവ്രമായ ക്രിമിനൽ നിയമ വകുപ്പുകളെ 1908 ലെ ക്രിമിനൽ തിരുത്തൽ നിയമം വഴി ബ്രിട്ടീഷ് സർക്കാർ കൊണ്ടുവന്നപ്പോൾ, ആ നിയമങ്ങളെ 'റൗളത്ത് നിയമം' എന്ന് പേരിട്ട്, അതിനെ എതിർക്കാനായിട്ടാണ് നിസ്സഹകരണ പ്രസ്ഥാനം ഗാന്ധി ആരംഭിച്ചത്. എന്നാൽ, സ്വതന്ത്ര ഇന്ത്യയിൽ വീണ്ടും അതുപോലെയുള്ള വകുപ്പുകൾ ഉൾക്കൊണ്ട ടാഡാവകുപ്പ് ഗുരുതരമായ ആഘാതങ്ങൾ ഉണ്ടാക്കി. തീവ്രവാദ പ്രവർത്തികൾ അധികമൊന്നും കാണപ്പെടാത്ത ഗുജറാത്തിൽപ്പോലും 20000 പേരെ ടാഡാ നിയമത്തിൽ ജയിലിൽ വയ്ക്കപ്പെട്ടു. ഒരു ഘട്ടത്തിൽ, ഒരുപാട് സാമൂഹ്യപ്രവർത്തകരും തൊഴിലാളി സംഘടനാ പ്രവർത്തകരും ടാഡാ നിയമത്തിൽ അറസ്റ്റ് ചെയ്യപ്പെട്ടതിനെ എതിർത്ത് നാടിനെ വിറപ്പിച്ച പ്രസ്ഥാനങ്ങൾ രൂപം കൊണ്ടു.

ഈ നിയമത്തെ എതിർത്ത് കൊടുത്ത കേസിൽ, ഹൈക്കോടതിയുടെ അഞ്ച് ജസ്റ്റിസുമാരുടെ ബഞ്ച് തങ്ങളുടെ പ്രധാനപ്പെട്ട വിധിയിൽ തീവ്രവാദത്തെ ഇല്ലാതാക്കാൻ ഇതുപോലെയുള്ള മികച്ച നിയമം വേണമെന്ന് അറിയിച്ചു.

അതിൽ തനിച്ച് വിധി എഴുതിയ ജസ്റ്റിസ് കെ രാമസ്വാമി, ഈ നിയമം എങ്ങനെ തെറ്റായി ഉപയോഗപ്പെടുത്തപ്പെടും എന്നും പ്രത്യേകിച്ച്, പൊലീസ് അധികാരികൾ കുറ്റസമ്മതങ്ങൾ ബലമായി എങ്ങനെ വാങ്ങുമെന്നും സൂചിപ്പിച്ചിരുന്നു. എവിടെയെല്ലാം തെറ്റായി ടാഡാ നിയമം ഉപയോഗിച്ചിട്ടുണ്ടോ, അവിടെയെല്ലാം ഹൈക്കോടതികൾ തലയിട്ട് പരിഹാരം നൽകാമെന്നും അഭിപ്രായം അറിയിച്ചു.

അഞ്ച് ജസ്റ്റിസുമാർ ഇരുന്ന് കഷ്ടപ്പെട്ട് നൂറിന് മുകളിലുള്ള പേജുകളിൽ ടാഡാ നിയമത്തിന് പിന്തുണവിധി (11.3.1994) നൽകിയപ്പോഴും, ജനങ്ങളുടെ കടുത്ത എതിർപ്പിന്റെ കാരണമായ ആ നിയമം 1995 ൽ റദ്ദ് ചെയ്യപ്പെട്ടു. എങ്കിലും ടാഡാ നിയമത്തിന്റെ കീഴിൽ അപ്പോഴേക്കും ഫയൽ ചെയ്ത കേസുകൾ തുടർന്നും ആ നിയമത്തിന്റെ നടപടികൾ അനുസരിച്ചേ നടത്താൻ പാടുള്ളൂ എന്ന് ടാഡാ റദ്ദ് ചെയ്ത നിയമം പറഞ്ഞു. അതായത്, മഴ നിന്നാലും മാനം തെളിയില്ല എന്നായി!

ടാഡാ നിയമം 1985 ൽ കൊണ്ടുവന്ന്, പിന്നീട് 1987 ൽ വീണ്ടും തീവ്രമാക്കപ്പെട്ട് 1989 ൽ അതിന്റെ കാലാവധി നീട്ടിക്കൊടുത്ത കാലങ്ങളിൽ ജയലളിത രാജ്യസഭാംഗം ആയിരുന്നു (1984–1989). അതുകൊണ്ട്, അവർക്ക് ഈ വകുപ്പുകളെപ്പറ്റി നല്ല അറിവുണ്ടായിരിക്കാൻ സാധ്യതയുണ്ട്. ആ നിയമത്തിനെ എങ്ങനെയെല്ലാം ഉപയോഗപ്പെടുത്താം എന്ന ഉദ്ദേശ്യവും ആ കാലഘട്ടത്തിൽ രൂപം കൊടുത്തിരിക്കാം. ആ നിയമം കാലാവധി കഴിഞ്ഞ ശേഷവും മുമ്പ് തന്നെ കൊടുത്തിരുന്ന കേസുകളിൽ എങ്ങനെയെല്ലാം എതിരാളികളെ ഉപദ്രവിക്കാം എന്ന് പ്രയോഗിച്ച് നോക്കാനുള്ള അവസരം ആദ്യമായി തമിഴ്നാട് മുഖ്യമന്ത്രി ആയശേഷം അവർക്ക് കിട്ടി (1991–1996).

1911 ൽ രാജ്യദ്രോഹ മീറ്റിംഗുകൾ തടയുന്ന നിയമം തമിഴ്നാട് മുഴുവനും പ്രാവർത്തികമാക്കിക്കൊണ്ട് സർക്കാർ ഉത്തരവ് പുറത്തിറക്കി. ഉടൻ തന്നെ ഞാൻ, 'ഉൽക്കണ്ഠയുള്ള പൗരന്മാരുടെ സംഘ'ത്തിന്റെ ഭാഗത്ത് നിന്നും അതിനെ വിമർശിച്ച് നോട്ടീസ് പുറത്തുവിട്ടു. എപ്പോഴെല്ലാം പൊതുയിടങ്ങളിൽ സംസാരിക്കേണ്ട ആവശ്യം വരുന്നോ, അപ്പോഴെല്ലാം 'ഉൽക്കണ്ഠയുള്ള പൗരന്മാരുടെ സംഘം' ഉയിർത്തെഴുന്നേൽക്കും. അത് കൂടാതെ, ജനങ്ങളുടെ പൗരാവകാശ സംഘത്തിന്റെ തലവനായിരുന്ന മുംബൈ ഹൈക്കോടതി മുൻ ജസ്റ്റിസ് വി എം താർക്കുണ്ഡേക്ക് കത്തെഴുതി, സുപ്രീം കോടതിയിൽ കേസ് കൊടുക്കാൻ ആവശ്യപ്പെട്ടു. ആദ്യം ഹൈക്കോടതിയിൽ ഫയൽ ചെയ്യാൻ അദ്ദേഹം അറിയിച്ചു. പിന്നീട് വേണമെങ്കിൽ, സുപ്രീം കോടതിയിൽ അദ്ദേഹം സഹായിക്കാമെന്ന് പറഞ്ഞു. പല പാർട്ടികളുടെയും എതിർപ്പ് കാരണം ആ നിയമം 19.12.2017 ന് സഭകൾ റദ്ദ് ചെയ്തു.

1991 ൽ തമിഴ്നാട്ടിൽ രാജീവ് ഗാന്ധി കൊല്ലപ്പെട്ടതിന് ശേഷം നടന്ന തിരഞ്ഞെടുപ്പിൽ, അദ്ദേഹം അംഗമായിരുന്ന കോൺഗ്രസ്സ് സഖ്യം വിജയിച്ചു. രാജീവ് ഗാന്ധി കൊലക്കുറ്റവാളികളെ ടാഡാ നിയമമനുസരിച്ച് അറസ്റ്റ് ചെയ്ത്, പ്രത്യേക കോടതിയിൽ വിചാരണയ്ക്ക് വിധേയരാക്കിയിരുന്നു. കുറ്റപത്രത്തിൽ സി ബി ഐ പൊലീസ് വകുപ്പ് ഇടപെട്ടിരുന്നെങ്കിലും, പല ഇടങ്ങളിലെ ജില്ലാ പൊലീസ് വകുപ്പും ടാഡാ കേസുകളെ ഫയൽ ചെയ്യുന്നതിൽ വലിയ താല്പര്യം കാണിച്ചു.

ചെന്നൈ ഹൈക്കോടതിയിലെ വക്കീലായ ടി വീരശേഖരന്റെ വീട്ടിൽ ആദ്യമായി പരിശോധന നടത്തി, ടാഡാ നിയമത്തിന്റെ കീഴിൽ

4.2.1991 ന് പാതിരാത്രി പൊലീസ് അറസ്റ്റ് ചെയ്തു. രാജീവ് ഗാന്ധി കേസിൽ കുറ്റവാളിയായ ശാന്തൻ എന്നയാൾ, അദ്ദേഹത്തിന് എഴുതിയ കത്ത് അതിന് ആധാരമായി കാണിക്കപ്പെട്ടു. ഒരു വക്കീലിനെ കുറ്റവാളിയുമായി ബന്ധപ്പെടുത്തി അറസ്റ്റ് ചെയ്ത് കുറ്റവിചാരണയിൽ ഉൾപ്പെടുത്തിയാൽ, വക്കീൽ തൊഴിലിൽ ഏർപ്പെടുന്നവർ പലരും ഭയക്കും. അതുകൊണ്ട്, വീരശേഖരന്റെ അറസ്റ്റിനെ എതിർത്ത് ഹൈക്കോടതി സംഘത്തിന്റെ യോഗത്തിൽ ഞാനൊരു വിമർശനപ്രമേയം അവതരിപ്പിച്ചു (19.2.1991). ടാഡാ നിയമത്തിന്റെ കീഴിലുള്ള പ്രത്യേക കോടതിയുടെ ഉത്തരവുകളെ എതിർക്കണമെങ്കിൽ സുപ്രീംകോടതി വഴിയേ സാദ്ധ്യമാകൂ എന്ന് ആ നിയമം പറയുന്നുണ്ടെങ്കിലും വീരശേഖരന്റെ ജാമ്യാപേക്ഷയെ എതിർത്ത് ചെന്നൈ ഹൈക്കോടതിയിൽ നിയമസഭ റിവിഷൻ പെറ്റീഷൻ കൊടുത്ത്, ജസ്റ്റിസ് കെ എസ് പദ്മവത്സലം അത് വിചാരണ ചെയ്തു. ഇന്ത്യയിൽത്തന്നെ ആദ്യമായി ടാഡാ നിയമത്തിന്റെ കീഴിൽ കേസ് നേരിടേണ്ടി വന്ന വീരശേഖരന് ഹൈക്കോടതി ജാമ്യം നൽകി.

ഹൈക്കോടതിയിൽ തൊഴിലാളികൾ, സർക്കാർ ജീവനക്കാർ, കോളേജ് ജീവനക്കാർ തുടങ്ങിയവരുടെ കേസുകൾ ഒരുപാട് നടത്തിയിരുന്നപ്പോഴും, രാജീവ് ഗാന്ധി വധക്കേസിൽ പ്രത്യേക കോടതിയിൽ കുറ്റവാളികൾക്കായി ഹാജരാകാൻ പലരും എന്നോട് ആവശ്യപ്പെട്ടിരുന്നു. ആ കേസ് വിചാരണ നടത്തുന്ന ഉത്തരവാദിത്വം ഏറ്റാൽ എന്റെ മറ്റു കേസുകൾ എല്ലാം അടുത്ത അഞ്ച് വർഷത്തേക്ക് നടത്താൻ സാധിക്കില്ലന്ന അവസ്ഥ ഉണ്ടാകും എന്നതിനാലും, ക്രിമിനൽ കേസുകളുടെ വിചാരണ കോടതികളിൽ അതുവരെ ഹാജരായ പരിചയം ഇല്ലാത്ത കാരണത്താലും ആ അഭ്യർഥനകളെ ഞാൻ നിരാകരിച്ചു.

ഇങ്ങനെ പല ക്രൂരമായ പീഡനമുറകൾ തന്റെ സർക്കാരിനൊപ്പം ചെയ്തുവന്ന ജയലളിതയുടെ പദവിക്കാലം 1996 ൽ അവസാനിക്കാറായിരുന്നു. ആ സമയത്ത്, എ ഡി എം കെയുടെ വേലൂർ വക്കീൽ മാർഗബന്ധു തമിഴ്നാട് ബാർ കൗൺസിൽ തലവനായിരുന്നു. അദ്ദേഹത്തിനെ നിയമസഭാംഗം ആക്കി. അതുവരെ വക്കീലന്മാർ ആയ കെ എം വിജയൻ, ആർ ഷണ്മുഖസുന്ദരം എന്നിവർ ഫയൽ ചെയ്ത കേസുകളെ എല്ലാം വായമൂടി മൗനിയായിരുന്ന് നോക്കിനിന്ന ബാർ കൗൺസിൽ, പെട്ടെന്ന് മനുഷ്യാവകാശ സെമിനാർ ഏർപ്പാട് ചെയ്തു. ആ സെമിനാറിൽ പങ്കെടുക്കാനായി സുപ്രീം കോടതി ചീഫ് ജസ്റ്റിസിനൊപ്പം വേറെ ചില ജസ്റ്റിസുമാരും ക്ഷണിക്കപ്പെട്ടിരുന്നു. സെമിനാറിൽ പങ്കെടുക്കാനായി പെട്ടെന്ന് മുഖ്യമന്ത്രി ജയലളിതയും ക്ഷണിക്കപ്പെട്ടു. ഇതിനെ രൂക്ഷമായി എതിർത്ത് ഞാനും വക്കീലന്മാരായ കെ ടി ബാലപാണ്ഡ്യൻ, ആർ വൈഗൈ, ടി ഗീത എന്നിവർ അടങ്ങിയ 43 വക്കീലന്മാർ സംയുക്ത പ്രസ്താവന ഇറക്കി.

ഒരുപാട് കുറ്റാരോപണങ്ങളുള്ള മുഖ്യമന്ത്രിയുമായി ജസ്റ്റിസുമാർ

ഒരേ വേദിയിൽ പരിപാടിൽ പങ്കെടുക്കാൻ മടി കാണിച്ചതിനാൽ, നിയമ മന്ത്രി കെ എ കൃഷ്ണസ്വാമി മാത്രം ആ സെമിനാറിൽ പങ്കെടുത്തു.

പദവികാലത്തിന്റെ അവസാനസമയത്ത് തന്നെ ഉയർത്തിക്കാട്ടാനായി ജയലളിത ചെയ്ത പ്രവർത്തികൾ അടിച്ചമർത്തപ്പെട്ടു.

ടാഡാ കേസുകളിൽനിന്നും ഉണ്ടാകുന്ന മറ്റ് പ്രശ്നങ്ങളിൽനിന്നും ഹൈക്കോടതിയിൽ വരുന്ന കേസുകളിൽ, ഇടയ്ക്കിടെ ഞാൻ ഹാജരായിട്ടുണ്ട്. രാജീവ് ഗാന്ധി വധക്കേസിൽ കുറ്റാരോപിതരായി പ്രത്യേക കോടതിയിൽ 26 പേർക്ക് വധശിക്ഷ വിധിക്കപ്പെട്ട്, പിന്നീട് സുപ്രീം കോടതിയുടെ അപ്പീലിൽ നാല് പേർക്ക് മാത്രം വധശിക്ഷയെന്ന് വിധി വന്നു. നളിനി, മുരുകൻ, പേരറിവാളൻ, ശാന്തൻ എന്നീ നാലുപേർ ഗവർണർക്ക് ദയാഹർജി അയച്ചു. ശിക്ഷ വിധിച്ച തടവുകാർക്ക് ദയാഹർജി പ്രകാരം മാപ്പ് കൊടുക്കാനുള്ള അധികാരം ഭരണഘടനയിലെ വകുപ്പ് 161 അനുസരിച്ച് ഗവർണർക്ക് നൽകിയിട്ടുണ്ടെങ്കിലും, തിരഞ്ഞെടുക്കപ്പെട്ട സംസ്ഥാനസർക്കാരിന്റെ മന്ത്രിസഭയുടെ ഉപദേശം ഇല്ലാതെ ആ ഹർജികളിൽ തീരുമാനം എടുക്കാൻ പാടില്ലെന്ന് സുപ്രീം കോടതി തന്റെ വിധികളിൽ പറഞ്ഞിട്ടുണ്ട്. അങ്ങനെയുള്ള വിധി പറഞ്ഞ ഒരു ബഞ്ചിൽ ജസ്റ്റിസ് ആയിരുന്ന ഫാത്തിമ ബീവി, തന്റെ വിരമിക്കലിന് ശേഷം തമിഴ്നാട്ടിൽ ഗവർണർ ആയി നിയമിക്കപ്പെട്ടു.

ആ സമയത്ത് കരുണാനിധിയുടെ നേതൃത്വത്തിൽ ഡി എം കെ സർക്കാർ പദവിയിൽ ഉണ്ടായിരുന്നു. മന്ത്രിസഭയുടെ ഉപദേശം ഇല്ലാതെ ദയാഹർജികൾ ഗവർണർക്ക് അയയ്ക്കപ്പെട്ടു. ഫാത്തിമ ബീവിയും തന്നെ ഒരു ജസ്റ്റിസ് ആയി കരുതി രേഖകൾ വായിച്ച്, മാപ്പ് നല്കാൻ പറ്റില്ലെന്ന് പറഞ്ഞ് ഹർജികൾ സ്വന്തം ഇഷ്ടപ്രകാരം തള്ളിക്കളഞ്ഞു. വധശിക്ഷയ്ക്ക് എതിരായി സംസാരിച്ച് വന്ന ജസ്റ്റിസ് വി ആർ കൃഷ്ണയ്യരെ കുറ്റവാളികൾ നാല് പേരും സമീപിച്ച് സഹായം ചോദിച്ചു. അദ്ദേഹം ആവശ്യപ്പെട്ട പ്രകാരം നളിനി ഉൾപ്പെട്ട നാല് പേർക്കും വേണ്ടി ചെന്നൈ ഹൈക്കോടതിയിൽ ഞാൻ കേസ് നടത്തി. കേസ് വിചാരണ ചെയ്ത കോടതി, എന്റെ വാദം അംഗീകരിച്ച് ഗവർണറുടെ ഉത്തരവ് റദ്ദ് ചെയ്ത്, മന്ത്രിസഭയുടെ ഉപദേശമില്ലാതെ ഗവർണർ തീരുമാനമെടുത്തത് തെറ്റാണെന്ന് പറഞ്ഞു. വീണ്ടും മന്ത്രിസഭയുടെ ഉപദേശം വാങ്ങി പുതിയ ഓർഡർ കൊടുക്കാൻ തടസ്സമില്ലെന്ന് വിധിയിൽ പറഞ്ഞു.

രേഖകൾ ഗവർണറിൽനിന്നും തിരിച്ചുവന്നശേഷം നടന്ന മന്ത്രിസഭയുടെ തീരുമാനം അനുസരിച്ച്, നളിനിക്ക് മാത്രം വധശിക്ഷ റദ്ദ് ചെയ്ത് ജീവപര്യന്തമായി കുറയ്ക്കാം എന്ന് ഗവർണർക്ക് ഉപദേശം കൊടുത്തു. അതിന്റെ അടിസ്ഥാനത്തിൽ ലഭിച്ച ഗവർണറുടെ ഉത്തരവ് അനുസരിച്ച് നളിനി വധശിക്ഷയിൽനിന്നും രക്ഷപ്പെട്ടു.

2006 ൽ ഞാൻ ജസ്റ്റിസ് ആയതിന് ശേഷം, ടാഡാ തടവുകാർ കൊടുത്ത ചില കേസുകൾ എന്റെയടുത്ത് വിചാരണയ്ക്ക് വന്നു. ടാഡാ നിയമം പിൻവലിച്ചെങ്കിലും, ആ നിയമം അനുസരിച്ച് മുമ്പ് കേസുകളിൽ

അകപ്പെട്ടവരുടെ കേസുകൾ തുടരാം എന്ന് പാർലമെന്റ് തിരുത്തൽ പറഞ്ഞിരുന്നു. അങ്ങനെയൊരു കേസിൽ കുടുങ്ങിയിരുന്നു 'തമിഴ് മുഴക്കം' ഉടമ ഷാഹുൽ ഹമീദ്. ടാഡാ നിയമക്കേസിൽനിന്നും തന്നെ വിടുവിക്കണം എന്നും, അതിനുള്ള റിവ്യൂ കമ്മിറ്റിയെ നിയമിക്കണം എന്നും ആവശ്യപ്പെട്ട് റിട്ട് ഹർജി ഫയൽ ചെയ്തു. അതിനെ പരിഗണിക്കാനായി സിംഗിൾ ബഞ്ച് നിയമത്തിൽ ഇടമില്ലെന്ന് പറഞ്ഞ് കേസ് തള്ളിക്കളഞ്ഞു. അതിനുള്ള അപ്പീൽ രണ്ട് ജസ്റ്റിസുമാരുടെ ബഞ്ചിന്റെ മുന്നിൽ വിചാരണയ്ക്ക് വന്നു. ആ അപ്പീലിനെ അനുവദിച്ച്, ടാഡാ നിയമത്തിൽ റിവ്യൂ കമ്മിറ്റിയെ വയ്ക്കാൻ ഇടമില്ലെങ്കിലും, കമ്മിറ്റിയെ ഉണ്ടാക്കി അതിന്റെ അഭിപ്രായം അനുസരിച്ച് ചെയ്യാൻ തമിഴ്നാട് സർക്കാരിന് ഞാൻ ഉത്തരവിട്ടു.

ജയിലിലടയ്ക്കപ്പെട്ട, രാജീവ് ഗാന്ധി കൊലക്കുറ്റവാളികളായ നളിനിക്കും മുരുകനും 21.1.1992 ൽ ഒരു പെൺകുട്ടി ജനിച്ചു. ചെങ്കൽപ്പട്ട് സർക്കാർ ആശുപത്രിയിൽ ജനിച്ച ആ കുഞ്ഞിന്റെ ജനനം 24.1.1992 ൽ ചെങ്കൽപ്പട്ട് മുനിസിപ്പാലിറ്റി ജനന-മരണ രജിസ്റ്ററിൽ ഉൾപ്പെടുത്തിയിരുന്നു. കുഞ്ഞ് ജനിച്ച ശേഷമാണ് നളിനിക്ക് വധശിക്ഷ വിധിച്ചത്. പിന്നീട് ഗവർണറുടെ ഉത്തരവിൽ ജീവപര്യന്തമായി അത് കുറച്ചു. കുഞ്ഞിന് ജയിലിൽ വളരാൻ സാധിക്കില്ല എന്നതിനാൽ അതിന്റെ മുത്തശ്ശിക്കൊപ്പം ശ്രീലങ്കയിൽ വളർന്നു.

തന്റെ അമ്മയായ നളിനിയെ കാണണം എന്ന് ആ കുട്ടി ആഗ്രഹിച്ചപ്പോൾ കേന്ദ്രസർക്കാർ അനുമതി നിഷേധിച്ചു. ഭരണഘടനയിലും പൗരാവകാശ നിയമത്തിലും ഈ നാട്ടിൽ ജനിച്ച ഒരു കുട്ടിക്ക് പൗരാവകാശം നിഷേധിക്കാൻ വകുപ്പില്ല. ഇതിനെ എതിർത്ത് കൊടുത്ത കേസ് സിംഗിൾ ബഞ്ച് തള്ളിക്കളഞ്ഞപ്പോൾ, അതിനെ എതിർത്ത് കൊടുത്ത അപ്പീൽ ചീഫ് ജസ്റ്റിസ് എ പി ഷായ്ക്കൊപ്പം ഞാനും ഉണ്ടായിരുന്ന ബഞ്ചിന്റെ മുന്നിൽ വിചാരണയ്ക്കെത്തി. ആ കേസ് വിചാരണ ചെയ്ത ഞങ്ങൾ, 'മേഗര ഇന്ത്യയിൽ ജനിച്ചതിനാൽ അവൾക്ക് ഇന്ത്യൻ പൗരാവകാശം ലഭിക്കാൻ യോഗ്യതയുണ്ട്' എന്നും, 'അവളുടെ മുത്തശ്ശിയ്ക്കൊപ്പം വിദേശത്തേക്ക് പോകുന്നതിനായി അവൾ കുഞ്ഞായിരുന്നപ്പോൾ ശ്രീലങ്കൻ പാസ്പോർട്ട് എടുത്തതിനാൽ അവൾക്ക് ഇന്ത്യൻ പൗരാവകാശം നഷ്ടപ്പെട്ടു എന്ന് അംഗീകരിക്കാൻ കഴിയില്ല' എന്നും പറഞ്ഞതിനൊപ്പം മേഗര തന്റെ അമ്മ നളിനിയെ സന്ദർശിക്കാൻ ഇന്ത്യൻ സർക്കാർ അനുവദിക്കണമെന്നും ഉത്തരവിട്ടു.

ടാഡാ കാലം അവസാനിച്ച ശേഷം ഭരണത്തിൽ ഇല്ലാതിരുന്ന ജയലളിത വീണ്ടും 2001 ൽ ഭരണം പിടിച്ചു. ആ സമയത്ത്, അതായത് 2002 ൽ പ്രിവൻഷൻ ഓഫ് ടെററിസം ആക്റ്റ്, 2002 ഉണ്ടാക്കി. ഇതിനെയാണ് ചുരുക്കത്തിൽ 'പൊടാ' എന്ന് വിളിക്കുന്നത്. ആ സമയത്ത് ഭരണത്തിൽ ഉണ്ടായിരുന്ന രണ്ട് വർഷക്കാലവും ജയലളിത തമിഴ്നാട്ടിൽ മുഖ്യമന്ത്രി ആയിരുന്നു എന്നതാണ് ദുഃഖകരമായ

അവസ്ഥ. തീവ്രവാദത്തിനെ എതിർത്ത് പോരാടിയോ ഇല്ലയോ, എന്ന തായിരുന്നില്ല, തന്റെ രാഷ്ട്രീയ എതിരാളികൾ എല്ലാവരേയും പൊടാ നിയമം ചുമത്തി ജയിലിലേക്കയച്ച് തന്റെ വിരോധം തീർത്തു. അതാണ് ഇനി നമ്മൾ കാണാൻ പോകുന്നത്.

ഈഴപ്പോരാട്ടത്തിന് പിന്തുണയ്ക്കുന്ന പ്രസ്ഥാനങ്ങളുടെ നേതാക്കളെ തീവ്രവാദികളായി കാണിച്ച് പൊടാ നിയമത്തിൽ ജയിലിൽ അടയ്ക്കാനുള്ള ശ്രമവുമായി ജയലളിത സർക്കാർ ഇറങ്ങിത്തിരിച്ചു. ചെന്നൈ ആനന്ദ് തിയേറ്റർ വളപ്പിൽ സമ്മേളനം നടത്തിയ തമിഴ് ദേശീയ പാർട്ടിയുടെ തലവൻ പഴ. നെടുമാരൻ 1.8.2002 ൽ അറസ്റ്റ് ചെയ്യപ്പെട്ടു. അതിനെത്തുടർന്ന് സുബ. വീരപാണ്ഡ്യൻ, ഡോ. തായപ്പൻ, തമിഴ് മുഴക്കം ഷാഹുൽ ഹമീദ്, പരന്താമൻ തുടങ്ങിയവരും അറസ്റ്റ് ചെയ്യപ്പെട്ടു. ശ്രീലങ്കയിൽ നടക്കുന്ന സമാധാനചർച്ചയിൽ ഇന്ത്യൻ സർക്കാർ ഒരു വിധത്തിലും ഇടപെടാൻ പാടില്ലെന്ന് ആ സമ്മേളനത്തിൽ സംസാരിച്ചത് കുറ്റമാണത്രേ!

തുടക്കത്തിൽ ഇവർക്കെതിരെ 1967 ലെ നിയമവിരുദ്ധ പ്രവർത്തന നിരോധന നിയമത്തിന്റെ (UAPA) കീഴിൽ കേസെടുത്ത്, ആദ്യത്തെ എഫ് ഐ ആർ ഫയൽ ചെയ്യപ്പെട്ടു. ആ നിയമത്തിൽ ഇവർ ശിക്ഷിക്കപ്പെട്ടിരുന്നെങ്കിൽ മൂന്ന് വർഷത്തിനു മുകളിൽ ജയിൽ ശിക്ഷ കൊടുക്കാൻ സാധിക്കില്ലായിരുന്നു. എന്നാൽ, പിന്നീട് പൊലീസ് പദ്ധതിയിട്ട് പൊടാ നിയമത്തിന്റെ വകുപ്പുകളുടെ കീഴിൽ അവരുടെ കേസ് കൊണ്ടുവരികയും ആ കുറ്റം വിചാരണചെയ്യാൻ പൊടാ വകുപ്പ് 50 ഉപയോഗിക്കാൻ തമിഴ്നാട് സർക്കാർ അനുമതി നല്കുകയും ചെയ്തു.

പുതുക്കോട്ടൈ പാവാണൻ, 2.4.2002 ന് കവുന്തമ്പാടിയിൽ വേദിയിൽ സംസാരിച്ചതിന് 3.7.2002 ന് അറസ്റ്റ് ചെയ്യപ്പെട്ടു. ഇവരെ ജാമ്യത്തിൽ വിടണമെന്ന് പൊടാ പ്രത്യേക കോടതിയിൽ ഹർജികൾ ഫയൽ ചെയ്തപ്പോൾ, അവ തള്ളിക്കളയപ്പെട്ടു. അതിനെ എതിർത്ത് ചെന്നൈ ഹൈക്കോടതിയിൽ കൊടുത്ത കേസിൽ, 'കുറ്റവാളികൾക്കെതിരെ യാതൊരു പ്രാഥമിക തെളിവുകളും ഇല്ലാത്തതിനാൽ, ഒരു വർഷത്തിനുള്ളിൽ ജാമ്യത്തിൽ വിടാൻ നിയമത്തിൽ വകുപ്പുണ്ട്' എന്ന് ഞങ്ങൾ വാദിച്ചതിനെ ഹൈക്കോടതി അംഗീകരിച്ചു.

വീണ്ടും പ്രത്യേക കോടതിൽ ജാമ്യാപേക്ഷകൾ ഫയൽ ചെയ്തപ്പോൾ പൊടാ ചട്ടത്തിന്റെ കീഴിൽ കേസ് തുടരാനായി അവസരമുണ്ടെന്ന് പറഞ്ഞ് ആ ഹർജികൾ തള്ളിക്കളയപ്പെട്ടു. നിരാകരിക്കപ്പെട്ട ജാമ്യാപേക്ഷകളെ എതിർത്ത് കൊടുത്ത അപ്പീലുകളിൽ, പൊതുവേദിയിൽ സംസാരിച്ച സംഗതികൾക്കായി ഒരാളെ തീവ്രവാദ വിരുദ്ധ നിയമത്തിൽ അറസ്റ്റ് ചെയ്യാൻ കഴിയില്ലെന്നും, അവർക്കെതിരെ എടുത്ത കേസിൽ തീവ്രവാദനിയമം ഉപയോഗിക്കാനുള്ള കാരണമില്ലെന്നും മുതിർന്ന വക്കീൽ എൻ നടരാജനും, ഞാനും ചേർന്ന് വാദിച്ചു. അതിനു

ള്ളിൽ സുപ്രീം കോടതി തന്നെ പൊടാ നിയമത്തിൽ ഒരു വർഷത്തി നുള്ളിൽ ജാമ്യം നല്കുന്നതിന് തടസ്സമൊന്നുമില്ലെന്ന് അറിയിച്ചു.

പിന്നീടാണ് 17 മാസത്തെ ജയിൽ വാസത്തിന് ശേഷം ഹൈ ക്കോടതി 18.12.2003 ന് അവർക്ക് ജാമ്യം അനുവദിച്ചത്. നിരോധിച്ച സംഘടനയെ പിന്തുണച്ച് സംസാരിച്ചതല്ലാതെ അവർക്കെതിരെ വേറെ കുറ്റമൊന്നും ഇല്ലെന്നും, അതിനായി അവരെ പൊടാ നിയമത്തിൽ അറസ്റ്റ് ചെയ്യാൻ സാധിക്കില്ലെന്നും വിധിയിൽ പറഞ്ഞു.

തമിഴ് ദേശീയ പാർട്ടിയുടെ സെക്രട്ടറി പരന്താമനെതിരെ വെടി മരുന്ന് കേസ് വകുപ്പും ചേർക്കപ്പെട്ടിരുന്നതിനാൽ അദ്ദേഹത്തിന്റെ ജാമ്യാ പേക്ഷ ഞാൻ തിരിച്ചെടുത്തു.

തമിഴ്നാട് സർക്കാർ സുപ്രീം കോടതിയിൽ അപ്പീൽ കൊടുത്തു. അതിനെ സുപ്രീം കോടതി ജസ്റ്റിസുമാർ തള്ളിക്കളഞ്ഞ അതേ സമയ ത്ത്, രാഷ്ട്രീയ എതിരാളികളോട് പ്രതികാരം ചെയ്യാൻ പൊടാ നിയമം തെറ്റായി ഉപയോഗിച്ചുവെന്ന കുറ്റപത്രം ഞങ്ങൾ പിന്നീട് വിചാരണ ചെയ്യും എന്നും പറഞ്ഞു.

പഴ. നെടുമാരൻ മറ്റൊരു കുറ്റത്തിനുള്ള കേസിൽ ചേർക്കപ്പെട്ടി രുന്നതിനാലും, ആ കേസിൽ അദ്ദേഹത്തിന് ജാമ്യം ഇല്ലാത്തതിനാലും, അദ്ദേഹത്തിന് ഉടനെ ജയിലിൽനിന്നും പുറത്തുവരാൻ കഴിഞ്ഞില്ല. പുതിയ കേസിൽ അദ്ദേഹത്തിന് ജാമ്യം ചോദിച്ച് ഞാൻ വാദിച്ചത് മറ്റൊരു കഥ. തീവ്രവാദ സംഘടനകളെ പിന്തുണച്ച് സംസാരിക്കുന്നത് കുറ്റമാവില്ല എന്ന രീതിയിൽ വാദിച്ചതിനാൽ കേസിന് ബലം കൂട്ടാനായി കുറ്റം ചാർത്തപ്പെട്ട തമിഴ് ദേശീയ പാർട്ടിയുടെ സെക്രട്ടറി പരന്താമനെ തിരെ കൂടുതൽ കുറ്റങ്ങൾ ചുമത്തണമെന്ന് ക്യൂ ബ്രാഞ്ച് പൊലീസ് വകുപ്പ് തീരുമാനിച്ചു. അദ്ദേഹത്തിന്റെ സ്വന്തം നാടായ മാനാമധുരയിലെ കോഴിഫാമിൽ പരിശോധന നടത്തിയപ്പോൾ ലഭിച്ച ജലാറ്റിൻ കുറ്റികൾ തമിഴ്നാട്ടിൽ കലാപമുണ്ടാക്കാനാണ് വച്ചിരിക്കുന്നതെന്ന് പറഞ്ഞ്, അദ്ദേ ഹത്തിനെതിരെ വെടിമരുന്ന് നിയമത്തിന്റെ കീഴിലും കുറ്റം ചാർത്ത പ്പെട്ടു.

പാരാന്താമന് വേണ്ടി ജാമ്യാപേക്ഷ ഫയൽ ചെയ്തതിനെ പ്രത്യേക കോടതി തള്ളിക്കളഞ്ഞു. വീണ്ടും അതിനെ എതിർത്ത് ചെന്നൈ ഹൈക്കോടതിയിൽ അപ്പീൽ ചെയ്തപ്പോൾ അത് സ്വീകരിച്ച് അദ്ദേഹത്തിനും ഹൈക്കോടതിയിലെ രണ്ട് ജസ്റ്റിസുമാരുടെ ബഞ്ച് ജാമ്യം നല്കി.

പൊടാ നിയമം ഒരു വശത്ത് തെറ്റായി ഉപയോഗിച്ചുകൊണ്ടിരുന്ന ജയലളിത സർക്കാർ, മറുവശത്ത് പഴയ ക്രിമിനൽ നിയമങ്ങളേയും പൊടിതട്ടിയെടുക്കാൻ തുടങ്ങി. അതിന്റെ ആദ്യത്തെ ബലിയാട് പഴ. നെടുമാരന്റെ തമിഴ് ദേശീയ പാർട്ടി തന്നെയായിരുന്നു. ബ്രിട്ടീഷ് കാല ത്തിൽ കൊണ്ടുവന്ന 1908 ക്രിമിനൽ ലാ അമെന്റ്മെന്റ് ആക്റ്റിന്റെ കീഴിൽ, സർക്കാരിന് വേണമെങ്കിൽ ഏത് പ്രാദേശിക പ്രസ്ഥാനത്തി

നേയും 'നിയമവിരുദ്ധ പ്രസ്ഥാനം' എന്ന് പ്രഖ്യാപിക്കാം. നിയമവിരുദ്ധപ്രസ്ഥാനം എന്നാൽ, അതിനുള്ള മാനദണ്ഡമൊന്നും ആ നിയമത്തിൽ പറയുന്നില്ല. ഈ നിയമവും റൗളത്ത് നിയമങ്ങളെ എതിർത്തുള്ള പോരാട്ടത്തിന്റെ കണക്കിൽ ചേർക്കപ്പെട്ടിട്ടുള്ളതാണ്. സ്വതന്ത്ര ഇന്ത്യയിൽ ഈ നിയമത്തിരുത്ത് തിരികെ കൊണ്ടുവരും എന്ന് പ്രതീക്ഷിക്കപ്പെട്ടു. പക്ഷേ, അധികാരത്തിന്റെ രുചിയറിഞ്ഞ ശേഷം ആരാണ് അതിനെ വിട്ടുകൊടുക്കുക? മനുഷ്യരക്തം രുചിച്ച പുലികളെ ആളെക്കൊല്ലികൾ എന്ന് പറയില്ലേ? അതുപോലെയാണ് ഇവിടെയും!

സ്വാതന്ത്ര്യം ലഭിച്ചശേഷം കോൺഗ്രസ്സ് സർക്കാരും കരിനിയമങ്ങളെ തങ്ങളുടെ രാഷ്ട്രീയ എതിരാളികൾക്ക് നേരെ പ്രയോഗിക്കാൻ തുടങ്ങി. 1948 ൽ കമ്യൂണിസ്റ്റ് പാർട്ടിയെ നിരോധിക്കപ്പെട്ട സംഘടനയായി പ്രഖ്യാപിച്ചു. ആ പാർട്ടിയുടെ പിന്തുണക്കാർ അല്ലെങ്കിൽ അതിനെ പിന്തുണയ്ക്കുന്ന സംഘടനകളേയും നിരോധിച്ച്, ആ പാർട്ടിക്കുണ്ടായിരുന്ന സ്വാധീനത്തെ കോൺഗ്രസ്സ് കുറയ്ക്കാൻ നോക്കി. ഞാൻ ആദ്യം വക്കീലായി ചേർന്ന റാവു & റെഡ്ഡി വക്കീൽ ഓഫീസ് സ്ഥാപിച്ചത് പ്രശസ്ത ബാരിസ്റ്റർ വി ജി റാവു ആയിരുന്നു. അദ്ദേഹം ഇംഗ്ലണ്ടിൽ ഇന്ത്യൻ സിവിൽ സർവ്വീസ് പരീക്ഷ എഴുതുന്നതിനായി പോയപ്പോൾ അവിടെയുണ്ടായിരുന്ന കമ്യൂണിസ്റ്റ് പാർട്ടിയുമായി ബന്ധമുണ്ടായി, ഐ സി എസ് സ്വപ്നം ഉപേക്ഷിച്ചു. ഇന്ത്യൻ അഡ്മിനിസ്ട്രേറ്റീവ് സർവീസിന്റെ ഭാഗമായി മാറാതെ, നിയമം പഠിച്ച് ബാരിസ്റ്റർ ആയി ജനങ്ങളെ സേവിക്കാൻ അദ്ദേഹം ഇന്ത്യയിലേക്ക് മടങ്ങി.

അദ്ദേഹം വക്കീലായി ജോലി ചെയ്യുമ്പോൾ, പല തൊഴിലാളി സംഘടനകൾക്കും സഹായം ചെയ്തിരുന്നു. അദ്ദേഹത്തിന്റെ ഓഫീസും തൊഴിലാളികളുടെ കേസുകളാണ് എടുത്ത് നടത്തിയിരുന്നത്. ആദ്യമായി വാണിജ്യസ്ഥാപനങ്ങളിലെ തൊഴിലാളികൾക്കായി അദ്ദേഹം ആരംഭിച്ച തൊഴിലാളിസംഘടനയാണ് 'മദ്രാസ് കൊമേഴ്സ്യൽ എംപ്ലോയീസ് അസോസിയേഷൻ.' തന്റെ അവസാനകാലം വരെ അദ്ദേഹം തൊഴിലാളിസംഘടനകളുമായി ബന്ധം പുലർത്തിയിരുന്നു.

ജനങ്ങൾക്ക് പൊതുവിജ്ഞാനം നൽകാനായി 'മക്കൾ കൽവിക്കഴകം' എന്നൊന്ന് ഉണ്ടാക്കി. കോൺഗ്രസ്സ് ആ പ്രസ്ഥാനത്തെ നിയമവിരുദ്ധ പ്രസ്ഥാനം എന്ന് പ്രഖ്യാപിച്ചതിനൊപ്പം അതിന്റെ ബാങ്ക് അക്കൗണ്ടും മുടക്കി. സ്വാതന്ത്ര്യം ലഭിച്ച് പുതിയ ഭരണഘടന നിലവിൽ വന്നയുടൻ തന്റെ ജനങ്ങളുടെ വിദ്യാഭ്യാസസ്ഥാപനത്തെ നിരോധിച്ച 1908 ക്രിമിനൽ ലാ അമെന്റ്മെന്റ് ഭരണഘടനയ്ക്ക് വിരുദ്ധമാണെന്നും പുതിയ ഭരണഘടനയുടെ 19(1) വകുപ്പിൽ സ്ഥാപനത്തിന്റെ അവകാശം അടിസ്ഥാനപരമായ അവകാശമാക്കപ്പെട്ടിരിക്കുന്നതിനാൽ, തന്റെ സ്ഥാപനം നിയമവിരുദ്ധമാണെന്ന് പ്രഖ്യാപിക്കാൻ സാധിക്കില്ലെന്നും കാണിച്ച് വി ജി റാവു കേസ് കൊടുത്തു. അതിനെ വിചാരണ ചെയ്ത മൂന്ന് ജസ്റ്റിസുമാരുടെ ബഞ്ച്, 1908 ക്രിമിനൽ ലാ അമെന്റ്മെന്റിന്റെ 15-ാം

വകുപ്പ് നിയമവിരുദ്ധവകുപ്പാണെന്നും, ആ വകുപ്പിന്റെ കീഴിൽ ഏതൊരു സ്ഥാപനത്തിനേയും നിയമവിരുദ്ധസ്ഥാപനമെന്ന് പറയാൻ കഴിയില്ലെന്നും വിധിയുണ്ടായി.

കോൺഗ്രസ്സ് സർക്കാർ ആ വിധിയെ എതിർത്ത് സുപ്രീം കോടതിയിൽ അപ്പീൽ നൽകി. സുപ്രീം കോടതി ആ അപ്പീൽ തള്ളിക്കളഞ്ഞ് 1908 ലെ ക്രിമിനൽ ലാ അമെന്റ്മെന്റ് ആക്റ്റ് 'നിലനിൽക്കുന്നതല്ല' എന്ന് അറിയിച്ചു. ഭരണഘടന നിലവിൽ വന്നതിന് ശേഷം അടിസ്ഥാനപരമായ അവകാശങ്ങൾ ആവശ്യപ്പെട്ട് കൊടുക്കപ്പെട്ട ആദ്യത്തെ രണ്ട് കേസുകളും വി ജി റാവു തയ്യാറാക്കിയതായിരുന്നു. കോടതി നിലനിൽക്കില്ല എന്ന് അറിയിച്ച 1908 ലെ അതേ ക്രിമിനൽ ലാ അമെന്റ് മെന്റ് ആക്റ്റിനെ ഉപയോഗിച്ച് ജയലളിത സർക്കാർ 13.8.2002 ന് പഴ. നെടുമാരന്റെ തമിഴ് ദേശീയ പാർട്ടിയെ നിയമവിരുദ്ധ പ്രസ്ഥാനമെന്ന് പ്രഖ്യാപിച്ചു. അതും പോരാതെ, മൈലാപ്പൂരിൽ അദ്ദേഹം താമസിച്ചിരുന്ന നരസിംഹപുരം വീടും മധുരയിൽ പടിഞ്ഞാറ് ചിത്തിരൈ വീഥിയിലുള്ള അദ്ദേഹത്തിന്റെ തറവാടും പൂട്ടി സീൽ വച്ചു. ഈ നടപടികളുടെ ലക്ഷ്യം ജനങ്ങൾക്കിടയിൽ മാനസികമായ ഭയം ഉണ്ടാക്കുക എന്നതായിരുന്നു.

1908 ലെ ക്രിമിനൽ ലാ അമെന്റ്മെന്റ് ആക്ട് നിലനിൽക്കില്ലെന്ന് അറിയിച്ച ശേഷം, അത് എങ്ങനെ ഉപയോഗിക്കാൻ സാധിക്കും? ആ നിയമത്തിന്റെ കീഴിൽ നിയമവിരുദ്ധമെന്ന് പ്രഖ്യാപിച്ച പ്രസ്ഥാനങ്ങൾക്ക്, ഹൈക്കോടതി ജസ്റ്റിസിന്റെ നേതൃത്വത്തിൽ രൂപം കൊടുത്ത ട്രിബ്യൂണലിൽ അപ്പീൽ ചെയ്യാമെന്നും, ആ ട്രിബ്യൂണലിന്റെ തീരുമാനം സർക്കാരിനെ നിയന്ത്രിക്കുമെന്നും, ഡി എം കെ ഭരണത്തിൽ പുതിയ നിയമവകുപ്പ് സൃഷ്ടിച്ചത് നിലനിൽക്കില്ലെന്നും അറിയിച്ചശേഷം, ആ വകുപ്പിന്റെ കീഴിൽ എടുക്കുന്ന നടപടികൾക്ക് അപ്പീൽ ചെയ്യാനുള്ള അവകാശം നൽകിയാൽ ആ നിയമം നിലനിൽക്കുന്ന നിയമമായി മാറുമോ? എങ്കിലും ഡി എം കെ സർക്കാർ കൊണ്ടുവന്ന അബദ്ധമായ ജനവിരോധ നിയമ തിരുത്തലിനെ ജയലളിത സർക്കാർ ഉപയോഗിക്കാൻ മടിച്ചില്ല. ഈ വിഷയത്തിൽ രണ്ട് കൂട്ടർക്കുമിടയിൽ സഹോദര സ്നേഹമായിരുന്നു മുന്നിട്ടുനിന്നിരുന്നത്.

പഴ. നെടുമാരൻ തന്റെ പ്രസ്ഥാനം നിയമവിരുദ്ധമെന്ന് പ്രഖ്യാപിച്ച ഉത്തരവിനെ എതിർത്ത്, ഇതുപോലെയുള്ള ഉപയോഗശൂന്യമായ ട്രിബ്യൂണലിൽ അപ്പീൽ കൊടുക്കാതെ, പുതിയ നിയമവകുപ്പിനെ എതിർത്ത് ഹൈക്കോടതിയിൽ റിട്ട് ഹർജി ഫയൽ ചെയ്തു. ആ കേസിന്റെ ആദ്യത്തെ വിചാരണയ്ക്ക് അനുമതി ലഭിച്ച എനിക്ക് ആ കേസിന്റെ ഇപ്പോഴത്തെ അവസ്ഥ എന്താണെന്നറിയില്ല.

ഞാൻ ജസ്റ്റിസ് ആയതിന് ശേഷം ക്രിമിനൽ ലാ അമെന്റ്മെന്റ് ആക്റ്റ് അപ്പീൽ ട്രിബ്യൂണലിന്റെ ഗതി എന്തായെന്ന് അറിയാനുള്ള അവസരം ലഭിച്ചു. ആ ട്രിബ്യൂണലിന്റെ തലവനായി ചീഫ് ജസ്റ്റിസ് നിയമനം ലഭിക്കുന്ന ജസ്റ്റിസിന് പൊലീസ് സംരക്ഷണം, പ്രത്യേക

അലവൻസ് ഇവയെല്ലാം ഉണ്ട്. കൂടാതെ, അപ്പീൽ ഓഫീസിനായി ഒരു പ്രത്യേക സൂപ്രണ്ട്, രണ്ട് സഹായികൾ, നാല് ഓഫീസ് ജോലിക്കാർ. അതും കൂടാതെ, പ്രത്യേക ഓഫീസ് മുറിയും ഒരുക്കപ്പെട്ടിരുന്നു. ട്രിബ്യൂണൽ ഒരു അപ്പീൽ പോലും ഫയൽ ചെയ്യപ്പെടാത്തതുകൊണ്ട് അതിനായി നിയമിച്ചിരിക്കുന്ന തൊഴിലാളികൾ സർക്കാരിൽനിന്നും ശമ്പളം മാത്രം വാങ്ങിക്കൊണ്ടിരുന്നു. ഞാൻ ചീഫ് ജസ്റ്റിസിനോട് ഇതിനെപ്പറ്റി പറഞ്ഞതിന് ശേഷം ആ തൊഴിലാളികളെ മറ്റ് ഡിപ്പാർട്ട്മെന്റുകളുടെ ഓഫീസുകൾ ഏറ്റെടുക്കണം എന്ന് ഉത്തരവിട്ടു. ട്രിബ്യൂണൽ ഇപ്പോഴും തുടരുന്നത് സങ്കടക്കഥയാണ്.

പൊടാ നിയമത്തിന്റെ കീഴിൽ കുറ്റവാളി ജില്ലാ പൊലീസ് അധികാരിയുടെ മുന്നിൽ കുറ്റസമ്മതം നടത്തിയാൽ അത് നിയമപ്രകാരം കോടതി സ്വീകരിക്കും എന്ന വകുപ്പിനെ ഉപയോഗപ്പെടുത്തി പരന്താമനിൽനിന്നും കുറ്റസമ്മതം ഒരു പൊലീസ് സബ്ബ് ഇൻസ്പെക്ടറെക്കൊണ്ട് തയ്യാറാക്കിച്ചു. കുറ്റസമ്മതം എങ്ങനെ രജിസ്റ്റർ ചെയ്യണം? അതിനെ ജുഡീഷ്യൽ മജിസ്ട്രേട്ട് കോടതിയിലേക്ക് എങ്ങനെ അയയ്ക്കണം? ഇതിനെല്ലം പൊടാ നിയമത്തിന്റെ കീഴിൽ ചില നടപടിക്രമങ്ങൾ ഉണ്ടായിരുന്നു. കുറ്റസമ്മതം എഴുതിയശേഷം പൊലീസ് അധികാരി, ആ നടപടിക്രമങ്ങൾ പിന്തുടരാതെ ഉഴപ്പിയതിനാൽ അത് നിയമപ്രകാരം നിലനിൽക്കാതെപോയി. പരന്താമനെതിരെ കുറ്റാരോപണം വിപുലീകരിക്കുന്നതിനായി സ്ഫോടകവസ്തു നിയമത്തിന്റെ കീഴിൽ കേസ് രജിസ്റ്റർ ചെയ്തെന്ന് പ്രത്യേക കോടതിയിലെ പ്രത്യേക ജസ്റ്റിസ് തന്റെ 28.12.2015 വിധിയിൽ പറഞ്ഞതിൽനിന്നും ജയലളിത സർക്കാർ തന്റെ എതിരാളികളോട് പ്രതികാരം ചെയ്യാൻ എത്രത്തോളം ശ്രമിച്ചെന്ന് അറിയാവുന്നതാണ്.

പഴ. നെടുമാരനും അദ്ദേഹത്തിന്റെ പിന്തുണക്കാരും പൊടാ നിയമത്തിന്റെ കീഴിൽ ജയിലിൽ അടയ്ക്കപ്പെട്ട അതേ സമയത്ത്, വൈകോയും, അദ്ദേഹത്തിന്റെ പാർട്ടിക്കാരും പൊടാ നിയമത്തിൽ അറസ്റ്റ് ചെയ്യപ്പെട്ട് ജയിലിലായി. വൈകോ ജാമ്യാപേക്ഷ ഫയൽ ചെയ്യില്ല എന്ന് പറഞ്ഞു. അദ്ദേഹം ജാമ്യാപേക്ഷ നൽകാത്തതിനാൽ, പല പ്രശ്നങ്ങളുമുണ്ടായി. പൊടാ കേസുകൾ വിചാരണ കഴിഞ്ഞ് വിധി പറയുന്നതിന് കാലാവധി ഒന്നുമില്ലാത്തതിനാൽ ജയിലിലുള്ള കാലം അനിശ്ചിതമായിത്തീർന്നു. ഇതറിഞ്ഞ കരുണാനിധി ജാമ്യാപേക്ഷ സമർപ്പിക്കാൻ വൈകോയോട് പറയാനായി എന്നോട് ആവശ്യപ്പെട്ടു. അതനുസരിച്ച് പൂന്തമല്ലി ജയിലിൽ എത്തി ഞാൻ വൈകോയെയും അദ്ദേഹത്തിന്റെ അമ്മ മാരിയമ്മയെയും കണ്ട് സംസാരിച്ചു. എല്ലാവരുടേയും അപേക്ഷകൾക്കു ശേഷം വൈകോ ജാമ്യാപേക്ഷ ഫയൽ ചെയ്യാൻ സമ്മതിച്ചു. ആ ഹർജികൾ ഞാൻ വാദിച്ചു.

വൈകോയ്ക്ക് വേണ്ടി പ്രത്യേക കോടതിയിൽ കൊടുത്ത ഹർജി സ്വീകരിച്ച് 13 നിബന്ധനകളോടെ അദ്ദേഹത്തിന് ജാമ്യം അനുവദിച്ചു.

അതിനെയെതിർത്ത് ഹൈക്കോടതിയിൽ ഇങ്ങനെയുള്ള നിബന്ധനകൾ തെറ്റാണെന്നും, ജാമ്യത്തിലുള്ള ഈ നിബന്ധനകൾ വീണ്ടും നിരോധനമേ ഉണ്ടാക്കുകയുള്ളൂയെന്നും അപ്പീൽ കൊടുത്തു. അങ്ങനെ, എന്റെ അപേക്ഷ സ്വീകരിച്ച് ഹൈക്കോടതിയുടെ സിംഗിൾ ബഞ്ച് ദിവസവും പ്രത്യേക കോടതിയിൽ വന്ന് അദ്ദേഹം ഒപ്പിടണം എന്ന നിബന്ധന റദ്ദ് ചെയ്ത് തന്റെ യാത്രകളെപ്പറ്റി, അന്വേഷണ ഉദ്യോഗ സ്ഥനെ അറിയിച്ചാൽ മാത്രം മതിയാകുമെന്നും ഉത്തരവിട്ടു.

പ്രത്യേക കോടതിയിൽ വൈകോയ്ക്കെതിരേയും അദ്ദേഹത്തിന്റെ പാർട്ടിക്കാർക്കെതിരെയും വിചാരണ നടന്നുകൊണ്ടിരിക്കുമ്പോൾ, വൈകോ പൊടാ നിയമത്തിന്റെ 21-ാം വകുപ്പിനെ എതിർത്ത് സുപ്രീം കോടതിയിൽ കേസ് ഫയൽ ചെയ്തിരുന്നു. ആ കേസിൽ ഭീകരവാദ സംഘടനയെ പിന്തുണച്ച് സംസാരിക്കുന്നത് പൊടാ നിയമത്തിന്റെ കീഴിൽ കുറ്റമാവില്ലെന്ന നിയമം ഉയർത്തിക്കാണിച്ചു. പൊടാ നിയമം ഭരണഘടന പ്രകാരം സാധുവാണ് എന്നറിയിച്ച സുപ്രീം കോടതി, വൈകോ ഭീകരവാദസംഘടനയെ പിന്തുണച്ച് സംസാരിച്ചതുമായി ബന്ധപ്പെട്ട് പ്രത്യേക കോടതിയിൽ ഹർജി കൊടുക്കാൻ അപ്പീൽ പ്രകാരം പറഞ്ഞു

അതിനിടയിൽ ഹർജി പരിശോധിക്കുന്ന സംഘം വൈകോയുടെ പാർട്ടിക്കാരുടെ നേരെ എടുത്ത പൊടാ കേസിന് കാരണമൊന്നും ഇല്ലെന്ന് പറഞ്ഞതിന്റെ പേരിൽ, സർക്കാർ ഭാഗം വക്കീൽ കേസ് വീണ്ടും എടുക്കാനായി ഹർജി ഫയൽ ചെയ്തു. അതും പ്രത്യേക കോടതി തള്ളിക്കളഞ്ഞു. പൊടാ കേസിൽ ജാമ്യത്തിൽ പുറത്ത് വന്നെങ്കിലും വൈകോയുടെ നേരെയുള്ള കേസ് അവസാനിക്കാതിരുന്നു. അതു കൊണ്ട്, അദ്ദേഹം പ്രത്യേക കോടതിയുടെ ഉത്തരവിനെ എതിർത്ത് അപ്പീൽ കൊടുക്കാത്തതിനാൽ, ആ വിധി അവസാനത്തെ വിധിയാ ണെന്ന് തോന്നലുണ്ടാക്കി. ഒമ്പത് വർഷത്തിനു ശേഷം ചെന്നൈ ഹൈ ക്കോടതിയിൽ വൈകോയും അദ്ദേഹത്തിന്റെ അനുയായികളും അപ്പീൽ കൊടുത്തു.

കാലതാമസത്തിന് മാപ്പുകൊടുത്ത് കേസ് സ്വീകരിച്ച ഹൈക്കോ ടതി, അവസാനം വൈകോയുടെ കേസിൽ 13.10.2014 ന് അവസാനമു ണ്ടാക്കി. ആ വിധി വന്നപ്പോൾ ജയലളിത അഴിമതിക്കേസിൽ 4 വർഷം കഠിനതടവിന് ശിക്ഷിക്കപ്പെട്ട് ബംഗലൂരു ജയിലിലായിരുന്നു. പരപ്പന അഗ്രഹാര ജയിലിൽ വച്ചായിരിക്കും താൻ ആരംഭിച്ച പൊടാ കേസിന് ഫുൾ സ്റ്റോപ്പിട്ട വാർത്ത ജയലളിത വായിച്ചിട്ടുണ്ടാകുക.

പൊടാ നിയമത്തിൽ തിരുത്തൽ കൊണ്ടുവരണം, പൊടായിൽ അറസ്റ്റിലായവരെപ്പറ്റി അന്വേഷണം നടക്കുന്നതിന് മുമ്പ് തന്നെ അവരുടെ കേസിൽ ആവശ്യമായ തെളിവ് ഉണ്ടോയെന്നതിനെപ്പറ്റി അന്വേഷിക്കുന്നതിന് അന്വേഷണസംഘം രൂപീകരിക്കണം എന്നതിനായി നിയമസഭ കൂടിയിരുന്നു. പാർലമെന്റ് അംഗമായ വൈകോ പൊടാ

തടവുപുള്ളിയായി ഇരുന്നപ്പോൾ അദ്ദേഹത്തിനെ ലോക്സഭയിലെ ചർച്ചയിൽ പങ്കെടുക്കാൻ അനുവദിക്കണമെന്ന റിട്ട് ഹർജി ഞാൻ ഫയൽ ചെയ്തിരുന്നു.

രാവിലെ മുതൽ നടന്ന വിചാരണയ്ക്ക് ശേഷം വൈകുന്നേരം 4 മണിക്ക് സിംഗിൾ ബെഞ്ച് ജസ്റ്റിസ് കുലശേഖരൻ ആ ഹർജി സ്വീകരിച്ച്, വൈകോയെ സുരക്ഷയോടെ ഡൽഹിക്ക് അയയ്ക്കാൻ ഉത്തരവായി. ജയലളിത സർക്കാർ അങ്ങനെയുള്ള ജനാധിപത്യ അവകാശങ്ങളെ സംരക്ഷിക്കുന്നതിന് ഒരിക്കലും തയ്യാറായിരുന്നില്ല. ഒരു രഹസ്യാന്വേഷണ പൊലീസ് അധികാരി കൊടുത്ത വിവരത്തിന്റെ അടിസ്ഥാനത്തിൽ, സർക്കാർ അപ്പീൽ കൊടുക്കുന്നത് എതിർക്കുമെന്ന് മുൻകൂട്ടി അറിഞ്ഞ് ആ അപ്പീൽ വിചാരണ നടക്കാൻ പോകുന്ന മുതിർന്ന ജസ്റ്റിസ് സിർപുർകറിന്റെ വീട്ടുപടിക്കൽ രാത്രി 9 മണിക്കേ ഞാൻ ഹാജരായി. വിചാരണ രാത്രി 10 മണിക്ക് ആരംഭിച്ച് പാതിരാത്രി 12.05 ന് അവസാനിച്ച്, വിധിയും വന്നു. ജസ്റ്റിസ് സിർപുർകർ വിചാരണ തടവുകാരന് ജയിലിന് പുറത്ത് ജനാധിപത്യ കടമ നിർവഹിക്കാൻ അവകാശമില്ലെന്ന് പറഞ്ഞതിൽ എനിക്ക് വിഷമമുണ്ട്.

ആ വിധി, തെറ്റായ മുന്നുദാഹരണങ്ങളെ ഉണ്ടാക്കിയതിനൊപ്പം, അതിന് മുമ്പുണ്ടായിരുന്ന ശരിയായ വിധികളെ കണക്കിൽ എടുത്തിരുന്നില്ല. 15.12.2003 രാത്രി 10 മണിക്ക് ആരംഭിച്ച് പാതിരാത്രി 12.05 മണിക്ക് അവസാനിച്ച് വിധി എഴുതി പുറത്തുവിട്ടെങ്കിലും, ഹൈക്കോടതി രേഖകൾ അനുസരിച്ച് വിധിയുടെ തീയതി 15.12.2003 എന്നുതന്നെയാണ് എഴുതിയിരുന്നത്.

വിധി ഷോർട്ട് ഹാൻഡുകാരനോട് പറഞ്ഞ് തീർത്ത ജസ്റ്റിസ് എന്നെ നോക്കി ഇനിയെന്തെങ്കിലും പറയാനുണ്ടോയെന്ന് ചോദിച്ചു. അടുത്ത ദിവസം പുലർന്നതിനാൽ ജസ്റ്റിസുമാർ ഇരുവർക്കും 'സുപ്രഭാതം' എന്ന് മാത്രം ഞാൻ പറഞ്ഞു. ഡൽഹിക്ക് പോകാൻ വിമാന ടിക്കറ്റുമായി പൂന്തമല്ലി ജയിൽ വളപ്പിൽ പൊലീസ് വാഹനത്തിൽ വിധിക്കായി കാത്തിരിക്കുകയായിരുന്ന വൈകോ, വേലൂർ ജയിലിലേക്ക് തിരിച്ചയയ്ക്കപ്പെട്ടു. ജയിലിൽ തിരിച്ചെത്തിയ വൈകോ അവിടെനിന്നും എന്നെ പ്രശംസിച്ച് നന്ദി അറിയിച്ചുകൊണ്ട് ഒരു കത്തയച്ചു. വൈകോ പോകാതെ തന്നെ ലോക്സഭ പൊടാ ചട്ടത്തിനെ തിരുത്തി, പൊടാ കേസ് വിചാരണ കഴിയുന്നതിന് മുമ്പ് തന്നെ കുറ്റാരോപണങ്ങൾക്ക് പ്രാഥമിക തെളിവ് ഉണ്ടോയെന്ന് പരിശോധിക്കുന്നതിനായി, വിരമിച്ച ഒരു ഹൈക്കോടതി ജസ്റ്റിസിന്റെ ഒരാളുടെ നേതൃത്വത്തിൽ 'റിവ്യൂ കമ്മിറ്റി'ക്ക് രൂപം കൊടുക്കാനുള്ള നടപടി എടുത്തു.

ആ നിയമഭേദഗതിയെ എതിർത്ത് തമിഴ്നാട് സർക്കാർ വിചിത്രമായ രീതിയിൽ കേന്ദ്രസർക്കാരിന് എതിരായി ചെന്നൈ ഹൈക്കോടതിയിൽ റിട്ട് ഹർജി ഫയൽ ചെയ്തു. കോടതി വിചാരണ ചെയ്യുന്ന കേസുകളെ വേറൊരു അന്വേഷണക്കമ്മിറ്റി വഴി പരിശോധിച്ച്, അതിന്റെ നിർദ്ദേശം

അനുസരിച്ച് കേസുകളെ വീണ്ടും പരിശോധിക്കുന്നത് നിയമത്തിന്റെ വഴിയിൽ വരില്ലെന്നും, ആ വകുപ്പ് നിയമലംഘനമാണെന്ന് പ്രഖ്യാപിക്കണമെന്നും ചൂണ്ടിക്കാട്ടി ജയലളിതയുടെ ഭാഗത്ത് നിന്നും വാദിക്കപ്പെട്ടത് തമാശയായിരുന്നു. കേസ് വിചാരണ ചെയ്ത ചീഫ് ജസ്റ്റിസ് സുഭാഷ് റെഡ്ഡിയുടെ ബഞ്ച്, റിവ്യൂ കമ്മിറ്റിയുടെ തീരുമാനം സർക്കാരിനെ നിയന്ത്രിക്കുമെങ്കിലും, കോടതിയുടെ പരിഗണനയിൽ ഉള്ള കേസുകളെ ക്രിമിനൽ പ്രൊസീജ്യർ വകുപ്പ് 321 അനുസരിച്ച് സർക്കാർ പ്രൊസിക്യൂട്ടർമാർക്ക് മാത്രമേ തിരിച്ചെടുക്കാൻ കഴിയൂ എന്നും പറഞ്ഞു.

പൊടാ കേസുകളിൽ കുറ്റം ചാർത്തപ്പെട്ടവരെ ജാമ്യത്തിൽ പുറത്ത് കൊണ്ടുവന്നയുടനെ ഡൽഹി ഹൈക്കോടതിയിൽനിന്നും വിരമിച്ച ജസ്റ്റിസ് ഉഷ മെഹ്റയുടെ നേതൃത്വത്തിൽ നിയമിക്കപ്പെട്ട റിവ്യൂ കമ്മിറ്റി ചെന്നൈയിൽ 2004 ഡിസംബർ 13 മുതൽ 15 വരെയും, 2005 ജനുവരി 7, 8 തീയതികളിലും റിവ്യൂ അന്വേഷണ വിചാരണ നടത്തിയതിൽ, ഞാൻ പങ്ക് ചേർന്ന അഞ്ച് ദിവസങ്ങളിലും വാദിച്ചു. പൊടാ റിവ്യൂ കമ്മിറ്റി തന്റെ 15.4.2005 ലെ റിപ്പോർട്ട് അനുസരിച്ച് പഴ. നെടുമാരൻ, മറ്റു നാല് പേർ എന്നിവർക്കെതിരെ ചുമത്തപ്പെട്ട കുറ്റാരോപണങ്ങൾക്ക് യാതൊരു കാരണവും ഇല്ലെന്ന് പറഞ്ഞതിനൊപ്പം അവർക്കെതിരെയുള്ള കേസുകൾ തിരിച്ചെടുക്കാനും തമിഴ്നാട് സർക്കാരിന് ഉത്തരവ് നൽകി.

പൊടാ നിയമത്തിന്റെ കീഴിൽ മാവോയിസ്റ്റ് പാർട്ടികളും അതിന്റെ മുന്നണി പ്രസ്ഥാനങ്ങളും നിരോധിക്കപ്പെട്ടു. പുരോഗമന യുവസംഘടനയുടെ തലവനായ രവീന്ദ്രൻ എന്നയാൾ തമിഴ്നാട് പൊലീസിനാൽ എൻകൗണ്ടറിൽ കൊല്ലപ്പെട്ടു. അത് നേരിൽ കണ്ട സാക്ഷിയായ ശിവ എന്നയാൾ ദേശീയ മനുഷ്യാവകാശ സമിതിയുടെ മുന്നിൽ മൊഴി കൊടുത്തു. പിന്നീട്, അയാളും വ്യാജ എൻകൗണ്ടറിൽ കൊല്ലപ്പെട്ടു. ഈ സംഭവത്തിൽ ആ പ്രസ്ഥാനത്തിനുള്ളവർ പ്രശ്നമുണ്ടാക്കാതിരിക്കാനായി തമിഴ്നാട് ക്യൂ ബ്രാഞ്ച് പൊലീസുകാർ, ധർമ്മപുരിയുടെ അടുത്ത് ഊത്തങ്കരയിൽ 26 പേരെ അറസ്റ്റ് ചെയ്തു. അവർ തീവ്രവാദ പ്രവർത്തനങ്ങളിൽ ഏർപ്പെടാനുള്ള ഗൂഢാലോചന നടത്തി എന്നതായിരുന്നു കുറ്റം. അറസ്റ്റ് ചെയ്യപ്പെട്ടവരിൽ 18 ആണുങ്ങളും 6 പെണ്ണുങ്ങളും 2 കുട്ടികളും ഉണ്ടായിരുന്നു.

കുട്ടികളിൽ ഒരാളുടെ പേര് പ്രഭാകരൻ എന്നായിരുന്നു. മറ്റൊരാളുടെ പേര് ഭഗത് സിംഗ്. ഇരുവരുടേയും പേരുകൾ മാത്രം പൊലീസിന് കേസ് എടുക്കാൻ മതിയായ കാരണമായിരുന്നു. പൊടാ നിയമത്തിന്റെ വകുപ്പുകളുടെ കീഴിൽ അറസ്റ്റ് ചെയ്യപ്പെട്ടതിനൊപ്പം, കൃഷ്ണഗിരി ജില്ലാ കോടതിയിൽ അവരെ ഹാജരാക്കി. അന്നത്തെ ജില്ലാ ജസ്റ്റിസ് അശോക് കുമാർ, അവർക്ക് പൊടാ നിയമം ബാധകമല്ലെന്നും, 2000 ത്തിലെ ജുവനൈൽ ജസ്റ്റിസ് നിയമം (ശ്രദ്ധ, സുരക്ഷ) അനുസരിച്ച് മാത്രമേ അവരെ വിചാരണ ചെയ്യാൻ കഴിയൂ എന്നും പറഞ്ഞു. പൊലീസ് വകുപ്പ് അത് കേൾക്കാതെ, അവരെ പൂന്തമല്ലിയിലുള്ള പൊടാ പ്രത്യേക

കോടതിയിൽ ഹാജരാക്കി. അതിനെ എതിർത്ത് ചെന്നൈ ഹൈക്കോട തിയിൽ ഞാൻ റിട്ട് ഹർജി ഫയൽ ചെയ്തു. പൊടാ നിയമം കുട്ടികൾക്ക് ബാധകമല്ലെന്ന് വാദിച്ചതിനെ ഹൈക്കോടതി അംഗീകരിച്ച്, ഇരുവരും ജുവനൈൽ ജസ്റ്റിസ് ബോർഡിന്റെ മുന്നിൽ മാത്രമേ വിചാരണ ചെയ്യപ്പെടാൻ പാടുള്ളൂയെന്ന് ഉത്തരവിട്ടു.

ആ വിധി പ്രഖ്യാപിച്ച ശേഷവും തമിഴ്നാട് സർക്കാരിനും അതിന്റെ ക്യൂ ബ്രാഞ്ച് പൊലീസിനും ആ കുട്ടികളെ വിടാൻ താല്പര്യമില്ലാ യിരുന്നു; അതിനിടയിൽ ആ കുട്ടികൾ വളർന്ന് യുവാക്കളായി മാറിയി രുന്നു. എങ്കിലും, അവർക്കെതിരെ 2013 ൽ കൃഷ്ണഗിരിയിലുള്ള ജുവ നൈൽ ജസ്റ്റിസ് ബോർഡിന്റെ മുന്നിൽ വിചാരണ തുടർന്നു. കേസ് വിചാ രണ ചെയ്ത ബോർഡ്, നിയമപ്രകാരം ആറ് മാസത്തിനുള്ളിൽ വിചാ രണ ചെയ്യേണ്ട കേസ് 16 വർഷത്തിനുശേഷം നടത്തുന്നതിനെ വിമർ ശിച്ചതിനൊപ്പം 24.8.2018 ന് അത് തള്ളിക്കളയുകയും ചെയ്തു. രണ്ട് കുട്ടികളെ 16 വർഷം പീഡിപ്പിച്ചത് പോരാതെ, തമിഴ്നാട് സർക്കാരിന് മറ്റൊരു പ്രയോജനവും ഉണ്ടായില്ല.

പൊടാ നിയമത്തിന്റെ കീഴിൽ സംസ്ഥാനങ്ങളിൽ നടക്കുന്ന പീഡ നങ്ങളെ തുറന്നുകാണിക്കാനായി ഡൽഹിയിൽ 2004 മാർച്ചിൽ ഒരു പബ്ലിക് ട്രിബ്യൂണൽ കൂടിയിരുന്നു. അതിൽ പങ്കെടുത്ത് തമിഴ്നാട്ടിൽ പൊടാ നിയമം എങ്ങനെയെല്ലാം തെറ്റായി ഉപയോഗിക്കപ്പെടുന്നു എന്ന് ഞാൻ സംസാരിച്ചു. പൊടാ നിയമത്തിന്റെ കീഴിൽ അറസ്റ്റ് ചെയ്യപ്പെട്ട കുട്ടികളായ പ്രഭാകരൻ, ഭഗത് സിംഗ് എന്നിവരും ആ ട്രിബ്യൂണലിൽ തങ്ങളുടെ മൊഴികൾ കൊടുത്തു. പബ്ലിക്ക് ട്രിബ്യൂണലിന്റെ അവ സാനത്തെ വേദിയിൽ സംസാരിച്ച മുൻ നിയമമന്ത്രി രാം ജെത്മലാനി, നിയമമന്ത്രി ആയിരുന്നപ്പോൾ പാർലമെന്റിൽ പൊടാ നിയമത്തിനെ പിന്തുണച്ചതിൽ ഖേദം രേഖപ്പെടുത്തി. ആ നിയമം വേരോടെ പറിച്ചെ റിയാനായി എല്ലാവരും ഒരുമിക്കണം എന്നും അദ്ദേഹം പറഞ്ഞു. പബ്ലിക്ക് ട്രിബ്യൂണലിന്റെ അവസാന റിപ്പോർട്ട് പുറത്തുവന്നപ്പോൾ നാടുമുഴു വനും ആ നിയമം എങ്ങനെ തെറ്റായി ഉപയോഗപ്പെടുത്തുന്നുവെന്ന് അറി യാൻ കഴിഞ്ഞു. കൂടാതെ, നാട് മുഴുവനും ആ നിയമത്തിന് എതിരായി ഉയർന്ന വിമർശനങ്ങൾ കാരണം ആ നിയമം 2004 ഡിസംബറിൽ റദ്ദ് ചെയ്യപ്പെട്ടു. എങ്കിലും പൊടാ റിവ്യൂ കമ്മിറ്റി നിർദ്ദേശിക്കാത്ത മറ്റ് കേസുകൾ തുടരുന്നതിനും നിയമം വന്നു.

പൊടാ കേസുകളുടെ ക്രൂരത എന്താണെന്നാൽ, ആ കേസുകൾ വിചാരണ ചെയ്യുന്ന കോടതികൾ ഉടനടിയായി ആ കേസുകൾ എടു ക്കേണ്ടതില്ല. പഴ. നെടുമാരന്റെ ജാമ്യാപേക്ഷ ആദ്യം വന്നപ്പോൾ അതിനെ വിചാരണ ചെയ്ത രണ്ട് ജസ്റ്റിസുമാരുടെ ബഞ്ച്, ആദ്യഘട്ട ജാമ്യാപേക്ഷ വിചാരണ ചെയ്യാൻ തന്നെ ആറ് മാസത്തിന് മുകളിൽ എടുത്തു. അവസാനം, ജാമ്യാപേക്ഷകൾ വീണ്ടും വിചാരണയ്ക്ക് വന്നപ്പോൾ അതിൽ കുറ്റം ചാർത്തപ്പെട്ടിരുന്നവർ 17 മാസം ജയിലിൽ

കഴിഞ്ഞിരുന്നു. വൈകോയ്ക്ക് അനുവദിച്ച ജാമ്യം, നിബന്ധനകളോടെ കൊടുത്തിരുന്നതിനാൽ അദ്ദേഹത്തിന് തന്റെ മകളെ കാണാൻ അമേരിക്കയിലേക്ക് പോകാനും, അദ്ദേഹത്തിന്റെ സംരക്ഷണത്തിൽ വളരുന്ന പേരക്കുട്ടിയെ മകളുടെ അടുത്തേക്ക് കൊണ്ടുചെല്ലാനും കഴി ഞ്ഞില്ല. പ്രത്യേക കോടതിയിൽ സമർപ്പിച്ചിരുന്ന അദ്ദേഹത്തിന്റെ പാസ് പോർട്ട്, ആ സമയത്ത് കാലാവധി കഴിഞ്ഞിരുന്നു. അതുകൊണ്ട്, തന്റെ പാസ്പോർട്ട് പുതുക്കുന്നതിനും അമേരിക്കയിലേക്ക് പോയിവരാനും അനുമതി ചോദിച്ച് ഹർജി കൊടുത്തു. ഹർജി പരിശോധിച്ച ജസ്റ്റിസുമാർ പി കെ മിശ്ര, കുലശേഖരൻ ബഞ്ച് അവരുടെ ഉത്തരവ് അനുസരിച്ച് അദ്ദേഹത്തിന് അമേരിക്കയിലേക്ക് പോയിവരാൻ അനുമതി നൽകി.

വൈകോ കോടതിയുടെ അനുമതി ലഭിച്ച് അമേരിക്കയിലേക്ക് പോയയുടൻ അവിടെയുണ്ടായിരുന്ന തന്റെ മകൻ ദുരൈ വയ്യാപുരിയെ (അന്ന് ദുരൈ വൈകോ) ബന്ധപ്പെട്ട് എന്നെ കണ്ട് നന്ദി അറിയിക്കാൻ പറഞ്ഞു. വൈകോയുടെ കത്തും കൊണ്ടുവന്ന മകൻ, എന്റെ വീട്ടിലേക്ക് വന്ന് തന്റെ അച്ഛന് വേണ്ടി നന്ദി അറിയിച്ച്, ഒരു വലിയ തുക ഫീസ് ആയി തരാൻ ശ്രമിച്ചു. എന്നാൽ, 'ഒരു മനുഷ്യാവകാശ കേസിനും ഞാൻ ഫീസ് വാങ്ങാറില്ല; ഇതുവരെ നടത്തിയ എല്ലാ കേസുകളും ഫീസില്ലാതെ നടത്തിവരുകയാണ്' എന്ന് പറഞ്ഞ്, പണം അദ്ദേഹത്തിന് തിരിച്ചുകൊടുത്തു.

ഊത്തങ്കരൈ മാവോയിസ്റ്റ് കേസിൽ കുറ്റവാളികൾ 2002 ൽ അറസ്റ്റ് ചെയ്യപ്പെട്ട്, പൊടാ നിയമത്തിന്റെ കീഴിൽ പ്രത്യേക കോടതിയുടെ വിചാരണ നടക്കുകയായിരുന്നു. അവർ 26 പേരിൽ രണ്ട് കുട്ടികളെ ചെന്നൈ ഹൈക്കോടതി വെറുതെ വിട്ടു. മറ്റ് 24 പേരിൽ 6 പേർ സ്ത്രീ കൾ ആയിരുന്നു. അതിൽ 11 പേരുടെ ജാമ്യാപേക്ഷകൾ പ്രത്യേക കോടതി തള്ളിക്കളഞ്ഞ്, ഹൈക്കോടതിയിൽ അപ്പീൽ നൽകി. ആ സമയത്ത്, ചെന്നൈ സെൻട്രൽ ജയിലിൽ അടച്ചിരുന്ന 11 ആണുങ്ങളും, സേലം വനിതാ ജയിലിൽ അടച്ചിരുന്ന 3 പെണ്ണുങ്ങളും 14.9.2004 മുതൽ അനിശ്ചിതകാല നിരാഹാര സമരം ആരംഭിച്ചു. ജയിൽ വകുപ്പ് അവരെ പീഡിപ്പിക്കുന്നതിനെ എതിർത്തും, തങ്ങളുടെ ജാമ്യാപേക്ഷകൾ പരി ശോധിക്കുന്നതിലെ കാലതാമസത്തിനെ വിമർശിച്ചും നിരാഹാരസമരം തുടങ്ങി. ജയിൽ തടവുകാർ ഭക്ഷണം നിരസിക്കുന്നത് ജയിൽ നിയമം അനുസരിച്ച് കടുത്ത കുറ്റമാണ്. അതനുസരിച്ച് അവർക്ക് കൊടുക്കുന്ന സന്ദർശനാനുമതി നിഷേധിക്കപ്പെടും. അതും പോരാതെ ഈ വിവരം അറിഞ്ഞ ജി ഹരിബാബു എന്ന സേലം വക്കീൽ, അവർക്ക് വേണ്ടി ഹേബിയസ് കോർപ്പസ് ഹർജി ഫയൽ ചെയ്തു. അതിൽ ഇടക്കാല ഉത്തരവായി പൗരാവകാശ പ്രവർത്തകനായ വിരമിച്ച ജസ്റ്റിസ് രാജീന്ദർ സച്ചാറിന്റെ നേതൃത്വത്തിൽ, അദ്ധ്യാപകരായ മാർക്സ്, കല്യാണി, സരസ്വതി, വക്കീലന്മാരായ എം ബാരി, എസ് സെങ്കൊടി, ജെ സുകു മാരൻ, ഇളംപരിതി തുടങ്ങിയവർ ഉൾപ്പെട്ട 13 പേരുടെ സംഘം ആ

തടവുകാരെ നേരിൽ കണ്ട് സത്യം അറിയാനുള്ള അനുമതി ആവശ്യപ്പെട്ടു. ഈ ഹർജി പരിശോധിച്ച ജസ്റ്റിസുമാരായ പി.കെ മിശ്രയും കെ പി ശിവസുബ്രഹ്മണ്യവും എന്റെ വാദങ്ങൾ കേട്ടശേഷം മനുഷ്യാവകാശ സംഘത്തിന് തടവുകാരെ സന്ദർശിക്കാനുള്ള അനുമതി നൽകി ഉത്തരവിട്ടു. ആ ഉത്തരവിൽ ജയിൽ നിയമം ന: 693 ന്റെ കീഴിൽ സമരക്കാരായ തടവുകാരെ സന്ദർശിക്കുന്നതിനുള്ള അനുമതി നിഷേധിക്കപ്പെടുമെങ്കിലും, അവസ്ഥയെക്കരുതി ആ ഉത്തരവ് നൽകുന്നതായി പറഞ്ഞു.

ഊത്തങ്കരൈ മാവോയിസ്റ്റുകൾക്ക് പുറം ലോകത്ത് നിന്നും അനുകമ്പ ലഭിച്ചുവെന്നല്ലാതെ കോടതി അവരുടെ കേസുകളിൽ യാതൊരു തിടുക്കവും കാണിച്ചില്ല. പൊടാ തടവുകാരുടെ ജാമ്യ ക്കേസുകൾ നിയമപ്രകാരം രണ്ട് ജസ്റ്റിസുമാരുടെ ബഞ്ചിന്റെ മുന്നിൽ വിചാരണയ്ക്ക് വരും. ഏകദേശം അങ്ങനെ ആറ് ബഞ്ചുകൾ, തങ്ങളുടെ മുന്നിൽ ആ കേസുകൾ പട്ടികയിടണ്ടായെന്ന് പറഞ്ഞ് ഒഴിവാക്കും. കസേരക്കളിയിൽ ചുറ്റി വരുന്നത് പോലെ അവരുടെ ജാമ്യാപേക്ഷ ഏഴാമത് ഒരു ബഞ്ചിന്റെ മുന്നിൽ നവംബർ 2004 ന് വിചാരണയ്ക്ക് വന്നു. ആ ബഞ്ചും അത് മാറ്റിവച്ചതിനാൽ എനിക്ക് ദേഷ്യം വന്നു. കാരണം, ആ സമയത്ത് ആ തടവുകാർ അപ്പോൾത്തന്നെ രണ്ട് വർഷം ജയിലിൽ കഴിഞ്ഞിരുന്നു. കോടതിമുറി വിട്ട് പുറത്ത് വന്നപ്പോൾ പത്രക്കാർ എന്റെ അഭിപ്രായം ചോദിച്ചപ്പോൾ അവരോട്, “സർക്കാർ സ്വാധീനമുള്ള നേതാക്കളുടെ കേസെല്ലാം വേഗം തീർക്കുമ്പോൾ, ഊത്തങ്കരൈ മാവോയിസ്റ്റുകളുടെ കേസ് മാത്രം ഈ കോടതിയിൽ ത്തന്നെ ഇപ്പോഴും ചുറ്റിത്തിരിയുകയാണ്. വരാനിരിക്കുന്ന ദീപാവലി ആ തടവുകാർ ഇരുട്ടിലാണ് ആഘോഷിക്കാൻ പോകുന്നത്. പൊടാ നിയമം പിൻവലിച്ച ശേഷം എല്ലാവരും ആ നിയമം മറന്നത് പോലെ ആ തടവുകാരേയും മറന്നിരിക്കുന്നു” എന്ന് ഞാൻ പറഞ്ഞു.

മാധ്യമങ്ങളോട് ഞാൻ പറഞ്ഞ അഭിപ്രായം, പിന്നീട് എന്റെ ജസ്റ്റിസ് നിയമനത്തിനായുള്ള നിർദ്ദേശത്തിനെ പ്രതികൂലമായി ബാധിച്ചു. അതിനെപ്പറ്റി പിന്നീട് നോക്കാം. പഴ. നെടുമാരന്റെയൊപ്പം അറസ്റ്റിലായ അഞ്ച് പേർക്കും പൊടാ കേസിൽനിന്നും ജാമ്യം ലഭിച്ച് മോചിതരായെങ്കിലും പഴ. നെടുമാരന് പെട്ടെന്ന് ജയിലിൽനിന്നും പുറത്ത് വരാൻ കഴിഞ്ഞില്ല. അദ്ദേഹത്തിന് അപ്പോൾ 71 വയസ്സ്. അദ്ദേഹം 17 മാസം ജയിലിലുണ്ടായിരുന്ന കാലത്ത്, തമിഴ്നാട് മുഴുവനും പല സ്ഥലങ്ങളിലായി കൊടുത്ത കേസുകൾക്കായി കോടതികളിൽ ഹാജർ വയ്ക്കാൻ പൊലീസ് വാഹനത്തിൽ ഇടയ്ക്കിടെ അദ്ദേഹത്തെ കൂട്ടിക്കൊണ്ട് പോകുമായിരുന്നു. അതിൽ പ്രധാനപ്പെട്ട കേസുകൾ തിരുച്ചെന്തൂർ കേസ്, പൂലത്തൂർ (കൊടൈക്കനാൽ) കേസ്, വണ്ണംപട്ടി (ചെമ്പട്ടി) കേസ് എന്നിവയായിരുന്നു. ഒരു തവണ അദ്ദേഹം പൊലീസ് വാഹനത്തിൽ തിരിച്ച് വരുമ്പോൾ, ചെങ്കൽപ്പട്ടിക്കരികിൽ ആ വാഹനം അപകടത്തിൽ പെട്ടു.

ഭാഗ്യംകൊണ്ട് ചെറിയ പരിക്കുകളോടെ പഴ. നെടുമാരൻ രക്ഷപ്പെട്ടു. ഞാൻ കടലൂർ ജയിലിലേക്ക് പോയി സുഖവിവരം അന്വേഷിച്ചു.

നെടുമാരൻ പൊടാ നിയമക്കേസിൽ ജാമ്യം വാങ്ങിയെങ്കിലും പെട്ടെന്ന് ജയിലിൽനിന്നും പുറത്ത് വരാൻ സാധിക്കാത്തതിന്റെ കാരണം, അദ്ദേഹത്തിനെതിരെ പൊലീസ് ക്യൂ ബ്രാഞ്ച് മറ്റൊരു കേസ് കൊടുത്ത്, അതിനുള്ള കുറ്റപത്രം ആലന്തൂർ ജുഡീഷ്യൻ മജിസ്ട്രേട്ടിന്റെ കോടതിയിൽ ഫയൽ ചെയ്തിരുന്നു. ആ കേസിലും ജാമ്യം ചോദിച്ച് മേടിക്കാൻ മറന്ന് പോയതിനാൽ, അദ്ദേഹത്തിന് പുറത്ത് വരാൻ സാധിച്ചില്ല. സീനിയർ വക്കീൽ ആയിപ്പോയതിനാൽ കീഴ്ക്കോടതിയിൽ പോയി വാദിക്കുന്നത് ഞാൻ ഒഴിവാക്കുമായിരുന്നു. പ്രത്യേകിച്ചും, ജാമ്യാപേക്ഷകളിൽ ഞാൻ ഹാജരാവാറില്ലായിരുന്നു. എങ്കിലും, പഴ. നെടുമാരൻ ആവശ്യപ്പെട്ടതിനാൽ ജാമ്യാപേക്ഷ ചെങ്കപ്പട്ട് ബഞ്ച് കോടതിയിൽ അവർക്കായി ഫയൽ ചെയ്യപ്പെട്ടു. അതിൽ വാദിക്കാനായി ഞാൻ 3.1.2004 ന് രാവിലെ 10 മണിക്ക് തന്നെ ചെങ്കൽപ്പട്ട് കോടതിയിലേക്ക് പോയി. ജില്ലാ ബഞ്ച് ജസ്റ്റിസ് ആയിരുന്ന പെരിയ കറുപ്പയ്യ പറഞ്ഞ സമയത്ത് കോടതിയിൽ എത്തിയില്ല. കൂടാതെ, അവിടത്തെ വക്കീലന്മാർ പണിമുടക്കിൽ ആയിരുന്നു.

തിരുത്തണി വരെ പോയിരുന്ന ജില്ലാ ജഡ്ജി ഉച്ചയ്ക്ക് 3 മണിക്കാണ് കോടതിയിൽ എത്തിയത്. കോടതി പണിമുടക്കിൽ ആയിരുന്ന വക്കീലന്മാർ എന്നോട് അന്ന് കേസ് നടത്തരുതെന്ന് ആവശ്യപ്പെട്ടു. അവരുടെ പ്രതിനിധികളോട്, “17 മാസം ജയിലിൽ കഴിഞ്ഞ 71 വയസ്സുള്ള രാഷ്ട്രീയനേതാവിന് ഹൈക്കോടതി ജാമ്യം നൽകിയിട്ടും ആലന്തൂർ കേസിൽ ജാമ്യം ലഭിക്കാത്തതിനാൽ അദ്ദേഹത്തിന് ജയിലിൽനിന്നും പുറത്ത് വരാൻ കഴിഞ്ഞില്ല. നിങ്ങളുടെ സമരത്തിനായി അദ്ദേഹത്തിന്റെ അവകാശത്തെ നിഷേധിക്കാൻ ശ്രമിക്കരുത്” എന്ന് പറഞ്ഞ്, അവരുടെ സംഘത്തിൽ ഞാൻ അംഗമല്ല, അതുകൊണ്ട് അവരുടെ സംഘടനയുടെ തീരുമാനങ്ങൾ എന്നെ ബാധിക്കില്ല എന്നും പറഞ്ഞ് അവരെ തിരിച്ചയച്ചു.

കോടതിയിൽ വന്നിരുന്ന ജസ്റ്റിസ് എന്നോട്, “ഇന്ന് വക്കീലന്മാർ പണിമുടക്കിൽ ആയതിനാൽ വരുന്ന തിങ്കളാഴ്ച കേസ് വച്ചാലോ?” എന്ന് ചോദിച്ചു. ഞാൻ ജസ്റ്റിസിനോട്, “നമ്മൾ രണ്ടുപേരും പണിമുടക്കിൽ ഇല്ല, അതുകൊണ്ട് കേസ് ഇന്ന് തന്നെ നടത്തണം” എന്ന് അപേക്ഷിച്ചു. കേസ് നടത്തിക്കഴിഞ്ഞ് വൈകുന്നേരം 5 മണിക്ക് ഞാൻ ചെന്നൈയിലേക്ക് മടങ്ങി. ചെങ്കൽപ്പട്ടു ജില്ലാ ജഡ്ജി അന്നുതന്നെ ഉത്തരവ് നൽകാതെ, ആലന്തൂർ കോടതി രേഖകൾ വരുത്തിക്കാൻ ഉത്തരവിട്ടതിനൊപ്പം, ജാമ്യാപേക്ഷ 5.1.2004 ലേക്ക് മാറ്റിവച്ചു. പഴ. നെടുമാരൻ വീണ്ടും രണ്ടാഴ്ച ജയിലിൽ കഴിഞ്ഞ് 7.1.2004 നാണ് 17 മാസത്തെ ജയിൽ ജീവിതത്തിൽനിന്നും പുറത്ത് വന്നത്.

പഴ. നെടുമാരനെതിരെ ആലന്തൂർ കോടതിയിൽ ക്യൂ ബ്രാഞ്ച് പൊലീസ് കൊടുത്ത കേസ് വിചിത്രമായ ഒന്നാണ്. *കാവ്യനായകൻ*

കിട്ടു എന്ന തലക്കെട്ടിൽ അദ്ദേഹം എഴുതിയ പുസ്തകങ്ങൾ ലണ്ടനിലേക്ക് അയച്ചപ്പോൾ, അത് ചെന്നൈ വിമാനത്താവളത്തിൽവച്ച് പൊലീസുകാർ പിടിച്ചെടുത്ത് 1967 ലെ നിയമവിരുദ്ധ പ്രവർത്തന നിരോധനനിയമത്തിന്റെ കീഴിൽ കേസ് എടുത്തു. ആ കേസിൽ ആ പുസ്തകം നിരോധിക്കപ്പെട്ട തമിഴ് പുലികളെ പിന്തുണയ്ക്കുന്നതാണെന്നും, ആ പുസ്തകത്തിന്റെ പുറം ചട്ടയിൽ 'ശൈവ സിദ്ധാന്ത വിശദീകരണം' എന്ന് അച്ചടിച്ചിരുന്നതായും പറഞ്ഞ് അവർ കേസ് കൊടുത്തു.

ആലന്തൂർ ജുഡീഷ്യൽ മജിസ്ട്രേട്ട്, ആ കേസ് ജില്ലാ ബഞ്ച് അന്വേഷിക്കണം എന്ന് പറഞ്ഞ് ജില്ലാ കോടതിയിലേക്ക് അയച്ചു. അത് അന്വേഷിച്ച ചെന്നൈ അഡീഷണൽ ബഞ്ച് ജസ്റ്റിസ് 13 രേഖകളുടെ അടിസ്ഥാനത്തിൽ 7 സാക്ഷികളെ വിചാരണ നടത്തി. ഇതിനിടയിൽ ഉണ്ടായ ഭരണമാറ്റം കാരണം സർക്കാർ ഭാഗം വക്കീൽ കേസ് പിൻവലിക്കാൻ ഹർജി നല്കി. അത് അംഗീകരിച്ച ജില്ലാ ബഞ്ച് 18.10.2006 ലെ ക്രിമിനൽ ജസ്റ്റിസ് നിയമം അനുസരിച്ച് കുറ്റവാളിയെ നിരപരാധിയായി പ്രഖ്യാപിച്ചു.

എന്നാൽ ആ വിധിയിൽ പിടിച്ചെടുത്ത പുസ്തകങ്ങൾ പഴ. നെടുമാരന് തിരിച്ച് കൊടുക്കുന്നതിനെപ്പറ്റി ഒന്നും പറഞ്ഞിട്ടില്ലാത്തതിനാൽ, വീണ്ടും തിരിച്ച് കിട്ടാനുള്ള ഹർജി ഫയൽ ചെയ്തത് 2.3.2007 ന് തള്ളിക്കളയപ്പെട്ടു. അതിനെ എതിർത്ത് ചെന്നൈ ഹൈക്കോടതിയിൽ പഴ. നെടുമാരൻ അപ്പീൽ കൊടുത്തു. കേസിൽ കുറ്റവാളികളെ നിരപരാധികളായി വിട്ടയക്കുമ്പോൾ, അവരുടെ സ്വത്തുകളും ജുഡീഷ്യൽ കോടതി അതിന്റെ ഉടമസ്ഥർക്ക് കൊടുക്കണമെന്നതാണ് നടപടിക്രമം എന്ന് വാദിക്കപ്പെട്ടു. ആ പുസ്തകം ഇന്നേവരെ സർക്കാർ നിരോധിച്ചിട്ടില്ലാത്ത പുസ്തകമാണെന്നും പറയാൻ പറ്റില്ല. എന്നാൽ, വിചിത്രമെന്നു പറയട്ടെ ചെന്നൈ ഹൈക്കോടതി ആ ഹർജി തള്ളിക്കളഞ്ഞ്, എല്ലാ പുസ്തകങ്ങളും നശിപ്പിക്കാൻ പൊലീസിന് ഉത്തരവിട്ടു. കുറ്റവാളികൾ നിരപരാധികളായി. എന്നാൽ അവരുടെ രചനകൾ മാത്രം കുറ്റവാളികളാക്കപ്പെട്ട്, വധശിക്ഷയും വിധിച്ചത് വിചിത്രമല്ലേ?

പൊടാ റിവ്യൂ കമ്മിറ്റി നെടുമാരനേയും, അദ്ദേഹത്തിനൊപ്പം കുറ്റം ചാർത്തപ്പെട്ടവർക്കെതിരെയുമുള്ള പൊടാ കുറ്റത്തിന് യാതൊരു കാരണവും ഇല്ലെന്ന് അറിയിച്ചതിനൊപ്പം, അവർക്കെതിരെ എടുത്ത കേസ് റദ്ദ് ചെയ്തിരിക്കണം. എന്നാൽ തമിഴ്നാട് സർക്കാർ, പൊടാ നിയമത്തിന്റെ റിവ്യൂ കമ്മിറ്റിയുടെ റിപ്പോർട്ട് വെറും നിർദ്ദേശം മാത്രമാണെന്നും, അത് സർക്കാരിനേയും കോടതിയേയും നിയന്ത്രിക്കുമെന്നും പറഞ്ഞ് പൊടാ നിയമഭേദഗതിയെ എതിർത്ത് അപ്പീൽ കൊടുത്തത് നമ്മൾ കണ്ടുകഴിഞ്ഞു. പൊടാ കേസുകളിൽ ഹൈക്കോടതിയിൽ മാത്രം സീനിയർ വക്കീലായി ഹാജരായിവന്ന സമയത്ത്, അതിന്റെ വിചാരണയിലും പൂന്തമല്ലി പ്രത്യേക പൊടാ കോടതിയിൽ നടന്ന വിചാരണയിലും ഞാൻ പങ്കെടുക്കാനിടയായി. റിവ്യൂ കമ്മിറ്റി

പൊടാ കേസുകൾക്കായുള്ള കാരണം ഇല്ലെന്ന് വിധിച്ചതിന് ശേഷവും, പൊടാ പ്രത്യേക കോടതി കേസ് വിചാരണ ത്വരിതപ്പെടുത്തി. ചിലപ്പോൾ ഈ പ്രത്യേക കോടതി സൃഷ്ടിച്ച്, അതിൽ ജസ്റ്റിസ് ആയി ഇരുത്തപ്പെട്ടവർ തങ്ങളെ ഭീകരവാദികൾക്കെതിരെ വാളോങ്ങുന്ന വീരന്മാരായി സ്വയം കരുതും. അവരുടെ വസ്ത്രധാരണം, സംസാരം, ചിന്ത എല്ലാത്തിലും മാറ്റങ്ങൾ അനുഭവപ്പെടും. അങ്ങനെ ആ ജസ്റ്റിസുമാർക്ക് മാനസികമാറ്റങ്ങളും ഉണ്ടാക്കും.

പ്രത്യേക കോടതി ജസ്റ്റിസ് ആയി പ്രവർത്തിച്ച രാജേന്ദ്രൻ കീഴ്ക്കോടതിയുടെ ജസ്റ്റിസ് ആയിരിക്കുമ്പോഴേ എനിക്ക് പരിചയമുള്ളയാളാണ്. അദ്ദേഹത്തിന്റെ മുന്നിൽ ചില സിവിൽ കേസുകൾ നടത്തിയിട്ടുണ്ട്. അപ്പോഴെല്ലാം എളിമയോടെ, കനിവോടെ പെരുമാറിയിരുന്ന ആളായിരുന്നു അദ്ദേഹം. പ്രത്യേക ജസ്റ്റിസ് ആയതിന് ശേഷം പല മാറ്റങ്ങൾ അദ്ദേഹത്തിൽ കാണാൻ കഴിഞ്ഞു. മുടി നടുക്കുനിന്നും മകിടെടുത്ത് ചീകി, മീശ ഹിറ്റ്ലറുടെ പോലെ മുറിച്ചു. അതിനുശേഷം, എന്നെ കാണുമ്പോൾ ഭീകരവാദികളുടെ കൂട്ടത്തിലെ ഒരാളായി തോന്നുന്നതുപോലെയായിരുന്നു അദ്ദേഹത്തിന്റെ പെരുമാറ്റം.

ദിവസവും രാവിലെ 10 മണിക്ക് പൂന്തമല്ലി പ്രത്യേക കോടതി ആരംഭിക്കുമെങ്കിലും ഞാൻ 9 മണിക്കേ പോകും. കേസ് നടത്തുന്ന പ്രത്യേക പബ്ലിക് പ്രോസിക്യൂട്ടർ 11 മണിക്കേ വരുകയുള്ളൂ. ഇതിനിടയിൽ കേസിന്റെ അന്വേഷണാധികാരിയായ ക്യൂ ബ്രാഞ്ച് ഡെപ്യൂട്ടി സൂപ്രണ്ട്, ജസ്റ്റിസിന്റെ മുറിക്കുള്ളിൽ പോയി ഏതാണ്ട് അര മണിക്കൂർ നേരം സംസാരിച്ചുകൊണ്ടിരിക്കും. ഞങ്ങളാകട്ടെ കോടതിയിൽ കാത്തിരിക്കും.

ഒരു ദിവസം ഞാൻ കോടതിയിൽ ചെന്നപ്പോൾ വൈകോ, നെടുമാരൻ എന്നിവർ ഉൾപ്പെട്ട എല്ലാവരും കോടതിയിൽ നിൽക്കുന്നുണ്ടായിരുന്നു. അവരോട് കാരണം ചോദിച്ചപ്പോൾ, വിചാരണയുടെ സമയത്ത് കുറ്റവാളികൾ നിൽക്കണം എന്ന് ജസ്റ്റിസ് പറഞ്ഞതായി അറിയിച്ചു. ഞാൻ അവരോട് കസേരകളിൽ ഇരിക്കാൻ പറഞ്ഞശേഷം, പ്രത്യേക ജസ്റ്റിസിനോട്, അവർ നിരപരാധികളാണ്, അവരെ ഇരിക്കാൻ അനുവദിക്കാതെ ഉത്തരവിടാൻ താങ്കൾക്ക് അധികാരമില്ല എന്ന് കടുത്ത സ്വരത്തിൽ പറഞ്ഞു. ദിവസവും അന്വേഷണ ഉദ്യോഗസ്ഥനുമായി ജസ്റ്റിസ് തന്റെ മുറിയിൽ സംസാരിച്ചുകൊണ്ടിരിക്കുന്നത് ക്രമക്കേടാണെന്നും ഞാൻ പറഞ്ഞു.

പുതുക്കോട്ടൈ പാവാണനെതിരെയുള്ള കേസ് വിചാരണ ആദ്യം തുടങ്ങി. കവുന്തമ്പാടിയിലെ പ്രസംഗം കുറ്റാരോപണം നിരൂപിക്കുന്നതായി കണക്കാക്കപ്പെട്ടു. അദ്ദേഹത്തിന്റെ പ്രസംഗം കേട്ട കവുന്തമ്പാടി ഹെഡ് കോൺസ്റ്റബിൾ ബാലസുബ്രഹ്മണ്യം, സർക്കാർ ഭാഗത്തെ ആദ്യത്തെ സാക്ഷിയായി 9.10.2003 ന് വിസ്തരിക്കപ്പെട്ടു. ആ പൊലീസുകാരൻ പാവാണന്റെ പ്രസംഗം ടേപ്പിൽ റെക്കോർഡ് ചെയ്തത്

വീണ്ടും കേട്ടശേഷം, അദ്ദേഹത്തിന്റെ പ്രസംഗം കുറ്റപത്രികയിൽ ചേർത്തതായി പറഞ്ഞു. സർക്കാർ ഭാഗത്തുനിന്നും അദ്ദേഹം കൊണ്ടു വന്ന ക്യാസറ്റ് രണ്ടും തെളിവായി രേഖപ്പെടുത്തി.

അദ്ദേഹത്തിന്റെ ക്രോസ്സ് വിസ്താരം 17.2.2004 ന് തുടർന്നു. ക്രോസ്സ് വിസ്താരത്തിൽ സാക്ഷി ഇങ്ങനെ മറുപടി പറഞ്ഞു. "തങ്കരാജനെ 24.6.2002 ന് സമ്മേളനത്തിന് അയച്ചത് ആരാണെന്ന് എനിക്കറിയില്ല. തങ്കരാജ് റിക്കാർഡ് ചെയ്ത ടേപ്പ് ഈ കോടതിയിൽ വച്ചാണ് കേൾക്കു ന്നത്. അതിന് മുമ്പ് ആ ടേപ്പ് ഞാൻ കേട്ടിട്ടില്ല. 20 നിമിഷം ഈ കോടതിയിൽ വച്ച് കേട്ടു. വീണ്ടും വീണ്ടും അത്രയുമേ കേൾപ്പിച്ചുള്ളൂ. ഈ കോടതിയിൽ ആദ്യം വിചാരണ ചെയ്യുമ്പോൾ കേൾപ്പിച്ചിട്ടില്ല. തീയതി ഓർമ്മയില്ല. കോടതിയിൽ സാർ ഇട്ടപ്പോഴാണ് കേട്ടത്."

സാക്ഷിയുടെ ഈ മറുപടി കേട്ടശേഷം കോടതി പോലും അതി ശയിച്ചുപോയി. ജസ്റ്റിസ് രാജേന്ദ്രൻ ദേഷ്യത്തോടെ സാക്ഷിയെ നോക്കി, "എന്താ പറയുന്നത്?" എന്ന് ശകാരിച്ചു. ജസ്റ്റിസിനെ നോക്കി, "സാക്ഷിയെ സംസാരിക്കാൻ വിടൂ. പിന്നെ അങ്ങയുടെ മൊഴി തരാവു ന്നതാണ്" എന്ന് ഞാൻ തമാശയായി പറഞ്ഞു. എങ്കിലും ജസ്റ്റിസ് സാക്ഷിയെ ക്രോസ്സ് വിസ്താരം ചെയ്ത് ഇങ്ങനെ രേഖപ്പെടുത്തി:

കോടതി: കോടതിയിൽ എപ്പോൾ, എവിടെ വച്ച് ടേപ്പ് വച്ച് കേട്ടു?

മറുപടി: തീയതി ഓർമ്മയില്ല (സാക്ഷി ആലോചിച്ച് ആലോചിച്ച് മറുപടി പറഞ്ഞു) നേരം ഓർമ്മയില്ല.

എന്ത് കാരണത്തിനാണ് കേൾപ്പിച്ചതെന്ന് ചോദിച്ചപ്പോൾ, സാക്ഷി അവസാനം വരെ മറുപടി നല്കിയില്ല എന്നായിരുന്നു കോടതിരേഖ.

വീണ്ടും ക്രോസ്സ് വിസ്താരത്തിൽ സാക്ഷി ഇങ്ങനെ മറുപടി പറഞ്ഞു:

"ഞാൻ സാക്ഷിക്കൂട്ടിൽ നില്ക്കുമ്പോൾ ആ ക്യാസറ്റ് വച്ചിരുന്നില്ല. ആദ്യത്തെ വിചാരണയ്ക്ക് മുമ്പാണോ പിന്നീടാണോ കേട്ടതെന്ന്, എനിക്ക് ഓർമ്മയില്ല. ഇപ്പോൾ നിങ്ങൾ കാണിക്കുമ്പോഴാണ് ആ ക്യാസറ്റ് കാണുന്നത്. കോടതിയിൽവച്ച് കേട്ടു എന്ന് പറഞ്ഞത് വേറെ, വേറെ സ്ഥലത്ത് വച്ച് കേട്ടത് വേറെ. കോടതിയിൽവച്ച് കുറച്ച് കേട്ടു. മറ്റെവിടെയും വച്ച് കേട്ടിട്ടില്ല. മറ്റിടങ്ങളിൽ കേട്ടില്ല. കോടതിയിൽ എനിക്കായി മാത്രം കേൾപ്പിച്ചില്ല. ഞാൻ അത് കോടതി ഹാളിൽ, സാക്ഷിക്കൂട്ടിന്റെ അരികിൽ നിന്നാണ് കേട്ടത്."

അന്നത്തെ വിചാരണ അവസാനിപ്പിച്ച് ജസ്റ്റിസ് പെട്ടെന്ന് മുറി യിലേക്ക് പോയി. അതിന് ശേഷം, പാവാണനെതിരെയുള്ള പൊടാ കേസ് വിചാരണ തുടർന്നതേയില്ല. ഞാൻ ആദ്യം പറഞ്ഞത് പോലെ, ഭീകര വാദം തടുക്കാനുള്ള നിയമത്തിന്റെ കീഴിൽ നിയമിക്കപ്പെടുന്ന ചില ജസ്റ്റിസുമാരും കേസിൽ തങ്ങളുടെ പങ്ക് എന്താണെന്ന് അറിയാതെ, പക്ഷപാതം കാണിക്കുന്നത് ഈ കേസ് വിചാരണയിൽത്തന്നെ മനസ്സി ലാക്കാം. പ്രത്യേക കോടതി ജസ്റ്റിസ് രാജേന്ദ്രന്റെ നടപടികളെപ്പറ്റിയും,

പ്രത്യേക പ്രോസിക്യൂട്ടർ വിചാരണ നടത്തുന്ന വിധത്തിനെയുംകുറിച്ച് പൊടാ പ്രത്യേക കോടതിയിൽ ഹാജരാകുന്ന വക്കീലന്മാർ എല്ലാവരും ചേർന്ന് പരാതിക്കത്ത് എഴുതി/കൈയ്യൊപ്പിട്ട് ചീഫ് ജസ്റ്റിസിന് നല്കി.

2002 മുതൽ 2006 വരെ പൊടാ കേസുകൾ നടത്തുന്നതിൽ കാലം കഴിഞ്ഞുപോയി. തൊഴിലാളികൾ, സർക്കാർ ഉദ്യോഗസ്ഥർ, അദ്ധ്യാപകർ തുടങ്ങിയവരുടെ കേസുകൾ നടത്തി വന്നിരുന്ന ഞാൻ, പെട്ടെന്ന് ഭീകരവാദ നിവാരണ നിയമത്തിന്റെ കീഴിൽ എടുത്ത കേസുകളിൽ, എങ്ങനെ ഇറങ്ങി?

ഹൈക്കോടതിയിൽ ക്രിമിനൽ കേസ് നടത്തുന്നതിന് പല അനുഭവസ്ഥരായ വക്കീലുമാർ ഉണ്ട്. അവരിൽ ജാംബവാന്മാരും ഉണ്ട്. താട, പൊടാ നിയമങ്ങൾ വന്നയുടൻ, അതിൽ കുറ്റാരോപിതർ ആയ വർക്ക് കേസ് വാദിക്കാൻ വക്കീലന്മാർ തികയാതെയായി. പലരും ആ കേസുകൾ നടത്താൻ മുന്നോട്ട് വന്നില്ല. ഭീകരവാദം എന്ന് പറഞ്ഞയുടൻ തന്നെ, അവർക്കായി കേസ് നടത്തുന്നവരും ഭീകരവാദികളായി കണ ക്കാക്കപ്പെട്ടു. വീരസേനനെപ്പോലെയുള്ള വക്കീലന്മാർ താട നിയമത്തിൽ കേസ് നടത്താൻ തുനിഞ്ഞയുടനെ അദ്ദേഹവും ആ നിയമത്തിന്റെ കീഴിൽ അറസ്റ്റ് ചെയ്യപ്പെട്ടതല്ലേ?

ഇതുകൊണ്ട്, ഒരു തരത്തിലുള്ള ഭയം വക്കീലന്മാർക്കിടയിൽ ഉണ്ടാ യിരുന്നു. ബാർ കൗൺസിൽ നിയമങ്ങളിൽ ഭയമില്ലാതെ തങ്ങളുടെ കക്ഷികളുടെ കേസുകൾ ധൈര്യത്തോടെ നടത്തണം എന്നത് വക്കീ ലന്മാരുടെ കടമയാണെന്ന് ഉണ്ടെങ്കിലും, നടപ്പിലുള്ള ലോകം വേറെ യാണ്. ഞാൻ ആദ്യം പറഞ്ഞത് പോലെ, ദളപതി വൈദ്യ കൊലക്കേ സിൽ പൂന നഗരത്തിലെ വക്കീലന്മാർ ആരും ഹാജരാകാൻ പാടില്ലെന്ന് അവിടെ തീരുമാനമെടുത്തിരുന്നു.

പെട്ടെന്ന് നാല് വർഷം പൊടാ കേസിൽ മുഴുകിയതിനാൽ ഉണ്ടായ കാര്യങ്ങളും പറയേണ്ടതുണ്ട്. പല തൊഴിലുകൾ ചെയ്യുന്ന സുഹൃത്തു ക്കളും ചില ബന്ധുക്കളും പറഞ്ഞതെല്ലാം ഞാൻ അവഗണിച്ചു. കോടതി വരാന്തകളിൽ പതിവായി പുഞ്ചിരി തൂകിക്കൊണ്ട് എതിര വന്നിരുന്ന വർ പെട്ടെന്ന് മുഖം തിരിക്കാൻ തുടങ്ങി. ഊത്തങ്കരൈ കേസ് രണ്ട് ജസ്റ്റിസുമാരുടെ ബഞ്ച് വിചാരണ ചെയ്യാതെ നീട്ടിക്കൊണ്ടുപോയതിനെ വിമർശിച്ച് മാധ്യങ്ങളിൽ അഭിപ്രായം പറഞ്ഞ എനിക്ക് മറ്റൊരു പ്രതി കരണവും ലഭിച്ചിരുന്നു. എന്റെ പേര് ഹൈക്കോടതി ജസ്റ്റിസ് ആയി നിർദ്ദേശിക്കുന്നതിന് 2004 ൽ സമ്മതം അറിയിച്ച ഒരു ജസ്റ്റിസ് തന്നെ, ആ നിർദ്ദേശം പിൻവലിച്ചു എന്നറിഞ്ഞു; ഇതിന്റെ കാരണമായി ജസ്റ്റി സുമാരെ മാധ്യമങ്ങളിൽ വിമർശിച്ചത് അദ്ദേഹം സൂചിപ്പിച്ചിരുന്നത്രേ. ആ കഥ മറ്റൊരു അദ്ധ്യായത്തിൽ നോക്കാം.

പൊടായും പോയി, അതിനെ തെറ്റായി പ്രയോഗിച്ച ജയലളിത സർ ക്കാരിന് 2006 ൽ ഭരണവും നഷ്ടപ്പെട്ടു. 1967 ലെ നിയമവിരുദ്ധ പ്രവർ ത്തന നിരോധന നിയമം (UAPA) വളരെ മോശമായ ഭേദഗതികളോടെ

2004 ൽ കൊണ്ടുവരപ്പെട്ടു. ഇന്ന് ആ നിയമം എത്രയളവിൽ മോശമായി ഉപയോഗിക്കുന്നു എന്നത് നേരിൽ കണ്ടുകൊണ്ടാണിരിക്കുന്നത്. ഡൽഹി ജവഹർലാൽ നെഹ്റു സർവകലാശാലയിലെ മൂന്ന് വിദ്യാർത്ഥികളെ സമരത്തിൽ ഏർപ്പെട്ടു എന്ന കാരണത്താൽ UAPA നിയമത്തിന്റെ കീഴിൽ ഒരു വർഷം ജയിലിൽ അടച്ചതിനൊപ്പം, അവർ ഡൽഹി ഹൈക്കോടതിയിൽനിന്നും വാങ്ങിയ ജാമ്യത്തിന് എതിരായി കേന്ദ്രസർക്കാർ സുപ്രീം കോടതിയിൽ അപ്പീൽ കൊടുത്തു.

വിദ്യാർത്ഥികൾക്ക് ജാമ്യം കൊടുത്ത ഡൽഹി ഹൈക്കോടതി, “സർക്കാരിനെ വിമർശിക്കാനും ഭീകരവാദത്തിനെ തടുക്കുന്നതിനും ഇടയിലുള്ള നേരിയ അതിർത്തി കാണാതെ തങ്ങളുടെ രാഷ്ട്രീയ എതിരാളികൾക്കെതിരെ സർക്കാർ UAPA നിയമം ഉപയോഗിക്കാൻ പാടില്ല” എന്ന് വിമർശിച്ചിട്ടുണ്ട്. കേന്ദ്രസർക്കാരിന്റെ പോക്കിനെ ഈ വിമർശനങ്ങളൊന്നും മാറ്റാൻ പോകുന്നില്ല. ഭീമ കൊറേഗാവ് കേസിൽ പത്തിലധികം ബുദ്ധിജീവികളെ മൂന്ന് വർഷം ജയിലിൽ അടച്ചതിനൊപ്പം, അവർക്ക് ജാമ്യം നൽകുന്നതിനെ വലിയ പോരാട്ടമായിത്തന്നെ മാറ്റിക്കളഞ്ഞു. ഝാർഘണ്ഡിലെ ഗോത്രക്കാരുടെ ഇടയിൽ സേവനം നടത്തിവരുകയായിരുന്ന 84 വയസ്സുള്ള വൈദികൻ സ്റ്റാൻ സ്വാമി തന്റെ ജാമ്യാപേക്ഷയുടെ അവസാന തീരുമാനം അറിയാതെ മരിച്ചുപോയി. തിരിഞ്ഞു നോക്കുമ്പോൾ, കേന്ദ്ര സർക്കാരിന്റെ ഇന്നത്തെ നടപടികൾ വച്ച് പൊടാക്കാലം കുഴപ്പമില്ലായിരുന്നു; അതെല്ലാം ഒരു നല്ലകാലം എന്ന് പറയിക്കും എന്ന് തോന്നുന്നു.

പെരിയാറിനെ പ്രശംസിച്ച്

ഞാൻ ജസ്റ്റിസ് പദവിയിൽനിന്നും വിരമിച്ച അടുത്ത വർഷം ഹോസൂർ പുസ്തകോത്സവത്തിൽ അദ്ധ്യക്ഷപ്രസംഗം ചെയ്യാൻ സുഹൃത്തുക്കൾ എന്നെ വിളിച്ചിരുന്നു. 18.7.2014 ന് പരിപാടി കഴിഞ്ഞ്, അടുത്ത ദിവസം ഉച്ചയ്ക്ക് കൃഷ്ണഗിരി ജില്ലാ കോടതിയിലെ ഉദ്യോഗസ്ഥരുടെ സമ്മേളനത്തിൽ സംസാരിക്കാനായി പോകേണ്ടതിനാൽ, അന്ന് വൈകുന്നേരം തന്നെ വേലൂർ വൂർഹീസ് കോളേജിൽ, *അംബേദ്കറിന്റെ വെളിച്ചത്തിൽ എന്റെ വിധികൾ* എന്ന എന്റെ പുസ്തകത്തിന്റെ പ്രകാശനച്ചടങ്ങും ഏർപ്പാടാക്കിയിരുന്നു.

19.7.2014 ന് രാവിലെ ഹോസൂരിൽനിന്നും പുറപ്പെട്ടു. കുറേ നാളുകളായി രാജാജിയുടെ ജന്മസ്ഥലത്തുണ്ടായിരുന്ന അദ്ദേഹത്തിന്റെ സ്മാരകമന്ദിരം കാണണം എന്ന ആഗ്രഹം ഉണ്ടായിരുന്നു. ഒരു കുഗ്രാമത്തിൽ നിന്നും പുറപ്പെട്ട്, ഇന്ത്യയുടെ ഗവർണർ ജനറലായി മാറിയ അദ്ദേഹത്തിന്റെ ജീവിതം ഭ്രമിപ്പിക്കുന്നതാണ്. ഞാൻ സ്കൂളിൽ പഠിക്കുമ്പോൾ, പല തവണ അദ്ദേഹത്തിനെ കണ്ടിട്ടുണ്ട്. എന്റെയൊപ്പം വന്ന സുഹൃത്തുക്കൾക്ക് ദൊരപ്പള്ളി എവിടെയാണെന്ന് അറിയില്ലായിരുന്നു. പലരോടും ചോദിച്ച് അദ്ദേഹത്തിന്റെ കുഗ്രാമത്തിൽ ചെന്ന് കണ്ടു. ഇന്നും അത് കുഗ്രാമമായിത്തന്നെ കാണപ്പെട്ടു. അദ്ദേഹത്തിന്റെ സ്മാരകമന്ദിരം കണ്ട് ഞാൻ തിരിച്ചുപോയി.

കൃഷ്ണഗിരിയിൽ എത്തുന്നതിന് മുമ്പ് വലതുവശത്ത് ധർമപുരി റോഡിനോട് അടുക്കുമ്പോൾ, അവിടെ ചിലർ ദ്രാവിഡ കഴകത്തിന്റെ കൊടികളുമായി കൂടിനിൽക്കുന്നുണ്ടായിരുന്നു. ഞങ്ങളുടെ വാഹനം നിർത്തിച്ച് കാവേരിപ്പട്ടണത്തിലേക്ക് നിർബന്ധമായും പോയിവരാൻ അവർ ആവശ്യപ്പെട്ടു. ആദ്യം എനിക്കൊന്നും മനസ്സിലായില്ല. “നിങ്ങളുടെ

ഉത്തരവിന്റെ പേരിലാണ് അവിടെ തന്നെ പെരിയാറിന്റെ പ്രതിമ സ്ഥാപിച്ചത്. അത് നിങ്ങൾ നിർബന്ധമായും കണ്ടിട്ടുപോകണം" എന്ന് അവർ പറഞ്ഞു.

അവരുടെ സ്നേഹത്തോടെയുള്ള ക്ഷണം നിരാകരിക്കാൻ കഴിയാതെ കാവേരിപ്പട്ടണത്തിലേക്ക് പോയി. അവിടെയുള്ള സർക്കാർ ഹൈസ്കൂളിന്റെ മൂലയിൽ പെരിയാറിന്റെ പ്രതിമ വച്ചിരുന്നു. അവിടെ നിരവധി ദ്രാവിഡ കഴകസഖാക്കൾ കൂടിയിരുന്നു. എന്റെ കൈയിൽ ഒരു പൂമാല തന്ന്, പ്രതിമയിൽ അണിയിക്കാൻ പറഞ്ഞു. അവിടെയുണ്ടായിരുന്ന പടിക്കെട്ടിൽ കയറി പ്രതിമയ്ക്ക് മാലയണിയിച്ച്, താഴെ ഇറങ്ങുമ്പോൾ പ്രതിമയുടെ പീഠം അവർ കാണിച്ചുതന്നു. ആ പീഠത്തിൽ എന്റെ വിധിയിൽനിന്നും ചില വരികൾ രേഖപ്പെടുത്തിയിരുന്നു.

കാവേരിപ്പട്ടണത്തിൽനിന്നും കൃഷ്ണഗിരി ലക്ഷ്യമാക്കി പോകുമ്പോൾ എന്റെ ഓർമ്മകൾ പെരിയാറിന്റെ നേരെ തിരിഞ്ഞു. ആദ്യമായി ഞാൻ പെരിയാറിനെ പരിചയപ്പെട്ടത് എപ്പോഴാണ്? ഞാൻ ആലോചിക്കാൻ തുടങ്ങി. എനിക്ക് എട്ട് വയസ്സ് ആയപ്പോൾ മൂന്നാം ക്ലാസ്സിൽ പഠിക്കുകയായിരുന്നു. അപ്പോൾ പെരിയാറിന് 80 വയസ്സ്. അദ്ദേഹത്തിന്റെ ജന്മദിനം മറീനാ ബുഖാരി ഹോട്ടലിന്റെ ടെറസ്സിൽ ഏർപ്പാട് ചെയ്തിരുന്നു. അതിൽ പങ്കെടുക്കാൻ ഞങ്ങളുടെ തെരുവിൽനിന്നും ഒരു ആഘോഷം പുറപ്പെട്ടു. അലങ്കരിച്ച വാഹനത്തിൽ കുതിരകളെ പൂട്ടിയ തേരിൽ പെരിയാറിന്റെ ചിത്രം വച്ചിരുന്നു.

ഞാൻ ആറാം ക്ലാസ്സിൽ പഠിക്കുമ്പോൾ താമസിച്ചിരുന്ന വീട്ടിന്റെ ഉടമസ്ഥനായിരുന്ന അപ്പൂപ്പൻ തപാൽ വകുപ്പിൽനിന്നും വിരമിച്ചയാളായിരുന്നു. അദ്ദേഹത്തിന്റെ അലമാരയിൽ പെരിയാറിന്റെ ചില പുസ്തകങ്ങൾ ഉണ്ടായിരുന്നു. ഞാൻ ചോദിച്ചാൽ തരില്ല. അദ്ദേഹത്തെ സംബന്ധിച്ചിടത്തോളം അതൊന്നും കുട്ടികളുടെ വിഷയമല്ല. തുടർന്നുണ്ടായ ജുഗുപ്സയിൽ ചില പുസ്തകങ്ങൾ വായിക്കാൻ കഴിഞ്ഞു. ഉടൻ തന്നെ പല കുഴപ്പിക്കുന്ന ചിന്തകളും തോന്നി. ഇതിഹാസ പുരുഷന്മാരെ അതുവരെ ദൈവങ്ങളായി കണ്ടിരുന്ന എനിക്ക്, മനുഷ്യരെപ്പോലെയുള്ള അവരുടെ ബലഹീനതകളെക്കുറിച്ച് വായിച്ചപ്പോൾ അത്ഭുതം തോന്നി. വിശ്വാസത്തിൽ തടസ്സം ഏർപ്പെട്ടപ്പോൾ, അതിനെ പരിഹരിക്കാനും ഒരു സംഘം ആവശ്യമാണല്ലോ? സഹവിദ്യാർത്ഥികൾ ചിലരോട് വായിച്ചതിനെപ്പറ്റി പറഞ്ഞപ്പോൾ, അവർ അദ്ധ്യാപകനോട് പറഞ്ഞുകൊടുത്തു. സ്കൂൾ പാഠം അല്ലാതെ വൈകുന്നേരങ്ങളിൽ സംസ്കൃതവും ഞാൻ പഠിക്കുന്നുണ്ടായിരുന്നു. എന്റെ അദ്ധ്യാപകൻ ഒരു ദിവസം വീട്ടിലേക്ക് വന്നു. അദ്ദേഹം "നിങ്ങളുടെ മകന്റെ കൈയ്യക്ഷരം നല്ലതാണ്. വാക്കുകൾ സ്പഷ്ടമായി ഉച്ചരിക്കുന്നുണ്ട്. എന്നാൽ, തലയിലാണ് കുറച്ച് കിറുക്ക് കയറിയിരിക്കുന്നത്!" എന്ന് എന്റെ അച്ഛനോട് പറഞ്ഞിട്ട് പോയി. അങ്ങനെ, യുക്തിപരമായ അറിവ് എന്നത് ശാസ്ത്രീയമായ യാഥാർത്ഥ്യങ്ങളെ അറിയുന്നതാണെന്ന് മനസ്സിലാക്കാൻ തുടങ്ങി.

ബോട്ടണിയിൽ ബിരുദം ലഭിക്കാനായി പഠിച്ചു. ആ സമയത്ത് ഞാൻ ഇടതുപക്ഷ ആശയങ്ങളിൽ ആകൃഷ്ടനായി മാർക്സിസ്റ്റ് കമ്യൂണിസ്റ്റ് പാർട്ടിയുടെ വിദ്യാർത്ഥി സംഘടനയിൽ ഓർഗനൈസർ ആയി പ്രവർത്തിച്ചിരുന്നു. ഞങ്ങളുടെ സിലബസ്സിൽ സസ്യങ്ങളുടെ പരിണാമവളർച്ചയെക്കുറിച്ചുള്ള പാഠവും ഉണ്ടായിരുന്നു. ഡാർവിന്റെ പരിണാമസിദ്ധാന്തത്തിനെക്കുറിച്ചും പഠിപ്പിച്ചിരുന്നു. ഞാൻ പഠിച്ച ക്രിസ്ത്യൻ കോളേജിൽ, പരിണാമതത്വം മാത്രമല്ല, ശാസ്ത്രത്തിന് അപ്പുറമുള്ള ലോകം ദൈവത്തിന്റെ സൃഷ്ടിയാണെന്നും പഠിപ്പിക്കും. അദ്ധ്യാപകൻ ക്ലാസ്സിലുള്ള വിദ്യാർത്ഥികളോട് ഡാർവിന്റെ പരിണാമതത്വത്തിൽ വിശ്വസിക്കുന്നവർ കൈ ഉയർത്താൻ പറഞ്ഞു. 35 വിദ്യാർത്ഥികളിൽ ഞാൻ മാത്രമേ കൈ ഉയർത്തിയുള്ളൂ. ശാസ്ത്രം പഠിച്ചാലും യുക്തിബോധം ഇല്ലെങ്കിൽ അന്ധവിശ്വാസക്കാരുടെ എണ്ണം വർദ്ധിക്കും എന്ന് തോന്നി. ലാ കോളേജിലെ പഠനം പൂർത്തിയാക്കി വക്കീലായി ജോലി ചെയ്യുന്ന കാലഘട്ടം (1976). ഞാൻ ജോലിക്ക് ചേർന്നിരുന്ന ഓഫീസിലുള്ളവർ തൊഴിലാളി സംബന്ധമായ കേസുകളായിരുന്നു നടത്തിയിരുന്നത്. സേത്തുപ്പട്ടിൽ ഉള്ള സ്റ്റുഡന്റ്സ് ഹോസ്റ്റലിൽ താമസിച്ചിരുന്ന വിദ്യാർത്ഥികളിൽ പലരും എന്റെ സുഹൃത്തുക്കളായിരുന്നു. ആ ഹോസ്റ്റലിന്റെ താഴെ കോപ്പറേറ്റീവ് സൊസൈറ്റിയുടെ കട ഉണ്ടായിരുന്നു. അതിൽ ജോലി ചെയ്യുന്ന രണ്ടുപേർ പ്രണയിച്ച് വിവാഹം ചെയ്തു. അവരുടെ വിവാഹം ആ സ്ഥാപനത്തിന്റെ ഡയറക്ടർക്ക് ഇഷ്ടമായില്ല. പോരാത്തതിന് അയാൾ സ്വകാര്യ കോളേജിലെ ഇക്കണോമിക്സ് അദ്ധ്യാപകനും ആയിരുന്നു. ജാതി നിഷേധിച്ച് വിവാഹം ചെയ്ത ആ ദമ്പതികൾക്ക് കുഞ്ഞ് ജനിച്ചു. എന്നാൽ, ആ പെണ്ണിന് മെറ്റേർണിറ്റി ബോണസ് കൊടുക്കാൻ ഡയറക്ടർ വിസമ്മതിച്ചു. അവർ ഇരുവരും എന്നോട് അഭിപ്രായം ചോദിച്ചപ്പോൾ, തേനാമ്പേട്ടയിലുള്ള തൊഴിലാളി അസിസ്റ്റന്റ് കമ്മീഷണറുടെ ഓഫീസിൽ കേസ് കൊടുക്കാൻ പറഞ്ഞു. കേസ് വിചാരണയുടെ സമയത്ത് ഹോസ്റ്റൽ വാർഡനും കടയുടെ ഡയറക്ടറുമായ ആ അദ്ധ്യാപകനും വന്നിരുന്നു.

തൊഴിലാളിക്ക് ഡയറക്ടർ എന്തുകൊണ്ട് മെറ്റേർണിറ്റി ബോണസ് കൊടുത്തില്ല എന്ന് ആ അദ്ധ്യാപകനോട് ചോദിച്ചപ്പോൾ, "ഇവർ വിവാഹം കഴിച്ചതിന് യാതൊരു തെളിവുമില്ല" എന്ന് പറഞ്ഞു. ഞാൻ ഉടനേ ദേഷ്യത്തോടെ "ഈ പെരിയാറിന്റെ മണ്ണിൽ വിവാഹത്തിന് പൗരോഹിത്യം ഒന്നും ആവശ്യമില്ല" എന്ന് പറഞ്ഞു. ഹിന്ദു വിവാഹനിയമത്തിലെ 7-ാം വകുപ്പിന്റെ ഭേദഗതി അനുസരിച്ച്, 'ചടങ്ങുകൾ ഇല്ലാതെ നടക്കുന്ന വിവാഹങ്ങളും നിയമപ്രകാരം സാധുവാണ്; ആ നിയമം 1967 അറിഞ്ഞ്ജർ അണ്ണായുടെ നേതൃത്വത്തിലുള്ള ഡി എം കെ സർക്കാർ കൊണ്ടുവന്നിരുന്നു. ഇത് പറഞ്ഞതും മെറ്റേർണിറ്റി ബോണസ് പിഴയോടൊപ്പം ചേർത്ത് കൊടുക്കാനായി ഞാൻ ഉത്തരവിട്ടു. ആദ്യമായി ഒരു കേസിൽ പെരിയാറിന്റെ പേര് പറയാൻ ശ്രമിച്ചു എന്ന് പറയാം.

ചെന്നൈ ജയിലിൽ അടിയന്തരാവസ്ഥക്കാലത്ത് മിസാ തടവുകാരെ മർദ്ദിക്കുന്നതിനെപ്പറ്റി അന്വേഷിക്കാനായി ജസ്റ്റിസ് ഇസ്മായിൽ സമിതിക്ക് രൂപം കൊടുത്തു. സമിതിയുടെ മുന്നിൽ മാർക്സിസ്റ്റ് തടവുകാർക്കുള്ള വക്കീൽ ആയി ഹാജരായപ്പോൾ, ദ്രാവിഡ കഴക സഖാക്കളുമായി ബന്ധം ഉണ്ടായി. അതിൽ ഇന്നത്തെ ദ്രാവിഡ കഴകത്തിന്റെ തലവൻ കെ വീരമണിയും ഒരാളായിരുന്നു. ദിവസേന യുള്ള സമിതിയുടെ നടപടികൾ കാണാനായി വരുന്ന അദ്ദേഹം എന്റെ വാദങ്ങളും, ക്രോസ്സ് വിസ്താരങ്ങളും കേട്ട് പ്രശംസിക്കുമായിരുന്നു.

ഞാൻ പല തൊഴിലാളി സംഘടനകൾക്കും നിയമോപദേശകനായിരുന്നു. അതിൽ ഒന്ന് പബ്ലിക് ഇൻഷുറൻസ് തൊഴിലാളി സംഘമായിരുന്നു. ഒരു ദിവസം സംഘത്തിന്റെ ഓഫീസിലേക്ക് പോയപ്പോൾ, ഒരു സഖാവ് എനിക്ക് ഒരു ദീപാവലി ആശംസാകാർഡ് കാണിച്ചുതന്നു. യുണൈറ്റഡ് ഇന്ത്യ ഇൻഷുറൻസ് സ്ഥാപനം അച്ചടിച്ച്, അതിന്റെ ഡയറക്ടർ കെ. സി. പൊന്നപ്പൻ ഒപ്പിട്ട് അയച്ച ആശംസാകാർഡിന്റെ ആദ്യതാളിൽ 'ഓം' എന്നും, രണ്ടാമത്തെ താളിൽ ഗായത്രി മന്ത്രം സംസ്കൃതത്തിലും, മൂന്നാമത്തെ താളിൽ അതിന്റെ ഇംഗ്ലീഷ് പരിഭാഷയും, നാലാമത്തെ താളിൽ ആശംസ വായിക്കുന്ന എല്ലാവരും ദിവസവും മൂന്ന് തവണയും ഗായത്രി മന്ത്രം ചൊല്ലണമെന്നും എഴുതിയിരുന്നു. ഇൻഷുറൻസ് ഓഫീസ് ആകട്ടെ ഒരു പൊതുമേഖലാ സ്ഥാപനമായിരുന്നു. പ്രത്യേകിച്ചും ഇൻഷുറൻസ് നിയമപ്രകാരം മോട്ടോർ വാഹനങ്ങൾ നിർബന്ധമായി ഇൻഷുർ ചെയ്തിരിക്കണം. വാഹന ഉടമകൾ പല മതക്കാരായിരിക്കും. അങ്ങനെയിരിക്കേ, മത വ്യത്യാസമില്ലാത്ത റിപ്പബ്ലിക്കിൽ, ഒരു പൊതുമേഖലാ സ്ഥാപനത്തിന്റെ ഡയറക്ടർ, സ്ഥാപനത്തിന്റെ പണത്തിൽനിന്നും വളരെ ചെലവ് ചെയ്ത്, ഇങ്ങനെയുള്ള ആശംസാകാർഡുകൾ അയയ്ക്കുന്നത് സർക്കാരിന്റെ മതരഹിതമായ പ്രവൃത്തികൾക്ക് എതിരാണെന്നും, അതുകൊണ്ട് കാർഡ് അച്ചടിക്കാൻ ചെലവായ 20,000 രൂപ അദ്ദേഹത്തിന്റെ ശമ്പളത്തിൽനിന്നും പിടിക്കണമെന്നും പറഞ്ഞ് കേസ് കൊടുക്കാമെന്ന് ഞാൻ ഉപദേശിച്ചു. തൊഴിലാളി സംഘടന തങ്ങൾക്കും സ്ഥാപനത്തിനും ഇടയിലുള്ള ബന്ധം ഇല്ലാതാകുമോ എന്നതിനാൽ കേസ് കൊടുക്കാൻ മടിച്ചു. ഇതിനെപ്പറ്റി ദ്രാവിഡ കഴകത്തിന്റെ തലവൻ വീരമണിയോട് പറഞ്ഞു. അദ്ദേഹം ഉടനെ കേസ് കൊടുക്കാൻ സമ്മതിച്ചു. കേസിന്റെ രേഖകളിൽ ഒപ്പിട്ട് തന്നു. ആദ്യഘട്ട വിചാരണയിൽ ജസ്റ്റിസ് സത്യദേവദാസ് കേസ് അനുവദിച്ച്, ഇൻഷുറൻസ് കമ്പനിക്ക് നോട്ടീസ് അയച്ചു (1983).

എട്ട് വർഷത്തിനു ശേഷം ജസ്റ്റിസ് ടി രാജു അവർകളുടെ മുന്നിൽ കേസ് വിചാരണയ്ക്കെത്തി. ഇൻഷുറൻസ് കമ്പനിയുടെ ഭാഗത്ത് നിന്നും ഗായത്രി മന്ത്രം ബ്രാഹ്മണർ മാത്രമല്ല ചൊല്ലാറെന്നും, മതവ്യത്യാസമില്ലാത്ത സർക്കാർ ആണെങ്കിൽ അത് മതവിരോധിയല്ലെന്നും വാദിച്ചു.

അവസാന വാദത്തിന്റെ സമയത്ത് ജസ്റ്റിസ് എന്നോട്, "മതവ്യത്യാസമില്ലാത്ത അവസ്ഥ എന്നാൽ എങ്ങനെ മനസ്സിലാക്കും നിങ്ങൾ?" എന്ന് ചോദിച്ചു. ഞാൻ അമേരിക്കൻ സുപ്രീം കോടതിയുടെ വിധികൾ കാണിച്ച്, സർക്കാർ എന്നാൽ എല്ലാ മതങ്ങളും ഇടകലരുന്നതല്ല; മറിച്ച്, മതങ്ങളിൽനിന്നും മാറി ഒറ്റയ്ക്ക് നിൽക്കുന്നതാണ് എന്ന് പറഞ്ഞു. ജസ്റ്റിസ് എന്നോട് വ്യക്തമായി അത് പറയാൻ ആവശ്യപ്പെട്ടപ്പോൾ, ഞാൻ പെരിയാറിന്റെ ഒരു ഉദ്ദരണി കാണിച്ചു. "ഇംഗ്ലീഷിൽ വിർജിൻ എന്നാൽ അതിനെ തമിഴിൽ കന്യകാത്വം നഷ്ടപ്പെട്ടില്ലാത്തവൾ എന്ന് പറയാം. ആരോടൊപ്പവും കിടന്നിട്ടില്ലാത്തവളാണ് കന്യക. എല്ലാവരുടേയും പിന്നാലെ പോകുന്നവളെ അങ്ങനെ വിളിക്കാൻ കഴിയില്ല" എന്ന ഉദാഹരണം ചൂണ്ടിക്കാട്ടി പെരിയാർ മതവ്യത്യാസമില്ലാത്ത സാരാംശം വിശദീകരിച്ചത് ഞാൻ സൂചിപ്പിച്ചു. ജസ്റ്റിസ് വലിയ ദേഷ്യത്തോടെ "എനിക്ക് ഗായത്രി മന്ത്രം മനസ്സിലായില്ല, മതവ്യത്യാസമില്ലാത്ത നിലയ്ക്ക്, ഈ വിശദീകരണം പടിഞ്ഞാറൻ നാടുകളിൽ നടക്കുമെന്നല്ലാതെ ഇന്ത്യയ്ക്ക് ചേരില്ല" എന്ന് വിധിച്ചു.

ആ കേസിൽ അപ്പീൽ ചെയ്യാമോയെന്ന് ആലോചിച്ചപ്പോൾ എസ്. ആർ. ബൊമ്മൈ കേസിൽ സുപ്രീം കോടതിയുടെ വിധി വന്നു. അതിൽ, മതനിരപേക്ഷതയുമായി ബന്ധപ്പെട്ട് ഏകദേശതീരുമാനം - സർക്കാർ എല്ലാ മതങ്ങളിൽനിന്നും സ്വയം മാറി നില്ക്കണം - എന്നത് വ്യക്തമാക്കിയിരുന്നു. അതുകൊണ്ട് അപ്പീൽ ഉപേക്ഷിക്കപ്പെട്ടു.

ചെന്നൈ ഹൈക്കോടതിയിലേക്ക് പാറ്റ്നയിൽനിന്നും വന്ന കെ പി എൻ സിംഗ് (1986), പിന്നെ മുംബൈയിൽനിന്നും വന്ന എം എൻ സന്തൂർകർ (1987) ചീഫ് ജസ്റ്റിസ്സ് ആയിരുന്നപ്പോഴും ജസ്റ്റിസ് നിർദ്ദേശപ്പട്ടികയിൽ കൂടുതലും ബ്രാഹ്മണസമുദായത്തിൽ നിന്നുള്ളവരെ മാത്രം ജസ്റ്റിസ് ആയി നിയമിക്കുന്നു എന്ന് പറഞ്ഞതിനൊപ്പം, ദ്രാവിഡ കഴകം, 'ചെന്നൈ ഹൈക്കോടതിയോ? അഗ്രഹാരസംഘമോ?' എന്ന് ചോദിച്ച് 20.10.1986 ന് പ്രകടനം നടത്തി. അവരുടെ പാർട്ടിയിലെ വക്കീലന്മാർ ഹൈക്കോടതിയിലെ വക്കീൽ സംഘടനയുടെ അന്നത്തെ ചീഫ് ജസ്റ്റിസ് സന്തൂർകറിനെ വിമർശിക്കാനുള്ള തീരുമാനമെടുത്തു. ആ തീരുമാനത്തിനെതിരെ ഒരു വക്കീൽ ചെന്നൈ സിവിൽ കോടതിയിൽ നിന്നും സ്റ്റേ ഓർഡർ വാങ്ങി (29.10.1987).

ഹൈക്കോടതി ജസ്റ്റിസുമാരുടെ നിയമനത്തിൽ ജാതിപ്രശ്നങ്ങൾ തലയുയർത്തുന്നതിനെ തടുക്കുന്നതിന് പകരം ഇത്തരം ചർച്ചകളെ മുടക്കുന്യായമാക്കി അന്നത്തെ നിയമമന്ത്രി പൊന്നയ്യൻ ജസ്റ്റിസുമാരുടെ പട്ടിക കേന്ദ്രസർക്കാരിന് അയയ്ക്കാൻ ശ്രമിച്ചുകൊണ്ടിരുന്നു. *തുഗ്ലക്* വാരികയിലെ ഒരു ചോദ്യത്തിന് അദ്ദേഹം ഇങ്ങനെ മറുപടി നൽകി:

"കെ പി എൻ സിംഗ് അയച്ച പട്ടികയിൽ ഒരു പ്രത്യേക ജാതിക്കാരന്റെ പേര് മാത്രമേ ഉണ്ടായിരുന്നുള്ളൂ. അതാണ് പ്രശ്നം. എന്നാൽ, ആ പട്ടികയിൽ ഉണ്ടായിരുന്നവരുടെ കഴിവ്, യോഗ്യത എന്നിവയെപ്പറ്റി

സംസ്ഥാന സർക്കാരിന് അല്പം പോലും സംശയമോ കുറവോ തോന്നിയിട്ടില്ല. ഈ സംസ്ഥാനത്ത് ചിലതരത്തിലുള്ള രാഷ്ട്രീയ നിർബന്ധങ്ങൾ ഉണ്ട്. അതായത്, ഒരു സവർണ്ണനെ ജസ്റ്റിസ് ആയി നിയമിക്കുന്നതിൽ ശക്തമായ എതിർപ്പുണ്ടായിരുന്നു. ദ്രാവിഡർ കഴകത്തിന്റെ തലവൻ കെ വീരമണി ഇപ്പോഴാണ് ഞങ്ങളുടെ അണിയിലേക്ക് വന്നിരിക്കുന്നത്. അദ്ദേഹം അന്ന് എതിർപക്ഷത്തായിരുന്നു. അദ്ദേഹവും മറ്റുള്ളവരും ഒരു പ്രത്യേക ജാതിക്കാരനെ ജസ്റ്റിസ് ആയി നിയമിക്കുന്നതിനെ എതിർത്തു."

ഇതിനെ അംഗീകരിക്കാത്ത ഞാനും, അഡ്വ. പാളൈ ഷണ്മുഖവും മക്കൾ ഉരിമൈ കഴകം എന്ന പേരിൽ 11.11.1987 ന് മൈലാപ്പൂർ ശാസ്ത്രി ഹാളിൽ ഒരു പൊതുസമ്മേളനം നടത്തി. 'ഹൈക്കോടതി ജസ്റ്റിസുമാരുടെ നിയമനം, പൊന്നയ്യന്റെ മൺ വാസന' എന്ന് ആ സമ്മേളനത്തിന് തലക്കെട്ടിട്ടിരുന്നു. സമ്മേളനത്തിന്റെ അവസാനം നിയമ മന്ത്രിയെ വിമർശിച്ച് ഒരു തീരുമാനവും എടുക്കപ്പെട്ടു.

1990 ൽ പഞ്ചാബ്, ഹരിയാന ഹൈക്കോടതിയുടെ ചീഫ് ജസ്റ്റിസ് ആയിരുന്ന ജസ്റ്റിസ് വി രാമസ്വാമിയുടെ പേരിൽ സാമ്പത്തിക ക്രമക്കേടുകൾ ഉണ്ടെന്ന കുറ്റം ചാർത്തപ്പെട്ടു. ആ സമയത്ത് അദ്ദേഹം സുപ്രീം കോടതി ജസ്റ്റിസ് ആയി സ്ഥാനക്കയറ്റം കിട്ടി ഡൽഹിയിലേക്ക് പോയിരുന്നു. അദ്ദേഹത്തിനെ പദവിയിൽനിന്നും നീക്കുന്നതിനായി പാർലമെന്റിൽ പ്രക്ഷോഭം കൊണ്ടുവരാനായി ഒരു സംഘടന ആരംഭിച്ചു. ചെന്നൈയിൽ ഭാരതീയ വിദ്യാ ഭവനിൽ നടന്ന പൊതുസമ്മേളനത്തിൽ (31.3.1990) തീരുമാനമെടുത്തു. പരിപാടിയെപ്പറ്റിയും ജസ്റ്റിസ് രാമസ്വാമിക്കെതിരെ പറയപ്പെടുന്ന കുറ്റാരോപണത്തിന്റെ സാരാംശവും *ജൂനിയർ വികടൻ* പത്രത്തിൽ ജ്ഞാനി എഴുതിയിരുന്നു. സമ്മേളനത്തേയും അതിൽ പങ്കെടുത്തവരേയും പറ്റി കടുത്ത രീതിയിലുള്ള വിമർശനമായി വീരമണി, 'സുപ്രീം കോടതി ജസ്റ്റിസ് വി രാമസ്വാമിക്കെതിരെ ചുമത്തപ്പെട്ട പ്രതികാരം' എന്ന തലക്കെട്ടിൽ, *വിടുതലൈ* പത്രത്തിന്റെ ആദ്യപേജിൽ രണ്ട് ദിവസത്തെ ലേഖനമെഴുതി. ആദ്യ ലേഖനത്തിൽ ഇങ്ങനെ പറയുന്നു: "ദാർശനികരും, സംവരണം, സാമൂഹ്യനീതി എന്നിങ്ങനെയുള്ള തത്വങ്ങൾക്ക് എതിരായവരും, പ്രത്യേക രീതിയിൽ അവരുടെ വളർച്ച, പദവിക്കയറ്റം എന്നിവയിൽ അസൂയ തോന്നി മനസ്സ് കലങ്ങി ചില 'വിഭീഷണന്മാരും' ചേർന്ന് അദ്ദേഹത്തിന് ചീത്തപ്പേര് ഉണ്ടാക്കണം എന്ന് കുറേക്കാലമായി പദ്ധതിയിടുന്നു." ആ സമയത്ത് അദ്ദേഹത്തിന്റെ മറ്റൊരു കേസ് ഞാൻ നടത്തുന്നുണ്ടായിരുന്നതിനാൽ എനിക്ക് മാത്രം പുരാണപ്പേരിൽ പട്ടം ചാർത്തിക്കിട്ടിയിരുന്നു.

ഹൈക്കോടതിയിൽ കേസ് പട്ടിക ദിവസവും അച്ചടിക്കുന്നതിനായി ഹൈക്കോടതി വളപ്പിന്റെ ഉള്ളിൽത്തന്നെ തമിഴ്നാട് സർക്കാരിന്റെ ബ്രാഞ്ച് പ്രസ്സ് പ്രവർത്തിക്കുന്നുണ്ട്. ആ പ്രസ്സിലെ തൊഴിലാളികൾ, ഒരു സർക്കാർ മരത്തിന്റെ ചുവട്ടിൽ ഒരു ഗണപതി പ്രതിമ വച്ച് വഴിപാട്

കഴിച്ചുവന്നു. കുറേ നാൾ കഴിഞ്ഞപ്പോൾ ഗണപതിയെച്ചുറ്റി മതിൽ വിരിഞ്ഞു. ഒരു ദിവസം പെട്ടെന്ന് ഗണപതിയെച്ചുറ്റി മണ്ഡപം പണിയാനുള്ള ഏർപ്പാട് ഉണ്ടായി. ഹൈക്കോടതി വളപ്പിലുള്ള എല്ലാ കെട്ടിടങ്ങളും ചീഫ് ജസ്റ്റിസിന്റെ ഉത്തരവാദിത്വത്തിൽ ഉള്ളതാണ്. ഇത് കണ്ട ഞാൻ, "സർക്കാർ, പൊതുയിടങ്ങളിൽ മതപരമായ നടപടികൾ അനുവദിക്കുന്നത് തെറ്റാണ്" എന്ന് പറഞ്ഞ് അന്നത്തെ ചീഫ് ജസ്റ്റിസ് വി. രത്തിനത്തിന് ഒരു ഹർജി 12.2.1993 ന് കൊടുത്തു. അദ്ദേഹത്തിന് ഇങ്ങനെയുള്ള പ്രശ്നങ്ങളിൽ തലയിടാൻ താല്പര്യമില്ലായിരുന്നു. പിന്നീട് സർക്കാർ പ്രസ്സ് പുതിയ ഒരു കെട്ടിടത്തിൽ മാറ്റിയപ്പോൾ പ്രസ്സ് മുമ്പ് ഉണ്ടായിരുന്നയിടത്ത് വക്കീലന്മാർക്കായുള്ള കൂടുതൽ മുറികൾ പണിയപ്പെട്ടു. പുതിയ ഇടത്തിലേക്ക് മാറിയ അച്ചടി തൊഴിലാളികൾ ഗണപതി അമ്പലം പുതിയതായി പണിത് ഇപ്പോഴും പൂജിക്കുന്നു.

കോടതി വളപ്പിൽ അമ്പലം കെട്ടുന്നത് ഒരുവശത്തിരിക്കേ ജസ്റ്റിസിന്റെ സർക്കാർ ബംഗ്ലാവിൽത്തന്നെ അമ്പലം കെട്ടുന്നത് മറ്റൊരു വശത്ത് നടന്നു. പശുമൈവഴി റോഡിൽ ജസ്റ്റിസുമാർക്കായുള്ള സർക്കാർ ബംഗ്ലാവുകളുണ്ട്. ഒരു ജസ്റ്റിസ് തന്റെ ബംഗ്ലാവിന്റെ മുന്നിൽ ഗണപതി വിഗ്രഹം വച്ച് അതിന് മണ്ഡപം കെട്ടി ആഘോഷങ്ങൾ നടത്തി. അദ്ദേഹം വിരമിച്ച ശേഷം പിന്നീട് ആ ബംഗ്ലാവിലേക്ക് താമസിക്കാൻ വന്ന പുതിയ ജസ്റ്റിസ് വേറെ മതക്കാരനോ അതോ നിരീശ്വരവാദിയോ ആണെങ്കിൽ, ആ മണ്ഡപം, ഗണപതിയുടെ ഗതി എന്താകും? അത് മാത്രമല്ല, അതേ ജസ്റ്റിസ് തന്റെ വീട്ടുപടിക്കലിന്റെ പുറത്തുള്ള അരയാലിന്റെ ചുവട്ടിലെ ഗണപതിക്ക് തന്റെ വീട്ടിൽ നിന്ന് വൈദ്യുതി കൊടുത്ത് സീരിയൽ ലൈറ്റുകൾ വച്ചതിനൊപ്പം, ആ ഗണപതിക്ക് ചതുർഥിയുടെ അന്ന് പൂജ നടത്താനും തീരുമാനിച്ചു. അതിന് അതേ തെരുവിലുള്ള ഞങ്ങളേയും വിളിച്ചപ്പോൾ, ഞങ്ങൾ അറിയിച്ച കടുത്ത വിമർശനത്തിന് ശേഷം ആ ശ്രമം അദ്ദേഹം ഉപേക്ഷിച്ചു.

2006 ജൂലൈ മാസം ഞാൻ ചെന്നൈ ഹൈക്കോടതിയിൽ ജസ്റ്റിസ് ആയി പദവിയേറ്റു. പദവിയിലേറുന്ന ജസ്റ്റിസുമാർ ഭരണഘടനയുടെ മൂന്നാമത്തെ അനുബന്ധം അനുസരിച്ച് സത്യപ്രതിജ്ഞ ചെയ്യണം. സത്യപ്രതിജ്ഞ ദൈവത്തിന്റെ പേരിലോ സഗൗരവം എന്ന് പറഞ്ഞോ ചെയ്യാം. ഇന്ത്യ റിപ്പബ്ലിക് ആയശേഷം, എനിക്ക് മുമ്പ് ദൈവത്തിന്റെ പേര് ഒഴിവാക്കി 'സഗൗരവം' എന്ന് പറഞ്ഞ് സത്യപ്രതിജ്ഞയെടുത്ത ജസ്റ്റിസുമാർ സത്യദേവ് (1978), കെ. പി. ശിവസുബ്രഹ്മണ്യം (1997) എന്നീ രണ്ടുപേർ മാത്രമേയുള്ളൂ. അതേ പാരമ്പര്യത്തിൽ ഞാനും സഗൗരവം എന്ന് തുടങ്ങി സത്യപ്രതിജ്ഞ ചെയ്ത് പദവിയിലേറി.

ദ്രാവിഡ കഴകത്തിന്റെ ഭാഗത്ത് നിന്നും പെരിയാറിന്റെ ജീവചരിത്രം സിനിമയാക്കിയിരുന്നു. ആ സിനിമ എടുക്കാനായി പണം കുറവായിരുന്നതിനാൽ അന്നത്തെ മുഖ്യമന്ത്രി കലൈഞ്ജർ എം കരുണാനിധി തമിഴ്നാട് സർക്കാരിന്റെ ഭാഗത്ത് നിന്നും 95 ലക്ഷം രൂപ ധനസഹായം

ചെയ്തു. സിനിമ പൂർത്തിയായി 10.7.2007 ന് യാതൊരു സെൻസറിംഗും ഇല്ലാതെ സെൻസർ സർട്ടിഫിക്കറ്റ് വാങ്ങിച്ചു.

ഇതിനെ എതിർത്ത് ട്രാഫിക് രാമസ്വാമി കൊടുത്ത പൊതു താല്പര്യഹർജി ഞാനും ചീഫ് ജസ്റ്റിസ് എ പി ഷായും അടങ്ങിയ ബഞ്ചിന്റെ മുന്നിൽ വിചാരണയ്ക്ക് വന്നു. ട്രാഫിക് രാമസ്വാമിക്ക് നിയമപ്രശ്നങ്ങൾ ഒന്നും പറയാൻ കഴിഞ്ഞില്ല. "സർക്കാരിന്റെ ധനം പാഴാക്കി" എന്ന് മാത്രം വാദിച്ചു. ഞാൻ "*ഗാന്ധി* സിനിമയ്ക്ക് കേന്ദ്ര സർക്കാർ ധനസഹായം ചെയ്തത് അറിയാമോ?" എന്ന് അയാളോട് ചോദിച്ചു. കേസിൽ യാതൊരു നിയമപ്രശ്നവും ഉയർന്നില്ലെന്ന് പറഞ്ഞ് ആ കേസ് ഞങ്ങൾ തള്ളിക്കളഞ്ഞു.

പെരിയാർ ദ്രാവിഡ കഴകം, ദ്രാവിഡ കഴകത്തിൽനിന്നും പിരിഞ്ഞ സംഘടനയാണ്. ആ സംഘടനയുടെ ഭാഗത്തുനിന്നും പെരിയാറിന്റെ 127-ാം വാർഷികോത്സവം പ്രമാണിച്ച് പൊതുസമ്മേളനവും കൊടി യേറ്റിയുള്ള ആഘോഷവും അവിനാശിയിൽ ഏർപ്പാട് ചെയ്തിരുന്നു. പൊതുസമ്മേളനത്തിന് അനുമതി നിഷേധിച്ച അവിനാശി പൊലീസ് സ്റ്റേഷൻ ഇസ്ൻപെക്ടറുടെ ഉത്തരവിന് എതിരായി ആ പ്രസ്ഥാനം കേസ് കൊടുത്തു. ആ കേസ് വിചാരണ ചെയ്ത ഞാൻ അനുമതി നല്കാത്ത തിന് യാതൊരു കാരണവും ഇല്ലെന്ന് പറഞ്ഞ് സമ്മേളനത്തിന് അനുമതി നൽകി. സമ്മേളനത്തിൽ പ്രശ്നമുണ്ടാക്കാൻ ആരെങ്കിലും ശ്രമിച്ചാൽ അവർക്കെതിരെ പൊലീസ് തക്ക നടപടി എടുക്കണം എന്നും ഉത്തര വിട്ടു.

ശ്രീരംഗത്തിൽ പെരിയാർ പ്രതിമ വയ്ക്കുന്നതിനായി ദ്രാവിഡ കഴകം ശ്രമിച്ചു. 1973 ൽ ഇങ്ങനെ പ്രതിമ സ്ഥാപിക്കാൻ എതിർപ്പൊന്നും ഇല്ലെന്ന് ശ്രീരംഗം സിറ്റി കൗൺസിൽ തലവനായിരുന്ന വെങ്കട്ടരമണ ദീക്ഷിതരുടെ നേതൃത്വത്തിലുള്ള മുനിസിപ്പാലിറ്റി തീരുമാനിച്ചു. അതിനെത്തുടർന്ന് ജില്ലാ കളക്ടറും തന്റെ അഭിപ്രായം അറിയിച്ചു. ശ്രീരംഗം അമ്മാ മണ്ഡപം റോഡിൽ 144 ചതുരശ്ര അടി നിലം മാറ്റിവച്ചു. തമിഴ്നാട് സർക്കാർ പ്രതിമ സ്ഥാപിക്കുന്നതിന് അനുമതി നൽകി (ഉത്തരവ് ന: 162/24.1.1973). 1975 ൽ മാറ്റിവയ്ക്കപ്പെട്ട സ്ഥലം ദ്രാവിഡർ കഴകത്തിന് കൈമാറി. പിന്നീട് ഉണ്ടായ രാഷ്ട്രീയ മാറ്റങ്ങൾ കാരണം ഉത്തരവ് നേടി 33 വർഷമായിട്ടും പെരിയാറിന്റെ പ്രതിമ അവിടെ സ്ഥാപി ക്കപ്പെട്ടില്ല.

2006 ൽ ഡി എം കെ സർക്കാരിന്റെ കാലത്താണ് അതിനുള്ള അവസരം വന്നത്. 24.12.2006 ന് പ്രതിമ അനാച്ഛാദനം ചെയ്യുന്നതായുള്ള അറിയിപ്പ് കൊടുത്തതിനൊപ്പം പെരിയാർ പ്രതിമ പീഠത്തിൽ മൂടിവയ്ക്ക പ്പെട്ടിരുന്നു. എന്നാൽ, 7.12.2006 ന് സാമൂഹ്യവിരോധികൾ ചിലർ പ്രതിമ തകർത്തുകളഞ്ഞു. എങ്കിലും 9.12.2006 ന് പുതിയ പ്രതിമ അതേയിടത്ത് അനാച്ഛാദനം ചെയ്യപ്പെട്ടു.

പെരിയാറിന്റെ പ്രതിമയ്ക്ക് 1973 ൽ സർക്കാർ ഉത്തരവ് ലഭിച്ചെ

ങ്കിലും അതിനെ എതിർത്ത് ഒരു കേസ് ശിവസേനയുടെ ജില്ലാ സെക്രട്ടറി കൃഷ്ണമൂർത്തി ഹൈക്കോടതിയുടെ മധുര ശാഖയിൽ കൊടുത്തു. ഇടക്കാല സ്റ്റേ ഓർഡർ ലഭിക്കാത്തതിനാൽ ചെന്നൈ ഹൈക്കോടതിയിലും വേറൊരു പൊതുതാല്പര്യ ഹർജി ഫയൽ ചെയ്ത് പ്രതിമ സ്ഥാപിക്കുന്നത് തടയണമെന്ന് ആവശ്യപ്പെട്ട കേസ് ജസ്റ്റിസ് എ പി ഷായും ഞാനും ഉള്ള ബഞ്ചിൽ വിചാരണയ്ക്ക് വന്നു. ഹർജിക്കാരനോട്, "കേസിൽ ഫയൽ ചെയ്ത രേഖകൾ എവിടെനിന്നും കിട്ടി?" എന്ന് ചോദിച്ചപ്പോൾ, "ശ്രീരംഗം മുനിസിപ്പാലിറ്റിയിൽനിന്നും വാങ്ങി" എന്ന് അയാളുടെ വക്കീൽ പറഞ്ഞു. "അതേ രേഖകൾ മധുര ശാഖയിൽ ഉള്ള കേസിലും ഫയൽ ചെയ്തത് എങ്ങനെ?" എന്ന് ചോദിച്ചതിന് അയാൾക്ക് ശരിയായ മറുപടി തരാൻ കഴിഞ്ഞില്ല. മധുര ശാഖയുടെ അധികാരപരിധിക്കുള്ളിൽ തിരുച്ചിറപ്പള്ളി ജില്ലയും വരുന്നതിനാൽ, ശിവസേന ഫയൽ ചെയ്ത കേസ് മധുര ശാഖയിലേക്ക് തന്നെ മാറ്റി ഉത്തരവിട്ടു.

ഞങ്ങൾ മധുരയ്ക്ക് മാറ്റിയ കേസും അവിടെ നിലവിലുണ്ടായിരുന്ന കേസും ഒരുമിച്ച് വിചാരണ ചെയ്യപ്പെട്ടു. കേസ് വിചാരണ ചെയ്ത ജസ്റ്റിസ് ധർമ്മറാവു ബഞ്ച് ആ രണ്ട് പൊതുതാല്പര്യഹർജികളും തള്ളിക്കളഞ്ഞു. "പെരിയാർ പ്രതിമയുടെ പീഠത്തിലെ, 'ദൈവത്തിൽ വിശ്വസിക്കുന്നവൻ മൂഢൻ' എന്ന വാചകം കാരണം വിശ്വാസികളുടെ വികാരം വ്രണപ്പെടുന്നു എന്ന വാദത്തെ അംഗീകരിക്കാൻ വിസമ്മതിച്ച ജസ്റ്റിസുമാർ, വേണമെങ്കിൽ അതിനായി പ്രത്യേക കേസ് തുടങ്ങണമല്ലോ എന്നല്ലാതെ പ്രതിമ വയ്ക്കുന്നതിനെ തടുക്കാൻ കഴിയില്ല" എന്ന് പറഞ്ഞു.

ഇതിനിടയിൽ പെരിയാറിന്റെ പ്രതിമ സ്ഥാപിക്കുന്നതിന് എതിരായി ഹിന്ദു മക്കൾ കട്ചി അറിയിച്ച സമരത്തിനേയും, അന്ധവിശ്വാസ നിവാരണ സമരം എന്ന് പ്രകടനം നടത്തിയ ദ്രാവിഡ കഴകത്തിന്റെ സമരത്തിനേയും നിരോധിക്കണം എന്ന് പറഞ്ഞ് ഇന്ത്യ മക്കൾ മൺട്രത്തിന്റെ തലവൻ കൃഷ്ണകുമാർ പൊതുതാല്പര്യ ഹർജി ഫയൽ ചെയ്തു. ആ കേസ് ചീഫ് ജസ്റ്റിസ് എ പി ഷായും ഞാനും അടങ്ങിയ ബഞ്ച് തള്ളിക്കളഞ്ഞ് ഉത്തരവിട്ടു.

അടുത്തതായി, *പെരിയാർ* സിനിമ തിയറ്ററുകളിൽ പ്രദർശിപ്പിക്കുന്ന നേരം നോക്കി വീണ്ടും ഒരു കേസ് ഹിന്ദു മക്കൾ കട്ചിയുടെ സംഘാടകൻ കണ്ണൻ ഫയൽ ചെയ്തു. സിനിമയുടെ 18-ാം രംഗവും അതിനൊപ്പം വരുന്ന, 'ഭഗവാൻ ഒരുനാൾ ആകായം പടൈത്താർ' എന്ന ഗാനവും നീക്കം ചെയ്യണമെന്ന് അയാൾ ആവശ്യപ്പെട്ടു. ഞങ്ങൾ കേസ് വിചാരണ ചെയ്യുമ്പോൾ ചീഫ് ജസ്റ്റിസ് എ പി ഷാ, 'പെരിയാറിന്റെ അഭിപ്രായങ്ങളെപ്പറ്റിയുള്ള നല്ല ഇംഗ്ലീഷ് പുസ്തകം കിട്ടുമോ?' എന്ന് എന്നോട് ചോദിച്ചു. ദുഃഖകരം എന്ന് പറയട്ടെ, ഹൈക്കോടതിയിൽ പെരിയാറിനെപ്പറ്റി ഒരു പുസ്തകം പോലുമില്ലായിരുന്നു. എന്റെ ശേഖരത്തിൽനിന്നും വി ഗീത & എസ് വി രാജദുരൈ എഴുതിയ പെരിയാ

റുമായി ബന്ധപ്പെട്ട പുസ്തകം അദ്ദേഹത്തിന് വായിക്കാനായി കൊടുത്തു. പുസ്തകം വായിച്ചത് മാത്രമല്ലാതെ, അതിലെ 307-ാം താളിൽ പെരിയാറിന്റെ തത്വത്തിനെക്കുറിച്ചുള്ള വിവരം വിധിയിൽ അദ്ദേഹം എഴുതുകയും ചെയ്തു. അവസാനം, "പെരിയാറിന്റെ അഭിപ്രായങ്ങൾ പുസ്തകരൂപത്തിലും, ശബ്ദരേഖാരൂപത്തിലും വിപണിയിൽ വിൽക്കുന്ന സമയത്ത് സിനിമയിൽ വരുന്ന ദൃശ്യങ്ങളും പാട്ടുകളും വെട്ടാൻ പറയുന്നത് സമ്മതിക്കാൻ കഴിയില്ല" എന്ന് ഞങ്ങൾ പറഞ്ഞു. പെരിയാറിന്റെ ജീവിതത്തെപ്പറ്റിയുള്ള കലാസൃഷ്ടിയിൽ അദ്ദേഹത്തിന്റെ അഭിപ്രായങ്ങൾ പറയാതെ സിനിമയെടുക്കാൻ കഴിയില്ലെന്നും, സെൻസർ ബോർഡ് കൊടുത്ത സർട്ടിഫിക്കറ്റ് റദ്ദ് ചെയ്യാൻ കഴിയില്ലെന്നും ഞങ്ങൾ ഉത്തരവിട്ടു.

ഞങ്ങൾ നിരോധിക്കാൻ വിസമ്മതിച്ചതിന് ശേഷം, സിനിമ തിയറ്ററുകളിൽ പ്രദർശിപ്പിക്കുന്നതിനൊപ്പം, 2007 ൽ മികച്ച തമിഴ് സിനിമയ്ക്കുള്ള ദേശീയ പുരസ്കാരവും അത് നേടി. ഞങ്ങളുടെ വിധി മുഴുവനായും തമിഴിലേക്ക് മൊഴിമാറ്റം ചെയ്ത്, *വിടുതലൈ* പത്രത്തിൽ പ്രസിദ്ധീകരിച്ചു.

അതിന് പല അഭിനന്ദനങ്ങളും വന്നെങ്കിലും, ചില വിമർശനങ്ങളും വരാതിരുന്നില്ല. വാട്ടാൾ നാഗരാജിന്റെ നേതൃത്വത്തിലുള്ള കർണാടക ചാലുവാലികാ സംഘടനയുടെ ഭാഗത്തുനിന്നും എനിക്ക് വന്ന വിമർശനക്കത്ത് പ്രത്യേകതയുള്ളതാണ്. 'അനീതിപധി ചന്ദ്രു' എന്നായിരുന്നു എന്റെ പേര്!

കോയമ്പത്തൂർ ജില്ലാ കോടതിക്ക് പുതിയ വളപ്പ് പണിതതോടെ അവിടെ, 'പ്രസന്ന മഹാഗണപതി' യുടെ പേരിൽ അമ്പലം കെട്ടി വഴിപാട് കഴിച്ചുവന്നു അവർ. ദിവസം ചെല്ലുന്തോറും വർദ്ധിച്ചുവരുന്ന വക്കീലന്മാരുടെ എണ്ണം കാരണം അമ്പലവും വളരാൻ തുടങ്ങി. ജില്ലാ ജസ്റ്റിസിന്റെ അനുമതിയോടെ അമ്പലത്തിന് പുതിയ മണ്ഡപം പണിയാൻ ഏർപ്പാടുകൾ നടക്കുന്നത് കണ്ട പെരിയാർ ദ്രാവിഡ കഴകത്തിന്റെ സെക്രട്ടറി കെ രാമകൃഷ്ണൻ പൊതുതാല്പര്യഹർജി കൊടുത്തു. അത് വിചാരണ ചെയ്ത ചീഫ് ജസ്റ്റിസ് ഷായും ഞാനും അടങ്ങിയ ബഞ്ച്, 'കോയമ്പത്തൂർ ജില്ലാ ജസ്റ്റിസിന്റെ സ്വന്തം താല്പര്യത്തിൽ മണ്ഡപം പണിയുന്നത് അനുവദിക്കാൻ കഴിയില്ല' എന്ന് പറഞ്ഞ് പുതിയ കെട്ടിടത്തിന് വിലക്ക് വിധിച്ചു.

2010 ൽ തമിഴ്നാട്ടിലുള്ള സ്കൂളുകളിലെ അടുക്കളകളിലുള്ള മേൽനോട്ടക്കാരൻ, പാചകക്കാരൻ, സഹായികൾ എന്നീ പദവികൾക്ക് സംവരണം നൽകണമെന്ന് ആവശ്യപ്പെട്ടുള്ള കേസ് എന്റെ മുന്നിൽ വിചാരണയ്ക്കെത്തി. അടുക്കളയിലുള്ള പദവികൾ സർക്കാർ പദവികൾ അല്ലെന്നും, അവയെല്ലാം പാർടൈം ജോലികളാണെന്നും, അതുകൊണ്ട് ആ ജോലികൾക്ക് സംവരണം ലഭിക്കില്ലെന്നും സർക്കാർ ഭാഗത്തുനിന്നും വാദിക്കപ്പെട്ടു. പട്ടികജാതിക്കാരിയായ ഒരു സ്ത്രീ അടുക്കളയിൽ

ഭക്ഷണം പാചകം ചെയ്ത്, എല്ലാ മതക്കാരുമായ സ്കൂൾ കുട്ടികൾക്ക് നല്കുമ്പോൾ സമൂഹത്തിൽ അടിയുറച്ചിരിക്കുന്ന അയിത്തം എന്ന ഗുരുതരരോഗം കുറയാൻ ഇടയാകുമെന്ന് ഞാൻ വിധിച്ചു. എല്ലാ സമുദായക്കാരും ഒന്നിച്ചിരുന്ന് ആഹാരം കഴിക്കുന്നതിനെപ്പറ്റി (പന്തിഭോജനം) തർക്കങ്ങൾ തമിഴ്നാട്ടിൽ ഉണ്ടായതിനെപ്പറ്റിയുള്ള ചരിത്രസംഭവം ഞാൻ പ്രത്യേകം പരാമർശിച്ചു. കോൺഗ്രസ്സ് പാർട്ടിയുടെ ധനസഹായത്തോടെ നടത്തിയിരുന്ന ചേരന്മാദേവി ഗുരുകുലത്തിൽ, ബ്രാഹ്മണ കുട്ടികൾക്ക് പ്രത്യേകം പന്തി, അല്ലാത്ത വിദ്യാർത്ഥികൾക്ക് പ്രത്യേകം പന്തി എന്ന വേർതിരിവ് നിലനിന്നിരുന്നതിനെ വിമർശിച്ചും, ഈ വേർതിരിവ് തുടർന്നപ്പോഴും കോൺഗ്രസ്സിന്റെ ധനസഹായം തുടർന്നതിനെ വിമർശിച്ചുമാണ് കോൺഗ്രസ്സിന്റെ അന്നത്തെ സെക്രട്ടറി ആയിരുന്ന പെരിയാർ പാർട്ടിയിൽനിന്നും പുറത്തുവന്നതെന്നതും ഞാൻ വിധിയിൽ പരാമർശിച്ചു.

2010 ഏപ്രിൽ മാസം നൽകിയ ആ വിധി ഉടൻ തന്നെ നടപ്പിലാക്കണമെന്ന് അന്ന് പദവിയിലുണ്ടായിരുന്ന മുഖ്യമന്ത്രി കലൈഞ്ജർ ഉത്തരവ് പുറപ്പെടുവിച്ചു. അതിന്റെ ഫലമായി ഏതാണ്ട് 25,000 പട്ടികജാതിക്കാരായ സ്ത്രീകൾക്ക് സ്കൂൾ അടുക്കളകളിൽ സംവരണം നൽകപ്പെട്ടു. 1925 ൽ കോൺഗ്രസ്സ് പാർട്ടി വിട്ടുപോയ പെരിയാർ, 1926 ൽ ആത്മാഭിമാനപ്രസ്ഥാനം ആരംഭിച്ചു. അതേ കാലഘട്ടത്തിൽ *കുടിയരശു* പത്രവും, 1928 ൽ *റിവോൾട്ട്* പത്രവും ആരംഭിച്ച് യുക്തിവാദ പ്രചാരണത്തിനെ ജനങ്ങൾക്കിടയിലേക്ക് കൊണ്ടുവന്നു. പെരിയാർ മരിച്ചശേഷം അദ്ദേഹത്തിന്റെ സ്വത്തുക്കൾ ഭാര്യ മണിയമ്മയ്ക്ക് ലഭിച്ചു. ദ്രാവിഡ കഴകത്തിന്റെ സെക്രട്ടറിയും വിടുതലയിലെ എഡിറ്ററുമായിരുന്ന കെ വീരമണി ആത്മാഭിമാന പ്രചാരണ പ്രസ്ഥാനത്തിന്റെ സെക്രട്ടറിയും ആയിരുന്നു.

1987 ൽ ദ്രാവിഡ കഴകത്തിൽനിന്നും പുറത്താക്കപ്പെട്ട കോവൈ രാമകൃഷ്ണൻ പെരിയാർ ദ്രാവിഡ കഴകം എന്ന പേരിൽ പുതിയ സംഘടന ആരംഭിച്ചു. അദ്ദേഹത്തിന്റെ പരിശ്രമം കൊണ്ട്, *കുടിയരശു* പത്രത്തിൽ പെരിയാർ എഴുതിയ ലേഖനങ്ങൾ സമാഹാരമായി പ്രസിദ്ധീകരിക്കുന്ന വാർത്ത വന്നിരുന്നു. പെരിയാർ ആത്മാഭിമാനകഴകത്തിന്റെ ഭാഗത്തുനിന്നും അതിന്റെ സെക്രട്ടറി വീരമണി ചെന്നൈ ഹൈക്കോടതിയുടെ പകർപ്പവകാശ വകുപ്പിൽ പ്രസിദ്ധീകരണാവകാശം ആവശ്യപ്പെട്ട് സിവിൽ കേസ് കൊടുത്തു. പെരിയാറിന്റെ രചനകൾക്ക് അദ്ദേഹത്തിന്റെ സ്ഥാപനത്തിന് മാത്രമേ അവകാശമുള്ളൂയെന്നും, മറ്റാർക്കും അവരുടെ അനുമതിയില്ലാതെ പ്രസിദ്ധീകരിക്കാൻ കഴിയില്ലെന്നും ആ കേസിൽ പറഞ്ഞു. കേസ് വിചാരണ കഴിയുന്നത് വരെ എതിർകക്ഷി *കുടിയരശു* ലേഖനങ്ങൾ സമാഹാരമാക്കാൻ പാടില്ലെന്ന് ഇടക്കാല സ്റ്റേ ഓർഡർ ആവശ്യപ്പെട്ടു. ആ കേസ് വിചാരണ ചെയ്ത ഞാൻ, പെരിയാർ തന്റെ ജീവനുള്ളതുവരെ തന്റെ രചനകളുടെ നിർമ്മാണാവകാശം

ആർക്കും കൊടുത്തിട്ടില്ലെന്നും, ആത്മാഭിമാനപ്രസ്ഥാനം പെരിയാർ ആരംഭിച്ചതാണെങ്കിലും, പെരിയാർ അവകാശം നല്കിയിട്ടില്ലാത്ത വക യിൽ അദ്ദേഹത്തിന്റെ രചനകളുടെ പ്രസിദ്ധീകരണാവകാശം ചോദിക്കാൻ വീരമണിക്ക് കഴിയില്ലെന്നും ഞാൻ വിധിച്ചു.

വിധിയുടെ അവസാനഭാഗത്ത് ഞാൻ എഴുതിയ വരികൾ: "ഈ സഹോദരയുദ്ധത്തിൽ പെരിയാറിന്റെ രചനകൾ, കോടതിരേഖകളിൽ മുങ്ങിപ്പോകരുത്, യുക്തിബോധം മുന്നിട്ടുനിൽക്കുമെന്ന് ഈ കോടതി വിശ്വസിക്കുന്നു" എന്ന് പറഞ്ഞ് അവസാനിപ്പിച്ചു. ഈ വിധികാരണം ദേഷ്യം വന്ന ദ്രാവിഡർ കഴകത്തിന്റെ തലവർ വീരമണി *വിടുതലൈ* പത്രത്തിൽ ഇപ്രകാരം എഴുതി, "ജസ്റ്റിസുമാർ തങ്ങളുടെ വിധികൾ നിയ മത്തിന്റെ അതിരിനുള്ളിൽ നൽകുന്നത് നല്ലത്. അവരുടെ ഗിരിപ്രഭാ ഷണങ്ങൾ അനാവശ്യമാണ്!"

എങ്കിലും, ആ വിധിയെ പ്രശംസിച്ച് ചില പത്രങ്ങൾ വാർത്ത കൊടുത്തതിനൊപ്പം, ഒരുപാട് കാർട്ടൂണുകളും വിധിയെപ്പറ്റി വന്നു. വിധിക്ക് എതിരായി കൊടുക്കപ്പെട്ട അപ്പീൽ രണ്ട് ജസ്റ്റിസുമാരുടെ ബഞ്ച് തള്ളിക്കളഞ്ഞു. വീരമണി അടുത്തതായി സുപ്രീം കോടതിയിലേക്ക് പോയി. അവിടെയും അയാൾക്ക് തോൽവിയായിരുന്നു സംഭവിച്ചത്.

കാവേരിപ്പട്ടണത്തിൽ പെരിയാറിന്റെ പ്രതിമ വയ്ക്കുന്നതിനായി ഒരു സംഘത്തിന് രൂപം കൊടുത്തിരുന്നു. അതിന്റെ തലവനായി തിരുപ്പതി എന്നയാളെ തെരഞ്ഞെടുത്തു. അദ്ദേഹത്തിന്റെ പരിശ്രമംകൊണ്ട് അവിടെയുള്ള സർക്കാർ ഹൈസ്കൂൾ വളപ്പിന്റെ മൂലയിൽ, റോഡി നരികിൽ 100 ചതുരശ്രയടി സ്ഥലം പ്രതിമയ്ക്കായി അനുവദിക്കപ്പെട്ടു. അതിന് മുമ്പേ പി ടി എയും 'പ്രതിമ വയ്ക്കുന്നതിന് വിരോധമില്ല' എന്ന് പറഞ്ഞിരുന്നു. ഇപ്പോൾ പി ടി എ അദ്ധ്യക്ഷൻ പി. ടി. സുന്ദരേശൻ ഒരു കേസ് കൊടുത്തിരിക്കുന്നു. ആ കേസിൽ 2011 ൽ തെക്കുകിഴക്ക് മൂലയിൽ സ്കൂളിന്റെ മതിൽ പൊളിക്കപ്പെട്ടതായും, പെരിയാർ പ്രതിമ വച്ചാൽ അത് ദൈവനിഷേധമായി വിദ്യാർത്ഥികൾ വിശ്വസിക്കാൻ കാരണമാകും എന്നും പറഞ്ഞിരുന്നു.

ഇതിനിടയിൽ കാവേരിപ്പട്ടണത്തിലുള്ള ബി ജെ പിക്കാർ സർക്കാ രിന് ഒരു പരാതി അയച്ചു. പരാതിയുടെ മേൽ അന്വേഷണം ഉള്ളതി നാൽ, പ്രതിമ സ്ഥാപിക്കുന്ന സംഘത്തിനോട് അവരുടെ പരിപാടി മാറ്റിവ യ്ക്കാൻ ഹെഡ് മാസ്റ്റർ അറിയിച്ചു. പെരിയാർ പ്രതിമ വയ്ക്കാൻ അനു വദിച്ച അതേയിടത്തിൽ ആർ എസ് എസ് സംഘപാലകൻ ആയിരുന്ന ഹെഡ്ഗേവാറിന്റെ പ്രതിമ വയ്ക്കണമെന്ന് ആവശ്യപ്പെട്ട് ഒരു കത്തും എഴുതി. ഇതുകാരണം, നിയമലംഘനപ്രശ്നം ഉണ്ടാകും എന്ന് സ്കൂൾ, പൊലീസ് ഇൻസ്പെക്ടറെ അറിയിച്ചു.

സുന്ദരേശന്റെ കേസ് എന്റെയടുത്ത് വന്നപ്പോൾ ഹർജിക്കാരനോട്, 'പ്രതിമ വയ്ക്കുന്നതിനെ എതിർക്കാനുള്ള കാരണം എന്താണ്?' എന്ന് ഞാൻ ചോദിച്ചു. പെരിയാർ ദൈവവിശ്വാസത്തെ നിഷേധിച്ചയാളാണ്;

അതുകൊണ്ട് വിദ്യാർത്ഥികൾ ചീത്തയാകും എന്നെല്ലാം അയാൾ പറയാൻ തുടങ്ങി. അയാളുടെ വാദത്തിനെ എതിർത്ത്, പെരിയാർ നിരീശ്വരവാദി മാത്രമല്ല; അദ്ദേഹം വൈവിധ്യത്തോടെ സമൂഹപരിഷ്കരണത്തിനും, അന്ധവിശ്വാസം ഇല്ലാതാക്കാനും, സ്ത്രീകളുടെ മോചനത്തിനും എല്ലാത്തിനേയും പറ്റി എഴുതിയിട്ടുള്ളതിനെ വിധിയിൽ സൂചിപ്പിച്ച്, "വിദ്യാർത്ഥികൾ യുക്തിപൂർവ്വം യാഥാർത്ഥ്യങ്ങളെ മനസ്സിലാക്കേണ്ടത് പ്രധാനമാണ്; പ്രതിമയെ കടന്നുപോകുന്ന വിദ്യാർത്ഥികൾ, പെരിയാറിനെപ്പറ്റി അദ്ധ്യാപകരോട് ചോദിക്കുമ്പോഴെല്ലാം അവരുടെ സംശയങ്ങൾ അദ്ധ്യാപകർ മാറ്റിക്കൊള്ളും'' എന്നും പറഞ്ഞ് ഹർജിക്കാരന്റെ ഉദ്ദേശ്യത്തിനെ വിമർശിച്ച് കേസ് തള്ളിക്കളഞ്ഞു.

വലതുപക്ഷ ശക്തികൾക്കൊപ്പം ചേർന്ന് വിദ്യാഭ്യാസവകുപ്പ് പ്രതിമ വയ്ക്കുന്നതിനുള്ള ഉത്തരവ് നേടിയശേഷവും പ്രശ്നങ്ങൾ വലിച്ചിഴയ്ക്കുന്നതിന് എതിരായി തന്തൈ പെരിയാർ പ്രതിമ സ്ഥാപനസംഘത്തിന്റെ നേതാവ് തിരുപ്പതിയും ഒരു കേസ് മുമ്പ് തന്നെ കൊടുത്തിരുന്നു. പ്രതിമ സ്ഥാപിക്കുന്നതിന് എതിർപ്പ് ഒന്നുമുണ്ടാകാൻ വഴിയില്ലെന്ന് പറഞ്ഞതിനൊപ്പം, പ്രതിമ സ്ഥാപിക്കുമ്പോൾ എന്തെങ്കിലും കുടില ശക്തികൾ നിയമലംഘനം നടത്താൻ ശ്രമിച്ചാൽ പൊലീസ് ആവശ്യമായ സംരക്ഷണം നൽകണമെന്നും ആ കേസിൽ ഞാൻ ഉത്തരവിട്ടു.

ആ ഉത്തരവിന് ശേഷമാണ് തന്തൈ പെരിയാറിന്റെ പ്രതിമ കാവേരിപ്പട്ടണം സർക്കാർ സ്കൂൾ വളപ്പിൽ അനാച്ഛാദനം ചെയ്തതും ശിലയുടെ പീഠത്തിൽ എന്റെ വിധിയിൽനിന്നും ഒരു ഭാഗം കൊത്തിവച്ചതും എന്ന് ഞാൻ ആദ്യമേ പറഞ്ഞിരുന്നു. എന്റെ വിധിക്ക് ശേഷം അതിനെപ്പറ്റി അഭിപ്രായം പറഞ്ഞ ദ്രാവിഡ കഴകത്തിന്റെ തലവൻ വീരമണി, "ഏത് പെരിയാറിനെ അപവാദക്കേസിൽ കുറ്റവാളിയാക്കി ഹൈക്കോടതി പണ്ടൊരിക്കൽ ശിക്ഷിച്ചോ, അതേ ഹൈക്കോടതി ഇന്ന് പെരിയാറിനെ സിംഹാസനത്തിൽ ഇരുത്തിയിരിക്കുന്നു" എന്ന് പറഞ്ഞു. വിധിയുടെ പൂർണരൂപം തമിഴിലാക്കി *വിടുതലൈ* പത്രത്തിൽ പ്രസിദ്ധീകരിച്ചിരുന്നു.

മാർക്സിസ്റ്റ്-പെരിയാറിസ്റ്റ് കമ്യൂണിസ്റ്റ് പാർട്ടിയുടെ പത്രമായി ആനൈമുത്തു പ്രസിദ്ധീകരിച്ചുവന്ന *സിന്തനൈയാളർ* പത്രത്തിലും ആ വിധിയുടെ മൊഴിമാറ്റം പ്രസിദ്ധീകരിക്കുകയും എന്നെ പുകഴ്ത്തിക്കൊണ്ട് ചില വരികൾ അദ്ദേഹം എഴുതുകയും ചെയ്തു. *തമിഴ്നാടിന്റെ വിചിത്രരൂപം* എന്ന പേരിൽ പുസ്തകം പ്രസിദ്ധീകരിച്ച ഡോ. എം എസ് എസ് പാണ്ഡ്യൻ തന്റെ മുഖവുരയിൽ എന്നെപ്പറ്റിയും പരാമർശിച്ചിട്ടുണ്ട്.

ശ്രീരംഗത്തിൽ പെരിയാറിന്റെ പ്രതിമ സ്ഥാപിച്ചപ്പോൾ, അതിനെ എതിർത്ത് ഹിന്ദു മക്കൾ കട്ചി കൊടുത്ത കേസ് തള്ളിക്കളഞ്ഞ ജസ്റ്റിസുമാരുടെ ബഞ്ച്, പ്രതിമ സ്ഥാപിക്കാനുള്ള സർക്കാർ ഉത്തരവ് ഉള്ളതിനാൽ വിലക്ക് ഏർപ്പെടുത്താൻ വിസമ്മതിക്കുന്നു എന്ന് മാത്രമേ പറഞ്ഞുള്ളൂ. പ്രതിമയുടെ പീഠത്തിലുള്ള വാചകങ്ങൾ ആക്ഷേപി

ക്കുന്നത് പോലെയുണ്ടെങ്കിൽ, അതിന് പ്രത്യേകം കേസ് തുടരാം എന്നും പറഞ്ഞു. അതല്ലാതെ *പെരിയാർ* സിനിമയുടെ കേസിലും കാവേരിപ്പട്ടണത്തിൽ പ്രതിമ സ്ഥാപിക്കുന്ന കേസിലും പെരിയാറിന്റെ സിദ്ധാന്തങ്ങൾ ഈ വിധികളിൽ കുറിച്ചിരുന്നതും ശ്രദ്ധേയമാണ്.

ഒരുവശത്ത് പെരിയാറിന്റെ പ്രതിമകൾ സ്ഥാപിക്കുന്ന പ്രസ്ഥാനങ്ങളും പെരിയാറിന്റെ പ്രതിമകളെ നശിപ്പിക്കുന്നതും, കാവി പൂശുന്നതും തീരുമാനിച്ച് നടപ്പിലാക്കുന്ന മറുപക്ഷവുമുണ്ട്. പെരിയാറിന്റെ യുക്തിവാദപരമായ ആശയങ്ങൾ ജനങ്ങളിലെത്തിക്കാനാണോ അല്ലയോ, നിയമരംഗത്തെ സംബന്ധിച്ചിടത്തോളം അതിലുള്ളവർ ശാസ്ത്രീയമായും ഭരണഘടനയുടെ അടിസ്ഥാനത്തിലുള്ള വിധികളെ എത്രയ്ക്ക് അനുസരിക്കുന്നു എന്നത് ഇന്നും എനിക്ക് പൂർണമായും മനസ്സിലാക്കാൻ കഴിഞ്ഞിട്ടില്ല. തങ്ങളുടെ മതവിശ്വാസം ഒരു വശത്ത് നിലനിർത്തിക്കൊണ്ട്, മറുവശത്ത് പൊതുവേദികളിലും സർക്കാർ സ്ഥാപനങ്ങളിലുള്ള ഉദ്യോഗസ്ഥർ പൊതുയിടങ്ങളിൽ മതവഴിപാടുകൾ ചെയ്യുന്നതിന് യാതൊരുവിധ വിലക്കും വിധിക്കാറില്ല.

തമിഴ്നാട്ടിൽ, സർക്കാർ ഓഫീസുകളിൽ വെള്ളിയാഴ്ച തോറും ഓരോ വകുപ്പിലും പൂജകൾ നടത്തിവരുന്നുണ്ട്, ആയുധപൂജയുടെ ദിവസം ഓഫീസ് ജോലികൾ ഒതുക്കി, വിശദമായ പൂജ നടക്കും, അതിനായി എല്ലാവരിൽനിന്നും പണം പിരിക്കുന്നതും തടസ്സമില്ലാതെ നടക്കുന്നതും നമ്മൾ കാണുന്നുണ്ട്. 1993 ലെ തമിഴ്നാട് സർക്കാർ ഓഫീസ് നടപടിക്രമങ്ങൾക്കായുള്ള സർക്കുലർ വ്യക്തമായി പറയുന്നുണ്ട്. സർക്കാർ വളപ്പുകളിൽ പൂജ നടത്തുന്നതും പുതിയ കെട്ടിടങ്ങൾ നിർമ്മിക്കുന്നതും ഇത് വിലക്കുന്നു. ഈ വിധി പ്രകാരം സർക്കാർ ഓഫീസുകൾ പ്രവർത്തിക്കണമെന്ന് ആവശ്യപ്പെട്ട് മുത്തുരാമൻ എന്നയാൾ ഒരു കേസ് കൊടുത്തു. അത് വിചാരണ ചെയ്ത ഹൈക്കോടതിയുടെ വിധി അനുസരിച്ച് സർക്കാർ ഓഫീസുകൾ പ്രവർത്തിക്കണം എന്ന് ഉത്തരവിടപ്പെട്ടു. നിയമങ്ങൾ പാലിക്കുന്നില്ലെന്ന് മുത്തുരാമൻ വീണ്ടും കൊടുത്ത പൊതുതാല്പര്യഹർജി തള്ളിക്കളഞ്ഞ രണ്ട് ജസ്റ്റിസുമാരുടെ ബഞ്ച് സരസ്വതി വിദ്യാദേവിയാണെന്നും, എല്ലാ വസ്തുക്കളിലും ദൈവം ഉണ്ടെന്നുമുള്ള ഭാരതിയാരുടെ കവിത ഉദാഹരണമാക്കി പറഞ്ഞതിനൊപ്പം, ആയുധപൂജകൾ ഉദ്യോഗസ്ഥർ നടത്തുന്നതിൽ തെറ്റില്ലെന്നും സർക്കാരിന്റെ നേരിട്ടുള്ള ഇടപെടൽ ഈ വിഷയങ്ങളിൽ ഇല്ലാത്തതുകൊണ്ട് അതിന് വിലക്ക് വിധിക്കേണ്ട ആവശ്യമില്ലെന്നും ഉത്തരവിട്ടു.

ഈ വിധി എഴുതിയവർ 1969 ൽ സുപ്രീം കോടതി, 'റെയിൽവേ തൊഴിലാളികൾക്ക് തങ്ങളുടെ ഓഫീസുകളിലോ ഓഫീസ് വളപ്പുകളിലോ സമ്മേളനങ്ങളും പ്രകടനങ്ങളും നടത്തുന്നതിനുള്ള പ്രാഥമിക അവകാശം ഇല്ല' എന്ന് വിധിച്ചത് ഓർമ്മിച്ചില്ല.

2015 ൽ 'പുതിയ തലമുറൈ' ചാനൽ വിവാഹിതരായ സ്ത്രീകൾ

താലി അണിയുന്നതിനെപ്പറ്റി ചർച്ച സംപ്രേക്ഷണം ചെയ്യുന്നതായി അറിയിച്ചിരുന്നു. അതിനെ എതിർത്ത് 'ഹിന്ദു മുന്നണി' നോട്ടീസ് അയച്ചു. തുടർന്ന്, പരിപാടിയുടെ തലേദിവസം ചാനൽ ഓഫീസിന് നേരെ നാടൻ ബോംബുകൾ എറിയപ്പെട്ടു. അതുകൊണ്ട് ആ ചാനൽ ഓഫീസ് പരിപാടി സംപ്രേഷണം ചെയ്യുന്നത് തന്നെ നിർത്തിക്കളഞ്ഞു. ഇതുപോലെയുള്ള പരിപാടികൾ കാണിക്കാൻ പോലും സ്വാതന്ത്ര്യം ഇല്ലേയെന്ന് ചോദിച്ച ദ്രാവിഡ കഴകം, പെരിയാർ മൈതാനത്തിൽ അതേ വർഷം തമിഴ് പുതുവർഷത്തിന്റെയന്ന് സ്ത്രീകൾ താലി ഉപേക്ഷിക്കുന്ന പരിപാടിയും, പശുവിറച്ചി കറിവച്ച് കഴിക്കുന്നതും ഏർപ്പാട് ചെയ്തു. ആ പരിപാടിക്ക് സബ്ബ് ഇൻസ്പെക്ടർ വിലക്ക് ഏർപ്പെടുത്തി. ഇതിനെ എതിർത്ത് ദ്രാവിഡ കഴകത്തിന്റെ പേരിൽ കൊടുത്ത കേസ് ജസ്റ്റിസ് ഹരിപരന്താമൻ വിചാരണ ചെയ്ത്, പൊലീസ് വകുപ്പിന്റെ ഉത്തരവിനെ വിലക്കി പരിപാടിക്ക് അനുമതി നൽകി. ഭരണഘടനയിൽ, 'അഭിപ്രായ സ്വാതന്ത്ര്യം അടിസ്ഥാനപരമായ അവകാശമാണ്' എന്ന് പറഞ്ഞ അദ്ദേഹം തന്റെ വിധിയുടെ മുന്നുദാഹരണമായി സുപ്രീം കോടതിയുടെ വിധികൾ പലതും ചൂണ്ടിക്കാണിച്ചിരുന്നു.

വിധി വന്ന അടുത്ത ദിവസം പരിപാടി നടക്കാനിരുന്നതായിരുന്നു. അന്ന് സർക്കാർ അവധിയായിരുന്നെങ്കിലും തമിഴ്നാട് സർക്കാർ രണ്ട് ജസ്റ്റിസുമാരുടെ ബഞ്ചിന് അപ്പീൽ കൊടുത്തു. അതിനെ വിചാരണ ചെയ്ത ജസ്റ്റിസുമാർ, വിധിക്ക് ഉടൻ തന്നെ ഇടക്കാലവിലക്ക് ഉത്തരവിട്ടു. എന്നാൽ, വിലക്ക് ഉത്തരവ് ലഭിക്കുന്നതിന് മുമ്പ് തന്നെ പരിപാടി ആരംഭിക്കുകയും, പങ്കെടുത്ത 25 സ്ത്രീകൾ പൊതുവേദിയിൽ തങ്ങളുടെ താലികൾ അറുത്തെറിയുകയും ചെയ്തു.

ഈ സംഭവങ്ങൾ നിയമരംഗത്ത് തുടർന്നുവരുന്ന അസ്ഥിരമായ അഭിപ്രായങ്ങളെ കാണിക്കുന്നതിനൊപ്പം, ഓരോ ജസ്റ്റിസും ഒരു പ്രത്യേക മതത്തിൽനിന്നും വരുന്നതിനെയും വെളിവാക്കുന്നു. അന്ധവിശ്വാസങ്ങൾക്കെതിരായ പ്രചരണവും യുക്തിബോധത്തോടെ വാസ്തവങ്ങളെ അറിയാനുള്ള പരിശീലനവും ജനങ്ങൾക്ക് മാത്രമല്ല ജസ്റ്റിസുമാരുടെ അടുത്തേക്കും കൊണ്ടുപോകേണ്ട കടമ എല്ലാവർക്കും ഉണ്ട്.

പെരിയാറിനെ അംഗീകരിക്കുന്നതുകൊണ്ട് അദ്ദേഹത്തിന്റെ പിന്തുടർച്ചക്കാർ നമ്മളേയും അംഗീകരിക്കുമെന്ന് കരുതാൻ പാടില്ല. നമ്മൾ ഒരാളെ അംഗീകരിക്കുന്നത് മറ്റുള്ളവരുടെ പ്രശംസയ്ക്ക് വേണ്ടിയല്ല. ഞാൻ വിരമിച്ചശേഷം നടന്ന ഒരു സംഭവം ഇവിടെ പറയേണ്ടതുണ്ട്. ചെന്നൈയിൽ ചീഫ് ജസ്റ്റിസ് ആയിരുന്ന എ കെ ഗാംഗുലി പിന്നീട് സുപ്രീം കോടതിയിൽ ജസ്റ്റിസ് ആയി വിരമിച്ചശേഷം, അദ്ദേഹത്തിനെതിരെ ലൈംഗികാരോപണക്കേസ് ഉയർന്നുവന്നു. വിരമിച്ച ശേഷം അദ്ദേഹത്തിനെ വെസ്റ്റ് ബംഗാൾ സർക്കാർ മനുഷ്യാവകാശ കമ്മീഷന്റെ തലവനായി നിയമിച്ചിരുന്നു. അദ്ദേഹം പദവിയിൽനിന്നും മാറണമെന്ന ആവശ്യമുന്നയിച്ച് ചെന്നൈയിൽ ദ്രാവിഡ കഴകം പ്രകടനം നടത്തി.

ആ സമയത്ത് തമിഴ്നാട്ടിൽ മനുഷ്യാവകാശ കമ്മീഷന്റെ അദ്ധ്യക്ഷ പദവിയിൽ രണ്ട് വർഷമായി ആളില്ലാതിരിക്കുകയായിരുന്നു. തമിഴ്നാട്ടിൽ മനുഷ്യാവകാശ കമ്മീഷൻ പ്രവർത്തിക്കുന്നതിനായി സമരം നടത്താത്ത ദ്രാവിഡ കഴകം, വെസ്റ്റ് ബംഗാളിൽ മനുഷ്യാവകാശ കമ്മീഷന്റെ തല വനെപ്പറ്റി എന്തിന് വേവലാതിപ്പെടണം?" എന്ന് ഞാൻ അഭിപ്രായം ചോദിച്ചത് മാധ്യമങ്ങളിൽ വന്നു. അതിന് എതിർപ്പ് അറിയിക്കുന്ന വിധത്തിൽ *വിടുതലൈ* പത്രത്തിൽ 'മിൻസാരം' എന്ന പേരിൽ, 'മുൻ ജസ്റ്റിസ് ചന്ദ്രു അവർകൾക്ക്!' എന്ന തലക്കെട്ടിൽ ഒരു ലേഖനം പ്രസി ദ്ധീകരിക്കപ്പെട്ടു. ലേഖനം ഇങ്ങനെ അവസാനിച്ചു. "സുപ്രീം കോടതി യുടെ മുൻ ജസ്റ്റിസ് എന്നാൽ അദ്ദേഹം നിയമത്തിന് അപ്പുറമു ള്ളയാളാണോ? ആധുനിക മനുധർമ്മമാണോ? മുൻ ജസ്റ്റിസിന് മുൻ ജസ്റ്റിസ് വക്കാലത്ത് ചെയ്യുന്നോ? മുൻ ജസ്റ്റിസുമാരുടെ ഒരു സംഘടന ഉണ്ടോയെന്ന് അറിയില്ല!"

ഇത്രയും വിമർശനങ്ങൾ, മലർച്ചെണ്ടുകളേയും ഉരുളൻ കല്ലു കളേയും ഒരുമിച്ച് സ്വീകരിക്കാനുള്ള പക്വത തന്നു. മുൻ ജസ്റ്റിസുമാരുടെ സംഘടന ഉണ്ടോയെന്ന് അറിയില്ല. എന്നാൽ, വിരമിച്ചശേഷവും നിയ മരംഗത്തിന്റെ നടപടിക്രമങ്ങളെ സൂക്ഷമായി നിരീക്ഷിച്ച്, ജസ്റ്റിസുമാർ തെറ്റായ പാതയിൽ പോകുമ്പോൾ അതിനെ ചൂണ്ടിക്കാണിക്കുന്നതും, വിധികൾ ഭരണഘടനയുടെ അതിര് ലംഘിക്കുമ്പോൾ അതിനെ വിമർ ശിക്കുന്നതും അവരുടെ പ്രധാന കടമയാകുന്നു.

ചെന്നൈ ഹൈക്കോടതിയിലെ ജസ്റ്റിസുമാർ കേരളത്തിൽ ജാതി സമ്മേളനത്തിൽ പങ്കെടുത്ത്, അതിൽ ഒരാൾ ബ്രാഹ്മണ സമൂഹത്തിനെ പ്രശംസിച്ച് സംസാരിച്ചത് ഉടൻ തന്നെ വിമർശിച്ചതിനൊപ്പം, അതിനെപ്പറ്റി *ജൂനിയർ വികടനിൽ* ഞാനൊരു ലേഖനവും എഴുതി. ആ ലേഖനത്തിൽ ഇങ്ങനെ പറഞ്ഞു:

"ബ്രാഹ്മണരുടെ സമ്മേളനം മാത്രമല്ല, ഏത് ജാതിസമ്മേളനമാ യാലും ഹൈക്കോടതിയിലെ ജസ്റ്റിസുമാരായിരിക്കുന്നവർ അങ്ങനെ യുള്ള ജാതിസമ്മേളനങ്ങളിൽ പങ്കെടുക്കുന്നതും, അതിൽ തോന്നിയ പോലെ തങ്ങളുടെ ജാതിക്കാരോട് ജാതിയുടെ മഹത്വങ്ങൾ പറയുന്നതും വിമർശിക്കപ്പെടേണ്ടതാണ്. ഈ നാടിനെ നയിക്കുന്നത് ഭരണഘടന മാത്രമാണെന്നും അതിൽ മനുധർമ്മത്തിന് ഇടമില്ലെന്നും അവർ ഓർമ്മ യിൽ വയ്ക്കണം."

പഠിപ്പിച്ച് തന്നവരെ പ്രശംസിക്കുന്നത് മാത്രമല്ല, പഠിച്ചതിനെയും മറക്കാൻ പാടില്ല.

മതം എന്ന കറുപ്പ്

തിരുച്ചിറപ്പള്ളിയിൽ റെയിൽവേ ഉദ്യോഗസ്ഥനായിരുന്ന എന്റെ പിതാവ് അദ്ദേഹത്തിന്റെ അഞ്ച് മക്കളുടെ പഠനം, ഭാവി എന്നിവയെ ക്കരുതി ചെന്നൈക്ക് സ്ഥലം മാറ്റം വാങ്ങിച്ചു. ത്യാഗരാജനഗറിൽ ഒരു ചെറിയ വീട്ടിൽ ഞങ്ങൾ വാടകയ്ക്ക് താമസിച്ചു. ചെന്നൈക്ക് വന്ന് കുറച്ച് മാസങ്ങളിൽത്തന്നെ അമ്മയും മരിച്ചതിനാൽ, ആറ് പേരുള്ള ഞങ്ങളുടെ കുടുംബത്തിന് പിതാവിന്റെ ചെറിയ ശമ്പളം മാത്രമേ ഉണ്ടായിരുന്നുള്ളൂ. അതിനാൽ മറ്റ് വിനോദങ്ങൾ ഒന്നുമുണ്ടായിരുന്നില്ല.

അപ്പോൾ നേരമ്പോക്ക് എന്നാൽ കഥപറച്ചിലുകൾ, ഹരികഥകൾ, ഉപന്യാസങ്ങൾ, ഭജനകൾ എന്നിവയൊക്കെയായിരുന്നു. അനന്തരാമ ദീക്ഷിതർ, ബാലകൃഷ്ണ ശാസ്ത്രികൾ, എമ്പാർ വിജരാഘവാചാര്യർ, ശിവാനന്ദ വിജയലക്ഷ്മി, കൃപാനന്ദ വാര്യർ, ബാംഗ്ലൂർ രമണിയമ്മാൾ തുടങ്ങിയവരുടെ പരിപാടികളെല്ലാം ശൃംഗേരി മഠം, ശങ്കരമഠം, ശിവ, വിഷ്ണു കോവിലുകൾ എന്നിവിടങ്ങളിലെല്ലാം ഇടയ്ക്കിടെ നടക്കുമായിരുന്നു. മാർഗഴി മാസമായാൽ അതിരാവിലെ തിരുപ്പാവൈ ഭജനസംഘത്തിനൊപ്പം പോയാൽ അവസാനം ചൂടുള്ള പൊങ്കൽ കിട്ടും.

ഞാൻ പഠിച്ച സ്കൂളിൽ രാമനവമി ദിവസം രാവിലെ ക്ലാസ്സ് ടീച്ചർ അഞ്ച് രൂപ നോട്ട് തന്ന് ശർക്കരയും പരിപ്പും വാങ്ങിക്കൊണ്ട് വരാൻ പറയും. ഒപ്പം സാധനങ്ങൾ വിലകുറഞ്ഞ് കിട്ടുന്ന സലാം സ്റ്റോറിൽ നിന്നും വാങ്ങിക്കാനും പറയും. മതത്തേയും വ്യാപാരത്തേയും കൂട്ടിക്കുഴയ്ക്കാത്ത കാലമായിരുന്നു അത്. വേനലവധിക്കാലം ആയാൽ രാജാജിയുടെ *ചക്രവർത്തി തിരുമകൻ, വ്യാസർ വിരുന്തു* പുസ്തകങ്ങൾ മനഃപ്പാഠമാകും. ഉപയോഗിച്ചിരുന്ന നോട്ടുപുസ്തകങ്ങളുടെ ഒഴിഞ്ഞ താളുകൾ കീറിയെടുത്ത് അവയിൽ, 'ശ്രീരാമജയം' എന്ന് ഒരുലക്ഷം

പ്രാവശ്യം എഴുതി ശങ്കരമഠത്തിൽ കൊടുത്താൽ അവിടത്തെ ആചാര്യൻ ഒരു ചെറിയ വെള്ളിക്കാശ് തരും. ഞങ്ങൾ പഠിച്ച രാമകൃഷ്ണ സ്കൂളിൽ വെള്ളിയാഴ്ച രാവിലെ പ്രാർഥനകൾ ഉണ്ടാകും. *കൽക്കി, ആനന്ദവികടൻ, അമുദസുരഭി* വാരികകളിൽ മതിയായ സമയം കുറിച്ച ലേഖനങ്ങൾ വരും. ചിലപ്പോൾ കുട്ടികളുടെ വാരികകളായ *കണ്ണൻ, അമ്പിളിമാമ* എന്നിവയും കിട്ടും. വർഷം തോറും ആഘോഷിക്കുന്ന ഉത്സവങ്ങളും അതിനൊപ്പമുള്ള കൂതൂഹലങ്ങളുമായിരുന്നു അന്നത്തെ കുട്ടികളുടെ ലോകം.

ഇങ്ങനെയുള്ള അവസ്ഥയിൽ വളർന്ന കുട്ടികൾ ഹിന്ദു മതത്തിനെപ്പറ്റി അറിഞ്ഞിരിക്കുമെന്നല്ലാതെ മറ്റ് മതങ്ങളും അവയുടെ സംസ്കാരങ്ങളും എല്ലാം മനസ്സിലാക്കുന്നത് പ്രയാസമായിരുന്നു. എങ്കിലും, രാഷ്ട്രീയത്തിൽ ആരും മതം നേരിട്ട് കലർത്താറില്ലായിരുന്നു. ജനസംഘം (ബി ജെ പിയുടെ മുന്നോടി) കണ്ണിൽപ്പെടാത്ത സംഘടനയായിരുന്നു. അപ്പോൾ എന്റെ വീടിനടുത്ത് ആ പാർട്ടിയുടെ പ്രതിനിധി ഒരാൾ ഉണ്ടായിരുന്നു. അയാളെ ആരും വിലകല്പിക്കില്ലായിരുന്നു. അയാളെപ്പറ്റി പറയുമ്പോഴെല്ലാം ഗാന്ധിയെ വെടിവച്ച് കൊന്ന ദിവസം മധുരം നൽകിയവൻ എന്നേ പറയാറുള്ളൂ.

ബിരുദത്തിനായി ലയോള കോളേജിൽ ചേർന്നതിനുശേഷമാണ്, അതുവരെ അറിഞ്ഞ ലോകം ചെറുതാണെന്നും, അതിനപ്പുറം കാണേണ്ട ലോകമാണ് വളരെ വലുതെന്നും മനസ്സിലായത്. ആദ്യത്തെ വർഷം നടന്ന സംഭവം (1970) ഇന്നും ഓർമ്മയിലുണ്ട്. ടി നഗറിലുള്ള ഇസ്ലാം വ്യാപാരികൾ തങ്ങളുടെ നിസ്കാരം നടത്തുന്നതിനായി സ്വന്തമായി ഇടം വേണം എന്ന ആവശ്യത്തിനായി ഉസ്മാൻ റോഡിനരികിലുള്ള ചെറിയ സ്ഥലം വാങ്ങിച്ചു. പ്രാർഥിക്കാനുള്ള ഇടങ്ങൾ വേണമെങ്കിൽ കെട്ടിടനിയമങ്ങൾ പ്രകാരം ജില്ലാ കളക്ടറുടെ മുൻ അനുമതി വാങ്ങിക്കണം. ഈ നിയമം ന്യൂനപക്ഷങ്ങൾക്ക് എതിരായിട്ടാണ് ഉപയോഗപ്പെടുത്താറുള്ളത്. ഈ നിയമങ്ങൾ മറികടന്ന് ആയിരക്കണക്കിന് ഹിന്ദു ക്ഷേത്രങ്ങൾ നടപ്പാതയിൽ ഉള്ളതാണ് അതിന്റെ തെളിവ്. പണം കൊടുത്ത് വാങ്ങിയ സ്ഥലത്ത് അവരുടെ പ്രാർഥനയ്ക്കായുള്ള പള്ളി പണിയാനുള്ള അനുവാദം നേടാൻ കഴിഞ്ഞില്ല.

സംസ്ഥാന സർക്കാരിനോട് അപേക്ഷിച്ചതിനാൽ ടി നഗർ ബസ് സ്റ്റാന്റിന്റെ അരികിൽ പള്ളി പണിയാൻ ഇടം നൽകപ്പെട്ടു. ആ സ്ഥലത്ത് 1970 ജനുവരിയിൽ ഒരുദിവസം പെട്ടെന്ന് ഗണപതി പ്രത്യക്ഷപ്പെട്ടു. ഉടൻ തന്നെ അവിടെ കയർ വേലി കെട്ടി ഭണ്ഡാരപ്പെട്ടി വച്ച് നൂറ് കണക്കിന് ദീപങ്ങൾ നിരത്തപ്പെട്ടു. തറ പിളർന്ന് പുറത്ത് വന്ന ഗണപതിയെ തൊഴാനായി ആയിരക്കണക്കിന് ഭക്തജനങ്ങൾ വന്നു. ഈ സംഭവം കാരണം കലാപം ഉണ്ടാകുന്ന നിലയുണ്ടായി. ഉടൻ തന്നെ നടപടിയെടുത്ത് സർക്കാർ ഗണപതിയെ മാറ്റി. അതിനെ അവിടെ വച്ചത് ഒരു മുൻ പൊലീസുകാരൻ ആണെന്നും ഗണപതി വിഗ്രഹം ഗിണ്ടി ഭാഗത്ത്

നിന്നും മോഷ്ടിച്ചതാണെന്നും കണ്ടുപിടിച്ച്, അറിയിച്ച ശേഷമാണ് കാര്യങ്ങൾ നിയന്ത്രണത്തിലായത്.

ഇങ്ങനെ മതത്തെ രാഷ്ട്രീയലക്ഷ്യത്തിനായി ഉപയോഗിക്കാൻ കഴിയും എന്നത് നേരിൽ കണ്ട അനുഭവവും ഉണ്ടായി. ആ സമയത്ത് ഒരു ഇടതുപക്ഷപാർട്ടിയുടെ വിദ്യാർഥിസംഘടനയുടെ ഉത്തര വാദിത്വത്തിൽ ഉണ്ടായിരുന്നതിനാലും, മാർക്സിസ്റ്റ് തത്വചിന്തയെ മന സ്സിലാക്കാൻ ശ്രമിച്ചതിനാലും ഇങ്ങനെയുള്ള കുത്തിത്തിരിപ്പുകൾ താണ്ടി വർഗരാഷ്ട്രീയത്തിൽ ഇടപെടാൻ സാധിച്ചു. 'മതം ഒരു കറുപ്പാണ്' എന്ന മാർക്സിന്റെ ഉദ്ധരണി എന്റെ മനസ്സ് കവർന്നു. മനുഷ്യസമൂഹ ത്തിന് വേണ്ടി ചെയ്യുന്ന സേവനങ്ങളാണ് മനുഷ്യകുലത്തിനെ സ്വത ന്ത്രരാക്കുന്നത്.

എനിക്ക് ഒരിക്കലും വർഗ്ഗ, ജാതി ഭേദമന്യേ എല്ലാവർക്കും ആരാധ നാലയങ്ങളിൽ പ്രാർത്ഥിക്കാനുള്ള അവകാശമുണ്ട് എന്നതിൽ സംശമു ണ്ടായിരുന്നില്ല. ലാ കോളേജിൽ ഭരണഘടന വായിച്ചപ്പോൾ മതപരമായ അവകാശം എങ്ങനെ അടിസ്ഥാനപരമായ അവകാശമാണോ, അതു പോലെ അയിത്തം ഇല്ലാതാക്കുന്നതും അടിസ്ഥാനപരമായ അവകാശ മാണെന്ന് പറഞ്ഞിരിക്കുന്നത് പഠിച്ചിരുന്നു. അയിത്തം ഇല്ലതാക്കൽ കോൺഗ്രസ്സ് പാർട്ടിയുടെ ഒരു പ്രധാന ലക്ഷ്യമായിരുന്നു. ദളിത് ജനങ്ങളെ സേവിക്കാനായി ഒരു പ്രസ്ഥാനം ഉണ്ടാക്കിയ ഗാന്ധി, അയിത്തത്തിനെതിരായി നടത്തിയ യാത്രകളുടെ ഭാഗമായി 1934 ഫെബ്രുവരി-മാർച്ച് മാസങ്ങളിൽ തമിഴ്നാട്ടിലും വന്നിരുന്നു. യാത്ര നടത്തിയിരുന്നു. അദ്ദേഹത്തിനൊപ്പം തുണയ്ക്കായി പോയ ടി എസ് എസ് രാജൻ (പിന്നീട് ആരോഗ്യവകുപ്പ് മന്ത്രിയായി), *തമിഴ്നാട്ടിൽ ഗാന്ധി* എന്ന പുസ്തകം എഴുതിയിട്ടുണ്ട്. ദേവകോട്ടയിൽ താമസിക്കു മ്പോൾ കന്തദേവി അമ്പലം ഭരിക്കുന്ന നാട്ടുകാർ ഗാന്ധിയെ അവരുടെ അമ്പലത്തിലേക്ക് ക്ഷണിച്ചു. അമ്പലത്തിനുള്ളിൽ ദളിതർക്ക് പ്രവേശനം ഇല്ലാത്തതിനാൽ ഗാന്ധി അവിടെ പോകാൻ വിസമ്മതിച്ചു. പകരം, നാട്ടുകാരുടെ മനസ്സ് മാറ്റുന്നതിനായി അവർക്കൊപ്പം സംസാരിച്ചു. അതിനെപ്പറ്റി തന്റെ പുസ്തകത്തിൽ രാജൻ ഇങ്ങനെ എഴുതിയിട്ടുണ്ട്:

"...പ്രധാനികളിൽ നൂറ് പേരെ ഗാന്ധിജി ദേവക്കോട്ടയിൽ സന്ധിച്ച് ഒരു മണിക്കൂർ നേരം സംസാരിച്ചു. തമിഴ്നാട്ടിൽ ചെയ്ത പ്രസംഗങ്ങളിൽ അന്ന് ദേവക്കോട്ടൈ നാട്ടുകാർക്ക് കൊടുത്ത ഉപദേശമാണ് ആദ്യത്തേത്. വാഗ്ചാതുര്യം മാത്രമല്ല, ആത്മീയ ഉണർവ്വ്, ജീവകാരുണ്യം, ദയ, ധർമ്മന്യായം എന്നിവയെല്ലാം സംഗ്രഹിച്ച് ചെറിയ കുട്ടികൾക്ക് പോലും മനസ്സിലാകുന്ന വിധത്തിൽ അന്ന് ഹരിജനങ്ങളുടെ ഭാഗത്ത് നിന്നും അദ്ദേഹം സംസാരിച്ചു. എന്നാൽ, നാട്ടുകാരുടെ മനസ്സലിഞ്ഞതായി തോന്നിയില്ല. പതിവുകളെ ഉപേക്ഷിക്കാൻ പറ്റില്ലെന്നായിരുന്നു അവരുടെ തീരുമാനം."

മഹാത്മാ ഗാന്ധി ദേവക്കോട്ടയിൽ വന്നുപോയിട്ട് 72 വർഷങ്ങൾ കഴിഞ്ഞിട്ടും അതേ അവസ്ഥ തന്നെയാണ് തുടരുന്നത്. കന്തദേവി

സ്വർണമൂർത്തീശ്വരൻ കോവിലിൽ തേരിന്റെ വടം പിടിക്കുന്നതുപോലും അവിടെയുള്ള നാട്ടുകാർ തടയാൻ ശ്രമിച്ചു. ഇതിനെ എതിർത്ത് പുതിയ തമിഴകം പാർട്ടിയുടെ തലവൻ ഡോ. കൃഷ്ണസ്വാമി ഹൈക്കോടതിയിൽ കേസ് കൊടുത്തു. അദ്ദേഹത്തിന് വേണ്ടി ആ കേസിൽ ഞാൻ വാദിച്ചു. കേസ് വിചാരണ ചെയ്ത ചീഫ് ജസ്റ്റിസ് മാർക്കണ്ഡേയ കഡ്ജു ദളിതർക്ക് വടംവലിക്കാനുള്ള എല്ലാ അവകാശങ്ങളും ഉണ്ടെന്ന് വിധിച്ചു. അവരുടെ അവകാശം നിഷേധിക്കുന്നവർക്കെതിരെ കടുത്ത നടപടി എടുക്കണമെന്നും അതിനായുള്ള എല്ലാ ഉത്തരവാദിത്വവും ജില്ലാ കളക്ടർ ഏൽക്കണമെന്നും അദ്ദേഹം ഉത്തരവിട്ടു.

ഈ ഉത്തരവിന് ശേഷവും കന്തദേവിയുടെ നാട്ടുകാർ ഒരു മന്ത്രിയുടെ സഹായത്തോടെ ഹൈക്കോടതിയുടെ ഉത്തരവിനെ പുറംതള്ളി. പുറത്തുനിന്നും തേരോട്ടത്തിൽ പങ്കെടുക്കാൻ വന്ന ദളിതരെ ഗ്രാമത്തിന് പുറത്ത് പൊലീസിന്റെ സഹായത്തോടെ തടുത്തുനിർത്തി. അവരെ തേർ വടം തൊടാൻ പോലും സമ്മതിച്ചില്ല. തെളിവിനായി നാല് ദളിതർ തേർ വടം തൊടുന്നതായുള്ള ഫോട്ടോ എടുത്ത്, നാട്ടുകാരും അവരുടെ സമൂഹത്തിലുള്ളവരും തേരോട്ടം അവസാനിപ്പിച്ചു. ഈ ധിക്കാരത്തിനെപ്പറ്റി ഹൈക്കോടതിയിൽ കേസ് കൊടുത്തിട്ടും ജില്ലാ ഭരണകൂടത്തിന്റെ അലക്ഷ്യതയ്ക്ക് എതിരായി നടപടി എടുക്കാൻ ആവശ്യപ്പെട്ടും കൊടുത്ത ഹർജി ജസ്റ്റിസുമാർ വിചാരണയ്ക്കെടുക്കാൻ വിസമ്മതിച്ചു. പുരോഗമനപരമായ വാക്കുകൾക്കും വ്യാജമായ പ്രവൃത്തികൾക്കും നമ്മുടെ നാട്ടിൽ ഇപ്പോഴും യാതൊരു പഞ്ഞവുമില്ല.

ആ കേസ് ഞാൻ നടത്തിയപ്പോൾ എനിക്കും, ചീഫ് ജസ്റ്റിസ് മാർക്കണ്ഡേയ കഡ്ജുവിനും ഇടയിൽ നടന്ന ചൂടേറിയ തർക്കം അദ്ദേഹം ഒരിക്കലും മറന്നിട്ടുണ്ടാവില്ല. എന്റെ പേര് ജസ്റ്റിസ് പദവിക്കായി നിർദ്ദേശിക്കപ്പെട്ടതിനെ നിരാകരിച്ച അദ്ദേഹം, പിന്നീട് ചീഫ് ജസ്റ്റിസ് എ പി ഷാ എന്റെ പേര് നിർദ്ദേശിച്ചപ്പോൾ അദ്ദേഹത്തിന്റെ വീട്ടിലേക്ക് നേരിട്ട് പോയി എന്നെ ജസ്റ്റിസ് ആക്കരുതെന്ന് ഉപദേശിച്ചത് ഞാനറിഞ്ഞു. അതെല്ലാം കടന്നാണ് ഞാനും ജൂലൈ 2006 ൽ ജസ്റ്റിസ് ആയത്.

മതം, മതപരമായ ചടങ്ങുകൾ സംബന്ധമായി എന്റെ മുന്നിൽ വന്ന കേസുകളിൽ ഞാൻ കൊടുത്ത വിധികൾ ഇപ്പോൾ നോക്കാം. അയിത്തം ഹിന്ദു മതത്തിന്റെ ഇണപിരിയാത്ത ഭാഗമായിപ്പോയി. ആദ്യം പ്രാർഥനായിടങ്ങളിലെ അയിത്തവുമായി ബന്ധപ്പെട്ട കേസുകൾ നോക്കാം. തഞ്ചാവൂർ ജില്ലയിലെ ഒരത്തനാട്ടിൽ വട്ടാത്തിക്കോട്ടൈ ഗ്രാമത്തിനോട് ചേർന്നുള്ള തോപ്പുനായകം ഗ്രാമത്തിൽ ഭൂരിപക്ഷസമുദായത്തിൽ പെട്ടവരും ദളിതരും തമ്മിൽ ഉത്സവത്തിന് പങ്കെടുക്കുന്നതുമായി ബന്ധപ്പെട്ട് പ്രശ്നം ഉണ്ടായി. ക്രമസമാധാനപ്രശ്നം കാരണം തഹസിൽദാർ ഉത്സവം തന്നെ വിലക്കി. അതിനെ എതിർത്ത് കൊടുത്ത കേസ് ഞാൻ തള്ളിക്കളഞ്ഞു.

ആടി ഉത്സവ സമയത്ത് ദളിത് കോളനി വഴി തേർ വലിച്ചുകൊണ്ടുപോകാൻ കഴിയില്ലെന്ന് പറഞ്ഞ് അവിടെയുള്ള ജനങ്ങൾക്ക് മാരിയമ്മനെ

പ്രാർഥിക്കാനുള്ള അവകാശത്തെ എതിർത്തു കേസ് വന്നു. വിഴുപ്പുറം ജില്ല, ശങ്കരാപുരം താലൂക്കിലെ പൂട്ടൈ ഗ്രാമത്തിൽ ഭൂരിപക്ഷ സമുദായത്തിനും ദളിതർക്കും ഇടയിലുണ്ടായ പ്രശ്നത്തിൽ ക്രമസമാധാന പ്രശ്നം ചൂണ്ടിക്കാണിച്ച് കള്ളക്കുറിശ്ശി റവന്യൂ തഹസീൽദാർ വിലക്ക് ഏർപ്പെടുത്തി. അതിനെ എതിർത്ത് ക്ഷേത്ര മാനേജ്മെന്റ് കൊടുത്ത ഹർജിയും ഞാൻ തള്ളിക്കളഞ്ഞു. അതിന് ശേഷം ഉത്സവം നടന്നു. തേര് കോളനി വഴി പോകുകയും ചെയ്തു.

ഞാനും ചീഫ് ജസ്റ്റിസ് ഷായും ഉണ്ടായിരുന്ന ബഞ്ചിന്റെ മുന്നിൽ ഒരു പൊതുതാല്പര്യഹർജ്ജി വിചാരണയ്ക്കെത്തി. താമ്പരം മുനിസിപ്പാലിറ്റി ഉൾപ്പെട്ട മുത്തൂരങ്കം ഗാർഡനിനുള്ളിൽ രണ്ട് അമ്പലങ്ങൾ പണിത്, അവയിൽ ഒരു അമ്പലത്തിന് കുംഭാഭിഷേകം നടത്താൻ പോകുന്നതായി അറിയിച്ചതിനെ എതിർത്ത് കൊടുത്ത കേസ് ആയിരുന്നു അത്. ഗാർഡനിനുള്ളിൽ അത്തരം കടന്നുകയറ്റമൊന്നും പാടില്ലെന്ന് പറഞ്ഞ് ഞങ്ങൾ അതിന് ഇടക്കാലവിലക്ക് വിധിച്ചു.

ഞങ്ങളുടെ ബഞ്ചിൽനിന്നും ആ കേസ് മറ്റൊരു ബഞ്ചിലേക്ക് പോയപ്പോൾ അതിലുണ്ടായിരുന്ന ജസ്റ്റിസുമാർ, 'അനധികൃതമായി നിർമ്മിച്ച അമ്പലങ്ങൾ പൊളിക്കാൻ സർക്കാർ തീരുമാനിച്ചിട്ടുണ്ടോ?' എന്ന് ചോദിച്ച് കേസ് മാറ്റിവച്ചു. പിന്നീട് ആ കേസ് എന്തായെന്ന് അറിയില്ല. ഗുജറാത്ത് ഹൈക്കോടതിയുടെ ഉത്തരവിന് എതിരായി (മേയ് 2006) കൊടുത്ത അപ്പീലിൽ, 'നാട് മുഴുവനും, ഏത് സമയത്താണെങ്കിലും, പൊതുയിടങ്ങളിൽ ആരാധനാലയങ്ങൾ പണിയുന്നത് അനുവദിക്കാൻ സാധിക്കില്ല' എന്ന് സുപ്രീം കോടതി ഉത്തരവിട്ടു. പണിതുകഴിഞ്ഞ കെട്ടിടങ്ങൾ എന്ത് ചെയ്യണമെന്ന് തീരുമാനിക്കുന്നതിനായി എല്ലാ സംസ്ഥാന സർക്കാരുകൾക്കും നോട്ടീസ് അയച്ചു. സംസ്ഥാനങ്ങളുടെ അഭിപ്രായം അറിയാൻ കേസ് പലതവണ മാറ്റിവയ്ക്കപ്പെട്ടു, 12 വർഷമായി, ഇന്നും ആ കേസ് അനിശ്ചിതാവസ്ഥയിലാണ്. പല സംസ്ഥാനസർക്കാരുകളും പണിതുകഴിഞ്ഞ ആരാധനാലയങ്ങൾ പൊളിക്കാൻ മനസ്സില്ലാതിരിക്കുകയാണ്.

തമിഴ്നാട്ടിൽ ഒരു വിചിത്രമായ അവസ്ഥയുണ്ടായി. ഓരോ ജില്ലയിലും അല്ലെങ്കിൽ പുതിയ മുനിസിപ്പാലിറ്റിയിലും ഒരുക്കിയിട്ടുള്ള കോടതികൾ പണിയുമ്പോൾ, കെട്ടിടം കോൺട്രാക്റ്റർമാർ തന്നെ കെട്ടിടത്തിന്റെ ഒരു വശത്ത് ഗണപതി ക്ഷേത്രം പണിയുന്നത് (പ്ലാനിൽ ഇല്ലെങ്കിലും) നമ്മൾ കാണാറുണ്ട്. നേതൃത്വപദവിയിൽ ഉള്ള ജസ്റ്റിസും, വക്കീലന്മാരുടെ സംഘടനയും ആ ക്ഷേത്രത്തിൽ ആഘോഷങ്ങൾ നടത്തുന്നതും കാണാവുന്നതാണ്.

തിണ്ടിവനത്തിൽ പണിത കോടതി വളപ്പിൽ കോൺട്രാക്ടർ അനുവാദം ഒന്നുമില്ലാതെ ഒരു വിനായകർ ക്ഷേത്രം പണിതിരുന്നു. പ്ലാനിൽ അനുമതി ഇല്ലാതെ തന്നെ പ്രവർത്തിച്ച കോൺട്രാക്ടർമാർ പണിയുന്ന കെട്ടിടത്തിന്റെ നിലവാരം എന്തായിരിക്കും എന്നത് പറയേണ്ട ആവ

ശ്യമില്ല. പണിത് ഏതാനും മാസങ്ങളിൽത്തന്നെ വളപ്പിന്റെ ചുറ്റുമതിൽ അടർന്ന് വീണു. അതിനുള്ള പൂജകൾ അവിടത്തെ ചുമതലയുള്ള ജസ്റ്റിസിന്റെ അനുമതിയോടെ നടത്തിവന്നു. ഇതിനിടയിൽ വക്കീലന്മാർക്കിടയിൽ അടിപിടിയുണ്ടായി. ഒരു കൂട്ടർ അനുമതിയില്ലാതെ പണിത കെട്ടിടം പൊളിക്കണമെന്ന് പറയുകയും, ഹൈക്കോടതിയിൽ കേസ് കൊടുക്കുകയും ചെയ്തു. വക്കീലന്മാർക്കിടയിൽ ഉണ്ടായ ബഹളത്തിനാൽ ക്ഷേത്രം രണ്ട് വർഷത്തിനു മുകളിൽ പൂട്ടിയിടപ്പെട്ടു. 2021 ആഗസ്റ്റ് മാസം ചീഫ് ജസ്റ്റിസ് സഞ്ജീവ് ബാനർജി തിണ്ടിവനത്തിലേക്ക് നേരിൽ ചെന്ന് അന്വേഷണം നടത്തി, പ്ലാനിൽ അനുമതിയില്ലാതെ പണിത ക്ഷേത്രം പൊളിച്ചുമാറ്റാൻ ഉത്തരവിട്ടു.

പിന്നോക്കജാതിക്കാരുടെ പട്ടിക രാഷ്ട്രപതിയുടെ പേരിൽ പ്രസിദ്ധീകരിക്കാറുണ്ട്. അതിൽ തിരുത്തൽ വേണമെങ്കിൽ, പാർലമെന്റ് നിയമം മൂലമേ നിറവേറ്റാൻ കഴിയൂ. പട്ടികയിലെ ജനങ്ങൾക്ക് ഹിന്ദു മതത്തിൽ ഉള്ളതുവരെ മാത്രമേ സംവരണത്തിനുള്ള അവകാശമുള്ളൂ. അവർ ഹിന്ദു മതത്തിൽനിന്നും മറ്റുമതങ്ങളിലേക്ക് മാറിയാൽ സംവരണാവകാശം ഉണ്ടായിരിക്കില്ല. ശ്രമണമതത്തിലേക്ക് മാറിയവർക്കും നിയമഭേദഗതി വഴി സിഖ് മതത്തിലേക്ക് മാറിയവർക്കും മാത്രം ആ അവകാശം നല്കുന്നുണ്ട്. 1990 ൽ ബുദ്ധമതത്തിലേക്ക് മാറിയവർക്കും സംവരണം നൽകപ്പെട്ടു. പട്ടികയിൽ ജനങ്ങൾ ക്രൈസ്തവ, ഇസ്ലാം മതത്തിലേക്ക് മാറിയാൽ, അവർക്ക് ഈ അവകാശം നിഷേധിക്കപ്പെടും. ഈ വിവേചനത്തിനെ എതിർത്ത് നൽകിയ കേസുകൾ ഇപ്പോഴും സുപ്രീം കോടതിയിൽ അനിശ്ചിതാവസ്ഥയിലാണ്.

ഇതിനിടയിൽ, തമിഴ്നാട് സർക്കാർ തിരഞ്ഞെടുപ്പ് കമ്മീഷൻ വഴി ആളുകളെ തെരഞ്ഞെടുക്കപ്പെടുന്നതുമായി ബന്ധപ്പെട്ട പരസ്യങ്ങളിൽ 'ബുദ്ധമതത്തിലേക്ക് മാറിയ ദളിതർക്ക് സംവരണം ലഭിക്കില്ല' എന്ന് അറിയിച്ചതിനെ എതിർത്ത് അദ്ധ്യാപകനായ ഇളങ്കോവൻ കേസ് കൊടുത്തു. അതിനെ വിചാരണ ചെയ്ത ചീഫ് ജസ്റ്റിസും ഞാനും പാർലമെന്റ് 1990 ൽ നടപ്പിലാക്കിയ നിയമത്തിന് ശേഷവും ബുദ്ധമതത്തിലേക്ക് മാറിയ, പട്ടികയിലുള്ള ജനങ്ങൾക്ക് സംവരണത്തിനുള്ള അവകാശം നിഷേധിക്കുന്നതിനെ വിമർശിച്ചതിനൊപ്പം, തിരഞ്ഞെടുപ്പ് കമ്മീഷനോട് പുതിയ അറിയിപ്പ് കൊടുക്കാൻ ഉത്തരവിടുകയും ചെയ്തു.

ഇന്ന് ചില സംസ്ഥാനങ്ങൾ ബി ജെ പിയുടെ പിന്തുണയോടെ മതം മാറ്റം വിലക്കുന്ന നിയമം കൊണ്ടുവന്നിരിക്കുന്നു. അതിനും ഒരു പടി മുകളിലേക്ക് പോയി രണ്ട് മതക്കാർക്കിടയിൽ അനുമതിയില്ലാതെ നടക്കുന്ന വിവാഹങ്ങളെ വിലക്കുന്ന പുതിയ നിയമങ്ങളേയും കൊണ്ടുവരാൻ ആരംഭിച്ചു. വ്യത്യസ്ത മതങ്ങളിലുള്ളവർ വിവാഹം ചെയ്യുന്നതിനെ 'ലവ് ജിഹാദ്' എന്ന പുതിയ പേരും ചാർത്തി അതിനെയൊരു അപമാനകരമായ സംഭവമായി മാറ്റാനും അവർ ശ്രമിച്ചു.

2002 ൽ ജയലളിതയുടെ നേതൃത്വത്തിലുള്ള സർക്കാർ വടക്കൻ സംസ്ഥാനങ്ങളെപ്പോലെ തമിഴ്നാട്ടിലും മതം മാറ്റം വിലക്കുന്ന നിയമം

തിടുക്കത്തിൽ കൊണ്ടുവന്നു. അതിനെ എതിർത്ത് ന്യൂനപക്ഷസമുദായങ്ങളുടെ സംഘടനകൾ പല സമരങ്ങളും നടത്തി. ക്രിസ്തീയസഭയിലുള്ളവരും അവർ നടത്തിവരുന്ന കോളേജ്, ആതുരാലയങ്ങൾ തുടങ്ങിയവ ഒരുദിവസം അടച്ചിട്ട് തങ്ങളുടെ എതിർപ്പ് കാണിക്കാൻ ശ്രമിച്ചു. ഇതിനെ എതിർത്ത് ബി ജെ പിയുടെ നിയമവകുപ്പ് മന്ത്രി രമണികുമാർ കേസ് കൊടുത്തു.

സർക്കാർ സഹായം നേടുന്ന വിദ്യാഭ്യാസ സ്ഥാപനങ്ങൾ ന്യൂനപക്ഷക്കാർ നടത്തുന്നതിനാൽ, അവർക്ക് സർക്കാരിനെ എതിർത്ത് സമരം ചെയ്യാനുള്ള അവകാശം ഇല്ലെന്ന് വാദിക്കപ്പെട്ടു. ഇതിനിടയിൽ, 18.6.2004 ൽ ജനങ്ങളുടെ എതിർപ്പിനെ തുടർന്ന് മതം മാറ്റവിലക്ക് നിയമം തിരിച്ചെടുക്കപ്പെട്ടു. ആ കേസ് അവസാന വിചാരണയ്ക്ക്, 2007 ൽ വന്നപ്പോൾ നിയമം മാറിയ അവസ്ഥയിൽ കേസ് തിരിച്ചെടുക്കാൻ ഹർജിക്കാർ വിസമ്മതിച്ചതിനാൽ, കേസ് വിചാരണ ചെയ്ത് 15.3.2007 ൽ വിധി പ്രഖ്യാപിച്ചു. വക്കീലന്മാർ പണിമുടക്ക് നടത്തുന്നത് പോലെ എല്ലാ തരക്കാർക്കും സമരം ചെയ്യാനുള്ള അവകാശമുണ്ട് എന്നും, ഹർജ്ജിക്കാരുടെ ഭാഗത്തുനിന്നും ഉയർത്തിയ വാദങ്ങൾ നിലനില്ക്കുന്നതല്ലെന്നും ആ വിധിയിൽ പറഞ്ഞു.

ഇതിന്റെയെല്ലാം മൂർദ്ധന്യമായി ഹിന്ദു ക്ഷേത്രസംരക്ഷണ സംഘത്തിന്റെ തലവൻ എന്ന് പറഞ്ഞ് വി എസ് ശിവകുമാർ എന്നയാൾ ഒരു കേസ് കൊടുത്തു. ആ കേസിൽ ഹിന്ദു മത, ചാരിറ്റബിൾ എൻഡോവ്മെന്റ് വകുപ്പ് ക്ഷേത്രങ്ങളിൽ നടക്കുന്ന ചടങ്ങുകൾ, പൂജകൾ എന്നിവയിൽ തലയിടരുതെന്നും, 29.8.1997 ൽ ആ വകുപ്പ് പുറത്തുവിട്ട സർക്കുലറിൽ സംസ്കൃതത്തിൽ അർച്ചനകൾ ചെയ്യുന്നതൊഴികെ, ഭക്തർ ആവശ്യപ്പെട്ടാൽ തമിഴിലും അർച്ചന ചെയ്യാം എന്ന സർക്കുലർ തെറ്റാണെന്നും പറഞ്ഞു. ദൈവത്തിനോട് അടുത്തുനില്ക്കുന്ന ഭാഷ സംസ്കൃതമാണെന്നും അതിനെ മാറ്റാൻ പാടില്ലെന്നും അവർ പറഞ്ഞു. ഈ തെറ്റായ വാദങ്ങളെല്ലാം നിരാകരിച്ച് ഞാൻ വിധി പ്രസ്താവിച്ചു. ആ വിധിയിൽ തമിഴിൽ അർച്ചന ചെയ്യുന്നത് യാതൊരു വിധത്തിലും നിയമത്തിന് എതിരല്ലെന്ന് പറഞ്ഞതിനൊപ്പം, ഭാരതീദാസന്റെ 'കോയിലാർ' എന്ന കവിതയും വിധിയിൽ ചൂണ്ടിക്കാണിച്ചു.

"ഉയിരിന് തുല്യമായ നിങ്ങളുടെ തമിഴ് ദൈവത്തിന്
ആഗ്രഹമില്ലെങ്കിലും
ഉയിരിന് തുല്യമായ നിങ്ങളുടെ തമിഴ്
പറയുന്നതേ ദൈവത്തിനെ ചേർക്കും പോലും"

2021 ൽ ഡി എം കെ സർക്കാർ ഭരണത്തിൽ എത്തിയയുടൻ ഹിന്ദു മത, ചാരിറ്റബിൾ എൻഡോവ്മെന്റ് വകുപ്പിന്റെ നിയന്ത്രണത്തിലുള്ള ക്ഷേത്രങ്ങളിൽ അർച്ചനകൾ തമിഴിലും ചെയ്യപ്പെടും എന്ന അറിയിപ്പ് വന്നു. അതിനെ എതിർത്ത് രംഗരാജൻ നരസിംഹം എന്നയാൾ സംസ്

കൃതത്തിൽ മാത്രമേ അർച്ചന ചെയ്യാൻ പാടുള്ളൂയെന്ന് കേസ് കൊടുത്തു. അതിനെ വിചാരണ ചെയ്ത ചീഫ് ജസ്റ്റിസ് സഞ്ജീവ് ബാനർജി ബെഞ്ച് ആ കേസ് തള്ളിക്കളഞ്ഞ്, 2008 ൽ ഞാൻ കൊടുത്ത വിധി ചൂണ്ടിക്കാണിച്ച് അതിന് വിരുദ്ധമായി വിധി നൽകാൻ സാധിക്കില്ലെന്നും, എന്റെ വിധി പുനഃപരിശോധിക്കേണ്ട ആവശ്യമില്ലെന്നും തന്റെ വിധിയിൽ പറഞ്ഞു.

അർച്ചനകളുടെ ഭാഷ പ്രശ്നമായുള്ള കേസുകൾ ഒരുവശത്തും, മറുവശത്ത് പറഞ്ഞ തീയതിയിൽ ആവശ്യപ്പെട്ടിരിക്കുന്ന കാര്യങ്ങൾക്കായി പ്രത്യേക അർച്ചന ചെയ്യണമെന്ന് കാണിച്ചുകൊണ്ടുള്ള കേസും എന്റെയടുത്ത് വന്നു. തമിഴരുടെ പുതുവർഷം തൈയ് മാസമാണോ ചിത്തിര മാസമാണോയെന്ന് ചർച്ചകൾ തുടങ്ങിയിരുന്ന സമയം; തമിഴ്നാട് സർക്കാർ ഉത്തരവ് വഴി തൈമാസം ആദ്യതീയതി തമിഴ് പുതുവർഷമാണെന്ന് അറിയിച്ചു. തിരുച്ചെന്തൂരിലുള്ള ശൈവകൊഴുന്തീശ്വരർ കോവിലിൽ ചിത്തിര മാസം ആദ്യദിവസം പ്രത്യേക വഴിപാട് ചെയ്യണമെന്ന് തമിഴ്നാട് മുരുകഭക്ത സംഘടന ആവശ്യപ്പെട്ടതിന് ക്ഷേത്ര മാനേജ്മെന്റ് വിസമ്മതിച്ചു എന്ന് പറഞ്ഞ് അതിനെ റദ്ദ് ചെയ്ത് ഉത്തരവിടാൻ കേസ് കൊടുത്തു അവർ.

ക്ഷേത്രങ്ങൾ ഓരോന്നിലും വഴിപാട് മുറകൾ നിശ്ചയിച്ച്, കാലങ്ങളായി തുടർന്നുവരുകയാണ്. പാരമ്പര്യരീതിയിലുള്ള വഴിപാടുകൾ ഏതെല്ലാം എന്നതിനെ നിർണയിക്കുന്ന അധികാരം ഹിന്ദു മത, ചാരിറ്റബിൾ എൻഡോവ്മെന്റ് വകുപ്പിന് കൊടുത്തിരുന്നു. ഹർജിക്കാർ പ്രത്യേ വഴിപാട് നടത്തുന്നത് അവകാശമായി ചോദിക്കണമെങ്കിൽ, പാരമ്പര്യമായ വഴിപാട് നടപടികളെ അവർ തന്നെ തെളിയിക്കണമെന്ന് നിയമം പറയുന്നുണ്ട്. തമിഴ്നാടിനെ സംബന്ധിച്ചിടത്തോളം പലവിധ ആണ്ടു കണക്കുകൾ ജനങ്ങൾ പിന്തുടരുന്നുണ്ട്. മധുരയെ തലസ്ഥാനനഗരിയായി കണക്കാക്കി ഏതാണ്ട് ഒമ്പത് രാജഭരണങ്ങൾ ഉണ്ടായിരുന്ന ചരിത്രമുണ്ട്. ഓരോരുത്തരുടേയും ഭരണത്തിന്റെ സമയത്ത് വർഷക്കണക്ക് മാറിക്കൊണ്ടിരുന്നു. ഇതെല്ലാം കണക്കിലെടുത്ത് ഹൈക്കോടതിയുടെ ഉത്തരവ് മൂലം ചിത്തിരമാസത്തിന്റെ ആദ്യദിവസം പുതുവർഷദിനമായി എടുക്കാനുള്ള ശ്രമത്തിനായിട്ടാണ് ആ കേസ് കൊടുക്കപ്പെട്ടത് എന്ന് പറഞ്ഞ് അത് ഞാൻ തള്ളിക്കളഞ്ഞു.

ക്ഷേത്രത്തിന്റെ സ്ഥലങ്ങൾ പൊതു ആവശ്യത്തിനായി സർക്കാർ കൈവശം വയ്ക്കുമ്പോൾ അതിനായുള്ള അറിയിപ്പ് ക്ഷേത്രത്തിലെ ഹിന്ദു മത, ചാരിറ്റബിൾ എൻഡോവ്മെന്റ് വകുപ്പിന് കൊടുക്കണം എന്നതല്ലാതെ എൻഡോവ്മെന്റ് അസിസ്റ്റന്റ് കമ്മീഷണർക്ക് കൊടുക്കുന്നത് നിയമപ്രകാരം തെറ്റാണെന്ന് പറഞ്ഞ് സർക്കാരിന്റെ സ്ഥലം ഏറ്റെടുക്കൽ നടപടി ഞാൻ റദ്ദ് ചെയ്തു.

ക്ഷേത്രങ്ങളുടെ പരമ്പരാഗത വഴിപാട് ചടങ്ങുകൾക്ക് വിപരീതമായി വരുമ്പോഴോ അല്ലെങ്കിൽ അവ പരമ്പരാഗത രീതി മറികടക്കു

മ്പോഴോ ചില കേസുകൾ കോടതികളുടെ വാതിലിൽ മുട്ടും. ശ്രീവില്ലിപ്പുത്തൂർ ആണ്ടാൾ കോവിലിൽ വടക്കൻ സമ്പ്രദായമാണോ തെക്കൻ സമ്പ്രദായമാണോ എന്ന ചോദ്യം ഉയർന്നു. ശ്രീവില്ലിപ്പുത്തൂർ സിവിൽ കോടതിയും അപ്പീൽ വിചാരണ ചെയ്ത ജില്ലാ കോടതിയും ഈ സമ്പ്രദായങ്ങളൊന്നും ഒരു ക്രമം അല്ലെന്നും ദൈവത്തിന്റെ സന്നിധാനത്തിന്റെ മുന്നിൽ എല്ലാവരും സമമാണെന്നുമുള്ള പൊതുതത്വത്തിന്റെ അടിസ്ഥാനത്തിൽ സിവിൽ കേസ് അവസാനിപ്പിച്ചു. ആ വിധികൾക്ക് എതിരായി വന്ന രണ്ടാം അപ്പീൽ ഞാൻ വിചാരണ ചെയ്തു.

നാച്ചിയാർ തിരുക്കോവിൽ തെക്കൻ സമ്പ്രദായത്തിൽ ഉള്ളതാണെന്നും, അതിനെ ആർക്കും മാറ്റാൻ കഴിയില്ലെന്നും വൈഷ്ണവ വിഭാഗത്തിൽ വടക്കൻ/തെക്കൻ വിഭാഗങ്ങൾക്കുള്ള അടിസ്ഥാനപരമായ വ്യത്യാസങ്ങൾ എന്താണെന്നതും വ്യക്തമാക്കി ദീർഘമായ ഒരു വിധി നൽകാൻ കഴിഞ്ഞു.

ഈ വിധി പുറത്തുവന്നയുടൻ ശ്രീരംഗത്തിൽ താമസിക്കുന്ന മുൻ മഹാനഗർ ടെലിഫോൺ സംഘത്തിന്റെ തലവൻ എസ്. രാജഗോപാലൻ ആ വിധിയെ പ്രശംസിച്ച് ഒരു കത്ത് എഴുതിയിരുന്നു. അദ്ദേഹം എഴുത്തുകാരൻ സുജാതയുടെ സഹോദരനാണ്. ആ കത്തിൽ ശ്രീരംഗം രങ്കനാഥർ തന്നെ എന്റെ ചിന്തയ്ക്കുള്ളിൽ കടന്ന് വിധിയെഴുതാൻ വഴികാണിച്ചതാണെന്ന് എഴുതിയിരുന്നു.

വടലൂരിൽ, വള്ളലാർ തുടങ്ങിയ സത്യജ്ഞാനസഭയിൽ ദൈവത്തിന്റെ ശില വച്ച് ആഗമവിധിപ്രകാരം വഴിപാട് നടത്താനുള്ള അവകാശം ചോദിച്ച് സഭാനാഥനായ ശിവാചാര്യർ എന്നയാൾ എൻഡോവ്മെന്റ് വകുപ്പ് അധികാരിക്ക് അപേക്ഷ കൊടുത്തു. അത് പരിശോധിച്ച എൻഡോവ്മെന്റ് അസിസ്റ്റന്റ് കമ്മീഷണർ അപേക്ഷ തള്ളിക്കളഞ്ഞതിനൊപ്പം, സത്യജ്ഞാനസഭയിൽ വിഗ്രഹാരാധനയ്ക്ക് സാധ്യതയില്ലെന്നും പറഞ്ഞു. അതിനെ എതിർത്ത് ആ ശിവാചാര്യർ കൊടുത്ത കേസ് ഞാൻ വിചാരണ ചെയ്തു. വള്ളലാറിന്റെ തത്വം എന്താണെന്ന് അറിയാൻ ആ കേസ് വഴിയൊരുക്കി. വള്ളലാറിന്റെ തത്വപശ്ചാത്തലത്തിനെ വിശദമായി പറഞ്ഞതിനൊപ്പം, “ജാതിയും മതവും സമയവും വ്യാജമാണെന്ന് ആദിയിൽ അറിയിച്ച അരുട്പെരുംജ്യോതി” എന്ന വള്ളലാറിന്റെ പാട്ടിനെ എടുത്ത് കാണിച്ച്, “വള്ളലാറിന്റെ ആറാം തിരുമുറൈ മാത്രമാണ് അദ്ദേഹത്തിന്റെ ശരിക്കുമുള്ള തത്വമാകാൻ സാധ്യതയുള്ളത്” എന്ന് പറഞ്ഞ് ആ കേസ് തള്ളിക്കളഞ്ഞു.

വിധി വായിച്ച് സന്തോഷപ്പെട്ട പൊള്ളാച്ചി മഹാലിംഗം തന്റെ *ശക്തി* ദീപാവലി മലരിൽ ഇങ്ങനെ എഴുതിയിരുന്നു: “ഈ വിധി ജസ്റ്റിസ് ചന്ദ്രുവിന്റെ വിധിയല്ല; അദ്ദേഹത്തിന്റെ ശരീരത്തിനുള്ളിൽ കടന്ന് വള്ളലാർ തന്നെ നല്കിയ വിധിയാണ്! എന്ന് വടലൂർ ഹിന്ദു എൻഡോവ്മെന്റ് വകുപ്പ് മേധാവി ശ്രീ. കൃഷ്ണകുമാർ പറഞ്ഞത് കേട്ട് പലരും സന്തോഷിച്ചു.”

ക്ഷേത്രത്തിന്റെ സ്ഥലങ്ങൾ നഷ്ടപ്പെടുന്നെന്നും, അതുകൊണ്ട് ശരിയായ ക്ഷേത്രസ്വത്ത് വിവരങ്ങൾ പുറത്തുവിടണമെന്നും ഹൈക്കോടതി ഉത്തരവിട്ടിരിക്കുന്ന അവസരത്തിൽ, പുതിയതായി തിരഞ്ഞെടുക്കപ്പെട്ട ഡി എം കെ സർക്കാർ ക്ഷേത്രസ്വത്ത് വിവരങ്ങൾ വെബ്സൈറ്റിൽ പ്രസിദ്ധീകരിക്കാൻ പോകുന്നതായി അറിയിച്ചു, ചില വിവരങ്ങൾ പ്രസിദ്ധീകരിക്കാൻ ആരംഭിച്ചു. അതേ സമയം ക്ഷേത്രത്തിന്റെ സുരക്ഷയെക്കരുതി ആഭരണങ്ങളെപ്പറ്റിയുള്ള വിവരങ്ങൾ പ്രസിദ്ധീകരിക്കില്ലെന്നും പറഞ്ഞു.

ക്ഷേത്രത്തിന്റെ നിർവാഹകർ പൊതുജനങ്ങളിൽനിന്നും ഭണ്ഡാരം വഴി പണം വസൂലാക്കാൻ ശ്രമിക്കുമ്പോഴാണ് എൻഡോവ്മെന്റ് വകുപ്പ് രംഗത്ത് വരുന്നത്. പൊതുജനങ്ങളിൽനിന്നും വാങ്ങിയ പണത്തിനൊപ്പം, സർക്കാർ സബ്സിഡിയുമായി ക്ഷേത്രഭരണം നടക്കുന്നതിനാൽ അവ പൊതുസ്ഥാപനങ്ങളാകും. അവയുടെ ഭരണനിയന്ത്രണം സർക്കാരിന്റെ എൻഡോവ്മെന്റ് വകുപ്പിനും ഉണ്ട്. വിവരാവകാശ നിയമത്തിന്റെ കീഴിൽ ക്ഷേത്ര ഭരണസംബന്ധമായ വിവരങ്ങൾ കൊടുക്കണം എന്ന് പറഞ്ഞ് കൊടുത്ത കേസിൽ, ക്ഷേത്രഭരണങ്ങളുടെ വിവരം അറിയാൻ ശ്രമിക്കുന്നവരുടെ ചോദ്യങ്ങൾക്ക് മറുപടി കൊടുക്കണം എന്ന് ഞാൻ വിധിച്ചു.

മധുര അധീനം, തന്റെ ഇളയ അധികാരിയായി സ്വാമി നിത്യാനന്ദയെ നിയമിച്ചതിനെ എതിർത്ത് കേസ് കൊടുത്തിരുന്ന തിരുനെൽവേലി കണ്ണൻ, തന്റെ ഹർജി സർക്കാർ പരിഗണിക്കാൻ ഉത്തരവിടണമെന്ന് മറ്റൊരു കേസും കൊടുത്തു. ഇളയപട്ടം നീക്കണമെന്ന് ആവശ്യപ്പെട്ട് ഒരു സിവിൽ കേസ് നിലനിൽക്കുന്നതിനാൽ, രണ്ടാമത്തെ ഹർജി എൻഡോവ്മെന്റ് വകുപ്പ് അന്വേഷണത്തിനായി ഉത്തരവിടാൻ സാധിക്കില്ലെന്ന് പറഞ്ഞതിനൊപ്പം, മഠാധിപധികളുടെ നിയമനത്തിൽ സിവിൽ കേസ് തുടരുന്നതിന് ഹിന്ദു എൻഡോവ്മെന്റ് നിയമത്തിന്റെ 59-ാം വകുപ്പിന്റെ കീഴിൽ കമ്മീഷണറുടെ മുൻ അനുമതി വാങ്ങണമെന്നും പറഞ്ഞ് തിരുനെൽവേലി കണ്ണന്റെ കേസ് ഞാൻ തള്ളിക്കളഞ്ഞു.

തിരുവണ്ണാമലൈ ഗിരിവലം റോഡിനോട് ചേർന്ന് 'നിത്യാനന്ദ ധ്യാനപീഠം' എന്ന ഫൗണ്ടേഷൻ ആരംഭിച്ച സ്വാമി നിത്യാനന്ദ പിന്നീട് 2012 ൽ തന്റെ പ്രധാനപീഠം, കർണാടകത്തിലുള്ള പീഠത്തിലേക്ക് മാറ്റി. തിരുവണ്ണാമലയിൽ ഉണ്ടായിരുന്ന സ്ഥാപനത്തെ ഫൗണ്ടേഷന്റെ ശാഖയാക്കി നടത്തിവന്നു. ഹിന്ദുമത മഠങ്ങൾ മാത്രം ഹിന്ദു എൻഡോവ്മെന്റ് നിയമപ്രകാരം, 'മതസ്ഥാപനങ്ങൾ' ആയി കരുതപ്പെട്ടിരുന്നു. നിത്യാനന്ദ ധ്യാനപീഠത്തിനെ ഹിന്ദുമത സ്ഥാപനമായി കരുതാൻ സാധിക്കില്ലെന്നും, അതിന്റെ നടപടികളിൽ ഹിന്ദു എൻഡോവ്മെന്റ് വകുപ്പിന് തലയിടാൻ പറ്റില്ലെന്നും കേസ് കൊടുക്കപ്പെട്ടു. ആ കേസ് സ്വീകരിച്ച് മതസ്ഥാപനങ്ങൾ അല്ലാത്ത മറ്റ് എൻഡോവ്മെന്റുകളുടെ നടപടികളിൽ ഹിന്ദു എൻഡോവ്മെന്റ് വകുപ്പിന് നിയമപ്രകാരം തലയിടാൻ സാധിക്കില്ലെന്ന്

പറഞ്ഞ്, നിത്യാനന്ദയ്ക്ക് അയച്ച കാരണംകാണിക്കൽ നോട്ടീസ് ഞാൻ റദ്ദ് ചെയ്തു.

അരിയലൂർ ജില്ലയിൽ ശുദ്ധമല്ലിയിലുള്ള വരദരാജ പെരുമാൾ കോവിലിൽനിന്നും 18 വിഗ്രഹങ്ങൾ മോഷ്ടിക്കപ്പെട്ടതായി 2008 ഏപ്രിലിൽ ഉടയാർപ്പാളയം പൊലീസ് സ്റ്റേഷനിൽ പരാതി ലഭിച്ചു. കോവിലിൽ നിന്നും വിഗ്രഹം കടത്തിയവർ അവയെ അന്താരാഷ്ട്ര കടത്തുകാർക്ക് വിറ്റു. അതുപോലെ, പരന്തം ഗ്രാമത്തിൽനിന്നും പ്രകൃതീശ്വരം കോവിലിൽനിന്നും 8 വിഗ്രഹങ്ങൾ കടത്തപ്പെട്ടിരുന്നു. ഈ കടത്തലുമായി ബന്ധപ്പെട്ട് സുഭാഷ് ചന്ദ്ര കപൂർ ജർമ്മനിയിൽ താമസിക്കുകയായിരുന്നു. അയാൾക്കെതിരെ അന്താരാഷ്ട്ര പൊലീസ് വഴി റെഡ് കോർണർ നോട്ടീസ് പുറപ്പെടുവിച്ചു. വിഗ്രഹം കടത്തൽ അന്വേഷണറിപ്പോർട്ട് അനുസരിച്ച് ജയങ്കൊണ്ടം സിവിൽ കോടതി മജിസ്ട്രേറ്റ് സുഭാഷ് കപൂറിനെ അറസ്റ്റ് ചെയ്യാൻ വാറന്റ് പുറപ്പെടുവിച്ചു. അതിനെ എതിർത്ത്, സുഭാഷ് കപൂർ കൊടുത്ത കേസ് വിചാരണയ്ക്കെത്തി. കേസ് തള്ളിക്കളഞ്ഞ്, അയാളെ ജർമ്മനിയിൽനിന്നും ഇന്ത്യയിലേക്ക് കൊണ്ടുവരാൻ തടസ്സമൊന്നും ഇല്ലെന്ന് ഞാൻ വിധിച്ചു.

2012 ജൂലൈ മാസം സുഭാഷ് കപൂർ ജർമ്മനിയിൽ അറസ്റ്റ് ചെയ്യപ്പെട്ട്, ഇന്ത്യയിലേക്ക് കൊണ്ടുവന്ന് ജയിലിൽ അടയ്ക്കപ്പെട്ടു. അയാളുടെ അറസ്റ്റിന് ശേഷം വിഗ്രഹങ്ങൾ മോഷ്ടിക്കപ്പെടുന്ന വ്യവഹാരത്തെക്കുറിച്ച് കൂടുതൽ അറിയാനിടയായി. അതിനെപ്പറ്റിയുള്ള കേസുകൾ വിചാരണ ചെയ്യുന്നതിനായി പ്രത്യേക ബഞ്ചിനെ ഹൈക്കോടതി നിയമിച്ചു.

ക്ഷേത്രങ്ങളിൽനിന്നും ദൈവത്തിന്റെ വിഗ്രഹങ്ങൾ കടത്തുന്നത് ഒരു പ്രശ്നമാണെങ്കിൽ, പുറത്ത് നിന്നും വിഗ്രഹം കടത്തിക്കൊണ്ട് വന്ന് ക്ഷേത്രത്തിനുള്ളിൽ പ്രതിഷ്ഠിച്ച്, ക്ഷേത്ര മാനേജ്മെന്റ് അതിന്റെ അവകാശം ചോദിച്ച് കൊടുക്കുന്ന കേസുകളും എന്റെയടുത്ത് വന്നു. 'അരശനില്ലാത്ത കോട്ട', 'നീരറ്റ അണ', 'വിഗ്രഹമില്ലാത്ത ക്ഷേത്രം' എന്ന് വേലൂർ കോട്ടയെപ്പറ്റി തമാശയായി പറയാറുണ്ട്. വേലൂർ കോട്ട പുരാവസ്തുവകുപ്പിന്റെ നിയന്ത്രണത്തിൽ ആണുള്ളത്. കോട്ടയ്ക്കുള്ളിൽ ഉണ്ടായിരുന്ന ജലകണ്ഠേശ്വരർ കോവിലിൽ 1981 വരെ മൂലവരുടെ വിഗ്രഹം ഉണ്ടായിരുന്നില്ല. അവിടെ വഴിപാടുകളും നടക്കാറില്ലായിരുന്നു.

പെട്ടെന്ന് ഒരു സംഘം ഒരു ജില്ലാ ഉദ്യോഗസ്ഥന്റെ സഹായത്തോടെ കോവിലിനുള്ളിൽ ജലകണ്ഠേശ്വരരുടെ വിഗ്രഹം സ്ഥാപിച്ച് വഴിപാട് തുടങ്ങി. അതിനായി ജലകണ്ഠേശ്വരർ ധർമ്മസ്ഥാപനം എന്നൊരു സംഘടനയും ഏർപ്പെടുത്തി. അവർ, സംസ്ഥാനസർക്കാരും കേന്ദ്രസർക്കാരിന്റെ പുരാവസ്തുവകുപ്പും തങ്ങളുടെ വഴിപാടിൽ തലയിടരുതെന്ന് സിവിൽ കോടതിയിൽ ഇഞ്ചക്ഷൻ ഓർഡർ ആവശ്യപ്പെട്ട് കേസ് കൊടുത്തു. ഇരുപത് പൂജാരികൾ ഉൾപ്പെടെ അമ്പത് ഉദ്യോഗസ്ഥരെ

ചേർത്ത് ആ സംഘടന ശമ്പളം കൊടുത്തുവരുന്നതായി പറഞ്ഞു. അങ്ങനെയെങ്കിൽ ദിവസവും കോവിലിന്റെ വരുമാനം ലക്ഷക്കണക്കിന് ഉണ്ടായിരുന്നിരിക്കും അല്ലേ?

പുരാവസ്തുവകുപ്പിന്റെ നിയന്ത്രണത്തിലുള്ള പുരാതന അടയാളങ്ങൾ ഒന്നിലും വകുപ്പിന്റെ ഉത്തരവില്ലാതെ യാതൊരു മാറ്റവും വരുത്താൻ സാധിക്കില്ലെന്ന് നിയമം പറഞ്ഞിട്ടുണ്ടെങ്കിലും, ആ നിയമം മറികടന്ന് ജലകണ്ഡേശ്വരൻ കോവിലിൽ പുതിയ വിഗ്രഹം വച്ച് വഴിപാട് ആരംഭിച്ചതിനൊപ്പം, അവിടെ ഭണ്ഡാരം വച്ച് പൊതുജനങ്ങളിൽനിന്നും പണവും വാങ്ങാൻ തുടങ്ങി. ഹിന്ദു എൻഡോവ്മെന്റ് വകുപ്പിൽനിന്നും നോട്ടീസ് വന്നില്ലെന്ന് പറഞ്ഞ് ഹൈക്കോടതിയിൽ കേസ് നടത്തി അവർ വിജയിച്ചു.

വീണ്ടും ഹിന്ദു എൻഡോവ്മെന്റ് വകുപ്പ് കമ്മീഷണർ ജലകണ്ഡേശ്വർ കോവിൽ ഷെഡ്യൂൾഡ് ക്ഷേത്രമാണെന്ന് അറിയിച്ച് നോട്ടീസ് അയച്ചതിനെ എതിർത്ത് വേറൊരു കേസ് ജലകണ്ഡേശ്വർ ധർമ്മസ്ഥാപനം കൊടുത്തു. ആ കേസ് വിചാരണ ചെയ്ത ഞാൻ, വിഗ്രഹം ബലം പ്രയോഗിച്ച് അകത്ത് കൊണ്ടുപോയി വഴിപാട് നടത്തുന്നതിന് പുരാവസ്തുവകുപ്പിന്റെ അനുമതി വാങ്ങിച്ചിട്ടില്ല. അതേ സമയം, ഭണ്ഡാരം വഴി പൊതുജനങ്ങളിൽനിന്നും പണം വാങ്ങുന്നതുകൊണ്ട് ആ ക്ഷേത്രത്തിനെ ഷെഡ്യൂൾഡ് ക്ഷേത്രമെന്ന് എൻഡോവ്മെന്റ് വകുപ്പ് അറിയിച്ചതിൽ തെറ്റില്ലെന്ന് പറഞ്ഞ് തുടർ നടപടികൾ എടുക്കാൻ എൻഡോവ്മെന്റ് വകുപ്പിനോട് ഉത്തരവിട്ടു.

ഇതിനെ എതിർത്ത് ആ ധർമ്മസ്ഥാപനം കൊടുത്ത അപ്പീൽ രണ്ട് ജസ്റ്റിസുമാരുടെ ബഞ്ച് തള്ളിക്കളഞ്ഞു. എൻഡോവ്മെന്റ് വകുപ്പ് അധികാരികൾ വേലൂർ എൻഡോവ്മെന്റ് വകുപ്പ് അസിസ്റ്റന്റ് കമ്മീഷണറെ കോവിലിന്റെ 'തക്കാർ' ആയി നിയമിച്ച് ഭരണത്തിന്റെ ഉത്തരവാദിത്വം ഏറ്റെടുത്തു.

കോവിലിനുള്ളിൽ പുതിയതായി മൂലവരുടെ വിഗ്രഹം കടത്തി വഴിപാടുകൾ നടത്തി അർമ്മാദിച്ച സംഭവം ഒരു വശത്താണെങ്കിൽ, മറുവശത്ത് കോടതി ഉദ്യോഗസ്ഥൻ ഒരാൾ തന്നെ മധുര മുനിസിപ്പാലിറ്റി അപ്പാർട്ട്മെന്റിൽ വലംപിരി വിനായകരുടെ ഒരു ക്ഷേത്രം പണിതതിനൊപ്പം, അതിനെ മുനിസിപ്പാലിറ്റിയുടെ ഉത്തരവ് അനുസരിച്ച് പൊലീസ് വകുപ്പ് നീക്കം ചെയ്യാൻ പാടില്ലെന്ന് കാണിച്ച് കേസ് കൊടുത്തത് എന്റെയടുത്ത് വിചാരണയ്ക്കെത്തി. കേസ് കൊടുത്തയാൾ മേലൂർ കോടതിയിൽ ടൈപ്പിസ്റ്റ് ആയി ജോലി ചെയ്യുന്നയാളായിരുന്നു. ഉദ്യോഗസ്ഥരുടെ പെരുമാറ്റച്ചട്ടം ലംഘിച്ച്, മുനിസിപ്പാലിറ്റിയുടെ അപ്പാർട്ട്മെന്റിൽ കൈയേറ്റം നടത്തിയതിന് അയാൾക്കെതിരെ എന്തുകൊണ്ട് അച്ചടക്ക നടപടി എടുക്കാൻ പാടില്ല എന്ന് ചോദിച്ചതിനൊപ്പം, ജനങ്ങൾ സഞ്ചരിക്കുന്ന പൊതുപാതയിൽ 15 സെന്റ് സ്ഥലം അപഹരിച്ച്, ക്ഷേത്രം പണിത് പണം ഈടാക്കുന്നത് അനുവദിക്കാൻ സാധിക്കില്ലെന്ന് പറഞ്ഞ്

നിയമവിരുദ്ധമായി പണിത ആ ക്ഷേത്രം പൊളിച്ചുമാറ്റാൻ ഞാൻ ഉത്തര വിട്ടു.

ആടിമാസം വന്നാൽ അമ്മന് കൂഴ് ഒഴിക്കുന്ന ചടങ്ങുകൾ നടക്കുന്ന ചില സ്ഥലങ്ങളിൽ പങ്കുനി മാസ ആഘോഷങ്ങളും ഉണ്ടാകും. അമ്മനെ പെൺ രൂപത്തിൽ പൂജിച്ചാലും ഗ്രാമങ്ങളിലുള്ള ചെറുപ്പക്കാരികളെ യെല്ലാം ചേർത്ത് ഒരു സംഘം അഭിഷേകദിവസം നേരമ്പോക്കിന് പാട്ടും നൃത്തവും പരിപാടി ഏർപ്പാട് ചെയ്യും. ഇന്ത്യൻ സാംസ്കാരിക നൃത്ത നൃത്യങ്ങൾ നടത്തുന്നതിന് പൊലീസിന്റെ അനുമതി വാങ്ങിയിട്ടു ണ്ടെങ്കിലും, നൂറ് കണക്കിന് സ്ഥലങ്ങളിൽ റിക്കാർഡ് വച്ചുള്ള ഡാൻസുകൾ മാത്രമേ നടക്കുകയുള്ളൂ. മതവിശ്വാസത്തിന്റെ പേരിൽ ഉത്സവം, ഉത്സവത്തിന്റെ പേരിൽ ആഭാസമായ നഗ്നനൃത്തങ്ങൾ. ഇവകാരണം ഉണ്ടാകുന്ന ക്രമസമാധാനപ്രശ്നങ്ങളെ നിയന്ത്രിക്കാൻ പൊലീസ് വകുപ്പ് അനുമതി കൊടുക്കാതെ കോടതിയെ സമീപിച്ച് ഉത്തരവ് വാങ്ങാൻ പറയും.

വർഷം തോറും ആടി, പങ്കുനി മാസങ്ങളിൽ ഹൈക്കോടതിയുടെ മധുര ശാഖയിൽ നൂറ് കണക്കിന് കേസുകൾ ഫയൽ ചെയ്യപ്പെടും. അവ പരിപാടികൾക്കായുള്ള അനുമതി നൽകുന്ന ഏജൻസികളായി കോടതികളെ മാറ്റും. ഈ പരിപാടികൾക്കും അമ്മന് കൂഴ് ഒഴിക്കുന്ന ചടങ്ങിനും തമ്മിൽ യാതൊരു ബന്ധവുമില്ലെങ്കിലും പല ജസ്റ്റിസുമാരും ഈ പരിപാടികൾക്ക് നിബന്ധനകളോടെയോ അല്ലെങ്കിൽ നിബന്ധയി ല്ലാതെയോ അനുമതി കൊടുക്കും. ഇതിനെല്ലാം ഫുൾസ്റ്റോപ്പ് വയ്ക്കുന്ന വിധം ഞാൻ ആ കേസുകളെല്ലാം ഒരുമിച്ച് തള്ളിക്കളഞ്ഞു.

അമ്മനെ പെൺരൂപത്തിൽ ആരാധിക്കുന്ന സമയത്ത്, ആഭാസ നൃത്തങ്ങൾ കൊണ്ട് പൊതുയിടങ്ങളിൽ പെണ്ണുങ്ങളുടെ വർണ്ണനത്തിനെ പരിഹസിക്കുന്നത് ക്രിമിനൽ കുറ്റം മാത്രമല്ല, അവയ്ക്ക് അനുമതി കൊടുക്കുന്നത് മൊത്തത്തിൽ തെറ്റാണെന്നും ഞാൻ ഉത്തരവിട്ടു.

2.4.2012 ന് ആദ്യത്തെ വിധി വന്നയുടനെ, 'ഈ വിധിയെ പൊലീസ് വകുപ്പിന് സർക്കുലർ ആയി അയയ്ക്കണം; ഇനി ഒരു അമ്പലത്തിലും ഇതുപോലെയുള്ള ആഭാസനൃത്തം അനുവദിക്കാൻ പാടില്ല' എന്ന തലക്കെട്ടിൽ *ദിനതന്തി* എഴുതി.

ദൈവങ്ങളിൽ ആൺ ദൈവം, പെൺ ദൈവം എന്നെല്ലാമുണ്ട്. എന്നാൽ, ദൈവത്തിന് ആൺ പൂജാരികൾ മാത്രമേ പൂജ ചെയ്യാൻ പാടുള്ളൂ? മധുര ജില്ലയിലെ ഉസിലംപട്ടി താലൂക്കിലുള്ള നല്ലുദേവൻപട്ടി എന്ന കുഗ്രാമത്തിലുള്ള ദുർഗയമ്മൻ കോവിലിൽ പൂജാരിയാണ് പിന്നതേവർ. തങ്ങളുടെ കുടുംബത്തിന്റെ ഉത്തരവാദിത്വത്തിലുള്ള ആ കോവിലിൽ പൂജ ചെയ്തുവന്ന പിന്നതേവർ, 2004 ൽ അസുഖം ബാധിച്ച്, 'ഇനി സ്വാമിക്ക് നീയാണ് ദിവസവും പൂജ ചെയ്യേണ്ടതെന്ന്' തന്റെ ഒരേയൊരു മകളായ പിന്നയക്കാളിനോട് പറഞ്ഞു. ചെറിയ പ്രായം മുതൽ തന്നെ അച്ഛനൊപ്പം പൂജ ചെയ്യാൻ പോയിരുന്നതിനാൽ, എല്ലാ ചട

ങ്ങുകളും പിന്നയക്കാൾ പഠിച്ചിരുന്നു. 2006 നവംബർ മാസം പിന്നെ തേവർ മരിച്ചു. പ്രശ്നം ആരംഭിച്ചു.

പിന്നതേവരുടെ സഹോദരൻ ഗുരുനാഥന്റെ ആൺമക്കൾ, 'പൂജാരി ആണായിരിക്കണം' എന്ന് പറഞ്ഞ്, തങ്ങളുടെ കുടുംബത്തിനും ആ കോവിലിൽ പൂജാരിയാകാൻ അവകാശം ഉള്ളതിനാൽ, ആൺകുട്ടികളായ ഞങ്ങൾ മാത്രമേ പൂജ ചെയ്യാൻ പാടുള്ളൂ, പിന്നതേവർക്ക് ആൺകുട്ടികൾ ഇല്ലാത്തതിനാൽ ആ അവകാശം തങ്ങൾക്ക് ലഭിക്കണം എന്ന് പോർവിളി ഉയർത്തി. ഉസിലംപട്ടി സിവിൽ കോടതിയിൽ കേസ് ഫയൽ ചെയ്തു പിന്നയക്കാൾ.

സിവിൽ കേസ് നടപടിയിൽ ആയിരിക്കുമ്പോൾ, 'ഒരു പെണ്ണ് എങ്ങനെ പൂജാരിയാകും' എന്ന പ്രശ്നത്തിൽ നാടുതന്നെ രണ്ട് പക്ഷമായി. ഉസിലംപട്ടി തഹസിൽദാർ ഇടപെടേണ്ടരീതിയിൽ പ്രശ്നം വലുതായി. 2007 സെപ്റ്റംബർ മാസം മീറ്റിംഗ് നടത്തിയ നാട്ടുപ്രമാണിമാർ 89 ശതമാനം നാട്ടുകാരും പിന്നയക്കാളിന്റെ ചെറിയച്ഛന്റെ മകൻ പൂജാരിയാകണം എന്ന് അംഗീകരിച്ചതിനൊപ്പം വരുകപ്പട്ടി, നല്ലുതേവൻപട്ടി, പോത്തംപട്ടി തുടങ്ങിയ മൂന്ന് പഞ്ചായത്തുകളിലുള്ള പുത്തൂർ നാലുക്കരൈ വംശക്കാർ തെരഞ്ഞെടുത്ത പ്രതിനിധികളുടെ തീരുമാനമാണിത് എന്ന് തഹസിൽദാരെ അറിയിച്ചു.

നാട്ടിൽ നിയമ പരിപാലനത്തിനും സമാധാനത്തിനും തടസ്സം ഏർപ്പെട്ടാൽ, അതിൽ ഇടപെടാനുള്ള അവകാശം റവന്യൂ വകുപ്പ് അധികാരികൾക്ക് നൽകിയിട്ടുണ്ട്. അതിനായി സിവിൽ പെരുമാറ്റച്ചട്ടത്തിൽ തഹസിൽദാർ, കമ്മീഷണർ, ജില്ലാ കളക്ടർ എന്നിവരെ, ഭരണ നിർവഹണ മധ്യസ്ഥരായി പ്രഖ്യാപിച്ചിട്ടുണ്ട്. ക്രമസമാധാനം ഉറപ്പാക്കുന്ന അവർ, പ്രശ്നമുണ്ടാക്കുന്ന ആളോടോ സംഘത്തിനോടോ കോടതിയിൽ പോയി തീരുമാനമെടുക്കാൻ ഉപദേശിക്കണം. അതുവരെ ഉണ്ടായിരുന്ന കാര്യങ്ങളെ നിയന്ത്രിക്കാൻ ഉത്തരവിടാൻ മാത്രമേ അവർക്ക് അധികാരമുള്ളൂ.

നല്ലുതേവൻപട്ടിക്ക് സമാധാനം ഉണ്ടാക്കാൻ പോയ ഉസിലംപട്ടി തഹസിൽദാർ ഒരു സ്ത്രീ ആയിരുന്നു. എന്നാൽ, ഗ്രാമമുഖ്യന്മാർ കൊടുത്ത തീരുമാനം അംഗീകരിച്ച്, പിന്നയക്കാളിൽനിന്നും സ്വാമിക്ക് പൂജ ചെയ്യാനുള്ള അധികാരം പിടിച്ചെടുത്ത് അവരുടെ ചെറിയച്ഛന്റെ ആൺമക്കൾക്ക് കൊടുത്തു. മീറ്റിംഗിൽനിന്നും പുറത്ത് വന്ന പിന്നയക്കാൾ, തഹസിൽദാരുടെ പക്ഷപാതപരമായ ഉത്തരവിനെ എതിർത്ത് ഹൈക്കോടതിയുടെ മധുര ശാഖയിൽ കേസ് കൊടുത്തു.

കേസ് വിചാരണ ചെയ്ത ഞാൻ, തഹസിൽദാർ തന്റെ അധികാരം ശരിയായി ഉപയോഗിച്ചില്ല, പ്രശ്നമുണ്ടാക്കിയ ചെറിയച്ഛന്റെ ആൺമക്കളോട് കോടതിയിൽ ചെന്ന് പ്രശ്നം പരിഹരിക്കാനും, പിന്നയക്കാളുടെ പൂജാരി അവകാശം തുടരാനും അനുവദിക്കണമെന്ന് വിധിച്ചു.

പെണ്ണായിരുന്നിട്ടും തഹസിൽദാർ, 'പിന്നയക്കാൾ പൂജാരിയാകാൻ

പാടില്ല' എന്ന് പറഞ്ഞത് വലിയ വേദനയുണ്ടാക്കി! അതുകൊണ്ട്, ഒരു പെണ്ണ് പൂജാരിയായിരിക്കാൻ കഴിയുമോയെന്ന ചോദ്യത്തിനും ഞാൻ മറുപടി കൊടുത്തു. 'കോവിലിലുള്ള 'അമ്മൻ' ഒരു പെൺ ദൈവമാണ്. പെൺ ദൈവത്തിന് പെണ്ണ് പൂജ ചെയ്യാൻ സാധിക്കില്ല എന്ന് ഒരു ശാസ്ത്രത്തിലും പറഞ്ഞിട്ടില്ല. വേദകാലത്തിലും, വേദങ്ങൾ പഠിച്ച് വേദവില്പനക്കാരായി പെണ്ണുങ്ങൾ ഉണ്ടായിരുന്നു. 'നാടിന്റെ വളർച്ച നോക്കി പ്രവർത്തിക്കണമെങ്കിൽ, രണ്ട് കാലുകൾ (ആണ്/പെണ്ണ്) കൊണ്ടും നടക്കണം; ദൈവത്തിന്റെ ഇരിപ്പിടങ്ങളെ ലിംഗവ്യത്യാസങ്ങളിൽ നിന്നും മോചിപ്പിക്കണം' എന്ന് ഞാൻ പറഞ്ഞു.

ഭരണഘടനയിൽ, പെണ്ണുങ്ങൾക്കെതിരായ വേർതിരിവിനെ തടുക്കുന്ന 15-ാം വകുപ്പിനെ ചൂണ്ടിക്കാണിച്ചതിനൊപ്പം, ഭരണഘടനയിലെ അടിസ്ഥാനകടമകളായി ചിത്രീകരിച്ചിട്ടുള്ള ലിംഗവിഭജനത്തെ അടിവരയിട്ട് ഓർമ്മപ്പെടുത്തി. ആ വകുപ്പനുസരിച്ച് പെണ്ണുങ്ങൾക്കെതിരായ ഏത് വിവേകശൂന്യതയേയും തള്ളിക്കളയേണ്ടത് അടിസ്ഥാനപരമായ കടമയാണെന്ന് വച്ചിട്ടുണ്ട്.

'പെൺ പൂജാരിക്ക് വിലക്കില്ല' എന്ന വാർത്ത ദേശീയ വാർത്തയായി. അന്നത്തെ മുഖ്യമന്ത്രി കലൈഞ്ജർ നിയമസഭയിൽ 'സാമൂഹ്യ പുരോഗതിക്ക് അടിസ്ഥാനപരമായി നൽകിയിട്ടുള്ള പുരോഗമനപരമായ വിധിയാണിത്. സർക്കാർ അതിനെ സ്വാഗതം ചെയ്യുന്നു' എന്ന് പറഞ്ഞു. പിന്നയക്കാൾ പൂജകൾ നടത്തിയ ആലയം ആഗമവിധികൾക്കുള്ളിൽ വരില്ല. ആഗമവിധികൾ പ്രകാരം നടക്കുന്ന തമിഴ്നാട്ടിലെ ക്ഷേത്രങ്ങളിൽ പൂജാരികൾ ഒരു പ്രത്യേക കുടുംബങ്ങളിൽ ഉള്ളവരായിരിക്കണം എന്ന് പറഞ്ഞ് ശിവാചാര്യർ കൊടുത്ത കേസിൽ സുപ്രീം കോടതി വിധി പ്രസ്താവിച്ചു.

പെണ്ണുങ്ങൾ പ്രാർഥിക്കാനായി ചില ക്ഷേത്രങ്ങളിൽ പോകാൻ പാടില്ലെന്നതും വിവേകശൂന്യമായ ആൺപക്ഷ ചിന്തയാണ്. ശബരിമലയ്ക്ക് 5 മുതൽ 50 വരെ പ്രായമുള്ള പെണ്ണുങ്ങൾക്ക് പോകാൻ സാധിക്കില്ല എന്ന വിലക്കിനെ സുപ്രീം കോടതി റദ്ദ് ചെയ്തു. ആ വിധി പരിശോധിക്കണം എന്ന് പറഞ്ഞ് ക്ഷേത്രത്തിലെ ശാന്തി കൊടുത്ത റിവ്യൂ ഹർജിയെ വിചാരണയ്ക്ക് എടുത്തതിനൊപ്പം, അതിനെ 9 ജസ്റ്റിസുമാരുടെ ബഞ്ച് വിചാരണ ചെയ്യണം എന്നും ഉത്തരവിടപ്പെട്ടു.

ഇന്നും ആ കേസ് അവസാനിച്ചിട്ടില്ല. എങ്കിലും കഴിഞ്ഞ രണ്ട് വർഷമായി ആദ്യം കൊടുത്ത വിധി നിറവേറ്റാൻ സുപ്രീം കോടതി സുരക്ഷാനടപടി എടുക്കാത്തതിനാൽ കേരള സർക്കാർ പെണ്ണുങ്ങളെ ശബരിമലയ്ക്കുള്ളിൽ പ്രവേശിക്കാൻ അനുവദിച്ചിട്ടില്ല. ഈ അവസ്ഥയിൽ തമിഴ്നാട്ടിൽ പുതിയ ഭരണം പിടിച്ച ഡി എം കെ സർക്കാർ പെണ്ണുങ്ങളെ പൂജാരികളായി നിയമിക്കും എന്ന് നയപരമായ തീരുമാനം എടുത്തതിനെ സ്വീകരിക്കേണ്ടതുണ്ട്.

ആഗമവിധികൾ അനുസരിച്ച് പണിതിട്ടുള്ള ക്ഷേത്രങ്ങളിൽ ആഗ

മവിധികൾ തെറ്റാതെ പിന്തുടരണം എന്ന് പറയുന്നുണ്ടെങ്കിലും, 1971 ലെ ഹിന്ദു എൻഡോവ്മെന്റ് വകുപ്പ് നിയമം തിരുത്തപ്പെട്ട്, പൂജാരികളുടെ വംശാവലി അവകാശം ചോദിക്കാൻ പാടില്ലെന്ന് വന്നു. ജാതി വേർതിരിവുകളില്ലാതെ യോഗ്യത ഉള്ളവരെ പൂജാരികളായി നിയമിക്കാൻ തടസ്സമില്ലെന്നും പറഞ്ഞിട്ടുണ്ട്. ആഗമവിധിപ്രകാരം പണിതിട്ടുള്ള ക്ഷേത്രങ്ങളുടെ നടപടിപ്രകാരം ആര് പൂജ ചെയ്യാം എന്നുണ്ടോ അതിനെ മാറ്റാൻ സാധിക്കില്ലെന്ന് ശിവാചാര്യരുടെ കേസിൽ പറയുന്നു. അതേ സമയം, ശേഷമ്മാൾ എന്ന കേസിൽ നിയമഭേദഗതിയുടെ ആദ്യത്തെ ഭാഗം ഉപയോഗിക്കാം എന്നും പറയപ്പെട്ടു.

ശ്രീരംഗം ക്ഷേത്രത്തിൽ ലക്ഷ്മി നരസിംഹം പട്ടർ എന്നയാൾ താനൊരു സ്ഥാനീക പട്ടർ ആണെന്നും തനിക്ക് പ്രായമായതിനാൽ തന്റെ മകൻ സെന്താമരൈ കണ്ണൻ പട്ടരെ ശ്രീരങ്കേശ പുരോഹിതപൂജ ചെയ്യാൻ അനുവദിക്കണമെന്നും പറഞ്ഞു. അവർക്ക് 60 വയസ്സ് ആയതിനാൽ അവർ സ്ഥാനമൊഴിയണമെന്നും അവരുടെ മകന് അതിനുള്ള അവകാശം ഇല്ലെന്നും ക്ഷേത്രമാനേജ്മെന്റ് പറഞ്ഞതിനെ എതിർത്ത് അവർ കേസ് കൊടുത്തു. താനും തന്റെ മകനും പാരമ്പര്യമായി പരികർമ്മികൾ ആയതിനാൽ ദിവസേന ശ്രീരംഗനാഥർ വിശ്വരൂപദർശനത്തിന്റെ സമയത്ത് പഞ്ചാംഗം വായിക്കുന്നത് നിർത്താൻ പറ്റില്ലെന്നും പറഞ്ഞ് ആ കേസ് തള്ളിക്കളഞ്ഞതിനൊപ്പം, 1971 നിയമപ്രകാരം ജീവിതകാലം മുഴുവനും അവർ പദവിയിൽ ഇരിക്കാൻ പാടില്ലെന്നും, പുതിയതായി ജോലിക്ക് ആളെ എടുക്കുമ്പോൾ അവരുടെ മകന്റെ യോഗ്യത അറിഞ്ഞുവേണം നിയമനം സാധ്യമാകൂയെന്നും ഞാൻ വിധിച്ചു.

തിരുവന്ദിപുരം ദേവനാഥ സ്വാമി ക്ഷേത്രത്തിൽ, നീലമേഘ ഭട്ടാചാര്യർ എന്നയാൾ, താൻ ഒരു സ്ഥാനീക പൂജാരിയാണെന്നും, അയാളോട് 58 വയസ്സിൽ വിരമിക്കാൻ ആവശ്യപ്പെടാൻ സാധിക്കില്ലെന്നും പറഞ്ഞ് എൻഡോവ്മെന്റ് വകുപ്പിന് എതിരായി കേസ് കൊടുത്തു. ആ കേസിലും പുതിയ നിയമപ്രകാരം പൂജാരികളുടെ പാരമ്പര്യാവകാശം റദ്ദ് ചെയ്യപ്പെട്ടിരിക്കുന്നെന്നും, ജോലിയുടെ അവസ്ഥയനുസരിച്ച് ജീവിതകാലം മുഴുവനും പദവിയിൽ ഇരിക്കാൻ സാധിക്കില്ലെന്നും പറഞ്ഞ് ആ കേസ് തള്ളിക്കളഞ്ഞു.

ഹിന്ദു എൻഡോവ്മെന്റ് വകുപ്പിന്റെ നിയന്ത്രണത്തിലുണ്ടായിരുന്ന ഹിന്ദു ക്ഷേത്രങ്ങളെ വിടുവിക്കണം എന്ന് പല ഹിന്ദു സംഘടനകൾ ആവശ്യപ്പെട്ടിട്ടുണ്ട്. ജഗ്ഗി വാസുദേവ് പോലും 'ക്ഷേത്ര അടിമത്തം നിർത്തൂ!' എന്ന പുതിയ മുദ്രാവാക്യം മുന്നോട്ടുവച്ചു. കോടതികളും ക്ഷേത്രത്തിന്റെ സ്ഥലങ്ങൾ വിൽക്കാൻ സാധിക്കില്ലെന്നും, ഇതുവരെ ക്ഷേത്രങ്ങൾക്ക് സ്വന്തമായുള്ള സ്ഥലങ്ങളുടെ വിവരങ്ങൾ നൽകാനും ഉത്തരവിട്ടിട്ടുണ്ട്.

ശ്രീരംഗം ക്ഷേത്രത്തിന്റെ അരികിലുള്ള വെള്ളിത്തിരുമനം എന്ന ഗ്രാമം തന്നെ സബ്സിഡിയായി നൽകിയിട്ടുണ്ടായിരുന്നു. ആ ഗ്രാമത്തി

ലുള്ള സ്ഥലങ്ങൾ ഇന്ന് വീട് പണിയാനായി ക്ഷേത്രത്തിൽനിന്നും തറ വാടകയ്ക്ക് വാങ്ങിയ പലരും അതിൽ വീടുകൾ പണിതതിനൊപ്പം സ്ഥലത്തിന്റെ വില ഉയർന്നപ്പോൾ അവ വില്ക്കുകയും ചെയ്തു. ക്ഷേത്ര മാനേജ്മെന്റിന് അറിയിപ്പൊന്നും കൊടുക്കാതെ രജിസ്ട്രാർമാർ ആധാരങ്ങൾ രജിസ്റ്റർ ചെയ്തുവന്നു. ആധാരം രജിസ്റ്റർ, ആധാരം എഴുതിയ മുദ്രപ്പത്രം എന്നിവയുടെ വരുമാനം മാത്രം മതി എന്ന് രജിസ്ട്രാർ ഓഫീസ് കരുതി. യഥാർഥ സ്ഥലമുടമയായ ക്ഷേത്രത്തിന്റെ മൂലവിഗ്രഹത്തിന്റെ അനുമതിയില്ലാതെ ഇങ്ങനെ ആധാരം രജിസ്റ്ററുകൾ ചെയ്യാമോയെന്ന് ചോദ്യം ഉയർന്നു. സ്ഥലത്തിന്റെ ഉടമകൾ എതിർക്കുമ്പോൾ, ആ രേഖകൾ രജിസ്റ്റർ ചെയ്യാൻ സാധിക്കില്ലെന്ന് വിധിച്ചതിനൊപ്പം, ക്ഷേത്രത്തിന് സ്വന്തമായ സ്ഥലത്തിന്റെ തറവാടക മാത്രം കൊടുക്കുന്നവർ തങ്ങളുടെ സ്ഥലം ക്ഷേത്രം അറിയാതെ വിൽക്കാൻ സാധിക്കില്ലെന്നും ഞാൻ പറഞ്ഞു.

ശങ്കരൻ കോവിലിലുള്ള അരുൾമികു ശങ്കരനാരായണൻ സ്വാമി തിരുകോവിലിലും അതുപോലെയുള്ള ഒരു കേസ് വന്നു. ക്ഷേത്രത്തിന്റെ സ്ഥലങ്ങൾ വിൽക്കാൻ, ക്ഷേത്രമാനേജ്മെന്റ് അറിയാതെ തന്നെ രജിസ്റ്റർ ഓഫീസ് വിൽപ്പന പത്രങ്ങൾ രജിസ്റ്റർ ചെയ്തതിനെ വിലക്കണം എന്ന് ആവശ്യപ്പെട്ടിരുന്നു. ആ കേസ് വിചാരണ ചെയ്ത് ശ്രീരംഗം ക്ഷേത്രത്തിന്റെ സ്ഥലങ്ങളെപ്പറ്റിയുള്ള രജിസ്ട്രേഷൻ വിധിയെ അംഗീകരിച്ച് വീണ്ടും ഒരു ഉത്തരവ് ഞാൻ പുറപ്പെടുവിച്ചു.

ക്ഷേത്രത്തിന് സ്വന്തമായുള്ള വീടുകൾ, കെട്ടിടങ്ങൾ എന്നിവയിൽ കുറഞ്ഞ വാടകയ്ക്ക് താമസിച്ചതിനൊപ്പം, അതിൽ പല സമയങ്ങളിലും വാടക കൊടുക്കാതിരിക്കുന്നതും, മറ്റാർക്കെങ്കിലും വാടകയ്ക്ക് കൊടുത്ത് പണം സമ്പാദിക്കുന്നതും ധാരാളമായി നടക്കുന്നുണ്ട്. സ്ഥലങ്ങൾ തറവാടകയ്ക്ക് എടുത്തവർ അതിൽ വലിയ വീടുകൾ പണിത് കുറഞ്ഞ വാടകയ്ക്ക് താമസിക്കുന്നു. ക്ഷേത്രത്തിന്റെ സ്ഥലങ്ങളിൽ അതിക്രമിച്ച് കടന്ന് ചിലർ വാടക കൊടുക്കാതെയും താമസിക്കുന്നുണ്ടായിരുന്നു. ഇവരെയെല്ലാം ഇറക്കിവിടണമെങ്കിൽ ക്ഷേത്ര മാനേജ്മെന്റ് സിവിൽ കോടതികളിൽ ഒറിജിനൽ കേസ് കൊടുക്കണമായിരുന്നു. ഒറിജിനൽ കേസ് അവസാനിക്കാൻ വർഷങ്ങൾ ആകുന്നതിനൊപ്പം ആദ്യത്തെ അപ്പീൽ, രണ്ടാമത്തെ അപ്പീൽ ചില കേസുകളിൽ സുപ്രീം കോടതിയുടെ പ്രത്യേക അപ്പീൽ എന്നിങ്ങനെ നാല് ഘട്ടങ്ങളായുള്ള അപ്പീലുകൾ ഉപയോഗിച്ച് തലമുറകളോളം ക്ഷേത്ര സ്വത്തുക്കൾ അനുഭവിച്ച് വരുന്നുണ്ടായിരുന്നു.

'ശിവൻ സ്വത്ത്, കുലനാശം' എന്ന് വിളിക്കപ്പെട്ടാലും അത് ഇവർക്കൊന്നും ബാധകമല്ലെന്നപോലെ! അതുകൊണ്ട് തുടർ നടപടികൾ എടുക്കാനായി 1959 ലെ ഹിന്ദു എൻഡോവ്മെന്റ് നിയമം തിരുത്തി, പുതിയ വകുപ്പുകൾ (1996) 78, 79, 109 എന്നിവ കൊണ്ടുവന്നു. പിന്നെയും ചില ഭേദഗതികൾ 2003 ൽ കൊണ്ടുവരപ്പെട്ടു. അതനുസരിച്ച് സിവിൽ കോട

തികൾക്ക് കൊടുത്തിരുന്ന അധികാരങ്ങൾ എൻഡോവ്മെന്റ് വകുപ്പ് കമ്മീഷണർ, അസിസ്റ്റന്റ് കമ്മീഷണർ എന്നിവർക്ക് കൊടുക്കപ്പെട്ടു. കേസുകൾ ഫയൽ ചെയ്യാനുള്ള കാലതാമസത്തിന് നിയമത്തിൽനിന്നും വിലക്ക് നല്കപ്പെട്ടു.

ഇതിനെ എതിർത്ത് പഴനി മലയിലുള്ള അടിവാരത്തിലെ സ്ഥലം പാട്ടത്തിനെടുത്ത വ്യാപാരികളുടെ സംഘടന കേസ് കൊടുത്തു. മൈലാപ്പൂരിലുള്ള മാധവ പെരുമാൾ കോവിലിന്, റായൽപ്പേട്ടെ മ്യൂസിക് അക്കാദമിയുടെ അടുത്തുള്ള തെരുവിൽ സ്വന്തമായി സ്ഥലങ്ങൾ ഉണ്ടായിരുന്നു. അതിൽ അടിവായപ്പാട്ടത്തിന് വന്നവർ വലിയ വീടുകൾ കെട്ടിക്കൊണ്ടിരുന്നു. അവരിൽ പലരും പൊതുജനങ്ങൾക്ക് അറിയാവുന്നവർ ആയിരുന്നു. ബാലമുരളികൃഷ്ണ, പീറ്റർ അൽഫോൺസ് പോലെയുള്ള ചിലർ ഈ നിയമഭേദഗതിക്ക് എതിരായി കേസ് കൊടുത്തു. സിവിൽ കോടതിക്കുള്ള അധികാരം എൻഡോവ്മെന്റ് വകുപ്പ് അധികാരികൾക്ക് കൊടുക്കരുത് എന്ന് വാദിക്കപ്പെട്ടു. അവരുടെ വാദം നിരാകരിച്ച് കാലാനുസൃതമായി നിയമം ഭേദഗതി ചെയ്യണമെന്നും, സിവിൽ കോടതികളിൽ കാലതാമസം ഉണ്ടാകുന്നതിനാൽ ക്ഷേത്രസ്വത്തുക്കൾ സംരക്ഷിക്കാൻ കഴിയുന്നില്ലെന്നും തുടർന്ന് തീരുമാനിക്കുന്നതിനും, കൈയ്യേറിയവരെ പുറത്താക്കാനുള്ള ഈ നിയമഭേദഗതികൾ ആവശ്യമാണെന്നും ഞാൻ വിധിച്ചു.

ബാലമുരളികൃഷ്ണ, പീറ്റർ അൽഫോൺസ്, മറ്റു ചിലരും എന്റെ വിധിക്കെതിരെ അപ്പീൽ കൊടുത്തു. അതിനെ വിചാരണ ചെയ്ത ജസ്റ്റിസ് ധർമ്മ റാവു നിയമഭേദഗതികളിൽ തെറ്റില്ലെന്നും എന്റെ വിധിയിൽ തലയിടാൻ ആഗ്രഹിക്കുന്നില്ലെന്നും പറഞ്ഞ്, അവരുടെ വാദം നിരാകരിച്ചു. എങ്കിലും, പല വർഷങ്ങളായി എൻഡോവ്മെന്റ് വകുപ്പ് പാട്ടക്കാരുമായി സന്ധി ചെയ്യാൻ വിസമ്മതിച്ചതോടെ, നിലവിൽ താമസിക്കുന്ന ഹർജിക്കാരുടെ സ്ഥലങ്ങൾക്ക് പാട്ടവില നിശ്ചയിച്ച് അവരുമായി പാട്ടക്കരാർ ചെയ്യാൻ ഉത്തരവിട്ടു.

ക്ഷേത്രത്തിന്റെ സ്വത്തുക്കളെ പൊതുസ്വത്തുക്കളായി കരുതി, അവയെ പല കാര്യങ്ങൾക്ക് ഉപയോഗിക്കുന്നതും വർദ്ധിച്ചുവന്നു. ശ്രീപെരുമ്പത്തൂർ നഗരസഭ, പൊതുജനങ്ങൾക്ക് ഉപയോഗിക്കുന്നതിനായി ശൗചാലയങ്ങൾ പണിയാൻ തീരുമാനിച്ചു. അവിടെ മുൻ പ്രധാനമന്ത്രി രാജീവ് ഗാന്ധിയുടെ സ്മാരകം ഉള്ളത് കാണാനായി നൂറ് കണക്കിന് ആളുകൾ ദിവസവും വന്നുകൊണ്ടിരിക്കുന്നതും ഇതിന്റെ കാരണമായി പറയപ്പെട്ടു. സ്മാരകത്തിന് എതിരായുള്ള സ്ഥലങ്ങൾ ക്ഷേത്രത്തിന് സ്വന്തമായിട്ടുള്ളവ ആയിരുന്നു. അതിൽനിന്നും 5000 ചതുരശ്രയടി നഗരസഭ ചോദിച്ചത് നല്കാൻ ക്ഷേത്രമാനേജ്മെന്റ് വിസമ്മതിച്ചു. എങ്കിലും, നഗരസഭ തന്റെ അധികാരം ഉപയോഗിച്ച് ശൗചാലയങ്ങൾ പണിയാൻ ശ്രമിച്ചപ്പോൾ, തിരുക്കോവിൽ എക്സിക്യൂട്ടീവ് ഓഫീസർ കേസ് കൊടുത്തു. ആ കേസ് വിചാരണ ചെയ്ത്, ക്ഷേത്രത്തിന്റെ സ്ഥല

ങ്ങൾ എടുക്കണമെങ്കിൽ നഗരസഭ സർക്കാരിനെ സമീപിക്കണം എന്ന് പറഞ്ഞ് ക്ഷേത്രത്തിന്റെ സ്ഥലം കൈയ്യേറുന്നത് തടുത്തുകൊണ്ട് ഞാൻ ഉത്തരവിട്ടു.

മയിലൈ കബാലീശീരൻ ക്ഷേത്രത്തിലെ തിരുക്കുളത്തിന്റെ തെക്കുഭാഗത്ത് കൈയേറ്റം നടത്തിയ പാതയോര പച്ചക്കറി കച്ചവടക്കാരെ ഒഴിപ്പിക്കാനായി കോർപ്പറേഷനോട് ഹൈക്കോടതി ഉത്തരവിട്ടു. അവർക്കുവേണ്ടി ആദികേശവ പെരുമാൾ കോവിലിന്റെ അടുത്തുള്ള ചിത്രക്കുളത്തിന്റെ വടക്ക്, പടിഞ്ഞാറ് ഭാഗങ്ങൾ കോർപ്പറേഷൻ മാറ്റി വച്ചു. പാതയോര പച്ചക്കറി വ്യാപാരം അവിടെ തുടർന്നു. അവരുടെ ഉപയോഗത്തിനായി ചിത്രക്കുളത്തിന് ചുറ്റും ശൗചാലയങ്ങൾ, കുളിമുറികൾ തുടങ്ങിയവ പണിയുന്നതിനായി ചെന്നൈ കോർപ്പറേഷൻ തീരുമാനിച്ചു.

കുളവും, കുളത്തിനെ ചുറ്റിയുള്ള പാതകളും ക്ഷേത്രത്തിന് സ്വന്തമായതിനാൽ ആദിദേവ പെരുമാൾ പേയാഴ്വാർ ദേവസ്ഥാനം കേസ് കൊടുത്തു. ആ കേസിൽ ക്ഷേത്രത്തിന്റെ സ്ഥലം ഉപയോഗിക്കുന്നതിന് കോർപ്പറേഷന് അവകാശമില്ലെന്നും, എൻഡോവ്മെന്റ് നിയമത്തിന്റെ 77-ാം വകുപ്പനുസരിച്ച് ക്ഷേത്രത്തിന് ചുറ്റുമുള്ള സ്ഥലങ്ങൾ അനുഭവിക്കാൻ യാതൊരു കാരണത്താലും അനുവാദം നല്കാൻ ഹിന്ദു എൻഡോവ്മെന്റ് വകുപ്പിന് അധികാരമില്ലെന്നും എന്റെ വിധിയിൽ പറഞ്ഞതിനൊപ്പം, കോർപ്പറേഷന്റെ പ്രവർത്തിക്ക് എല്ലാക്കാലത്തേക്കും വിലക്കും കല്പിച്ചു.

പുരാവസ്തുവകുപ്പിൽ ഗവേഷണം നടത്തുന്നതിനായി എപ്പിഗ്രഫി ഗവേഷകർ, പുരാവസ്തു ഗവേഷകർ, പുരാവസ്തു അഡ്മിനിസ്ട്രേറ്റർ എന്നീ പദവികൾക്ക് രൂപം കൊടുക്കപ്പെട്ടു. 1969 ൽ രൂപം കൊടുത്ത ഈ പദവികളുടെ തസ്തികകൾ 1970 ൽ സൃഷ്ടിച്ച്, പദവികൾക്കായുള്ള നിയമനം തമിഴ്നാട് പബ്ലിക്ക് സർവ്വീസ് കമ്മീഷന്റെ കീഴിൽ കൊണ്ടുവരപ്പെട്ടു. ആ നിയമങ്ങൾ അനുസരിച്ച് എപ്പിഗ്രഫി ഗവേഷകർക്കായുള്ള യോഗ്യതയായി ബിരുദാന്തര ബിരുദത്തിൽ തമിഴ് അല്ലെങ്കിൽ സംസ്കൃതം പഠിക്കണമെന്നും, എപ്പിഗ്രഫി വായിക്കുന്നതിൽ അറിവ് ഉണ്ടായിരിക്കണം എന്നും പറഞ്ഞിരുന്നു. പിന്നീട് ഈ പദവികൾ തമിഴ് ഡെവലപ്മെന്റ്/സംസ്കാര വകുപ്പിന്റെ കീഴിൽ കൊണ്ടുവന്നു.

1988 ൽ ഈ പദവികൾക്കായുള്ള യോഗ്യത നിർണ്ണയിക്കപ്പെട്ട്, പുരാവസ്തു വകുപ്പ് ഓഫീസർ ജോലിക്ക് അപേക്ഷ അയച്ചവർ മറ്റു മതങ്ങളിൽ പെട്ടവർ ആയിരിക്കരുതെന്നും, ഹിന്ദുവായിരിക്കണമെന്നും വിധിക്കപ്പെട്ടു. ഇതേ നിബന്ധന ആ വകുപ്പിലെ മറ്റ് പദവികൾക്കും ചാർത്തപ്പെട്ടു. 2009 ൽ എപ്പിഗ്രഫി ഗവേഷകർ, പുരാവസ്തു ഗവേഷകർ തിരഞ്ഞെടുപ്പിനെപ്പറ്റി തമിഴ്നാട് പബ്ലിക് സർവ്വീസ് കമ്മീഷൻ നോട്ടീസ് പുറത്തുവിട്ടു. ആ പദവിയുടെ പ്രത്യേക നിയമങ്ങൾ അനുസരിച്ച് പുരാവസ്തു, തമിഴ്, സംസ്കൃതം അല്ലെങ്കിൽ പ്രാചീന ഭാരതസംസ്ക്കാരം എന്നിവയിൽ ഏതെങ്കിലുമൊന്നിൽ ബിരുദമെടുത്തവർ

ആയിരിക്കണമെന്നും, സംസ്കൃതം നിർബന്ധമായും അറിഞ്ഞിരിക്കണമെന്നും പറഞ്ഞിരുന്നു. അതും പോരാതെ, ഈ പദവിക്ക് അപേക്ഷിക്കുന്നവർ ഹിന്ദു മതക്കാർ ആയിരിക്കണമെന്നും പരസ്യപ്പെടുത്തിയിരുന്നു.

ഈ പദവിക്ക് പൂർണയോഗ്യത ഉണ്ടായിരുന്ന നല്ലാ റഹ്മത്ത് അപേക്ഷ അയച്ചിരുന്നു. അയാളുടെ അപേക്ഷ തമിഴ്നാട് പബ്ലിക്ക് സർവീസ് കമ്മീഷൻ 2009 നവംബറിൽ തള്ളിക്കളഞ്ഞു. ഇതിനെ എതിർത്ത് കൊടുത്ത കേസ് എന്റെ മുന്നിൽ വിചാരണയ്ക്കെത്തി. കേസ് വിചാരണ ചെയ്ത ഞാൻ ഭരണഘടന പ്രകാരം (16(2) വകുപ്പ്) പൊതുമേഖലയിലെ ജോലികൾക്ക് മതത്തിന്റെ അടിസ്ഥാനത്തിൽ വേർതിരിവുകൾ ഉണ്ടായിരിക്കരുത് എന്നും, മതസംബന്ധമായ സ്ഥാപനങ്ങൾക്ക് മേൽനോട്ടം വഹിക്കുന്ന പദവികൾക്ക് മാത്രമേ പ്രത്യേക മതക്കാർ എന്ന നിയമം ഉള്ളൂവെന്നും ഭരണഘടന (16(5) വകുപ്പ്) പ്രകാരം പറയുന്നുണ്ടെന്നും, നല്ലാ റഹ്മത്ത് അപേക്ഷിച്ച പദവികൾ ഹിന്ദുക്കൾക്ക് മാത്രമായി വേർതിരിക്കുന്നത് ഭരണഘടനയ്ക്ക് വിരുദ്ധമാണെന്നും ഞാൻ വിധിച്ചു. ഭരണഘടനയ്ക്ക് എതിരായി പ്രവർത്തിച്ച പുരാവസ്തു വകുപ്പിന് 5000 രൂപ പിഴയും വിധിച്ചു.

ഈ വിധി ജസ്റ്റിസ് ജി ആർ സ്വാമിനാഥൻ അടങ്ങിയ രണ്ട് ജസ്റ്റിസുമാരുടെ ബഞ്ച് റദ്ദാക്കി. എങ്കിലും സർക്കാർ ഈ വിധികളെ സ്വന്തം ഇഷ്ടപ്രകാരം ഉപയോഗിച്ചതിനൊപ്പം, തിരുത്തലുകൾ വരുത്തി പുതിയ നിയമങ്ങൾ കൊണ്ടുവന്നു. 10.7.2019 തീയതിയിലെ ഉത്തരവ് ന. 97 (വിനോദസഞ്ചാര, സംസ്കാര, മതസ്ഥാപനവകുപ്പ്, തമിഴ്നാട് സർക്കാർ) പ്രകാരം ഇതുവരെ നിയന്ത്രിച്ചിരുന്ന മതപരമായ വേർതിരിവ് കാണിച്ചിട്ടുള്ള നിബന്ധനകൾ റദ്ദ് ചെയ്യപ്പെട്ട്, വകുപ്പിന്റെ കീഴിലുള്ള പദവികൾക്ക് ഏത് മതസ്ഥർക്കും അപേക്ഷ അയയ്ക്കാം എന്ന വിധിക്കൊപ്പം, അതിന്റെ പകർപ്പ് എനിക്ക് ഉദയചന്ദ്രൻ ഐ എ എസ് അയച്ചു. അന്നത്തെ വകുപ്പ് സെക്രട്ടറി ഉദയചന്ദ്രന് നമ്മുടെ അഭിനന്ദനം അർഹിക്കുന്നുണ്ട്.

മതപരമായ പദവികളിൽ മറ്റ് മതങ്ങളിലുള്ളവർക്ക് വേണ്ടി സർക്കാറിന് വേർതിരിവുകൾ കാണിക്കാൻ സാധിക്കില്ലല്ലോ, അതുപോലെ മതസ്ഥാപനങ്ങളിൽ ആ മതത്തിലുള്ളവരെ മാത്രം ജോലിക്ക് വയ്ക്കുന്നതും കോടതികളാൽ തടുക്കാൻ സാധിക്കില്ല. ഭരണഘടനയിലെ മതപരമായ അവകാശം അടിസ്ഥാപരമായ അവകാശമാക്കിയിട്ടുള്ളതിനൊപ്പം, മതവുമായി ബന്ധപ്പെട്ട സ്ഥാപനങ്ങളിൽ ആ മതത്തിൽ ചേർന്നവരെ മാത്രം നിയമിക്കാം എന്നതിനും വകുപ്പ് 16(5) ഉറപ്പ് നൽകുന്നു. ഹിന്ദു എൻഡോവ്മെന്റ് വകുപ്പ് കമ്മീഷണർ പദവിയിൽ ഇന്ത്യൻ സർക്കാർ ജോലിയിലുള്ള ഉദ്യോഗസ്ഥനെ നിയമിച്ചാലും അയാൾ ഹിന്ദു മതത്തിൽ ചേർന്നതായിരിക്കണം എന്ന നിയമം ഉണ്ട്.

തിരുച്ചെന്തൂർ ക്ഷേത്രത്തിൽ സുരക്ഷാജോലികൾ ചെയ്യുന്നതി

നായി പുറത്തുനിന്നുള്ളവരെ കരാറുകാർ വഴി വയ്ക്കുന്നതിനുള്ള ടെൻഡർ ആ ക്ഷേത്രമാനേജ്മെന്റ് പുറപ്പെടുവിച്ചു. ആ ടെൻഡർ പരസ്യത്തിൽ പങ്കെടുക്കുന്ന കരാറുകാരൻ ഇന്ന മതത്തിലുള്ളയാൾ ആയിരിക്കണം എന്ന നിബന്ധന വച്ചിരുന്നു. നിബന്ധനയെ എതിർത്ത് ചെന്നൈയിലുള്ള സെക്യൂരിറ്റി സർവീസ് സ്ഥാപനം കേസ് കൊടുത്തു. ആ സ്ഥാപനത്തിന്റെ ഉടമകൾ ക്രിസ്തുമതത്തിൽ ഉള്ളവർ ആയിരുന്നു. മതം കാരണമാക്കി, തങ്ങളുടെ ടെൻഡർ നിരാകരിക്കാനുള്ള സാധ്യത ഉള്ളതിനാൽ അവർ കേസ് കൊടുത്തു.

കേസ് വിചാരണ ചെയ്ത ഞാൻ, ഭരണഘടനയിലെ ഹിന്ദു മത സ്ഥാപനങ്ങൾക്ക് തങ്ങളുടെ മതത്തിലുള്ളവരെ മാത്രം ജോലിക്കെടുക്കാനുള്ള പൂർണ അവകാശം കൊടുത്തിരിക്കുന്നതിനാൽ ടെൻഡറിലുള്ള നിബന്ധന റദ്ദ് ചെയ്യാൻ സാധിക്കില്ലെന്ന് പറഞ്ഞു. കേസ് നടത്തിയ മുതിർന്ന വക്കീൽ, കോടതി അതിന്റെ വിധി മൂലം മതപരിഷ്കരണത്തിന് ഒരുക്കം വേണമെന്ന് ആവശ്യപ്പെട്ടു. മതപരിഷ്കരണം, ആ മതത്തിലുള്ളവരിൽനിന്നും വരണമെന്നും, അതിന്റെ ശരിയായ ഉദാഹരണം തിരുച്ചെന്തൂർ ക്ഷേത്രമാണെന്നും ഞാൻ പറഞ്ഞു.

140 വർഷം മുമ്പ് തീണ്ടാൻ പാടില്ലാത്തവരായി കരുതപ്പെട്ട നാടാർ സമൂഹത്തിലുള്ളവരെ ആ ക്ഷേത്രത്തിനുള്ളിൽ പ്രവേശിപ്പിച്ചിരുന്നില്ല. എന്നാൽ, ഇപ്പോൾ ആ ക്ഷേത്രത്തിന്റെ ട്രസ്റ്റ് ഭരണം മുഴുവനും ആ സമൂഹത്തിനാണുള്ളതെന്നത് എടുത്ത് പറഞ്ഞ്, അതിനായി പരിശ്രമിച്ച കാലത്ത് അവർ അനുഭവിച്ച യാതനകളും ഞാൻ തിട്ടപ്പെടുത്തി.

1912 ൽ വടക്കുളത്തിലുള്ള കത്തോലിക്ക ദേവാലയത്തിൽ (കാർച്ചട്ടൈ ദേവാലയം) മറ്റ് ജാതിയിലുള്ളവർക്ക് ഇരിക്കുന്നതിനായി ഇടം കൊടുത്ത തിരുച്ചിറപ്പിള്ളിലുള്ള ബിഷപ്പിന്റെ ഉത്തരവിന് എതിരായി മേൽജാതി സവർണ ക്രിസ്ത്യാനികൾ കീഴ്ക്കോടതിയിൽനിന്നും വിലക്ക് ഉത്തരവ് നേടിയതും, അതിനെ എതിർത്ത് കൊടുക്കപ്പെട്ട കേസ് ചെന്നൈ ഹൈക്കോടതിയിലെ രണ്ട് ജസ്റ്റിസുമാരുടെ ബഞ്ചിൽ വിചാരണ ചെയ്യപ്പെട്ട്, നാടാർ ക്രിസ്ത്യാനികൾക്ക് അനുകൂലമായി തീരുമാനമുണ്ടായതും അയിത്തം എന്നത് ക്രിസ്ത്യൻ മതത്തിന് സ്വീകാര്യമല്ലെന്ന് ആ വിധിയിൽ ചൂണ്ടിക്കാണിക്കുകയും ചെയ്തു.

ഈ ലേഖനത്തിൽ പറഞ്ഞിരിക്കുന്ന സംഭവങ്ങളെല്ലാം കൂടുതലായും ഹിന്ദു മതത്തെ കുറിച്ചുള്ളതാണ്. അങ്ങനെയെങ്കിൽ, ന്യൂനപക്ഷമതങ്ങളായ ക്രിസ്തു മതത്തിൽനിന്നും ഇസ്ലാംമതത്തിൽനിന്നും പ്രശ്നങ്ങൾ ഉണ്ടായില്ലേ എന്ന് ചോദിക്കാം. ഇസ്ലാമുകൾ നിയന്ത്രിക്കുന്ന ദർഗകളിൽ ആര് ഉസ്താദായി വരണമെന്നതിനുള്ള വിവാദങ്ങൾ, ജമഅത്തുകളുടെ തീരുമാനങ്ങളുമായി ബന്ധപ്പെട്ട വഴക്കുകൾ, മസൂദിയുമായി ബന്ധപ്പെട്ട വ്യാപാരസ്ഥാപനങ്ങളുടെ ലൈസൻസിനെപ്പറ്റിയുള്ള തർക്കങ്ങൾ എന്നിങ്ങനെ പല കേസുകളും ഉണ്ട്. ക്രിസ്തുമതത്തിലും ഡയോസിനസ് തെരഞ്ഞെടുപ്പ് വഴക്കുകൾ, കത്തോലിക്കർ നടത്തുന്ന സ്ഥാപനത്തിൽ അദ്ധ്യാപകരുടെ പ്രശ്നങ്ങൾ അങ്ങനെ പലതുണ്ട്. അവ

യെല്ലാം ഇവിടെ കണക്കിലെടുത്തിട്ടില്ല. അവയെല്ലാം നിർവഹിക്കുന്ന മതങ്ങൾ, അവയ്ക്കായുള്ള ചില വകുപ്പുകളും ഉണ്ടാക്കിയിട്ടുണ്ട്. കൂടാതെ, സ്ഥാപനങ്ങളെ ഭരിക്കുന്നതിനായുള്ള തെരഞ്ഞെടുപ്പിൽ നടക്കുന്ന വഴക്കുകൾ കോടതികളിൽ എത്തുമ്പോൾ, ചിലപ്പോഴെല്ലാം വിരമിച്ച ജസ്റ്റിസുമാരെ നിയമിച്ച് താല്ക്കാലിക മാനേജ്മെന്റ് ഏറ്റ് നടത്തപ്പെടാറുമുണ്ട്.

ഭൂരിപക്ഷമതമായ ഹിന്ദു മതത്തിൽ അടിസ്ഥാനപരമായ വേർതിരിവ് എന്താണെന്നാൽ, മതവിശ്വാസത്തിനായുള്ള സ്വാതന്ത്ര്യം ഭരണഘടനയിൽ (25, 26 വകുപ്പിൽ) നൽകിയിട്ടുണ്ടെങ്കിലും, അവയുടെ നടപടികളിൽ പരിഷ്കാരങ്ങൾ വരുത്താനുള്ള നിയമം ഉണ്ടാക്കാൻ സാധിക്കും. പരിഷ്കരണ നടപടികൾക്കായി കഴിഞ്ഞ കാലങ്ങളിൽ പാർലമെന്റിലും നിയമസഭകളിലും നിയമഭേദഗതികൾ കൊണ്ടുവന്ന് നടപ്പിലാക്കിയിട്ടുണ്ട്. നിയമഭേദഗതികൾ ഭരണഘടനയ്ക്ക് അനുസൃതമാണോയെന്നും, മതവിശ്വാസത്തിനായുള്ള അടിസ്ഥാനപരമായ അവകാശത്തെ മറികടക്കുന്നുണ്ടോയെന്നും പരിശോധിക്കാനുള്ള അധികാരം മാത്രമേ കോടതികൾക്കുള്ളൂ.

കോടതികളിലേക്ക് വരുന്ന പ്രശ്നങ്ങളിൽ ജസ്റ്റിസുമാരുടെ സമീപനം എങ്ങനെയായിരിക്കണം എന്നതിന് ഭരണഘടനയിൽ മതിയായ മാർഗനിർദ്ദേശങ്ങളുണ്ട്. അതല്ലാതെ, ഇന്ത്യ ഒരു മതേതരരാജ്യം ആണെന്നത് ജസ്റ്റിസുമാരും മനസ്സിലാക്കിയിരിക്കണം. ഇല്ലെങ്കിൽ, ഭൂരിപക്ഷത്തിന്റെ മതവിശ്വാസത്തിന് മാത്രം സ്വാതന്ത്ര്യം എന്നും, ന്യൂനപക്ഷക്കാരെ എങ്ങനെ വേണമെങ്കിലും നിയന്ത്രിക്കാമെന്നുമുള്ള വിചാരം ഉണ്ടാകാനുള്ള സാധ്യതകളുണ്ട്.

ആദ്യമേ പറഞ്ഞതുപോലെ ഹിന്ദു ക്ഷേത്രങ്ങളെ ഹിന്ദുക്കൾക്ക് തന്നെ വിട്ടുകൊടുക്കണം എന്ന അഭിപ്രായം പൊതുവേദികളിൽ ഉയർത്തപ്പെട്ടിട്ടുണ്ട്. ഈ ലേഖനത്തിൽ പറഞ്ഞിരിക്കുന്ന കേസുകൾ നോക്കിയാൽത്തന്നെ ആ ക്ഷേത്രമാനേജ്മെന്റുമായി ബന്ധപ്പെട്ട് വരാവുന്ന പ്രശ്നങ്ങൾ എത്ര കുരുക്ക് നിറഞ്ഞതാണെന്ന് മനസ്സിലാക്കാം. ഒരു കാലത്തും ഹിന്ദു ക്ഷേത്രങ്ങളുടെ ഭരണം സർക്കാരിനെ എതിർത്തോ സർക്കാർ ഉദ്യോഗസ്ഥരുടെ ഭരണത്തിന് വിധേയമായോ നടന്നിട്ടില്ല.

തിരുപ്പതി ക്ഷേത്രഭരണം കഴിഞ്ഞ 250 വർഷമായി എങ്ങനെ നടത്തപ്പെട്ടു എന്നത് ചെന്നൈ ഹൈക്കോടതിയിലെ രണ്ട് ജസ്റ്റിസുമാരുടെ ബഞ്ചിൽനിന്നും അറിയാവുന്നതാണ്.

“തിരുപ്പതി ക്ഷേത്രവുമായി ബന്ധപ്പെട്ട കേസിൽ ചെന്നൈ ഹൈക്കോടതിയിലെ ജസ്റ്റിസുമാർ (സുബ്രഹ്മണി അയ്യർ, ഡേവിസ്) പറഞ്ഞിരിക്കുന്നത് നോക്കാം: “വടക്കേ ഏർക്കാട് ജില്ലയിലുള്ള തിരുപ്പതി ശ്രീ വെങ്കടേശ്വര ആലയം വളരെ പഴക്കമുള്ളതാണ്. ഇവിടെ ഇന്ത്യയുടെ പല ഭാഗങ്ങളിൽനിന്നും ഭക്തർ വരുന്നുണ്ട്. ഈ ക്ഷേത്രത്തിന്റെ വാർഷികവരുമാനം രണ്ട് മുതൽ മൂന്ന് ലക്ഷം രൂപയോളമുണ്ട്. ബ്രിട്ടീഷ് ഭരണം വരുന്നതിന് മുമ്പ് ഈ ക്ഷേത്രത്തിന്റെ ഭരണം അപ്പോൾ ഉണ്ടാ

യിരുന്ന ഭരണകർത്താക്കൾക്കായിരുന്നു. ബ്രിട്ടീഷുകാർ വന്നതിന് ശേഷം ക്ഷേത്രഭരണം ഈസ്റ്റ് ഇന്ത്യ കമ്പനിക്ക് പോയി. 1817 ൽ വന്ന നിയമത്തിൽ ഏഴാമത്തെ വകുപ്പിന്റെ കീഴിൽ ക്ഷേത്രഭരണം റവന്യൂ വകുപ്പിന് നൽകപ്പെട്ടു. ഇതിന്ശേഷം ജില്ലാ കളക്ടർ വഴി ഭരണം നടത്തപ്പെട്ടു. 1841 ൽ ക്ഷേത്രഭരണം ഉടൻ തന്നെ ബന്ധപ്പെട്ടവർക്ക് കൈമാറ്റം ചെയ്യാൻ ഉത്തരവായി. സർക്കാരിന്റെ ഉത്തരവാദിത്വത്തിൽ ആയിരുന്ന ഭരണം 1843 ൽ 'ഹദ്രി രാംജി' മഠത്തിന്റെ തലവൻ സേവദാസിന് കൊടുക്കപ്പെട്ടു. ഈ മഠം തിരുപ്പതി നഗരത്തിലെ തിരുമലയുടെ അടിവാരത്തിൽനിന്നും രൂപപ്പെട്ടുവന്നതാണത്രേ. ഭരണമാറ്റ ഓർഡർ ആയ 'ജന്നതി' ൽ പറഞ്ഞിരിക്കുന്ന പ്രകാരം സേവാദാസിന് ശേഷം മഠത്തിന്റെ ഉത്തരവാദി ആരാണോ അയാൾക്ക് തന്നെ ക്ഷേത്രഭരണം നൽകപ്പെടും. ഭരണാധികാരി എക്സിക്യൂട്ടീവ് ഓഫീസർ എന്ന് വിളിക്കപ്പെടും.

"ചില ക്ഷേത്രങ്ങൾ മഠാധിപതികൾക്കും, പരമ്പരാഗത രക്ഷാധികാരികൾക്കും നൽകപ്പെട്ടിരിക്കുന്നു. ഇവരെല്ലാം ആരാണ്? ജ്ഞാനികൾ എന്ന് സ്വയം പറയുന്നവർ എല്ലാവരും ജ്ഞാനികൾ അല്ല. അവർ ആചാര്യന്മാർ, പൂജാരികൾ അല്ലെങ്കിൽ പരിചാരകർ ആണ്. സ്മൃതികളിലുള്ള വിധികൾ അനുസരിച്ച് നിയമിക്കപ്പെട്ട പൂജാരികളുടെ അനുമാനങ്ങളെ പദവികൾക്കായി തെരഞ്ഞെടുക്കപ്പെടുന്നത് ശരിയായ മുറയല്ല. ഒരു ഗേറ്റ് കീപ്പറെ രക്ഷാധികാരി പദവിക്ക് തെരഞ്ഞെടുക്കുന്നത് പോലെയാണ് അതും. സർക്കാർ നിയമിച്ചവരാണ് രക്ഷാധികാരികൾ. ഉത്തരവാദത്തിലുള്ള മറ്റെല്ലാവരും ജോലിക്കാരാണ്. അവർ ചെയ്യുന്ന ജോലിക്ക് ശമ്പളം വാങ്ങുന്നുണ്ട്. ഉത്തരവാദിത്വത്തിലുള്ള സ്വകാര്യവ്യക്തികളും ജോലിക്കാരാണ്. ആരുടെ സംരക്ഷണത്തിൽ ഒരു വകുപ്പ് കൊടുത്തിട്ടുണ്ടോ അയാളാണ് ആ വകുപ്പിന്റെ രക്ഷാധികാരി. അയാളുടെ അനുമാനങ്ങളെ വകുപ്പിന് അംഗീകരിക്കാം. ക്ഷേത്രങ്ങൾ പണിത സർക്കാരുകളും കുടുംബങ്ങളും ഇപ്പോൾ ഇല്ല. കാലം ചെന്നപ്പോൾ സർക്കാരുകളും ഇല്ലാതായി; കുടുംബങ്ങളും അടയാളമില്ലാതെ മറഞ്ഞുപോയി. എന്നാൽ ആ ക്ഷേത്രങ്ങളുടെ പൂജാരികളും പരിചാരകരും തുടർന്നും ഉണ്ടായിവന്നു. അവർതന്നെ ക്ഷേത്രങ്ങളുടെ ഉടമകളെന്ന് അവകാശപ്പെടുന്നു.

ഇന്ന് ഹിന്ദു മത എൻഡോവ്മെന്റിൽ നിന്നും ഹിന്ദു ക്ഷേത്രങ്ങളെ മോചിപ്പിക്കാൻ സമരം നടത്തുന്നവർ ഈ സത്യങ്ങൾ അറിയാത്തവരല്ല.

പെരിയാറിനെ പ്രശംസിക്കുന്നവർ ഈ ക്ഷേത്രഭരണ കേസുകളെ എങ്ങനെ നടത്തിയിട്ടുണ്ടാകും എന്ന സംശയം വരാം. ഹൈക്കോടതി ജസ്റ്റിസ് പദവിയിലേക്ക് സത്യപ്രതിജ്ഞ ചെയ്തയുടൻ, ഭരണഘടന ഉയർത്തിപ്പിടിച്ച് കേസുകളിൽ പക്ഷപാതമില്ലാതെ നീതി നടപ്പാക്കും എന്ന് ഞാൻ ദൃഢപ്രതിജ്ഞ ചെയ്തിട്ടുള്ളതാണ്. തീർച്ചയായും അത് പാലിക്കാൻ കഴിഞ്ഞു എന്ന പൂർണ്ണവിശ്വാസം എനിക്കുണ്ട്. മതം ഒരു കറുപ്പ് എന്ന ഉദ്ധരണി എന്റെ പ്രത്യേക അഭിപ്രായമാണ്. എന്നാൽ, ഒരു വിധത്തിലും ഞാൻ വിചാരണ ചെയ്ത കേസുകളിൽ അത് തടസ്സമായി വന്നിട്ടില്ല. ഈ ലേഖനം വായിക്കുന്നവർ അത് സമ്മതിക്കും!.

ജനിപ്പിച്ചില്ലെങ്കിലും സന്തോഷമുണ്ട്

ആയിരത്തി തൊള്ളായിരത്തി തൊണ്ണൂറ്റിയാറിൽ ഒരു സിവിൽ കോടതിയിൽ കുട്ടികളെ ദത്തെടുക്കുന്നതുമായി ബന്ധപ്പെട്ട കേസുകൾ എങ്ങനെ നടത്തുന്നു എന്നത് കാണാനുള്ള അവസരം ലഭിച്ചിരുന്നു. അതൊരു ഉച്ചനേരം ആയിരുന്നു. സിവിൽ അപ്പീലുകളും ക്രിമിനൽ കേസിൽ നടക്കേണ്ട സെഷൻസ് കേസുകളുടെ വിചാരണകളും നട ക്കുന്നുണ്ടായിരുന്നു. കോടതിയിൽ ആൾത്തിരക്കായിരുന്നു. ഒരു വശത്ത് സിവിൽ കേസുകളും മറുവശത്ത് ക്രിമിനൽ കേസുകളിൽ കുറ്റാരോ പിതരായവരും അവർക്കുവേണ്ടി വാദിക്കുന്ന വക്കീലന്മാരും. കോട തിയിൽ ഇരിക്കാൻ പോലും സ്ഥലമില്ല. ഒരു മൂലയിൽ ചെറിയ കുഞ്ഞു ങ്ങളേയും കൊണ്ട്, വലിയ പ്രതീക്ഷയോടെ കാത്തിരിക്കുന്ന ചെറുപ്പ ക്കാരായ ദമ്പതികൾ. ഈ സാഹചര്യത്തിലാണ് ഹാളിലേക്ക് വന്ന എന്നോട് ദത്തെടുക്കൽ കേസുകൾ ആദ്യം വിളിക്കാൻ ജസ്റ്റിസ് പറഞ്ഞത്.

ആദ്യത്തെ കേസിൽ വിചാരണ ചെയ്യപ്പെട്ടവർ തപാൽ വകുപ്പിലെ കീഴ്ത്തട്ടിലുള്ള ഉദ്യോഗസ്ഥർ ആയിരുന്നു. അവരെ കുറ്റവാളികളെ പ്പോലെ കൂട്ടിൽ നിർത്തി. ജസ്റ്റിസ് രേഖകൾ വായിച്ച് ആ ഉദ്യോഗസ്ഥ രോട് ചോദിച്ച ചോദ്യങ്ങളും അതിന് ലഭിച്ച മറുപടികളും എന്റെ മനസ്സിൽ പതിഞ്ഞു.

കോടതി: എവിടെ ജോലി ചെയ്യുന്നു?

ഉദ്യോഗസ്ഥൻ: തപാൽ വകുപ്പിൽ, കീഴത്തട്ട് ജീവനക്കാരൻ

കോടതി: മാസശമ്പളം എത്ര?

ഉദ്യോഗസ്ഥൻ: മാസം 2000 രൂപ.

കോടതി: ഈ ശമ്പളംകൊണ്ട് നിങ്ങൾ ദത്തെടുത്ത കുഞ്ഞിനെ എങ്ങനെ വളർത്തും?

ഉദ്യോഗസ്ഥനും ഭാര്യയും (കരയുന്ന ശബ്ദത്തിൽ): ഞങ്ങൾ പ്രസവിച്ചിരുന്നെങ്കിലും സംരക്ഷിക്കുമായിരുന്നു ഇല്ലേ?

കണ്ടുകൊണ്ടിരുന്ന എനിക്ക് വലിയ അതിശയമായി. കേവലമായ അവസ്ഥ, അനാഗരികമായ ചോദ്യങ്ങൾ ഇതെല്ലാം ഒരു ദിവസം മാറ്റുന്നതിന് അവസരം ലഭിച്ചാൽ എന്തെല്ലാം ചെയ്യണം എന്ന് ഞാൻ ആലോചിച്ചു. അതിനുള്ള അവസരം 13 വർഷങ്ങൾക്ക് ശേഷം ലഭിച്ചു.

കുഞ്ഞുങ്ങളെ ദത്തെടുക്കുന്നതുമായി ബന്ധപ്പെട്ട് പ്രവർത്തിക്കുന്ന ഇന്ത്യൻ കൗൺസിൽ ഫോർ ചൈൽഡ് വെൽഫെയർ (ICCW) എൻജി ഓയിലുള്ള ആണ്ടാൾ ദാമോദരനും ചന്ദ്ര തണികാചലവും എനിക്ക് പരിചയമുള്ളവരാണ്. ദത്തെടുപ്പ് നടപടികളെപ്പറ്റിയുള്ള ഒരു മാർഗനിർദ്ദേശം കൊണ്ടുവരണം എന്ന് അവർ ആഗ്രഹിച്ചു. ആ സമയത്ത്, സാമൂഹ്യക്ഷേമവകുപ്പ് ഡയറക്ടർ വിജയകുമാർ (ഐ എ എസ്), അസിസ്റ്റന്റ് ഡയറക്ടർ സുപ്രിയ സാഹൂ (ഐ എ എസ്) എന്നിവരുടെ പരിശ്രമത്തിൽ ദത്തെടുക്കുന്നതുമായി ബന്ധപ്പെട്ട് സംസ്ഥാനതലത്തിലുള്ള സെമിനാർ 11.5.1998 ന് നടന്നു. അതിന്റെ ഫലമായി പൊതുദത്തെടുപ്പ് ബില്ലിന്റെ കരട് തയ്യാറാക്കി സാമൂഹ്യക്ഷേമവകുപ്പ് ഡയറക്ടർക്ക് വിവരിച്ച് കൊടുത്തശേഷം തമിഴ്നാട് സർക്കാരിന് സമർപ്പിച്ചു. എന്നാൽ, പല കാരണങ്ങൾ കൊണ്ട് സർക്കാർ പ്രസ്തുത ബില്ലിനെ നിയമമായി കൊണ്ടുവരാൻ താല്പര്യപ്പെട്ടില്ല.

1956 ൽ ഹിന്ദുക്കളുടെ ദത്തെടുപ്പ്, വളർത്തൽ അവകാശനിയമം പാർലമെന്റ് കൊണ്ടുവന്നു. അതിന് മുമ്പും കുഞ്ഞുങ്ങളെ ദത്തെടുക്കുന്ന അവകാശം അംഗീകരിച്ചിരുന്നു. അതുപോലെ ഒരു അവകാശം ക്രൈസ്തവർക്കും ഇസ്ലാമുകൾക്കും അവരുടെ മതത്തിലുള്ള നിയമങ്ങൾ നൽകിയില്ല. ആ മതങ്ങളിലുള്ള ദമ്പതികൾക്ക് കുഞ്ഞ് ജനിച്ചില്ലെങ്കിൽ അവസാനം വരെ അങ്ങനെ തന്നെ കാലം കഴിക്കേണ്ടി വരുന്ന അവസ്ഥ. എന്നാലും, അവരിൽ ചിലർ 1898 ൽ ബ്രിട്ടീഷുകാർ കൊണ്ടുവന്ന രക്ഷകർത്താവ്/ആശ്രിത നിയമത്തിന്റെ കീഴിൽ രജിസ്റ്റർ ചെയ്ത് തങ്ങളെ ചെറിയ കുഞ്ഞുങ്ങളുടെ രക്ഷകർത്താക്കളായി അംഗീകരിക്കുന്ന കോടതി ഉത്തരവ് വാങ്ങിച്ചു. ആ സമയത്ത് കുഞ്ഞിന് 18 വയസ്സ് ആകുന്നതുവരെ മാത്രം രക്ഷകർത്താക്കളായിരിക്കാൻ കഴിയും. കുഞ്ഞിന്റെ രക്ഷകർത്താവ് മരിച്ചുപോയാൽ അവരുടെ സ്വത്തിന്, അവരുടെ രക്ഷകർതൃത്വത്തിൽ വളർന്ന കുഞ്ഞിന് അവകാശി ആകാൻ സാധിക്കില്ല.

സാമൂഹ്യക്ഷേമ വകുപ്പിന്റെ സർക്കാർ സെക്രട്ടറിയായി സുപ്രിയാ സാഹൂ ഉണ്ടായിരുന്നപ്പോൾ എല്ലാ മതങ്ങൾക്കും പറ്റുന്ന ദത്തെടുപ്പ് നിയമം ഉണ്ടാക്കാനായി ഒരു കരട് നിയമം ഉണ്ടാക്കി നൽകാൻ എന്നോട് ആവശ്യപ്പെട്ടു. പല ദിവസങ്ങൾ ബന്ധപ്പെട്ടവരുമായി സംസാരിച്ചശേഷം, എല്ലാ സമൂഹത്തിലുള്ളവർക്കും യോജിക്കുന്ന ഒരു നിയമമാതൃക തയ്യാറാക്കി സർക്കാരിന് സമർപ്പിച്ചു. ഇതുപോലെ 1995 ലെ മഹാരാഷ്ട്ര ദത്തെടുപ്പ് നിയമം രാഷ്ട്രപതിയുടെ അനുമതിക്കായി അയച്ചെങ്കിലും,

അതിന് അനുമതി ലഭിച്ചിരുന്നില്ല. ഇസ്ലാമുകൾക്കും ക്രൈസ്തവർക്കും യോജിക്കുന്ന ദത്തെടുപ്പ് നിയമം നിർമ്മിച്ച്, ദത്തെടുത്ത കുഞ്ഞിന് സ്വത്തവകാശം നല്കിയാൽ, അത് അവർക്ക് മതസംബന്ധമായ നിയമ തടസ്സം സൃഷ്ടിച്ചേക്കുമോ എന്നു കരുതി തമിഴ്നാട് സർക്കാരും ഞങ്ങൾ സമർപ്പിച്ച കരട് ബിൽ നിയമമാക്കിയില്ല. എന്നാൽ, ഉസിലംപട്ടിയിൽ പെൺകുഞ്ഞുങ്ങളെ കൊല്ലുന്നത് തടുക്കാനായി, ജയലളിത സർക്കാർ 'തൊട്ടിൽ കുഞ്ഞുങ്ങൾ' പദ്ധതി പ്രഖ്യാപിച്ചു.

ദത്തെടുത്ത കുഞ്ഞുങ്ങൾക്ക് ജനനത്തീയതി നിർണയിക്കുന്നതിൽ പല പ്രശ്നങ്ങൾ ഉണ്ടായിരുന്നു. ദത്ത് കൊടുക്കുന്നതിനായുള്ള കുഞ്ഞുങ്ങളെ പരിപാലിക്കാനായി കരുതൽകേന്ദ്രങ്ങൾ, ആ കുഞ്ഞുങ്ങൾ തങ്ങൾക്ക് എങ്ങനെ ലഭിച്ചുവെന്ന വിവരങ്ങൾ രഹസ്യമാക്കി വച്ചിരിക്കും. ദത്തെടുക്കുന്ന നടപടികൾ മുറപ്രകാരം നടത്തിയശേഷം കോടതിയിൽ ഹർജി നൽകി കുഞ്ഞിനെ ദത്തെടുത്ത കുഞ്ഞിന്റെ രക്ഷിതാക്കളാണെന്ന് അറിയിക്കുന്നതിനായി അപേക്ഷിക്കും. ആ ഹർജി പരിശോധിക്കുന്ന അവസ്ഥയും, ഹർജി വിചാരണയ്ക്കെടുക്കുന്ന ജസ്റ്റിസിന്റെ മനോനിലയും ഞാൻ മുകളിൽ പറഞ്ഞിരുന്നു. ദത്തെടുക്കൽ, രക്ഷിതാക്കളായുള്ള പ്രഖ്യാപന കേസുകളിൽ സിവിൽ കോടതി ജസ്റ്റിസുമാർ വലിയ ശ്രദ്ധ കൊടുക്കാത്തതിനൊപ്പം, അവധിക്ക് വച്ച് ഇഴയ്ക്കും. ഓരോ അവധിയുടെ സമയത്തും ജനിച്ച് കുറച്ച് മാസങ്ങൾ മാത്രമായിട്ടുള്ള കുഞ്ഞിനെ കോടതിൽ കൊണ്ടുവരാനും ആവശ്യപ്പെട്ടിരുന്നു. തങ്ങളുടെ ഉത്തരവിൽ ദത്തെടുത്ത കുഞ്ഞിന്റെ ജനിച്ച തീയതിയും പ്രായവും പരാമർശിക്കാതെ ഉത്തരവ് നൽകിവന്നു. ദത്തെടുത്ത കുഞ്ഞ് സ്കൂളിലേക്ക് പോകുമ്പോൾ സ്കൂൾ മാനേജ്മെന്റ് ജനനസർട്ടിഫിക്കറ്റ് കൊണ്ടുവരാൻ രക്ഷിതാക്കളെ നിർബന്ധിക്കുമ്പോൾ, അവർ വിഷമിക്കും ചില രക്ഷിതാക്കൾ മുനിസിപ്പാലിറ്റി അധികാരികൾക്ക് കൈക്കൂലി കൊടുത്ത് പുതിയ ജനനസർട്ടിഫിക്കറ്റ് വാങ്ങി സ്കൂൾ മാനേജ്മെന്റിന് കൊടുക്കും. ഇതിലുള്ള ആപത്ത് അവർക്കറിയില്ല. മുനിസിപ്പാലിറ്റി അധികൃതർ ആ കുഞ്ഞിന് പുതിയ തീയതി പതിച്ചാൽ ദത്തെടുത്ത കുഞ്ഞിന് രണ്ട് വിധത്തിലുള്ള ജനനത്തീയതികൾ രജിസ്റ്ററാകുന്ന അപകടം ഉണ്ടായിരുന്നു. പിന്നീട് അത് നിയമപ്രശ്നങ്ങൾ ഉണ്ടാക്കും.

ഞാൻ ജസ്റ്റിസ് ആയി മധുര ശാഖയിൽ ജോലി ചെയ്തിരുന്നപ്പോൾ, ദത്ത് കുഞ്ഞുങ്ങൾക്ക് പുതിയ ജനനസർട്ടിഫിക്കറ്റ് ആവശ്യപ്പെട്ടതിനെ എതിർത്ത മധുര മുനിസിപ്പാലിറ്റിക്കെതിരെ ശെൽവരാജ് എന്നയാൾ കേസ് കൊടുത്തിരുന്നു. ദത്തെടുപ്പ് കോടതികൾക്കായി ചില വഴികാട്ടലുകൾ എന്റെ ഉത്തരവ് വഴി കൊടുക്കാനുള്ള അവസരം എനിക്ക് ലഭിച്ചു. ശെൽവരാജ് കൊടുത്ത കേസിൽ അയാളുടെ പ്രശ്നത്തിന് തീരുമാനം പറഞ്ഞതിനൊപ്പം, ഞാൻ താഴെയുള്ള ഉത്തരവുകളും പുറപ്പെടുവിച്ചു.

ജില്ലാ കോടതിയിൽ ദത്തെടുപ്പ്/രക്ഷകർത്താവ് നിയമന കേസുകൾ നാല് മാസത്തിനുള്ളിൽ തീർപ്പാക്കണം.

രക്ഷിതാക്കളുടെ വികാരങ്ങൾ കണക്കിലെടുത്ത് ജസ്റ്റിസുമാർ ആ കേസുകൾ തുറന്ന കോടതിയിൽ വിചാരണ ചെയ്യാതെ, തന്റെ മുറിയിൽ വച്ച് നടത്തണം. ഇതിനായി പ്രത്യേക സമയം മാറ്റിവയ്ക്കണം.

ചെറിയ കുഞ്ഞുങ്ങളെ ഓരോ അവധിക്കും കൊണ്ടുവരണമെന്ന് നിർദ്ദേശിക്കരുത്.

ദത്തെടുപ്പ്/രക്ഷിതാക്കൾ ഹർജി കൊടുത്ത മാതാപിതാക്കളെ ദയവോടെയും കനിവോടെയും പരിഗണിക്കണം. അവർ തങ്ങളുടെ സ്വത്തവകാശത്തിനായി കേസ് കൊടുക്കുന്ന വഴക്കാളികൾ അല്ലെന്നത് ഓർമ്മയിൽ വയ്ക്കണം.

ദത്തെടുക്കപ്പെടുന്ന കുഞ്ഞിന്റെ ജനനത്തീയതി ദത്ത് കൊടുക്കുന്ന സ്ഥാപനങ്ങളിൽനിന്നും വാങ്ങി അത് തങ്ങളുടെ വിധിയിൽ ചേർത്ത്, ആ ജനനത്തീയതി എല്ലാ സർക്കാർ അധികാരികളും അംഗീകരിക്കണമെന്ന് ഉത്തരവിൽ രേഖപ്പെടുത്തണം.

ഈ ഉത്തരവ് എല്ലാ ജില്ലാ ജസ്റ്റിസുമാർക്കും, ഹൈക്കോടതി രജിസ്ട്രാർ സർക്കുലർ ആയി അയയ്ക്കണം എന്ന് എന്റെ വിധിയിൽ പറഞ്ഞു. വിധി വന്ന് ഒരു മാസത്തിൽ ഇതുപോലെയുള്ള മറ്റൊരു കേസ് എന്റെയടുത്ത് വന്നു. അതിൽ മോഹൻ അല്ലെങ്കിൽ അനിരുദ്ധ് എന്ന ദത്തെടുക്കപ്പെട്ട കുഞ്ഞിന്റെ അമ്മ, കുഞ്ഞിന്റെ പ്രായം മധുര ജില്ലാ കോടതി ജസ്റ്റിസിന്റെ വിധിയിൽ കുറിച്ചിട്ടില്ല, നഗരസഭയും പുതിയ ജനന സർട്ടിഫിക്കറ്റ് കൊടുക്കാൻ വിസമ്മതിക്കുന്നു എന്ന് കാണിച്ച് കേസ് കൊടുത്തു. ഞാൻ ആദ്യം പറഞ്ഞ ഉത്തരവ് വീണ്ടും ഓർമ്മപ്പെടുത്തി കുഞ്ഞിന്റെ ജനനരേഖകൾ കുഞ്ഞിനെ സംരക്ഷിച്ച സ്ഥാപനത്തിൽ നിന്നും വാങ്ങി പ്രായം 15.12.2004 എന്ന് തീർപ്പാക്കി രജിസ്റ്റർ ചെയ്ത്, അത് എല്ലാ അധികാരികളും, വേറൊരു രേഖയും ചോദിക്കാതെ അംഗീകരിക്കണമെന്ന് ഉത്തരവിട്ടു.

ചെന്നൈ ഹൈക്കോടതി നിലവിൽ വന്നതുതൊട്ട് (1862) അതിന് അസ്സൽ അധികാരം കൊടുക്കപ്പെട്ടിരുന്നു. ഹൈക്കോടതി സിവിൽ, ക്രിമിനൽ കേസുകളിൽ അപ്പീൽ കേൾക്കാനുള്ള അധികാരം, റിട്ട് ഹർജികൾ വിചാരണ ചെയ്യാനുള്ള പ്രത്യേക അധികാരം എന്നിവയും, ചെന്നൈ നഗരത്തിനുള്ളിൽ വരുന്ന അസ്സൽ സിവിൽ കേസുകളും ദത്തെടുപ്പ്, രക്ഷകർത്താവ് നിയമം, സ്വത്തവകാശ സർട്ടിഫിക്കറ്റ്, വിവാഹങ്ങൾ എന്നിവയെപ്പറ്റിയുള്ള കേസുകൾ കൂടാതെ, സമുദ്രസംബന്ധിയായ കേസുകൾ വിചാരണ ചെയ്യാനുള്ള അധികാരവും നേടിയിരുന്നു. ഇതിന് കോടതിയുടെ അസ്സൽ അധികാരവകുപ്പ് (Original Side) എന്ന് പറയും. ചുരുക്കത്തിൽ, ജില്ലകളിലുള്ള സിവിൽ കോടതികളിൽ കൊടുക്കുന്ന കേസുകൾ, ചെന്നൈ നഗരത്തിൽ ഉള്ളവർക്ക് മാത്രം ഹൈക്കോടതിയിൽ ഫയൽ ചെയ്യാനുള്ള സൗകര്യമുണ്ട്.

2009 ന്റെ രണ്ടാം പകുതിയിൽ അസ്സൽ കേസുകൾ വിചാരിക്കാനായി എനിക്ക് ഒഴിവുസമയം നല്കിയിരുന്നു. ആദ്യം രക്ഷിതാക്കളുടെ

നിയമനത്തിനെപ്പറ്റി ഒരു കേസ് വിചാരണയ്ക്കെത്തി. കേസ് വിചാരണ ചെയ്യുമ്പോൾത്തന്നെ ദത്തെടുപ്പ് ജോലിയിൽ ഏർപ്പെട്ട ഒരു എൻ ജി ഓ കോയമ്പത്തൂർ ജില്ലയിൽ നൂറിന് മുകളിൽ ദത്തെടുപ്പ് കേസുകൾ രണ്ട് വർഷമായി പരിഗണനയിലാണെന്നും കേസുകൾ വിചാരണ ചെയ്യുന്ന ജില്ലാ ജസ്റ്റിസ് ദത്തെടുക്കപ്പെടുന്ന കുഞ്ഞുങ്ങളെ ആറ് മാസത്തിൽ ഒരു തവണ കോടതിയിൽ ഹാജരാക്കണമെന്ന് നിർബന്ധിക്കുകയാണെന്നും പറഞ്ഞ് പരാതിപ്പെട്ടു. ഹൈക്കോടതി അപ്പീൽ കേസുകൾ വിചാരണ ചെയ്യുന്നത് മാത്രമല്ലാതെ, കീഴ്ക്കോടതികളുടെ മേൽനോട്ടത്തിനുള്ള അധികാരമുള്ള കേന്ദ്രവും കൂടിയാണെന്ന എന്റെ പഴയ ഉത്തരവിൽ, ഈ കേസുകൾ കാലതാമസം വരുത്തുന്നതിനെ കീഴ്ക്കോടതി ജസ്റ്റിസുമാർ അനുസരിക്കാതെയും, വിചാരണയുടെ സമയത്ത് അനാവശ്യ ചോദ്യങ്ങൾ രക്ഷിതാക്കളോട് ചോദിക്കുന്നതും ഞാൻ വിമർശിച്ചു. എന്റെ ഉത്തരവ് എല്ലാ ജില്ലാ ജസ്റ്റിസുമാർക്കും സർക്കുലർ ആയി അയയ്ക്കാൻ രജിസ്ട്രാറോട് ആജ്ഞാപിച്ചു.

കീഴ്ക്കോടതികൾക്ക് ഞങ്ങൾ ഉത്തരവിട്ടാൽ മതിയാകുമോ? ഹൈക്കോടതിയുടെ അവസ്ഥ എന്താണ്? അതിന് ഈ കാലതാമസം ഇല്ലേയെന്ന ചോദ്യം ന്യായമായും ഉയരും. രജിസ്ട്രാറെ വിളിച്ച്, ഹൈക്കോടതിയിൽ അസ്സൽ കേസുകളുടെ വകുപ്പിൽ എത്ര ദത്തെടുപ്പ് കേസുകൾ പരിഗണനയിൽ ഉണ്ടെന്ന കണക്ക് ചോദിച്ച് വാങ്ങി. അവ വർഷക്കണക്കിൽ പട്ടികയിട്ട് പഴയ കേസുകൾക്ക് മുൻഗണന കൊടുത്ത് വിചാരണയ്ക്ക് അയയ്ക്കാൻ ഞാൻ ഉത്തരവിട്ടു.

എന്റെയടുത്ത് ആദ്യം വിചാരണയ്ക്ക് വന്ന കേസ്, രണ്ട് കുട്ടികളുടെ രക്ഷിതാവായി അവകാശം ലഭിക്കണമെന്ന് ആവശ്യപ്പെട്ട് ജോൺ എന്നയാൾ കൊടുത്തതായിരുന്നു. 1999 ൽ കൊടുത്ത ആ കേസ് 2009 ലാണ് വിചാരണയ്ക്ക് വന്നത്. അതിനുള്ളിൽ ആദ്യത്തെ കുട്ടിക്ക് 18 വയസ്സ് കഴിഞ്ഞിരുന്നു. രണ്ടാമത്തെ കുട്ടി ആ സമയത്ത് 17 വയസ്സ് തികച്ചിരുന്നു. ഇനിയും ഒരു വർഷം രജിസ്ട്രാറുടെ മുറിയിൽ ഈ കേസ് തുരുമ്പ് പിടിച്ചിരുന്നാൽ, ഒരു ഉത്തരവുമില്ലാതെ കേസിന്റെ കാലാവധി തീർന്നുപോകും. ഇതുപോലെയുള്ള മോശമായ നടപടിക്ക് അവസാനമുണ്ടാക്കാൻ ഞാൻ ഉറപ്പിച്ചു. മുമ്പ് ഹൈക്കോടതി കാലതാമസം പരാമർശിച്ച് നൽകിയ വിധികളെ ചൂണ്ടിക്കാണിച്ച്, രജിസ്ട്രാറുടെ ഓഫീസ് മൂലം ജില്ലാ ജസ്റ്റിസുമാർക്ക് സർക്കുലർ അയയ്ക്കപ്പെട്ടു.

തമിഴ്നാട് ദത്തെടുപ്പ് ഏകോപന ഏജൻസിയുടെ ഭാഗത്തുനിന്നും 6.4.2009 ന് ചീഫ് ജസ്റ്റിസിനു വിശദമായ ഒരു പരാതി വന്നെത്തി. അതുമായി ബന്ധപ്പെട്ട് ചീഫ് ജസ്റ്റിസ് ഗോഖലെ എന്നോടു സംസാരിക്കുകയുണ്ടായി. അദ്ദേഹം ജില്ലാ ജസ്റ്റിസുകാർക്കു ജുഡീഷ്യൽ അക്കാദമിയിൽ പഠനാനന്തരപരിശീലനം നൽകാം എന്നു പറഞ്ഞു. അതുകൊണ്ടൊന്നും ഇനി പ്രയോജനമില്ല, ഹൈക്കോടതി ഇനി ചാട്ടവാറെടുക്കണം എന്നു ഞാൻ പറഞ്ഞപ്പോൾ ആ പ്രശ്നം തീർക്കാനായി എനിക്കു മുഴുവൻ

സ്വാതന്ത്ര്യവും അദ്ദേഹം തന്നു. കീഴ്ക്കോടതികൾ ദത്തെടുപ്പ്, രക്ഷകർത്താ കേസുകളിൽ കൂടുതൽ ശ്രമങ്ങളെടുത്തു തീർപ്പിലെത്താത്തതിന് മറ്റൊരു കാരണവുമുണ്ട്. ഓരോ കീഴ്ക്കോടതിയും മാസത്തിൽ എത്ര കേസുകൾ തീർക്കണം എന്നു ലക്ഷ്യം നിർണയിക്കപ്പെട്ടിട്ടുണ്ട്. സിവിൽ, ക്രിമിനൽ കേസുകൾ തീർപ്പാക്കുന്നതിനെപ്പറ്റിത്തന്നെ ടാർഗറ്റുകൾ ഉണ്ട്. അത് പൂർത്തീകരിക്കാത്ത കീഴ്ക്കോടതികളുടെ ജസ്റ്റിസുമാരുടെ സർവ്വീസ് റെക്കോർഡിൽ അയോഗ്യത ചേർക്കപ്പെടും. ദത്തെടുപ്പ്, രക്ഷകർത്താ നിയമനം സംബന്ധിച്ച അസ്സൽ ഹർജികൾ എത്ര വിചാരണ ചെയ്യപ്പെട്ടാലും അതൊന്നും അവരുടെ കണക്കിൽ ലക്ഷ്യപൂർത്തീകരണമായി എടുക്കാറില്ല. അതുകൊണ്ടാണ് ഈ കേസുകൾക്ക് മുൻഗണന ജസ്റ്റിസുമാർ കൊടുക്കാത്തത്. ഈ പ്രശ്നങ്ങൾക്ക് അവസാനമുണ്ടാക്കാനായി ജില്ലകൾ തോറും തീർച്ചപ്പെടാത്ത കേസുകളുടെ വിവരങ്ങൾ അറിയാൻ ഒരു പുതിയ സർക്കുലർ രജിസ്ട്രാർ വഴി ഞാൻ അയച്ചു.

ജില്ലാ ജസ്റ്റിസുമാർ തീർച്ചപ്പെടുത്താത്ത ദത്തെടുപ്പ്, രക്ഷകർത്താ ഹർജികൾ 30.9.2009 വരെയുള്ളത് രണ്ട് മാസത്തിലധികം താമസിച്ചിട്ടുണ്ടെങ്കിൽ, അതിനുള്ള കാരണം ഉടൻ തന്നെ അറിയിക്കണമെന്ന് രജിസ്ട്രാർ വഴി ആവശ്യപ്പെട്ടു. കീഴ്ക്കോടതികളെ വിരട്ടി ജോലി തീർത്താൽ മാത്രം മതിയാവില്ല. അതുകൊണ്ട്, ദത്തെടുപ്പ്, രക്ഷകർത്താ നിയമനഹർജികളേയും ടാർഗറ്റ് കണക്കിൽ ഉൾപ്പെടുത്താമെന്ന് ജസ്റ്റിസുമാരുടെ മീറ്റിംഗിൽ തീരുമാനിക്കാൻ ഏർപ്പാട് ചെയ്ത്, പുതിയ ടാർഗറ്റുകൾ നിർണയിക്കാനും നടപടിയുണ്ടായി.

വീണ്ടും ജോൺ എന്നയാൾ ഫയൽ ചെയ്ത രക്ഷകർത്താനിയമനക്കേസ് അവസാനത്തെ വിചാരണയ്ക്ക് എത്തിയപ്പോൾ അതുവരെ ലഭിച്ച വിവരങ്ങൾ എന്റെ റിപ്പോർട്ടിൽ രേഖപ്പെടുത്തി. അതിൽ, 6 ജില്ലാ ക്കോടതികളിൽ 50 ന് മുകളിൽ കേസുകൾ തീർച്ചപ്പെടാതെയുള്ളതും, സേലം ജില്ലയിൽ മാത്രം 151 കേസുകൾ ഉള്ളതായും അറിയാൻ കഴിഞ്ഞു. ഈ വിവരങ്ങൾ പട്ടികയിട്ട്, സുപ്രീം കോടതി പറഞ്ഞ ദത്തെടുപ്പ് കേസിന്റെ കാലതാമസം ഓർമ്മപ്പെടുത്തി പ്രതിമാസം ജില്ലാ ജസ്റ്റിസുമാർ തങ്ങളുടെ പക്കലുള്ള തീർച്ചപ്പെടാത്ത കേസുകളെപ്പറ്റി ഹൈക്കോടതിയെ അറിയിക്കണമെന്നും ഞാൻ ഉത്തരവിട്ടു. തത്ഫലമായി ആറ് മാസത്തിനുള്ളിൽ, കീഴ്ക്കോടതികൾ ഓരോന്നിലും മുമ്പ് ഉണ്ടായിരുന്ന കേസുകൾ തീർപ്പാക്കാനായി കൊണ്ടുവന്നു.

ഹൈക്കോടതിയിൽ തീർച്ചപ്പെടാതിരുന്ന ഏതാണ്ട് 300 കേസുകളും എങ്ങനെ തീർപ്പാക്കാൻ സാധിക്കും എന്ന് ആലോചിച്ചപ്പോൾ, അതിനും ചില നടപടികൾ ആലോചനയിലെത്തി. തുടക്കത്തിൽ എല്ലാ അസ്സൽ കേസുകളിലും മൊഴി രേഖപ്പെടുത്തിയിരുന്നത് ഹൈക്കോടതി ജസ്റ്റിസുമാർ തന്നെയായിരുന്നു. എന്നാൽ, ഇങ്ങനെ മൊഴി രേഖപ്പെടുത്തുന്നത് അഭിമാനപ്രശ്നമായോ എന്തോ, അസ്സൽ കേസുകളിൽ മൊഴി

രേഖപ്പെടുത്തുന്നത് ഉപേക്ഷിച്ച് ഹൈക്കോടതിയിൽ 'മാസ്റ്റർ' പദവി വഹിക്കുന്നയാൾക്ക് ആ ജോലി കൈമാറപ്പെട്ടിരുന്നു. അയാൾ രേഖപ്പെടുത്തിയ ശേഷം വീണ്ടും ഹൈക്കോടതിക്ക് അയച്ച്, അവസാന വിചാരണയ്ക്ക് എടുക്കുമായിരുന്നു.

മൊഴികൾ രേഖപ്പെടുത്തുന്ന ജോലി ആദ്യം രണ്ട് ജില്ലാ ജസ്റ്റിസുമാർ ആയിരുന്നു ചെയ്തിരുന്നത്. അതുകൊണ്ട്, കാലതാമസം ഉണ്ടായി. അതുകൊണ്ട് എന്റെയടുത്ത് ഉണ്ടായിരുന്ന കേസുകൾക്ക് എന്റെ മുന്നിൽ വച്ചുതന്നെ മൊഴികൾ രേഖപ്പെടുത്തണമെന്ന് ഉത്തരവിട്ടു. തമിഴിൽ കുറ്റസമ്മതം നടത്തിയാൽ, അത് ഇംഗ്ലീഷിലേക്കും പരിഭാഷപ്പെടുത്തണം. അതിനായുള്ള പരിഭാഷകരുമുണ്ട്. എന്നാൽ, ആ ജോലിക്കും ആളുകൾ കുറവായിരുന്നു. അതുകൊണ്ട്, എന്റെ കോടതിയിൽ മൊഴികൾ രേഖപ്പെടുത്തുമ്പോൾ ഞാൻ തന്നെ പരിഭാഷകനുമായി.

ഈ കേസുകൾക്ക് മുൻഗണന കൊടുക്കാനായി ഞാൻ എല്ലാ ദിവസവും ഉച്ചസമയത്തെ ഇടവേളയ്ക്കുശേഷം ദത്തെടുപ്പ്, രക്ഷകർത്താനിയമനം കേസുകൾ മാത്രം എടുക്കാൻ തുടങ്ങി. ആ സമയത്ത് കോടതിയുടെ വാതിലുകൾ അടച്ചിട്ട്, കേസ് വിചാരണയ്ക്ക് വന്ന മാതാപിതാക്കളെ മാത്രം അവിടെ ഇരിക്കാൻ അനുവദിച്ചു. അവരോടൊപ്പം വന്ന കുഞ്ഞുങ്ങൾ കോടതിമുറിയിൽ ഓടിക്കളിക്കും. സാക്ഷികൾക്ക് കസേരയിലിരുന്ന് തന്നെ മൊഴി നൽകാം. വക്കീലന്മാർ കേസുമായി ബന്ധപ്പെട്ട ചോദ്യങ്ങൾ ഒഴികെ, മറ്റു ചോദ്യങ്ങൾ ചോദിക്കുന്നത് ഞാൻ വിലക്കി. ചില കേസുകളിൽ ഭർത്താവിനും ഭാര്യയ്ക്കും ഇടയിൽ കുഞ്ഞിനെ ആർക്ക് വേണമെന്ന കാര്യത്തിൽ വഴക്കുണ്ടാകുമെന്നല്ലാതെ, കുഞ്ഞുങ്ങളുടെ ആഗ്രഹം അറിയാനായി, അവരെ എന്റെ മുറിയിലേക്ക് കൊണ്ടുവന്ന് ചോദിച്ചറിയുമായിരുന്നു.

ഇങ്ങനെ ചെയ്യാൻ തുടങ്ങി ഏതാനും ആഴ്ചകൾക്കുള്ളിൽത്തന്നെ ഹൈക്കോടതിയിൽ തീർപ്പാകാതിരുന്ന എല്ലാ ദത്തെടുപ്പ്, രക്ഷകർത്താനിയമന കേസുകളും ഏതാണ്ട് തീരുമാനമായി. ഞാൻ ഉത്തരവാദത്തിലുണ്ടായിരുന്ന ജൂൺ-ജൂലൈ മാസങ്ങളിൽ അതേ വർഷം (2009) വന്ന പുതിയ കേസുകൾ എല്ലാം തന്നെ തീർപ്പാക്കപ്പെട്ടു.

രണ്ട് പ്രധാന കേസുകളിലെ എന്റെ വിധികൾ ഇവിടെ പറയേണ്ടതുണ്ട്. ജോർജ്ജ് ക്രിസ്റ്റഫർ, താൻ ജോലി ചെയ്തിരുന്ന എയർ ഇന്ത്യ സ്ഥാപനം, തന്റെ ദത്തെടുത്ത കുഞ്ഞിന് മറ്റു കുഞ്ഞുങ്ങൾക്ക് നൽകിവരുന്ന എല്ലാ ആനുകൂല്യങ്ങളും കൊടുക്കണമെന്ന് ആവശ്യപ്പെട്ട് കേസ് കൊടുത്തു. എയർ ഇന്ത്യ മാനേജ്മെന്റ് ക്രൈസ്തവർക്ക് ദത്തെടുക്കാനുള്ള യോഗ്യതയില്ലെന്ന് പറഞ്ഞ്, അയാളുടെ ആവശ്യം നിരാകരിച്ചു. അപ്പോൾ ഇതുപോലെയുള്ള കേസുകൾക്ക് മുന്നുദാഹരണങ്ങൾ ഇല്ലായിരുന്നു. സ്വത്തവകാശ നിയമങ്ങളും മൗനം പാലിച്ചു. 1999 ൽ മുംബൈ കോടതിയിൽ ജസ്റ്റിസ് റെബെല്ലോ ഈ പ്രശ്നം പഠിച്ച്, നിയ

മങ്ങൾ ഇല്ലെങ്കിലും കോടതിയുടെ പ്രത്യേക അധികാരം ഉപയോഗിച്ച് ക്രൈസ്തവർക്കും ദത്തെടുക്കാനുള്ള അവകാശം നൽകാം എന്ന് വിധിച്ചു.

അപ്പോൾ 2000 ലെ കുട്ടികൾക്കായുള്ള നീതി, ശ്രദ്ധ, സുരക്ഷ നിയമം നടപ്പിൽ വന്നിരുന്നു. ആ നിയമത്തിന്റെ വകുപ്പ് 41 ന് കീഴിൽ മാതാപിതാക്കളാൽ ഉപേക്ഷിക്കപ്പെട്ട കുട്ടികളെ ദത്തെടുപ്പ് വഴി പുതിയ മാതാപിതാക്കൾക്ക് കൊടുക്കാം എന്ന് പറയുന്നുണ്ട്. കൂടാതെ, മാതാപിതാക്കളുടെ മതത്തെപ്പറ്റി യാതൊരു നിബന്ധനയും വിധിച്ചിട്ടില്ലായിരുന്നു. അതല്ലാതെ കത്തോലിക്കർക്ക് മാത്രമായി ഉണ്ടാക്കിയിട്ടുള്ള 'കാനോൺ നിയമം' എന്ന മതനിയമത്തിൽ, ക്രൈസ്തവർ ജീവിക്കുന്ന നാട്ടിലുള്ള നിയമങ്ങൾ പ്രകാരം ദത്തെടുപ്പ് അനുവദിക്കാം എന്നും പറയുന്നുണ്ട്. അത് ഉപയോഗപ്പെടുത്തി ക്രൈസ്തവർക്കും ദത്തെടുപ്പ് നിയമം യോജിക്കും എന്ന് പറഞ്ഞ്, ജോർജ്ജ് ക്രിസ്റ്റഫറിന്റെ ദത്തെടുത്ത കുഞ്ഞിന് എയർ ഇന്ത്യ മാനേജ്മെന്റ് മറ്റു തൊഴിലാളികളുടെ കുട്ടികൾക്ക് കൊടുക്കുന്ന എല്ലാ ആനുകൂല്യങ്ങളും നൽകണമെന്ന് ഞാൻ ഉത്തരവിട്ടു.

കുമരി ജില്ലയിലെ കുമാരപുരത്തിലുള്ള സർക്കാർ സ്കൂളിൽ പ്യൂൺ ആയി ജോലി ചെയ്തിരുന്ന റോസമ്മ ദത്തെടുത്ത ആഡ്ലിൻ മരിയ എന്ന തന്റെ മകൾക്ക് നിയമപ്രകാരം സർക്കാർ കൊടുക്കേണ്ട തുക നൽകാൻ വിസമ്മതിച്ചതിനെ വിമർശിച്ച്, ക്രൈസ്തവർക്കും ദത്തെടുക്കാം എന്ന് പറഞ്ഞ് മകൾക്ക് അവകാശപ്പെട്ട ആനുകൂല്യങ്ങൾ നൽകാൻ ചീഫ് അക്കൗണ്ടന്റിനോട് ഉത്തരവിട്ടു.

എന്റെ അഭിപ്രായം അംഗീകരിക്കുന്നതുപോലെ പിന്നീട് സുപ്രീം കോടതിയും ഇതുപോലെ വിധി പ്രസ്താവിച്ചു. ആ വിധിയിൽ കുട്ടികൾക്കായുള്ള നീതി, ശ്രദ്ധ, സുരക്ഷ നിയമത്തിന്റെ 41-ാം വകുപ്പിന്റെ കീഴിൽ എല്ലാ മതങ്ങളിലുള്ളവർക്കും കുഞ്ഞുങ്ങളെ ദത്തെടുക്കാം എന്ന് പറഞ്ഞിട്ടുണ്ട്.

2015 ൽ കൊണ്ടുവന്ന വിധിയിൽ കുട്ടികൾക്കായുള്ള നീതി, ശ്രദ്ധ, സുരക്ഷ നിയമത്തിന്റെ 2(2) വകുപ്പിന്റെ കീഴിൽ സ്വന്തം മാതാപിതാക്കളിൽനിന്നും ഒരു കുഞ്ഞിന് ലഭിക്കുന്ന എല്ലാ അവകാശങ്ങളും ദത്തെടുക്കപ്പെട്ട കുഞ്ഞിനും നൽകണമെന്ന ഉത്തരവും പുറപ്പെടുവിക്കപ്പെട്ടു. നാങ്കുനേരി പഞ്ചായത്തിൽ വയറ്റാട്ടിയായി ജോലി ചെയ്തിരുന്ന മീന എന്നയാൾ, തന്റെ ഭർത്താവിനെ നാട്ടുനടപ്പ് പ്രകാരം വിവാഹമോചനം ചെയ്ത് ഒറ്റയ്ക്ക് ജീവിക്കുകയായിരുന്നു. അവർ തന്റെ സഹോദരന്റെ മകനെ ദത്തെടുത്ത്, രാജു എന്ന ആ കുഞ്ഞാണ് തന്റെ സ്വത്തവകാശി എന്ന് പറഞ്ഞിരുന്നു. ജോലിയിലിരിക്കേ അവർ മരിച്ചപ്പോൾ രാജുവിന് ആദ്യം ഓഫീസ് ജോലി നല്കി. പിന്നീട് അയാളുടെ വിദ്യാഭ്യാസ യോഗ്യത അനുസരിച്ച് വില്ലേജ് വെൽഫെയർ ഓഫീസർ ആയി ജോലി നല്കി. എന്നാൽ പെട്ടെന്ന് 'അയാളെ ദത്തെടുത്തതിന് രേഖയൊന്നുമില്ല,

അത് രജിസ്റ്റർ ചെയ്തിട്ടുമില്ല, അയാളെ എന്തുകൊണ്ട് പദവിയിൽ നിന്നും മാറ്റിക്കൂടേ?' എന്ന് കാണിച്ച് അയാൾക്ക് നോട്ടീസ് വന്നു.

അതിനെ എതിർത്ത് കൊടുത്ത കേസ് വിചാരണ ചെയ്ത ഞാൻ ദത്ത് എടുക്കുന്നതിന് രജിസ്റ്റർ ചെയ്യേണ്ട ആവശ്യമില്ലെന്നും, അയാളുടെ വളർത്തമ്മ മീന ഇന്ത്യൻ വിവാഹനിയമം വരുന്നതിന് മുമ്പ് തന്നെ തന്റെ ഭർത്താവിനെ സാമൂഹ്യനടപ്പ് പ്രകാരം വിവാഹമോചനം ചെയ്തത് ശരിയാണെന്നും, അതുകൊണ്ട് അവർ സ്വയമേ ദത്തെടുത്തതിന് നിയമപ്രശ്നം ഒന്നുമില്ലെന്നും അതുകൊണ്ട് ദത്തെടുത്ത കുഞ്ഞിന് സ്വത്തവകാശം ഉണ്ടെന്നും വിധിച്ചു. ആ കാരണം കാണിക്കൽ നോട്ടീസ് റദ്ദ് ചെയ്യുകയും ചെയ്തു.

ചെറിയ കുട്ടികൾക്കായുള്ള നീതി, ശ്രദ്ധ, സുരക്ഷ നിയമത്തിന്റെ കീഴിൽ സാമൂഹ്യക്ഷേമ വകുപ്പിന്റെ അംഗീകാരത്തോടെ, എൻ ജി ഓകൾ ചില ആലയങ്ങൾ നടത്തുന്നുണ്ട്. അവയിൽ സോമംഗലത്തിനരികിൽ മുത്തുക്കൾ കുഴൈന്തകൾ ആശ്രമം എന്ന ഒരു സ്ഥാപനമുണ്ട്. അവിടെ പരിശോധനയ്ക്ക് ചെന്ന ജില്ലാ സാമൂഹ്യക്ഷേമ ഓഫീസർ, ചെറിയ കുട്ടികളെ ശരിയായ രീതിയിൽ സംരക്ഷിക്കുന്നില്ല എന്ന് പരാതി കൊടുത്തു. അഞ്ചാം ക്ലാസ്സിനപ്പുറം കുട്ടികളെ സ്കൂളിലേക്ക് അയയ്ക്കാതെ സ്വന്തമായി പഠിക്കുന്നവർ എന്ന നിലയിൽ എട്ടാം ക്ലാസ്സ്, പത്താം ക്ലാസ്സ് പരീക്ഷകൾക്ക് അയയ്ക്കുന്നതായും ചില കുട്ടികളിലെ മുറിയിൽ പൂട്ടിയിട്ട്, പീഡിപ്പിക്കുന്നതായും സ്ഥാപനത്തിന്റെ വാർഡൻ കുട്ടികളെ ലൈംഗികപീഡനത്തിന് ഇരയാക്കുന്നതായും അയാൾ പരാതിപ്പെട്ടു. ഇത് സംബന്ധമായി സ്ഥാപനത്തിന്റെ അംഗീകാരം റദ്ദ് ചെയ്യപ്പെട്ടു. സ്ഥാപനത്തിന്റെ സ്ഥാപകൻ അതിനെ എതിർത്ത് കൊടുത്ത കേസ് എന്റെ മുന്നിൽ വന്നു. ഇതുപോലെ ക്രമക്കേടായി അംഗീകാരം നേടിയ സ്ഥാപനങ്ങൾ പ്രവർത്തിക്കുന്നത് അംഗീകരിക്കാൻ സാധിക്കില്ലെന്ന് പറഞ്ഞ് ഞാൻ ആ കേസ് തള്ളിക്കളഞ്ഞു.

ഞാൻ ജസ്റ്റിസ് പദവിയിൽനിന്നും വിരമിച്ച് അഞ്ച് വർഷത്തിനു ശേഷം ചെന്നൈ ചീഫ് ജസ്റ്റിസ് ആയി ഇന്ദിരാ ബാനർജി അധികാരത്തിൽ വന്നു. അവരോട് ദത്തെടുപ്പ് കേസുകളിൽ, ഞാൻ 2009 ൽ എടുത്ത നടപടികളെപ്പറ്റി സൂചിപ്പിച്ച സമയത്ത് ഏതാണ്ട് ഒമ്പത് വർഷത്തോളമായതിനാൽ അപ്പോഴത്തെ ജില്ലാ ജസ്റ്റിസുമാർക്ക് ദത്തെടുപ്പ്, രക്ഷകർത്തൃനിയമന കേസുകളെപ്പറ്റി പഠനാനന്തര പരിശീലനം നല്കണമെന്ന് അഭിപ്രായപ്പെട്ട് ഞാനൊരു കത്തെഴുതി. ചീഫ് ജസ്റ്റിസ് ജില്ലാ ജസ്റ്റിസുമാർക്കുമായുള്ള പഠനാനന്തര പരിശീലനം തമിഴ്നാട് ജുഡീഷ്യൽ അക്കാദമിയിൽ ഏർപ്പാട് ചെയ്യാൻ ഉത്തരവിട്ടു. അതനുസരിച്ച് നടന്ന പരിശീലനത്തിൽ ഞാനും ഐ സി സി ഡബ്ല്യൂ മേധാവി ചന്ദ്ര തണികാചലവും പങ്കെടുത്ത് പരിശീലനം നൽകി.

ദത്തെടുപ്പ് നടപടികൾ ഇപ്പോൾ ആകെ മാറി കേന്ദ്രസർക്കാർ പുതിയ നിയമങ്ങൾ കൊണ്ടുവന്നു. ഇതുവരെ കോടതികൾക്ക് കൊടു

ത്തിരുന്ന അധികാരങ്ങൾ എടുത്തുമാറ്റപ്പെട്ടു. അത് വിമർശിക്കപ്പെടേണ്ടതാണ്. എങ്കിലും പുതിയ നിയമങ്ങൾ കൊണ്ടുവരാനുള്ള എല്ലാ കാരണവും കോടതികളുടെ അലക്ഷ്യതയും കാലതാമസവും ആണെന്നത് പറയുകയും വേണ്ടേ?

എന്തായാലും, ഞാൻ വക്കീൽ ആയി നേരിട്ട് അനുഭവിച്ചതിനെ ജസ്റ്റിസ് ആയശേഷം നേർവഴിക്കാക്കി വിജയിച്ചതൊന്നും മറക്കാൻ കഴിയില്ല.

വക്കീലന്മാർക്ക് അനുമതിയില്ല

തൊഴിലാളികളുടെ പ്രശ്നങ്ങൾ തീർപ്പാക്കുന്നതിനായി രൂപം കൊടുത്തതാണ് 1947 ലെ തൊഴിൽ തർക്കനിയമം. ആ നിയമമനുസരിച്ച് തൊഴിൽ തർക്കങ്ങളെപ്പറ്റി ലേബർ ഓഫീസറുടെ മുന്നിൽ നടക്കുന്ന സമരചർച്ചകളിൽ വക്കീലന്മാർക്ക് പങ്കെടുക്കാൻ സാധിക്കില്ല. ലേബർ കോർട്ടിലും തൊഴിലാളികൾക്കുവേണ്ടി വാദിക്കുന്നതിനായി എതിർ കക്ഷിയുടെ സമ്മതവും കോടതിയുടെ അനുമതിയും ആവശ്യമാണ്. തൊഴിലാളികളുടെ കേസിൽ വക്കീലന്മാരെ ഇടപെടാൻ അനുവദിച്ചാൽ പ്രശ്നങ്ങൾ എളുപ്പത്തിൽ തീർക്കാൻ കഴിയില്ല എന്ന അടിസ്ഥാ നത്തിലാണ് ആ നിയമം നിലവിൽ വരുത്തിയിരിക്കുന്നത്. ആ നിയ മത്തിന്റെ 36-ാം വകുപ്പിൽ വക്കീലന്മാർക്കുള്ള വിലക്ക് നിയമപരമായി നിലനില്ക്കുമെന്ന് സുപ്രീം കോടതി വിധി കല്പിച്ചിട്ടുണ്ട്.

അടിയന്തരാവസ്ഥക്കാലത്ത് (1975-77) ഞാൻ വക്കീലായി എൻ റോൾ ചെയ്ത് ഹൈക്കോടതിയിൽ ജോലി ചെയ്യാൻ ആരംഭിച്ചിരുന്നു. അപ്പോൾ പോണ്ടിച്ചേരിയിലെ സഖാവ് ടി പി ഗോവിന്ദൻ തൊഴിലാളി സംഘടനയുമായി ബന്ധപ്പെട്ട് പ്രവർത്തിക്കുകയായിരുന്നു. തൊഴിലാളി കളുടെ കേസുകളും അദ്ദേഹം തന്നെയായിരുന്നു കോടതിയിൽ നട ത്തിയിരുന്നത്. അദ്ദേഹത്തെ പോണ്ടിച്ചേരി സർക്കാർ 'മിസാ' നിയമ ത്തിന്റെ കീഴിൽ അറസ്റ്റ് ചെയ്ത് കാലാപ്പേട്ട് ജയിലിലടച്ചു. അദ്ദേഹം എനിക്കൊരു കത്തയച്ചു. പോണ്ടിച്ചേരി ഭാരതി മിൽസിലെ നാല് തൊഴിലാളികളോട് പ്രതികാരം ചെയ്തതിനെതിരായി ഒരു തൊഴിൽ തർക്കം പോണ്ടിച്ചേരി ലേബർ കോർട്ടിൽ നടത്തിവന്നിരുന്നതായും, മിസാ നിയമത്തിന്റെ കീഴിൽ കരുതൽ തടങ്കലിൽ വച്ചിരിക്കുന്നതിനാൽ, ആ കേസ് നടത്തിത്തരണം എന്നും അദ്ദേഹം എന്നോട് ആവശ്യപ്പെട്ടു.

കേസ് വിചാരണയുടെ ദിവസം അതിരാവിലെ തന്നെ ബസ്സിൽ പോണ്ടിച്ചേരിക്ക് പോയ ഞാനും എന്റെ സീനിയർ വക്കീലും കടലോര പ്പാതയിലുള്ള ലേബർ കോർട്ടിലേക്ക് ചെന്നു. അവിടെ ഇന്ത്യൻ കോഫി ഷോപ്പിൽനിന്നും പ്രാതൽ കഴിച്ച് കോടതിയിലേക്ക് പോയ ഞങ്ങൾ അതിശയിച്ചുപോയി. ഭാരതി മിൽ തൊഴിലാളികൾക്കായി കേസ് നട ത്താൻ ആദ്യത്തെ പടിയായി ഞങ്ങളുടെ ഭാഗത്തുനിന്നും വക്കാലത്ത് ഫയൽ ചെയ്തു. ഭാരതി മിൽ മാനേജ്മെന്റിന്റെ ഭാഗത്തുനിന്നും കേസ് നടത്തിവന്നിരുന്ന അതിന്റെ ഹ്യൂമൻ റിസോഴ്സസ് മാനേജർ, തൊഴി ലാളികൾ വക്കീലിനെ വച്ച് കേസ് നടത്തുന്നതിൽ വിയോജിപ്പ് അറിയിച്ചു. അയാൾ നിയമം പഠിച്ചയാളായിരുന്നു. ലേബർ കോർട്ട് ജസ്റ്റിസ് ഡോ. ജ്ഞാനി ഞങ്ങളെ കേസ് നടത്താൻ അനുവദിക്കുന്നതിൽ തന്റെ നിസ്സ ഹായത അറിയിച്ചു.

അടുത്ത ദിവസത്തേക്ക് കേസ് മാറ്റിവയ്ക്കാൻ അപേക്ഷിച്ച് കോട തിയിൽനിന്നും പുറത്തുവന്നപ്പോൾ മിൽ തൊഴിലാളികൾ ഞങ്ങളെ വളഞ്ഞു. ഇനിയെന്ത് ചെയ്യും എന്നായിരുന്നു അവരുടെ വേവലാതി. അവരുടെ സംഘടനയുടെ ജനറൽ ബോഡി മീറ്റിംഗ് അന്ന് വൈകുന്നേരം തന്നെ വിളിച്ചുകൂട്ടാൻ ഞാൻ പറഞ്ഞു. വക്കീൽ കേസ് നടത്തുന്നത് വിലക്കുന്ന മാനേജ്മെന്റിന്റെ ചതിയെ മറികടക്കണമെങ്കിൽ, ഞങ്ങളിൽ ഒരാളെ സംഘടനയുടെ സംഘാടകനായി നിയമിക്കണമെന്നും, അതുവഴി സംഘടനയുടെ പ്രതിനിധിയായി ഞങ്ങൾക്ക് കേസ് നടത്താമെന്നും ഞാൻ പറഞ്ഞു. തൊഴിലാളികൾ ഈ ആശയം അംഗീകരിച്ച്, എന്റെ സീനിയറിനെ സംഘടനയുടെ വൈസ് പ്രസിഡന്റായി തെരഞ്ഞെടുത്തു.

അടുത്ത ദിവസം കോടതിയിൽ ഞങ്ങൾ, സംഘടനയുടെ പ്രതിനി ധികളായി ആ കേസിനുവേണ്ടി ഹാജരായി. പല വാദങ്ങൾക്കുശേഷം, ആ കേസിൽ തൊഴിലാളിക്ക് വീണ്ടും മുഴുവൻ ശമ്പളത്തോടെ ജോലി യിൽ പ്രവേശിപ്പിക്കാമെന്ന് കോടതി ഉത്തരവിട്ടു. ജയിലിൽ ആയിരുന്ന ഗോവിന്ദൻ നന്ദി അറിയിച്ചുകൊണ്ട് കത്തെഴുതി.

1983 ൽ ഞാൻ തമിഴ്നാട് ബാർ കൗൺസിലിൽ നടന്ന തെരഞ്ഞെ ടുപ്പിൽ വിജയിച്ചു. ബാർ കൗൺസിലിന്റെ നിയമപരിഷ്കരണസംഘ ത്തിലെ അംഗമായി നിയമിക്കപ്പെട്ടു. 1961 ൽ നിലവിൽ വന്ന അഡ്വക്കേറ്റ് ആക്റ്റിന്റെ കീഴിലായിരുന്നു ബാർ കൗൺസിൽ പ്രവർത്തിച്ചിരുന്നത്. എന്നാൽ, ആ നിയമത്തിലെ 30-ാം വകുപ്പ് കേന്ദ്രസർക്കാർ നടപ്പിലാക്കി യിരുന്നില്ല. അതിൽ വക്കീലായി എൻറോൾ ചെയ്ത ഒരാൾക്ക്, ഇന്ത്യ യിലെവിടെയും ഏത് കോടതിയെന്നില്ലാതെ, മൊഴി രേഖപ്പെടുത്താൻ അധികാരമുള്ള ഏത് അധികാരിയുടെ മുന്നിലും കേസുകൾ നടത്താം എന്ന് പറഞ്ഞിട്ടുണ്ട്. ഈ 30-ാം വകുപ്പ് നടപ്പിലാക്കണം എന്ന് കേന്ദ്ര സർക്കാരിനോട് ആവശ്യപ്പെട്ട് പല പ്രമേയങ്ങൾ പുറപ്പെടുവിച്ചിട്ടും യാതൊരു ഫലവും ഉണ്ടായില്ല. അതുകൊണ്ട് തമിഴ്നാട് ബാർ കൗൺ സിലിന്റെ ഭാഗത്തുനിന്നും ചെന്നൈ ഹൈക്കോടതിയിൽ ഞാനൊരു റിട്ട്

ഹർജി ഫയൽ ചെയ്തു. അതിൽ വക്കീലായും ഞാൻ ഹാജരായി. എന്നാൽ, നിയമത്തിനെയോ അതിൽ ഒരു വകുപ്പിനെയോ നടപ്പിൽ വരുത്താനുള്ള ഉത്തരവിടാൻ കോടതിക്ക് അധികാരമില്ലെന്ന് പറഞ്ഞ് ആ കേസ് തള്ളപ്പെട്ടു.

ഞാൻ എട്ട് വർഷം ഒരു നിയമസ്ഥാപനത്തിൽ ജോലി ചെയ്തതിന് ശേഷം, ഒറ്റയ്ക്ക് പ്രാക്റ്റീസ് ചെയ്യാൻ തുടങ്ങിയ സമയം (1984). ഹൈക്കോടതി സ്ഥിതി ചെയ്യുന്ന പാരീസ് കോർണറിൽ ഓഫീസ് നടത്താനുള്ള സൗകര്യം ഇല്ലായിരുന്നു. അവിടെയുള്ള ഒരു ഇടുങ്ങിയ ജംഗ്ഷനിൽ എന്റെയൊരു സുഹൃത്തിന്റെ ഓഫീസ് ഉണ്ടായിരുന്നു. അയാളുടെ ഓഫീസിന്റെ അകത്ത് ഒരു മേശയും കസേരയുമിട്ട് ജോലി ചെയ്തുവന്നു. എന്റെ ആദ്യത്തെ കക്ഷി ഇന്ത്യൻ എയർലൈൻസ് വിമാനക്കമ്പനിയിൽ എയർ ഹോസ്റ്റസായി ജോലി ചെയ്തിരുന്ന പുഷ്പ ഐെയ്യങ്കാർ ആയിരുന്നു. അവർക്കെതിരെ നടന്ന വിചാരണയിൽ, സ്ഥാപനത്തിന്റെ ഭാഗത്തുനിന്നും ഹാജരായയാൾ വക്കീലായി ജോലി ചെയ്തശേഷം ആ സ്ഥാപനത്തിൽ ജോലിക്ക് ചേർന്നയാളായിരുന്നു. സ്ഥാപനത്തിന്റെ നിയമപ്രകാരം, ആഭ്യന്തര വിചാരണയിൽ വക്കീലിന്റെ സഹായം അനുവദിക്കില്ലെങ്കിലും, സ്ഥാപനത്തിനായി ഹാജരാകുന്നയാൾ നിയമം അറിയാവുന്നയാൾ ആയതിനാൽ, ബാധിക്കപ്പെട്ട തൊഴിലാളിക്ക് വക്കീലിനെ വയ്ക്കാൻ അനുവദിക്കണം എന്ന് സുപ്രീം കോടതി വിധിയുണ്ടായിരുന്നു. എങ്കിലും, പുഷ്പ ഐെയ്യങ്കാർക്ക് വിചാരണയിൽ വക്കീലിനെ വയ്ക്കാൻ അനുമതി നിഷേധിക്കപ്പെട്ടു.

എനിക്ക് ആ കേസെടുക്കാൻ മടിയുണ്ടായിരുന്നു. ആദ്യത്തെ കേസ് എന്നത് മാത്രമല്ല, ആ കേസിൽ എനിക്കെതിരായി ഹാജരാകാൻ പോകുന്നത് എന്റെ മുൻ സീനിയർ കൂടിയായിരുന്നു. ആ സമയത്ത്, കക്ഷിയും ഞാനുമായി നടന്ന സംഭാഷണം ഇവിടെ കൊടുക്കേണ്ടത് ആവശ്യമാണ്.

ഞാൻ: ഞാൻ പുതിയതായി തൊഴിൽ തുടങ്ങിയയാളാണ്. നിങ്ങൾ എന്റെയടുത്ത് എങ്ങനെയെത്തി?

കക്ഷി: ഞാൻ ബാബയുടെ ഭക്തയാണ്. ഒരു വിമാനയാത്രയിൽ വച്ച് ഞാൻ അദ്ദേഹത്തിനോട് എനിക്കുണ്ടായ പ്രശ്നം അറിയിച്ചു. അദ്ദേഹമാണ് താങ്കളുമായി ബന്ധപ്പെടാൻ പറഞ്ഞത്.

ഞാൻ (ആശ്ചര്യത്തോടെ): എനിക്ക് ബാബയെ അറിയില്ലല്ലോ?

അവർ: അദ്ദേഹത്തിന് എല്ലാം അറിയാമല്ലോ!

ഈ സംഭാഷണത്തിനുശേഷം എന്റെ ആദ്യത്തെ കക്ഷിയെ നിരസിക്കാൻ മനസ്സ് വന്നില്ല. അവർക്കുവേണ്ടി വക്കീലിനെ വയ്ക്കാൻ അനുവദിക്കണം എന്ന രീതിയിൽ കേസ് തുടർന്നു. ആ ദിവസങ്ങളിലെല്ലാം അവർ വിചാരണയ്ക്ക് വരാൻ ആഗ്രഹിക്കുമായിരുന്നു. സുന്ദരിയായ എയർ ഹോസ്റ്റസിനെ കാണാൻ കോടതിയിലും വലിയ ആൾക്കൂട്ടമുണ്ടാകും. അതിനേക്കാൾ പ്രധാനമായി സീനിയർ വക്കീലന്മാരും

അദ്ദേഹത്തിന്റെ ജൂനിയർമാരും തമ്മിലുള്ള വാദപ്രതിവാദങ്ങൾ, തർക്കങ്ങൾ എന്നിവ കേൾക്കാനും ഒരു സംഘം ഉണ്ടായിരുന്നു. അവസാനം ആ കേസിൽ ഞാൻ വിജയിച്ച് അവർക്ക് വക്കീലിനെ വയ്ക്കാമെന്ന ഉത്തരവുണ്ടായി. എന്നാൽ, സ്ഥാപനം അവർക്ക് വക്കീൽ സഹായം നിഷേധിക്കാനായി സ്വന്തം പ്രതിനിധിയെ തിരിച്ചെടുത്ത് വിചാരണ തുടർന്നത് വേറെ കഥ.

കേന്ദ്രസർക്കാർ ഉദ്യോഗസ്ഥരുടെ നിയന്ത്രണം, അച്ചടക്കനിയമങ്ങൾ എന്നിവയിൽ തീരുമാനമെടുക്കുന്ന അധികാരി വിചാരിച്ചാൽ, ആഭ്യന്തര വിചാരണയിൽ തൊഴിലാളികളുടെ ഭാഗത്തുനിന്നും കേസ് നടത്താൻ വക്കീലിനെ വയ്ക്കാമെന്നുണ്ട്. അതൊരു അപവാദപരമായ മുറയാണെന്നല്ലാതെ, പൊതുവേ ഉദ്യോഗസ്ഥർക്കുവേണ്ടി വക്കീലന്മാർ ഹാജരാകാൻ മാനേജ്മെന്റ് അനുവദിക്കാറില്ല.

ചെന്നൈയിൽ കേന്ദ്രസർക്കാരിന്റെ നിയന്ത്രണത്തിൽ ബി സി ജി വാക്സിൻ സ്ഥാപനം പ്രവർത്തിക്കുന്നുണ്ട്. 1990 കളിൽ അതിന്റെ ഡയറക്ടറായി ബസു എന്നൊരാൾ ഉണ്ടായിരുന്നു. ഉദ്യോഗസ്ഥർക്ക് ദിവസവും കുറ്റാരോപണ മെമ്മോകൾ കൊടുത്തില്ലെങ്കിൽ അദ്ദേഹത്തിന് ഉറക്കം വരില്ലായിരുന്നു. അവിടെ ജോലി ചെയ്യുന്ന 100 തൊഴിലാളികളിൽ 90 പേർക്കും എന്തെങ്കിലും ഒരു മെമ്മോ കൊടുക്കപ്പെടും. ആ സ്ഥാപനത്തിലെ തൊഴിലാളികളുടെ കേസുകൾ അധികവും തീർച്ചയാക്കപ്പെട്ടിട്ടില്ലായിരുന്നു. കീഴ്ത്തട്ട് ജീവനക്കാർ നാലുപേരെ താൽക്കാലികമായി പുറത്താക്കി, അവർക്കെതിരെ വകുപ്പുതല അന്വേഷണത്തിന് ഉത്തരവിട്ടു ഡയറക്ടർ ബസു.

തൊഴിലാളികൾക്കായി വകുപ്പുതല വിചാരണയിൽ വക്കീലിനെ വയ്ക്കാൻ അവർ അനുമതി ചോദിച്ചു. ഞാൻ ഇതിനെ പരീക്ഷണശ്രമമായി കാണണമെന്ന് വിചാരിച്ചതിനാൽ (സീനിയർ വക്കീൽ ഉണ്ടായിരുന്നപ്പോഴും) അവർക്കുവേണ്ടി വിചാരണയ്ക്ക് സഹായം ചെയ്യാൻ താല്പര്യം പ്രകടിപ്പിച്ചു. എന്റെ പേരു കണ്ട ഡയറക്ടർ ബസു ഞാൻ എല്ലാ ദിവസവും വിചാരണയ്ക്ക് വരില്ലെന്ന് കരുതി വക്കീലിനെ വയ്ക്കാൻ അനുമതി കൊടുത്തു. അങ്ങനെ വിടുമോ?

സ്ഥാപനത്തിന്റെ ഭാഗത്തുനിന്നും ഹാജരായ വക്കീലിന് സർക്കാർ ശമ്പളം കൊടുക്കുന്നതിനാൽ, തൊഴിലാളികളുടെ ഭാഗത്ത് നിന്നും ഹാജരാകുന്ന വക്കീലിന് സ്ഥാപനം ശമ്പളം കൊടുക്കണമെന്ന ഒരു ആവശ്യം മുന്നോട്ടുവയ്ക്കപ്പെട്ടു. നിയമത്തിൽ അതിനിടമില്ലെന്ന് പറഞ്ഞ് അപ്പോൾത്തന്നെ ആ ആവശ്യം നിരാകരിക്കപ്പെട്ടു. നാല് കീഴ്ത്തട്ട് ജീവനക്കാർക്കുവേണ്ടി കേന്ദ്ര അഡ്മിനിസ്ട്രേറ്റീവ് ട്രിബ്യൂണലിൽ കേസുകൾ തുടർന്നു. കേസ് വിചാരണ ചെയ്ത ജസ്റ്റിസ് ദാവിദ് അന്നുസ്വാമി തൊഴിലാളികളുടെ ആവശ്യം അംഗീകരിച്ച് സ്ഥാപനം തന്നെ അവരുടെ ഫീസ് കൊടുക്കണമെന്ന് വിധിച്ചു. വിധിയിൽ ഭരണഘടനയിലെ വകുപ്പ് 39 എ യിൽ പാവപ്പെട്ടവർക്ക് സൗജന്യമായ

നിയമസഹായം അനുവദിച്ചിട്ടുള്ളതായും അദ്ദേഹം ചൂണ്ടിക്കാണിച്ചു. സർക്കാർ വിടുമോ? അവർ സുപ്രീം കോടതിയിൽ അപ്പീൽ കൊടുത്തു. സുപ്രീം കോടതിയും ബി സി ജി വാക്സിന്റെ അപ്പീൽ തള്ളിക്കളഞ്ഞു. "നീതി കൊടുക്കുന്നത് പേരിന് മാത്രമല്ല, നടപടിയിലും കാണിക്കണം" എന്നും പറഞ്ഞു. പിന്നീട് നടന്ന ആഭ്യന്തര വിചാരണയിൽ പങ്കെടുക്കുന്നതിൽനിന്നും എന്നെ മാറ്റി മറ്റൊരു ജൂനിയർ വക്കീൽ സർക്കാർ ശമ്പത്തോടെ ഹാജരായി.

ഞാൻ ജസ്റ്റിസ് ആയി ചില മാസങ്ങൾക്കുള്ളിൽത്തന്നെ എന്റെയടുത്ത് വാണിജ്യനികുതി സംബന്ധമായ ഒരു കേസ് വന്നു. പെരുന്തുറയിലുള്ള ഒരു വാണിജ്യനികുതി ഓഫീസർ വ്യാപാരികൾക്ക് അയച്ച നോട്ടീസിൽ, ചില വിവരങ്ങൾ ചോദിച്ച് അവരോട് നേരിട്ട് ഹാജരാകാൻ ഉത്തരവിട്ടു. ആ നോട്ടീസിൽ അവരുടെ വക്കീൽ വഴി യാതൊരു വിവരവും അയയ്ക്കരുതെന്ന് പറഞ്ഞ്, അതിന് ആധാരമായി വാണിജ്യനികുതി നിയമങ്ങൾ കാണിച്ചിരുന്നു. ഇതിനെ എതിർത്ത് കൊടുത്ത കേസിൽ കക്ഷിക്കാർക്കുവേണ്ടി വക്കീലന്മാർ കത്തിടപാടുകൾ, വിവരങ്ങൾ കൈമാറുന്നത് നിയമപരമായ അവകാശമാണ്, അതുകൊണ്ട് വക്കീലന്മാർ കക്ഷിക്കാർക്കുവേണ്ടി കത്തിടപാടുകൾ നടത്തരുതെന്ന വാണിജ്യനികുതി ഓഫീസറുടെ ഉത്തരവിനെ ഞാൻ റദ്ദ് ചെയ്തു.

എന്റെയടുത്ത് ഒരു ലേബർ കോർട്ട് കേസിന്റെ അപ്പീൽ വിചാരണയ്ക്കെത്തി. ആ കേസിൽ സ്ഥാപനത്തിനുവേണ്ടി വക്കീൽ ഹാജരാകരുത് എന്ന് തൊഴിലാളി സംഘടന ആവശ്യപ്പെട്ടു. അതിനെ അംഗീകരിച്ച ലേബർ കോർട്ട് ആകട്ടെ, സ്ഥാപനം വക്കീലിനെ വയ്ക്കുന്നത് വിലക്കി. അതിനെ എതിർത്ത് സ്ഥാപനം അപ്പീൽ കൊടുത്തു. ആ കേസ് പരിശോധിച്ചപ്പോൾ തൊഴിലാളികൾക്ക് വേണ്ടി ഹാജരായവർ സംഘടനയുടെ നേതാവ് മാത്രമല്ല, ഒരു വക്കീൽ കൂടിയായിരുന്നു. അത് അനുവദിച്ചാൽ ഒരു വശത്ത് വക്കീലായും സംഘടനയുടെ നേതാവായും ആയിരിക്കുന്നതിന്റെ മുൻതൂക്കവും, സ്ഥാപനത്തിന് വക്കീലിനെ വയ്ക്കാൻ അനുമതി ഇല്ലാത്തതിനാൽ അവരുടെ കേസിന് ബലം കുറയാനുള്ള സാധ്യതയുമുണ്ട്. അതേസമയം സുപ്രീം കോടതിയുടെ പാരാദ്വീപ് പോർട്ട് ട്രസ്റ്റ് കേസിന്റെ വിധി എന്നെ നിയന്ത്രിക്കുന്നതുപോലെയായിരുന്നു.

അവസാനമായി എന്റെ വിധിയിൽ കോടതി നടപടികളിൽ തുല്യത വേണമെന്നും, ഒരുവശത്ത് പരിശീലനം ലഭിച്ചിട്ടുള്ള വക്കീലും, മറുവശത്ത് അങ്ങനെയൊരു സൗകര്യം വിലക്കപ്പെടുന്നവരും ഉണ്ടാകുന്നത് കോടതിയുടെ മുന്നിൽ എല്ലാവരും സമമാണ് എന്ന തത്വത്തിനെ മറികടക്കും. അതുകൊണ്ട് സ്ഥാപനത്തിന്റെ ഭാഗത്തും വക്കീലിനെ വയ്ക്കാം എന്ന് പറഞ്ഞ് ലേബർ കോർട്ടിന്റെ ഉത്തരവിനെ ഞാൻ റദ്ദാക്കി. ഇതുപോലെ ഒരു കേസ് പഞ്ചാബ്-ഹരിയാന ഹൈക്കോടതിയിൽ

വന്നപ്പോൾ അവിടത്തെ അഞ്ച് ജസ്റ്റിസുമാരുടെ ബെഞ്ച് എന്റെ വിധി അംഗീകരിക്കാൻ വിസമ്മതിച്ചു.

ഇതുപോലെ സ്ഥാപനത്തിന്റെ ഭാഗത്തുനിന്നും വക്കീലിനെ വയ്ക്കാൻ അനുമതി നിഷേധിച്ച മറ്റൊരു കേസ് തിരുനെൽവേലി ലേബർ കോർട്ടിൽ വിചാരണയ്ക്ക് വന്നു. അപ്പീൽ കൊടുത്തയാൾ ഒരു ബസുടമയായിരുന്നു. അയാളുടെ എതിർപക്ഷത്ത് തൊഴിലാളികൾക്കായി ഹാജരായത് ഒരു സംഘടനാനേതാവ് ആയിരുന്നു. തൊഴിലാളികൾക്കായി ഹാജരായ വക്കീലിനെ ഞാൻ ആദ്യമേ കൊടുത്തിട്ടുള്ള വിധി ചൂണ്ടിക്കാണിച്ചു. അതിന് ആ വക്കീൽ സ്ഥാപനത്തിന്റെ ഭാഗത്തുനിന്നും വക്കീലിനെ വച്ചാൽ വാചകമടിച്ച് കാലം കഴിക്കുമെന്ന ആശങ്ക പ്രകടിപ്പിച്ചു. കേസ് തീർപ്പാക്കാനുള്ള കാലപരിധി ആറ് മാസമാക്കി ഉത്തരവിടാം എന്ന് പറഞ്ഞപ്പോൾ അയാൾ ചിരിച്ചു. തൊഴിലാളികളുടെ ഭാഗത്തും വക്കീലിനെ വച്ച് അതിനുള്ള ഫീസ് സ്ഥാപനം കൊടുക്കാൻ സമ്മതിപ്പിക്കാമെന്ന് പറഞ്ഞതിന്റെ പിന്നാലെ ആ കരാറിന് അയാൾ സമ്മതിച്ചു.

വക്കീലന്മാർക്ക് ഏത് കോടതിയിലും കേസ് നടത്താമെന്ന് ഉറപ്പ് കൊടുക്കുന്ന അഡ്വക്കേറ്റ് ആക്റ്റിന്റെ 30-ാം വകുപ്പ് 15.6.2011 ന് നടപ്പിൽ വരുത്താൻ കേന്ദ്രസർക്കാർ ഉത്തരവ് പുറപ്പെടുവിച്ചെങ്കിലും, ഇന്നും ലേബർ കോർട്ടുകളിൽ വക്കീലന്മാർക്ക് അവകാശത്തോടെ ഹാജരാകാൻ കഴിയാത്ത അവസ്ഥയാണുള്ളത്. പുതിയ തൊഴിൽനിയമം കൊണ്ടുവരാൻ ശ്രമിക്കുന്ന മോദി സർക്കാരും ഈ പിഴവിനെ, ഇപ്പോൾ നിലവിലുള്ള പുതിയ നിയമമനുസരിച്ചു മാറ്റുന്നതിനായി മുന്നോട്ടുവന്നില്ല. അവകാശങ്ങൾക്കായി കോടതികൾ അടച്ച് സമരം ചെയ്യുന്ന വക്കീലന്മാരും ഇതിനെപ്പറ്റി ആലോചിക്കുന്നതായി അറിയില്ല.

വേപ്പില ചവർക്കുന്ന വക്കീൽ ജോലി

മധുരയിലെ വക്കീൽ അയ്യാദുരൈ പൊലീസ് സ്റ്റേഷനിൽ വച്ച് മർദ്ദിക്കപ്പെട്ട സംഭവമാണ് തമിഴ്നാട്ടിൽ വക്കീലന്മാരുടെ ഏറ്റവും വലിയ സമരത്തിന് കാരണമായിത്തീർന്നത്. (1979). ആദ്യമായി ഹൈക്കോടതി വക്കീലന്മാർ കോടതി ബഹിഷ്കരിച്ച് പണിമുടക്കിലേർപ്പെട്ടു. ദിവസവും പ്രകടനങ്ങളും നടത്തി. അതിന്റെ ഫലമായി ഹൈക്കോടതി വളപ്പിൽ പൊലീസ് കമ്മീഷണർ പൊൻ പരമഗുരു നിരോധനാജ്ഞ പ്രഖ്യാപിച്ചു.

സമരത്തിന്റെ തീവ്രത മനസ്സിലാക്കിയ അന്നത്തെ മുഖ്യമന്ത്രി എം ജി ആർ, ജസ്റ്റിസ് സി ജെ ആർ ബോസ്സിന്റെ നേതൃത്വത്തിലുള്ള അന്വേഷണ കമ്മീഷന് ഉത്തരവിട്ടു. അന്വേഷണ കമ്മീഷൻ, വക്കീലന്മാർ പൊലീസ് സ്റ്റേഷനുകളിൽ പോകാൻ പാടില്ലെന്നും അയ്യാദുരൈക്കെതിരെ ആക്രമണം നടന്നുവെന്ന പരാതിയിൽ വാസ്തവം ഉണ്ടെന്നും റിപ്പോർട്ട് കൊടുത്തു.

ഈ സമരം നടത്തിയതിൽനിന്നും എനിക്ക് ചിലത് പഠിക്കാൻ സാധിച്ചു. തമിഴ്നാട് മുഴുവനും നടന്ന സമരം ആയതിനാൽ ചില ആഴ്ചകൾക്കുശേഷം ഹൈക്കോടതിയിലെ സീനിയർ വക്കീലന്മാരിൽ ചിലർ തങ്ങളെ ആക്ഷൻ കമ്മിറ്റിയായി പ്രഖ്യാപിച്ചു. ഹൈക്കോടതിയിലും എല്ലാ ജില്ലകളിലും പ്രവർത്തിക്കുന്ന സംഘടനകൾ അവരുടെ മുറപ്രകാരമുള്ള സമരം നടത്തിക്കോളും എന്ന് അവർ വിശ്വസിച്ചു. പെട്ടെന്നൊരു ദിവസം, പാതിരാത്രിയിൽ സമ്മേളനം നടത്തി സമരം പിൻവലിക്കുന്നതായി അവർ അറിയിച്ചു. അടുത്ത ദിവസം രാവിലെ *ദി ഹിന്ദു* പത്രത്തിൽ സംഘത്തിന്റെ അറിയിപ്പായി വാർത്ത വന്നു. സമരം തുടരാനുള്ള ബദൽ ആക്ഷൻ കമ്മിറ്റിക്ക് രൂപംനല്കി, അതിൽ എന്നെ അംഗ

മാക്കി. സമരം തുടർന്നും നടന്നതിനാൽ സർക്കാർ ചില നടപടി കളെടുത്തു.

ജില്ലാ ബാർ കൗൺസിൽ തെരഞ്ഞെടുപ്പുകൾ ചിലയിടങ്ങളിൽ പറഞ്ഞ സമയത്ത് നടക്കാറില്ല. എന്തെങ്കിലും മുട്ടുന്യായങ്ങൾ പറഞ്ഞ്, തെരഞ്ഞെടുപ്പ് മാറ്റിവയ്ക്കും. വോട്ടർ പട്ടിക ശരിയായി തയ്യാറാക്കിയില്ല എന്ന കാരണത്താൽ, ഒരു മുൻസിഫ് കോടതിയിൽ പിന്തുണക്കാരെ വച്ച് സിവിൽ കേസ് കൊടുത്തശേഷം, അതിന്റെ പേരിൽ തെരഞ്ഞെ ടുപ്പ് മാറ്റിവച്ചു, തങ്ങളുടെ പദവിക്കാലം നീട്ടിക്കൊണ്ടുപോകും.

1982 ലെ തമിഴ്നാട് ബാർ കൗൺസിലിന്റെ പദവിക്കാലം കഴി ഞ്ഞിട്ടും വോട്ടർ പട്ടിക പൂർത്തിയാക്കിയില്ലെന്ന് പറഞ്ഞ് തെരഞ്ഞെടുപ്പ് മാറ്റിവയ്ക്കപ്പെട്ടു. അതിനെ എതിർത്ത് ഞാൻ ഹൈക്കോടതിയിൽ റിട്ട് ഹർജി ഫയൽ ചെയ്തപ്പോൾ ജസ്റ്റിസ് സത്യദേവ് ഉടൻതന്നെ തെര ഞ്ഞെടുപ്പ് നടത്താൻ ഉത്തരവിട്ടു. അതിനുശേഷമാണ് 1961 ലെ അഡ്വ ക്കേറ്റ് ആക്റ്റ്, പാർലമെന്റിൽ തിരുത്തപ്പെട്ട്, പദവിക്കാലം കഴിയുന്നതിന് മുമ്പ് തന്നെ ബാർ കൗൺസിലുകൾ തെരഞ്ഞെടുപ്പുകൾ നടത്തിയി ല്ലെങ്കിൽ അംഗങ്ങളുടെ കാലാവധി കഴിയുമ്പോൾ ഉത്തരവാദിത്വത്തിൽ നിന്നും ഒഴിഞ്ഞ്, പരിപാലകരുടെ സംഘത്തിന് രൂപംനല്കി കൗൺസി ലിന്റെ പ്രവർത്തനങ്ങൾ തുടരണമെന്ന് അറിയിക്കപ്പെട്ടു. 1983 ൽ തെര ഞ്ഞെടുപ്പ് നടന്നപ്പോൾ, തെരഞ്ഞെടുക്കപ്പെട്ട 20 പേരിൽ ഞാനും ഒരാ ളായിരുന്നു. ചെന്നൈ ഹൈക്കോടതി വക്കീലന്മാർ ഏതാണ്ട് 49 പേർ മത്സരിച്ചതിൽ, എന്നേയും ചേർത്ത് മൂന്ന് പേർ മാത്രമേ തെരഞ്ഞെ ടുക്കപ്പെട്ടുള്ളൂ. അതിൽ ഏറ്റവും പ്രായം കുറഞ്ഞയാളും ഞാനായിരുന്നു.

1983 മുതൽ 1988 വരെ അഞ്ച് വർഷക്കാലം ഞാൻ പദവിയിൽ ഉണ്ടായിരുന്നപ്പോൾ, അച്ചടക്ക നടപടി കമ്മറ്റിയിലും നിയമപരിഷ്കരണ കമ്മിറ്റിയിലും ഞാൻ അംഗത്വം വഹിച്ചു. ബാർ കൗൺസിലിന് വേണ്ടി ഞാൻ തയ്യാറാക്കിയ അഡ്വക്കേറ്റ് വെൽഫെയർ ഫണ്ട് നിയമ ബിൽ സർക്കാരിന് കൊടുത്ത് നിയമമാക്കപ്പെട്ടു.

പ്രാഥമികഘട്ട ജസ്റ്റിസ് ആയ ക്രിമിനൽ മജിസ്ട്രേട്ട് പദവിക്ക് അനുഭവസമ്പത്തുള്ള വക്കീലന്മാരെ നേരിട്ട് തെരഞ്ഞെടുക്കാതെ, പല സർക്കാർ വകുപ്പുകളിൽ ഉദ്യോഗമാറ്റം ചെയ്താണ് മജിസ്ട്രേട്ട് നിയമനം നടത്താറുള്ളത്. അതിന്റെ കാരണം, അന്നത്തെ ചീഫ് ജസ്റ്റിസ് കെ വീര സ്വാമി ഈ പദവിക്ക് കുറഞ്ഞ ശമ്പളമാണ് നൽകുന്നതെന്നതിനാൽ അനുഭവസമ്പത്തുള്ള വക്കീലന്മാർ വരാൻ താല്പര്യപ്പെടില്ലെന്ന് പറ ഞ്ഞപ്പോൾ, സർവ്വീസ് നിയമങ്ങളുടെ അവസാനത്തേതായ, മറ്റു സേവ നങ്ങളിൽനിന്നും ജോലിമാറ്റം വഴി നിയമനം എന്ന നിയമപ്രകാരം സർ ക്കാർ ഉദ്യോഗസ്ഥർ മജിസ്ട്രേറ്റായി നിയമിക്കപ്പെട്ടു. അതിനുശേഷം സിവിൽ കോർട്ട് ജസ്റ്റിസായും പിന്നീട് ജില്ലാ ജസ്റ്റിസായും ഉദ്യോഗക്ക യറ്റം ലഭിക്കും.

1970 കളിൽ ജോലിമാറ്റം വഴി സർക്കാർ പദവിയിൽനിന്നും മജിസ്

ട്രേട്ടായി മാറിയവരിൽ പലരും തമിഴ്നാട് കീഴ്ക്കോടതികളിൽ വളരെക്കാലം ജോലി ചെയ്തിട്ടുണ്ട്. മജിസ്ട്രേട്ട് പദവിയേക്കാൾ കൂടുതൽ ശമ്പളം വാങ്ങി സർക്കാർ ജോലി ചെയ്തിരുന്നവർ, കുറഞ്ഞ ശമ്പളത്തിന് ജോലി ചെയ്യാൻ വന്ന കാരണം ഊഹിക്കുന്നത് പ്രയാസമുള്ളതൊന്നുമല്ല. കീഴ്ത്തട്ടിലുള്ള കോടതികൾ കൈക്കൂലിപ്രേമികൾ ആയതിന്റെ ഒരു കാരണവും ഇതാണ്. ജോലിമാറ്റം വഴി നിയമരംഗത്ത് വന്ന താൽക്കാലിക മജിസ്ട്രേട്ടുമാരെ തിരിച്ചയച്ച്, മുറപ്രകാരമുള്ള തെരഞ്ഞെടുപ്പുകൾ വഴി അനുഭവസമ്പത്തുള്ള വക്കീലുമാരെ തെരഞ്ഞെടുക്കണം എന്ന കേസ് ബാർ കൌൺസിൽ പ്രസിഡന്റ് ഫയൽ ചെയ്തു. ആ കേസിൽ ബാർ കൌൺസിലിനായി ഞാൻ വാദിച്ചു.

അങ്ങനെ താൽക്കാലിക മജിസ്ട്രേട്ട് ജോലിയിൽ ഉണ്ടായിരുന്ന സർക്കാർ ഉദ്യോഗസ്ഥരെ ജോലി ചെയ്തിരുന്ന വകുപ്പുകളിലേക്ക് തിരിച്ചയച്ച്, പുതിയ മജിസ്ട്രേട്ടുമാരെ തെരഞ്ഞെടുക്കേണ്ട അവസ്ഥ ഉണ്ടായി. എന്നാൽ, ഹൈക്കോടതിയിലെ വക്കീൽ സംഘടനയുടെ ഭാഗത്തുനിന്നും യാതൊരു അധികാരവുമില്ലാതെ അന്നത്തെ സംഘടനാ പ്രസിഡന്റ് ആർ. ഗാന്ധി എഴുതിയ കത്ത് കേസായി പരിഗണിച്ച് സുപ്രീം കോടതി ചില ഉത്തരവുകൾ പുറപ്പെടുവിച്ചു. അതുമൂലം താൽക്കാലിക ക്രിമിനൽ ജസ്റ്റിസ് മജിസ്ട്രേട്ടുമാർ സ്ഥിരം മജിസ്ട്രേട്ടുമാരായി നിയമിക്കപ്പെട്ടു. കൃത്രിമം കാണിച്ച് ബാർ കൗൺസിലിന്റെ ശ്രമങ്ങളെ പരാജയപ്പെടുത്തുകയും താല്ക്കാലിക മജിസ്ട്രേട്ടുമാർ സ്ഥിരം ജോലിക്കാരാകുകയും ചെയ്തു.

അച്ചടക്ക നടപടി കമ്മിറ്റിയിൽ ഉണ്ടായിരുന്നപ്പോൾ ഒരു വിചിത്രമായ കേസ് വിചാരണയ്ക്കെത്തി. വേലൂർ ജില്ലയിൽ ഒരു വക്കീൽ ചാരായ ഷാപ്പ് ലൈസൻസ് വാങ്ങി വിൽപ്പന നടത്തുന്നതായി പരാതിയിൽ പറയപ്പെട്ടു. ആദ്യം തന്റെ പേരിൽ ലൈസൻസ് ഇല്ലെന്ന് ആ വക്കീൽ പറഞ്ഞു. പിന്നീട് ഞാൻ എക്സൈസ് കമ്മീഷണറുടെ ഓഫീസിൽ നിന്നും ലൈസൻസ് രേഖ വരുത്തിച്ച്, അയാളുടെ പേരിൽത്തന്നെയാണ് ലൈസൻസ് എടുത്തിരിക്കുന്നതെന്ന് കണ്ടുപിടിച്ചു. അയാൾ തന്റെ എതിർവാദം മാറ്റി, "സർക്കാർ തന്നെ ചാരായഷാപ്പുകൾക്ക് ലൈസൻസ് നൽകുമ്പോൾ, ഒരു വക്കീൽ ലൈസൻസ് എടുത്ത് ചാരായം വിൽക്കുന്നത് ബാർ കൗൺസിലിന്റെ മൂല്യങ്ങൾക്ക് എതിരാവില്ല" എന്ന് വാദിച്ചു. വക്കീൽ ജോലിക്ക് പൊതുജനങ്ങൾക്കിടയിലുള്ള ബഹുമാനം ഇല്ലാതാക്കുന്ന യാതൊരു പ്രവർത്തിയിലും ഉൾപ്പെടാൻ പാടില്ലെന്ന നിയമം ഉള്ളപ്പോൾ, വക്കീൽ ചാരായഷാപ്പ് നടത്തുന്നത് തൊഴിലിന്റെ ബഹുമാനം കുറയ്ക്കും എന്ന് പറഞ്ഞ്, അയാളുടെ വക്കീൽ ജോലി ചെയ്യാനുള്ള അവകാശം മൂന്ന് വർഷത്തേക്ക് വിലക്കിക്കൊണ്ട് ഞാൻ ഉത്തരവിട്ടു.

മോട്ടോർ വാഹനാപകടങ്ങളിൽ ഹാജരാകുന്ന ചില വക്കീലന്മാരുടെ നടപടികൾ തൊഴിൽ മൂല്യങ്ങൾ ഇല്ലാതാക്കുന്നു എന്നുമാത്രമല്ല, നെറി

കേടുള്ളതുമാണ്. അപകടത്തിനായി കൊടുക്കുന്ന നഷ്ടപരിഹാരത്തുക ബാധിക്കപ്പെട്ടവർക്ക് അല്ലെങ്കിൽ അവരുടെ കുടുംബത്തിന് കൊടുക്കാതെ നല്ലൊരു ഭാഗം അവർ തന്നെ പിടിച്ചെടുക്കും. ഇൻഷുറൻസ് സ്ഥാപനത്തിൽനിന്നും നഷ്ടപരിഹാരം കൊടുക്കുന്നതിൽ ഒരു ചെറിയ തുക വാങ്ങുന്ന പാവപ്പെട്ടവർ വക്കീലിനെതിരെ ബാർ കൗൺസിലിൽ പരാതി കൊടുക്കാറില്ല. കൂടാതെ, ബാധിക്കപ്പെട്ടരിൽനിന്നും പല തരത്തിലുള്ള രേഖകളിൽ ഒപ്പിട്ടുവാങ്ങി കൈകാര്യം ചെയ്യാനും അവർ ശ്രമിക്കാറുണ്ട്.

ഞാൻ സൗജന്യ നിയമസഹായകേന്ദ്രത്തിൽ സേവനമനുഷ്ഠിച്ചിരുന്നപ്പോൾ, കേന്ദ്രത്തിന്റെ പരിശ്രമംകൊണ്ട് ഒരു ഉത്തരവ് പുറപ്പെടുവിച്ചു. അതിൽ വാഹനാപകട ട്രിബ്യൂണുകൾ തങ്ങളുടെ വിധിയിൽത്തന്നെ വക്കീലിന്റെ ഫീസ് എത്രയെന്ന് അറിയിക്കണം എന്ന് ഉത്തരവിട്ടു. അതിനും ചില വക്കീലന്മാർ സ്റ്റേ ഓർഡർ വാങ്ങിച്ചു. നിയമസഹായ കേന്ദ്രത്തിന്റെ പേരിൽ സുപ്രീം കോടതിയിൽ പരാതി കൊടുത്തതുകൊണ്ട് ഹൈക്കോടതി ഉത്തരവിന് സുപ്രീം കോടതി വിലക്ക് വിധിച്ചു. എങ്കിലും അവസ്ഥ മാറിയില്ല.

കടലൂരിൽ വാഹനാപകട കേസുകൾ നടത്തി ഒരുപാട് പണം വാങ്ങിയ ഒരാൾക്കെതിരെ പ്രായമായ ഒരു വിധവ അയച്ച പരാതി തമിഴ്നാട് ബാർ കൗൺസിലിന് ലഭിച്ചു. ഏത് വക്കീലിനെതിരായാണോ പരാതിപ്പെട്ടത്, അയാളുടെ ജൂനിയർ വക്കീൽ അപ്പോൾ ബാർ കൗൺസിലിൽ അംഗമായിരുന്നു. കേസ് വിചാരണ ഞാൻ നേതൃത്വം വഹിച്ച അച്ചടക്കനടപടി കമ്മിറ്റിയിൽ എത്തി. ആ കേസിൽ കുറ്റാരോപിതനായ വക്കീൽ വിധവയിൽനിന്നും വാങ്ങിയ ചെക്ക് ബാങ്കിൽ പണമില്ല എന്നു കാണിച്ച് തിരിച്ചുവന്നത് കണ്ടെത്തി. ആ സ്ത്രീക്കു വേണ്ടി ഹാജരാകാൻ വക്കീലന്മാർ ആരും തയ്യാറായില്ല. എങ്കിലും കേസ് വിചാരണ ചെയ്ത് ആ വക്കീലിനെ ശാശ്വതമായി ജോലി ചെയ്യുന്നതിൽനിന്നും വിലക്കിക്കൊണ്ട് വിധിച്ചതിനൊപ്പം, ആ സ്ത്രീക്ക് കൊടുക്കേണ്ട നഷ്ടപരിഹാരത്തുക പലിശയുൾപ്പെടെ കൊടുക്കണമെന്നും ഞാൻ ഉത്തരവിട്ടു.

ചാരായഷാപ്പ് ലൈസൻസ് വച്ച് കച്ചവടം ചെയ്യുന്നതിൽ തെറ്റില്ലെന്ന് വാദിച്ച വക്കീൽ ഒരുവശത്തെങ്കിൽ, മറുവശത്ത് എന്റെയൊപ്പം ലാ കോളേജിൽ പഠിച്ച സഹപാഠി ടി ദക്ഷിണാമൂർത്തി ആയിരുന്നു. അദ്ദേഹം വിഴുപ്പുറത്തിൽ വക്കീലായി ജോലി ചെയ്യുമ്പോൾ, ഇന്ത്യൻ കമ്യൂണിസ്റ്റ് പാർട്ടിയുടെ കർഷകസംഘടനയ്ക്ക് സഹായം ചെയ്തിരുന്നു. കർഷക സംഘം അവിടെയുണ്ടായിരുന്ന സ്ഥലമുടമ രാമകൃഷ്ണ നായിഡു എന്നയാൾക്കെതിരായി കളക്ടറുടെ ഓഫീസിൽ നടത്തിയ ധർണ്ണയിൽ ദക്ഷിണാമൂർത്തിയും പങ്കെടുത്തു. ആ സ്ഥലമുടമയുടെ വക്കീൽ വിഴുപ്പുറം വക്കീൽ സംഘടനയിലെ പ്രധാനയാളായിരുന്നു. അദ്ദേഹത്തിന്റെ പ്രേരണയാൽ ദക്ഷിണാമൂർത്തിക്കെതിരെ ബാർ കൗൺസിലിൽ പരാതി നൽകപ്പെട്ടു. ഒരു വക്കീൽ തെരുവിൽ നടക്കുന്ന ധർണ്ണയിൽ പങ്കെടു

ക്കുന്നത് തൊഴിലിന് അപമാനമാണെന്നും അദ്ദേഹം ജോലിയുടെ അന്തസ്സിനെ താഴ്ത്തിക്കെട്ടിയെന്നും പരാതിയിൽ പറഞ്ഞു.

ബ്രിട്ടീഷ് ഭരണത്തിൽ വക്കീലന്മാർക്കെതിരെ അച്ചടക്ക നടപടിയെടുക്കാനുള്ള അധികാരം ഹൈക്കോടതി ചീഫ് ജസ്റ്റിസിനായിരുന്നു. അന്ന് സത്യഗ്രഹത്തിൽ പങ്കെടുക്കുന്ന വക്കീലന്മാരുടെ തൊഴിലവകാശം ഇംഗ്ലീഷ് ചീഫ് ജസ്റ്റിസുമാർ എടുത്തുകളയുമായിരുന്നു. എന്നാൽ, 1961 ലെ അഡ്വക്കേറ്റ് ആക്റ്റിൽ, വക്കീലന്മാർക്കെതിരെ അച്ചടക്ക നടപടി എടുക്കാനുള്ള അധികാരം തെരഞ്ഞെടുക്കപ്പെട്ട ബാർ കൗൺസിലിന് നൽകപ്പെട്ടു.

ദക്ഷിണാമൂർത്തിക്കെതിരെ വന്ന പരാതി ബാർ കൗൺസിൽ വിചാരണക്കെടുത്ത്, അച്ചടക്ക നടപടി കമ്മിറ്റി അന്വേഷിച്ചു. ആ കേസിൽ ദക്ഷിണാമൂർത്തിക്കായി ഞാൻ വാദിച്ചശേഷം അദ്ദേഹത്തിനെതിരെ കുറ്റാരോപണം നടത്താൻ കാരണമൊന്നും ഇല്ലെന്ന് പറഞ്ഞ് കേസ് തള്ളപ്പെട്ടു. ബ്രിട്ടീഷ് ഭരണത്തിൽ അടിച്ചമർത്തപ്പെട്ട ജസ്റ്റിസുമാർ ഇങ്ങനെയുള്ള കേസുകൾ വിചാരണ ചെയ്തെങ്കിൽ, സ്വേച്ഛാധികാരമുള്ള ബാർ കൗൺസിലും ഇതുപോലെയുള്ള വിചാരണകൾ നടത്തിയത് അപമാനകരമാണ്.

വക്കീലന്മാർക്കെതിരെ നടപടി എടുക്കേണ്ട ബാർ കൗൺസിൽ തന്നെ കോടതി ബഹിഷ്കരിക്കാൻ ആഹ്വാനം നൽകിയാലോയെന്ന് ചോദ്യം ഉയർന്നു. എന്റെ എതിർപ്പ് അവഗണിച്ച് തമിഴ്നാട് ബാർ കൗൺസിൽ കോടതികൾ ബഹിഷ്കരിക്കാനുള്ള തീരുമാനമെടുത്തു. അതിനെ എതിർത്ത് ഹൈക്കോടതിയിൽ ഞാൻ കേസ് കൊടുത്ത് ഇടക്കാല സ്റ്റേ ഓർഡർ വാങ്ങിച്ചു.

എന്നെപ്പോലെ ഇടതുപക്ഷ വിദ്യാർത്ഥി സംഘടനയിൽ പ്രവർത്തിച്ചശേഷം ലാ കോളേജിൽ വന്നു ചേർന്നയാളാണ് വി എസ് ബാലകൃഷ്ണൻ. കോളേജ് ഹോസ്റ്റലിലും എന്റെ സഹമുറിയനായിരുന്നു വക്കീലായി മധുരയിൽ ജോലി ചെയ്യാൻ ആരംഭിച്ചു അദ്ദേഹം. അദ്ദേഹത്തിന്റെ ഗ്രാമത്തിലുള്ളവരുടെ ഒരു കേസ്, ഉസിലംപട്ടി ജുഡീഷ്യൽ മജിസ്ട്രേട്ട് നമശ്ശിവായം എന്നയാളുടെ മുന്നിൽ വിചാരണയ്ക്ക് എത്തിയപ്പോൾ, അദ്ദേഹം ബാലകൃഷ്ണനോട് മര്യാദയില്ലാതെ പെരുമാറിയതിനൊപ്പം, കോടതിയിൽനിന്നും പുറത്തുപോകാനും ഉത്തരവിട്ടു. അദ്ദേഹം വിസമ്മതിച്ചപ്പോൾ, അദ്ദേഹത്തിനെതിരെ പരാതി കൊടുത്ത് പൊലീസ് ഇൻസ്പെക്ടർ വഴി അറസ്റ്റ് ചെയ്യിച്ചു. ഇങ്ങനെ നെറികെട്ടു നടന്ന ജുഡീഷ്യൽ മജിസ്ട്രേട്ടിന്റെ നടപടിയെ വിമർശിച്ച്, ഹൈക്കോടതിയിലെ വക്കീൽ സംഘടനയിൽ ഞാൻ വിഷയം അവതരിപ്പിച്ചതിനൊപ്പം, ആ മജിസ്ട്രേട്ടിനെ സ്ഥലം മാറ്റണമെന്ന് മധുര വക്കീൽ സംഘടനയുടെ പ്രതിനിധികൾക്കൊപ്പം ചീഫ് ജസ്റ്റിസ് എം എൻ സന്ദൂർക്കരെ കണ്ട് അപേക്ഷ കൊടുത്തു. ബാലകൃഷ്ണനെതിരെ എടുത്ത കള്ളക്കേസ് റദ്ദ് ചെയ്യണമെന്ന് ആവശ്യപ്പെട്ട് ചെന്നൈ ഹൈക്കോടതിയിൽ കേസ്

കൊടുത്തു. അതിൽ സീനിയർ വക്കീലായ എൻ ടി വാനമാമലൈയെ വാദത്തിൽ ഞാൻ സഹായിച്ചു. ആ കേസിൽ ജയിച്ചെങ്കിലും ഹൈക്കോടതിയിൽ ബാലകൃഷ്ണനെതിരെ ബാർ കൗൺസിൽ സ്വയമേ നടപടിയെടുക്കണമെന്ന് ഉത്തരവിടപ്പെട്ടു. ബാർ കൗൺസിലിന്റെ വിചാരണയിലും ബാലകൃഷ്ണനായി വാദിച്ച് അദ്ദേഹത്തിനെതിരെയുള്ള അച്ചടക്കനടപടി തള്ളിക്കളഞ്ഞു. ഇത്രയും സഹായങ്ങൾ ലഭിച്ചശേഷവും ബാലകൃഷ്ണൻ ഇതിനെപ്പറ്റി മനസ്സിലാക്കാതെ, നിയമരംഗത്തെ മൊത്തത്തിൽ ആക്ഷേപിച്ച് ലഘുലേഖകൾ വിതരണം ചെയ്തത് വിഷമിപ്പിക്കുന്നതായിരുന്നു.

കൃഷ്ണസ്വാമി എന്ന ചെന്നൈ വക്കീൽ സിവിൽ കോടതിയിൽ ജോലി ചെയ്യുകയായിരുന്നു. അദ്ദേഹം ചില കൺസ്ട്രക്ഷൻ കമ്പനികളുടെ കൺസൾട്ടന്റ് ആയിരുന്നു. ഒരു പ്രശ്നത്തിൽ അദ്ദേഹത്തിനെ പൊലീസ് കമ്മീഷണറുടെ ഓഫീസിലേക്ക് 14.10.1989 ന് പാതിരാത്രി കൂട്ടിക്കൊണ്ടുപോയി, അവരുടെ സന്ധിസംഭാഷണങ്ങൾക്ക് വഴങ്ങാത്തതിനാൽ മർദ്ദിച്ചതിനൊപ്പം കൈവിലങ്ങ് അണിയിക്കുകയും ചെയ്തു. മർദ്ദനത്തിൽ അദ്ദേഹത്തിന്റെ കൈയിലെ എല്ല് ഒടിഞ്ഞു. ഇത് അറിഞ്ഞയുടൻ ചെന്നൈ ഹൈക്കോടതിയിലെ വക്കീലന്മാരുടെ സംഘടന അനിശ്ചിതകാല സമരത്തിലേക്ക് നീങ്ങി. അതിന്റെ ഫലമായി, സബ്ബ് ഇൻസ്പെക്ടർ, രണ്ട് പൊലീസുകാർ എന്നിവരെ താൽക്കാലികമായി സസ്പെന്റ് ചെയ്തു. അതിന്റെ അടുത്ത ദിവസം അസിസ്റ്റന്റ് കമ്മീഷണർ ഷണ്മുഖവും താൽക്കാലികമായി സസ്പെന്റ് ചെയ്യപ്പെട്ടു. ഉടൻ തന്നെ വക്കീൽ സംഘടനയുടെ പ്രസിഡന്റ് വക്കീലന്മാരുടെ അഭിപ്രായം ചോദിക്കാതെ സമരം പിൻവലിച്ചു. കൃഷ്ണസ്വാമിയുടെ പരാതി കേസായി ഫയൽ ചെയ്യാത്ത പൊലീസ്, അദ്ദേഹത്തിനെതിരെ കള്ളക്കേസ് ഫയൽ ചെയ്തു. സമരം തുടരണമെന്ന് 300 വക്കീലന്മാർ ആവശ്യപ്പെട്ടിട്ടും, പ്രസിഡന്റിന്റെ ജനാധിപത്യവിരുദ്ധമായ പ്രവർത്തിക്ക് എതിരായി ഞാനും വക്കീലന്മാരായ വി പ്രകാശ്, ടി എം വാസുദേവൻ എന്നിവരും അനിശ്ചിതകാല നിരാഹാരസമരം ഹൈക്കോടതി വളപ്പിൽ ആരംഭിച്ചു (18.10.1989). ബഹിഷ്കരണ സമരവും തുടർന്നു.

മൂന്നാമത്തെ ദിവസവും നിരാഹാരം തുടർന്നു. വക്കീലന്മാരിൽ ഒരുപാടുപേർ കൊടുത്ത സമ്മർദ്ദംകൊണ്ട് സംഘത്തിന്റെ പ്രസിഡന്റ് വീണ്ടും സമ്മേളനം വിളിച്ച് വോട്ടെടുപ്പ് നടത്തുന്നതായി കത്ത് കൊടുത്തു. വോട്ടെടുപ്പിൽ ഞങ്ങൾക്ക് അധികവോട്ട് ലഭിച്ചതിനാൽ നിരാഹാരസമരം ഉപേക്ഷിച്ചു. എന്ത് തീരുമാനം എടുക്കാനായാലും സമ്മേളനം വിളിച്ചുകൂട്ടി അഭിപ്രായം തേടണമെന്ന് തീരുമാനിക്കപ്പെട്ടു. ആ സമയത്ത് ബാർ കൗൺസിൽ അംഗമായിരുന്ന കെ എ പഴനിസ്വാമി (സേലം) എനിക്ക് അയച്ച കത്തിൽ എന്റെ നിരാഹാരസമരത്തിനെ പ്രശംസിച്ചിരുന്നു.

ഈ പ്രശ്നം അതോടെ അവസാനിപ്പിച്ചില്ലെങ്കിൽ ബ്രാഹ്മണ

രല്ലാത്ത വക്കീലന്മാരുടെ സംഘടന ആരംഭിക്കുമെന്ന് *വിടുതലൈ* പത്രത്തിലൂടെ ദ്രാവിഡർ കഴക സെക്രട്ടറി വീരമണി അറിയിച്ചു. ആ അറിയിപ്പിന്റെ ഒരു ഭാഗത്ത് എതിർ വക്കീലന്മാരുടെ പട്ടികയിൽ എന്നെ ഒരു പുരാണപ്പേര് നൽകി പരിഹസിച്ചിരുന്നു.

വക്കീലന്മാർ ആവേശംകൊണ്ട് സമരം ചെയ്യാൻ മുന്നോട്ട് വരുന്നതും അതിനെ ജനാധിപത്യരീതിയിൽ എടുക്കേണ്ട സംഘടനകൾ തങ്ങളുടെ ലാഭത്തിനായി സമരത്തിന്റെ ദിശ മാറ്റുന്നതും, ഒരു ഘട്ടം കഴിഞ്ഞ് തങ്ങൾക്കുണ്ടായ നഷ്ടങ്ങൾ കാരണം സമരം പിൻവലിക്കുന്നതും ഒരു തുടർ നടപടിയായി മാറിയിട്ടുണ്ട്. എന്റെ ബാർ കൗൺസിൽ പദവിക്കാലം 1998 ൽ അവസാനിച്ചു. ആ സമയം ഇന്ത്യയ്ക്കും ശ്രീലങ്കയ്ക്കും ഇടയിൽ തമിഴ് പുലി പ്രശ്നത്തിൽ കരാറുണ്ടായി. രാജീവ് ഗാന്ധി-ജയലളിത കരാറിനെ ഈഴത്തമിഴരും വിടുതലൈ പുലികളും എതിർത്തു. പ്രശ്നത്തിൽ ഉൾപ്പെട്ടവരുടെ സമ്മതമില്ലാതെ അവരിൽ കരാർ അടിച്ചേൽപ്പിക്കുന്ന വിധത്തിൽ സമാധാനസേന എന്ന പേരിൽ ഇന്ത്യൻ സൈന്യത്തിനെ അവിടേക്ക് അയയ്ക്കപ്പെട്ടു. ആ സമയത്ത് അവർ ചെയ്ത ക്രൂരതകൾ പട്ടികയിട്ടാൽ വേറൊരു പുസ്തകം എഴുതാനുള്ളതുണ്ടാകും. മാർക്സിസ്റ്റ്-കമ്യൂണിസ്റ്റ് പാർട്ടി ആ കരാറിനെ അംഗീകരിക്കുന്നതിൽ പല സഖാക്കൾക്കും താല്പര്യമുണ്ടായിരുന്നില്ല. പാർട്ടിയിലെ വക്കീൽ സംഘത്തിലെ ഭൂരിഭാഗം അംഗങ്ങളും അതിനെ എതിർത്തെന്ന് മാത്രമല്ല പാർട്ടി നേതൃത്വത്തിനെ വിമർശിച്ചുകൊണ്ട് കത്തെഴുതുകയും ചെയ്തു.

കരാറിനെ വിമർശിക്കാനായി 22.11.1987 ന് 'അക്കറയുള്ള കുടിമക്കൾ സംഘം' എന്ന പേരിൽ ഞാനും അദ്ധ്യാപകനായ മോസ്സസ്സും ചേർന്ന് ഒരു സംഘടനയുണ്ടാക്കി. അതിൽ അദ്ധ്യക്ഷപ്രസംഗം നടത്താൻ മുൻ വെസ്റ്റ് ബംഗാൾ ധനമന്ത്രി അശോക് മിത്ര സമ്മതിച്ചു. എന്നാൽ, അദ്ദേഹം സമ്മേളനത്തിൽ പങ്കെടുത്തില്ല. എങ്കിലും സമ്മേളനം വിജയകരമായി നടന്നു. അതിന്റെ തുടർച്ചയായി, എന്നെ മാർക്സിസ്റ്റ്-കമ്യൂണിസ്റ്റ് പാർട്ടിയിൽനിന്നും പുറത്താക്കി. എന്നെ പാർട്ടിയിൽനിന്നും പുറത്താക്കിയത് *ഇന്ത്യൻ എക്സ്പ്രസ്സ്* പോലെയുള്ള പത്രങ്ങളിൽ ഏറെ പ്രാധാന്യത്തോടെ വന്നു.

ഇതിനെത്തുടർന്ന് പാർട്ടിയുടെ പേരിൽ ഒരു നോട്ടീസ് പുറപ്പെടുവിച്ചു. "മാർക്സിസ്റ്റ്-കമ്യൂണിസ്റ്റ് പാർട്ടിയുടെ ചെന്നൈ ശാഖയിൽ അംഗമായ ചന്ദ്രുവിനെ പാർട്ടിയിൽനിന്നും പുറത്താക്കിയിരിക്കുന്നു. ഇദ്ദേഹം പാർട്ടി വിരുദ്ധ പ്രവർത്തനങ്ങളിലും തൊഴിലാളി വിരുദ്ധ പ്രവർത്തനങ്ങളിലും ഏർപ്പെട്ടിരിക്കുന്നതുകൊണ്ട് ചെന്നൈ ജില്ലാ കമ്മിറ്റിയുടെ തീരുമാനപ്രകാരം, ഈ മാസം 14 ന് പാർട്ടിയിൽനിന്നും പുറത്താക്കപ്പെട്ടിരിക്കുന്നു" എന്ന് സെക്രട്ടറി വി മീനാക്ഷിസുന്ദരം നോട്ടീസിൽ പറഞ്ഞിട്ടുണ്ട്.

ഇതോടെ എന്റെ ഇരുപത് വർഷമായുള്ള മാർക്സിസ്റ്റ്-കമ്യൂണിസ്റ്റ്

ബന്ധം മുറിഞ്ഞു. നോട്ടീസ് അയച്ചു എന്നല്ലാതെ ഏതെങ്കിലും പാർട്ടി വിരുദ്ധ, തൊഴിലാളിവിരുദ്ധ പ്രവർത്തനങ്ങളിൽ ഞാൻ ഏർപ്പെട്ടുവെന്ന വിവരങ്ങളൊന്നും തന്നെ അറിയിച്ചിട്ടില്ല. ഇത് പത്രത്തിൽ വായിച്ച അഡ്വ. എം വെങ്കട്ടരാമൻ അന്നുതന്നെ എന്നെ ഫോണിൽ വിളിച്ച്, “ഇതുപോലെയുള്ള വാക്കുകൾ കണ്ടു വിഷമിക്കരുത്. പാർട്ടിക്കുള്ളിൽ വരുന്നവരെ സ്വീകരിക്കാനും പോകുന്നവരെ കഷ്ടപ്പെടുത്താനുമുള്ള വാക്കുകളുടെ പട്ടിക അവർക്കുണ്ട്” എന്ന് പറഞ്ഞ് ആശ്വസിപ്പിച്ചു. മാർക്സിസ്റ്റ് വക്കീലന്മാരും പാർട്ടിയോട് തങ്ങളുടെ കടുത്ത എതിർപ്പ് അറിയിച്ചു.

ഈ നോട്ടീസിനുശേഷം മാർക്സിസ്റ്റ് തൊഴിലാളി സംഘടനകളുടെ കേസുകൾ തുടരാൻ ഞാൻ വിസമ്മതിച്ചു. അവരുടെ സംഘടനാത്തലവന്മാർ എന്നെ സമീപിച്ച് ആ വാർത്തയിൽ ഖേദം പ്രകടിപ്പിച്ചു. പിന്നെ ഞാൻ അവരുടെ പല കേസുകളും തുടർന്നുനടത്തി.

ഇരുപത് വർഷം ഒരു പ്രസ്ഥാനത്തിനായി പ്രവർത്തിച്ച ശേഷം ഉണ്ടായ അനുഭവങ്ങൾ രാഷ്ട്രീയ പാർട്ടികളിൽ നിന്നുതന്നെ മാറിനിൽക്കാനുള്ള പക്വത എനിക്ക് നൽകി. അതുകൊണ്ട് പല രാഷ്ട്രീയ പാർട്ടികളിൽനിന്നും ക്ഷണം വന്നപ്പോഴും ഇന്നുവരെ അതൊന്നും ഞാൻ സ്വീകരിച്ചിട്ടില്ല. 1988 ൽ വി പി സിംഗ് കേന്ദ്ര ധനമന്ത്രി പദവിയിൽനിന്നും രാജി വച്ച് ഇന്ത്യ മുഴുവനും പര്യടനം നടത്തി. അദ്ദേഹം ചെന്നൈയ്ക്ക് വന്നപ്പോൾ എല്ലാ രാഷ്ട്രീയ പാർട്ടിയിലേയും വക്കീലന്മാർ അദ്ദേഹത്തിന് സ്വീകരണം നൽകാൻ ആഗ്രഹിച്ചു. അതിനായി 18.2.1988 ൽ ഒരു സമ്മേളനം ഹൈക്കോടതിക്ക് സമീപമുള്ള വേദിയിൽ ഏർപ്പാട് ചെയ്തു.

സമ്മേളനത്തിന് ആര് നേതൃത്വം വഹിക്കും എന്ന ചോദ്യം ഉയർന്നപ്പോൾ ഒരു പാർട്ടിയിലും ഇല്ലാത്ത എന്നെ എല്ലാവരും ചേർന്ന് തെരഞ്ഞെടുത്തു. ഒരു കേന്ദ്രമന്ത്രിസഭയിൽ ഉയർന്ന പദവിയിൽ ഉണ്ടായിരുന്ന ഒരാൾ, മൂല്യവത്തായ രാഷ്ട്രീയമാറ്റത്തിനായി സേവനമനുഷ്ഠിക്കുന്നു എന്നു ഒരാൾ പറഞ്ഞതിനാൽ വി പി സിംഗിന്റെ വരവേല്പിനായി ഒരുപാട് വക്കീലന്മാർ എത്തിയിരുന്നു. സമ്മേളനത്തിനെപ്പറ്റി അടുത്ത ദിവസം എല്ലാ പത്രങ്ങളിലും വാർത്ത വന്നു. സമ്മേളനം അവസാനിച്ചയുടൻതന്നെ കേന്ദ്രസർക്കാരിന്റെ ഒരു ഇൻവെസ്റ്റിഗേഷൻ ഓഫീസർ എന്നോട് എങ്ങനെ ഇത്രയും വക്കീലന്മാർ സമ്മേളനത്തിനെത്തി എന്നു ചോദിച്ചു.

ആ ചോദ്യത്തിന്റെ ശരിക്കുള്ള അർഥം അടുത്ത രണ്ട് ദിവസങ്ങൾക്കുള്ളിൽ അറിയാൻ കഴിഞ്ഞു. വരുമാന നികുതി വകുപ്പിലേക്ക് എന്റെ വരുമാന കണക്കുപുസ്തകവുമായി നേരിൽ ഹാജരാകാൻ ഒരു നോട്ടീസ് വന്നു. കക്ഷികൾ തരുന്ന ഓരോ രൂപയ്ക്കും കണക്ക് വയ്ക്കുകയും നികുതി അടയ്ക്കുകയും ചെയ്യുന്നയാളാണ് ഞാൻ. വരുമാനനികുതി വകുപ്പ് ചോദിച്ച രേഖകൾ നേരിൽക്കൊണ്ടുപോയി കാണിക്കുന്നതിൽ ബുദ്ധിമുട്ടൊന്നും ഉണ്ടായിരുന്നില്ല. രാഷ്ട്രീയത്തിൽ പ്രവർത്തിക്കുന്നവർ തീർച്ചയായും അറിഞ്ഞിരിക്കേണ്ട ഒരു കാര്യം എന്താ

ണെന്നാൽ, വരുമാന നികുതി വകുപ്പ്, സി ബി ഐ എന്നിവ രണ്ടും കേന്ദ്രസർക്കാരിന്റെ രണ്ട് വേട്ടനായ്ക്കളാണ്. എപ്പോൾ വേണമെങ്കിലും അവയെ രാഷ്ട്രീയ കാരണങ്ങൾക്കായി ഉപയോഗിക്കാൻ സാധിക്കും. എനിക്കത് അറിയാമായിരുന്നു.

വർഷം തോറും ഒക്ടോബർ അവസാനം അഴിമതി വിരുദ്ധ വാരം എല്ലാ കേന്ദ്രസർക്കാർ ഓഫീസുകളിലും ആചരിക്കും. 2016 ൽ വരുമാന നികുതി വകുപ്പ് ഓഫീസിൽ ഇങ്ങനെയൊരു ചടങ്ങുമായി ബന്ധപ്പെട്ട് 4.11.2016 ന് നടന്ന പരിപാടിയുടെ പ്രത്യേക അതിഥിയായി എന്നെ വിളിച്ചിരുന്നു.

രണ്ട് മുതിർന്ന വരുമാനനികുതി വകുപ്പ് ഉദ്യോഗസ്ഥർ വേദിയിൽ ഇരിക്കുന്നുണ്ടായിരുന്നു. എനിക്ക് 1988 ൽ വി പി സിംഗ് വരവേൽപ്പിന് ശേഷം മുഴുവൻ കണക്കും കാണിക്കണമെന്ന നോട്ടീസിന്റെ പകർപ്പ് അവരെ കാണിച്ച്, അപ്പോൾ നടന്ന സംഭവങ്ങൾ വിവരിച്ച്, "വരുമാന നികുതി വകുപ്പ് ഓഫീസുകൾ സർക്കാരിന്റെ കാവൽ നായകൾ ആയിരിക്കാം. അവർ രാഷ്ട്രീയപരമായി പ്രതികാരം ചെയ്യുന്നതിൽ പങ്കെടുക്കാൻ പാടില്ല; ഇതും ഒരുവിധത്തിൽ അഴിമതിക്ക് കൂട്ടുപോകുന്നത് തന്നെയാണ്" എന്ന് പറഞ്ഞു.

1992 ൽ *ജൂനിയർ വികടൻ* പത്രത്തിൽ 'ദാരിദ്ര്യത്തിൽ വാടുന്ന വക്കീലന്മാർ' എന്ന ലേഖനം വന്നു. ആ ലേഖനത്തിൽ ചെറുപ്പക്കാരായ വക്കീലന്മാർ വരുമാനമില്ലാതെ കഷ്ടപ്പെടുന്നതിനെപ്പറ്റി എഴുതിയിരുന്നു. സീനിയർ വക്കീലന്മാർക്ക് യാതൊരു വരുമാനവും ഇല്ലാത്തതിനാലും, പലപ്പോഴും ഉച്ചഭക്ഷണത്തിന് വറുത്ത കപ്പലണ്ടി വാങ്ങി വിശപ്പടക്കുന്നതുമായ സംഭവങ്ങളും ആ ലേഖനത്തിൽ വെളിച്ചത്തു കൊണ്ടുവന്നിരുന്നു. ഇത് വായിച്ച് കുപിതരായ വക്കീൽ സംഘടനകൾ ജുഡീഷ്യൽ മജിസ്ട്രേട്ട് കോടതികളിൽ *വികടൻ* എഡിറ്റർ ബാലസുബ്രഹ്മണ്യത്തിനെതിരെ ക്രിമിനൽ കേസുകൾ കൊടുത്തു. അതിനെപ്പറ്റി അദ്ദേഹം ആദ്യം എന്നോടായിരുന്നു സംസാരിച്ചത്.

അദ്ദേഹത്തിനെതിരെ കൊടുത്ത കേസുകളിൽ എന്നോട് ഹാജരാകാൻ ആവശ്യപ്പെട്ടു. പൂന്തമല്ലി കോടതിയിൽ വിചാരണയ്ക്ക് വച്ചിരുന്ന ഒരു കേസിൽ ഹാജരാകാൻ അദ്ദേഹത്തിനൊപ്പം ഞാനും പോയിരുന്നു. അപ്പോൾ അവിടെയുണ്ടായിരുന്ന വക്കീലന്മാർ ഈ കേസിൽ താങ്കൾ ഹാജരാകുമോയെന്ന് ആവേശത്തോടെ ചോദിച്ചു. ഞാൻ അഭിപ്രായ സ്വാതന്ത്ര്യത്തിനെ സംരക്ഷിക്കുന്നതിനായി എന്നും ശബ്ദിക്കുമെന്നും, *ജൂനിയർ വികടനിൽ* വന്ന ലേഖനത്തിൽ വക്കീലന്മാരെ അപമാനിക്കുന്ന സ്വരത്തിൽ ഒന്നും ഇല്ലെന്നും പറഞ്ഞു. തൊഴിലിൽ ഉണ്ടാകാവുന്ന ബുദ്ധിമുട്ടുകളെക്കുറിച്ച് മുമ്പുതന്നെ ഇന്ത്യൻ ബാർ കൗൺസിൽ നടത്തി വന്നിരുന്ന *ഇന്ത്യൻ ബാർ റിവ്യൂ*യിൽ ഇതിനേക്കാൾ മോശമായ വാർത്തകൾ വന്നിട്ടുണ്ട്. ആ പ്രശ്നങ്ങൾക്ക് പരിഹാരം ആലോചിക്കാതെ, ഒരു പത്രത്തിനെതിരെ കേസുകൾ കൊടുത്ത് ആവേശം കാണിക്കുന്നത്

നല്ലതല്ലെന്നും ഞാൻ പറഞ്ഞു. പിന്നെ ഇതുപോലെ തിരുവള്ളൂർ തുടങ്ങിയ കോടതികളിൽ അദ്ദേഹത്തിനെതിരെ ഫയൽ ചെയ്യപ്പെട്ട കേസുകളിൽ ഹാജരാകാനായി സമൻസുകൾ വന്നു. ഓരോ കോടതിയുടെ പടിക്കെട്ടുകളും കയറിയിറങ്ങുന്നതിന് പകരമായി, ക്രിമിനൽ പരാതികളിൽ കേസ് ഫയൽ ചെയ്യാനുള്ള കാരണമൊന്നും ഇല്ലെന്നും, പല ക്രിമിനൽ കോടതികളിലും കൊടുത്തിട്ടുള്ള കേസുകൾ റദ്ദാക്കണമെന്നും ആവശ്യപ്പെട്ട് ഹൈക്കോടതിയിൽ കേസ് തുടർന്നു. ആ കേസ് വിചാരണ ചെയ്ത ജസ്റ്റിസ് ടി അരുണാചലം വക്കീലന്മാരുടെ പരാതികളിൽ കാരണമൊന്നും ഇല്ലെന്ന് പറഞ്ഞ് എല്ലാ കേസുകളും റദ്ദ് ചെയ്തു.

അതിനുശേഷം കോടതികളേയും നിയമലോകത്തിനേയും പറ്റി ജനങ്ങൾക്ക് അറിയാവുന്ന വിധത്തിൽ *ജൂനിയർ വികടൻ* പത്രത്തിൽ ഒരു ലേഖനപരമ്പര എഴുതാൻ എഡിറ്റർ എന്നോട് ആവശ്യപ്പെട്ടു. അതുവരെ തമിഴ് പത്രങ്ങളിൽ ഞാൻ ലേഖനങ്ങൾ എഴുതിയിട്ടില്ലായിരുന്നു. ആദ്യമായി 'ഓർഡർ ഓർഡർ' എന്ന തലക്കെട്ടിൽ *ജൂനിയർ വികടനിൽ* ലേഖനപരമ്പര എഴുതാൻ തുടങ്ങി (1993). പിന്നീട് അതെല്ലാം പുസ്തകരൂപത്തിൽ അതേ തലക്കെട്ടിൽ പ്രസിദ്ധീകരിച്ചു.

പൊതുജനങ്ങൾക്കിടയിൽ മികച്ച സ്വീകരണം ലഭിച്ച ആ ലേഖനങ്ങൾ നിയമലോകത്ത് അലകളുണ്ടാക്കി. ചില ജസ്റ്റിസുമാർക്ക് അരിശവും ഉണ്ടായി. അവരുടെ മുന്നിൽ എന്റെ കേസുകൾ പട്ടികയിൽ വരുമ്പോൾ, അവയെ വിചാരണ ചെയ്യാൻ താല്പര്യമില്ലെന്ന് പറയും. അതേ സമയം, ജസ്റ്റിസുമാർ എന്നെ വിളിച്ച് അഭിനന്ദിച്ച് തുടർന്നും ലേഖനങ്ങൾ എഴുതാനും പറഞ്ഞിട്ടുണ്ട്.

അഡ്വ. കെ എം വിജയൻ 1994 ൽ 'തമിഴ്നാട് നിയമസഭ കൊണ്ടുവന്ന 69% സംവരണം തെറ്റ്' എന്ന് കാണിച്ച് അദ്ദേഹം നടത്തുന്ന 'വോയ്സ്' സംഘടനയുടെ പേരിൽ സുപ്രീം കോടതിയിൽ കേസ് കൊടുത്തു. അതുമാത്രമല്ലാതെ ടി വിയിൽ അതിനെപ്പറ്റി അഭിമുഖവും കൊടുത്തു. ഇതറിഞ്ഞ ചില സംവരണ അനുകൂലികൾ 21.7.1994 ന് രാവിലെ അദ്ദേഹം വിമാനത്താവളത്തിലേക്ക് പുറപ്പെടുമ്പോൾ വീടിന്റെ മുന്നിൽ വച്ച് അദ്ദേഹത്തിനെ മർദ്ദിച്ചതിനാൽ പരിക്കുകളോടെ ആശുപത്രിയിൽ പ്രവേശിപ്പിക്കപ്പെട്ടു. വക്കീലിന് തന്റെ ജോലി ന്യായമായി ചെയ്യാൻ കഴിയില്ലെന്ന അവസ്ഥ ഉണ്ടെങ്കിൽ, അവരെ രക്ഷിക്കേണ്ടത് വക്കീൽ സംഘടനകളാണ്. അതുകൊണ്ട്, കെ എം വിജയനെ മർദ്ദിച്ചതിനെ എതിർത്ത് വക്കീലന്മാരുടെ സംഘടനയിൽ അവിശ്വാസ പ്രമേയം ഞാൻ അവതരിപ്പിച്ചു.

വിജയൻ സംവരണത്തെ എതിർക്കുന്നതുകൊണ്ട് അദ്ദേഹത്തെ നമ്മൾ ബഹുമാനിക്കരുതെന്ന് പറഞ്ഞ് ചില വക്കീലന്മാർ ആ പ്രമേയത്തെ തോല്പിച്ച് തങ്ങളെ 'സമൂഹത്തിന്റെ കാവൽക്കാർ' ആയി സ്വയം നിരൂപിച്ചു. പിന്നീട്, സുപ്രീം കോടതിയിലെ അപ്പീലിൽ വിജയനെ

മർദ്ദിച്ച കേസ് സി ബി ഐയുടെ അന്വേഷണത്തിന് വിട്ടു. പതിവുപോലെ, സി ബി ഐ തുമ്പുണ്ടാക്കുന്നതിൽ ഉഴപ്പിയതിനാൽ കേസിലെ കുറ്റവാളികളെ സി ബി ഐ കോടതി വെറുതെവിട്ടു. അതിന് സി ബി ഐ ഫയൽ ചെയ്ത അപ്പീൽ 18 വർഷങ്ങൾ കഴിഞ്ഞ് ഹൈക്കോടതി തള്ളിക്കളഞ്ഞു.

ജയലളിത ഭരണത്തിൽ ഇതുപോലെ പല വക്കീലന്മാരെയും മർദ്ദിച്ച സംഭവങ്ങൾ ഉണ്ടായിട്ടുണ്ട്. അഡ്വ. ഷണ്മുഖസുന്ദരം (ഇന്നത്തെ അഡ്വക്കേറ്റ് ജനറൽ) 30.5.1995 ന് അദ്ദേഹത്തിന്റെ വീട്ടിൽ വച്ച് ചില സാമൂഹ്യവിരോധികളാൽ മർദ്ദിക്കപ്പെട്ട് ഗുരുതരമായ പരിക്കുകളോടെ പൂന്തമല്ലി ഹൈവേയിലുള്ള സ്വകാര്യ ആശുപത്രിയിൽ ചികിത്സയ്ക്കായി പ്രവേശിപ്പിക്കപ്പെട്ടു. ജയലളിത ടാൻസി സ്ഥലം നിയമവിരുദ്ധമായി വിലയ്ക്ക് വാങ്ങിയതിനെപ്പറ്റി അദ്ദേഹം പരാതി തയ്യാറാക്കിക്കൊണ്ടിരുന്നപ്പോൾ ത്തന്നെ ഈ മർദ്ദനം നടന്നു.

ഈ വാർത്ത അറിഞ്ഞയുടൻ ആശുപത്രിയിലേക്ക് പോയി ഞാൻ അദ്ദേഹത്തിനെ നേരിൽ കണ്ടു. ആ സമയത്ത് ഹൈക്കോടതി വേനലവധിയിൽ ആയിരുന്നതിനാൽ ചില വക്കീലന്മാരെ ഫോണിൽ വിളിച്ച് മറീനയിലുള്ള ഗാന്ധി പ്രതിമയ്ക്ക് മുന്നിൽ പ്രകടനം നടത്തി. പിന്നീട് അവിടെയുള്ള ഗവർണർ ബംഗ്ലാവിലേക്ക് പോയി ഈ മർദ്ദനത്തിന്റെ പിന്നിലുള്ള തമിഴ്നാട് സർക്കാരിനെതിരെ നടപടി എടുക്കണമെന്ന ഹർജിയും കൊടുത്തു. അതിന്റെ അടുത്തയാഴ്ച ഹൈക്കോടതി വേനലവധി കഴിഞ്ഞ് തുറന്നതിനാൽ സംഘടനയുടെ ആക്ഷൻ കമ്മിറ്റി വിളിച്ചുകൂട്ടി കോടതി ബഹിഷ്കരണത്തിൽ ഏർപ്പെട്ടു.

അതേ സമയം ഷണ്മുഖസുന്ദരം കേസ് സി ബി ഐയ്ക്ക് കൊടുക്കണമെന്നും സ്വകാര്യ ആശുപത്രിയിലെ അദ്ദേഹത്തിന്റെ ചികിത്സാച്ചെലവുകൾ സർക്കാർ ഏറ്റെടുക്കണമെന്നുമുള്ള കേസിനായുള്ള ഹർജി ഞാൻ തയ്യാറാക്കി. ആ കേസിൽ അഡ്വ. കെ ടി ബാലപാണ്ഡ്യനൊപ്പം ഞാനും ഹാജരായി വാദിച്ചു. സർക്കാരുമായി ബന്ധമില്ലാത്ത ഒരു കാര്യത്തിന്റെ ചികിത്സാച്ചെലവ്, സർക്കാർ ഏറ്റെടുക്കണമെന്ന കേസ് വരുന്നതുതന്നെ ആദ്യമായിട്ടായിരിക്കണം. 20.6.1995 ൽ നൽകിയ വിധിയിൽ ഷണ്മുഖസുന്ദരം കേസ് സി ബി ഐയ്ക്ക് വിടുന്നതായും, അദ്ദേഹത്തിന്റെ ചികിത്സാച്ചെലവ് സർക്കാർ കൊടുക്കണമെന്നും വിധിയായി.

വക്കീലന്മാരുടെ സമരത്തിന്റെ രണ്ട് ആവശ്യങ്ങളും നിറവേറിയതിനാൽ കോടതി ബഹിഷ്കരണം പിൻവലിക്കണമെന്ന് മീറ്റിംഗിൽ ഞാനും ബാലപാണ്ഡ്യനും പറഞ്ഞത് അംഗങ്ങൾ അംഗീകരിച്ചില്ല. അതുവരെ ഞങ്ങളുടെ ആവശ്യങ്ങൾക്ക് വേണ്ടി സമരം ചെയ്ത വക്കീലന്മാരിൽ ചില ശക്തികൾ വീണ്ടും സമരം തുടർന്ന് വഴിതിരിച്ചുവിടാൻ ശ്രമിച്ചു. അന്നുതൊട്ട് വക്കീലന്മാരുടെ സംഘടനയിലേക്ക് പോകുന്നത് ഞാൻ ഒഴിവാക്കി. ബാലപാണ്ഡ്യൻ അംഗത്വം രാജിവച്ചു. എന്നാൽ, വിധി നൽകിയ ജസ്റ്റിസ് ജഗദീശിന്റെ ജീവചരിത്രത്തിൽ ഇതിനെപ്പറ്റി പറ

യുമ്പോൾ, തന്റെ വിധി കാരണം കോടതിവളപ്പും ജോലികളും സ്വാഭാവികതയിലേക്ക് തിരിച്ചുവന്നെന്ന് എഴുതിയിരുന്നു. ഒരുപക്ഷേ, അദ്ദേഹം അങ്ങനെ കരുതിയിരുന്നോ എന്തോ? സത്യത്തിൽ നടന്നത് അതിനെതിരായിരുന്നു!

ഈ സംഭവത്തിനുശേഷം നടന്ന തിരഞ്ഞെടുപ്പിൽ ഡി എം കെ വിജയിച്ചതും പുതിയ സർക്കാരിൽ ഷണ്മുഖസുന്ദരം ഹൈക്കോടതി പബ്ലിക് പ്രോസിക്യൂട്ടർ ആയി നിയമിക്കപ്പെട്ടു. പിന്നീട് അദ്ദേഹത്തിന് രാജ്യസഭാംഗത്വവും നൽകി.

രാജാക്കണ്ണ് എന്ന ഒരു ആദിവാസി കമ്മാപുരം പൊലീസ് സ്റ്റേഷനിൽ വച്ചുണ്ടായ മർദ്ദനത്തിൽ മരിച്ചുപോയി. അതിൽ നഷ്ടപരിഹാരം ചോദിച്ച് അയാളുടെ ഭാര്യ പാർവതി ഫയൽ ചെയ്ത ഹേബിയസ് കോർപ്പസിനെപ്പറ്റിയും, അതിൽ അവർക്ക് നഷ്ടപരിഹാരം ലഭിച്ചതിനെപ്പറ്റിയും മുമ്പൊരു അദ്ധ്യായത്തിൽ പറഞ്ഞിരുന്നു. ഹൈക്കോടതിയുടെ ഉത്തരവ് അനുസരിച്ച് കമ്മാപുരം പൊലീസിനെതിരെ കൊലക്കുറ്റം ചാർത്തുകയും അവസാനം കുറിഞ്ഞിപ്പാടി അഡീഷണൽ സെഷൻസ് കോടതിയിൽ കൊലക്കേസ് വിചാരണയ്ക്ക് വരുകയും ചെയ്തു. സാധാരണയായി പബ്ലിക്ക് പ്രോസിക്യൂട്ടർമാർക്ക് പൊലീസുകാരെ പരിചയം ഉണ്ടാകുമെന്നതിനാൽ, അവർക്കെതിരെയുള്ള കൊലക്കേസ് ശരിയായി നടത്തില്ലെന്ന സംശയം പാർവതിക്കുണ്ടായിരുന്നു. അതുകൊണ്ട് പാർവതിക്ക് വേണ്ടി ആ കേസിൽ പ്രത്യേക പബ്ലിക് പ്രോസിക്യൂട്ടറിനെ നിയമിക്കണമെന്ന് സർക്കാരിനോട് അവർ അപേക്ഷിച്ചു.

സർക്കാർ അവരുടെ അപേക്ഷ സ്വീകരിച്ച് ചിദംബരത്തിലെ വക്കീൽ ആയ കെ വെങ്കട്ടരാമനെ പ്രത്യേക പബ്ലിക്ക് പ്രോസിക്യൂട്ടറായി ആ കേസിൽ നിയമിച്ചു. അദ്ദേഹം ചിദംബരം പദ്മിനി ബലാത്സംഗക്കേസിൽ പ്രത്യേക പ്രോസിക്യൂട്ടർ ആയി കേസ് വിജയകരമായി നടത്തിയിരുന്നു. അതിന്റെ ഫലമായി അണ്ണാമലൈ നഗർ പൊലീസ് സ്റ്റേഷനിലെ പൊലീസുകാർക്ക് ജയിൽശിക്ഷ ലഭിച്ചു. അതുകൊണ്ട് ചിദംബരത്തിലുള്ള പൊലീസുകാർക്ക് അദ്ദേഹത്തിനോട് വൈരാഗ്യം ഉണ്ടായിരുന്നു. അവരും അദ്ദേഹത്തിനോട് പ്രതികാരം ചെയ്യാനുള്ള അവസരത്തിനായി കാത്തിരിക്കുകയായിരുന്നു.

ഈ സമയത്താണ് ചിദംബരത്തിൽ മദ്യഷാപ്പ് ലൈസൻസ് ഉണ്ടായിരുന്ന പഴനിവേലു എന്നയാൾ കൊല്ലപ്പെട്ടത്. അയാൾ ഡി എം കെ പിന്തുണക്കാരനായിരുന്നു. അയാളുടെ കൊലപാതകത്തെ വിമർശിച്ച് ചിദംബരം തേരടിത്തെരുവിൽ സർവ്വകക്ഷിയോഗം 28.7.1998 ന് നടന്നു. യോഗം നടക്കുന്നതിന്റെ അടുത്തു തന്നെയായിരുന്നു അഡ്വ. വെങ്കട്ടരാമന്റെ വീട് ഉണ്ടായിരുന്നത്. യോഗത്തിൽ ക്രമസമാധാനം ഉറപ്പാക്കാൻ പൊലീസുകാരെ നിയമിച്ചിരുന്നു. ആ കൊലപാതകത്തിൽ പങ്കുണ്ടെന്ന് സംശയിക്കപ്പെടുന്ന കൊലയാളികൾക്കായി അഡ്വ. വെങ്കട്ടരാമൻ ജാമ്യാപേക്ഷ സമർപ്പിച്ചിരുന്നു. അതുകൊണ്ട്, മരിച്ച പഴനിവേലുവിനെ

പിന്തുണയ്ക്കുന്നവർ പെട്ടെന്ന് അഡ്വ. വെങ്കട്ടരാമന്റെ വീട്ടിലേക്ക് കയറി നിയമപുസ്തകങ്ങളും ഫർണിച്ചറുകളും പുറത്തേക്കെറിഞ്ഞ് തീയിട്ടു. മൂന്ന് വീടുകൾക്കപ്പുറമുള്ള പാർക്കിംഗ് ഏരിയയിൽ നിർത്തിയിരുന്ന അദ്ദേഹത്തിന്റെ പുതിയ കാറിനും തീയിട്ടു. അഡ്വ. വെങ്കട്ടരാമനും, അദ്ദേഹത്തിന്റെ ഭാര്യ അഡ്വ. ഹേമമാലിനിയും തങ്ങളുടെ വീടിന്റെ മുകൾനില വഴി രക്ഷപ്പെട്ടു. അവർ ചിദംബരം സിറ്റി പൊലീസ് സ്റ്റേഷനിൽ വിവരം അറിയിച്ചിട്ടും പൊലീസുകാർ ഒന്നും ചെയ്തില്ല. തങ്ങൾക്കെതിരായി കേസ് നടത്തുന്ന അദ്ദേഹത്തിന് ഇതും ഇതിനപ്പുറവും വേണമെന്ന വിചാരമായിരുന്നു അതിന്റെ കാരണം.

ഈ വാർത്ത അദ്ദേഹം എന്നെ അറിയിച്ചു. ഞാൻ ഉടൻതന്നെ ചെന്നൈ ഹൈക്കോടതി വക്കീൽ സംഘത്തിന്റെ അടിയന്തര മീറ്റിംഗ് വിളിച്ചുകൂട്ടി പൊലീസിന്റെ അലംഭാവത്തിനെ വിമർശിച്ച് പ്രമേയം അവതരിപ്പിച്ചു. അഡ്വ. വെങ്കട്ടരാമനും ഹേമമാലിനിക്കും പാർവ്വതിയുടെ കേസ് അവസാനിക്കുന്നതുവരെ പൊലീസ് സംരക്ഷണം ആവശ്യപ്പെട്ട് കേസും കൊടുത്തു. ഹൈക്കോടതിയും അവർക്ക് സായുധ പൊലീസ് സംരക്ഷണം നൽകാൻ ഉത്തരവിട്ടു. അദ്ദേഹത്തിന്റെ സ്വത്തുക്കൾക്ക് നാശനഷ്ടം ഉണ്ടായതിന് സർക്കാർ നഷ്ടപരിഹാരം നൽകണമെന്ന് ആവശ്യപ്പെട്ട് മറ്റൊരു കേസും കൊടുത്തു. തുടർന്ന് ഇഴഞ്ഞുപോയ ആ കേസ് ഞാൻ ജസ്റ്റിസ് ആയതിനുശേഷം, ജസ്റ്റിസ് പി കെ മിശ്രയുടെ ബഞ്ചിൽ വിചാരണയ്ക്കെത്തി അവർക്ക് 7 ലക്ഷം രൂപ നൽകാൻ ഉത്തരവിടപ്പെട്ടു. പാർവതിയുടെ ഭർത്താവിന്റെ കൊലക്കേസ് വെങ്കട്ടരാമൻ നന്നായി നടത്തി ബന്ധപ്പെട്ട എല്ലാ പൊലീസുകാർക്കും ജയിൽശിക്ഷ വാങ്ങിക്കൊടുത്തു.

സിവിൽ കേസുകൾ 1908 ൽ രൂപംകൊടുത്ത സിവിൽ പ്രൊസീജ്യർ ആക്റ്റ് പ്രകാരമാണ് നടത്തിവരുന്നത്. ഇടയ്ക്ക് സംസ്ഥാനങ്ങളും, ചില ഹൈക്കോടതികളും ആ വിധികളിൽ തിരുത്തലുകൾ വരുത്തിയെങ്കിലും, അടിസ്ഥാനപരമായി സിവിൽ കേസുകൾ ആ പ്രൊസീജ്യർ ആക്റ്റിന്റെ നിയമങ്ങൾ അനുസരിച്ചുവേണം നടത്താൻ. ആ നിയമങ്ങൾ നീതി നടപ്പിലാക്കുന്നതിനുപകരം കോടതികളുടെ നടപടികളിൽ കാലതാമസം ഉണ്ടാക്കാനേ പ്രയോജനപ്പെട്ടുള്ളൂ.

ഭോപ്പാൽ ദുരന്തക്കേസിൽ, ദുരന്തബാധിതരായ ജനങ്ങൾക്ക് നഷ്ടപരിഹാരം ചോദിച്ച് അമേരിക്കയിലെ വാഷിംഗ്ടൺ കോടതിലാണ് കേസ് ഫയൽ ചെയ്തത്. ആ കേസുകൾ ഇന്ത്യയിലെ കോടതികളാണ് വിചാരണ ചെയ്യേണ്ടതെന്ന് യൂണിയൻ കാർബൈഡ് വാദിച്ചു. ആ സമയത്ത് ആരും പ്രതീക്ഷിക്കാത്ത വിധത്തിൽ കേന്ദ്രസർക്കാർ വാഷിംഗ്ടൺ കോടതിയിൽ ഒരു സത്യവാങ്മൂലം ഫയൽ ചെയ്തു. ഇന്ത്യയിലെ സിവിൽ കോടതികളിൽ നീതി ലഭിക്കില്ലെന്നും, ഇന്ത്യയിൽ കേസുകൾ തീർപ്പാകാൻ മൂന്ന് തലമുറകളെങ്കിലും ആകുമെന്നും അതിൽ പറഞ്ഞിരുന്നു. വാഷിംഗ്ടൺ ജസ്റ്റിസ് കീനൻ, ഇന്ത്യൻ സർക്കാരിന്റെ വാദം

തള്ളിക്കളഞ്ഞ് കേസ് ഇന്ത്യയിൽ നടത്താനായി തിരിച്ചയച്ചു. ഇന്ത്യയിലെ നിയമരംഗത്തിന് ഉണ്ടാകുമായിരുന്ന അപമാനം അമേരിക്കയിലെ ജസ്റ്റിസിന്റെ വിധി കാരണം വഴിമാറിപ്പോയി.

എങ്കിലും സിവിൽ നടപടിനിയമങ്ങൾ വക്കീലന്മാർക്കുള്ള ഉത്തരവാദിത്വങ്ങൾ നൽകിയിട്ടില്ലാത്തതിനാലും, പല നിയമസമിതികളുടെ അഭിപ്രായങ്ങൾ കണക്കിലെടുത്തും 1999 ലും 2000 ലും ചില തിരുത്തലുകൾ പാർലമെന്റ് കൊണ്ടുവന്നു. സിവിൽ കേസിൽ പ്രതിഭാഗത്തിനായി വാദിക്കുന്നവർ 30 ദിവസങ്ങൾക്കകം തങ്ങളുടെ മറുപടി ഫയൽ ചെയ്യണമെന്ന ഒരു തിരുത്തൽ വരുത്തി. സിവിൽ കേസുകളിൽ പെട്ടെന്ന് ഇത്തരം നിയമങ്ങൾ ഏർപ്പെടുത്തിയത് സഹിക്കാത്ത വക്കീലന്മാർ രാജ്യവ്യാപകമായ കോടതി ബഹിഷ്കരണം ആരംഭിച്ചു. അപ്പോൾ വക്കീലന്മാർ സമരം ചെയ്യുന്നത് തെറ്റാണെന്നും, നിയമഭേദഗതികൾ സഹായിക്കുകയേയുള്ളൂയെന്നും *ഇന്ത്യൻ എക്സ്പ്രസ്സി*ലും *ദിനമണി*യിലും ഞാനും എന്റെ സുഹൃത്ത് അഡ്വ. യശോദ് വരദവും എഴുതി. അതിന് മറുപടിയായി എന്റെ മുൻ സീനിയർ എൻ ജി ആർ പ്രസാദും അദ്ദേഹത്തിന്റെ ഓഫീസിലെ ആർ. വൈകയും ചേർന്ന് ഒരു ലേഖനം എഴുതി. അതിന് പ്രാധാന്യം കൊടുത്ത് മാർക്സിസ്റ്റ് പത്രമായ *തീക്കതിർ* ആദ്യത്തെ ലക്കത്തിൽത്തന്നെ ആ ലേഖനം പ്രസിദ്ധീകരിച്ചു. അതും പോരാതെ അടുത്ത ദിവസം *തീക്കതിർ* പത്രം 'സമരവും കരിങ്കാലി വാദവും' എന്ന തലക്കെട്ടെഴുതി സന്തോഷത്തോടെ പ്രസിദ്ധീകരിച്ചു. ആ എഡിറ്റോറിയലിൽ എന്റെ *ദിനമണി* ലേഖനത്തെ വിമർശിച്ചിരുന്നു.

എന്റെ ലേഖനത്തിലെ അഭിപ്രായങ്ങളെ തുറന്ന് ചർച്ച ചെയ്യാൻ തയ്യാറില്ലാത്ത വക്കീലന്മാർ എന്നെ രൂക്ഷമായി വിമർശിക്കാൻ തുടങ്ങി. സമരങ്ങൾക്കിടയിൽ നടക്കാറുള്ള വക്കീലന്മാരുടെ ഒരു യോഗത്തിൽ അന്നത്തെ ഹൈക്കോടതി വക്കീൽ സംഘത്തിന്റെ പ്രസിഡന്റ് എന്റെ അംഗത്വം നീക്കം ചെയ്യുന്നതായി അറിയിച്ച് കൈയടി മേടിച്ചു. മുമ്പു തന്നെ സംഘടനയുടെ പ്രവർത്തനങ്ങളിൽനിന്നും മാറിനിന്നിരുന്ന എനിക്ക് അന്നുതൊട്ട് സംഘത്തിന്റെ നിയന്ത്രണങ്ങളിൽനിന്നും മോചനം ലഭിച്ചു. അങ്ങനെ 25 വർഷത്തോളം തുടർന്ന സംഘടനയുമായുള്ള ബന്ധവും അറ്റുപോയി.

1965 ൽ കന്യാകുമാരിയിൽനിന്നും തെക്കുള്ള ജില്ലകൾക്കായി ഹൈക്കോടതിയുടെ ശാഖ ആരംഭിക്കണമെന്ന ആവശ്യം ഉയർന്നു. ആ ആവശ്യം ചൂടുപിടിച്ച് തെക്കൻ ജില്ലകൾ മുഴുവനും മധുരയിൽ ശാഖ വേണമെന്ന് ആവശ്യമുന്നയിച്ചു. അതുമായി ബന്ധപ്പെട്ട് ചെന്നൈ ഹൈക്കോടതി വക്കീൽ സംഘടനയുടെ യോഗം ചേരണമെന്ന് ഞാൻ ആവശ്യപ്പെട്ടു. അങ്ങനെ 5.3.1984 ന് നടന്ന യോഗത്തിൽ മധുരയിൽ ശാഖ ആരംഭിക്കുന്നതിനെ അംഗീകരിച്ചുള്ള പ്രമേയം ഞാൻ അവതരിപ്പിച്ചു. കേന്ദ്രസർക്കാർ, ജസ്റ്റിസ് ജസ്വന്ത് സിംഗ് സമിതിക്ക് അതിനെപ്പറ്റി റിപ്പോർട്ട് കൊടുക്കാൻ പറഞ്ഞു. സമിതിയിൽനിന്നും പൊതുജനത്തിന്റെ

അഭിപ്രായം അറിയാനുള്ള ചോദ്യാവലി നൽകപ്പെട്ടു. അതിന് ഞാൻ, ഹൈക്കോടതി വക്കീൽ സംഘടന ഏകകണ്ഠേന അംഗീകരിച്ച പ്രമേയവും ചേർത്ത് മറുപടികൾ അയച്ചു. 22.6.84 ന് സമിതിയുടെ മുന്നിൽ മൊഴികൊടുക്കാൻ വിളിക്കുകയും ഞാൻ ഹാജരാകുകയും ചെയ്തു. ജസ്വന്ത് സിംഗ് സമിതി മധുര ശാഖ തുടങ്ങാൻ നിർദ്ദേശിച്ചു. സമിതിയുടെ റിപ്പോർട്ടിൽ ഇങ്ങനെ എഴുതിയിരുന്നു: "ഇന്ത്യയിൽത്തന്നെ ഹൈക്കോടതി വക്കീൽ സംഘടന തങ്ങളുടെ കോടതിയുടെ ശാഖ മറ്റൊരിടത്ത് തുറക്കുന്നതിനെ അംഗീകരിച്ചത് ചെന്നൈയിൽ മാത്രമാണ്."

കേന്ദ്രസർക്കാർ ആ റിപ്പോർട്ട് അംഗീകരിച്ച് ഉത്തരവിട്ടു. 1956 ലെ സംസ്ഥാന പുനഃസംഘടന നിയമത്തിന്റെ 51-ാം വകുപ്പിന്റെ കീഴിൽ ഹൈക്കോടതി ചീഫ് ജസ്റ്റിസുമായി കൂടിയാലോചിക്കേണ്ടതിനാൽ, അദ്ദേഹത്തിന്റെ അഭിപ്രായരേഖകളും അയയ്ക്കപ്പെട്ടു. തുടർന്ന് ചീഫ് ജസ്റ്റിസുമായിരുന്നവർ വിസമ്മതം അറിയിച്ചതോടെ മധുര ശാഖയെന്ന ലക്ഷ്യം പത്ത് വർഷം ഒന്നുമാകാതെനിന്നു. അപ്പോൾ ഭരണത്തിലുണ്ടായിരുന്ന ഡി എം കെ സർക്കാർ 1997 ൽ മധുര ശാഖയ്ക്കായി 50 ഏക്കർ ഭൂമി ഏറ്റെടുക്കാൻ ഉത്തരവിട്ടെങ്കിലും, മധുരയിൽ സ്ഥിരമായ ശാഖ തുടങ്ങുവാനായുള്ള ലക്ഷണങ്ങളൊന്നും കണ്ടില്ല. പിന്നീട്, ഹൈക്കോടതി ചീഫ് ജസ്റ്റിസായി കെ ജി ബാലകൃഷ്ണൻ വന്നപ്പോൾ മധുരയിൽ ശാഖ തുടങ്ങാൻ എല്ലാ ജസ്റ്റിസുമാരും ചേർന്ന യോഗത്തിൽ തീരുമാനമെടുക്കുകയും, ശാഖ തുടങ്ങാനുള്ള കല്ലിടൽ ചടങ്ങ് 13.4.2000 ൽ നടക്കുകയും ചെയ്തു. അതിനുള്ള ക്ഷണക്കത്ത് ചീഫ് ജസ്റ്റിസ് എനിക്കയച്ചിരുന്നു. മധുര വക്കീൽ സംഘവും അതിൽ പങ്കെടുക്കാനായി എനിക്ക് ക്ഷണക്കത്ത് അയച്ചു.

അതിനുശേഷം നടപടികൾ ഒന്നുമില്ലാതെ ആ വിഷയം മുടങ്ങിപ്പോയി. ആ സമയത്ത് നിയമമന്ത്രി ആയിരുന്ന രാം ജെറ്റ്മലാനി, തമിഴ്നാട് സർക്കാരിന് ഒരു കത്തയച്ചു. 2001 ൽ സ്ഥാനമേറ്റ ചീഫ് ജസ്റ്റിസ് സുഭാഷൺ റെഡ്ഡിയുടെ അശാന്ത പരിശ്രമത്താൽ ഏതാണ്ട് 66 കോടി രൂപ ചെലവഴിച്ച് മേലൂർ റോഡിൽ പുതിയ കെട്ടിടം ഉയർന്നു. അതേസമയം, മധുര ശാഖയ്ക്ക് എതിരായി ചെന്നൈയിൽ വക്കീലന്മാരുടെ സമരവും തുടങ്ങിയിരുന്നു. ശാഖയ്ക്കെതിരായ ആ കേസ് 26.2.04 ന് ചെന്നൈ ഹൈക്കോടതി തള്ളിക്കളഞ്ഞു. അങ്ങനെ 24.7.04 മുതൽ മധുരയിൽ സ്ഥിരമായ ശാഖ പ്രവർത്തിക്കുമെന്നും ജില്ലകളിലെ ഏഴു വർഷത്തോളമുള്ള കേസുകൾ മധുര ശാഖയിൽ വിചാരണ ചെയ്യപ്പെടുമെന്നും പ്രസിഡന്റ് ഉത്തരവിട്ടു. അപ്പോൾ ചെന്നൈ ഹൈക്കോടതി വക്കീൽ സംഘടന യോഗം ചേർന്ന് മധുര ശാഖയ്ക്കെതിരായി സമരം പ്രഖ്യാപിച്ചു. ചെന്നൈയിലെ ചില വക്കീലന്മാർ, പ്രസിഡന്റിന്റെ നോട്ടീസിനെതിരായി റിട്ട് ഹർജി ഫയൽ ചെയ്തു. അതിന് പിന്തുണയായി ചെന്നൈ വക്കീൽ സംഘടന ഉണ്ടായിരുന്നത് എല്ലാവർക്കും അറിയാവുന്നതാണ്.

ഇതിനിടയിൽ, ചെന്നൈയിൽ മധുര ശാഖയ്ക്കെതിരായും, തെക്കൻ ജില്ലകളിൽ അതിനെ അനുകൂലിച്ചും കോടതി ബഹിഷ്കരണങ്ങൾ നടന്നു. ഞാൻ ഹൈക്കോടതിയിൽ സീനിയർ വക്കീലായി ജോലി ചെയ്യുമ്പോഴും മധുര ശാഖയെ പിന്തുണച്ച് സംസാരിച്ചിരുന്നു. കോടതി ബഹിഷ്കരണത്തിൽ പങ്കെടുക്കാതെ കേസുകൾ നടത്തുകയും ചെയ്തു. അപ്പോൾ 'പൊടാ' കേസുകളിൽ അറസ്റ്റിലായ ചിലർ ജയിലുകളിൽ ഉണ്ടായിരുന്നു. എനിക്ക് അവർക്കായി കേസുകൾ നടത്തണമായിരുന്നു. രാഷ്ട്രപതിയുടെ ഉത്തരവിനെതിരായി കൊടുത്ത കേസിലും മധുര വക്കീൽ സംഘടനയ്ക്കുവേണ്ടിയും ഞാൻ വാദിച്ചു. എന്റെ വാദം അംഗീകരിച്ച രണ്ട് മജിസ്ട്രേട്ടുമാരുടെ ബഞ്ച് ആ കേസുകൾ തള്ളിക്കളഞ്ഞു.

അവസാനമായി മധുര ശാഖയുടെ കീഴിൽ വരുന്ന ജില്ലകളെപ്പറ്റി തീരുമാനമെടുത്ത് 2.4.2004 ൽ ശാഖയുടെ ഉദ്ഘാടനം ഏർപ്പാടാക്കി. അതിന്റെ പ്രധാന കാരണക്കാരനായ ചീഫ് ജസ്റ്റിസ് സുഭാഷൺ റെഡ്ഡി, പദവിക്കാലം മൂന്ന് മാസം ബാക്കിയുള്ളപ്പോൾ കേരളത്തിലേക്ക് സ്ഥലം മാറ്റപ്പെട്ടു. അദ്ദേഹത്തിന് പകരം മാർക്കണ്ഡേയ കട്ജു അലഹാബാദിൽ നിന്നും ചെന്നൈയിലേക്ക് വന്നു. എനിക്ക് ക്ഷണമുണ്ടായിരുന്നെങ്കിലും പങ്കെടുത്തില്ല. ജോലികൾ തുടർന്ന ചെന്നൈ ഹൈക്കോടതി, വക്കീലന്മാരുടെ തെറ്റായ ലക്ഷ്യങ്ങളെ തിരുത്താനുള്ള ശ്രമവും നടത്തിക്കൊണ്ടിരുന്നു.

24.7.2004 ന് പ്രസിദ്ധീകരിച്ച *ജൂനിയർ വികടനിൽ* 'മീനാക്ഷിക്ക് കല്ല്യാണം, കള്ളഴകൻ മുറുക്ക് ഉപേക്ഷിക്കൂ!" എന്ന ഒരു വിശദമായ ലേഖനം എഴുതി.

ആ ലേഖനത്തിൽ, 'വറ്റിയ വൈഗൈ നദിയിൽ നീരൊഴുക്കട്ടെ നമ്മുടെ ഹൃദയങ്ങൾ. സഹോദരിയുടെ വിവാഹത്തിന് പോയി അനുഗ്രഹിച്ച് വരാം. വരൂ സഹോദരരേ!' എന്നുപറഞ്ഞ് അവസാനിപ്പിച്ചു. ആ ലേഖനത്തിന്റെ 1000 പ്രതികൾ ഹൈക്കോടതി കവാടത്തിൽ നിന്ന് എല്ലാ വക്കീലുമാർക്കും ഞാൻ തന്നെ വിതരണം ചെയ്തു. മധുര ശാഖ പ്രവർത്തനം തുടങ്ങിയപ്പോൾ, അതിനെതിരായി ശബ്ദമുയർത്തിയ വക്കീലന്മാരെല്ലാം അവിടേക്ക് പോയി കേസുകൾ നടത്താൻ തുടങ്ങുകയും അവിടെ ഓഫീസുകൾ ആരംഭിക്കുകയും ചെയ്തു. ശാഖ തുടങ്ങുന്നതിനെ പിന്തുണച്ച എന്നോടുള്ള ദേഷ്യം മാത്രം തണുത്തില്ല.

2005 ൽ നടന്ന തമിഴ്നാട് ബാർ കൗൺസിൽ തെരഞ്ഞെടുപ്പിൽ പല ക്രമക്കേടുകളും നടന്നതായി ഹൈക്കോടതിയിൽ ഒരു പരാതി ഫയൽ ചെയ്യപ്പെട്ടു. അതനുസരിച്ച് 18 തെരഞ്ഞെടുപ്പ് കേന്ദ്രങ്ങളിലെയും തെരഞ്ഞെടുപ്പുകൾ നിരീക്ഷിക്കാൻ ഒരു മുതിർന്ന വക്കീലിനെ നിയമിക്കാൻ കോടതി ഉത്തരവിട്ടു. എന്നെ നാഗർകോവിൽ കേന്ദ്രത്തിൽ നിരീക്ഷകനായി അയച്ചു. അതനുസരിച്ച് 8.9.2005 ന് നാഗർകോവിലിലെ ജില്ലാ കോടതി വളപ്പിലെ വക്കീൽ സംഘടനയുടെ ഓഫീസിലേക്ക് ചെന്നു.

ആദ്യമായി ബാർ കൗൺസിൽ തെരഞ്ഞെടുപ്പുകളിൽ നടക്കുന്ന ഏടാകൂടങ്ങളെ നേരിൽ കാണാൻ അവസരം ലഭിച്ചു. ഒരു വക്കീൽതന്നെ ഏഴ് തവണ വോട്ട് ചെയ്യുന്നത്, മരിച്ചവരുടെ പേരിൽ വോട്ട് ചെയ്യുന്നത്, വോട്ടറെ വോട്ട് ചെയ്യാൻ സമ്മതിക്കാതെ നേതാക്കൾ തന്നെ അവരുടെ വോട്ടുകൾ രേഖപ്പെടുത്തുന്നതെല്ലാം കാണാൻ കഴിഞ്ഞു. ഇങ്ങനെ പല ക്രമക്കേടുകൾ നടന്നു. അന്ന് 836 വോട്ടുകൾ രേഖപ്പെടുത്തിയെന്ന് പറയപ്പെട്ടു. എന്നാൽ, അതിൽ 500 വോട്ടുകൾക്ക് മുകളിൽ കള്ളവോട്ടുകൾ ആയിരുന്നെന്ന് എന്റെ റിപ്പോർട്ടിൽ പറഞ്ഞു. ഞാൻ ഹൈക്കോടതിയിൽ കൊടുത്ത റിപ്പോർട്ടിൽ അവിടെ നടന്ന തെരഞ്ഞെടുപ്പ് മൊത്തത്തിൽ ക്രമക്കേടാണെന്നും, വീണ്ടും തെരഞ്ഞെടുപ്പ് വയ്ക്കണമെന്നും നിർദ്ദേശിച്ചു. എന്നെപ്പോലെ വേറെ കേന്ദ്രങ്ങളിലേക്ക് പോയവരും അതുപോലെയുള്ള പരാതികൾ അറിയിച്ചു. എങ്കിലും, ചീഫ് ജസ്റ്റിസ് മാർക്കണ്ഡേയ കട്ജു ഞങ്ങളുടെ റിപ്പോർട്ടെല്ലാം തള്ളിക്കളഞ്ഞ്, തെരഞ്ഞെടുപ്പ് കഴിഞ്ഞശേഷം ആർക്കെങ്കിലും താല്പര്യമുണ്ടെങ്കിൽ കേസ് കൊടുക്കാമെന്ന് പറഞ്ഞവസാനിപ്പിച്ചു.

ഓരോ തവണയും ബാർ കൗൺസിൽ തെരഞ്ഞെടുപ്പിൽ ഇതുപോലെയുള്ള ക്രമക്കേടുകൾ, തിരിമറികൾ, കൈക്കൂലികൾ എല്ലാം വർദ്ധിച്ചുവന്നു. 2011–2016 ലെ ബാർ കൗൺസിൽ തെരഞ്ഞെടുപ്പ് നടക്കുമ്പോൾ ഉണ്ടായ അഴിമതി ആരോപണങ്ങളെ വിചാരണ ചെയ്ത ജസ്റ്റിസ് വി രാമസുബ്രഹ്മണ്യൻ തന്റെ 18.4.2011 ലെ ഉത്തരവിൽ ഒരു വിരമിച്ച ഹൈക്കോടതി ജസ്റ്റിസിന്റെ നേതൃത്വത്തിൽ തെരഞ്ഞെടുപ്പ് ട്രിബ്യൂണൽ വച്ച് അന്വേഷിക്കാൻ പറഞ്ഞു. എന്നാൽ, തമിഴ്നാട് ബാർ കൗൺസിൽ ആ ഉത്തരവിനെതിരായി അപ്പീൽ കൊടുത്തു. ജസ്റ്റിസ് ഭാനുമതി ബഞ്ച് ആ ഉത്തരവ് റദ്ദ് ചെയ്ത് സിംഗിൾ ബഞ്ചിന്റെ ഇടപെടലിനെ വിമർശിച്ചു.

ഈ പശ്ചാത്തലത്തിലാണ് 31.7.2006 ൽ ഞാൻ ഹൈക്കോടതി ജസ്റ്റിസായി ജോലി ആരംഭിച്ചത്. ഞാൻ ജസ്റ്റിസായി പദവിയേറ്റതും ചീഫ് ജസ്റ്റിസ് എ പി ഷായ്ക്കൊപ്പം ചേർന്ന് കേസുകൾ വിചാരണ ചെയ്തു. ഇടയ്ക്കിടെ നടക്കുന്ന വക്കീലന്മാരുടെ കോടതി ബഹിഷ്കരണം കൂടുതലും പൊലീസുമായുള്ള അടിപിടികൾ കാരണമാണെന്നും, ഇതുപോലെയുള്ള ബഹിഷ്കരണങ്ങൾ കാരണം കോടതിയുടെ സമയം നഷ്ടമാകുന്നതിനാൽ ഈ പ്രശ്നങ്ങൾ തീർപ്പാക്കാൻ സ്ഥിരമായ ഒരു ഏകോപന കമ്മിറ്റിയെ ഏർപ്പാടാക്കണമെന്നും ആവശ്യപ്പെട്ടുള്ള കേസ് ചെന്നൈ ഹൈക്കോടതി വക്കീൽ സംഘടന കൊടുത്തു. കേസ് വിചാരണ ചെയ്ത ഞാൻ സംസ്ഥാനതലത്തിലുള്ള 8 അംഗങ്ങളുള്ള ഒരു കമ്മിറ്റിക്ക് രൂപംനൽകി. അതിൽ ഒരു ഹൈക്കോടതി ജസ്റ്റിസ്, ചീഫ് സെക്രട്ടറി, അഡ്വക്കേറ്റ് ജനറൽ, സംസ്ഥാന ബാർ കൗൺസിൽ പ്രസിഡന്റ്, ഡി ഐ ജി എന്നിവരെക്കൂടാതെ തമിഴ്നാട് വക്കീൽ സംഘടനയുടെ പ്രസിഡന്റ് എന്നിവരും അംഗത്വം വഹിക്കുന്നു. വക്കീലന്മാർക്കും പൊലീസിനുമിടയിൽ പ്രശ്നമുണ്ടായാൽ ആദ്യം ഈ കമ്മിറ്റിയെ അറി

യിക്കണം. അവർ അന്വേഷിച്ച് തീർപ്പാക്കണം. അങ്ങനെ ഇടയ്ക്കിടെ നടത്തുന്ന കോടതി ബഹിഷ്കരണങ്ങളെ വക്കീലന്മാർ ഉപേക്ഷിക്കണമെന്നും ഞാൻ ഉത്തരവിട്ടു.

ഈ കേസിലെ വിധിയെഴുതാൻ ചീഫ് ജസ്റ്റിസ് എന്നോട് ആവശ്യപ്പെട്ടു. വിധിയുടെ തുടക്കത്തിൽ അതുവരെ നടന്ന വക്കീലന്മാരും പൊലീസുകാരും തമ്മിലുണ്ടായ ഏറ്റുമുട്ടലുകൾ, തുടർച്ചയായുള്ള കോടതി ബഹിഷ്കരണങ്ങൾ എന്നിവയുടെ ചുരുക്കത്തിലുള്ള ചരിത്രം പട്ടികയിട്ട്, അവയിൽനിന്നും പഠിച്ച കാര്യങ്ങളും പറഞ്ഞിരുന്നു. ആ വിധി അംഗീകരിച്ച് ഒപ്പിടുന്നതിനു മുമ്പ് ചീഫ് ജസ്റ്റിസ് ഈ സമരങ്ങളെപ്പറ്റിയുള്ള വിവരങ്ങൾ എനിക്കെങ്ങനെ കിട്ടിയെന്നു ചോദിച്ചു. ആ സമരങ്ങളുടെ നേതൃത്വം വഹിച്ചിരുന്നത് ഞാനായിരുന്നെന്നും, ഈ വിധി അതിനുള്ള ക്ഷമാപണമാണെന്നും ഞാൻ പറഞ്ഞു. അദ്ദേഹവും ചിരിച്ചുകൊണ്ട് വിധിയിൽ ഒപ്പിട്ടു.

വക്കീലന്മാരുടെ സംഘടന ആവശ്യപ്പെട്ടതനുസരിച്ച് സംസ്ഥാനതലത്തിലുള്ള ഏകോപന കമ്മിറ്റിക്ക് രൂപംനൽകി, അതിനുള്ള സർക്കാർ ഉത്തരവു വന്നിട്ട് 14 വർഷം കഴിഞ്ഞു. ഇതുവരെ ഒരു തവണപോലും വക്കീൽ സംഘടന തങ്ങളുടെ പ്രശ്നം ആ കമ്മിറ്റിയിൽ അവതരിപ്പിച്ചില്ല. അതുകൊണ്ട്, വക്കീലന്മാരുടെ സമരങ്ങൾ നിന്നുപോയി എന്നർഥമില്ല. മുമ്പത്തേക്കാൾ കൂടുതൽ തീവ്രമായ സമരങ്ങൾ നടക്കുന്നുണ്ട്. വക്കീലന്മാർ കോടതിയുടെ വിധികൾക്ക് കൊടുക്കുന്ന ബഹുമാനം ഇതാണെന്നത് പറയേണ്ടതില്ലല്ലോ?

ഞാൻ തൊഴിൽ ആരംഭിക്കുന്നതിന് മുമ്പുതന്നെ മോട്ടോർ വാഹനാപകട കേസുകളിൽ നടക്കുന്ന വഞ്ചനകളെപ്പറ്റി നാഷണൽ ഇൻഷുറൻസ് കമ്പനി ഒരു കേസ് കൊടുത്തിരുന്നു. വാഹനാപകട കേസുകളിൽ വ്യാജ ഇൻഷുറൻസ് ഹർജികൾ ഫയൽ ചെയ്യുന്നതായി അവർ പരാതിപ്പെട്ടു. ആ പരാതികൾ സി ബി ഐ അന്വേഷിക്കണമെന്ന് എ പി ഷായുടെ നേതൃത്വത്തിലുള്ള രണ്ട് ജസ്റ്റിസുമാരുടെ ബെഞ്ച് ഉത്തരവിടുകയും അതിനെപ്പറ്റിയുള്ള റിപ്പോർട്ട് ഫയൽ ചെയ്യാനും പറഞ്ഞ് കേസ് മാറ്റിവച്ചു.

ഞാനും ചീഫ് ജസ്റ്റിസ് എ പി ഷായും ബെഞ്ചിൽ ഉണ്ടായിരുന്നപ്പോൾ, വീണ്ടും ആ കേസ് 9.11.2006 ന് വിചാരണയ്ക്കെത്തി. അപ്പോൾ വഞ്ചനയിൽ ഉൾപ്പെട്ട ഇൻഷുറൻസ് അധികാരികൾക്കെതിരെ സി ബി ഐ നടപടിയെടുക്കാമെന്ന് പറഞ്ഞു. ഉത്തരവിട്ട് അടുത്താഴ്ച തന്നെ തമിഴ്നാട് മുഴുവനുമുള്ള ട്രിബ്യൂണുകളിൽനിന്നും 1647 കേസുകൾ വക്കീലന്മാർ തന്നെ സ്വമേധയാ തിരിച്ചെടുത്തു. ഈ കേസുകളിൽ ആവശ്യപ്പെട്ടിരുന്ന നഷ്ടപരിഹാരത്തുക 60 കോടിയേക്കാൾ കൂടുതൽ വരും. വീണ്ടും ആ കേസ് 10.11.2006 ന് വിചാരണയ്ക്കു വന്നപ്പോൾ ഇൻഷുറൻസ് വഞ്ചനകളെ അന്വേഷിക്കാൻ പ്രത്യേക സമിതി ഉണ്ടാക്കണമെന്ന് കേന്ദ്രസർക്കാർ വക്കീലിനോട് പറഞ്ഞു. അതുകൂടാതെ ഏഴ്

വാഹനാപകട വഞ്ചനാക്കേസുകളെ സി ബി ഐ അന്വേഷണത്തിനായി നൽകി.

2007 ന്റെ ആദ്യപകുതി എന്നെ മധുര ശാഖയിലേക്കു മാറ്റി. മധുര ശാഖയ്ക്കു വേണ്ടി സംസാരിക്കുകയും വാദിക്കുകയും ചെയ്തതിനാൽ അവിടത്തെ വക്കീൽ സംഘടന എനിക്ക് ഊഷ്മളമായ സ്വീകരണം നല്കി. പക്ഷേ, ഉപചാരവാക്കുകളെല്ലാം പിന്നീട് കയ്ക്കാൻ തുടങ്ങി.

ഞാൻ റിട്ട് ഹർജികൾ വിചാരണ ചെയ്യാൻ തുടങ്ങി. യാതൊരു തെളിവുമില്ലാതെ ഫയൽ ചെയ്ത കേസുകളെല്ലാം തള്ളിക്കളഞ്ഞു. ഇത് പ്രതീക്ഷിക്കാത്ത വക്കീലന്മാർ പിറുപിറുക്കാൻ തുടങ്ങി. അവരുടെ സംഘടനയുടെ പ്രതിനിധികൾ ചെന്നൈയിലേക്ക് പോയി ചീഫ് ജസ്റ്റിസിനോട് എന്നെ റിട്ട് ഹർജികളുടെ പ്രാരംഭവിചാരണയിൽനിന്നും മാറ്റണമെന്ന് ആവശ്യപ്പെട്ടു. ഇതിൽ അതിശയപ്പെട്ട ചീഫ് ജസ്റ്റിസ് എ പി ഷാ ആ പ്രതിനിധികളോട്, സിംഗിൾ ബഞ്ച് ജസ്റ്റിസിന്റെ കടമയിൽ തലയിടാൻ സാധിക്കില്ലെന്നും വിധി ശരിയല്ലെങ്കിൽ അപ്പീൽ കൊടുക്കാമെന്നും പറഞ്ഞ് അവരെ തിരിച്ചയച്ചു. ഇതിനെല്ലാം കാരണം, കേസുകൾ ആദ്യഘട്ട വിചാരണയ്ക്ക് എടുക്കുന്നതും തള്ളിക്കളയുന്നതും വക്കീലന്മാരുടെ വരുമാനത്തിനെ നിർണയിക്കും എന്നതാണ്. എല്ലാ കേസുകളിലും ആദ്യഘട്ട വിചാരണയിൽ തള്ളിക്കളയാതെ സർക്കാരിന് റിപ്പോർട്ട് അയയ്ക്കുന്നതാണ് വക്കീലന്മാർക്ക് ഇഷ്ടം. ഈ കളിയിൽ ഞാൻ ഉൾപ്പെടാറില്ലെന്നതാണ് അവരുടെ ദേഷ്യത്തിന് കാരണം.

ഇതുപോലെയുള്ള പിറുപിറുക്കലുകൾ കാരണം, പക്വതയില്ലാത്ത തൊഴിലനുഭവസ്ഥർ യഥാർഥ കാര്യം മനസ്സിലാക്കണം എന്നതിനായി മധുര ഹൈക്കോടതി വക്കീൽ സംഘടനയുടെ ഒരു യോഗം വിളിച്ചുകൂട്ടി. അതിൽ എന്റെ വിധികളെ ആർക്ക് വേണമെങ്കിലും വിമർശിക്കാമെന്നും, അതിനെപ്പറ്റി എന്നോട് ചോദ്യങ്ങൾ ചോദിക്കാമെന്നും പറഞ്ഞു. ചില വക്കീലുമാർ ഉയർത്തിയ ചോദ്യങ്ങൾക്ക് അവിടെവച്ചുതന്നെ ഞാൻ വിശദീകരണം കൊടുത്തു. അവയെല്ലാം അവരെ സമാധാനപ്പെടുത്തിയോ എന്നെനിക്കറിയില്ല. അവരുടെ കാഴ്ചപ്പാടിൽ ഞാൻ ന്യായത്തിന് വേണ്ടി പോരാടി വക്കീലായി, ഇന്ന് ആകെ മാറിപ്പോയി എന്ന മട്ടിലായിരുന്നു.

അവരുടെ വിഷാദം കലർന്ന മുഖം മറയ്ക്കുന്നതിനായി തമാശ കലർന്ന ഏകാംഗനാടകങ്ങൾ എഴുതി അവതരിപ്പിച്ചു. അതിൽ ഒരു നാടകം, ക്യാന്റീനിൽ ഇരുന്ന് നാല് വക്കീലുമാർ സംസാരിക്കുന്നത് പോലെയായിരുന്നു. അതിൽ ഒരു രംഗത്തിൽ എന്നെയും ഉൾപ്പെടുത്തിയിരുന്നു. അപ്പോൾ ഞാൻ മധുരയിലെ ഏഴാമത്തെ കേസ് നടത്തുകയായിരുന്നു. അതിൽ ഒരു സംഭാഷണം ഇങ്ങനെയായിരുന്നു:

ശരവണൻ: എന്താ സാർ, വേവിച്ച കടല, പൊടിപാറുന്നല്ലോ? ഏഴാം നമ്പർ കോടതിയിൽ സ്റ്റേ ആണോ? (വേറൊരു വക്കീൽ ചേരുന്നു)

കുപ്പുച്ചാമി: സ്റ്റേ നന്നായി കൊടുത്തോ? രണ്ട് കേസ് ഡിസ്മിസ് ചെയ്തു!

ശരവണൻ: അതാണല്ലോ നോക്കിയത്... പക്ഷഭേദമില്ലാതെ എല്ലാം ഡിസ്മിസ് ചെയ്യുന്നു! സസ്പെൻഷനൊക്കെ ഡിസ്മിസ് തന്നെ. അവിടെ ശേഷന് പ്രത്യേകം റേഷനില്ല! എനിക്ക് ഇപ്പോഴാണ് സമാധാനമായത്! എന്താ വലിയ സംഭാഷണം?

മുനുച്ചാമി: നമ്മുടെ ജഡ്ജ് ഗിന്നസ് റെക്കോർഡ് വാങ്ങിയാ തമിഴന് അഭിമാനമല്ലേ, ഡിസ്മിസ് ആയാലും ഡിസ്പോസലല്ലേ! ശരി കാര്യം പറയ്!

പിന്നീട് നാടകത്തിൽ മറ്റൊരു ജസ്റ്റിസിനെപ്പറ്റി കളിയാക്കുന്നു.

ജസ്റ്റിസ് എ കെ ഗാംഗുലി സുപ്രീം കോടതി ജസ്റ്റിസ് ആയി നിയമിക്കപ്പെട്ട് ഡൽഹിയിൽ എത്തിയയുടൻ, ചീഫ് ജസ്റ്റിസായി എസ് ജെ മുഖോപാധ്യായ പദവിയേറ്റു. ആ സമയത്ത് ഞാൻ ജസ്റ്റിസ് പി കെ മിശ്രയുടെ ബഞ്ചിൽ സർക്കാർ ഉദ്യോഗസ്ഥരുടെ അപ്പീലുകൾ നോക്കുകയായിരുന്നു. 2009 ജനുവരി മാസം ആദ്യം തൊട്ട് ഹൈക്കോടതി വളപ്പിൽ അനിഷ്ട സംഭവങ്ങൾ നടന്നു. 18.2.2009 ന് ചീഫ് ജസ്റ്റിസിന്റെ ഉത്തരവാദിത്വത്തിലുള്ള പൊതുതാല്പര്യ ഹർജികൾ ഞങ്ങളുടെ ബഞ്ചിൽ വിചാരണയ്ക്കായി മാറ്റപ്പെട്ടു. അതിൽ സുബ്രഹ്മണ്യം സ്വാമി ഞങ്ങളുടെ കോടതിയിൽ ഹാജരായി പട്ടികയിലുണ്ടായിരുന്ന അദ്ദേഹത്തിന്റെ കേസിന് മുൻഗണന കൊടുത്ത് വിചാരണ ചെയ്യണമെന്ന് അപേക്ഷിച്ചു. അദ്ദേഹത്തിന് 'ദ' ക്യാറ്റഗറി സുരക്ഷ നൽകിയിട്ടുള്ളതിനാൽ ഒപ്പം വന്ന പൊലീസുകാർ കോടതിക്ക് പുറത്ത് നിൽക്കുന്നുണ്ടായിരുന്നു. അപ്പോൾ ഏതാണ്ട് 25 വക്കീലന്മാർ കോടതിയിൽ പ്രവേശിച്ച് വാതിലുകൾ അടച്ച് അദ്ദേഹത്തെ മർദ്ദിക്കുകയും മുട്ടകൾ എറിയുകയും ചെയ്തു. ഭയന്നുപോയ സുബ്രഹ്മണ്യം സ്വാമിയോട് ഞങ്ങളുടെ കെട്ടിടത്തിന്റെ പിന്നിൽ വന്നു നില്ക്കാൻ പറഞ്ഞിട്ട്, ബഹളമുണ്ടാക്കിയ വക്കീലന്മാരോട് പുറത്തേക്ക് പോകാൻ ഞാൻ അലറി. ഇതിനുള്ളിൽ എ. കെ 47 തോക്കുകളുമായി കരിമ്പൂച്ചകൾ കോടതിക്കുള്ളിൽ നുഴഞ്ഞു. അതുകണ്ട വക്കീലന്മാർ വേഗം തന്നെ കോടതിമുറിയിൽനിന്നും പുറത്തേക്ക് പോയി. ഈ സംഭവമുമായി ബന്ധപ്പെട്ട് ഞങ്ങൾ ഇരുവർക്കും ആ വക്കീലന്മാർക്കെതിരെ കോടതിയലക്ഷ്യത്തിന് നടപടിയെടുക്കാൻ കഴിയും. എന്നാൽ ചീഫ് ജസ്റ്റിസ്, കോടതിയിൽ അസാധാരണ അവസ്ഥയുള്ളതിനാൽ, ഒരു ജസ്റ്റിസും വക്കീലന്മാരെ പ്രകോപിപ്പിക്കുന്ന തരത്തിൽ നടപടികൾ എടുക്കരുതെന്ന് ജസ്റ്റിസുമാരുടെ യോഗത്തിൽ ആവശ്യപ്പെട്ടു. അതുകൊണ്ട്, നടന്ന സംഭവങ്ങൾ രേഖപ്പെടുത്തി ചീഫ് ജസ്റ്റിസിന് മേൽനടപടികൾക്കായി അയച്ചു.

ഞങ്ങളുടെ റിപ്പോർട്ട് സ്വമേധയാ എടുക്കാവുന്ന കോടതിയലക്ഷ്യ കേസായി കരുതി, അതിനെ ഞാൻ ഉൾപ്പെടുന്ന അഞ്ച് ജസ്റ്റിസുമാരുടെ ബഞ്ച് വിചാരണ ചെയ്യാൻ ചീഫ് ജസ്റ്റിസ് ഉത്തരവിട്ടു. 12 വർഷം കഴിഞ്ഞു, ആ ബഞ്ചിൽ ഉണ്ടായിരുന്ന ജസ്റ്റിസുമാർ എല്ലാവരും വിരമിച്ചു. എന്നാൽ ആ കേസ് എന്തായെന്ന് ഇന്നുവരെ ആർക്കും അറിയില്ല.

അടുത്ത ദിവസം ചെന്നൈ ഹൈക്കോടതിയുടെ കരിദിനമായി മാറി. അന്ന് സിംഗിൾ ബഞ്ച് ജസ്റ്റിസ് ആയി ഞാൻ കേസുകൾ വിചാരണ ചെയ്യുമ്പോൾ, ഉച്ചയ്ക്ക് മൂന്ന് മണിക്ക് ഒരു വക്കീൽ എന്റെ മുറിയിൽ വന്ന് തന്നെ പൊലീസുകാർ മർദ്ദിച്ചെന്നും, വളരെ അസാധാരണമായ അവസ്ഥ കോടതി വളപ്പിലുണ്ടെന്നും പറഞ്ഞു. ഞാൻ ചീഫ് ജസ്റ്റിസിന്റെ മുറിയിലേക്ക് പോയി. അപ്പൊഴേക്കും അദ്ദേഹത്തിന്റെ മുറിയിൽ ആൾക്കൂട്ടമായിരുന്നു. സമയം കഴിയുന്തോറും മർദ്ദനമേറ്റ വക്കീലന്മാർ ഒരു വശത്തും, കൂടുതൽ കലാപമുണ്ടാക്കാൻ തയ്യാറായി വെറിപിടിച്ച വക്കീലന്മാരുടെ സംഘങ്ങൾ മറുവശത്തും ഉണ്ടായിരുന്നു. എന്നെ കണ്ട ചീഫ് ജസ്റ്റിസ് എന്തുചെയ്യണം എന്ന് ചോദിച്ചപ്പോൾ, സ്വമേധയാ കേസെടുത്ത് സർക്കാരിന് മതിയായ ഉത്തരവ് കൊടുക്കാം എന്ന് പറഞ്ഞു.

ഞാനും, ചീഫ് ജസ്റ്റിസും ഒപ്പം ബഞ്ചിലുണ്ടായിരുന്ന ജസ്റ്റിസ് ധനപാലും ചേർന്ന മൂന്ന് ജസ്റ്റിസുമാരുടെ ബഞ്ചായി അദ്ദേഹത്തിന്റെ മുറിയിൽ വച്ചുതന്നെ കേസ് വിചാരണ ആരംഭിച്ചു. ചീഫ് സെക്രട്ടറി, ആഭ്യന്തര സെക്രട്ടറി, പൊലീസ് വകുപ്പ് മേധാവി എന്നിവരോട് നേരിൽ വരാൻ ഉത്തരവിട്ടു. അവർ ഹാജരായി. മർദ്ദനമേറ്റ വക്കീലിനെ ആശുപത്രിയിൽ പ്രവേശിപ്പിച്ച് ചികിത്സ നല്കാനും കോടതി വളപ്പിന്റെ കവാടത്തിന്റെ വാതിലുകൾ അടച്ച് അകത്തുള്ള വക്കീലന്മാർ, ഗുമസ്തന്മാർ, ഉദ്യോഗസ്ഥർ തുടങ്ങിയവർക്ക് സുരക്ഷയോടെ അവരുടെ വീടുകളിലേക്ക് പോകാനുമുള്ള ഏർപ്പാടുകൾ ചെയ്യാൻ ഉത്തരവിട്ടു.

ഇതെല്ലാം കഴിഞ്ഞ് ചെന്നൈ ജനറൽ ആശുപത്രിയിൽ ചികിത്സയ്ക്കായി പ്രവേശിപ്പിച്ച വക്കീലിനെ ചീഫ് ജസ്റ്റിസിനൊപ്പം നേരിൽ പോയി കണ്ടു. അന്ന് രാത്രി മുഴുവനും ചീഫ് ജസ്റ്റിസിനൊപ്പമിരുന്ന് ലഹളക്കാരെ പുറത്താക്കാനുള്ള നടപടികൾ എടുത്തു. ആദ്യമായി ഹൈക്കോടതി പ്രവർത്തിക്കാൻ കഴിയാത്ത അവസ്ഥ ഉണ്ടായി. ഞാൻ ജസ്റ്റിസുമാരുടെ അടിയന്തരയോഗത്തിൽ കേന്ദ്രസർക്കാരിന്റെ പൊലീസിനെ കൊണ്ടുവന്ന് സുരക്ഷയ്ക്ക് ഏർപ്പാട് ചെയ്യാം എന്ന് പറഞ്ഞതിനെ മറ്റു ജസ്റ്റിസുമാർ അംഗീകരിച്ചില്ല. അതുപോലെ ജസ്റ്റിസുമാർ വീടുകളിലിരുന്ന് കേസുകൾ തുടർന്ന് വിചാരണ ചെയ്യാം എന്ന് പറഞ്ഞതിനേയും സമ്മതിച്ചില്ല. എന്നാൽ, ഇന്ന് ഹൈക്കോടതി കേന്ദ്രപൊലീസിന്റെ സംരക്ഷണം കൊണ്ടുവരികയും, കൊറോണ കാരണം ജസ്റ്റിസുമാർ വീടുകളിലിരുന്ന് കേസുകൾ വിചാരണ നടത്തുകയും ചെയ്യുന്നു.

ഇതിനുള്ളിൽ വിരമിച്ച സുപ്രീം കോടതി ജസ്റ്റിസ് ശ്രീകൃഷ്ണയുടെ നേതൃത്വത്തിലുള്ള വിചാരണയ്ക്ക് സുപ്രീം കോടതി ഉത്തരവിട്ടു. അദ്ദേഹം തന്റെ ഇടക്കാല റിപ്പോർട്ടിൽ, വക്കീൽ-പൊലീസ് സംഘർഷത്തിൽ വക്കീലന്മാർക്കും പങ്കുണ്ടെന്ന് പറഞ്ഞത് വക്കീലന്മാരെ വീണ്ടും ദേഷ്യപ്പെടുത്തി. അതുകൊണ്ട് സുപ്രീം കോടതി ഈ കേസ് ഹൈക്കോടതി തന്നെ വിചാരണ ചെയ്യണമെന്ന് പറഞ്ഞു. ആ സമയത്ത് പുതിയ ചീഫ് ജസ്റ്റിസായി എച്ച് എൽ ഗോഖലെ വന്നു. അദ്ദേഹത്തിന്റെ

ഉത്തരവനുസരിച്ച് വക്കീൽ-പൊലീസ് സംഘർഷത്തിനെപ്പറ്റി സ്വമേധയാ എടുത്ത കേസ് വിചാരണ ചെയ്യാൻ മൂന്ന് ജസ്റ്റിസുമാരുടെ ബഞ്ചിനെ ചുമതലപ്പെടുത്തി, അതിൽ ഞാനും ഒരാളായിരുന്നു.

വക്കീലന്മാരുടെ ദേഷ്യത്തിന്റെ പ്രധാന കാരണം പൊലീസ് എങ്ങനെ ഹൈക്കോടതി വളപ്പിനുള്ളിൽ എത്തിപ്പെട്ടെന്നും, അതിന് ആരാണ് ഉത്തരവിട്ടതെന്നുമായിരുന്നു. ശ്രീകൃഷ്ണ ഇടക്കാല റിപ്പോർട്ടിൽ ചീഫ് ജസ്റ്റിസിന്റെ തെറ്റായ സമീപനമാണ് ഈ പ്രശ്നത്തിന് കാരണമെന്ന് പറഞ്ഞിട്ടുണ്ടെങ്കിലും, ആ സമയത്ത് ചീഫ് ജസ്റ്റിസ് ആയിരുന്ന മുഖോപാധ്യായ ഈ കേസ് വിചാരണ ചെയ്യുന്ന ബഞ്ചിൽ നിന്നും മാറണമെന്ന ഒരു കത്ത് കൊടുത്ത്, മൂന്ന് ജസ്റ്റിസുമാരുടെ ബഞ്ചിൽനിന്നും ഞാൻ പിന്മാറി.

പ്രധാന കേസുകളുടെ വിചാരണ സമയത്ത്, കാരണം പറയാതെ പിന്മാറുന്ന ജസ്റ്റിസുമാരെ പദവിയിൽ നിന്നുതന്നെ നീക്കണമെന്ന് *ദിന മണി* എഡിറ്റർ വൈദ്യനാഥൻ തലക്കെട്ടെഴുതി മാധ്യമധർമ്മം കാണിച്ചു.

പിന്നീട് ആ കേസ് മറ്റു രണ്ട് ജസ്റ്റിസുമാരുടെ ബഞ്ചിലേക്കു മാറ്റി സംബന്ധപ്പെട്ട പൊലീസുകാർക്കെതിരെ സി ബി ഐ അന്വേഷണത്തിനും വക്കീലന്മാരുടെ കേടുപാടുകൾ പറ്റിയ വാഹനങ്ങൾക്ക് നഷ്ടപരിഹാരം കൊടുക്കാനും വിധിയായി. ഈ വിധിക്കെതിരെ ബന്ധപ്പെട്ട പൊലീസുകാർ സുപ്രീം കോടതിയിൽ ഫയൽ ചെയ്ത അപ്പീൽ ഇന്നും തീർപ്പാക്കിയിട്ടില്ല.

ഞാൻ 2011 ൽ മധുര ശാഖയിൽ ജോലി ചെയ്യുമ്പോൾ വിചിത്രമായ ഒരു കേസ് നീലമേഘം എന്നയാൾ ഫയൽ ചെയ്തു. അന്നത്തെ കാശ്മീർ മുഖ്യമന്ത്രി ഒമർ അബ്ദുള്ള, "രാജീവ് ഗാന്ധിയുടെ കൊലയാളികൾക്ക് മാപ്പ് നൽകണമെന്ന് തമിഴ്നാട് നിയമസഭ തീരുമാനിച്ചതുപോലെ, പാർലമെന്റ് കെട്ടിടത്തിൽ ആക്രമണം നടത്തിയ അഫ്സൽ ഗുരുവിന് വിധിച്ച മരണശിക്ഷ റദ്ദ് ചെയ്യാൻ ജമ്മു കശ്മീർ നിയമസഭ തീരുമാനമെടുത്താൽ, അതിന് എങ്ങനെയുള്ള പ്രത്യാഘാതങ്ങൾ ഉണ്ടാകും!" എന്ന് ട്വീറ്റ് ചെയ്തിരുന്നു. "ഈ ട്വീറ്റ് ദേശവിരുദ്ധക്കുറ്റമാണ്. എന്നാൽ, കശ്മീർ സംസ്ഥാനത്തിന് ഇന്ത്യൻ ശിക്ഷാനിയമം യോജിക്കുമോ?" എന്ന ചോദ്യത്തിന് ഇന്ത്യൻ അറ്റോർണി ജനറലിന്റെ അഭിപ്രായം വാങ്ങി, മുമ്പ് പൊലീസിന് അയാൾ കൊടുത്ത പരാതി കേസായെടുക്കാൻ ഉത്തരവിടണം എന്ന ക്രിമിനൽ കേസ് ആയിരുന്നു അത്.

ആദ്യം അതന്വേഷിച്ച ജസ്റ്റിസ്, 'നീലമേഘം പൊലീസിന് പരാതി കൊടുത്തതിന്റെ രസീത് ചോദിച്ചപ്പോൾ, അയാളുടെ വക്കീൽ പീറ്റർ രമേഷ് കുമാർ ആ കേസ് ആ ജസ്റ്റിസ് വിചാരണ ചെയ്യാൻ പാടില്ല!' എന്ന് പറഞ്ഞു. ഇതിന് അയാൾ പറഞ്ഞ കാരണം, 'കശ്മീരിൽ ചീഫ് ജസ്റ്റിസ് ആയി ഇബ്രാഹിം ഖലീഫുള്ള പദവിയേറ്റപ്പോൾ, ഈ ജസ്റ്റിസും ആ ചടങ്ങിൽ പങ്കെടുക്കാൻ ശ്രീനഗറിലേക്ക് പോയിരുന്നു. ചടങ്ങിൽ അദ്ദേഹത്തിന്റെ അടുത്ത കസേരയിൽ ഒമർ അബ്ദുള്ള ഇരിക്കുന്ന

ഫോട്ടോ പത്രങ്ങളിൽ വന്നിരുന്നു. അതുകൊണ്ട്, ആ ജസ്റ്റിസ് കേസ് വിചാരണ ചെയ്യാൻ പാടില്ല' എന്നതാകുന്നു. അടുത്തതായി, ആ കേസിൽനിന്നും ജസ്റ്റിസ് മാറിയതിനാൽ അത് എന്റെയടുത്ത് വിചാരണയ്ക്ക് അയയ്ക്കപ്പെട്ടു.

കേസ് വിചാരണ ചെയ്ത ഞാൻ ആദ്യഘട്ടത്തിൽത്തന്നെ ഇങ്ങനെയുള്ള അൽഗുൽത്ത് കേസുകൾ ഫയൽ ചെയ്യുന്നത് വക്കീലന്മാർ നിർത്തണമെന്നും, നിയമപുസ്തകങ്ങൾ വായിക്കണമെന്നും എന്റെ വിധിയിൽ എഴുതി. 'കശ്മീർ സംസ്ഥാനത്തിന് ഇന്ത്യയുടെ ശിക്ഷാനിയമം അല്ലെങ്കിലും, അതുപോലെയുള്ള വകുപ്പുകളുള്ള റൺഭീർ ശിക്ഷാനിയമം അവിടെ നിലവിലുണ്ട്. അതിൽ ദേശദ്രോഹം കുറ്റമാണെന്ന് പറയുന്നുണ്ട്, എന്നാൽ ഈ ട്വീറ്റ് വ്യവഹാരമെല്ലാം ദേശദ്രോഹത്തിന്റെ വകുപ്പിൽ വരില്ല' എന്ന് ഞാൻ പറഞ്ഞു. കൂടാതെ, "ഒരു വക്കീൽ കേസ് കൊടുക്കുമ്പോൾ, നിയമപ്രകാരം നിൽക്കുമോയെന്നത് മുഴുവനായും വായിച്ചറിഞ്ഞശേഷം ഫയൽ ചെയ്യണം എന്നതല്ലാതെ, കോടതി വഴി അറ്റോർണി ജനറലിനോട് സൗജന്യ അഭിപ്രായം നേടാൻ സാധിക്കില്ല" എന്നും പറഞ്ഞു.

വക്കീൽ പരാതി കൊടുത്തോ ഇല്ലയോ എന്നതിനേക്കാൾ ഒമർ അബ്ദുള്ളയുടെ സംസാരത്തിൽ ദേശദ്രോഹക്കുറ്റത്തിനുള്ള തെളിവൊന്നും ഇല്ലെന്ന് പറഞ്ഞ് ഞാൻ കേസ് തള്ളിക്കളഞ്ഞു. കൂടാതെ, ഇതുപോലെ 'പൊതുതാല്പര്യ'മായി കരുതുന്ന കേസുകൾ വക്കീലന്മാർ ഫയൽ ചെയ്യുമ്പോൾ ആത്മനിയന്ത്രണം ആവശ്യമാണ്. വക്കീൽ തൊഴിലിൽ അന്തസ്സ് സംരക്ഷിക്കണമെന്നും ഞാൻ പറഞ്ഞു.

2008 ൽ കേസുകളുടെ ആദ്യഘട്ട വിചാരണപ്പട്ടിക എനിക്ക് തന്നിരുന്നു. അന്ന് വക്കീലന്മാർ കോടതി ബഹിഷ്കരണത്തിൽ ആയിരുന്നപ്പോൾ, പ്രത്യേക കേസ് സംബന്ധമായി ഒരു ടെലഗ്രാം എനിക്ക് വന്നു. അങ്ങനെ ഒരു കേസ് താൻ ഫയൽ ചെയ്തിട്ടില്ലെന്നും, യാതൊരു സത്യവാങ്മൂലത്തിലും വക്കാലത്തിലും ഒപ്പിട്ടിട്ടില്ലെന്നും കാണിച്ച് ഒരു സ്ത്രീ അയച്ചതായിരുന്നു അത്. അതുകൊണ്ട്, ആ സ്ത്രീയോട് കോടതിയിൽ ഹാജരാകാൻ പറഞ്ഞ് നോട്ടീസ് അയച്ചു. നേരിൽ ഹാജരായ അവർ ആ കേസ് താൻ ഫയൽ ചെയ്തിട്ടില്ലെന്നും, സത്യവാങ്മൂലത്തിലുള്ള ഒപ്പ് അവരുടേതല്ലെന്നും പറഞ്ഞു. അതുകൊണ്ട് ആ കേസ് ഫയൽ ചെയ്ത വക്കീലന്മാർ രണ്ട് പേരുടെ പേരുകളും കണ്ടെത്താൻ ഞാൻ നോട്ടീസ് കൊടുത്തു. ആ സ്ത്രീയുടെ ആവശ്യപ്രകാരം കേസ് ഫയൽ ചെയ്തതായും, മനഃപൂർവ്വം, ദുരുദ്ദേശ്യത്തോടെ തങ്ങൾക്കെതിരെ പരാതി പറയുകയാണെന്നും അവർ മറുപടി പറഞ്ഞു.

ഈ പ്രശ്നത്തിൽ യഥാർഥ കുറ്റവാളി ആരാണെന്ന് അറിയാനായി ഒരു അന്വേഷണത്തിന് ഉത്തരവിട്ടു. എന്നാൽ, വക്കീൽ സംഘടനയുടെ പ്രതിനിധികൾ വക്കീലന്മാർക്കെതിരെ നടപടി എടുക്കരുതെന്ന് ആവശ്യപ്പെട്ടു. നടപടി എടുക്കണോ വേണ്ടയോ എന്നത് അന്വേഷണത്തിന്

ശേഷം തീരുമാനിക്കാനേ സാധിക്കൂ. അതിൽ വക്കീലന്മാർക്കെതിരെ കള്ളയൊപ്പിട്ട കുറ്റം തെളിഞ്ഞാൽ നടപടി എടുക്കാതിരിക്കാൻ കഴിയില്ല. കാരണം, അത് കടുത്ത കുറ്റമായിരിക്കും. അതേ സമയം പരാതിക്കാരി കോടതിയിൽ പറഞ്ഞത് കള്ളസത്യവാങ്മൂലം ആണെങ്കിൽ, അവർക്കെതിരെ ക്രിമിനൽ കേസ് കോടതിയിൽ ഫയൽ ചെയ്യാൻ സാധിക്കും എന്ന് പറഞ്ഞ് അവരുടെ ആവശ്യം ഞാൻ നിരാകരിച്ചു.

കേസ് വിചാരണയ്ക്കു വന്ന ദിവസം വക്കീലന്മാർ കോടതിബഹിഷ്കരണത്തിൽ ആയിരുന്നു. ഹൈക്കോടതി വക്കീൽ സംഘത്തിലെ അംഗങ്ങൾ പലരും അവിടെ കൂടിയിരുന്നു. അതും പോരാതെ ജില്ലാ വക്കീൽ സംഘടനയിൽനിന്നും ഒരു ബസിൽ വക്കീലന്മാരെത്തിച്ചേർന്നു. നടപടി ഉപേക്ഷിക്കണമെന്ന അവരുടെ ആവശ്യം ഞാൻ നിരാകരിച്ച ശേഷം ഏതാണ്ട് 150 വക്കീലന്മാർ എന്റെ മുറിക്ക് പുറത്ത് മുദ്രാവാക്യം വിളിച്ചു. 'ചെന്നൈയിലേക്ക് തിരിച്ചുപോ!' എന്നായിരുന്നു അത്. ആ അസാധാരണമായ അവസ്ഥയിലും ഞാൻ കേസുകൾ നടത്തിവന്നു. പിന്നീട് ആ കേസ് അവസാനിച്ച് കോടതിയിൽ നടന്ന സംഭവങ്ങൾ റിപ്പോർട്ടാക്കി ചീഫ് ജസ്റ്റിസിന്റെ ഉത്തരവനുസരിച്ച് മറ്റൊരു ജസ്റ്റിസ് അന്വേഷിക്കണമെന്ന് പറഞ്ഞ് അയച്ചു. ആ ഉത്തരവിൽ കള്ളയൊപ്പുകളോ വ്യാജ സത്യവാങ്മൂലമോ ഉണ്ടെങ്കിൽ അതിന് ശസ്ത്രക്രിയ ആവശ്യമാണെന്നും എഴുതി.

ആ കേസ് എനിക്ക് തന്നെ അന്വേഷിക്കാമായിരുന്നു. പക്ഷേ, അടുത്ത ആഴ്ച തന്നെ ജോലി തീർത്ത് ചെന്നൈക്ക് തിരിച്ചുപോകണമായിരുന്നു. വക്കീലന്മാരുടെ മനസ്സിലെ സംശയം കാരണം അത് ചീഫ് ജസ്റ്റിസിന് അയച്ചു. എന്നാൽ 10 വർഷം കഴിഞ്ഞും ഇന്നുവരെ ഒരു ചീഫ് ജസ്റ്റിസും അതിൽ വിധി പ്രസ്താവിച്ചിട്ടില്ല. സംഭവം നടന്ന ദിവസം വൈകുന്നേരം ചീഫ് ജസ്റ്റിസുമായി വക്കീലന്മാരുടെ സംഘടനകൾ ഒരു സന്ധിസംഭാഷണം നടത്താൻ ആവശ്യപ്പെട്ടു. അദ്ദേഹവുമായി ഈ പ്രശ്നത്തിൽ സന്ധിസംഭാഷണം ഉണ്ടാവില്ലെന്ന് ഞാൻ പറഞ്ഞു. മധുര ശാഖയ്ക്കായി സമരം ചെയ്ത ചെന്നൈ കഥാനായകൻ എന്ന് വർണ്ണിക്കപ്പെട്ട എന്നോട്, ക്രമക്കേട് ചെയ്ത തങ്ങളുടെ ഒരു അംഗത്തിനെ പിന്തുണയ്ക്കാൻവേണ്ടി മാത്രം ചെന്നൈയിലേക്ക് തിരിച്ചുപോകാനായി മധുരയിലെ വക്കീലന്മാർ ആക്രോശിച്ചു. കാലം മനുഷ്യരെ എങ്ങനെയൊക്കെ മാറ്റുന്നു?

കുറച്ച് മാസങ്ങൾക്കു ശേഷം ഒരു വക്കീലിനെ വാദിക്കാൻ അനുവദിച്ചില്ലെന്ന് പറഞ്ഞ് മധുര ജില്ലാ വക്കീൽ സംഘടന എന്നെ വിമർശിച്ച് പ്രമേയം അവതരിപ്പിച്ചു. സുപ്രീം കോടതി ചീഫ് ജസ്റ്റിസിനോട് എന്നെ പദവിയിൽനിന്നും പുറത്താക്കണമെന്ന് ആവശ്യപ്പെട്ട് പൊതുയോഗത്തിൽ പ്രമേയം പാസാക്കി.

വക്കീലന്മാർ തങ്ങളുടെ ബഹുമാന്യമായ ജോലി ചെയ്യുന്നത് ഉപേക്ഷിച്ച് പലതരം അനഭികാമ്യമായ പ്രവർത്തികളിൽ ഏർപ്പെടുന്നതി

നെപ്പറ്റി മാധ്യമങ്ങളിൽ ധാരാളം വാർത്തകൾ വരുന്നത് നമ്മൾ കണ്ടിട്ടുണ്ട്. ചെന്നൈയിലെ ഡോക്ടർ സുബ്ബയ്യ കൊലക്കേസിൽ കുറ്റവാളികളായി ചേർക്കപ്പെട്ടവർ വക്കീൽ ജോലി ചെയ്യുന്നവരായിരുന്നു. കുറ്റം നടന്ന ദിവസം അതിൽ പങ്കെടുത്തതായി സംശയിച്ച രണ്ട് വക്കീലന്മാരെ അഭിരാമപുരം പൊലീസ് ഹൈക്കോടതി വളപ്പിൽ വച്ച് അറസ്റ്റ് ചെയ്യാൻ ശ്രമിച്ചപ്പോൾ, ചുറ്റും നിന്നിരുന്ന വക്കീൽ സുഹൃത്തുക്കൾ പൊലീസ് ഇൻസ്പെക്ടറെ തടുക്കുക മാത്രമല്ല, ചീഫ് ജസ്റ്റിസിന് പരാതി കൊടുക്കുകയും ചെയ്തു. ചിലപ്പോഴെല്ലാം വക്കീലന്മാരെ അറസ്റ്റ് ചെയ്യുന്നതിന് ആ പ്രദേശത്തെ ജസ്റ്റിസുമാരുടെ മുൻ അനുമതി വാങ്ങിക്കണം എന്ന നിയമം മാറ്റണമെന്ന ആവശ്യം ഉയർത്തപ്പെട്ടു. എന്നാൽ, വക്കീലന്മാർ നിയമത്തിന് അതീതരല്ല, അവർ തെറ്റ് ചെയ്യുമ്പോൾ നിയമത്തിൽ പ്രത്യേക ഇളവുകളൊന്നും ലഭിക്കില്ലെന്നും ഞാൻ എപ്പോഴും ഊന്നിപ്പറയുമായിരുന്നു.

ഇന്ന് വക്കീലന്മാർക്ക് സംരക്ഷണം ആവശ്യമാണെന്ന് പറഞ്ഞ്, ഇന്ത്യൻ ബാർ കൗൺസിൽ വക്കീലന്മാരുടെ സുരക്ഷാനിയമം പാർലമെന്റ് ഉണ്ടാക്കണം എന്ന് ആവശ്യപ്പെട്ടിട്ടുണ്ട്. അതിനായി വക്കീലന്മാരുടെ സംരക്ഷണ ബിൽ തയ്യാറാക്കാൻ എട്ട് പേരടങ്ങുന്ന കമ്മിറ്റിയെ കേന്ദ്രസർക്കാർ നിയമിച്ചിട്ടുണ്ട്.

2005 ഡിസംബറിൽ, തിരുവാരൂർ ജില്ലയിൽ സുന്ദരക്കോട്ടൈ തമിഴ്ശെൽവൻ എന്നയാളെ നടുറോഡിൽ വച്ച് അരിവാൾ കൊണ്ട് വെട്ടി. അയാളെ ആശുപത്രിയിൽ പ്രവേശിപ്പിച്ചെങ്കിലും മരിച്ചുപോയി. ആ കൊലപാതകക്കേസ് അന്വേഷിച്ച പരവാക്കോട്ടൈ പൊലീസ് ഇൻസ്പെക്ടർ ഏഴ് മാസത്തിനുള്ളിൽ മണ്ണാർക്കുടി ജുഡീഷ്യൽ മജിസ്ട്രേട്ടിന്റെ മുന്നിൽ കുറ്റപത്രം സമർപ്പിച്ചു. അതനുസരിച്ച് രണ്ടാമത്തെ കുറ്റവാളിയായ ഉള്ളിക്കോട്ടൈ പഞ്ചായത്ത് പ്രസിഡന്റ്, മണ്ണാർക്കുടി കോടതിയിൽ വക്കീലായി ജോലി ചെയ്യുന്നുണ്ടായിരുന്നു. അയാൾക്ക് പിന്തുണയുമായി മണ്ണാർക്കുടി വക്കീൽ സംഘടന പ്രമേയം പാസ്സാക്കി ചീഫ് ജസ്റ്റിസിന് അയച്ചു. ആ പ്രമേയത്തിന്റെ അടിസ്ഥാനത്തിൽ ഒരു കേസ് ഫയൽ ചെയ്ത്, ആഭ്യന്തരസെക്രട്ടറിക്ക് പൊലീസ് ഇൻസ്പെക്ടർ കൊടുത്ത കുറ്റപത്രം മജിസ്ട്രേട്ട് കോടതിയിൽനിന്നും തിരിച്ചുവാങ്ങി, പുതിയ അന്വേഷണത്തിന് ഉത്തരവിടണമെന്ന് ആവശ്യപ്പെട്ടു. ഇതിനെ എതിർത്ത് കൊല്ലപ്പെട്ടയാളുടെ സഹോദരൻ ചെങ്കുടുവൻ കൊടുത്ത കേസ് ഞാൻ വിചാരണ ചെയ്ത്, അന്തിമറിപ്പോർട്ട് സമർപ്പിച്ച ശേഷം അതിനെ തിരിച്ചുവാങ്ങുന്നതിന് സർക്കാരിന് അധികാരമില്ലെന്നും, ഹൈക്കോടതി ചീഫ് ജസ്റ്റിസിന് പോലും ഇതുപോലെയുള്ള വിഷയങ്ങളിൽ തലയിടാൻ സാധിക്കില്ലെന്നും വിധിച്ചു. വക്കീൽ സംഘടനകൾ ഇതുപോലെയുള്ള കാര്യങ്ങളിൽ നിയമതടസ്സം ഉണ്ടാക്കുന്നതിനെ വിമർശിച്ചു.

പുതുവൈയിലെ വക്കീൽ ഒരാൾ തന്റെ കൈത്തോക്ക് ലൈസൻസ് നിഷേധിക്കപ്പെട്ടതിനെ എതിർത്ത് കേസ് ഫയൽ ചെയ്തു. ഗുരുതരമായ

ചില കേസുകളിൽ ഉൾപ്പെട്ടിരിക്കുന്നതിനാൽ, തനിക്ക് കൈത്തോക്ക് ലൈസൻസ് വേണമെന്ന് അയാൾ ആവശ്യപ്പെട്ടു. വക്കീലന്മാർക്ക് നിയമപുസ്തകങ്ങളല്ലാതെ, ആയുധങ്ങൾ ആവശ്യമില്ലെന്ന് പറഞ്ഞ് ആ കേസ് ഞാൻ തള്ളിക്കളഞ്ഞു. അതു മാത്രമല്ലാതെ, ആ സമയത്ത് എഴുമ്പൂർ കോടതിയിൽ ഒരു വക്കീലിനെ വക്കീലന്മാർ തന്നെ വധിച്ച സംഭവവും ഓർമ്മപ്പെടുത്തി. എന്റെ വിധിയെ എതിർത്ത് അപ്പീൽ കൊടുത്ത ആ വക്കീൽ, രണ്ട് ജസ്റ്റിസുമാരുടെ ബഞ്ചിൽ വീണ്ടും അധികാരികളോട് ലൈസൻസിനായി സമീപിക്കാനുള്ള അനുവാദം മാത്രം വാങ്ങി കേസ് പിൻവലിച്ചു.

ധർമ്മപുരി ജില്ലയിൽ പെരിയാർ ദ്രാവിഡ കഴകത്തിന്റെ സ്ഥാപകൻ കെ വേടിയപ്പൻ കൊടുത്ത കേസ് മറ്റൊരു തരത്തിലുള്ളതായിരുന്നു. അയാൾ അരൂർ പൊലീസ് സ്റ്റേഷനിലെ ഇൻസ്പെക്ടർ തന്റെ പേര് സ്റ്റേഷനിലെ റൗഡി പട്ടികയിൽ വച്ചിരിക്കുന്നതിനെ എതിർത്ത് കേസ് കൊടുത്തു. അതിന്റെ കാരണം ധർമ്മപുരി കോടതിയിൽ ജോലി ചെയ്യുന്ന ഒരു വക്കീൽ, തന്റെ കക്ഷിയിൽനിന്നും ജില്ലാ സെഷൻസ് ജഡ്ജിക്ക് കൊടുക്കണമെന്ന് പറഞ്ഞ് പണം വാങ്ങിയെന്ന് പരാതിയിൽ പറയുന്നു. അവർ രണ്ടുപേരും തമ്മിലുണ്ടായ തർക്കത്തിൽ, ഇടപെട്ടു എന്നാരോപിച്ച് ആ വക്കീൽ പൊലീസിൽ പരാതിപ്പെട്ട് കേസ് ഫയൽ ചെയ്തതിനാൽ, അയാളുടെ സമ്മർദ്ദത്തിലാണ് തന്റെ പേര് റൗഡി പട്ടികയിൽ ചേർക്കപ്പെട്ടതെന്ന് അയാൾ പറഞ്ഞു. അത് അന്വേഷിച്ച് അയാളുടെ പേര് റൗഡി പട്ടികയിൽനിന്നും മാറ്റാൻ ഞാൻ ഉത്തരവിട്ടു.

വക്കീലന്മാർ കോടതി ബഹിഷ്കരണം നടത്തി തങ്ങളുടെ പ്രശ്നങ്ങൾക്ക് മാത്രം കേസുകൾ ഫയൽ ചെയ്ത് തീർപ്പിനായി വരും. ഈ ഇരട്ടത്താപ്പിന് അവസാനമുണ്ടാക്കാനായി ഒരു അവസരം ലഭിച്ചു. 2012 ആഗസ്റ്റിൽ ശ്രീവില്ലിപുരം ജില്ലാ കോടതിയിൽ അവർ കോടതി ബഹിഷ്കരണത്തിൽ ആയിരുന്നു. രണ്ട് വക്കീലന്മാർക്കെതിരെ ലൈംഗികപീഡനത്തിന് പൊലീസ് കേസ് എടുത്തതിനെ എതിർത്തുകൊണ്ടായിരുന്നു ആ സമരം തുടങ്ങിയത്. എന്നാൽ, രണ്ടാഴ്ചകൾ കഴിഞ്ഞിട്ടും തീരുമാനമൊന്നും ആകാത്തതിനാൽ ഒരു പ്രകടനം നടത്തി സമരം അവസാനിപ്പിക്കാൻ അവർ തീരുമാനിച്ചു. പൊലീസ് വകുപ്പ് ആ പ്രകടനത്തിന് വിലക്കേർപ്പെടുത്തി. അതിനെ എതിർത്ത് ശ്രീവില്ലിപ്പുത്തൂർ വക്കീൽ സംഘടന കൊടുത്ത കേസ് എന്റെ മുന്നിൽ വിചാരണയ്ക്കെത്തി.

പൊതുജനങ്ങളുടെ പ്രശ്നം കൈകാര്യം ചെയ്യാതെ കോടതി അടച്ചിട്ട്, തങ്ങളുടെ പ്രശ്നത്തിന് പരിഹാരം കാണാനാണെങ്കിൽ അത് ഞാൻ അനുവദിക്കില്ല. ബഹിഷ്കരണ സമരം പിൻവലിച്ചാലല്ലാതെ ഈ കേസ് വിചാരണയ്ക്കെടുക്കില്ലെന്ന് ഞാൻ പറഞ്ഞു. പിന്നീട്, അന്ന് ഉച്ചയ്ക്ക് തന്നെ വക്കീൽ സംഘടന സമരം പിൻവലിച്ചതായി എനിക്കൊരു കത്ത് തന്നശേഷം ആ കേസ് വിചാരണ ചെയ്ത് വക്കീലന്മാർക്ക് പ്രക

ടനം നടത്താനുള്ള അനുമതി കൊടുത്തു. *ദി ഹിന്ദു* പത്രത്തിൽ ഇതിനെപ്പറ്റി വാർത്ത വന്നു.

തിരുച്ചിറപ്പിള്ളിയിലുള്ള ഒരു വക്കീൽ ഒഴിഞ്ഞുകിടക്കുന്ന സ്ഥലങ്ങൾ ലേ ഔട്ട് ഉണ്ടാക്കി വില്പന നടത്തിക്കൊണ്ടിരുന്നു. അങ്ങനെയൊരു ലേ ഔട്ടിന്റെ ഒരു മൂലയിൽ തുളസിമണി എന്ന പട്ടികജാതിക്കാരി താമസിക്കുന്നുണ്ടായിരുന്നു. അവരെ ഒഴിപ്പിച്ചാൽ തന്റെ ലേ ഔട്ടിന് വില കൂടും എന്ന ധാരണയിൽ, അതിൽ തന്റെ സ്വന്തം ലാഭമുണ്ടെങ്കിലും, ഒരു പൊതുതാല്പര്യ ഹർജി മധുര ശാഖയിൽ ഫയൽ ചെയ്തു. അതിൽ, 'വഴിയടച്ച രീതിയിലുള്ള കുടിൽ നീക്കം ചെയ്യണം' എന്ന് ആവശ്യപ്പെട്ടിരുന്നു. രണ്ട് ജസ്റ്റിസുമാരുടെ ബഞ്ച് ആ കേസ് തള്ളിക്കളഞ്ഞു. എങ്കിലും അതിനെപ്പറ്റി, തിരുച്ചിറപ്പിള്ളി തഹസിൽദാരിൽനിന്നും അപേക്ഷിക്കാനുള്ള അനുമതി വാങ്ങി അവിടെയും ഒരു കേസ് കൊടുത്തു.

തിരുച്ചിറപ്പിള്ളി തഹസിദാർ ബന്ധപ്പെട്ട സ്ഥലത്ത് നേരിൽ ചെന്ന് നോക്കി തന്റെ റിപ്പോർട്ടിൽ ആ ലേ ഔട്ടിന്റെ അരികിൽ കടന്നുകയറ്റം ഒന്നുമില്ലെന്നും, തുളസിമണി 30 വർഷമായി താമസിക്കുന്ന സ്ഥലം 'പൊതുതരിശുനിലം' ആയി കണക്കാക്കപ്പെട്ട് വരുകയാണെന്നും പറഞ്ഞ് വക്കീലിന്റെ ഹർജി തള്ളിക്കളഞ്ഞു. ആ ഉത്തരവ് ജുഡീഷ്യൽ പെരുമാറ്റച്ചട്ടത്തിലെ വകുപ്പ് 133 ന് കീഴിൽ എടുത്തതിനാൽ, അതിനെ എതിർത്ത് ആ വക്കീൽ മധുര ശാഖയിൽ ഒരു ക്രിമിനൽ അസ്സൽ ഹർജി ഫയൽ ചെയ്തു.

ആ കേസ് പരിഗണനയിൽ ഇരിക്കുമ്പോൾത്തന്നെ തുളസിമണിക്ക് കൊടുത്ത പട്ടയം റദ്ദാക്കണമെന്ന് ജില്ലാ കളക്ടർക്ക് ഹർജി കൊടുത്തു. അത് പരിഗണിക്കണമെന്നും പറഞ്ഞ് വീണ്ടും ഒരു റിട്ട് ഹർജി ഫയൽ ചെയ്തു. ആ ഹർജി എന്റെ മുന്നിൽ വിചാരണയ്ക്ക് വന്നപ്പോൾ, കോടതി രേഖകളെല്ലാം പരിശോധിച്ച് അയാൾ ഇപ്പോൾത്തന്നെ രണ്ട് ഹർജികൾ കൊടുത്തിരിക്കുന്നത് കണ്ടെത്തി, അയാളുടെ കേസ് പിഴയ്ക്കൊപ്പം തള്ളിക്കളഞ്ഞു. കൂടാതെ വക്കീൽ ജോലി ചെയ്യുന്ന ഒരാൾ ഇങ്ങനെയുള്ള മൂല്യബോധമില്ലാത്ത പ്രവർത്തികളിൽ ഏർപ്പെടാൻ പാടില്ലെന്നും ഞാൻ പറഞ്ഞു.

ഞാൻ ജസ്റ്റിസ് ജോലിയിൽനിന്നും വിരമിച്ച ശേഷം, ചെന്നൈ സർവ്വകലാശാലയിൽ നിയമിച്ചിരുന്ന ജസ്റ്റിസ് പി രാജഗോപാൽ ഫൗണ്ടേഷന്റെ കീഴിൽ 2014 ൽ ഒരു പ്രസംഗം നടത്താൻ ആവശ്യപ്പെട്ടു. ആദ്യത്തെ ദിവസം 'നിയമജോലിയുടെ ധർമ്മശാസ്ത്രം,' രണ്ടാമത്തെ ദിവസം 'മൂന്നും കൂടിയ കവലയിൽ ജസ്റ്റിസ് നിയമനങ്ങൾ' എന്നീ തലക്കെട്ടുകളിൽ രണ്ട് പ്രസംഗങ്ങൾ നടത്തി. എന്റെ പ്രസംഗത്തിൽ വക്കീൽ ജോലിയുടെ പ്രശ്നങ്ങളും, ജസ്റ്റിസ് നിയമനത്തിലെ അബദ്ധങ്ങളും തൊലിയുരിച്ച് കാണിച്ചു. രണ്ട് പ്രസംഗങ്ങളും എന്റെ മറ്റുചില ലേഖനങ്ങളും ചേർത്ത് എന്റെ ആദ്യത്തെ ഇംഗ്ലീഷ് പുസ്തകമായി പ്രസിദ്ധീകരിച്ചു.

2015 ൽ ചീഫ് ജസ്റ്റിസ് സഞ്ജയ് കൗൾ എന്റെ നേതൃത്വത്തിലുള്ള അഞ്ചംഗ കമ്മിറ്റിയുണ്ടാക്കി, എഴുമ്പൂർ കോടതിയിൽ നടക്കുന്ന ഗുണ്ടായിസത്തിനെപ്പറ്റി അന്വേഷിച്ച് റിപ്പോർട്ട് സമർപ്പിക്കാൻ ആവശ്യപ്പെട്ടു. ഞങ്ങളുടെ റിപ്പോർട്ട് 21.11.2016 ന് സമർപ്പിച്ചു. അതിൽ പെട്ടെന്ന് ചെയ്യേണ്ട 37 പരിഷ്കരണങ്ങൾ നിർദ്ദേശിച്ചതിനൊപ്പം, സംസ്ഥാനസർക്കാരിന്റെ സഹായത്താൽ ദീർഘവീക്ഷണത്തോടെ ചെയ്യേണ്ട മാറ്റങ്ങളും പറഞ്ഞിരുന്നു. ഞങ്ങളുടെ റിപ്പോർട്ട് അനുസരിച്ച് ചീഫ് ജസ്റ്റിസ്, ജസ്റ്റിസുമാരുടെ ഒരു കമ്മിറ്റിയുണ്ടാക്കി അവരുടെ അഭിപ്രായം ചോദിച്ചു. സംസ്ഥാന സർക്കാരിന്റെ അഭിപ്രായം ചോദിച്ചും നോട്ടീസ് അയയ്ക്കപ്പെട്ടു. എന്നാൽ, ഇതുവരെ അതിൽ യാതൊരു തീരുമാനവും എടുക്കപ്പെടാത്തത് ദുഃഖകരം തന്നെ.

2018 ൽ ഹൈക്കോടതി, മോട്ടോർ വാഹനാപകടങ്ങളിൽ ഫയൽ ചെയ്യുന്ന രണ്ട് തവണ നഷ്ടപരിഹാരം ചോദിക്കുന്ന കേസുകളെപ്പറ്റിയും, അതിൽ പങ്കെടുക്കുന്ന വക്കീലന്മാരെപ്പറ്റിയും ബാധിക്കപ്പെട്ടവർക്ക് നഷ്ടപരിഹാരം ലഭിക്കുന്ന നടപടികളെപ്പറ്റിയും അന്വേഷിക്കാനുള്ള 'വിദഗ്ധ സമിതി' ആയി എന്നെ നിയമിച്ചു. അതനുസരിച്ച് ഞാൻ നാല് ഇടക്കാല റിപ്പോർട്ടുകൾ അയയ്ക്കുകയും, എന്റെ അന്തിമ റിപ്പോർട്ട് ഹൈക്കോടതിയിൽ സമർപ്പിക്കുകയും ചെയ്തു. എന്റെ റിപ്പോർട്ട് മുഴുവനായും അംഗീകരിച്ച് ഹൈക്കോടതി അന്തിമവിധി പുറപ്പെടുവിച്ചു. ഈ വിധിക്ക് എതിരായി ചെന്നൈ നിയമസംഘടന സുപ്രീം കോടതിയെ സമീപിച്ച് സ്റ്റേ ഓർഡർ വാങ്ങിച്ചു.

വക്കീൽ ജോലി തുടക്കത്തിൽ ആവേശത്തോടെ ആരംഭിച്ച എനിക്ക്, അവസാനം അതിന്റെ പ്രശ്നങ്ങളും വൃത്തികേടുകളും കണ്ട് വേദനിക്കേണ്ടിവന്നു. തുടക്കത്തിൽ ശർക്കര പോലെ മധുരിച്ച ജോലി അവസാനം വേപ്പില പോലെ ചവർപ്പുള്ളതായിത്തീർന്നതിന് മുകളിൽ പറഞ്ഞതിനേക്കാൾ കൂടുതൽ കാരണങ്ങൾ വേണോ?

കോൺഗ്രസിന്റെ നിഷ്പക്ഷത കൊണ്ട് രക്ഷപ്പെട്ട ജസ്റ്റിസ്

ഹൈക്കോടതിക്കുവേണ്ടി 2007 ൽ ഒരു വർഷാന്ത്യ പുസ്തകം തയ്യാറാക്കാൻ ചീഫ് ജസ്റ്റിസ് എ പി ഷാ ആഗ്രഹിച്ചു. അതിന്റെ ഒരു ഭാഗത്ത്, പ്രധാനപ്പെട്ട വക്കീലന്മാരെപ്പറ്റി എഴുതാനുള്ള ചുമതല എനിക്ക് തന്നു. വക്കീലന്മാരെപ്പറ്റി ഒരാൾ എഴുതണമെങ്കിൽ, അതിനുള്ള അവരുടെ യോഗ്യത എന്താണെന്ന് അദ്ദേഹത്തിനോട് തന്നെ ചോദിച്ചു. അതുവരെ നിയമപ്രസിദ്ധീകരണങ്ങളിലും ഹൈക്കോടതിയുടെ നൂറ്റാണ്ട് ആഘോഷത്തിന്റെ പുസ്തകത്തിലും പല വക്കീലന്മാരുമായി ബന്ധപ്പെട്ട ലേഖനങ്ങൾ വന്നിട്ടുണ്ടെങ്കിലും, അവയെല്ലാം ജോലിയിൽ ധനലാഭം നോക്കിയവരുടേയും (lucrative practice) അല്ലെങ്കിൽ അവരുടെ പൂർവ്വികരായ വക്കീലന്മാരുടെ പിന്തുടർച്ചക്കാരുടേതുമായിരുന്നു. (chip of the old bloc)

ജസ്റ്റിസ് ഷായോട്; പണം പ്രതീക്ഷിക്കാതെ, ഭയമില്ലാതെ തങ്ങളുടെ കക്ഷികൾക്കായി വാദിച്ചവർ, ജസ്റ്റിസുമാരുടെ തെറ്റുകൾ ചൂണ്ടിക്കാണിച്ച 'നക്കീരൻ പരമ്പരയിൽ വന്നവർ' എന്നിങ്ങനെയുള്ളവരെപ്പറ്റി എഴുതാമെന്ന് ഞാൻ പറഞ്ഞു. 2007 ലെ പുസ്തകത്തിൽ അതുവരെ ഒരു ലേഖനത്തിലും ഇടംപിടിക്കാത്ത വക്കീലന്മാരുടെ പട്ടികയിൽ വി ജി റാവു, മോഹൻ കുമാരമംഗലം, എ രാമചന്ദ്രൻ, ജി വസന്ത് പൈ, കെ ടി ബാലപാണ്ഡ്യൻ, എൻ ടി വാനമാലൈ, കെ വി ചന്ദ്രൻ എന്നിവരുടെ പേരുകളെല്ലാം ഉണ്ടായിരുന്നു. ആ ലേഖനം വായിച്ച ഒരു വക്കീൽ, "എന്താ ജഡ്ജ്, എല്ലാം കമ്മ്യൂണിസ്റ്റ് വക്കീലന്മാരുടെ ലിസ്റ്റാണല്ലോ?" എന്ന് ചോദിച്ചു. എന്റെ അളവുകോൽ അനുസരിച്ച് യോഗ്യതയുള്ളവരുടെ പട്ടിക ഇതാണെന്ന് ഞാൻ പറഞ്ഞു.

പട്ടികയിലുണ്ടായിരുന്ന വി ജി റാവു, എ രാമചന്ദ്രൻ എന്നിവരാ

യിരുന്നു റാവു & റെഡ്ഡി എന്ന വക്കീൽ സ്ഥാപനം ആരംഭിച്ചത്. ആ സ്ഥാപനത്തിൽ കുറച്ച് വർഷം ജോലി ചെയ്തിരുന്നവരാണ് മോഹൻ കുമാരമംഗലവും, വസന്ത് പൈയ്യും. മോഹൻ സ്വന്തമായി ജോലി ചെയ്യാൻ ആരംഭിച്ചശേഷം അദ്ദേഹത്തിന്റെ ജൂനിയർ ആയിരുന്നു എൻ ടി വാനമാലൈയും കെ വി ചന്ദ്രനും.

റാവു & റെഡ്ഡി സ്ഥാപനം ആരംഭിച്ച ബാരിസ്റ്ററുമാരായ വി. ജി. റാവു, എ രാമചന്ദ്രൻ എന്നിവർക്ക് ഒരു പൊതുകാര്യമുണ്ട്. ഇരുവരേയും ഇംഗ്ലണ്ടിലേക്ക് പഠിക്കാനയച്ച അവരുടെ മാതാപിതാക്കൾ, അവിടെ നടക്കുന്ന ഇന്ത്യ സിവിൽ സർവീസ് (ICS) പരീക്ഷയെഴുതി ജയിച്ച് ബ്രിട്ടീഷ് സർക്കാർ ഉദ്യോഗം നേടിയ ഇന്ത്യാക്കാരായി തിരിച്ചുവരുമെന്ന് കരുതി. പക്ഷേ, അവിടെയുള്ള കമ്യൂണിസ്റ്റ് പാർട്ടിയുടെ ആശയങ്ങളിൽ ആകർഷിക്കപ്പെട്ട്, ഇരുവരും കമ്യൂണിസ്റ്റുകാരായി മാറുകയും ഐ സി എസ് ആഗ്രഹങ്ങളെല്ലാം ഉപേക്ഷിച്ച് നിയമം പഠിച്ച് ബാരിസ്റ്റർമാരായി ഇന്ത്യയിലേക്ക് തിരിച്ചുവരുകയും ചെയ്തു.

തിരിച്ചെത്തി കുറച്ചുനാളുകൾക്കുള്ളിൽ റാവു & റെഡ്ഡി സ്ഥാപനം നിലവിൽ വന്നു. അന്ന് സർക്കാർ അടിച്ചമർത്തലിന് വിധേയരായ രാഷ്ട്രീയക്കാർ, തൊഴിലാളികൾ എന്നിവർക്കായി അവർ കേസ് നടത്തി. വക്കീലന്മാർ മാത്രമല്ല തൊഴിലാളി സംഘടനക്കാരായും അവർ മാറി. ബാർ-അറ്റ്-ലാ വായിച്ചവർക്ക് മാത്രമായി തുടങ്ങിയ 'മദ്രാസ് ബാർ അസോസിയേഷനിലും' അവർ പ്രവർത്തിച്ചു.

ഇന്ത്യ മുഴുവനും 1946 സമരഭൂമിയായി മാറിയിരുന്നു. 'വെള്ളക്കാരേ പുറത്തുപോ!' എന്ന മുദ്രാവാക്യം വളരെ ഉച്ചത്തിൽ മുഴങ്ങി. 25.2.1946 ന് പല രാഷ്ട്രീയപാർട്ടികളും ചെന്നൈ നഗരത്തിൽ ഹർത്താലിന് ആഹ്വാനം ചെയ്തു. ആ സമയത്ത് ഹൈക്കോടതി ജസ്റ്റിസ് ആയിരുന്ന ബയേഴ്സ്, തന്റെ സഹ ജസ്റ്റിസ് ആയിരുന്ന കുഞ്ഞിരാമനുമൊത്ത് കാറിൽ കോടതിയിലേക്ക് പോകുകയായിരുന്നു. കോട്ടൈ റെയിൽവേ സ്റ്റേഷനിന്റെയടുത്ത് നിന്നപ്പോൾ, അവിടെയുള്ള സമരക്കാരുടെ ഇടയിൽ കുടുങ്ങിപ്പോയ ജസ്റ്റിസ് ബയേഴ്സ് തന്റെ തോക്കെടുത്ത് സമരക്കാരെ ലക്ഷ്യമാക്കി വെടിവച്ചപ്പോൾ ഒരു 17 വയസ്സുള്ള ചെറുപ്പക്കാരൻ മരിച്ചുപോയി. ജസ്റ്റിസ് ബയേഴ്സ് 28.3.1946 ന് അറസ്റ്റ് ചെയ്യപ്പെട്ട് പ്രവിശ്യാ ചീഫ് ജുഡീഷ്യൽ മജിസ്ട്രേട്ടിന്റെ മുന്നിൽ കൊണ്ടുവരപ്പെട്ടു. അയാൾ തുടർന്ന് ഹൈക്കോടതിയിൽ വന്ന് വിചാരണ ചെയ്യപ്പെടാൻ പാടില്ലെന്ന് വക്കീൽ സംഘടന യോഗം കൂടി പ്രമേയം അവതരിപ്പിച്ചത് എ രാമചന്ദ്രൻ ആയിരുന്നു. ജസ്റ്റിസ് ബയേഴ്സുമൊത്ത് കാറിൽ വന്ന ജസ്റ്റിസ് കുഞ്ഞിരാമൻ സാക്ഷിയായി വിചാരണ ചെയ്യപ്പെട്ടപ്പോൾ ആൾക്കൂട്ടത്തിനെ കണ്ടില്ലെന്നും, അപ്പോൾ തല കുനിഞ്ഞിരിക്കുകയായിരുന്നെന്നും പറഞ്ഞു. ബയേഴ്സിന് മോചനം ലഭിച്ചു. എന്നാൽ, അന്നുതൊട്ട് കുഞ്ഞിരാമൻ 'കുനിഞ്ഞ രാമൻ' എന്നറിയപ്പെട്ടു.

ഇന്ത്യക്ക് സ്വാതന്ത്ര്യം ലഭിച്ചശേഷം പ്രധാന പ്രതിപക്ഷമായിരുന്ന

ഇന്ത്യൻ കമ്യൂണിസ്റ്റ് പാർട്ടിയെ നിരോധിച്ചു. നിരോധനത്തിന് പിന്നാലെ കമ്യൂണിസ്റ്റ് പാർട്ടിയെ പിന്തുണയ്ക്കുന്നവർക്കെതിരെയും മർദ്ദനങ്ങൾ ഉണ്ടായി. അതിന്റെ ആദ്യത്തെ ബലി ബാരിസ്റ്റർ വി ജി റാവു ആയിരുന്നു. അദ്ദേഹം നടത്തിയിരുന്ന മക്കൾ കൽവി കഴകം നിയമവിരുദ്ധമാണെന്ന് പ്രഖ്യാപിക്കപ്പെട്ടു. അതിനെ എതിർത്ത് അദ്ദേഹം കൊടുത്ത കേസാണ് വി ജി റാവു VS മദ്രാസ് സർക്കാർ എന്ന, ആദ്യത്തെ ഭരണഘടനയ്ക്ക് കീഴിൽ ഉണ്ടായ കേസ്. ആ കേസിനെപ്പറ്റി വിശദമായി മറ്റൊരു അദ്ധ്യായത്തിൽ പറഞ്ഞിട്ടുണ്ട്. ആ കേസിൽ 1908 ലെ ക്രിമിനൽ അമെന്റ്മെന്റ് ആക്റ്റ് ഉപയോഗിക്കാൻ പറ്റില്ലെന്ന് ചെന്നൈ ഹൈക്കോടതി വിധി സുപ്രീം കോടതിയും ശരിവച്ചു. അതുപോലെ കമ്യൂണിസ്റ്റ് പാർട്ടി നേതാവ് എ കെ ഗോപാലൻ കരുതൽ തടങ്കലിൽ അറസ്റ്റ് ചെയ്യപ്പെട്ടപ്പോൾ അതിനെ എതിർത്ത് കൊടുത്ത കേസ് റാവു & റെഡ്ഡിക്കു വേണ്ടി ബാരിസ്റ്റർ വി ജി റാവു തയ്യാറാക്കിക്കൊടുത്ത്, സുപ്രീം കോടതിയിൽ ഫയൽ ചെയ്യപ്പെട്ടു. ആ കേസിൽ അഡ്വ. എം കെ നമ്പ്യാർ ഹാജരായി വാദിച്ചു ജയിച്ചു. അദ്ദേഹത്തിന്റെ ആദ്യത്തെ സുപ്രീം കോടതി കേസ് ആയിരുന്നു അത്. പിന്നീട് അദ്ദേഹം വളരെ ഉയർന്ന നിയമനിർമ്മാണ വിദഗ്ധൻ ആയി. ഈ കേസിനെപ്പറ്റിയും മറ്റൊരു അദ്ധ്യായത്തിൽ വിശദമായി പറഞ്ഞിട്ടുണ്ട്.

ഭരണഘടന 26.11.1950 ന് നിലവിൽ വന്നതിനുശേഷം, ദ്രാവിഡ കഴകം ഒരു പുതിയ സമരം പ്രഖ്യാപിച്ചു. വടക്കേ ഇന്ത്യക്കാർ നടത്തുന്ന കടകളിലെ സാധനങ്ങൾ വാങ്ങണ്ടെന്ന് പറഞ്ഞ് ഒറ്റയാൾ സമരം നടത്താൻ അവർ പദ്ധതിയിട്ടു. 'വെള്ളക്കാരേ പുറത്തുപോ' എന്നും, അന്യരുടെ കടകളിലെ സാധനങ്ങൾ ബഹിഷ്കരിക്കണമെന്നും പറഞ്ഞ് ഗാന്ധി തുടങ്ങിയ സത്യഗ്രഹത്തിന്റെ അടിസ്ഥാനത്തിൽ 'വടക്കേ ഇന്ത്യക്കാരെ പുറത്തുപോ!', 'വടക്കേ ഇന്ത്യക്കാരുടെ കടകളിൽനിന്നും സാധനങ്ങൾ വാങ്ങരുത്!' എന്ന സമരം (10.3.1951 മുതൽ 4.4.1951 വരെ) നടന്നു.

ചില വടക്കേഇന്ത്യക്കാരുടെ കടകളുടെ മുന്നിൽ രണ്ടുപേർ ചേർന്ന് കരിങ്കൊടിയുമായി ചെന്ന് കടയിലേക്ക് പോകുന്നവരെ തടുത്ത് തിരിച്ചയയ്ക്കുന്നതായിരുന്നു സമരം. അപ്പോൾ അറസ്റ്റ് ചെയ്യപ്പെട്ട് കോടതിയിൽ നിർത്തിയാൽ, കുറ്റം സമ്മതിച്ച് അനുയായികൾ ജയിലിലേക്ക് പോകണമെന്നായിരുന്നു ദ്രാവിഡ കഴകത്തിന്റെ തീരുമാനം.

അണ്ണാ ശാലയിലുള്ള (അന്നത്തെ മൗണ്ട് റോഡ്) കിഷൻ ചന്ദ് ചെല്ലാരം എന്ന വടക്കേ ഇന്ത്യൻ തുണിക്കട അവർ തെരഞ്ഞെടുത്തു. ധർണ്ണ നടത്തി വഴക്കുണ്ടാക്കാതെ ജയിലിലേക്ക് പോകണം എന്ന തീരുമാനം ഉള്ളതിനാൽ, അവർക്ക് മതിയായ അനുയായികളെ ചെന്നൈയിൽ കിട്ടിയില്ല. ഉശിരന്മാരായ തഞ്ചാവൂരിലെ കൂലിത്തൊഴിലാളികളെ ലോറികൾ വഴി ചെന്നൈക്ക് കൊണ്ടുവന്ന്, അവർ ധർണ്ണ നടത്തി.

സത്യഗ്രഹസമരം തുടങ്ങിയതും അവരെയെല്ലാം അറസ്റ്റ് ചെയ്ത് എഴുമ്പൂർ കോടതിയിൽ ജുഡീഷ്യൽ മജിസ്ട്രേട്ടിന്റെ മുന്നിൽ ഹാജരാ

ക്കപ്പെട്ടു. കുറ്റം സമ്മതിച്ച അവർക്ക് ജസ്റ്റിസ് ആറ് മാസത്തെ കഠിനതടവ് വിധിക്കുകയും, അവരെ ചെന്നൈ സെൻട്രൽ ജയിലിൽ അടയ്ക്കുകയും ചെയ്തു. ചിലർക്ക് മൂന്ന് മാസത്തെ കഠിനതടവും വിധിക്കപ്പെട്ടു.

ധർണ്ണയിൽ ഉൾപ്പെട്ട ദ്രാവിഡ കഴകത്തിനെതിരെ നടപടിയൊന്നും ഉണ്ടായില്ല. ജയിലിലേക്ക് പോയ സഖാക്കൾക്ക് ഇങ്ങനെ സംഭവിക്കും എന്നറിയില്ലായിരുന്നു. തഞ്ചാവൂരിലുള്ള തങ്ങളുടെ ബന്ധുക്കൾക്ക് വിവരം അറിയിച്ചു. അവർ അവിടെയുള്ള കമ്യൂണിസ്റ്റ് പാർട്ടി സഖാക്കളുടെ സഹായത്തോടെ ചെന്നൈയിലെ റാവു & റെഡ്ഡിയിലെത്തി.

ബാരിസ്റ്റർ എ രാമചന്ദ്രൻ ഹൈക്കോടതിയിൽ അവർക്കായി കേസുകൾ ഫയൽ ചെയ്തു. കേസ് വാദിക്കാൻ വി വെങ്കട്ടരാമനെ അയച്ചു. അദ്ദേഹം തഞ്ചാവൂരിൽ ഒരു ബ്രാഹ്മണകുടുംബത്തിൽനിന്നും വന്നയാളായിരുന്നു. കമ്യൂണിസ്റ്റ് ആശയങ്ങളിൽ ആകൃഷ്ടനായി കർഷകസംഘടനകൾക്കൊപ്പം ചേർന്ന് സ്വന്തം പിതാവിനെതിരായി സമരം നടത്തി. ഇന്ത്യക്ക് സ്വാതന്ത്ര്യം ലഭിച്ചശേഷം കമ്യൂണിസ്റ്റ് പാർട്ടി നിരോധിക്കപ്പെട്ട കാലത്ത്, തമിഴ്നാട് മുഴുവനും യാത്ര ചെയ്ത് പല സ്ഥലങ്ങളിലും സഖാക്കൾക്കായി കേസ് നടത്തി.

കുറ്റം സമ്മതിച്ച് ജയിലിലേക്ക് പോയ കർഷകത്തൊഴിലാളികളുടെ കേസുകൾ മൈക്ക് എന്ന വെള്ളക്കാരൻ ജസ്റ്റിസിന്റെ മുന്നിലെത്തി. സ്വാതന്ത്ര്യം ലഭിച്ചശേഷം ജസ്റ്റിസായിരുന്ന ചില വെള്ളക്കാർ തങ്ങളുടെ നാട്ടിലേക്ക് തിരിച്ചുപോയപ്പോഴും മൈക്ക് ഇന്ത്യയിൽത്തന്നെ കഴിയാൻ ആഗ്രഹം പ്രകടിപ്പിച്ച് പദവിയിൽ തുടർന്നു.

വെങ്കട്ടരാമന്റെ വാദം കേട്ട ജസ്റ്റിസ് മൈക്ക് ജയിലിൽനിന്നും കർഷകരെ കോടതിയിലേക്ക് കൊണ്ടുവരാൻ ഉത്തരവിടുകയും അവർക്ക് ആദ്യഘട്ടത്തിൽത്തന്നെ ജാമ്യം അനുവദിച്ച് നാട്ടിലേക്ക് തിരിച്ചുപോകാൻ അനുമതി നൽകുകയും ചെയ്തു. കേസ് തുടർന്നും നടന്നു.

കേസിൽ വെങ്കട്ടരാമന്റെ വാദവും അതിന് വെള്ളക്കാരൻ ജസ്റ്റിസിന്റെ മറുപടിയും ആശ്ചര്യപ്പെടുത്തുന്നതായിരുന്നു. വെള്ളക്കാരെ നാട്ടിൽനിന്നും ഓടിച്ച സമരങ്ങളുടെ അടിസ്ഥാനത്തിൽ വെങ്കട്ടരാമൻ വാദിച്ചതിനെ ജസ്റ്റിസ് മൈക്ക്, പുതിയ ഭരണഘടനയുടെ അടിസ്ഥാനത്തിൽ നിരാകരിച്ചു. അദ്ദേഹത്തിന്റെ വാദങ്ങളും ജസ്റ്റിസിന്റെ വിധിയും ഇവിടെ പറയുന്നത് ലാ കോളേജിൽ ചേർന്നിട്ടുള്ള വിദ്യാർഥികൾക്ക് ഉപകാരപ്പെടുമെന്ന് കരുതുന്നു.

വെങ്കട്ടരാമൻ: ഞങ്ങൾ അക്രമങ്ങളൊന്നും നടത്തിയിട്ടില്ല. വടക്കേ ഇന്ത്യൻ ബ്രാഹ്മണർ തെക്കേ ഇന്ത്യയിലെ ദ്രാവിഡരെ ചൂഷണം ചെയ്യുന്നത് തടുക്കുകയായിരുന്നു ഞങ്ങളുടെ ലക്ഷ്യം. പുതിയ ഭരണഘടനയിലെ 19(1) (എ) വകുപ്പനുസരിച്ച് അഭിപ്രായസ്വാതന്ത്ര്യം അടിസ്ഥാനപരമായ അവകാശമായി പറയുന്നുണ്ട്.

മൈക്ക്: കടയിൽ സാധനങ്ങൾ വാങ്ങാൻ വന്നവരോട് വടക്കേ ഇന്ത്യക്കാരുടെ കടയിൽനിന്നും വാങ്ങേണ്ടെന്ന് പറഞ്ഞ് തിരിച്ചയച്ചത്

ഇന്ത്യൻ ജനങ്ങളുടെ വിദ്വേഷത്തിനെ ഉണർത്തുന്നതിനൊപ്പം അവസാനം ഇന്ത്യയുടെ സുരക്ഷയ്ക്ക് തന്നെ കോട്ടമുണ്ടാക്കും. ഭരണഘടന അനുസരിച്ച് ഒരു പൗരനും തന്റെ മതം, ജാതി, ലിംഗം, ജന്മസ്ഥലം എന്നിവ കരുതി കടകൾ, ഭക്ഷണശാലകൾ എന്നിവിടങ്ങളിലേക്ക് പോകുന്നതിൽ പക്ഷഭേദം കാണിക്കാൻ സാധിക്കില്ലെന്ന് പറഞ്ഞിട്ടുണ്ട്.

വെങ്കട്ടരാമൻ: ദ്രാവിഡ കഴകം രാഷ്ട്രീയപ്പാർട്ടിയായി മാറി, തിരഞ്ഞെടുപ്പിൽ ജയിച്ച്, 'വടക്കേ ഇന്ത്യക്കാരുടെ കടകളിൽനിന്നും തെക്കേ ഇന്ത്യക്കാർ സാധനങ്ങൾ വാങ്ങരുതെന്ന്' നിയമമുണ്ടാക്കാനും സാധിക്കും.

മൈക്ക്: അങ്ങനെ നിയമമുണ്ടാക്കിയാൽ അത് ഉടൻ തന്നെ ഭരണഘടനയ്ക്ക് എതിരാണെന്ന് ഞങ്ങൾ വിധിക്കും. അടിസ്ഥാന പരമായ അവകാശത്തിൽ അഭിപ്രായസ്വാതന്ത്ര്യം ന്യായമായ കാര്യങ്ങൾക്ക് ഉപയോഗിക്കാനുള്ളതാണെന്ന് മനസ്സിലാക്കുക.

വെങ്കട്ടരാമൻ: അടിസ്ഥാനപരമായ അവകാശം നടപ്പാക്കാൻ ഒരു പൗരൻ ആഗ്രഹിക്കുമ്പോൾ അതുകൊണ്ട് ചെറിയ ചില ഹാനികൾ ഉണ്ടാകാം. അങ്ങനെയുള്ള അവസ്ഥയിൽ കോടതികൾ പൗരന്റെ അടിസ്ഥാനപരമായ അവകാശം നിലനിർത്താൻ ശ്രമിക്കുക എന്നല്ലാതെ അതുകൊണ്ടുണ്ടായ ചെറിയ ഹാനികൾ കണക്കിലെടുക്കാൻ പാടില്ല.

മൈക്ക്: രണ്ടുപേരുടെ അടിസ്ഥാനപരമായ അവകാശങ്ങൾ കൂട്ടിമുട്ടുമ്പോൾ ഒരാളുടെ അവകാശം മറ്റൊരാളുടെ അവകാശത്തെ നിഷേധിക്കുന്നതാണെങ്കിൽ അങ്ങനെയൊരു അവകാശം എടുക്കാൻ പാടില്ല.

വെങ്കട്ടരാമൻ: വിദേശസാധനങ്ങൾ ബഹിഷ്കരിക്കുക, മദ്യശാലയിലേക്ക് പോകുന്നവരെ തടുക്കുന്ന പ്രസ്ഥാനം ഉണ്ടാക്കുക എന്നിവയിൽ ഏർപ്പെടുന്ന കോൺഗ്രസ്സുകാർ നടത്തിയ സത്യഗ്രഹസമരത്തിനെ 1908 ലെ ക്രിമിനൽ ഭേദഗതിനിയമം ഉപയോഗിച്ച് ജയിലിൽ അടച്ചു. ആ നിയമം ഇപ്പോഴും ഉപയോഗിക്കാമോ എന്നത് പുതിയ ഭരണഘടനയുടെ കീഴിൽ പരിശോധിക്കേണ്ടതാണ്.

മൈക്ക്: മുമ്പ് പറഞ്ഞതുപോലെ, ഭരണഘടനയ്ക്ക് കീഴിൽ അഭിപ്രായസ്വാതന്ത്ര്യം അടിസ്ഥാനപരമായ അവകാശമാണെന്നാലും ക്രിമിനൽ നിയമഭേദഗതിയെ തള്ളിക്കളയാൻ പറ്റില്ല. ഭരണഘടനയിൽ പൗരന്മാരെ പല കാരണങ്ങൾകൊണ്ട് വേർതിരിച്ച് കാണാൻ കഴിയില്ലെന്നതും വ്യക്തമായി പറഞ്ഞിട്ടുണ്ട്.

ഇന്ത്യക്കാർക്ക് പുതിയ ഭരണഘടന വ്യക്തമാക്കിത്തന്ന വെള്ളക്കാരൻ ജസ്റ്റിസ് അവസാനം ദ്രാവിഡ കഴകത്തിന്റെ ധർണ്ണയെ കൈവിട്ടാലും ആ സമരത്തിൽ പങ്കെടുത്ത കർഷകർ വിദ്യാഭ്യാസമില്ലാത്തവരാണ്, അവരുടെ രാഷ്ട്രീയനേതാക്കൾ പറയുന്നതുകേട്ട് മുന്നോട്ടുവന്ന് ജയിലിലേക്ക് പോയതാണ് എന്ന് പറഞ്ഞ് അവരുടെ ജയിൽ ശിക്ഷയുടെ കാലാവധി കുറച്ച് അവർ ജയിലിൽ കഴിഞ്ഞ കാലത്തിനെ ശിക്ഷാകാല

മാക്കി കണക്കാക്കി ഉത്തരവിട്ടു.

ഇങ്ങനെ ദ്രാവിഡ കഴകത്തിന്റെ അനുയായികൾ ഉൾപ്പെട്ട പാവപ്പെട്ട പാർട്ടിക്കാർക്ക് യാതൊരു പ്രതിഫലവുമില്ലാതെ കേസ് നടത്തി പരിഹാരമുണ്ടാക്കിത്തന്ന റാവു & റെഡ്ഡി സ്ഥാപനത്തിനേയും അതിന്റെ മുന്നണി വക്കീലുമാരായ വി ജി റാവു, എ രാമചന്ദ്രൻ, വി വെങ്കട്ടരാമൻ എന്നിവരെ ദ്രാവിഡ കഴകത്തിന്റെ പ്രസിഡന്റ് പെരിയാറിന് അറിയാമോയെന്ന് എനിക്കറിയില്ല. പിന്നീട് നടന്ന ചില സംഭവങ്ങൾ അത് തെളിയിക്കുന്നതിനൊപ്പം കയ്പ്പുള്ള ചില അനുഭവങ്ങളും നമുക്ക് നൽകും.

2009 ആഗസ്റ്റ് 28 മുതൽ 30 വരെ കിഴക്ക് മണ്ഡലത്തിലെ ഹൈക്കോടതി ജസ്റ്റിസുമാർക്കുള്ള ആദ്യത്തെ പരിശീലനക്കളരി ഝാർഖണ്ഡിന്റെ തലസ്ഥാനമായ റാഞ്ചിയിൽ നടന്നു. അന്നത്തെ ഇന്ത്യൻ ചീഫ് ജസ്റ്റിസ് കെ ജി ബാലകൃഷ്ണൻ ക്യാമ്പിൽ സംസാരിച്ചു.

ഉദ്ഘാടനത്തിൽ പങ്കെടുത്ത ചില ജസ്റ്റിസുമാർ ഞാൻ തമിഴ്നാട്ടിൽ നിന്നുമായതുകൊണ്ട് ഒരു ചോദ്യം ചോദിച്ചു. ആ സമയത്താണ് ജസ്റ്റിസ് പി ടി ദിനകരന്റെ സ്വത്തുസമ്പാദനത്തിനെപ്പറ്റി പരാതികൾ അന്വേഷണത്തിലുണ്ടായിരുന്നത്. അതിന് മുമ്പ് തമിഴ്നാട്ടിൽനിന്നും പഞ്ചാബ് ഹൈക്കോടതിയിലേക്ക് പോയി പിന്നീട് സുപ്രീം കോടതി ജസ്റ്റിസ് ആയ വി രാമസ്വാമിക്കെതിരെ പാർലമെന്റിൽ അവിശ്വാസപ്രമേയം കൊണ്ടുവരാൻ ശ്രമമുണ്ടായിരുന്നു. അദ്ദേഹത്തിന്റെ അമ്മായിയച്ഛനും, ചെന്നൈ ഹൈക്കോടതി ചീഫ് ജസ്റ്റിസുമായ കെ വീരച്ചാമിക്കെതിരെ വരുമാനത്തിൽ കൂടുതൽ സ്വത്ത് സമ്പാദിച്ച കുറ്റാരോപണത്തിന് സി ബി ഐ കേസെടുത്തു. അതിനെ എതിർത്ത് അഴിമതി നിവാരണനിയമം ജസ്റ്റിസുമാർക്കെതിരെ ഉപയോഗിക്കാൻ പാടില്ലെന്ന് സുപ്രീം കോടതിയിൽ കേസ് കൊടുക്കുകയും അത് തള്ളപ്പെടുകയും ചെയ്തിരുന്നു. ഇതുകൊണ്ട് പലർക്കും തമിഴ്നാട് ഒരു വിചിത്രമായ സ്ഥലമാണെന്ന വിചാരം ഉണ്ടായി. തമിഴ്നാട്ടിൽനിന്നും മാത്രം ഇങ്ങനെയുള്ള പ്രശ്നങ്ങൾ എന്തുകൊണ്ട് വരുന്നെന്ന ചോദ്യമായിരുന്നു എന്നോട് ചോദിച്ചത്.

ക്യാമ്പിൽ അവരുടെ സംശയങ്ങൾക്ക് ഇങ്ങനെ മറുപടി നല്കി: "തമിഴ്നാട്ടിൽ അഴിമതിയിൽ ഏർപ്പെടുന്ന ജസ്റ്റിസുമാർ അധികമാണെന്നോ കുറവാണെന്നോ ഉള്ള വിവാദത്തിലേക്ക് ഞാൻ പോകുന്നില്ല. നിയമരംഗത്തിലെ അഴിമതി നാട് മുഴുവനും നടക്കുന്നതാണ്. ജസ്റ്റിസുമാർക്കെതിരെയുള്ള പരാതികളെ, തെരഞ്ഞെടുക്കപ്പെട്ട വക്കീലുമാരുടെ സമിതികൾ ഒരിക്കലും എടുക്കാറില്ല. മറിച്ച്, ചില ഒറ്റപ്പെട്ട വക്കീലുമാർ തങ്ങളുടെ ജോലിക്ക് കോട്ടമുണ്ടായാലും ധൈര്യമായി പ്രശ്നമുണ്ടാക്കുന്നതിലും, അതിനെ കോടതിയിലേക്ക് കൊണ്ടുപോകുന്നതിലും ഏർപ്പെടുന്നുണ്ട്. അങ്ങനെ ധൈര്യമുള്ള വക്കീലുമാർ തമിഴ്നാട്ടിലുണ്ട്. ഞാൻ ജോലി ചെയ്തിരുന്ന വക്കീൽ ഓഫീസിലെ വക്കീലന്മാർ അതിൽ മുൻനിരക്കാരാണെന്ന് പറയുന്നതിൽ അഭിമാനമുണ്ട്."

ആലോചിച്ചു നോക്കിയാൽ റാവു & റെഡ്ഡി സ്ഥാപനത്തിൽനിന്നും

വന്ന വക്കീലുമാരായ വി ജി റാവു, എ. രാമചന്ദ്രൻ, വസന്ത് പൈ, കെ ചന്ദ്രു, ബെൻ വാൾഡർ, ആർ വൈഗൈ എന്നിങ്ങനെയുള്ള പലരും പല ജസ്റ്റിസുമാരുടേയും നിയമനത്തിനെ കോടതിയിൽ കേസ് കൊടുത്ത് ചോദ്യം ചെയ്തിട്ടുണ്ട്. അവർക്ക് ലഭിച്ച വിധികളെല്ലാം നിയമപ്രസിദ്ധീകരണങ്ങളിൽ വന്നിട്ടുമുണ്ട്.

ഇതെല്ലാം വക്കീലന്മാരും അവരുടെ സമിതികളും എങ്ങനെ എടുത്തു എന്നതുപോലെ, ഈ പ്രശ്നങ്ങൾ പൊതുവേദികളിൽ വന്നപ്പോഴെല്ലാം രാഷ്ട്രീയ പ്രസ്ഥാനങ്ങൾ എങ്ങനെയുള്ള പ്രതികരണങ്ങളാണ് കാണിച്ചതെന്നും നമ്മൾ നോക്കണം. ജസ്റ്റിസുമാരെ നിയമിച്ചശേഷം, അസുഖങ്ങൾ അല്ലെങ്കിൽ ശാരീരികക്ഷമതയില്ലായ്മ എന്നീ രണ്ട് കാരണങ്ങൾ കൊണ്ടുമാത്രം പാർലമെന്റ് അംഗങ്ങൾക്ക് അവരെ പദവിയിൽനിന്നും മാറ്റാൻ സാധിക്കും. യോഗ്യതയില്ലാത്തയാളെ ജസ്റ്റിസാക്കി നിയമിക്കുമ്പോൾ അവരുടെ യോഗ്യതയില്ലായ്മയെപ്പറ്റി നീതിന്യായവകുപ്പ് വഴി മാത്രമേ ചോദ്യം ചെയ്യാൻ കഴിയൂ.

1960 ൽ തമിഴ്നാട്ടിൽ ഭരണത്തിലുണ്ടായിരുന്ന കോൺഗ്രസ്സ് സർക്കാർ ഹൈക്കോടതിയിൽ വക്കീലായി ജോലി ചെയ്യാത്ത ഒരാളെ പ്ലീഡർ ആയി നിയമിച്ചു. അതിനെ എതിർത്ത് ചെന്നൈ ബാർ അസോസിയേഷൻ പ്രമേയം പാസ്സാക്കി. ബാരിസ്റ്റർ എ. രാമചന്ദ്രൻ ആ നിയമനത്തിനെ എതിർത്ത് റിട്ട് ഹർജി ഫയൽ ചെയ്തു. യോഗ്യതയില്ലാത്ത ഒരാളെ സർക്കാർ പ്ലീഡർ ആയി നിയമിക്കുന്നത് ക്രമക്കേടാണെന്ന് മാത്രമല്ല, സർക്കാരിന്റെ ശ്രമം തന്നെ അതാണെന്ന് അദ്ദേഹം പറഞ്ഞു. വക്കീലന്മാരുടെ സംഘം അന്നത്തെ മുഖ്യമന്ത്രിയെ കണ്ട് ഹർജി കൊടുത്തു. അവരുടെ എതിർപ്പുകളെ വിമർശിച്ച് നിയമസഭയിൽ ലാസർ എന്നൊരാൾ അവകാശപ്രശ്നം കൊണ്ടുവന്നു. അത് കോടതിയുടെ പ്രവർത്തിയിൽ തലയിടുന്നതാണെന്ന് കാണിച്ച്, ഹൈക്കോടതിയിൽ വീണ്ടും ഒരു റിട്ട് ഹർജി എ രാമചന്ദ്രൻ ഫയൽ ചെയ്തു. അതിനെ പിന്തുണച്ച എല്ലാ വക്കീലുമാരേയും അറസ്റ്റ് ചെയ്യിക്കാൻ നിയമസഭയിൽ ഒരു ശ്രമം നടന്നു. ഇങ്ങനെ കോടതിക്കും നിയമസഭയ്ക്കും ഇടയിൽ അവകാശപ്രശ്നത്തിൽ വഴക്ക് കൊണ്ടുവരുന്നത് ഒഴിവാക്കാനായി നിയമസഭ സമ്മേളനം അവസാനിപ്പിച്ച്, പ്രശ്നം അതിർത്തി കടക്കാതെ നോക്കി അന്നത്തെ മുഖ്യമന്ത്രി കാമരാജ്.

എ രാമചന്ദ്രൻ ഫയൽ ചെയ്ത കേസ് അവസാനം തള്ളിക്കളയപ്പെട്ടെങ്കിലും, ജസ്റ്റിസുമാർ തങ്ങളുടെ വിധിയിൽ സർക്കാരിന്റെ പ്രവർത്തിയെ രൂക്ഷമായി വിമർശിച്ചു. ഈ സംഭവത്തിൽ പെരിയാറിന് വിരോധം ഉണ്ടായി. അഴഗിരിസ്വാമിയുടെ നിയമനത്തിനെപ്പറ്റി തുടർച്ചയായി *വിടുതലൈ* പത്രത്തിൽ എഡിറ്റോറിയലുകൾ എഴുതി അദ്ദേഹം സായൂജ്യമടഞ്ഞു. കേസിൽ അവിശ്വാസങ്ങൾ അറിയിച്ച ഹൈക്കോടതി ജസ്റ്റിസുമാർക്കെതിരായി അവിശ്വാസ ദിനം തമിഴ്നാട് മുഴുവനും ആചരിക്കപ്പെട്ടു. കേസ് കൊടുത്ത ബാരിസ്റ്റർ എ രാമചന്ദ്രനെ, 'രാമചന്ദ്ര

അയ്യർ' എന്നും, അഴിഗിരിസ്വാമിയുടെ നിയമനത്തിനെ വിമർശിച്ച ബാർ അസോസിയേഷനെ 'ബ്രാഹ്മണ സംഘം' എന്നും, വിധി പ്രസ്താവിച്ച ജസ്റ്റിസ്സുമാർ ജഗദീശനേയും ബാലകൃഷ്ണ അയ്യരേയും 'ബ്രാഹ്മണ ജസ്റ്റിസുമാർ;' എന്നും അദ്ദേഹത്തിന്റെ പത്രത്തിൽ വിളിച്ചു.

പെരിയാർ ഒരുപാട് കേസുകളും കോടതികളും കണ്ടിട്ടുള്ളയാളാണ്. അയാൾക്ക് വക്കീലന്മാരെ ഇഷ്ടമല്ലെന്നത് ആ പുസ്തകത്തിന്റെ പല ഭാഗങ്ങളിൽനിന്നും വായിച്ചെടുക്കാവുന്നതാണ്. എന്നാൽ, ബാരിസ്റ്റർ രാമ ചന്ദ്രനെ 'അയ്യർ' എന്ന ജാതിപ്പേരിൽ എഴുതിയതിനെ എനിക്ക് ഉൾ ക്കൊള്ളാൻ കഴിഞ്ഞില്ല.

ബാരിസ്റ്റർ രാമചന്ദ്രൻ കമ്യൂണിസ്റ്റ് ആശയങ്ങളാൽ നിർമ്മിക്കപ്പെട്ട യാളാണ്. പൂണൂൽ ധരിക്കാത്തയാളും നാസ്തികനുമാണ്. മാംസാഹാരം ഇഷ്ടത്തോടെ കഴിക്കും. പോരാത്തതിന്, ദ്രാവിഡ കഴകത്തിന്റെ പ്രവർ ത്തകരുടെ കേസുകൾ നടത്തി, ശിക്ഷകൾ ഇളവ് ചെയ്തുകൊടുക്കുമാ യിരുന്നു. ഒരാളെ 'ജാതി പറഞ്ഞ് പീഡിപ്പിക്കുന്നത്' ഏറ്റവും നല്ല ആയു ധമായി കാണുന്നത് ഒരു രീതിയായിട്ടുണ്ട്. അതും ജസ്റ്റിസായി നിയമി ക്കപ്പെട്ടവർക്ക് എങ്ങനെയുള്ള ബഹുമാനം അത് നൽകുമെന്നും മന സ്സിലാക്കാവുന്നതാണ്.

അഴഗിരിസ്വാമി ഹൈക്കോടതി സർക്കാർ പ്ലീഡറായി നിയമിക്കപ്പെട്ട്, ആറ് വർഷം കഴിഞ്ഞ് കോൺഗ്രസ്സ് സർക്കാരിൽ ഹൈക്കോടതി ജസ്റ്റി സായി നിയമിക്കപ്പെട്ടു (8.8.1966). 1959 ൽ അദ്ദേഹത്തിന്റെ പേര് ജസ്റ്റിസ് പദവിക്കായി പരിഗണിക്കപ്പെട്ടപ്പോൾ അന്നത്തെ ചീഫ് ജസ്റ്റിസ് പി വി രാജമന്നാർ അതിനെ നിരാകരിച്ചു. അഴഗിരിസ്വാമിക്ക് 10 വർഷത്തെ ഹൈക്കോടതി വക്കീലായോ ജില്ലാ ജഡ്ജിയായോ ജോലി ചെയ്ത അനുഭവം ഇല്ലെന്നും, അതുകൊണ്ട് ഭരണഘടനയിലെ 217(2) വകുപ്പ നുസരിച്ച് അദ്ദേഹത്തെ ജസ്റ്റിസ് ആയി നിയമിക്കുന്നത് തെറ്റാണെന്നും ബാരിസ്റ്റർ വി ജി റാവു റിട്ട് ഹർജി കൊടുത്തു. ആ കേസ് തള്ളപ്പെട്ടാലും, അതിനെ വിചാരണ ചെയ്ത ജസ്റ്റിസ്, സർക്കാരിന് എതിരായി പല അഭിപ്രായങ്ങളും വിധിയിൽ പ്രസ്താവിച്ചിരുന്നു.

പി വി രാജമന്നാർ ചീഫ് ജസ്റ്റിസ് ആയി വിരമിച്ചശേഷം അദ്ദേഹ ത്തിന്റെ സ്ഥാനത്ത് എസ് രാമചന്ദ്ര അയ്യർ പദവിയേറ്റു. (മെയ് 1961). അപ്പോൾ ഭരണഘടന തിരുത്തപ്പെട്ടതിനാൽ, ഹൈക്കോടതി ജസ്റ്റിസ്സു മാരുടെ വിരമിക്കൽ പ്രായം 60 ആയി നിർണ്ണയിക്കപ്പെട്ടു. രാമചന്ദ്ര അയ്യരുടെ ജനനത്തീയതി 1.10.1901 ആയതിനാൽ വിരമിക്കൽ പ്രായം കഴിഞ്ഞും പദവിയിൽ തുടരുന്നതുകൊണ്ട് അദ്ദേഹത്തിന്റെ യഥാർഥ ജനനത്തീയതി അറിയാൻ അഡ്വ. വസന്ത് പൈ ശ്രമിച്ചു. അതിനായുള്ള രേഖകൾ പരിശോധിച്ച്, ഇന്ത്യൻ ചീഫ് ജസ്റ്റിസിനും രാഷ്ട്രപതിക്കും അയച്ചു. അവരിൽനിന്നും നടപടികളൊന്നും ഇല്ലാതെ വന്നപ്പോൾ 24.9.1964 ന് ഹൈക്കോടതിയിൽ റിട്ട് ഹർജി ഫയൽ ചെയ്ത്, ആദ്യ വിചാരണയ്ക്കുള്ള അറിയിപ്പ് വന്നു. കേസ് നടക്കുമ്പോൾ പെട്ടെന്ന് ചീഫ്

ജസ്റ്റിസ് രാമചന്ദ്ര അയ്യർ പദവിയിൽനിന്നും മാറി. എങ്കിലും വസന്ത് പൈയ്യുടെ കേസ് തുടരുകയും, ജസ്റ്റിസ്സുമാരുടെ പ്രായത്തിനെപ്പറ്റി തീരുമാനമെടുക്കാനുള്ള അധികാരം രാഷ്ട്രപതിക്ക് ആയതിനാൽ ഹൈക്കോടതി കേസ് തള്ളുകയും ചെയ്തു.

എൻ കൃഷ്ണസ്വാമി റെഡ്ഡിയാർ ചെങ്കൽപട്ടു ജില്ലാ കോടതിയിൽ വക്കീലായി ജോലി ചെയ്തിരുന്ന ആളായിരുന്നു. അദ്ദേഹം അന്നത്തെ മുഖ്യമന്ത്രി ഭക്തവത്സലത്തിന്റെ തെരഞ്ഞെടുപ്പ് ജോലികൾ ശ്രദ്ധിച്ചിരുന്നതിനാൽ, അദ്ദേഹത്തെ പെട്ടെന്ന് ഹൈക്കോടതിയിൽ പ്രോസിക്യൂട്ടർ ആയി നിയമിച്ചു (ഡിസംബർ 1960). പിന്നീട് 1964 ൽ ഹൈക്കോടതി അഡ്വക്കേറ്റ് ജനറൽ പദവിയിൽ ഒഴിവ് വന്നപ്പോൾ അദ്ദേഹത്തെ അതിലേക്ക് മാറ്റി. ഏതാനും മാസങ്ങൾക്ക് ശേഷം, അന്നത്തെ കോൺഗ്രസ്സ് സർക്കാരിന്റെ ശുപാർശയിൽ ഹൈക്കോടതി ജസ്റ്റിസ് ആയി നിയമിക്കപ്പെട്ടു.

കൃഷ്ണസ്വാമി റെഡ്ഡിയാർ ഹൈക്കോടതി ജസ്റ്റിസ് ആയി നിയമിക്കപ്പെട്ടപ്പോൾ, അദ്ദേഹത്തിന് അഞ്ച് വർഷവും ഏഴ് മാസവുമേ തൊഴിൽ പരിചയം ഉണ്ടായിരുന്നുള്ളൂ. അതുകൊണ്ട്, ഈ നിയമനം തെറ്റാണെന്ന് ബാരിസ്റ്റർ വി ജി റാവു റിട്ട് ഹർജി ഫയൽ ചെയ്തു. അത് വിചാരണ ചെയ്ത ജസ്റ്റിസ് 10 വർഷത്തെ ഹൈക്കോടതി വക്കീൽ ആയുള്ള അനുഭവം എന്നത് ഹൈക്കോടതിയിൽത്തന്നെ ആകണമെന്നില്ല എന്ന് പറഞ്ഞ് കേസ് തള്ളിക്കളഞ്ഞു.

1987 ൽ എം ജി ആർ സർക്കാരിൽ ലീഗൽ സെക്രട്ടറി ആയിരുന്ന എസ് വടിവേലുവിനെ ജസ്റ്റിസാക്കാൻ വലിയ ശ്രമങ്ങൾ നടന്നു. അദ്ദേഹത്തിന്റെ പേര് ജസ്റ്റിസ് പദവിക്ക് ശുപാർശ ചെയ്യപ്പെട്ടു എന്നറിഞ്ഞയുടൻ ഹൈക്കോടതി വക്കീലുമാർ 19.2.1987 ന് കോടതി ബഹിഷ്കരണം ആരംഭിച്ചു. കാരണം, അദ്ദേഹം ഒരു ദിവസം പോലും ഹൈക്കോടതിയിൽ വക്കീലായി ജോലി ചെയ്തിട്ടില്ല. വക്കീലന്മാരുടെ മൊത്തത്തിലുള്ള ബഹിഷ്കരണത്തിന് ഫലമുണ്ടായി. കേന്ദ്രസർക്കാരിന്റെ ഭാഗത്തുനിന്നും അദ്ദേഹത്തിന്റെ പേര് ശുപാർശ ചെയ്തതിനെ സ്വീകരിക്കില്ലെന്ന അറിയിപ്പുണ്ടായി. ആ സമരത്തിന് ജാതിമുദ്ര ആരും ഉപയോഗിച്ചില്ലെന്നത് ശ്രദ്ധേയമാണ്.

1983 ൽ അഭിപ്രായവ്യത്യാസങ്ങൾ കാരണം ഞാൻ 'റാവു & റെഡ്ഡി' യിൽനിന്നും പുറത്തുവന്ന്, സ്വന്തമായി ഹൈക്കോടതിയിൽ പ്രാക്ടീസ് തുടർന്നു. ആ വർഷം നടന്ന തമിഴ്നാട് ബാർ കൗൺസിൽ തെരഞ്ഞെടുപ്പിൽ ജയിച്ച്, അംഗമായി അഞ്ച് വർഷം പ്രവർത്തിച്ചു. 3.9.1988 ന് ഡൽഹിയിൽ അഖിലേന്ത്യാ ബാർ കൗൺസിലിന്റെ ആഭിമുഖ്യത്തിൽ 'നീതിനിർവ്വഹണവും പൊതുജീവിതത്തിലെ ഉത്തരവാദിത്വവും' എന്ന പേരിൽ ദേശീയ സെമിനാർ നടന്നു. സെമിനാർ അന്നത്തെ ഉപരാഷ്ട്രപതി ഡോ. ശങ്കർ ദയാൽ ശർമ്മ ഉദ്ഘാടനം ചെയ്തു. തമിഴ്നാട് ബാർ കൗൺസിൽ പ്രതിനിധിയായി പോയിരുന്ന ഞാൻ 'ഹൈക്കോടതി ജസ്റ്റി

സുമാർക്കായി ധാർമ്മിക തത്വങ്ങൾ ഉണ്ടാക്കണമെന്നത് ആവശ്യമാണ്' എന്നതിനെപ്പറ്റി സംസാരിച്ചു. പ്രഭാഷണം കഴിഞ്ഞശേഷം, വേദിയിൽ ഉണ്ടായിരുന്ന ഉപരാഷ്ട്രപതി എന്നെ വിളിച്ച് പേര് ചോദിക്കുകയും, നിയമരംഗത്തിന്റെ പ്രവർത്തനങ്ങളിൽ അതൃപ്തി പ്രകടിപ്പിക്കുകയും ചെയ്തു.

ദേശീയ സെമിനാറിൽ ഞാൻ സംസാരിച്ചശേഷം, *ഇന്ത്യൻ ബാർ റിവ്യൂ* മാസികയിൽ അത് പ്രസിദ്ധീകരിക്കപ്പെട്ടു. അതിന്റെ പ്രാധാന്യത്തെ കരുതി *ലായേഴ്സ് കളക്റ്റീവ്* മാസികയിലും പ്രസിദ്ധീകരിച്ചു.

ജസ്റ്റിസുമാരെ ധാർമ്മികതത്വങ്ങൾ പഠിപ്പിക്കേണ്ട ആവശ്യത്തെപ്പറ്റി തുടർപ്രചരണം നടത്താനുള്ള അവസരമുണ്ടായി. 18.9.1992 ന് ഡൽഹിയിൽ നടന്ന ചീഫ് ജസ്റ്റിസുമാരുടെ സമ്മേളനത്തിൽ ആ ധാർമ്മികതത്വങ്ങൾ പഠിപ്പിക്കുന്നതുമായി ബന്ധപ്പെട്ട് ചർച്ച ചെയ്യുകയും, അതിനെപ്പറ്റിയുള്ള അഭിപ്രായങ്ങൾ 21.11.1993 ന് ചീഫ് ജസ്റ്റിസുമാരെ അറിയിക്കണമെന്നും സർക്കുലർ പോയി. അവസാനം സുപ്രീം കോടതി ജസ്റ്റിസുമാർ അത് പരിശോധിച്ച് നിയമജീവിതത്തിൽ പുനഃസ്ഥാപനം നടത്തുന്നതിനുള്ള മൂല്യങ്ങൾ രൂപപ്പെടുത്തി.

ജസ്റ്റിസ് കെ ജി ബാലകൃഷ്ണൻ ചീഫ് ജസ്റ്റിസ് ആയതിനുശേഷം, ഈ മൂല്യങ്ങളെ സുപ്രീം കോടതിയിലെ ജസ്റ്റിസുമാരെപ്പോലെ ഹൈക്കോടതികളിലെ ജസ്റ്റിസുമാരും മുന്നോട്ടുവന്ന് ഏറ്റെടുക്കണമെന്ന് നിർദ്ദേശിച്ച് ഒരു കത്തയച്ചു. അത് ചെന്നൈ ഹൈക്കോടതി ചീഫ് ജസ്റ്റിസ് എ പി ഷാ എല്ലാ ജസ്റ്റിസുമാരേയും കാണിച്ച്, ആ മൂല്യങ്ങളെ തങ്ങൾക്കുള്ള നിർദ്ദേശങ്ങളായി കാണാനുള്ള തീരുമാനമെടുത്തു.

ജസ്റ്റിസുമാരുടെ നിയമനങ്ങളുമായി ബന്ധപ്പെട്ട് ഈ തർക്കങ്ങൾ നിയമപുസ്തകങ്ങളിൽനിന്നും അറിഞ്ഞിട്ടുണ്ടെങ്കിലും, 9 വർഷം കഴിഞ്ഞ് റാവു & റെഡ്ഡിയിൽ ഞാൻ ജൂനിയറായി ചേർന്നപ്പോൾ ആ കേസുകളിലെ കഥാനായകന്മാരെ നേരിൽ കാണാനുള്ള അവസരം മഹത്തരമായിരുന്നു എന്നുതോന്നി. 'ജസ്റ്റിസ് ആയാലും തെറ്റ് ചെയ്താൽ ചോദ്യം ചെയ്യുന്ന പാരമ്പര്യം' അവിടെ ഉണ്ടായിരുന്നു. അതിലാണ് ഞാൻ വാർത്തെടുക്കപ്പെട്ടത്. ജസ്റ്റിസുമാരുടെ നിയമനത്തിന് എതിരായുള്ള കേസുകൾ തുടർന്ന് തീർപ്പാക്കുന്നതിൽ പരീക്ഷണങ്ങൾ ഉണ്ടാകും. നിയമിക്കപ്പെട്ട ജസ്റ്റിസിനെ നീക്കണമെങ്കിൽ അതിനുള്ള നടപടികൾ ഭരണഘടനയിൽ രണ്ട് വരികളിൽ പറഞ്ഞിട്ടുണ്ടെങ്കിലും, കളത്തിലിറങ്ങി അത് ചെയ്യുന്നത് വളരെ കഠിനമാണ്.

ജസ്റ്റിസ് രാമസ്വാമി രാമനാഥപുരം ജില്ലയിൽ ജനിച്ചയാളായിരുന്നു. 1953ൽ വക്കീലായി എൻറോൾ ചെയ്തശേഷം, അന്നത്തെ ജസ്റ്റിസ് ആയിരുന്ന കെ വീരസ്വാമിയുടെ മകളെ വിവാഹം കഴിച്ചു. 42-ാമത്തെ വയസ്സിൽ അദ്ദേഹത്തിന്റെ പേര് ജസ്റ്റിസ് പദവിക്കായി ശുപാർശ ചെയ്യപ്പെട്ടു. 31.1.1971 ന് ചെന്നൈ ഹൈക്കോടതിയിൽ ജസ്റ്റിസായി നിയമനം ലഭിച്ചു. അദ്ദേഹം ജസ്റ്റിസായിരുന്ന കാലഘട്ടത്തിൽ ജസ്റ്റിസ്

നിയമനത്തിനായി കൊളീജിയത്തിന് മാത്രമേ നിർദ്ദേശിക്കാൻ സാധിക്കുകയുള്ളൂ എന്ന വഴക്കം വന്നിട്ടില്ലായിരുന്നു. ചീഫ് ജസ്റ്റിസ് ആഗ്രഹിച്ചാൽ ആരെ വേണമെങ്കിലും ശുപാർശ ചെയ്യാം. സംസ്ഥാന സർക്കാരിന് ഇഷ്ടമുള്ള പേരുകളും അദ്ദേഹത്തിന് സ്വീകരിക്കാം. ചീഫ് ജസ്റ്റിസിനും സംസ്ഥാന മുഖ്യമന്ത്രിക്കും ആ വിഷയത്തിൽ ഒരേ അഭിപ്രായം ആണെങ്കിൽ ഒരാൾക്ക് ജസ്റ്റിസ് ആകുന്നത് എളുപ്പമായിരുന്നു. അതുകൊണ്ടാണ് രാമസ്വാമിക്ക് 42-ാം വയസ്സിൽത്തന്നെ ജസ്റ്റിസാകാൻ കഴിഞ്ഞത്. ഡി എം കെ സർക്കാരിന് ഇഷ്ടപ്പെട്ട പി ആർ ഗോകുലകൃഷ്ണൻ, തിരുനെൽവേലിയിൽ ഡി എം കെ ജില്ലാ സെക്രട്ടറി ആയിരുന്ന എസ് രത്നവേൽ പാണ്ഡ്യൻ എന്നിവരും നാല്പത് വയസ്സിനുള്ളിൽ ജസ്റ്റിസായി നിയമിക്കപ്പെട്ടു. സുപ്രീം കോടതി ജസ്റ്റിസുമാരായും പദവിക്കയറ്റം നേടാൻ സാധിക്കുമായിരുന്നു. പി ആർ ഗോകുലകൃഷ്ണൻ തനിക്ക് സുപ്രീം കോടതിയിലെ ഉത്തരവാദിത്വം ആവശ്യമില്ലെന്ന് പറഞ്ഞു.

ജസ്റ്റിസ് രാമസ്വാമി 16 വർഷം ചെന്നൈയിൽ ജോലി ചെയ്തശേഷം 1987 ൽ പഞ്ചാബ് & ഹരിയാന ഹൈക്കോടതിയിൽ ചീഫ് ജസ്റ്റിസായി സ്ഥലം മാറ്റപ്പെട്ടു. ആ സമയത്ത് പഞ്ചാബ് സംസ്ഥാനം തീവ്രവാദ പ്രവർത്തനങ്ങളുടെ കേന്ദ്രമായിരുന്നു. അതുകൊണ്ട് കൂടുതൽ സുരക്ഷയ്ക്കൊപ്പം മറ്റുചില ധനവാഗ്ദാനങ്ങളും നൽകിയിരുന്നു. തലസ്ഥാനമായ ചണ്ഡിഗഢിൽ പ്രവർത്തിക്കുന്ന ഹൈക്കോടതിയിൽ ജോലി ആരംഭിച്ച രാമസ്വാമി, വക്കീലന്മാരുടെ പ്രശംസകൾ നേടിയ അതേ സമയം തന്നെ, സഹ ജസ്റ്റിസുമാരുടെ വെറുപ്പും സമ്പാദിച്ചു. ഉദാഹരണത്തിന്, ചെന്നൈ ഹൈക്കോടതിയിൽ ജസ്റ്റിസുമാരുടെ മുന്നിൽ ചെങ്കോൽ പിടിച്ചുകൊണ്ട് നടക്കുന്നതുപോലെ പഞ്ചാബിലും വേണമെന്ന് കരുതിയ അദ്ദേഹം ചെന്നൈയിലെ 'ബി ആർ ആർ & സൺസ്' എന്ന സ്ഥാപനത്തിൽ നിന്നും ചെങ്കോലുകൾ വരുത്തിച്ച് അവയെ കാർഗോ വിമാനം വഴി എത്തിച്ചു. ഇങ്ങനെ ചെങ്കോൽ വാങ്ങുന്നതിനെപ്പറ്റി പൊതുയോഗത്തിൽ പോലും ആവശ്യപ്പെട്ടിരുന്നില്ല. കാർഗോ വിമാനത്തിൽ അവ കൊണ്ടുവരുന്നതിനുള്ള ക്രമങ്ങളും പാലിച്ചില്ല.

ചെന്നൈയിൽനിന്നും ചെങ്കോലുകൾ വന്നശേഷം ജസ്റ്റിസുമാരുടെ സംഘത്തിൽ പരമ്പരാഗത രീതിയിലുള്ള നടപടിക്രമങ്ങൾ നിർബന്ധമാക്കണമെന്ന് പറഞ്ഞ അദ്ദേഹം, ജസ്റ്റിസുമാർ കോടതിയിലേക്ക് വരുന്നതിന് മുമ്പ് ഉദ്യോഗസ്ഥർ ചെങ്കോൽ ഏന്തിക്കൊണ്ട് മുന്നിൽ നടക്കണമെന്ന് അറിയിച്ചു. ഇതുകേട്ട് അത്ഭുതപ്പെട്ട മറ്റു ജസ്റ്റിസുമാർ 18.8.1988 ന് അയച്ച കത്തിൽ ചെങ്കോൽ ഏകാധിപത്യത്തിന്റെ ബാക്കി പത്രമാണെന്നും സോഷ്യലിസത്തിൽ അടിസ്ഥാനമായുള്ള സമൂഹത്തിൽ അതിന് ഇടമില്ലെന്നും അറിയിച്ചു. അപ്പോൾ മുതൽ ജസ്റ്റിസ് രാമസ്വാമിയുടെ തലവേദനയും തുടങ്ങി.

പഞ്ചാബ് ഹൈക്കോടതിയിൽ ചീഫ് ജസ്റ്റിസായി 22 മാസം ജോലി ചെയ്ത അദ്ദേഹം, 1989 ൽ സുപ്രീം കോടതി ജസ്റ്റിസായി നിയമിക്കപ്പെട്ടു.

ചീഫ് ജസ്റ്റിസായിരുന്ന കാലത്ത് ഓഫീസ് ചെലവുകളിൽ ക്രമക്കേട് ഉണ്ടായിരുന്നെന്നും, അതിന്റെ നിയമങ്ങൾ പാലിച്ചിട്ടില്ലെന്നും ആ സംസ്ഥാനത്തിലെ കംപ്ട്രോളർ ആന്റ് ഓഡിറ്റർ ജനറൽ ഓഫീസിന്റെ പരിശോധനയിൽ കണ്ടെത്തി. ഹൈക്കോടതിയുടെ അഭിപ്രായം ആരാഞ്ഞ കംപ്ട്രോളർ ആന്റ് ഓഡിറ്റർ ജനറലിന്റെ ആരോപണം അനുസരിച്ച് ക്രമക്കേടായി ചെലവഴിച്ച തുക ചീഫ് ജസ്റ്റിസിന്റെ ശമ്പളത്തിൽനിന്നും പിടിക്കണമെന്ന് ഉത്തരവിട്ടു.

പഞ്ചാബ് സംസ്ഥാന കംപ്ട്രോളർ ആന്റ് ഓഡിറ്റർ ജനറൽ ഉയർത്തിയ ആരോപണങ്ങളെപ്പറ്റി, പ്രശസ്ത മാധ്യമപ്രവർത്തകൻ കുൽദീപ് നയ്യാർ എഴുതിയ ലേഖനം പല പത്രങ്ങളിലും പ്രസിദ്ധീകരിക്കപ്പെട്ടു. നയ്യാരിന്റെ ലേഖനം വായിച്ച് ഞാൻ സീനിയർ വക്കീലായ ഇന്ദിരാ ജയ്സിംഹുമായി ബന്ധപ്പെട്ടു. കംപ്ട്രോളർ ആന്റ് ഓഡിറ്റർ ജനറൽ ഓഫീസിന്റെ ആരോപണങ്ങൾ എന്തെല്ലാമാണെന്ന് തെളിവടക്കം അറിയാനായി ഞാനും ഇന്ദിരാ ജയ്സിംഗും മറ്റുചില സുഹൃത്തുക്കളും ചണ്ഡീഗഢിലേക്ക് പോയി. അവിടെ പല മുതിർന്ന ജസ്റ്റിസുമാരും ഐ എ എസ് ഉദ്യോഗസ്ഥരും, സാമൂഹ്യപ്രവർത്തകരും, സീനിയർ വക്കീലന്മാരും ഇതിനെപ്പറ്റി അവരുടെ അഭിപ്രായങ്ങൾ അറിയിച്ചു. ഞങ്ങൾ ചെന്നപ്പോൾ, ഹൈക്കോടതി വക്കീൽ സംഘടന യോഗം ചേർന്ന് ഈ പ്രശ്നം ചർച്ച ചെയ്യുകയായിരുന്നു. എന്നെയും, ഇന്ദിരാ ജയ്സിംഗിനേയും അതിൽ പ്രത്യേക ക്ഷണിതാക്കളായി വിളിച്ചു.

ചണ്ഡീഗഢിൽനിന്നും തിരിച്ച് വന്നയുടൻ പഞ്ചാബ് കംപ്ട്രോളർ ആന്റ് ഓഡിറ്റർ ജനറലിന്റെ ഓഡിറ്റിംഗിലുള്ള വിവരങ്ങളെപ്പറ്റി ചെന്നൈയിലുള്ള വക്കീലുമാരുമായി സംസാരിച്ചു. അതിനായി ഒരു റാം, സീനിയർ വക്കീലുമാരായ ഇന്ദിരാ ജെയ്സിംഹ്, എൻ ടി വാനമാലൈ, കെ ജി കണ്ണഭിരാൻ, കെ ടി ബാലപാണ്ഡ്യൻ എന്നിവരും, വക്കീലന്മാരായ എസ് ബാലദൺഡപാണിയും ഞാനും സംസാരിച്ചു. യോഗത്തിന്റെ നിരീക്ഷകനായി പങ്കെടുത്ത അന്നത്തെ വക്കീൽ സംഘടനയുടെ പ്രസിഡന്റ് ആർ ഗാന്ധി, വേദിയിൽ കയറി ജസ്റ്റിസ് രാമസ്വാമിയുമായി നേരിൽ കണ്ട് സംസാരിച്ചതായും, കംപ്ട്രോളർ ആന്റ് ഓഡിറ്റർ ജനറലിന്റെ ഓഡിറ്റ് ആരോപണങ്ങളിൽ യാതൊരു അടിസ്ഥാനവുമില്ലെന്നും പറഞ്ഞു. അപ്പോൾ അഡ്വ. കെ ടി ബാലപാണ്ഡ്യൻ, 'അഡ്വ. ഗാന്ധിയുടെ ഒറ്റയ്ക്കുള്ള സന്ദർശനവും വിശദീകരണവുംകൊണ്ട് പ്രയോജനമില്ല. കുറ്റാരോപണത്തിന് അടിസ്ഥാനമില്ലെങ്കിൽ, അത് പൊതുവേദിയിൽ തെളിയിക്കണം' എന്ന് പറഞ്ഞു. ജസ്റ്റിസ് രാമസ്വാമിയുടെ ജൂനിയർ ആയി തൊഴിൽ ആരംഭിച്ചയാളായിരുന്നു ആർ ഗാന്ധി.

യോഗത്തിന്റെ അവസാനം ജസ്റ്റിസ് രാമസ്വാമിയുടെ ചെലവ് ക്രമക്കേടുകളെപ്പറ്റി പാർലമെന്റ് അന്വേഷിച്ച് പദവിയിൽനിന്നും പുറത്താക്കണമെന്ന് പ്രമേയം പാസ്സാക്കി. യോഗത്തിനേയും അതിൽ പങ്കെടുത്തവരേയും ദ്രാവിഡ കഴകത്തിന്റെ പ്രസിഡന്റ് കെ. വീരമണി രൂക്ഷ

മായി വിമർശിച്ചു. 'സുപ്രീം കോടതി ജസ്റ്റിസ് രാമസ്വാമിക്കെതിരെ ചുമത്തപ്പെട്ട ആരോപണം' എന്ന തലക്കെട്ടിൽ *വിടുതലൈ* പത്രത്തിന്റെ ആദ്യ പേജിൽത്തന്നെ തുടർ ലേഖനങ്ങൾ അയാൾ എഴുതി. "ബ്രാഹ്മണരും, സംവരണം, സാമൂഹ്യനീതി തുടങ്ങിയവയ്ക്ക് എതിരായവരും, ഒറ്റപ്പെട്ട രീതിയിൽ അദ്ദേഹത്തിന്റെ വളർച്ച, സ്ഥാനക്കയറ്റം എന്നിവയിൽ അസൂയ പൂണ്ട ചില 'വിഭീഷണന്മാരും' ചേർന്ന് അദ്ദേഹത്തിന് ചീത്തപ്പേര് ഉണ്ടാക്കണമെന്ന് കുറേക്കാലമായി പദ്ധതിയിടുന്നു."

ഇങ്ങനെ പുരാണകഥാപാത്രത്തിന്റെ പേരിൽ എനിക്ക് പുതിയ പട്ടം കൂടി ലഭിച്ചു.

നിയമരംഗത്തിലെ ക്രമക്കേട് എന്ന തലക്കെട്ടിൽ ഞാൻ, ഇന്ദിരാ ജയ്സിംഗ്, കെ ജി കണ്ണഭിരാൻ എന്നീ മൂന്നുപേരും ചേർന്ന് എഴുതിയ ലേഖനവും അതിനൊപ്പം ഓഡിറ്റ് റിപ്പോർട്ടും ചേർത്ത്, ഇന്ദിര നടത്തിവന്നിരുന്ന സ്ഥാപനത്തിലൂടെ പുറത്തുവിട്ടത് *ലായേഴ്സ് കളക്റ്റീവ്* മാസികയിൽ വന്നു.

കവർ സ്റ്റോറിയായി വന്ന ആ ലേഖനത്തേയും, ഓഡിറ്റ് ആരോപണത്തേയും ചേർത്ത് ഇന്ദിരാ ജയ്സിംഗ് അന്നത്തെ ഇന്ത്യൻ ചീഫ് ജസ്റ്റിസ് സബ്യസാചി മുഖർജിക്ക് ഒരു കത്തയച്ചു. ഞങ്ങൾ പ്രതീക്ഷിക്കാത്ത രീതിയിൽ അദ്ദേഹം ഉടൻ തന്നെ മറുപടിയും അയച്ചു. ലേഖനത്തിലെ കുറ്റാരോപണങ്ങൾ പരിശോധിക്കാമെന്ന് അദ്ദേഹം എഴുതി. ഈ സംഭവം ഒരു സുപ്രീം കോടതി വിധിയിൽ എഴുതപ്പെട്ടിട്ടുണ്ട്.

അന്നത്തെ അറ്റോർണി ജനറൽ സോളി സൊറാബ്ജി, മുൻ അറ്റോർണി ജനറൽ കെ പരാശരൻ, സുപ്രീം കോടതി വക്കീൽ സംഘത്തിന്റെ പ്രസിഡന്റ് കെ കെ വേണുഗോപാൽ, മുൻ പ്രസിഡന്റ് ഡോ. സിത്താലേ എന്നിവരും ചീഫ് ജസ്റ്റിസിനെ കണ്ട് ഓഡിറ്റ് വകുപ്പ് ചൂണ്ടിക്കാണിച്ച ക്രമക്കേടുകളെപ്പറ്റി അന്വേഷിക്കണമെന്ന് അപേക്ഷിച്ചു.

ചീഫ് ജസ്റ്റിസ് മുഖർജി, അന്ന് വക്കീലന്മാരുടെ മുന്നിൽ കോടതിയുടെ ഒരു നോട്ടീസ് വായിച്ചു. തന്റെ സഹ ജസ്റ്റിസിനെതിരായി നടപടിയെടുക്കാൻ തനിക്ക് അധികാരമില്ലെന്നും, അതേസമയം ഓഡിറ്റ് ആരോപണങ്ങളിൽ വാസ്തവമുണ്ടെന്നും, അതിനെപ്പറ്റി ജസ്റ്റിസ് രാമസ്വാമിയോട് സംസാരിച്ചെന്നും, അദ്ദേഹത്തിന്റെ വിചാരണ കഴിയുന്നതുവരെ അവധിയിൽ പ്രവേശിക്കാൻ പറഞ്ഞിട്ടുണ്ടെന്നും പറഞ്ഞു.

ജസ്റ്റിസ് രാമസ്വാമി 23.7.1990 മുതൽ ആറാഴ്ചത്തെ അവധിയിൽ പോയി. ചീഫ് ജസ്റ്റിസ് കുറ്റാരോപണങ്ങളുടെ വാസ്തവം അന്വേഷിച്ച് റിപ്പോർട്ട് നൽകാൻ മൂന്ന് ജസ്റ്റിസുമാരുടെ സംഘത്തിനെ നിയമിച്ചു. ഈ ആഭ്യന്തര വിചാരണയ്ക്ക് മറുപടി അയച്ച ജസ്റ്റിസ് രാമസ്വാമി, പഞ്ചാബ് ഹൈക്കോടതി ജസ്റ്റിസുമാരിൽ ചിലർ മനഃപൂർവ്വം തനിക്കെതിരായി വഞ്ചന കാണിക്കുകയാണെന്ന് ആരോപിച്ചു. അന്വേഷണ സംഘത്തിന്റെ തീരുമാനം അറിയുന്നതിന് മുമ്പുതന്നെ ചീഫ് ജസ്റ്റിസ് സബ്യസാചി മുഖർജി ലണ്ടനിൽ ഹൃദയാഘാതം മൂലം അന്തരിച്ചു

(25.9.1990). അദ്ദേഹത്തിന് ശേഷം ചീഫ് ജസ്റ്റിസ് ആയിവന്ന രംഗനാഥ് മിശ്രയ്ക്ക്, അന്വേഷണസംഘം ജസ്റ്റിസ് രാമസ്വാമിക്കെതിരായുള്ള ആരോപണത്തിൽ കഴമ്പില്ലെന്ന് റിപ്പോർട്ട് കൊടുത്തു. അങ്ങനെ അദ്ദേഹം വീണ്ടും കോടതിയിലേക്ക് വരാൻ തുടങ്ങി. അന്വേഷണ സംഘത്തിന്റെ തീരുമാനങ്ങൾ തെറ്റാണെന്ന് പറഞ്ഞ് ഞാൻ വീണ്ടും ഒരു ലേഖനം *ലായേഴ്സ് കളക്റ്റീവ്* മാസികയിൽ എഴുതി.

ജസ്റ്റിസ് രാമസ്വാമി വീണ്ടും കോടതിയിലെത്തിയാൽ ബഹിഷ്കരണം നടത്തണമെന്ന പ്രമേയം വിജയിച്ചില്ല. മറിച്ച്, ഇഷ്ടമില്ലാത്ത വക്കീലന്മാർ കോടതിയിലേക്ക് പോകേണ്ടയെന്ന് മാത്രം പറഞ്ഞു. ഞങ്ങൾ പാർലമെന്റിലെ എല്ലാ പ്രതിപക്ഷപാർട്ടികളേയും നേരിൽ കണ്ട്, ജസ്റ്റിസ് രാമസ്വാമിക്കെതിരെയുള്ള കുറ്റാരോപണങ്ങൾ എടുത്തുപറഞ്ഞ്, പിന്തുണ അറിയിച്ചു. എല്ലാ അംഗങ്ങൾക്കും കംപ്ട്രോളർ ആന്റ് ഓഡിറ്റർ ജനറലിന്റെ ആരോപണങ്ങളെപ്പറ്റിയുള്ള കുറിപ്പ് വിതരണം ചെയ്തു. പ്രതിപക്ഷനേതാക്കൾ പലരും അവിശ്വാസ പ്രമേയം കൊണ്ടുവരുന്നതിന് പിന്തുണ അറിയിച്ചു. ഇതിന്റെ ഫലമായി ജസ്റ്റിസ് രാമസ്വാമിക്കെതിരായുള്ള അവിശ്വാസ പ്രമേയം 108 പാർലമെന്റ് അംഗങ്ങൾ നിർദ്ദേശിച്ചു. അത് വിചാരണയ്ക്കെടുക്കാൻ അന്നത്തെ ലോക്സഭാ സ്പീക്കർ റബി റോയ്, പ്രമേയത്തിൽ പറഞ്ഞിട്ടുള്ള കുറ്റാരോപണങ്ങളെപ്പറ്റി അന്വേഷിക്കാനായി മൂന്ന് ജസ്റ്റിസുമാരുടെ അന്വേഷണസംഘത്തിന് രൂപം നൽകാനുള്ള നടപടിയെടുത്തു. അദ്ദേഹത്തിന്റെ ശ്രമത്തെ പ്രശംസിച്ച് ഇന്ദിരാ ജയ്സിംഗ് *ലായേഴ്സ് കളക്റ്റീവിൽ* വീണ്ടും ഒരു ലേഖനമെഴുതി.

ഇതിനിടയിൽ കേന്ദ്രത്തിൽ വി പി സിംഗ് സർക്കാർ അട്ടിമറിക്കപ്പെട്ട് ചന്ദ്രശേഖർ സർക്കാർ പദവിയിലേറി. ആ സർക്കാരും ഏതാനും മാസങ്ങൾക്കുള്ളിൽ കോൺഗ്രസ്സ് പിന്തുണ നഷ്ടപ്പെട്ട് പുതിയ പാർലമെന്റ് തിരഞ്ഞെടുപ്പ് നടത്താൻ തീരുമാനമായി. തിരഞ്ഞെടുപ്പ് നടക്കുന്ന സമയത്ത് രാജീവ് ഗാന്ധി തമിഴ്നാട്ടിൽ വച്ച് വധിക്കപ്പെട്ടതിനാൽ കോൺഗ്രസ്സിന് അനുതാപതരംഗം ലഭിച്ചു. അങ്ങനെ തെക്കൻ സംസ്ഥാനങ്ങളിൽ കൂടുതൽ സീറ്റുകൾ നേടിയ കോൺഗ്രസ്സ് പാർട്ടിയിലെ പ്രധാനമന്ത്രി സ്ഥാനാർഥിയായി പി വി നരസിംഹ റാവുവിനെ തിരഞ്ഞെടുത്തു. ഒമ്പതാം ലോക്സഭ പിരിച്ചുവിട്ട് പത്താമത്തെ ലോക്സഭ പദവിയിലേറിയതിനാൽ മുമ്പ് കൊണ്ടുവരപ്പെട്ട പ്രമേയം പ്രയോജനമില്ലാതാകുമെന്ന് കോൺഗ്രസ്സിന്റെ ഭാഗത്തുനിന്നും പറയപ്പെട്ടിരുന്നു.

ഇതിനെ എതിർത്ത് സുപ്രീം കോടതി വക്കീൽ ഹർദേവ് സിംഹ് (മാർക്സിസ്റ്റ് പാർട്ടി) ഒരു കേസ് കൊടുത്തു. ആ കേസിൽ മൂന്ന് ജസ്റ്റിസുമാരുടെ സംഘം കുറ്റാരോപണങ്ങൾ തുടർന്ന് അന്വേഷിക്കണമെന്ന് ഉത്തരവിട്ടു. ലോക്സഭ പിരിച്ചുവിടപ്പെട്ടാലും അവിശ്വാസ പ്രമേയത്തിന് എപ്പോഴും ആയുസ്സുണ്ടാകുമെന്ന് തീരുമാനമായി.

ജസ്റ്റിസ് രാമസ്വാമിയെപ്പറ്റിയുള്ള കേസ് സുപ്രീം കോടതിയിലെ

അഞ്ച് ജസ്റ്റിസുമാരുടെ ബഞ്ചിൽ നടക്കുമ്പോൾ, അതേപോലെ മറ്റൊരു ബഞ്ചിൽ അദ്ദേഹത്തിന്റെ അമ്മായിയച്ഛനും മുൻ ജസ്റ്റിസുമായ കെ വീരസ്വാമി കൊടുത്ത കേസും നടക്കുന്നുണ്ടായിരുന്നു. അപ്പോൾ ദിവസവും കെ വീരസ്വാമി കോടതിയിലേക്ക് വരുമായിരുന്നു. അദ്ദേഹം ജസ്റ്റിസുമാർ അഴിമതി നിരോധനനിയമത്തിന്റെ പരിധിയിൽ വരുന്നവ രല്ല എന്നുപറഞ്ഞ് ചെന്നൈ ഹൈക്കോടതിയിൽ 1978 ൽ കേസ് ഫയൽ ചെയ്തയാളാണ്. ആ കേസ് 1979 ൽ തള്ളിക്കളയപ്പെട്ടു. പിന്നീട് സുപ്രീം കോടതിയിൽ 1979 ൽ അദ്ദേഹം ഫയൽ ചെയ്ത അപ്പീൽ 12 വർഷം കഴിഞ്ഞ് അവസാനഘട്ട വിചാരണയ്ക്കെത്തി. അതുവരെ അദ്ദേഹത്തി നെതിരെ സി ബി ഐ ഫയൽ ചെയ്ത അഴിമതി കുറ്റപത്രം സ്റ്റേ ചെയ് തിരുന്നു. എന്നാലും, അവസാനം ആ കേസ് തള്ളപ്പെട്ട് ജസ്റ്റിസുമാരും അഴിമതി നിരോധനനിയമത്തിന്റെ പരിധിയിൽ വരുമെന്ന് വിധിയായി.

അമ്മായിയച്ഛനും മരുമകനും എതിരായി ഒരേസമയം വിധി വന്നത് യാദൃച്ഛികം തന്നെ. രണ്ട് വിധികളും ചേർത്ത് ഞാൻ ഒരു ലഘുലേഖ പ്രചരിപ്പിച്ചു.

1968 ലെ ജസ്റ്റിസുമാരുടെ (വിചാരണ) നിയമം അനുസരിച്ച് പാർല മെന്റിൽ അവിശ്വാസ പ്രമേയം അവതരിപ്പിച്ചാലും അതിൽ പറഞ്ഞിട്ടുള്ള കുറ്റാരോപണങ്ങൾ വിചാരണ ചെയ്ത് അതിന് അടിസ്ഥാനം ഉണ്ടോ യെന്ന് പരിശോധിക്കുവാനായി മൂന്ന് ജസ്റ്റിസുമാരുടെ കമ്മിറ്റി നിയമിക്കണം. ആ കമ്മിറ്റിയിൽ ഇന്ത്യൻ ചീഫ് ജസ്റ്റിസ് നിയമിച്ച ഒരു സുപ്രീം കോടതി ജസ്റ്റിസും, ഒരു ഹൈക്കോടതി ചീഫ് ജസ്റ്റിസും ലോക്സഭാ സ്പീക്കർ നിയമിച്ച നിയമപരിജ്ഞാനമുള്ള ഒരാളും പങ്കെടുക്കും. അന്ന് ആ കമ്മിറ്റിയുടെ തലവനായി സുപ്രീം കോടതി ജസ്റ്റിസ് പി പി സാവന്ത് പ്രവർത്തിച്ചു. ആ കമ്മിറ്റിയുടെ മുന്നിൽ ജസ്റ്റിസ് രാമസ്വാമിക്കായി വലിയ വക്കീൽപ്പട തന്നെ സഹായവുമായി വന്നിരുന്നു. എങ്കിലും മൂന്ന് ജസ്റ്റിസുമാരുടെ കമ്മിറ്റി രാമസ്വാമിക്കെതിരെ ആരോ പിക്കപ്പെട്ടതിനെല്ലാം അടിസ്ഥാനം ഉണ്ടെന്ന് റിപ്പോർട്ട് സമർപ്പിച്ചു (20.7.1992). ആ റിപ്പോർട്ടിന്റെ അടിസ്ഥാനത്തിലുള്ള പ്രമേയം പാർലമെന്റ് ചർച്ച ചെയ്യുന്നതിന് മുമ്പ് അതിന്റെ പകർപ്പ് തനിക്ക് തരണമെന്ന് ജസ്റ്റിസുമാരുടെ കമ്മിറ്റിയോട് രാമസ്വാമി ആവശ്യപ്പെട്ടു.

റിപ്പോർട്ടിന്റെ പകർപ്പ് ലഭിക്കാത്തതിനാൽ അദ്ദേഹം തന്റെ ഭാര്യ സരോജിനി രാമസ്വാമിയെ കക്ഷിയാക്കി സുപ്രീം കോടതിയിൽ ഒരു കേസ് കൊടുത്തു. അത് ജസ്റ്റിസ് രാമസ്വാമി സ്വന്തം പേരിൽ കൊടു ക്കാത്തതിനാൽ, കേസിന്റെ വിധി തന്നെ നിയന്ത്രിക്കുമെന്നത് സമ്മതി ച്ചാൽ മാത്രം കേസ് മുന്നോട്ട് കൊണ്ടുപോകാമെന്ന് ജസ്റ്റിസുമാർ പറഞ്ഞു. വിധിയോട് താൻ യോജിക്കുന്നു എന്ന് അദ്ദേഹം തന്റെ വക്കീൽ വഴി അറിയിച്ചതിനാൽ, കേസ് അഞ്ച് ജസ്റ്റിസുമാരുടെ ബഞ്ച് വിചാരണ ചെയ്ത്, കമ്മിറ്റിയുടെ റിപ്പോർട്ടിന്റെ പകർപ്പ് അദ്ദേഹത്തിന് കൊടുക്കാൻ വിധിച്ചു.

ഇതിനിടയിൽ തമിഴ്നാട്ടിലെ കോൺഗ്രസ്സ് പാർലമെന്റ് അംഗം എം. കൃഷ്ണസ്വാമി മറ്റൊരു കേസ് സുപ്രീം കോടതിയിൽ ഫയൽ ചെയ്തു. ആറണി ലോക്സഭാ മണ്ഡലത്തിൽനിന്നും കോൺഗ്രസ്സ് അംഗമായി 1991 ൽ തിരഞ്ഞെടുക്കപ്പെട്ട അദ്ദേഹം ചെന്നൈയിൽ വക്കീലായി ജോലി ചെയ്തിരുന്നു. അപ്പോഴാണ് അദ്ദേഹം പാട്ടാളി മക്കൾ കട്ചിയുടെ സ്ഥാപ കനായ രാമദാസിന്റെ ബന്ധുവായത്. ആ കേസിൽ, ജസ്റ്റിസ് രാമ സ്വാമിക്ക് എതിരായി കുറ്റപത്രത്തിൽ പറഞ്ഞിട്ടുള്ളവ മാത്രം എടുത്താൽ മതിയെന്നും, മറ്റു കുറ്റാരോപണങ്ങളെപ്പറ്റി മൊഴികൾ എടുത്തിരിക്കുന്ന തിനാൽ അവ ലോക്സഭാ സ്പീക്കർ ചർച്ചയ്ക്കെടുക്കണമെന്നും ഉത്ത രവായി. ആ കേസിൽ ജസ്റ്റിസ് രാമസ്വാമിയെ ഒരു കക്ഷിയായി ചേർ ക്കപ്പെട്ടിരിക്കുന്നതിനാൽ, അത് ആദ്യം തള്ളിക്കളയാൻ ആലോചിച്ച ജസ്റ്റി സുമാർ അവസാനം ഒരു നിബന്ധന മാത്രം നൽകി കേസ് അവസാ നിപ്പിച്ചു. അതായത്, അവിശ്വാസ പ്രമേയത്തിലുള്ള കുറ്റാരോപണങ്ങ ളെപ്പറ്റി ജസ്റ്റിസുമാരുടെ കമ്മിറ്റി പറഞ്ഞ കാര്യങ്ങൾ മാത്രമേ പാർലമെന്റ് കണക്കിലെടുക്കാൻ പാടുള്ളൂയെന്ന്.

ജസ്റ്റിസ് സാവന്തിന്റെ നേതൃത്വത്തിലുള്ള മൂന്ന് ജസ്റ്റിസുമാരുടെ കമ്മിറ്റി, അവിശ്വാസ പ്രമേയത്തിൽ പറഞ്ഞിട്ടുള്ള കുറ്റാരോപണങ്ങൾക്ക് അടിസ്ഥാനമുണ്ടെന്ന് റിപ്പോർട്ട് സമർപ്പിച്ചു. അതിനെ എതിർത്ത്, എല്ലാ ആയുധങ്ങളും ഉപയോഗിച്ച് പ്രമേയത്തെ തടുക്കാൻ അദ്ദേഹത്തിന്റെ പിന്തുണക്കാർ ശ്രമിച്ചു. പാർലമെന്റ് പ്രമേയം ചർച്ചയ്ക്കെടുക്കുന്നതിന് മുമ്പുതന്നെ ദ്രാവിഡ കഴകം, ഈ ശ്രമം ബ്രാഹ്മണരുടെ ചതിയാണെന്ന് പറഞ്ഞിരുന്നു. അതിന് ഫലമില്ല എന്ന് കണ്ടപ്പോൾ വടക്കേ ഇന്ത്യക്കാർ ചതിയിലൂടെ ഒരു തെക്കേ ഇന്ത്യൻ ജസ്റ്റിസിനെ പദവിയിൽനിന്നും ഓടിക്കാൻ ശ്രമിക്കുകയാണെന്ന പുതിയ പ്രചരണം തുടങ്ങി.

ഹൈക്കോടതി വക്കീൽ സംഘടനയുടെ പ്രസിഡന്റ് ആർ ഗാന്ധി 25.1.1992 ന് *ഇന്ത്യൻ എക്സ്പ്രസ്സ്* പത്രത്തിൽ 'ജസ്റ്റിസ് രാമസ്വാമി ക്കെതിരായ വേട്ട ഉപേക്ഷിക്കൂ' എന്നൊരു ലേഖനമെഴുതി. അതിനെ വിമർശിച്ച്, ആ അഭിപ്രായം ഭൂരിഭാഗം വക്കീലന്മാരുടെ അഭിപ്രായങ്ങളു മായി ചേരുന്നില്ലെന്ന് പറഞ്ഞ്, സംഘടനയുടെ പൊതുയോഗം വിളിക്കാൻ സി വിജയകുമാറും ഞാനും അടങ്ങിയ 107 അംഗങ്ങൾ ഒപ്പിട്ട ഒരു അപേക്ഷ കൊടുത്തു. അതനുസരിച്ച്, 11.2.1992 ന് സംഘടനയുടെ പൊതു യോഗം വിളിക്കപ്പെട്ടു. അതിന് ആർ. ഗാന്ധിയുടെ നേതൃത്വം ഉണ്ടാകാൻ പാടില്ലെന്ന കത്തും കൊടുത്തിരുന്നു. എന്നാൽ, യോഗം പെട്ടെന്ന് പിരിച്ചുവിടുകയും എന്നേയും വിജയകുമാറിനേയും വിമർശിച്ച് ഗാന്ധിയെ പിന്തുണയ്ക്കുന്ന വക്കീലന്മാർ ലഘുലേഖകൾ വിതരണം ചെയ്യുകയും ചെയ്തു. അത് ചെയ്ത ചിലർ പിന്നീട് ജസ്റ്റിസുമാരാകുകയും ചെയ്തു.

പാർലമെന്റിൽ പ്രമേയം ചർച്ചയ്ക്ക് വന്നപ്പോൾ അതിനെ എതിർത്ത് വാദിക്കാനായി രാമസ്വാമി തന്റെ വക്കീലായി കബിൽ സിബ ലിനെ നിയമിച്ചു. അദ്ദേഹം ഏതാണ്ട് ആറ് മണിക്കൂറോളം വാദിച്ചു.

പ്രമേയം പാസ്സാക്കാനായി പാർലമെന്റിലെ മൂന്നിൽ രണ്ട് ഭാഗം അംഗങ്ങൾ നേരിട്ട് പങ്കെടുത്ത് ഭൂരിപക്ഷം തെളിയിക്കണം. കോൺഗ്രസ്സിന്റെ പാർലമെന്റ് അംഗങ്ങൾ മനഃസാക്ഷിയനുസരിച്ച് വോട്ട് ചെയ്യാമെന്ന് തുടക്കത്തിൽ പറഞ്ഞെങ്കിലും, അവസാനം നരസിംഹറാവുവിന്റെ തന്ത്രം കൊണ്ട് അവർ നേരിട്ടെത്തിയിട്ടും വോട്ട് രേഖപ്പെടുത്താതെ ഇരുന്നതേയുള്ളൂ. ജസ്റ്റിസ് രാമസ്വാമിയുടെ അവിശ്വാസ പ്രമേയത്തിനെ പിന്തുണച്ച് 196 പാർലമെന്റംഗങ്ങൾ വോട്ട് ചെയ്തു. പ്രമേയത്തിനെതിരായി ആരും വോട്ട് ചെയ്തില്ല. എങ്കിലും പ്രമേയം പാസ്സായില്ലെന്ന് പാർലമെന്റ് സ്പീക്കർ ശിവരാജ് പാട്ടീൽ അറിയിച്ചു. അംഗങ്ങളിൽ മൂന്നിൽ രണ്ട് ഭാഗം വോട്ട് ചെയ്തില്ലെന്ന കാരണത്താൽ (അതായത് 205 കോൺഗ്രസ്സ് അംഗങ്ങൾ നേരിട്ട് വന്നിട്ടും വോട്ട് ചെയ്തില്ല) പ്രമേയം പരാജയപ്പെട്ടു. അങ്ങനെ, നീതി മരിച്ചു.

അവിശ്വാസ പ്രമേയം ചർച്ചയ്ക്കെടുക്കുന്നതിന് മുമ്പുതന്നെ തന്റെ സഹായികൾ വഴി, തീരുമാനം എന്തായാലും താനിനി പദവിയിൽ തുടരുന്നില്ലെന്ന് രാമസ്വാമി അറിയിച്ചിരുന്നു. എന്നാൽ, പാർലമെന്റിൽ പ്രമേയം പാസ്സായില്ലെന്നായപ്പോൾ വീണ്ടും അദ്ദേഹം കോടതിയിൽ വരാൻ തുടങ്ങി. അദ്ദേഹത്തിന്റെ പദവിക്കാലം 14.2.1994 ന് അവസാനിക്കുമായിരുന്നു. അതായത്, ഏതാണ്ട് ഒമ്പത് മാസം അദ്ദേഹം പദവിയിൽ തുടർന്നു. എങ്കിലും അന്നത്തെ ചീഫ് ജസ്റ്റിസ് വെങ്കടാചലയ്യ അദ്ദേഹത്തിന് ഒരു കേസും മാറ്റിവച്ചില്ല. അവസാന മാസങ്ങളിൽ ജസ്റ്റിസ് രാമസ്വാമി തന്റെ മുറിയിലിരുന്ന് മാത്രം പ്രവർത്തിക്കുകയും, അതിനുള്ള എല്ലാ ശമ്പളവും വാങ്ങി വിരമിക്കുകയും ചെയ്തു.

വിരമിച്ച ശേഷം ജയലളിത സർക്കാരിന്റെ കീഴിൽ തമിഴ്നാട് ലാ കമ്മീഷന്റെ പ്രസിഡന്റ് ആയി അദ്ദേഹം നിയമിക്കപ്പെട്ടു. ജയലളിതയുടെ നിയമോപദേഷ്ടാവായിരുന്നതിനൊപ്പം, അവർ സ്ഥാനാർഥി പത്രിക സമർപ്പിക്കുമ്പോൾ അതിനെ നിരാകരിക്കരുതെന്ന് തിരഞ്ഞെടുപ്പ് അധികാരിയോട് വാദിക്കാനും ശ്രമിച്ചു. 1999 ൽ എ ഡി എം കെയുടെ ഭാഗത്തുനിന്നും ശിവകാശി മണ്ഡലത്തിൽ മത്സരിച്ച് വൈകോയോട് തോറ്റുപോയി. അദ്ദേഹത്തിന്റെ മകൻ സഞ്ജയ് കോൺഗ്രസ്സിന്റെ നിയമസഭാംഗമായി തിരഞ്ഞെടുക്കപ്പെട്ടു. കുറച്ചു കാലങ്ങൾക്ക് ശേഷം എ ഡി എം കെയുമായി ഐക്യത്തിലായി.

ഹൈക്കോടതി, സുപ്രീം കോടതി ജസ്റ്റിസുമാർക്കായുള്ള തൊഴിൽ സംരക്ഷണം ഭരണഘടനയിൽ കൊടുത്തിരിക്കുന്നതിന്റെ പ്രധാന കാരണം നിയമരംഗത്തിന്റെ സ്വാതന്ത്ര്യം സംരക്ഷിക്കണം എന്നതുകൊണ്ടാകുന്നു. എന്നാൽ, നിയമിക്കപ്പെട്ട ജസ്റ്റിസുമാരെ നീക്കം ചെയ്യണമെങ്കിൽ, രാഷ്ട്രീയക്കാരുടെ ദയ ആവശ്യമാണ്. ഭരണകക്ഷിയുടെ തലപ്പത്തിരിക്കുന്നവർ വിചാരിച്ചാൽ, പാർലമെന്റ് അംഗങ്ങൾക്ക് ഉത്തരവ് കൊടുത്ത് അവിശ്വാസ പ്രമേയം കൊണ്ടുവന്ന് ജസ്റ്റിസുമാരെ നീക്കം ചെയ്യാം. ഇതുപോലെയുള്ള ഒരു അധികാരം പാർലമെന്റിന് കൊടുക്കു

ന്നതിന് ബംഗ്ലാദേശ് കൊണ്ടുവന്ന 16-ാം ഭരണഘടനാ ഭേദഗതി അവിടത്തെ സുപ്രീം കോടതി റദ്ദ് ചെയ്തു. ആ ഭേദഗതിയിൽ ജസ്റ്റിസുമാരെ പാർലമെന്റിൽ പ്രമേയം മൂലം പദവിയിൽനിന്നും മാറ്റാം എന്ന് പറയുന്നു. ഇതിനെ റദ്ദ്ചെയ്ത ബംഗ്ലാദേശ് സുപ്രീം കോടതി, പാർലമെന്റ് ഭൂരിപക്ഷ പാർട്ടിയുടെ തലവന്മാരുടെ ഇഷ്ടമനുസരിച്ച് പ്രവർത്തിക്കുന്നതിനാൽ, ആ പാർട്ടിയുടെ തലവന് വേണമെങ്കിൽ ജസ്റ്റിസുമാരെ മാറ്റാം. അതുകൊണ്ട്, കോടതിയുടെ സ്വാതന്ത്ര്യം എടുത്തുമാറ്റപ്പെടുമെന്ന് പറഞ്ഞു. സുപ്രീം കോടതിയിൽ ചീഫ് ജസ്റ്റിസ് സുരേന്ദ്രകുമാർ സിംഹയുടെ വിധിക്ക് ശേഷം രാമസ്വാമി വിദേശത്തേക്ക് ഒളിവിൽപോയി തന്റെ പദവിയും രാജിവച്ചു. എങ്കിലും, അദ്ദേഹത്തിനെതിരെ അഴിമതി നിരോധന നിയമത്തിന്റെ കീഴിൽ കേസെടുത്ത് അറസ്റ്റ് വാറന്റ് പുറപ്പെടുവിക്കപ്പെട്ടു. അത് ബംഗ്ലാദേശ് നിയമരംഗത്തിലെ കദന കഥയാണ്.

ജസ്റ്റിസ് പദവി നീക്കം ചെയ്യുന്നത് രാഷ്ട്രീയ തീരുമാനമാണെങ്കിലും, അവിശ്വാസ പ്രമേയത്തിൽ പറഞ്ഞിട്ടുള്ള കുറ്റാരോപണങ്ങൾക്ക് അടിസ്ഥാനമുണ്ടോയെന്ന് കണ്ടുപിടിക്കേണ്ട ഉത്തരവാദിത്വം 1968 ലെ ജസ്റ്റിസുമാരുടെ (വിചാരണ) നിയമം മൂലം മൂന്ന് ജസ്റ്റിസുമാരുടെ കമ്മിറ്റിക്ക് കൊടുത്തിരിക്കുന്നു. ജസ്റ്റിസുമാരുടെ കമ്മിറ്റി കുറ്റത്തിന് തെളിവുണ്ടെന്ന് പറഞ്ഞാലല്ലാതെ പാർലമെന്റിൽ വോട്ടെടുപ്പ് നടത്താൻ കഴിയില്ല. അതുകൊണ്ട് പദവിയിൽനിന്നും നീക്കം ചെയ്യാനുള്ള അധികാരം ഇപ്പോഴും നിയമരംഗത്തിന് തന്നെയാണുള്ളത്.

അങ്ങനെയാണെങ്കിലും ജസ്റ്റിസ് രാമസ്വാമിയുടെ പദവിനീക്കം ചെയ്യൽ, വ്യവഹാരത്തിൽ മൂന്ന് ജസ്റ്റിസുമാരുടെ കമ്മിറ്റി അദ്ദേഹത്തിനെതിരെ പറഞ്ഞ 19 കുറ്റങ്ങളിൽ 9 എണ്ണത്തിന് തെളിവുണ്ടെന്ന് പറഞ്ഞശേഷം, അവിശ്വാസ പ്രമേയത്തെ പിന്തുണച്ച് 196 പേർ വോട്ട് ചെയ്തിട്ടും ഭൂരിപക്ഷ അംഗങ്ങളും വോട്ട് ചെയ്യാത്തതിനാൽ പ്രമേയം പരാജയപ്പെട്ടു. കഴിഞ്ഞ 71 വർഷത്തെ ഭരണഘടനയുടെ ചരിത്രത്തിൽ ഇതുവരെ ഒരു ജസ്റ്റിസ് പോലും അവിശ്വാസ പ്രമേയം മൂലം പദവിയിൽ നിന്നും നീക്കം ചെയ്യപ്പെട്ടിട്ടില്ല. ജസ്റ്റിസുമാരായ പി ടി ദിനകരനും, സൗമിത്ര സെന്നും അവിശ്വാസ പ്രമേയത്തിൽ വോട്ടെടുക്കുന്നതിന് മുമ്പു തന്നെ രാജി വച്ചതിനാൽ, തീരുമാനം എടുക്കപ്പെട്ടില്ല. പദവിയിൽ നിന്നും നീക്കം ചെയ്യുന്നതിന് പകരമായി അവർക്ക് പെൻഷൻ ഉൾപ്പെടെയുള്ള മുഴുവൻ ആനുകൂല്യങ്ങളും ഇന്നുവരെ കൊടുത്തുകൊണ്ടിരിക്കുന്നു.

ഇതുകൊണ്ടാണ് ഭരണഘടന നൽകിയിട്ടുള്ള തൊഴിൽ സുരക്ഷ ജസ്റ്റിസുമാർ തെറ്റു ചെയ്താലും അവരെ നീക്കം ചെയ്യാൻ സാധിക്കില്ലെന്ന അവസ്ഥയുണ്ടാക്കിയിട്ടുള്ളത്. പല നിയമവിദഗ്ധരും പാർലമെന്റിന്റെ, പദവി നീക്കം ചെയ്യാനുള്ള നടപടികളെ ഉപേക്ഷിച്ച്, ജസ്റ്റിസുമാരുടെ തെറ്റുകളെ തിരുത്തുന്നതിനായുള്ള പുതിയ ക്രമങ്ങൾ ആവശ്യമാണെന്ന് പറയാൻ ആരംഭിച്ചു. പാർലമെന്റിലും ജസ്റ്റിസ്സുമാരുടെ ഉത്ത

രവാദിത്വ ബോധങ്ങൾക്കായുള്ള കരട് ബിൽ പരിഗണനയിലുണ്ട്. ജസ്റ്റിസ് രാമസ്വാമിയെ പദവിയിൽനിന്നും നീക്കുന്നതിനായി എന്നെപ്പോലെ പലരും പല നടപടികളും എടുത്തതിനാലാണ് അതിനെ അവസാനഘട്ടംവരെ കൊണ്ടുപോകാൻ സാധിച്ചത്. സുപ്രീം കോടതിയിലെ പ്രശസ്തരായ മുതിർന്ന വക്കീലുമാരായ സോംനാഥ് ചാറ്റർജി, രാം ജെറ്റ്മലാനി, ശാന്തി ഭൂഷൻ എന്നിവർ തങ്ങളുടെ ആത്മകഥകളിൽ ജസ്റ്റിസ് രാമസ്വാമിയുടെ പദവിനീക്കത്തിനായി അവർ ചെയ്ത നടപടികൾ പറഞ്ഞിട്ടുണ്ട്. അതിൽ ആദ്യത്തെയാൾ ലോക്സഭാ സ്പീക്കർ ആയി പദവിയിലുണ്ടായിരുന്നു. മറ്റു രണ്ടുപേരും നിയമമന്ത്രിമാരായിരുന്നു.

ജസ്റ്റിസ് രാമസ്വാമിയുടെ പദവിനീക്കലുമായി ബന്ധപ്പെട്ട് ഞാൻ പ്രവർത്തിച്ചതിനാൽ ഉണ്ടായ യാതനകൾ പറഞ്ഞാൽ തീരില്ല. അദ്ദേഹത്തിന്റെ പിന്തുണക്കാരായ വക്കീലുമാരുടേയും രാഷ്ട്രീയ പാർട്ടികളുടേയും പകയും, ദേഷ്യവും, ഭീഷണികളും കൂടാതെ, ദിവസവും ചെയ്തിരുന്ന വക്കീൽ ജോലിയിൽ നിന്നുമുള്ള ദിശാമാറ്റവും എല്ലാം ഒരുമിച്ച് നേരിടേണ്ടിവന്നു. എങ്കിലും, ഞാൻ ജോലി ചെയ്യാൻ ആരംഭിച്ച സ്ഥാപനത്തിൽനിന്നും പഠിച്ച പ്രാരംഭപാഠങ്ങൾ എനിക്ക് വഴികാണിച്ചു. ജസ്റ്റിസുമാരുടെ തെറ്റുകൾക്കെതിരായുള്ള പ്രസ്ഥാനത്തിൽ നക്കീരന്മാരായിരിക്കുന്നത് എളുപ്പമല്ല. രാഷ്ട്രീയ അടിത്തട്ടുകളിൽനിന്നും വേർപെടുത്താനാണ് നിയമരംഗത്തിന് സ്വാതന്ത്ര്യം നൽകിയിട്ടുള്ളത്. എന്നാൽ, ജസ്റ്റിസുമാർക്ക് തങ്ങളുടെ പദവി സംരക്ഷിക്കാനായി രാഷ്ട്രീയപാർട്ടികളുടെ 'നിഷ്പക്ഷത'യെ ആശ്രയിക്കേണ്ടിവരുന്നു.

പട്ടിക മാസ്റ്ററിന്റെ പക്കലാണ് മന്ത്രക്കോൽ

ഇന്ത്യൻ നിയമരംഗത്തെ ഒരു പ്രധാനപ്പെട്ട ദിവസമായിരുന്നു 18.1.2018. സുപ്രീം കോടതിയുടെ നാല് ജസ്റ്റിസുമാർ ജസ്റ്റിസ് ചലമേശ്വറുടെ വീട്ടിൽ വച്ച് പത്രസമ്മേളനം നടത്തി. അവിടെ അവർ അറിയിച്ച പ്രധാനപ്പെട്ട അഭിപ്രായം, "ചീഫ് ജസ്റ്റിസിന് മാത്രമേ കേസുകൾ വിഭജിക്കാനുള്ള അധികാരം ഉള്ളൂയെന്നത് തെറ്റാണ്. ഇതുകാരണം അദ്ദേഹത്തിന് ഇഷ്ടമുള്ളവർക്ക് ഇഷ്ടമുള്ള കേസുകൾ കൊടുക്കുന്നതും, മുതിർന്ന ജസ്റ്റിസുമാരെ ഒഴിവാക്കുന്നതും നടക്കുന്നുണ്ട്. ഇനിവരുന്ന കാലങ്ങളിൽ കേസ് പട്ടിക വിഭജനം ഒരുമിച്ചുള്ള ശ്രമമായിരിക്കണം!" എന്നതായിരുന്നു.

ഇത് മാധ്യമങ്ങളിൽ കണ്ടവർ അത്ഭുതപ്പെട്ടു. ഇങ്ങനെയെല്ലാം ജസ്റ്റിസുമാർ പൊതുവേദിയിൽ നിയമരംഗത്തെ വിമർശിക്കാമോയെന്ന ചോദ്യവും ഉയർന്നു. ആ നാലുപേരുടെ യോഗത്തിൽ പങ്കെടുത്തതിൽ ഒരാളായിരുന്നു അന്നത്തെ മുതിർന്ന ജസ്റ്റിസ് രഞ്ചൻ ഗൊഗോയ്. അന്ന് വിമർശിക്കപ്പെട്ട ചീഫ് ജസ്റ്റിസ് ദീപക് മിശ്രയ്ക്ക് ശേഷം പദവിയിൽ വരേണ്ടയാൾ. പത്രസമ്മേളനം ഉയർത്തിയ ചർച്ചകൾ അടങ്ങി കുറച്ച് മാസങ്ങൾക്കുള്ളിൽ രഞ്ചൻ ഗൊഗോയ് ഇന്ത്യയുടെ ചീഫ് ജസ്റ്റിസ് ആയി പദവിയിലേറി (3.10.2018). അദ്ദേഹം പദവിയിലെത്തിയാൽ കേസ് പട്ടിക വിഭജിക്കുന്ന രീതിയിൽ മാറ്റമുണ്ടാകുമെന്ന് പ്രതീക്ഷിച്ചവർക്ക് നിരാശയാണുണ്ടായത്.

സത്യത്തിൽ, ചീഫ് ജസ്റ്റിസുമാർ കേസ് പട്ടിക തയ്യാറാക്കുമ്പോൾ താഴെ കൊടുത്തിരിക്കുന്ന തിരുക്കുറൽ വാചകം മനസ്സിൽ വച്ചിരിക്കണമെന്ന സംശയം ഉണ്ടാകുന്നു.

"ഒരു കാര്യം ഒരാൾ എങ്ങനെ തീർക്കുമെന്ന് അന്വേഷിച്ചുനോക്കി, അതിനുശേഷം ആ കാര്യം അയാളെ ഏൽപ്പിക്കണം."

ഹൈക്കോടതികളിലും സുപ്രീം കോടതിയിലും പദവിയിലുള്ള ചീഫ് ജസ്റ്റിസുമാരാണ് മറ്റു ജസ്റ്റിസുമാർക്കായുള്ള പട്ടിക തയ്യാറാക്കുന്നത്. ഇതുപോലെയുള്ള അധികാരയടിയറവ് ഇംഗ്ലണ്ടിലും ഉണ്ട്. അതിനാൽ ചീഫ് ജസ്റ്റിസിനെ 'മാസ്റ്റർ ഓഫ് റോൾ' എന്ന് വിളിക്കും.

കേസ് പട്ടിക തയ്യാർ ചെയ്യുന്നത് ഒരു ഓഫീസ് ജോലിയാണെങ്കിലും, കേസിന്റെ അവസാനതീരുമാനം പോലും അതുകൊണ്ട് ഉറപ്പാക്കാൻ സാധിക്കും. കോടതിയിലുള്ള ജസ്റ്റിസുമാരുടെ ചിന്താരീതികൾ, രാഷ്ട്രീയചായ്‌വ് എന്നിവയെല്ലാം അറിഞ്ഞയാളായിരിക്കും ചീഫ് ജസ്റ്റിസ്. ഒരു പ്രത്യേക കേസ്, ഒരു പ്രത്യേക ബെഞ്ചിന് കൊടുക്കുന്നതുമൂലം ആ കേസിന്റെ അന്തിമതീരുമാനം ചീഫ് ജസ്റ്റിസിന് ഉറപ്പാക്കാൻ കഴിയും. ഇതിൽ ചില വ്യത്യാസങ്ങളും ഉണ്ടായേക്കാം. അതിന്റെ കാരണം ആ സന്ദർഭത്തിലെ അവസ്ഥകൾ മാത്രമായിരിക്കും.

കേസ് പട്ടിക വിഭജിക്കുന്നതിനെപ്പറ്റിയും, അത് ചീഫ് ജസ്റ്റിസിന്റെ പക്കൽ ഉള്ളതുകാരണവും ഉണ്ടാകുന്ന അധികാരകേന്ദ്രീകരണം നീതിപരിപാലനത്തിനെ ബാധിക്കുമെന്ന് പലരും പറഞ്ഞിട്ടുണ്ടെങ്കിലും, അതിനുള്ള കാരണങ്ങൾ ആരും മനസ്സിലാക്കിയിട്ടില്ല. ഞാൻ 7 വർഷത്തോളം ജസ്റ്റിസ് പദവിയിൽ ഉണ്ടായിരുന്നെങ്കിലും എന്റെ ജോലിക്കാലത്ത് 4 ചീഫ് ജസ്റ്റിസുമാർ, രണ്ട് താൽക്കാലിക ചീഫ് ജസ്റ്റിസുമാർ എന്നിവരുമായി അടുത്തിടപഴകാനുള്ള അവസരം ലഭിച്ചിരുന്നു. അതുകാരണം നേടിയ അനുഭവങ്ങൾ ചിലത് പറയേണ്ടതുണ്ട്.

ഞാൻ പദവിയേറ്റയുടൻ ചീഫ് ജസ്റ്റിസ് എ പി ഷായുമായി ജസ്റ്റിസുമാരുടെ ഒരു മീറ്റിംഗിൽ പങ്കെടുത്തു. അതിലും പരമ്പരാഗതരീതിയിൽ മാറ്റമുണ്ടായിരുന്നു. പറഞ്ഞ ദിവസം പദവിയേൽക്കേണ്ട ജസ്റ്റിസുമാരുടെ സീനിയോരിറ്റി ലിസ്റ്റിൽ ആദ്യം വരുന്ന ജസ്റ്റിസ് നടപ്പുരീതി അനുസരിച്ച് ഒരു ദിവസം ചീഫ് ജസ്റ്റിസിന്റെ ബെഞ്ചിൽ ജോലി ചെയ്യാൻ വിളിക്കപ്പെടും. ചീഫ് ജസ്റ്റിസിന് എന്നോട് വാത്സല്യവും ബഹുമാനവും ഉണ്ടായിരുന്നു. അദ്ദേഹം പരമ്പരാഗതരീതി മാറ്റിവച്ച് സീനിയോരിറ്റി ലിസ്റ്റിൽ രണ്ടാമതുണ്ടായിരുന്ന എന്നെ അദ്ദേഹത്തിന്റെ ബെഞ്ചിൽ ഉൾപ്പെടുത്തി.

സാധാരണയായി മൂന്ന് മാസത്തിൽ ഒരു തവണ കേസ് പട്ടിക വിഭജനം മാറ്റും. അങ്ങനെ ഒക്ടോബർ മാസത്തിലെ പട്ടികമാറ്റം വരുത്തിയിരുന്നെങ്കിലും, ഞാൻ ചീഫ് ജസ്റ്റിസിന്റെ ബെഞ്ചിൽത്തന്നെ തുടർന്നു. ഇത് പലരിലും ദേഷ്യവും അസൂയയും ഉണ്ടാക്കി. ചിലർ ചീഫ് ജസ്റ്റിസിനോട് പരാതിപ്പെടാൻ തുടങ്ങി. അതിന്റെ പ്രധാന കാരണം ചീഫ് ജസ്റ്റിസിനൊപ്പം ഇരിക്കുന്നവർക്ക് അദ്ദേഹവുമായി പല വിഷയങ്ങളെപ്പറ്റിയും സംസാരിക്കാൻ സാധിക്കും എന്നതായിരുന്നു. ചീഫ് ജസ്റ്റിസ് വേറെ സംസ്ഥാനത്തിൽനിന്നും വന്നതായതിനാൽ ഇവിടെയുള്ള ആഭ്യന്തര അവസ്ഥകളെക്കുറിച്ച് അദ്ദേഹത്തിനൊപ്പം ജോലി ചെയ്യുന്നവരിൽനിന്നും ചോദിച്ചറിയുമായിരുന്നു.

ഇങ്ങനെ തുടർന്ന സമ്മർദ്ദങ്ങൾ കാരണം ഞാൻ 2007 ജനുവരിയിൽ

മധുര ശാഖയിൽ ജോലി ചെയ്യാൻ തുടങ്ങി. ഇതുകാരണം സഹ ജസ്റ്റിസുമാർക്ക് അദ്ദേഹത്തിനോടുണ്ടായ നീരസം കുറഞ്ഞു. എന്നെ ഒരുതരത്തിലും ഉയർത്തിക്കാണിക്കുന്നില്ല എന്ന് തെളിയിക്കാനായി മറ്റു ജസ്റ്റിസുമാരെ മാർച്ചിൽ മധുരയിൽനിന്നും തിരിച്ചുവിളിക്കപ്പെട്ടപ്പോഴും, ചീഫ് ജസ്റ്റിസ് എന്നെ ഫോണിൽ വിളിച്ച്, "താങ്കൾ നന്നായി ജോലി ചെയ്യുന്നുണ്ട്. അതുകൊണ്ട്, ഒരു സീസൺ കൂടി മധുരയിൽത്തന്നെ തുടരൂ" എന്ന് പറഞ്ഞു. ഇങ്ങനെ കാലാവധി നീട്ടിയത് മറ്റുള്ളവരുടെ നീരസത്തിനുള്ള മറുപടിയാണെന്ന് എനിക്ക് മനസ്സിലായി. എന്നാൽ, മധുരയിൽ ജോലി ചെയ്യുന്നത് എനിക്ക് ഇഷ്ടമായിരുന്നു. മറ്റുള്ളവർ ചെന്നൈക്ക് തിരിച്ചുപോയിട്ടും ഞാൻ പോകാത്തതിൽ എന്റെ മകൾക്ക് വിഷമമായിരുന്നു. ചിലപ്പോൾ അവൾ കരയുകയും ചെയ്യുമായിരുന്നു.

ഇതിന്റെ പ്രധാന കാരണം, മധുരയിൽ ജോലി ചെയ്തിരുന്ന സമയത്ത് വാരാന്ത്യങ്ങളിൽപ്പോലും ഞാൻ ചെന്നൈയിലേക്ക് പോകാതെ മധുരയിൽത്തന്നെ തങ്ങുമായിരുന്നു എന്നതാണ്. മധുരയിൽ ഞാൻ ജോലി ചെയ്തിരുന്ന ആറ് മാസക്കാലത്തിൽ വക്കീലന്മാരുടെ മന്ദത വളരെ കുറഞ്ഞിട്ടുണ്ടെന്ന് *ദി ഹിന്ദു* പത്രം വാർത്ത കൊടുത്തു.

മകളുടെ കരച്ചിൽ ഒരു ദിവസം ചീഫ് ജസ്റ്റിസിന്റെ ശ്രദ്ധയിൽപ്പെട്ടു. ഒരു ദിവസം രാവിലെ അദ്ദേഹം എന്നെ ഫോണിൽ വിളിച്ചു, "നിനക്ക് താല്പര്യമുണ്ടെങ്കിൽ ചെന്നൈയിലേക്ക് വന്നോളൂ" എന്ന് പറഞ്ഞു. "എന്താ പെട്ടെന്ന് ഈ മനംമാറ്റം?" ഞാൻ ചോദിച്ചു. അതിന് അദ്ദേഹം "നിന്റെ മകൾ നിന്നെ കാണാതെ കരയുകയാണത്രേ" എന്ന് പറഞ്ഞു. അതിന് എന്റെ മറുപടി ഇപ്രകാരമായിരുന്നു. "മകളുടെ കണ്ണുനീർ തുടയ്ക്കുന്നത് എന്റെ ജോലിയാണ്. കേസ് പട്ടിക വിഭജിക്കുന്നത് താങ്കളുടെ ജോലി. അതോടെ നിർത്താം" എന്ന് പറഞ്ഞു. അത്ഭുതപ്പെട്ട ചീഫ് ജസ്റ്റിസിന് എന്ത് പറയണമെന്ന് അറിയില്ലായിരുന്നു.

ചീഫ് ജസ്റ്റിസ് കേസ് വിചാരണ ചെയ്യുന്ന ജോലി സിംഗിൾ ബെഞ്ചിന് കൊടുത്താലും, ആ കേസ് എടുക്കാൻ താല്പര്യമില്ലെന്ന് ചിലപ്പോൾ ജസ്റ്റിസുമാർ പറയാറുണ്ട് (recusal). അങ്ങനെയുള്ള സംഭവങ്ങളും നടന്നു.

2006 തിരഞ്ഞെടുപ്പിൽ പരാജയപ്പെട്ട ജയലളിത, തന്റെ കോടനാട് എസ്റ്റേറ്റിലേക്ക് പോയി. എന്നാലും, അവർക്കുണ്ടായ ആഘാതം കുറഞ്ഞില്ല. പുതിയതായി പദവിയിലേറിയ സർക്കാർ ചെറിയ രീതിയിൽ ചൊറിയാൻ തുടങ്ങി. എസ്റ്റേറ്റ് വഴി പോകുന്ന പാത അടയ്ക്കാൻ പാടില്ലെന്ന് കൂനൂർ തഹസിൽദാർക്ക് ഉത്തരവ് കൊടുത്തു. അതിനെ എതിർത്ത്, എസ്റ്റേറ്റ് ഒരു പരാതി കൊടുത്തു. അതുപോലെ എസ്റ്റേറ്റിലെ കെട്ടിടങ്ങൾ മലയോരപ്രദേശങ്ങളിലെ നിയമങ്ങൾക്ക് എതിരാണെന്നും അതെല്ലാം പൊളിക്കണമെന്നും കാണിച്ച് പഞ്ചായത്ത് പ്രസിഡന്റ് നോട്ടീസ് കൊടുത്തിരുന്നു. അതിനെ എതിർത്തും റിട്ട് ഹർജി ഫയൽ ചെയ്യപ്പെട്ടു. ആ രണ്ട് കേസുകളും ആഴ്ചകളോളം വിചാരണ ചെയ്ത സിംഗിൾ ബെഞ്ച് ജസ്റ്റിസ് കാലാവധി കഴിഞ്ഞ് മധുരയിലേക്ക് തിരി

ച്ചുപോയി. ചീഫ് ജസ്റ്റിസ് ആ കേസുകൾ മറ്റൊരു ജസ്റ്റിസിന് കൈമാറി. ഇതിനെ എതിർത്ത് എസ്റ്റേറ്റ് മാനേജ്മെന്റ് സുപ്രീം കോടതിയിൽ കേസ് കൊടുത്തു. ആ പ്രത്യേക ഹർജി തുടക്കത്തിൽത്തന്നെ തള്ളിക്കളയപ്പെട്ടു. അത്ഭുതപ്പെടുത്തുന്ന വിധത്തിൽ ആറ് ജസ്റ്റിസുമാർ ഈ കേസുകൾ വിചാരണ ചെയ്യാൻ താല്പര്യമില്ലെന്ന് പറഞ്ഞ് തിരിച്ചയച്ചു.

ഒരു ദിവസം വൈകുന്നേരം എന്നെ ഫോണിൽ വിളിച്ച ചീഫ് ജസ്റ്റിസ്, "ഞാൻ ഒരു ക്രിമിനൽ കേസ് വിചാരണയ്ക്ക് തരാൻ പോകുകയാണ്" എന്ന് പറഞ്ഞു. കാരണം ചോദിച്ചപ്പോൾ, "അര ഡസൻ ജസ്റ്റിസുമാർ ഈ കേസ് വിചാരണ ചെയ്യാൻ വിസമ്മതിച്ചു. ഇങ്ങനെ പോയാൽ അത് അടുത്ത സംസ്ഥാനത്തിലെ ഹൈക്കോടതിയിലേക്ക് അയയ്ക്കേണ്ടി വരും. അതുകൊണ്ട് നീയെങ്കിലും വിചാരണ ചെയ്ത് തീരുമാനമെടുക്കുമെന്ന് വിശ്വസിക്കുന്നു" എന്ന് അദ്ദേഹം പറഞ്ഞു.

കേസ് വന്നപ്പോഴാണ് അത് കോടനാട് എസ്റ്റേറ്റ് കേസാണെന്ന് മനസ്സിലായത്. എസ്റ്റേറ്റിനായി വാദിച്ച വക്കീലന്മാരുടെ മനസ്സിൽ ഒരു പേടിയുണ്ടായിരുന്നു. എന്റെ പദവി നിയമനം എതിർത്തവരുടെ എസ്റ്റേറ്റ് ആണല്ലോ? ജസ്റ്റിസ് ആയി പദവിയേറ്റ് സത്യപ്രതിജ്ഞ ചെയ്ത ശേഷം, ഇഷ്ടാനിഷ്ടങ്ങൾക്കും രാഷ്ട്രീയവിദ്വേഷങ്ങൾക്കും സ്ഥാനമില്ല. വിചാരണ ചെയ്ത് രണ്ടാമത്തെ ദിവസം തന്നെ വിധി സർക്കാരിനെതിരായും, എസ്റ്റേസ്റ്റിന് അനുകൂലമായും നൽകപ്പെട്ടു. ക്രിമിനൽ കേസിലെ വിധിക്കെതിരായി സർക്കാർ കൊടുത്ത അപ്പീലിൽ സ്റ്റേ ഓർഡർ നൽകാൻ സുപ്രീം കോടതി വിസമ്മതിച്ചു. ഇതിനെപ്പറ്റി *ജൂനിയർ വികട*നും തുഗ്ലക്കും വാർത്തകൾ കൊടുത്തു. *തുഗ്ലക്കിൽ* ചോ. രാംസ്വാമി ഇങ്ങനെ എഴുതി:

'താക്കീത് 1'

കോടനാട് എസ്റ്റേറ്റ് വ്യവഹാരത്തിൽ ഹൈക്കോടതിയുടെ വിധി, പല പത്രങ്ങൾ കൊടുത്ത വാർത്തകളും സർക്കാർ എടുക്കാൻ ശ്രമിച്ച നടപടികളും അർഥമില്ലാത്തതാക്കുന്നു.

കോടതി 'തിടുക്കപ്പെട്ട്, തെളിവില്ലാതെ, നടപടികൾ എടുക്കുന്നു' എന്നും, 'മുകളിൽ നിന്നും ഉത്തരവിട്ടാണ് ഇത് നടന്നിരിക്കുന്നതെന്നും' പറയുന്നതിൽ നിന്നും, എടുക്കപ്പെട്ട നടപടികൾ, പ്രതികാരം ചെയ്യാനുള്ള ശ്രമമാണെന്ന് മനസ്സിലാകുന്നു. ജയലളിതയുമായി ബന്ധമുള്ള സ്വത്ത് എന്നതിനാൽത്തന്നെ, അതിൽ എങ്ങനെയെങ്കിലും പ്രശ്നങ്ങൾ ഉണ്ടാക്കണമെന്ന ഒരു ശ്രമം പ്രത്യക്ഷമായും അറിയാം.'

ജയലളിതയുടെ ജീവചരിത്രത്തെപ്പറ്റി ഒരു പുസ്തകം ഇംഗ്ലീഷിൽ എഴുതി പ്രസിദ്ധീകരിച്ച വാസന്തി, അതിലെ 27-ാം അദ്ധ്യായത്തിൽ ഈ കേസിനെപ്പറ്റി പറഞ്ഞിട്ടുണ്ട്. കേസ് വിചാരണ നടക്കുമ്പോൾ, ജയലളിത ഏത് മനോനിലയിലായിരുന്നെന്നും അതിൽ പറഞ്ഞിട്ടുണ്ട്.

ചീഫ് ജസ്റ്റിസ് എ പി ഷായ്ക്ക് ഡൽഹി ഹൈക്കോടതിയിലേക്ക് സ്ഥലം മാറ്റം വന്നു. അപ്പോൾ അദ്ദേഹം സാധാരണ തൊഴിലാളി, സർക്കാർ ഉദ്യോഗസ്ഥർ എന്നിവരുടെ കേസുകൾ എടുത്തിരുന്ന എന്നോട്,

അസ്സൽ കേസുകളുടെ വകുപ്പിൽ ഫയൽ ചെയ്യുന്ന സിവിൽ കേസുകൾ വിചാരണ ചെയ്യാനായി ശ്രമിക്കാൻ പറഞ്ഞു. അതിനും ഒരു സമയം വന്നു.

ഇതിനിടയിൽ, ഒഡീഷ ഹൈക്കോടതിയിൽനിന്നും ചീഫ് ജസ്റ്റിസ് ആയിരുന്ന എ കെ ഗാംഗുലി ചെന്നൈയിലേക്ക് മാറ്റപ്പെട്ടു. അദ്ദേഹവും എന്നോട് തന്റെ പ്രധാന ബെഞ്ചിൽ പ്രവർത്തിക്കാൻ ഉത്തരവിട്ടു. അദ്ദേഹം പദവിയിലിരുന്ന കാലത്ത് സുപ്രീം കോടതി ജസ്റ്റിസ് ആയി ഉദ്യോഗക്കയറ്റം ലഭിക്കാനുള്ള അവസരം അടുത്തുവന്നിരുന്നു. അതുകൊണ്ട്, പല ദിവസങ്ങളിലും രാവിലെ പ്രധാന ബെഞ്ചിലും, ഉച്ചയ്ക്ക് സിംഗിൾ ബെഞ്ച് ജസ്റ്റിസായും എനിക്ക് കേസുകൾ വിചാരണ ചെയ്യേണ്ടിവന്നു. മധുര ശാഖയിൽ ഉണ്ടായിരുന്നപ്പോഴും അദ്ദേഹം മധുരയിലേക്ക് വന്നാൽ തന്റെയൊപ്പം എന്നെ ഇരുത്തുമായിരുന്നു. അതിനും അദ്ദേഹം എന്നോട് കാണിക്കുന്ന സ്നേഹവും ബഹുമാനവും തന്നെ കാരണം. അദ്ദേഹത്തിന് ഉദ്യോഗക്കയറ്റം ലഭിച്ച വാർത്ത വന്നപ്പോൾ ഞങ്ങൾ തമ്മിലുണ്ടായ സംഭാഷണം:

ഗാംഗുലി: ഞാൻ ഡൽഹിക്ക് പോയശേഷം നിനക്ക് ഇവിടെ എത്ര കേസുകൾ വിചാരണ ചെയ്യാൻ താല്പര്യപ്പെടുന്നുണ്ട്? ഇവിടെ നിന്നും പുറപ്പെടുന്നതിന് മുമ്പ് പട്ടിക തയ്യാറാക്കിയിട്ടേ പോകൂ.

ഞാൻ: എനിക്ക് പ്രത്യേക താല്പര്യമൊന്നുമില്ല. എത്ര കേസുകൾ വിചാരണ ചെയ്യാൻ പറഞ്ഞാലും തയ്യാറാണ്.

ഗാംഗുലി: അങ്ങനെയല്ല. നീ ചീഫ് ജസ്റ്റിസിന്റെ ബെഞ്ചിൽ ജോലി ചെയ്തിട്ടുള്ളതുകൊണ്ട് ചില പ്രത്യേക മുൻഗണനകൾ ഉണ്ട്.

ഞാൻ: അതൊന്നും ചോദിക്കുന്നില്ല. എത്ര കേസുകൾ എനിക്ക് തന്നാലും മറ്റുള്ളവരേക്കാൾ കൂടുതലേ തീർപ്പാക്കുകയുള്ളൂ.

ഈ സംഭാഷണം കഴിഞ്ഞതും അദ്ദേഹം, 'ബെസ്റ്റ് ഓഫ് ലക്ക്!' എന്ന് പറഞ്ഞ് തന്റെ മുറിയിലേക്ക് പോയി. പിന്നീട് ചീഫ് ജസ്റ്റിസ് എച്ച് എൽ ഗോഖലെ പദവിയിലെത്തി. അദ്ദേഹം പദവിയിലെത്തി ഏതാനും ആഴ്ചകളിൽ പാർലമെന്റ് തിരഞ്ഞെടുപ്പ് നടന്നു. കോടതിയുടെ വേനലവധിക്കാലത്തായിരുന്നു തിരഞ്ഞെടുപ്പ് ഫലങ്ങൾ വന്നത്. അതുമായി ബന്ധപ്പെട്ട് എട്ട് തിരഞ്ഞെടുപ്പ് കേസുകൾ ഹൈക്കോടതിയിൽ ഫയൽ ചെയ്യപ്പെട്ടു.

അദ്ദേഹം എന്നെ കാണണമെന്ന് പറഞ്ഞു. ഞാൻ അതുവരെ റിട്ട് ഹർജികൾ മാത്രമേ വിചാരണയ്ക്ക് എടുത്തിരുന്നുള്ളൂ. അദ്ദേഹത്തിന്റെ മുറിയിലേക്ക് ചെന്നപ്പോൾ, ഉപചാര സംഭാഷണങ്ങൾക്ക് ശേഷം, എന്നോട് ചില പ്രധാനപ്പെട്ട തിരഞ്ഞെടുപ്പ് കേസുകൾ വിചാരണ ചെയ്യണമെന്നും, മറ്റു കേസുകൾ മാറ്റിവയ്ക്കണമെന്നും ആവശ്യപ്പെട്ടു. എങ്ങനെയുള്ള കേസായാലെന്താ, തന്ന കേസുകൾ നിശ്ചിത സമയത്തിനുള്ളിൽ വിചാരണ ചെയ്യുമെന്ന് ഞാൻ പറഞ്ഞു.

2010 ൽ ആ എട്ട് കേസുകളും രജിസ്ട്രാറുടെ ഓഫീസ് പരിശോധിച്ച് കേസ് നമ്പറുകൾ വിഭജിച്ച് ചീഫ് ജസ്റ്റിസിന് നൽകി. എനിക്ക് രാമ

നാഥപുരം, തിരുച്ചിറപ്പിള്ളി ലോക്സഭാ മണ്ഡലങ്ങളെപ്പറ്റിയുള്ള കേസുകൾ തന്നു. 1951 ലെ ജനപ്രതിനിധി നിയമപ്രകാരം തിരഞ്ഞെടുപ്പ് കേസുകൾ ആറ് മാസത്തിനുള്ളിൽ വിചാരണ ചെയ്ത് തീർക്കണം. കോടതി നോട്ടീസ് വക്കീലന്മാർക്ക് അയയ്ക്കുന്നത്, അവരുടെ വാചകമടി, വേനലവധി എന്നിവയെല്ലാം ചേർന്ന് ആ കേസുകൾ തീരാൻ ഒരു വർഷമെടുത്തു.

ചീഫ് ജസ്റ്റിസ് സൂചിപ്പിച്ച പ്രധാനപ്പെട്ട കേസുകൾ എന്ന് പറയാവുന്ന മധുര, ശിവഗംഗൈ മണ്ഡലങ്ങളെപ്പറ്റിയുള്ള കേസുകൾ വേറെ വേറേ സിംഗിൾ ബഞ്ച് ജസ്റ്റിസുമാർക്ക് നൽകപ്പെട്ടു. മധുര കേസ് കഴിയുന്നതിന് മുമ്പ് രണ്ട് പാർലമെന്റ് തിരഞ്ഞെടുപ്പുകളും, ശിവഗംഗൈ തീരുന്നതിന് മുമ്പ് മൂന്ന് പാർലമെന്റ് തിരഞ്ഞെടുപ്പുകളും കഴിഞ്ഞു. അവയിൽ രണ്ടാമത്തെ കേസിന്റെ ആദ്യഘട്ട വിചാരണ കഴിഞ്ഞ് വിധി വന്നപ്പോൾ, *ദി ഹിന്ദു* പത്രത്തിൽ കാലതാമസത്തിനെപ്പറ്റി എഡിറ്റോറിയൽ വന്നു. കേസ് ത്വരിതഗതിയിൽ വിചാരണ ചെയ്യാനും അല്ലെങ്കിൽ വിചാരണ ചെയ്യാതിരിക്കാനുമുള്ള വ്യത്യാസങ്ങൾ ഇതിൽനിന്നും മനസ്സിലാക്കാം. അതിന്റെ മന്ത്രക്കോൽ ചീഫ് ജസ്റ്റിസിന്റെ കൈയിലാണുള്ളത്. തെരഞ്ഞെടുപ്പ് കേസുകൾ വിധിപ്രകാരം നടത്താൻ ഹൈക്കോടതികൾ ശ്രമിക്കാറില്ല. അതുകൊണ്ട് തിരഞ്ഞെടുപ്പ് കേസുകൾ വിചാരണ ചെയ്യാൻ സ്ഥിരമായ പ്രത്യേക ട്രിബ്യൂണുകൾ സൃഷ്ടിക്കണമെന്ന് ഞാൻ പിന്നീട് ഒരു ലേഖനത്തിൽ എഴുതി.

2009 തിരഞ്ഞെടുപ്പുമായി ബന്ധപ്പെട്ട് ഫയൽ ചെയ്യപ്പെട്ട എട്ട് കേസുകളിൽ രണ്ടെണ്ണം വേഗത്തിൽ വിചാരണ ചെയ്ത എന്നെ ചീഫ് ജസ്റ്റിസ് ഗോഖലെ അഭിനന്ദിച്ചു. സുപ്രീം കോടതി ജസ്റ്റിസ് ആയി 30.4.2010 ന് അദ്ദേഹം പദവിയേറ്റു. ചെന്നൈയിൽനിന്നും പുറപ്പെടുന്നതിന് മുമ്പ് വേനലവധിക്കു ശേഷം ജൂൺ മാസത്തിൽ തുറക്കുന്ന കോടതിക്കായി കേസ് പട്ടിക തയ്യാറാക്കിയിട്ട് അദ്ദേഹം പോയി. ആദ്യമായി എനിക്ക് വിദ്യാഭ്യാസം, പൊതുപ്രശ്നങ്ങളെപ്പറ്റിയുള്ള കേസുകളുടെ ഉത്തരവാദിത്വം എന്നിവ തന്നു. എന്നാൽ, എന്റെ കർശനമായ വിചാരണ നടപടികൾ അറിയാവുന്ന വക്കീലന്മാർ ചീഫ് ജസ്റ്റിസ് ധർമ്മറാവുവിനോട് അപേക്ഷിച്ചു. ആ അവധിക്കാലത്ത് തന്നെ കേസ് പട്ടിക അദ്ദേഹം മാറ്റി. എനിക്ക് തന്നിരുന്ന വകുപ്പുകളെ മാറ്റി, സിവിൽ അപ്പീൽ കേസുകൾ വിചാരണ ചെയ്യാൻ അദ്ദേഹം ഉത്തരവിട്ടു.

അവധിക്കാലത്ത് എന്നെ വിളിച്ച കോടതി രജിസ്ട്രാർ ഈ മാറ്റത്തിനെപ്പറ്റി പറഞ്ഞു. അതുവരെ ഞാൻ സിവിൽ അപ്പീൽ കേസുകൾ കൈകാര്യം ചെയ്തിട്ടില്ലായിരുന്നു. ഈ പുതിയ വിഭജനം എന്നിൽ അരിശമുണ്ടാക്കുകയും കേസ് വിഭജനത്തിൽ മാസ്റ്ററുമാരല്ലാത്ത വേറെ ചില ശക്തികൾക്കും തടസ്സമായി വരാൻ കഴിയുമെന്നത് മനസ്സിലാക്കി. സിവിൽ അപ്പീൽ കേസുകൾ വിചാരണ ചെയ്യാൻ എനിക്ക് താല്പര്യമില്ല, വേറെ എന്തെങ്കിലും കേസുകൾ തരണമെന്ന് ചോദിച്ചാലോയെന്ന് തോന്നിയിരുന്നു. എന്നാൽ, ഏത് കേസായാലെന്താ,

എന്തും കൈകാര്യം ചെയ്യാൻ പരിശീലനമുള്ള നമ്മൾ ഇതും ഒരു വെല്ലുവിളിയായി എടുക്കണമല്ലോയെന്ന് തോന്നി അങ്ങനെ തന്നെ ചെയ്യാൻ തീരുമാനിച്ചു. വേനലവധി സമയത്ത് തന്നെ സുപ്രീം കോടതിയും ഹൈക്കോടതിയും ഭൂമിയേറ്റെടുക്കൽ നിയമത്തിന്റെ കീഴിൽ നഷ്ടപരിഹാരത്തുകകളെപ്പറ്റിയുള്ള കേസുകളെല്ലാം വായിച്ച് കുറിപ്പുകൾ എടുത്തുവച്ചു.

രജിസ്ട്രാറുടെ ഓഫീസിൽനിന്നും അടുത്ത രണ്ട് മാസങ്ങളിൽ ഞാൻ വിചാരണ ചെയ്യേണ്ട കേസുകളുടെ പട്ടിക തരാനായി ആവശ്യപ്പെട്ടു. അവ പരിശോധിച്ചതിൽ 10 വർഷം മുമ്പ് ഫയൽ ചെയ്യപ്പെട്ടിട്ടും വിചാരണയ്ക്ക് അയയ്ക്കാതെയിരിക്കുന്ന കേസുകൾ മാത്രം 750 ൽ അധികം വരും. ആ കേസിന്റെ രേഖകൾ വച്ചിരിക്കുന്ന മുറിയിൽ ജോലി ചെയ്യുന്ന ഉദ്യോഗസ്ഥർക്ക് ഇരിക്കാൻ പോലും സ്ഥലമില്ലായിരുന്നു. അങ്ങനെയുള്ള പഴയ കേസുകളെ പരിശോധിച്ച് മുറപ്രകാരം രജിസ്റ്റർ ചെയ്ത് ആദ്യഘട്ട വിചാരണയ്ക്കെടുത്ത്, എതിർ കക്ഷികൾക്ക് നോട്ടീസ് അയച്ചു. മുറിയിലെ പഴയ രേഖകൾ മാറിയപ്പോൾ അവർക്ക് ഇരിക്കാൻ സ്ഥലം കിട്ടിയതിനാൽ ആ ഉദ്യോഗസ്ഥർ വന്ന് നന്ദി പറഞ്ഞു.

അതിനുശേഷം ഇടക്കാല ഉത്തരവ് ഹർജികൾ വർഷങ്ങളായി തീരുമാനമെടുക്കാതിരുന്നിരുന്നു. അതിൽ ഏതാണ്ട് 2000 എണ്ണത്തിന് ഞാൻ മോചനം കൊടുത്തു. സിവിൽ അപ്പീൽ കേസുകളിൽ സ്വത്ത്, സ്വത്തവകാശം എന്നിവയെപ്പറ്റിയുള്ള കേസുകളൊഴിച്ച് ഏതാണ്ട് 1000 അപ്പീലുകൾ സർക്കാരിന്റേതായിരുന്നു. സർക്കാർ സ്ഥലം ഏറ്റെടുത്തതിനാൽ, നഷ്ടം സംഭവിച്ചവർക്കായി കോടതികളിൽ നഷ്ടപരിഹാരം കൂട്ടി വാങ്ങിയ വക്കീലുമാർക്കെതിരെ സർക്കാർ തന്നെ അപ്പീൽ കൊടുത്തിരുന്നു.

1960 ൽ ശ്രീഹരിക്കോട്ടയിൽ, സ്പേസ് ഷട്ടിൽ വിടാനുള്ള തളത്തിനായുള്ള സ്ഥലം ഏറ്റെടുത്ത കേസും ഉണ്ടായിരുന്നു. ഒരു സെന്റിന് ആറ് രൂപ എന്ന സർക്കാർ ഉത്തരവിന്റെ പേരിൽ അപ്പീൽ ചെയ്ത്, അവിടെയുള്ള കർഷകർ സെന്റിന് ഏഴ് രൂപ വാങ്ങിയിരുന്നു. അതിനെതിരെ സർക്കാർ ഫയൽ ചെയ്ത അപ്പീലുകളും 50 വർഷമായി തീർച്ചപ്പെടാതിരിക്കുന്നുണ്ടായിരുന്നു. ഇതുപോലെയുള്ള കേസുകളെ ക്രമമായി പട്ടികയിട്ട് തീരുമാനമുണ്ടാക്കി. അതേപോലെ തെലുഗു-ഗംഗ പദ്ധതി (1970), ഹോസൂർ അപ്പാർട്ട്മെന്റ് പദ്ധതി (1972), ആർക്കോണം വിമാനത്താവള പദ്ധതി (1976) എന്നിങ്ങനെ പല കേസുകളും ഒരുമിച്ച് തീർപ്പാക്കി. എന്റെ രണ്ട് മാസത്തെ ജോലിക്കാലത്ത്, 1960 ൽ ഏറ്റെടുത്ത സ്ഥലത്തിന്റെ നഷ്ടപരിഹാര അപ്പീൽ കേസുകളിൽ തുടങ്ങി 2009 ഏപ്രിൽ ശ്രീപെരുമ്പത്തൂർ സിപ്കാഡ് സ്ഥലമെടുപ്പ് കേസുകൾ വരെ വിചാരണ ചെയ്ത് അവസാനിപ്പിച്ചതിൽ ഏതാണ്ട് 800 അപ്പീലുകൾ തീർച്ചപ്പെടുത്തി.

മുമ്പ് സൂചിപ്പിച്ചതുപോലെ, ആ ജോലി എനിക്ക് തരുന്നതിന് മുമ്പ് ഇതുപോലെയുള്ള ഒരു കേസ് പോലും ഞാൻ വിചാരണ ചെയ്തി

ട്ടില്ലായിരുന്നു. വക്കീലായിരുന്നപ്പോഴും ഇല്ല. എന്നാൽ, ചെന്നൈ ഹൈക്കോടതിയുടെ ചരിത്രത്തിൽത്തന്നെ ഇത് ആദ്യസംഭവമായിരുന്നു. രണ്ട് മാസത്തിനുള്ളിൽ 800 സിവിൽ അപ്പീൽ കേസുകൾ തീർച്ചപ്പെടുത്തിയത് ഒരുപാട് ചർച്ച ചെയ്യപ്പെട്ടു. ഞാൻ ചീഫ് ജസ്റ്റിസിനോട് "താങ്കൾ വക്കീലന്മാരെ സന്തോഷിപ്പിക്കാനായി പട്ടികയിൽ മാറ്റം വരുത്തി. എന്നാൽ, ഏത് കേസ് തന്നാലും അതിനെ വേഗത്തിൽ വിചാരണ ചെയ്യുന്നതിൽനിന്നും എന്നെ തടുക്കാൻ പറ്റില്ല. എനിക്ക് പുതിയ കേസുകൾ തന്നതിന് നന്ദി" എന്ന് പറഞ്ഞ് മുറിയിലേക്ക് തിരിച്ചുപോയി.

ജസ്റ്റിസ് ഗോഖലെ ഡൽഹിയിലേക്ക് പോയശേഷം, പുതിയ പദവിമാറ്റത്തിൽ എത്തിയ ചീഫ് ജസ്റ്റിസുമാരിൽ മുതിർന്ന ചില ജസ്റ്റിസുമാർ ചേർന്ന് കേസ് പട്ടിക തയ്യാറാക്കാൻ തുടങ്ങി. എനിക്ക് തുടക്കം മുതലേ വച്ചിരുന്ന മുദ്ര 'ഇയാൾ ലേബർ സ്പെഷ്യലിസ്റ്റ്' ആണെന്നായിരുന്നു. അതുകൊണ്ട് ബാക്കിയുള്ള പദവിക്കാലത്ത് കൂടുതലും തൊഴിലാളികൾ, സർക്കാർ ഉദ്യോഗസ്ഥർ തുടങ്ങിയവുടെ കേസുകൾ മാത്രമേ എനിക്ക് വേണ്ടി മാറ്റിവച്ചിരുന്നുള്ളൂ.

തമിഴ്നാട് അഡ്മിനിസ്ട്രേറ്റീവ് ട്രിബ്യൂണൽ പിരിച്ചുവിട്ടിരുന്നതിനാൽ അവിടെ ബാക്കിയുണ്ടായിരുന്ന ഏതാണ്ട് 45000 കേസുകൾ ഹൈക്കോടതിയിലേക്ക് മാറ്റപ്പെട്ട്, പുതിയ കേസ് നമ്പറുകൾ നൽകി. ആ കേസുകൾ തീർച്ചപ്പെടുത്താൻ പറ്റിയയാൾ ഇയാൾ തന്നെയെന്ന് പറഞ്ഞ് എന്നെ വിളിച്ചു. അങ്ങനെ അടുത്ത രണ്ട് വർഷത്തേക്ക് മലപോലെ കുമിഞ്ഞുകിടക്കുന്ന സർക്കാർ തൊഴിലാളികളുടെ കേസുകൾ തീർച്ചപ്പെടുത്താനായി എന്റെ തലയിൽ കെട്ടിവച്ചു.

ആ കേസുകളിൽ ഭൂരിഭാഗവും ഞാൻ അവസാനിപ്പിച്ചു. പല കേസുകളിലും മുഴുവൻ രേഖകളും ഉണ്ടായിരിക്കില്ല. ചില കേസുകളിൽ ഹർജിക്കാരോ അവരുടെ വക്കീലുമാരോ മരിച്ചുപോയിക്കാണും. കാരണം, ആ കേസുകൾ ഹൈക്കോടതിയിൽ 1988 ന് മുമ്പ് ഫയൽ ചെയ്യപ്പെട്ട്, പിന്നീട് തമിഴ്നാട് അഡ്മിനിസ്ട്രേറ്റീവ് ട്രിബ്യൂണലിലേക്ക് അയയ്ക്കപ്പെട്ട്, വീണ്ടും 2005 ൽ ഹൈക്കോടതിയിൽ തിരിച്ചെത്തിയവ ആയിരുന്നു.

എന്റെ ആറേകാൽ വർഷത്തെ ജസ്റ്റിസ് ജോലിയിൽ 96000 കേസുകൾ വിചാരണ ചെയ്തിട്ടുണ്ടെങ്കിൽ, അതിൽ പകുതിയും തൊഴിലാളികളുടേതും ഉദ്യോഗസ്ഥരുടേതുമായിരിക്കും. അതേ സമയം, എന്റെ ജോലിക്കാലത്ത് പദവിയിൽ ഉണ്ടായിരുന്ന ചീഫ് ജസ്റ്റിസുമാർ ആരും എനിക്ക് ക്രിമിനൽ കേസുകൾ, ജാമ്യക്കേസുകൾ ഒന്നുംതന്നെ തന്നിട്ടില്ല. അതിന്റെ കാരണം, വക്കീലന്മാരുടെ താല്പര്യം തന്നെ. കേസ് പട്ടിക വിഭജിക്കുന്നതിൽ വക്കീലന്മാരുടെ താല്പര്യവും ഉണ്ടായിരിക്കും. പട്ടികയിടുന്ന മാസ്റ്റർമാരുടെ മന്ത്രക്കോൽ വക്കീലന്മാരെയും മയക്കാൻ ഉപകരിക്കുമല്ലോ!

ശിലകളും കലയാണ്, സംസ്കാരവും

സ്കൂൾ കാലത്ത് വാരാന്ത്യ അവധിയെന്നാൽ, സൈക്കിളിൽ നാട് ചുറ്റുന്നതാണ് നേരമ്പോക്ക്. തിരുവൊറ്റിയൂർ പട്ടിനത്താർ ക്ഷേത്രത്തിൽ നിന്നും അടയാർ ബ്രഹ്മ ജ്ഞാനസംഘത്തിലുള്ള ആൽമരം വരെ അതിർത്തികൾ നീളും. ചെന്നൈ നഗരത്തിലുള്ള എല്ലാ സ്മാരകശില കളും അവയുടെ രൂപവും എനിക്ക് നന്നായി അറിയാം. ഹിന്ദു തമിഴ് പത്രത്തിന്റെ തുടക്കകാലത്ത്, ആഴ്ച തോറുമുള്ള ലേഖനത്തിൽ ചെന്നൈയിലുള്ള പ്രതിമകളുടെ ചരിത്രത്തിനെപ്പറ്റി എഴുതിയിട്ടുണ്ട്.

ഞാൻ വക്കീലായി എൻറോൾ ചെയ്ത ദിവസം മുതൽ (1976) മുതിർന്ന വക്കീലായി ഹൈക്കോടതി അംഗീകരിച്ച വർഷം വരെ (1997) മിക്കവാറും കോടതിയിൽ ആദ്യമെത്തുന്നതും അവസാനം പോകുന്നതും ഞാനായിരിക്കും. തുടക്കത്തിൽ ഇരുചക്രവാഹനത്തിലും, പിന്നീട് നാൽച്ചക്രവാഹനത്തിലും പോയിവന്നുകൊണ്ടിരുന്നു. മുതിർന്ന വക്കീൽ ആയതിനുശേഷം, ദിവസവും തിരുമയിലേയിൽനിന്നും കടൽക്കരയിലെ റെയിൽവേ സ്റ്റേഷൻ വരെ പോകുന്ന തീവണ്ടിയിലായിരുന്നു യാത്ര. അതിനുമുമ്പ് വണ്ടിയിൽ പടിഞ്ഞാറേ വാതിൽ വഴി കയറി, സ്റ്റോപ്പി ലെത്തുമ്പോൾ വടക്കേ വാതിൽ വഴി പാരീസ് കോർണറിലെ ഓഫീ സിലേക്ക് പോകുന്നതായിരുന്നു പതിവ്. ഓരോ ദിവസവും യാത്ര ചെയ്യു മ്പോൾ; പ്രകാശം, ഭാഷ്യം, അയ്യങ്കാർ, രാജാജി തുടങ്ങിയ പ്രതിമകളെ നോക്കാതിരിക്കാൻ കഴിയുമായിരുന്നില്ല. 1995 ൽ *കൽക്കി* ദീപാവലി പതി പ്പിനായി ഒരു ലേഖനം ചോദിച്ചിരുന്നു. അതിൽ തമാശ ഉണ്ടായിരിക്ക ണമെന്ന് അവർ പറഞ്ഞു. അതുകൊണ്ട് ഹൈക്കോടതിയെപ്പറ്റി ചില രസകരമായ വാർത്തകൾ അതിൽ ഉൾപ്പെടുത്തി.

ഞാൻ ജസ്റ്റിസ് ആയശേഷം, ഒരിക്കൽക്കൂടി ദീപാവലി പതിപ്പിനായി

ലേഖനം ചോദിച്ചു. മുപ്പത് വർഷക്കാലമായി ഹൈക്കോടതി വളപ്പിൽ കറങ്ങിനടക്കുന്ന എനിക്ക് അവിടത്തെ പ്രതിമകളേയും അവ തരുന്ന പാഠങ്ങളേയും പറ്റി എഴുതണമെന്ന് തോന്നി. ഹൈക്കോടതിയിൽ ജോലി ചെയ്യാനായി സേലത്തിൽനിന്നും ചെന്നൈക്ക് വന്ന രാജാജി കേസൊന്നും നടത്താതെ സത്യഗ്രഹ സമരം ചെയ്ത് ജയിലിലേക്ക് പോയതും, ഹൈക്കോടതിയിലുള്ള മികച്ച വക്കീൽ പ്രകാശം തന്റെ നല്ല സമയത്ത് ജോലി ഉപേക്ഷിച്ച് നിസ്സഹകരണ പ്രസ്ഥാനത്തിന് വേണ്ടി ജയിലിലേക്ക് പോയതും പറഞ്ഞ്, എല്ലാ ജനങ്ങളേയും സേവിക്കുന്ന മനുഷ്യർക്കാണ് പ്രതിമകളും അതിനോടൊപ്പമുള്ള പാതകളുടെ പേരുകളും കൊടുക്കുകയുള്ളൂയെന്ന് എഴുതി.

ചെന്നൈ നഗരത്തിലുള്ള പരമ്പരാഗത ചിഹ്നങ്ങൾ നശിപ്പിക്കാൻ പാടില്ലെന്ന് ആവശ്യപ്പെടുന്ന ദേശീയതലത്തിലുള്ള ഒരു പ്രസ്ഥാനം (Indian National Trust for Art and Cultural Heritage) നിലവിലുണ്ടായി. അണ്ണാ ശാലയിൽ എൽ ഐ സി കെട്ടിടത്തിന്റെ അരികിലുള്ള, ഇൻഷുറൻസ് സ്ഥാപനത്തിന് സ്വന്തമായ, ഭാരത് ഇൻഷുറൻസ് കമ്പനി കെട്ടിടം പൊളിക്കാൻ പാടില്ലെന്ന് പറഞ്ഞ് അവർ കേസ് കൊടുത്തു. ആ കെട്ടിടം 1897 ൽ പണിതതാണെന്നും, അത് ഇന്തോ-അറേബ്യൻ നിർമ്മാണകലയിൽ പണിതതാണെന്നും, ലൈഫ് ഇൻഷുറൻസ് കോർപ്പറേഷൻ അതിനെ പൊളിക്കരുതെന്നും ആ കേസിൽ പറഞ്ഞു. 10.8.2006 ന് ഞങ്ങൾ സ്റ്റേ ഓർഡർ വിധിച്ചു. അത് റദ്ദ് ചെയ്യാൻ ഇൻഷുറൻസ് കമ്പനി ശ്രമിച്ചെങ്കിലും വിജയിച്ചില്ല.

ഇങ്ങനെ കെട്ടിടം പൊളിക്കാൻ പാടില്ലെന്ന് പറഞ്ഞാൽ അതിന്റെ പാരമ്പര്യം മാറാതെ സംരക്ഷിക്കേണ്ടത് ഇൻഷുറൻസ് കമ്പനിയുടെ ഉത്തരവാദിത്വമാകും. ഇന്നുവരെ അതിനുള്ള ഒരു നടപടിയും ഇൻഷുറൻസ് കമ്പനി എടുത്തിട്ടില്ല. സ്റ്റേ ഓർഡർ കൊടുത്തിട്ട് 15 വർഷം കഴിഞ്ഞു. അണ്ണാ ശാലൈ വഴി പോകുന്നവർക്ക് കെട്ടിടത്തിലുള്ള ചെങ്കല്ലുകളും സിമന്റ് ചുവരുകളും ഇരുമ്പ് മേൽക്കൂരകളും അടർന്നുവീഴുന്നത് ഇപ്പോഴും കാണാവുന്നതാണ്. ലൈഫ് ഇൻഷുറൻസ് കമ്പനിയെ സംബന്ധിച്ചിടത്തോളം അവർക്ക് യാതൊരു സാമൂഹ്യബോധവും ഇല്ലെന്ന് മാത്രമല്ല, സ്റ്റേ ഓർഡറിൽ പൊളിക്കാൻ പാടില്ലെന്ന് മാത്രമല്ലേ പറഞ്ഞിട്ടുള്ളൂ എന്ന മട്ടാണ്. കെട്ടിടത്തിനെ പരമ്പരാഗത രീതിയിൽ വീണ്ടെടുത്ത് സംരക്ഷിക്കണമെന്ന് പറഞ്ഞിട്ടില്ലല്ലോ എന്നും അവർ വാദിച്ചു. അതുകൊണ്ടാണ് ഇതുപോലെയുള്ള പ്രശ്നങ്ങളിൽ ഒരു പ്രത്യേക നിയമം നിർമ്മിക്കേണ്ടത്. അപ്പോഴേ പരമ്പരാഗത ചിഹ്നങ്ങൾ വേണ്ട രീതിയിൽ സംരക്ഷിക്കണമെന്ന് അതിന്റെ അവകാശികളെ നിയമം വഴി നിർബന്ധിക്കാൻ സാധിക്കുകയുള്ളൂ.

ഞാൻ പദവിയേറ്റതും ചീഫ് ജസ്റ്റിസ് എ പി ഷായ്ക്കൊപ്പം ബെഞ്ചിൽ കേസുകൾ വിചാരണ ചെയ്തു. 2006 നവംബറിൽ മറീന ബീച്ചിലുള്ള തിലകർ ഫലകത്തിൽ അദ്ദേഹത്തിന്റെ 150-ാം ജന്മദിനാഘോഷം

നടത്തുന്നതിന് പൊലീസിന്റെ അനുമതി ലഭിച്ചിട്ടും, ആ ഉത്തരവിൽ വിചിത്രമായ പല നിബന്ധനകൾ ഉണ്ടായിരുന്നു. സമ്മേളനത്തിൽ 100 പേർ മാത്രമേ പങ്കെടുക്കാൻ പറ്റുള്ളൂ, വൈകുന്നേരം 5 മണി മുതൽ 6 മണി വരെ സമ്മേളനം നടത്തി പിരിഞ്ഞുപോകണം, വേദിയൊന്നും ഉണ്ടാക്കാൻ പാടില്ല എന്നെല്ലാം ഉണ്ടായിരുന്നു. ഇതിനെ എതിർത്ത് കൊടുത്ത കേസിൽ ഞങ്ങൾ പൊലീസിന്റെ നിബന്ധനകൾ റദ്ദ് ചെയ്ത് തിലകന്റെ ജന്മദിന ആഘോഷങ്ങൾ നടത്താൻ സംഘാടകർക്ക് അനുമതി കൊടുത്തു.

മധുര നഗരത്തിന്റെ ചുറ്റുമുള്ള പല കുന്നുകളിൽ ഗുഹാക്ഷേത്ര ങ്ങളും, അതിൽ ശ്രമണശില്പങ്ങളുമുണ്ട്. ആ കുന്നുകൾ വിലപിടിച്ച ഗ്രാനൈറ്റ് കല്ലുകളാൽ ഉണ്ടാക്കപ്പെട്ടവയാണ്. അവയെല്ലാം വെട്ടിയെ ടുത്ത് കുന്നുകൾ സമതലമാക്കപ്പെടുന്നു. ആ ശ്രമത്തിൽ പല പുരാതന ചിഹ്നങ്ങളും നശിപ്പിക്കപ്പെട്ടു. മേലൂരിലുള്ള ബീരാൻ മല, ഗ്രാനൈറ്റ് കൊള്ളക്കാർ വെട്ടിയെടുത്ത് അതൊരു റൊട്ടിക്കഷണം പോലെയായി. പുരാവസ്തുചിഹ്നങ്ങൾ സംരക്ഷണ നിയമപ്രകാരം സംരക്ഷിക്കപ്പെ ടേണ്ടവയാണെന്ന് അറിയിച്ചിട്ടുണ്ട്. ഗ്രാനൈറ്റ് പോലെയുള്ള കല്ലുകൾ വെട്ടിയെടുക്കാൻ ലൈസൻസ് ഉള്ളവർ സംരക്ഷിക്കപ്പെട്ട പുരാവസ്തു ചിഹ്നങ്ങളുള്ള ഭാഗങ്ങളിൽ കല്ല് വെട്ടുമ്പോൾ ആ ചിഹ്നങ്ങളിൽനിന്നും നിശ്ചിത അകലം പാലിച്ച് കല്ലുകൾ തകർക്കാതിരിക്കണം എന്ന ഉത്തരവുമുണ്ട്.

അതുപോലെ കീഴവളവ് ഗ്രാമത്തിൽ ശ്രമണർ പുരാതന ചിഹ്ന ങ്ങൾ വെടിമരുന്ന് വച്ച് തകർത്തതിനാൽ അപകടം ഉണ്ടാകുമെന്ന നോട്ടീസ് അയച്ച് അതിനെ വിലക്കുകയും, കോടതിയിലെ ഒരു വക്കീ ലിനെ നിയമിച്ച് റിപ്പോർട്ട് നൽകാനും ഉത്തരവിട്ടു. ആ ഉത്തരവിൽ ത്തന്നെ ലൈസൻസുകളിൽ പറഞ്ഞിട്ടുള്ള സുരക്ഷാ അതിർത്തി കോടതി ഉത്തരവുമായി യോജിക്കില്ലെന്നും, പുരാതന ചിഹ്നങ്ങളെ സംരക്ഷിക്കാൻ കോടതി മുന്നോട്ടു വരണമെന്നും പറഞ്ഞിരുന്നു.

ഗ്രാനൈറ്റ് ലൈസൻസ് വാങ്ങിയിട്ടുള്ള ബി. ആർ. പഴനിച്ചാമി എന്നയാളുടെ സ്വന്തമായിരുന്നു മധുരയെ ചുറ്റിയുള്ള പല ഗ്രാനൈറ്റ് കമ്പനികളും. ഗ്രാനൈറ്റ് വെട്ടിയെടുക്കാനുള്ള ലൈസൻസിൽ പറഞ്ഞിട്ടു ള്ളതിനേക്കാൾ ലക്ഷക്കണക്കിന് ഘനയടി ഗ്രാനൈറ്റുകൾ വെട്ടി വിദേ ശങ്ങളിലേക്ക് കയറ്റുമതി ചെയ്ത്, കോടിക്കണക്കിന് സമ്പാദിച്ചിട്ടുണ്ട് അയാളുടെ സ്ഥാപനങ്ങൾ. സർക്കാർ ഉദ്യോഗസ്ഥരുടെ പിന്തുണയോടെ നടന്ന ഗ്രാനൈറ്റ് കൊള്ളയെപ്പറ്റി പറഞ്ഞിട്ട് കാര്യമില്ല. ചിലപ്പോൾ സർ ക്കാർ ഉദ്യോഗസ്ഥർ നിയമപ്രകാരം നടപടി എടുത്താലും, ഹൈക്കോട തിയെ സമീപിച്ച് ഉത്തരവുകൾ വാങ്ങി കൊള്ള വളരും.

മധുരയ്ക്ക് അരികിലുള്ള തിരുവാതവൂരിലെ കുന്നുകളിൽ തമിഴ് ബ്രാഹ്മി ലിപികളുള്ളത് കണ്ടുപിടിക്കപ്പെട്ടു. ദ്രാവിഡ ലിപികളിൽ വച്ച് ഏറ്റവും പഴയതാണെന്ന് മാത്രമല്ല, ശ്രമണ ലിപികൾക്കും മുമ്പുള്ള

വയാണവ, ഒഡിഷയിലെ ഉദയഗിരിയിൽ കണ്ടെത്തിയ ലിപികൾക്കും മുമ്പുള്ളത്. കരൂരിന്റെ അരികിലുള്ള പുകളൂർ, മൺകുളത്തിൽ കണ്ടെത്തിയ തമിഴ് ബ്രാഹ്മി ചുവരെഴുത്തുകൾ പോലെ തിരുവാതവൂർ ലിഖിതങ്ങളും പുരാതനമാണ്. അവ തമിഴ് സംഘകാലത്തിനും മുമ്പുള്ളതാണെന്ന് പറയുന്നുണ്ട് ഗവേഷകനായ ഐരാവതം മഹാദേവൻ.

മെഗാലിത് കാലത്തെ ചതുപ്പുനിലങ്ങൾ കണ്ടെത്തിയ വൈഗൈ താഴ്‌വരയിൽ, പ്രാചീനകാല ജീവിതരീതികളെപ്പറ്റി അറിയാനുള്ള അവസരമുണ്ട്. എന്നാൽ, തമിഴ് ബ്രാഹ്മി കല്ലുകൾ പത്ത് വർഷങ്ങൾക്കുള്ളിൽ നശിക്കുമെന്ന ആപത്തിലാണെന്ന് മഹാദേവൻ താക്കീത് നൽകുന്നു. മണൽക്കടത്തിൽ എങ്ങനെ നദി ഇല്ലാതാകുന്നുവോ, അങ്ങനെ ഗ്രാനൈറ്റ് കൊള്ളയിൽ നമ്മുടെ സംസ്കാരം കളവ് പോകുമെന്ന് താക്കീത് നൽകുന്നുണ്ട് ചരിത്രപണ്ഡിതനായ കെ ടി കാന്തിരാജൻ. തിരുവാതവൂർ തമിഴ് ബ്രാഹ്മി കല്ലുകളെപ്പറ്റി അദ്ദേഹം എഴുതിയിട്ടുണ്ട്.

തിരുവാതവൂരിലുള്ള തമിഴ് ബ്രാഹ്മി കല്ലുകളെ മുറിക്കുന്നതിന് ജില്ലാ കളക്ടറുടെ നിരോധനം ഉണ്ടായിട്ടും ഹൈക്കോടതിയിലെ കേസ് തുടർന്നു. കോടതിയിൽ കല്ലുകൾക്ക് കുഴപ്പം വരാതെ വെടിമരുന്ന് ഉപയോഗിച്ച് ഗ്രാനൈറ്റ് എടുക്കാനുള്ള അനുമതി അവർ ആവശ്യപ്പെട്ടു. കോടതി അവരുടെ പറച്ചിൽ വിശ്വസിച്ച് ഗ്രാനൈറ്റ് കല്ലുകൾ വെട്ടിയെടുക്കാനുള്ള അനുമതി നൽകി.

തിരുവാതവൂർ ബ്രാഹ്മി കല്ലുകൾ നശിക്കുമെന്ന് പലരും വെളിപ്പെടുത്തിയപ്പോൾ, സിന്ധു ഗ്രാനൈറ്റ് കമ്പനി, ശ്രീലക്ഷ്മി എക്സ്പോർട്ടേഴ്സ് എന്നിവർ ഗ്രാനൈറ്റ് കല്ലുകൾ വെടി പൊട്ടിച്ച് എടുക്കുന്നതിനെ വിലക്കി മധുര ജില്ലാ കളക്ടർ ഉത്തരവിട്ടു. അതിനെ എതിർത്ത് ആ രണ്ട് സ്ഥാപനങ്ങൾ കൊടുത്ത കേസ് വിചാരണ ചെയ്ത സിംഗിൾ ബഞ്ച് ജസ്റ്റിസ്, കളക്ടറുടെ ഉത്തരവ് റദ്ദ് ചെയ്ത് ലൈസൻസ് അനുസരിച്ചുള്ള കല്ലുകൾ എടുക്കാനുള്ള അവകാശം ഉണ്ടെന്നും പുരാതന ചിഹ്നങ്ങളെ സംരക്ഷിക്കണമെന്നും പറഞ്ഞ് ഉത്തരവിട്ടു. ഈ വിധിക്കെതിരായി ജില്ലാ കളക്ടർ കൊടുത്ത അപ്പീലുകളും രണ്ട് ജസ്റ്റിസുമാരുടെ ബഞ്ച് തള്ളിക്കളഞ്ഞു.

തിരുവാതവൂർ തമിഴ് ബ്രാഹ്മി കല്ലുകൾക്ക് ഉണ്ടാകുന്ന ആപത്തിനെപ്പറ്റി പുരാവസ്തുവകുപ്പിന്റെ ഡയറക്ടർ *ഫ്രണ്ട്‌ലൈൻ* മാസികയിൽ അഭിമുഖം കൊടുത്തിരുന്നു. ഈ നിധിയെ സംരക്ഷിക്കാൻ പുരാവസ്തുവകുപ്പിന് സാധിക്കില്ലേയെന്ന് ചോദ്യത്തിന് അദ്ദേഹം മനസ്സ് വേദനിച്ച്, പുരാവസ്തുവകുപ്പിൽ അത്രയും മനുഷ്യവിഭവശേഷി ഇല്ലെന്നും, സിവിൽ സമൂഹം തന്നെ ഈ നിധികളെ സംരക്ഷിക്കുന്നതിന്റെ ഉത്തരവാദിത്വം എടുക്കണമെന്നും പറഞ്ഞ്, കോടതികളിൽനിന്നും മതിയായ സംരക്ഷണം ലഭിച്ചില്ലെന്നുമുള്ള തന്റെ ആശങ്ക വെളിപ്പെടുത്തി.

തിരുവാതവൂരിൽ ഗ്രാനൈറ്റ് വെട്ടിയെടുക്കുന്നതിനാൽ തമിഴ് ബ്രാഹ്മി എഴുത്തുകൾ നശിക്കുന്നെന്ന പരാതി വന്നതുമായി സംബ

സ്ഥിച്ച്, മധുര ജില്ലാ കളക്ടർ വിലക്ക് ഏർപ്പെടുത്തി. അതിനെ എതിർത്ത് മീനാക്ഷി ഗ്രാനൈറ്റ് എന്ന സ്ഥാപനം തങ്ങൾ 2005 ൽ ഇതുപോലെയുള്ള ഉത്തരവിന് വിലക്ക് വാങ്ങിയിട്ടുണ്ടെന്നും, ആ റിട്ട് ഹർജി തീരുമാനമാകുന്നത് വരെ കളക്ടർ നിരോധനം ഏർപ്പെടുത്തരുതെന്നും പറഞ്ഞ് രണ്ടാമത്തെ തവണയും ഉത്തരവ് റദ്ദാക്കി.

ഞാൻ 2011 ൽ ആ കേസിന്റെ അവസാന വിചാരണയുടെ സമയത്ത് ഇതുപോലെ പല നിരോധന ഉത്തരവുകൾ വാങ്ങിയ, ലൈസൻസ് ഉള്ള സ്ഥാപങ്ങൾ തുടർന്നും പ്രവർത്തിക്കുന്നതിനെയും, അതുകൊണ്ട് പുരാതന ചിഹ്നങ്ങൾ നശിക്കുന്നതും സൂചിപ്പിച്ച് അവരുടെ ഹർജി തള്ളിക്കളഞ്ഞു. ആ ഉത്തരവിൽ പുരാവസ്തുവകുപ്പ് ഡയറക്ടർ *ഫ്രണ്ട്ലൈൻ* മാസികയിൽ പുരാതനചിഹ്നങ്ങൾ നശിക്കുന്നതിന് കോടതിയുടെ സംരക്ഷണം ഇല്ലാത്തതും ഒരു കാരണമായി പറഞ്ഞതും സൂചിപ്പിച്ചു.

ഗ്രാനൈറ്റ് ലൈസൻസ് വാങ്ങി അതിലുള്ള നിബന്ധനകൾ മറികടന്ന് കല്ലുകൾ തോന്നിയപോലെ വെട്ടിയെടുത്ത് അതിനുള്ള ഫീസുകളും നികുതികളും അടയ്ക്കാതെ പകൽക്കൊള്ള ചെയ്യുന്ന ബി ആർ ബി ഗ്രാനൈറ്റ് സ്ഥാപനത്തിനെതിരെ ഒരു പൊതുതാല്പര്യ ഹർജി മുരുകേശൻ എന്ന സാമൂഹ്യപ്രവർത്തകൻ ഫയൽ ചെയ്തു. ആ കേസിൽ ഗ്രാനൈറ്റ് കമ്പനികൾക്ക് അനുകൂലമായി ജില്ലാ ഭരണകൂടം പ്രവർത്തിച്ചതിനെ ഞാൻ വിമർശിച്ചു. എന്റെ വിചാരണയിൽ വിൽപ്പന നികുതി വകുപ്പിന് ജില്ലാ കളക്ടർ അയച്ച നോട്ടീസ് കമ്പനി ഉദ്യോഗസ്ഥർ ഒപ്പിട്ട് വാങ്ങിയത് വെളിപ്പെട്ടു. ഗ്രാനൈറ്റ് കമ്പനികൾ മുറയ്ക്ക് വില്പന നികുതിയും, സീനിയറേജ് ഫീസും കൊടുത്തിട്ടുള്ളതായി ജില്ലാ കളക്ടർ പറഞ്ഞെങ്കിലും പിന്നീട് തൂത്തുക്കുടി പോർട്ട് ട്രസ്റ്റിൽനിന്നും വരുത്തിയ രേഖകളുമായി താരതമ്യം ചെയ്തപ്പോൾ വലിയ ഗ്രാനൈറ്റ് കൊള്ള നടക്കുന്നതായി കണ്ടെത്തി അതിനായുള്ള അന്വേഷണത്തിന് ഞാൻ ഉത്തരവിട്ടു.

ഏതാനും ആഴ്ചകൾക്കുള്ളിൽ ആ ഉത്തരവിനെതിരെ ബി ആർ ബി ഗ്രാനൈറ്റ് കമ്പനി അപ്പീൽ കൊടുത്ത് സ്റ്റേ ഓർഡർ വാങ്ങിച്ചു. ആ അപ്പീൽ ഇപ്പോഴും പരിഗണനയിലുള്ളത് നാണക്കേട് തന്നെ. കഴിഞ്ഞ ഭരണത്തിൽ മുഖ്യമന്ത്രി ആയിരുന്ന പന്നീർശെൽവം അതിന് മുമ്പത്തെ ഡി എം കെ സർക്കാരിന്റെ നടപടികളെ തൊലിയുരിച്ച് കാണിക്കുമെന്ന് പറയുകയും, അതിന് ആധാരമായി എന്റെ വിധികൾ ഉപയോഗിക്കുകയും ചെയ്തു. ഇപ്പോഴും അതിന് തീർപ്പുണ്ടാക്കാനായുള്ള നടപടികൾ ഒന്നും തന്നെ ഉണ്ടായിട്ടില്ല.

മിനറൽ കൊള്ളയടിയുമായി ബന്ധപ്പെട്ട അന്വേഷണത്തിന് ഞാൻ ഉത്തരവിട്ടപ്പോൾ, മധുര ജില്ലാ കളക്ടറായി സഗായം ഐ എ എസ്സ് ഉണ്ടായിരുന്നു. അദ്ദേഹം മിനറൽ കൊള്ളയെപ്പറ്റി സർക്കാരിന് അയച്ച റിപ്പോർട്ട് വലിയ കോലാഹലമുണ്ടാക്കി. ഹൈക്കോടതിയും അദ്ദേഹത്തെ ജുഡീഷ്യൽ കമ്മിഷണർ ആയി നിയമിച്ച്, മധുര ജില്ലയിൽ നടക്കുന്ന

മിനറൽ കൊള്ള അന്വേഷിച്ച് റിപ്പോർട്ട് നൽകാൻ ഉത്തരവിട്ടു.

സഗായത്തിന്റെ അന്വേഷണം ഒതുക്കാൻ മിനറൽ കമ്പനികൾ ഒരുപാട് ശ്രമിച്ചു. അതിന്റെ ഒരു ഭാഗമായി ജാതി കോലാഹലങ്ങൾ ഇളക്കിവിടാനുള്ള ഗൂഢാലോചനയും ഉണ്ടായിരുന്നു. മധുര വിമാനത്താവളത്തിൽനിന്നും പുറത്തുവരുന്ന പെരുങ്കുടി ജംഗ്ഷനിലെ അംബേദ്കർ പ്രതിമ ഗ്യാസ് കട്ടർ കൊണ്ട് രാത്രിക്കുരാത്രി വെട്ടിക്കളഞ്ഞു. ഭാഗ്യത്തിന് അവർ പ്രതീക്ഷിച്ച കലാപം മധുരയിൽ ഉണ്ടായില്ല.

ഈ സമയത്ത് ഒരു കാര്യം ഓർമ്മിക്കേണ്ടതുണ്ട്. 2010 ൽ അമൃതലിംഗം എന്നയാൾ കൊടുത്ത കേസിൽ, പൊതുയിടങ്ങളിൽ പ്രതിമ വയ്ക്കുന്നതിന് സർക്കാരിന്റെ മുൻകൂർ അനുമതി മേടിക്കണമെന്നും, സ്ഥാപിക്കപ്പെടുന്ന പ്രതിമകൾ വെങ്കലത്തിൽ ഉണ്ടാക്കണമെന്നും ചെന്നൈ കോടതി വിധിച്ചു. ആ വിധി എഴുതുമ്പോൾ വെങ്കല പ്രതിമയുടെ തലയും വിദ്വേഷികൾക്ക് വേണമെങ്കിൽ മുറിക്കാൻ കഴിയുമെന്ന് അവർക്ക് തോന്നിയില്ല. ഒമ്പത് വർഷം കഴിഞ്ഞ് ഇപ്പോഴും അതേ പീഠത്തിൽ പുതിയ അംബേദ്കർ പ്രതിമ നിലനിൽക്കുന്നത് വൃത്തികേടാണ്.

മധുരയിൽ സർക്കാർ തലത്തിൽ ഗ്രാനൈറ്റ് കേസുകൾ നടത്തിയിരുന്ന മുതിർന്ന സർക്കാർ വക്കീൽ പെട്ടെന്ന് പദവിയിൽനിന്നും നീക്കം ചെയ്യപ്പെട്ടതിലും കഥയുണ്ട്. ആദ്യഘട്ടത്തിൽ മധുര ജില്ലയിലെ ഗ്രാനൈറ്റ് കൊള്ളകളുമായി ബന്ധപ്പെട്ട് അന്വേഷിക്കാൻ ഉത്തരവിട്ട ഹൈക്കോടതി, മറ്റു പ്രദേശങ്ങളിലും അന്വേഷണം തുടർന്നശേഷം ആലോചിക്കാം എന്ന് പറഞ്ഞ്, മധുരയൊഴികെ മറ്റെവിടെയും ഗ്രാനൈറ്റ് കയറ്റുമതി നടത്താൻ വിലക്കില്ലെന്ന് മറ്റൊരു ഉത്തരവ് ഇറക്കി.

ലൈസൻസ് ഇല്ലാത്ത സ്ഥലങ്ങളിൽ ഗ്രാനൈറ്റ് കല്ലുകൾ വെട്ടിയെടുക്കുന്നതും, ലൈസൻസ് കാലാവധി കഴിഞ്ഞിട്ടും കല്ലെടുക്കുന്നതും മധുരയിൽ തുടർന്നും നടക്കുന്നുണ്ട്. എവിടെയെല്ലാം അതിന് തടസ്സങ്ങൾ ഉണ്ടായോ അവിടെയെല്ലാം ഉടൻ തന്നെ ഹൈക്കോടതിയുടെ സ്റ്റേ ഓർഡർ വാങ്ങി നിയമപരമായി തങ്ങളുടെ ജോലി ഗ്രാനൈറ്റ് കമ്പനികൾ ചെയ്യുന്നുണ്ട്. മേലൂരിൽ ഗ്രാനൈറ്റ് അവശിഷ്ടങ്ങൾ പൊതുസ്ഥലത്ത് ഉപേക്ഷിച്ച് പരിസ്ഥിതിക്ക് കോട്ടം വരുത്തുന്നതും പാതകൾ കൈയ്യേറുന്നതും എതിർത്ത് കൊടുത്ത പൊതുതാല്പര്യഹർജി തള്ളിക്കളഞ്ഞതോടെ കേസ് കൊടുത്ത ഒരാൾക്ക് കോടതി പിഴയും വിധിച്ചു.

സഗായത്തിന്റെ അന്വേഷണം ജനങ്ങൾക്കിടയിൽ വലിയ പ്രതീക്ഷ ഉണ്ടാക്കി. ആ അവസ്ഥയിൽ അദ്ദേഹത്തിന്റെ അന്വേഷണം പൂർത്തിയാക്കാൻ ഗ്രാനൈറ്റ് കൊള്ളകൾ നടത്തുന്നതിന് കോടതി ഉത്തരവുകൾ എത്രത്തോളം ഉപയോഗപ്പെടുന്നു എന്നതും കണക്കിലെടുക്കണം എന്ന് പറഞ്ഞ് ഞാൻ ഹിന്ദു തമിഴ് പത്രത്തിൽ 'സഗായം ചെയ്യുമോ?' എന്ന ലേഖനം എഴുതി. ആ ലേഖനം സഗായം വായിച്ചോ എന്നറിയില്ല, പക്ഷേ, ഒരു ഹൈക്കോടതി ജസ്റ്റിസ് അത് വായിച്ച് ഐശ്വര്യ എക്സ്പോർട്ട് സ്ഥാപനത്തിന്റെ പങ്കാളിക്കെതിരെ കൊടുത്ത കേസിൽ അവരുടെ മുൻ

കൂർ ജാമ്യം ഫയൽ ചെയ്തപ്പോൾ എന്റെ ലേഖനം സൂചിപ്പിച്ച്, ആ പങ്കാളിയുടെ ജാമ്യാപേക്ഷ തള്ളിക്കളഞ്ഞു.

ചെന്നൈ കോർപ്പറേഷൻ പ്രവർത്തിക്കുന്ന റിപ്പോൺ കെട്ടിടത്തിനോട് ചേർന്ന് പബ്ലിക് ഗാർഡൻ ഉണ്ടായിരുന്നു. അതിന്റെ ഒരു ഭാഗത്ത് സിറ്റി ഹാൾ പണിയാനായി പദ്ധതിയിടപ്പെട്ടു. അതിനായി വിക്ടോറിയ പബ്ലിക് ഹാൾ 1882 ൽ മനോഹരമായ ഒരു വേദിക്കൊപ്പം പണിതിരുന്നു. അതിൽ പ്രധാന നേതാക്കളെല്ലാം സംസാരിച്ചിട്ടുണ്ട്. കാലം കഴിഞ്ഞപ്പോൾ ആ ഹാൾ വ്യാപാരികളുടെ കൈയിലെത്തി തുണിത്തരങ്ങൾ വിൽക്കുന്ന എക്സിബിഷൻ ഹാളായി മാറി. ഹാളിന് ചുറ്റും കൈയ്യേറി പുതിയ കച്ചവടസ്ഥാപനങ്ങൾ വന്നു. 99 വർഷത്തെ കുത്തകയ്ക്കുശേഷം ഹാൾ ഉൾപ്പെടെ ഉണ്ടായിരുന്ന ആ സ്വത്തുക്കൾ കോർപ്പറേഷന്റെ കൈയ്യിൽ തിരിച്ചെത്തിയ ശേഷവും അവർക്ക് ആ പുരാതന നിർമ്മിതിയെ പരിപാലിക്കാൻ കഴിഞ്ഞില്ല. അവസാനം, കൈയേറിയവരെ അവിടെനിന്നും പുറത്താക്കാനായി നോട്ടീസ് അയച്ചു. അതിനെ എതിർത്ത് 34 കൈയ്യേറ്റക്കടക്കാർ ഹൈക്കോടതിയിൽ കേസ് കൊടുത്തു. ഈ കേസുകളെല്ലാം തള്ളിക്കളഞ്ഞ് വിക്ടോറിയ പബ്ലിക്ക് ഹാൾ അറ്റകുറ്റപ്പണികൾ ചെയ്ത് അതിന്റെ ശരിയായ ഉപയോഗത്തിനായി കൊണ്ടുവരാൻ ഞാൻ ഉത്തരവിട്ടു.

അവിടെ കുറേക്കാലമായി ഗുപ്ത എന്നയാൾ 'പിക്നിക് ഹോട്ടൽ' എന്ന സ്ഥാപനം നടത്തുന്നുണ്ടായിരുന്നു. എന്റെ ഉത്തരവിന് ശേഷം ആ ഹോട്ടലും അവിടെനിന്നും മാറ്റപ്പെട്ടു.

തിരുവാണ്മിയൂരിനരികിൽ രുഗ്മിണി അരുൺഡേലിന്റെ പരിശ്രമത്തിൽ ഉണ്ടായതാണ് കലാക്ഷേത്ര. അവിടെ ഇന്ത്യൻ കലാരൂപങ്ങൾ പഠിപ്പിക്കുന്നതിനൊപ്പം, മൂന്ന് സ്കൂളുകളും ഉണ്ട്. 1993 ൽ പാർലമെന്റ് നിയമപ്രകാരം കലാക്ഷേത്ര നിർമ്മിച്ച കേന്ദ്രസർക്കാർ അത് ഒരു ഫൗണ്ടേഷൻ വഴി പരിപാലിച്ചുപോന്നു. കലാക്ഷേത്ര ഇരിക്കുന്ന സ്ഥലത്തിന്റെ ഒരു ഭാഗം അവകാശം ചോദിച്ച് ചിലർ ആ സ്ഥാപനത്തിനെതിരായി സ്റ്റേ ഓർഡർ വാങ്ങിച്ചു. അവർ കൈയേറ്റക്കാരാണെന്ന് പറഞ്ഞ് ഞാൻ അവരുടെ കേസ് തള്ളിക്കളഞ്ഞു.

കലാകേന്ദ്രങ്ങളിലും പുരാതന നിർമിതികളിലും കൈയേറ്റം ചെയ്യുന്നവർ ഒരുവശത്തെങ്കിൽ, മറുവശത്ത് സ്മാരകചിഹ്നങ്ങൾ ഉയർത്തുന്നതിലും പലതരം തടസ്സങ്ങളുണ്ടായി. പശുമ്പൊൻ മുത്തുരാമലിംഗ തേവർ മരിക്കുന്നതിന് മുമ്പ് മധുര നഗരത്തിലായിരുന്നു താമസിച്ചിരുന്നത്. അദ്ദേഹം നേതാജിയുടെ ഭക്തനായിരുന്നു. മധുര മീനാക്ഷി അമ്മൻ കോവിലിൽ വൈദ്യനാഥ അയ്യർ എല്ലാവരേയും പ്രവേശിപ്പിക്കാനായി കൂട്ടിക്കൊണ്ട് പോയപ്പോൾ സുരക്ഷാ ഏർപ്പാടുകൾ ചെയ്തയാൾ. മധുരയിലെ മില്ലുകളിൽ തൊഴിലാളി സംഘടന രൂപീകരിക്കാൻ സഹായിച്ചയാൾ. ക്രിമിനൽ ട്രൈബ്സ് ആക്റ്റ് റദ്ദ് ചെയ്യാനായി ശബ്ദിച്ചയാൾ. അദ്ദേഹം മരിച്ചശേഷം ആ വീട്ടിൽ ലക്ഷക്കണക്കിന് ആളുകൾ വന്ന്

അന്ത്യോപചാരമർപ്പിച്ചതുകൊണ്ട് അദ്ദേഹം താമസിച്ചിരുന്നയിടത്തിന് പ്രാധാന്യം ലഭിച്ചു. അദ്ദേഹം അവസാനം ജീവിച്ച വീട്ടിൽ സ്മാരകചിഹ്നം വയ്ക്കാനായി തമിഴ്നാട് സർക്കാർ ശ്രമിച്ചു. എന്നാൽ ആ വീടിന് ചുറ്റുമുള്ള സ്ഥലത്ത് വിമൺസ് കോളേജ് പ്രവർത്തിക്കുന്നുണ്ടായിരുന്നു. അതിന്റെ ഒരു ഭാഗം സ്ഥലം ഏറ്റെടുക്കാൻ സർക്കാർ ഉത്തരവ് പുറപ്പെടുവിച്ചു. ഇതിനെ എതിർത്ത് കോളേജ് മാനേജ്മെന്റ് കേസ് കൊടുത്തു. കോളേജിന് നഷ്ടപരിഹാരം മാത്രമല്ല, വേറെ സ്ഥലം കൊടുക്കാനും സർക്കാർ തയ്യാറായി. എന്നാൽ കോളേജ് മാനേജ്മെന്റ് അത് സ്വീകരിച്ചില്ല. ഈ കേസ് വിചാരണ ചെയ്ത ഞാൻ സർക്കാർ ഉത്തരവ് സ്ഥിരീകരിച്ചു.

എന്റെ വിധിയിൽ മുത്തുരാമലിംഗം തേവരുടെ ജീവിതം ചുരുക്കി എഴുതിയതിനൊപ്പം, ദേശീയ നേതാക്കൾക്കായുള്ള ശിലകളും സ്മാരകചിഹ്നങ്ങളും സർക്കാർ തന്നെ നിർമ്മിച്ച് പരിപാലിക്കണം എന്ന് പറഞ്ഞു. അപ്പൊഴേ ആ നേതാക്കൾ ജാതിവൃത്തത്തിനുള്ളിൽ കുടുങ്ങിപ്പോകാതിരിക്കുകയുള്ളൂ. എന്റെ വിധിയെ വിമർശിച്ച് 'ജാതി വെറി ആഘോഷങ്ങൾ' എന്ന തലക്കെട്ടിൽ ദളിത് മുരസു പത്രം ലേഖനം പ്രസിദ്ധീകരിച്ചു.

അതും പോരാതെ വക്കീൽ പി രത്തിനത്തിന്റെ നേതൃത്വത്തിൽ ദളിത് സമൂഹത്തിലുള്ള വക്കീലന്മാരിൽ ചിലർ എന്റെ ഓഫീസ് മുറിയിലേക്ക് വന്ന് എതിർപ്പ് അറിയിച്ചു. അവർക്കൊപ്പം പിന്നോക്കസമുദായക്കാരും ദളിത സമുദായവും ചേരുമ്പോഴേ ശരിക്കുള്ള സാമൂഹികമാറ്റം ഉണ്ടാകുകയുള്ളൂവെന്നാണ് എന്റെ ഉറച്ച വിശ്വാസം എന്ന് ഞാൻ പറഞ്ഞു. സ്മാരകചിഹ്നം നിർമ്മിക്കുന്നതിൽ സർക്കാരിന് യാതൊരു ഉത്സാഹവും ഇല്ലാതിരുന്നതിനാൽ കോളേജ് മാനേജ്മെന്റ് കൊടുത്ത അപ്പീൽ അനുവദിച്ച് എന്റെ ഉത്തരവ് റദ്ദ് ചെയ്തു.

തമിഴ്നാട് സ്കിൽ ഡെവലപ്മെന്റ് കോർപ്പറേഷൻ 1973 ൽ ആരംഭിച്ചു. അതുവഴി തമിഴ്നാട്ടിലുള്ള പരമ്പരാഗത കരകൗശലവിദഗ്ധർ ഉണ്ടാക്കുന്ന ഉത്പന്നങ്ങളെ വിൽക്കാനും അത് ഉത്പാദിപ്പിക്കാനുമുള്ള ഏഴ് നിർമ്മാണശാലകളും സംസ്ഥാനത്തുടനീളം സ്ഥാപിച്ചു. കലാകാരന്മാർക്ക് അർഹമായ തൊഴിൽ ശാലകൾ നിർമ്മിക്കുന്നത് സർക്കാരിന്റെ കടമയാകുന്നു. അവരുടെ മേൽനോട്ടത്തിൽ നടത്തുന്ന പിച്ചള കലാവസ്തുക്കൾ നിർമ്മിക്കുന്ന യൂണിറ്റ് മധുരയിലുണ്ട്. അവിടെ ജോലി ചെയ്യുന്ന തൊഴിലാളികളെ കുറേ വർഷം താല്ക്കാലികജോലിയിൽ വച്ചിരുന്നു. രണ്ട് വർഷം ജോലി ചെയ്ത തൊഴിലാളികളെ സ്ഥിരമാക്കുന്ന നിയമം ഉണ്ടെങ്കിലും, അത് തങ്ങൾക്ക് പ്രയുക്തമല്ലെന്ന് അവർ പറഞ്ഞു.

മൂശകളിലുള്ള കലാകാരന്മാർ കരാർ തൊഴിലാളികൾ ആണെന്നും, അവരെ തൊഴിലാളികളായി കരുതാൻ സാധിക്കില്ലെന്നും വാദിച്ചു. കലാരൂപങ്ങളേയും, വസ്തുക്കളേയും സംരക്ഷിക്കുന്നത് മാത്രമല്ല, കലാകാരന്മാരേയും സംരക്ഷിക്കണം. മധുര യൂണിറ്റിലെ തൊഴിലാളികൾ

ക്കായി മധുര നഗര പൊതുമേഖലാ തൊഴിലാളിസംഘം കേസ് കൊടുത്തു. ആ കേസിൽ തൊഴിലാളികളെ സ്ഥിരപ്പെടുത്താനുള്ള നിയമത്തിന്റെ കീഴിൽ ഫാക്ടറി മാനേജർ കൊടുത്ത ഉത്തരവിനെ എതിർത്ത് ഡെവലപ്പ്മെന്റ് കോർപ്പറേഷൻ കേസ് കൊടുത്തു. ആ കേസ് തള്ളിക്കളഞ്ഞ്, കരകൗശലകലാകാരന്മാർക്കും ആ നിയമം ബാധകമാണെന്ന് പറഞ്ഞ് അവരെ സ്ഥിരപ്പെടുത്താനായി ഉത്തരവിട്ടു.

സ്മാരകചിഹ്നങ്ങൾ ഓർമ്മയിൽനിന്നും അകലാതിരിക്കാനായി പരിപാടികൾ നടത്താറുണ്ട്. അതിനായി വെള്ളി വിഴാ, പിൻ വിഴാ, വൈര വിഴാ, മുത്തുവിഴാ, പ്ലാറ്റിനം വിഴാ, നൂറ്റാണ്ട് വിഴാ എന്നിങ്ങനെയെല്ലാം ഉണ്ട്. 1935 ൽ ഭരണഘടനയുടെ കീഴിൽ നിർമ്മിച്ച നിയമങ്ങളെ കണക്കിലെടുത്ത്, കലൈഞ്ജർ സർക്കാരിന്റെ നിയമസഭയിൽ പൊൻ വിഴാ ആഘോഷിച്ചു (1989).

പിന്നെ ഭരണത്തിലെത്തിയ ജയലളിത 2012 ൽ നിയമസഭയിൽ വൈര വിഴാ ആഘോഷിച്ച്, കാമരാജർ ശാലൈയിൽ ഡയമണ്ട് ജൂബിലി ആർച്ച് പണിതു. ഫോർട്ട് സെയിന്റ് ജോർജ്ജിന്റെ അരികിൽ പണിയാൻ ശ്രമിച്ചപ്പോൾ പുരാതനചിഹ്നത്തിൽനിന്നും 100 മീറ്റർ വരെ യാതൊരു പുതിയ കെട്ടിടങ്ങളും പണിയരുതെന്ന് പുരാവസ്തുവകുപ്പ് പരാതിപ്പെട്ടപ്പോൾ അവിടെനിന്നും മാറ്റി ഈ ആർച്ച് നിർമ്മിക്കപ്പെട്ടു. സ്മാരകചിഹ്നങ്ങൾ നിർമ്മിക്കുന്നതിൽ ഉണ്ടായ പ്രശ്നമാണത്.

പുതിയതായി മുഖ്യമന്ത്രിയായി പദവിയേറ്റ എം കെ സ്റ്റാലിൻ തന്റെ വകയായി 1921 ലെ മൊണ്ടേഗു-ചെംസ്ഫോർഡ് റിഫോംസ് അനുസരിച്ച് ഏർപ്പെടുത്തിയ പരിഷ്കാരങ്ങൾ കണക്കിലെടുത്ത് നിയമസഭയുടെ നൂറ്റാണ്ട് ആഘോഷവും നടത്തി. ചരിത്രത്തെ തങ്ങൾക്ക് തോന്നിയപോലെ തിരുത്തുന്നത് സർക്കാരുകളെ നിലനിർത്തുന്നതിനും പിന്നീട് അവയെ ഓർമ്മയിൽ നിർത്തുന്നതിനും ഉപയോഗിക്കാവുന്ന കളിയാണ്.

1806 ൽ ഏകീകരിച്ച തഞ്ചാവൂർ ജില്ലയിലെ കുംഭകോണത്തിൽ ജില്ല മുൻസിഫ് കോടതി സ്ഥാപിച്ചു. ആ വർഷം തന്നെ ഏതാണ്ട് 2000 സിവിൽ കേസുകൾ ഫയൽ ചെയ്യപ്പെട്ടെങ്കിൽ, തഞ്ചാവൂരിലെ പോർക്കോഴികൾ എങ്ങനെയുള്ളവരായിരിക്കുമെന്ന് മനസ്സിലാക്കാവുന്നതാണ്. കുറച്ചു കാലത്തിന് ശേഷം ആ കോടതി തരങ്കംപാടിക്ക് മാറ്റി വീണ്ടും കുംഭകോണത്തിലേക്ക് തിരിച്ചുവന്നു. ആ സമയത്ത് ജില്ലാ കോടതികൾ ഉണ്ടായിരുന്നില്ല. കുംഭകോണത്തിലുള്ള മുൻസിഫ് കോടതി 1863 ന് തഞ്ചാവൂരിലേക്ക് മാറ്റി.

1921 ലാണ് തഞ്ചാവൂർ ജില്ലാ കോടതി സ്ഥാപിച്ചത്. എങ്കിലും, ജില്ലാ കോടതിക്ക് രണ്ട് നൂറ്റാണ്ടുകൾ ആയെന്ന് പറഞ്ഞ് (1807-2007) അതിനൊരു ആഘോഷ പരിപാടി ഹൈക്കോടതി ഏർപ്പാട് ചെയ്തു. പരിപാടിയിൽ അന്നത്തെ മുഖ്യമന്ത്രി കലൈഞ്ജരും, ഇന്ത്യയുടെ ചീഫ് ജസ്റ്റിസ് കെ ജി ബാലകൃഷ്ണനും പങ്കെടുത്തു. ഇതിനെല്ലാം സൂത്രധാരനായി ജില്ലയിലെ ഒരു ജസ്റ്റിസ് മുൻകൈ എടുത്ത് പ്രവർത്തിച്ചു.

ആ ജില്ലയിലെ മണ്ണിന്റെ മക്കളായ മൂന്ന് ഹൈക്കോടതി ജസ്റ്റിസുമാരെ ചടങ്ങിലേക്ക് ക്ഷണിച്ചിരുന്നുവെങ്കിലും, അതേ ജില്ലയിൽ നിന്നുമുള്ള ജസ്റ്റിസ് ആയ എന്നെ വിളിച്ചില്ലായിരുന്നു. ഇതിനെപ്പറ്റി ചീഫ് ജസ്റ്റിസ് ഗാംഗുലി എന്നോട്, 'നീയും മണ്ണിന്റെ മകനല്ലേ, എന്നിട്ടെന്താ നിന്നെ വിളിക്കാത്തത്?' എന്ന് ചോദിച്ചപ്പോൾ ഞാൻ, 'ചിലരേയുള്ളൂ മണ്ണിന്റെ മക്കൾ, ഞാനൊക്കെ അമേധ്യത്തിന്റെ മകനാണ്' (Son of the night soil) എന്ന് പറഞ്ഞപ്പോൾ അദ്ദേഹം അത്ഭുതപ്പെട്ടു. ഇതുപോലെ ചരിത്രം തിരുത്തുന്ന വിഷയങ്ങളിൽ ഞാൻ വഴങ്ങാറില്ല. ഇതിനെപ്പറ്റി യുള്ള എന്റെ അഭിപ്രായങ്ങൾ *ടൈംസ് ഓഫ് ഇന്ത്യ* പത്രത്തിൽ പേരി ടാതെ വന്നിരുന്നു.

തഞ്ചാവൂർ കോടതിയുടെ രണ്ട് നൂറ്റാണ്ട് ആഘോഷിച്ചതിന്റെ കാരണം ഒരു ജസ്റ്റിസ് ആയിരുന്നെങ്കിൽ, മറ്റൊരു ജസ്റ്റിസിന്റെ പരിശ്രമ ത്തിൽ മാഹിയിലെ (മയ്യഴി) കോടതിയുടെ 275-ാം വാർഷികം ആഘോ ഷിക്കപ്പെട്ടു. അതിനും ഇന്ത്യയുടെ ചീഫ് ജസ്റ്റിസ് കെ ജി ബാലകൃഷ് ണൻ പ്രത്യേക ക്ഷണിതാവായിരുന്നു. ചരിത്രം പരിശോധിച്ചാൽ, അവിടെ വന്ന ഫ്രഞ്ച് ഉദ്യോഗസ്ഥർക്ക് പൂർണ ഭരണാധികാരം കൊടുത്തിരുന്നു. അന്നുതൊട്ടുള്ള 275 വർഷം കണക്കിലെടുത്താണ് ആ ആഘോഷം നട ത്തിയത്. ഈ കണക്കിന്റെ അടിസ്ഥാനത്തിൽ പോകുകയാണെങ്കിൽ നമ്മൾ ദ്വാപരയുഗം, ത്രേതായുഗം എന്നിവയുടെ അടിസ്ഥാനത്തിൽ കണ ക്കുകൂട്ടിയാൽ ആയിരാമാണ്ട് വാർഷികാഘോഷങ്ങൾ കോടതികൾക്ക് നടത്താം.

2010 ന് ജസ്റ്റിസ് ഇഖ്ബാൽ ചീഫ് ജസ്റ്റിസായി പദവിയേറ്റു. അദ്ദേഹം ഒരു ആഘോഷപ്രിയനായിരുന്നു. 2011 ൽ ചെന്നൈ ഹൈ ക്കോടതിയുടെ 150-ാം വാർഷികത്തിന്റെ തുടക്കമെന്ന നിലയിൽ ആഘോ ഷങ്ങൾ അദ്ദേഹം ആരംഭിച്ചു. അപ്പോൾ ഇങ്ങനെയുള്ള ആഡംബര ആഘോഷങ്ങളെല്ലാം പാഴ്ജോലിയാണെന്നും കോടതിയുടെ യഥാർഥ പങ്ക് എന്താണെന്നതിനെപ്പറ്റി അന്വേഷിക്കുന്നതിനായുള്ള പ്രവർ ത്തിയിൽ വേണം ഏർപ്പെടാനെന്നും ഞാൻ അദ്ദേഹത്തിനോട് പറഞ്ഞു. ബ്രിട്ടീഷുകാർ 1862 ൽ ഇന്ത്യയിൽ ഹൈക്കോടതികൾ ആരംഭിച്ചത് വേറെ കാര്യം. എന്നാൽ, സ്വാതന്ത്ര്യം ലഭിച്ചശേഷം ഭരണഘടന നിലവിൽ വന്ന്, അതിലെ 214 വകുപ്പ് പ്രകാരം നിലവിൽ വന്ന ഹൈക്കോടതികളിലാണ് നാം ജസ്റ്റിസുമാരായി പദവി വഹിക്കുന്നത്. നിയമത്തിന്റെ മൂന്നാമത്തെ ഷെഡ്യൂളിൽ ജസ്റ്റിസ് പദവിയിലേറുന്നതിന്റെ സത്യപ്രതിജ്ഞ ചെയ്യു ന്നത് ഈ ഭരണഘടനയുടെ പേരിലാണ്. അതനുസരിച്ച് ജനാധിപത്യ റിപ്പബ്ലിക്കിന്റെ ഹൈക്കോടതി 1950 ൽ ആരംഭിച്ച്, 2012 ൽ 62 വർഷം മാത്രമേ ആയിട്ടുള്ളൂ. അതിന്റെ 150-ാം വാർഷികം ജസ്റ്റിസുമാർ ആഘോ ഷിക്കുന്നതും, മണ്ട്ഫോർഡ് റിഫോമിൽ 1921 ൽ ഉണ്ടായ ഗവർണറുടെ കാഴ്ചപ്പാടിനെ അടിസ്ഥാനമാക്കി, ഇപ്പോഴത്തെ സർക്കാർ നിയമസ ഭയുടെ നൂറാം വാർഷികം ആഘോഷിക്കുന്നതും ഒന്നുതന്നെ. രണ്ട് പരി

പാടികളും സ്വതന്ത്ര ഇന്ത്യയുടെ ചരിത്രത്തിനെ ഒളിപ്പിക്കുന്നതാണ്. ഹൈക്കോടതി വിക്ടോറിയ രാജ്ഞി നിലവിൽ വരുത്തിയതിന്റെ 150-ാം വാർഷികത്തിന്റെ ആഘോഷം തുടങ്ങിയ അന്നത്തെ *ദി ഹിന്ദു* പത്രത്തിൽ ഇതിനെപ്പറ്റി ഞാനൊരു ലേഖനം എഴുതി.

ഹൈക്കോടതിയുടെ 150-ാം വാർഷികാഘോഷങ്ങൾക്കായി ഒരു കോടി രൂപ ചെലവഴിച്ചു. സമാപനച്ചടങ്ങിനായി മൂന്ന് കോടി രൂപ മാറ്റി വച്ചു. മുഖ്യമന്ത്രി ജയലളിത പങ്കെടുക്കുന്നതിനായി ചടങ്ങ് 8.9.2012 ന് നിശ്ചയിക്കപ്പെട്ടു. എന്റെ പദവി അവസാനിക്കുന്ന വർഷമായതിനാൽ എന്നെ മധുര ശാഖയിലേക്ക് മാറ്റാൻ അവസരം ഉണ്ടായിരുന്നില്ല. എങ്കിലും, ചീഫ് ജസ്റ്റിസ് ഇഖ്ബാൽ പെട്ടെന്ന് ആഗസ്റ്റ് രണ്ടാം വാരാന്ത്യത്തിൽ, എന്നോട് ഒരു മാസം മധുരയിൽ പോയി ജോലി ചെയ്യാൻ പറഞ്ഞു. മധുരയിലുള്ള ജസ്റ്റിസ് സുധാകർ ആഘോഷക്കമ്മിറ്റിയിൽ ഉണ്ടായിരുന്നതിനാൽ അദ്ദേഹത്തിനെ ചെന്നൈയിൽ ആവശ്യമുണ്ടെന്നും അദ്ദേഹം പറഞ്ഞു. മുന്നറിയിപ്പില്ലാതെ എനിക്ക് മധുരയ്ക്ക് പോകേണ്ടി വന്നു. ഒരാളെ മാത്രം മാറ്റിയതിന്റെ കാരണം പലർക്കും മനസ്സിലായില്ലായിരുന്നു. *ദി ഹിന്ദു* പത്രം പ്രത്യേക തലക്കെട്ടിട്ട് ഒരു മാസത്തേക്ക് ജസ്റ്റിസിനെ മാറ്റിയ വാർത്ത കൊടുത്തു.

ഹൈക്കോടതിയുടെ 150-ാം വാർഷികാഘോഷത്തിന്റെ ചടങ്ങുകൾ വലിയ ആർഭാടമായിത്തന്നെ നടന്നു. ചെന്നൈ ഹൈക്കോടതി കെട്ടിടം 1890 ൽ പണിതപ്പോൾ, പത്ത് ലക്ഷം രൂപയ്ക്ക് താഴെയേ ചെലവായുള്ളൂ. എന്നാൽ, 150-ാം വാർഷികാഘോഷത്തിന് മാത്രം ഏതാണ്ട് പതിനഞ്ച് ലക്ഷം ചെലവഴിക്കപ്പെട്ടു. നമ്മൾ അത്രയ്ക്ക് വളർന്നിരിക്കുന്നു!

പരിപാടിക്കായി ഒരു പാട്ടെഴുതിത്തരാൻ കവി വൈരമുത്തുവിനോട് രണ്ട് ജസ്റ്റിസുമാർ നേരിൽ ചെന്ന് ചോദിച്ചു. അതും പോരാതെ ആ പാട്ടിൽ ജസ്റ്റിസ് ഇഖ്ബാലിനെപ്പറ്റിയും രണ്ട് വരി ചേർക്കണമെന്നും അവർ ആവശ്യപ്പെട്ടെന്ന് തോന്നുന്നു. ആ തമിഴ് പാട്ട് ഹിന്ദിയിലും ഇംഗ്ലീഷിലും മൊഴിമാറ്റം ചെയ്ത് പ്രചരിപ്പിക്കപ്പെട്ടു. 150 വർഷം പദവി വഹിച്ച 35 ചീഫ് ജസ്റ്റിസുമാരിൽ 11 പേർ വെള്ളക്കാരായിരുന്നു. അവരെ മാറ്റി നിർത്തിയാൽ ബാക്കി 23 ചീഫ് ജസ്റ്റിസുമാരുടെ ഗുണങ്ങളെപ്പറ്റി ആ പാട്ടിൽ ഒന്നും പറഞ്ഞിട്ടില്ല. ജസ്റ്റിസ് ഇഖ്ബാലിനെപ്പറ്റി ഇങ്ങനെ എഴുതിയിരുന്നു:

"ചീഫ് ജസ്റ്റിസിന്റെ ചിന്തയിൽ പിറന്ന്
ഇന്ത്യ രാജ്യത്തിന് വഴികാണിച്ചു,
അവധിക്കാലത്തെ കുടുംബക്ഷേമക്കോടതി,
അത് നീതിയുടെ അന്തസ്സിനെ നിലയുറപ്പിക്കും"

ഈ പാട്ടിന് സംഗീതം കൊടുത്ത് ചടങ്ങിൽ കേൾപ്പിക്കുകയുണ്ടായി. അഗസ്ത്യർ മീനാക്ഷി കല്യാണം കണ്ടതുപോലെ ഞാൻ മധുരയിലിരുന്ന് ഇതെല്ലാം കണ്ട് രസിച്ചു. അഡ്വ. സുധ രാമലിംഗം ഏഴ് ദിവസവും ജോലിയുള്ളതിനെ എതിർത്ത് കൊടുത്ത കേസ് കാരണം, കുടും

ബക്കോടതികൾക്ക് ഞായറാഴ്ച അവധി പ്രഖ്യാപിച്ചു. ആസ്വാദകരുടെ ഇഷ്ടം മാഞ്ഞുപോയ സിനിമാപ്പാട്ട് പോലെ ആ പാട്ടും ഓർമ്മയിൽ നിന്നും മറഞ്ഞു.

ആഘോഷങ്ങൾക്ക് മാത്രമായി ചിലരുണ്ടാകും. എന്നാൽ, ഒരു ആഘോഷത്തിന്റെ ഉദ്ദേശ്യം എന്തായിരിക്കണമെന്ന് അന്വേഷിക്കണ്ടേ? അതിനെപ്പറ്റി വീണ്ടും ഒരു ലേഖനം എഴുതി *ദി ഹിന്ദു* പത്രത്തിൽ പ്രസിദ്ധീകരിച്ചു.

2009 മെയ് മാസം വടക്കേ ശ്രീലങ്കയിലെ മുള്ളിവായ്ക്കാലിൽ ലക്ഷക്കണക്കിന് തമിഴർ കൊല്ലപ്പെട്ടു. അതിനെ വിമർശിച്ച് തമിഴ്നാട്ടിൽ വലിയ പ്രതിഷേധസമരങ്ങൾ ഉണ്ടായി. അതിന് മുമ്പുതന്നെ 29.1.2009 ന് മുത്തുകുമാർ എന്ന ചെറുപ്പക്കാരന് ജീവൻ നഷ്ടപ്പെട്ടിരുന്നു. അയാൾക്കുവേണ്ടി തഞ്ചാവൂർ ചെങ്കിപ്പട്ടിക്കരികിലുള്ള സാനൂരാപ്പട്ടി ഗ്രാമത്തിൽ സ്വകാര്യഭൂമിയിൽ പ്രതിമ സ്ഥാപിക്കണമെന്ന് തമിഴ് ദേശപ്പൊതുവുടമൈ പാർട്ടി തീരുമാനിച്ചു. അതിനായി ജില്ലാ കളക്ടർക്ക് ഹർജി കൊടുത്തു. എന്നാൽ, ആ ഹർജിയിൽ യാതൊരു തീരുമാനവും ജില്ലാ ഭരണകൂടം എടുക്കാത്തതിനാൽ ഹർജിക്കാരൻ കെ. മണിയരശൻ അസ്വസ്ഥനായി.

2010 ൽ മുള്ളിവായ്ക്കൽ കൂട്ടക്കൊലയുടെ ഓർമ്മദിനത്തിന് പ്രതിമ അനാച്ഛാദനം ചെയ്യപ്പെട്ടു. അവിടെയൊരു യോഗം കൂടണമെന്നും തീരുമാനിച്ചു (16.5.2010). സംസ്ഥാനസർക്കാരിന്റെ മുൻ അനുമതി വാങ്ങിയില്ലെന്ന് പറഞ്ഞതിനൊപ്പം, പൂതലൂർ പൊലീസ് ഇൻസ്പെക്ടറിന് പ്രതിമ സ്ഥാപിക്കാൻ അനുവദിക്കരുതെന്ന് ഉത്തരവും കൊടുത്തിട്ടുണ്ടായിരുന്നു. അതിനെ എതിർത്ത് കെ മണിയരശൻ ഫയൽ ചെയ്ത കേസ് എന്റെ മുന്നിൽ വന്നു. അത് വിചാരണ ചെയ്ത ഞാൻ സ്വകാര്യഭൂമിയിൽ പ്രതിമ സ്ഥാപിക്കുന്നതിനോ, സ്മാരകചിഹ്നം വയ്ക്കുന്നതിനോ ആരുടേയും മുൻകൂർ അനുമതി ആവശ്യമില്ലെന്ന് പറഞ്ഞു. കേസിൽ പറഞ്ഞതുപോലെ പ്രതിമ വെങ്കലത്തിൽ ആയിരിക്കണമെന്ന് ആർക്കും പറയാൻ കഴിയില്ലെന്നും ഞാൻ ഉത്തരവിട്ടു. മരിച്ചവർക്ക് സ്മാരകശില വയ്ക്കുന്ന പതിവ് തമിഴരുടെ പാരമ്പര്യമാണെന്നും ഞാൻ വിധിയിൽ കുറിച്ചു.

തമിഴ്നാട്ടിൽ മുത്തുകുമാറിന് പ്രതിമ സ്ഥാപിച്ചിട്ടുള്ള ഒരേയൊരു സ്ഥലം സാനൂരാപ്പട്ടിയാണ്. ഒരു തവണ തഞ്ചാവൂരിൽ നിന്നും തിരുച്ചിറപ്പിള്ളിക്ക് പോകുമ്പോൾ അവിടത്തെ നാട്ടുകാർ എന്റെ കാർ കൈകാണിച്ച് നിർത്തിയിട്ട്, പ്രതിമ കണ്ടിട്ട് പോകാൻ പറഞ്ഞു. ഞാൻ പാതയോരത്തുള്ള സ്വകാര്യഭൂമിയിലുള്ള ആ പ്രതിമയ്ക്ക് മാല ചാർത്തിയിട്ട് യാത്ര തുടർന്നു. രക്തസാക്ഷിയായ മുത്തുകുമാറിന്റെ പ്രതിമ സ്ഥാപിക്കാൻ അനുമതി കൊടുത്തത് ഒരുപാട് പ്രതിമകൾക്കായുള്ള തുടക്കമായിത്തീർന്നു.

2012 ൽ ശ്രീവില്ലിപ്പുത്തൂരിൽ ശൈവ വേളാളർ സംഘത്തിന്റെ

കെട്ടിടത്തിൽ വി ഒ ചിദംബരത്തിന്റെ പ്രതിമ വയ്ക്കാനുള്ള അനുമതി നിഷേധിക്കപ്പെട്ടു. കൽപ്രതിമ തയ്യാറായപ്പോൾ അതിന്റെ പ്രാരംഭാഘോഷത്തിന് ശ്രീവില്ലിപ്പുത്തൂർ നഗരസഭ പ്രമേയം പാസ്സാക്കി. എന്നാലും, സർക്കാരിൽനിന്നും അനുമതി വാങ്ങിയില്ലെന്ന് പറഞ്ഞ് ചടങ്ങ് മാറ്റിയപ്പോൾ ആ സംഘം കേസ് കൊടുത്തു. അത് വിചാരണ ചെയ്ത ഞാൻ, സ്വകാര്യഭൂമിയിൽ ആയതിനാൽ മുൻഅനുമതി ആവശ്യമില്ലെന്ന് പറഞ്ഞ് പ്രതിമ സ്ഥാപിക്കാൻ അനുമതി കൊടുത്തു. അതേ സമയം, ദേശീയ നേതാക്കളെ ജാതിവൃത്തത്തിൽ അടയ്ക്കുന്നതിനെ വിമർശിക്കുകയും ചെയ്തു.

ശ്രീവില്ലിപ്പുത്തൂർ നന്ദമ്പട്ടിയിലുള്ള നാടാർ ഉറുവിൻ മുറൈ സംഘത്തിന്റെ സ്ഥലത്ത് കാമരാജന് പ്രതിമ വയ്ക്കുന്നതിന് ജില്ലാ ഭരണകൂടം അനുമതി നിഷേധിച്ചു. അതിനെ എതിർത്ത് കൊടുത്ത കേസ് വിചാരണ ചെയ്ത ഞാൻ, കാമരാജന്റെ പ്രതിമ സ്വകാര്യഭൂമിയിൽ വയ്ക്കുന്നതിന് സർക്കാരിന്റെ അനുമതി ആവശ്യമില്ലെന്ന് ഉത്തരവിട്ടു.

എൽ കാമരാജ് എന്നയാൾ *ദിനമലർ* പത്രത്തിന്റെ ഞായറാഴ്ചപ്പതിപ്പിൽ എസ് വി ശേഖറിന്റെ 'ട്രാമായണം' എന്ന തലക്കെട്ടിൽ ഒരു തുടർ ലേഖനം എഴുതിയിരുന്നു. അതിൽ ഇങ്ങനെ എഴുതപ്പെട്ടിരുന്നു. 'ലേഖകൻ മുഴുവൻ കഥയും പറഞ്ഞിട്ടില്ല. നിയമം സ്വയമേ മാഞ്ഞു പോകുമോ? ആ നിയമം റദ്ദാക്കാൻ ജ്ഞാനി എന്ത് ചെയ്തു?' അതിനെപ്പറ്റി ജ്ഞാനി തന്നെ 'ഓ പക്കങ്കൾ' ലേഖനത്തിൽ ഇങ്ങനെ എഴുതി:

> നാടകങ്ങളെ സർക്കാർ പരിശോധിച്ചിട്ടേ അവതരിപ്പിക്കാൻ കഴിയുകയുള്ളൂ എന്ന അവസ്ഥ ഉണ്ടാക്കുന്ന നിയമമാണത്. ഏതാണ്ട് 32 വർഷമായി പല തവണ ഈ നിയമത്തിനെ വിമർശിച്ച് എഴുതിയും സംസാരിച്ചും വരുകയാണ്. നാടകരംഗത്തിലുള്ള പല സുഹൃത്തുക്കൾക്കുമൊപ്പം ഇതിനെ എതിർത്ത് കേസ് കൊടുത്തതിനെപ്പറ്റി പറഞ്ഞിട്ടുണ്ട്. 'ഡ്രാമാറ്റിക് പെർഫോർമൻസ് ആക്റ്റ് 1954' അനുസരിച്ചാണ് ഈ ലൈസൻസ് തന്നിരിക്കുന്നതെന്ന് കരുതപ്പെടുന്നു. ലൈസൻസിന് അപേക്ഷിക്കാനായി നാടകം നടത്തുന്നതിന് 21 ദിവസം മുമ്പ് മുഴുവൻ നാടകത്തിന്റേയും രണ്ട് പ്രതികൾ ചെന്നൈ സിറ്റി പൊലീസ് കമ്മീഷണറുടെ ഓഫീസിൽ അതിനുള്ള ഫീസിനൊപ്പം നൽകി, ഒരു ഇൻസ്പെക്ടറോ സബ്ബ് ഇൻസ്പെക്ടറോ നാടകം വായിച്ച് അതിൽ വിയോജിപ്പൊന്നുമില്ലെന്ന് ഓരോ പേജിലും സീൽ അടിച്ച് ഒപ്പിട്ട് തന്നാലേ നാടകം അരങ്ങിൽ അവതരിപ്പിക്കാൻ സാധിക്കുകയുള്ളൂ. ചെന്നൈയ്ക്ക് പുറത്തുള്ള ജില്ലകളിൽ ഈ അധികാരം കളക്ടർക്കാണുള്ളത്. ചെന്നൈയിൽ ഒരു പൊലീസ് ഇൻസ്പെക്ടറും, മറ്റു സ്ഥലങ്ങളിൽ കളക്ടർ ഓഫീസിലെ ഗുമസ്തനുമാണ്

നാടകം വായിച്ച് വിലയിരുത്തുന്ന കലാപ്രേമികൾ. ഞാൻ ജനിച്ച 1954 ൽ നിലവിൽ വന്ന ഒരു നിയമത്തിനെ നീക്കം ചെയ്യണമെന്ന് ആവശ്യപ്പെട്ട് ഈ ആഴ്ച ചെന്നൈ ഹൈക്കോടതിയിൽ ഒരു കേസ് കൊടുക്കുന്നുണ്ട്.

ജ്ഞാനി കൊടുത്ത കേസ് എന്റെ മുന്നിൽ വിചാരണയ്ക്കു വന്നു. ഉടൻ തന്നെ അഡ്വക്കേറ്റ് ജനറൽ ആ കേസിന് മറുപടി നൽകാനായി ഉത്തരവിട്ടു. പൊലീസ് വകുപ്പ് നാടകം പരിശോധിച്ച് അനുമതി നൽകുന്ന രീതി മാറ്റി, സിനിമയ്ക്കായുള്ള സെൻസർ ബോർഡ് പോലെ ഇതിനായും ഒരു ബോർഡിനെ സൃഷ്ടിക്കാമോയെന്ന് അദ്ദേഹം ചോദിച്ചു. നിയമത്തിൽ എന്ത് മാറ്റമുണ്ടാക്കിയാലും അത് ഭരണഘടന നൽകിയിട്ടുള്ള അഭിപ്രായസ്വാതന്ത്ര്യത്തിന് എതിരായിരിക്കാൻ പാടില്ല. നാടകങ്ങൾക്ക് മുൻഗണന അനുവദിക്കാൻ സാധിക്കില്ലെന്ന് പറഞ്ഞ് 56 വർഷമായി നടപ്പിലുള്ള 1954 ലെ നാടകനിയമം റദ്ദ് ചെയ്തുകൊണ്ട് ഞാൻ ഉത്തരവിട്ടു.

ആ ഉത്തരവിൽ അന്നത്തെ മുഖ്യമന്ത്രി ജയലളിത, ചെന്നൈയാണ് ലോകത്തിന്റെ സാംസ്കാരിക തലസ്ഥാനം എന്ന് അഭിമാനിച്ചത് ഓർമ്മപ്പെടുത്തിയതിനൊപ്പം, അതു സത്യമാണെന്നു തെളിയിക്കണമെങ്കിൽ, പെർഫോർമിംഗ് ആർട്ട്സിനുള്ള വിലങ്ങുകളെ വെട്ടിയെറിയണമെന്നും ഞാൻ പറഞ്ഞു. പെർഫോർമിംഗ് ആർട്ട്സുകൾ ജീവിച്ചിരിക്കുന്നതിനായി ഞാൻ ചെയ്ത സഹായം ഈ വിധി മാത്രമാണ്.

തഞ്ചാവൂരിൽനിന്നും തെക്കോട്ട് പോകുന്ന പാത വിളാർ ഗ്രാമത്തിലേക്കുള്ള വഴിയാണ്. അതിന്റെ ഓരത്ത് മുള്ളിവായ്ക്കാലിൽ കൊല്ലപ്പെട്ട തമിഴരുടെ ഓർമ്മയടയാളം തമിഴ് ദേശീയ കട്ചിയുടെ പ്രസിഡന്റ് പഴ. നെടുമാരന്റെ പരിശ്രമത്താൽ വച്ചിട്ടുണ്ട്. അതിനുള്ള ജോലികൾ 2010 ഡിസംബർ മാസം തന്നെ തുടങ്ങിയിരുന്നു. അതിന്, മുള്ളിവായ്ക്കാൻ നിനൈവു മുറ്റം' എന്ന പേരും വച്ചു. അതിന്റെ പ്രത്യേകതകൾ വ്യക്തമാക്കി പഴ. നെടുമാരൻ തന്റെ *തെൻ ആട്ചി സെയ്തി* പത്രത്തിൽ ഇങ്ങനെ വർണിക്കുന്നു:

> മാമല്ലപുരം, ചെങ്കൽപ്പട്ട്, കാഞ്ചീപുരം, പുളിയങ്കുടി, ശങ്കരൻ കോവിൽ, ആന്ധ്ര സംസ്ഥാനത്തിലെ കുപ്പം തുടങ്ങിയ ഇടങ്ങളിൽ നിന്നും വന്നിട്ടുള്ള നൂറിലധികം ശില്പികൾ, കഴിഞ്ഞ ഒരു വർഷത്തിന് മുകളിലായി രാപ്പകലില്ലാതെ തങ്ങളുടെ ജോലിയിൽ ഏർപ്പെട്ട് ശില്പങ്ങൾ പൂർത്തിയാക്കുന്നു. രാജരാജൻ നിർമ്മിച്ച കൽക്ഷേത്രത്തിന് ഉപയോഗിച്ച അതേ തരത്തിലുള്ള കല്ലുകൾ കണ്ടറിഞ്ഞ്, തമിഴ്നാടിന്റെ പല ഭാഗങ്ങളിൽനിന്നും വലിയ ചെലവ് വഹിച്ച് അവ തഞ്ചാവൂരിലേക്ക് കൊണ്ടുവന്നു. മുത്തുകുമാർ ഉൾപ്പടെ ഇരുപത് ത്യാഗികൾക്കും മുള്ളിവായ്ക്കാൽ ജനങ്ങൾക്കും കൈയിൽ വിളക്കേന്തി അഞ്ജലി അർപ്പിക്കുന്നത്

> പോലെ നിർമ്മിക്കപ്പെട്ട ശില്പം വളരെ വലുതാണ്. 60 ടൺ ഭാരമുള്ള ഒറ്റക്കല്ലിൽ തീർത്ത അത്ഭുതകരമായ സൃഷ്ടിയാണത്. ഈ ശില്പം 15 അടി ഉയരമുള്ള മേടയിൽ എടുത്തുവയ്ക്കുന്നത് ഒരുപാട് ദൂരത്തുള്ളവരെപ്പോലും അതിശയിപ്പിച്ചു. വെടിയേറ്റു മരിച്ച മുത്തുകുമാർ ഉൾപ്പടെയുള്ള 20 തമിഴർക്കായി നിർമ്മിച്ചിട്ടുള്ള ശില്പം 55 അടി നീളവും 10 അടി ഉയരവും ഉള്ളതാണ്. 3 അടി ഉയരമുള്ള കരിങ്കൽ മേടയ്ക്ക് മുകളിൽ അതിനെ എടുത്തുവയ്ക്കുമ്പോൾ... മുള്ളിവായ്ക്കൽ ദുരന്തസംഭവത്തിനെ ചിത്രകാരൻ വീരസന്താനം കല്ലിൽ വരച്ചു കൊടുത്ത് ശില്പികൾ അതിന് ജീവൻ നൽകുന്നു.

വിളാർ ഗ്രാമത്തിലുള്ളയാളാണ് *പുതിയ പാർവൈ* മാസികയുടെ എഡിറ്റർ എം നടരാജൻ-ജയലളിതയുടെ തോഴി ശശികലയുടെ ഭർത്താവ്. അദ്ദേഹവും സഹോദരന്മാരും അങ്കണം നിർമ്മിക്കാനുള്ള എല്ലാ സഹായങ്ങളും നൽകിവന്നു. മുഖ്യമന്ത്രി ജയലളിതയ്ക്ക് നടരാജനെ ഇഷ്ടമല്ലാത്തതിനാൽ, അങ്കണത്തിന് പാര വയ്ക്കുമോയെന്ന ഭയം എല്ലാവർക്കും ഉണ്ടായിരുന്നു. അങ്കണത്തിന്റെ ഉദ്ഘാടനച്ചടങ്ങ് 8.11.2013 ന് നിശ്ചയിക്കപ്പെട്ട്, അതിന്റെ അടുത്ത രണ്ട് ദിവസങ്ങൾക്കു സംവാദങ്ങളും സംഗീതപരിപാടികളും ഏർപ്പാട് ചെയ്തിരുന്നു. അങ്കണം നിർമ്മിക്കാൻ സർക്കാരിന്റെ അനുമതി ലഭിച്ചോയെന്ന് ഇടയ്ക്കിടെ പൊലീസിന്റെ ചോദ്യം വന്നുകൊണ്ടിരുന്നു. ജില്ലാ കളക്ടറോട്, സ്വകാര്യസ്ഥലത്ത് സ്മരണാങ്കണം പണിയുന്നതിന് സർക്കാരിന്റെ മുൻകൂർ അനുമതി ആവശ്യമില്ലെന്ന് പറഞ്ഞ്, അതിന് തെളിവായി ഞാൻ മുത്തുകുമാർ പ്രതിമക്കേസിൽ കൊടുത്ത വിധിയും വായിച്ചു കേൾപ്പിച്ചു. അപ്പോൾ കളക്ടർ ചടങ്ങിന് അനുമതി നൽകി. ഉദ്ഘാടനച്ചടങ്ങിൽ 10.11.2013 ന് ലോകതമിഴർ വേദിയിൽ നേതൃത്വം നൽകാൻ എന്നെ ക്ഷണിച്ചിരുന്നു.

ഉദ്ഘാടനച്ചടങ്ങിന് ഒരാഴ്ച മുമ്പ് വരെ തമിഴ്നാട് സർക്കാരിന്റെ നടപടി എന്തായിരിക്കുമെന്ന ആശങ്ക എല്ലാവർക്കും ഉണ്ടായിരുന്നു. ഇന്റലിജൻസ് വകുപ്പ് പൊലീസുകാരും ചടങ്ങിന്റെ ഏർപ്പാടുകളെപ്പറ്റി രണ്ട് സർക്കാരുകൾക്കും റിപ്പോർട്ടുകൾ കൊടുത്തുകൊണ്ടിരുന്നു. അവസാനനിമിഷത്തിൽ കേന്ദ്രസർക്കാരിന്റെ നിർബന്ധത്തിന് വഴങ്ങി ജയലളിത പതിവുപോലെ ചടങ്ങിന് വിലക്കേർപ്പെടുത്തും എന്ന സംശയവും ഉണ്ടായിരുന്നു. ഈ കടങ്കഥയ്ക്ക് പരിഹാരം കാണാനായി എന്റെ ഉപദേശമനുസരിച്ച് ഹൈക്കോടതിയുടെ മധുര ശാഖയിൽ ലോക തമിഴ് പേരമൈപ്പിന്റെ ഭാഗത്തുനിന്നും ഒരു കേസ് ഫയൽ ചെയ്തു. എതിരാളി നമ്മളെ അടിക്കുന്നതിന് മുമ്പ് സുരക്ഷാ മുൻകരുതൽ എടുക്കുന്നതുപോലെ ജാഗ്രതാനടപടി എന്ന നിലയിലായിരുന്നു ആ കേസ്. അതുവരെ സർക്കാർ യാതൊരു എതിർപ്പും കാണിക്കാൻ തുടങ്ങിയിട്ടില്ലാത്തതിനാൽ ആ കേസ് അവർ പ്രതീക്ഷിച്ചില്ല. കേസ് വിചാരണയ്

ക്കെത്തിയപ്പോൾ സിംഗിൾ ബെഞ്ച് ജസ്റ്റിസിനോട് മുത്തുകുമാർ പ്രതിമയെ മുൻ ഉദാഹരണമായി കാണിച്ച് സ്വകാര്യഭൂമിയിൽ സ്മാരകം പണിയുന്നതിനെ സർക്കാരിന് എതിർക്കാൻ സാധിക്കില്ലെന്ന് വാദിക്കപ്പെട്ടു. പ്രതീക്ഷിച്ചതുപോലെ ആ കേസിൽ 5.11.2013 ന് സ്മാരകത്തിന്റെ ഉദ്ഘാടനച്ചടങ്ങിന് വിലക്കൊന്നുമില്ലെന്ന് ഹൈക്കോടതി വിധിച്ചു.

ഈ വാർത്ത പത്രങ്ങളിൽ വന്നയുടൻ സർക്കാർ ഉണർന്നു. അന്നു രാത്രി തന്നെ അഡ്വക്കേറ്റ് ജനറൽ അപ്പീൽ കൊടുക്കാനായി മധുരയിലേക്ക് പുറപ്പെട്ടതായി വാർത്ത കിട്ടി. ഉടൻ തന്നെ ഞാൻ നെടുമാരനുമായി ബന്ധപ്പെട്ട്, ഉദ്ഘാടനച്ചടങ്ങിന് തീയതി നിശ്ചയിച്ചിരിക്കുന്ന മുള്ളിവായ്ക്കാൽ സ്മാരകം 6.11.2011 ന് രാവിലെ തന്നെ തുറക്കാൻ നിർദ്ദേശിച്ചു. അതനുസരിച്ച് സ്മാരകാങ്കണം യാതൊരു ആർഭാടവുമില്ലാതെ പഴ. നെടുമാരൻ ഉദ്ഘാടനം ചെയ്തു.

സർക്കാരിന്റെ അപ്പീൽ രണ്ട് ജസ്റ്റിസുമാരുടെ ബെഞ്ച് 6.11.2013 രാവിലെ വിചാരണയ്ക്ക് വന്നപ്പോൾ, സർക്കാരിന്റെ ഭാഗത്തുനിന്നും ചടങ്ങ് നടക്കുന്ന വേദിക്കരിലുള്ള നിലത്തിൽ സഹോദരങ്ങൾ തമ്മിലുള്ള സ്വത്തുതർക്കം ഉള്ളതായും, പരിപാടി വിലക്കണമെന്നും ആവശ്യപ്പെട്ടു. എന്നാൽ, ജസ്റ്റിസുമാർ അത് ഒറ്റയ്ക്കുള്ള സ്വത്തുതർക്കം ആണെന്നും, അതും സർക്കാരിനും തമ്മിൽ ബന്ധമില്ലെന്നും പറഞ്ഞ് അപ്പീൽ തള്ളിക്കളഞ്ഞു.

മുള്ളിവായ്ക്കാൽ സ്മരണാങ്കണം നിർമ്മിച്ച സ്ഥലത്തിന് ചുറ്റും നാഷണൽ ഹൈവേയുടെ പുറമ്പോക്ക് സ്ഥലം ഉണ്ടായിരുന്നു. സാധാരണയായി അങ്ങനെയുള്ള സ്ഥലങ്ങൾ പരിപാലിച്ച് സ്വകാര്യ പൂന്തോട്ടം നിർമ്മിക്കാനും വർഷം തോറും അറ്റകുറ്റപ്പണികൾ ചെയ്യുന്നതിനുമുള്ള ലൈസൻസ് സ്വകാര്യവ്യക്തികൾക്ക് നൽകാറുണ്ട്. അതിന്റെ അടിസ്ഥാനത്തിൽ, അങ്കണത്തിനോട് ചേർന്നുള്ള സ്ഥലത്ത് മനോഹരമായ പൂന്തോട്ടം നിർമ്മിക്കപ്പെട്ടു.

നവംബർ 6 ന് തന്നെ സ്മരണാങ്കണത്തിന്റെ ഉദ്ഘാടനം നടന്നതിനാലും, കോടതി വിലക്ക് ഏർപ്പെടുത്താൻ വിസമ്മതിച്ചതിനാലും, ഭരണാധികാരികൾക്ക് ദേഷ്യം വന്നു. അവരെ തൃപ്തിപ്പെടുത്താനായി അടുത്ത ദിവസം തന്നെ അതിനോടു ചേർന്നുണ്ടാക്കിയ പൂന്തോട്ടത്തിൽ ബുൾ ഡോസർ ഓടിച്ച് ചെടികളെല്ലാം നശിപ്പിച്ചുകളഞ്ഞു ഹൈവേ അതോറിറ്റി. സംവാദത്തിനായി വച്ചിരുന്ന ലൗഡ് സ്പീക്കർ ലൈസൻസ് പൊലീസ് റദ്ദാക്കി തങ്ങളുടെ പങ്ക് വഹിച്ചു. ഈ തടസ്സങ്ങളെല്ലാം മറികടന്ന് രണ്ട് ദിവസം സംവാദങ്ങളും സംഗീതപരിപാടികളും നന്നായിത്തന്നെ നടന്നു.

8.11.2013 ലെ സംവാദത്തിൽ സംസാരിച്ച ഞാൻ സർക്കാർ അധികാരികളുടെ അതിതീവ്രമായ വിശ്വാസത്തെ വിമർശിച്ചതിനൊപ്പം, സ്മരണാങ്കണം തഞ്ചാവൂരിൽ നിർമ്മിച്ചതിനെപ്പറ്റി ചിലർ ഉയർത്തിയ സംശയങ്ങൾക്ക് മറുപടിയും കൊടുത്തു. “ശ്രീലങ്കയിൽ മരിച്ച തമിഴർക്ക് ഇന്ത്യ

യിൽ സ്മാരകമോയെന്ന് ചിലർ ചോദിക്കാം. മനുഷ്യാവകാശങ്ങളെ നില നിർത്തുന്നതിന് അതിർത്തികളില്ല. ബ്രിട്ടീഷുകാർ പങ്കെടുത്ത രണ്ട് ലോകമഹായുദ്ധങ്ങളിൽ മരിച്ച അവരുടെ പോരാളികൾക്ക് ഇന്നും ബ്രിട്ടീഷ് സർക്കാർ ബഹുമാനത്തോടെ ചെന്നൈയിൽ നന്ദംപാക്ക ത്തിലും ബോഡിഗാർഡ് മുനീശ്വരർ കോവിലിന്റെ പിന്നിലും യുദ്ധവീര ന്മാരുടെ കല്ലറകൾ പരിപാലിക്കുന്നുണ്ട്. അവയെ കാണുന്നതിനായി മരിച്ചുപോയ സൈനികരുടെ പിൻതലമുറക്കാർ വരുന്നുണ്ടെന്നത് നമ്മൾ മറക്കാൻ പാടില്ല" എന്ന് പറഞ്ഞു.

മരിച്ചുപോയവർക്ക് സ്മരണാങ്കണം സ്വകാര്യവ്യക്തി നിർമ്മിക്കു ന്നതിൽപ്പോലും ഇത്രയും രാഷ്ട്രീയവും നിയമക്കുരുക്കുകളും ഉള്ളത് മനസ്സിലാക്കണം എന്നതിനാണ് ഈ ലേഖനം.

രാഷ്ട്രീയാവകാശം അടിസ്ഥാനപരമായ അവകാശം അല്ലേ?

ഞാൻ പഠിച്ച ലയോള കോളേജിൽ 1969 ൽ സർവകലാശാല രാഷ്ട്രീയസംഘത്തിന്റെ ആഭിമുഖ്യത്തിൽ ഒരു സംവാദം ഏർപ്പാട് ചെയ്തിരുന്നു. മുഖ്യപ്രഭാഷണത്തിനായി അന്നത്തെ വിദ്യാഭ്യാസമന്ത്രിയും എഴുത്തുകാരനുമായ നെടുഞ്ചെഴിയനെ ക്ഷണിച്ചു. സംവാദത്തിനെ തലക്കെട്ട്: "വിദ്യാർഥികളുടെ അശാന്തത."

ഞങ്ങൾക്ക് ദേഷ്യം വന്നു. സംവാദത്തിൽ നിരീക്ഷകരായി ചില വിദ്യാർഥികളെ അനുവദിക്കണമെന്ന് ആവശ്യപ്പെട്ടു. അതേ സമയം, അദ്ധ്യാപകരോട് ചോദ്യംചോദിക്കുന്ന വിധത്തിൽ, ഹൗ അബൗട്ട് ബീയിംഗ് സെൻസിറ്റീവ്? എന്ന തലക്കെട്ടിൽ ഒരു ലഘുലേഖ അച്ചടിച്ച് അവർക്ക് വിതരണം ചെയ്തു. "ചിന്താശേഷിയുള്ള ചില ചെന്നൈ നഗര വിദ്യാർഥികൾ" എന്ന് അതിൽ വച്ചിരുന്നു. വിദ്യാർഥികളുടെ ആവേശം മുഴുവനും തലതാഴ്ത്തിയിരുന്ന ദിവസം. വിയറ്റ്നാമിനെ അമേരിക്ക ആക്രമിക്കുന്നതിനെ എതിർത്ത് പടിഞ്ഞാറൻ നാടുകളിൽ പല സർവകലാശാലകളും വിദ്യാർത്ഥിസമരംകൊണ്ട് അടച്ചിരുന്നു. അദ്ധ്യാപകരുടെ ലോകത്ത് പല പ്രശ്നങ്ങൾ ഉള്ളപ്പോൾ, 'വിദ്യാർഥികളുടെ അശാന്തത' എന്ന് സംവാദം നടത്തുന്നത് എത്ര മണ്ടത്തരമായിരിക്കും?

മുഖ്യപ്രഭാഷണത്തിനായി വന്ന എഴുത്തുകാരൻ തന്റെ പ്രസംഗത്തിന്റെ തുടക്കത്തിൽത്തന്നെ വിദ്യാർഥികളുടെ സമരത്തിനെ വിമർശിച്ചതും, നിരീക്ഷകരായിരുന്ന ഞങ്ങൾ എഴുന്നേറ്റ് അദ്ദേഹത്തിനെതിരായി മുദ്രാവാക്യങ്ങൾ മുഴക്കി. അദ്ദേഹം ദേഷ്യം വന്ന് വേദിയിൽനിന്നും ഇറങ്ങിപ്പോയി. ഞങ്ങളുടെ കോളേജ് പ്രിൻസിപ്പൽ ആയ ഫാദർ ഫ്രാൻസിസിന് കടുത്ത ദേഷ്യം വന്നു. വിളിച്ചുവരുത്തിയ അതിഥിയെ അപമാനിക്കാമോയെന്ന് അദ്ദേഹം ചോദിച്ചു. അതിന് മറുപടിയായി ഞങ്ങൾ

ഇങ്ങനെ ചോദിച്ചു, "അതിഥിയായി വന്നയാൾ ആതിഥേയരെ കുറ്റം പറയാമോ?" അന്നുതൊട്ട് കോളേജ് ക്യാമ്പസ്സിൽ രാഷ്ട്രീയയുദ്ധം ആരംഭിച്ചു.

ആനി ബസന്റ് അയർലന്റിൽനിന്നും ലണ്ടനിലേക്ക് കുടിയേറി അവിടെ പല പ്രസ്ഥാനങ്ങളുമായി ബന്ധപ്പെട്ട് പ്രവർത്തിച്ചയാളായിരുന്നു. അയർലന്റുകാർക്കുള്ള പുരോഗമനചിന്ത അവർക്കുണ്ടായിരുന്നു. തന്റെ തീവ്രമായ അഭിപ്രായങ്ങൾ പ്രകടിപ്പിച്ചതിന്റെ പേരിൽ ജയിലിലേക്ക് പോയയാളായിരുന്നു. അവർ അവസാനം ചെന്നൈയിലേക്ക് കുടിയേറി അടയാറിലുള്ള ബ്രഹ്മജ്ഞാനസംഘത്തിൽ ചേർന്നു. അപ്പോൾ കോൺഗ്രസ്സിന്റെ സ്വാതന്ത്ര്യസമര പ്രസ്ഥാനത്തിൽ അവർ പങ്കെടുത്തു. അവരുടെ സംഭാഷണത്തിൽ തീപാറും. ബീച്ചിൽ അവർ സംസാരിക്കുന്നുണ്ടെങ്കിൽ, അത് കേൾക്കാനായി ജനങ്ങൾ കാണിക്കുന്ന ആവേശം വേറെയൊരു നേതാക്കൾക്കും ലഭിക്കില്ലായിരുന്നു.

ആനി ബസന്റ് ഇന്ത്യയിലെ വിദ്യാർഥിസംഘടന ആരംഭിച്ച്, അതിന്റെ ഒരു ഭാഗമായി പാരീസ് കോർണറിൽ ഗോഖലെ മണ്ഡപവും, മൈലാപ്പൂരിൽ വിദ്യാർത്ഥികളുടെ ഒരു ഹോസ്റ്റലും നടത്തിയിരുന്നു. ഞാൻ നിയമ പഠനം പൂർത്തിയാക്കിയശേഷം, പോകാനൊരു സ്ഥലം ഇല്ലാത്ത അവസ്ഥയായി. അവരുടെ മയിലൈ ഹോസ്റ്റലിൽ മുറി വാടകയ്ക്കെടുത്ത് താമസിക്കുകയായിരുന്നു അപ്പോൾ. താമസം തുടങ്ങി ഏതാനും മാസങ്ങൾക്കുള്ളിൽ പൊലീസിന്റെ നോട്ടപ്പുള്ളിയായ എന്റെ പ്രവർത്തികൾ അറിഞ്ഞ മാനേജ്മെന്റ് എന്റെ രാഷ്ട്രീയചായ്‌വ് അറിഞ്ഞതും ഹോസ്റ്റലിൽനിന്നും മുറിയൊഴിഞ്ഞു പോകാൻ നോട്ടീസ് തന്നു. പിന്നീട് തിരുവല്ലിക്കേനിയിൽ ഒരു മാൻഷനിൽ താമസിച്ചു.

2011 തിരഞ്ഞെടുപ്പിൽ മയിലൈ നിയോജകമണ്ഡലത്തിൽ തിരഞ്ഞെടുക്കപ്പെട്ട അംഗം മുൻ പൊലീസ് മേധാവി ആർ. നടരാജ് എന്റെ സുഹൃത്തായിരുന്നു. അദ്ദേഹം ആനി ബസന്റ് സ്ഥാപിച്ച YMIA എന്ന യംഗ് മെൻസ് ഇന്ത്യൻ അസോസിയേഷന്റെ പ്രസിഡന്റായും തെരഞ്ഞെടുക്കപ്പെട്ടു. ആനി ബസന്റിന്റെ 170-ാം ജന്മദിനം ആഘോഷിക്കുന്ന ചടങ്ങിൽ മുഖ്യപ്രഭാഷണത്തിനായി എന്നെ ക്ഷണിച്ചിരുന്നു (5.10.2016). ചടങ്ങിൽ സംസാരിക്കുമ്പോൾ ആനി ബസന്റ് തന്റെ അഭിപ്രായങ്ങൾ കാരണം അനുഭവിച്ച യാതനകൾ പട്ടികയിട്ട് പറഞ്ഞ്, അവരെപ്പോലെ നമ്മളും സ്വാതന്ത്ര്യത്തോടെ പ്രവർത്തിക്കണമെങ്കിൽ അങ്ങനെയുള്ള കഷ്ടപ്പാടുകൾ ഉണ്ടാകുമെന്നും സൂചിപ്പിച്ച് ആനി ബസന്റിന്റെ പേരിൽ നടക്കുന്ന ഹോസ്റ്റലിൽനിന്നും എന്നെ പുറത്താക്കിയ സംഭവവും അറിയിച്ചു. വേദിയിൽ ഇരിക്കുകയായിരുന്ന നടരാജ് എന്നെ അത്ഭുതത്തോടെ നോക്കി. പൊലീസുകാർക്കുണ്ടാകുന്ന സംശയദൃഷ്ടി അദ്ദേഹത്തിന്റെ കണ്ണുകളിൽ കണ്ടു. 45 വർഷം മുമ്പ് എന്നെ പുറത്താക്കാനായി തന്ന നോട്ടീസ് ഞാൻ അദ്ദേഹത്തിന് കാണിച്ചുകൊടുത്തു. YMIA യുടെ നടപടി തെറ്റാണെന്നും, ചരിത്രപരമായ തെറ്റിനെ പരിഹരിക്കാനായി

ചടങ്ങിന്റെയന്ന് മുതൽ YMIA യിൽ സ്ഥിരാംഗത്വം എനിക്ക് നൽകുന്നതായും അറിയിച്ചു.

വിദ്യാർഥികൾ രാഷ്ട്രീയത്തിൽ പങ്കെടുക്കുന്നത് അസാധാരണ വിഷയമല്ല. അതുകൊണ്ട് അവർ അതിനെ വിട്ടുകൊടുക്കയുമില്ല. ലാ കോളേജിൽ പ്രവേശിച്ചശേഷം രാഷ്ട്രീയം വേണ്ടെന്ന് ആരെങ്കിലും പറയുമോ? ഭൂരിഭാഗം വിദ്യാർഥികളും ഏതെങ്കിലും ഒരു രാഷ്ട്രീയപ്രസ്ഥാനത്തിനെ പിന്തുണയ്ക്കുന്നവരായിരിക്കും. ആഴ്ചയിൽ ഒരുതവണ പല പ്രസ്ഥാനങ്ങളുടേയും പേരിൽ ലഘുലേഖകൾ ലഭിച്ചുകൊണ്ടിരിക്കും. കോളേജ് തിരഞ്ഞെടുപ്പുകളിൽ തങ്ങളുടെ പാർട്ടി അടയാളങ്ങളിൽ തന്നെ മത്സരിക്കും. ആ സമയത്ത് ചില വിദ്യാർഥികൾ 'പാർട്ടിയില്ലാത്ത വിദ്യാർഥി പ്രസ്ഥാനം' ആരംഭിച്ച് അതിന്റെ പേരിൽ വിദ്യാർഥി പ്രതിനിധികളായി തിരഞ്ഞെടുപ്പിൽ മത്സരിക്കും. ക്ലാസ്സ് മുറികളിൽ നടക്കുന്ന പ്രചരണത്തിൽ, അവരുടെ വാദത്തിനെ ഖണ്ഡിക്കാനായി ഞാൻ മുന്നിട്ടിറങ്ങുമായിരുന്നു. മോശം രാഷ്ട്രീയത്തിന്റെ ബദൽ, നല്ല രാഷ്ട്രീയം അല്ലാതെ രാഷ്ട്രീയം വിട്ടോടുന്നതല്ല; എന്ന് ഞാൻ മറുപടി പറഞ്ഞതിന് നല്ല സ്വീകരണം ലഭിച്ചു. 25.6.1975 ന് അടിയന്തരാവസ്ഥ പ്രഖ്യാപിച്ചതിനെതിരായി ലാ കോളേജ് വിദ്യാർഥികൾ മൂന്ന് ദിവസം സമരത്തിൽ ഏർപ്പെട്ടത് എല്ലാവരും ആശ്ചര്യത്തോടെയാണ് കണ്ടത്.

തീവ്ര ഇടതുപക്ഷ വിദ്യാർഥി പ്രസ്ഥാനത്തിൽ പ്രവർത്തിക്കുന്ന അതേ സമയം തൊഴിലാളി സംഘടനകളുമായും ചേർന്ന് പ്രവർത്തിക്കാൻ സാധിച്ചു. പ്രത്യേകിച്ചും, ട്രാൻസ്പോർട്ട് തൊഴിലാളി സംഘടനയെ സഹായിക്കാൻ കഴിഞ്ഞു. അന്ന് ട്രാൻസ്പോർട്ട് വകുപ്പ് സർക്കാരിന്റേതായിരുന്നു. അതിലുള്ള ഡ്രൈവർമാരും കണ്ടക്ടർമാരും സർക്കാർ ജോലിക്കാരായി കരുതപ്പെട്ടിരുന്നു. അവർക്ക് സർക്കാർ ജോലിക്കാർക്കുള്ള നിയമങ്ങൾ ബാധകമായിരുന്നു. ആ നിയമങ്ങളിൽ സർക്കാർ ഉദ്യോഗസ്ഥർ രാഷ്ട്രീയപ്രവർത്തനങ്ങളിൽ ഏർപ്പെടരുതെന്ന വിലക്ക് ഉണ്ടായിരുന്നു. ഭരണഘടനയിൽ സർക്കാർ ഉദ്യോഗസ്ഥർക്ക് തിരഞ്ഞെടുപ്പിൽ മത്സരിക്കാൻ യോഗ്യതയില്ലായിരുന്നു.

1972 ൽ സർക്കാർ വകുപ്പായിരുന്ന ട്രാൻസ്പോർട്ടിനെ ചെന്നൈ നഗരത്തിൽ 'പല്ലവൻ പോക്കുവരത്തു കഴകം' എന്നാക്കി മാറ്റി. എന്നാൽ, അത് ഭരിച്ചിരുന്ന അധികാരികളുടെ മനോനിലയിൽ മാറ്റമില്ലായിരുന്നു. തങ്ങൾ പുതിയ സ്ഥാപനത്തിന്റെ ഭരണാധികാരികൾ ആണെന്നത് മറന്ന് സർക്കാർ ഉദ്യോഗസ്ഥരാണെന്ന ഓർമ്മയിൽത്തന്നെ അവർ പ്രവർത്തിച്ചു. ട്രാൻസ്പോർട്ട് തൊഴിലാളി സംഘടനകൾ തങ്ങൾക്കിഷ്ടമുള്ള രാഷ്ട്രീയ പാർട്ടികളുടെ തൊഴിലാളി സംഘടനകളുമായി ചേർന്ന് പ്രവർത്തിച്ചു. 1926 ൽ ലെ തൊഴിലാളിസംഘടന നിയമത്തിൽ തൊഴിലാളികളുടെ രാഷ്ട്രീയ പ്രവർത്തനങ്ങൾക്ക് വിലക്ക് ഒന്നുമില്ലെന്ന് മാത്രമല്ല, സംഘടനകൾക്ക് 'രാഷ്ട്രീയ ഫണ്ട്' ഉണ്ടാക്കാനും, അത് ഇഷ്ടമുള്ളതുപോലെ തിരഞ്ഞെടുപ്പിൽ ചെലവഴിക്കാനുമുള്ള അവകാശവും നൽകിയിട്ടുണ്ട്.

ഇന്ത്യയിൽ തൊഴിലാളിസംഘടനകൾ രാഷ്ട്രീയ തൊട്ടിലുകളിൽ വളർന്നവയാണ്. തുടക്കകാലങ്ങളിൽ തൊഴിലാളികളുടെ തൊഴിൽ സാഹചര്യങ്ങളുമായി ബന്ധപ്പെട്ട് നടന്ന സമരങ്ങളേക്കാൾ രാഷ്ട്രീയ കാരണങ്ങൾ കൊണ്ടും നേതാക്കളുടെ അറസ്റ്റിനെ വിമർശിക്കാനും നടന്ന സമരങ്ങളായിരുന്നു കൂടുതൽ. അതുകൊണ്ടാണ് ബ്രിട്ടീഷ് സർക്കാർ, തൊഴിൽ നിലയുമായി ബന്ധപ്പെട്ടതല്ലാത്ത സമരങ്ങൾക്ക്, എട്ട് ദിവസത്തെ ശമ്പളം വീതം പിടിക്കാമെന്ന് 1936 ൽ നിയമമുണ്ടാക്കിയത്.

ഇതൊന്നും അറിയാത്ത പല്ലവൻ മാനേജ്മെന്റ് 21.2.1980 ന് തൊഴിലാളികൾക്ക് ഒരു സർക്കുലർ അയച്ചു. അതിൽ ട്രാൻസ്പോർട്ട് ജീവനക്കാർ തിരഞ്ഞെടുപ്പിൽ മത്സരിക്കരുതെന്നും, രാഷ്ട്രീയ പ്രചരണങ്ങളിൽ പങ്കെടുക്കരുതെന്നും പറഞ്ഞിരുന്നു. ആ ഉത്തരവ് സർക്കാർ ട്രാൻസ്പോർട്ട് തൊഴിലാളി സംഘടനയുടെ സെക്രട്ടറിയായിരുന്ന സഖാവ് എ സൗന്ദരരാജൻ എനിക്ക് കാണിച്ചുതന്നു. ഞാൻ അതിനെ എതിർത്ത് കേസ് കൊടുക്കാം എന്ന് നിർദ്ദേശിച്ചു. അവർ സംഘടനയുടെ ഭാഗത്തുനിന്നും സർക്കുലറിനെതിരായി കൊടുത്ത കേസ് ചെന്നൈ ഹൈക്കോടതി വിചാരണയ്ക്ക് എടുത്ത് ആ സർക്കുലറിന് വിലക്കും വിധിച്ചു.

കോടതിയിൽ തൊഴിലാളി സംഘടനയുടെ രാഷ്ട്രീയാവകാശം നിലനിർത്താൻ ഞാൻ കൊടുത്ത ആദ്യത്തെ കേസായിരുന്നു അത്. പിന്നീട് മാനേജ്മെന്റ് ആ സർക്കുലർ പിൻവലിച്ചു. എന്നാൽ, അതിനുള്ള കാരണം വേറെയായിരുന്നെന്ന് പിന്നീടറിഞ്ഞു.

സേലത്തിൽ ഡാൽമിയ മാഗ്നസറ്റ് കമ്പനിയിൽ സി ഐ റ്റി യു സംഘടന രൂപം കൊണ്ടു. അതിന്റെ സെക്രട്ടറിയായി പെരിയതമ്പി ചുമതലയേറ്റു. അടിയന്തരാവസ്ഥക്കാലത്ത് അദ്ദേഹം മിസാ നിയമത്തിൽ കരുതൽ തടങ്കലിലായി. അത് ഉപയോഗിച്ച്, സ്ഥാപനം സംഘടനയുടെ വൈസ് പ്രസിഡന്റ് ആർ. പഴനിയപ്പനോട് പ്രതികാരം ചെയ്യാൻ ആലോചിച്ചു. അദ്ദേഹത്തിനെതിരെ കള്ളക്കുറ്റം ചുമത്തി, പദവിയിൽ നിന്നും നീക്കാനായി ഡൽഹിയിൽനിന്നും ഹെഡ് ഓഫീസ് തീരുമാനിച്ചു. അതനുസരിച്ച് അദ്ദേഹം തൊഴിലാളികളെ ഭീഷണിപ്പെടുത്തിയതായി കുറ്റപത്രം തയ്യാറാക്കി ഏൽപ്പിക്കാൻ ഹെഡ് ഓഫീസ് അറിയിച്ചു. കുറ്റപത്രം കൊടുത്താൽ മറ്റുള്ള 2000 തൊഴിലാളികളെ ഞെട്ടിക്കാൻ സാധിക്കുമെന്ന് കരുതി അതും തങ്ങളുടെ രഹസ്യരേഖയിൽ എഴുതിവച്ചു.

മാഗ്നസറ്റ് തൊഴിലാളികൾക്ക് ആറ് ദിവസം ജോലി ചെയ്താൽ ഏഴാമത്തെ ദിവസം ശമ്പളത്തോടെയുള്ള അവധി കൊടുക്കണമെന്ന് ആവശ്യപ്പെട്ട് കേസ് നടത്തി ഞാൻ വിജയിച്ചിട്ടുണ്ട്. സഖാവ് പഴനിയപ്പന്റെ പിരിച്ചുവിടൽ കേസും അതേ ട്രിബ്യൂണലിൽ വച്ച് ഞാൻ നടത്തി. കമ്പനി തൊഴിലാളികളോട് പ്രതികാരം ചെയ്യുന്നതിനെ കോടതികളിൽ തെളിയിക്കാൻ പ്രയാസമാണ്. വാക്കാലുള്ള മൊഴികളെ വിശ്വ

സിച്ച് വിധിക്കാൻ പാടില്ലെന്ന് സുപ്രീം കോടതിയുടെ ഉത്തരവുകളുണ്ട്. പ്രതികാരം ചെയ്തത് രേഖകൾ മൂലം തെളിയിക്കുന്നത് നടക്കാത്ത കാര്യമാണ്. എങ്കിലും സഖാവ് പഴനിയപ്പനെ ജോലിയിൽനിന്നും പിരിച്ചുവിടാൻ ഡാൽമിയ മാനേജ്മെന്റ് ഡൽഹിയിൽനിന്നും തീരുമാനിച്ചതും, അതിനുള്ള ന്യായീകരണം തങ്ങളുടെ രഹസ്യരേഖയിൽ കുറിച്ചിട്ടുള്ളതുമായ വിവരം എനിക്ക് ലഭിച്ചു. അത് വച്ച് ട്രിബ്യൂണലിൽ വാദിച്ചപ്പോൾ പഴനിയപ്പന് നീതി ലഭിച്ചു. ആ സമയത്താണ് കമ്പനികൾ എടുക്കുന്ന പല തീരുമാനങ്ങളും തൊഴിലുമായി ബന്ധപ്പെട്ടത് മാത്രമല്ലെന്നും, അതിനപ്പുറം രാഷ്ട്രീയ കാരണങ്ങളുണ്ടെന്നും മനസ്സിലായത്.

തൊഴിലാളിസംഘടനകളിൽ ചേർന്ന്, ഉയർന്നുവരുന്ന തൊഴിലാളികൾ രാഷ്ട്രീയത്തിലും ഇടപെടുന്നത് തങ്ങൾക്ക് ആപത്താണെന്ന് മനസ്സിലാക്കിയ സർക്കാർ, 9.12.1981 ന് തിടുക്കപ്പെട്ട് ഒരു നിയമം കൊണ്ടുവന്നു. അതുവഴി 1958 ലെ തമിഴ്നാട് പഞ്ചായത്ത് നിയമം തിരുത്തുകയും, സർക്കാരിന്റെ അല്ലെങ്കിൽ സർക്കാർ നിയന്ത്രണത്തിൽ നടക്കുന്ന സ്ഥാപനങ്ങളിൽ ജോലി ചെയ്യുന്ന തൊഴിലാളികൾ പഞ്ചായത്ത് തിരഞ്ഞെടുപ്പുകളിൽ മത്സരിക്കുന്നത് വിലക്കി. ഇതിനെ എതിർത്ത് ഹൈക്കോടതിയിൽ തൊഴിലാളിസംഘടന കൊടുത്ത കേസ് തള്ളപ്പെട്ടു.

എൻ എൽ സി ഇന്ത്യ ലിമിറ്റഡ്, ഭാരത് ഹെവി ഇലക്ട്രിക്കൽസ് ലിമിറ്റഡ് പോലെയുള്ള സർക്കാർ സ്ഥാപനങ്ങൾ തൊഴിലാളികൾക്ക് അപ്പാർട്ട്മെന്റുകൾ പണിതുകൊടുക്കാറുണ്ട്. അപ്പാർട്ട്മെന്റുകളിലുള്ള തൊഴിലാളികൾ പ്രാദേശിക തിരഞ്ഞെടുപ്പുകളിൽ വോട്ട് ചെയ്താലും, തങ്ങളുടെ വാർഡുകളിലെ അംഗമായിപ്പോലും തിരഞ്ഞെടുക്കപ്പെടാൻ സാധിക്കാത്ത അവസ്ഥയാണ് സർക്കാർ ഉണ്ടാക്കിയിട്ടുള്ളത്. ജനാധിപത്യ റിപ്പബ്ലിക്കിൽ തിരഞ്ഞെടുപ്പിൽ മത്സരിക്കുന്നതും ഭരണഘടനയിലെ അടിസ്ഥാനപരമായ അവകാശമാണെന്ന് വിചാരിക്കാതെ നിയമാവകാശമായി മാത്രം കരുതുന്നതാണ് ഇതിന്റെ കാരണം.

ആർ ജമീൻ എന്നയാൾ തഞ്ചാവൂർ ജില്ലയിൽ തിരുപ്പനന്താൾ പഞ്ചായത്തിൽ ഏഴാമത് വാർഡിൽ താമസിക്കുകയായിരുന്നു. അയാൾ 2006 ൽ നടന്ന പഞ്ചായത്ത് തിരഞ്ഞെടുപ്പിൽ മത്സരിച്ച് ജയിച്ചു. അപ്പോൾ അയാൾ തമിഴ്നാട് സർക്കാർ ട്രാൻസ്പോർട്ട് വകുപ്പിൽ താൽക്കാലിക ജീവനക്കാരനായിരുന്നു. അത് കാരണമാക്കിക്കാണിച്ച് അയാളുടെ അംഗത്വം നിഷേധിച്ച് പദവിയിൽനിന്നും പുറത്താക്കി. ഇതിനെ എതിർത്ത് കൊടുത്ത കേസ് എന്റെയടുത്ത് വിചാരണയ്ക്കെത്തി. അയാൾ താൽക്കാലിക ഡ്രൈവർ മാത്രമായതിനാൽ ട്രാൻസ്പോർട്ട് വകുപ്പിന്റെ സ്ഥിരം തൊഴിലാളിയായി കരുതാൻ സാധിക്കില്ല. അതുകൊണ്ട് അയാളെ പഞ്ചായത്ത് നിയമത്തിന്റെ 34-ാം വകുപ്പിന്റെ കീഴിൽ പുറത്താക്കാൻ പറ്റില്ലെന്ന് ഞാൻ വിധിച്ചു.

കെ റായർ എന്നയാൾ ലൈഫ് ഇൻഷുറൻസ് കോർപ്പറേഷനിൽ ബിസിനസ്സ് ഡെവലപ്മെന്റ് ഓഫീസറായി ജോലി ചെയ്യുകയായിരുന്നു.

2004 ൽ നടന്ന പാർലമെന്റ് തിരഞ്ഞെടുപ്പിൽ ദിണ്ഡിവനം മണ്ഡലത്തിൽ നിന്നും മത്സരിക്കുന്നതിനായി അവധി ആവശ്യപ്പെട്ടു. അത് നിഷേധിക്കപ്പെട്ടിട്ടും അയാൾ സ്ഥാനാർഥി പത്രിക 16.4.2004 ന് സമർപ്പിച്ചു. 26.4.2004 ന് തന്റെ പത്രിക പിൻവലിച്ച് അവധി റദ്ദാക്കി വീണ്ടും ജോലിയിൽ പ്രവേശിച്ചു. ലൈഫ് ഇൻഷുറൻസ് കോർപ്പറേഷന്റെ നിയമങ്ങളിലെ 39-ഐ അയാൾ ലംഘിച്ചതായും, കമ്പനിയുടെ സമ്മതമില്ലാതെ തിരഞ്ഞെടുപ്പിൽ പത്രിക സമർപ്പിച്ചെന്നും പറഞ്ഞ് അയാൾക്കെതിരെ വിചാരണ നടത്തുകയും ജോലിയിൽനിന്നും പുറത്താക്കുകയും ചെയ്തു.

അതിനെതിരെ കൊടുത്ത കേസ് വിചാരണ ചെയ്ത ഞാൻ കമ്പനിയുടെ നിയമങ്ങൾ തൊഴിലാളിയെ തിരഞ്ഞെടുപ്പിൽ മത്സരിക്കുന്നതിൽ നിന്നും വിലക്കുന്നില്ലെന്നും, അങ്ങനെ ചെയ്യുന്ന നിയമങ്ങളെ അലഹബാദ്, ബോംബേ കോടതികൾ സാധുവല്ലെന്ന് വിധിച്ചിട്ടുണ്ടെന്നും സുപ്രീം കോടതി അത് അംഗീകരിച്ചിട്ടുണ്ടെന്നും പറഞ്ഞു. അങ്ങനെ അയാളെ ജോലിയിൽനിന്നും പുറത്താക്കിയത് റദ്ദാക്കി വീണ്ടും ഉദ്യോഗത്തിൽ പ്രവേശിപ്പിക്കാൻ ഉത്തരവിട്ടു.

ഈ വിധിയ്ക്കെതിരെ കമ്പനി അപ്പീൽ കൊടുത്തു. അത് ഹൈക്കോടതിയിലെ രണ്ട് ജസ്റ്റിസുമാരുടെ ബെഞ്ച് തള്ളിക്കളഞ്ഞു. പിന്നീട് സുപ്രീം കോടതിയും എന്റെ വിധി ശരിവച്ചു.

1971 ൽ തമിഴ്നാട് വാട്ടർ സപ്ലൈ & ഡ്രൈനേജ് നിയമത്തിന് രൂപം കൊടുത്തു. ആ നിയമത്തിന്റെ കീഴിൽ അച്ചടക്കനിയങ്ങൾ ഉണ്ടാക്കാനായി ബോർഡിന് അധികാരം നൽകി. ആ അധികാരം ഉപയോഗപ്പെടുത്തി, ഉദ്യോഗസ്ഥർ തൊഴിലാളികളുടെ അച്ചടക്കനിയമങ്ങൾ 1972 ൽ രൂപപ്പെടുത്തി. അതനുസരിച്ച് തൊഴിലാളികൾ രാഷ്ട്രീയ പാർട്ടികളുമായോ, പാർട്ടികളുമായി ബന്ധമുള്ള സ്ഥാപനങ്ങളുമായോ ബന്ധം സ്ഥാപിക്കരുതെന്നും, ഒരു രാഷ്ട്രീയ പാർട്ടിക്ക് വേണ്ടിയും രാഷ്ട്രീയ സഹായം അല്ലെങ്കിൽ പണം കൊടുക്കരുതെന്നും പറയുന്നു.

അതുപോലെ, തൊഴിലാളികൾ അംഗങ്ങളായിട്ടുള്ള തൊഴിലാളി സംഘടനകൾ തിരഞ്ഞെടുപ്പിൽ മത്സരിക്കാൻ പാടില്ലെന്നും, അവരുടെ സംഘടന തൊഴിൽ സംഘടനാ നിയമത്തിന്റെ കീഴിൽ രജിസ്റ്റർ ചെയ്തിട്ടുണ്ടെങ്കിൽ 'രാഷ്ട്രീയ ഫണ്ട്' ഉണ്ടായിരിക്കാൻ പാടില്ലെന്നും പറയുന്നുണ്ട്. അപ്പോഴാണ് കുടിവെള്ള, ഡ്രൈനേജ് ബോർഡ് തൊഴിലാളി സംഘടനയായ സി ഐ റ്റി യു തുടങ്ങിയത്. അതിന്റെ സെക്രട്ടറിയായിരുന്ന എം ടി വിജയകുമാറിന് വേണ്ടി ഈ രണ്ട് നിയമങ്ങളേയും എതിർത്ത് ഹൈക്കോടതിയിൽ കേസ് കൊടുത്തു. അതിനെ എതിർത്ത് തമിഴ്നാട് കുടിവെള്ള ബോർഡ് അപ്പീൽ കൊടുത്തു. അത് തള്ളിക്കളഞ്ഞ രണ്ട് ജസ്റ്റിസുമാർ, തൊഴിലാളികൾക്ക് രാഷ്ട്രീയത്തിൽ പ്രവർത്തിക്കാനുള്ള അവകാശമുണ്ടെന്നും, സംഘടന രാഷ്ട്രീയ ഫണ്ട് വയ്ക്കുന്നത് നിയമപരമായി സാധുവാണെന്നും വിധിച്ചു.

തൊഴിലാളി സംഘടനകളുടെ വീക്ഷണം, ചരിത്രം, രാഷ്ട്രീയം ഒന്നും അറിയാത്ത ചിലർ നടുവന്മാർ നിയമരംഗത്തുണ്ട്. തങ്ങൾക്ക് തോന്നിയ പോലെ അഭിപ്രായങ്ങൾ പറയുന്നതും, നിയമത്തിലെ വകുപ്പുകൾ നോക്കാതെ തന്നെ അതിനെതിരായുള്ള വിധികൾ നൽകുന്നതും അവർ ഇന്നും തുടരുന്നു.

2013 ൽ വളൈയാദി എന്നയാൾ, ഇന്ത്യൻ ഓവർസീസ് ബാങ്കിനെതിരായി കേസ് കൊടുത്തു. ബാങ്കിൽ അംഗീകരിക്കപ്പെട്ട തൊഴിലാളി സംഘടനയിൽ ഓണററി മെംബർ ആയി നിയമിക്കപ്പെട്ടിട്ടുള്ളതിനാൽ, അദ്ദേഹത്തെ സംഘടനയിൽ സംസാരിക്കാൻ അനുവദിക്കണമെന്ന് ആവശ്യപ്പെട്ടിരുന്നു. അത് അന്വേഷിച്ച ജസ്റ്റിസ് കൃപാകരൻ, അദ്ദേഹം പ്രസംഗിക്കുന്നതിനെ വിലക്കിയതിനൊപ്പം, തൊഴിലാളി സംഘടനാനിയമത്തിന്റെ വകുപ്പുകൾ 6&22 തിരുത്തി, നിലവിൽ തൊഴിലാളി അല്ലാത്തവർക്ക് സംഘടനയിൽ അംഗത്വം പാടില്ലെന്ന് നിയമം തിരുത്താൻ കേന്ദ്രസർക്കാരിനോട് ഉത്തരവിട്ടു.

ഈ വിധി നൂറ്റാണ്ടാഘോഷം അടുക്കുന്ന തൊഴിലാളി സംഘടനാനിയമത്തിനെത്തന്നെ ചോദ്യത്തിലേക്ക് കൊണ്ടുവന്നു. ആ വിധിയെ വിമർശിച്ച് *ദി ഹിന്ദു* പത്രത്തിൽ ഞാനൊരു ലേഖനം എഴുതി. തൊഴിലാളി സംഘടനയിൽ പുറത്തുനിന്നുമുള്ളവർക്കുള്ള വിലക്ക് പഴകിയ വാദം എന്ന് പറഞ്ഞതിനൊപ്പം, തൊഴിലാളി സംഘടനാനിയമം തന്നെ നൽകിയിട്ടുള്ള അവകാശം ജസ്റ്റിസിന് എടുത്തുകളയാൻ കഴിയില്ലെന്നും എഴുതി. ജസ്റ്റിസുമാർ തങ്ങളുടെ മുന്നിൽ വരുന്ന കേസുകളിൽ ആവശ്യമില്ലാതെ സ്വന്തം അഭിപ്രായങ്ങൾ എഴുതാതിരിക്കുന്നതായിരിക്കും നല്ലത് എന്നും എഴുതി.

ഈ വിധിക്കെതിരായി അഖിലേന്ത്യാ ഐ ഓ ബി തൊഴിലാളി സംഘടന അപ്പീൽ കൊടുത്തപ്പോൾ രണ്ട് ജസ്റ്റിസുമാരുടെ ബെഞ്ച് ആ വിധി റദ്ദാക്കി. തൊഴിലാളിസംഘടനാ നിയമത്തിലെ വകുപ്പ് 22 പുറത്തുനിന്നുമുള്ളവരെ നേതൃത്വം വഹിക്കുന്നതിൽനിന്നും വിലക്കുന്നില്ലെന്നതും ചൂണ്ടിക്കാണിച്ചു.

2017 ൽ ജൂലൈ മാസം അദ്ധ്യാപകർ തങ്ങളുടെ ആവശ്യങ്ങൾക്കായി സമരങ്ങൾ നടത്തി. വിദ്യാഭ്യാസ രംഗത്തുള്ള കോട്ടങ്ങൾ പരിഹരിച്ച് വിദ്യാർഥികൾക്ക് മികച്ച വിദ്യാഭ്യാസം നൽകാനുള്ള ഉത്തരവാദിത്വം സർക്കാരിനുണ്ട് എന്നതിൽ എനിക്ക് യാതൊരു വിയോജിപ്പുമില്ല. എന്നാൽ, വിദ്യാഭ്യാസലോകത്തിലുള്ള എല്ലാ മാലിന്യങ്ങളേയും അലക്കി വെളുപ്പിക്കേണ്ടവർ അദ്ധ്യാപകർ തന്നെയാണെന്ന് കരുതുന്നത് വലിയ തെറ്റാണ്. അതുപോലെ, അദ്ധ്യാപകസംഘടനകളിലൂടെ ആ കേടുപാടുകൾ ഇല്ലാതാക്കാൻ കഴിയില്ലെന്ന് കരുതുന്നതും തെറ്റാണ്. അദ്ധ്യാപകസംഘടനകളെ വിലക്കണോയെന്ന് ജസ്റ്റിസ് കൃപാകരൻ സർക്കാരിനോട് ചോദിച്ചത് അത്ഭുതപ്പെടുത്തുന്നതായിരുന്നു.

ജസ്റ്റിസ് ഉയർത്തിയ 20 ചോദ്യങ്ങൾക്ക് മറുപടി പറയേണ്ട ഉത്തര

വാദിത്വം സർക്കാരിന് വന്നെങ്കിലും, അദ്ദേഹത്തിന്റെ 19-ാം ചോദ്യം അദ്ധ്യാപകസംഘടനകളോട് ചോദിക്കേണ്ടതാണ്: “പൊലീസുകാരെപ്പോലെ സർക്കാർ അദ്ധ്യാപക സംഘടനകളോ അല്ലെങ്കിൽ പ്രസ്ഥാനങ്ങളോ ആരംഭിക്കുന്നത് എന്തുകൊണ്ട് വിലക്കിക്കൂടാ? കാരണം, തെറ്റ് ചെയ്യുന്ന അദ്ധ്യാപകർ തങ്ങൾക്കെതിരെ വരാവുന്ന നടപടികളെ സംഘടനകൾ വഴി തടുക്കുന്നതിനൊപ്പം വിദ്യാഭ്യാസം അടിസ്ഥാനപരമായ അവകാശം ആയതിനാലും, വിദ്യാർഥികളുടെ ഭാവിക്ക് രൂപം നൽകുന്നത് അദ്ധ്യാപകർ ആയതിനാലുമാണ് ഈ ആവശ്യം കുറിച്ചത്.”

അദ്ധ്യാപകർ വിദ്യാർഥികളുടെ ഭാവിയെ നിർമ്മിക്കുന്നുവെന്നും, സ്കൂൾ വിദ്യാഭ്യാസം ഭരണഘടന അനുസരിച്ച് അടിസ്ഥാനപരമായ അവകാശം ആണെന്നതും സത്യം തന്നെ. എന്നാൽ, സ്കൂൾ വിദ്യാഭ്യാസം മോശമാകുന്നതിനും, സ്കൂളിന്റെ നിലവാരം കുറയുന്നതിനുമുള്ള ഭൂരിഭാഗം ഉത്തരവാദിത്വവും അദ്ധ്യാപകരുടെ തലയിൽ ചുമത്തുന്നത് അബദ്ധമാണ്. അത് പ്രശ്നത്തിന് പരിഹാരമുണ്ടാക്കില്ല. കൂടാതെ, ഈ ചോദ്യത്തിനുള്ള ഉത്തരം സർക്കാരിൽനിന്നും പ്രതീക്ഷിക്കുന്നതും തെറ്റാണ്. ഒരു സർക്കാരിനും ഭരണഘടനയ്ക്ക് വിരുദ്ധമായി പ്രവർത്തിക്കാൻ സാധിക്കില്ല.

ഭരണഘടന നിലവിൽ വന്ന ദിവസം തൊട്ടുതന്നെ (26.1.1950) പല അടിസ്ഥാനപരമായ അവകാശങ്ങൾ ജനങ്ങൾക്ക് നൽകിയിരുന്നു. അവയിൽ പ്രത്യേകിച്ച് 19-ാം വകുപ്പിൽ സംഘടനാസ്വാതന്ത്ര്യവും, സമാധാനപരമായി സമ്മേളിക്കാനുള്ള അവകാശവും അഭിപ്രായസ്വാതന്ത്ര്യവും നൽകിയിട്ടുണ്ട്. പൊലീസ് ഒഴിച്ചുള്ള മറ്റു വകുപ്പുകളിലുള്ളവർക്ക് സംഘടന രൂപീകരിക്കാനുള്ള സ്വാതന്ത്ര്യം ആർക്കും നിഷേധിക്കാൻ സാധിക്കില്ല. 1923 ലെ തൊഴിലാളി സംഘടനാനിയമത്തിന്റെ കീഴിൽ എല്ലാ വകുപ്പുകൾക്കും സംഘടന ഉണ്ടാക്കാമെന്നുണ്ട്. അദ്ധ്യാപകരെ തൊഴിലാളികളായി കരുതപ്പെടില്ലെന്നതിനാൽ, അവർ തങ്ങളുടെ സംഘടനകളെ തമിഴ്നാട് സംഘടനാ നിയമത്തിന്റെ കീഴിൽ രജിസ്റ്റർ ചെയ്തു. കൂടാതെ, സർക്കാർ സ്കൂളുകളിൽ ജോലി ചെയ്യുന്ന അദ്ധ്യാപകർ സർക്കാർ അച്ചടക്ക നടപടി നിയമത്തിന്റെ കീഴിൽ വേണ്ട രീതിയിൽ രജിസ്റ്റർ ചെയ്തിട്ടുണ്ട്.

അദ്ധ്യാപക തൊഴിലിനെ അംഗീകരിക്കുന്നതിനൊപ്പം അവരുടെ അഭിപ്രായം ചോദിക്കുന്നതിനായി സംസ്ഥാനങ്ങളിലുള്ള ലെജിസ്ലേറ്റീവ് കൗൺസിലിലുള്ള അവരുടെ പ്രാതിനിധ്യവും ഭരണഘടനയിൽ നൽകിയിട്ടുണ്ട് (വകുപ്പ് 171(3)സി).

അദ്ധ്യാപകർക്കും പൊലീസ് വകുപ്പിനുമുള്ള അവകാശങ്ങൾ വെവ്വേറെയാണ്. അദ്ധ്യാപകരുടെ സംഘടനകളെ സർക്കാർ വിചാരിച്ചാലും വിലക്കാൻ സാധിക്കില്ല. വിദ്യാർഥികളുടെ വിദ്യാഭ്യാസനിലവാരം ഉയർത്തേണ്ട സാമൂഹ്യ ഉത്തരവാദിത്വത്തിൽ അദ്ധ്യാപകരും, അവരുടെ സംഘടകനകളും വലിയ പങ്കുവഹിക്കുന്നുണ്ട്.

രാഷ്ട്രീയത്തിൽ പ്രവർത്തിക്കാനുള്ള അവകാശം വോട്ടവകാശത്തിൽ അവസാനിക്കുന്നെന്ന് പലരും കരുതുന്നുണ്ട്. രാഷ്ട്രീയത്തിൽ എല്ലാ നിലകളിലും പങ്കെടുക്കാനുള്ള അവകാശം നൽകുന്നതിനൊപ്പം, അതിനെ ഭരണഘടനയിലെ അടിസ്ഥാന അവകാശമായും മാറ്റേണ്ടതുണ്ട്. അതുവരെ ഇങ്ങനെയുള്ള അവസ്ഥകൾ തുടർന്നുകൊണ്ടിരിക്കും.

നിയമസഭകളും അവകാശപ്രശ്നങ്ങളും

നമ്മുടെ ജനാധിപത്യ റിപ്പബ്ലിക്കിൽ പുതിയതായി ഉണ്ടാക്കിയ ഭരണഘടനയിൽ (79-ാം വകുപ്പനുസരിച്ച്), പാർലമെന്റിന് രണ്ട് സഭകളാണുള്ളത്. ലോക്സഭ, രാജ്യസഭ എന്നീ സഭകളിലെ അംഗങ്ങൾക്കായുള്ള അവകാശങ്ങൾ, അധികാരങ്ങൾ എന്നിവയ്ക്ക് നിയമപരിരക്ഷയുണ്ട് (105-ാം വകുപ്പനുസരിച്ച്). അതുപോലെ, സംസ്ഥാനങ്ങളിലും നിയമസഭകൾക്ക് (168-ാം വകുപ്പനുസരിച്ച്) രൂപം കൊടുത്തിരിക്കുന്നു.

തുടക്കത്തിൽ എല്ലാ സംസ്ഥാനങ്ങളിലും നിയമസഭയും നിയമനിർമ്മാണ കൗൺസിലും പ്രവർത്തിക്കുന്നുണ്ട്. എന്നാൽ, താല്പര്യമുള്ള സംസ്ഥാനങ്ങൾക്ക് 169-ാം വകുപ്പനുസരിച്ച് കൗൺസിലിനെ പിരിച്ചുവിടാനുള്ള അധികാരം കൊടുത്തിട്ടുണ്ട്. തമിഴ്നാട്ടിൽ എം ജി ആർ മുഖ്യമന്ത്രി ആയിരുന്നപ്പോൾ, 1986 ലെ നിയമമനുസരിച്ച് 1.11.1986 മുതൽ നിയമനിർമ്മാണ കൗൺസിൽ റദ്ദാക്കപ്പെട്ടു. അതിന്റെ കഥ പിന്നെ നോക്കാം. പാർലമെന്റിലെ രണ്ട് സഭകളുടെ അംഗങ്ങളെപ്പോലെ നിയമസഭാംഗങ്ങൾക്കുള്ള അധികാരങ്ങൾക്കും അവകാശങ്ങൾക്കും നിയമപരിരക്ഷ (194-ാം വകുപ്പനുസരിച്ച്) നൽകപ്പെട്ടിരിക്കുന്നു.

1952 ലെ പൊതുതിരഞ്ഞെടുപ്പിന് ശേഷം പ്രവർത്തിക്കാൻ ആരംഭിച്ച പാർലമെന്റ് സഭകളും സംസ്ഥാനങ്ങളിലെ നിയമസഭകളും തങ്ങൾക്കുള്ള അവകാശങ്ങൾ എന്തൊക്കെയാണെന്ന് നിർവ്വചിച്ചു. അതിന്റെ കാരണം, വകുപ്പ് 105 ൽ അവർക്കായുള്ള അധികാരങ്ങളും നിയമപരിരക്ഷകളും ബ്രിട്ടീഷ് പാർലമെന്റിലേത് പോലെ (വെസ്റ്റ് മിൻസ്റ്റർ) ഉണ്ടായിരിക്കും എന്ന് പറഞ്ഞതാണ്.

സ്വാതന്ത്ര്യം ലഭിച്ച്, റിപ്പബ്ലിക്ക് ആയി പ്രത്യേക ഭരണഘടന എഴുതിയശേഷവും, ബ്രിട്ടീഷ് പാർലമെന്റ് രീതികളോട് യോജിക്കുമെന്ന് പറ

യപ്പെട്ടത് അപമാനകരമാണ്. അങ്ങനെ, 29 വർഷത്തിനുശേഷം, 'വെസ്റ്റ് മിൻസ്റ്റർ' എന്ന വാക്ക് 44-ാം ഭേദഗതിയിൽ ഭരണഘടനയിൽനിന്നും നീക്കപ്പെട്ടു. ഇനിയുള്ള കാലത്തും നമ്മുടെ പാർലമെന്റുകളുടെ അധികാരങ്ങൾ, ഇളവുകൾ, സംരക്ഷണം എന്നിവ, 20.6.1979 ന് മുമ്പ് ഉണ്ടായിരുന്നതെല്ലാം തുടരുമെന്ന് അറിയിക്കപ്പെട്ടു. നമ്മുടെ ബുദ്ധികൂർമ്മത അന്നാണ് വെളിപ്പെട്ടത്. കാരണം, ആ തീയതിക്ക് മുമ്പ് ബ്രിട്ടീഷ് പാർലമെന്റിനെയായിരുന്നു നമ്മൾ പിന്തുടർന്നിരുന്നത്. നിയമഭേദഗതിക്ക് ശേഷവും അതേപോലെ തുടരുമെന്ന് അറിയിക്കപ്പെട്ടു.

പാർലമെന്റിൽ ലോക്സഭയെ തിരഞ്ഞെടുക്കപ്പെട്ട നേതാക്കളും, രാജ്യസഭയെ ഉപരാഷ്ട്രപതിയും നയിക്കും. ഇതിനുള്ള നടപടിക്രമങ്ങൾ ഭരണഘടന അനുസരിച്ച് നടക്കുമെന്നും, അവയുടെ നിയമസാധുതയെ ഒരു കോടതിക്കും വിചാരണ ചെയ്യാൻ സാധിക്കില്ലെന്നുമുണ്ട്.

ഇതുപോലെ, സംസ്ഥാനങ്ങളിലെ നിയമസഭകൾ സുപ്രീം കോടതി, ഹൈക്കോടതികളുടെ നടപടികളെപ്പറ്റി ചർച്ച ചെയ്യാൻ പാടില്ലെന്നും ഭരണഘടനയിലുണ്ട് (വകുപ്പ് 2011). നിയമസഭയുടെ നടപടികളുടെ സ്വഭാവത്തിനെപ്പറ്റി കോടതികൾ ചോദ്യം ചെയ്യാൻ പാടില്ലെന്നും, അതിന്റെ ഉത്തരവിനെ നിറവേറ്റുന്ന സ്ഥാപനങ്ങളെ കോടതിയുടെ അധികാരപരിധിയിൽ കൊണ്ടുവന്ന് വിചാരണ ചെയ്യാൻ സാധിക്കില്ലെന്നും പറയുന്നുണ്ട് (വകുപ്പ് 212).

എന്നാൽ, സഭാംഗങ്ങളുടെ അവകാശങ്ങൾ നിർവചിക്കപ്പെടാത്തതിനാൽ, ഓരോ തവണയും അവകാശപ്രശ്നങ്ങൾ ചർച്ച ചെയ്ത് സഭയുടെ തലവന്മാർ തോന്നിയപോലെ തീരുമാനമെടുക്കുന്നതും, അതു കാരണം ബാധിക്കപ്പെട്ടവർ കോടതികളെ സമീപിക്കുന്നതും തുടർന്നുകൊണ്ടിരുന്നു. 1960 കളിൽ അഴഗിരിസ്വാമിയെ ജസ്റ്റിസായി നിയമിക്കാൻ തുനിഞ്ഞപ്പോൾ, അതിനെ എതിർത്ത് ചെന്നൈ ബാർ അസോസിയേഷൻ വിമർശന നടപടികൾ എടുത്തു. അപ്പോൾ, ബാരിസ്റ്റർ രാമചന്ദ്രൻ കേസ് കൊടുത്തു. ഇതിനെ എതിത്ത് സംസാരിച്ച നിയമസഭാംഗങ്ങൾക്കെതിരെ കോടതിയലക്ഷ്യ നടപടിയെടുക്കാൻ അപേക്ഷിച്ചു. അതിന്റെ ഫലമായി ബാരിസ്റ്റർ രാമചന്ദ്രനെതിരെയും അദ്ദേഹത്തിന് പിന്തുണയുമായി കേസിൽ വക്കാലത്തെടുത്ത ഏതാണ്ട് 200 വക്കീലന്മാർക്കെതിരെയും അറസ്റ്റ് വാറന്റ് പുറപ്പെടുവിക്കാൻ നിയമസഭ ശ്രമിച്ചു. അന്നത്തെ മുഖ്യമന്ത്രി കാമരാജർ ഈ രണ്ട് സർക്കാർ സ്ഥാപനങ്ങളും തമ്മിലടിക്കുന്നത് ഒഴിവാക്കാനായി നിയമസഭ പരിപാടികൾ നിർത്തലാക്കി പ്രശ്നം താൽക്കാലികമായി അവസാനിപ്പിച്ചു. ഇതെല്ലാം നമ്മൾ കണ്ടുകഴിഞ്ഞതാണ്.

1967 ൽ നടന്ന പൊതുതിരഞ്ഞെടുപ്പിൽ, മാർക്സിസ്റ്റ്-കമ്യൂണിസ്റ്റ് പാർട്ടി ഡി എം കെയുമായി ചേർന്ന് കോൺഗ്രസ്സിനെതിരായി മത്സരിച്ചു. ആ തിരഞ്ഞെടുപ്പിൽ പാർട്ടിയിൽനിന്നും 11 അംഗങ്ങൾ നിയമസഭയിലേക്ക് തിരഞ്ഞെടുക്കപ്പെട്ടു. 1971-1980 കാലത്ത് നടന്ന തിരഞ്ഞെ

ടുപ്പുകളിൽ ആ പാർട്ടിക്ക് അംഗങ്ങൾ ഉണ്ടായിരുന്നില്ല. മാർക്സിസ്റ്റ്-കമ്യൂണിസ്റ്റ് പാർട്ടിയുടെ ഓഫീസ്, പഴയ ഹോസ്റ്റൽ മുറിയിലായിരുന്നു പ്രവർത്തിച്ചിരുന്നത്. ആ സമയത്ത് വിദ്യാർഥികളുടെ പ്രശ്നങ്ങളെപ്പറ്റി നിയമസഭയിൽ ശ്രദ്ധ ചെലുത്താനുള്ള തീരുമാനമെടുക്കുന്നതിനായി ഞാൻ ഇടയ്ക്കിടെ ഓഫീസിൽ പോകുമായിരുന്നു. വക്കീൽ ആയതിനുശേഷം പല അംഗങ്ങൾക്കും തൊഴിലാളികൾ, പൊലീസ് വകുപ്പ്, ജയിൽ, നിയമപ്രശ്നങ്ങളെപ്പറ്റിയുള്ള ചർച്ചകളിൽ പങ്കെടുക്കാനായി കുറിപ്പുകൾ എഴുതിക്കൊടുക്കാറുമുണ്ടായിരുന്നു.

1983 ഫെബ്രുവരിയിൽ നിയമസഭയിലെ ചർച്ചകളിൽ പങ്കെടുത്ത അന്നത്തെ മുഖ്യമന്ത്രി എം ജി ആർ പെട്ടെന്ന് ജസ്റ്റിസുമാരെ വിമർശിക്കുന്ന രീതിയിൽ സംസാരിച്ചു. "കോടതിക്ക്, രണ്ടാനമ്മയുടെ ചിന്തയാണെന്ന് പറയുന്നു. ഞാൻ മുഖ്യമന്ത്രി എന്ന നിലയിൽ നിന്നുകൊണ്ട് പറയുന്നു, രണ്ടാനമ്മയെപ്പോലെ, വാസ്തവം അന്വേഷിക്കാതെ, സർക്കാരിന് അറിയിപ്പ് നൽകാതെ, വിധി പ്രസ്താവിക്കുന്ന അവസ്ഥ ഈ നാട്ടിലുണ്ട്. എന്താണ് അവസ്ഥ എന്നത് അറിയാൻ പോലും അവസരം തരാതെ വിധി വരുന്നു. എന്തെടുത്താലും വിലക്ക്. നിയമത്തിന് ന്യായമുണ്ടോ ഇല്ലയോ, ഇതെല്ലാം നടന്നുകൊണ്ടിരിക്കുകയാണ്. ഞങ്ങൾ ഭരണത്തിൽ വന്നതിനുശേഷമാണ് ഓരോ ജസ്റ്റിസുമാരുടേയും വീട്ടിലും പൊലീസ് കാവൽ ഏർപ്പെടുത്തിയത്. ഇതിന് മുമ്പ് കാവൽ ഉണ്ടായിരുന്നില്ല. ആർക്കൊക്കെയോ ശിക്ഷ വിധിക്കുന്നുണ്ടല്ലോ? ആരെങ്കിലും എന്തെങ്കിലും ചെയ്താൽ നിങ്ങൾക്ക് എന്ത് സുരക്ഷയാണുള്ളത്? ഇത്തരം ചോദ്യങ്ങളുയർന്നതിനുശേഷമാണ് ഞാൻ കാവലിന് ഏർപ്പാട് ചെയ്തത്."

പത്രങ്ങൾ ഈ വാർത്ത കൊടുത്തപ്പോൾ വലിയ കോലാഹലങ്ങളുണ്ടായി. നിയമനിർമ്മാണസഭാംഗമായിരുന്ന ഏർക്കാട് വീരസ്വാമി ഹൈക്കോടതിയിൽ മുഖ്യമന്ത്രിക്കെതിരെ കേസ് കൊടുത്തു. ആ റിട്ട് ഹർജി വിചാരണ ചെയ്ത ജസ്റ്റിസ് സത്യദേവ് ആദ്യഘട്ട വിചാരണയ്ക്കെടുത്ത് മുഖ്യമന്ത്രിക്ക് നോട്ടീസ് അയയ്ക്കാൻ ഉത്തരവിട്ടു. നിയമസഭയിൽ മുഖ്യമന്ത്രി സംസാരിച്ചതിനെപ്പറ്റി കോടതികൾ അന്വേഷിക്കാൻ പാടില്ലെന്ന് നിയമമുണ്ടെങ്കിലും, കേസ് വിചാരണയ്ക്കെടുക്കാൻ പാടില്ലെന്ന് അറിഞ്ഞിട്ടും, കോടതി നോട്ടീസ് അയച്ചതിനാൽ അത് കൈപ്പറ്റേണ്ടെന്ന് നിയമസഭ സ്പീക്കർ കെ രാജാറാം മുഖ്യമന്ത്രിയെ ഉപദേശിച്ചു. മുഖ്യമന്ത്രി പറഞ്ഞതിനെ വിമർശിച്ച് ചെന്നൈ ഹൈക്കോടതി വക്കീൽ സംഘടനയിൽ വലിയ തർക്കങ്ങൾ നടന്നു.

എഡിറ്ററും *വികടൻ* ഗ്രൂപ്പിന്റെ തലവനുമായിരുന്ന എസ് ബാലസുബ്രഹ്മണ്യൻ സത്യസന്ധതയ്ക്കും കാർക്കശ്യത്തിനും പേരുകേട്ടയാളായിരുന്നു. തന്റെ അവസാന ദിവസങ്ങൾ വരെ അഭിപ്രായസ്വാതന്ത്ര്യത്തിനായി പോരാടിയയാൾ. അദ്ദേഹത്തിന്റെ ഓഫീസിൽ രണ്ട് അഞ്ഞൂറ് രൂപാ നോട്ടുകൾ ചില്ലിട്ട് വച്ചിട്ടുണ്ടാകും. 'ആകാശചുംബിയായ

അധികാരം' തനിക്കുള്ളതായി പറഞ്ഞ അന്നത്തെ നിയമസഭ സ്പീക്കർ പി എച്ച് പാണ്ഡ്യന്റെ അതിക്രമത്തിന് പൂർണ്ണവിരാമം ഇടുന്നതിന്റെ പ്രമാണമായിരുന്നു അത്.

കവർ ചിത്രത്തിൽ ഒരു കാർട്ടൂൺ കൊടുത്തതിന്റെ പേരിൽ *ആനന്ദ വികട*നെതിരെ യാതൊരു കാരണവുമില്ലാതെ ഒച്ചയുണ്ടാക്കിയതിനെയും, സഭയിലേക്ക് വരുത്തിച്ച് ജയിൽ ശിക്ഷ കൊടുത്തതിനേയും എതിർത്ത് ഹൈക്കോടതിയിൽ കേസ് കൊടുത്ത്, വാദിച്ച് ജയിച്ചയാളാണ് ബാല സുബ്രഹ്മണ്യൻ. കേസ് വിചാരണ ചെയ്ത മൂന്ന് ജസ്റ്റിസുമാരുടെ ബെഞ്ചാകട്ടെ, നിയമസഭ സ്പീക്കറുടെ ആക്രോശത്തോടെയുള്ള ശിക്ഷ റദ്ദ് ചെയ്ത് ആയിരം രൂപ പിഴയും വിധിച്ചു.

അങ്ങനെ പിഴ ചുമത്തിയ രണ്ട് അഞ്ഞൂറ് രൂപാ നോട്ടുകൾ ചില്ലിട്ട് വയ്ക്കപ്പെട്ടു. ഭാവിയിൽ അഭിപ്രായസ്വാതന്ത്ര്യത്തെ പിടിച്ചെടുക്കാൻ ശ്രമിക്കുന്നവർക്ക് അത് താക്കീതായിരിക്കട്ടെ എന്ന് അദ്ദേഹം ചിരിച്ചുകൊണ്ട് പറഞ്ഞത് ഓർമ്മയിൽ വരുന്നു.

വിരമിച്ച ശേഷം ഞാൻ *ആനന്ദ വികടൻ* ആഴ്ചപ്പതിപ്പിൽ വായനക്കാരുടെ ചോദ്യങ്ങൾക്ക് മറുപടി കൊടുക്കുമായിരുന്നു. അതിൽ തിരുവാരൂർ കലൈയരശൻ എന്നയാൾ ഒരു ചോദ്യം ചോദിച്ചു. അയാളുടെ ചോദ്യവും എന്റെ മറുപടിയും ഇങ്ങനെയായിരുന്നു:

"ജസ്റ്റിസിന് എന്തിനാണ് വാനോളമുള്ള അധികാരം, അളവിനും അധികമായ ഇളവുകൾ? അവർ എല്ലാത്തിനും അതീതരാണോ?"

"തനിക്ക് ആകാശം മുട്ടെ അധികാരമുണ്ടെന്ന് പറഞ്ഞ മുൻ സ്പീക്കർ ചരിത്രത്താളുകളിൽനിന്നും അപ്രത്യക്ഷനായി. ജനാധിപത്യത്തിൽ ആർക്കും വാനോളം അധികാരം ഇല്ല. നിയമത്തിന്റെ മുന്നിൽ എല്ലാവരും തുല്യരാണെന്നത് ഭരണഘടനയുടെ അടിസ്ഥാനമാണ്. അത് കോടതികൾക്കും ബാധകമാണ്. കോടതികളും തങ്ങളുടെ വിധികളെയും നടപടികളേയും നിയമത്തിന്റെ അതിർത്തിക്കുള്ളിലേ കൊണ്ടുപോകാൻ പാടുള്ളൂ."

സഭാനടപടികളെ നിയന്ത്രിക്കുന്നതും, പ്രശ്നങ്ങൾക്ക് പരിഹാരമുണ്ടാക്കുന്നതും സ്പീക്കറുടെ കടമയാണ്. എന്നാൽ, സഭാംഗത്തിനെ അയോഗ്യനാക്കാനുള്ള അധികാരം സ്പീക്കർക്ക് നൽകിയിരുന്നില്ല. ആ അധികാരം കൊടുക്കുന്നതിനും പിന്നീട് ഭരണഘടന നിയമം തിരുത്തപ്പെട്ടതിനും ഒരു ചരിത്രമുണ്ട്. 1960 കൾക്കു ശേഷം കോൺഗ്രസ്സ് പാർട്ടിയുടെ ഏകാധിപത്യ ഭരണത്തിൽ തളർച്ച കാണാൻ തുടങ്ങിയപ്പോൾ, പല സംസ്ഥാനങ്ങളിലും ആ പാർട്ടിയിൽ അസ്വാരസ്യങ്ങൾ ഉണ്ടായി. ഈ അവസ്ഥയാകട്ടെ, തിരഞ്ഞെടുക്കപ്പെട്ട പാർലമെന്റ്, നിയമസഭ അംഗങ്ങൾ ഇടയ്ക്കിടെ പാർട്ടി മാറുന്നതിലേക്കെത്തിച്ചു. ഇതിനെയാണ് വടക്കൻ സംസ്ഥാനങ്ങൾ 'ആയാറാം ഗയാറാം' എന്ന് പറയുന്നത്. ഇതിനെ തടുക്കുന്നതിനായി ഭരണഘടനയിലെ പാർട്ടി മാറുന്നത് വിലക്കുന്ന നിയമം 52-ാം തിരുത്തൽ വഴി സൃഷ്ടിക്കപ്പെട്ടു (1.3.1985). അങ്ങനെ

പാർട്ടി മാറുന്ന അംഗങ്ങളെ അയോഗ്യരാക്കാനുള്ള അധികാരം സ്പീക്കർമാർക്ക് (10-ാം ഷെഡ്യൂളിൽ) നൽകി. ഇന്നുവരെ ആ അധികാരം ഒരു മാറ്റവും ഉണ്ടാക്കിയിട്ടില്ല. മറിച്ച്, കഴിഞ്ഞ 2014 മുതൽ പാർലമെന്റിൽ ഭൂരിപക്ഷം നേടിയ ബി ജെ പി തങ്ങളുടെ സ്വാധീനം വർദ്ധിപ്പിക്കാനായി സംസ്ഥാനങ്ങളിൽ തീവ്രമായ പാർട്ടിമാറ്റം ഉണ്ടാക്കുന്നത് കൂടിവന്നു.

തിരഞ്ഞെടുക്കപ്പെട്ട നിയമസഭാംഗത്തിനെ അയോഗ്യനാക്കാൻ സാധിക്കുമോയെന്ന ചോദ്യം ഉയർന്നു. ഭരണഘടന (വകുപ്പ് 191 ൽ) നിയമസഭാംഗങ്ങൾക്കായുള്ള യോഗ്യത നിശ്ചയിച്ചിട്ടുണ്ട്. അതിൽ, (191(1)ഡി) വകുപ്പനുസരിച്ച് 'ഇന്ത്യൻ പൗരത്വം ഉണ്ടായിട്ടും മറ്റൊരു നാടിന് കടപ്പെട്ടിരിക്കുകയോ അല്ലെങ്കിൽ വിശ്വാസം കൊണ്ടിരിക്കുകയോ ചെയ്യുകയാണെങ്കിൽ അയാൾക്ക് ഇന്ത്യൻ നിയമസഭ അല്ലെങ്കിൽ പാർലമെന്റിൽ അംഗമായിരിക്കാൻ സാധിക്കില്ല' എന്ന് ഭരണഘടനയിൽ പറയുന്നുണ്ട്.

1984 ലെ നിയമസഭ തിരഞ്ഞെടുപ്പിൽ കോൺഗ്രസ്സിലെ ഹാജാ ഷറീഫ് തിരുവല്ലിക്കേനി മണ്ഡലത്തിൽനിന്നും തിരഞ്ഞെടുക്കപ്പെട്ടു. അദ്ദേഹം തുർക്കിയിൽ വ്യാപാര അംബാസഡർ ആയതിനാൽ ആ നാട്ടിലെ ദേശീയ പതാകയുമായി കാറിൽ വലം വച്ചുകൊണ്ടിരുന്നു. അദ്ദേഹത്തിനെ അയോഗ്യനാക്കണമെന്ന് തീരുമാനിക്കപ്പെട്ടു. ഇങ്ങനെ അയോഗ്യനാക്കാനുള്ള അധികാരം വകുപ്പ് 192 ന്റെ കീഴിൽ സംസ്ഥാന ഗവർണർക്കാണ് നൽകപ്പെട്ടിട്ടുള്ളത്.

അദ്ദേഹത്തിനെ അംഗത്വത്തിൽനിന്നും അയോഗ്യനാക്കാൻ മാർക്സിസ്റ്റ് നിയമസഭാംഗം ആർ. ഉമാനാഥനും മറ്റു ചില അംഗങ്ങളും ഗവർണർക്ക് ഹർജി കൊടുത്തു. ഗവർണർ അത് പരിശോധിച്ച് തിരഞ്ഞെടുപ്പ് കമ്മിഷണർക്ക് അയച്ചു. വ്യാപാര അംബാസഡർ ആയതിനാൽ നിയമസഭാംഗം ഹാജാ ഷെറീഫിന് പദവി കഴിയില്ലെന്ന അഭിപ്രായം അറിയിച്ചതിന്റെ പേരിൽ അദ്ദേഹത്തിന്റെ അംഗത്വം ഗവർണറുടെ ഉത്തരവ് പ്രകാരം നീക്കം ചെയ്യപ്പെട്ടു.

ഹാജാ ഷെറീഫ് അതിനെ എതിർത്ത് കൊടുത്ത കേസ് 26.11.1981 ന് വിചാരണയ്ക്കെത്തി. ഗവർണറുടെ ഉത്തരവിന് വിലക്കേർപ്പെടുത്താൻ പാടില്ലെന്നും, പദവിക്കാലത്ത് നിയമസഭയിൽ പങ്കെടുക്കാൻ അനുവദിച്ചാലും അദ്ദേഹത്തിന് വോട്ടവകാശം നൽകാൻ പാടില്ലെന്നും ഞാൻ വാദിച്ചു.

എന്നാൽ, സിംഗിൾ ബെഞ്ച് ഇടക്കാല ഉത്തരവ് നൽകിയപ്പോൾ കേസ് വിചാരണയുടെ സമയത്ത് അദ്ദേഹത്തിന് അലവൻസുകൾ കൊടുക്കാൻ പാടില്ലെന്നും വിധിയായി. പിന്നീട് മൂന്ന് ജസ്റ്റിസുമാരുടെ ബഞ്ചിന് അത് വിചാരണയ്ക്കയച്ചു. ഹാജാ ഷെറീഫിന്റെ അഞ്ച് വർഷത്തെ പദവിക്കാലം അവസാനിക്കാൻ ഏതാനും മാസങ്ങൾക്ക് മുമ്പാണ്, മൂന്ന് ജസ്റ്റിസുമാരുടെ മുന്നിൽ കേസ് അന്തിമ വിചാരണയ്ക്കെത്തിയത്. തുർക്കിയും ഇന്ത്യയും സൗഹൃദരാജ്യങ്ങളാണെന്നും, തമ്മിൽ യുദ്ധങ്ങളൊന്നും

നടന്നിട്ടില്ലാത്തപ്പോൾ തുർക്കിയോട് കടപ്പാട് അല്ലെങ്കിൽ വിശ്വാസം എന്ന പറച്ചിലിന് തന്നെ ഇടമില്ലെന്ന് അദ്ദേഹത്തിനായി കെ കെ വേണു ഗോപാൽ (ഇന്നത്തെ അറ്റോർണി ജനറൽ) വാദിച്ചു.

യുദ്ധം എന്നാൽ, രണ്ട് രാജ്യങ്ങളുടേയും സൈന്യങ്ങൾ തമ്മിൽ ഏറ്റുമുട്ടുന്നത് മാത്രമല്ല, രാഷ്ട്രീയത്തിന്റെ തന്ത്രങ്ങളുടെ തുടർച്ചയാണെന്ന് ലെനിൻ *യുദ്ധവും സമാധാനവും* എന്ന പുസ്തകത്തിൽ പറഞ്ഞത് ചൂണ്ടിക്കാണിച്ച് ഞാൻ മാർക്സിസ്റ്റ് നിയമസഭാംഗം ഉമാനാഥിന് വേണ്ടി വാദിച്ചു. ഞങ്ങളുടെ വാദം അംഗീകരിച്ച ജസ്റ്റിസുമാർ, വേറൊരു രാജ്യത്തിന്റെ വ്യാപാര അബൊാസഡർ സഭാംഗമായിരുന്നാൽ സഭയിൽ എടുക്കുന്ന വ്യാപാര തീരുമാനങ്ങൾ ആ നാടിന് മുൻകൂട്ടി അറിയാൻ സാധിക്കുമെന്നതിൽ അപകടമുണ്ടെന്നും പറഞ്ഞ് ഗവർണറുടെ ഉത്തരവിൽ ഇടപെടാൻ വിസമ്മതിച്ചു.

ഗവർണറുടെ നിയമന അധികാരം ഉപയോഗപ്പെടുത്തി എം ജി ആർ 1986 ൽ ശാന്തി എന്ന 'വെള്ളവസ്ത്രക്കാരി' നിർമ്മലയെ നിയമസഭയിൽ അംഗമായി നിയമിച്ചു. അവർ 1981 ൽത്തന്നെ താൻ വാങ്ങിയ കടം തിരിച്ചുകൊടുക്കാൻ കഴിയാതെ, കോടതിയിൽ 'പാപ്പർ' ആണെന്ന് അറിയിച്ചിരുന്നു. ഇതറിഞ്ഞ ഗോപാലൻ എന്ന സാമൂഹ്യപ്രവർത്തകൻ നിർമ്മലയെ അയോഗ്യയാക്കണമെന്ന് പറഞ്ഞ് ഹൈക്കോടതിയിൽ കേസ് കൊടുത്തു. ഭരണഘടനയിലെ വകുപ്പ് 191 (1)സി പ്രകാരം പാപ്പരായവർക്ക് നിയമസഭാംഗമായിരിക്കാൻ സാധിക്കില്ല.

ഈ വാർത്ത അറിഞ്ഞയുടൻ താൻ വാങ്ങിയ കടം തിരിച്ചുകൊടുത്താൽ അയോഗ്യയാക്കുന്നതിൽ നിന്നും രക്ഷപ്പെടാം എന്ന വിചാരത്തിൽ നിർമ്മല കടം ഹൈക്കോടതിയിൽ കൊടുത്തു. എങ്കിലും പാപ്പർ എന്ന അറിയിപ്പ് ഹൈക്കോടതി നീക്കം ചെയ്യുന്നതുവരെ അവരുടെ അയോഗ്യത തുടരും. അതുകൊണ്ട്, നിർമ്മലയ്ക്ക് സഭയിൽ പ്രവേശിക്കാൻ സാധിച്ചില്ല. ഇതുകൊണ്ടാണ് ആ വർഷം നവംബർ മാസം തന്നെ തമിഴ്നാട്ടിൽ നിയമനിർമ്മാണസഭ ആവശ്യമില്ലെന്ന് പറഞ്ഞ് പിരിച്ചുവിട്ടതെന്ന് പലരും പറയുന്നുണ്ട്.

ഇതിന് ശേഷം നടന്ന ഒരു യഥാർഥ കഥയുമുണ്ട്. നിർമ്മല തന്റെ പഴയ കടം തിരിച്ചുകൊടുക്കാനായി എ ഡി എം കെ 4,65,000 രൂപ കടം വാങ്ങിയ കണക്ക് കാണിച്ചു. എന്നാൽ, വരുമാനനികുതി നിയമത്തിൽ, 10000 രൂപയ്ക്ക് മുകളിൽ കടം വാങ്ങിയാൽ അത് ക്രോസ്സ് ചെയ്ത ചെക്ക് വഴിയേ വാങ്ങാൻ സാധിക്കുകയുള്ളൂ. അതുകൊണ്ട്, നിർമ്മലയ്ക്കെതിരെ അഡീഷണൽ ജുഡീഷ്യൽ മജിസ്ട്രേട്ട് കോടതിയിൽ വരുമാനനികുതി വകുപ്പ് കേസ് കൊടുത്തു. ആ കേസിൽ നിർമ്മലയ്ക്ക് രണ്ട് വർഷത്തെ ജയിൽ ശിക്ഷയും, പിഴയായി 4,65,000 രൂപയും വിധിക്കപ്പെട്ടു. അതിനെ എതിർത്ത് നിർമ്മല കൊടുത്ത അപ്പീൽ ജില്ലാ സെഷൻസ് കോടതി തള്ളിക്കളഞ്ഞു. ഹൈക്കോടതിയിൽ അവർ കൊടുത്ത റിവ്യൂ ഹർജിയിൽ ജയിൽ ശിക്ഷ റദ്ദ് ചെയ്യപ്പെട്ട്, പിഴത്തുക

മാത്രം അടയ്ക്കാൻ ഉത്തരവായി.

സഭാനടപടികളെ നിയന്ത്രിക്കാനുള്ള അധികാരം സ്പീക്കർക്കാണെങ്കിലും, സഭയ്ക്കപ്പുറം നടക്കുന്ന പ്രശ്നങ്ങളിലും അതോടൊന്നിച്ചുള്ള വാർത്തകൾക്കും എതിരായി അധികാര കടന്നുകയറ്റം എന്നു പറഞ്ഞ് നടപടി എടുക്കാമോയെന്ന ചോദ്യവും ഉയർന്നു. അധികാരക്കടന്നുകയറ്റം എന്നാൽ എന്താണെന്ന് നിർവ്വചിക്കാത്തതിന്റെ ഫലമാണത്.

നിയമസഭാംഗങ്ങളുടെ ഹോസ്റ്റൽ വളപ്പിൽ നടക്കുന്ന നിയമവിരുദ്ധമായ പ്രവർത്തികൾ, അതുമായുള്ള പൊലീസ് നടപടികൾ എന്നിവയെപ്പറ്റി *കുമുദം റിപ്പോർട്ട്* വാരിക റോബിൻ മെയിൻ എന്നയാളുമായി അഭിമുഖം നടത്തി പ്രസിദ്ധീകരിച്ചിരുന്നു. ഇതിന്റെ പേരിൽ അദ്ദേഹത്തിനെതിരെ അവകാശലംഘനം ആരോപിക്കപ്പെട്ടു. *കുമുദം റിപ്പോർട്ടറി*ന്റെ എഡിറ്റർ, പബ്ലിഷർ എന്നിവരോട് സഭയുടെ അവകാശ കമ്മിറ്റിയുടെ (Assembly Privilege Committee) മുന്നിൽ ഹാജരാകാൻ സ്പീക്കർ ഉത്തരവിട്ടു. അതിനെ എതിർത്ത് *കുമുദം* ഗ്രൂപ്പിനായി ഞാൻ ഹാജരായി സ്പീക്കറുടെ ഉത്തരവ് റദ്ദ് ചെയ്ത് വിധി മേടിച്ചു.

നക്കീരൻ പത്രത്തിൽ ഒരു വാർത്ത വന്നു. അതിൽ അന്നത്തെ മുഖ്യമന്ത്രി ജയലളിതയെപ്പറ്റി അപഖ്യാതിയുണ്ടാക്കുന്ന വിവരം ഉണ്ടായിരുന്നതിനാൽ അസ്സംബ്ലി അംഗത്തിന്റെ അവകാശം ലംഘിക്കുന്നതാണെന്ന് സി കെ തമിഴരശൻ സ്പീക്കർക്ക് പരാതി നൽകി. ആ പരാതി അവകാശ കമ്മിറ്റിയുടെ തീരുമാനത്തിന് അയയ്ക്കപ്പെട്ടു. *നക്കീരൻ* എഡിറ്റർ ഗോപാൽ, സബ്ബ് എഡിറ്റർ കാമരാജ് എന്നിവർ നേരിൽ ഹാജരായി വിശദീകരണം നൽകണമെന്ന് കമ്മിറ്റി നോട്ടീസ് അയച്ചു.

അവകാശ കമ്മിറ്റിയുടെ മുൻ വക്കീലിന്റെ സഹായത്തോടെ ഹാജരാകാൻ തയ്യാറാണെന്ന ഗോപാലിന്റെ ആവശ്യം നിരാകരിക്കപ്പെട്ടു. അതിനെ എതിർത്ത് ഗോപാലിന്റെ വക്കീൽ എഡ്വിക്ക് കൊടുത്ത രണ്ട് കേസുകൾ എന്റെ മുന്നിൽ വിചാരണയ്ക്കെത്തി. നിയമസഭാ അവകാശക്കമ്മിറ്റിയുടെ നടപടിയെപ്പറ്റി കോടതിക്ക് ചോദ്യംചോദിക്കാൻ പറ്റില്ലെന്നും, അവകാശലംഘന പ്രശ്നങ്ങളിൽ ഹാജരാകുന്ന കുറ്റാരോപിതർക്ക് വക്കീലിനെ വയ്ക്കാൻ അനുമതിയില്ലെന്നും നിയമസഭാ സെക്രട്ടറിക്കു വേണ്ടി ഹാജരായ അഡീഷണൽ അഡ്വക്കേറ്റ് ജനറൽ വാദിച്ചു. അത് പരിശോധിച്ച്, പൗരന്റെ സ്വാതന്ത്ര്യം അവകാശ കമ്മിറ്റിയുടെ അവസാന തീരുമാനത്തിനാൽ നിഷേധിക്കപ്പെടാനുള്ള സാധ്യതയുണ്ടെങ്കിലും അയാൾക്ക് തന്റെ സുരക്ഷയ്ക്കായി വക്കീലിനെ വച്ച് വാദിക്കാനുള്ള അവകാശമുണ്ടെന്ന് ഞാൻ വിധിച്ചു.

പാർലമെന്റിന്റേയും നിയമസഭയുടേയും അവകാശങ്ങൾ, സുരക്ഷകൾ എന്നിവയെപ്പറ്റി നിയമങ്ങൾ വിശദമായി നിർവചിക്കാത്തിടത്തോളം ഇങ്ങനെയുള്ള പ്രശ്നങ്ങൾ ഉണ്ടായിക്കൊണ്ടിരിക്കും. കോടതി വിധികളും താൽക്കാലികവും അന്നത്തെ പ്രശ്നം പരിഹരിക്കുന്നതിനും

മാത്രമേ പ്രയോജനപ്പെടുകയുള്ളൂ. എങ്ങനെയായാലും, ചരിത്രത്തിന്റെ പ്രേരണയിൽ ഇന്ന് ഒരു സഭാ സ്പീക്കറും തനിക്ക് ആകാശം മുട്ടെ അധികാരം ഉണ്ടെന്ന് പറയാറില്ല. എന്നാൽ, 'ആയാറാം ഗയാറാം' എന്ന് പാർട്ടി മാറുന്നവരെ തടുക്കുന്നതിനായി പാർട്ടി കൂറുമാറ്റനിയമം നിലവിലുണ്ടെങ്കിലും, കൂറുമാറ്റത്തിന്റെ അയോഗ്യതപ്പെടുത്തലുകൾ കൂവത്തൂർ റിസോർട്ടുകളിൽ തീരുമാനിക്കപ്പെടുകയാണ്. കോടതികളും വേഗത്തിൽ നീതി നടപ്പാക്കാതെ, മൈനോരിറ്റി സർക്കാരുകളുടെ പദവിക്കാലം നീട്ടിക്കൊടുക്കുന്നതും നീതിനിർവ്വഹണത്തിനെ ചുരുക്കിക്കെട്ടുന്നുണ്ട്.

ഞാനും ജസ്റ്റിസായി

അഖിൽ ഖുറേഷി, ഈ പേര് കേട്ടതായി ഓർക്കുന്നുണ്ടോ? അദ്ദേഹമാണ് ത്രിപുര ഹൈക്കോടതിയുടെ ചീഫ് ജസ്റ്റിസ്. ഇന്ത്യയിലെ ഹൈക്കോടതി ചീഫ് ജസ്റ്റിസുമാരിൽ സീനിയോരിറ്റിയിൽ രണ്ടാം സ്ഥാനത്തുള്ളയാൾ. അടുത്തിടെ സുപ്രീം കോടതിയിൽ ജസ്റ്റിസുമാരായി ഒമ്പത് പേരെ നിയമിച്ചപ്പോൾ, അദ്ദേഹത്തിനേക്കാൾ പ്രായം കുറഞ്ഞവരും, ജസ്റ്റിസ് ആയി പ്രവർത്തിപരിചയം ഇല്ലാത്തവരുമായിരുന്നു അവർ. ഖുറേഷിയെ സുപ്രീം കോടതി ജസ്റ്റിസായി നിയമിക്കാത്തത് എന്തുകൊണ്ടാണെന്ന് മാധ്യമങ്ങൾ ചോദിച്ചു, അതിനുള്ള മറുപടിയും അവർ പുറത്തുവിട്ടു.

ഖുറേഷി ഗുജറാത്ത് ഹൈക്കോടതിയിൽ ജസ്റ്റിസായിരുന്നു. ഹൈക്കോടതിയിലെ ചീഫ് ജസ്റ്റിസുമാർ മറ്റ് സംസ്ഥാനങ്ങളിൽ നിന്നുമായിരിക്കണം എന്ന തീരുമാനം കേന്ദ്രസർക്കാർ എടുത്തതിനുശേഷം, ഇതിൽ താമസമുണ്ടാകുകയാണെങ്കിൽ അതേ സംസ്ഥാനത്തിലെ മുതിർന്ന ജസ്റ്റിസിനെ ചീഫ് ജസ്റ്റിസ് ആക്കുന്നതാണ് പതിവ്. ഗുജറാത്തിൽ നടന്നത് മറ്റൊന്നായിരുന്നു, അവിടത്തെ ചീഫ് ജസ്റ്റിസ് ഡൽഹിയിൽ പദവിയേറ്റ് പുറപ്പെടാനൊരുങ്ങുമ്പോൾ, അഖിൽ ഖുറേഷിയെ ബോംബെ ഹൈക്കോടതിയിലേക്ക് മാറ്റി, അടുത്ത സീനിയർ ജസ്റ്റിസിനെ താൽക്കാലിക ചീഫ് ജസ്റ്റിസ് ആയി പ്രഖ്യാപിച്ചു. അതായത്, ഒരു നിമിഷംപോലും ഖുറേഷിക്ക് ഒരു പദവിക്കയറ്റവും കൊടുക്കരുതെന്ന് കേന്ദ്രസർക്കാർ തീരുമാനിച്ചതുപോലെ. ഖുറേഷി ഗുജറാത്ത് ജസ്റ്റിസ് ആയിരുന്നപ്പോൾ, ഒരു ക്രിമിനൽ കേസിൽ ഇന്നത്തെ ആഭ്യന്തരമന്ത്രി അമിത് ഷായെ ജാമ്യത്തിൽ വിടാൻ വിസമ്മതിച്ച്, ജയിലിലാക്കാൻ വിധിച്ചിരുന്നു.

ബോംബെയിലുള്ള അഖിൽ ഖുറേഷിയെ മധ്യപ്രദേശ് ഹൈക്കോടതിയിൽ ചീഫ് ജസ്റ്റിസായി നിയമിക്കാൻ സുപ്രീം കോടതി കൊളീജിയം നിർദ്ദേശിച്ചു. അതനുസരിക്കാത്ത കേന്ദ്രസർക്കാർ ആ നിർദ്ദേശം നീക്കി വച്ചു. സുപ്രീം കോടതി ജസ്റ്റിസായ റോഹിൻടൺ നരിമാൻ കൊളീജിയത്തിൽ അംഗമായിരുന്നു. കേന്ദ്രസർക്കാരിന്റെ പ്രതികാര നടപടിക്ക് അവസാനമുണ്ടാക്കാൻ വേണ്ടി അദ്ദേഹം, ഖുറേഷിയുടെ പദവിക്കയറ്റം തീരുമാനമാക്കാതെ വേറൊരു പേരും നിർദ്ദേശിക്കില്ലെന്ന് അറിയിച്ചു. ഈ ഏടാകൂടം പരിഹരിക്കാനായി പല ആലോചനകളും നടത്തി. വേറെ ആലോചനകൾ വന്നു. അതനുസരിച്ച് വലിയ സംസ്ഥാനമായ മധ്യപ്രദേശിലെ ഹൈക്കോടതിയുടെ ചീഫ് ജസ്റ്റിസ് ആയി ഖുറേഷിയെ നിയമിക്കാൻ വിസമ്മതിച്ച കേന്ദ്രസർക്കാർ, ചെറിയ സംസ്ഥാനമായ ത്രിപുരയിലെ ഹൈക്കോടതിയുടെ ചീഫ് ജസ്റ്റിസായി പ്രഖ്യാപിച്ചു. അത് സ്വീകരിച്ച് ത്രിപുരയിൽ പദവിയേറ്റ ഖുറേഷിക്ക് കേന്ദ്രസർക്കാർ സുപ്രീം കോടതി ജസ്റ്റിസ്സ് പദവി നല്കിയില്ല. എന്നാൽ, ഇപ്പോൾ കൺകെട്ട് വിദ്യയായി ഖുറേഷിയെ ത്രിപുര ഹൈക്കോടതിയിൽനിന്നും മാറ്റി രാജസ്ഥാൻ ഹൈക്കോടതി ചീഫ് ജസ്റ്റിസായി നിയമിച്ചു. ആ സമയത്ത് ത്രിപുര നിയമസഭാ തിരഞ്ഞെടുപ്പ് നടക്കുന്നതിനാൽ, അദ്ദേഹം അവിടെ ചീഫ് ജസ്റ്റിസ് ആയിരിക്കുന്നത് ശരിയാവില്ലെന്ന് കേന്ദ്രസർക്കാരിന്റെ തോന്നലും കാരണമായി പറയുന്നുണ്ട്. എന്തായാലും ഖുറേഷിക്ക് ഉണ്ടായ അനീതി കോടതിനിയമനങ്ങളിലെ മോശമായ രാഷ്ട്രീയം നമുക്ക് വെളിപ്പെടുത്തിത്തന്നു.

ഇതിന്റെ കാരണം എന്താണ്? ഒരു വർഷക്കാലമായി സുപ്രീം കോടതിയിലുള്ള ഒഴിവുകളിൽ ആരേയും നിയമിക്കാത്ത അവസ്ഥയിൽ, എങ്ങനെ പെട്ടെന്ന് ചീഫ് ജസ്റ്റിസ് എൻ വി രമണ പദവിയേറ്റ് കുറച്ചു നാളുകൾക്കുള്ളിൽ കൊളീജിയം ഒമ്പത് പേരുകൾ നിർദ്ദേശിച്ചു? അടുത്ത ദിവസം തന്നെ കേന്ദ്രസർക്കാർ അത് അംഗീകരിച്ച് രാഷ്ട്രപതിയുടെ സമ്മതം വാങ്ങി, ഒമ്പത് പേരുടേയും നിയമന ഉത്തരവും പുറപ്പെടുവിച്ചത് എങ്ങനെയാണ്?

ഇതുകാരണം കൊളീജിയത്തിലെ മുതിർന്ന അംഗമായ ജസ്റ്റിസ് നരിമാൻ വിരമിക്കുന്നത് വരെ അവർ കാത്തിരുന്നു. അദ്ദേഹം വിരമിച്ച അടുത്ത ദിവസം തന്നെ നടപടികൾ മിന്നൽ വേഗത്തിൽ നടന്നു. ഈ സംഭവങ്ങളെപ്പറ്റി അറിഞ്ഞയുടൻ ഞാൻ ഖുറേഷിക്ക് ഒരു കത്തെഴുതി. പ്രതികാരം ചെയ്യാനായി പദവിക്കയറ്റങ്ങൾ നിഷേധിച്ചതിനെപ്പറ്റി അദ്ദേഹം തുറന്നെഴുതണമെന്ന് ഞാൻ പറഞ്ഞു. അധികാരികളും മന്ത്രിമാരും പദവികൾ ഏൽക്കുന്നതിന് മുമ്പ് സത്യപ്രതിജ്ഞ ചെയ്യുന്നതിനൊപ്പം, അവരുടെ രഹസ്യ ഇൻഷുറൻസും എടുക്കേണ്ടതുണ്ട്. എന്നാൽ, ജസ്റ്റിസുമാർ ഭരണഘടനയുടെ മൂന്നാമത്തെ ഷെഡ്യൂളിലുള്ള പ്രതിജ്ഞ എടുത്താൽ മതി. അതുകൊണ്ട്, വിരമിച്ചശേഷം സത്യങ്ങൾ പുറത്തു വിടുന്നത് നമ്മുടെ കടമയാണെന്ന് ഞാൻ പറഞ്ഞു. അദ്ദേഹവും വിരമിച്ചശേഷം അതിനെപ്പറ്റി ആലോചിക്കുന്നതായി മറുപടി നൽകി.

സുപ്രീം കോടതി, ഹൈക്കോടതികൾക്കുള്ള ജസ്റ്റിസ് നിയമന ക്രമത്തിനെപ്പറ്റി ഭരണഘടനയിൽ പറഞ്ഞിട്ടുണ്ടെങ്കിലും, സുപ്രീം കോടതി തന്റെ മൂന്ന് വിധികളാൽ പദവി നിയമന അധികാരം കൈയടക്കി. ഇതിന്റെ കാരണം നിയമരംഗത്തിന്റെ സ്വാതന്ത്ര്യം സംരക്ഷിക്കണം എന്നതാണെന്ന് പറയപ്പെട്ടു. ലോകത്ത് മറ്റൊരു രാജ്യത്തും ഇതുപോലെയൊരു രീതിയില്ല. കൂടാതെ, ഭരണഘടനയ്ക്ക് പുറത്ത് ഇങ്ങനെയുള്ള അധികാരം പിടിച്ചെടുക്കലും ഇന്ത്യയിൽ മാത്രമേ നടന്നിട്ടുള്ളൂ. പാർലമെന്റ് ഭരണഘടന തിരുത്തി ദേശീയ ജസ്റ്റിസുമാരുടെ നിയമന സമിതിയെ ഉണ്ടാക്കിയത് സുപ്രീം കോടതി റദ്ദ് ചെയ്ത്, വീണ്ടും കൊളീജിയ നിയമന നടപടികൾ തുടരണമെന്ന് അറിയിച്ചു.

ഈ നിയമം കൊണ്ടുവന്ന ബി ജെ പി സർക്കാർ വീണ്ടും പുതിയ നിയമം കൊണ്ടുവരാൻ തയ്യാറല്ല. കാരണം, കൊളീജിയനിയമന നടപടിയിൽ അവർക്ക് ലാഭം കൂടുതലാണ്. ഇടയ്ക്കിടെ നടക്കുന്ന സുപ്രീം കോടതി ചീഫ് ജസ്റ്റിസ് നിയമനം, കൊളീജിയത്തിലെ മുതിർന്ന ജസ്റ്റിസുമാരുടെ പദവിക്കയറ്റം, വിരമിക്കൽ അല്ലെങ്കിൽ സ്ഥലം മാറ്റം ഇവകൊണ്ട് എല്ലാ വിധത്തിലുള്ള നിർദ്ദേശങ്ങളേയും മാറ്റാൻ കഴിയും. അതുപോലെ സുപ്രീം കോടതിയിലെ കൊളീജിയത്തിലെ ജസ്റ്റിസുമാരുടെ പദവിക്കാലം സ്ഥിരമല്ല. സുപ്രീം കോടതി ചീഫ് ജസ്റ്റിസായി നിയമിക്കപ്പെട്ടവരിലും അവർക്ക് സമ്മർദ്ദം ചെലുത്താൻ കഴിയും. ഈ 'കസേരകളി' അല്ലാതെ നിർദ്ദേശപ്പട്ടിക താമസിപ്പിക്കുന്നതും, മുമ്പേ പറഞ്ഞുറപ്പിച്ചിട്ടുള്ള പട്ടിക മിന്നൽ വേഗത്തിൽ നടപ്പിലാക്കുന്നതും എളുപ്പമാകും. സുപ്രീം കോടതിയിലേക്ക് ഒമ്പത് ജസ്റ്റിസുമാരുടെ പേരുകൾ നിർദ്ദേശിച്ചപ്പോൾ അഖിലേന്ത്യ സീനിയോരിറ്റിയും, ജസ്റ്റിസുമാരുടെ യോഗ്യതകളും കണക്കിലെടുത്തോയെന്ന് ചോദിച്ച് സുപ്രീം കോടതി പത്രക്കുറിപ്പിറക്കി. അങ്ങനെയാണെങ്കിൽ, കൊളീജിയത്തിന്റെ നിർദ്ദേശരേഖകൾ പൊതുജനത്തിന്റെ മുന്നിൽ വയ്ക്കാമല്ലോ! വിരമിച്ച ജസ്റ്റിസ് രൂമാപാൽ ഒരു ചർച്ചയിൽ സംസാരിക്കുമ്പോൾ, 'ഇന്ത്യയിലുള്ള കൊളീജിയ ജസ്റ്റിസുമാരുടെ നിയമന നടപടിയാണ് ലോകത്തിലെ തന്നെ ഏറ്റവും രഹസ്യമായത്!' എന്ന് പറഞ്ഞത് ഓർക്കാം.

നിയമരംഗത്ത് ജസ്റ്റിസുമാരുടെ നിയമനം മറയില്ലാതെ നടക്കുന്നുണ്ടോയെന്നറിയാൻ കൊളീജിയത്തിന്റെ രേഖകൾ പൊതുജനങ്ങൾക്കായി പ്രസിദ്ധീകരിക്കണമെന്ന് അഡ്വ. ഇന്ദിരാ ജയ്സിംഹിന്റെ ആവശ്യം സുപ്രീം കോടതി നിരാകരിച്ചു. ഇതിനിടയിൽ, അഡ്വ. സുഭാഷ് ചന്ദ്ര അഗർവാൾ സുപ്രീം കോടതിയിലുള്ള എത്ര പേർ തങ്ങളുടെ സ്വത്തുവിവരങ്ങൾ ചീഫ് ജസ്റ്റിസിന് കൊടുത്തിട്ടുണ്ടെന്ന് വിവരാവകാശ കമ്മീഷനോട് ചോദിച്ചതിനാൽ, പ്രസ്തുതരേഖകൾ നൽകണമെന്ന് കമ്മീഷൻ സുപ്രീംകോടതിയോടാവശ്യപ്പെട്ടു. കൊടുക്കാൻ സുപ്രീം കോടതി ഉത്തരവിട്ടു. അതിനെ എതിർത്ത് ഡൽഹി ഹൈക്കോടതിയിൽ കൊടുത്ത കേസ് ജസ്റ്റിസ് എ പി ഷായുടെ ബഞ്ച് തള്ളിക്കളഞ്ഞു.

അടുത്തതായി, സുപ്രീം കോടതി സുപ്രീം കോടതിയിൽത്തന്നെ അപ്പീൽ കൊടുത്തു. ഇതുപോലെയുള്ള സംഭവങ്ങൾ ലോകത്തെവിടെയും നടക്കില്ല. ആ കേസ് വിചാരണ ചെയ്ത അഞ്ച് ജസ്റ്റിസുമാരുടെ ബഞ്ച് വിവരാവകാശ കമ്മീഷന്റെ തീരുമാനം അംഗീകരിച്ച്, ഭാവിയിൽ ഇന്ത്യയിലെ ചീഫ് ജസ്റ്റിസിന്റെയടുത്തുള്ള വിവരങ്ങൾ ചോദിക്കുന്നതിൽ ചില നിയന്ത്രണങ്ങളും വിധിച്ചു. ആ വിധിയിൽ കൊളീജിയത്തിലെ ജസ്റ്റിസുമാരുടെ നിയമനത്തിൽ എടുത്ത തീരുമാനങ്ങൾ പുറത്തുവിടാമെന്നൊഴികെ, മറ്റു വിവരങ്ങൾ നൽകാൻ കഴിയില്ലെന്ന് പറഞ്ഞു.

ഈ കേസ് നടക്കുമ്പോൾ പദവിയിലേറിയ ചീഫ് ജസ്റ്റിസ് ദീപക് മിശ്ര കൊളീജിയത്തിന്റെ നിർദ്ദേശങ്ങളെ ഇന്റർനെറ്റിൽ ലഭ്യമാക്കാൻ ഉത്തരവിട്ടു. അതനുസരിച്ച്, പദവിക്ക് യോഗ്യതയുള്ളവരുടെ പേരുകളും അയോഗ്യരാക്കപ്പെട്ടവരുടെ പേരുകളും കൊളീജിയത്തിന്റെ തീരുമാനത്തിൽ പരാമർശിച്ചിരുന്നത് ഇന്റർനെറ്റ് വഴി അറിയാൻ കഴിഞ്ഞു. ജസ്റ്റിസ് നിയമനത്തിൽ ആ പദവിക്ക് യോഗ്യതയുള്ളവരെ പലരേയും നിരാകരിച്ചതായി അറിയാൻ കഴിഞ്ഞു.

ഞാൻ 2009 മെയ് മാസം ചണ്ഡീഗഢിലേക്ക് പോയപ്പോൾ അവിടെയുള്ള വക്കീലന്മാർ ഒരു സംവാദം ഏർപ്പാടാക്കിയിരുന്നു. എന്നെ സ്വാഗതം ചെയ്ത് സംസാരിച്ച മുതിർന്ന വക്കീൽ അനുപം ഗുപ്ത, തന്റെ പ്രഭാഷണത്തിൽ ജസ്റ്റിസ് നിയമനത്തിനായുള്ള കൊളീജിയത്തിന്റെ നടപടികളെ രൂക്ഷമായി വിമർശിക്കുകയും, കൂടിയിരുന്ന വക്കീലുമാരോട്, 'നിങ്ങൾ ദിവസവും കോടതിയിൽ ഏത് തരത്തിലുള്ള ജസ്റ്റിസുമാരുടെ മുന്നിലാണ് ഹാജരാകുന്നതെന്ന് നിങ്ങൾക്കറിയില്ല. ഇന്ന് വേണമെങ്കിൽ നിയമനടപടികളുടെ രഹസ്യങ്ങൾ സംരക്ഷിക്കാം. തീർച്ചയായും ഒരു ദിവസം കൊളീജിയത്തിന്റെ രേഖകളിലുള്ള വിവരങ്ങൾ പൊതുസമക്ഷത്തിൽ വയ്ക്കപ്പെടും. അന്ന് നിങ്ങളുടെ കേസുകൾ വിചാരണ ചെയ്ത ജസ്റ്റിസുമാരുടെ മുഖലക്ഷണം നിങ്ങൾ മനസ്സിലാക്കും' എന്ന് പറഞ്ഞതും ഉണ്ടായ കൈയ്യടി അടങ്ങാൻ ഒരുപാട് സമയമെടുത്തു.

ഞാൻ ജസ്റ്റിസ് പദവിയിൽനിന്നും വിരമിച്ചശേഷം 2014 ൽ ചെന്നൈ സർവ്വകലാശാലയിൽ ജസ്റ്റിസ് ബി രാജഗോപാലൻ ഫൗണ്ടേഷനിൽ സംസാരിക്കാൻ എന്നെ ക്ഷണിച്ചിരുന്നു. സംവാദത്തിന്റെ രണ്ടാമത്തെ ദിവസം 'ജസ്റ്റിസുമാരുടെ നിയമനം കവലയിൽ' എന്ന തലക്കെട്ടിൽ ഞാൻ സംസാരിച്ചു. അതിൽ ജസ്റ്റിസുമാരുടെ നിയമനം എങ്ങനെ നടക്കുന്നു എന്നതിനെപ്പറ്റി വിശദമായി പറഞ്ഞു.

ചീഫ് ജസ്റ്റിസ് ഗാംഗുലിക്കൊപ്പം രണ്ട് ജസ്റ്റിസുമാരുടെ ബെഞ്ചിൽ കേസുകൾ വിചാരണ ചെയ്യുമ്പോൾ ഉണ്ടായ ഒരു സംഭവം, അദ്ദേഹം ജസ്റ്റിസ് പദവിക്കായി നിർദ്ദേശിച്ച ഒരു വക്കീൽ ആരാണെന്ന് പോലും മനസ്സിലാകാതെ അദ്ദേഹം എന്നോട് ചോദിച്ചതിനെപ്പറ്റി സൂചിപ്പിച്ചിരുന്നു.

ഈ കൊളീജിയനിയമനത്തിന്റെ പശ്ചാത്തലത്തിൽ നിങ്ങളെ എങ്ങനെ തെരഞ്ഞെടുത്തു; ഇതിന് മുമ്പ് നിങ്ങൾ എഴുതിയിരുന്ന

ചരിത്രം അറിയാവുന്നവർ എങ്ങനെ അത് ചെയ്തെന്ന ചോദ്യം ഉയരാം. നിയമന നടപടികൾ രഹസ്യമായി വയ്ക്കുമ്പോൾ, നിങ്ങളുടെ നിയമനത്തിനെപ്പറ്റിയുള്ള വിവരങ്ങൾ എങ്ങനെ അറിഞ്ഞുയെന്ന ചോദ്യവും ഉണ്ടാകാം. ആ ചോദ്യത്തിന് മറുപടിയാണ് ഈ ലേഖനം. 2013 ൽ ജസ്റ്റിസ് പദവിയിൽനിന്നും വിരമിച്ചശേഷം തിരുച്ചിറപ്പിള്ളിയിൽ ഒരു യോഗത്തിൽ പങ്കെടുക്കാനായി ഞാൻ പോയിരുന്നു. ഒഴിവ് സമയം കിട്ടിയപ്പോൾ എന്റെ പിതാവ് റെയിൽവേയിൽ ജോലി ചെയ്തിരുന്നപ്പോൾ താമസിച്ചിരുന്ന വീട് കാണാൻ പോയി. തിരുവാനൈക്കാ ജംബുലിംഗ കേശുവർ ക്ഷേത്രത്തിന്റെയടുത്ത് ആ വീടുള്ളതായി കണ്ടുപിടിച്ച് ചെന്നപ്പോൾ, വീടിന്റെ ഉടമയായ മുത്തശ്ശി 'ആരാ? ചട്ടത്തിന്റെ മോനാണോ?' എന്ന് ചോദിച്ചു. ചട്ടം എന്റെ അമ്മ സരസ്വതിയെ വിളിക്കുന്ന പേരായിരുന്നു. അമ്മ വളരെ ചിട്ടയോടെ ജീവിച്ചിരുന്നതിനാൽ കിട്ടിയ പേരായിരുന്നു അത്. തമിഴിൽ ചട്ടം എന്നതിന് അച്ചടക്കം, നിയന്ത്രണം എന്നീ അർഥങ്ങളുണ്ട്.

ഞങ്ങളുടെ വിദ്യാഭ്യാസത്തിനെക്കരുതി അച്ഛൻ ചെന്നൈയ്ക്ക് മാറ്റം വാങ്ങി പോയതായിരുന്നു. ചിലപ്പോൾ, എന്റെ അമ്മയെ നാട് കാണിക്കാനായി പട്ടണത്തിലേക്ക് കൊണ്ടുപോകുമായിരുന്നു. അപ്പോഴെല്ലാം സ്ഥിരം നേരമ്പോക്ക് ഹൈക്കോടതിയുടെ മുകളിലുള്ള ലൈറ്റ് ഹൗസ് ആയിരുന്നു. കോടതി വളപ്പിൽ കയറുമ്പോൾ, ഒരു ജസ്റ്റിസ് തന്റെ ജോലി കഴിഞ്ഞ് തിരിച്ചുപോകുന്നതും അദ്ദേഹത്തിന്റെ മുന്നിൽ യൂണിഫോം അണിഞ്ഞ ദഫേദാർ ചെങ്കോലും പിടിച്ചുകൊണ്ട്, "ഉഷ്, ഉഷ്" എന്ന് മൂളിക്കൊണ്ട് പോകുന്നതും എന്റെ അമ്മ കണ്ടിട്ടുണ്ടായിരുന്നു. നമ്മുടെ മകൻ ഈ പദവിയിൽ എത്തുമോയെന്ന് അന്ന് അമ്മ അച്ഛനോട് ചോദിച്ചത്രേ. "എന്തുകൊണ്ട് പറ്റില്ല?" എന്ന അച്ഛന്റെ മറുപടി ഞാൻ ഓർത്തു.

എനിക്ക് അഞ്ച് വയസ്സുള്ളപ്പോഴേ എന്റെ അമ്മ മരിച്ചുപോയി. ജീവനോടെ ഉണ്ടായിരുന്നെങ്കിൽ ഞാൻ ഹൈക്കോടതി ജസ്റ്റിസായത് കണ്ട് സന്തോഷിക്കുമായിരുന്നു. എന്നാൽ, അവർക്ക് സങ്കടവും വന്നിട്ടുണ്ടാകുമായിരുന്നു. ഹൈക്കോടതി ജസിസുമാർക്ക് മുമ്പിൽ കൊണ്ടുപോകുന്ന ചെങ്കോൽ വേണ്ടെന്ന് ഞാൻ പറഞ്ഞത് കാരണം. ജസ്റ്റിസാകുമെന്ന് എന്റെ ആദ്യത്തെ 45 വർഷത്തിനിടയ്ക്ക് സ്വപ്നം പോലും കണ്ടിട്ടില്ലായിരുന്നു. ഏഴാം ക്ലാസിൽ പഠിക്കുമ്പോൾ സ്കൂൾ പരിപാടിയിൽ സഹപാഠികൾക്കൊപ്പം ഒരു നാടകം കളിച്ചു, ഷേക്സ്പിയറിന്റെ *വെനീസിലെ വ്യാപാരി*. സ്റ്റേജിൽ കയറി രണ്ട് ഡയലോഗുകൾ പറയാൻ പോലും ഞാൻ ബുദ്ധിമുട്ടി. അതിൽ വരുന്ന ജസ്റ്റിസിന്റെ വേഷം ഞാനണിഞ്ഞു. നാല് വരി വിധി എഴുതിവച്ച് സദസ്സിനെ നോക്കാതെ വായിച്ച് തീർക്കാം. അതിനുള്ളിൽ ഞാൻ വിയർത്ത് വിറച്ച് വേദിയിൽനിന്നും പുറത്തുചാടി. സ്കൂൾ അവധിക്ക് തിരുവാരൂരിലെ എന്റെ വല്യച്ഛന്റെ വീട്ടിലേക്ക് പോകുമായിരുന്നു. വീട്ടിൽ ഇല്ലാത്തതിനാൽ അദ്ദേഹം ജോലി ചെയ്യുന്ന

സ്ഥലത്തേക്ക് ഞാൻ പോയി. അവിടെ മുൻസിഫ് കോടതിയിൽ ക്ലർക്കായിരുന്ന അദ്ദേഹത്തിനെ കണ്ടപ്പോഴാണ് ആദ്യമായി ഒരു കോടതി നേരിൽ കാണുന്നത്. എന്റെ ബന്ധുക്കളിലാരും നിയമം പഠിച്ച് വക്കീൽ ജോലി ചെയ്യുന്നുണ്ടായിരുന്നില്ല. തൊഴിലാളിസംഘടനകൾക്ക് ജാമ്യമെടുക്കാനായി പലതവണ എഴുമ്പൂർ, പൂന്തമല്ലി ജുഡീഷ്യൽ മജിസ്ട്രേട്ടിന്റെ കോടതികളിൽ പോയി കോടതികളെപ്പറ്റി ഒരു പ്രാരംഭ അറിവ് ഉണ്ടായിരുന്നു. കമ്പനികളിൽ തൊഴിലാളികളുമായി ചർച്ചയ്ക്ക് പോകുമായിരുന്നതിനാൽ തൊഴിൽ നിയമങ്ങളെപ്പറ്റിയും അറിയാൻ കഴിഞ്ഞു.

മുഴുവൻ സമയവും രാഷ്ട്രീയപ്രവർത്തനത്തിൽ ആയിരുന്നതിനാൽ എനിക്ക് ലാ കോളേജിൽ ചേരാൻ തോന്നിയില്ല. ഏത് അവസ്ഥയിലാണ് ഞാൻ നിയമം പഠിക്കാൻ പോയതെന്ന് ഈ പുസ്തകത്തിലെ ആദ്യത്തെ ലേഖനത്തിൽ പറഞ്ഞിട്ടുണ്ട്. വക്കീലായി എൻറോൾ ചെയ്ത് ഒരു സ്ഥാപനത്തിൽ ഏഴ് വർഷം ജൂനിയർ വക്കീലായി ജോലി ചെയ്ത ശേഷം, 1983 ൽ ഞാൻ സ്വന്തമായി പ്രാക്ടീസ് ചെയ്യാൻ തുടങ്ങി. പഴയ ഓഫീസിന്റെ തുടർച്ചയായി ഞാൻ തൊഴിലാളികൾ, സർക്കാർ, പൊതുമേഖലാ ഉദ്യോഗസ്ഥർ എന്നിവരുമായി ബന്ധപ്പെട്ട കേസുകൾ നടത്തിവന്നു. അദ്ധ്യാപകസംഘടനകൾക്ക് ഉപദേശം നൽകുന്നതിനാൽ വിദ്യാഭ്യാസ സ്ഥാപനങ്ങൾ, അദ്ധ്യാപകരുടെ പ്രശ്നങ്ങൾ എന്നിവയെപ്പറ്റിയുള്ള കേസുകളും നടത്താൻ തുടങ്ങി. തമിഴ്നാട്ടിൽ പ്രൈമറി സ്കൂൾ അദ്ധ്യാപകർ തൊട്ട് സർവകലാശാല അദ്ധ്യാപകർ വരെ ഞാൻ നടത്താത്ത കേസുകളില്ലെന്ന് തന്നെ പറയാം.

ഏതാനും വർഷങ്ങൾക്ക് ശേഷം അദ്ധ്യാപക പ്രശ്നങ്ങൾ കോടതികളിൽ നടത്തി, അവർക്കൊപ്പം കളത്തിലിറങ്ങി സമരത്തിൽ പങ്കെടുത്തു. തമിഴ്നാട് മുഴുവനും പല അദ്ധ്യാപക യോഗങ്ങളിലും പങ്കെടുക്കുകയും, അവർക്കുവേണ്ടി പരിശീലന ക്യാമ്പുകളും നടത്തി. ആ അനുഭവം വച്ച് 1976 ൽ തമിഴ്നാട് സ്വകാര്യകോളേജ് (നടപടിക്രമം) നിയമപുസ്തകം പ്രസിദ്ധീകരിച്ചു. പിന്നീട്, 1973 ലെ തമിഴ്നാട്ടിൽ അംഗീകരിക്കപ്പെട്ട സ്വകാര്യ സ്കൂൾ (നടപടിക്രമം) നിയമപുസ്തകവും ഇറക്കി.

കൊളീജിയത്തിന്റെ നിർദ്ദേശങ്ങളെപ്പറ്റിയുള്ള രേഖകളിൽ രഹസ്യം സൂക്ഷിക്കുന്നുണ്ടെന്ന് പറയുന്ന നിങ്ങൾ, എങ്ങനെ നിങ്ങളുടെ നിയമനത്തിനെപ്പറ്റി അറിഞ്ഞു എന്ന ചോദ്യത്തിലേക്ക് വരാം. ഇതുവരെ ചെന്നൈ ഹൈക്കോടതി ജസ്റ്റിസുമാരിൽ പത്തുപേരെങ്കിലും തങ്ങളുടെ സ്വന്തം കഥ എഴുതി പുസ്തകമാക്കിയിട്ടുണ്ട്. അവരിൽ ഒരാൾ പോലും തങ്ങളുടെ പദവി നിയമനത്തിനെപ്പറ്റിയുള്ള വിവരങ്ങൾ വെളിപ്പെടുത്തിയിട്ടില്ല. എന്നാൽ ഞാൻ എന്റെ നിയമനത്തിനെപ്പറ്റി എനിക്ക് അറിയാവുന്ന സത്യങ്ങൾ എഴുതാൻ ആഗ്രഹിക്കുന്നു. അപ്പോഴേ കൊളീജിയത്തിന്റെ വാസ്തവസ്വരൂപം തെളിയുകയുള്ളൂ.

ഞാൻ ശേഖരിച്ച വിവരങ്ങൾ, പത്രക്കുറിപ്പുകൾ, കൊളീജിയത്തിലെ

അംഗങ്ങളിൽനിന്നും ലഭിച്ച വിവരങ്ങൾ, ചീഫ് ജസ്റ്റിസ് എന്നോട് പറഞ്ഞ സത്യങ്ങൾ എല്ലാം ഇവിടെ പറയേണ്ടത് ആവശ്യമാണെന്ന് ഞാൻ കരുതുന്നു. 1996 ൽ ഇരുപത് വർഷം വക്കീൽ ജോലി ചെയ്ത അനുഭവത്തിനൊപ്പം എനിക്ക് 45 വയസ്സ് ആകുകയും ചെയ്തിരുന്നു. ഹൈക്കോടതി ജസ്റ്റിസ് ആയിരുന്ന എം ശ്രീനിവാസന് എന്നോട് വളരെ മതിപ്പുണ്ടായിരുന്നു. അദ്ദേഹം കോടതിയിൽ കാർക്കശ്യത്തിന് പേരു കേട്ടയാളായിരുന്നു. എന്റെ തൊഴിൽ രീതികൾ ശ്രദ്ധിച്ചിരുന്ന അദ്ദേഹം, അപ്പോഴത്തെ ചീഫ് ജസ്റ്റിസ് ആയിരുന്ന കെ എ ശ്വാമിയോട് എന്റെ പേര് ജസ്റ്റിസ് പദവിക്കായി ശുപാർശ ചെയ്തു. എന്നാൽ, എനിക്ക് പ്രായം കുറവായതിനാൽ എന്റെ പേര് പിന്നീട് പരിഗണിക്കാമെന്ന് പറഞ്ഞതായി ജസ്റ്റിസ് ശ്രീനിവാസൻ അറിയിച്ചു. അതുവരെ ജസ്റ്റിസ് പദവിക്കായി എന്റെ പേര് വരുമെന്ന് പോലും എനിക്ക് തോന്നിയിട്ടില്ലായിരുന്നു. അപ്പോഴാണ് എന്റെ മകൾ ശക്തി ജനിച്ചത്. അവളെ ശ്രദ്ധിക്കാനായി സമയം കണ്ടെത്താനും, എന്റെ ജോലിഭാരം കുറയ്ക്കാനും ഒരു വഴിയുണ്ടായിരുന്നത് സീനിയർ വക്കീൽ എന്ന പേര് നേടുന്നതാണ് എന്ന തീരുമാനത്തിലെത്തി. 1997 നവംബറിൽ എല്ലാ ജസ്റ്റിസുമാരുടേയും യോഗത്തിൽ എനിക്ക് സീനിയർ വക്കീൽ എന്ന പദവി നൽകാൻ തീരുമാനമെടുക്കപ്പെട്ടു. അന്ന് ഞാൻ കൈകാര്യം ചെയ്തിരുന്ന കേസുകളെല്ലാം കക്ഷികൾക്ക് തിരിച്ചുകൊടുത്ത്, ഞാൻ നടത്തിയിരുന്ന വലിയ ഓഫീസും അടച്ചു. അന്നുതൊട്ട് മറ്റു വക്കീലന്മാർ തരുന്ന കേസുകെട്ടുകൾ അല്ലാതെ, മറ്റൊരു കേസും എടുക്കാൻ ഞാൻ ശ്രമിച്ചില്ല. ഇതെല്ലാം സീനിയർ വക്കീലന്മാരുടെ തൊഴിൽ നടപടിക്രമങ്ങളാണ്. ഇതുകൊണ്ട്, രണ്ട് ഫലങ്ങളുണ്ടായി. പഴയ കക്ഷികളുമായുണ്ടായിരുന്ന അടുപ്പം കുറയാൻ തുടങ്ങി. അതുവരെ ഞാൻ നടത്തിവന്ന തൊഴിലാളി, സർക്കാർ ഉദ്യോഗസ്ഥർ, അദ്ധ്യാപകർ എന്നിവരുടെ കേസുകളല്ലാതെ മറ്റു കേസുകളും എടുക്കാനുള്ള അവസരം ലഭിച്ചു.

1998 ൽ ജസ്റ്റിസ് സത്യദേവ് വിരമിച്ച് എട്ടു വർഷത്തിനുശേഷം, തന്റെ ഭാര്യയുമൊത്ത് ചെന്നൈയിലേക്ക് വന്നിരുന്നു. അദ്ദേഹം ഒരുദിവസം എന്നെ അദ്ദേഹത്തിന്റെ താമസസ്ഥലത്തേക്ക് ക്ഷണിച്ചു. അന്ന് വൈകുന്നേരം കാണാനായി ചെന്നപ്പോൾ അദ്ദേഹം എനിക്കൊരു വിവാഹ സമ്മാനം നല്കി. "വിവാഹം കഴിഞ്ഞ് എട്ട് വർഷമായല്ലോ?" എന്ന് ഞാൻ ചോദിച്ചു. "നിന്റെ വിവാഹത്തിന് ജസ്റ്റിസുമാരെ ആരെയും വിളിച്ചില്ല. ഇപ്പോൾ ഞാൻ ഒരു സാധാരണ സത്യദേവ് ആണ്!" എന്ന് അദ്ദേഹം പറഞ്ഞു. ശരിയാണ്, അദ്ദേഹത്തിന്റെ സ്നേഹത്തിനെപ്പറ്റി എന്ത് പറയാനാണ്!

പിന്നീട് നടന്ന സംഭാഷണത്തിൽ അദ്ദേഹം ഞാൻ വക്കീൽ ജോലി ചെയ്തത് മതിയെന്നും ഇനി ജസ്റ്റിസാകാൻ ശ്രമിക്കണമെന്നും പറഞ്ഞു. "എന്റെ രാഷ്ട്രീയപ്രവർത്തനങ്ങൾ അറിയാവുന്നവർ ആരും എന്നെ ജസ്റ്റിസാക്കില്ല" എന്ന് ഞാൻ പറഞ്ഞു.

"അതിനെപ്പറ്റി എനിക്കറിയില്ല. എന്നാൽ, എന്നെങ്കിലും ഒരു ദിവസം ജസ്റ്റിസ് പദവി നിന്നെത്തേടി വന്നാൽ ഒരു നിമിഷം പോലും താമസിക്കാതെ, അവസരം നിരാകരിക്കാതെ ഏല്ക്കണം. എനിക്ക് നീ വാക്ക് തരണം" എന്നായി അദ്ദേഹം. ഞാൻ സമ്മതിച്ചു.

ഈ സംഭവം നടന്ന് രണ്ടുമൂന്ന് വർഷത്തിനുള്ളിൽ ജസ്റ്റിസ് വി ആർ കൃഷ്ണയ്യർ എന്നോട് പലതവണ ഇതിനെപ്പറ്റി സംസാരിച്ചു. ചെന്നൈ ഹൈക്കോടതിയിലുള്ള മുതിർന്ന ജസ്റ്റിസുമാർ ആരെ കണ്ടാലും അദ്ദേഹം എന്റെ പേര് ജസ്റ്റിസ് പദവിക്ക് നിർദ്ദേശിക്കുമായിരുന്നു. 1999 ൽ ചെന്നൈക്ക് ചീഫ് ജസ്റ്റിസായി വന്ന കെ ജി ബാലകൃഷ്ണനോടും അദ്ദേഹം എന്റെ പേര് നിർദ്ദേശിച്ചു. എന്നാൽ കെ ജി ബാലകൃഷ്ണൻ ചെന്നൈയിൽ ഒമ്പത് മാസമേ ഉണ്ടായിരുന്നുള്ളൂ. പിന്നീട് പദവിക്കയറ്റം ലഭിച്ച് സുപ്രീം കോടതി ജസ്റ്റിസ് ആയി. ചെറിയ കാലത്തിനുള്ളിൽ ജസ്റ്റിസുമാരുടെ ഒഴിവുകൾ നികത്താൻ അദ്ദേഹം ശ്രമിച്ചില്ല. എങ്കിലും ജസ്റ്റിസ് കൃഷ്ണയ്യർ എന്റെ പേര് നിർദ്ദേശിച്ചത് അദ്ദേഹം എന്നോട് നേരിൽ പറഞ്ഞിരുന്നു.

ജസ്റ്റിസ് ആകാനുള്ള ആദ്യത്തെ അവസരം 2001 ലായിരുന്നു. കേരളത്തിൽ കെ നാരായണക്കുറുപ്പ് എന്ന മുതിർന്ന ജസ്റ്റിസിനെ അലഹാബാദ് ഹൈക്കോടതിയിലേക്ക് മാറ്റുമ്പോൾ അദ്ദേഹത്തിന് ഒരു വർഷത്തെ പദവിക്കാലം കൂടിയേ ഉണ്ടായിരുന്നുള്ളൂ. കൃഷ്ണയ്യരുടെ സഹായത്താൽ അദ്ദേഹത്തിനെ ചെന്നൈ കോടതിയിലേക്ക് മാറ്റി. അദ്ദേഹം ചെന്നൈയിൽ വന്നപ്പോൾ ചീഫ് ജസ്റ്റിസ് കെ ജയിൻ ആയിരുന്നു. ജസ്റ്റിസ് കെ എൻ കുറുപ്പ് സീനിയോരിറ്റി അനുസരിച്ച് രണ്ടാമത്തെ ജസ്റ്റിസ് ആയതിനാൽ, കൊളീജിയത്തിലും സ്ഥാനം ലഭിച്ചു. അദ്ദേഹത്തിനോട് കൃഷ്ണയ്യർ എന്നെപ്പറ്റി പറഞ്ഞിരുന്നു. കോളീജിയത്തിലെ മൂന്നാമത്തെ ജസ്റ്റിസ് വി എസ് സിർബുർക്കർ ആയിരുന്നു.

2001 മാർച്ചിൽ ഒരു ദിവസം ഉച്ചയ്ക്ക് ചീഫ് ജസ്റ്റിസ് എൻ കെ ജയിൻ എന്നെ കാണണമെന്ന് പറഞ്ഞു. എനിക്ക് മുമ്പ് അഞ്ച് സീനിയർ വക്കീലന്മാരേയും അദ്ദേഹം കണ്ടിരുന്നു. ജസ്റ്റിസ് പദവിക്കായി പേര് നിർദ്ദേശിക്കുന്നത് സമ്മതമാണോയെന്ന ചോദ്യത്തിന് അഞ്ച് പേരും വിസമ്മതം പ്രകടിപ്പിച്ചു. ആറാമതായിച്ചെന്ന എന്നോട് ചോദിച്ചപ്പോൾ, എനിക്ക് ജസ്റ്റിസുമാരായ സത്യവേൽ, കൃഷ്ണയ്യർ എന്നിവരുടെ മുഖങ്ങളാണ് ഓർമ്മ വന്നത്. ഒരു മടിയുമില്ലാതെ എന്റെ സമ്മതം അറിയിച്ചു. ചീഫ് ജസ്റ്റിസ് ഉടൻ തന്നെ മാതാപിതാക്കളുമായി ആലോചിച്ചിട്ട് സമ്മതം അറിയിച്ചാൽ മതിയെന്നും പറഞ്ഞു. എന്റെ മാതാപിതാക്കൾ ജീവനോടെയില്ലെന്ന് പറഞ്ഞപ്പോൾ, എന്റെ ഭാര്യയോട് ചോദിക്കാൻ പറഞ്ഞു. എനിക്ക് അതിനെപ്പറ്റി ആശയക്കുഴപ്പം ഒന്നുമില്ലെന്നും, രണ്ട് ജസ്റ്റിസുമാർക്ക് മുമ്പുതന്നെ വാക്ക് കൊടുത്തിട്ടുണ്ടെന്നും പറഞ്ഞ്, നന്ദി പറഞ്ഞ് ഞാൻ പോയി. അടുത്ത ദിവസം എന്റെ സമ്മതം അറിയിച്ച് അദ്ദേഹത്തിന് കത്തെഴുതി.

അടുത്ത കോളീജിയത്തിന്റെ യോഗത്തിൽ എന്റെ പേര് പട്ടികയിൽ ഇല്ലായിരുന്നു. അതുകണ്ട് അതിശയിച്ച ജസ്റ്റിസ് കെ എൻ കുറുപ്പ്, ഉടൻ തന്നെ ചീഫ് ജസ്റ്റിസിനോട് ചോദിച്ചപ്പോൾ, "ചന്ദ്രു തന്റെ സമ്മതം അറിയിക്കാൻ മാതാപിതാക്കളുമായി ആലോചിച്ചിട്ടു വരാമെന്ന് പറഞ്ഞിട്ട് പോയി" എന്ന് പറഞ്ഞത്രേ. കെ എൻ കുറുപ്പ് ജസ്റ്റിസ് കൃഷ്ണയ്യരുമായി ബന്ധപ്പെട്ട് വിവരമറിയിച്ചു. കൃഷ്ണയ്യർ എന്നെ ഫോണിൽ വിളിച്ച് ദേഷ്യത്തോടെ പദവിയേൽക്കുന്നതിന് വേറെ പരിഗണനയുമുണ്ടോ യെന്ന് ചോദിച്ചു. കാര്യം മനസ്സിലാകാത്ത ഞാൻ എന്താണെന്ന് ചോദിച്ചപ്പോൾ, കെ എൻ കുറുപ്പ് അറിയിച്ച വിവരം അദ്ദേഹം പങ്കുവച്ചു. മാതാപിതാക്കൾ മരിച്ചുപോയ ഞാൻ, എങ്ങനെ ചീഫ് ജസ്റ്റിസിനോട് അവരുമായി ആലോചിച്ചിട്ട് വരാമെന്ന് പറയും എന്ന് ഞാൻ അദ്ദേഹ ത്തിനോട് ചോദിച്ചു. കൃഷ്ണയ്യർ ഉടൻ തന്നെ ഈ വിവരം കെ. എൻ. കുറുപ്പിനെ അറിയിച്ചു. അന്ന് ഉച്ചയ്ക്ക് നടന്ന കൊളീജിയത്തിന്റെ യോഗത്തിൽ എന്റെ പേര് പരിഗണനയ്ക്ക് വയ്ക്കപ്പെടാത്തതിനാൽ ജസ്റ്റിസ് കുറുപ്പ് അതിൽ പങ്കെടുത്തില്ല. അടുത്ത ദിവസം നടന്ന കോളീ ജിയം യോഗത്തിൽ ഒരേ മനസ്സോടെ എന്റെ പേര് നിർദ്ദേശിക്കാൻ തീരുമാനിച്ചു. 16.3.2001 ന് ചീഫ് ജസ്റ്റിസിന്റെ മുറിയിലേക്ക് എന്നെ വിളിച്ച്, എന്റെ ജീവിതചരിത്രവും വരുമാന നികുതി കണക്കുകളും വാങ്ങിച്ച്, എന്റെ കൈയ്യൊപ്പും വാങ്ങിച്ചു. അടുത്ത ദിവസം കോടതിയിൽ എന്നെ കണ്ട ജസ്റ്റിസ് സിർബുർക്കർ, "ആ പദവിക്ക് നീയാണ് ഏറ്റവും യോഗ്യൻ" എന്ന് പ്രശംസിച്ചു. തന്റെ വീട്ടിലേക്ക് ഒരു ദിവസം ചായ കുടിക്കാൻ ക്ഷണിച്ച ജസ്റ്റിസ് കുറുപ്പ് എന്നോട് ഈ മുഴുവൻ കഥയും പറഞ്ഞു.

കൊളീജിയം, ജസ്റ്റിസ് പദവിക്ക് നിർദ്ദേശിക്കപ്പെടുന്ന പേരുകളെ പ്പറ്റിയൊന്നും യാതൊരു രഹസ്യവും സൂക്ഷിക്കാറില്ല. അടുത്ത ദിവസം തന്നെ നിർദ്ദേശിക്കപ്പെട്ടവരുടെ പട്ടികയിലുള്ള പേരുകളും, ചിലപ്പോൾ പല വ്യാജപേരുകളും കോടതി വരാന്തകളിൽ ഉണ്ടാകും. നിർദ്ദേശപ്പട്ടിക സുപ്രീം കോടതിയിലേക്ക് അയച്ചയുടനെ, അതിനെപ്പറ്റിയുള്ള വിവര ങ്ങൾ കേന്ദ്രസർക്കാരിനും സംസ്ഥാനസർക്കാരിനും അറിയിക്കപ്പെടും. കേന്ദ്ര സർക്കാർ അവരുടെ ഇന്റലിജൻസ് വകുപ്പിനെ (ഐ ബി) അറിയിച്ച് പട്ടികയിലുള്ള പേരുകാരുടെ ചരിത്രമെല്ലാം മനസ്സിലാക്കും. ഐ ബി ഇൻസ്പക്ടർ വഴി പേരുകൾ പുറത്താകും. കൂടാതെ, സംസ്ഥാനസർക്കാർ പട്ടിക പരിശോധിക്കുമ്പോഴും അവരുടെ വൃന്ദങ്ങളിൽ പേരുകൾ പുറത്താകും.

ബെറി എന്ന രാജസ്ഥാൻ ഹൈക്കോടതി ജസ്റ്റിസ് തന്റെ ആത്മ കഥയിൽ ഇതിനെപ്പറ്റി രസകരമായി എഴുതിയിട്ടുണ്ട്. അജ്മീരിൽ ജോലി ചെയ്യുകയായിരുന്ന ബെറിയോട് ഒരു ദിവസം ചീഫ് ജസ്റ്റിസ്, ജോധ് പൂരിലേക്ക് വന്ന് തന്നെ കാണാൻ പറഞ്ഞു. അദ്ദേഹം ജോധ്പൂരിൽ ചെന്നപ്പോൾ, ഹൈക്കോടതി ജസ്റ്റിസ് ആകാൻ സമ്മതം ചോദിച്ച ചീഫ്

ജസ്റ്റിസ്, അന്തിമ ഉത്തരവ് വരുന്നതുവരെ ഇതിനെപ്പറ്റി ആരോടും പറയരുതെന്ന് ആവശ്യപ്പെട്ടു. ജോധ്പൂരിൽനിന്നും ബെറി അജ്മീരിലെത്തിയപ്പോൾ അദ്ദേഹത്തിന്റെ വീടിന്റെ മുന്നിൽ കുറേ പൂച്ചെണ്ടുകളും, അഭിനന്ദനങ്ങളും ഉണ്ടായിരുന്നു. ദേഷ്യത്തോടെ വാതിൽ തുറന്നപ്പോൾ അദ്ദേഹത്തിന്റെ ഭാര്യ, "എന്നുതൊട്ടാണ് കാര്യങ്ങൾ എന്റെയടുത്തുനിന്നും ഒളിച്ചുവയ്ക്കാൻ തുടങ്ങിയത്?" എന്ന് ചോദിച്ചത്രേ. അപ്പോൾ, ജസ്റ്റിസുമാരുടെ നിയമനം അതീവരഹസ്യം തന്നെ!

എന്നോട് സമ്മതം വാങ്ങി കുറച്ചു ദിവസങ്ങൾ കഴിഞ്ഞപ്പോൾ *ദിനതന്തി* ഇങ്ങനെ വാർത്ത കൊടുത്തു: 'ചെന്നൈ ഹൈകോർട്ടിൽ ജസ്റ്റിസ് പദവിക്കായി 6 ഒഴിവുകളുണ്ട്. ഇതിനായി 8 പേരുകൾ ശുപാർശ ചെയ്യപ്പെട്ടിരിക്കുന്നു. വക്കീലന്മാരായ ടി. മുരുകേശൻ, വി. ധനപാലൻ, ഇദായത്തുള്ള, ശ്രീരാം പഞ്ചു, സുധാകരൻ, രാമൻ ലാൽ, കണ്ണദാസൻ, കെ ചന്ദ്രു എന്നീ 8 പേരുകളാണുള്ളത്. ഈ പട്ടിക കേന്ദ്രസർക്കാർ പരിശോധിക്കുകയാണ്.'

ഞാൻ സീനിയർ വക്കീൽ ആയെങ്കിലും എന്റെ പേര് പട്ടികയിൽ അവസാനമായിട്ടായിരുന്നു വച്ചിരുന്നത്. വേറെ 6 പദവികൾക്ക് 8 പേരുകൾ നിർദ്ദേശിക്കപ്പെട്ടിരുന്നു. പട്ടിക പോയി ഏതാനും ആഴ്ചകൾക്കുള്ളിൽ പൊതുതിരഞ്ഞെടുപ്പ് നടന്ന് ജയലളിത മുഖ്യമന്ത്രിയായി (2001). അയച്ച പേരുകൾക്ക് അവർ രൂക്ഷമായ വിമർശനം അറിയിച്ചു. അപ്പോൾ കേന്ദ്രസർക്കാരിന്റെ പ്രധാനമന്ത്രി ആയിരുന്ന വാജ്പേയിയുടെ മന്ത്രിസഭയിൽ ഡി എം കെയും ഉണ്ടായിരുന്നു. മുരസൊലി മാരൻ തൊഴിൽ മന്ത്രി ആയി പദവി വഹിച്ചു. ചെന്നൈ ഹൈക്കോടതി ചീഫ് ജസ്റ്റിസ് എൻ കെ ജയിൻ അയച്ച ജസ്റ്റിസുമാരുടെ നിർദ്ദേശപ്പട്ടികയിൽ ഉണ്ടായിരുന്ന എട്ട് പേരും വക്കീലന്മാരായിരുന്നു. ഹൈക്കോടതി ജസ്റ്റിസ് പദവിക്ക് പേരുകൾ നിർദ്ദേശിക്കുമ്പോൾ, ഹൈക്കോടതി വക്കീലന്മാർക്ക് രണ്ടും ജില്ലാ ജസ്റ്റിസുമാർക്ക് ഒന്നും വീതം (2:1) അനുപാതമാണ് നൽകിയിട്ടുള്ളത്. അപ്പോൾ സീനിയർ ജില്ലാ ജഡ്ജി ആയിരുന്ന അശോക് കുമാറിന്റെ പേര് പരിഗണിക്കപ്പെട്ടില്ല. അദ്ദേഹത്തിന് രണ്ട് വർഷം കൂടിയേ ഉണ്ടായിരുന്നൂ എന്നതിനാൽ, അദ്ദേഹത്തിന്റെ പേര് നിർദ്ദേശിച്ചില്ലെങ്കിൽ പിന്നെയൊരിക്കലും സാധിക്കില്ല. ഡി എം കെയ്ക്ക് അദ്ദേഹത്തിനോട് സഹതാപം ഉണ്ടായിരുന്നു. അതുകൊണ്ട് സംസ്ഥാനസർക്കാരിന്റെ വിമർശനം ഒരുവശത്തുണ്ടെങ്കിലും, കേന്ദ്ര സർക്കാരിലുള്ള ഡി എം കെയുടെ സമ്മർദ്ദംകൊണ്ട് നിർദ്ദേശപ്പട്ടിക വീണ്ടും ഹൈക്കോടതി പരിശോധിക്കാനായി തിരിച്ചയച്ചു. നിർദ്ദേശിച്ച പേരുകളിൽ 2:1 എന്ന അനുപാതത്തിനെ പരിഗണിക്കാനും ആവശ്യപ്പെട്ടു. പട്ടിക തിരിച്ച് അയച്ചതിൽ രാഷ്ട്രീയം ഒന്നുമില്ലെന്ന് കേന്ദ്രസർക്കാർ പറഞ്ഞു.

അപ്പോഴാണ് ചെന്നൈ ഹൈക്കോടതി ചീഫ് ജസ്റ്റിസ് ആയി പി സുഭാഷൻ റെഡ്ഡി പദവിയിലേറിയത്. ജസ്റ്റിസ് കെ നാരായണക്കുറുപ്പും കേരളത്തിലേക്ക് തിരിച്ചുപോയി. ജസ്റ്റിസുമാരുടെ പുതിയ നിർദ്ദേശപ്പട്ടിക

നൽകേണ്ട ഉത്തരവാദിത്വം ചീഫ് ജസ്റ്റിസ് സുഭാഷൺ റെഡ്ഡിയ്ക്ക് കിട്ടി. അദ്ദേഹം പദവിയിലേറി കുറച്ചുനാളുകൾക്കകം ജസ്റ്റിസ് കൃഷ്ണയ്യർ 'കുചേലൻ' ആയി മാറിയ രസകരമായ സംഭവവും നടന്നു. ആ വർഷം ഡിസംബർ മാസം തിരുവല്ലിക്കേനി ഭാരതിയാർ സ്മാരകത്തിൽ അദ്ദേഹത്തിന്റെ ജന്മദിനം ആഘോഷിക്കപ്പെട്ടു. അത് ഏർപ്പാട് ചെയ്ത 'വാനവിയൽ പൺപാട്ടു മൈയ്യം' ചീഫ് ജസ്റ്റിസ് സുഭാഷൺ റെഡ്ഡിയേയും ജസ്റ്റിസ് വി ആർ കൃഷ്ണയ്യരേയും ചടങ്ങിൽ പ്രത്യേക ക്ഷണിതാക്കളായി വിളിച്ചിരുന്നു. ചടങ്ങിൽ മുഖ്യപ്രഭാഷണം നടത്തിയ ചീഫ് ജസ്റ്റിസ് കൃഷ്ണയ്യരെ ഒരുപാട് പുകഴ്ത്തുകയും, കൃഷ്ണയ്യരെ ഗീത പറഞ്ഞുകൊടുത്ത കണ്ണനുമായി താരതമ്യം ചെയ്ത്, 'അദ്ദേഹം എപ്പോഴും ഞങ്ങളുടെ ഗുരുവാണ്!' എന്നും പറഞ്ഞു. അദ്ദേഹം പ്രഭാഷണം അവസാനിപ്പിച്ച് കൃഷ്ണയ്യരുടെ അടുത്തു പോയിരുന്നപ്പോൾ, 'ഗുരു എന്ന് വിളിച്ചല്ലോ, ഗുരുദക്ഷിണ എവിടെ?' എന്ന് ചോദിച്ചു. ചീഫ് ജസ്റ്റിസും "അങ്ങ് എന്ത് വേണമെങ്കിലും ചോദിച്ചോളൂ" എന്ന് പറയേണ്ട താമസം, കൃഷ്ണയ്യർ "ചന്ദ്രുവിനെ ജസ്റ്റിസ് ആക്കൂ" എന്ന് പറഞ്ഞു. ചീഫ് ജസ്റ്റിസ് വളരെ ധർമ്മസങ്കടത്തിലായി. ഡൽഹിയിൽ നിന്നുമുള്ള ഒരു ഇംഗ്ലീഷ് പത്രത്തിൽ ഈ വാർത്ത വന്നിരുന്നു.

എന്നാൽ, ഗുരുദക്ഷിണ തരാമെന്ന് പറഞ്ഞ ചീഫ് ജസ്റ്റിസ്, പിന്നീട് അതിനെപ്പറ്റി ഒന്നും സംസാരിച്ചില്ല. തിരിച്ചുവന്ന ജസ്റ്റിസുമാരുടെ നിർദ്ദേശപ്പട്ടികയിലുള്ള ഒരു പേരും അദ്ദേഹം വീണ്ടും നിർദ്ദേശിച്ചില്ല. 2001 ൽ കൊളീജിയം നിർദ്ദേശിച്ച എ. ഭാഗ്യരാജ്, കുലശേഖരൻ എന്നീ രണ്ടുപേർക്ക് മാത്രം നിയമനം ലഭിച്ചു. പിന്നീടുള്ള രണ്ട് വർഷത്തേക്ക് ആരുടെപേരും നിർദ്ദേശിക്കപ്പെട്ടില്ല.

2003 ൽ ചീഫ് ജസ്റ്റിസ് സുഭാഷൺ റെഡ്ഡി കൂടാതെ ജസ്റ്റിസുമാരായ സിർബ്ബുർകർ, ജയസിംഹം ബാബു എന്നിവർ കൊളീജിയത്തിലെ അംഗങ്ങളായിരുന്നു. അവർക്കൊപ്പം ജില്ലാ ജസ്റ്റിസുമാരായി സീനിയോരിറ്റി പട്ടികയിൽ മുൻഗണനയിൽ ഉണ്ടായിരുന്ന എട്ട് ജില്ലാ ജസ്റ്റിസുമാരുടെ പേരുകൾ ഹൈക്കോടതി ജസ്റ്റിസ് നിയമനത്തിലേക്ക് പരിഗണിക്കപ്പെട്ടിരുന്നു. ആദ്യമായി ജില്ലാജഡ്ജി അശോക് കുമാറിന്റെ പേര് പട്ടികയിൽ വന്നു. അവർ എട്ടുപേരും 3.4.2003 ന് രണ്ട് വർഷം അഡീഷണൽ ജസ്റ്റിസുമാരായി പദവിയേറ്റു. അതേ 2003 ൽ അഡ്വ. എൻ കണ്ണദാസന്റെ പേര് ഹൈക്കോടതി ജസ്റ്റിസായി പരിഗണിക്കപ്പെട്ടു. 2001 ൽ ചീഫ് ജസ്റ്റിസ് എൻ കെ ജയിൻ നിർദ്ദേശിച്ച പട്ടികയിലുള്ള എട്ട് പേരിൽ ഇടംപിടിച്ച എൻ. കണ്ണദാസന്റെ പേര് വീണ്ടും പട്ടികയിൽ ചേർക്കപ്പെട്ടു. നോക്കിയാൽ ആദ്യത്തെ എട്ട് പേരിൽ ഞാനും, ശ്രീരാം പഞ്ചുവും മാത്രമേ സീനിയർ വക്കീലന്മാരായിരുന്നുള്ളൂ. ആ പട്ടികയിലെ ഏറ്റവും പ്രായം കുറഞ്ഞയാൾ എൻ കണ്ണദാസൻ ആയിരുന്നു. അദ്ദേഹത്തിന്റെ പേര് അംഗീകരിച്ച് അഡീഷണൽ ജസ്റ്റിസ് ആയി 6.11.2003 ന് രണ്ട് വർഷം ജോലി ചെയ്യാൻ ഉത്തരവായി. 6.11.2005 ന് അദ്ദേഹം സ്ഥിരപ്പെടുകയോ

കാലവധി കൂട്ടുകയോ ചെയ്യാത്തതിനാൽ പദവിയിൽനിന്നും മുക്തനാക്കപ്പെട്ടു. അദ്ദേഹം വീണ്ടും വക്കീൽ ജോലി ചെയ്യാൻ തുടങ്ങി. 26.7.2008 ന് തമിഴ്നാട് സർക്കാർ ഉത്തരവ് മൂലം അദ്ദേഹം തമിഴ്നാട് സംസ്ഥാന ഉപഭോക്തൃ പരാതി സമിതിയുടെ തലവനായി നിയമിക്കപ്പെട്ടു. പദവി നീട്ടിക്കിട്ടാത്ത എൻ കണ്ണദാസനെ വിരമിച്ച ഹൈക്കോടതി ജസ്റ്റിസ് ആയി കരുതാൻ സാധിക്കില്ലെന്നും, അദ്ദേഹത്തിന് ജോലി നീട്ടിക്കൊടുക്കാത്തതിന്റെ കാരണം അറിയാതെ ഹൈക്കോടതി ചീഫ് ജസ്റ്റിസ് എ കെ ഗാംഗുലി അദ്ദേഹത്തിന്റെ പേര് നിർദ്ദേശിച്ചത് തെറ്റാണെന്നും ചില വക്കീലന്മാർ പരാതി കൊടുത്തു. അത് വിചാരണ ചെയ്ത പി കെ മിശ്രയുടെ നേതൃത്വത്തിലുള്ള രണ്ട് ജസ്റ്റിസുമാരുടെ ബഞ്ച്, ഹർജിക്കാരന്റെ വാദം അംഗീകരിച്ച് എൻ. കണ്ണദാസന്റെ പുതിയ പദവി റദ്ദാക്കി.

അതിനെതിരായി കണ്ണദാസൻ സുപ്രീം കോടതിയിൽ കൊടുത്ത അപ്പീൽ തള്ളപ്പെട്ടു.

ചീഫ് ജസ്റ്റിസ് സുഭാഷൺ റെഡ്ഡി 2003 ൽ അയച്ച 8 ജില്ലാ ജസ്റ്റിസുമാരുടെ അഡിഷണൽ ജസ്റ്റിസ് പദവിക്കാലം കഴിഞ്ഞതും വീണ്ടും നാല് മാസത്തേക്ക് പദവി നീട്ടിക്കൊടുത്തു. ജസ്റ്റിസ് ആർ ഭാനുമതി ഉൾപ്പടെ 8 പേർ മാത്രം 27.7.2005 മുതൽ സ്ഥിരം ജസ്റ്റിസായി നിയമിക്കപ്പെട്ടു. ജസ്റ്റിസ് എസ് അശോക് കുമാറിന് 3.8.2005 മുതൽ വീണ്ടും ഒരു വർഷം പദവി നീട്ടിക്കൊടുത്തു. അവസാനം 3.2.2007 നാണ് അദ്ദേഹം സ്ഥിരം ജസ്റ്റിസായി നിയമിക്കപ്പെട്ട് ആന്ധ്രാ പ്രദേശ് ഹൈക്കോടതിലേക്ക് അയയ്ക്കപ്പെട്ടു. അവിടെ അദ്ദേഹം തന്റെ പദവിക്കാലം പൂർത്തിയാക്കി വിരമിച്ചു. ജസ്റ്റിസ് അശോക് കുമാറിന്റെ പദവി നീട്ടിയത് സുപ്രീം കോടതി കൊളീജിയത്തിന്റെ സമ്മതം ഇല്ലാതെയായിരുന്നു. ആ നിർദ്ദേശം സാധുവല്ലെന്നും, അശോക് കുമാറിന്റെ പദവി സ്ഥിരമാക്കിയതിനെ റദ്ദ് ചെയ്യണമെന്നും മുൻ നിയമമന്ത്രിയും മുതിർന്ന വക്കീലുമായ ശാന്തി ഭൂഷൺ സുപ്രീം കോടതിയിൽ കേസ് കൊടുത്തു. ഈ കേസ് ആധാരമാക്കി മാർക്കണ്ഡേയ കട്ജു ചെന്നൈ ഹൈക്കോടതി ചീഫ് ജസ്റ്റിസ് ആയിരുന്നപ്പോൾ അശോക് കുമാറിന്റെ പദവി നീട്ടിയത് നിർദ്ദേശിക്കപ്പെട്ടിരുന്നില്ലെന്ന, ഒരു തർക്കത്തിൽ ഉന്നയിച്ച അഭിപ്രായം ചൂണ്ടിക്കാണിക്കപ്പെട്ടു. എങ്കിലും, ആ കേസ് തള്ളപ്പെട്ടു.

ആ വിധിയിൽ, അഡീഷണൽ ജസ്റ്റിസ് ആയി എസ് അശോക് കുമാറിന് പലതവണ പദവി നീട്ടിക്കൊടുത്ത്, അദ്ദേഹം പദവിയിൽ ഉള്ളപ്പോഴൊന്നും കേസ് ഉണ്ടായിരുന്നില്ലെന്നും, അതുകൊണ്ട് പഴയ കാര്യങ്ങൾ കുത്തിപ്പൊക്കാൻ സാധിക്കില്ലെന്നും പറഞ്ഞു. കേസിന്റെ അവസാനം 2006 ൽ 6 മാസം നീട്ടിക്കൊടുത്ത പ്രശ്നത്തിനും ശേഷം 2007 ൽ സ്ഥിരമാക്കുന്ന പ്രശ്നത്തിലും കൊളീജിയത്തിന്റെ കൂടിയാലോചന ഉണ്ടായിരുന്നോ എന്ന് സുപ്രീം കോടതി ചോദിച്ചു. അതിനെത്തുടർന്ന് ചെന്നൈ ഹൈക്കോടതി ചീഫ് ജസ്റ്റിസുമാരുടെ അഭിപ്രായം ചോദിച്ചു.

ജസ്റ്റിസ് മാർക്കണ്ഡേയ കട്ജു അലഹാബാദ് ഹൈക്കോടതി ചീഫ്

ജസ്റ്റിസായി 2004 ആഗസ്റ്റിൽ നിയമിക്കപ്പെട്ട്, നവംബറിൽ ചെന്നൈ ഹൈക്കോടതിയിൽ ചീഫ് ജസ്റ്റിസായി വന്നു. അദ്ദേഹവും 28.11.2004 ൽ പദവിയേറ്റു. പിന്നീട് 12.11.2005 വരെ അവിടെ തുടർന്നു. ശേഷം അദ്ദേഹത്തെ ഡൽഹി ഹൈക്കോടതിയിൽ ചീഫ് ജസ്റ്റിസായി സ്ഥലം മാറ്റി. 10.4.2006 ന് സുപ്രീം കോടതി ജസ്റ്റിസായി പദവിക്കയറ്റം ലഭിച്ചു. സുപ്രീം കോടതിയിൽനിന്നും അദ്ദേഹം 19.11.2011 ന് വിരമിച്ചു. അതിനുശേഷം ഇന്ത്യൻ പ്രസ്സ് കൗൺസിൽ തലവനായി മൂന്ന് വർഷം ജോലി ചെയ്തു.

ആ സമയത്ത്, അദ്ദേഹം മാധ്യമങ്ങൾക്ക് നൽകിയ അഭിമുഖങ്ങൾ, ഫേസ്ബുക്കിൽ എഴുതിയ അഭിപ്രായങ്ങൾ എന്നിവ വലിയ ചർച്ചകളുണ്ടാക്കി. ഒരു അഭിമുഖത്തിൽ, ചെന്നൈയിൽ ഒരു അഴിമതിക്കാരനായ ജസ്റ്റിസ് ഒരു രാഷ്ട്രീയക്കാരന്റെ സംരക്ഷണയിൽ പദവിയിൽ ഉണ്ടായിരുന്നു എന്നുപറഞ്ഞു. 'പ്രിന്റ്'' ഓൺലൈൻ മാസികയ്ക്ക് കൊടുത്ത അഭിമുഖത്തിൽ, കട്ജു 2005 ൽ ചെന്നൈയിൽ ചീഫ് ജസ്റ്റിസ് ആയിരുന്നപ്പോൾ ഇതിനെപ്പറ്റി എന്തുകൊണ്ട് മിണ്ടിയില്ല എന്ന ചോദ്യം ഉയർന്നു. "ഞാൻ ചീഫ് ജസ്റ്റിസായിരുന്നപ്പോൾ നിയമരംഗത്തിന് യോജിച്ച അച്ചടക്കംകൊണ്ടും എഴുതപ്പെട്ട നടപടിക്രമങ്ങൾകൊണ്ടും ഈ വാർത്ത പൊതുവേദികളിൽ കൊണ്ടുചെല്ലാൻ സാധിച്ചില്ല. എങ്കിലും ഞാൻ മൗനം പാലിച്ചില്ല. ഇന്ത്യൻ ചീഫ് ജസ്റ്റിസിനെ ഡൽഹിയിൽ വച്ച് കണ്ടപ്പോൾ അദ്ദേഹത്തിനോട് വാക്കാലും എഴുത്താലും അറിയിച്ചിരുന്നു. ഇന്റലിജൻസ് ബ്യൂറോയുടെ റിപ്പോർട്ട് നോക്കിയാൽ ഞാൻ പറഞ്ഞത് മനസ്സിലാക്കാൻ സാധിക്കും. ഞാൻ 2011 സെപ്റ്റംബറിൽ വിരമിച്ചശേഷം ചില തമിഴ് സുഹൃത്തുക്കളുടെ താല്പര്യപ്രകാരം ചെന്നൈ ഹൈക്കോടതിയിൽ ചീഫ് ജസ്റ്റിസ് ആയിരുന്നപ്പോഴത്തെ അനുഭവങ്ങൾ ചിലത് ഫേസ്ബുക്കിൽ എഴുതി. മുമ്പേ ഇതെല്ലാം എന്തുകൊണ്ട് എഴുതിയില്ല എന്നതല്ല പ്രശ്നം. ഞാൻ പറഞ്ഞത് സത്യമാണോ എന്നല്ലേ? സുപ്രീം കോടതിയിലെ ആദ്യത്തെ മൂന്ന് ജസ്റ്റിസുമാരായ ആർ സി ലഹോട്ടി, വൈ കെ ശബർവാൾ, ആർ രൂമാപാൽ എന്നിവർ കൊളീജിയം ആയിരുന്നപ്പോൾ അഴിമതിക്കാരനായ ജസ്റ്റിസിനെ തുടരാൻ സമ്മതിക്കരുതെന്ന് ലഹോട്ടിക്ക് കത്തെഴുതിയതായി പിന്നീട് ഒരു റിപ്പോർട്ടിൽ രൂപാമാൽ പറഞ്ഞിട്ടുണ്ട്. അതുകൂടാതെ, ആ അഴിമതിക്കാരനായ ജസ്റ്റിസിനെ ഹൈക്കോടതി ജസ്റ്റിസ് പദവിയിലേക്ക് ഞാൻ നിർദ്ദേശിച്ചിരുന്നതായി ചില പത്രങ്ങളിൽ എന്നെപ്പറ്റി വാർത്ത വന്നിരുന്നു. എന്നാൽ ഞാൻ ഒരിക്കലും ആ ജസ്റ്റിസിനെ നിർദ്ദേശിച്ചിട്ടില്ല. എനിക്ക് മുമ്പ് പദവിയിൽ ഉണ്ടായിരുന്നവരാണ് അയാളെ നിർദ്ദേശിച്ചത്. ഞാൻ ഈ സത്യങ്ങൾ അറിഞ്ഞപ്പോൾ, എന്റെ സംശയങ്ങൾ അന്നത്തെ ഇന്ത്യൻ ചീഫ് ജസ്റ്റിസിനോട് പറഞ്ഞിരുന്നു. അദ്ദേഹമാണ് തക്ക നടപടികൾ എടുക്കേണ്ടിയിരുന്നത്. ജസ്റ്റിസുമാർക്കുള്ള നിയന്ത്രണങ്ങളെ മറികടന്ന് എനിക്ക് ഈ വിവരം പൊതുവേദിയിൽ കൊണ്ടുപോകാൻ സാധിക്കില്ല."

2003 ജൂലൈ തമിഴ്നാട്ടിൽ വളരെ മോശമായ മാസമായിരുന്നു. ആ മാസത്തിന്റെ തുടക്കത്തിൽ സർക്കാർ തൊഴിലാളികൾ സംഘടനയുടെ ആവശ്യപ്രകാരം പണിമുടക്ക് നടത്തി. അതു തടയാനായി തിടുക്കത്തിൽ ഒരു നിയമമുണ്ടാക്കി ഒറ്റ ദിവസംകൊണ്ട് ഏതാണ്ട് രണ്ട് ലക്ഷം തൊഴിലാളികൾ വീട്ടിലേക്കയക്കപ്പെട്ടു. അതോടെ അടിയന്തരാവശ്യങ്ങൾ നടത്തുന്നതിനായുള്ള നിയമത്തിന്റെ കീഴിൽ, സർക്കാർ തൊഴിലാളികളുടെ അറസ്റ്റും ആരംഭിച്ചു. തൊഴിലാളികൾക്കായി കൊടുത്ത കേസിൽ, അറസ്റ്റ് ചെയ്യുന്നത് വിലക്കിയ സിംഗിൾ ബഞ്ച് ജസ്റ്റിസിന്റെ ഉത്തരവിനെ ചീഫ് ജസ്റ്റിസ് സുഭാഷൺ റെഡ്ഡി ബഞ്ച് ഇടക്കാലത്തേക്ക് റദ്ദാക്കി. രണ്ട് ലക്ഷം പേരെ വീട്ടിലേക്കയച്ച കേസ് ചീഫ് ജസ്റ്റിസിന്റെ ബഞ്ച് വിചാരണ ചെയ്തു. ബാധിക്കപ്പെട്ട സർക്കാർ തൊഴിലാളികൾക്കായി ഞാനും വാദിച്ചു. ഒരാഴ്ചയ്ക്കുമേൽ നടന്ന ആ കേസ് ചീഫ് ജസ്റ്റിസിന്റെ ബഞ്ച് തള്ളിക്കളഞ്ഞു. ആ വിധി തമിഴ്നാടിനെത്തന്നെ അതിശയപ്പെടുത്തി.

ആ സമയത്ത് പൊടാ കേസുകളിൽ ചുമത്തപ്പെട്ട കുറ്റങ്ങളെ പരിശോധിക്കുന്നതിനായി വേറെ അന്വേഷണക്കമ്മിറ്റിയെ രൂപീകരിക്കാനായി നിയമഭേദഗതി കൊണ്ടുവരപ്പെട്ടു. അന്വേഷണക്കമ്മിറ്റിക്ക് അധികാരം കൊടുക്കാൻ കഴിയില്ലെന്ന് തമിഴ്നാട് സർക്കാർ വാദിച്ചു. അതിനെ അന്വേഷണക്കമ്മിറ്റി നിരാകരിച്ചതുമായി ബന്ധപ്പെട്ട്, തമിഴ്നാട് സർക്കാർ ചെന്നൈ ഹൈക്കോടതിയിൽ കേന്ദ്രസർക്കാരിനെതിരായി കേസ് കൊടുത്തു. ആ കേസ് ചീഫ് ജസ്റ്റിസ് സുഭാഷൺ റെഡ്ഡി അടങ്ങിയ ബഞ്ച് വിചാരണ ചെയ്തു. പൊടാ അന്വേഷണക്കമ്മിറ്റിയുടെ തീരുമാനം കോടതി വിചാരണയെ നിയന്ത്രിക്കില്ലെന്നും, ക്രിമിനൽ നടപടിച്ചട്ടത്തിന്റെ കീഴിൽ സർക്കാർ ഭാഗം വക്കീലിന് തൃപ്തിയായശേഷം, ഹർജി ഫയൽ ചെയ്ത് കോടതിയിൽ കേസ് വീണ്ടും കൊടുക്കാമെന്നും ഉത്തരവിടാമെന്ന് ഒരു അതിശയകരമായ വിധി വന്നു.

2001 ൽ ചീഫ് ജസ്റ്റിസായി സുഭാഷൺ റെഡ്ഡി പദവിയേറ്റശേഷവും, 2003 ൽ മാത്രം 8 ജില്ലാ ജസ്റ്റിസുമാരെയും ഒരു ഹൈക്കോടതി വക്കീലിനേയും ഹൈക്കോടതി ജസ്റ്റിസ് പദവിക്കായി നിർദ്ദേശിക്കപ്പെട്ടു. 2004 ൽ അദ്ദേഹം ഹൈക്കോടതി ജസ്റ്റിസിനായി വക്കീലന്മാരെ നിർദ്ദേശിക്കാൻ ആരംഭിച്ചു. അപ്പോൾ അദ്ദേഹത്തിനൊപ്പം മുതിർന്ന ജസ്റ്റിസുമാരായ വി എസ് സിർബുർക്കർ, ആർ ജയ്സിംഹം ബാബു എന്നിവർ കൊളീജിയം അംഗങ്ങളായി ഉണ്ടായിരുന്നു. ആ കൊളീജിയം 6 വക്കീലന്മാരേയും, 3 ജില്ലാ ജസ്റ്റിസുമാരേയും നിർദ്ദേശിച്ച് വേണ്ടയിടങ്ങളിലേക്ക് അയച്ചു. പട്ടിക പരിശോധിച്ച മുഖ്യമന്ത്രി ജയലളിത, അതിൽ രണ്ട് വക്കീലന്മാർ, ഒരു ജില്ലാ ജസ്റ്റിസ് എന്നിവരുടെ പേരുകളിൽ മാത്രം താല്പര്യം പ്രകടിപ്പിച്ചു. അവർ നിർദ്ദേശിച്ച മൂന്ന് പേരുകൾ ഹൈക്കോടതിയുടെ പരിഗണനയ്ക്ക് അയയ്ക്കപ്പെട്ടു. കൊളീജിയത്തിന്റെ നടപടിക്രമം അനുസരിച്ച്, പട്ടികയിലുള്ള പേരുകളെപ്പറ്റി അഭിപ്രായം പറഞ്ഞ് അംഗീ

കരിക്കുകയോ നിരാകരിക്കുകയോ ചെയ്യുക മാത്രമേ മുഖ്യമന്ത്രിക്ക് അധികാരമുള്ളൂ. ജയലളിത തനിക്ക് ഇഷ്ടമുള്ള ചില പേരുകൾ പറഞ്ഞു. ജസ്റ്റിസ് മാർക്കണ്ഡേയ കട്ജു സുപ്രീം കോടതിയിൽനിന്നും വിരമിച്ച ശേഷം, തന്റെ ഫേസ്ബുക്കിൽ 'ഹൈക്കോടതിയിലേക്ക് പേരുകൾ നിർദ്ദേശിക്കുമ്പോൾ ജയലളിത ഒരിക്കലും തലയിട്ടിട്ടില്ലാത്തതുകൊണ്ട്, നിയമരംഗത്തിന് അവരെക്കൊണ്ട് പ്രശ്നമൊന്നും ഉണ്ടായിട്ടില്ല' എന്ന് കുറിച്ചു. ഇതേ അഭിപ്രായം അദ്ദേഹത്തിന്റെ പുസ്തകത്തിലും പറഞ്ഞിരുന്നു. ഞാൻ വിരമിച്ചശേഷം ഹൈദരാബാദിലെ ഒരു ലാ കോളേജിൽ എന്നെ പ്രഭാഷണത്തിനായി ക്ഷണിച്ചു (23.11.2014). വിരമിച്ച ചീഫ് ജസ്റ്റിസ് സുഭാഷൺ റെഡ്ഡി, ബഷീർബാഗിലായിരുന്നു താമസം. അതിന്റെ അടുത്തായിരുന്നു ഞാൻ താമസിച്ചിരുന്ന ഹോസ്റ്റലും. ഒരു മര്യാദയ്ക്കായി ഞാൻ അദ്ദേഹത്തിന്റെ വീട്ടിലേക്ക് പോയി. എന്നെ പ്രതീക്ഷിക്കാത്ത അദ്ദേഹം അതിശയത്തോടെ സ്വീകരിച്ച് ഒരു മണിക്കൂറോളം സംസാരിച്ചു. അപ്പോൾ സംസാരിച്ച പല വിഷയങ്ങളിൽ അദ്ദേഹം ചെന്നൈയിൽ ചീഫ് ജസ്റ്റിസ് ആയിരുന്നപ്പോൾ കൃഷ്ണയ്യർ എന്റെ പേര് പറഞ്ഞതും, എന്നാൽ ആദ്യത്തെ രണ്ട് വർഷം അദ്ദേഹത്തിന് ഒരു പേരും അയയ്ക്കാൻ കഴിയാത്തതും പറഞ്ഞു. എന്നെപ്പറ്റി പല തെറ്റായ വിവരങ്ങൾ ചില മുതിർന്ന ജസ്റ്റിസുമാർ അദ്ദേഹത്തിനോട് പറഞ്ഞതും, എന്റെ പേര് ആദ്യം നിർദ്ദേശിക്കാൻ കഴിയാത്തതിലുള്ള വിഷമവും പങ്കുവച്ചു.

ഒപ്പം, ഏതുതരത്തിലുള്ള ആളുകളുടെ പേരുകളാണ് നിർദ്ദേശിക്കാൻ ഉദ്ദേശിച്ചതെന്നും, ജയലളിത പേരുകൾ ശുപാർശ ചെയ്തതുമെല്ലാം പറഞ്ഞു. അദ്ദേഹത്തെ സംബന്ധിച്ചിടത്തോളം മുഖ്യമന്ത്രി പദവിയിൽ ഉള്ളവർ ജസ്റ്റിസ് പദവിയിലേക്ക് പേരുകൾ നിർദ്ദേശിച്ച്, ചീഫ് ജസ്റ്റിസ് അതെല്ലാം പരിശോധിക്കണമെന്ന് ആവശ്യപ്പെടുന്നതിൽ തെറ്റൊന്നുമില്ല. എന്നാൽ അങ്ങനെ ചെയ്യുമ്പോൾ അവർ യോഗ്യതയുള്ളവരാണെങ്കിൽ അതിനെ അംഗീകരിക്കാൻ ചീഫ് ജസ്റ്റിസ് മടിക്കേണ്ടതില്ലെന്നും അദ്ദേഹം പറഞ്ഞു. കഷ്ടകാലത്തിന് അദ്ദേഹത്തിന്റെ പദവിക്കാലത്ത് ജയലളിത നിർദ്ദേശിച്ച മൂന്ന് പേരുകളും അവരുടെ പാർട്ടിക്കാരും, ഹൈക്കോടതി ജസ്റ്റിസുമാരാകാൻ യോഗ്യതയില്ലാത്തവരുമായിരുന്നു. അതിൽ ഒരാൾക്ക് പോലും യോഗ്യതയില്ലാത്തതിനാൽ, അടുത്ത ഘട്ടപരിശോധനയിൽ ആ മൂന്ന് പേരുകൾ എടുക്കാത്തതിനാൽ ഇവിടെ പരാമർശിക്കുന്നില്ല. ചീഫ് ജസ്റ്റിസ് സുഭാഷൺ റെഡ്ഡി പറഞ്ഞ ഈ സംഭവം കൊളീജിയത്തിന്റെ രേഖകളിലുണ്ട്. എങ്കിലും ജസ്റ്റിസ് മാർക്കണ്ഡേയ കട്ജു പറഞ്ഞത് അദ്ദേഹം അറിഞ്ഞ സത്യമല്ലായിരുന്നു. മറിച്ച് ഓരോ പട്ടിക പോകുമ്പോഴും യോജിപ്പോ വിയോജിപ്പോ അറിയിക്കുന്ന നേരത്ത് ജയലളിത തനിക്ക് ആവശ്യമുള്ള പേരുകൾ നിർദ്ദേശിച്ചത് രേഖകളിലുണ്ട്.

ആദ്യം തയ്യാറാക്കിയ ഒമ്പത് പേരുടെ പട്ടിക പരിഗണനയിൽ ഇരിക്കുമ്പോൾ ചീഫ് ജസ്റ്റിസ് സുഭാഷൺ റെഡ്ഡി കൊടുത്ത വിധികൾ

മാത്രമല്ലാതെ, അദ്ദേഹം മധുര ശാഖയ്ക്കുവേണ്ടി കെട്ടിടങ്ങൾ പണിയുന്നതിനായി രാഷ്ട്രപതിയുടെ അറിയിപ്പും കാത്തിരിക്കുകയായിരുന്നു. അതേസമയം, മധുര ശാഖ തുറക്കുന്നതിനെ പിന്തുണച്ചുകൊണ്ടും എതിർത്തുകൊണ്ടുമുള്ള പണിമുടക്കുകൾ മറ്റു ജില്ലകളിലും ചെന്നൈയിലും ആരംഭിച്ചു. ഇതിനിടയിൽ കൊളീജിയത്തിലെ അംഗമായിരുന്ന ജസ്റ്റിസ് ആർ ജയസിംഹബാബു 4.4.2004 ന് വിരമിച്ചു. ഹൈക്കോടതിയുടെ മധുരശാഖ 24.7.2004 ന് തുറന്നു. അടുത്ത ദിവസം രണ്ടാമത്തെ കൊളീജിയം അംഗം ജസ്റ്റിസ് വി എസ് സിർബുർക്കർ ഉത്തരാഖണ്ഡ് ഹൈക്കോടതിയിൽ ചീഫ് ജസ്റ്റിസ് ആയി പോയി. പുതിയ കൊളീജിയത്തിൽ അംഗമായി സുഭാഷൺ റെഡ്ഡി, എൻ ദിനകർ, എൻ വി ബാലസുബ്രഹ്മണ്യം എന്നിവർ ചേർന്നു. ഹൈക്കോടതി ജസ്റ്റിസുമാരുടെ നിർദ്ദേശപ്പട്ടിക തയ്യാറാക്കാൻ 24.9.2004 ന് കൊളീജിയം യോഗം ചേർന്നു.

ഈ യോഗത്തിന് കുറച്ചുദിവസങ്ങൾക്ക് മുമ്പ് എന്നെ സുഭാഷൺ റെഡ്ഡി അദ്ദേഹത്തിന്റെ വീട്ടിലേക്ക് ചായ കുടിക്കാൻ ക്ഷണിച്ചു. അപ്പോൾ അദ്ദേഹം എന്റെ ജാതിയെക്കുറിച്ചും ചോദിച്ചു. എന്തിനാണ് അതറിയുന്നതെന്ന് ചോദിച്ചപ്പോൾ, എന്റെ പേര് ജസ്റ്റിസ് നിയമനപ്പട്ടികയിൽ ചേർക്കാൻ ആഗ്രഹിക്കുന്നെന്നും, എന്നാൽ മുതിർന്ന ജസ്റ്റിസുമാരിൽ ചിലർ ഞാൻ ബ്രാഹ്മണനാണെന്ന് പറഞ്ഞ് എതിർപ്പ് അറിയിച്ചെന്നും പറഞ്ഞു. എനിക്ക് ദേഷ്യം വന്നു. '28 വർഷമായി വക്കീൽ ജോലി ചെയ്യുന്നു. അതിൽ 7 വർഷം സീനിയർ വക്കീലായി പ്രവർത്തിച്ചു. നൂറ് കണക്കിന് കേസുകൾ ഈ കോടതിയിൽ വച്ച് നടത്തി. അവയിൽ പലതും നിയമമാസികകളിൽ പ്രസിദ്ധീകരിച്ചിട്ടുണ്ട്. എന്റെ വാർഷിക വരുമാനവും നല്ലതാണ്. എന്റെ യോഗ്യതയുടെ അടിസ്ഥാനത്തിൽ പേര് പരിഗണിച്ചെങ്കിൽ എനിക്ക് സന്തോഷമാകും. ജാതിയാണ് പ്രധാനമെങ്കിൽ എനിക്ക് ആ പദവി ആവശ്യമില്ല' എന്ന് പറഞ്ഞ് ഞാൻ വീട്ടിലേക്ക് തിരിച്ചുപോയി. എങ്കിലും സുഭാഷൺ റെഡ്ഡി എന്നെ വിട്ടില്ല. അദ്ദേഹത്തിന്റെ നിർബന്ധത്തിന് വഴങ്ങി ഞാൻ എന്റെ സമ്മതപത്രം 22.9.2004 ന് അദ്ദേഹത്തിന് കൊടുത്തു. എന്റെ പേര് കൊളീജിയത്തിന്റെ യോഗത്തിൽ മുന്നോട്ടുവച്ച് അംഗങ്ങളുടെ ഏകസ്വരത്തിലുള്ള തീരുമാനത്തിൽ മൊത്തം 13 വക്കീലുമാരും, 3 ജില്ലാ ജസ്റ്റിസുമാരും അടങ്ങിയ 16 പേരുടെ പട്ടിക 24.9.2004 ന് അയയ്ക്കപ്പെട്ടു. പട്ടികയിൽ എന്റെ പേര് അഞ്ചാമതായിരുന്നു. കൊളീജിയം അംഗത്തിന്റെ ബന്ധുവിന്റെ പേരും പട്ടികയിൽ ഇടം പിടിച്ചിരുന്നു. സുഭാഷൺ റെഡ്ഡി എന്നോട് പറഞ്ഞതുപോലെ ജയലളിത പറഞ്ഞ രണ്ട് പേരുകൾ അതിൽ ഉണ്ടായിരുന്നു.

പട്ടിക തയ്യാറായപ്പോൾ വക്കീലന്മാരുടെ പോരാട്ടം കടുത്തു. സുപ്രീം കോടതിയിലേക്ക് ഹർജികൾ ഒഴുകി. പ്രധാന പ്രതിപക്ഷമായ ഡി എം കെയും ചീഫ് ജസ്റ്റിസിനെ മാറ്റണമെന്ന് ആവശ്യപ്പെട്ടു. ഇതിനെല്ലാം തലയാട്ടുന്നതുപോലെ സുപ്രീം കോടതി, സുഭാഷൺ റെഡ്ഡിയെ കേരള ഹൈക്കോടതി ചീഫ് ജസ്റ്റിസായി സ്ഥലം മാറ്റാൻ നിർദ്ദേശിച്ചു.

അദ്ദേഹത്തിന് മൂന്ന് മാസം പദവിക്കാലം ബാക്കിയുള്ളപ്പോൾ 21.11.2004 ന് സ്ഥലം മാറ്റത്തിനുള്ള ഉത്തരവ് വന്നു. ചെന്നൈ ഹൈക്കോടതിയിലേക്ക് പകരം ആളെ നിയമിച്ചിട്ടില്ലാത്തതിനാൽ, മുതിർന്ന ജസ്റ്റിസ് ആയ എൻ ദിനകർ താൽക്കാലികസ്ഥാനം ഏറ്റെടുത്തു. പിന്നീട് അലഹാബാദ് ഹൈക്കോടതിയിൽനിന്നും മാർക്കണ്ഡേയ കട്ജു ചെന്നൈ ഹൈക്കോടതിയിലെത്തി. അപ്പോൾ ഉണ്ടായ കൊളീജിയത്തിൽ അംഗങ്ങളായി കട്ജുവിനെ കൂടാതെ മുമ്പുണ്ടായിരുന്ന എൻ ദിനകരനും, എൻ വി ബാലസുബ്രഹ്മണ്യവും തുടർന്നു.

മാർക്കണ്ഡേയ കട്ജുവിന്റെ മുത്തച്ഛൻ കൈലാസ്നാഥ് കട്ജു ഒരു സ്വാതന്ത്ര്യസമര പോരാളി ആയിരുന്നു. നെഹ്രുവിന്റെ ആദ്യത്തെ മന്ത്രിസഭയിൽ മന്ത്രിയായിരുന്നു. അദ്ദേഹം പദവിയിലേറിയ ശേഷം ഹൈക്കോടതി ജസ്റ്റിസ്സ് നിയമന നിർദ്ദേശപ്പട്ടിക എങ്ങനെ തയ്യാറാക്കി? കൊളീജിയത്തിനെ മറികടന്ന് പല ജസ്റ്റിസുമാരോടും പേരുകൾ നിർദ്ദേശിക്കാൻ ആവശ്യപ്പെട്ട്, ആ പേരുകളിൽ പൊതുവായുള്ളവ ശേഖരിച്ച് പട്ടിക തയ്യാറാക്കി, പിന്നെ ഇതിനെപ്പറ്റി ഇന്ത്യൻ ചീഫ് ജസ്റ്റിസ് ആർ സി ലഹോട്ടിയോട് പറഞ്ഞ് അദ്ദേഹത്തിന്റെ സമ്മതം വാങ്ങിച്ചതായും പല അഭിമുഖങ്ങളിലും ലേഖനങ്ങളിലും അദ്ദേഹം അറിയിച്ചിട്ടുണ്ട്. അദ്ദേഹത്തിന്റെ ഒരു പുസ്തകത്തിൽ തന്റെ ചെന്നൈ ഹൈക്കോടതി അനുഭവങ്ങളെപ്പറ്റി എഴുതിയിട്ടുണ്ട്. അതിൽ ജസ്റ്റിസുമാരെ തെരഞ്ഞെടുത്ത രീതി മികച്ചതായിരുന്നെന്നും പറഞ്ഞിരിക്കുന്നു.

കൊളീജിയത്തിന്റെ നിയമന നടപടികളല്ലാതെ, തന്റേതായ ഒരു ക്രമം ഉരുവാക്കിയ കട്ജു യോഗത്തിൽ നാല് തവണ പട്ടിക തയ്യാറാക്കി. അദ്ദേഹം വരുന്നതിന് മുമ്പ് തന്നെ ചീഫ് ജസ്റ്റിസ് സുഭാഷൺ റെഡ്ഡിയും ജസ്റ്റിസുമാരായ സിർബുർക്കർ, ആർ. ജയസിംഹബാബു എന്നിവർ 22.1.2004 ൽ തയ്യാറാക്കിയ ഒമ്പത് പേരുടെ പട്ടികയും അതിനുശേഷം സുഭാഷ് റെഡ്ഡിയുടെ നേതൃത്വത്തിൽ ഉണ്ടായ കൊളീജിയത്തിലെ എൻ. ദിനകർ, എൻ വി ബാലസുബ്രഹ്മണ്യൻ എന്നിവർ തയ്യാറാക്കിയ 16 പേരുടെ പട്ടികയും എന്തായെന്ന് അവർ ഒരിടത്തും പറഞ്ഞിട്ടില്ല. മറിച്ച്, അദ്ദേഹത്തിന്റെ നേതൃത്വത്തിൽ എൻ ദിനകരൻ, എൻ. വി. ബാലസുബ്രഹ്മണ്യൻ എന്നിവർ നടത്തിയ നാല് കൊളീജിയ യോഗങ്ങളിൽ മൊത്തം 16 വക്കീലന്മാർ, 6 ജില്ലാ ജസ്റ്റിസുമാർ എന്നിങ്ങനെ 22 പേരുകളടങ്ങിയ പട്ടിക തയ്യാറാക്കി. ആ പട്ടികയിൽനിന്നും വി രഘുപതി, കെ മോഹൻ റാം, വി ധനപാൽ, ആർ സുധാകർ എന്നിവരുടെ പേരുകളും, മറ്റൊരിക്കൽ തയ്യാറാക്കിയ പട്ടികയിൽനിന്നും എസ് രാജേശ്വരൻ ഉൾപ്പെടെ അഞ്ച് പേരുകൾ തന്റെ പട്ടികയിൽ എങ്ങനെ ഉൾപ്പെടുത്തിയെന്നതിന് വ്യക്തതയില്ല. അതുപോലെ, 24.9.2004 ന് പട്ടികയുണ്ടാക്കി കൈയ്യൊപ്പിനൊപ്പം സമ്മതപത്രം നൽകിയ കൊളീജിയ ജസ്റ്റിസുമാർ ഇരുവരും എങ്ങനെ പുതിയ പട്ടികയിലും കൈയൊപ്പിട്ടു എന്നതും ഇന്നുവരെ ആർക്കും അറിയില്ല. പുതിയ പട്ടികയിൽ കൊളീജിയത്തിലെ ഒരു

അംഗത്തിന്റെ ബന്ധുവിന്റെ പേരുള്ളതും എല്ലാവർക്കും അറിയാവുന്നതായിരുന്നു. രണ്ട് പട്ടികയ്ക്കും കൊളീജിയത്തിലെ അംഗങ്ങൾ ഒപ്പുവച്ചത് നടപടിക്രമപ്രകാരം തെറ്റാണ്. അതിനെപ്പറ്റി പിന്നീട് അന്വേഷിച്ചപ്പോൾ, ചെന്നൈ ഹൈക്കോടതിയിലെ പല നടപടികളെപ്പറ്റിയും വിമർശിച്ച് ഞാനെഴുതിയ ലേഖനങ്ങൾ ആണ് കാരണമെന്ന് അവർ പറഞ്ഞത്രേ.

സുഭാഷ് റെഡ്ഡി കേരളത്തിലേക്ക് പോയശേഷം സുപ്രീം കോടതിയുടെ കൊളീജിയത്തിന്റെ പരിഗണനയിൽ രണ്ട് പട്ടികകൾ ഉണ്ടായിരുന്നു. ഒന്ന് 16 പേരുടെ പട്ടിക, മറ്റൊന്ന് 23 പേരുടെ പട്ടിക. തമാശ എന്താണെന്നാൽ, ചീഫ് ജസ്റ്റിസ് കട്ജു പിന്നീട് കൊടുത്ത പല അഭിമുഖങ്ങളിലും തനിക്ക് ജയലളിതയിൽനിന്നും ഒരു സമ്മർദ്ദവും ഉണ്ടായിട്ടില്ലെന്നും, താൻ സ്വാതന്ത്ര്യത്തോടെ ജസ്റ്റിസുമാരുടെ പേരുകൾ നിർദ്ദേശിച്ചെന്നും പറഞ്ഞിരുന്നില്ലേ? സത്യത്തിൽ ജയലളിത ജനുവരി 2004 ന് നിർദ്ദേശിച്ച പേരുകളിൽ ചിലതും, സുഭാഷൺ റെഡ്ഡി അയച്ച പട്ടികയിൽനിന്നും ചില പേരുകളും കട്ജു അയച്ച പട്ടികയിൽ ഇടംപിടിച്ചിരുന്നു. എന്തായാലും, രണ്ട് പട്ടികകൾ ഒരേ സമയം പരിശോധിക്കാൻ സാധിക്കാത്ത സുപ്രീം കോടതി കുഴപ്പത്തിലായി. ഇത് പരിഹരിക്കാനായി ചെന്നൈ ഹൈക്കോടതി വക്കീൽ സംഘടന സുപ്രീം കോടതിയിൽ ഒരു പൊതുതാല്പര്യഹർജി നൽകി. അത് വിചാരണ ചെയ്ത സുപ്രീം കോടതി അവസാനം കട്ജു തയ്യാറാക്കിയ പട്ടിക പരിശോധിച്ച് കേന്ദ്രസർക്കാരിന് കൊടുക്കാൻ ഉത്തരവിട്ടു. അതേസമയം, 2004 ലും 2005 ലും ഉണ്ടായിരുന്ന കൊളീജിയങ്ങൾ വേറെ വേറേ പട്ടികകൾ അയച്ചത് എങ്ങനെയെന്ന് സുപ്രീം കോടതി ചോദിച്ചതുമില്ല. ഇതുപോലെയുള്ള ക്രമക്കേടുകൾ ഭാവിയിൽ ഉണ്ടാകാം എന്നതിനാലാണ് കട്ജു ഒരു പുതിയ രീതി ആരംഭിച്ചതെന്നും, അതനുസരിച്ച് ആദ്യത്തെ 12 ജസ്റ്റിസുമാരോട് പേരുകൾ നിർദ്ദേശിക്കാൻ ആവശ്യപ്പെട്ടതെന്നും ഇന്ത്യൻ ചീഫ് ജസ്റ്റിസ് ആർ സി ലഹോട്ടിയെ അറിയിച്ചപ്പോൾ, അദ്ദേഹം ആക്ഷേപമൊന്നും പറഞ്ഞില്ലെന്നും കട്ജു തന്റെ പുസ്തകത്തിൽ എഴുതിയിട്ടുണ്ട്.

കട്ജുവിന്റെ പട്ടികയിലെ പേരുകളെപ്പറ്റി ഒരു വിയോജനക്കുറിപ്പ് കേന്ദ്ര നിയമമന്ത്രിക്ക് അയയ്ക്കപ്പെട്ടു. അതിൽ രണ്ട് കൊളീജിയങ്ങൾ എന്റെ പേര് നിർദ്ദേശിച്ചിട്ടും എന്തുകൊണ്ട് അംഗീകരിച്ചില്ലെന്നും, അതേസമയം പട്ടികയിൽ ഉണ്ടായിരുന്ന ചിലരുടെ പേരുകൾക്കെതിരായി കുറ്റാരോപണങ്ങൾ ഉണ്ടായിട്ടും എങ്ങനെ ചേർക്കപ്പെട്ടുവെന്നും ചോദിച്ചിരുന്നു. അതിനും ഇന്നുവരെ ഉത്തരവാദിത്വപ്പെട്ടവരിൽനിന്നും മറുപടിയൊന്നും വന്നില്ല. കട്ജു അയച്ച 22 പേരുടെ പട്ടികയിൽനിന്നും 17 പേരുകൾ അംഗീകരിച്ച്, കേന്ദ്രസർക്കാരിന്റെ സമ്മതത്തിനൊപ്പം അവരുടെ നിയമനം രാഷ്ട്രപതി ശരിവച്ചു. അതിനുള്ളിൽ കട്ജു ഡൽഹി ഹൈക്കോടതിയിൽ ചീഫ് ജസ്റ്റിസായി നിയമിക്കപ്പെട്ടപ്പോൾ, പുതുതായി

വന്ന ചീഫ് ജസ്റ്റിസ് എ പി ഷാ ആ 17 പേർക്കും സത്യപ്രതിജ്ഞ ചൊല്ലിക്കൊടുത്തു.

2014 ൽ പാർലമെന്റ് നിയമഭേദഗതി വഴി ദേശീയ ജസ്റ്റിസുമാരുടെ നിയമനസമിതി ഉണ്ടാക്കിയതിന് എതിരായി, മുതിർന്ന വക്കീൽ അരവിന്ദ് ദാദർ *ദി ഹിന്ദു* പത്രത്തിൽ 17.8.2014 ന് ഒരു ലേഖനം എഴുതി. ആ ലേഖനത്തിൽ ഒരു ഭാഗത്ത് ജസ്റ്റിസ് കട്ജു എങ്ങനെ രാഷ്ട്രീയ സമ്മർദ്ദത്തെ നിയമനങ്ങളിൽനിന്നും ഒഴിവാക്കിയെന്നും, അദ്ദേഹം ഫയൽ ചെയ്ത പൊതുതാല്പര്യ ഹർജിയിൽ 17 യോഗ്യരായ ജസ്റ്റിസുമാർ ചെന്നൈ ഹൈക്കോടതിക്ക് ലഭിച്ചുവെന്നും പ്രശംസിച്ച് എഴുതിയിട്ടുണ്ടായിരുന്നു. ലേഖകനോട് ഞാൻ ചില ചോദ്യങ്ങൾ ചോദിച്ചു. കട്ജു അയച്ച പട്ടികയിൽ എത്ര ഒളിപ്പിക്കലുകൾ ഉണ്ട്? അദ്ദേഹം അയച്ച പട്ടികയിൽ ഉണ്ടായിരുന്ന ചിലർ ജസ്റ്റിസുമാരുടെ ബന്ധുക്കൾ ആയതെങ്ങനെ? ആ കൊളീജിയത്തിലെ അംഗങ്ങൾ മുമ്പ് മറ്റൊരു പട്ടികയ്ക്ക് സമ്മതം അറിയിച്ചവരായിട്ടും വീണ്ടും വന്ന പട്ടികയിൽ ഒപ്പു വെച്ചതെന്തിനാണ്? ബന്ധുക്കളുടെ പേരുകൾ നിർദ്ദേശിച്ചപ്പോൾ കട്ജു എന്തുകൊണ്ട് പട്ടിക നിരാകരിക്കാതെ അതിൽനിന്നും ചില പേരുകൾ തന്റെ പട്ടികയിലും ഉൾപ്പെടുത്തി? അരവിന്ദ് ദാദർ എന്റെ ചോദ്യങ്ങൾക്ക് മറുപടി തരാമെന്ന് പറഞ്ഞെങ്കിലും കഴിഞ്ഞ 7 വർഷമായി ഒന്നും ഉണ്ടായില്ല.

2005 ന്റെ അവസാനം ചീഫ് ജസ്റ്റിസായി പദവിയേറ്റ എ. പി. ഷാ ജസ്റ്റിസുമാരുടെ പേരുകൾ നിർദ്ദേശിക്കാനുള്ള ശ്രമത്തിൽ ഏർപ്പെട്ടു. അപ്പോൾ അദ്ദേഹത്തിനൊപ്പം കൊളീജിയത്തിൽ എൻ കർപക വിനായകം, പി സദാശിവം എന്നിവർ ഉണ്ടായിരുന്നു. 2006 ജനുവരിയിൽ അവർ 8 പേരുകൾ നിർദ്ദേശിച്ചു. അതിൽ ആദ്യത്തെ പേര് എന്റേതായിരുന്നു.

പേരുകൾ നിർദ്ദേശിച്ച വിവരം അറിഞ്ഞ പാട്ടാളി മക്കൾ കട്ചിയിലെ വക്കീലന്മാർ സുപ്രീം കോടതിയുടെ മുന്നിൽ പ്രകടനം നടത്തി. പട്ടിക പിൻവലിക്കണമെന്നും, അതിൽ ഉള്ളവരെല്ലാം മുന്നോക്ക സമുദായക്കാരാണെന്നതാണ് പ്രതിഷേധത്തിന് കാരണമെന്നും പറഞ്ഞു. എന്റെ പേര് നിർദ്ദേശിച്ചിട്ടുള്ളത് അറിഞ്ഞ മാർക്കണ്ഡേയ കട്ജു ചെന്നൈയിലേക്ക് നേരിൽ വന്ന് ചീഫ് ജസ്റ്റിസിനെ കണ്ട് എന്നെ ജസ്റ്റിസ് ആക്കരുതെന്ന് പറഞ്ഞു. ഇതിനെപ്പറ്റി അറിഞ്ഞ ജസ്റ്റിസ് പി കെ മിശ്ര എന്നെ ഈ വിവരം അറിയിച്ചു.

കൊളീജിയത്തിലെ അംഗങ്ങളിൽനിന്നും ഞാൻ കമ്യൂണിസ്റ്റ് ആണ്, ജസ്റ്റിസുമാരെ വിമർശിക്കും എന്നെല്ലാം പരാതികൾ ഒരുവശത്ത്. 'മുന്നോക്ക ജാതിക്കാരൻ' എന്ന പാട്ടാളി മക്കൾ കട്ചിയുടെ പ്രചാരണം മറുവശത്ത്. ഞാൻ ബ്രാഹ്മണൻ ആണെന്ന പിത്തലാട്ടം വേറൊരു വശത്ത്. ഇതിനിടയിൽ എന്റെ ദീർഘകാലത്തെ സുഹൃത്തുക്കളും പല പാർട്ടിക്കാരും പെട്ടെന്ന് ഞാൻ വക്കീൽ ജോലി ഉപേക്ഷിക്കുന്നതിലുള്ള

അതിശയം പ്രകടിപ്പിച്ചു വിമർശിച്ചുകൊണ്ടുള്ള ചില കത്തുകളും കിട്ടി.

എന്റെ സുഹൃത്തും അദ്ധ്യാപകനുമായ വൈ. ഇളങ്കോവൻ ജസ്റ്റിസ് പട്ടികയിൽ എന്റെ പേരുണ്ടെന്ന് പത്രത്തിൽ കണ്ട് സന്തോഷം അറിയിച്ച് ഒരു കത്തയച്ചു. അതിൽ നിന്നും ചില വരികൾ:

"താങ്കൾ ജസ്റ്റിസ് ആയാൽ.... പഠിച്ചുകൊണ്ടിരിക്കുന്ന വക്കീലന്മാർ ഉദ്ധരിക്കുന്ന വിധികൾക്ക് നായകനായി ലൈബ്രറികളിലും വിധിപ്രസ്താവനകളിലും മുങ്ങിപ്പോകും. ഒരു വി ആർ കെ ആയി, സത്യദേവനായി വിരമിക്കുന്ന ദിവസം അഭിനന്ദിക്കപ്പെടും! എന്നാൽ, താങ്കളുടെ ശബ്ദം കേൾക്കാതാകും. താങ്കൾ ജസ്റ്റിസ് ആയാൽ ഗവേഷകരുടെ വിഷയമായി മാറും. പാമരന് കിട്ടാക്കനിയാകും!"

കുറേ നാളുകളായി ഉപയോഗിക്കുന്ന സാധനം പെട്ടെന്ന് കാണാതാകുന്ന പകപ്പായിരുന്നു മിക്കവർക്കും. ഫോൺ വച്ച സ്ഥലം മറന്ന് നിമിഷനേരത്തിൽ അതിനെ കാണാതെ വിഷമിക്കുന്നത് പോലെയുള്ള അവസ്ഥയാണിതും. ഞാൻ പദവിയേറ്റ് ഏതാനും മാസങ്ങൾക്കുള്ളിൽ ഇളങ്കോവൻ തന്റെ നിലപാട് മാറ്റി വേറൊരു കത്തയച്ചു.

"താങ്കളുടെ തളരാത്ത അദ്ധ്വാനവും ചിന്തയും വിധികളിൽ കാണുന്നുണ്ട്. ഞങ്ങൾ അഭിമാനിക്കുന്നു. താങ്കൾ ജസ്റ്റിസ് ആയതുമായി ബന്ധപ്പെട്ട് തുടക്കത്തിൽ എനിക്കുണ്ടായ ചിന്തകൾ മാറിപ്പോയി. അമർത്തപ്പെട്ട, കഷ്ടപ്പെടുന്ന തൊഴിലാളിവർഗത്തിന് വേണ്ടി എന്നും വിശ്വസിച്ച് പ്രവർത്തിച്ച താങ്കൾ ഒരു പ്രചോദനമാണ്."

നല്ല മനസ്സുകൾ മാറുന്നതിന് സാധ്യതയുണ്ട്. ദുഷ്ടമനസ്സുകളെ തിരുത്തുന്നത് പ്രയാസമാണ്. ജസ്റ്റിസുമാരുടെ പട്ടിക സുപ്രീം കോടതിയിലേക്ക് അയച്ചതും, അതിനെപ്പറ്റിയറിഞ്ഞ ജയലളിത, തന്റെ എതിർപ്പ് കത്ത് മൂലം അന്നത്തെ അഡ്വക്കേറ്റ് ജനറൽ വഴി ചീഫ് ജസ്റ്റിസ് എ പി ഷായ്ക്ക് കൊടുത്തു. ആ കത്തിൽ എന്റെ പേരിനോട് വിരോധം അറിയിക്കുകയും, തന്റെ പാർട്ടിയിലെ വക്കീലന്മാർ ചിലരുടെ പേരുകൾ ശുപാർശ ചെയ്യുകയും ചെയ്തിരുന്നു. വ്യക്തിപരമായി തന്റെ അഭിപ്രായം അറിയിച്ചെങ്കിലും, ജയലളിത അധികാരം ഉപയോഗിച്ച് സർക്കാരിന്റെ അഭിപ്രായം വൈകിപ്പിച്ചു. *ദിനതന്തി*, നിയമവകുപ്പ് പരമ്പരാഗത രീതിയിൽ ഈ പട്ടികയ്ക്ക് സർക്കാർ സമ്മതം അറിയിക്കണം. അതായത് 6 ആഴ്ചക്കാലത്തിനുള്ളിൽ അറിയിക്കണം എന്ന് വാർത്ത കൊടുത്തു. എന്നാൽ, ഇതിനെപ്പറ്റി ഡൽഹിയിലുള്ള ഒരു ഉദ്യോഗസ്ഥനോട് ചോദിച്ചപ്പോൾ, സമയം കഴിഞ്ഞിട്ടില്ലെന്നും, തമിഴ്നാട് സർക്കാർ അഭിപ്രായം അറിയിച്ചിട്ടില്ലെന്നും തിരഞ്ഞെടുപ്പിന് മുമ്പ് സർക്കാർ അഭിപ്രായം അറിയിക്കുമെന്ന് പ്രതീക്ഷിക്കുന്നുവെന്നും പറഞ്ഞു.

2006 ഏപ്രിലിൽ നടക്കാനിരിക്കുന്ന പൊതുതിരഞ്ഞെടുപ്പ് മനസ്സിൽ കണ്ട് തമിഴ്നാട് സർക്കാരും കേന്ദ്രസർക്കാരും നിർദ്ദേശപ്പട്ടികയെപ്പറ്റി ഒന്നും പറയാതെ താമസിപ്പിച്ചുകൊണ്ടിരുന്നു. *ദിനമണി*യിൽ വന്ന വാർത്തയിൽ, 'പുതിയ ജസ്റ്റിസുമാരുടെ പട്ടിക നിശ്ചയിച്ചുകഴിഞ്ഞ

ങ്കിലും, തിരഞ്ഞെടുപ്പ് കാരണം തടഞ്ഞുവച്ചിരിക്കുന്നതായി അധികാര വൃന്ദങ്ങൾ അറിയിച്ചു. 9 പേരുകൾ മാർച്ച് മാസവും, 2 പേരുകൾ ഏപ്രിൽ മാസവും ചെന്നൈ ഹൈക്കോടതി അയച്ചു' എന്ന് പറഞ്ഞു. ജയലളിതയുടെ ഈ നടപടികളെ ഒളിപ്പിക്കാനായി ജസ്റ്റിസ് കട്ജു തന്റെ പുസ്തകത്തിൽ അവർ ജസ്റ്റിസ് നിയമനത്തിൽ ഇടപെട്ടിട്ടില്ലെന്ന് എഴുതി.

ഇതെല്ലാം അറിയാവുന്നവർ, കട്ജുവും യാഥാർഥ്യവും തമ്മിൽ എത്ര ദൂരം ഉണ്ടെന്ന് മനസ്സിലാക്കും. ഏപ്രിലിലെ തിരഞ്ഞെടുപ്പിൽ ഡി എം കെ ജയിച്ച് കലൈഞ്ജർ മുഖ്യമന്ത്രിയായി. തിരഞ്ഞെടുപ്പിലെ സ്ഥിതികൾ മാറിയപ്പോൾ കേന്ദ്രസർക്കാർ നിർദ്ദേശപ്പട്ടികയോട് എതിർപ്പൊന്നും കാണിച്ചില്ല. 5.5.2006 ന് കേന്ദ്രസർക്കാർ, ചീഫ് ജസ്റ്റിസ് എ പി ഷാ അയച്ച പട്ടികയിലെ 9 പേരുകളോട് എതിർപ്പൊന്നും അറിയിക്കാതെ സുപ്രീം കോടതിയിലേക്ക് അയച്ചു. അതിനൊപ്പം ഇന്റലിജൻസ് ബ്യൂറോയുടെ കുറിപ്പും അവർക്ക് ലഭിച്ചു. അപ്പോൾ, സുപ്രീം കോടതിയുടെ ചീഫ് ജസ്റ്റിസായി ആർ സി ലഹോട്ടിയും കൊളീജിയം അംഗങ്ങളായി രൂപാ പാൽ, കെ ജി ബാലകൃഷ്ണൻ എന്നിവരും ഉണ്ടായിരുന്നു. അയച്ച 9 പേരുകളിൽ 5 പേരെ മാത്രം കൊളീജിയം അംഗീകരിച്ചു. ജയലളിത എന്റെ നിയമനത്തിനെപ്പറ്റി ഉയർത്തിയ എതിർപ്പുകൾ കൊളീജിയം അംഗീകരിച്ചില്ല. അതിനുശേഷം രാഷ്ട്രപതി അബ്ദുൾ കലാം ജസ്റ്റിസുമാരെ നിയമിക്കാനുള്ള ഉത്തരവ് നൽകി.

2001 ലും 2004 ലും എന്റെ പേര് ജസ്റ്റിസ് പദവിക്ക് നിർദ്ദേശിച്ചിരുന്നെങ്കിലും, അത് വിജയിച്ചില്ല. എന്നാൽ, 2006 ൽ എ പി ഷാ എന്റെ പേര് കൊടുക്കാൻ ഒരുപാട് അദ്ധ്വാനിച്ചു.

കൊളീജിയത്തിൽ അംഗമായി അപ്പോൾ ജസ്റ്റിസ് പി കെ മിശ്ര ഇല്ലായിരുന്നെങ്കിലും, സീനിയർ ജസ്റ്റിസ് ആയിരുന്ന അദ്ദേഹം പല വിവരങ്ങളും പങ്കുവച്ചിരുന്നു. അതിൽനിന്നും ഒരു കാര്യം വെളിവാകും. കൊളീജിയത്തിന്റെ ജസ്റ്റിസ് നിയമനത്തിന്റെ രീതിയിൽ, പേരുകൾ നിർദ്ദേശിക്കുന്ന ജസ്റ്റിസ് മിക്കവാറും വേറെ സംസ്ഥാനത്തുനിന്നും ഉള്ളയാളായിരിക്കും. എന്നാൽ, അതേ സംസ്ഥാനത്തുനിന്നുമുള്ള അംഗങ്ങളായ രണ്ട് ജസ്റ്റിസുമാർ, അവരുടെ താല്പര്യങ്ങൾ ഉള്ളവരായിരിക്കും. മൂന്നുപേരും ഒന്നിച്ച് പേരുകൾ നിർദ്ദേശിച്ചാലും അതിനെയും താണ്ടി സംസ്ഥാനസർക്കാർ, ഇന്റലിജൻസ് ബ്യൂറോ റിപ്പോർട്ടുകൾ, കേന്ദ്രസർക്കാരിന്റെ തീരുമാനം, സുപ്രീം കോടതി കൊളീജിയത്തിന്റെ നിർദ്ദേശങ്ങൾ എല്ലാം കടന്നശേഷമേ രാഷ്ട്രപതിയുടെ നിയമന ഉത്തരവ് നേടാൻ കഴിയുകയുള്ളൂ. തൊഴിൽ അനുഭവം, വരുമാനം, നടത്തിയ കേസുകൾ, നിയമപ്രസിദ്ധീകരണങ്ങളിൽ വന്ന വാർത്തകൾ എന്നിവയെല്ലാം നിഷ്പ്രഭമാക്കുന്ന ജാതി/മത വിവരങ്ങൾ എടുക്കുന്ന പങ്കും ഈ നടപടിയിൽ ഉണ്ട്. ഇതല്ലേ വാസ്തവം! അങ്ങനെയെങ്കിൽ, എത്ര മോശമാണത്?

ഈ പദവിയേറ്റതിന് എന്റെ വരുമാനത്തിൽ ഉണ്ടായ ഇടിച്ചിൽ പലർക്കും അറിയില്ല. ഞാൻ ആറേമുക്കാൽ വർഷം ജസ്റ്റിസായി ജോലി ചെയ്തപ്പോൾ കിട്ടിയ മൊത്തം വരുമാനത്തേക്കാൾ അതിന് മുമ്പത്തെ വർഷം സീനിയർ വക്കീൽ ആയിരുന്നപ്പോൾ കിട്ടിയിരുന്നു. എന്നാലും, രണ്ട് ഉന്നത വ്യക്തികൾക്ക് ഞാൻ കൊടുത്ത വാക്ക് പാലിച്ചു എന്ന സന്തോഷം എനിക്കുണ്ട്. എന്റെ നിയമനത്തിനെക്കുറിച്ച് ഇവിടെ വിശദമായി പറഞ്ഞതിന്റെ കാരണം, കൊളീജിയത്തിന്റെ നടപടികളിലുള്ള ദൗർബല്യങ്ങളും നിയമത്തിനപ്പുറമുള്ള മനുഷ്യവികാരങ്ങളുടെ പ്രവർത്തനങ്ങളും രേഖപ്പെടുത്തുന്നതിനാണ്. ഇതിൽ ഈ ലേഖനം മൂലം എന്തെങ്കിലും മാറ്റമുണ്ടാകുകയാണെങ്കിൽ സന്തോഷം. ജസ്റ്റിസുമാർ തന്നെ ജസ്റ്റിസുമാരെ നിയമിക്കുന്നു എന്ന ലേഖനം എല്ലായിടങ്ങളിലും പരക്കുന്നതായി ചീഫ് ജസ്റ്റിസ് രമണ പറഞ്ഞിരുന്നു. ഈ ലേഖനത്തിന്റെ ലക്ഷ്യം 'കൊളീജിയത്തിന്റെ നിയമന നടപടി' ജനാധിപത്യവിരുദ്ധമാണെന്ന് ചൂണ്ടിക്കാണിക്കുന്നതാണ്.

ജസ്റ്റിസ് സത്യവേലും, വി ആർ കൃഷ്ണയ്യയും വിതച്ചത് മുളച്ച് പുറത്തുവരുന്നതിനായി 10 വർഷമെടുത്തു. എന്റെ നിയമനവാർത്ത പുറത്തുവന്നപ്പോൾ അത് കേട്ട് സന്തോഷിക്കാൻ സത്യവേൽ ജീവനോടെ ഇല്ലായിരുന്നു. കൃഷ്ണയ്യർ കൊച്ചിയിൽനിന്നും ഫോൺ വഴി എന്നെ അഭിനന്ദിച്ചു. പദവിയേറ്റ് ഏതാനും മാസങ്ങൾ കഴിഞ്ഞ് ഞാൻ കുടുംബത്തിനൊപ്പം കൊച്ചിയിൽ പോയി അദ്ദേഹത്തെ കണ്ടു. രാഷ്ട്രപതി അബ്ദുൾ കലാം തന്ന നിയമന ഉത്തരവ് സ്വീകരിച്ച ശേഷം, ചെന്നൈ ഹൈക്കോടതിയിലെ രജിസ്ട്രാർ 30.7.2006 ന് രാവിലെ 10 മണിക്ക് സത്യപ്രതിജ്ഞ ഉണ്ടാകുമെന്ന വിവരം അറിയിച്ചു.

കത്ത് കിട്ടിയതിന്റെ അന്ന് വൈകുന്നേരം, ഞാനുമായി 23 വർഷം ബന്ധമൊന്നും ഇല്ലാതിരുന്ന എന്റെ സീനിയർ വക്കീൽ എൻ. ജി. പ്രസാദിന്റെ വീട്ടിലേക്ക് ചെന്ന് എന്റെ നന്ദി അറിയിച്ചു. അദ്ദേഹത്തിന്റെ ഓഫീസിൽ ആദ്യത്തെ 7 വർഷം ലഭിച്ച പരിശീലനവും ആദരവും എന്നെ വക്കീൽ ജോലിയിൽ നിലനിർത്തിയത് മറക്കാതെയായിരുന്നു ആ സന്ദർശനം. എങ്കിലും, ഞാൻ ജസ്റ്റിസ് ആയത് അദ്ദേഹം സ്വീകരിക്കാൻ തയ്യാറായിരുന്നില്ല. എന്നാൽ, ജസ്റ്റിസ് കൃഷ്ണയ്യർ കൊച്ചിയിൽനിന്നും എനിക്കയച്ച കത്ത് എല്ലാ വിഷമങ്ങളേയും നീക്കി. അദ്ദേഹം ഇങ്ങനെ എഴുതി:

പ്രിയപ്പെട്ട ചന്ദ്രു,

ഗംഭീരമായ ഭാവിയുള്ള നിനക്ക് സമയം, അറിവ്, ധൈര്യം എന്നിവയല്ലാതെ ആദിവാസികൾ ഉൾപ്പടെയുള്ള സാധാരണ ജനങ്ങളോട് അനുതാപം ഉണ്ടായിരിക്കണം. ജസ്റ്റിസുമാർ ധർമ്മത്തിൽനിന്നും വഴി

മാറിപ്പോകുന്ന ഈ സമയത്ത്, നീ പോകേണ്ട ദൂരം മൈലുകളാണ്. സംരക്ഷിക്കേണ്ട പ്രതിജ്ഞകളും ഒരുപാടുണ്ട്.

അഭിനന്ദനങ്ങൾ
വി ആർ കൃഷ്ണയ്യർ

31.7.2006 ന് രാവിലെയായിരുന്നു സത്യപ്രതിജ്ഞ. അന്ന് രാവിലെ 6.30 ന് എന്റെ വീടിന്റെ കാളിംഗ്ബെൽ മുഴങ്ങി. വാതിൽ തുറന്നപ്പോൾ ഹൈക്കോടതിയിലെ സബ്ബ് രജിസ്ട്രാർ നിൽക്കുന്നുണ്ടായിരുന്നു. എന്താ കാര്യം എന്ന് ചോദിച്ചപ്പോൾ, "രാവിലെ സാറിന്റെ സത്യപ്രതിജ്ഞ യുണ്ട്" എന്ന് പറഞ്ഞു. അതിനിനിയും മൂന്ന് മണിക്കൂറുകൾ ഉണ്ടല്ലോ, എന്തിനാണ് ഇത്ര രാവിലെ വന്നത്? എന്ന് ചോദിച്ചപ്പോൾ, ചീഫ് ജസ്റ്റിസ് ഷാ ഹൈക്കോടതിയിലെ ഒരു കാർ എടുത്ത് സാറിനെ കൂട്ടിക്കൊണ്ട് വരാൻ പറഞ്ഞു. സമയത്തിന് പോയില്ലെങ്കിൽ ചന്ദ്രു പതിവുപോലെ ട്രെയിനിൽ കോടതിയിലെത്തും എന്നും പറഞ്ഞെന്ന് അയാൾ ചിരിച്ചു കൊണ്ട് അറിയിച്ചു.

ജസ്റ്റിസ് പദവിയുമായി ബന്ധപ്പെട്ട് പലരും അഭിനന്ദനങ്ങൾ അറിയിച്ചു. പോണ്ടിച്ചേരിയിൽനിന്നും ജസ്റ്റിസ് ദാവീദ് അന്നുസ്വാമി എഴുതിയ കത്തിൽ, 'നീ ഒരു വലിയ രാഷ്ട്രീയനേതാവാകുമെന്ന എന്റെ വിചാരത്തിനെ തെറ്റിച്ചു' എന്ന് പറഞ്ഞു. ഞാൻ ലാ കോളേജിൽ പഠിക്കുമ്പോൾ അദ്ധ്യാപകനായും, പിന്നീട് ചെന്നൈ, കേരളം ഹൈക്കോടതികളിൽ ജസ്റ്റിസായും ജോലി ചെയ്തിരുന്ന പി. ഷണ്മുഖം എഴുതിയ കത്തിൽ ഇങ്ങനെയുണ്ടായിരുന്നു, "നിന്റെ നിയമനം കക്ഷികൾക്ക്, പ്രത്യേകിച്ച് അദ്ധ്യാപകർക്കും മനുഷ്യാവകാശ പ്രവർത്തകർക്കും നികത്താൻ കഴിയാത്ത നഷ്ടമാകുമെങ്കിലും, ഹൈക്കോടതിക്ക് ലാഭമാണ്. പലർക്കും നീതി നൽകുന്നതിന് കിട്ടിയ അവസരങ്ങൾ അവരുടെ നഷ്ടത്തിനെ നികത്തും."

മനുഷ്യാവകാശ പ്രവർത്തകനും, മുതിർന്ന വക്കീലുമായ കെ ജി കണ്ണാഭിരാൻ ഹൈദരാബാദിൽനിന്നും ഇങ്ങനെ എഴുതി, "നിന്റെ നിയമനം താമസിച്ചുവരുന്ന നീതിയുടെ നല്ല ഉദാഹരണമാണ്. നീതി ലഭിക്കാത്തതിനേക്കാൾ മെച്ചമാണ് താമസിച്ചുവരുന്ന നീതിയെന്ന് നാം നമ്മളെ സമാധാനപ്പെടുത്തണം. നല്ല ഒരു ലോകം നിന്റെ പിന്നിൽ ഒരുക്കൂ. സമൂഹത്തിന് ആവശ്യമുള്ള ജോലിയാണ് നിന്റേത്. അഭിനന്ദനങ്ങൾ."

വിരമിച്ച ജസ്റ്റിസ് എസ് പദ്മനാഭന്റെ കത്ത് ഇങ്ങനെ പറഞ്ഞു, "ഞാൻ പഴയ നാളുകൾ ഓർക്കുന്നു. ഞാൻ റിട്ട് ഹർജികൾ വിചാരണ ചെയ്യുമ്പോൾ നീ ദിവസവും എന്റെ മുന്നിൽ വാദിക്കുന്നത് ഓർമ്മ വരുന്നു. ചീഫ് ജസ്റ്റിസ് കെ പി എൻ സിംഗ് ബെഞ്ചിൽ ഞാൻ ഉണ്ടായിരുന്നപ്പോഴും നീ വാദിച്ചിട്ടുണ്ട്. അപ്പോഴേ നിനക്ക് നല്ല ഭാവിയുണ്ടെന്ന് തെളിയിച്ചിരുന്നു. സൂക്ഷ്മമായ അറിവുകൊണ്ട് നിന്റെ ജോലി നടത്തു

കയും, ചെന്നൈ ഹൈക്കോടതിയിൽ ജസ്റ്റിസ് ആകുകയും ചെയ്യാൻ നിനക്കുള്ള അർഹതപ്പെട്ട ഇടം നീ വാങ്ങിച്ചു."

ഭരണഘടനയിലെ മൂന്നാമത്തെ ഷെഡ്യൂളിലുള്ള സത്യപ്രതിജ്ഞ 'സഗൗരവം' എന്നുപറഞ്ഞ് ചെയ്തു. അഡ്വക്കേറ്റ് ജനറലും, മറ്റു വക്കീൽ സംഘടനാ പ്രതിനിധികളും, തമിഴ്നാട് ബാർ കൗൺസിൽ പ്രസിഡന്റും, കേന്ദ്രസർക്കാരിന്റെ അഡീഷണൽ സോളിസിറ്റർ ജനറലും സംസാരിച്ചശേഷം ഞാൻ മറുപടി പറഞ്ഞു. ജസ്റ്റിസ് വി ആർ കൃഷ്ണയ്യരേയും, സത്യവേലിനേയും സ്മരിച്ച്, ഞാൻ ജസ്റ്റിസ് ആയതിൽ പലതുറകളിൽ നിന്നും ഉയർന്ന ചോദ്യങ്ങൾക്കുള്ള മറുപടി നൽകിയും, രാജ്യത്തിനായി ഏത് പദവിയിലിരുന്നും സേവനം ചെയ്യാൻ കഴിയുമെന്നും പറഞ്ഞ്, അവസാനം 13-ാം നൂറ്റാണ്ടിലെ സൂഫി സന്ന്യാസി ജലാലുദ്ദീൻ റൂമിയുടെ ഒരു കവിത ഉദ്ദരിച്ച് അവസാനിപ്പിച്ചു. 'കാലത്തിന്റെ തേര് ഓടിക്കൊണ്ടിരിക്കുന്നു. എവിടെ നിൽക്കുമെന്ന് നോക്കാം. കടിഞ്ഞാണുകൾ എന്റെ കൈയിലില്ല, ജീനിപ്പടിയിലും കാലുകൾ പതിഞ്ഞിട്ടില്ല!'

ജസ്റ്റിസായതിന് ശേഷം ഞാൻ വരുത്തിയ ചില നടപടി മാറ്റങ്ങളെപ്പറ്റി *ജൂനിയർ വികടനിൽ* എഴുതിയിരുന്നു. ജസ്റ്റിസുമാരുടെ സ്വത്തുവിവരങ്ങൾ വെളിപ്പെടുത്തണമെന്ന ആവശ്യം ഉയർന്ന സമയത്ത്, ജസ്റ്റിസായി പദവിയേറ്റ ചന്ദ്രു, ചടങ്ങിൽ വച്ചുതന്നെ തന്റെ സ്വത്തുവിവരങ്ങൾ പൊതുസമക്ഷം സമർപ്പിച്ച്, ഇന്ത്യയിലെ നിയമരംഗത്തിന്റെ മൗനത്തിനെ ഭേദിച്ചു. ജസ്റ്റിസുമാർ കോടതിയിലേക്ക് വരുമ്പോഴും പോകുമ്പോഴും വെള്ള യൂണിഫോം ധരിച്ച തൊഴിലാളികൾ ചെങ്കോലും പിടിച്ച് 'ഉഷ്' എന്ന ശബ്ദമുണ്ടാക്കിക്കൊണ്ട് മുന്നിൽ നടക്കും. ജസ്റ്റിസ് ചന്ദ്രു പദവിയേറ്റ് ആദ്യം ചെയ്തത്, 'എനിക്ക് ചെങ്കോലേന്തിയ തൊഴിലാളികൾ ആവശ്യമില്ല' എന്ന് എഴുതിക്കൊടുക്കുകയായിരുന്നു. ഇതിനെപ്പറ്റി ചോദ്യം ഉയർന്നപ്പോൾ, 'ഈ നടപടി ജസ്റ്റിസുമാരുടെ പൊങ്ങച്ചതിനായി മനുഷ്യോർജ്ജത്തിനെ പാഴാക്കുന്ന പ്രവർത്തിയാണ്. ചെങ്കോലേന്തി പോകുന്ന ജോലി മാത്രം ഈ പ്യൂണുമാർക്ക് നൽകി, അവർക്ക് ജനങ്ങളുടെ പണംകൊണ്ട് ശമ്പളം കൊടുക്കുന്നു. അതുകൊണ്ട്, ജനങ്ങളുടെ നികുതിയും ആ പ്യൂണുമാരുടെ അദ്ധ്വാനവും പാഴാകുന്നു' എന്ന് വിശദീകരണം നൽകി. അതുപോലെ, 'മൈ ലോർഡ്' (എന്റെ പ്രഭുവേ) എന്ന് വക്കീലന്മാർ ജസ്റ്റിസുമാരെ വിളിക്കുന്നു. തന്റെ കോടതിയിൽ അങ്ങനെ വിളിക്കുന്നത് ജസ്റ്റിസ് ചന്ദ്രു വിലക്കി. 'ഇന്ത്യൻ ഭരണഘടനയിലെ 18-ാം വകുപ്പനുസരിച്ച് പട്ടങ്ങൾ ഒഴിവാക്കപ്പെട്ടിട്ടുണ്ട്. അതുകൊണ്ട്, എന്നെ സാർ എന്ന് വിളിച്ചാൽ മതി' എന്ന് ആവശ്യപ്പെട്ടു. ഇംഗ്ലീഷ് പുതുവർഷദിനത്തിൽ-വക്കീലന്മാർ, കോടതി ജീവനക്കാർ, തൊഴിലുടമകൾ എന്നിവർ ജസ്റ്റിസുമാരെ കണ്ട് പൂച്ചെണ്ടു നൽകുന്നതും മധുരം കൊടുത്ത് ഷാൾ അണിയിക്കുന്നതും പതിവാണ്. അത് ആവശ്യമില്ലെന്ന് തീരുമാനിച്ച ജസ്റ്റിസ് ചന്ദ്രു, തന്റെ കോടതിയുടെ വാതിലിൽ ഇങ്ങനെ എഴുതിയൊട്ടിച്ചു... 'ഇവിടെ ദൈവങ്ങളൊന്നുമില്ല. പൂക്കൾ

വേണ്ട. ഇവിടെ ആർക്കും വിശക്കുന്നില്ല. മധുരം വേണ്ട. ഇവിടെ ആർക്കും കുളിരുന്നില്ല. ഷാളും വേണ്ട.'

തനിക്കും തന്റെ വീടിനും നൽകിയിട്ടുള്ള പൊലീസ് കാവലും നിഷേധിച്ച ജസ്റ്റിസ് ചന്ദ്രു, 'നിങ്ങൾ ഇതുപോലെ 60 ജസ്റ്റിസുമാരുടെ വീടുകളിലേക്ക് 300 പൊലീസുകാരെ നിയമിച്ചിരിക്കുന്നു. ഇവർക്ക് ഇവിടെ ഒരു ജോലിയുമില്ല. ഈ 300 പൊലീസുകാരേയും നിങ്ങൾ ശരിയായി ഉപയോഗപ്പെടുത്തിയാൽ, ചെന്നൈയുടെ മിക്കവാറും സുരക്ഷയും ഉറപ്പാക്കാം.' എന്ന് പൊലീസ് വകുപ്പിനെ ഉപദേശിച്ചു.

തുടക്കത്തിൽ ചീഫ് ജസ്റ്റിസ് എ പി ഷായ്ക്കൊപ്പം ബെഞ്ചിൽ കേസുകൾ വിചാരണ ചെയ്തു. ചെന്നൈ നഗരത്തിനെത്തന്നെ ഒളിപ്പിക്കുന്ന ഭീമൻ പരസ്യബോർഡുകളെ നീക്കം ചെയ്യാനുള്ള ഉത്തരവും, അംഗീകരിക്കപ്പെട്ട രീതിക്ക് എതിരായി പണിതിരുന്ന അപ്പാർട്ട്മെന്റുകളെ പൊളിയ്ക്കാനുള്ള ഉത്തരവും, തിരുപ്പൂരിലെ നൊയ്യാൽ പുഴയിൽ ചായങ്ങൾ കലർന്ന അഴുക്കുവെള്ളം ഒഴുക്കുന്നത് തടുക്കാനുള്ള ഉത്തരവും അങ്ങനെ പല പൊതുതാല്പര്യ ഹർജികളും വിചാരണ ചെയ്ത് തീർപ്പാക്കി.

കേസുകൾ തീർപ്പാക്കുന്നതിലെ എന്റെ വേഗത കണ്ട് അത്ഭുതപ്പെട്ട ഡൽഹി ലാ കോളേജ് വിദ്യാർഥികൾ അതിനെപ്പറ്റി പഠിക്കാനായി ചെന്നൈയിലേക്ക് വന്നു. എന്റെ അഭിമുഖം എടുത്ത്, ഹൈക്കോടതി രജിസ്ട്രാറിൽനിന്നും തീർപ്പാക്കിയ കേസുകളുടെ എണ്ണവും ശേഖരിച്ച് ഒരു ലേഖനം എഴുതി പ്രസിദ്ധീകരിച്ചു. അതിൽ നവംബർ 2012 വരെ ഞാൻ 96,000 കേസുകൾ വിചാരണ ചെയ്ത് തീർത്ത വിവരം രേഖപ്പെടുത്തിയതിനൊപ്പം, അവ തീർപ്പാക്കുന്നതിനായി ഞാനെടുത്ത ശ്രമങ്ങളും പട്ടികയിട്ട് വിവരിച്ചിരുന്നു. പ്രത്യേകിച്ചും 2010 ൽ മധുര ശാഖയിൽ ജോലി ചെയ്യുമ്പോൾ, അവിടെ തീർപ്പാക്കാതിരുന്ന 85,011 കേസുകളെ 84,407 ആയി കുറച്ചതും, ആ വർഷത്തിൽ മാത്രം, രണ്ട് മാസത്തിനുള്ളിൽ 7000 കേസുകൾ വിചാരണ ചെയ്തതും പറഞ്ഞിരുന്നു.

കേസുകൾ വിചാരണ ചെയ്യുന്നതിൽ ചെന്നൈ ഹൈക്കോടതി, രാജ്യത്തുതന്നെ ഒന്നാം സ്ഥാനത്താണെന്ന് *ദിനമണി* വാർത്ത കൊടുത്തു. അതിൽ, 'ദിവസം ശരാശരി 648 കേസുകൾ ചെന്നൈ ഹൈക്കോടതി തീർപ്പാക്കുന്നുണ്ട്. ഇത് രാജ്യത്തിലുള്ള 21 ഹൈക്കോടതികൾ ഉൾപ്പടെ, ദേശീയശരാശരിയേക്കാൾ മൂന്നര മടങ്ങ് അധികമാണ്. ദേശീയ അളവിൽ ദിവസം ശരാശരി 188 കേസുകളാണ് തീർപ്പാക്കുന്നത്. ചെന്നൈ ഹൈക്കോടതി കേസുകൾ തീർപ്പാക്കുന്ന വേഗത കഴിഞ്ഞ മൂന്ന് വർഷങ്ങളായി കൂടിവരുകയാണ്. 2004 ൽ ദിവസം 468 കേസുകളും, 2005 ൽ 526 കേസുകളും, 2006 ൽ (ജനുവരി തൊട്ട് സെപ്റ്റംബർ വരെ) 648 കേസുകളും തീർപ്പാക്കിയിട്ടുണ്ട്.'

കേസുകൾ തീർപ്പാക്കുന്നതിലെ എന്റെ വേഗതയെപ്പറ്റി *ദിനമലർ* ഇങ്ങനെ എഴുതി, 'ജസ്റ്റിസിന്റെ ചുറുചുറുക്ക് കണ്ട്, വക്കീലന്മാർ അന്ധാ

ളിച്ചുപോകും...എന്ന് അൻവർ ഭായ് പറഞ്ഞു. “ഏത് നാട്ടിൽ?” എന്ന് കുപ്പണ്ണ ചോദിച്ചു. “മധുര ഹൈക്കോടതി ശാഖയിൽ ജസ്റ്റിസ് ചന്ദ്രു വിചാരണ ചെയ്യുകയാണ്...താമസിച്ച കേസുകൾ പട്ടികയിട്ട്, ആവശ്യമനുസരിച്ച് വേർതിരിച്ച്, വിചാരണ ചെയ്ത് വിധി നൽകുകയാണ്. ദീപാവലി പോലെയുള്ള അവധി ദിവസങ്ങളിലും ചെന്നൈയ്ക്ക് പോകാതെ കേസ് തീർക്കുകയാണ്. കഴിഞ്ഞ രണ്ട് മാസത്തിൽ 5500 റിട്ട് ഹർജികൾ തീർപ്പാക്കിയത്രേ, അതുകണ്ട്, വക്കീലുമാർ അന്ധാളിച്ച് പോയന്നേ...” എന്ന് അൻവൻ ഭായ്.’

ഞങ്ങൾക്ക് രണ്ട് വർഷത്തേക്കാണ് ജസ്റ്റിസ് പദവി നൽകിയത്. 30.7.2008 ന് അവസാനിക്കാനുള്ള സമയമായി. അന്ന് രാവിലെ വരെ ഞങ്ങളുടെ പദവി നിയമനത്തിനെപ്പറ്റി ഡൽഹിയിൽനിന്നും ഒരു വിവരവും വന്നില്ല. അന്ന് വൈകുന്നേരം രാഷ്ട്രപതി പ്രതിഭ പാട്ടീൽ ഞങ്ങൾ അഞ്ചുപേരിൽ ഒരാൾക്ക് സ്ഥിരനിയമനവും, ഞാൻ ഉൾപ്പെട്ട നാല് പേർക്ക് വീണ്ടും രണ്ട് വർഷത്തേക്ക് അഡീഷണൽ ജസ്റ്റിസുമാരായി നിയമനവും ഉത്തരവിട്ടു. അടുത്ത ദിവസം രാവിലെ ചീഫ് ജസ്റ്റിസ് ഗാംഗുലിയുടെ മുറിയിൽ വച്ച് വീണ്ടും സത്യപ്രതിജ്ഞ ചൊല്ലി.

ഓരോ ഹൈക്കോടതിയിലും സ്ഥിരം ജസ്റ്റിസ് പദവികൾ നിർണ്ണയിക്കുന്നതിനൊപ്പം, ജോലിഭാരം കൂടുന്നതു കാരണം അഡീഷണൽ ജസ്റ്റിസ് പദവികളും നൽകാറുണ്ട്. അഡീഷണൽ ജസ്റ്റിസ് ആയി നിയമിക്കപ്പെടുന്നവരുടെ കാലാവധി കഴിയുന്നതിന് മുമ്പ് സ്ഥിരം ജസ്റ്റിസ് പദവി ഒഴിഞ്ഞിരുന്നാൽ, അയാളെ സ്ഥിരം ജസ്റ്റിസ് ആയി നിയമിക്കാൻ സാധിക്കും. എന്റെ കാര്യത്തിൽ എന്റെ പേര് രണ്ട് പട്ടികയിൽ വന്നിരുന്നതിനാലും എന്നേക്കാൾ ചെറുപ്പവും അനുഭവക്കുറവുള്ളതുമായവരെ എനിക്ക് മുമ്പ് പദവിയിൽ നിയമിക്കപ്പെട്ടതിനാലും തുടർച്ചയായി മൂന്ന് വർഷങ്ങൾ അഡീഷണൽ ജസ്റ്റിസായിത്തന്നെ തുടർന്നു. നവംബർ 2009 ലാണ് സ്ഥിരം ജസ്റ്റിസായി ഞങ്ങൾ നാല് പേരെയും നിയമിച്ച് ഉത്തരവ് രാഷ്ട്രപതിയിൽ നിന്നും വന്നത്.

ഫോറിൻ എക്സ്ചേഞ്ച് മാനേജ്മെന്റ് ആക്ടിൽ (FERA) ജസ്റ്റിസുമാരും ഉൾപ്പെടുന്നതിനാൽ, വിദേശത്തേക്ക് പോകാൻ കേന്ദ്രസർക്കാരിന്റെ അനുമതി ഞങ്ങൾക്ക് ആവശ്യമാണ്. ഇതിനെ രാഷ്ട്രീയകരാർ എന്ന് പറയും. സ്വന്തം ചെലവിൽ യാത്ര ചെയ്യാൻ തയ്യാറാണെങ്കിലും, കേന്ദ്ര സർക്കാരിന്റെ ആഭ്യന്തരവകുപ്പ് വിസമ്മതം അറിയിച്ചു. സന്തോഷത്തോടെ *ദിനമലർ* ഇങ്ങനെ വാർത്ത കൊടുത്തു:

> ലണ്ടനിൽ നടക്കാൻ പോകുന്ന നിയമവകുപ്പുമായി ബന്ധപ്പെട്ട സെമിനാറിൽ ഇന്ത്യയിൽനിന്നും അഞ്ച് ജസ്റ്റിസുമാർക്ക് ക്ഷണം വന്നിരുന്നു. സുപ്രീം കോടതി ജസ്റ്റിസുമാർ രണ്ടുപേർ, ചെന്നൈ ഹൈക്കോടതി ജസ്റ്റിസ് ഒരാൾ എന്നിവർ ഈ സംഘത്തിൽ ഇടം പിടിച്ചു. കേന്ദ്രസർക്കാരിന്റെ അനുമതിക്കായി ഫയൽ അയയ്

> ക്കപ്പെട്ടു. അഞ്ച് ജസ്റ്റിസുമാർക്കും ലണ്ടനിലേക്ക് പോകാൻ ആഗ്രഹമുണ്ടായിരുന്നു. എന്നാൽ, പണി പാളി; ലണ്ടനിലേക്ക് പോകാൻ സംഘത്തിന് അനുമതി നിഷേധിക്കപ്പെട്ടു. കഴിഞ്ഞ വർഷം പോയപ്പോൾ ഒരു പ്രശ്നവും ഉണ്ടായില്ലല്ലോ...ഈ വർഷം അനുമതി നിഷേധിക്കപ്പെട്ടപ്പോൾ ജസ്റ്റിസുമാർ അത്ഭുതപ്പെട്ടു. അവർക്ക് വിദേശത്തേക്ക് പോകണമെങ്കിൽ ഇന്ത്യൻ സർക്കാർ ചെലവ് വഹിക്കണം. വിദേശ സർക്കാരിന്റെ പണംകൊണ്ട് ജസ്റ്റിസുമാർ പോകുന്നത് സർക്കാർ അനുവദിച്ചില്ല. ലണ്ടനിൽ നടക്കാനിരിക്കുന്ന ഈ സെമിനാറിനായി വിമാന ടിക്കറ്റും മറ്റു ചെലവുകളും ഇംഗ്ലണ്ട് സർക്കാർ ഏറ്റതിനാൽ ജസ്റ്റിസുമാർക്ക് അനുമതി നിഷേധിക്കപ്പെട്ടു.

ഈ വാർത്ത സത്യമല്ല. ആ സമയത്ത് പല ജസ്റ്റിസുമാരും വിദേശത്തു നിന്നുമുള്ള ക്ഷണങ്ങൾ സ്വീകരിച്ച് പോയിവന്നിരുന്നു.

കൊച്ചിയിലുണ്ടായിരുന്ന ജസ്റ്റിസ് വി ആർ കൃഷ്ണയ്യർ എന്റെ പ്രവർത്തികൾ നിരീക്ഷിക്കുകയും ഇടയ്ക്ക് അഭിനന്ദിക്കുകയും ചെയ്യുമായിരുന്നു. അദ്ദേഹത്തിന്റെ ജീവചരിത്ര പുസ്തകത്തിന് ഞാൻ എഴുതിയ ആമുഖത്തിൽ ഇങ്ങനെ എഴുതി: 'കൃഷ്ണയ്യർ തന്റെ എഴുത്തുകൾ വഴി, പ്രസംഗങ്ങൾ വഴി എന്നെപ്പോലെയുള്ള ആയിരക്കണക്കിന് ചെറുപ്പക്കാരെ ആകർഷിച്ചിട്ടുണ്ട്. അദ്ദേഹത്തിന്റെ ജീവിതത്തിലെ സംഭവങ്ങൾ തന്നെ പിന്നീട് പല കേസുകളിലും വിധി പ്രസ്താവിക്കാൻ പ്രചോദനമായിട്ടുണ്ട്.'

അതിൽ ഒരു സംഭവം.

എയർ ഇന്ത്യയിലെ ഒരു വനിത തൊഴിലാളി ഖദർ വസ്ത്രങ്ങൾ ധരിക്കാൻ ആഗ്രഹിച്ചു. ആ സ്ഥാപനം യൂണിഫോമായി നൽകിയ പട്ട്, പൊളീസ്റ്റർ തുണികൾ ധരിക്കാൻ അവർ വിസമ്മതിച്ചു. ഗാന്ധിയുടെ ആശയങ്ങളിൽ ആകർഷിക്കപ്പെട്ട തനിക്ക് ഖദർ ധരിക്കാൻ അനുമതി വേണമെന്ന് പറഞ്ഞ് കത്തെഴുതി. കേന്ദ്രസർക്കാരിന്റെ സ്ഥാപനം ഭരണഘടനയിൽനിന്നും മാറി, ആ തൊഴിലാളിക്ക് കുറ്റപത്രം നൽകി. അതിനെ എതിർത്ത് അവർ കൊടുത്ത കേസ് എന്റെ മുന്നിൽ വിചാരണയ്ക്ക് വന്നു. വക്കീലിന്റെ വാദങ്ങൾക്കിടയിൽ എനിക്ക് ദേഷ്യം വന്നു.

കൃഷ്ണയ്യർക്ക് ചെന്നൈയിൽ മദ്രാസ് ക്രിക്കറ്റ് ക്ലബ്ബിൽ ചെന്നപ്പോൾ ഉണ്ടായ കയ്പ്പേറിയ അനുഭവത്തിനെപ്പറ്റി ആ ക്ലബ്ബിന്റെ രജിസ്റ്ററിൽ അദ്ദേഹം എഴുതിയ കുറിപ്പ് ഓർമ്മയിൽ വന്നു. ആ സംഭവം എന്റെ വിധിയിൽ പരാമർശിച്ച്, ആ വനിതാ തൊഴിലാളിക്ക് ഉണ്ടായ അനീതിയെ വിമർശിച്ച് വിധി എഴുതി. ആ വിധി അടുത്ത ദിവസം *ടൈംസ് ഓഫ് ഇന്ത്യ*യിൽ വാർത്തയായി വന്നു. അത് അറിഞ്ഞ കൃഷ്ണയ്യർ എനിക്ക് ഒരു കത്തെഴുതി.

പ്രിയപ്പെട്ട ചന്ദ്രു,

നീ ചൂണ്ടിക്കാണിച്ച എം സി സി സംഭവം സൂപ്പർ. നിന്റെ രീതികൾ കൊണ്ട് നിന്നെപ്പറ്റി എനിക്കുള്ള പ്രതീക്ഷകളെ മറികടന്നിരിക്കുന്നു. എം സി സി വിരുന്നുകാരുടെ പുസ്തകത്തിൽ ഞാൻ എഴുതിയ ദേശസ്നേഹമുള്ള കുറിപ്പ് നീ എങ്ങനെ ഓർത്തു?

എയർ ഇന്ത്യയിലെ ഒരു തൊഴിലാളിക്ക് നീ കൊടുത്തത് ദേശസ്നേഹമുള്ള മനോഹരമായ വിധിയാണ്. പ്രിയപ്പെട്ട, ചന്ദ്രു, ഊർജ്ജസ്വലമായ വളർച്ചയുടെ പാതയിൽ നീതി നൽകുന്നതിനുള്ള പങ്ക് ജസ്റ്റിസുമാർക്കുമുണ്ട്.

സ്നേഹത്തോടെ
വി ആർ കൃഷ്ണയ്യർ

ഹൈക്കോടതി ജസ്റ്റിസുമാരുടെ വിരമിക്കൽ പ്രായം 62 ആണ്. അതനുസരിച്ച് ഞാൻ 8.3.2013 ന് വിരമിക്കണം. അതിന് മുമ്പ് കരൂരിലെ സുബ്രഹ്മണ്യം എന്നയാൾ എനിക്കെതിരെ പ്രൊബേഷൻ സർവീസ് കേസ് കൊടുത്തു. പദവിയിൽനിന്നും എന്നെ നീക്കണമെന്ന് ആവശ്യപ്പെട്ടു. അയാൾ നിയമം പഠിച്ചയാളും ഇൻഷുറൻസ് കമ്പനിയിൽ സ്വത്ത് നിർണ്ണയിക്കുന്നയാളായി ജോലി ചെയ്യുകയുമായിരുന്നു. അയാൾക്കെതിരെ വ്യാജസ്വത്ത് നിർണ്ണയ സർട്ടിഫിക്കറ്റ് നൽകിയതിനും, അതുകാരണം ബാങ്കിനെ വഞ്ചിച്ചതായും കാണിച്ച് കേരളത്തിൽ ഒരു ബാങ്ക് കൊടുത്ത പരാതിയിൽ സി ബി ഐ കേസെടുത്തിരുന്നു. അത് റദ്ദാക്കാൻ കേരളത്തിലെ ഹൈക്കോടതിയിൽ കേസ് ഫയൽ ചെയ്യണം. ഹൈക്കോടതിയുടെ അധികാരം അതാത് സംസ്ഥാനങ്ങളിൽ അവസാനിക്കും. അയാളുടെ കേസ് എന്റെയടുത്ത് വന്നപ്പോൾ 2.11.2011 ന് ഞാനത് തള്ളിക്കളഞ്ഞു.

അതുകൂടാതെ അയാൾ സൗജന്യ നിയമസഹായം ഉപയോഗിച്ച് കൊടുത്തിരുന്ന മറ്റ് കേസുകളും തള്ളിക്കളഞ്ഞ്, അയാളുടെ പാഴ്ക്കേസുകൾകൊണ്ട് കോടതിയുടെ സമയം കളയരുതെന്നും പറഞ്ഞു.

തള്ളിക്കളഞ്ഞ കേസുകൾക്ക് എതിരായി അയാൾ റിവ്യൂ ഹർജികൾ മധുരയിൽ ഫയൽ ചെയ്തിരുന്നു. അപ്പോൾ ഞാൻ ചെന്നൈയിൽ ആയിരുന്നു. നിയമപ്രകാരം റിവ്യൂ ഹർജികൾ അസ്സൽ കേസുകൾക്ക് വിധി പ്രസ്താവിച്ച ജസ്റ്റിസിന്റെ അടുത്ത് മാത്രമേ വിചാരണയ്ക്ക് വരുകയുള്ളൂ. സുബ്രഹ്മണ്യത്തിന്റെ കഷ്ടകാലത്തിന് ഞാൻ ആ സമയത്ത് മധുരയിലെ ജോലി ഏറ്റെടുക്കേണ്ടിവന്നു. ഞാൻ ആ ഹർജികളും തള്ളിക്കളഞ്ഞു. അന്നുതൊട്ട് അയാൾ എനിക്കെതിരെ രാഷ്ട്രപതി മുതലുള്ള എല്ലാവർക്കും പരാതി നൽകാൻ തുടങ്ങി. അതും പോരാതെ എനിക്കെതിരെ റിട്ട് ഹർജികളും ഫയൽ ചെയ്തു. പദവിയിലുള്ള ഒരു ജസ്റ്റിസിനെ അതുപോലെയുള്ള റിട്ട് ഹർജി കൊടുത്ത് വിരട്ടാൻ സാധിക്കില്ല. അതുകൊണ്ട്, അയാളുടെ ഹർജി മധുരയിൽ വിചാരണയ്ക്ക്

എടുക്കാതെ ചെന്നൈയിലേക്ക് അയയ്ക്കപ്പെട്ടു. അതെല്ലാം ചീഫ് ജസ്റ്റിസ് ആർ കെ അഗർവാളിന്റെ ബെഞ്ചിൽ വിചാരണയ്ക്കെത്തി. അവർ ഹർജി നിലനിൽക്കില്ലെന്ന് പറഞ്ഞ് അയാൾക്ക് 10000 രൂപാ പിഴയും വിധിച്ച് തള്ളിക്കളഞ്ഞു.

സുബ്രഹ്മണ്യൻ കൊടുത്ത കേസിന്റെ വിധി വരുന്നതിന് ആറ് മാസം മുമ്പ് ഞാൻ വിരമിച്ചിരുന്നു. മാർച്ചിൽ വിരമിച്ചെങ്കിലും, അതിന് ഒരുമാസം മുമ്പ് (8.2.2013) ഞാൻ ചീഫ് ജസ്റ്റിസിന് ഒരു കത്തെഴുതി. വിരമിക്കുന്ന ദിവസം എനിക്ക് യാത്രയയപ്പ് ആവശ്യമില്ലെന്ന് എഴുതിയിരുന്നു. "ഹൈക്കോടതി ജസ്റ്റിസുമാർ വിരമിക്കുമ്പോൾ, പാരമ്പര്യമായി പിന്തുടരുന്ന യാത്രയയപ്പ് ചടങ്ങ് നടക്കാറുണ്ട്. അതിൽ, ഉപചാരപ്രസംഗം, മറുപടിപ്രസംഗം എന്നിവയുണ്ടാകും. പിന്നെ ചായസത്കാരവും, ഫോട്ടോ എടുക്കലും, സമ്മാനം നൽകുന്നതും ഉണ്ടാകുന്നതാണ് പതിവ്. ഈ പാരമ്പര്യത്തിന് ഫുൾസ്റ്റോപ്പ് ഇടാൻ ഞാൻ ആഗ്രഹിക്കുന്നു. അതുകൊണ്ട്, എനിക്ക് വേണ്ടി ഉപചാരങ്ങൾ ഒന്നും നടത്തേണ്ടതില്ല. മറ്റ് ദിവസങ്ങളിലേതുപോലെ ജോലി തീർത്ത് വീട്ടിലേക്ക് പോകാൻ ഞാൻ താല്പര്യപ്പെടുന്നു. കൂടാതെ 1929 ൽ വിരമിച്ച ഹൈക്കോടതി ജസ്റ്റിസ് എം ജി എച്ച് ജാക്ക്സൺ, 'എന്റെ കടമയാണ് ചെയ്തത്, എന്തിനാണ് ഈ പുകഴ്ത്തൽ?' എന്ന് പറഞ്ഞ് ഉപചാരച്ചടങ്ങ് ബഹിഷ്കരിച്ചതും, അതാണ് എന്റെ നിലപാടെന്നും പറഞ്ഞു.

രാത്രി 8 മണിക്ക് വീട്ടിലേക്ക് ചെന്നപ്പോൾ അവിടെ ഒരു ആൾക്കൂട്ടം ഉണ്ടായിരുന്നു. ഇന്ത്യൻ സിവിൽ സർവ്വീസിലുള്ള 6 പേർ എന്നെ പ്രശംസിക്കാൻ കാത്തിരിക്കുകയായിരുന്നു. ഇതെല്ലാം ഞാൻ പ്രതീക്ഷിക്കാത്ത സംഭവങ്ങളാണ്. വിരമിച്ച ദിവസം തൊട്ട് അടുത്ത പല ദിവസങ്ങളിൽ മാധ്യമങ്ങൾ ഞാൻ തീവണ്ടിയിൽ വീട്ടിലേക്ക് തിരിച്ചുപോയതിനെ പ്രധാനവാർത്തയായി കൊടുത്തു. ഇന്ന് ലോകത്തിലെ ഏത് ഭാഗത്ത് ചെന്നാലും തീവണ്ടിയിൽ വീട്ടിലേക്ക് തിരിച്ചുപോയ ജസ്റ്റിസ് എന്നേ എന്നെ പരിചയപ്പെടുത്തുകയുള്ളൂ.

എന്നോടൊപ്പം ജോലി ചെയ്തിരുന്ന ജസ്റ്റിസുമാർ ഈ സംഭവങ്ങളെ എങ്ങനെ കാണുന്നെന്ന് ഒരു *വികടൻ* വായനക്കാരൻ ചോദിച്ചപ്പോൾ ഞാൻ ഇങ്ങനെ പറഞ്ഞു: 'വിരമിക്കുന്നതിന് രണ്ട് മാസം മുമ്പ്, ഒരു ഗൗരവമുള്ള സർജറിക്കായി എന്നെ ആശുപത്രിയിൽ പ്രവേശിപ്പിച്ചിരുന്നു. എന്റെ ഏഴ് വർഷക്കാലത്തെ ജോലിയിൽ അവധി എടുത്തത് ആ മൂന്നാഴ്ചകൾ മാത്രമായിരുന്നു. പിന്നീട് എന്നെ സന്ദർശിച്ച ജസ്റ്റിസുമാർ മൊത്തം 11 പേരേ ഉണ്ടായിരുന്നുള്ളൂ. അതുപോലെ വിരമിക്കുന്നതിന്റെ അവസാനദിവസം എന്റെ ചേമ്പറിലേക്ക് വന്ന് ആശംസകൾ അറിയിച്ചവർ 10 പേരായിരുന്നു. ഇപ്പോൾ ഹൈക്കോടതിയിലെ ജസ്റ്റിസുമാരുടെ എണ്ണം 47 ആണെന്നത് മനസ്സിൽ വയ്ക്കുക.'

ജസ്റ്റിസ് ആകണമെന്ന് എന്നെ നിർബന്ധിച്ചതിനൊപ്പം, ജസ്റ്റിസ് ആയശേഷം തുടർന്നും എന്നെ അഭിനന്ദിച്ചുകൊണ്ടിരുന്ന, ആവശ്യമെ

ങ്കിൽ കത്തുകൾ വഴി തന്റെ അഭിപ്രായങ്ങൾ അറിയിച്ചുകൊണ്ടിരുന്ന ജസ്റ്റിസ് കൃഷ്ണയ്യർക്ക് ഞാൻ വിരമിക്കുമ്പോൾ പ്രായം 98. വിരമിക്കുന്നതിന് ഒരാഴ്ച മുമ്പ് അദ്ദേഹം എനിക്കെഴുതി (26.2.2013):

പ്രിയപ്പെട്ട ചന്ദ്രു,

വിരമിച്ചശേഷം പിന്നോക്കക്കാർക്കും നഷ്ടപ്പെട്ടവർക്കും വേണ്ടി സേവനം അനുഷ്ഠിക്കാനുള്ള നിന്റെ തീരുമാനം വലിയ ത്യാഗമാണ്. യൂണിഫോം ധരിച്ച് ഉയർച്ചയും നോക്കിയിരിക്കുന്ന നിന്റെ സഹജസ്റ്റിസുമാർക്ക് നീയൊരു അത്ഭുതമാണ്. ഈ ഭൂമിയിലുള്ള മന്ത്രങ്ങളിൽ നല്ലജീവിതത്തിനുള്ള പ്രാർഥനയാണ് നിന്റെ പൊതുപ്രവർത്തനം. സമയം കിട്ടുമ്പോൾ നമുക്ക് കാണാം. എന്റെ കാഴ്ചയും കേൾവിയും മോശമാണ്. 98 വയസ്സായ ശേഷവും ജീവിച്ചിരിക്കുന്നു!

സ്നേഹത്തോടെ
വി ആർ കൃഷ്ണയ്യർ

എന്നെ ജസ്റ്റിസാക്കാനായി രാസത്വരകമായി പ്രവർത്തിച്ച ആ ലക്ഷ്യദീപം നൂറ്റാണ്ട് കാലം ജീവിച്ച് മറഞ്ഞുപോയി. എങ്കിലും അദ്ദേഹം ഇപ്പോഴും വഴികാണിച്ചുകൊണ്ടിരിക്കുന്നു.

www.ingramcontent.com/pod-product-compliance
Lightning Source LLC
LaVergne TN
LVHW040604051026
849519LV00004B/1454
* 9 7 8 9 3 9 4 7 5 3 2 6 6 *